ವಾಸನ್ಸ್ ಜೀವನಚರಿತ್ರೆ ಮಾಲೆ

ಡಾ|| ಎಸ್. ರಾಧಾಕೃಷ್ಣನ್

ಸಂಪಾದಕ :

ಟಿ.ಜಿ. ಅಶ್ವತ್ಥ್‌ನಾರಾಯಣ

www.mastermindbooks.com

Mob : 94488 89270

 ವಾಸನ್ ಪಬ್ಲಿಕೇಷನ್ಸ್

ಡಾ॥ ಎಸ್. ರಾಧಾಕೃಷ್ಣನ್

© ವಾಸನ್ ಪಬ್ಲಿಕೇಷನ್ಸ್

ಮುದ್ರಣ : 2023

ಪ್ರಕಾಶಕರು :

ವಾಸನ್ ಪಬ್ಲಿಕೇಷನ್ಸ್

25, ವಾಸನ್ ಟವರ್ಸ್,

ಡಾ॥ ಟಿ.ಸಿ.ಎಂ. ರಾಯನ್ ರಸ್ತೆ (ಗೂಡ್ಸ್‌ಶೆಡ್ ರಸ್ತೆ),

ಬೆಂಗಳೂರು – 560 053

e-mail: vasanpublications@gmail.com

www.mastermindbooks.com

₹ 40/-

ಡಿಟಿಪಿ :

ಸುಪ್ರೀಂ ಪಾಯಿಂಟ್

ಮುದ್ರಣ :

ಉಮೇಶ್ ಪ್ರಿಂಟರ್ಸ್

ಡಾ॥ ಎಸ್. ರಾಧಾಕೃಷ್ಣನ್

ಬಾಲ್ಯ

ಮಹಾತ್ಮ ಗಾಂಧಿಯವರು ದಕ್ಷಿಣ ಆಫ್ರಿಕಾದಿಂದ ಮರಳಿ ಬಂದು, ಸ್ವಾತಂತ್ರ್ಯ ಸಂಗ್ರಾಮದಲ್ಲಿ . ಸಕ್ರಿಯ ಪಾತ್ರವಹಿಸಿ, ಕಾಂಗ್ರೆಸ್‌ನ ಮುಖಂಡರಾಗಿ, ಚಳುವಳಿಯಲ್ಲಿ ಸಾಮಾನ್ಯ ಜನರೂ ಕೂಡ ಭಾಗವಹಿಸಬೇಕೆಂದು ಹುರಿದುಂಬಿಸುತ್ತಿದ್ದರು. 1915ರಲ್ಲಿ ಜಿ.ಎ. ನಟೇಶನ್ ಎಂಬುವರ ಮನೆಯಲ್ಲಿ ಗಾಂಧೀಜಿ ರಾಧಾಕೃಷ್ಣನ್‌ರನ್ನು ಭೇಟಿಯಾದರು. ಆ ಭೇಟಿ ಕಹಿಯಾಗಿತ್ತು ಎಂದು ರಾಧಾಕೃಷ್ಣನ್ ಗಾಂಧೀಜಿಯವರ ಆಪ್ತ ಕಾರ್ಯದರ್ಶಿ ಪ್ಯಾರೇಲಾಲ್ ಅವರಿಗೆ ಹೇಳಿದರು.

"ಗಾಂಧೀಜಿ 'ಹಸುವಿನ ಮಾಂಸದ ಸಾರವಾದ ಹಾಲನ್ನು ಕುಡಿಯಬೇಡ' ಎಂದು ನನಗೆ ಹೇಳಿದರು. ಆಗ ನಾನು 'ಹಾಗಾದರೆ ನಾವೆಲ್ಲರೂ ನರಭಕ್ಷಕರು. ಏಕೆಂದರೆ ಹುಟ್ಟಿದಾಗ ನಮಗೆ ದೊರೆಯುವುದೇ ತಾಯಿಯ ಹಾಲಿನ ಪೋಷಣೆ' ಎಂದೆ. ಅನಂತರ ಮಾತು ವೈದ್ಯಕೀಯ ಸೇವೆಯೆಡೆಗೆ ಹೋಯಿತು. ಗಾಂಧೀಜಿಯವರು 'ಕಾಡಿನಲ್ಲಿ ಸಾವಿರಾರು ಪ್ರಾಣಿಗಳು ಜನಿಸುತ್ತವೆ, ಅವುಗಳಿಗೆ ಯಾರೂ ವೈದ್ಯಕೀಯ ನೆರವು ನೀಡುವುದಿಲ್ಲ' ಎಂದರು. ನಾನು 'ಹುಟ್ಟುವಾಗಲೇ ಸಾವಿರಾರು ಮೃಗಗಳು ಸಾಯುತ್ತವೆ' ಎಂದೆ. ಗಾಂಧೀಜಿ 'ನಿನಗೆ ಹೇಗೆ

ಗೊತ್ತು?' ಎಂದು ಕೇಳಿದರು. ನಾನು 'ನಿಮಗೆ ಹೇಗೆ ಗೊತ್ತು?' ಎಂದು ಮರು ಪ್ರಶ್ನೆ ಹಾಕಿದೆ. ಆಗ ನಟೇಶನ್ "ಇವರು ತರ್ಕಶಾಸ್ತ್ರದ ಬೋಧಕರೆಂಬುದು ನಿಮಗೆ ಗೊತ್ತಿಲ್ಲವೇ?' ಎಂದು ಗಾಂಧೀಜಿಯವರನ್ನು ಕೇಳಿದರು". - ಹೀಗೆ ಡಾ॥ ಸರ್ವೇಪಲ್ಲಿ ರಾಧಾಕೃಷ್ಣನ್ ಗಾಂಧೀಜಿಯವರೊಡನೆ ತಮ್ಮ ಮೊದಲ ಭೇಟಿಯನ್ನು ವಿವರಿಸಿದ್ದಾರೆ.

ಈ ಅತ್ಯಂತ ಚತುರ ಮಾತುಗಾರ, 1888ರ ಸೆಪ್ಟೆಂಬರ್ 5ರಂದು, ಆಂಧ್ರಪ್ರದೇಶ - ತಮಿಳುನಾಡು ಗಡಿಯಲ್ಲಿರುವ ತಿರುತ್ತಣಿ ಎಂಬ ಸಣ್ಣ ಪಟ್ಟಣದಲ್ಲಿ ಸರ್ವೇಪಲ್ಲಿ ವೀರಸ್ವಾಮಿ ಮತ್ತು ಸೀತಮ್ಮ ದಂಪತಿಗಳ ಎರಡನೆ ಮಗನಾಗಿ ಜನಿಸಿದರು. ವೀರಸ್ವಾಮಿಯ ತಂದೆ ತಾಯಿಯರಾದ ಸೀತಾರಾಮಯ್ಯ ಮತ್ತು ಕೊಂಡಮ್ಮ ಆಂಧ್ರದ ನೆಲ್ಲೂರು ಜಿಲ್ಲೆಯಲ್ಲಿನ ಸರ್ವೇಪಲ್ಲಿ ಗ್ರಾಮವನ್ನು ತೊರೆದು ತಮ್ಮ ಹತ್ತು ವರ್ಷದ ಮಗ ವೀರಸ್ವಾಮಿಯೊಡನೆ ತಿರುತ್ತಣಿಗೆ ಬಂದು ನೆಲೆಸಿದರು.

ತಹಸೀಲ್ದಾರ್ ಕಛೇರಿಯಲ್ಲಿ ಕೆಲಸ ಮಾಡುತ್ತಿದ್ದ ವೀರಸ್ವಾಮಿಯ ಆರ್ಥಿಕ ಸ್ಥಿತಿ ಚೆನ್ನಾಗಿರಲಿಲ್ಲ, ರಾಧಾಕೃಷ್ಣನ್ ಜನನಾನಂತರ ಒಂದು ಹೆಣ್ಣು ಹಾಗೂ ಮೂರು ಗಂಡು ಮಕ್ಕಳು ಜನಿಸಿದರು. ವೀರಸ್ವಾಮಿಯವರ ಅಲ್ಪ ಸಂಬಳದಲ್ಲಿ ಎಂಟು ಜನರ ಹೊಟ್ಟೆ ತುಂಬಬೇಕಾಗಿತ್ತು. ಅವರದು ತೀರ ಬಡ ಕುಟುಂಬವಾಗಿತ್ತು.

ವಿದ್ಯಾಭ್ಯಾಸ

ಎಲ್ಲ ಮಕ್ಕಳಂತೆ ರಾಧಾಕೃಷ್ಣನ್ ತಮ್ಮ ಐದನೆಯ ವಯಸ್ಸಿನಲ್ಲಿ ಪ್ರಾಥಮಿಕ ಶಾಲೆಗೆ ಸೇರಿದರು. ಅವರಿಗೆ ಇಂಗ್ಲಿಷ್ ವಿದ್ಯಾಭ್ಯಾಸ ಕೊಡಿಸುವುದು ಅವರ ತಂದೆಗೆ ಇಷ್ಟವಿರಲಿಲ್ಲ. ಅವರಿಗೆ ಸಂಸ್ಕೃತ ಕಲಿಸಬೇಕೆಂದು ಬಯಸಿದ್ದರು. ಆದರೆ ಸಂಬಂಧಿಕರು ಮತ್ತು ಸ್ನೇಹಿತರ ಆಗ್ರಹಕ್ಕೆ ಮಣಿದು ತಿರುಪತಿಯ ಲೂಥೆರನ್ ಮಿಷನ್ ಹೈಸ್ಕೂಲ್‌ನಲ್ಲಿ ಇಂಗ್ಲಿಷ್ ವಿದ್ಯಾಭ್ಯಾಸಕ್ಕಾಗಿ ಮಗನನ್ನು ಸೇರಿಸಿದರು. ವರ್ಷವಿಡೀ ಧಾರ್ಮಿಕ ಚಟುವಟಿಕೆಯಿಂದ ಕೂಡಿದ ತಿರುಪತಿಯಲ್ಲಿ ಇವರ ವಿದ್ಯಾಭ್ಯಾಸ ಮುಂದುವರಿಯಿತು. ರಾಧಾಕೃಷ್ಣನ್‌ರ ಮನೆತನದ ಹಿನ್ನೆಲೆ ಮತ್ತು ವಿದ್ಯಾಭ್ಯಾಸದಲ್ಲಿ ಅವರ ಆಸಕ್ತಿ ಅವರನ್ನು ಶಾಲೆ ಕಾಲೇಜುಗಳ ಘಟ್ಟವನ್ನು ಸುಲಭವಾಗಿ ದಾಟಲು ಅನುವುಮಾಡಿತು.

ವೆಲ್ಲೂರಿನ ವೂರ್ಸ್ ಕಾಲೇಜಿನಲ್ಲಿ ಸ್ನಾತಕ ಪೂರ್ವ ಎಫ್.ಎ. ತರಗತಿಯಲ್ಲಿ ಎರಡು ವರ್ಷ ವ್ಯಾಸಂಗ ಮಾಡಿದ ಇವರು ಮದರಾಸು ಕ್ರಿಶ್ಚಿಯನ್ ಕಾಲೇಜಿಗೆ ಬಿ.ಎ. ಪದವಿಯ ವ್ಯಾಸಂಗಕ್ಕೆ ಸೇರಿದರು. ಇದೇ ಕಾಲೇಜಿನಲ್ಲಿ ವಿದ್ಯಾಭ್ಯಾಸ ಮಾಡುತ್ತಿದ್ದ ಅವರ ಸಂಬಂಧಿಕರೊಬ್ಬರು ಸ್ಟೌಟ್‌ನ ಮನಶ್ಶಾಸ್ತ್ರ, ವೆಲ್ಟನ್‌ನ ತರ್ಕಶಾಸ್ತ್ರ ಮತ್ತು ಮ್ಯಕೆನ್ಜಿಯ ನೀತಿಶಾಸ್ತ್ರ ಪುಸ್ತಕಗಳನ್ನು ಕೊಟ್ಟರು. ಪದವಿಗೆ ಯಾವ ವಿಷಯವನ್ನು ಆರಿಸಿಕೊಳ್ಳಬೇಕೆಂಬ ಸಂದಿಗ್ಧದಲ್ಲಿದ್ದ ರಾಧಾಕೃಷ್ಣನ್ ಇವುಗಳಿಂದ ಪ್ರಭಾವಿತರಾಗಿ ತತ್ವಶಾಸ್ತ್ರವನ್ನು

ಅರಿಸಿಕೊಂಡರು. ಮುಂದೆ ಅದರಿಂದ ತಮಗೆ ಅತ್ಯಂತ ಪ್ರಯೋಜನವಾಯಿತು ಎಂದು ಅವರು ಹೇಳಿದ್ದಾರೆ. ಸಾಂಪ್ರದಾಯಿಕ ಬ್ರಾಹ್ಮಣ ಕುಟುಂಬದ ಹಿನ್ನೆಲೆ ಮತ್ತು ಮಿಷನರಿ ಶಾಲೆಯ ವ್ಯಾಸಂಗ ಅವರನ್ನು ದೈವಭಕ್ತರನ್ನಾಗಿ ಮಾಡಿತ್ತು. ಪ್ರತಿನಿತ್ಯ ವ್ಯಾಸಂಗಕ್ಕಾಗಿ ಅವರು ಮೀಸಲಿಡುತ್ತಿದ್ದ ಸಮಯ ಅಗಾಧವಾಗಿತ್ತು. ಕಾಲೇಜಿನ ತತ್ವಶಾಸ್ತ್ರ ವಿಭಾಗಕ್ಕೆ ಪ್ರಾಂಶುಪಾಲರಾದ ವಿಲಿಯಮ್ ಸ್ಕಿನ್ನರ್ ಪ್ರಮುಖರಾಗಿದ್ದರು. ವಿಲಿಯಮ್ ಮೆಸ್ಟನ್ ಮತ್ತು ಆಲ್ಫ್ರೆಡ್ ಹಾಗ್ ಈ ವಿಭಾಗದಲ್ಲಿ ಇವರ ಸಹೋದ್ಯೋಗಿಗಳು. ರಾಧಾಕೃಷ್ಣನ್‌ರ ವ್ಯಕ್ತಿತ್ವ ರೂಪುಗೊಳ್ಳುವುದರಲ್ಲಿ ಈ ಮೂವರ ಪಾತ್ರವಿದ್ದರೂ ಆಲ್ಫ್ರೆಡ್ ಹಾಗ್ ಇವರ ಮೇಲೆ ಅಪಾರವಾದ ಪರಿಣಾಮ ಬೀರಿದರು. ಹಾಗ್ ಕ್ರೈಸ್ತರಾಗಿದ್ದರೂ ತಮ್ಮ ಮತವೇ ಹೆಚ್ಚೆಂದು ಹೇಳದೆ, ಹಿಂದೂ ಧರ್ಮವು ಕ್ರೈಸ್ತಧರ್ಮಕ್ಕಿಂತ ವಿವೇಚನಾಯುಕ್ತವಾದ ಮತ್ತು ಸಮಂಜಸವಾದ ಧರ್ಮವೆಂದು ಹೇಳುತ್ತಿದ್ದರು. ಇವರ ಮಾರ್ಗದರ್ಶನದಲ್ಲಿ ವ್ಯಾಸಂಗ ಮಾಡಿದ ರಾಧಾಕೃಷ್ಣನ್ ಕ್ರೈಸ್ತ ಮತ್ತು ಹಿಂದೂ ಧರ್ಮಗಳ ನಡುವಿನ ಮೂಲಭೂತ ವ್ಯತ್ಯಾಸಗಳನ್ನರಿತರು. ರಾಧಾಕೃಷ್ಣನ್‌ರ ವ್ಯಕ್ತಿತ್ವವನ್ನು ರೂಪಿಸುವಲ್ಲಿ ಹಾಗ್‌ರ ತತ್ವಶಾಸ್ತ್ರ, ಧರ್ಮಶ್ರದ್ಧೆ ಮತ್ತು ಸಕಲ ಜೀವರಾಶಿಯ ವಿಮೋಚನೆಯ ವಿಚಾರಧಾರೆಗಳು ಅತ್ಯಂತ ಪ್ರಭಾವ ಬೀರಿದವು. ರಾಧಾಕೃಷ್ಣನ್ ಬೈಬಲ್‌ನ ಹೊಸ ಒಡಂಬಡಿಕೆ ಮತ್ತು ಯೂರೋಪಿನ ತತ್ವಶಾಸ್ತ್ರಜ್ಞರ ಉಪದೇಶಗಳನ್ನು ಆಳವಾಗಿ ಅಧ್ಯಯನ ಮಾಡಿದರು. ಭಾರತೀಯ

ವಿಚಾರಗಳು, ಧರ್ಮ, ಸಂಪ್ರದಾಯದ ಬಗ್ಗೆ ಅವರ ಕೆಲವು ಯೂರೋಪಿಯನ್ ಪ್ರಾಧ್ಯಾಪಕರು ಮಾಡುತ್ತಿದ್ದ ಟೀಕೆಯಿಂದ ಹಿಂದೂ ಧರ್ಮದ ಕೆಲವು ಆಚರಣೆಗಳಲ್ಲಿದ್ದ ಅವರ ಶ್ರದ್ಧೆ ಅಲುಗಾಡಿತು. ಸ್ವಾಮಿ ವಿವೇಕಾನಂದರ ಉಪದೇಶಗಳಿಂದ ಪ್ರಭಾವಿತರಾಗಿದ್ದ ರಾಧಾಕೃಷ್ಣನ್ ಈ ಟೀಕೆಯಿಂದ ವ್ಯಥೆಪಟ್ಟುಕೊಂಡರು. ಹೀಗಾಗಿ ಅವರು ಹಿಂದೂ ಧರ್ಮದ ಆಳವಾದ ಅಧ್ಯಯನ ಮಾಡಿ, ಅದರಲ್ಲಿ ಜೀವಂತವಾಗಿದ್ದ ವಿಚಾರಗಳನ್ನು ತಿಳಿದುಕೊಂಡರು. ಬ್ರಹ್ಮಸೂತ್ರ, ಉಪನಿಷತ್ತು, ಭಗವದ್ಗೀತೆ, ಶಂಕರ, ರಾಮಾನುಜ, ಮಧ್ವಾಚಾರ್ಯರ ಕೃತಿಗಳು, ಹಿಂದೂ, ಬೌದ್ಧ ಮತ್ತು ಜೈನ ಧರ್ಮಗಳ ಉಪದೇಶಗಳನ್ನು ಅಭ್ಯಾಸ ಮಾಡಿದರು. ಆದರೆ ಇವರು ಹಿಂದೂ ಧರ್ಮದ ವಿಚಾರಗಳನ್ನು ವಿಮರ್ಶಾತ್ಮಕವಾಗಿ ಅಭ್ಯಾಸ ಮಾಡಿದರು. ಶಾಸ್ತ್ರ ವೇದಾಂತಗಳನ್ನು ಸಮರ್ಥಿಸುವಲ್ಲಿ ಯಶಸ್ವಿಯಾದರು. ಹಿಂದೂ ಧರ್ಮದ ದೂಷಕರನ್ನು ಸಮರ್ಥವಾಗಿ ಎದುರಿಸಿದರು.

ಪ್ರಾಧ್ಯಾಪಕರಾಗಿ ರಾಧಾಕೃಷ್ಣನ್

1909ರಲ್ಲಿ ಎಂ.ಎ. ಮುಗಿಸಿ, 1911ರ ಪಟ್ಟಪ್ರದಾನ ಸಭೆಯಲ್ಲಿ (Convocation) ಪದವಿ ಪಡೆದರು. ಇದೇ ವರ್ಷ ರಾಧಾಕೃಷ್ಣನ್-ಶಿವಕಾಮಮ್ಮ ದಂಪತಿಗಳಿಗೆ ತಮ್ಮ ಮೊದಲನೆ ಮಗುವಿನ ಜನನವಾಯಿತು (ಶಿವಕಾಮಮ್ಮನವರನ್ನು ಅವರು ತಮ್ಮ ಹದಿನೈದನೆಯ ವಯಸ್ಸಿನಲ್ಲಿ ವರಿಸಿದ್ದರು). ಮದರಾಸು

ಕ್ರಿಶ್ಚಿಯನ್ ಕಾಲೇಜಿನಲ್ಲಿ 60-80ರೂ. ವೇತನ ಶ್ರೇಣಿಯಲ್ಲಿ ಮಲಯಾಳಂ ಭಾಷೆಯ ಉಪನ್ಯಾಸಕರಾಗಿ ನೇಮಕಗೊಂಡರೂ ಅವರು ಮನಸ್ಸು ಮತ್ತು ಮನಃಶಾಸ್ತ್ರದ ವಿಭಾಗದಲ್ಲಿ ಪ್ರಾಧ್ಯಾಪಕರಾಗಿದ್ದರು. ಡಾ॥ ಸದಿಯನಾಥನ್ ಇಲ್ಲಿ ತತ್ವಶಾಸ್ತ್ರದ ಪ್ರೊಫೆಸರ್ ಆಗಿದ್ದರು. ರಾಧಾಕೃಷ್ಣನ್ ನಿಗಮನದ ತತ್ವಶಾಸ್ತ್ರ ಮತ್ತು ಮನಃಶಾಸ್ತ್ರವನ್ನು ಬೋಧಿಸುತ್ತಿದ್ದರು. ಅವರ ಆಳವಾದ ಜ್ಞಾನ, ಅತಿಶಯವಾದ ಜ್ಞಾಪಕಶಕ್ತಿ, ತತ್ವಶಾಸ್ತ್ರದ ಅತ್ಯಂತ ದುರವಗಾಹ್ಯವಾದ ವಿಷಯಗಳನ್ನು ಎಲ್ಲರಿಗೂ ಅರ್ಥವಾಗುವಂತೆ ವಿವರಿಸಿ ಹೇಳುವ ಸಾಮರ್ಥ್ಯ ವಿದ್ಯಾರ್ಥಿಗಳ ಮೇಲೆ ಪ್ರಭಾವ ಬೀರಿತ್ತು. 1910ರಲ್ಲಿ ಸೈದಪೇಟ್‌ನ ಟೀಚರ್ಸ್ ಕಾಲೇಜ್‌ನಲ್ಲಿ ಎಲ್.ಟಿ.ಪದವಿ ಮುಗಿಸಿದರು. ಮನಃಶಾಸ್ತ್ರದ ಬಗ್ಗೆ ಅವರು ನೀಡಿದ ಉಪನ್ಯಾಸಗಳುಳ್ಳ 'ಎಸೆನ್ಷಿಯಲ್ಸ್ ಆಫ್ ಸೈಕಾಲಜಿ' ಎಂಬ ಶೀರ್ಷಿಕೆಯ ಪುಸ್ತಕ, 1912ರಲ್ಲಿ ಪ್ರಕಟವಾಯಿತು. ಎಲ್.ಟಿ. ಮುಗಿಸಿದ ಅವರಿಗೆ 100ರೂ.ನ ವೇತನ ಶ್ರೇಣಿಯ ಸಹಾಯಕ ಪ್ರೊಫೆಸರ್ ಸ್ಥಾನಕ್ಕೆ ಬಡ್ತಿ ದೊರೆಯಿತು. 'ಎರಡನೆ ಮಹಾಯುದ್ಧದಲ್ಲಿ ಭಾರತ', 'ಭಗವದ್ಗೀತೆಯ ಮತ್ತು ಕ್ಯಾಂಟ್‌ನ ನೀತಿ' ಎಂಬ ವಿಷಯಗಳ ಮೇಲೆ ಅವರು ಬರೆದ ಲೇಖನಗಳು ಅವರ ಜ್ಞಾನ ಪ್ರೌಢಿಮೆಗೆ ಒಳ್ಳೆಯ ನಿದರ್ಶನಗಳು. 1916ರಲ್ಲಿ ಆಂಧ್ರದ ರಾಜಮಹೇಂದ್ರಿಯಲ್ಲಿನ ಸರ್ಕಾರಿ ಕಲಾ ಕಾಲೇಜಿಗೆ ಬಡ್ತಿಯ ಮೇಲೆ ಅವರನ್ನು ವರ್ಗಾಯಿಸಲಾಯಿತು. ಪ್ರೊಫೆಸರ್ ಆಗಿ ಇಲ್ಲಿ ವಿದ್ಯಾರ್ಥಿಗಳ ಕಣ್ಮಣಿಯಾದರು. 1918ರವರೆಗೆ

ಇಲ್ಲಿಯೇ ಉಳಿದ ಅವರು ತಮ್ಮ ಜೀವನದ ಅತ್ಯಂತ ಸಂತೋಷಕರ ಘಟ್ಟ ಅದಾಗಿತ್ತೆಂದು ಹೇಳಿದ್ದಾರೆ. ರವೀಂದ್ರನಾಥ ಠಾಕೂರರ ಜೀವನದರ್ಶನ ಎಂಬ ಪುಸ್ತಕವನ್ನು ಬರೆದು ಪ್ರಕಟಿಸಿದರು. ರವೀಂದ್ರರು ಇವರ ಮೇಲೆ ಬೀರಿದ್ದ ಗಾಢವಾದ ಪ್ರಭಾವ ಈ ಪುಸ್ತಕದಲ್ಲಿ ವ್ಯಕ್ತವಾಗಿದೆ. ಅನಂತರ ಇವರನ್ನು ರವೀಂದ್ರರು ಭೇಟಿಯಾದಾಗ ಇವರ ಆಳವಾದ ಜ್ಞಾನ ಮತ್ತು ಲೇಖನ ಸಾಮರ್ಥ್ಯವನ್ನು ಮೆಚ್ಚಿ ಅಭಿನಂದಿಸಿದರು.

1916ರಲ್ಲಿ ಸ್ಥಾಪಿತವಾದ ಮೈಸೂರು ವಿಶ್ವವಿದ್ಯಾನಿಲಯದ ಮಹಾರಾಜ ಕಾಲೇಜ್‌ನಲ್ಲಿ ಪ್ರೊಫೆಸರ್ ಆಗಲು ರಾಧಾಕೃಷ್ಣನ್‌ಗೆ ಆಮಂತ್ರಣ ಬಂತು. 1918ರ ಜುಲೈನಲ್ಲಿ ರಾಧಾಕೃಷ್ಣನ್ ಮೈಸೂರು ವಿಶ್ವವಿದ್ಯಾನಿಲಯದ ಉದ್ಯೋಗಿಯಾದರು. ಮದರಾಸು ಸರ್ಕಾರ ಅವರಿಗೆ ಅತ್ಯುಚ್ಚ ಶ್ರೇಣಿಗೆ ಬಡ್ತಿ ನೀಡಿತ್ತು. ಅದೇ ಸಮಯದಲ್ಲಿ ರಾಧಾಕುಮುದ್ ಮುಖರ್ಜಿ, ಕೆ.ಟಿ.ಷಾ., ಎ.ಆರ್. ವಾಡಿಯಾ, ಸಿ.ಆರ್. ರೆಡ್ಡಿ, ಎನ್.ಎಸ್. ಸುಬ್ಬರಾವ್, ಎನ್. ಹಿರಿಯಣ್ಣ, ಮಹಾಮಹೋಪಾಧ್ಯಾಯ ಲಕ್ಮೀಪುರಂ ಶ್ರೀನಿವಾಸ ಆಚಾರ್ಯ ಮುಂತಾದ ಖ್ಯಾತನಾಮರು ಮೈಸೂರು ವಿಶ್ವವಿದ್ಯಾನಿಲಯದಲ್ಲಿ ಪ್ರಾಧ್ಯಾಪಕರಾಗಿದ್ದರು. ರಾಧಾಕೃಷ್ಣನ್ ತಮ್ಮ 'ದಿ ರೀನ್ ಆಫ್ ರಿಲಿಜನ್ ಇನ್ ಕಾಂಟೆಂಪೊರರಿ ಫಿಲಾಸಫಿ' ಎಂಬ ಪುಸ್ತಕವನ್ನು 1920ರಲ್ಲಿ ಪ್ರಕಟಿಸಿದರು. ಪಶ್ಚಿಮದ ವಿದ್ವಾಂಸರ ವಾದಕ್ಕೆ ಪ್ರತಿಯಾಗಿ ತತ್ವಶಾಸ್ತ್ರದ ಮೇಲೆ ಧರ್ಮದ ಪ್ರಭಾವ ಬಹಳವಾಗಿದೆ. ಆದರೆ ಅದು ಒಳ್ಳೆಯದಲ್ಲ ಎಂದು ಈ ಪುಸ್ತಕದಲ್ಲಿ ಪ್ರತಿಪಾದಿಸಿದರು. ಅವರು, ಧರ್ಮದ

ಪ್ರಭಾವವಿಲ್ಲದಿರುವ ತತ್ವಶಾಸ್ತ್ರದ ಅಗತ್ಯವಿದೆ ಎಂದು ಹೇಳಿದ್ದಾರೆ. ತತ್ವಶಾಸ್ತ್ರಜ್ಞರು ಮತ್ತು ವಿಮರ್ಶಕರಲ್ಲಿ ಈ ಪುಸ್ತಕವು ಜಿಜ್ಞಾಸೆಯ ವಸ್ತುವಾಯಿತು. ಅವರ ಅಖಂಡಕೃತಿ 'ಭಾರತೀಯ ತತ್ವಶಾಸ್ತ್ರ'ದ ಮೊದಲ ನಕ್ಷೆಯನ್ನು 1917ರಿಂದ 1920ರ ನಡುವೆ ತಯಾರಿಸಿದರು. ವಿ.ಎಸ್. ಐಯ್ಯರ್, ಮ್ಯಕೆನ್ಸಿ, ಎ.ಬಿ. ಕೀಥ್, ಎಂ. ಹಿರಿಯಣ್ಣ, ಎಸ್.ಕೆ. ಶಾಸ್ತ್ರಿ, ಎನ್.ಎಸ್. ಅನಂತಕೃಷ್ಣ ಶಾಸ್ತ್ರಿ ತಮ್ಮ ಅಮೂಲ್ಯವಾದ ಸಲಹೆಗಳನ್ನು ಕೊಟ್ಟು ಸಹಾಯ ಮಾಡಿದರು.

ರಾಧಾಕೃಷ್ಣನ್‌ರ ವಿದ್ಯಾರ್ಥಿಗಳಾದ ಯಮುನಾಚಾರ್ಯ, ಸಾಹಿತಿ ವಿ. ಸೀತಾರಾಮಯ್ಯ (ವಿ.ಸಿ. ಎಂದೇ ಪ್ರಖ್ಯಾತರು) ಮತ್ತು ಎಸ್. ನಿಜಲಿಂಗಪ್ಪ (ಅನಂತರ ಕರ್ನಾಟಕದ ಮುಖ್ಯಮಂತ್ರಿ) ಅವರು ವಿದ್ಯಾರ್ಥಿಗಳೊಂದಿಗೆ ಸ್ನೇಹ ಪೂರ್ವಕವಾಗಿ ನಡೆದುಕೊಳ್ಳುತ್ತಿದ್ದ ರೀತಿ, ಅವರೆಲ್ಲರ ಹೆಸರುಗಳನ್ನೂ ಜ್ಞಾಪಕವಿಟ್ಟುಕೊಂಡು ಸಂಬೋಧಿಸುತ್ತಿದ್ದುದು, ಅವರ ಉಪನ್ಯಾಸಗಳನ್ನು ನೆನೆದು ಸಂತೋಷಪಡುತ್ತಿದ್ದರು. ವಿದ್ಯಾರ್ಥಿಗಳಲ್ಲಿಯೇ ಅಲ್ಲದೆ ಉಪಾಧ್ಯಾಯರಲ್ಲಿಯೂ ರಾಧಾಕೃಷ್ಣನ್ ಪ್ರಖ್ಯಾತರಾಗಿದ್ದರು.

ಮೈಸೂರಿನಿಂದ ಕಲ್ಕತ್ತದೆಡೆಗೆ

ಕಲ್ಕತ್ತ ವಿಶ್ವವಿದ್ಯಾನಿಲಯವನ್ನು 1904ರ ಲಾರ್ಡ್‌ಕರ್ಜನ್‌ನ ವಿಶ್ವವಿದ್ಯಾನಿಲಯಗಳ ಶಾಸನದ ಹೊರಬಂದ ನಂತರ

ಸ್ಥಾಪಿಸಲಾಯಿತು. 1906ರ ಮಾರ್ಚ್ 31ರಿಂದ 1914ರ ಮಾರ್ಚ್ 31ರವರೆಗೆ ಮತ್ತು 1921-23ರ ಅವಧಿಗೆ ಅಶುತೋಷ್ ಮುಖರ್ಜಿ ಉಪಕುಲಪತಿಯಾಗಿದ್ದರು. ಸಿ.ವಿ. ರಾಮನ್, ಎಸ್.ಕೆ. ಮಿತ್ತರ್, ಎಸ್. ಎನ್. ಬೋಸ್, ಎಂ.ಎನ್. ಸಹಾ, ಎಚ್.ಸಿ. ರಾಯ್ ಚೌಧುರಿ, ಡಿ.ಆರ್. ಭಂಡಾರ್‌ಕರ್ ಗಣೇಶ್ ಪ್ರಸಾದ್, ಮನೋಹರ್‌ಲಾಲ್, ಖುದಾ ಬಕ್ಷ್ ಮುಂತಾದವರ ಸುಪ್ತ ಪ್ರತಿಭೆಗಳನ್ನು ಗುರುತಿಸಿ ಮುಖರ್ಜಿ ಪ್ರೋತ್ಸಾಹಿಸಿದರು. ಸರ್ಕಾರವು ರಾಜಧಾನಿಯನ್ನು ಕಲ್ಕತ್ತಾದಿಂದ ದೆಹಲಿಗೆ ವರ್ಗಾಯಿಸಿದಾಗ ಇಂಗ್ಲೆಂಡ್‌ನ ರಾಜ ಮತ್ತು ರಾಣಿ ಭಾರತಕ್ಕೆ ಭೇಟಿಕೊಟ್ಟರು. ಈ ಸಂದರ್ಭದ ನೆನಪಿನ ಸಂಕೇತವಾಗಿ, ಮುಖರ್ಜಿಯವರ ಒತ್ತಾಯದ ಮೇರೆಗೆ ತತ್ವಶಾಸ್ತ್ರ ಮತ್ತು ಗಣಿತದ ಎರಡು ಪೀಠಗಳನ್ನು ರಾಜ ಮತ್ತು ರಾಣಿಯರ ಹೆಸರಿನಲ್ಲಿ ಕಲ್ಕತ್ತಾ ವಿಶ್ವವಿದ್ಯಾನಿಲಯದಲ್ಲಿ ಸ್ಥಾಪಿಸಲಾಯಿತು. ತತ್ವಶಾಸ್ತ್ರದ ಪೀಠಾಧಿಪತಿಯಾಗಿ ಬ್ರಜೇಂದ್ರನಾಥ ಸೀಲ್ 1913 ರಿಂದ 1920ರವರೆಗೆ ಸೇವೆಸಲ್ಲಿಸಿದರು. ಅನಂತರ ಅವರು ಮೈಸೂರು ವಿಶ್ವವಿದ್ಯಾನಿಲಯದ ಉಪಕುಲಪತಿಯಾಗಿ ಅಧಿಕಾರವಹಿಸಿ ಕೊಂಡರು. ಆಗ ಮುಖರ್ಜಿಯವರು ರಾಧಾಕೃಷ್ಣನ್‌ರನ್ನು ಈ ಸ್ಥಾನಕ್ಕೆ ಆಹ್ವಾನಿಸಿದರು. ರಾಧಾಕೃಷ್ಣನ್‌ರಿಗೆ ಮೈಸೂರನ್ನು ಬಿಟ್ಟುಹೋಗಲು ಮನಸ್ಸು ಬರಲಿಲ್ಲವಾದರೂ ಸಿ.ಆರ್. ರೆಡ್ಡಿಯವರ ಒತ್ತಾಯಕ್ಕೆ ಮಣಿದು ಅವರು ಕಲ್ಕತ್ತಾಕ್ಕೆ ಹೊರಟರು. ಅವರು ಹೊರಟ ದಿನ ತಮ್ಮ ನೆಚ್ಚಿನ ಉಪಾಧ್ಯಾಯರನ್ನು ಬೀಳ್ಕೊಡಲು ಇಡೀ ಮೈಸೂರು ವಿಶ್ವವಿದ್ಯಾನಿಲಯದ ವಿದ್ಯಾರ್ಥಿ ಸಮೂಹವೇ ರೈಲು ನಿಲ್ದಾಣಕ್ಕೆ

ಬಂದಿತ್ತು. ವಿದ್ಯಾರ್ಥಿಗಳೆಲ್ಲರೂ ಕಣ್ಣೀರಿಡುತ್ತ ಅವರ ಕಣ್ಮಣಿಯನ್ನು ಬೀಳ್ಕೊಟ್ಟರು. ಮಹಾರಾಜ ಕಾಲೇಜಿನಿಂದ ರೈಲು ನಿಲ್ದಾಣಕ್ಕಾಗುವ ಐದು ಕಿಲೋಮೀಟರ್‌ಗಳ ದೂರವನ್ನು ತಮ್ಮ ಗುರುಗಳು ಕುಳಿತ ಗಾಡಿಯನ್ನು ಶಿಷ್ಯರು ಸ್ವತಃ ಒಬ್ಬರಾದ ಮೇಲೊಬ್ಬರು ಎಳೆದು ತಲುಪಿಸಿದರು. ವಿದ್ಯಾರ್ಥಿಗಳ ಮೇಲೆ ರಾಧಾಕೃಷ್ಣನ್‌ರ ಪ್ರಭಾವ ಹೀಗಿತ್ತು.

ಕಲ್ಕತ್ತಾದಲ್ಲಿ ರಾಧಾಕೃಷ್ಣನ್

ಕಲ್ಕತ್ತಾ ವಿಶ್ವವಿದ್ಯಾನಿಲಯುದ ತತ್ವಶಾಸ್ತ್ರ ಪೀಠದಲ್ಲಿ ಪ್ರೊಫೆಸರ್ ಆಗುವ ವೇಳೆಗೆ ರಾಧಾಕೃಷ್ಣನ್‌ರಿಗೆ ರಾಷ್ಟ್ರೀಯ ಹಾಗೂ ಅಂತರರಾಷ್ಟ್ರೀಯ ಮನ್ನಣೆ ದೊರೆಯ ತೊಡಗಿತು. 1923ರಲ್ಲಿ ಕಲ್ಕತ್ತಾದಲ್ಲಿ ಅವರ ಕೊನೆಯ ಮಗುವಿನ ಜನನವಾಯಿತು. ಕೊನೆಯ ಮಗು ಗಂಡು ಮಗುವಾಗಿತ್ತು. ಮಗುವಿಗೆ ಗೋಪಾಲ್ ಎಂಬ ಹೆಸರನ್ನಿಟ್ಟರು. ಈ ಮಗುವಿಗೆ ಮೊದಲು ಪದ್ಮಾವತಿ, ರುಕ್ಮಿಣಿ, ಸುಶೀಲ, ಸುಂದರಿ ಮತ್ತು ಶಕುಂತಲ ಎಂಬೈವರು ಹೆಣ್ಣು ಮಕ್ಕಳಾಗಿದ್ದರು.

ಇದೇ ವರ್ಷದಲ್ಲಿ ರಾಧಾಕೃಷ್ಣನ್ ಭಾರತೀಯ ತತ್ವಶಾಸ್ತ್ರ (ಭಾಗ 1) ಗ್ರಂಥವನ್ನು ಮುಗಿಸಿದರು. ಇದಕ್ಕಾಗಿ ಹಲವಾರು ಸಂಸ್ಕೃತ ಗ್ರಂಥಗಳನ್ನು ಓದಿ, ಸಂಸ್ಕೃತ ವಿದ್ವಾಂಸರ ಸಹಾಯ ಪಡೆದರು. ಅವರು ಕಲ್ಕತ್ತಾ ವಿಶ್ವವಿದ್ಯಾನಿಲಯುದಲ್ಲೂ ಅತ್ಯಂತ ಜನಪ್ರಿಯುತೆಯನ್ನು ಪಡೆದರು. ಅವರ ಉಪನ್ಯಾಸದ ವೈಖರಿ,

ವಿಚಾರ ಶೈಲಿ ಮತ್ತು ಸರಳತೆಯಿಂದ ವಿದ್ಯಾರ್ಥಿಗಳು ಪ್ರಭಾವಿತರಾದರು. ಭಾರತೀಯ ತತ್ವಶಾಸ್ತ್ರ (ಭಾಗ 1) ಮತ್ತು ಭಾರತೀಯ ತತ್ವಶಾಸ್ತ್ರ (ಭಾಗ 2) 1923 ಮತ್ತು 1927ರಲ್ಲಿ ಕ್ರಮವಾಗಿ ಪ್ರಕಟಗೊಂಡವು. ಇವುಗಳಿಂದ ಅವರಿಗೆ ಅಂತರರಾಷ್ಟ್ರೀಯ ಪ್ರಖ್ಯಾತಿ ಹಾಗೂ ಮನ್ನಣೆ ದೊರಕಿತು. ಅವರ ಮೇರು ಕೃತಿಯ ಪ್ರಭಾವದಿಂದ ಭಾರತೀಯ ವಿಶ್ವವಿದ್ಯಾನಿಲಯ ಗಳಲ್ಲಿ ತತ್ವಶಾಸ್ತ್ರದ ಹೊಸ ವಿಚಾರಧಾರೆಗಳು ಪ್ರಾರಂಭವಾದವು. ಅವರ ಕೃತಿ ಬರಿ ತತ್ವಶಾಸ್ತ್ರದ್ದಾಗಿರದೆ, ಸಾಹಿತ್ಯಿಕವಾಗಿಯೂ ಸೊಗಸಾದುದೆಂದು ಪರಿಗಣಿಸಲ್ಪಟ್ಟಿತು. ಅದರಲ್ಲಿ ಭಾರತೀಯ ತತ್ವಶಾಸ್ತ್ರದ ಮೂಲ, ವಿಚಾರಗಳು, ವಿದೇಶೀ ತತ್ವಶಾಸ್ತ್ರಗಳಿಗೂ ಭಾರತೀಯ ತತ್ವಶಾಸ್ತ್ರಕ್ಕೂ ಇರುವ ವ್ಯತ್ಯಾಸ ಮುಂತಾದ ವಿಷಯಗಳ ಮೇಲೆ ಸುದೀರ್ಘ ಟಿಪ್ಪಣಿಗಳಿದ್ದವು. ತನ್ನ ಮೊದಲ ಹದಿಮೂರು ಆವೃತ್ತಿಗಳಲ್ಲಿ ಭಾರತೀಯ ತತ್ವಶಾಸ್ತ್ರದ ಮೇಲೆ ಟಿಪ್ಪಣಿಯನ್ನೇ ಹೊಂದಿರದ ವಿಶ್ವಕೋಶವು ರಾಧಾಕೃಷ್ಣನ್ ಬರೆದ ಭಾರತೀಯ ತತ್ವಶಾಸ್ತ್ರ ಎಂಬ ಟಿಪ್ಪಣಿಯೊಂದಿಗೆ ಹದಿನಾಲ್ಕನೆಯ ಆವೃತ್ತಿ ಹೊರಬಂತು. ಈ ನಿದರ್ಶನವನ್ನು ಅವರ ಲೇಖನಗಳ ಹಿರಿಮೆಗೆ ಹಿಡಿದ ಕನ್ನಡಿ ಎನ್ನಬಹುದು. ಭಾರತೀಯ ವಿಶ್ವವಿದ್ಯಾನಿಲಯಗಳಲ್ಲಿನ ತತ್ವಶಾಸ್ತ್ರ ಪೀಠಗಳಲ್ಲಿ ಸರ್ವೋಚ್ಚ ವಾದುದನ್ನು ದಕ್ಷಿಣದವರಾದ ರಾಧಾಕೃಷ್ಣನ್ ವಹಿಸಿಕೊಂಡುದನ್ನು ಕಂಡು ಅಸೂಯೆ ಪಟ್ಟರು. 'ದಿ ಮಾಡರ್ನ್ ರಿವ್ಯೂ' ಎಂಬ ಪತ್ರಿಕೆಯಲ್ಲಿ ಅವರ ವಿರುದ್ಧ ಆಪಾದನೆಗಳನ್ನು ಮಾಡಿ, ಅವರು ಕೃತಿ ಚೌರ್ಯಮಾಡಿದ್ದಾರೆ ಎನ್ನುವ ಮಟ್ಟಕ್ಕೆ ಕೆಲವರು ಹೋದರು.

ಜಾದೂನಾಥ ಸಿನ್ಹಾ ತಮ್ಮ ಸಂಶೋಧನೆಯ ಕೃತಿ 'ಇಂಡಿಯನ್ ಸೈಕಾಲಜಿ ಅಂಡ್ ಪರ್ಸೆಪ್ಷನ್' ಎಂಬುದರಿಂದ ರಾಧಾಕೃಷ್ಣನ್ ಕೆಲವು ಭಾಗಗಳನ್ನು ತಮ್ಮ ಕೃತಿಯಲ್ಲಿ ಅಳವಡಿಸಿಕೊಂಡಿದ್ದಾರೆ ಎಂದು ನ್ಯಾಯಾಲಯದಲ್ಲಿ ದಾವೆ ಹೂಡಿದರು. ಆದರೆ ಗಂಗಾನಾಥ ಝಾ, ಕುಪ್ಪುಸ್ವಾಮಿ ಶಾಸ್ತ್ರಿ ಮತ್ತು ನಳಿನಿಗಂಗೊಲಿ ಅದು ರಾಧಾಕೃಷ್ಣನ್‌ರ ಸ್ವಂತಕೃತಿ ಎಂದು ಅವರನ್ನು ಸಮರ್ಥಿಸಿದರು. ಕೊನೆಗೆ ಜಾದೂನಾಥ ಸಿನ್ಹಾ ದಾವೆಯನ್ನು ಹಿಂದಕ್ಕೆ ಪಡೆದರು. ಇಂತಹ ಆತಂಕದ ಸಮಯದಲ್ಲೂ ರಾಧಾಕೃಷ್ಣನ್ ಧೃತಿಗೆಡದೆ ಪರಿಸ್ಥಿತಿಯನ್ನು ಧೈರ್ಯವಾಗಿ ಎದುರಿಸಿದರು.

ರಾಧಾಕೃಷ್ಣನ್ ತಮ್ಮ ಅಧ್ಯಾಪಕ ವೃತ್ತಿಯ ಹೊರಡು ಬೇರೆ ಯಾವ ವಿಷಯಗಳಲ್ಲಿಯೂ ತಲೆಹಾಕುತ್ತಿರಲಿಲ್ಲ. ಅಶುತೋಷ್ ಮುಖರ್ಜಿಯವರ ಒತ್ತಾಯದ ಮೇರೆಗೆ ರಾಧಾಕೃಷ್ಣನ್ ವಿಶ್ವವಿದ್ಯಾನಿಲಯದ ಇತರ ಚಟುವಟಿಕೆಗಳ ಕಡೆಗೂ ಗಮನ ಹರಿಸಿದರು. ಇತರ ತತ್ವಶಾಸ್ತ್ರಜ್ಞರ ಸಹಾಯದೊಂದಿಗೆ 'ಇಂಡಿಯನ್ ಫಿಲಾಸಫಿಕಲ್ ಕಾಂಗ್ರೆಸ್' ಸ್ಥಾಪಿಸಿ ಅದರ ಅಧ್ಯಕ್ಷರಾಗಿ ಕೆಲಕಾಲ ಕಾರ್ಯನಿರ್ವಹಿಸಿದರು. ಹಿಂದೂ ಧರ್ಮವನ್ನು ಕ್ರೈಸ್ತರಿಗೆ ಮನದಟ್ಟು ಮಾಡಿಕೊಡಲು ಅವರು ಅಪಾರವಾಗಿ ಶ್ರಮಿಸಿದರು. ಪಶ್ಚಿಮದ ತತ್ವಶಾಸ್ತ್ರಜ್ಞರು ಇವರ ಲೇಖನ ಮತ್ತು ಉಪನ್ಯಾಸಗಳ ಪ್ರಭಾವದಿಂದ ಭಾರತೀಯ ತತ್ವಶಾಸ್ತ್ರವನ್ನು ಅರ್ಥಮಾಡಿಕೊಂಡು ಅದರ ಹಿರಿಮೆಯನ್ನು

ಮನಗಂಡರು. ಅನೇಕ ವಿದೇಶಿ ವಿಶ್ವವಿದ್ಯಾನಿಲಯಗಳು, ಸಂಘಸಂಸ್ಥೆಗಳು ಮತ್ತು ಸಭೆಗಳು ಇವರನ್ನು ಉಪನ್ಯಾಸಗಳಿಗಾಗಿ ಆಹ್ವಾನಿಸಿ ಗೌರವಿಸಿದವು. ಒಮ್ಮೆ ಒಬ್ಬ ಅಮೆರಿಕನ್ನನು "ಭಾರತ ಕಾಪಾಡುವಂಥ ತತ್ವ ಹೊಂದಿದ್ದರೆ ತನ್ನನ್ನು ತಾನೇ ಏಕೆ ಕಾಪಾಡಿಕೊಂಡಿಲ್ಲ?" ಎಂದು ಅವರನ್ನು ಪ್ರಶ್ನಿಸಿದನು. ಆಗ "ಯೇಸು ಕ್ರಿಸ್ತ ಜಗತ್ತನ್ನ ಕಾಪಾಡಲು ಹುಟ್ಟಿದನೇ ಹೊರತು ತನ್ನನ್ನು ತಾನು ಬದುಕಿಸಿಕೊಳ್ಳಲು ಅಲ್ಲ" ಎಂದುತ್ತರಿಸಿದರು. ಹೀಗೆ ತಮ್ಮ ವಾಕ್ಚಾತುರ್ಯದಿಂದ ಭಾರತೀಯ ತತ್ವಶಾಸ್ತ್ರ ಮತ್ತು ವಿಚಾರಗಳನ್ನು ನಿರೂಪಿಸುತ್ತ, ಉಪನ್ಯಾಸಗಳಿಗೆ ಬಂದವರ ಮನಗೆದ್ದರು.

ಅವರ ಅತ್ಯಂತ ಯಶಸ್ವಿಯಾದ ವಿದೇಶಿ ಪ್ರವಾಸದ ನಂತರ, 1926ರಲ್ಲಿ ಮದರಾಸು ಪ್ರೆಸಿಡೆನ್ಸಿ ಕಾಲೇಜಿನಲ್ಲಿ ಅವರ ಭಾಷಣವನ್ನು ಏರ್ಪಡಿಸಿದರು. ಉಪನ್ಯಾಸ ಪ್ರಾರಂಭವಾಗುವುದಕ್ಕೆ ಮೊದಲೇ ಭವನವು ತುಂಬಿಹೋಗಿತ್ತು. ಸರ್.ಸಿ.ವಿ. ರಾಮನ್ (ಆಗ ಇನ್ನೂ ಸರ್ ಬಿರುದು ಅಥವಾ ನೋಬೆಲ್ ಪಾರಿತೋಷಕವನ್ನು ಪಡೆದಿರಲಿಲ್ಲ) ವೇದಿಕೆಗೆ ರಾಧಾಕೃಷ್ಣನ್‌ರೊಡನೆ ಆಗಮಿಸಿದರು. ಭಾರತದ ಇಬ್ಬರು ಮಹಾನ್ ಪುತ್ರರನ್ನು ಒಂದೇ ವೇದಿಕೆಯ ಮೇಲೆ ಕಂಡ ಜನ ಸಮೂಹ ಸಂತೋಷಗೊಂಡಿತು. ದೊಡ್ಡ ಜನಸಮೂಹವನ್ನು ಕಂಡ ರಾಧಾಕೃಷ್ಣನ್ "ತತ್ವಶಾಸ್ತ್ರ ಇಷ್ಟು ಜನಪ್ರಿಯವಾಗಿರುವುದು ಅನುಮಾನಾಸ್ಪದವಾಗಿದೆ" ಎಂದು ಆಶ್ಚರ್ಯದಿಂದ ನುಡಿದರು.

ಕಲ್ಕತ್ತಾಗೆ ಹಿಂದಿರುಗಿದ ರಾಧಾಕೃಷ್ಣನ್ ವಿಶ್ವವಿದ್ಯಾನಿಲಯದ ತತ್ವಶಾಸ್ತ್ರ ವಿಭಾಗದ ಬೆಳವಣಿಗೆಯ ಕಡೆ ಗಮನಹರಿಸಿದರು. ಅಂತರ ವಿಭಾಗೀಯ ಅಭ್ಯಾಸವನ್ನು ಅಭಿವೃದ್ಧಿ ಪಡಿಸುವ ಅಭಿಲಾಷೆಯೊಂದಿಗೆ ಅವರು ಆರ್ಟ್ಸ್ ಫ್ಯಾಕಲ್ಟಿ ಕ್ಲಬ್ ಸ್ಥಾಪಿಸಿದರು. ಅತಿಥಿ ಉಪನ್ಯಾಸಕರಾಗಿ ಹೊರಗಿನವರನ್ನೂ ಕರೆಸಿಕೊಂಡರು. ಅತಿಥಿಗಳಿಗೆ ತಮ್ಮ ಮನೆಯಲ್ಲಿಯೇ ಆತಿಥ್ಯ ನೀಡುತ್ತಿದ್ದರು. ದಕ್ಷಿಣ ಭಾರತದ ಪದ್ಧತಿಯಂತೆ ಬಾಳೆಯ ಎಲೆಯ ಊಟವನ್ನು ಉಣಬಡಿಸುತ್ತಿದ್ದರು. ಅಪ್ಪಟವಾದ ಸಸ್ಯಾಹಾರಿ ಭೋಜನದಿಂದ ಅತಿಥಿಗಳು ಸಂತುಷ್ಟರಾಗುತ್ತಿದ್ದರು. ಅವರ ಪ್ರಖ್ಯಾತಿ ಮತ್ತು ಸಾಮರ್ಥ್ಯಗಳ ಪ್ರಭಾವದಿಂದ ಅವರು ಅಖಿಲ ಬಂಗಾಳ ಕಾಲೇಜು ಮತ್ತು ವಿಶ್ವವಿದ್ಯಾನಿಲಯಗಳ ಉಪನ್ಯಾಸಕರ ಸಂಘದ ಅಧ್ಯಕ್ಷರಾಗಿ ಚುನಾಯಿತರಾದರು. ಸಂಘದ ಎರಡನೇ ವಾರ್ಷಿಕ ಸಭೆಯ ಅಧ್ಯಕ್ಷೀಯ ಭಾಷಣದಲ್ಲಿ ಅವರು ಬ್ರಿಟಿಷ್ ಸರ್ಕಾರದ ಶಿಕ್ಷಣ ನೀತಿಯನ್ನು ಟೀಕಿಸಿ ಅದರಲ್ಲಾಗಬೇಕಾದ ಬದಲಾವಣೆಗಳ ಬಗ್ಗೆ ಮಾತನಾಡಿದರು. ಇದು ಅತ್ಯಂತ ಧೈರ್ಯವಾದ ಭಾಷಣವಾಗಿತ್ತು. 1926ರಲ್ಲಿ ಸ್ಥಾಪನೆಗೊಂಡ ಆಂಧ್ರ ವಿಶ್ವವಿದ್ಯಾನಿಲಯದ ಮೊದಲ ಪಟ್ಟಪ್ರದಾನ ಸಭೆಗೆ ಅಧ್ಯಕ್ಷರಾಗಲು ರಾಧಾಕೃಷ್ಣನ್‌ರನ್ನು ಅದರ ಉಪಕುಲಪತಿ ಸಿ.ಆರ್. ರೆಡ್ಡಿ ಆಹ್ವಾನಿಸಿದರು. ಈ ಸಂದರ್ಭದಲ್ಲಿ 'ವಿಶ್ವವಿದ್ಯಾ ನಿಲಯಗಳು ಮತ್ತು ರಾಷ್ಟ್ರೀಯ ಜೀವನ' ಎಂಬ ಭಾಷಣವನ್ನು ರಾಧಾಕೃಷ್ಣನ್ ಮಾಡಿದರು. 1928 ಮತ್ತು 1929ರಲ್ಲಿ ಕ್ರಮವಾಗಿ

'ದಿ ರಿಲಿಜನ್ ವಿ ನೀಡ್' ಮತ್ತು 'ಕಲ್ಕಿ ಆರ್ ದಿ ಫ್ಯೂಚರ್ ಆಫ್ ಸಿವಿಲೈಜೇಷನ್' ಎಂಬ ಎರಡು ಸಣ್ಣ ಕೃತಿಗಳನ್ನು ರಚಿಸಿದರು. ಜಗತ್ತಿನ ತಾಂತ್ರಿಕ ಬೆಳವಣಿಗೆಯಿಂದ ಮನುಷ್ಯನು ಬಲಿಷ್ಠ ನಾಗುತ್ತಿರುವನಾದರೂ, ಬದಲಾವಣೆಗಳಿಗೆ ಸಾಮಾಜಿಕವಾಗ ಮತ್ತು ನೈತಿಕವಾಗಿ ಹೊಂದಿಕೊಳ್ಳಲಾಗದೆ ಗೊಂದಲಗೊಂಡಿದ್ದಾನೆ ಎಂದು ಈ ಕೃತಿಗಳಲ್ಲಿ ಪ್ರತಿಪಾದಿಸಿದರು. ಆದರೆ ಜೀವನದಲ್ಲಿ ಶಾಂತಿಯು ಎಂದಾದರೂ ಅನಿವಾರ್ಯ ವಾದುದು ಎಂದು ಹೇಳಿದರು. ಅವರು ಹಲವಾರು ವಿದೇಶಿ ವಿಶ್ವವಿದ್ಯಾನಿಲಯಗಳಲ್ಲಿ ಉಪನ್ಯಾಸಗಳನ್ನು ನೀಡಿದರು. ಇವುಗಳೆಂದರೆ

1 ಹಾರ್ವರ್ಡ್ ಉಪನ್ಯಾಸ (ಅಮೇರಿಕ)

2 ಹಿಬ್ಬರ್ಟ್ ಉಪನ್ಯಾಸ (ಮ್ಯಾನ್ಚೆಸ್ಟರ್ ಮತ್ತು ಲಂಡನ್ ವಿಶ್ವವಿದ್ಯಾನಿಲಯಗಳಲ್ಲಿ)

3 ಅಪ್ಟನ್ ಉಪನ್ಯಾಸ (ಆಕ್ಸ್‌ಫರ್ಡ್‌ನಲ್ಲಿ)

4 ಜೋವೆಟ್ ಉಪನ್ಯಾಸ

ಹಿಬ್ಬಟ್ ಉಪನ್ಯಾಸಕ್ಕೆ ಅವರು 'ಜೀವನದ ಒಂದು ಆದರ್ಶಾತ್ಮಕ ನೋಟ' ಎಂಬ ವಿಷಯವನ್ನು ಆರಿಸಿಕೊಂಡರು. ಆಂಗ್ಲಭಾಷೆಯ ಅತ್ಯಂತ ಪ್ರಸಿದ್ಧ ಸಾಹಿತಿ ಹಾಗೂ ವಿಚಾರವಾದಿ ಬರ್ಟ್‌ರಾಂಡ್ ರಸೆಲ್‌ರು ರಾಧಾಕೃಷ್ಣನ್‌ರ ಅಪ್ಟನ್ ಉಪನ್ಯಾಸವನ್ನು ಕೇಳಿ "ತತ್ವಶಾಸ್ತ್ರದ ಮೇಲೆ ಇಷ್ಟು ಅದ್ಭುತವಾದ ಉಪನ್ಯಾಸವನ್ನು ನಾನು ಎಲ್ಲಿಯೂ ಕೇಳಿರಲಿಲ್ಲ" ಎಂದು

ಅವರನ್ನು ಶ್ಲಾಘಿಸಿದರು. ಇದೇ ಉಪನ್ಯಾಸವನ್ನು ಕೇಳಿ ಅತ್ಯಂತ ಪ್ರಭಾವಿತರಾದ ಎಚ್.ಎನ್. ಸ್ಪಾಲ್ಡಿಂಗ್ ರಾಧಾಕೃಷ್ಣನ್‌ರನ್ನು ಆಕ್ಸ್‌ಫರ್ಡ್‌ಗೆ ಕರೆಸಿಕೊಳ್ಳಲೇಬೇಕೆಂಬ ಛಲದಿಂದ 'ಪೂರ್ವದ ಧರ್ಮ ಮತ್ತು ನೀತಿ ಶಾಸ್ತ್ರ' ಎಂಬ ಪೀಠವನ್ನು ಆಕ್ಸ್‌ಫರ್ಡ್ ವಿಶ್ವವಿದ್ಯಾನಿಲಯದಲ್ಲಿ ಸ್ಥಾಪಿಸಿ ಅದಕ್ಕೆ ಅವರನ್ನು ಆಹ್ವಾನಿಸಿದರು. ಆಹ್ವಾನವನ್ನು ಸ್ವೀಕರಿಸಿ ರಾಧಾಕೃಷ್ಣನ್ ಆಕ್ಸ್‌ಫರ್ಡ್‌ನಲ್ಲಿ ಪ್ರೊಫೆಸರ್ ಆದರು. ಭಾರತವನ್ನು ಸ್ವಾತಂತ್ರ್ಯಗೊಳಿಸಬೇಕೆಂದು ನಿರ್ಭೀತಿಯಿಂದ ಅವರ ಉಪನ್ಯಾಸಗಳಲ್ಲಿ ಸೂಚ್ಯವಾಗಿ ರಾಧಾಕೃಷ್ಣನ್ ಹೇಳುತ್ತಿದ್ದರು. ಲಂಡನ್‌ನ ಭಾರತೀಯ ವಿದ್ಯಾರ್ಥಿಗಳ ವಸತಿಗೃಹದ ನಿವಾಸಿಗಳು ಅವರನ್ನು ಉಪನ್ಯಾಸಕ್ಕಾಗಿ ಆಹ್ವಾನಿಸಿದರು. ಆಗ 'ಬುದ್ಧಿ ಜೀವಿಗಳ ಜವಾಬ್ದಾರಿ' ಎಂಬ ವಿಷಯದ ಮೇಲೆ ಅವರು ಮಾತನಾಡಿದರು. ಅವರಿಂದ ಪ್ರಭಾವಿತರಾಗಿದ್ದ ಜಯಪ್ರಕಾಶ್ ನಾರಾಯಣ್ ವಿದ್ಯಾಭ್ಯಾಸ ಮುಗಿಸಿ ಅಮೆರಿಕದಿಂದ ಹಿಂದಿರುಗುತ್ತಿದ್ದಾಗ ಆಕ್ಸ್‌ಫರ್ಡ್‌ಗೆ ತೆರಳಿ ಅವರನ್ನು ಭೇಟಿಮಾಡಿದರು. ರಾಧಾಕೃಷ್ಣನ್ 1930ರಲ್ಲಿ ಭಾರತಕ್ಕೆ ಹಿಂದಿರುಗಿದರು. ಅಕ್ಟೋಬರ್ 10ರಂದು ಮೈಸೂರು ವಿಶ್ವವಿದ್ಯಾನಿಲಯದ ಪಟ್ಟಪ್ರದಾನ ಸಭೆಯ ಭಾಷಣದಲ್ಲಿ 'ಶಿಕ್ಷಣ ಮತ್ತು ರಾಷ್ಟ್ರೀಯತೆ' ಎಂಬ ವಿಷಯದ ಮೇಲೆ ಮಾತನಾಡಿದರು. ಡಿಸೆಂಬರ್ 23 ರಂದು ಪಂಜಾಬ್ ವಿಶ್ವವಿದ್ಯಾನಿಲಯದ ಪಟ್ಟಪ್ರದಾನ ಸಭೆಯ ಭಾಷಣದಲ್ಲಿ 'ತರಬೇತಿ ಮತ್ತು ನಾಯಕತ್ವ' ಎಂಬ ವಿಷಯುವನ್ನು ಕುರಿತು ಮಾತನಾಡಿದರು. ವೈಸ್‌ರಾಯ್ ಲಾರ್ಡ್ ಇರ್ವಿನ್,

ರಾಧಾಕೃಷ್ಣನ್‌ರಿಗೆ ಸರ್ ಪದವಿ (Knighthood) ನೀಡಬೇಕೆಂದು ರಾಣಿಗೆ ಶಿಫಾರಸು ಮಾಡಿದರು. ಬಂಗಾಳದ ಗವರ್ನ್‌ರ್‌ಗೆ ಇವರ ಬಗ್ಗೆ ವರದಿ ಮಾಡಬೇಕೆಂದು ಆಜ್ಞೆ ಹೊರಡಿಸಿದರು. ಎಲ್ಲ ಪೋಲೀಸ್ ವರದಿಗಳೂ ಪ್ರತಿಕೂಲ ವಾಗಿಯೇ ಇವೆಯಾದರೂ ನನಗೆ ಆ ಮನುಷ್ಯನನ್ನು ಕಂಡರೆ ಬಹಳ ಪ್ರೀತಿ ಎಂದು ಗವರ್ನರ್ ವರದಿ ಒಪ್ಪಿಸಿದನು. 1931ರಲ್ಲಿ ಸರ್ ಪದವಿ ನೀಡಿ ಅವರನ್ನು ಗೌರವಿಸಲಾಯಿತು. ಅವರಿಗೆ ಗಣ್ಯರ ಅಭಿನಂದನೆಗಳ ಮಹಾಪೂರವೇ ಆಗ ಬಂದಿತು.

ಆಂಧ್ರವಿಶ್ವವಿದ್ಯಾನಿಲಯದ ಉಪಕುಲಪತಿಯಾಗಿ

1921ರಲ್ಲಿ ಸಿ.ಆರ್. ರೆಡ್ಡಿ ರಾಧಾಕೃಷ್ಣನ್‌ರಿಗೆ ಪತ್ರ ಬರೆದು "ಆಂಧ್ರ ವಿಶ್ವವಿದ್ಯಾನಿಲಯ ಸ್ಥಾಪನೆಯಾದರೆ ನಿಮ್ಮನ್ನು ನಾವು ಕಲ್ಕತ್ತಾದಿಂದ ಅಪಹರಿಸಬೇಕಾಗುತ್ತದೆ" ಎಂದಿದ್ದರು. ವಿಶ್ವವಿದ್ಯಾನಿಲಯ ಸ್ಥಾಪನೆಯಾದಾಗ ರೆಡ್ಡಿಯವರು ಅದರ ಮೊದಲ ಉಪಕುಲಪತಿಯಾಗಿ ಅಧಿಕಾರವಹಿಸಿಕೊಂಡರು. ಅವರು ತಮ್ಮ ಅಧಿಕಾರಾವಧಿಯನ್ನು ಪೂರ್ಣಗೊಳಿಸುವುದಕ್ಕೆ ಮೊದಲೇ ವಿಶ್ವವಿದ್ಯಾನಿಲಯದ ಸೆನೆಟ್‌ನ ಸದಸ್ಯರು ರಾಧಾಕೃಷ್ಣನ್ ಉಪಕುಲಪತಿಯಾಗಬೇಕೆಂದು ಬಯಸಿದರು. ಆದರೆ ರೆಡ್ಡಿಯವರ ಅಧಿಕಾರಾವಧಿ ಮುಗಿದಾಗ ರಾಧಾಕೃಷ್ಣನ್ ಅವರ ವಿರುದ್ಧ ಸ್ಪರ್ಧಿಸಲಿಲ್ಲ. ಹೀಗಾಗಿ 1928ರ ಮಾರ್ಚ್ 9ರಂದು ರೆಡ್ಡಿಯವರು ಮತ್ತೆ ಮೂರು ವರ್ಷಗಳ ಕಾಲ ಉಪಕುಲಪತಿಯ ಸ್ಥಾನಕ್ಕೆ ಚುನಾಯಿತರಾದರು. ಆದರೆ ಗಾಂಧೀಜಿಯವರ ಸತ್ಯಾಗ್ರಹ

ಚಳುವಳಿಯನ್ನು ಸರ್ಕಾರ ಹತ್ತಿಕ್ಕಲು ಮಾಡಿದ ಪ್ರಯತ್ನಕ್ಕೆ ವಿರೋಧವನ್ನು ವ್ಯಕ್ತಪಡಿಸಲು ಅವರು 1930ರ ಡಿಸೆಂಬರ್ 20ರಂದು ಈ ಸ್ಥಾನಕ್ಕೆ ರಾಜಿನಾಮೆ ನೀಡಿದರು. 1931ರ ಮಾರ್ಚ್ 6 ರಂದು ಸೆನೆಟ್ ಗುಪ್ತ ಮತ ಚಲಾವಣೆ ಮಾಡಿ ಉಪಕುಲಪತಿಯನ್ನು ಚುನಾಯಿಸಿತು. ರಾಧಾಕೃಷ್ಣನ್‌ರಿಗೆ 33 ಮತಗಳು ಹಾಗೂ ಅದರ ಪ್ರತಿಸ್ಪರ್ಧಿ ಸರ್.ಆರ್. ವೆಂಕಟರತ್ನಂ ನ್ಯಾಯ್ಡುರಿಗೆ 28 ಮತಗಳು ಲಭಿಸಿದವು. ಜಯಶೀಲರಾದ ರಾಧಾಕೃಷ್ಣನ್ ಉಪಕುಲಪತಿಯಾದರು. 1931ರ ಮೇ 1ರಂದು ಅವರು ಅಧಿಕಾರವಹಿಸಿಕೊಂಡರು.

1934ರಲ್ಲಿ ಅವರ ಅಧಿಕಾರಾವಧಿ ಮುಗಿದಾಗ ನಾಮ ಪತ್ರಗಳನ್ನು ಆಹ್ವಾನಿಸಲಾಯಿತು. ರಾಧಾಕೃಷ್ಣನ್‌ರ ನಾಮಪತ್ರ ಮಾತ್ರ ಸಲ್ಲಿಸಲ್ಪಟ್ಟ ಕಾರಣ ಅವರು ಅವಿರೋಧವಾಗಿ ಆಯ್ಕೆಯಾದರು. ಅವರು ವಿಶ್ವವಿದ್ಯಾನಿಲಯದಲ್ಲಿ ಕಲಾ ಹಾಗೂ ವಿಜ್ಞಾನದ ಕಾಲೇಜುಗಳನ್ನು ಪ್ರಾರಂಭಿಸಿದರು. 1933ರಲ್ಲಿ ತಂತ್ರಜ್ಞಾನ ಮತ್ತು 1934ರಲ್ಲಿ ವಾಣಿಜ್ಯ ವಿಭಾಗಗಳ ಆನರ್ಸ್‌ಕೋರ್ಸ್‌ಗಳನ್ನು ಪ್ರಾರಂಭಿಸಿದರು. ಲುಡ್ವಿಗ್‌ವುಲ್ಫ್, ಸರ್.ಜೆ.ಸಿ. ಕೋಯಾಜಿ ಹಿರೇನ್ ಮುಖರ್ಜಿ, ವಿ.ಕೆ.ಆರ್.ವಿ. ರಾವ್, ಶೈಲೇಶ್ವರ್ ಸೇನ್, ಹುಮಾಯುನ್ ಕಬೀರ್, ಟಿ.ಆರ್. ಶೇಷಾದ್ರಿ, ಎಸ್. ಭಗವಂತಂ, ಕೆ.ಆರ್. ರಾಮರಾವ್, ಎಂ.ವೆಂಕಟರಂಗಯ್ಯ, ವಿ.ಎಸ್. ಕೃಷ್ಣ ಮತ್ತು ಪಿ.ಟಿ. ರಾಜು ಮುಂತಾದ ವಿಖ್ಯಾತ ಉಪನ್ಯಾಸಕರನ್ನು ಕರೆಸಿಕೊಂಡರು.

ಕಾಕಿನಾಡದ ಪಿ.ಆರ್. ಕಾಲೇಜ್‌ನಲ್ಲಿ ಸಸ್ಯಶಾಸ್ತ್ರದ ಅಧ್ಯಾಪಕರಾಗಿದ್ದ ಜಿ. ರಾಮಚಂದ್ರರಾವ್ 'ವಿಮರ್ಶಕ' ಎಂಬ ವಿದ್ಯಾರ್ಥಿ ಪತ್ರಿಕೆಯಲ್ಲಿ ದೇವರ ಬಗ್ಗೆ ಒಂದು ಲೇಖನವನ್ನು ಬರೆದರು. ನಾಸ್ತಿಕರಾಗಿದ್ದ ಅವರು ಲೇಖನದಲ್ಲಿ ದೇವರಿಲ್ಲವೆಂದು ಪ್ರತಿಪಾದಿಸಿದ್ದರು. ಕುಪಿತಗೊಂಡ ಕಾಲೇಜಿನ ಅಧಿಕಾರವರ್ಗ ಅವರನ್ನು ಕೆಲಸದಿಂದ ತೆಗೆದುಹಾಕಿತು. ಮಚಲಿಪಟ್ಟಂನ ಹಿಂದೂ ಕಾಲೇಜ್‌ನ ಪ್ರಾಂಶುಪಾಲರು ರಾವ್‌ಗೆ ಅನುಕಂಪತೋರಿ ಕೆಲಸ ಕೊಡಲಿಚ್ಛಿಸಿದರು. ರಾಧಾಕೃಷ್ಣನ್‌ರ ಸಲಹೆಯಂತೆ ಕಾಲೇಜ್‌ನಲ್ಲಿ ಸಸ್ಯಶಾಸ್ತ್ರದ ವಿಭಾಗವನ್ನು ಪ್ರಾರಂಭಿಸಲು ಅನುಮತಿಕೋರಿ ಪ್ರಾಂಶುಪಾಲರು ವಿಶ್ವವಿದ್ಯಾನಿಲಯಕ್ಕೆ ಅರ್ಜಿ ಸಲ್ಲಿಸಿದರು. ಅನುಮತಿ ಪಡೆದು ಸಸ್ಯಶಾಸ್ತ್ರದ ವಿಭಾಗವನ್ನು ಪ್ರಾರಂಭಿಸಿ ರಾವ್‌ಗೆ ಕೆಲಸಕೊಟ್ಟರು. ತತ್ವಶಾಸ್ತ್ರದ ಬೋಧಕರಾದರೂ ನಾಸ್ತಿಕರೆಡೆಗೆ ತೋರಿದ ಮನೋಭಾವ ರಾಧಾಕೃಷ್ಣನ್‌ರ ಮಾನವೀಯತೆಗೆ ಒಂದು ಉತ್ತಮ ನಿದರ್ಶನ. ಅಧ್ಯಾಪಕರೆಲ್ಲರೂ ರಾಧಾಕೃಷ್ಣನ್‌ರಲ್ಲಿ ಅತ್ಯಂತ ಗೌರವ ಮತ್ತು ಭರವಸೆ ಹೊಂದಿದ್ದರು. ಅವರ ಭವಿಷ್ಯ ಸಮರ್ಥಕೈಗಳಲ್ಲಿವೆ ಎಂದು ಧೈರ್ಯದಿಂದಿದ್ದರು. ಉಪಕುಲಪತಿಯಾಗಿದ್ದರೂ ರಾಧಾಕೃಷ್ಣನ್ ತತ್ವಶಾಸ್ತ್ರ ವಿಭಾಗದಲ್ಲಿ 'ಗೌರವ ಪ್ರೊಫೆಸರ್' ಆಗಿದ್ದರು. ಅವರ ಮಗಳು ಸುಶೀಲ ಕೂಡ ಅವರ ಶಿಷ್ಯೆಯಾಗಿದ್ದಳು. ಅವರು ತರ್ಕಶಾಸ್ತ್ರ ಹಾಗೂ ಸಮಕಾಲೀನ ತತ್ವಶಾಸ್ತ್ರ ಬೋಧಿಸುತ್ತಿದ್ದರು. ಅವರು ಪಾಠಮಾಡುತ್ತಿದ್ದುದು ಅದಕ್ಕೆಂದೇ ದೊರೆಯುವ

ಹೆಚ್ಚುವರಿ ವೇತನಕ್ಕಾಗಿ ಮಾತ್ರ ಎಂದು ಕೆಲವರು ಟೀಕಿಸುತ್ತಿದ್ದರು. ಆಕ್ಸ್‌ಫಡ್ ವಿಶ್ವವಿದ್ಯಾನಿಲಯದ ಸ್ಪಾಲ್ಡಿಂಗ್ ಪ್ರೊಫೆಸರ್ ಪೀಠಕ್ಕೆ ದೊರೆತ ಆಮಂತ್ರಣ ಪತ್ರವನ್ನು ಉಲ್ಲೇಖಿಸಿ ಅವರು ತಮ್ಮ ವಿದ್ಯಾರ್ಥಿಗಳನ್ನು "ನಾನು ಈ ಪೀಠವನ್ನು ಸ್ವೀಕರಿಸಲೇ? ನನಗಂತೂ ಮಾತನಾಡಿ ಆಡಿ (ಪಾಠ ಮಾಡಿ) ದಣಿವಾಗಿದೆ" ಎಂದು ಕೇಳಿದಾಗ ಟೀಕೆಗಳಿಗೆ ತೆರೆ ಬಿದ್ದಿತು.

ಮಾನವೀಯತೆಗೆ ಹೆಸರು ಪಡೆದಿದ್ದರೂ ಸರಿಯಾಗಿ ಕಾರ್ಯನಿರ್ವಹಿಸದ ಉಪನ್ಯಾಸಕರನ್ನು ಕೆಲಸದಿಂದ ವಜಾ ಮಾಡಲು ರಾಧಾಕೃಷ್ಣನ್ ಹಿಂಜರಿಯುತ್ತಿರಲಿಲ್ಲ. ರಾಧಾಕೃಷ್ಣನ್, ವಿಶ್ವವಿದ್ಯಾನಿಲಯದಲ್ಲಿ ಗ್ರಂಥಾಲಯ ಮತ್ತು ವಾಚನಾಲಯ ಅತ್ಯಂತ ಮುಖ್ಯವಾದ ಅಂಗಗಳೆಂದು ನಂಬಿದ್ದರು. ಅವರು ವಿಶ್ವವಿದ್ಯಾನಿಲಯವನ್ನು ಬಿಟ್ಟು ಹೋಗುವುದರೊಳಗೆ ಗ್ರಂಥಾಲಯವನ್ನು ಅಪಾರವಾಗಿ ಅಭಿವೃದ್ಧಿಪಡಿಸಿದರು. ಸಂಜೆಯ ವೇಳೆ ವಾಯುವಿಹಾರಕ್ಕಾಗಿ ಹೊರಟಾಗ ವಿದ್ಯಾರ್ಥಿನಿಲಯಗಳ ಸ್ಥಿತಿಗತಿಗಳನ್ನು ಖುದ್ದಾಗಿ ಭೇಟಿಕೊಟ್ಟು ಅವರು ಪರಿಶೀಲಿಸುತ್ತಿದ್ದರು. ಕುಂದು ಕೊರತೆಗಳನ್ನು ಸರಿಪಡಿಸಿ ವಿದ್ಯಾರ್ಥಿಗಳ ತೊಂದರೆಗಳನ್ನು ನಿವಾರಿಸಿದರು. ಆಗಿನ ಕಾಲದಲ್ಲಿ ಬೇರೆ ಬೇರೆ ಜಾತಿ ಮತ್ತು ಧರ್ಮಗಳ ವಿದ್ಯಾರ್ಥಿಗಳಿಗೆ ಬೇರೆ ಬೇರೆ ವಿದ್ಯಾರ್ಥಿನಿಲಯಗಳಿದ್ದವು. ಒಂದೊಂದು ವರ್ಗಕ್ಕೆ ಒಂದೊಂದು ರೀತಿಯ ಪಾಕಶಾಲೆ ಮತ್ತು ಭೋಜನ ಗೃಹಗಳ

ಅಗತ್ಯವಿದ್ದುದರಿಂದ ಈ ವ್ಯವಸ್ಥೆ ಇದ್ದಿತು. ವಿದ್ಯಾರ್ಥಿಗಳ ಅಭಿಪ್ರಾಯಪಡೆದು ರಾಧಾಕೃಷ್ಣನ್ ಎಲ್ಲರಿಗೂ ಒಂದೇ ಭೋಜನಗೃಹದ ವ್ಯವಸ್ಥೆ ಮಾಡಿದರು. ಇದರಿಂದ ವಿದ್ಯಾರ್ಥಿಗಳಲ್ಲಿ ಸ್ನೇಹ ಮತ್ತು ಸೌಹಾರ್ದತೆಯ ಭಾವನೆ ಬೆಳೆಯಿತು. ಈ ಕ್ರಮದಿಂದ ವಿಶ್ವವಿದ್ಯಾನಿಲಯದಲ್ಲಿ ಕ್ರಾಂತಿಯಾಯಿತು. ವಿದ್ಯಾರ್ಥಿಗಳು ತಮ್ಮ ಮಾತೃ ಭಾಷೆಯಲ್ಲಿ ಕಲಿಯಬೇಕಾದುದು ಎಷ್ಟು ಅವಶ್ಯಕವೆಂಬುದನ್ನು ರಾಧಾಕೃಷ್ಣನ್ ಆಗಲೇ ಮನಗಂಡಿದ್ದರು. ಇಂಟರ್‌ಮೀಡಿಯೇಟ್ ಮತ್ತು ಮೆಟ್ರಿಕ್ ತರಗತಿಗಳ ವಿದ್ಯಾರ್ಥಿಗಳ ಅನುಕೂಲಕ್ಕಾಗಿ ಅವರು ತೆಲುಗಿನಲ್ಲಿ ಪಠ್ಯಪುಸ್ತಕಗಳನ್ನು ರಚಿಸಿದರು. ವಿದ್ಯಾರ್ಥಿಗಳು ಪುಸ್ತಕದ ಬದನೇಕಾಯಿಗಳಾಗದೆ ಸಾಮಾಜಿಕ ಮತ್ತು ಸಾಂಸ್ಕೃತಿಕ ಅಭಿವೃದ್ಧಿಯಲ್ಲಿ ಭಾಗವಹಿಸಬೇಕೆಂಬ ಉದ್ದೇಶದಿಂದ ರಾಧಾಕೃಷ್ಣನ್ ಒಂದು ಸಂಘಟನೆಯನ್ನು ಪ್ರಾರಂಭಿಸಿದರು. ಅನಂತರ ಇದು ಭಾರತದ ಹಲವಾರು ವಿಶ್ವವಿದ್ಯಾನಿಲಯಗಳಲ್ಲಿ 'ನ್ಯಾಷನಲ್ ಸರ್ವೀಸ್ ಸ್ಕೀಮ್' ಎಂಬ ಸಂಘವಾಗಿ ಬೆಳೆಯಿತು. ಕ್ರೀಡೆಯ ಮಹತ್ವವನ್ನರಿತ ಅವರು ವಿಶ್ವವಿದ್ಯಾನಿಲಯದಲ್ಲಿ ಕ್ರೀಡಾ ಶಿಕ್ಷಕರನ್ನು ನೇಮಿಸಿದರು.

ಸರ್ಕಾರ ರಾಧಾಕೃಷ್ಣನ್‌ರನ್ನು ಬೌದ್ಧಿಕ ಸಹಕಾರದ ಅಂತರರಾಷ್ಟ್ರೀಯ ಕಮಿಟಿಗೆ ಭಾರತದ ಪ್ರತಿನಿಧಿಯಾಗಿ 1931ರಲ್ಲಿ ನೇಮಿಸಿತು. ಅವರು ಪ್ರತಿವರ್ಷ ಕಮಿಟಿಯ ಸಭೆಗಾಗಿ ಜೆನೀವಾಕ್ಕೆ ತೆರಳಬೇಕಾಗಿತ್ತು. ತಮ್ಮ ವಿಚಾರ ಪೂರಿತವಾದ ಭಾಷಣಗಳಿಂದ

ವಿದೇಶಿ ಪ್ರತಿನಿಧಿಗಳಿಗೆ ಭಾರತದ ಹಿರಿಮೆಯನ್ನು ತೋರುತ್ತಿದ್ದರು. ತಮ್ಮ ಸಂಸ್ಕೃತಿಯೇ ಭಾರತೀಯ ಸಂಸ್ಕೃತಿಗಿಂತ ಉತ್ತಮವಾದುದೆಂದು ವಿದೇಶಿಯರು ವಾದಿಸಿದಾಗ ಅವರು ಅದಕ್ಕೆ ಪ್ರತಿವಾದಿಸುತ್ತಿದ್ದರು. ಭಾರತೀಯ ಸಂಸ್ಕೃತಿಯ ಔನ್ನತ್ಯವನ್ನು ಸಮರ್ಥಿಸುತ್ತಿದ್ದರು. ಪ್ರತಿವರ್ಷ ಎರಡು ತಿಂಗಳುಗಳ ಕಾಲ ಅವರು ವಿದೇಶಕ್ಕೆ ಹೋಗುತ್ತಿದ್ದುದನ್ನು ಸೆನೆಟ್‌ನ ಕೆಲವು ಸದಸ್ಯರು ವಿರೋಧಿಸಿದರು. ಅಂತರರಾಷ್ಟ್ರೀಯ ಸಂಸ್ಥೆಯಲ್ಲಿ ತಾವು ಭಾತರದ ಪ್ರತಿನಿಧಿಯಾಗಿರುವುದೇ ವಿಶ್ವವಿದ್ಯಾನಿಲಯಕ್ಕೆ ಒಂದು ದೊಡ್ಡ ಗೌರವ ಎಂದು ಹೇಳಿ ಅವರ ಬಾಯಿಗಳನ್ನು ರಾಧಾಕೃಷ್ಣನ್ ಮುಚ್ಚಿಸಿದರು. ಅಲಹಾಬಾದ್ ವಿಶ್ವವಿದ್ಯಾನಿಲಯದ ಪಟ್ಟಪ್ರಧಾನ ಸಭೆಯನ್ನುದ್ದೇಶಿಸಿ ಮಾತನಾಡುವಾಗ ಅವರು ಗಾಂಧೀಜಿಯವರನ್ನು ಅಪಾರವಾಗಿ ಹೊಗಳಿದರು. ಸಭೆಯಲ್ಲಿದ್ದ ಉತ್ತರ ಪ್ರದೇಶದ ರಾಜ್ಯಪಾಲ ಮಾಲ್ಕಂ ಹೆಯ್ಲಿ (ಬ್ರಿಟಿಷ್ ಸರ್ಕಾರದ ಪ್ರತಿನಿಧಿ) ಕೆರಳಿಕೆಂಡವಾದನು. ರಾಧಾಕೃಷ್ಣನ್ ಅದನ್ನೂ ಲೆಕ್ಕಿಸದೆ ಅವರ ಭಾಷಣವನ್ನು ಮುಂದುವರಿಸಿದರು.

ಅಂದಿನ ಕಾಲದಲ್ಲಿ ಮಾರ್ಕ್ಸ್‌ವಾದಿ ಸಾಹಿತ್ಯ ಜನಪ್ರಿಯವಾಗುತ್ತಿತ್ತು. ಸರ್ಕಾರ ಈ ಸಾಹಿತ್ಯದ ಪ್ರಸಾರವನ್ನು ಅತಿಯಾಗಿ ನಿಯಂತ್ರಿಸುತ್ತಿತ್ತು. ಆದರೆ ರಾಧಾಕೃಷ್ಣನ್ ವಿದೇಶಗಳಿಂದ ಹಿಂದಿರುಗುವಾಗ ಆಂಧ್ರವಿಶ್ವವಿದ್ಯಾನಿಲಯದ ಗ್ರಂಥಭಂಡಾರಕ್ಕಾಗಿ ಮಾರ್ಕ್ಸ್‌ವಾದಿ ಸಾಹಿತ್ಯವನ್ನು ತರುತ್ತಿದ್ದರು.

ರಾಧಾಕೃಷ್ಣನ್ ವಿಶ್ವವಿದ್ಯಾನಿಲಯದಲ್ಲಿ ಕಲಿಸುವಿಕೆ ಮತ್ತು ಉನ್ನತ ಮಟ್ಟದ ಸಂಶೋಧನೆ, ಎರಡಕ್ಕೂ ಸಮಾನ ಪ್ರಾಶಸ್ತ್ಯ ನೀಡುತ್ತಿದ್ದರು. ವಿಶ್ವವಿದ್ಯಾನಿಲಯದಲ್ಲಿ ಸಂಶೋಧನೆಗೆ ಅತ್ಯಂತ ಒಳ್ಳೆಯ ವಾತಾವರಣ ಕಲ್ಪಿಸಿಕೊಟ್ಟರು. ಅವರ ಅಧಿಕಾರಾವಧಿಯಲ್ಲಿ ಹಲವಾರು ಜನಪ್ರಿಯ ಪತ್ರಿಕೆಗಳಿಗೆ ಸಂಶೋಧನಾತ್ಮಕ ಲೇಖನಗಳನ್ನು ಕೊಡುವುದರ ಜೊತೆಗೆ 'ಧರ್ಮದಲ್ಲಿ ಪೂರ್ವ ಮತ್ತು ಪಶ್ಚಿಮ', 'ಸ್ವಾತಂತ್ರ್ಯ ಮತ್ತು ಸಂಸ್ಕೃತ', 'ಹಿಂದೂಸ್ಥಾನದ ಹೃದಯ' ಎಂಬ ಪುಸ್ತಕಗಳನ್ನು ಬರೆದು, ಪ್ರೊ|| ಜಿ. ಮುರ್ಯ್‌ಹೆಡ್‌ರ ಸಹಯೋಗದೊಡನೆ 'ಸಮಕಾಲೀನ ಭಾರತೀಯ ತರ್ಕಶಾಸ್ತ್ರ' ರಚಿಸಿದರು.

1936ರಲ್ಲಿ ಆಕ್ಸ್‌ಫರ್ಡ್ ವಿಶ್ವವಿದ್ಯಾನಿಲಯದಲ್ಲಿ ಹೊಸದಾಗಿ ಸ್ಥಾಪಿಸಲಾದ 'ಪೂರ್ವದ ದೇಶಗಳ ಧರ್ಮಗಳು ಮತ್ತು ತರ್ಕಶಾಸ್ತ್ರ' ಎಂಬ ಪೀಠಕ್ಕೆ ರಾಧಾಕೃಷ್ಣನ್‌ಗೆ ಆಮಂತ್ರಣ ನೀಡಿದರು. ಆರು ತಿಂಗಳು ಆಕ್ಸ್‌ಫರ್ಡ್‌ನಲ್ಲಿ ಮತ್ತು ಆರು ತಿಂಗಳು ಭಾರತದಲ್ಲಿರುವ ಕರಾರಿನೊಡನೆ ಈ ಪೀಠವನ್ನು ಸ್ವೀಕರಿಸಿದರು. ಆಂಧ್ರ ವಿಶ್ವವಿದ್ಯಾನಿಲಯದವರು ಆರು ತಿಂಗಳ ಕಾಲ ರಾಧಾಕೃಷ್ಣನ್ ವಿದೇಶದಲ್ಲಿರುವುದನ್ನು ಒಪ್ಪಲಿಲ್ಲ. ರಾಧಾಕೃಷ್ಣನ್ ಉಪಕುಲಪತಿ ಸ್ಥಾನಕ್ಕೆ ರಾಜಿನಾಮೆ ನೀಡಿದರು. ಕಲ್ಕತ್ತಾ ವಿಶ್ವವಿದ್ಯಾನಿಲಯದಿಂದ ವೇತನರಹಿತ ರಜೆಯ ಮೇಲೆ ಬಂದು ಉಪಕುಲಪತಿ ಸ್ಥಾನವನ್ನು ವಹಿಸಿಕೊಂಡಿದ್ದ ಅವರು

ಭಾತರದಲ್ಲಿ ಉಳಿಯುವ ಆರು ತಿಂಗಳು ಮತ್ತೆ ಕಲ್ಕತ್ತಾ ವಿಶ್ವವಿದ್ಯಾನಿಲಯದ ಉಪನ್ಯಾಸಕರಾದರು, ರಾಧಾಕೃಷ್ಣನ್‌ರ ಸಹಾಯದೊಂದಿಗೆ ಸಿ.ಆರ್. ರೆಡ್ಡಿ ಮತ್ತೆ ಉಪಕುಲಪತಿಯಾಗಿ ಚಿನಾಯಿತರಾದರು.

ಆಕ್ಸ್‌ಫರ್ಡ್‌ನಲ್ಲಿ ರಾಧಾಕೃಷ್ಣನ್

ರಾಧಾಕೃಷ್ಣನ್‌ರನ್ನು ಆಂಧ್ರ ವಿಶ್ವವಿದ್ಯಾನಿಲಯದ ವಿದ್ಯಾರ್ಥಿಗಳು, ಸಿಬ್ಬಂದಿ ವರ್ಗದವರು, ವಾಲ್ಟೇರ್ ಪಟ್ಟಣದ ಜನಸಾಮಾನ್ಯರು ಮತ್ತು ಮದರಾಸಿನ ಗಣ್ಯರು ಬೀಳ್ಕೊಟ್ಟರು. ಇದಕ್ಕಾಗಿ ಏರ್ಪಡಿಸಿದ ಸಭೆಗಳಲ್ಲಿ ವಿ.ಎಸ್. ಶ್ರೀನಿವಾಸ ಶಾಸ್ತ್ರಿ, ಲಿಟರ್‌ಹೆಯ್ಸ್, ಸಿ.ಆರ್. ರೆಡ್ಡಿ ಮುಂತಾದ ಗಣ್ಯರು ಕೊಂಡಾಡಿದರು. ಹೆಯ್ಸ್‌ರವರು ವುಡ್ರೋವಿಲ್ಸನ್ ಮೊದಲು ಪ್ರೊಫೆಸರ್ ಆಗಿ ಪ್ರಾರಂಭಿಸಿ ನಂತರ ಅಮೆರಿಕದ ರಾಷ್ಟ್ರಪತಿ ಯಾಗುತ್ತಾರೆಂದು ಭವಿಷ್ಯವಾಣಿ ನುಡಿದರು. ಆಕ್ಸ್‌ಫರ್ಡ್‌ನಲ್ಲಿ ಹೆಚ್ಚಿನ ಕೆಲಸ ಇಲ್ಲದಿದ್ದುದರಿಂದ ರಾಧಾಕೃಷ್ಣನ್ ಬಿಡುವಿನ ಸಮಯದಲ್ಲಿ ಲೇಖನ ಮತ್ತು ಉಪನ್ಯಾಸಗಳಿಗಾಗಿ ಉಪಯೋಗಿ ಸುತ್ತಿದ್ದರು. ಹಲವಾರು ಸಂಘಸಂಸ್ಥೆಗಳಿಗಾಗಿ ಉಪನ್ಯಾಸಗಳನ್ನು ಕೊಟ್ಟರು. ಭಾರತೀಯ ತತ್ವಶಾಸ್ತ್ರ ಮತ್ತು ವಿದೇಶಗಳಲ್ಲಿನ ತತ್ವಶಾಸ್ತ್ರಗಳ ನಡುವಿನ ವ್ಯತ್ಯಾಸಗಳ ಬಗ್ಗೆ ರಾಧಾಕೃಷ್ಣನ್ ಮಾಡನಾಡುತ್ತಿದ್ದರು. ಅಷ್ಟೇನೂ ಆಸಕ್ತಿ ಹುಟ್ಟಿಸುವ ವಿಷಯವಲ್ಲದ ತತ್ವಶಾಸ್ತ್ರವನ್ನೂ ಪ್ರೇಕ್ಷಕರಲ್ಲಿ ಆಸಕ್ತಿ ಹುಟ್ಟುವಂತೆ

ಅವರು ಹೇಳುತ್ತಿದ್ದರು. ಸಂಪ್ರದಾಯ ಬದ್ಧವಾಗಿ ನಡೆದುಕೊಳ್ಳುವ ಭಾರತೀಯರನ್ನು ವಿದೇಶಿಯರು ಅಪಾರವಾಗಿ ಗೌರವಿಸುತ್ತಾರೆ ಎಂದು ರಾಧಾಕೃಷ್ಣನ್ ಅಚಲವಾಗಿ ನಂಬಿದ್ದರು. ರಾಧಾಕೃಷ್ಣನ್ ಪಠ್ಯವಿಷಯ ಮತ್ತು ಉಪನ್ಯಾಸಗಳ ಹೊರತು ಮತ್ತಾವುದರಲ್ಲಿಯೂ ಆಸಕ್ತಿ ತೋರುತ್ತಿರಲಿಲ್ಲ.

ರಾಧಾಕೃಷ್ಣನ್ ಆಕ್ಸ್‌ಫರ್ಡ್ ಮತ್ತು ಕೇಂಬ್ರಿಡ್ಜ್‌ಗಳ ವಾತಾವರಣ ಕಂಡು ಭಾರತದಲ್ಲಿಯೂ ಇಂಥ ವಿಶ್ವವಿದ್ಯಾನಿಲಗಳಿರಬೇಕು ಎಂದು ಕನಸು ಕಾಣುತ್ತಿದ್ದರು. ಇದೇ ಸಮಯದಲ್ಲಿ 'ಪೂರ್ವದ ಧರ್ಮಗಳು ಮತ್ತು ಪಶ್ಚಿಮದ ವಿಚಾರಧಾರೆಗಳು' ಎಂಬ ಪುಸ್ತಕವನ್ನು ಬರೆದರು. ಇದು 1939ರಲ್ಲಿ ಪ್ರಕಟವಾಯಿತು. ಅನಾದಿಕಾಲದಿಂದ ಪೂರ್ವ ಮತ್ತು ಪಶ್ಚಿಮದ ದೇಶಗಳು ಪರಸ್ಪರ ಪ್ರಭಾವ ಬೀರುತ್ತ ಬೆಳೆದಿದ್ದು, ಈಗ ಎರಡೂ ಸಂಸ್ಕೃತಿಗಳ ಒಳ್ಳೆಯ ಅಂಶಗಳೊಂದಿಗೆ ಒಂದು ಹೊಸ ಸಂಸ್ಕೃತಿಯನ್ನು ಸ್ಥಾಪಿಸಬೇಕೆಂದು ಅವರು ಈ ಪುಸ್ತಕದಲ್ಲಿ ಪ್ರತಿಪಾದಿಸಿದ್ದರು.

ರಾಧಾಕೃಷ್ಣನ್ ಗಾಂಧೀಜಿಯವರ ಬಗ್ಗೆ ಒಂದು ಲೇಖನವನ್ನು ಬರೆದಿದ್ದರು. ಹಲವು ಉಪನ್ಯಾಸಗಳಲ್ಲಿ ಅವರನ್ನು ಹೊಗಳಿದ್ದರು. ಅವರು 1938ರಲ್ಲಿ ಸೇವಾಗ್ರಾಮದಲ್ಲಿ ಗಾಂಧೀಜಿಯವರನ್ನು ಭೇಟಿಯಾಗಿ ಸುಭಾಷ್ ಚಂದ್ರಬೋಸ್‌ರನ್ನು 1938ರ ಇಂಡಿಯನ್ ನ್ಯಾಷನಲ್ ಕಾಂಗ್ರೆಸ್‌ನ ಅಧಿವೇಶನದ

ಅಧ್ಯಕ್ಷರನ್ನಾಗಿ ಮಾಡಬೇಕೆಂದು ಆಗ್ರಹಪಡಿಸಿದರು. ಗಾಂಧೀಜಿ
ಇದಕ್ಕೆ ಒಪ್ಪಿದರು. ಬೋಸ್ ಅಧ್ಯಕ್ಷರಾಗಿ ಚುನಾಯಿತರಾದರು.
1939ರ ಜುಲೈನಲ್ಲಿ ಆಕ್ಸ್ಫರ್ಡ್ನಲ್ಲಿ ಆರು ತಿಂಗಳಿದ್ದ
ರಾಧಾಕೃಷ್ಣನ್ ಭಾರತಕ್ಕೆ ಹಿಂದಿರುಗಿದರು.

ಬನಾರಸ್ ಹಿಂದೂ ವಿಶ್ವವಿದ್ಯಾನಿಲಯದ ಉಪಕುಲಪತಿಯಾಗಿ

ಬನಾರಸ್ ಹಿಂದೂ ವಿಶ್ವವಿದ್ಯಾನಿಲಯದ ಸ್ಥಾಪಕರು ಮತ್ತು
ಪ್ರಥಮ ಉಪಕುಲಪತಿಗಳು ಪಂಡಿತ ಮದನ ಮೋಹನ
ಮಾಳವೀಯ. ತಮ್ಮ ಆರೋಗ್ಯ ಹದಗೆಟ್ಟಾಗ ವಿಶ್ವವಿದ್ಯಾನಿಲಯಕ್ಕೆ
ಹೊಸ ಉಪಕುಲಪತಿಯನ್ನು ನೇಮಿಸಬೇಕೆಂದು ಬಯಸಿದರು.
ಉಪಕುಲಪತಿಯಾಗುವ ವ್ಯಕ್ತಿಯು ಮಹಾನ್ ದೇಶಭಕ್ತ
ನಾಗಿರಬೇಕು, ಹಿಂದುವಾಗಿರಬೇಕು, ಅಂತರರಾಷ್ಟ್ರೀಯ ಪ್ರಖ್ಯಾತಿ
ಪಡೆದಿರಬೇಕು, ವಿಶ್ವವಿದ್ಯಾನಿಲಯವನ್ನು ನಡೆಸುವುದರಲ್ಲಿ
ನಿಪುಣನಾಗಿರಬೇಕು, ವಿಶ್ವವಿದ್ಯಾನಿಲಯಕ್ಕಾಗಿ ಹಣವನ್ನು
ಸಂಗ್ರಹಿಸುವ ಶಕ್ತಿ ಇರಬೇಕು ಎಂಬ ಐದು ಮಾನದಂಡಗಳನ್ನು
ವಿಧಿಸಿದ್ದರು. ಈ ಎಲ್ಲಾ ಗುಣಗಳುಳ್ಳ ಸರ್ವಶ್ರೇಷ್ಠ ವ್ಯಕ್ತಿ
ರಾಧಾಕೃಷ್ಣನ್ ಎಂದು ಮಾಳವೀಯರು ನಿರ್ಧರಿಸಿದರು. ಅವರು
ರಾಧಾಕೃಷ್ಣನ್ರನ್ನು ಉಪಕುಲಪತಿಯಾಗಲು ಆಮಂತ್ರಿಸಿದರು.
ಆದರೆ ತೀವ್ರವಾದ ಆರ್ಥಿಕ ಬಿಕ್ಕಟ್ಟಿನಲ್ಲಿದ್ದ ವಿಶ್ವವಿದ್ಯಾನಿಲಯವು
ತಮಗೆ ಸಂಬಳಕೊಡುವುದರಿಂದ ಆರ್ಥಿಕ ಸ್ಥಿತಿಯನ್ನು ಮತ್ತಷ್ಟು

ಹದಗೆಡಿಸಿಕೊಳ್ಳುವುದು ರಾಧಾಕೃಷ್ಣನ್‌ರಿಗೆ ಇಷ್ಟವಿರಲಿಲ್ಲ. ಅವರು ಆರು ತಿಂಗಳುಗಳ ಕಾಲ ಭಾರತದಲ್ಲಿರದೇ ಹೋಗುವುದರಿಂದ ಆ ಕೆಲಸವನ್ನು ಸಮರ್ಪಕವಾಗಿ ಮಾಡಲಾಗುವುದಿಲ್ಲ ಎಂದು ನಂಬಿದ್ದರು. ಆದರೆ ಮಾಳವೀಯರು ರಾಧಾಕೃಷ್ಣನ್ ಉಪಕುಲಪತಿಯಾಗಲೇಬೇಕೆಂದು ಧೃಢಮನಸ್ಕರಾಗಿದ್ದರು. ಮಾಳವೀಯರು 1939ರ ಆಗಸ್ಟ್ 20ರಂದು ಉಪಕುಲಪತಿ ಸ್ಥಾನಕ್ಕೆ ರಾಜಿನಾಮೆ ನೀಡಿದರು. ಮಾಳವೀಯರನ್ನು ಬೀಳ್ಕೊಡುತ್ತ ಗಣ್ಯರೆಲ್ಲರೂ ಅವರ ಗುಣಗಾನ ಮಾಡಿದರು. ಅವರ ನಂತರ ಅಧಿಕಾರ ವಹಿಸಿಕೊಳ್ಳಲು ಅವರಷ್ಟೇ ಸಮರ್ಥರನ್ನಾರಿಸಿ ಅವರನ್ನು ಒಲಿಸಿದುದಕ್ಕಾಗಿ ಅವರನ್ನು ಶ್ಲಾಘಿಸಿದರು. ರಾಧಾಕೃಷ್ಣನ್ ಅವಿರೋಧವಾಗಿ ಆಯ್ಕೆಯಾದರು.

ಬನಾರಸ್ ಹಿಂದೂ ವಿಶ್ವವಿದ್ಯಾನಿಲಯ ಆಂಧ್ರ ವಿಶ್ವವಿದ್ಯಾನಿಲಯಕ್ಕಿಂತ ಬಹಳ ದೊಡ್ಡದಾಗಿತ್ತು. ಅದು ಭಾರತದ ಅತಿ ದೊಡ್ಡ ವಿಶ್ವವಿದ್ಯಾನಿಲಯ. 1939ರ ಸೆಪ್ಟೆಂಬರ್ 24ರಂದು ರಾಧಾಕೃಷ್ಣನ್ ಅಧಿಕಾರ ವಹಿಸಿಕೊಂಡರು. ಹಲವು ಪ್ರಾಂತ್ಯಗಳ ಮಹಾರಾಜರಲ್ಲಿ ವಿಶ್ವವಿದ್ಯಾನಿಲಯಕ್ಕೆ ಆರ್ಥಿಕ ಸಹಾಯ ಪಡೆಯುವ ಪ್ರಯತ್ನವನ್ನು ಅವರು ಮಾಡತೊಡಗಿದರು. ಅನವಶ್ಯವಾದ ಖರ್ಚುವೆಚ್ಚಗಳನ್ನು ನಿಯಂತ್ರಿಸಿದರು. ವಿಶ್ವವಿದ್ಯಾನಿಲಯಕ್ಕೆ ಗಮನಕೊಡುವ ಸಲುವಾಗಿ ರಾಧಾಕೃಷ್ಣನ್ ಕಲ್ಕತ್ತಾ ವಿಶ್ವವಿದ್ಯಾನಿಲಯದ ಅವರ ನೌಕರಿಗೆ ರಾಜಿನಾಮೆ ನೀಡಿದರು.

ರಾಜಿನಾಮೆಯನ್ನು ಅಂಗೀಕರಿಸಿ ಕಲ್ಕತ್ತಾ ವಿಶ್ವವಿದ್ಯಾನಿಲಯ 'ಎಲ್.
ಎಲ್. ಡಿ. ಆನರಿಸ್ ಕಾಸಾ' ಪದವಿ ಮತ್ತು ಗೌರವ ಫೆಲೋಷಿಪ್
ರಾಧಾಕೃಷ್ಣನ್‌ರಿಗೆ ಪ್ರದಾನ ಮಾಡಿತು.

ಮನೆಯಲ್ಲಿಯೇ ಕಛೇರಿಯ ಕೆಲಸವನ್ನು ನೋಡಿಕೊಳ್ಳುತ್ತ
ರಾಧಾಕೃಷ್ಣನ್ ಬನಾರಸ್ ಹಿಂದೂ ವಿಶ್ವವಿದ್ಯಾನಿಲಯವನ್ನು
ಪ್ರಗತಿಪಥದಲ್ಲಿ ನಡೆಸತೊಡಗಿದರು. ಭಾನುವಾರಗಳಂದು ಕೆಲವು
ಬಾರಿ ಅವರು ಭಗವದ್ಗೀತೆಯ ಮೇಲೆ ಉಪನ್ಯಾಸಗಳನ್ನು
ಕೊಡುತ್ತಿದ್ದರು. ಅವರು ವಿದ್ಯಾರ್ಥಿಗಳ ಸಂಶೋಧನೆಯ
ಕೆಲಸದಲ್ಲಿ ಸಹಾಯ ಮಾಡುತ್ತಿದ್ದರು. ಸಮಾಜದ ಎಲ್ಲ
ಮಜಲುಗಳಲ್ಲಿ ದುಡಿದು ಹೆಸರುವಾಸಿಯಾಗಿದ್ದ ಹಲವಾರು
ಗಣ್ಯರನ್ನು 1942ರ ಜನವರಿ 21ರಂದು ವಿಶ್ವವಿದ್ಯಾನಿಲಯದ
ರಜತಮಹೋತ್ಸವಕ್ಕೆ ರಾಧಾಕೃಷ್ಣನ್ ಆಹ್ವಾನಿಸಿದರು. (ಮಹಾತ್ಮ
ಗಾಂಧಿ, ರಾಜೇಂದ್ರ ಪ್ರಸಾದ್, ಜವಾಹರ್ ಲಾಲ್ ನೆಹರೂ,
ಗೋವಿಂದ ವಲ್ಲಭ ಪಂತ್, ಶ್ಯಾಮ ಪ್ರಸಾದ್ ಮುಖರ್ಜಿ,
ಶ್ರೀಮತಿ ವಿಜಯಲಕ್ಷ್ಮಿ ಪಂಡಿತ್ ಮತ್ತು ಜುಗಲ್ ಕಿಶೋರ್
ಬಿರ್ಲಾ ಮುಂತಾದ ಗಣ್ಯರು). ಈ ಸಂದರ್ಭದಲ್ಲಿ ನೆಹ್ರೂ,
ರಾಜೇಂದ್ರ ಪ್ರಸಾದ್ ಮತ್ತು ಹಲವು ಗಣ್ಯರಿಗೆ ಗೌರವ ಡಿ.ಲಿಟ್.
ಪದವಿ ಪ್ರದಾನ ಮಾಡಲಾಯಿತು. 1942ರಲ್ಲಿ 'ಭಾರತ ಬಿಟ್ಟು
ತೊಲಗಿ' ಆಂದೋಲನದಲ್ಲಿ ಬನಾರಸ್ ಹಿಂದೂ
ವಿಶ್ವವಿದ್ಯಾನಿಲಯ ಸಕ್ರಿಯ ಪಾತ್ರವಹಿಸುತ್ತಿದ್ದುದನ್ನು ಗಮನಿಸಿ

ಸರ್ಕಾರ ಅದನ್ನು ಮುಚ್ಚಿಸಿತು. ರಾಧಾಕೃಷ್ಣನ್ ಮತ್ತು ಹಂಗಾಮಿ ಉಪಕುಲಪತಿ ಪ್ರೊ॥ ಗುರ್ತು ಅತ್ಯಂತ ಶ್ರಮಪಟ್ಟು, ಬಹಳ ಬೇಗನೆ ವಿಶ್ವವಿದ್ಯಾನಿಲಯವು ಮತ್ತೆ ಪ್ರಾರಂಭವಾಗುವಂತೆ ಮಾಡಿದರು. ಇದರಿಂದ ಎಲ್ಲರೂ ರಾಧಾಕೃಷ್ಣನ್‌ರನ್ನು ಶ್ಲಾಘಿಸಿದರು. 1942ರ ಸೆಪ್ಟೆಂಬರ್ 16ರಂದು ಅವರ ಅಧಿಕಾರಾವಧಿ ಮುಗಿಯಲು ಮೂರು ದಿನವಿರುವಾಗ ಅವರು ಅವಿರೋಧವಾಗಿ ಮತ್ತೊಂದು ಅವಧಿಗೆ ಆಯ್ಕೆಯಾದರು. ಅವರು ಎಂದೂ ವಿಶ್ವವಿದ್ಯಾನಿಲಯದ ರಾಜಕೀಯದಲ್ಲಿ ತಲೆಹಾಕಲಿಲ್ಲ. ಶಿಕ್ಷಕರ ವೇತನವನ್ನು ಹೆಚ್ಚಿಸಿ, ಜೀವ ವಿಮೆ ಮುಂತಾದವುಗಳಿಗೆ ವಿಶ್ವವಿದ್ಯಾನಿಲಯ ಕೊಡುತ್ತಿದ್ದ ಹಣವನ್ನೂ ರಾಧಾಕೃಷ್ಣನ್ ಹೆಚ್ಚಿಸಿದರು. ಅವರ ಎರಡನೆ ಅಧಿಕಾರಾವಧಿ 1945ರ ಡಿಸೆಂಬರ್ 1ರಂದು ಮುಗಿಯಿತು.

1946ರ ಸೆಪ್ಟೆಂಬರ್ 2ರಂದು ನೆಹ್ರೂ ಅಧ್ಯಕ್ಷರಾಗಿದ್ದ ತಾತ್ಕಾಲಿಕ ಸರ್ಕಾರ ಭಾರತದಲ್ಲಿ ಪ್ರಮಾಣವಚನ ಸ್ವೀಕರಿಸಿತು. ಸರ್ಕಾರವು ರಾಧಾಕೃಷ್ಣನ್‌ರನ್ನು ಯುನೆಸ್ಕೊಗೆ ಭಾರತದ ಪ್ರತಿನಿಧಿಯಾಗಿ ನೇಮಿಸಿತು. ಅವರು ಅದರ ಮೊದಲ ಅಧಿವೇಶನಕ್ಕಾಗಿ 1946ರ ಸೆಪ್ಟೆಂಬರ್ ತಿಂಗಳಿನಲ್ಲಿ ಪ್ಯಾರಿಸ್‌ಗೆ ಪ್ರಯಾಣ ಬೆಳೆಸಿದರು. ಮಾಳವೀಯ ನವೆಂಬರ್ 12ರಂದು ದೈವಾಧೀನರಾದರು. ರಾಧಾಕೃಷ್ಣನ್‌ರಿಗೆ ವೈಯಕ್ತಿಕವಾಗಿ, ವಿಶ್ವವಿದ್ಯಾನಿಲಯ ಮತ್ತು ಭಾರತಕ್ಕೆ ಸಾರ್ವತ್ರಿಕವಾಗಿ ಇದು ತುಂಬಲಾರದ ನಷ್ಟವಾಯಿತು. ಅನಂತರ ಬನಾರಸ್ ಹಿಂದೂ

ವಿಶ್ವವಿದ್ಯಾನಿಲಯದಲ್ಲಿ ರಾಜಕೀಯದ ಭೂತ ತಲೆ ಎತ್ತಿತು. 1947ರ ಜನವರಿ 8ರಂದು ತೆರವಾದ ಹಂಗಾಮಿ ಉಪಕುಲಪತಿಯ ಸ್ಥಾನಕ್ಕೆ ರಾಧಾಕೃಷ್ಣನ್ ಶ್ಯಾಮಪ್ರಸಾದ್ ಮುಖರ್ಜಿಯನ್ನು ಅಭ್ಯರ್ಥಿಯಾಗಿ ಹೆಸರಿಸಿದರು. ಆದರೆ ಮಾಳವೀಯರ ಮಗ ಗೋವಿಂದ ಮಾಳವೀಯ ಸ್ಪರ್ಧಿಸಿ ಅನೈತಿಕವಾದ ರಾಜಕೀಯದ ಬಲದಿಂದ ಮೂರೇ ಮತಗಳ ಅಂತರದೊಡನೆ ವಿಜಯಿಯಾದರು. ಹೊಸ ಹಂಗಾಮಿ ಉಪಕುಲಪತಿಯೊಡನೆ ತಮಗೆ ಸಮರ್ಥವಾಗಿ ಕಾರ್ಯನಿರ್ವಹಿಸಲಾಗುವುದಿಲ್ಲವೆಂದು ಮನಗಂಡ ರಾಧಾಕೃಷ್ಣನ್ ರಾಜಿನಾಮೆ ನೀಡಿದರು. ಅದನ್ನು ಹಿಂದಕ್ಕೆ ಪಡೆಯುವಂತೆ ವಿದ್ಯಾರ್ಥಿಗಳು ಮತ್ತು ಅಧ್ಯಾಪಕರು ಒತ್ತಾಯಪಡಿಸಿದರೂ ಅವರು ಮಣಿಯಲಿಲ್ಲ. ಸಿಬ್ಬಂದಿ ವರ್ಗದವರು ಅವರನ್ನು ಮನಸ್ಸಿಲ್ಲದ ಮನಸ್ಸಿನೊಡನೆ ಬೀಳ್ಕೊಟ್ಟರು. ಅವರ ಅಧಿಕಾರಾವಧಿಯಲ್ಲಿ ವಿಶ್ವವಿದ್ಯಾನಿಲಯ ಸರ್ವತೋಮುಖ ಅಭಿವೃದ್ಧಿ ಸಾಧಿಸಿತ್ತು. ರಾಧಾಕೃಷ್ಣನ್ 1944ರ ಮೇ ತಿಂಗಳಿನಲ್ಲಿ ಚೀನಾದೇಶಕ್ಕೆ ಭೇಟಿಕೊಟ್ಟು ಹಲವು ಉಪನ್ಯಾಸಗಳನ್ನು ಕೊಟ್ಟಿದ್ದರು.

ಡಾ॥ ರಾಧಾಕೃಷ್ಣನ್ ಗಾಂಧೀಜಿಯವರ ದಾರುಣ ಹತ್ಯೆಗೆ ಕೆಲವು ವಾರಗಳ ಮೊದಲು ಅವರನ್ನು ಭೇಟಿಯಾದರು. ಆಗ ಗಾಂಧೀಜಿ ತತ್ವಶಾಸ್ತ್ರದ ಬಗ್ಗೆ ತಮಗಿದ್ದ ಕೆಲವು ಅನುಮಾನಗಳನ್ನು ರಾಧಾಕೃಷ್ಣನ್‌ರ ಸಹಾಯದಿಂದ ಪರಿಹರಿಸಿಕೊಂಡರು.

ದೇಶಸೇವೆಯಲ್ಲಿ ರಾಧಾಕೃಷ್ಣನ್

ಎಲ್ಲರಿಗೂ ತಿಳಿದಿರುವಂತೆ 1947ರ ಆಗಸ್ಟ್ 15ರಂದು ಭಾರತ ಸ್ವತಂತ್ರವಾಯಿತು. ಜವಾಹರ್‌ಲಾಲ್ ನೆಹ್ರೂ ಭಾರತದ ಮೊದಲ ಪ್ರಧಾನಿಯಾಗಿ ಮಂತ್ರಿಮಂಡಲ ರಚಿಸಿದರು. ಸರ್ಕಾರವು ರಾಧಾಕೃಷ್ಣನ್‌ರ ಅಧ್ಯಕ್ಷತೆಯಲ್ಲಿ ವಿಶ್ವವಿದ್ಯಾನಿಲಯ ಶಿಕ್ಷಣ ನಿಯೋಗವನ್ನು ರಚಿಸಿತು. ಸ್ವತಂತ್ರ ಭಾರತದಲ್ಲಿ ವಿಶ್ವವಿದ್ಯಾನಿಲಯ ಶಿಕ್ಷಣದಲ್ಲಿ ನಿರ್ವಹಿಸಬೇಕಾದ ಪಾತ್ರದ ಬಗ್ಗೆ ಆಳವಾದ ಅಧ್ಯಯನ ಮಾಡಿ ನಿಯೋಗವು 1949ರ ಆಗಸ್ಟ್ 25ರಂದು ವರದಿ ಒಪ್ಪಿಸಿತು. ವಿಶ್ವವಿದ್ಯಾನಿಲಯಗಳು ಶಿಕ್ಷಣ ನೀಡುವ ದೇವಾಲಯಗಳೆಂದೂ, ಅವು ಸರ್ಕಾರದಿಂದ ಧನ ಸಹಾಯ ಪಡೆದಿದ್ದರೂ, ಸ್ವಯಂ ಅಧಿಪತ್ಯ ಹೊಂದಿರಬೇಕೆಂದು ವರದಿ ಸೂಚಿಸಿತು. ಹಿಂದುಳಿದ ಜಾತಿ, ವರ್ಗಗಳಿಗೆ ಸಹಾಯಮಾಡುವುದು ಅಗತ್ಯವಾದುದಾದರೂ, ವಿಶ್ವವಿದ್ಯಾ ನಿಲಯಗಳ ಪ್ರವೇಶಕ್ಕೆ ಮೀಸಲಾತಿ ನೀಡುವುದರಿಂದ ಸಾಮಾಜಿಕ ತೊಂದರೆಗಳಾಗುವ ಸಂಭವವಿರುವುದರಿಂದ, ಹಾಗೆ ಮಾಡಬಾರದೆಂದು ವರದಿ ಸರ್ಕಾರಕ್ಕೆ ಶಿಫಾರಸು ಮಾಡಿತು.

ನೆಹ್ರೂ ಮಾರ್ಕ್ಸ್‌ವಾದದಿಂದ ಅತ್ಯಂತ ಪ್ರಭಾವಿತರಾಗಿದ್ದರು. ಅವರು ಸೋವಿಯಟ್ ಸಂಯುಕ್ತ ಸಂಸ್ಥಾನದೊಡನೆ ನಿಕಟ ಸಂಪರ್ಕ ಹೊಂದಿದ್ದರು. ಅವರ ತಂಗಿ ಶ್ರೀಮತಿ ವಿಜಯಲಕ್ಷ್ಮಿ ಪಂಡಿತ್‌ರನ್ನು ರಷ್ಯಕ್ಕೆ ಭಾರತದ ರಾಯಭಾರಿಯಾಗಿ ಕಳಿಸಿದರು.

33

ಆದರೆ ಅಧ್ಯಕ್ಷ ಸ್ಟಾಲಿನ್ ಇವರನ್ನು ಒಮ್ಮೆಯೂ ಭೇಟಿಮಾಡಲಿಲ್ಲ. ವಿಜಯಲಕ್ಷ್ಮಿ ಪಂಡಿತ್ ಭಾರತ ರಷ್ಯ ಬಾಂಧವ್ಯವನ್ನು ಬಲಗೊಳಿಸುವುದರಲ್ಲಿ ವಿಫಲರಾದರು. ಅವರನ್ನು ವಾಷಿಂಗ್ಟನ್‌ಗೆ ವರ್ಗಾಯಿಸಿ ನೆಹ್ರೂ ರಾಧಾಕೃಷ್ಣನ್‌ರನ್ನು ಈ ಸ್ಥಾನಕ್ಕೆ ನೇಮಿಸಿದರು. ರಾಧಾಕೃಷ್ಣನ್ ಆಕ್ಸ್‌ಫರ್ಡ್‌ನಲ್ಲಿ ತಮ್ಮ ಕೆಲಸವನ್ನು ಮುಂದುವರಿಸುವ ಕರಾರಿನೊಡನೆ ರಾಯಭಾರಿಯಾಗಿರಲು ಒಪ್ಪಿದರು. ಅವರು ಮಾಸ್ಕೊ ಸೇರಿದ ಕೆಲವೇ ವಾರಗಳ ನಂತರ ಸ್ಟಾಲಿನ್ ಅವರನ್ನು ಭೇಟಿಮಾಡುವ ಬಯಕೆ ವ್ಯಕ್ತಪಡಿಸಿದರು. 1950ರ ಜನವರಿ 14ರ ರಾತ್ರಿ ಒಂಬತ್ತು ಗಂಟೆಗಳ ಅವಧಿಯದ್ದಾಗಿತ್ತು. ಸ್ಟಾಲಿನ್‌ರನ್ನು ರಾಧಾಕೃಷ್ಣನ್ 'ಮಾರ್ಷಲ್' ಎಂದೂ ರಾಧಾಕೃಷ್ಣನ್‌ರನ್ನು ಸ್ಟಾಲಿನ್ 'ಪ್ರೊಫೆಸರ್' ಎಂದೂ ಸಂಬೋಧಿಸಿದರು. ರಾಧಾಕೃಷ್ಣನ್ ಸ್ಟಾಲಿನ್‌ರೊಡನೆ ಒಳ್ಳೆಯ ಗೆಳೆತನ ಸ್ಥಾಪಿಸಿಕೊಂಡರು.

ರಾಧಾಕೃಷ್ಣನ್ ರಾಯಭಾರಿಗಳ ಔತಣಕೂಟಗಳಲ್ಲಿ ಹೆಚ್ಚಿಗೆ ತಿನ್ನುತ್ತಿರಲಿಲ್ಲ. ಅವರು ಭಗವದ್ಗೀತೆಯ ಶ್ಲೋಕಗಳನ್ನು ಹೇಳಿಕೊಳ್ಳುತ್ತ ಕಾಲಕಳೆದು, ಬೇಗನೆ ಶಯನಗೃಹಕ್ಕೆ ತೆರಳುತ್ತಿದ್ದರು. ರಾಯಭಾರಿಗಳಲ್ಲಿ ಇದು ಅಸಾಧಾರಣವಾದ ಅಭ್ಯಾಸವಾಗಿತ್ತು. ಬಿಡುವಿನ ಸಮಯದಲ್ಲಿ ಅವರು ಉಪನಿಷತ್ತುಗಳನ್ನು ಭಾಷಾಂತರಿಸಿ ಅವುಗಳಿಗೆ ಭಾಷ್ಯಗಳನ್ನು ಬರೆದರು. ಭಾರತ-ರಷ್ಯ ಬಾಂಧವ್ಯವನ್ನು ಅವರು ಅತ್ಯಂತ ಬಲಗೊಳಿಸಿದರು. ಅವರ

ಕೆಲಸದಿಂದ ಸಂತುಷ್ಟರಾದ ನೆಹ್ರೂರವರಿಗೆ ಅವರ ಬಗ್ಗೆ ಗೌರವ ಹೆಚ್ಚಿತು. ಅವರನ್ನು ನೆಹ್ರೂ ಭಾರತದ ಉಪರಾಷ್ಟ್ರಪತಿಯ ಹುದ್ದೆಯ ಚುನಾವಣೆಗೆ ಅಭ್ಯರ್ಥಿಯಾಗಿ ನೇಮಿಸಿದರು. ರಾಧಾಕೃಷ್ಣನ್ ಮಾಸ್ಕೊದಿಂದ ಭಾರತಕ್ಕೆ ಹಿಂದಿರುಗಿದರು. ಅವರು ಹೊರಟದಿನ ಸ್ಟಾಲಿನ್‌ರೊಡನೆ ಅವರ ಒಂದು ಸಣ್ಣ ಭೇಟಿ ಏರ್ಪಡಿಸಲಾಗಿತ್ತು. ಸ್ಟಾಲಿನ್ ತುಂಬ ಬೇಸರದಿಂದಿದ್ದರು. "ನೀವೊಬ್ಬರೇ ನನ್ನನ್ನು ಮನುಷ್ಯನೆಂದು ಪರಿಗಣಿಸುತ್ತಿರುವುದು, ಎಲ್ಲರೂ ನನ್ನನ್ನು ರಾಕ್ಷಸನೆಂದು ಭಾವಿಸುತ್ತಾರೆ" ಎಂದು ಸ್ಟಾಲಿನ್ ದುಃಖದಿಂದ ನುಡಿದರು. ರಾಧಾಕೃಷ್ಣನ್ ಅವರ ತಲೆಸವರಿ ಅವರ ಬೆನ್ನುತಟ್ಟಿ ಸಂತೈಸಿದರು. ಉಪರಾಷ್ಟ್ರಪತಿಯ ಸ್ಥಾನಕ್ಕೆ ಅಭ್ಯರ್ಥಿಯಾಗಿ ನೇಮಕಗೊಂಡ ರಾಧಾಕೃಷ್ಣನ್, ಆಕ್ಸ್‌ಫರ್ಡ್‌ನ ತಮ್ಮ ಕೆಲಸಕ್ಕೆ ರಾಜಿನಾಮೆ ನೀಡಿದರು.

ಭಾರತದ ಉಪರಾಷ್ಟ್ರಪತಿ

ಸಕ್ರಿಯ ರಾಜಕಾರಣದಲ್ಲಿ ಅಲ್ಲಿಯ ತನಕ ಭಾಗವಹಿಸದಿದ್ದುದರಿಂದ ರಾಧಾಕೃಷ್ಣನ್‌ರನ್ನು ಸ್ವಾಗತಿಸಲು ಹೆಚ್ಚಿನ ಸಂಖ್ಯೆಯಲ್ಲಿ ರಾಜಕಾರಣಿಗಳು ಬರಲಿಲ್ಲ. 1952ರ ಮೇ ತಿಂಗಳಿನಲ್ಲಿ ಸಂಸತ್‌ನ ಎರಡೂ ಸದನಗಳು ಅವರನ್ನು ಉಪರಾಷ್ಟ್ರಪತಿಯಾಗಿ ಆರಿಸಿದವು. ಉಪರಾಷ್ಟ್ರಪತಿಯಾದ ಅವರು ರಾಜ್ಯಸಭೆಯ ಸಭಾಧ್ಯಕ್ಷರಾದರು. ರಾಜ್ಯಸಭೆಯಲ್ಲಿ ತಮ್ಮ ಹಾಸ್ಯಪ್ರವೃತ್ತಿ ಮತ್ತು ಮಾತಿನ ಚಾಣಾಕ್ಷತೆಯಿಂದ ರಾಧಾಕೃಷ್ಣನ್

ಎಲ್ಲರ ಮನಗೆದ್ದರು. ಕಾಂಗ್ರೆಸ್‌ನ ಗೋವಿಂದ ವಲ್ಲಭ ಪಂತ್ "ರಾಜ್ಯಸಭೆ ನಿಮ್ಮ ಕೈಯಲ್ಲಿ ಒಂದು ಆಟಿಕೆಯಾಗಿದೆ, ಅತ್ಯಂತ ಸುಲಲಿತವಾಗಿ ಸಭೆಯನ್ನು ನಡೆಸುತ್ತೀರಿ" ಎಂದರು. ಸದಸ್ಯರನ್ನೆಲ್ಲ ಒಂದು ದೊಡ್ಡ ಸಂಸಾರದಂತೆ ರಾಧಾಕೃಷ್ಣನ್ ಒಗ್ಗೂಡಿಸಿದರು. ಅವರು ರಾಜ್ಯಸಭೆಯಲ್ಲಿ ಸದನದ ಘನತೆ ಹಾಗೂ ಗೌರವಗಳನ್ನು ಕಾಪಾಡುವ ರೀತಿಯಲ್ಲಿ ನಡೆದುಕೊಂಡರು. 1952ರಲ್ಲಿ ಯುರೋಪ್ ಮತ್ತು ಮಧ್ಯಪೂರ್ವ ಏಷ್ಯಾಕ್ಕೆ ರಾಧಾಕೃಷ್ಣನ್ ಭೇಟಿಕೊಟ್ಟರು. ಅವರು ಬ್ರಿಟನ್‌ಗೆ ಭೇಟಿಕೊಟ್ಟಾಗ ಆಕ್ಸ್‌ಫರ್ಡ್ ವಿಶ್ವವಿದ್ಯಾನಿಲಯದವರು ಅವರಿಗೆ ಗೌರವ ಡಾಕ್ಟರೇಟ್ ಪದವಿ ಕೊಟ್ಟರು. ಅವರು ಯುನೆಸ್ಕೋದ ಏಳನೆ ಸಾರ್ವತ್ರಿಕ ಸಮ್ಮೇಳನದ ಅಧ್ಯಕ್ಷರಾಗಿ ಚುನಾಯಿತರಾದರು. ಇದರಿಂದ ಈ ಗೌರವಕ್ಕೆ ಪಾತ್ರರಾದ ಮೊದಲನೇ ಏಷ್ಯನ್ನರೆಂಬ ಹೆಗ್ಗಳಿಕೆ ಅವರದಾಯಿತು. 1954ರಲ್ಲಿ ಅವರು ಜರ್ಮನಿ, ಅಮೆರಿಕ, ಲ್ಯಾಟಿನ್ ಅಮೆರಿಕ ಮತ್ತು ಕೆನಡಾಗಳ ಪ್ರವಾಸ ಕೈಗೊಂಡರು. 1954ರ ನವೆಂಬರ್ 17ರಂದು ಅಮೆರಿಕ ಸೆನೆಟನ್ನು ಉದ್ದೇಶಿಸಿ ಅವರು ಭಾಷಣ ಮಾಡಿದರು. ಅಮೆರಿಕ ಮತ್ತು ಕೆನಡಾಗಳ ಹಲವು ವಿಶ್ವವಿದ್ಯಾನಿಲಯಗಳಲ್ಲಿಯೂ ಅವರು ಉಪನ್ಯಾಸಗಳನ್ನು ನೀಡಿದರು. 1956ರ ಜೂನ್‌ನಲ್ಲಿ ಮತ್ತೆ ಯುರೋಪ್ ಪ್ರವಾಸ ಕೈಗೊಂಡರು. ಜೂನ್ 18ರಂದು ಮಾಸ್ಕೋ ವಿಶ್ವವಿದ್ಯಾನಿಲಯದ ಗೌರವ ಪ್ರೊಫೆಸರ್ ಎಂಬ ಪದವಿಯನ್ನು ಅವರು ಪಡೆದರು. ಅವರ ಭೇಟಿಯ ಜ್ಞಾಪಕಾರ್ಥವಾಗಿ ಅವರ 'ಭಾರತೀಯ

ತತ್ವಶಾಸ್ತ್ರ'ದ ರಷ್ಯನ್ ಭಾಷೆಯ ಆವೃತ್ತಿಯನ್ನು ಬಿಡುಗಡೆ ಮಾಡಲಾಯಿತು. ಅವರ ದೇಶಸೇವೆಯನ್ನು ಗುರುತಿಸಿ ಭಾರತ ಸರ್ಕಾರ 1954ರಲ್ಲಿ ಅವರಿಗೆ ದೇಶದ ಅತ್ಯುನ್ನತ ಪ್ರಶಸ್ತಿಯನ್ನು (ಭಾರತ ರತ್ನ) ನೀಡಿ ಗೌರವಿಸಿತು. 1956ರಲ್ಲಿ ಅವರ ಪತ್ನಿ ವಿಯೋಗದಿಂದ ಅವರಿಗೆ ವೈಯಕ್ತಿಕ ನಷ್ಟವಾಯಿತು. ಇದೇ ವರ್ಷದ ಸೆಪ್ಟೆಂಬರ್-ಅಕ್ಟೋಬರ್‌ನಲ್ಲಿ ಅವರು ಸಿಂಗಪುರ್, ಇಂಡೋನೇಷಿಯಾ, ಜಪಾನ್ ಮತ್ತು ಚೀನಾದ ಪ್ರವಾಸ ಕೈಗೊಂಡರು. ರಾಷ್ಟ್ರಪತಿ ಮತ್ತು ಉಪರಾಷ್ಟ್ರಪತಿಗಳ ಅಧಿಕಾರಾವಧಿ ಕೊನೆಗೊಳ್ಳುತ್ತಿದ್ದಂತೆ ನೆಹ್ರೂ ಅವರನ್ನು ರಾಷ್ಟ್ರಾಧ್ಯಕ್ಷರ ಪದವಿಗೆ ಅಭ್ಯರ್ಥಿಯಾಗಿ ನೇಮಿಸಲು ಇಚ್ಛಿಸಿದರು. ಆದರೆ ಹಲವರು ಇದನ್ನು ವಿರೋಧಿಸಿದರು. ಭಾರತದ ಮೊದಲನೇ ರಾಷ್ಟ್ರಪತಿಯಾಗಿದ್ದ ಡಾ॥ ರಾಜೇಂದ್ರಪ್ರಸಾದ್ ಕೂಡ ಮತ್ತೆ ಸ್ಪರ್ಧಿಸುವ ಇಂಗಿತ ವ್ಯಕ್ತಪಡಿಸಿದರು. ನೆಹ್ರೂ ಕಡೆಗೂ ಮಣಿಯಬೇಕಾಯಿತು. ಡಾ॥ ರಾಜೇಂದ್ರಪ್ರಸಾದ್ ಮತ್ತೆ ರಾಷ್ಟ್ರಪತಿಯಾದರು. ರಾಧಾಕೃಷ್ಣನ್ ಉಪರಾಷ್ಟ್ರಪತಿ ಸ್ಥಾನಕ್ಕೆ ರಾಜಿನಾಮೆ ನೀಡಿದರು. ನೆಹ್ರೂ ಮತ್ತು ಇಂದಿರಾಗಂಧಿಯಾವರ ಬಲವಂತಕ್ಕೆ ಮಣಿದು ರಾಧಾಕೃಷ್ಣನ್ ಮತ್ತೆ ಉಪರಾಷ್ಟ್ರಪತಿ ಯಾದರು. ರಾಧಾಕೃಷ್ಣನ್ ರಾಷ್ಟ್ರಪತಿಗಳು ಅನಾರೋಗ್ಯ ಪೀಡಿತರಾದಾಗ ಅವರ ಶುಶ್ರೂಷೆಯಲ್ಲಿ ವಿಶೇಷ ಆಸಕ್ತಿ ವಹಿಸಿದರು.

ರಾಧಾಕೃಷ್ಣನ್ ತಮ್ಮ ನಿಷ್ಪಕ್ಷಪಾತ ಮನೋಭಾವದಿಂದ ರಾಜ್ಯಸಭೆಯಲ್ಲಿ ಆಡಳಿತ ಮತ್ತು ವಿರೋಧ ಪಕ್ಷಗಳ ಪ್ರತಿನಿಧಿಗಳ ಮನಗೆದ್ದರು. ಉಪರಾಷ್ಟ್ರಪತಿಯಾಗಿದ್ದ ಹತ್ತು ವರ್ಷಗಳ ಕಾಲವೂ ಅವರು ಇಬ್ಬರೇ ಸಹಾಯಕರೊಂದಿಗೆ ಕಾರ್ಯನಿರ್ವಹಿಸಿದರು. ಅವರು ಓಡಾಡಲು ಸ್ವಂತ ಕಾರನ್ನು ಬಳಸುತ್ತಿದ್ದರು. ವಿದೇಶಿ ಪ್ರಯಾಣಗಳಲ್ಲಿ ಅವರು ಸಂಬಂಧಿಕರನ್ನು ತಮ್ಮ ಜೊತೆ ಕರೆದೊಯ್ಯುತ್ತಿರಲಿಲ್ಲ. ಅವರು ಇತರ ಸಾಮಾನ್ಯ ಪ್ರಯಾಣಿಕರಂತೆ ಪ್ರಯಾಣ ಮಾಡುತ್ತಿದ್ದರು.

ರಾಷ್ಟ್ರಪತಿ ರಾಧಾಕೃಷ್ಣನ್ - ಮೊದಲ ಹಂತ

1962ರಲ್ಲಿ ರಾಜೇಂದ್ರಪ್ರಸಾದ್ ಮತ್ತು ರಾಧಾಕೃಷ್ಣನ್‌ರ ಅಧಿಕಾರವಧಿ ಕೊನೆಗೊಂಡಾಗ, ಕಾಂಗ್ರೆಸ್ ಪಕ್ಷ ಸರ್ವಾನುಮತದಿಂದ ರಾಷ್ಟ್ರಪತಿ ಸ್ಥಾನಕ್ಕೆ ಅಭ್ಯರ್ಥಿಯಾಗಿ ರಾಧಾಕೃಷ್ಣನ್‌ರನ್ನು ನೇಮಿಸಿತು. ಚುನಾವಣೆಯಲ್ಲಿ ಶೇಕಡಾ 98ರಷ್ಟು ಮತಗಳನ್ನು ಪಡೆದು ಅವರು ಆಯ್ಕೆಯಾದರು. ಡಾ॥ಜಾಕಿರ್ ಹುಸೇನ್ ಉಪರಾಷ್ಟ್ರಪತಿಯಾಗಿ ಆಯ್ಕೆಯಾದರು. ಡಾ॥ ರಾಜೇಂದ್ರಪ್ರಸಾದ್‌ರಂತೆಯೇ ಡಾ॥ ರಾಧಾಕೃಷ್ಣನ್ ರಾಷ್ಟ್ರಪತಿಯ ಸಂಬಳವಾದ 10,000ರೂ.ಗಳಲ್ಲಿ 2,500 ರೂ. ಮಾತ್ರ ತೆಗೆದುಕೊಂಡು, ಉಳಿದುದನ್ನು ಪ್ರಧಾನಮಂತ್ರಿ ಪರಿಹಾರ ಧನಕ್ಕೆ ದಾನಮಾಡತೊಡಗಿದರು. ರಾಷ್ಟ್ರಪತಿಯಾದ ನಂತರ

ಅವರು ಮೊದಲ ಭಾಷಣದಲ್ಲಿ "ಜನ ನನ್ನ ಮೇಲಿಟ್ಟಿರುವ ಅಪಾರವಾದ ವಿಶ್ವಾಸಕ್ಕೆ ಅರ್ಹನಾಗುವಂತೆ ಕೆಲಸಮಾಡಲು ನಾನು ಪ್ರಯತ್ನಿಸುತ್ತೇನೆ" ಎಂದರು.

ಲಂಡನ್‌ನ 'ದಿ ಟೈಮ್ಸ್' ಪತ್ರಿಕೆ, ವಿಶ್ವವಿಖ್ಯಾತರಾದ ತತ್ವಶಾಸ್ತ್ರಜ್ಞರಾದ ಬರ್ಟ್ರಾಂಡ್‌ರಸೆಲ್ ಮತ್ತು ಪರ್ಲ್. ಎಸ್. ಬಕ್, ರಾಧಾಕೃಷ್ಣನ್ ಭಾರತದ ರಾಷ್ಟ್ರಪತಿಯಾದುದಕ್ಕೆ ಅವರನ್ನು ಅಭಿನಂದಿಸಿದರು. ಬರ್ಟ್ರಾಂಡ್‌ರಸೆಲ್ "ತತ್ವಶಾಸ್ತ್ರಕ್ಕೆ ತತ್ವಶಾಸ್ತ್ರಜ್ಞರಿಗೆ ಮತ್ತು ಭಾರತದ ಪ್ರಜಾಸತ್ತೆಗೆ ಸಂದ ವಿಶೇಷ ಗೌರವ ಇದಾಗಿದೆ" ಎಂದು ಅವರನ್ನು ಅಭಿನಂದಿಸಿದರು, ರಾಷ್ಟ್ರಪತಿಯಾದ ಕೂಡಲೆ ಡಾ॥ರಾಧಾಕೃಷ್ಣನ್, ಡಾ॥ರಾಜೇಂದ್ರ ಪ್ರಸಾದ್‌ರಿಗೆ 'ಭಾರತ ರತ್ನ' ಪ್ರಶಸ್ತಿ ನೀಡಿ ಗೌರವಿಸಿದರು. ಡಾ॥ ಜಾಕಿರ್‌ಹುಸೇನ್‌ರೊಡನೆ ಅವರು ಆದರಪೂರ್ವಕವಾದ, ಆಹ್ಲಾದಕರವಾದ ಸಂಬಂಧವನ್ನಿಟ್ಟುಕೊಂಡಿದ್ದರು. ರಾಷ್ಟ್ರಪತಿಗೆ ದೇಶದ ಆಡಳಿತದಲ್ಲಿ ಸಕ್ರಿಯ ಪಾತ್ರವಿರಬೇಕೆಂದು ಅವರು ಅಭಿಪ್ರಾಯಪಡತೊಡಗಿದರು. ಅವರು ನೆಹರೂ ಸರ್ಕಾರದ ಕೆಲವು ಕಾರ್ಯನೀತಿಗಳನ್ನು ಟೀಕಿಸತೊಡಗಿದರು.

ಚೀನಾದವರ ಸ್ವಯಂಪ್ರೇರಿತ ಕದನವಿರಾಮದ ಸಮಾಚಾರ ತಿಳಿದಾಗ ರಾಧಾಕೃಷ್ಣನ್ "ಅವರು ನಮ್ಮ ಮನೆಯನ್ನು ಹೊಕ್ಕು, ನಮ್ಮ ಕಪಾಳಕ್ಕೆ ಹೊಡೆದು, ಹಿಂದಿರುಗಿದ್ದಾರೆ" ಎಂದರು. 1964ರ ಜನವರಿ 8ರಂದು ನೆಹರೂ ಪಾರ್ಶ್ವವಾಯುವಿನ

ಹೊಡೆತಕ್ಕೊಳಗಾದರು. ಮೇ 27ರಂದು ಅವರು ವಿಧಿವಶರಾದರು. ನೆಹರೂರನ್ನು ಅತ್ಯಂತ ಸಮರ್ಥರಾಜಕಾರಣಿ ಮತ್ತು ದೇಶಭಕ್ತ ಎಂದು ರಾಧಾಕೃಷ್ಣನ್ ಬಣ್ಣಿಸಿದರು. ಅವರು ಭಾರತೀಯರ ಏಳಿಗೆಗಾಗಿ ಹಗಲಿರುಳು ಶ್ರಮಿಸಿದರು ಎಂದು ರಾಧಾಕೃಷ್ಣನ್ ಹೇಳಿದರು.

ರಾಷ್ಟ್ರಪತಿ ರಾಧಾಕೃಷ್ಣನ್ : ಎರಡನೆಯ ಹಂತ

ನೆಹರೂ ಅಗಲಿಕೆಯ ನಂತರ ರಾಧಾಕೃಷ್ಣನ್ ರಾಷ್ಟ್ರಪತಿ ಆಳ್ವಿಕೆಯನ್ನು ಘೋಷಿಸಿ ದೇಶವನ್ನು ಅವರೇ ಸ್ವತಃ ಆಡಳಿತ ಮಾಡಬಹುದಾದ ಅವಕಾಶ ಅವರಿಗೆ ದೊರೆಯಿತಾದರೂ ಅವರು ಹಾಗೆ ಮಾಡಲಿಲ್ಲ. ಸದನದಲ್ಲಿ ಕಾಂಗ್ರೆಸ್‌ನ ಅತ್ಯಂತ ಹಿರಿಯ ಸದಸ್ಯರಾದ ಗುಲ್ಜಾರಿಲಾಲ್ ನಂದಾರನ್ನು ಅವರು ಹಂಗಾಮಿ ಪ್ರಧಾನಿಯಾಗಿ ನೇಮಿಸಿದರು. ಕಾಂಗ್ರೆಸ್ ಪಕ್ಷಕ್ಕೆ ತನ್ನ ಹೊಸ ನಾಯಕನನ್ನು ಆರಿಸಿಕೊಳ್ಳುವಂತೆ ಸೂಚಿಸಿದರು. 1964ರ ಜೂನ್ 2 ರಂದು ಲಾಲ್ ಬಹದ್ದೂರ್ ಶಾಸ್ತ್ರಿ ಕಾಂಗ್ರೆಸ್‌ನ ನಾಯಕರಾಗಿ ಚುನಾಯಿತರಾದರು ಮತ್ತು ಅಂದೇ ಪ್ರಧಾನ ಮಂತ್ರಿಯಾಗಿ ಅಧಿಕಾರ ವಹಿಸಿಕೊಂಡರು, 1965ರಲ್ಲಿ ಭಾಷೆಗಳ ಬಗ್ಗೆ ಉತ್ತರ ಮತ್ತು ದಕ್ಷಿಣ ಭಾರತಗಳ ನಡುವೆ ವಿರಸ ಪ್ರಾರಂಭವಾದಾಗ ಶಾಸ್ತ್ರಿಯವರು ಸಮರ್ಥವಾಗಿ ಪರಿಸ್ಥಿತಿಯನ್ನು ನಿಭಾಯಿಸುವುದರಲ್ಲಿ ರಾಧಾಕೃಷ್ಣನ್ ಅವರಿಗೆ ಸಹಾಯ ಮಾಡಿದರು, ಪಾಕಿಸ್ತಾನದ ವಿರುದ್ಧ ಕಾರ್ಯಾಚರಣೆಯಲ್ಲಿ

ಭಾರತವು ಜಯಶಾಲಿಯಾದಾಗ ರಾಧಾಕೃಷ್ಣನ್ ಅತ್ಯಂತ ಸಂತುಷ್ಟರಾದರು. ಆದರೆ ಅವರು ಭಾರತವು ಲಾಹೋರ್ ನಗರವನ್ನು ತನ್ನ ವಶಕ್ಕೆ ತೆಗೆದುಕೊಳ್ಳಬೇಕಾಗಿತ್ತು ಎಂದು ಅಭಿಪ್ರಾಯಪಟ್ಟರು, 1966ರ ಜನವರಿ 11ರಂದು ಪ್ರಧಾನಿ ಶಾಸ್ತ್ರಿಯವರು, ತಾಷ್ಕೆಂಟ್‌ನಲ್ಲಿ ಪಾಕಿಸ್ತಾನದ ಅಧ್ಯಕ್ಷರೊಡನೆ ಒಪ್ಪಂದಕ್ಕೆ ಸಹಿ ಹಾಕಿದ ಕೆಲವೇ ಗಂಟೆಗಳಲ್ಲಿ ವಿಧಿವಶರಾದರು. ಶಾಸ್ತ್ರಿಯವರಿಗೆ ಮರಣೋತ್ತರವಾದ ಭಾರತರತ್ನ ಪ್ರಶಸ್ತಿ ನೀಡಿ ರಾಧಾಕೃಷ್ಣನ್ ಗೌರವಿಸಿದರು. ಅವರು ಮತ್ತು ನಂದಾರನ್ನು ಹಂಗಾಮಿ ಪ್ರಧಾನಿಯಾಗಿ ನೇಮಿಸಿದರು, ಜನವರಿ 19ರಂದು ಶ್ರೀಮತಿ ಇಂದಿರಾಗಾಂಧಿ ಕಾಂಗ್ರೆಸ್‌ನ ನಾಯಕಿಯಾಗಿ ಆಯ್ಕೆಯಾದರು. 24ರಂದು ಅವರ ಮಂತ್ರಿಮಂಡಲ ಪ್ರಮಾಣವಚನ ಸ್ವೀಕರಿಸಿತು.

ರಾಷ್ಟ್ರಪತಿಯಾಗಿ ರಾಧಾಕೃಷ್ಣನ್ ಭಾರತದೆಲ್ಲೆಡೆ ಪ್ರವಾಸ ಕೈಗೊಂಡರು, ಅವರು ಅಫ್ಘಾನಿಸ್ತಾನ್, ಇರಾನ್, ಅಮೆರಿಕ, ರಷ್ಯ, ಯುಗೋಸ್ಲಾವಿಯಾ, ಚೆಕೋಸ್ಲೋವಾಕಿಯಾ ಮತ್ತು ಈಥಿಯೋಪಿಯಾಗಳ ಪ್ರವಾಸ ಕೈಗೊಂಡರು. ಅವರ ಸರಳ ವ್ಯಕ್ತಿತ್ವದಿಂದ ಅವರು ಹೋದಲ್ಲೆಲ್ಲ ಅಭಿಮಾನಿಗಳನ್ನು ಗಳಿಸುತ್ತಿದ್ದರು, ಅವರನ್ನು ಹಲವಾರು ವಿದೇಶಿ ಸರ್ಕಾರಗಳು ಮತ್ತು ವಿಶ್ವವಿದ್ಯಾನಿಲಯಗಳು ಗೌರವಿಸಿದವು. ಬ್ರಿಟನ್ ರಾಣಿ ಅವರಿಗೆ 'ಆರ್ಡರ್ ಆಫ್ ಮೆರಿಟ್' ನೀಡಿ ಗೌರವಿಸಿದರು, 1964ರ ಫೆಬ್ರವರಿ 5ರಂದು ಅವರು ಕಣ್ಣಿನ ಪೊರೆಯ ಶಸ್ತ್ರಚಿಕಿತ್ಸೆ

ಮಾಡಿಸಿಕೊಂಡರು. ಅನಂತರ ಅವರ ದೃಷ್ಟಿ ನಿಧಾನವಾಗಿ ಕ್ಷೀಣಿಸತೊಡಗಿತ್ತು. ಅದೇ ವರ್ಷ ಅವರು ಕೇಂದ್ರೀಯ ಸಾಹಿತ್ಯ ಅಕಾಡಮಿಯ ಅಧ್ಯಕ್ಷರಾಗಿ ಚುನಾಯಿತರಾದರು. ಸಾಹಿತಿಗಳು ಸಾಮಾಜಿಕ ಕಳಕಳಿಯೊಡನೆ ಜನಸಾಮಾನ್ಯರ ತೊಂದರೆಗಳಿಗೆ ಸ್ಪಂದಿಸುವಂತೆ ಬರೆಯಬೇಕೆಂದು ರಾಧಾಕೃಷ್ಣನ್ ಹೇಳಿದರು. 1964ರ ಡಿಸೆಂಬರ್‌ನಲ್ಲಿ ಭಾರತಕ್ಕೆ ಭೇಟಿ ನೀಡಿದ ಮೊದಲ ಪೋಪ್, ಪೋಪ್‌ಪಾಲ್ VI, ವ್ಯಾಟಿಕನ್‌ನ ಅತ್ಯುನ್ನತ ಸನ್ಮಾನವಾದ 'ನೈಟ್ ಆಫ್ ದಿ ಆರ್ಮಿ ಆಫ್ ಏಂಜಲ್ಸ್'ನ್ನು ರಾಧಾಕೃಷ್ಣನ್‌ರಿಗೆ ಪ್ರದಾನ ಮಾಡಿದರು. ರಾಧಾಕೃಷ್ಣನ್‌ರ ಅಧಿಕಾರಾವಧಿ ಮುಗಿದಾಗ ಕಾಮರಾಜ್ ಮತ್ತಿತರರು ಅವರನ್ನು ಮತ್ತೆ ಅಭ್ಯರ್ಥಿಯಾಗಿ ನೇಮಿಸಬೇಕೆಂದು ಬಯಸಿದರೂ, ಇಂದಿರಾಗಾಂಧಿಯವರು ಡಾ॥ಜಾಕಿರ್ ಹುಸೇನ್‌ರನ್ನು ನೇಮಿಸುವ ಇಂಗಿತ ವ್ಯಕ್ತಪಡಿಸಿದರು. 1967ರ ಏಪ್ರಿಲ್ 10ರಂದು ಕಾಂಗ್ರೆಸ್ ಪಕ್ಷವು ರಾಷ್ಟ್ರಪತಿಯ ಹುದ್ದೆಗೆ ಅಭ್ಯರ್ಥಿಯಾಗಿ ಡಾ॥ ಜಾಕಿರ್ ಹುಸೇನ್‌ರನ್ನು ನೇಮಿಸಿತು. ಅವರು ಚುನಾವಣೆಯಲ್ಲಿ ಜಯಗಳಿಸಿ 13ರಂದು ಪ್ರಮಾಣವಚನ ಸ್ವೀಕರಿಸಿದರು. ಅವರು ಯಶಸ್ವಿಯಾಗಲೆಂದು ರಾಧಾಕೃಷ್ಣನ್ ಹಾರೈಸಿದರು. ಡಾ॥ ಜಾಕಿರ್ ಹುಸೇನ್ "ರಾಧಾಕೃಷ್ಣನ್ ಭಾರತದ ಅನರ್ಘ್ಯ ರತ್ನ. ಅವರು ರಾಷ್ಟ್ರಪತಿಯ ಸ್ಥಾನಕ್ಕೆ ಅಪರೂಪವಾದ ಮಟ್ಟದ ಘನತೆ ಮತ್ತು ಗೌರವಗಳನ್ನು ತಂದುಕೊಟ್ಟಿದ್ದಾರೆ" ಎಂದು ಬಣ್ಣಿಸಿದರು. ಮೇ 13ರಂದು ಅಧಿಕಾರ ಬಿಟ್ಟುಕೊಟ್ಟ ರಾಧಾಕೃಷ್ಣನ್ ಮದರಾಸಿನ

ತಮ್ಮ ಸ್ವಂತ ಮನೆಗೆ ಅಂದೇ ತೆರಳಿದರು, ರಾಧಾಕೃಷ್ಣನ್ 1968ರಲ್ಲಿ ಸಾಹಿತ್ಯ ಅಕಾಡಮಿಯ ಫೆಲೋಶಿಪ್ ಮತ್ತು ಭಾರತೀಯ ವಿಧ್ಯಾಭವನದ 'ಬ್ರಹ್ಮ ವಿದ್ಯಾಭಾಸ್ಕರ' ಎಂಬ ಬಿರುದನ್ನು ಪಡೆದರು. 1973ರಲ್ಲಿ 40,000 ಪೌಂಡ್‌ಗಳ ಟೆಂಪಲ್ಟನ್ ಪ್ರಶಸ್ತಿ ಪಡೆದ ಮೊದಲ ಕ್ರಿಶ್ಚಿಯನ್ನೇತರ ವ್ಯಕ್ತಿ ಎಂಬ ಹೆಗ್ಗಳಿಕೆಗೆ ಪಾತ್ರರಾದರು. ಏಪ್ರಿಲ್ 6ರಂದು ಹಲವಾರು ಹೃದಯಾಘಾತಗಳಿಗೊಳಗಾಗಿ ಆಸ್ಪತ್ರೆ ಸೇರಿದ ಅವರು 17ರಂದು ಬೆಳಗಿನ ಜಾವ 12.45 ಸುಮಾರಿಗೆ ಅಸುನೀಗಿದರು. ಅವರ ಅಗಲಿಕೆಗೆ ವಿಶ್ವದ ಹಲವಾರು ಗಣ್ಯರು ಶೋಕ ವ್ಯಕ್ತಪಡಿಸಿದರು.

ಇಂದಿರಾಗಾಂಧಿ, ರಾಣಿ ಎಲಿಜಬತ್, ಶೇಕ್ ಮುಜಿಬುರ್ ರೆಹಮಾನ್ ಮತ್ತು ಆಗಿನ ರಾಷ್ಟ್ರಪತಿ ವಿ.ವಿ. ಗಿರಿ, ಜಯಪ್ರಕಾಶ್ ನಾರಾಯಣ್ ಮುಂತಾದ ಗಣ್ಯರು ರಾಧಾಕೃಷ್ಣನ್‌ರ ಮರಣದಿಂದ ಭಾರತವು ಜ್ಞಾನಿಯೂ, ದೇಶಪ್ರೇಮಿಯೂ, ಸಮರ್ಥ ಆಡಳಿತಗಾರರೂ ಮತ್ತು ಮಾನವತಾವಾದಿಯೂ ಆದ ಧೀಮಂತ ವ್ಯಕ್ತಿಯನ್ನು ಕಳೆದುಕೊಂಡಿದೆ ಎಂದು ಶೋಕಿಸಿದರು.

ಜೀವನವೆಲ್ಲ ಉಪನ್ಯಾಸಕರಾಗಿ ಸಾವಿರಾರು ವಿದ್ಯಾರ್ಥಿಗಳಿಗೆ ಮಾರ್ಗದರ್ಶಕರಾದ ರಾಧಾಕೃಷ್ಣನ್‌ರ ಜ್ಞಾಪಕಾರ್ಥವಾಗಿ ಅವರ ಹುಟ್ಟಿದ ದಿನವಾದ ಸೆಪ್ಟೆಂಬರ್ 5ರಂದು ಪ್ರತಿ ವರ್ಷ ಭಾರತದಲ್ಲಿ ಶಿಕ್ಷಕರ ದಿನವನ್ನು ಆಚರಿಸಲಾಗುತ್ತದೆ.

ರಾಧಾಕೃಷ್ಣನ್ ಒಡನಾಡಿಗಳು ಕಂಡಂತೆ

ರಾಧಾಕೃಷ್ಣನ್‌ರನ್ನು ಆಂಧ್ರ ವಿಶ್ವವಿದ್ಯಾನಿಲಯದ ಸೆನೆಟ್‌ನ ಆಜೀವ ಸದಸ್ಯತ್ವಕ್ಕೆ ಆಯ್ಕೆ ಮಾಡುವ ಸಂದರ್ಭದಲ್ಲಿ ಸೆನೆಟ್‌ನ ಸದಸ್ಯ ಪುಲ್ಲಾರೆಡ್ಡಿ, ಅವರನ್ನು "ತತ್ತ್ವ ಶಾಸ್ತ್ರದ ಪ್ರೊಫೆಸರ್ ಆಗಿ ರಾಧಾಕೃಷ್ಣನ್‌ರ ಹೆಸರು ವಿಶ್ವದ ಮೂಲೆ ಮೂಲೆಗಳನ್ನು ಮುಟ್ಟಿದೆ. ಅವರು ಆಹ್ವಾನಿಸಲ್ಪಡದ ಒಂದು ಪ್ರತಿಷ್ಠಿತ ಉಪನ್ಯಾಸವೂ ಇಲ್ಲ, ಎಲ್ಲ ಉಪನ್ಯಾಸಗಳಿಗೂ ಆಹ್ವಾನಿತ ರಾಗಿದ್ದಾರೆ. ಅವರಿಗೆ ಆಜೀವ ಸದಸ್ಯತ್ವ ನೀಡುವುದರಿಂದ ಸೆನೆಟ್‌ನ ಗೌರವ ಹೆಚ್ಚುತ್ತದೆ." ಎಂದು ಬಣ್ಣಿಸಿದರು. ಶ್ರೀ. ವಿ.ಎಸ್. ಶ್ರೀನಿವಾಸ ಶಾಸ್ತ್ರಿ, "ಯಾವಾಗಲೂ ಗಗನವನ್ನೇ ಗುರಿಯಾಗಿಟ್ಟುಕೊಂಡು ತಮ್ಮ ದಾಖಲೆಗಳನ್ನು ತಾವೆ ಉತ್ತಮಗೊಳಿಸುತ್ತ ಬಂದಿರುವ ಅತ್ಯಂತ ಅಪರೂಪದ ವ್ಯಕ್ತಿ. ಅವರನ್ನು ಅಭಿನಂದಿಸುವುದೇ ಅನವಶ್ಯಕ, ಅವರಂಥ ವ್ಯಕ್ತಿಯನ್ನು ನಮ್ಮ ನಡುವೆ ನಮ್ಮನ್ನು ನಾವೇ ಅಭಿನಂದಿಸಿಕೊಳ್ಳಬೇಕು," ಎಂದು ರಾಧಾಕೃಷ್ಣನ್‌ರನ್ನು ಬೀಳ್ಕೊಡುವ ಸಂದರ್ಭದಲ್ಲಿ (ಆಕ್ಸ್‌ಫರ್ಡ್‌ಗೆ) ಹೇಳಿದರು. ಬನಾರಸ್ ಹಿಂದೂ ವಿಶ್ವವಿದ್ಯಾನಿಲಯದ ಹಂಗಾಮಿ ಉಪಕುಲಪತಿ, ದರ್ಭಂಗಾದ ಮಹಾರಾಜ ಉಪಕುಲಪತಿಯಾಗಿ ರಾಧಾಕೃಷ್ಣನ್ ಅಧಿಕಾರ ವಹಿಸಿಕೊಂಡ ಸಂದರ್ಭದಲ್ಲಿ "ನಾವು ಮಾಳವೀಯರ ನಂತರ ಅವರಷ್ಟೇ ಸಮರ್ಥರೂ ಕಾರ್ಯನಿಷ್ಠರೂ ಆದ ರಾಧಾಕೃಷ್ಣನ್

ಈ ಹುದ್ದೆಯನ್ನಲಂಕರಿಸಿ ನಮ್ಮನ್ನು ಧನ್ಯರನ್ನಾಗಿಸಿದ್ದಾರೆ" ಎಂದರು. ಮಾಳವೀಯರು "ಭಾರತದ ಸಂಸ್ಕೃತಿಯನ್ನು ಸ್ವದೇಶದಲ್ಲಿ ಮತ್ತು ವಿದೇಶಗಳಲ್ಲಿ ಅವರು ವಿವರಿಸದಷ್ಟು ಸೊಗಸಾಗಿ ವಿವರಿಸಿದ ವಿದ್ವಾಂಸರು ಅತಿ ವಿರಳ. ಅವರು ಉಪಕುಲಪತಿಯಾಗಲು ಒಪ್ಪಿರುವುದು ವಿಶ್ವವಿದ್ಯಾನಿಲಯದ ಅದೃಷ್ಟ." ಎಂದು ಅವರನ್ನು ಬಣ್ಣಿಸಿದರು. ಬನಾರಸ್ ಹಿಂದೂ ವಿಶ್ವವಿದ್ಯಾನಿಲಯದ ರಜತ ಮಹೋತ್ಸವದ ಸಂದರ್ಭದಲ್ಲಿ ಆಹ್ವಾನಿತರಾಗಿದ್ದ ಗಾಂಧೀಜಿ "ರಾಧಾಕೃಷ್ಣನ್ ಮತ್ತು ಮಾಳವೀಯರು ಅಪರೂಪದ ವ್ಯಕ್ತಿಗಳು. ಅವರೀರ್ವರು ಸಾಧಿಸಿದಷ್ಟು ಸಾವಿರಾರು ಜನರೂ ಕೂಡ ಸಾಧಿಸಲಾರರು" ಎಂದು ಅವರನ್ನು ಹೊಗಳಿದರು, 1946ರಲ್ಲಿ ರಾಧಾಕೃಷ್ಣನ್‌ರ ಬಗ್ಗೆ ಬರೆಯುತ್ತ ಹೆಸರಾಂತ ಪತ್ರಕರ್ತ ಖಾಸಾ ಸುಬ್ಬರಾವ್ "ರಾಧಾಕೃಷ್ಣನ್ ಈ ನಡುವೆ ರಾಜಕೀಯವನ್ನು ಪ್ರವೇಶಿಸುತ್ತಿದ್ದಾರೆ. ಅವರು ಸಮರ್ಥ ರಾಜಕಾರಣಿಯಾಗಲು ಬೇಕಾದ ಎಲ್ಲ ಅರ್ಹತೆಗಳನ್ನು ಹೊಂದಿದ್ದಾರೆ. ಆರ್ಥಿಕ ಸ್ವಾತಂತ್ರ್ಯ, ಚತುರ ಬುದ್ಧಿ, ಅತ್ಯಂತ ಪ್ರಭಾವಶಾಲಿಯಾದ ಮಾತಿನ ವೈಖರಿ ಮತ್ತು ಎಲ್ಲಕ್ಕಿಂತ ಮುಖ್ಯವಾಗಿ ಅಂತರರಾಷ್ಟ್ರೀಯ ಮಾನ್ಯತೆ ಮತ್ತು ಪ್ರಖ್ಯಾತಿ ಪಡೆದಿದ್ದಾರೆ." ಎಂದರು.

ಹಿರಿಯ ಪತ್ರಕರ್ತ ಮತ್ತು ರಾಜ್ಯ ಸಭೆಯ ಸದಸ್ಯರಾಗಿದ್ದ ಕೆ.ರಾಮರಾವ್ "ಸಭೆಯ ಜೀವಾಳವಾಗಿದ್ದರು. ಅವರನ್ನು ನೋಡಿದೊಡನೆ ಸರಸ್ವತಿ ದೇವಿಯ ಪುತ್ರರನ್ನೇ ಕಂಡಂತಾಗುತ್ತಿತ್ತು.

ಅವರ ಹಾಸ್ಯಪ್ರವೃತ್ತಿ ಅಪ್ರತಿಮವಾದುದು, ಅವರು ಯಾವಾಗಲೂ ಸಭೆಯನ್ನು ನಗೆಯ ಕಡಲಿನಲ್ಲಿ ತೇಲಿಸುತ್ತಿದ್ದರು, ಸದಸ್ಯರೆಲ್ಲರೂ ಅವರನ್ನು ಗೌರವಿಸುತ್ತಿದ್ದರು ಮತ್ತು ಯಾರೂ ಅವರಿಗೆ ಎದಿರು ಮಾತನಾಡುತ್ತಿರಲಿಲ್ಲ." ಎಂದು ರಾಧಾಕೃಷ್ಣನ್‌ರ ಬಗ್ಗೆ ಹೇಳಿದರು.

ಅವರು ರಾಷ್ಟ್ರಪತಿಯಾಗಿ ಅಧಿಕಾರ ವಹಿಸಿಕೊಂಡ ಸಂದರ್ಭದಲ್ಲಿ ವಿಶ್ವವಿಖ್ಯಾತ ಸಾಹಿತಿ ಮತ್ತು ತತ್ವಶಾಸ್ತ್ರಜ್ಞ ಬರ್ಟ್‌ರಾಂಡ್ ರಸೆಲ್ "ಅವರು ಭಾರತದ ರಾಷ್ಟ್ರಪತಿಯಾಗಿ ಚುನಾಯಿತರಾಗಿರುವುದು ತತ್ವಶಾಸ್ತ್ರಕ್ಕೆ ಸಂದ ಒಂದು ಅಪೂರ್ವ ಗೌರವ. ತತ್ವಶಾಸ್ತ್ರನಾದ ನನಗೆ ಇದರಿಂದ ವಿಶೇಷ ಸಂತೋಷವಾಗಿದೆ. ತತ್ವಶಾಸ್ತ್ರಜ್ಞರು ಮಹಾರಾಜರಾಗಬೇಕೆಂದು ಪ್ಲಾಟೋ ಪ್ರತಿಪಾದಿಸಿದ್ದ. ಇವರನ್ನು ಚುನಾಯಿಸಿದ ಭಾರತಕ್ಕೆ ಸಂದ ಗೌರವವಿದು." ಎಂದು ತಮ್ಮ ಸಂದೇಶದಲ್ಲಿ ತಿಳಿಸಿದ್ದರು.

ರಾಧಾಕೃಷ್ಣನ್ ಆತ್ಮ ಚರಿತ್ರೆ

ಡಾ.. ಸರ್ವೇಪಲ್ಲಿ ರಾಧಾಕೃಷ್ಣನ್ 1937ರಲ್ಲಿ ತಮ್ಮ 49ನೇ ವಯಸ್ಸಿನಲ್ಲಿ 'ಮೈ ಸರ್ಚ್ ಫಾರ್ ಟ್ರೂಥ್' ಎಂಬ ಶೀರ್ಷಿಕೆಯ 49ಪುಟಗಳ ತಮ್ಮ ಆತ್ಮ ಚರಿತ್ರೆಯನ್ನು ರಚಿಸಿದ್ದರು, 1952ರಲ್ಲಿ ತಮ್ಮ ಪುಸ್ತಕವೊಂದು ಪ್ರಕಟಗೊಂಡ ಸಂದರ್ಭದಲ್ಲಿ 'ಫ್ರಾಗ್ಮೆಂಟ್ಸ್ ಆಫ್ ಎ ಕನ್ಫೆಷನ್' ಎಂಬ ಪುಸ್ತಕವನ್ನು (ಆತ್ಮ ಚರಿತ್ರೆ) ರಚಿಸಿದ್ದರು, ಅದರಲ್ಲಿ 78 ಪುಟಗಳಿದ್ದವು ಮತ್ತು ಹತ್ತು ಅಧ್ಯಾಯಗಳಿದ್ದವು. ಅವರ ಜೀವನದ ದಿಕ್ಕನ್ನೇ ನಿಶ್ಚಯಿಸಿದ

ತತ್ವಶಾಸ್ತ್ರದ ಅಭ್ಯಾಸ ಅವರು ಪ್ರಾರಂಭಿಸುವುದಕ್ಕೆ ಅವರು ಕೊಟ್ಟ ಕಾರಣಗಳು

1. ಸಂಬಂಧಿಕರೊಬ್ಬರಿಂದ ಅದಕ್ಕೆ ಸಂಬಂಧಪಟ್ಟ ಪುಸ್ತಕಗಳು ದೊರೆತುದು.
2. ಧಾರ್ಮಿಕ ಮತ್ತು ಪುಣ್ಯಕ್ಷೇತ್ರವಾದ ತಿರುಪತಿಯಲ್ಲಿ ಪ್ರಾಥಮಿಕ ವಿದ್ಯಾಭ್ಯಾಸ.
3. ಕ್ರಿಶ್ಚಿಯನ್ ಮಿಷನರಿ ಶಾಲೆಯ ವಿದ್ಯಾಭ್ಯಾಸ.
4. ತಂದೆ ತಾಯಿಯರು ದೈವಭಕ್ತರೂ ಸಂಪ್ರದಾಯ ಬದ್ಧರೂ ಆಗಿದ್ದರು.

ತಮ್ಮ ಜೀವನದ ಮೇಲೆ ಸ್ವಾಮಿ ವಿವೇಕಾನಂದರ ಪ್ರಭಾವ ಬಹಳವಾಗಿತ್ತೆಂದು ರಾಧಾಕೃಷ್ಣನ್ ಬರೆದಿದ್ದಾರೆ, ವಿವೇಕಾನಂದರ ಪ್ರಭಾವದಿಂದ ತಾವು ಭಾರತೀಯರು ಎಂದು ಹೇಳಲು ಹಿಂಜರಿಯದೆ ಹೆಮ್ಮೆಯಿಂದ ಅದನ್ನು ಘೋಷಿಸುವಂತಾಗಿದೆ ಎಂದು ರಾಧಾಕೃಷ್ಣನ್ ಬರೆದಿದ್ದಾರೆ. ಅಧ್ಯಾಪಕ ಪ್ರೊ|| ಎ.ಜಿ. ಹಾಗ್ ತಮ್ಮ ಮೇಲೆ ಎಲ್ಲರಿಗಿಂತ ಹೆಚ್ಚು ಪ್ರಭಾವ ಬೀರಿದ್ದರೆಂದು ರಾಧಾಕೃಷ್ಣನ್ ಬರೆದಿದ್ದಾರೆ, ತಾವು ಯಾವಾಗಲೂ ಧ್ಯಾನದ ಮನಃಸ್ಥಿತಿಯಲ್ಲಿರುತ್ತಿದ್ದರೆಂದೂ, ಒಂಟಿಯಾಗಿರಲು ಬಯಸು ತ್ತಿದ್ದರೆಂದೂ ಬರೆದಿದ್ದಾರೆ, ಒಂಟಿತನ ಬಯಸಿದರೂ ಕ್ಷಣಮಾತ್ರದಲ್ಲಿ ಸ್ನೇಹ ಬೆಳೆಸುವ ಸಾಮರ್ಥ್ಯ, ಛಲ ಮತ್ತು ಆತ್ಮ ವಿಶ್ವಾಸ ತಮ್ಮಲ್ಲಿತ್ತೆಂದು ರಾಧಾಕೃಷ್ಣನ್ ಬರೆದಿದ್ದಾರೆ.

ರಾಧಾಕೃಷ್ಣನ್ ಯಾರನ್ನೂ ತಮ್ಮ ಧಾರ್ಮಿಕ ಗುರುವೆಂದು ಪರಿಗಣಿಸಲಿಲ್ಲ. ಧಾರ್ಮಿಕ ಗುರುಗಳು ಮತ್ತು ಮಠಾಧಿಪತಿಗಳಲ್ಲಿ ಅವರಿಗೆ ಎಳ್ಳಷ್ಟೂ ನಂಬಿಕೆಯಿರಲಿಲ್ಲ, ಆದರೆ ಜೀವನದ ಕೊನೆಯ ದಿನಗಳಲ್ಲಿ ಶ್ಲೋಕಗಳನ್ನು ಪಠಿಸುತ್ತ ದೇವರ ಧ್ಯಾನ ಮಾಡುತ್ತ ಕಾಲಕಳೆದರು.

ರಾಧಾಕೃಷ್ಣನ್‌ರ ಜೀವನದ ಬಗ್ಗೆ ಹಲವಾರು ಜನ ಬರೆದ ಲೇಖನಗಳಿಗೆ ಅವರ ಆತ್ಮ ಚರಿತ್ರೆಯನ್ನು ಹೋಲಿಸಿದರೆ ಅದು ಅವರ ಜೀವನಕ್ಕೆ ತುಂಬ ಹತ್ತಿರವಾದ ಚಿತ್ರವನ್ನೇ ಕೊಡುತ್ತದೆ ಎಂಬುದನ್ನು ನಾವು ತಿಳಿಯಬಹುದು.

ಗುರುಃ ಬ್ರಹ್ಮ ಗುರುಃವಿಷ್ಣುಃ ಗುರುಃದೇವೋ ಮಹೇಶ್ವರಃ
ಗುರುಃ ಸಾಕ್ಷಾತ್ ಪರಬ್ರಹ್ಮ ತಸ್ಮೈ ಶ್ರೀ ಗುರುವೇ ನಮಃ

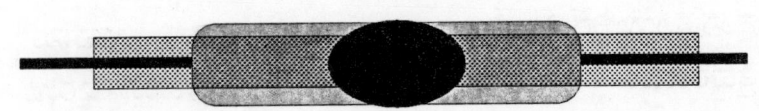

ಜೀವನ ಚರಿತ್ರಮಾಲೆ

www.mastermindbooks.com

 ವಾಸನ್ ಪಬ್ಲಿಕೇಷನ್ಸ್

ವಾಸನ್ಸ್

ಜೀವನ ಚರಿತ್ರೆಮಾಲೆ

ಚಾರ್ಲಿ ಚಾಪ್ಲಿನ್

ಚಾರ್ಲಿ ಚಾಪ್ಲಿನ್

ಎಸ್. ಆನಂದ್

 ವಾಸನ್ ಪಬ್ಲಿಕೇಷನ್ಸ್

ಚಾರ್ಲಿ ಚಾಪ್ಲಿನ್
© ವಾಸನ್ ಪಬ್ಲಿಕೇಷನ್ಸ್
ಮುದ್ರಣ : 2018

ಪ್ರಕಾಶಕರು :
ವಾಸನ್ ಪಬ್ಲಿಕೇಷನ್ಸ್
25, ವಾಸನ್ ಟವರ್ಸ್,
ಡಾ॥ ಟಿ.ಸಿ.ಎಂ. ರಾಯನ್ ರಸ್ತೆ (ಗೂಡ್ಸ್‌ಶೆಡ್ ರಸ್ತೆ),
ಬೆಂಗಳೂರು – 560 053
e-mail: vasanpublications@gmail.com
www.mastermindbooks.com

₹ 30/-

ಡಿಟಿಪಿ :
ಸುಪ್ರಿಂ ಪಾಯಿಂಟ್

ಮುದ್ರಣ :
ಕೆ.ಆರ್.ಎಲ್. ಆಫ್‌ಸೆಟ್ ಪ್ರಿಂಟರ್ಸ್

ಚಾರ್ಲಿ ಚಾಪ್ಲಿನ್

ಚಾರ್ಲಿ ಚಾಪ್ಲಿನ್ ಚಲನಚಿತ್ರ ರಂಗದ ಶ್ರೇಷ್ಠ ದಾರ್ಶನಿಕ. ಅಪಾರವಾದ ಪ್ರತಿಭೆಯನ್ನು ಹೊಂದಿದ್ದ ಅತ್ಯುತ್ತಮ ಹಾಸ್ಯನಟ. ಶ್ರೇಷ್ಠ ಕಲಾವಿದ, ಅದ್ಭುತ ಬರಹಗಾರ, ಸಂಗೀತಗಾರ, ಶಾಂತಿರಾಯಭಾರಿ, ಅಪರೂಪದ ಕನಸುಗಾರ, ಯುದ್ಧ ವಿರೋಧಿ, ವಿಶ್ವಮಾನವ, ಮಹಾ ಮಾನವತಾವಾದಿ, ಸೌಂದರ್ಯ ಆರಾಧಕ—ಹೀಗೆ ಎಲ್ಲಾ ಆಗಿ ಜೀವಿಸಿ ದಂತಹವನು. ಬೆಳ್ಳಿ ತೆರೆಯ ಮೇಲೆ ವಕ್ರವಾಗಿ ಕಾಣಿಸುವ ಆತ ನಿಜಕ್ಕೂ ಸರ್ವಾಂಗ ಸುಂದರನಾಗಿದ್ದವನು. ಮೃದು ಹೃದಯಿ ಮತ್ತು ವಿಶ್ವ ನಾಗರೀಕನಾಗಿದ್ದ. ಚಾಪ್ಲಿನ್‌ನನ್ನು ಜಗತ್ತಿನ ಅದ್ಭುತಗಳಲ್ಲಿ ಒಂದು ಎಂದೂ ಹೇಳಬಹುದು.

ತನ್ನ ಜೀವಿತಾವಧಿಯಲ್ಲಿ ಜಗತ್ತಿನ ಅತ್ಯುತ್ತಮ ವ್ಯಕ್ತಿಗಳಾದ ಮಹಾತ್ಮ ಗಾಂಧಿ, ಚರ್ಚಿಲ್, ಚೌ ಎನ್ ಲೈ, ಸಾರ್ ತ್ರೆ ಮುಂತಾದವರ ಸ್ನೇಹ ಪ್ರೀತಿ ಸಂಪಾದಿಸಿದ್ದ. ತನ್ನ ಮೂಲಭೂತ ಅವಶ್ಯಕತೆಗಳಿಗೂ ಪರದಾಡುವಂತಹ ಕಡುಬಡತನದಲ್ಲಿ ತನ್ನ ಬಾಲ್ಯವನ್ನು ಕಳೆದ ಚಾಪ್ಲಿನ್‌ನಂತರ ಅತಿ ದೊಡ್ಡ ಶ್ರೀಮಂತನಾಗಿ ಬಾಳಿ ಬದುಕಿದ. ಆತ ನಿಧನನಾದಾಗ ಆತನ ಆಸ್ತಿಯ ಮೌಲ್ಯ ಐದುನೂರು ಮಿಲಿಯನ್ ಡಾಲರ್‌ಗಳಷ್ಟಿತ್ತು. ಅವನ ಜನಪ್ರಿಯತೆ ಎಷ್ಟಿತ್ತೆಂದರೆ ಲಂಡನ್‌ನಲ್ಲಿ ಆತನ ಹ್ಯಾಟು ಮತ್ತು ಬೆತ್ತವನ್ನು ಹರಾಜು ಹಾಕಿದಾಗ ಐದುಸಾವಿರ ಪೌಂಡ್‌ಗಳಿಗೆ ಅವು ಮಾರಾಟವಾದವು. ಚಾಪ್ಲಿನ್ ತನ್ನ 10ನೇ ವಯಸ್ಸಿನಲ್ಲೇ ಶಾಲೆಯನ್ನು ಬಿಟ್ಟನು. ಬ್ರಿಟಿಷ್ ನಾಟಕ ಕಂಪನಿ ಯೊಂದರಲ್ಲಿ ಮಿಮಿಕ್ರಿ ಕಲಾವಿದನಾಗಿ ಸೇರಿ ಹಂತಹಂತವಾಗಿ ಮುಂದುವರೆದು ಶ್ರೇಷ್ಠ ನಟ ಎನಿಸಿಕೊಂಡನು.

ಬಡ ಕುಟುಂಬದ ಏರುಪೇರಿನ ಇತಿಹಾಸ

19ನೇ ಶತಮಾನದಲ್ಲಿ ಇಂಗ್ಲೆಂಡ್‌ನ ಜನಜೀವನದಲ್ಲಿ ಭಾರೀ ಏರುಪೇರುಗಳಿದ್ದವು. ಬಡವರು ಮತ್ತು ಶ್ರೀಮಂತರ ನಡುವೆ ಭಾರೀ ಅಂತರವಿತ್ತು. ಬದುಕುವ ಆಸೆಗಾಗಿ ಬಡವರು ಇಂಗ್ಲೆಂಡ್‌ಗೆ ವಲಸೆ ಬರುತ್ತಿದ್ದರು. ಅನೇಕ ನಿರ್ಬಂಧಗಳನ್ನು ವಿಧಿಸಿದ್ದರೂ ಬಡವರ ವಲಸೆ ನಿರಂತರವಾಗಿತ್ತು. ಅಂತಹ ವಲಸೆಗಾರರ ಮತ್ತು ಶ್ರೀಮಂತರ ಮನಸ್ಸಿನ ಭಾವನೆಗಳಲ್ಲಿ ಭಾರೀ ಅಂತರಗಳಿದ್ದ ದಿನಗಳವು.

ಚಾರ್ಲಿ ಚಾಪ್ಲಿನ್‌ನ ತಾತ ಚಾರ್ಲ್ಸ್ ಹಿಲ್ ಐರ್ಲೆಂಡಿನ ಕೌಂಟಿ ಕಾರ್ಕ್‌ನಿಂದ ಲಂಡನ್‌ಗೆ ವಲಸೆ ಬಂದವರಲ್ಲಿ ಒಬ್ಬ. ಅವನು ಲಂಡನ್‌ನ ವಾಲ್‌ವರ್ತ್‌ನಲ್ಲಿನ ಈಸ್ಟ್ ಲೇನ್‌ನ ಕೊಳಗೇರಿಯೊಂದರಲ್ಲಿ ಸಣ್ಣ ಮನೆಯೊಂದನ್ನು ಬಾಡಿಗೆಗೆ ಹಿಡಿದನು. ಅವನೊಬ್ಬ ಬಡ ಚಮ್ಮಾರ ನಾಗಿದ್ದು ಚಪ್ಪಲಿ, ಬೂಟ್ ರಿಪೇರಿ ಮಾಡಿ ಸಂಪಾದಿಸಿದ ಪುಡಿಗಾಸು ಗಳಿಂದ ತನ್ನ ಸಂಸಾರ ಸಾಗಿಸಲು ಕಷ್ಟಪಡುತ್ತಿದ್ದ. ಅವನ ಆದಾಯ ಅಂದಿಗೆ ಏನೇನೂ ಸಾಲದಂತಾಗಿತ್ತು. ಅವನಿಗೆ ಇಬ್ಬರು ಹೆಣ್ಣು ಮಕ್ಕಳಿದ್ದರು. ಹೆನ್ನಾ ಮತ್ತು ಕೇಟ್. ಹೆನ್ನಾ ಕೇಟ್‌ಗಿಂತ ಸುಂದರಿ ಯಾಗಿದ್ದಳು. ಅವಳು ಸುಮಧುರ ಕಂಠವನ್ನು ಹೊಂದಿದ್ದ ನೃತ್ಯಗಾರ್ತಿ ಯಾಗಿದ್ದಳು. ಸಂಗೀತ ಮತ್ತು ನೃತ್ಯದಲ್ಲಿ ತಕ್ಕಮಟ್ಟಿಗೆ ಹೆಸರು ಗಳಿಸಿದ್ದಳು. ಆ ಸಮಯದಲ್ಲಿ ಲಂಡನ್‌ನ ಪ್ರತಿಯೊಂದು ಗಲ್ಲಿಗಳಲ್ಲೂ ವಾದಿವಿಲೆ ಎಂಬ ತಂಡಗಳು ತಲೆ ಎತ್ತಿದ್ದವು. ಸಂಗೀತ ನೃತ್ಯಗಳಿಂದ ಶ್ರೀಮಂತರ ಮನರಂಜಿಸಿ ತೃಪ್ತಿಪಡಿಸುವುದೇ ಅವುಗಳ ಮುಖ್ಯ ಉದ್ದೇಶ ವಾಗಿತ್ತು. ಹೆನ್ನಾ ವಾದಿವಿಲೆ ತಂಡಗಳಲ್ಲಿ ಆಗಾಗ ಭಾಗವಹಿಸಿ ತನ್ನ ಕೋಮಲ ಕಂಠದಿಂದ ಹಿತವಾಗಿ ಹಾಡಿ, ನೃತ್ಯ ಮಾಡುತ್ತಾ ಹಣ ಸಂಪಾದಿಸುತ್ತಿದ್ದಳು. ಅದನ್ನೆಲ್ಲಾ ತನ್ನ ತಂದೆಗೆ ಕೊಟ್ಟು ಜೀವನ ನಡೆಸಲು ಸಹಾಯ ಮಾಡುತ್ತಿದ್ದಳು.

ಒಮ್ಮೆ ಹೆನ್ನಾ ಶ್ರೀಮಂತ ಪುರುಷನೊಬ್ಬನ ಪ್ರೇಮಕ್ಕೆ ಸಿಲುಕಿದಳು. ಐವತ್ತರ ಹರೆಯದ ಆತ ಪ್ರಸಿದ್ಧ ಹಾಸ್ಯಗಾರ, ಸಂಗೀತ ನಿರ್ದೇಶಕನಾಗಿದ್ದನು. ಅವಳಿಗೆ ತನ್ನ ಶ್ರೀಮಂತಿಕೆಯನ್ನು ಪ್ರದರ್ಶಿಸಿ ಹತ್ತಾರು ಆಸೆಗಳನ್ನು ತೋರಿಸಿದನು. ತನ್ನ ಬಡತನದ ಬೇಗೆಯಿಂದ ನೊಂದು ಬೆಂದು ಬೇಸತ್ತಿದ್ದ ಹೆನ್ನಾ ಅವನನ್ನು ನಂಬಿ ಮದುವೆಯಾಗಿ ಅವನೊಂದಿಗೆ ಆಫ್ರಿಕಾಗೆ ಹೋದಳು. ಅಲ್ಲಿ ಸಂಪದ್ಭರಿತವಾದ ಸಂತೋಷಕರ ಜೀವನ ನಡೆಸಿದಳು. ಅವರಿಬ್ಬರಿಗೆ ಒಂದು ಗಂಡು ಮಗು ಸಹ ಜನಿಸಿತು. ಅದಕ್ಕೆ ಸಿಡ್ನಿ ಎಂದು ಹೆಸರಿಟ್ಟರು. ಕೆಲವು ವರ್ಷಗಳ ನಂತರ ಅವರ ಸಂಸಾರದಲ್ಲಿ ಬಿರುಕು ಹುಟ್ಟಿಕೊಂಡಿತು. ದಿನಕ್ರಮೇಣ ಅದು ಹೆಚ್ಚಾದಾಗ ಹೆನ್ನಾ ತನ್ನ ಮಗುವನ್ನು ಕರೆದುಕೊಂಡು ಗಂಡನನ್ನು ತ್ಯಜಿಸಿ ಲಂಡನ್‌ಗೆ ವಾಪಸ್ಸು ಬಂದಳು.

ಇತ್ತ ಅವಳ ತವರುಮನೆಯಲ್ಲಿ ತಾಪತ್ರಯಗಳ ಸರಮಾಲೆ ಸುತ್ತಿಕೊಂಡಿತ್ತು. ಅವಳ ತಂದೆ ಕಡುಬಡವನಾಗಿದ್ದವನು. ಆ ಕಷ್ಟಗಳಿಗೆ ಇನ್ನೊಂದು ಕೊಂಡಿ ಎಂಬಂತೆ ಹೆನ್ನಾ ಸೇರಿಕೊಂಡಳು. ಬಡತನದ ಜೊತೆಗೆ ಮಗುವಿನ ಪೋಷಣೆ ಅವಳ ಮಡಿಲಿಗೆ ಬಿದ್ದಿತ್ತು. ಅವಳು ಕೈ ಕಟ್ಟಿ ಕೂರುವಂತಿರಲಿಲ್ಲ. ಅಷ್ಟು ಹೊತ್ತಿಗಾಗಲೇ ವಾದಿವಿಲೆ ಕಲಾವಿದರಲ್ಲಿ ಭಯಂಕರ ಪೈಪೋಟಿಗಳಿತ್ತು. ಅವಕಾಶಗಳಿಗಾಗಿ ಬಹಳ ಕಾಲ ಕಾದ ಹೆನ್ನಾ ಕೊನೆಗೆ ಅವರಿವರ ಕೈಕಾಲು ಹಿಡಿದು ಅವಕಾಶ ಪಡೆದು ಕನಿಷ್ಠ ಸಂಭಾವನೆಗೂ ಕಠಿಣ ಶ್ರಮ ಪಡುತ್ತಿದ್ದಳು. ಅದು ಅವಳ ಜೀವನ ನಿರ್ವಹಣೆಗೆ ಸಾಲದೆ ಬರುತ್ತಿತ್ತು. ಇದರಿಂದ ಹೆಚ್ಚು ಹೆಚ್ಚು ಪ್ರದರ್ಶನಗಳಲ್ಲಿ ಭಾಗವಹಿಸುವುದು ಅವಳಿಗೆ ಅನಿವಾರ್ಯ ಎನಿಸಿತ್ತು.

ಚಾಪ್ಲಿನ್ ಜನನ

ಒಂದು ದಿನ ಹೆನ್ನಾ ಚಾರ್ಲ್ಸ್ ಚಾಪ್ಲಿನ್(ಸೀನಿಯರ್) ಎಂಬ ವಾದಿವಿಲೆ ಕಲಾವಿದನೊಬ್ಬನನ್ನು ಭೇಟಿಯಾದಳು. ಆಗ ಅವಳಿಗೆ

ಹತ್ತೊಂಬತ್ತರ ಹರೆಯ. ಅವರ ಪರಿಚಯ ಪ್ರಣಯಕ್ಕೆ ತಿರುಗಿ ಇಬ್ಬರೂ ದಂಪತಿಗಳಾದರು. ಥಿಯೇಟರ್‌ಗಳಲ್ಲಿ ಕೆಲಸ ಮಾಡುತ್ತಿರುವಾಗಲೂ ಅವರು ಒಬ್ಬರನ್ನೊಬ್ಬರು ಬಿಟ್ಟಿರದೆ ಜೋಡಿಯಾಗಿಯೇ ಇರುತ್ತಿದ್ದರು. ಆಗಿನ ಕಾಲದಲ್ಲಿ ಥಿಯೇಟರ್‌ಗಳ ಒಳಗೆ ಮದ್ಯದಂಗಡಿಗಳು (ಬಾರ್‌ಗಳು) ಇರುತ್ತಿದ್ದವು. ಕಾಲಕ್ರಮೇಣ ಚಾಪ್ಲಿನ್ ಕುಡಿತ ಕಲಿತು ಅವುಗಳ ದಾಸನಾದ. ಹೆನ್ನಾ ಅವನನ್ನು ಸರಿದಾರಿಗೆ ತರಲು ಬಹಳ ಪ್ರಯತ್ನಪಟ್ಟಳು. ಆದರೆ ಎಲ್ಲವೂ ನೀರಿನಲ್ಲಿ ಹೋಮ ಮಾಡಿದಂತೆ ಆಯಿತೇ ಹೊರತು ಅವನು ಬದಲಾಗಲಿಲ್ಲ.

1889 ಏಪ್ರಿಲ್ 16ರ ಗುರುವಾರ ರಾತ್ರಿ ಎಂಟು ಗಂಟೆಗೆ ಹೆನ್ನಾಗೆ ಗಂಡು ಮಗುವೊಂದು ಜನಿಸಿತು. ಆ ಮಗು ಸುಂದರವಾದ ಕಣ್ಣುಬ್ಬುಗಳನ್ನು, ಹೊಳೆಯುವ ನಯನಗಳನ್ನೂ ಹೊಂದಿ ಅತ್ಯಾಕರ್ಷಕವಾಗಿತ್ತು. ಅದಕ್ಕೆ ಚಾರ್ಲ್ಸ್ ಸ್ಪೆನ್ಸರ್ ಎಂದು ಹೆಸರನ್ನಿತ್ತರು. ಕೆಲವು ದಿನಗಳು ಉರುಳಿದವು. ಚಾರ್ಲ್ಸ್ ಸಂಪೂರ್ಣವಾಗಿ ಕುಡಿತದ ಅವಲಂಬಿಯಾದ. ತನ್ನ ಹೆಂಡತಿ ಮಗುವನ್ನು ಬಿಟ್ಟು ಲೂಸಿ ಎಂಬ ಗಯ್ಯಾಳಿಯೊಬ್ಬಳನ್ನು ಮದುವೆಯಾದ. ಲಂಡನ್‌ನಲ್ಲೇ ಬೇರೆ ಮನೆ ಮಾಡಿ ಲೂಸಿಯೊಡನೆ ವಾಸಿಸತೊಡಗಿದನು. ತನ್ನ ಮಗುವಿನ ಪಾಲನೆಗೆಂದು ಸ್ವಲ್ಪ ಪ್ರಮಾಣದ ಹಣವನ್ನು ಹೆನ್ನಾಳಿಗೆ ಕಳುಹಿಸತೊಡಗಿದನು. ಆ ಹಣದಿಂದಲೇ ಹೆನ್ನಾ ಮತ್ತವಳ ಮಗುವಿನ ಜೀವನ ನಿರ್ವಹಣೆ ಸಾಗುತ್ತಿರಲಿಲ್ಲ. ಇದರಿಂದ ಹೆನ್ನಾ ನ್ಯಾಯಾಲಯದಲ್ಲಿ ತನ್ನ ಗಂಡ ತನಗೆ ಬೇಕು ಎಂದು ದಾವೆ ಹೂಡಿದಳು. ತನ್ನ ಮಕ್ಕಳಿಬ್ಬರನ್ನು ಸಾಕಲು ಬಹಳ ಕಷ್ಟಪಟ್ಟು ಹಗಲಿರುಳೂ ದುಡಿಯಲು ಆರಂಭಿಸಿದಳು. ಆದರೆ ಎಷ್ಟೇ ಕಷ್ಟಪಟ್ಟರೂ ಅವಳಿಗೆ ವಾರಕ್ಕೆ ಇಪ್ಪತ್ತೈದು ಪೌಂಡ್‌ಗಳಿಗಿಂತ ಹೆಚ್ಚು ಹಣ ಸಿಗುತ್ತಿರಲಿಲ್ಲ. ಹೆನ್ನಾ ಒಮ್ಮೊಮ್ಮೆ ತನ್ನ ಮಕ್ಕಳನ್ನೂ ಥಿಯೇಟರ್‌ಗೆ ಕರೆದುಕೊಂಡುಹೋಗಿ ಕೂರಿಸಿ ತಾನು ತನ್ನ ಕೆಲಸದಲ್ಲಿ ತೊಡಗುತ್ತಿದ್ದಳು.

ಇತ್ತ ಬಾಲಕ ಸ್ಪೆನ್ಸರ್ ಚಾಪ್ಲಿನ್ ಥಿಯೇಟರ್‌ಗಳಲ್ಲಿ

ನಡೆಯುತ್ತಿದ್ದ ಚಟುವಟಿಕೆಗಳಿಂದ ಭಾರೀ ಪ್ರಭಾವಕ್ಕೊಳಗಾಗಿದ್ದ. ಗಗನ ಚುಂಬಿ ಗೃಹಗಳಲ್ಲಿನ ಶ್ರೀಮಂತರ ಅದ್ದೂರಿ ಜೀವನ, ದರ್ಪ, ಅಟ್ಟಹಾಸಗಳನ್ನೂ, ಮುರುಕು ಗುಡಿಸಲುಗಳಲ್ಲಿ ದೀನದಲಿತರ ಬವಣೆ ಆಕ್ರಂದನಗಳನ್ನು ಗಮನಿಸುತ್ತಿದ್ದ. ಅವುಗಳು ಆ ಪುಟ್ಟ ಮಗುವಿನ ಮೇಲೆ ಭಾರೀ ಪರಿಣಾಮಗಳು ಬೀರಿದವು.

ಹೆನ್ನಾಳಿಗೆ ತನ್ನ ತಂದೆಯ ಜೊತೆ ಗುಡಿಸಲಿನಲ್ಲಿದ್ದು ಅವನಿಗೆ ಇಕ್ಕಟ್ಟು ಉಂಟಾಗುವುದನ್ನು ನೋಡಲಾಗಲಿಲ್ಲ. ಆದ್ದರಿಂದ ಅವಳು ಬೇರೆ ಮನೆ ಮಾಡಲು ನಿರ್ಧರಿಸಿ ಲಂಡನ್‌ನಲ್ಲೇ ಲ್ಯಾಂಬೆತ್ ಎಂಬಲ್ಲಿ ಒಂದು ಪುಟ್ಟ ಮನೆ ಬಾಡಿಗೆಗೆ ಹಿಡಿದಳು. ತನ್ನ ಸಂಪಾದನೆ ಹೆಚ್ಚಿಲ್ಲದಿದ್ದರೂ ಮಕ್ಕಳಿಬ್ಬರನ್ನೂ ಪ್ರೀತಿಯಿಂದ ಸಾಕಿ ಸಲಹುತ್ತಿದ್ದಳು.

ಜೀವನದ ಉಳಿವಿಗಾಗಿ ಹೋರಾಟ

ದಿನಗಳು ಉರುಳತೊಡಗಿದವು. ಹೆನ್ನಾಳ ದೈಹಿಕ ಆರೋಗ್ಯ ಕ್ಷೀಣಿಸತೊಡಗಿತು. ಆದರೂ ಅವಳು ವಿಶ್ರಾಂತಿಪಡೆಯುವಂತಿರಲಿಲ್ಲ. ಜೀವನ ನಿರ್ವಹಣೆಗಾಗಿ ದುಡಿಮೆ ಅನಿವಾರ್ಯವಾಗಿತ್ತು. ಏಕೆಂದರೆ ಅವಳ ಕುಟುಂಬದಲ್ಲಿ ದುಡಿಯುವ ಕೈ ಅವಳದೊಂದೇ ಆಗಿತ್ತು. ಹೀಗಿರುವಾಗ ಒಮ್ಮೆ ಆಕೆ ತನ್ನ ಜೊತೆ ಸ್ಪೆನ್ಸರ್‌ನನ್ನು ಕರೆದುಕೊಂಡು ಥಿಯೇಟರ್‌ಗೆ ಹೋದಳು. ಅವನನ್ನು ವೇದಿಕೆಯ ಪಕ್ಕದಲ್ಲಿ ಕೂಡಿಸಿ ತಾನು ಹಾಡಲು ವೇದಿಕೆಯನ್ನೇರಿದಳು. ಹಾಡಲು ಪ್ರಾರಂಭಿಸಿದ ಸ್ವಲ್ಪ ಹೊತ್ತಿನಲ್ಲಿಯೇ ಅವಳ ಕಂಠ ದುರ್ಬಲಗೊಂಡು ಕೀರಲು ಶಬ್ದ ಹೊರಟಿತು. ಹಾಡಲಾಗದೆ ದುಃಖದಿಂದ ವೇದಿಕೆಯಿಂದ ಇಳಿಯತೊಡಗಿದಳು. ಆಗ ಅಲ್ಲಿ ಕುಳಿತಿದ್ದ ಸ್ಪೆನ್ಸರ್ ಚಾಪ್ಲಿನ್ ಅತಿ ಉತ್ಸಾಹದಿಂದ ವೇದಿಕೆಯ ಮೇಲೆ ಹತ್ತಿದ. ಹಿಮ್ಮೇಳದವರಿಗೆ ತಾನು ಹಾಡನ್ನು ಹಾಡುವುದಾಗಿ ಹೇಳಿ ತನ್ನ ಹಾಡಿನ ಸೂಚನೆ ನೀಡಿದ ಮತ್ತು ತನ್ನ ಅಚ್ಚುಮೆಚ್ಚಿನ ಹಾಡನ್ನು ಹಾಡಲು ತೊಡಗಿದ,

"ಜಾಕ್ ಜೋನ್ಸ್ ವೆಲ್ ನೋನ್ ಟು ಎವರಿಬಡಿ
ರೌಂಡ್ ಅಬೌಟ್ ಮಾರ್ಕೆಟ್ ಡೋಂಟ್ ಯು ಸೀ?"

ಹಾಡಿನ ಜೊತೆಗೆ ಅವನು ನರ್ತಿಸಲು ತೊಡಗಿದನು. ಅವನ ಹಾಡು, ನೃತ್ಯಗಳಿಂದ ಆನಂದಪರವಶರಾದ ಪ್ರೇಕ್ಷಕ ಜನಸ್ತೋಮ ಹುಚ್ಚೆದ್ದು ಕುಣಿಯತೊಡಗಿತು. ಅವನ ಮೇಲೆ ಹಣದ ನಾಣ್ಯಗಳ ಸುರಿಮಳೆ ಸುರಿಸಿದರು. ಆ ಪುಟ್ಟ ಬಾಲಕ ಹಾಡು, ಕುಣಿತ ನಿಲ್ಲಿಸಿ ನೆಲದ ಮೇಲೆ ಬಿದ್ದಿದ್ದ ನಾಣ್ಯಗಳನ್ನು ಆಯ್ದುಕೊಳ್ಳತೊಡಗಿದ. ಆಗ ಅವನಿಗೆ ಕೇವಲ 6 ವರ್ಷ ವಯಸ್ಸು.

ಆದರೆ ನಂತರ ಹೆನ್ನಾಳ ಕಂಠ ನಿಧಾನವಾಗಿ ದಿನೇದಿನೇ ಕೆಡುತ್ತಾ ಹೋಯಿತು. ಅವಳ ಸಂಪಾದನೆ ಕಡಿಮೆಯಾಗುತ್ತಾ ಹೋಯಿತು. ಒಂದೇ ಕಡೆ ಅವಳಿಗೆ ನೆಲೆ ನಿಲ್ಲಲು ಆಗಲಿಲ್ಲ. ಮನೆಯಿಂದ ಮನೆಗೆ ತನ್ನ ವಾಸವನ್ನು ಬದಲಿಸತೊಡಗಿದಳು. ಬದುಕುವುದಕ್ಕೋಸ್ಕರ ಮನೆಯಲ್ಲಿನ ಸಣ್ಣಪುಟ್ಟ ಸಾಮಾನುಗಳನ್ನೂ ಮಾರಿದಳು. ನಿಜಕ್ಕೂ ಹೇಳಬೇಕೆಂದರೆ ಒಂದು ಹೊತ್ತಿನ ಊಟಕ್ಕೂ ಪರದಾಡುವಂತಾಗಿ ನಾನಾ ಕಷ್ಟಗಳನ್ನು ಅನುಭವಿಸತೊಡಗಿದಳು.

ತನ್ನ ಕಂಠವನ್ನು ಸುಧಾರಿಸಲು ಹೆನ್ನಾ ನಾನಾ ಪ್ರಯತ್ನಗಳನ್ನು ಮಾಡಿ ನೋಡಿದಳು. ಹತ್ತಿರದ ಚರ್ಚ್‌ಗೆ ಹೋಗಿ ದೇವರಲ್ಲಿ ಪ್ರಾರ್ಥಿಸ ತೊಡಗಿದಳು. ಪುಟ್ಟ ಬಾಲಕ ಚಾಪ್ಲಿನ್ ಸಹ ಅವಳೊಂದಿಗೆ ಪ್ರಾರ್ಥನೆಯಲ್ಲಿ ಭಾಗವಹಿಸುತ್ತಿದ್ದ. ತನ್ನ ಮಕ್ಕಳು ಹಸಿವೆಯಿಂದ ಮರುಗುತ್ತಿದ್ದಾಗ ಆಕೆ ಹಾಡುಗಳನ್ನು ಹಾಡಿ ಅವರ ಮನಸ್ಸನ್ನು ತಣಿಸುತ್ತಿದ್ದಳು. ಆ ಮಕ್ಕಳಿಗೆ ಮನೆಯೇ ಮೊದಲ ಪಾಠಶಾಲೆಯಾಯಿತು. ತಾಯಿಯೇ ಅವರ ಗುರು ಆದಳು. ಅಲ್ಲಿ ಅವರು ತಮ್ಮ ಜೀವನದ ಪಾಠಗಳನ್ನು ಕಲಿಯ ತೊಡಗಿದರು. ಸುತ್ತಲಿನ ಕುಡುಕರು, ಚಿಕ್ಕಪುಟ್ಟ ಅಪರಾಧಿಗಳು, ತೊಂದರೆ ತಂಟೆಗಳು, ಸೋಮಾರಿಗಳು, ಮೂರ್ಖರು ತುಂಬಿದ್ದ ಕೊಳಗೇರಿಯೇ ಅವರ ಪಾಲಿನ ವಿಶ್ವವಿದ್ಯಾಲಯ ಎನಿಸಿತು. ಆ ಮಕ್ಕಳು ಶಾಲೆಗೆ ಸಹ

ಹೋಗುತ್ತಿದ್ದರು. ಅವರು ಬಡತನದ ಪ್ರತಿರೂಪದಂತೆ ಕಾಣಿಸುತ್ತಿದ್ದರಿಂದ ಅವರ ಸಹಪಾಠಿ ಬಾಲಕರು ಇವರನ್ನು ಲೇವಡಿ ಮಾಡುವುದು, ಕಿರುಕುಳ ನೀಡಿ ಹಿಂಸಿಸುವುದು ಮಾಡುತ್ತಿದ್ದರು. ಅವರು ಸಹಪಾಠಿಗಳ ಅನಾದರ, ಲೇವಡಿಗಳನ್ನು ಸಹಿಸದೆ ಮನೆಗೆ ಬಂದು ತಮ್ಮ ತಾಯಿಯನ್ನು ಅಪ್ಪಿಕೊಂಡು ಕಣ್ಣೀರಿಡುತ್ತಿದ್ದರು. ನತದೃಷ್ಟೆ ಹೆನ್ನಾ ಅವರನ್ನು ಸಮಾಧಾನ ಮಾಡುತ್ತಿದ್ದಳು.

ಕಾಲ ಕಳೆದಂತೆ ಹೆನ್ನಾಳ ಆರೋಗ್ಯವೂ ಹಾಳಾಗತೊಡಗಿತು. ಆದರೆ ಆಕೆ ತನ್ನ ಅನಾರೋಗ್ಯದ ಬಗ್ಗೆ ಹೆಚ್ಚು ತಲೆ ಕೆಡಿಸಿಕೊಳ್ಳದೆ ಬಟ್ಟೆಗಳನ್ನು ಹೊಲೆದು ಅದರಿಂದ ಹಣ ದುಡಿಯಲು ಪ್ರಾರಂಭಿಸಿದಳು. ಆಕೆಯ ದೊಡ್ಡ ಮಗ ಸಿಡ್ನಿ ತನ್ನ ವಿರಾಮ ಕಾಲದಲ್ಲಿ ಪತ್ರಿಕೆಗಳನ್ನು ಮಾರಿ ಹಣ ಸಂಪಾದಿಸಿ ತನ್ನ ತಾಯಿಗೆ ನೆರವಾಗುತ್ತಿದ್ದ. ಆದರೂ ಅವರ ಸಂಪಾದನೆ ಅವರ ಸಂಸಾರ ನಿರ್ವಹಣೆಗೆ ಸಾಕಾಗುತ್ತಿರಲಿಲ್ಲ. ಅವರು ಮಾಡಿದ್ದ ಸಾಲ ಹೆಚ್ಚಾಗಿ ಸಾಲ ಕೊಟ್ಟವರು ಬಂದು ಬಲವಂತವಾಗಿ ಹೊಲಿಗೆಯಂತ್ರವನ್ನು ಸಹ ತೆಗೆದುಕೊಂಡು ಹೋದರು. ಇದರಿಂದ ಆಕೆ ಸಂಪೂರ್ಣವಾಗಿ ನಿಸ್ಸಹಾಯಕವಾದಳು. ಇದರಿಂದ ಮಾನಸಿಕವಾಗಿ ಧೃತಿಗೆಟ್ಟ, ಆಕೆಯನ್ನು ಮಾನಸಿಕ ಚಿಕಿತ್ಸಾ ಕೇಂದ್ರಕ್ಕೆ ಸೇರಿಸಲಾಯಿತು. ಸಿಡ್ನಿ ಮತ್ತು ಚಾರ್ಲಿ ತಮ್ಮ ತಂದೆಯ ಹತ್ತಿರ ಕೆಲವು ಕಾಲ ಇದ್ದರು. ಇದರಿಂದ ಚಾರ್ಲಿ ಕೊನೆಯಪಕ್ಷ ಎರಡು ವರ್ಷ ಶಾಲೆಯಿಂದ ವಂಚಿತನಾದನು. ಈಗ ಹೆನ್ನಾ ಮತ್ತು ಆಕೆಯ ಮಕ್ಕಳಿಗೆ ಜೀವಿಸಲು ಅನಾಥಾಶ್ರಮ ಸೇರದೆ ಬೇರೆ ದಾರಿ ಕಾಣಲಿಲ್ಲ. ಮಕ್ಕಳೂ ಈ ಯೋಚನೆಯನ್ನು ಒಪ್ಪಿಕೊಂಡರು. ಆದರೆ ಆ ಕಾಲದಲ್ಲಿ ಅನಾಥಾಲಯಗಳಿಗೂ ನರಕಕ್ಕೂ ಅಂತಹ ವ್ಯತ್ಯಾಸವಿರಲಿಲ್ಲ ಅಂತ ಪಾಪ! ಆ ಮಕ್ಕಳಿಗೆ ತಿಳಿದಿರಲಿಲ್ಲ.

ನರಕದ ಜೀವನ

ಹೆನ್ನಾ ತನ್ನ ಮಕ್ಕಳನ್ನು ಲ್ಯಾಂಬೆತ್‌ನ ಅನಾಥಾಶ್ರಮಕ್ಕೆ

ಸೇರಿಸಿದಳು. ನಂತರ ತಾನು ಬಡವರಿಗಾಗಿ ನಿರ್ಗತಿಕರ ಆಶ್ರಮವೊಂದನ್ನು ಸೇರಿದಳು. ಆದರೆ ಮಕ್ಕಳು ಅನಾಥಾಶ್ರಮದಲ್ಲಿದ್ದುದು ಮೂರು ವಾರಗಳು ಮಾತ್ರ. ಅಲ್ಲಿನ ನಿರ್ಗತಿಕ, ಅನಾಥ ಮಕ್ಕಳ ಬದುಕು ಚಾಪ್ಲಿನ್‌ನ ಎಳೆ ಮನಸ್ಸಿನ ಮೇಲೆ ಬಹಳ ಪ್ರಭಾವ ಬೀರಿತು. ಅವರ ದುಸ್ಥಿತಿಗೆ ಅವನು ಮಮ್ಮಲ ಮರುಗಿದನು.

ಮುಂದೆ ಆ ಮಕ್ಕಳನ್ನು ಅನಾಥ ಮಕ್ಕಳಿಗೆಂದೇ ಮೀಸಲಾಗಿದ್ದ ಹ್ಯಾನ್‌ವೆಲ್ ಶಾಲೆಗೆ ಸೇರಿದರು. ಅದು ಲಂಡನ್‌ನಿಂದ 12 ಮೈಲು ದೂರವಿತ್ತು. ಅಲ್ಲಿನ ಸಿಬ್ಬಂದಿ ಬಹಳ ಕ್ರೂರಿಗಳಾಗಿದ್ದರು. ಅವರು ಕರುಣಾರಹಿತರಾಗಿದ್ದು ಪುಟ್ಟ ಮಕ್ಕಳನ್ನು ದಾರುಣವಾಗಿ ಚಿತ್ರಹಿಂಸೆ ಮಾಡುತ್ತಿದ್ದರು. ಪುಟ್ಟ ಬಾಲಕ ಚಾಪ್ಲಿನ್ ಅಲ್ಲಿನ ವಾರ್ಡನ್ ಸುಮಾರು ಇನ್ನೂರು ಪೌಂಡ್ ತೂಕದ ದೈತ್ಯದೇಹಿ ರಾಕ್ಷಸ ಬುದ್ಧಿಯ ಕ್ಯಾಪ್ಟನ್ ಹಿಂಡ್ರುಮ್ ಬಂದನೆಂದರೆ ಹೆದರಿ ಅಡಗಿಕೊಳ್ಳುತ್ತಿದ್ದನು. ಆಗ ಅವನಿಗೆ ಆರು ವರ್ಷಗಳು ಮಾತ್ರ. ಅವನ ಅಣ್ಣ ಸಿಡ್ನಿ ಇನ್ನೊಂದು ಶಾಲೆಗೆ ಸೇರಿದ್ದರೆ ತಾಯಿ ಹೆನ್ನಾ ದೂರದ ನಿರ್ಗತಿಕರ ಕೇಂದ್ರದಲ್ಲಿ ಕೆಲಸ ಮಾಡುತ್ತಿದ್ದಳು.

ಈ ಮಕ್ಕಳ ದುರಾದೃಷ್ಟವೆಂದರೆ ಅವರು ಬಹುಕಾಲ ತಮ್ಮ ತಾಯಿಯ ಜೊತೆಯಲ್ಲಿ ವಾಸಿಸಲು ಸಾಧ್ಯವಾಗಲಿಲ್ಲ. ಅವರು ಒಂದರಿಂದ ಮತ್ತೊಂದು ಅನಾಥಾಶ್ರಮಗಳಿಗೆ ಬದಲಾಗುತ್ತಿದ್ದರು. ಇನ್ನೊಂದೆಡೆ ಹೆನ್ನಾ ದಿನೇದಿನೇ ತನ್ನ ಮಾನಸಿಕ ಸ್ಥಿಮಿತ ಕಳೆದುಕೊಳ್ಳುತ್ತಿದ್ದಳು. ಆ ಸಹೋದರರಿಬ್ಬರೂ ತಾಯಿಯ ಪ್ರೀತಿ, ವಾತ್ಸಲ್ಯಗಳಿಂದ ವಂಚಿತರಾಗುತ್ತಿದ್ದರು. ಆ ತಾಯಿ ಸಹ ತನ್ನ ಮಕ್ಕಳ ಸಾನಿಧ್ಯ ಕಳೆದುಕೊಂಡಿದ್ದಳು. ಅವರು ಪರಸ್ಪರ ಒಬ್ಬರನ್ನೊಬ್ಬರು ಭೇಟಿಯಾಗುವಂತಿರಲಿಲ್ಲ, ಮಾತನಾಡಲು ಸಾಧ್ಯವಾಗುತ್ತಿರಲಿಲ್ಲ.

ಹೀಗಿರುವಾಗ ಒಂದು ದಿನ ಅವರಿಗೆ ನ್ಯಾಯಾಲಯದಿಂದ

ಪತ್ರವೊಂದು ಬಂದು ತಲುಪಿತು. ಅದರಲ್ಲಿ ಆ ಮಕ್ಕಳಿಬ್ಬರನ್ನು ಸಾಕುವ ಹೊಣೆಯನ್ನು ಅವರ ತಂದೆ ಚಾರ್ಲ್ಸ್‌ಗೆ ವಹಿಸಿ ಆಜ್ಞೆ ಮಾಡಲಾಗಿತ್ತು. ಈ ಸುದ್ದಿಯಿಂದ ಮಕ್ಕಳಿಬ್ಬರಿಗೂ ಅಪೂರ್ವ ಆನಂದವೋ ಆನಂದ. ಸರ್ಕಾರಿ ಅಧಿಕಾರಿಗಳು ಅವರಿಬ್ಬರನ್ನೂ ತಂದೆ ಚಾರ್ಲ್ಸ್‌ನ ಹತ್ತಿರ ಕರೆದುಕೊಂಡು ಹೋಗಿ ಬಿಟ್ಟರು. ಈಗ ಮಕ್ಕಳು ಹೊಸ ಮನೆಗೆ ಬಂದು ಸೇರಿದ್ದರು. ತಂದೆ ಚಾರ್ಲ್ಸ್ ಅವರನ್ನು ಬಹಳ ವಾತ್ಸಲ್ಯದಿಂದ ನೋಡಿಕೊಳ್ಳುತ್ತಿದ್ದ. ಆದರೆ ಲೂಸಿಗೆ ಅವರನ್ನು ಕಂಡರೆ ಆಗುತ್ತಿರಲಿಲ್ಲ. ಇತ್ತ ಹೆನ್ನಾಳಿಗೆ ಮಾನಸಿಕ ಸ್ಥಿಮಿತವಾಗಿ ಆಸ್ಪತ್ರೆ ಸೇರಿದ್ದವಳು ಶೀಘ್ರವಾಗಿ ಗುಣ ಮುಖವಾಗಿ ಆಸ್ಪತ್ರೆಯಿಂದ ಬಿಡುಗಡೆ ಹೊಂದಿದಳು. ಆಕೆ ತನ್ನ ಮಕ್ಕಳನ್ನು ತನ್ನ ಜೊತೆ ಕರೆದೊಯ್ದು ಬೇರೆ ಮನೆ ಮಾಡಿದಳು. ಅದು ಒಂದು ಉಪ್ಪಿನಕಾಯಿ ತಯಾರಿಕಾ ಕಾರ್ಖಾನೆಯ ಆವರಣಕ್ಕೆ ಹೊಂದಿ ಕೊಂಡಿದ್ದ ಪುಟ್ಟ ಮನೆಯಾಗಿತ್ತು. ಅವರ ಬದುಕು ಹಿಂದಿಗಿಂತ ಈಗ ಸ್ವಲ್ಪ ಉತ್ತಮವಾಗಿತ್ತು. ಚಾರ್ಲ್ಸ್ ಅವರಿಗೆ ಪ್ರತಿವಾರ ಹತ್ತು ಶಿಲ್ಲಿಂಗ್‌ಗಳನ್ನು ಕಳುಹಿಸುತ್ತಿದ್ದನು. ಹತ್ತಿರದಲ್ಲಿದ್ದ ಚರ್ಚ್ ಸಹ ತನ್ನ ಎಲ್ಲಾ ಹೊಲಿಗೆ ಕೆಲಸಗಳನ್ನು ಹೆನ್ನಾಗೆ ನೀಡುತ್ತಿತ್ತು. ಇದರಿಂದ ಜೀವನದಲ್ಲಿ ತಕ್ಕಮಟ್ಟಿಗೆ ಶಾಂತಿ, ನೆಮ್ಮದಿ ದೊರೆತಿದ್ದವು. ಅವರು ವಾಸಿಸುತ್ತಿದ್ದುದು ಕೊಳಗೇರಿಯಲ್ಲೇ. ಚಾಪ್ಲಿನ್‌ಗಂತೂ ಅದು ಎಂದೂ ಅಸಹ್ಯ ಎನಿಸಲಿಲ್ಲ. ಅಲ್ಲಿ ನಡೆಯುತ್ತಿದ್ದ ಪ್ರತಿಯೊಂದು ಸಂಗತಿಯೂ ಅವನ ಮನಸ್ಸಿನ ಮೇಲೆ ಅಚ್ಚೊತ್ತಿದ್ದವು. ಶಾಲೆ, ಕಾಲೇಜುಗಳಲ್ಲೂ ಸಿಗದ ಅನೇಕ ಜೀವನ ಪಾಠಗಳು ಅಲ್ಲಿ ಅವನಿಗೆ ಕರಗತವಾದವು. ಅಂತಹ ಒಂದು ಉದಾಹರಣೆ ಹೀಗಿದೆ, ಒಮ್ಮೆ ಅವನ ಮನೆಯ ಹತ್ತಿರದ ಕಟುಕರ ಅಂಗಡಿಯಿಂದ ಕುರಿಮರಿಯೊಂದು ಸಾವಿನ ಭಯದಿಂದ ಅರಚುತ್ತಾ ತಪ್ಪಿಸಿಕೊಳ್ಳಲು ಯತ್ನಿಸುತ್ತಿರುವುದನ್ನು ಬಾಲಕ ಚಾಪ್ಲಿನ್‌ನೋಡಿದ. ಜನ ಅದನ್ನು ನೋಡಿ ಆನಂದಿಸುತ್ತಿದ್ದರೆ ಚಾಪ್ಲಿನ್‌ಬಹಳ ದುಃಖಗೊಂಡು ತನ್ನ ತಾಯಿಯ ಬಳಿಗೆ ಓಡಿಹೋಗಿ ಅದನ್ನು ಕಾಪಾಡುವಂತೆ ಕೇಳಿದ. ಅವನ

ದುಃಖ ಹೆನ್ನಾಳಿಗೆ ತಿಳಿದರೂ ಅವಳು ಅಸಹಾಯಕಳಾಗಿದ್ದರಿಂದ ಮಾಂಸ ಮಾರುವುದು ಆ ಕಟುಕನ ವೃತ್ತಿಯಾಗಿದ್ದು ಅದನ್ನು ಬದಲಿಸಲಾಗುವುದಿಲ್ಲವೆಂದು ತಿಳಿಸಿದಳು. ಈ ಘಟನೆ ಅವನ ಜೀವನದುದ್ದಕ್ಕೂ ನೆನಪಿನಲ್ಲಿತ್ತು.

ವೃತ್ತಿ ರಂಗಭೂಮಿಗೆ – ಪುಟ್ಟ ಪ್ರತಿಭೆ

ಶಾಲೆಗೆ ಹೋಗುತ್ತಿದ್ದಾಗ ಚಾಪ್ಲಿನ್‌ಗೆ ಸಾಹಿತ್ಯ, ವಿಜ್ಞಾನ ಮತ್ತು ಇತಿಹಾಸ ವಿಷಯಗಳು ಬಹಳ ಆಸಕ್ತಿದಾಯಕವಾಗಿದ್ದವು. ಆದರೆ ಅವನಿಗೆ ಗಣಿತ ಕಬ್ಬಿಣದ ಕಡಲೆಯಾಗಿತ್ತು. ಒಮ್ಮೆ ಆತನ ಶಾಲೆಯಲ್ಲಿ 'ಸಿಂಡ್ರೆಲಾ' ನೃತ್ಯ ನಾಟಕವನ್ನು ಏರ್ಪಡಿಸಲಾಯಿತು. ಅದಕ್ಕೆ ಪಾತ್ರಗಳನ್ನು ಆಯ್ಕೆ ಮಾಡಿದಾಗ ಚಾಪ್ಲಿನ್‌ಗೆ ಸಹ ಒಂದು ಸಣ್ಣ ಪಾತ್ರ ದೊರೆಯಿತು. ಆ ನಾಟಕದಲ್ಲಿ ಸಿಂಡ್ರೆಲಾ ಪಾತ್ರ ಮಾಡಿದ ಹುಡುಗಿ ಅವನಿಗೆ ಬಹಳ ಇಷ್ಟವಾದಳು. ಅವನು ಅವಳನ್ನು ಅಂತರಂಗದಲ್ಲೇ ಪ್ರೀತಿಸತೊಡಗಿದನು. ನಾಟಕದಲ್ಲಿ ನೀಡಿದ ತನ್ನ ಉತ್ತಮ ಅಭಿನಯಕ್ಕಾಗಿ ಎಲ್ಲೆಡೆ ಅವನಿಗೆ ಪ್ರಶಂಸೆಗಳ ಸುರಿಮಳೆ ಆಯಿತು.

ಪುಟ್ಟ ಚಾರ್ಲಿಯ ಅಭಿನಯಕ್ಕೆ ಮೆಚ್ಚಿದ ಅವನ ತಂದೆ, ಹೆನ್ನಾಳನ್ನು ಒಪ್ಪಿಸಿ ಅವನನ್ನು ನಾಟಕ ಕಂಪನಿಗೆ ಸೇರಿಸಲು ನಿರ್ಧರಿಸಿದ. ಅಲ್ಲಿ ಅವನ ಊಟ, ಉಪಚಾರ, ವಸತಿಗಳನ್ನು ಕಂಪನಿಯೇ ನೋಡಿಕೊಳ್ಳುವುದು ಹಾಗೂ ಅವನಿಗೆ ಸೂಕ್ತ ರಂಗ ತರಬೇತಿ ದೊರಕುತ್ತದೆ ಎಂದು ವಿವರಿಸಿದನು. ಇದಕ್ಕೆ ಅವಳು ಒಪ್ಪಿದಳು. ನಂತರ ಚಾರ್ಲ್ಸ್ ತನ್ನ ಶಿಫಾರಸ್ಸಿನ ಮೇಲೆ 'ಕ್ಲಾಗ್ ಡ್ಯಾನ್ಸರ್' ನಾಟಕ ಕಂಪನಿಗೆ ಬಾಲಕ ಚಾರ್ಲಿಯನ್ನು ಸೇರಿಸಿದನು. ಅದರ ಮಾಲಿಕ ಜಾಕ್‌ಸನ್ ಹಾಗೂ ಅವನ ಹೆಂಡತಿ ಅವನನ್ನು ಬಹಳ ಪ್ರೀತಿಯಿಂದ ನೋಡಿಕೊಂಡರು. ಸತತವಾಗಿ ಆರು ವಾರಗಳ ಕಾಲ ರಂಗತರಬೇತಿ ನೀಡಿದರು. ಅವನ ಅಭಿನಯದ ಕ್ಲಾಗ್ ಡ್ಯಾನ್ಸರ್ ನಾಟಕ ಕಂಪನಿ ಅಪಾರ ಹೆಸರು ಗಳಿಸಿತು. ನಗರದೆಲ್ಲೆಡೆ

ಪ್ರಶಂಸೆ ವ್ಯಕ್ತವಾಯಿತು. ಅವನು ಒಂದು ಹಾಸ್ಯ ಕಂಪನಿಯಲ್ಲಿ ಸಹ ಪಾತ್ರ ಮಾಡಿದನು. ಅವನ ಅಭಿನಯದ ಬೆಕ್ಕಿನ ಪಾತ್ರ ಅದರಲ್ಲಿ ಜನಪ್ರಿಯವಾಯಿತು. ಅವನ ತಂದೆ ತನ್ನ ಮಗನ ಪಾತ್ರ ನೋಡಿ ಮೂಕವಿಸ್ಮಿತನಾಗಿ ಅಭಿನಂದಿಸಿದನು. ಆಗಲೇ ಕುಡಿತದಿಂದ ಅವನ ಶರೀರ ಬಹಳ ದುರ್ಬಲವಾಗಿತ್ತು. ಆರೋಗ್ಯ ಹದಗೆಟ್ಟಿತ್ತು.

ಇತ್ತ ಬಿಡುವಿಲ್ಲದ ದುಡಿತದಿಂದ ಬಾಲಕ ಚಾಪ್ಲಿನ್ ಹೈರಾಣಾದನು. ಅವನಿಗೆ ಅಪಾರ ಬೇಡಿಕೆ ಬಂದಿದ್ದರಿಂದ ಕಷ್ಟಪಟ್ಟು ಕೆಲಸ ಮಾಡತೊಡಗಿದನು. ಇದರಿಂದ ಅನಾರೋಗ್ಯದತ್ತ ಮುಖ ಮಾಡಿದ ಅವನಿಗೆ ಅಸ್ತಮಾ ತಗಲುಕೊಂಡಿತು. ಕೆಲಕಾಲ ಅವನು ಉಸಿರಾಟದ ತೊಂದರೆಯಿಂದ ನರಳಲು ತೊಡಗಿದನು. ಅದರಿಂದ ಚಿಕಿತ್ಸೆಗಾಗಿ ಆಸ್ಪತ್ರೆಗೆ ದಾಖಲಾದನು. ಅನೇಕ ತಿಂಗಳುಗಳ ಕಾಲ ಅವನ ಚಿಕಿತ್ಸೆ ನಡೆಯಿತು. ಅವನ ತಾಯಿ ಹೆನ್ನಾ ಒಬ್ಬ ಬಡವಳಾದ್ದರಿಂದ ತನ್ನ ಮಗನಿಗೆ ಏನೂ ಸಹಾಯ ಮಾಡಲಾಗಲಿಲ್ಲ. ಹೀಗಾಗಿ ಅವನ ತಾತ ಚಾರ್ಲ್ಸ್ ಹಿಲ್ ಸಿಡ್ನಿಯನ್ನು ತನ್ನ ಜೊತೆಯಲ್ಲಿರಿಸಿಕೊಳ್ಳಲು ನಿರ್ಧರಿಸಿದನು.

ನಿಧಾನವಾಗಿ ಚಾಪ್ಲಿನ್ ಚೇತರಿಸಿಕೊಳ್ಳುವ ಲಕ್ಷಣಗಳನ್ನು ತೋರಿದನು. ಆದ್ದರಿಂದ ಅವನನ್ನು ಹೆನ್ನಾಳ ಮನೆಗೆ ಕರೆದೊಯ್ಯಲಾಯಿತು. ಹೆನ್ನಾ ತನ್ನ ಮಕ್ಕಳನ್ನು ಸಾಕಲು ಮತ್ತೆ ಹಗಲಿರುಳೂ ದುಡಿಯ ತೊಡಗಿದಳು. ಜನರ ಬಟ್ಟೆ ಹೊಲಿಯುವ ಕೆಲಸ ಮಾಡತೊಡಗಿದಳು. ಆದರೆ ಅದರಿಂದ ಸಿಗುತ್ತಿದ್ದ ಹಣ ಬಹಳ ಕಡಿಮೆಯಾಗಿತ್ತು. ಅನೇಕ ದಿನ ರಾತ್ರಿ ಚಿಮಣಿ ಎಣ್ಣೆ ಬತ್ತಿ ದೀಪ ಬಳಸಿ ಬಹಳ ಹೊತ್ತಿನವರೆಗೂ ನಿದ್ರೆಗೆಟ್ಟು ಬಟ್ಟೆ ಹೊಲಿಯುತ್ತಿದ್ದಳು. ತನ್ನ ಮಕ್ಕಳ ಪಾಲನೆಗಾಗಿ ಸಿಗುವ ಸಣ್ಣಪುಟ್ಟ ಕೆಲಸಗಳನ್ನೂ ಮಾಡುತ್ತಿದ್ದಳು. ಒಂದು ಡಜನ್ ರವಿಕೆಗಳನ್ನು ಹೊಲಿದರೂ ಅವಳಿಗೆ ಸಿಗುತ್ತಿದ್ದುದು ಕೇವಲ ಒಂದು ಪೆನ್ನಿ ಮಾತ್ರ. ಎಷ್ಟೇ ದುಡಿದರೂ ತನ್ನ ಮಕ್ಕಳಿಗೆ ಪುಸ್ತಕ, ಪೆನ್ಸಿಲ್, ಸಮವಸ್ತ್ರಗಳನ್ನು ಕೊಡಿಸಲು ಆಗುತ್ತಿರಲಿಲ್ಲ. ತಿಂಗಳ ಮನೆ ಬಾಡಿಗೆ ಕಟ್ಟಲೂ ಸಹ ಬಹಳ

ಕಷ್ಟವಾಗುತ್ತಿತ್ತು. ಆದ್ದರಿಂದ ಅವರು ಒಂದೇ ಕಡೆ ಇರಲು ಆಗದೆ
ಪದೇಪದೇ ಮನೆ ಬದಲಾಯಿಸುತ್ತಿದ್ದರು. ಅವರ ಕಷ್ಟಕ್ಕೆ ಮರುಗಿ
ಶ್ರೀಮತಿ ಟೇಲರ್ ಎಂಬಾಕೆ ತನ್ನ ಮನೆಯ ಒಂದು ಭಾಗದಲ್ಲಿ ಅವರನ್ನು
ಇರಿಸಿಕೊಂಡಳು.

ಹೀಗೆ ಅವರ ಕುಟುಂಬ ಒಂದು ಹೊತ್ತಿನ ಊಟಕ್ಕೂ, ಬದುಕಿಗೂ
ಪರದಾಡುವಾಗ ಅತ್ತ ಹೀಗೆ ಥಾಮಸ್ ಆಸ್ಪತ್ರೆಯಲ್ಲಿ ಚಾರ್ಲ್ಸ್ ಸಾವು
ಬದುಕಿನ ನಡುವೆ ಹೋರಾಡುತ್ತಿದ್ದ. ಆದರೆ ಅವನು ಕುಡಿತಕ್ಕೆ ಎಷ್ಟು
ದಾಸನಾಗಿದ್ದ ಎಂದರೆ ಆಗಲೂ ಸಹ ಅದನ್ನು ಬಿಡಲು ಸಮ್ಮತಿಸಿರಲಿಲ್ಲ
ಕೊನೆಗೆ ತನ್ನ 38ನೇ ಕಿರಿಯ ವಯಸ್ಸಿನಲ್ಲೇ ಅವನು ಸಾಯಬೇಕಾಗಿ
ಬಂದಿತು. ಅವನ ಅಂತ್ಯಸಂಸ್ಕಾರಕ್ಕಾಗಿ ಹೆನ್ನಾಳ ಬಳಿ ಒಂದೇ ಒಂದು
ಕಾಸೂ ಸಹ ಇರಲಿಲ್ಲ. ಅಂತಹ ಕ್ಲಿಷ್ಟಕರ ಸನ್ನಿವೇಶದಲ್ಲಿ ಅವಳ ಮೈದುನ
ಆಲ್ಬರ್ಟ್ ಅವರಿಗೆ ಸಹಾಯ ಮಾಡಿದನು. ಪುಟ್ಟ ಚಾಪ್ಲಿನ್ ಅವನ
ದೇಹದ ಮೇಲೆ ಒಂದು ಕರವಸ್ತ್ರವನ್ನು ಇಟ್ಟು ಅಂತಿಮ ನಮನ ಸಲ್ಲಿಸಿದ.
ಹೆನ್ನಾಳಿಗೆ ಆ ಸಾವಿನಿಂದ ಆದ ಆಘಾತಕ್ಕೆ ಅವಳ ಕಣ್ಣೀರೇ ಸಾಕ್ಷಿ
ಯಾಗಿದ್ದವು.

ಆಸ್ಪತ್ರೆಯ ಅಧಿಕಾರಿಗಳು ಚಾರ್ಲ್ಸ್ ಬಿಟ್ಟುಹೋದ ವಸ್ತುಗಳನ್ನು
ತೆಗೆದುಕೊಂಡು ಹೋಗುವಂತೆ ಅವರಿಗೆ ಕರೆ ಕಳುಹಿಸಿದರು. ಹೆನ್ನಾ
ಆತುರದಿಂದ ಅಲ್ಲಿಗೆ ಧಾವಿಸಿದಾಗ ಅವಳಿಗೆ ಅಧಿಕಾರಿಗಳು ಒಂದು ಚೀಲ
ನೀಡಿದರು. ಅದರಲ್ಲಿ ಒಂದು ಜೊತೆ ಬೂಟುಗಳು ಮಾತ್ರ ಇದ್ದವು.
ಒಂದು ಬೂಟಿನೊಳಗಿನ ಸಾಕ್ಸ್‌ನಲ್ಲಿ ಅರ್ಧ ಸವರನ್ ನಾಣ್ಯವನ್ನು
ಚಾರ್ಲ್ಸ್ ಇಟ್ಟುಕೊಂಡಿದ್ದ.

ಬಾಲ್ಯದ ಕಷ್ಟ, ಕಾರ್ಪಣ್ಯಗಳು

ಚಾಪ್ಲಿನ್ ತನ್ನ ಬಡತನದ ಕಾರಣದಿಂದ ಶಾಲೆಯನ್ನು ತೊರೆಯ
ಬೇಕಾಯಿತು. ತನ್ನ ಹನ್ನೊಂದನೇ ವರ್ಷದಲ್ಲೇ ತಾಯಿಗೆ ನೆರವಾಗಲು

ಸಂಸಾರ ನಿರ್ವಹಿಸಲು ಕಷ್ಟಗಳಲ್ಲಿ ಪಾಲುದಾರನಾದ. ಅವನು ಕೆಲಸ ಹುಡುಕಲು ಆರಂಭಿಸಿದ. ಕೆಲವೇ ಪೆನ್ನಿಗಳಿಗಾಗಿ ಎಂತಹ ಕೆಲಸವನ್ನು ಮಾಡಲೂ ಅವನು ಹಿಂಜರಿಯಲಿಲ್ಲ. ಮನೆಗಳ ಹತ್ತಿರ ಹೋಗಿ ಹೂವನ್ನು ಮಾರಲು ತೊಡಗಿದ. ಗಳಿಸಿದ ಸ್ವಲ್ಪ ಹಣವನ್ನು ತನ್ನ ತಾಯಿಗೆ ಕೊಟ್ಟನು. ಹೆನ್ನಾ ಅವನಿಗೆ ಕುಡುಕರ ಮನೆಗಳ ಕಡೆಗೆಲ್ಲಾ ಹೋಗಿ ಹೂವು ಮಾರಬೇಡ ಎಂದು ಸಲಹೆ ನೀಡಿದಳು. ಅವನ ತಂದೆ ಸತ್ತದ್ದು ಈ ಕುಡಿತದ ಕಾರಣದಿಂದಲೇ ಎಂದು ಅವನಿಗೆ ವಿವರಿಸಿ ಹೇಳಿದಳು.

ನಂತರ ಆಕೆ ಹೂ ಮಾರುವ ಕೆಲಸ ಬಿಡುವಂತೆ ಹೇಳಿದಳು. ಆನಂತರ ಅವನು ಬೇರೆ ಕೆಲಸ ದೊರಕಿಸಿಕೊಂಡನು. ಆಗಲೇ ದೂರದ ಬಂದರಿನಲ್ಲಿನ ಹಡಗಿನಲ್ಲಿ ಕೆಲಸ ಮಾಡುತ್ತಿದ್ದ ಸಿಡ್ನಿ ಸಹ ಸ್ವಲ್ಪ ಹಣ ಕಳುಹಿಸುತ್ತಿದ್ದ. ಅವರ ಜೀವನ ಬಹಳ ಕಠಿಣವಾಗಿತ್ತು. ಇದರಿಂದ ಚಾಪ್ಲಿನ್ ಎಂದಿಗೂ ಸುಮ್ಮನೆ ಕೂರಲಿಲ್ಲ. ಸದಾ ಏನಾದರೂ ಕೆಲಸ ಮಾಡಿ ತನ್ನ ತಾಯಿಗೆ ನೆರವಾಗುತ್ತಿದ್ದ. ಅನೇಕ ಸ್ಥಳಗಳಲ್ಲಿ ಕೆಲಸ ಮಾಡಿದ. ಮೊಂಬತ್ತಿ ಅಂಗಡಿಯಲ್ಲಿ, ಮಿಠಾಯಿ ಅಂಗಡಿಯಲ್ಲಿ. ಹೀಗೆ ಅನೇಕ ಕಡೆ ದುಡಿದ. ತನ್ನ ಅಣ್ಣ ಸಿಡ್ನಿಯ ಶಿಫಾರಸ್ಸಿನಂತೆ ಶ್ರೀಮಂತ ನೊಬ್ಬನ ಮನೆಯ ಬಾಗಿಲು ಕಾವಲುಗಾರನಾದ. ಸಾಹುಕಾರರ ಮನೆಗಳ ಮಹಡಿಗಳಲ್ಲಿ ನೆಲ ಒರೆಸುವ ಕೆಲಸ ಮಾಡಿದ. ಯಾವ ಕೆಲಸವೇ ಆಗಲಿ ಅದನ್ನು ಶ್ರದ್ಧೆಯಿಂದ ಮಾಡುತ್ತಿದ್ದ. ಅತ್ಯಲ್ಪ ಪ್ರಮಾಣದ ಹಣ ಗಳಿಸಿದರೂ ಅಪಾರವಾದ ಲೋಕಜ್ಞಾನವನ್ನು ಸಂಪಾದಿಸಿದನು. ಜನರ ನಡೆ-ನುಡಿಗಳನ್ನು ಆಗಾಗ ಗಮನಿಸುತ್ತಿದ್ದ. ಆದರೆ ಅವರ ಕಠಿಣ ದುಡಿಮೆ ಏನಕ್ಕೂ ಸಾಕಾಗುತ್ತಿರಲಿಲ್ಲ. ಹೆನ್ನಾಳಿಗೆ ಮನೆಯಲ್ಲಿನ ಸಣ್ಣಪುಟ್ಟ ಸರಕುಗಳನ್ನು ಮಾರುವುದು ಅನಿವಾರ್ಯ ಎನಿಸಿತ್ತು. ಅವರಲ್ಲಿನ ಬಟ್ಟೆಬರೆ, ಸ್ಟೌವ್, ತಟ್ಟೆ, ಲೋಟ ಮುಂತಾದವು ಗಿರವಿ ಅಂಗಡಿ ಸೇರಿದವು. ಅತ್ತ ಅವರ ತಾತ ಚಾರ್ಲ್ಸ್ ಹಿಲ್ ಆಸ್ಪತ್ರೆಯಲ್ಲಿ ಸೇರಿದ್ದವನು ಅಲ್ಲಿ ಕೊಡುವ ಬ್ರೆಡ್, ಮೊಟ್ಟೆಗಳನ್ನು ಸಂಗ್ರಹಿಸಿ ಅವರಿಗೆ ತಂದು

ಕೊಡುತ್ತಿದ್ದನು.

ದೂರದಲ್ಲಿ ಕೆಲಸಕ್ಕಿದ್ದ ಸಿಡ್ನಿಯ ಬಗ್ಗೆ ಯೋಚಿಸಿ ಯೋಚಿಸಿ ಹೆನ್ನಾ ಅಸಂಬದ್ಧವಾಗಿ ಮಾತನಾಡಲು ತೊಡಗಿದಳು. ನಿಧಾನವಾಗಿ ಆಕೆ ತನ್ನ ಮಾನಸಿಕ ಸ್ಥಿಮಿತ ಕಳೆದುಕೊಳ್ಳತೊಡಗಿದಳು. ದೂರದಲ್ಲಿದ್ದರಿಂದ ಸಿಡ್ನಿಯ ಸಾನಿಧ್ಯವನ್ನು ಕಳೆದುಕೊಂಡಿದ್ದಳು. ಒಮ್ಮೊಮ್ಮೆ ತನ್ನ ಮಗನನ್ನು ನನ್ನಿಂದ ದೂರ ಮಾಡುತ್ತಿದ್ದಾರೆ ಎಂದು ರೋಧಿಸುತ್ತಿದ್ದಳು. ಒಮ್ಮೆ ಚಾರ್ಲಿ ಮನೆಯಲ್ಲಿರದಿದ್ದಾಗ ಆಕೆ ಹೆಂಚಿನ ತುಂಡುಗಳನ್ನು ಮೇಜಿನ ಮೇಲಿಟ್ಟುಕೊಂಡು ತನ್ನ ಮಗನ ಜನ್ಮದಿನದ ಕಾಣಿಕೆಗಳೆಂದು ಹಾಡತೊಡಗಿದಳು. ಚಾಪ್ಲಿನ್‌ನ ಗೆಳೆಯರು ಅವನಿಗೆ ವಿಷಯ ತಿಳಿಸಿದಾಗ ಅವನು ಓಡಿಬಂದು ನೋಡಿದ. ಹೆನ್ನಾಳ ಸ್ಥಿತಿ ಬಹಳ ಗಂಭೀರವಾಗಿತ್ತು. ಉನ್ಮಾದದಿಂದ ನರಳುತ್ತಿದ್ದ ಅವಳಿಗೆ ತನ್ನ ಮಗನನ್ನೇ ಗುರುತಿಸಲು ಆಗಿರಲಿಲ್ಲ. ಆಗ ಆಕೆಯನ್ನು ಮಾನಸಿಕ ಆಸ್ಪತ್ರೆಗೆ ಸೇರಿಸಲಾಯಿತು.

ಈ ರೀತಿ ಚಾಪ್ಲಿನ್ ಒಂಟಿ ಆಗಿಬಿಟ್ಟನು. ಅವನ ತಾಯಿ ಆಸ್ಪತ್ರೆಯಲ್ಲಿ, ಅಣ್ಣ ದೂರದಲ್ಲಿ ಸಮುದ್ರದಲ್ಲಿ ಉಳಿದರು. ಅವನು ಜನರಿಗೆ ತನಗೆ ನಗರದಲ್ಲಿ ನೆಂಟರು, ಬಂಧುಗಳೂ ಇದ್ದಾರೆಂದು ಸುಳ್ಳು ಹೇಳತೊಡಗಿದನು. ಏಕೆಂದರೆ ಸರ್ಕಾರಿ ಅಧಿಕಾರಿಗಳು ತನ್ನನ್ನು ಅನಾಥಾಶ್ರಮಕ್ಕೆ ಸೇರಿಸದಿರಲಿ ಎಂದು. ಇಡೀ ದಿನ ಕೇವಲ ನಾಲ್ಕೈದು ಪೆಪ್ಪರ್‌ಮಿಂಟ್‌ಗಳನ್ನು ತಿಂದು ಬದುಕುತ್ತಿದ್ದನು. ಹಸಿವು ಹೆಚ್ಚಾದಾಗ ಹೊಟ್ಟೆ ತುಂಬಾ ನೀರು ಕುಡಿದು ಹ್ಹಾಗೇ ಮಲಗುತ್ತಿದ್ದನು.

ಈಗ ಚಾಪ್ಲಿನ್ ಒಂಟಿಯಾಗಿದ್ದನು. ಅವನೀಗ ಯಾರಿಗೂ ಕೇಳುವವರಿಲ್ಲದವನಾಗಿದ್ದಾನೆ. ಯಾವ ಕಡೆಯಿಂದಲೂ ಅವನಿಗೆ ಸಹಾಯ ಮಾಡುವವರಿಲ್ಲ. ಹೆಚ್ಚೂಕಡಿಮೆ ಬೀದಿಪಾಲಾದಂತಿದ್ದಾನೆ. ತನ್ನ ಮುಂದಿನ ಭವಿಷ್ಯವನ್ನು ತಾನೇ ಈಗ ರೂಪಿಸಿಕೊಳ್ಳಬೇಕಾಗಿದೆ.

ಚಾಪ್ಲಿನ್ ಕೆಲವು ದಿನಗಳ ಕಾಲ ಕೆಲಸ ಹುಡುಕುತ್ತಾ ಲಂಡನ್‌ನ

ಬೀದಿಗಳಲ್ಲಿ ಅಲೆದಾಡಿದ. ಕೊನೆಗೆ ಕೆನ್ಸಿಂಗ್‌ಟನ್ ರಸ್ತೆಯ ಕೊನೆಯಲ್ಲಿದ್ದ ಮರಗೆಲಸ ಮಾಡುವವರಲ್ಲಿ ಕೆಲಸ ಸಂಪಾದಿಸಿದ. ಅವರಿಗೆ ತನ್ನ ಕೈಲಾದ ಸಣ್ಣಪುಟ್ಟ ಕೆಲಸ ಮಾಡಿದ. ಅದರಿಂದ ಸಂತೋಷಗೊಂಡ ಅವರು ತಮ್ಮ ಮಾಲೀಕನಿಂದ ಅವನಿಗೆ ಎರಡು ಪೆನ್ನಿ ಹಣ ಕೊಟ್ಟರು. ಅದರಿಂದ ಚಾಪ್ಲಿನ್ ಆಹಾರ ತಿಂದು ಹಸಿವು ತೀರಿಸಿಕೊಂಡನು.

ಹೀಗಿರುವಾಗ ಸಿಡ್ನಿ ತಾನು ಲಂಡನ್‌ಗೆ ಬರುತ್ತಿರುವುದಾಗಿಯೂ ನಿಲ್ದಾಣಕ್ಕೆ ಬರುವಂತೆಯೂ ತಿಳಿಸಿ ತಂತಿ ಕಳಿಸಿದನು. ಆದರೆ ತನ್ನ ಬಟ್ಟೆಗಳು ಹರಿದು, ಮಾಸಿ, ಹೊಲಸಾಗಿದ್ದರಿಂದ ಚಾಪ್ಲಿನ್ ವಾಟರ್‌ಲೂ ನಿಲ್ದಾಣಕ್ಕೆ ಹೋಗಲಿಲ್ಲ. ಮರುದಿನ ಬಂದ ಸಿಡ್ನಿ ತನ್ನ ತಮ್ಮನನ್ನು ಭೇಟಿ ಮಾಡಿದನು. ಅವನ ಕಷ್ಟಗಳನ್ನು ಕಂಡು ಮರುಗಿದನು. ತನ್ನ ತಾಯಿ ಆಸ್ಪತ್ರೆಯಲ್ಲಿರುವುದನ್ನು ತಿಳಿದು ದುಃಖಿಸಿದನು. ಇಬ್ಬರು ಸೋದರರೂ ಆಕೆಯನ್ನು ನೋಡಲು ಆಸ್ಪತ್ರೆಗೆ ಹೋದಳು. ಆಕೆ ನೋಡಲು ತುಂಬಾ ಮಂಕಾದಂತೆ ಕಾಣಿಸಿದಳು. "ನೀನು ನನಗೆ ಒಂದು ಕಪ್ಪು ಚಹ ಕೊಟ್ಟಿದ್ದರೆ ನಾನು ಇಂದು ಹೀಗಿರುತ್ತಿರಲಿಲ್ಲ" ಎಂದಳು. ಈ ಮಾತುಗಳು ಚಾಪ್ಲಿನ್ ಮೇಲೆ ಬಹಳ ಪರಿಣಾಮ ಬೀರಿ ಅವನನ್ನು ವಿಚಲಿತಗೊಳಿಸಿದವು.

ಆ ಕ್ಷಣದಿಂದ ತಾನು ಏನಾದರೂ ಮಾಡಬೇಕು ಎಂದು ಚಾಪ್ಲಿನ್ ನಿರ್ಧರಿಸಿದ. ಅನೇಕ ಕೆಲಸಗಳಲ್ಲಿ ತನ್ನ ಅದೃಷ್ಟವನ್ನು ಪರೀಕ್ಷಿಸಲು ಪ್ರಯತ್ನಿಸಿದನು. ವೃತ್ತಪತ್ರಿಕೆಗಳನ್ನು ಮಾರಿದ, ಮುದ್ರಣಾಲಯದಲ್ಲಿ ಕೆಲಸ ಮಾಡಿದ. ಗೊಂಬೆಗಳನ್ನು ತಯಾರಿಸಿ ಮಾರಿದ. ಈ ಎಲ್ಲಾ ಕೆಲಸಗಳಿಂದ ಅನೇಕ ಅನುಭವಗಳನ್ನು ಸಂಪಾದಿಸಿದ. ಆದರೆ ಅವನ ಅಂತರಂಗದೊಳಗೆ ನಟನಾಗಬೇಕೆಂಬ ತುಡಿತ ಮಿಡಿಯುತ್ತಲೇ ಇತ್ತು. ತನ್ನ ಕನಸನ್ನು ಸಾಧಿಸಲು ಏನು ಮಾಡಬೇಕೆಂದು ಯಾವಾಗಲೂ ಚಿಂತಿಸುತ್ತಿದ್ದ. ಅನೇಕ ರಂಗಮಂದಿರಗಳ ಹತ್ತಿರಹೋಗಿ ಬಾಲನಟರು ಬೇಕಾಗಿದ್ದಾರೆಯೇ ಎಂದು ಕೇಳುತ್ತಿದ್ದ. ಅಗತ್ಯವಿದ್ದರೆ ಕರೆಯಿರಿ ಎಂದು ತನ್ನ ವಿಳಾಸವನ್ನು ಕೊಟ್ಟು ಬರುತ್ತಿದ್ದನು. ಅವನು ತನ್ನ ದುರಾದೃಷ್ಟವನ್ನು

ಒಪ್ಪದೆ ಶಕ್ತಿ ಮೀರಿ ನಟನಾಗಲು ಪ್ರಯತ್ನ ಪಡುತ್ತಿದ್ದನು.

ಪ್ರಖ್ಯಾತಿಯೆಡೆಗೆ ಮೊದಲ ಹೆಜ್ಜೆ

ಒಂದು ದಿನ ಒಂದು ನಾಟಕದ ಕಂಪನಿಯಿಂದ ಪತ್ರವೊಂದು ಚಾಪ್ಲಿನ್‌ಗೆ ಬಂತು. ಅವನು ಬಹಳ ಸಂತೋಷಗೊಂಡನು. ತನ್ನ ಅಣ್ಣ ಸಿಡ್ನಿ ಕೊಡಿಸಿದ್ದ ಹೊಸ ಬಟ್ಟೆಗಳನ್ನು ಧರಿಸಿ ಹೊರಟು ಹ್ಯಾಮಿಲ್ಟನ್ ಎನ್ನುವ ವ್ಯಕ್ತಿಯನ್ನು ಭೇಟಿ ಮಾಡಿದ. ಹ್ಯಾಮಿಲ್ಟನ್ ಅವನ ವಯಸ್ಸಿನ ಬಗ್ಗೆ ಸಂದೇಹ ವ್ಯಕ್ತಪಡಿಸಿದಾಗ ಚಾಪ್ಲಿನ್ ತನಗೆ 14 ವರ್ಷ ವಯಸ್ಸು ಎಂದು ಸುಳ್ಳು ಹೇಳಿದನು. ಕೊನೆಗೆ ಹ್ಯಾಮಿಲ್ಟನ್ ಅದನ್ನು ನಂಬಿ ತಮ್ಮ ಕಂಪನಿಯಿಂದ ಪ್ರದರ್ಶಿಸಲ್ಪಡುವ ಹೊಸ ನಾಟಕ ಶೆರ್ಲಾಕ್ ಹೋಮ್ಸ್‌ನಲ್ಲಿ ಬಿಲ್ಲಿಯ ಪಾತ್ರ ನೀಡಿದನು. ಅದು ದ್ವಾರಪಾಲಕನ ಪಾತ್ರವಾಗಿದ್ದು ಚಾಪ್ಲಿನ್‌ಗೆ ವಾರಕ್ಕೆ ಹತ್ತು ಶಿಲ್ಲಿಂಗ್ ಸಂಬಳ ಗೊತ್ತು ಮಾಡಲಾಯಿತು.

ಚಾಪ್ಲಿನ್ ತನಗೆ ದೊರೆತಿರುವ ಈ ಅವಕಾಶವನ್ನು ಸದ್ವಿನಿಯೋಗಿಸಿಕೊಳ್ಳಲು ತನ್ನ ಪ್ರತಿಭೆಯನ್ನೆಲ್ಲಾ ಒಗ್ಗೂಡಿಸಿದ. ಅವನಿಗಿದು ಹೊಸ ಅನುಭವವಾಗಿತ್ತು. ತನ್ನ ನಟನಾ ಸಾಮರ್ಥ್ಯವನ್ನು ತೋರಿಸಬೇಕಾಗಿತ್ತು. ಆದರೆ ಅವನು ರಂಗ ತಾಲೀಮುಗಳ ಬಗ್ಗೆ ಹೆದರಲಿಲ್ಲ. ಆ ನಾಟಕದಲ್ಲಿ ಪ್ರಮುಖ ಪಾತ್ರ ವಹಿಸುತ್ತಿದ್ದ ಹೆಚ್.ಎ. ಸೇಂಟ್ಸ್‌ಬರಿ. ಎಂಬಾತ ಖ್ಯಾತ ನಟನಾಗಿದ್ದ. ನಾಟಕದ ನಿರ್ವಾಹಕರ ಸಲಹೆಯಂತೆ ಚಾಪ್ಲಿನ್ ಸೇಂಟ್ಸ್‌ಬರಿಯನ್ನು ಭೇಟಿಯಾಗಿ ಅವನ ಸಲಹೆ ಕೇಳಿದ. ಸೇಂಟ್ಸ್‌ಬರಿ ನಿಜಕ್ಕೂ ಆದರ್ಶ ವ್ಯಕ್ತಿಯಾಗಿದ್ದು ಅವನನ್ನು ಪ್ರೀತಿಯಿಂದ ಸ್ವಾಗತಿಸಿ ತಾನೇ ಅವನಿಗೆ ಮೊದಲ ಗುರುವಾಗಿ ಅಭಿನಯ, ಸಂಭಾಷಣಾ ಪ್ರಯೋಗ ತಂತ್ರಗಳು, ಸಂಗೀತ ಇತ್ಯಾದಿಗಳ ಬಗ್ಗೆ ತರಬೇತಿ ನೀಡಿದ. ಚಾಪ್ಲಿನ್ ಶ್ರದ್ಧೆಯಿಂದ ಅವುಗಳನ್ನು ಕಲಿತು ಕರಗತ ಮಾಡಿಕೊಂಡ.

'ಶೆರ್ಲಾಕ್ ಹೋಮ್ಸ್' ನಾಟಕಕ್ಕಿಂತ ಮೊದಲು ಆ ತಂಡವು 'ಜಿಮ್ ಎ ರೋಮಾನ್ಸ್ ಆಫ್ ಕೊಕೇನ್' ಎಂಬ ನಾಟಕವನ್ನು ಪ್ರದರ್ಶಿಸಿತು. ಅದರ ರಚನಾಕಾರ ಸೇಂಟ್ಸ್‌ಬರಿಯೇ ಆಗಿದ್ದರೂ ಅದು ವಿಫಲವಾಯಿತು. ಅದರಲ್ಲಿ ಸಣ್ಣ ಪಾತ್ರವನ್ನು ವಹಿಸಿದ್ದರೂ ಚಾಪ್ಲಿನ್ ವಿಮರ್ಶಕರ ಮೆಚ್ಚುಗೆ ಗಳಿಸುವಂತೆ ಅಭಿನಯಿಸಿದನು. 'ಲಂಡನ್ ಟಾಪಿಕಲ್ ಟೈಮ್ಸ್'ನಲ್ಲಿ ಚಾಪ್ಲಿನ್ ಭವಿಷ್ಯತ್ತಿನಲ್ಲಿ ಒಬ್ಬ ಉತ್ತಮ ನಟನಾಗಬಹುದು ಎಂದು ಹೊಗಳಿ ಬರೆಯಲಾಯಿತು. ಈ ವಿಮರ್ಶೆ ಯಿಂದ ಚಾಪ್ಲಿನ್‌ನ ಆತ್ಮವಿಶ್ವಾಸ ಇನ್ನೂ ಹೆಚ್ಚಿತು. ತನ್ನ ಅಭಿನಯ ಕಲೆಯನ್ನು ಅಭಿವೃದ್ಧಿಗೊಳಿಸುವಲ್ಲಿ ತಲ್ಲೀನನಾದನು.

ಲಂಡ್‌ನ ಖ್ಯಾತ ಪೆವಿಲಿಯನ್ ಥಿಯೇಟರ್‌ನಲ್ಲಿ ಶೆರ್ಲಾಕ್ ಹೋಮ್ಸ್ ನಾಟಕ ಪ್ರದರ್ಶನವಾಯಿತು. ಅದರಲ್ಲಿ ತನ್ನ ಬಿಲ್ಲಿ ಪಾತ್ರದ ಮೂಲಕ ಚಾಪ್ಲಿನ್ ಜನಪ್ರಿಯನಾದನು. ಆಗ ಅವನಿಗೆ ಹದಿನಾರರ ಹರೆಯ. ನಾಲ್ಕೈದು ಪ್ರದರ್ಶನಗಳ ನಂತರ ಕಂಪನಿ ಪ್ರವಾಸವನ್ನು ಆರಂಭಿಸಿತು. ಹೋದಕಡೆಯೆಲ್ಲಾ ಎಲ್ಲರೂ ಚಾಪ್ಲಿನ್‌ನ ನಟನೆಯನ್ನು ಮೆಚ್ಚಿದರು. ನಾಟಕದ ನಿರ್ದೇಶಕ ವಿಲಿಯಂ ಜಿಲಿಟಿನ್‌ಗೇ ಅವನ ನಟನೆ ಕಂಡು ಆಶ್ಚರ್ಯವಾಯಿತು. ನಂತರ ಚಾಪ್ಲಿನ್ 'ದಿ ಮೇರ್‍ರಿ ಮೇಜರ್' ಎಂಬ ಲಘು ನಾಟಕದಲ್ಲಿ 50 ವರ್ಷ ವಯಸ್ಸಿನ ಮಹಿಳೆಯ ಗಂಡನಾಗಿ ಅಭಿನಯಿಸಿದನು. ಆಗ ಅವನಿಗೆ 17 ವರ್ಷ ವಯಸ್ಸಾಗಿತ್ತು.

ದಿನೇದಿನೇ ಚಾಪ್ಲಿನ್ ತನ್ನ ವೃತ್ತಿಯಲ್ಲಿ ಯಶಸ್ಸು ಕಾಣ ತೊಡಗಿದನು. ತನ್ನ ಅಣ್ಣ ಸಿಡ್ನಿಗೂ ನಾಟಕ ಕಂಪನಿಯನ್ನು ಸೇರಲು ಶಿಫಾರಸ್ಸು ಮಾಡಿದನು. ಹೆನ್ನಾಳ ಆರೋಗ್ಯ ಸುಧಾರಿಸಿತು. ತನ್ನ ಮಕ್ಕಳ ಯಶಸ್ಸಿನಿಂದ ಬಹಳ ಸಂತೋಷಗೊಂಡಳು. ಆಕೆಯನ್ನು ಮಕ್ಕಳು ತಮ್ಮ ಮನೆಗೆ ವಾಪಸ್ಸು ಕರೆದೊಯ್ದರು. ಆದರೆ ಆಕೆ ದೀರ್ಘಕಾಲ ಅವರೊಂದಿಗೆ ಇರಲು ಸಾಧ್ಯವಾಗಲಿಲ್ಲ. ಒಮ್ಮೆ ಆ ಮಕ್ಕಳು ನಾಟಕದ ನಿಮಿತ್ತ ಬೇರೆ ಊರಿಗೆ ಹೋಗಿದ್ದಾಗ ಆಕೆ ಪುನಃ ತನ್ನ ಮಾನಸಿಕ ಸ್ಥಿಮಿತ

ಕಳೆದುಕೊಂಡಳು. ಕೆಲವು ಗೆಳೆಯರು ಆಕೆಯನ್ನು ಆಸ್ಪತ್ರೆಗೆ ದಾಖಲಿಸಿದರು. ಈಗ ಅದೇ ಸಮಯದಲ್ಲಿ ಆ ಸಹೋದರರ ಬಾಳಿನಲ್ಲಿ ಅನೇಕ ಬದಲಾವಣೆಗಳು ಸಂಭವಿಸತೊಡಗಿದವು. ಇಬ್ಬರೂ ಒಬ್ಬರಿಂದೊಬ್ಬರು ಬೇರೆಯಾಗಿ ದುಡಿಯತೊಡಗಿದರು. ಅವರ ತಾಯಿಯೊಂದು ಕಡೆ ಇರತೊಡಗಿದಳು. ಇಬ್ಬರೂ ಬೇರೆಬೇರೆ ನಾಟಕ ತಂಡಗಳಲ್ಲಿ ಇದ್ದುದರಿಂದ ಪರಸ್ಪರ ಭೇಟಿಯಾಗುತ್ತಿದ್ದುದು ಅಪರೂಪ ವಾಗಿತ್ತು.

ಸಿಡ್ನಿ ಆಗ ಫ್ರೆಡ್ ಕಾರ್ನೋ ನಾಟಕ ಕಂಪನಿಯಲ್ಲಿ ನಟನಾಗಿದ್ದನು. ಕಾರ್ನೋ ಸಿಡ್ನಿಗೆ ಚಾಪ್ಲಿನ್‌ನನ್ನೂ ತನ್ನ ಕಂಪನಿಗೆ ಕರೆತರಲು ಹೇಳಿದ. ಅವನಿಗೆ 'ದಿ ಫುಟ್‌ಬಾಲ್ ಮ್ಯಾಚ್' ಎಂಬ ನಾಟಕದಲ್ಲಿ ಪ್ರಮುಖ ಪಾತ್ರವನ್ನು ನೀಡಿದ. ಆ ನಾಟಕದಲ್ಲಿ ಚಾಪ್ಲಿನ್ ಹ್ಯಾರಿ ವೆಲ್ಡನ್ ಎದುರು ಅಭಿನಯಿಸಬೇಕಾಯಿತು. ಅವನು ಸಾಮಾನ್ಯನಾಗಿರಲಿಲ್ಲ. ತನ್ನ ಅಭಿನಯ ಸಾಮರ್ಥ್ಯಗಳಿಂದಲೇ ನಾಟಕವನ್ನು ಜನಪ್ರಿಯವಾಗುವಂತೆ ಮಾಡುತ್ತಿದ್ದ. ನಾಟಕದ ಆರಂಭದಿಂದ ಹಿಡಿದು ಅಂತ್ಯದವರೆಗೆ ಪ್ರೇಕ್ಷಕರನ್ನು ನಗೆ ಸಾಗರದಲ್ಲಿ ಮುಳುಗಿಸುತ್ತಿದ್ದ ಮಹಾನ್ ನಟ. ಅವನ ಸಂಭಾವನೆ ಇತರ ನಟರಿಗಿಂತ ಹೆಚ್ಚಾಗಿ ಇತ್ತು. ಬೇರೆ ನಟರು ಅವನೆದುರು ಅಭಿನಯಿಸಲು ಎರಡೆರಡು ಬಾರಿ ಯೋಚಿಸುತ್ತಿದ್ದರು. ಇದನ್ನೆಲ್ಲ ತಿಳಿದಿದ್ದ ಚಾಪ್ಲಿನ್ ಹಗಲಿರುಳೂ ರಂಗತಾಲೀಮು ನಡೆಸಿ ಆ ಮಹಾನ್ ನಟನನ್ನು ಎದುರಿಸಲು ಸಿದ್ಧನಾದನು. ರಂಗತಾಲೀಮಿನಿಂದ ಅವನ ಆತ್ಮವಿಶ್ವಾಸ ಬಲವಾಯಿತು.

'ದಿ ಫುಟ್‌ಬಾಲ್ ಮ್ಯಾಚ್' ನಾಟಕದಲ್ಲಿನ ಚಾರ್ಲಿಯ ಅಪ್ರತಿಮ ನಟನೆಯನ್ನು ಕಂಡು ಎಲ್ಲರೂ ಬೆರಗಾದರು. ಸ್ವತಃ ಹ್ಯಾರಿಯೇ ಅವನ ಅಭಿನಯವನ್ನು ಪ್ರಶಂಸಿಸಿದ. ಕಂಪನಿಯ ಮಾಲಿಕ ಫ್ರೆಡ್ ಕಾರ್ನೋಗೂ ಅಪಾರ ಆನಂದವಾಯಿತು. ಅವನು ಚಾಪ್ಲಿನ್‌ಗೆ ಒಂದು ವಾರಕ್ಕೆ ನಾಲ್ಕು ಪೌಂಡ್‌ಗಳಿಗೆ ವೇತನ ಹೆಚ್ಚಿಸಿದ. ಚಾಪ್ಲಿನ್ ಒಂದು ವರ್ಷದ ಒಪ್ಪಂದ ಪತ್ರಕ್ಕೆ ಸಹಿ ಮಾಡಿದ. ಅಂತಹ ಅಮೋಘ ಯಶಸ್ಸನ್ನು ಅವನು

ಕನಸಿನಲ್ಲೂ ಊಹಿಸಿರಲಿಲ್ಲ. ಅವನು ಎಷ್ಟೊಂದು ಭಾವೋದ್ವಿಗ್ನಗೊಂಡಿದ್ದ ಎಂದರೆ ಒಂದು ನಿರ್ಜನ ಪ್ರದೇಶಕ್ಕೆ ಹೋಗಿ ಅತ್ತು ತನ್ನ ಸಂತೋಷವನ್ನು ಕಡಿಮೆ ಮಾಡಿಕೊಂಡನು.

'ದಿ ಫುಟ್‌ಬಾಲ್ ಮ್ಯಾಚ್' ನಾಟಕವು ಲಂಡನ್, ಬ್ರಿಸ್ಟಲ್ ಮತ್ತು ಕಾರ್ಡಿಫ್ ನಗರಗಳಲ್ಲಿ ದೊಡ್ಡ ಯಶಸ್ಸು ಗಳಿಸಿತು. ಚಾಪ್ಲಿನ್‌ನ ಎದುರು ಹ್ಯಾರಿ ಮಂಕಾದನು. ಅವನು ಅಸೂಯೆಯಿಂದ ನರಳಿದನು.

ಹತ್ತೊಂಬತ್ತರ ಹರೆಯದ ಚಾಪ್ಲಿನ್ ಈಗ ಫ್ರೆಡ್ ಕಾರ್ನೋ ಕಂಪನಿಯ ಪ್ರಮುಖ ನಟನಾಗಿದ್ದ. ಪ್ರತಿಕ್ಷಣವೂ ಪ್ರೀತಿಯ ಹುಡುಕಾಟದಲ್ಲಿ ತೊಡಗಿದ್ದ. ಆಗ ಸುಂದರ ನಟಿಯಾದ ಹೆಟ್ಟಿಕೆಲ್ಲಿಯ ಪ್ರೇಮದ ಬಲೆಗೆ ಬಿದ್ದನು. ಅವರಿಬ್ಬರೂ ಪರಸ್ಪರ ಗಾಢವಾಗಿ ಪ್ರೀತಿಸತೊಡಗಿದರು. ಆದರೆ ಅವಳ ತಂದೆ ತಾಯಿಗಳು ಈ ಸಂಬಂಧವನ್ನು ಒಪ್ಪಲಿಲ್ಲ. ಆದ್ದರಿಂದ ಅವನು ಬರೀ ಅವಳ ನೆನಪನ್ನು ಹೊತ್ತು ಮುಂದುವರೆಯಬೇಕಾಯಿತು. ಇತ್ತ ಕಾರ್ನೋ ಕಂಪನಿ ಅಮೆರಿಕಾದಲ್ಲಿ ಸಹ ನಾಟಕಗಳ ಪ್ರದರ್ಶನ ನೀಡಲು ನಿರ್ಧರಿಸಿತು. 'ದಿ ವುವ್ ವೂವ್ಸ್' ಎಂಬ ಹೊಸ ಲಘು ನಾಟಕವನ್ನು ಸಿದ್ಧಗೊಳಿಸಲಾಯಿತು. ಅದರಲ್ಲಿ ಚಾಪ್ಲಿನ್‌ಗೆ ಮುಖ್ಯಪಾತ್ರ ದೊರೆಯಿತು.

ಕಾರ್ನೋ ಕಂಪನಿ ನ್ಯೂಯಾರ್ಕ್‌ನ ಬ್ರೌನ್‌ಸ್ಟೋನ್ ಕಟ್ಟಡಕ್ಕೆ ಬಂದು ನೆಲೆಸಿತು. ಕಂಪನಿಯು ಅನೇಕ ಸ್ಥಳಗಳಲ್ಲಿ ಪ್ರದರ್ಶನ ನೀಡಿತು. ಎಂದಿನಂತೆ ಚಾಪ್ಲಿನ್‌ನ ಅಭಿನಯ ಜನರ ಅಪಾರ ಮೆಚ್ಚುಗೆ ಗಳಿಸಿತು. ಮುಂದೆ ಅವರು ಸ್ಯಾನ್ ಫ್ರಾನ್ಸಿಸ್ಕೋ ನಗರಕ್ಕೆ ತಮ್ಮ ಬಿಡಾರವನ್ನು ಬದಲಿಸಿದರು. ಒಂದು ದಿನ ಚಾಪ್ಲಿನ್ ರಸ್ತೆಯಲ್ಲಿ ನಡೆಯುತ್ತಾ ಹೋಗುತ್ತಿದ್ದ. ದಾರಿಯಲ್ಲಿನ ಕಂಬವೊಂದಕ್ಕೆ ತೂಗುಹಾಕಿದ್ದ ಜಾಹೀರಾತು ಫಲಕವೊಂದನ್ನು ನೋಡಿದನು. ಅದು ಹಸ್ತಸಾಮುದ್ರಿಕೆಗೆ ಸೇರಿದ್ದ ಜಾಹೀರಾಗಿತ್ತು. ಚಾಪ್ಲಿನ್ ಆ ಕಟ್ಟಡದೊಳಗೆ ಕುತೂಹಲದಿಂದ

ನಡೆದ. ಹಸ್ತಸಾಮುದ್ರಿಕಾ ಮಹಿಳೆಗೆ ತನ್ನ ಕೈಯನ್ನು ತೋರಿಸಿ ಭವಿಷ್ಯವನ್ನು ತಿಳಿಸಲು ಕೇಳಿದ. ಅವಳು ಅವನ ಅಂಗೈಯನ್ನು ಪರಿಶೀಲಿಸಿ ಅವನಿಗೆ ಬಹಳ ಉತ್ತಮವಾದ ಭವಿಷ್ಯವಿದೆ ಎಂದೂ ಅವನು ಅಪಾರವಾದ ಹಣ ಸಂಪಾದಿಸುವನೆಂದೂ ನುಡಿದಳು. ಚಾಪ್ಲಿನ್ ನಕ್ಕು ಅಲ್ಲಿಂದ ಹೊರಬಂದನು.

ಸುಧೀರ್ಘ ಇಪ್ಪತ್ತೊಂದು ತಿಂಗಳ ಪ್ರವಾಸದ ನಂತರ ಕಾರ್ನೋ ನಾಟಕ ತಂಡವು ಲಂಡನ್‌ಗೆ ಹಿಂತಿರುಗಿತು. ಚಾಪ್ಲಿನ್‌ಗೆ ಸಿಡ್ನಿ ಮದುವೆಯಾಗಿರುವ ವಿಷಯ ತಿಳಿಯಿತು. ತಾನು ಈ ಜಗತ್ತಿನಲ್ಲಿ ಒಂಟಿಯಾದಂತೆ ಅವನಿಗೆ ಭಾಸವಾಯಿತು. ಅವನು ಆಸ್ಪತ್ರೆಗೆ ಭೇಟಿ ನೀಡಿ ತನ್ನ ತಾಯಿಯನ್ನು ಕಂಡನು. ಆಕೆಯ ಆರೋಗ್ಯ ಸುಧಾರಿಸಿದಂತಿದ್ದು ಆಕೆ ಚೇತರಿಸಿಕೊಂಡಿದ್ದಳು. ತನ್ನ ಮಗನ ಯಶೋಗಾಥೆಯನ್ನು ಕೇಳಿ ಆಕೆ ಬಹಳ ಸಂತೋಷಪಟ್ಟಳು. ನಂತರ ಅವರ ನಾಟಕ ತಂಡವು ಫಿಲಡೆಲ್ಫಿಯಾ ನಗರಕ್ಕೆ ಸಾಗಿತು. ಅಲ್ಲಿದ್ದಾಗ ಚಾಪ್ಲಿನ್‌ಗೆ ಒಂದು ಟೆಲಿಗ್ರಾಂ ಬಂದು ತಲುಪಿತು. ಅದರಲ್ಲಿ ಅವನು ಕೂಡಲೇ ಕೆಸೆಲ್ ಮತ್ತು ಬಾಮನ್‌ರನ್ನು ಭೇಟಿಯಾಗಬೇಕೆಂದು ತಿಳಿಸಿತ್ತು. ಅದು ಪ್ರಸಿದ್ಧ ಸಿನಿಮಾ ಕಂಪನಿ ಕೀಸ್ಟೋನ್ ಸ್ಟುಡಿಯೋನಿಂದ ಬಂದಿತ್ತು. ಚಾಪ್ಲಿನ್ ಆ ಇಬ್ಬರನ್ನು ಭೇಟಿಯಾಗಿ ಮಾತನಾಡಿದನು. ಅಲ್ಲಿ ಅವನಿಗೆ ವಾರಕ್ಕೆ ಮೂರು ಚಲನಚಿತ್ರಗಳಲ್ಲಿ ಅಭಿನಯಿಸಲು ಕರೆ ನೀಡಲಾಯಿತು. ಅದಕ್ಕಾಗಿ ಅವನಿಗೆ ವಾರಕ್ಕೆ 150 ಡಾಲರ್ ಸಂಭಾವನೆ ದೊರೆಯುತ್ತಿತ್ತು. ಚಾಪ್ಲಿನ್ ಆ ಒಪ್ಪಂದಕ್ಕೆ 1913, ಸೆಪ್ಟೆಂಬರ್ 25ರಂದು ಕೀಸ್ಟೋನ್ ಸ್ಟುಡಿಯೋದೊಂದಿಗೆ ಸಹಿ ಹಾಕಿದನು. ಆಗ ಅವನು 24ರ ಹರೆಯದವನಾಗಿದ್ದ.

ರಂಗಮಾಧ್ಯಮದಿಂದ ದೃಶ್ಯ ಮಾಧ್ಯಮಕ್ಕೆ

ಆ ದಿನಗಳಲ್ಲಿ ಚಲನಚಿತ್ರ ತಂತ್ರಜ್ಞಾನ ಇನ್ನೂ ಶೈಶವಾವಸ್ಥೆಯಲ್ಲಿತ್ತು. ಅಷ್ಟೇನೂ ಆಧುನಿಕವಾಗಿರಲಿಲ್ಲ. ಆದಾಗ್ಯೂ ಸಿನಿಮಾ ಮತ್ತು

ಚಾಪ್ಲಿನ್ ಒಂದೇ ವರ್ಷದಲ್ಲಿ ಜನಿಸಿದ್ದರು. ಆ ಸಮಯದಲ್ಲಿ ಅನೇಕ ಸಿನಿಮಾಗಳು ತಯಾರಾಗಿದ್ದವು. ಕೀಸ್ಟೋನ್ ಸ್ಟುಡಿಯೋ ಸಹ ಆ ಸಿನಿಮಾ ನಿರ್ಮಾಣಕ್ಕೆ ಧುಮುಕಿತ್ತು. ಆ ಕಾಲದಲ್ಲಿ ಸಿನಿಮಾ ತಯಾರಕರು ಕಥೆಗೆ ಬದಲಾಗಿ ಅನುಭವಿ ನಟರಿಗೆ ಪ್ರಾಮುಖ್ಯತೆ ನೀಡುತ್ತಿದ್ದರು. ಸಣ್ಣಪುಟ್ಟ ಘಟನೆಗಳನ್ನು ಚಿತ್ರವಾಗಿ ತಯಾರಿಸಲಾಗುತ್ತಿತ್ತು. ಅಂದಿನ ಜನರೂ ಸಹ ಸಿನಿಮಾ ಎಂದರೆ ಒಂದು ಫ್ಯಾಷನ್ ಎಂದು ತಿಳಿದಿದ್ದರು. ಅದು ಮೂಕಿ ಚಿತ್ರಗಳ ಕಾಲವಾಗಿತ್ತು. ಚಾಪ್ಲಿನ್ ರಂಗನಟನಾಗಿದ್ದರಿಂದ ಪ್ರತಿ ದೃಶ್ಯ ದಲ್ಲೂ ಅಮೋಘ ಅಭಿನಯ ನೀಡುತ್ತಿದ್ದ. ಆದರೆ ಅಲ್ಲಿಯವರೆಗೆ ಎಂದಿಗೂ ಸಿನಿಮಾದಲ್ಲಿ ಪಾತ್ರ ಮಾಡಿರಲಿಲ್ಲ.

ಕೆಲವು ದಿನಗಳ ಕಾಲ ಅವನು ಬಿಡುವಾಗಿ ವಿಹರಿಸಿಕೊಂಡಿದ್ದ. ನಂತರ ಅವನು ಸಿನಿಮಾದ ಬಗ್ಗೆ ಮಾಹಿತಿ ಸಂಗ್ರಹಿಸಲು ಪ್ರಾರಂಭಿಸಿದ. ಅವನು ತನ್ನನ್ನೇ ತಾನು ವಿಷಯದೊಳಗೆ ತೊಡಗಿಸಿಕೊಳ್ಳಲು ಪ್ರಯತ್ನಿಸು ತ್ತಿದ್ದ. ತಾನು ಸಿನಿಮಾದಲ್ಲಿ ಯಶಸ್ವಿ ಆಗುವೆನೋ ಇಲ್ಲವೋ ಎಂಬ ಆತಂಕ ಸದಾ ಅವನನ್ನು ಕಾಡುತ್ತಿತ್ತು.

ಒಂದು ದಿನ ಕೀಸ್ಟೋನ್ ಸ್ಟುಡಿಯೋ ಮಾಲಿಕ ಸೆನ್ನೆಟ್ ಚಾಪ್ಲಿನ್‌ನನ್ನು ಕರೆಯಿಸಿದ. ನಂತರ ತನ್ನ ಸಿನಿಮಾ ಬಗ್ಗೆ ಈ ರೀತಿ ಹೇಳಿದ, "ನೋಡಿ, ನಮ್ಮಲ್ಲಿ ಯಾವುದೇ ಒಂದು ನಿರ್ದಿಷ್ಟ ಕಥೆ ಇಲ್ಲ. ನಮ್ಮಲ್ಲಿ ಚಿತ್ರಕಥೆಯನ್ನು ಕೇವಲ ಒಂದು ಯೋಚನೆ ಇಟ್ಟುಕೊಂಡು ಸಿದ್ಧ ಪಡಿಸುತ್ತೇವೆ. ನಮಗೆ ಹಾಸ್ಯ ಮುಖ್ಯ ಮತ್ತು ಆವಶ್ಯಕ. ಒಬ್ಬ ಮನುಷ್ಯ ಇನ್ನೊಬ್ಬನನ್ನು ಪ್ರೇಕ್ಷಕರು ನಗುವಂತೆ ಎಳೆಯುವುದು, ಬೀಳಿಸುವುದು, ತಿವಿಯುವುದು, ಅಟ್ಟಿಸಿಕೊಂಡು ಹೋಗುವುದು ಏನಾದರೂ ಮಾಡಬೇಕು. ಅವರ ನಗುವೇ ನಮಗೆ ಮುಖ್ಯ."

ಅಂದಿನ ದಿನಗಳಲ್ಲಿ ಫೋರ್ಡ್ ಸ್ಟರ್ಲಿಂಗ್ ಎಂಬ ಹಾಸ್ಯನಟ ನಿದ್ದನು. ಅವನು ಯಾವ ಚಿತ್ರಕ್ಕೆ ಆಗಲಿ ಬೇಕಾಗುತ್ತಿದ್ದ ಅನಿವಾರ್ಯ

ನಟನಾಗಿದ್ದ. ಎಲ್ಲರೂ ಚಾಪ್ಲಿನ್‌ಗೆ ಅವನನ್ನು ಮಾದರಿಯಾಗಿ ಸ್ವೀಕರಿಸಿ ಅನುಕರಿಸುವಂತೆ ಹೇಳುತ್ತಿದ್ದರು. ಆದರೆ ಫೋರ್ಡ್‌ನ ನಟನೆ ಎಂದರೆ ತಳಬುಡವಿಲ್ಲದ ಕಪಿಚೇಷ್ಟೆಯಾಗಿತ್ತು. ನಾರ್ಮಂಡ ಎಂಬ ನಟಿ ಚಾಪ್ಲಿನ್‌ನಲ್ಲಿ ಆತ್ಮವಿಶ್ವಾಸವನ್ನು ಉಂಟು ಮಾಡಿ, ಧೈರ್ಯ ತುಂಬಿದಳು.

ಚಾಪ್ಲಿನ್ ಅನೇಕ ಲಘು ತಾಲೀಮುಗಳಲ್ಲಿ ಅಭಿನಯಿಸಿದರೂ ಅವನ ಅಂತರಂಗಕ್ಕೆ ಅವು ಹಿಡಿಸಲಿಲ್ಲ. ಸೆನ್ನೆಟ್ ಅವನಿಗೆ "ನಿನಗೆ ಹೇಗೆ ತೋಚುವುದೋ ಹಾಗೇ ವೇಷ ಧರಿಸಿಕೊಂಡು ಬಾ" ಎಂದನು. ಚಾಪ್ಲಿನ್ ಗ್ರೀನ್ ರೂಂನೊಳಗೆ ಹೋಗಿ ಅಲ್ಲಿನ ಅನೇಕ ರೀತಿಯ ವಸ್ತುಗಳನ್ನು ನೋಡಿ ಅಚ್ಚರಿಗೊಂಡ.

ಅಲ್ಲಿನ ಪ್ರತಿಯೊಂದು ವಸ್ತುವಿನಲ್ಲೂ ಒಬ್ಬ ದಿವ್ಯಮಾನ ನಟ ಅಡಗಿ ಕುಳಿತಿದ್ದಂತೆ ಅವನಿಗೆ ಕಂಡುಬಂದಿತು. ಅವನು ಒಂದೆರಡು ನಿಮಿಷ ಸುಮ್ಮನೆ ನಿಂತು ನಂತರ ಮೇಕಪ್ ಹಚ್ಚಿಕೊಳ್ಳಲು ಪ್ರಾರಂಭಿಸಿದನು. ಅವನು ತನ್ನ ಅಳತೆಗಿಂತ ದೊಡ್ಡದಾದ ಒಂದು ದೊಡ್ಡ ಪ್ಯಾಂಟನ್ನು ಧರಿಸಿದ. ತನ್ನ ಕಾಲಿಗೆ ದೊಡ್ಡ ಸೈಜಿನ ಬೂಟುಗಳನ್ನು ಅದಲುಬದಲಾಗಿ ಹಾಕಿಕೊಂಡ. ತನ್ನ ತಲೆಯ ಮೇಲೆ ಡರ್ಬಿ ಹ್ಯಾಟು ಧರಿಸಿದ. ತನ್ನ ಮೂಗಿನ ಕೆಳಗೆ ಒಂದು ಸಣ್ಣ ಮೀಸೆಯನ್ನು ಧರಿಸಿದ. ನಂತರ ತನ್ನನ್ನು ತಾನು ಕನ್ನಡಿಯಲ್ಲಿ ಒಮ್ಮೆ ನೋಡಿಕೊಂಡ. ಅವನಿಗೆ ಅವನ ಪ್ರತಿಬಿಂಬವೇ ವಿಚಿತ್ರವಾಗಿ ತೋರಿತು. ಅದು ಅಸಹಾಯಕರ, ಬಡವರ, ನಿರ್ಗತಿಕರ, ದೀನರ, ಅಲೆಮಾರಿ ಅನಾಥರ ಪ್ರತಿರೂಪದಂತಿತ್ತು. ಈಗ ಅವನು ಸೋಲನ್ನು ಯಶಸ್ಸಾಗಿಸುವ, ಯಶಸ್ಸನ್ನು ಸೋಲಾಗಿಸುವ ಮಾಂತ್ರಿಕನಾಗಿ ಪರಿವರ್ತಿತನಾಗಿದ್ದ. ಬೇಕೆಂದೇ ತೊಂದರೆ ತಂಟೆಗಳಲ್ಲಿ ಸಿಕ್ಕಿಹಾಕಿಕೊಳ್ಳುವ ಹುಂಬ ಎನಿಸಿದ್ದ. ನಯವಿನಯ, ರೀತಿ ನೀತಿಗಳಿಲ್ಲದ ಶುದ್ಧ ಒರಟನಂತಿದ್ದ. ಚಾಪ್ಲಿನ್ ಸ್ವಲ್ಪ ಹೊತ್ತು ತನ್ನ ಪ್ರತಿಬಿಂಬವನ್ನು ತಾನೇ ಏಕಾಗ್ರತೆಯಿಂದ ವೀಕ್ಷಿಸಿದ. ನಂತರ ತನ್ನ ಹ್ಯಾಟ್ ಎತ್ತಿ ವಂದನೆ

ಸಲ್ಲಿಸಿದ. ಅವನ ಪ್ರತಿರೂಪವೂ ಕನ್ನಡಿಯಲ್ಲಿ ಪ್ರತಿವಂದನೆ ಸಲ್ಲಿಸಿತು. ಅವನ ಪ್ರತಿಬಿಂಬ ಅವನಿಗೇ ಶುಭ ಕೋರಿದಂತೆ ಕಾಣಿಸಿತು.

ಈಗ ಹೊಸ ಚಾಪ್ಲಿನ್ ಗ್ರೀನ್ ರೂಮಿನಿಂದ ಹೊರಬಂದ. ಅವನ ಹೊಸ ವೇಷವನ್ನು ನೋಡಿ ಅಲ್ಲಿದ್ದವರೆಲ್ಲಾ ಮನಸಾರೆ ನಕ್ಕರು. ಅವನು ಆ ಜನರ ನಗುವೆ ತನ್ನ ಪ್ರಥಮ ಯಶಸ್ಸು ಎಂದು ಆನಂದದಿಂದ ಬೀಗಿದನು. ನಂತರ ಅವನು ತನ್ನ ವೇಷದ ಬಗ್ಗೆ ಈ ರೀತಿ ವಿವರಣೆ ನೀಡಿದ, "ಈ ನನ್ನ ವೇಶಕ್ಕೆ ಸಾವಿರಾರು ಮುಖಗಳಿವೆ. ಕವಿ, ಕನಸುಗಾರ, ನಿರ್ಗತಿಕ, ಬೇವರ್ಸಿ, ಪರದೇಶಿ, ಹುಂಬ, ರಸಿಕ, ನಾಯಕ, ಚಿಕ್ಕ ಮಗು, ಅನುಭವಿ ವ್ಯಕ್ತಿ, ಅಮಾಯಕ ದಡ್ಡ ಇತ್ಯಾದಿ. ಎಷ್ಟು ಶಾಂತನೋ ಅಷ್ಟೆ ಬೆಂಕಿಯುಗುಳುವಂತ ಕೋಪಿಷ್ಟನೂ ಹೌದು."

ಅವನ ಮಾತುಗಳನ್ನು ಕೇಳಿ ಎಲ್ಲರೂ ದಿಗ್ಭ್ರಾಂತರಾದರು. ಪ್ರಸನ್ನನಾದ ಸೆನ್ನೆಟ್ ಹೇಳಿದ, "ಶಹಭಾಷ್ ಚಾಪ್ಲಿನ್ ವೇದಿಕೆಯನ್ನು ಹತ್ತಿ ನಿನ್ನ ಮನಸ್ಸಿನಲ್ಲಿ ಏನು ತೋರುವುದೋ ಹಾಗೆ ಮಾಡು" ಎಂದನು.

ಚಾಪ್ಲಿನ್ ವೇದಿಕೆಯನ್ನು ಏರಿ ತನ್ನ ಅಭಿನಯವನ್ನು ಆರಂಭಿಸಿದ. ಒಂದು ಹೋಟೆಲ್‌ನ ಮಾಣಿಯ ಪಾತ್ರವನ್ನು ಅಭಿನಯಿಸತೊಡಗಿದ. ಒಬ್ಬನ ಪಾಲಿನ ಚಹಾವನ್ನು ಇನ್ನೊಬ್ಬನ ಕಪ್ಪಿನೊಳಗೆ ಹಾಕಿದ. ನೆಲದ ಮೇಲೆ ಬಿದ್ದಿದ್ದ ಹ್ಯಾಟನ್ನೇ ಪೀಕದಾನಿ ಎಂದು ತಪ್ಪು ತಿಳಿದುಕೊಂಡು ಬಾಯಿಯಲ್ಲಿ ಹಾಕಿಕೊಂಡಿದ್ದ ಎಲೆಅಡಿಕೆಯ ತಾಂಬೂಲವನ್ನು ಅದರಲ್ಲಿ ಉಗುಳಿದ. ಒಬ್ಬರ ಕಾಲನ್ನು ತುಳಿದು ಇನ್ನೊಬ್ಬರಿಗೆ ಕ್ಷಮೆ ಕೋರಿದ.

ಎಲ್ಲರೂ ಅವನ ಅಭಿನಯವನ್ನು ಪ್ರಶಂಸಿಸಿದರು. ಹೊಸ ರೀತಿಯ ನಟನೆ ಹುಟ್ಟಿತ್ತು. ಅವನು ಅಭಿನಯಿಸಿದ 'ವೇಕಿಂಗ್ ಲೀವಿಂಗ್', 'ಕಿಡ್ ಆಟೋ ರೇಸಸ್ ಆಫ್ ವೆನಿಸ್' ಮುಂತಾದ ಅನೇಕ ಚಿತ್ರಗಳು ಬಿಡುಗಡೆ ಯಾಗಿ ಜನಮನ್ನಣೆ ಗಳಿಸಿದವು. ಇಡೀ ಅಮೇರಿಕಾವೇ ಅವನ ಚಿತ್ರಗಳನ್ನು ನೋಡಿ ಆನಂದಿಸಿತು. ಚಾರ್ಲಿಯನ್ನು ಮಹಾನ್ ವಿದೂಷಕನೆಂದು

ಕೊಂಡಾಡಿತು. ಕೀಸ್ಟೋನ್ ಸ್ಟುಡಿಯೋ ಅವನಿಗೆ ತನ್ನ ಚಿತ್ರಗಳನ್ನು ತಾನೇ ನಿರ್ದೇಶಿಸಲು, ಸಂಕಲನ ಮಾಡಲು, ಕಥೆ ರಚಿಸಲು ಸ್ವತಂತ್ರವನ್ನು ಕೊಟ್ಟಿತು. ಕೇವಲ ಒಂದು ವರ್ಷದಲ್ಲೇ ಚಾಪ್ಲಿನ್ 35 ಸಣ್ಣ ಚಿತ್ರಗಳನ್ನು ಕೀಸ್ಟೋನ್ ಸ್ಟುಡಿಯೋಗೆ ನಿರ್ಮಿಸಿಕೊಟ್ಟನು. ಪ್ರತಿಯೊಂದು ಚಿತ್ರವೂ ಭಾರೀ ಯಶಸ್ಸು ಗಳಿಸಿತು. ಅವನಿಗೀಗ ಕೆಲಸವೇ ಮುಖ್ಯವಾಯಿತು. ತನ್ನ ದಿನದ ಬಹುಪಾಲು ಸಮಯವನ್ನು ಅವನು ಒಂಟಿಯಾಗೇ ಕಳೆಯುತ್ತಿದ್ದ.

ಚಾಪ್ಲಿನ್ ವಾಸ್ತವವಾಗಿ ಅಷ್ಟೇನೂ ವಿದ್ಯಾವಂತನಾಗಿರಲಿಲ್ಲ. ಆದರೂ ಅವನು ಬಹಳ ಬುದ್ಧಿವಂತನಾಗಿದ್ದ. ಎಷ್ಟು ಸಾಧ್ಯವಾದರಷ್ಟು ಭಾರೀ ಹಣ ಸಂಪಾದಿಸುವ ಮನೋಭಾವವನ್ನು ಹೊಂದಿದ್ದ. ಆದರೆ ಅವನು ಕೇಳಿದಷ್ಟು ಹಣ ಕೊಡಲು ಕೀಸ್ಟೋನ್ ಸ್ಟುಡಿಯೋ ನಿರಾಕರಿಸಿತು. ನಂತರ ಎಸ್ಸನೇ ಕಂಪನಿಯ ಜೆಸ್ ರಾಬಿನ್‌ಸನ್ ಅವನನ್ನು ಸಂಪರ್ಕಿಸಿ ತನ್ನ ಕಂಪನಿಗೆ ಬರುವಂತೆ ಆಮಂತ್ರಿಸಿದ.

ಯಶಸ್ಸಿನ ಹಾದಿಯಲ್ಲಿ

ಮೂಕಿ ಚಿತ್ರದ ಕಾಲದಲ್ಲಿ ಚಾಪ್ಲಿನ್ ಹೆಸರಾಂತ ನಟನಾಗಿದ್ದನು. ಅವನಿಗೂ ಎಸ್ಸನೆ ಕಂಪನಿಗೂ ಮಾತುಕತೆ ಉಂಟಾದವು. ಇಂತಹ ಮಹಾನ್ ನಟನನ್ನು ಕಳೆದುಕೊಳ್ಳಲು ಆ ಕಂಪನಿಯು ಸಿದ್ಧವಿರಲಿಲ್ಲ. ಅವನು ಚಿನ್ನದ ಗಣಿಯಿದ್ದಂತೆ ಎಂದು ಅವರಿಗೆ ಆಗಲೇ ಅರ್ಥವಾಗಿತ್ತು. ಚಾಪ್ಲಿನ್ ತನಗೆ ವಾರಕ್ಕೆ 1250 ಡಾಲರ್ ವೇತನ ಮತ್ತು ಮುಂಗಡವಾಗಿ 10,000 ಡಾಲರ್ ಹಣವನ್ನು ಬೋನಸ್ ಆಗಿ ಕೊಡಬೇಕೆಂದೂ ಬೇಡಿಕೆ ಮುಂದಿಟ್ಟನು. ಕಂಪನಿ ದೂಸರಾ ಮಾತಾಡದೆ ಒಪ್ಪಿಕೊಂಡಿತು.

ಆ ಸಮಯದಲ್ಲಾಗಲೇ ಚಾಪ್ಲಿನ್ ಅಮೇರಿಕಾದಲ್ಲಿ ಮನೆ ಮಾತಾಗಿದ್ದ. ಸಮಾಜದಲ್ಲಿ ಹಾಸುಹೊಕ್ಕಾಗಿದ್ದ. ಎಲ್ಲೆಡೆ ಅವನ ವರ್ಣ ಚಿತ್ರಗಳೂ ಹಾಗೂ ವಿಗ್ರಹಗಳೂ ಬಿಸಿ ಕೇಕ್‌ನಂತೆ ಖರ್ಚಾಗುತ್ತಿದ್ದವು. ನ್ಯೂಯಾರ್ಕ್‌ನಲ್ಲಿದ್ದ ಕೆಲವರು ಅವನ ವೇಷಭೂಷಣ ಹಾಕಿಕೊಂಡು

ನರ್ತಿಸುತ್ತಿದ್ದರು ಹಾಗು ಹಾಡುತ್ತಾ ಅನುಕರಿಸುತ್ತಿದ್ದರು.

ಅವನ ಜನಪ್ರಿಯತೆಗೆ ಇಲ್ಲಿ ಒಂದು ಉದಾಹರಣೆ ನೀಡಬಹುದು. ಒಮ್ಮೆ ಚಾಪ್ಲಿನ್ ನ್ಯೂಯಾರ್ಕ್‌ಗೆ ಹೋಗಬೇಕಾಗಿತ್ತು. ಅವನು ತನ್ನ ಅಣ್ಣ ಸಿಡ್ನಿಗೆ ಒಂದು ಟೆಲಿಗ್ರಾಂ ಕೊಟ್ಟು ತನ್ನ ಪ್ರವಾಸದ ವಿವರಗಳನ್ನೆಲ್ಲಾ ತಿಳಿಸಿದ್ದನು. ನ್ಯೂಯಾರ್ಕ್‌ಗೆ ಹೋಗುವ ಒಂದು ರೈಲುಗಾಡಿಯನ್ನು ಏರಿದ. ಆಗ ಅವನು ಜನರು ತನ್ನನ್ನು ಗುರುತಿಸದಿರಲಿ ಎಂದು ಮುಖ ಕ್ಷೌರ ಮಾಡಿಸಿಕೊಂಡಿರಲಿಲ್ಲ. ಅಮೆರಿಲ್ಲೋ ರೈಲು ನಿಲ್ದಾಣದಲ್ಲಿ ಯಾರನ್ನೋ ಹುಡುಕುತ್ತಿರುವ ಭಾರಿ ಜನ ಸಮೂಹ ಕಾದು ಕುಳಿತಿತ್ತು. ಚಾಪ್ಲಿನ್ ಸ್ನಾನದ ಕೋಣೆಯಲ್ಲಿ ಕ್ಷೌರ ಮಾಡಿಕೊಳ್ಳಲು ಮುಖಕ್ಕೆ ಸೋಪು ಬಳಿದುಕೊಳ್ಳುತ್ತಿದ್ದ. ಯಾರೋ ಅವನನ್ನು ಕೇಳಿದರು, "ಇಲ್ಲಿ ಚಾಪ್ಲಿನ್ ಬಂದರೆ?" "ಹೌದು ನಾನೇ ಚಾಪ್ಲಿನ್" ಎಂದು ಚಾಪ್ಲಿನ್ ಉತ್ತರಿಸಿದ. ತಕ್ಷಣವೇ ಐದಾರು ಜನ ಅವನಿಗೆ ಸುತ್ತುವರೆದು ಸಂತೋಷದಿಂದ ಜಯಕಾರ ಹಾಕಿದರು. ಅರ್ಧಂಬರ್ಧ ಕ್ಷೌರ ಮಾಡಿಕೊಂಡಿದ್ದ ಅವನನ್ನು ಬಲವಂತವಾಗಿ ರೈಲಿನಿಂದ ಹೊರಗೆ ಕರೆದೊಯ್ದರು. ಅವನು ಆ ರೈಲನ್ನು ಬಿಟ್ಟು ಬೇರೆ ರೈಲುಗಾಡಿ ಹಿಡಿಯಬೇಕಾಗಿತ್ತು. ಚಾಪ್ಲಿನ್ ಚಾಪ್ಲಿನ್ ಎಂದು ಎಲ್ಲರೂ ಜೋರಾಗಿ ಕೂಗುತ್ತಿದ್ದರು. ಚಾಪ್ಲಿನ್‌ಗೆ ಹೇಗೆ ಪ್ರತಿಕ್ರಿಯಿಸಬೇಕೆಂದು ತಿಳಿಯಲಿಲ್ಲ. ತನ್ನ ಅಭಿಮಾನಿಗಳ ವರ್ತನೆಯಿಂದ ಸಂತೋಷ ಮತ್ತು ಮುಜುಗರ ಎರಡನ್ನೂ ಅವನು ಅನುಭವಿಸಬೇಕಾಯಿತು. ಆಗ ಅಮೆರಿಲ್ಲೋ ನಗರದ ಮೇಯರ್ ಸಿಡ್ನಿಗೆ ಚಾಪ್ಲಿನ್ ಕೊಟ್ಟಿದ್ದ ಟೆಲಿಗ್ರಾಂನ್ನು ಟೆಲಿಗ್ರಾಫ್ ಕಛೇರಿಯ ನೌಕರರು ಓದಿ ತಮ್ಮ ಸುತ್ತ ಮುತ್ತಲಿನ ಎಲ್ಲೆಡೆ ಅದನ್ನು ಹೇಗೆ ಹಬ್ಬಿಸಿದ್ದರು ಎಂದು ವಿವರಿಸಿದನು. ನಂತರ ಚಾಪ್ಲಿನ್ ಅಲ್ಲಿಂದ ಬೇರೆ ರೈಲು ಏರಿ ನ್ಯೂಯಾರ್ಕ್‌ಗೆ ಹೋದನು.

ಎಸ್ಸನೇ ಕಂಪನಿಗೆ ಚಾಪ್ಲಿನ್ 17 ಸಿನಿಮಾಗಳನ್ನು ನಿರ್ಮಿಸಿ ಕೊಟ್ಟನು. ಅಲ್ಲಿಂದ ಮುಂದೆ ಅವನು ಮ್ಯೂಚ್ಯುವೆಲ್ ಫಿಲ್ಮ್

ಕಾರ್ಪೊರೇಷನ್ ಜೊತೆ ಒಪ್ಪಂದಕ್ಕೆ ಸಹಿ ಹಾಕಿದನು. ಒಪ್ಪಂದವು 2 ವರ್ಷಗಳದ್ದಾಗಿದ್ದು ಅವನಿಗೆ ಪ್ರತಿವಾರಕ್ಕೆ ಒಂದು ಲಕ್ಷ ಡಾಲರ್ ಸಂಭಾವನೆ ಹಾಗೂ ಮುಂಗಡ ಬೋನಸ್ ಆಗಿ ಒಂದು ಲಕ್ಷ ಡಾಲರ್ ಹಣ ಪಡೆದನು. ಅವನು ಈ ಕಂಪನಿಗೆ 12 ಚಿತ್ರಗಳನ್ನು ಮಾಡಿದನು. ಅವು ಭಾರೀ ಯಶಸ್ಸು ಕಂಡವು. ಈ ಸುದ್ದಿಯನ್ನು ಚಾಪ್ಲಿನ್‌ನ ಚಿತ್ರಸಹಿತ ಎಲ್ಲಾ ಪತ್ರಿಕೆಗಳಲ್ಲಿ ಪ್ರಕಟಿಸಲಾಯಿತು.

ಒಂದು ಕಾಲದಲ್ಲಿ ಒಂದು ಹೊತ್ತಿನ ಊಟಕ್ಕೂ ಪರದಾಡುತ್ತಿದ್ದ ಚಾಪ್ಲಿನ್ ಈಗ ಹಣದ ರಾಶಿಯ ಮೇಲೇ ಕುಳಿತಿದ್ದ. ಅವನು ಮುಟ್ಟಿದ್ದೆಲ್ಲಾ ಚಿನ್ನವಾಗುತ್ತಿತ್ತು. ದೊಡ್ಡ ಶ್ರೀಮಂತನಾಗಿದ್ದ. ಆದರೂ ಸರಳ ಹೃದಯಿಯಾಗಿದ್ದ. ತನ್ನ ಸಹಕಲಾವಿದರೆಂದರೆ ಭಾರೀ ಅನುಕಂಪ ಇತ್ತು. ಅವನು 'ದಿ ಫೈರ್ ಮ್ಯಾನ್', 'ದಿ ಪ್ಲೋರ್ ವಾಕರ್', 'ದಿ ವ್ಯಾಗ ಬಾಂಡ್', 'ಒನ್‌ಎಂ.ಎಂ.', 'ದಿ ಕೌಂಟ್' ಮುಂತಾದ ಚಿತ್ರಗಳನ್ನು ನಿರ್ದೇಶಿಸಿದ. ಎಲ್ಲವೂ ಗಲ್ಲಾಪೆಟ್ಟಿಗೆಯಲ್ಲಿ ಜಯಭೇರಿ ಬಾರಿಸಿದವು. ಅವನ ಕೀರ್ತಿ ಉತ್ತುಂಗಕ್ಕೇರಿತು.

'ದಿ ಪಾನ್ ಶಾಪ್' ಚಿತ್ರವನ್ನು ನಿರ್ದೇಶಿಸುತ್ತಿರುವಾಗ ಅವನು ಅನೇಕ ವಿಚಿತ್ರ ಘಟನೆಗಳನ್ನು ಎದುರಿಸಬೇಕಾಯಿತು. ಯಾರೋ ಅಪರಿಚಿತರು ಚಾಪ್ಲಿನ್‌ನ ಆತ್ಮಕಥೆಯನ್ನು ರಚಿಸುತ್ತಿದ್ದಾರೆ ಎಂದು ಗಾಳಿಸುದ್ದಿ ಹರಡಿತು. ಅದು ಪ್ರಕಟವಾಗದಂತೆ ಚಾಪ್ಲಿನ್ ಕೋರ್ಟ್‌ನಿಂದ ತಡೆಯಾಜ್ಞೆ ತಂದನು. ಇನ್ನೂ ವಿಚಿತ್ರ ಸಂಗತಿಗಳು ನಡೆದವು. ಕೆಲವು ಕಂಪನಿಗಳು ನಕಲಿ ಚಾಪ್ಲಿನ್‌ರನ್ನು ತಯಾರಿಸಿದರು. ಜನರಿಗೆ ಅಸಲಿ ಚಾಪ್ಲಿನ್ ಯಾರು, ನಕಲಿ ಯಾರು ಎಂದು ಕಂಡುಹಿಡಿಯಲು ಸಮಸ್ಯೆ ಯಾಯಿತು. ಆದರೆ ಪೊಲೀಸರು ನಕಲಿ ಚಾಪ್ಲಿನ್‌ಗಳನ್ನು ಬಂಧಿಸಿದರು. ಅವರಲ್ಲಿ ಬಿಲ್ಲಿ ವೆಸ್ಟ್ ಮತ್ತು ಸ್ಪ್ಯಾನ್ ಜಾಫರ್‌ಸನ್ ಪ್ರಮುಖ ನಕಲಿ ಗಳಾಗಿದ್ದವರು. ಇಂತಹ ತಲೆಬಿಸಿಯ ಘಟನೆಗಳ ನಡುವೆಯೂ ಚಾಪ್ಲಿನ್ ಬಿಡುವಿಲ್ಲದಂತೆ ದುಡಿದು ಹನ್ನೆರಡು ಸಣ್ಣ ಚಿತ್ರಗಳನ್ನು ತಯಾರಿಸಿದನು.

ಆಗಲೇ ಚಾಪ್ಲಿನ್ ಅಮೆರಿಕಾದ ಶ್ರೀಮಂತರ ಪೈಕಿ ಒಬ್ಬನಾಗಿದ್ದ. ತನ್ನದೇ ಆದ ಪ್ರಪಂಚದಲ್ಲಿ ರಾಜನಂತಿದ್ದ. ಯಾವಾಗಲಾದರೂ ತನ್ನ ಒಂಟಿ ಜೀವನದಿಂದ ಬೇಸರಗೊಂಡಿದ್ದರೆ, ಅವಾಗ ವಯೋಲಿನ್ ನುಡಿಸುತ್ತಿದ್ದ.

ನಂತರ ಚಾಪ್ಲಿನ್ ಫಸ್ಟ್ ನ್ಯಾಷನಲ್ ಕಂಪನಿಯ ಜೊತೆ ಒಪ್ಪಂದವನ್ನು ಮಾಡಿಕೊಂಡನು. ಎರಡು ರೀಲುಗಳ ಎಂಟು ಚಿತ್ರ ಚಿತ್ರಗಳನ್ನು ಮಾಡಲು ಹನ್ನೆರಡು ಲಕ್ಷ ಡಾಲರ್ ಸಂಭಾವನೆಯನ್ನು ಕೇಳಿದನು. ಕಂಪನಿ ಅದಕ್ಕೆ ಸಮ್ಮತಿಸಿತು. ಇದರ ಜೊತೆಗೆ ಪ್ರತಿ ಚಿತ್ರಕ್ಕೂ ಒಂದೂಕಾಲು ಲಕ್ಷ ಡಾಲರ್ ಪ್ರತ್ಯೇಕ ಹಣ ಪಡೆದನು. ಹಿಂದೆ ಫಸ್ಟ್ ನ್ಯಾಷನಲ್ ಕಂಪನಿಗೆ ತನ್ನದೇ ಆದ ಸ್ವಂತ ಸ್ಟುಡಿಯೋ ಇರಲಿಲ್ಲ. ಚಾಪ್ಲಿನ್ ತಾನೇ ಒಂದು ಸುಸಜ್ಜಿತವಾದ ಸ್ಟುಡಿಯೋ ನಿರ್ಮಿಸಲು ಯೋಚಿಸಿದ. ಅದಕ್ಕಾಗಿ ಹಾಲಿವುಡ್ ಪ್ರದೇಶದಲ್ಲಿ ದೊಡ್ಡ ಪ್ರಮಾಣದ ಜಮೀನು ಖರೀದಿಸಿದ. ಸುಂದರವಾದ ಹಾಗೂ ಅದ್ಭುತವಾದ ಸ್ಟುಡಿಯೋ ನಿರ್ಮಿಸುವುದರ ಮೂಲಕ ತನ್ನ ಕನಸನ್ನು ನನಸು ಮಾಡಿಕೊಂಡನು. ಸ್ಟುಡಿಯೋದ ಸುತ್ತಲೂ ಅನೇಕ ಸಸಿಗಳನ್ನು ನೆಡೆಸಿದ. ತನ್ನ ಸಹಕಲಾವಿದೆ ಯಾದ ಎಡ್ನಾ ಪುರ್ವಿನ್ಸ್‌ಳನ್ನು ತನ್ನೊಳಗೇ ಪ್ರೀತಿಸಲಾರಂಭಿಸಿದನು. ಅವರು ತೋಟದಲ್ಲಿ ಜೊತೆಯಾಗಿ ಸುತ್ತಾಡುತ್ತಿದ್ದರು. ಆದರೆ ಅವಳ ಬಳಿ ಎಂದಿಗೂ ತನ್ನ ಪ್ರೀತಿಯ ವಿಷಯವನ್ನು ತಿಳಿಸಲಿಲ್ಲ. ಆಕೆ ಒಬ್ಬ ಗಂಭೀರ ಪ್ರವೃತ್ತಿಯ ಪ್ರಾಮಾಣಿಕ ಮಹಿಳೆಯಾಗಿದ್ದಳು. ಚಾಪ್ಲಿನ್ ತನ್ನನ್ನು ಪ್ರೀತಿಸ ಬಹುದು ಎಂದು ಅವಳೆಂದೂ ತಿಳಿದಿರಲಿಲ್ಲ. ಈ ರೀತಿ ದೈಹಿಕವಾಗಿ ಹತ್ತಿರವಾಗಿದ್ದರೂ ಅವರಿಬ್ಬರೂ ಮಾನಸಿಕವಾಗಿ ದೂರವಾಗಿದ್ದರು. ಚಾಪ್ಲಿನ್ ಅವಳನ್ನು ವಿವಾಹವಾಗಿದ್ದರೆ ಜೀವನದುದ್ದಕ್ಕೂ ಸುಖವಾಗಿರ ಬಹುದಿತ್ತು ಎನಿಸುತ್ತದೆ.

ಪ್ರಥಮ ಜಾಗತಿಕ ಯುದ್ಧ ಆರಂಭವಾಗಿದ್ದರಿಂದ ಚಾಪ್ಲಿನ್ ತನ್ನ ಇನ್ನೊಂದು ಚಿತ್ರದ ನಿರ್ಮಾಣವನ್ನು ನಿಲ್ಲಿಸಬೇಕಾಗಿ ಬಂತು. ದೇಶ

ದಲ್ಲಿದ್ದವರೆಲ್ಲಾ ಜನರ ಸೇವೆಯಲ್ಲಿ ನಿರತರಾಗಿದ್ದರು. ರೆಡ್ ಕ್ರಾಸ್ ಸಂಸ್ಥೆಯು ಹಣದ ಸಂಗ್ರಹಣೆಯಲ್ಲಿ ತೊಡಗಿತ್ತು. ಚಾಪ್ಲಿನ್ ತನ್ನ ಸಹ ಕಲಾವಿದರ ತಂಡದೊಡನೆ ಇಡೀ ದೇಶವನ್ನು ಸುತ್ತಿ ಆ ನಿಧಿಗೆ ಹಣ ಸಂಗ್ರಹಿಸಲು ಶ್ರಮಿಸಿದ.

ದಾಂಪತ್ಯ ಜೀವನ

ಚಾಪ್ಲಿನ್ ಒಮ್ಮೆ ಮಿಲ್‌ಡ್ರೆಡ್ ಹ್ಯಾರಿಸ್ ಎಂಬ ಸುಂದರಿಯೊಬ್ಬಳನ್ನು ಭೇಟಿಯಾದನು. ಅವಳ ಪ್ರೇಮದ ಬಲೆಗೆ ಬಿದ್ದು ಶರಣಾದನು. ಕೊನೆಗೆ ಅವರಿಬ್ಬರೂ ಮದುವೆಯಾದರು. ಆದರೆ ಅವರ ಮದುವೆ ಯಶಸ್ವಿಯಾಗಲಿಲ್ಲ. ಅವಳ ಚೆಲ್ಲು ವರ್ತನೆಯಿಂದ ಚಾಪ್ಲಿನ್‌ಗೆ ಅವಳ ಜೊತೆ ಜೀವಿಸುವುದು ಅಸಹನೀಯವೆನಿಸತೊಡಗಿತು. ಅವನು ಅವಳ ವರ್ತನೆಯನ್ನು ನಿರ್ಲಕ್ಷಿಸತೊಡಗಿದ. ಅದೇ ಸಮಯದಲ್ಲಿ ಅವಳೂ ಸಹ ಅವನಿಂದ ವಿಚ್ಛೇದನ ಬಯಸಿದಳು. ಅದರಿಂದ ನ್ಯಾಯಾಲಯದ ಮೊರೆಹೋದಳು. ಅಷ್ಟೇ ಅಲ್ಲದೆ ಅವನ ವಿರುದ್ಧ ಅನೇಕ ಸುಳ್ಳು ಸುದ್ದಿಗಳನ್ನು ಕುರಿತು ಹೇಳಿಕೆ ನೀಡಲು ಪ್ರಾರಂಭಿಸಿದಳು. ಅವಳ ಹೇಳಿಕೆಯನ್ನು ಮುಖಪುಟಗಳಲ್ಲಿ ಪ್ರಕಟಿಸುವುದರ ಮೂಲಕ ಪತ್ರಿಕೆಗಳು ಅವನ ಮನಸ್ಸಿನ ಮೇಲೆ ತೇಜೋವಧೆಗೈದವು. ಕೊನೆಗೆ ಚಾಪ್ಲಿನ್ ಕಮ್ಯುನಿಟಿ ಪ್ರಾಪರ್ಟಿ ಕಾನೂನಿನಂತೆ ಅವಳಿಗೆ ವಿಚ್ಛೇದನ ನೀಡಿದನು. ಕಾನೂನು ನಿಗದಿಪಡಿಸಿದ ಮೊತ್ತಕ್ಕಿಂತ ನಾಲ್ಕು ಪಟ್ಟು ಹೆಚ್ಚು ಹಣ ನೀಡಿ ಅವಳಿಂದ ಬಿಡುಗಡೆ ಹೊಂದಿದನು. ಅವನು ಸರಳ ಹೃದಯದವನಾದ್ದರಿಂದ ಸುಂದರ ಯುವತಿಯರಿಂದ ಆಕರ್ಷಿತನಾಗಿ ಅದರಿಂದ ನಾನಾ ತೊಂದರೆಗಳಿಗೆ ಸಿಲುಕುತ್ತಿದ್ದ. ಅನೇಕ ಸಲ ಕೋರ್ಟ್‌ಗಳಿಗೆ ಅಲೆದಾಡುವಂತಾಗಿದ್ದ.

ಇದೇ ಸಮಯದಲ್ಲಿ ತನ್ನ ವೃತ್ತಿಜೀವನದಲ್ಲಿ ಇನ್ನೊಂದು ಚಿತ್ರವನ್ನು ಮಾಡಲು ಅವನು ಯೋಚಿಸುತ್ತಿದ್ದ. ಒಂದು ದಿನ ಹತ್ತಿರದ

ಥಿಯೇಟರ್‌ನಲ್ಲಿ ತನ್ನ ಬೇಸರ ಕಳೆಯಲು ಹೋಗಿದ್ದಾಗ ಅಲ್ಲಿ ನಾಟಕವೊಂದರಲ್ಲಿ ಅಭಿನಯಿಸುತ್ತಿದ್ದ 4 ವರ್ಷದ ಬಾಲಕನೊಬ್ಬನ ನಟನೆ ಚಾಪ್ಲಿನ್‌ನನ್ನು ಮಂತ್ರಮುಗ್ಧಗೊಳಿಸಿತು. ಆ ಮಗುವನ್ನು ಆಧಾರವಾಗಿ ಮಾಡಿಕೊಂಡು ಒಂದು ಕಥೆಯನ್ನು ಸಿದ್ಧಪಡಿಸಿ ಚಿತ್ರವನ್ನು ತಯಾರಿಸಿದ. ಅದರಲ್ಲಿ ನಿರುದ್ಯೋಗದ ಸಮಸ್ಯೆಯನ್ನು ಎಳೆಎಳೆಯಾಗಿ ಚಿತ್ರಿಸಿದ. ಆ ಚಿತ್ರದಲ್ಲಿ ಆ ಬಾಲಕನು ಕಿಟಕಿ ಗಾಜುಗಳಿಗೆ ಕಲ್ಲು ಎಸೆದು ಒಡೆಯುವುದು ಮತ್ತು ಅವುಗಳನ್ನು ರಿಪೇರಿ ಮಾಡುವ ಕೆಲಸ ಮಾಡಿ ಈ ರೀತಿ ಕೆಲಸವನ್ನು ಸಂಪಾದಿಸುತ್ತಿದ್ದ. ಈ ಚಿತ್ರವನ್ನು ಪೂರ್ತಿಗೊಳಿಸಲು ಅನೇಕ ತಿಂಗಳುಗಳು ಹಿಡಿದವು. ಕೊನೆಗೆ ಆ ಚಿತ್ರ 'ದಿ ಕಿಡ್' ಬಿಡುಗಡೆಯಾಗಿ ಅಪಾರ ಹಣ ಗಳಿಸಿತು. ಜನ ಆ ಪುಟ್ಟ ಬಾಲಕನ ಅಭಿನಯಕ್ಕೆ ಮರುಳಾದರು. ಚಾಪ್ಲಿನ್‌ನನ್ನು ಪತ್ರಿಕೆಯವರೂ ಅವನ ಮಾನವೀಯ ಮುಖವನ್ನು ಪ್ರಶಂಸಿಸಿ ಬರೆದವು.

ಪ್ರಸಿದ್ಧ ವಿಜ್ಞಾನಿ ಆಲ್ಬರ್ಟ್ ಐನ್‌ಸ್ಟೀನ್ ಸಹ ಚಾಪ್ಲಿನ್‌ನನ್ನು ಅವನ ಸೃಜನಶೀಲತೆಗೆ ಮತ್ತು ಪ್ರತಿಭೆಗೆ ಹೊಗಳಿ ಕೊಂಡಾಡಿದರು. 'ದಿ ಕಿಡ್' ಚಿತ್ರ ಪ್ಯಾರೀಸ್‌ನಲ್ಲಿ ತೆರೆಕಂಡಾಗ ಫ್ರೆಂಚ್ ಸರ್ಕಾರ ಅಂದು ಸಾರ್ವತ್ರಿಕ ರಜಾ ಘೋಷಿಸಿತು. ಎಲ್ಲೆಲ್ಲೂ ಚಾಪ್ಲಿನ್ ಮತ್ತು ಬಾಲಕ ಜಾಕಿ ಕೂಗನ್‌ನ ಅಭಿನಯವನ್ನು ಹೊಗಳುವವರೇ.

'ದಿ ಕಿಡ್' ಚಿತ್ರದ್ದು ಅಭೂತಪೂರ್ವ ಯಶಸ್ಸು ಎನ್ನುವುದರಲ್ಲಿ ಅನುಮಾನವಿರಲಿಲ್ಲ. ಆ ಚಿತ್ರಕ್ಕಾಗಿ ಚಾಪ್ಲಿನ್‌ಗೆ ಎಲ್ಲೆಡೆಯಿಂದ ಭಾರೀ ಪ್ರಶಂಸೆಗಳು ಹರಿದು ಬರತೊಡಗಿದವು. ಬಹುಮಾನಗಳನ್ನು, ಪ್ರಶಸ್ತಿಗಳನ್ನು ಪಡೆಯುವ ಕಾರ್ಯದಲ್ಲಿ ಮಗ್ನನಾಗಿದ್ದರೂ ಚಾಪ್ಲಿನ್ ತನ್ನ ತಾಯಿಯನ್ನು ಮರೆಯದೆ ಆಕೆಯನ್ನು ಲಂಡನ್‌ನಿಂದ ಅಮೆರಿಕಾಗೆ ಕರೆತಂದನು. ಅಮೆರಿಕಾದ ಹೊರಗೆ ಸಹ ಆ ಚಿತ್ರ ಭಾರೀ ಯಶಸ್ಸು ಗಳಿಸಿತು. ಪ್ರತಿದಿನವೂ ಲಂಡನ್ನಿನಿಂದ ಅವನಿಗೆ ಸಾವಿರಾರು ಅಭಿಮಾನಿಗಳ ಪತ್ರಗಳು ಬರತೊಡಗಿದವು. ಗೌರವಾನ್ವಿತ ವ್ಯಕ್ತಿಗಳಾದ ಹೆಚ್. ಜಿ.

ವೇಲ್ಸ್, ವಿನ್‌ಸ್ಟನ್ ಚರ್ಚಿಲ್ ಸಹ ಅವನ ಅಭಿಮಾನಿಗಳಾಗಿದ್ದರು. ಚಾಪ್ಲಿನ್ ಪ್ಯಾರೀಸ್ ಮತ್ತು ಲಂಡನ್ ನಗರಕ್ಕೆ ಭೇಟಿ ನೀಡಿದಾಗ ಅವನ ಅಭಿಮಾನಿಗಳು ಹಾರ್ದಿಕವಾಗಿ ಸ್ವಾಗತಿಸಿದರು. ಮುಂದೆ ಚಾಪ್ಲಿನ್ ಫಸ್ಟ್ ನ್ಯಾಷನಲ್ ಕಂಪನಿಗೆ 9 ಚಿತ್ರಗಳನ್ನು ನಿರ್ಮಿಸಿಕೊಟ್ಟನು. ನಂತರ ತನ್ನ ಸ್ನೇಹಿತರ ಜೊತೆ ಸೇರಿ 'ಯುನೈಟೆಡ್ ಆರ್ಟಿಸ್ಟ್ ಕಾರ್ಪೊರೇಷನ್' ಎಂಬ ಪಾಲುದಾರಿಕಾ ಸಂಸ್ಥೆಯನ್ನು ಹುಟ್ಟುಹಾಕಿದನು.

ಹೊಸ ಕಂಪನಿಯೊಂದಿಗೆ

ಚಾಪ್ಲಿನ್ 'ದಿ ಯುನೈಟೆಡ್ ಆರ್ಟಿಸ್ಟ್ ಕಾರ್ಪೊರೇಷನ್' ಸಂಸ್ಥೆಯನ್ನು ಕಟ್ಟಲು ತನ್ನ ಸ್ನೇಹಿತರಾದ ಡಗ್ಲಾಸ್ ಫೇರ್ ಬ್ಯಾಂಕ್ಸ್, ಮೇರಿ ಪಿಕ್‌ಫೋರ್ಡ್ ಮತ್ತು ಗ್ರೀ ಫಿತ್‌ರನ್ನು ಜೊತೆಗೆ ಸೇರಿಸಿಕೊಂಡನು. ಅನೇಕ ನಟರು ಅವನ ಕಂಪನಿಗೆ ಸೇರಿಕೊಂಡರು. ತನ್ನ ಕಂಪನಿಯ ವತಿಯಿಂದ ಒಂದು ಶ್ರೇಷ್ಠ ಚಿತ್ರವನ್ನು ನಿರ್ಮಿಸಬೇಕೆಂದು ಚಾಪ್ಲಿನ್ ಕನಸು ಕಾಣುತ್ತಿದ್ದ. ಆಕಸ್ಮಿಕವಾಗಿ ಅವನಿಗೆ 'ಡಬಲ್ಸ್ ಡೊನ್ನಾರ್'ನ ಪುಸ್ತಕವೊಂದು ಸಿಕ್ಕಿತು. ಆ ಪುಸ್ತವು ಒಬ್ಬ ಚಿನ್ನದ ಅನ್ವೇಷಕಾರನ ಕಥೆಯನ್ನು ಹೊಂದಿ ರೋಚಕವಾಗಿತ್ತು. ಚಾಪ್ಲಿನ್ ಆ ಕಥೆಯನ್ನು ಬಳಸಿ ಚಿತ್ರವನ್ನು ಮಾಡಲು ತೀರ್ಮಾನಿಸಿದ. ಸಿಯೆರಾ ನಿವೇಡಾದ ಹಿಮಪರ್ವತ ಗಳಲ್ಲಿ ಅದರ ಚಿತ್ರೀಕರಣವನ್ನು ಪ್ರಾರಂಭಿಸಿದನು. ಆ ಚಿತ್ರವನ್ನು ಮುಗಿಸಲು ಅನೇಕ ತಿಂಗಳುಗಳು ಹಿಡಿದವು. ಅದಕ್ಕೆ 'ಗೋಲ್ಡ್ ರಷ್' ಎಂದು ಹೆಸರು ನೀಡಿದನು. ಆ ಚಿತ್ರದಲ್ಲಿ ಚಿನ್ನದ ಅನ್ವೇಷಣೆಗೆ ತೊಡಗಿದ್ದ ಜನಗಳ ತಂಡವೊಂದು ಇತ್ತು. ಅವರಲ್ಲಿ ಟ್ರಾಂಪ್ ಸಹ ಒಬ್ಬನಾಗಿದ್ದ. ಮುಂದೆ ಅವರು ಹುಡುಕುತ್ತಿದ್ದ ಸ್ಥಳ ಸಿಕ್ಕಿದಾಗ ಅವರಲ್ಲಿದ್ದ ಆಹಾರವೆಲ್ಲಾ ಮುಗಿದುಹೋಗಿತ್ತು. ಎತ್ತ ನೋಡಿದರೂ ಬರೀ ಚಿನ್ನವೇ! ಆದರೆ ತಿನ್ನಲು ಒಂದು ಚೂರೂ ಆಹಾರವಿಲ್ಲ. ಕೊರೆಯುವ ಚಳಿ ಮತ್ತು ಅಪಾರ ಹಸಿವಿನಿಂದ ಜನ ಹುಚ್ಚರಂತಾಗಿರುತ್ತಾರೆ. ತಮ್ಮ ಪರಿಜ್ಞಾನವನ್ನೇ ಕಳೆದುಕೊಂಡಿದ್ದಾರೆ. ಪ್ರತಿಯೊಬ್ಬನೂ

ಇನ್ನೊಬ್ಬನನ್ನು ತನ್ನ ಊಟದ ಹಾಗೆ ನೋಡುತ್ತಾರೆ. ಆ ಗುಂಪಿನಲ್ಲಿ ಜಿಮ್ ಬಲಶಾಲಿಯಾಗಿದ್ದವನು. ಟ್ರಾಂಪ್ ಸಣಕಲ ವ್ಯಕ್ತಿ. ಜಿಮ್ ತನ್ನನು ಕೊಂದು ತಿನ್ನಬಹುದು ಎಂಬ ಭಯ ಟ್ರಾಂಪ್‌ಗೆ ನೆರಳಿನಂತೆ ಕಾಡುತ್ತದೆ. ಆದ್ದರಿಂದ ಅವನು ಬೂಟುಗಳನ್ನು ಬೇಯಿಸಿ ಜಿಮ್‌ಗೆ ತಿನ್ನಲು ನೀಡುತ್ತಾನೆ. ಅಲ್ಲಿ ಒಬ್ಬ ಸುಂದರಿ ಹೇಲ್ ಎಂಬಾಕೆಯನ್ನು ಟ್ರಾಂಪ್ ಭೇಟಿಯಾಗುತ್ತಾನೆ. ಅವಳು ತನ್ನನ್ನು ಪ್ರೀತಿಸುತ್ತಾಳೆ ಎಂಬ ಭ್ರಮೆ ತಾಳುತ್ತಾನೆ. ಈ ರೀತಿನೂರಾರು ದೃಶ್ಯಗಳನ್ನೊಳಗೊಂಡ ಈ ಚಿತ್ರವು ಮನುಷ್ಯನ ಬಹುಮುಖಗಳ ಪರಿಚಯ ನೀಡುತ್ತದೆ. ಗೋಲ್ಡ್ ರಶ್ ಚಿತ್ರ ಅಮೋಘ ಯಶಸ್ಸು ಕಂಡಿತು. ಜನ ಆ ಕಾದಂಬರಿಯ ಕಥೆಗೆ ಹೆಚ್ಚಾಗಿ ಮರುಳಾದರು.

ಈ ಮಧ್ಯೆ 'ದಿ ಕಿಡ್' ಚಿತ್ರದಲ್ಲಿ ಸಣ್ಣ ಪಾತ್ರ ಮಾಡಿದ್ದ ಲಿಟಾ ಗ್ರೇ ಎಂಬಾಕೆಗೂ ಚಾಪ್ಲಿನ್‌ಗೂ ಪ್ರೀತಿ ಸಂಬಂಧ ಬೆಳೆಯಿತು. ಅವಳನ್ನು ಅವನು ಮದುವೆ ಕೂಡ ಆದನು. ನಂತರ ಅವಳು ಚಾಪ್ಲಿನ್ ಬಗ್ಗೆ ಪತ್ರಿಕೆಗಳಿಗೆ ಅನೇಕ ಆಕ್ಷೇಪಾಣಾರ್ಹ ಹೇಳಿಕೆಗಳನ್ನು ನೀಡತೊಡಗಿದಳು. ಅವಳ ಹೇಳಿಕೆಗಳಿಂದ ಪತ್ರಿಕೆಗಳೂ ಸಹ ಚಾಪ್ಲಿನ್‌ನನ್ನು ಕ್ರೂರವಾಗಿ ವರ್ಣಿಸಿ ಬರೆಯಲಾರಂಭಿಸಿದವು. ಕೊನೆಗೆ ಹತ್ತು ಲಕ್ಷ ಡಾಲರ್ ನೀಡಿ ಚಾಪ್ಲಿನ್ ಅವಳಿಂದ ವಿಚ್ಛೇದನ ಪಡೆದನು. ಚಾಪ್ಲಿನ್ ಈಗ ತನ್ನ ಜೀವನದಲ್ಲಿ ಸಮಾಜ ಮತ್ತು ಹೆಂಡತಿಯರ ದುರ್ವರ್ತನೆಗಳಿಂದ ಬಹುವಾಗಿ ನೊಂದಿದ್ದನು. ಅವನ ಜೀವನದಲ್ಲಿ ಅನೇಕ ಕಹಿ ಅನುಭವಗಳನ್ನು ಎದುರಿಸಬೇಕಾಯಿತು. ಆದ್ದರಿಂದ ತನ್ನ ಅನುಭವ ಗಳನ್ನೆಲ್ಲಾ ಚಿತ್ರದಲ್ಲಿ ಅಳವಡಿಸಲು ನಿರ್ಧರಿಸಿದ. ಅವನು ತನ್ನ ಸ್ವಂತ ಅನುಭವಗಳನ್ನು ಆಧರಿಸಿ ಅನೇಕ ಅದ್ಭುತ ಚಿತ್ರಗಳನ್ನು ನಿರ್ಮಿಸಿದನು.

ನಂತರ 'ದಿ ಸರ್ಕಸ್' ಎಂಬ ಚಿತ್ರವನ್ನು ಚಿತ್ರೀಕರಿಸಲು ಪ್ರಾರಂಭಿಸಿದನು. ಮೆರ್ನಾ ಕೆನಡಿ ಎಂಬಾಕೆಯನ್ನು ಪ್ರಮುಖ ಪಾತ್ರವಾಗಿ ಆರಿಸಿಕೊಂಡನು. ಅನೇಕ ಅಡ್ಡಿ ಆತಂಕಗಳನ್ನು ನಿವಾರಿಸಿಕೊಂಡು

ಚಿತ್ರವನ್ನು ಪೂರ್ಣಗೊಳಿಸಿದನು. ಚಿತ್ರವು ಭಾರೀ ಯಶಸ್ವಿಯಾಯಿತು. ವಿಮರ್ಶಕರಿಂದ ಹೆಚ್ಚು ಪ್ರಶಂಸೆ ಗಳಿಸಿತು. ಆ ಚಿತ್ರವು ಮನುಷ್ಯನ ಹಾಸ್ಯ, ಮಾನವೀಯತೆ ಮತ್ತು ವಿಷಾಧತೆಗಳ ಮಿಶ್ರಣವಾಗಿತ್ತು. ಆ ಚಿತ್ರಕ್ಕೆ ಅವನಿಗೆ 1926 ಮೇ 16ರಲ್ಲಿ ವಿಶೇಷ ಆಸ್ಕರ್ ಪ್ರಶಸ್ತಿ ಲಭಿಸಿತು.

ಇಷ್ಟೆಲ್ಲಾ ಯಶಸ್ಸು ಕೀರ್ತಿಗಳಿದ್ದರೂ ಅಂತರಂಗದಲ್ಲಿ ಚಾಪ್ಲಿನ್ ಅತಿದುಃಖಿಯಾಗಿದ್ದನು. ತನ್ನ ಚಿತ್ರಗಳ ಯಶಸ್ಸನ್ನು ಆನಂದಿಸಲೂ ಅವನಿಗೆ ಮನಸ್ಸು ಇರಲಿಲ್ಲ. ಅವನು ಈ ದೊಡ್ಡ ಜಗತ್ತಿನಲ್ಲಿ ಕೂಡ ಒಂಟಿಯಾಗಿದ್ದ. ಯಾವಾಗಲೂ ತನ್ನ ತಾಯಿಯ ಬಗ್ಗೆ ಯೋಚಿಸುತ್ತಿದ್ದ. ತನ್ನ ಆಂತರಿಕ ಕಷ್ಟಗಳ ಬಗ್ಗೆ ತಿಳಿದರೆ ತಾಯಿ ಖಂಡಿತ ಮಾನಸಿಕ ಸ್ಥಿಮಿತ ಕಳೆದುಕೊಳ್ಳುತ್ತಾಳೆ ಎಂದು ಆತಂಕಗೊಳ್ಳುತ್ತಿದ್ದ ಮತ್ತೆ ಅವಳನ್ನೆಲ್ಲ ಮಾನಸಿಕ ಆಸ್ಪತ್ರೆಗೆ ಸೇರಿಸಬೇಕಾಗುತ್ತದೋ ಎಂದು ಭಯಗೊಳ್ಳುತ್ತಿದ್ದ. ಕೆಲವು ದಿನಗಳ ನಂತರ ಅವನ ತಾಯಿ ತೀರಿಕೊಂಡಳು. ತಾನಿನ್ನು ಒಂಟಿಯಾದೆ ಎಂದು ಚಾಪ್ಲಿನ್ ಪುಟ್ಟ ಮಗುವಿನಂತೆ ಬಿಕ್ಕಿ ಬಿಕ್ಕಿ ಅತ್ತನು.

ಹೊಸ ಹೊಸ ಕನಸುಗಳು

ಆಗ ಚಲನಚಿತ್ರ ಮಾಧ್ಯಮದಲ್ಲಿ ಬದಲಾವಣೆಯ ಹೊಸ ಅಲೆ ಬೀಸತೊಡಗಿತ್ತು. ಮೂಕಿ ಚಿತ್ರಗಳು ಮಾತ್ರ ಇದ್ದ ಈ ಕಾಲದಲ್ಲಿ ಮಾತಿನ ಚಿತ್ರಗಳೂ ಆರಂಭವಾದವು. ಆಗ ಎಲ್ಲೆಡೆ ಜಪಾನ್‌ನ ಹಿಚ್‌ಕಾಕ್ ಎಂಬಾತ ತಯಾರಿಸಿದ 'ಬ್ಲಾಕ್ ಮೇಲ್' ಎಂಬ ಚಿತ್ರದ ಬಗ್ಗೆ ವ್ಯಾಪಕವಾಗಿ ಚರ್ಚೆ ನಡೆಯುತ್ತಿತ್ತು. ಆದರೂ ಚಾಪ್ಲಿನ್‌ನ ಮಾತನಾಡದ ಮೂಕಿ ಚಿತ್ರಗಳಿಗೆ ಇನ್ನೂ ಬೇಡಿಕೆ ಉಳಿದಿತ್ತು. ತನ್ನ ಮುಂದಿನ ಚಿತ್ರ 'ಸಿಟಿ ಲೈಟ್ಸ್'ನ್ನು ಶಬ್ದದ ನೆರವಿಲ್ಲದೆ ಹಾಗೇ ಮೂಕಿಯಾಗಿಯೇ ನಿರ್ಮಿಸಲು ಚಾಪ್ಲಿನ್ ಯೋಚಿಸಿದ. ಅವನು ಚಿತ್ರದ ಮೂರು ಪಾತ್ರ ಗಳಾದ ಒಬ್ಬ ಕುಡುಕ ಶ್ರೀಮಂತ, ಒಬ್ಬ ಹೂ ಮಾರುವ ಕುರುಡಿ, ಒಬ್ಬ

ಅಲೆಮಾರಿ ಬಡವ ಇವುಗಳನ್ನು ಅದ್ಭುತವಾಗಿ ರೂಪಿಸಿದ. ಆದರೆ ಈ ಚಿತ್ರವನ್ನು ಬಿಡುಗಡೆ ಮಾಡಲು ಯಾರೂ ಮುಂದೆ ಬರಲಿಲ್ಲ. ಆದರೆ ಚಾಪ್ಲಿನ್ ಇದರಿಂದ ಧೃತಿಗೆಡದೆ ತಾನೇ ಸ್ವತಃ ಈ ಚಿತ್ರವನ್ನು ಬಿಡುಗಡೆ ಮಾಡಿದ. ಆ ಚಿತ್ರ ಯಶಸ್ವಿಯಾಯಿತು.

ಕೆಲವು ದಿನಗಳಲ್ಲಿಯೇ ಅದು ನಾಲ್ಕು ಲಕ್ಷ ಡಾಲರ್ ಹಣ ಗಳಿಸಿತು. ಶ್ರೇಷ್ಠ ವಿಜ್ಞಾನಿಯಾದ ಐನ್‌ಸ್ಟಿನ್ ಸಹ ಈ ಚಿತ್ರವನ್ನು ಮೆಚ್ಚಿಕೊಂಡರು. ಎಲ್ಲ ವಿಮರ್ಶಕರೂ ಈ ಚಿತ್ರವನ್ನು ಕೊಂಡಾಡಿದರು. ಚಾಪ್ಲಿನ್ ಈ ಚಿತ್ರವನ್ನು ಬಿಡುಗಡೆ ಮಾಡಲು ಇಂಗ್ಲೆಂಡಿಗೆ ಹೋದನು. ಇದನ್ನು ಅಲ್ಲಿ 1931 ಫೆಬ್ರುವರಿಯಲ್ಲಿ ಬಿಡುಗಡೆ ಮಾಡಿದನು. ಈ ಚಿತ್ರವನ್ನು ನೋಡಿ ಮಹಾನ್ ವ್ಯಕ್ತಿಗಳಾದ ಮಹಾತ್ಮ ಗಾಂಧಿ, ಚರ್ಚಿಲ್ ಮುಂತಾದವರೂ ಸಹ ಚಾಪ್ಲಿನ್‌ನ ಪ್ರತಿಭೆಯನ್ನು ಹೊಗಳಿದರು. ಅದೇ ಸಮಯದಲ್ಲಿ ಲಂಡನ್‌ಗೆ ಬಂದಿದ್ದ ಗಾಂಧಿಯವರನ್ನು ಭೇಟಿ ಮಾಡಿದ ಚಾಪ್ಲಿನ್ ಅವರ ಸರಳತೆ ಸಜ್ಜನಿಕೆಗೆ ಮಾರುಹೋದನು.

ಈ ಚಿತ್ರದ ನಂತರ ಕೆಲಕಾಲ ವಿರಮಿಸಿದ ಚಾಪ್ಲಿನ್ ತನ್ನ ಮುಂದಿನ ಚಿತ್ರದ ತಯಾರಿ ನಡೆಸಿದ. ಅವನು ಗಾಂಧಿಯನ್ನು ಭೇಟಿಯಾಗಿದ್ದಾಗ ಕೈಗಾರಿಕೆಗಳ ಬಗ್ಗೆ ಅವರಿಗಿದ್ದ ಮನೋಭಾವವನ್ನು ತಿಳಿದು ಪ್ರಭಾವಿತನಾಗಿದ್ದ. ಆದ್ದರಿಂದ ಅವನ ಮುಂದಿನ ಚಿತ್ರ 'ಮಾಡ್ರನ್ ಟೈಮ್ಸ್' ಕೈಗಾರಿಕೀಕರಣವನ್ನು ಅವಲಂಬಿಸಿತ್ತು. ಅಷ್ಟುಹೊತ್ತಿಗಾಗಲೇ ಅವನು ಪಾಲೆಟ್ ಗೊಡಾರ್ಡ್ ಎಂಬಾಕೆಯನ್ನು ಮದುವೆಯಾಗಿದ್ದ. ಈ ಚಿತ್ರದಲ್ಲಿ ಆಕೆಯೂ ಪಾತ್ರ ನಿರ್ವಹಿಸಿದಳು. ಈ ಚಿತ್ರದ ಇತರ ಪ್ರಮುಖ ಪಾತ್ರಗಳೆಂದರೆ, ಕ್ಯಾಂಟೀನ್ ಮಾಲಿಕನಾಗಿ ಹೆನ್ರಿ ಬರ್ಗ್ ಮ್ಯಾನ್ಸ್, ಮೆಕ್ಯಾನಿಕ್ ಪಾತ್ರದಲ್ಲಿ ಕೊಂಕ್ಲಿನ್, ಸಾಮಾನ್ಯ ಕಾರ್ಮಿಕನಾಗಿ ಚಾಪ್ಲಿನ್. ಇದರ ಚಿತ್ರೀಕರಣ 11 ತಿಂಗಳು ನಡೆಯಿತು. ಕೈಗಾರಿಕಾ ಕ್ರಾಂತಿಯಿಂದ ಸಮಾಜದ ಮೇಲಿನ ಪರಿಣಾಮಗಳನ್ನು ಈ ಚಿತ್ರವು ವಿವರಿಸಿತು. ವಿಮರ್ಶಕರು ಇದನ್ನು ನಿಶ್ಶಬ್ಧದ ಪ್ರತಿಧ್ವನಿ ಎಂದು ಬಣ್ಣಿಸಿದವು. ಇದು

ಬಿಡುಗಡೆಯಾಗಿ ಅಪಾರ ಯಶಸ್ಸು ಗಳಿಸಿದರೂ, ಕೆಲವು ಕೈಗಾರಿಕೋದ್ಯಮಿಗಳು ಇದನ್ನು ಟೀಕಿಸಿದರು. ಈ ಚಿತ್ರದ ನಂತರ ಅವನನ್ನು ಕಮ್ಯೂನಿಸ್ಟ್ ಎಂದು ಜರಿದವು.

1939ರಲ್ಲಿ ದ್ವಿತೀಯ ಮಹಾಯುದ್ಧ ಆರಂಭವಾಗಿತ್ತು. ಆ ಸಮಯದಲ್ಲಿ ಜರ್ಮನಿಯ ಅಡಾಲ್ಫ್ ಹಿಟ್ಲರ್ ಭಾರೀ ಜನಪ್ರಿಯ ವ್ಯಕ್ತಿಯಾಗಿದ್ದ. ಆದ್ದರಿಂದ ಚಾಪ್ಲಿನ್‌ಅವನ ಮೇಲೆ ಚಿತ್ರ ತಯಾರಿಸಲು ಯೋಚಿಸಿದನು. ಅದರ ಫಲವಾಗಿ ಮೈದಳದದ್ದೇ 'ದಿ ಗ್ರೇಟ್ ಡಿಕ್ಟೇಟರ್' ಚಿತ್ರ. ಅದರಲ್ಲಿ ಚಾರ್ಲಿಯದು ಹಜಾಮನ ಪಾತ್ರ. ಈ ಚಿತ್ರ ಮುಗಿಯುವ ಹೊತ್ತಿಗೆ ಪಾಲೆಟ್ ಚಾಪ್ಲಿನ್‌ಗೆ ವಿಚ್ಛೇದನ ನೀಡಿದಳು. ಈ ಚಿತ್ರದಲ್ಲಿ ಹಿಟ್ಲರ್‌ನನ್ನು ಹೋಲುವ ಹಜಾಮನ ಪಾತ್ರದಲ್ಲಿ ಚಾಪ್ಲಿನ್ ಸರ್ವಾಧಿಕಾರಿಗಳನ್ನು ಗೇಲಿ ಮಾಡುವ ಅದ್ಭುತವಾದ ಭಾಷಣವನ್ನು ನೀಡಿದನು. ಅದನ್ನು ಗೆಟಿಸ್‌ಬರ್ಗ್‌ನಲ್ಲಿ ಅಬ್ರಹಾಂ ಲಿಂಕನ್ ಮಾಡಿದ ಭಾಷಣಕ್ಕೆ ಹೋಲಿಸಲಾಯಿತು. ಚಾಪ್ಲಿನ್ ಅದ್ಭುತವಾಗಿ ನಟಿಸಿದ ಈ ಚಿತ್ರ ಎಲ್ಲಾ ಅಡ್ಡಿ ಆತಂಕಗಳ ನಡುವೆಯೂ ತೆರೆಕಂಡು ಇಂಗ್ಲೆಂಡ್‌ನಲ್ಲಿ ಜಯಭೇರಿ ಹೊಡೆಯಿತು.

ಆದರೆ ಮತ್ತೆ ಈ ಚಿತ್ರ ಚಾಪ್ಲಿನ್‌ನನ್ನು ತೊಂದರೆಗಳಲ್ಲಿ ಸಿಲುಕಿಸಿತು. ಕೆಲವರ ಅಭಿಪ್ರಾಯದಂತೆ ಚಾಪ್ಲಿನ್ ವಿವಾದಕರವಾದ ಚಿತ್ರ ತಯಾರಿಸಿದ್ದನು. ಮತ್ತೊಂದೆಡೆ ಚಾಪ್ಲಿನ್‌ತಾನೊಬ್ಬ ಕಲಾವಿದನೇ ಹೊರತು ರಾಜಕಾರಣಿಯಲ್ಲ ಎಂದು ಪ್ರತಿಪಾದಿಸಿದ. ಅನೇಕ ಕಾರ್ಮಿಕರು ತಮ್ಮ ಸಭೆಗಳಲ್ಲಿ ಭಾಗವಹಿಸಿ ಮಾತನಾಡುವಂತೆ ಅವನಿಗೆ ಆಮಂತ್ರಣ ನೀಡುತ್ತಿದ್ದರು. ಒಮ್ಮೆ ಸಭೆಯಲ್ಲಿ ಭಾಷಣವನ್ನು ಮಾಡುವಾಗ 'ಕಾಮ್ರೇಡ್ಸ್' ಎಂದು ಹೇಳಿ ತಾನೇ ಸ್ವತಃ ಪೇಚಿಗೆ ಸಿಲುಕಿಕೊಂಡನು. ಚಾಪ್ಲಿನ್‌ಗೆ ಕಾರ್ಮಿಕರು, ಬಡವರು ಮತ್ತು ನಿಸ್ಸಹಾಯಕರ ಬಗ್ಗೆ ಅಪಾರ ಕರುಣೆ, ಪ್ರೀತಿ ತುಂಬಿದ್ದರಿಂದ ಅವನು ಕಾರ್ಮಿಕರ ಆಹ್ವಾನವನ್ನು ಮನ್ನಿಸಿ ಅವರ ಸಭೆಗಳಿಗೆ ಹೋಗಿ ಅಲ್ಲಿ ಸರ್ವಾಧಿಕಾರವನ್ನು ಖಂಡಿಸಿ

ಮಾತನಾಡುತ್ತಿದ್ದ.

ಚಾಪ್ಲಿನ್‌ನ ಮುಂದಿನ ಅದ್ಭುತ ಚಿತ್ರವೆಂದರೆ ಒಬ್ಬ ಸರಣಿ ಕೊಲೆಗಾರನ ಬಗೆಗಿನ 'ಮನ್ಸೂರ್ ವರ್ಡೋಕ್ಸ್'. ಇದು ಮಧ್ಯವಯಸ್ಸಿನ ಪಾತಕಿಯ ಕಥೆಯನ್ನೊಳಗೊಂಡಿದ್ದ ಚಿತ್ರ. ಚಾಪ್ಲಿನ್ ಹಲವಾರು ತಿಂಗಳು ಕಾಲ ಶ್ರಮಿಸಿ ಚಿತ್ರಕಥೆ ಬರೆದ. ಈ ಚಿತ್ರಕ್ಕೆ ಹದಿನೇಳರ ಹರೆಯದ ತರುಣಿಯಾದ ಊನಾಳನ್ನು ಆಯ್ಕೆ ಮಾಡಿದ. ಊನಾ ಹೆಸರಾಂತ ನಾಟಕಕಾರ ಯೂಜಿನ್ ಓನೀಲ್‌ನ ಮಗಳು. ಚಿತ್ರೀಕರಣದ ಸಮಯದಲ್ಲಿ ಅವರಿಬ್ಬರೂ ಪರಸ್ಪರ ಪ್ರೀತಿಸಲು ಪ್ರಾರಂಭಿಸಿದರು. ಆಗ ಚಾಪ್ಲಿನ್‌ಗೆ 50 ವರ್ಷ ವಯಸ್ಸಾಗಿತ್ತು. ಅವರಿಬ್ಬರೂ ಮದುವೆಯಾಗಿ ಕೆಲವು ಕಾಲ ಸಾಂಟ್ ಬರ್ಬರಾ ದ್ವೀಪದಲ್ಲಿ ಕಾಲ ಕಳೆದರು.

ಚಾಪ್ಲಿನ್‌ನ ಚಿತ್ರ ಮನ್ಸೂರ್ ವರ್ಡೋಕ್ಸ್ ವರ್ಡೋ ಎಂಬ ಸರಣಿ ಹಂತಕನು ಮಾಡುವ ಕೊಲೆಗಳಿಗೆ ಸಂಬಂಧಿಸಿದ್ದು. ಜಾಗತಿಕ ಯುದ್ಧದ ಪರಿಣಾಮಗಳನ್ನು ಈ ಚಿತ್ರದ ಮೂಲಕ ವಿವರಿಸಲು ಯತ್ನಿಸಲಾಗಿತ್ತು. ಈ ಚಿತ್ರವೂ ಅನೇಕ ತೊಂದರೆಗಳನ್ನು ಎದುರಿಸ ಬೇಕಾಯಿತು. ಆ ಸಮಯದಲ್ಲಿ ಅಮೆರಿಕಾ ಸರ್ಕಾರವು ಪರಿಶೀಲನಾ ಸಮಿತಿಯೊಂದನ್ನು ನೇಮಿಸಿತ್ತು. ಚಿತ್ರವನ್ನು ತಯಾರಿಸಲು ಅದರ ಅನುಮತಿ ಪಡೆಯಬೇಕಾಗಿತ್ತು. ಆ ಸಮಿತಿಯು ಚಾಪ್ಲಿನ್‌ನ ಚಿತ್ರದ ಬಗ್ಗೆ ಅನೇಕ ತಕರಾರುಗಳನ್ನು ಎತ್ತಿತ್ತು. ಆದರೆ ಚಾಪ್ಲಿನ್ ಅದರ ತಕರಾರು ಗಳನ್ನು ಯಶಸ್ವಿಯಾಗಿ ಸರಿಪಡಿಸಿದನು. ಆದ್ದರಿಂದ ಅವನು ತನ್ನ ಚಿತ್ರದಲ್ಲಿ ಕೆಲವು ಬದಲಾವಣೆಗಳನ್ನು ಮಾಡಬೇಕಾಯಿತು. ಆದರೆ ಕೊನೆಗೂ ಅವನು ಆ ಸಮಿತಿಯಿಂದ ಚಿತ್ರೀಕರಣಕ್ಕೆ ಅನುಮತಿ ಗಳಿಸಿದನು. ಚಿತ್ರವು ಬಿಡುಗಡೆಯಾಗಿ ಭಾರೀ ಯಶಸ್ಸು ಗಳಿಸಿದ್ದಲ್ಲದೆ ಅವನಿಗೆ 12 ಮಿಲಿಯನ್ ಡಾಲರ್ ಹಣ ಗಳಿಸಿಕೊಟ್ಟಿತು.

ಆದರೆ ಚಾಪ್ಲಿನ್ ಈ ಅದ್ಭುತ ಯಶಸ್ಸನ್ನು ಆನಂದದಿಂದ

ಅನುಭವಿಸುವ ಸ್ಥಿತಿಯಲ್ಲಿ ಇರಲಿಲ್ಲ. ಅವನು ಮಾಧ್ಯಮಗಳ ಕೆಂಗಣ್ಣಿಗೆ ಗುರಿಯಾಗಿದ್ದನು. ಅವನ ಹೇಳಿಕೆಗಳನ್ನು ತಪ್ಪಾಗಿ ವರದಿ ಮಾಡುವುದ ರೊಂದಿಗೆ ಮಾಧ್ಯಮಗಳು ಅವನ ವೈಯಕ್ತಿಕ ಹಾಗೂ ವೃತ್ತಿ ಜೀವನ ಗಳೆರಡರ ಮೇಲೂ ದಾಳಿ ಮಾಡಿದವು. ಅವನನ್ನು ಅಮೆರಿಕಾ ವಿರೋಧಿ ಎಂದು ಚಿತ್ರೀಕರಿಸಿದವು. ಎಲ್ಲೆಡೆ ಅವನನ್ನು ಸಂದೇಹಿಸಲಾಯಿತು. ಯುನೈಟೆಡ್ ಅಮೆರಿಕನ್ ಆಕ್ಟಿವಿಟೀಸ್ ಕಮಿಟಿಯು ಅವನನ್ನ ಪದೇಪದೇ ವಿಚಾರಣೆ ಮತ್ತು ಪರಿಶೀಲನೆಗೆ ಹಾಜರಾಗುವಂತೆ ನೋಟೀಸ್ ಕಳುಹಿಸಿತು. ಅವನು ಸುಮಾರು ನಲವತ್ತು ವರ್ಷಗಳ ಕಾಲ ಅಮೆರಿಕಾ ದಲ್ಲಿದ್ದರೂ ಬ್ರಿಟಿಷ್ ಪೌರತ್ವವನ್ನು ಮಾತ್ರ ಹೊಂದಿದ್ದು ಅಮೆರಿಕಾದ ಪೌರತ್ವವನ್ನು ಹೊಂದಿರಲಿಲ್ಲ. ಈ ಕಾರಣದಿಂದ ಅವನ ಮೇಲೆ ಮುಗಿಬಿದ್ದು ವಿಚಾರಣೆಗಳನ್ನು ನಡೆಸಿದರು. ಚಾಪ್ಲಿನ್ ಪದೇಪದೇ ತಾನೊಬ್ಬ ಕಲಾವಿದನೆಂದೂ ಹಾಗೂ ಕಲಾವಿದನು ಇಡೀ ವಿಶ್ವದ ಪ್ರಜೆ. ಅವನು ಯಾವುದೇ ನಿರ್ದಿಷ್ಟ ದೇಶಕ್ಕೆ ಸಂಬಂಧಿಸಿದವನಲ್ಲ ಎಂದು ಹೇಳತೊಡಗಿದನು. ನಿಜವಾಗಿಯೂ ಆಕ್ಟಿವಿಟೀಸ್ ಕಮಿಟಿಗೆ ಅವನನ್ನು ಜೈಲಿಗೆ ಅಟ್ಟುವ ಉದ್ದೇಶವಿತ್ತು. ಆದರೆ ಅದು ಈಡೇರಲು ವಿಫಲ ವಾಯಿತು.

ಪತ್ರಿಕೆಗಳು ಅವನನ್ನು ತಮ್ಮ ಚಿತ್ರವಿಚಿತ್ರ ಪ್ರಶ್ನೆಗಳ ಮೂಲಕ ಹಿಂಸಿಸಿ ನಾನಾ ರೀತಿಯ ತೊಂದರೆಗಳನ್ನು ನೀಡಿದವು. ಚರ್ಚ್‌ಗಳು, ಸಾರ್ವಜನಿಕರು ಅವನ ವಿರುದ್ಧ ವ್ಯಾಪಕವಾದ ಅಪಪ್ರಚಾರ ಕೈಗೊಂಡು ಅವನ ಚಿತ್ರಗಳಿಗೆ ಪ್ರತಿಭಟನೆ ಕೂಗಿದರು. ಅವನನ್ನು ಕಮ್ಯುನಿಸ್ಟ್ ಎಂದು ಜರಿದು ರಷ್ಯಾಕ್ಕೆ ಓಡಿಸಬೇಕೆಂದು ಘೋಷಣೆ ಕೂಗಿದರು.

ತಾಯ್ನಾಡಿನತ್ತ ಪಯಣ

ಇಡೀ ಅಮೆರಿಕಾವೇ ತನ್ನ ಮೇಲೆ ಮುಗಿಬಿದ್ದರೂ ಚಿಂತಿಸದ ಚಾಪ್ಲಿನ್ 'ಲೈಮ್‌ಲೈಟ್' ಎಂಬ ಚಿತ್ರವನ್ನು ತಯಾರಿಸಲು ಸಿದ್ಧತೆ

ನಡೆಸಲಾರಂಭಿಸಿದ. ತನ್ನ ಹಾಸ್ಯಪಾತ್ರವಾದ ಚಾರ್ಲಿಗೆ ವಿದಾಯ ಹೇಳಲು ಬಯಸಿದ. ಅವನು ಆ ಚಿತ್ರವನ್ನು ಟ್ರ್ಯಾಜಿಡಿ ಕಥೆಯಾಗಿ ಮಾರ್ಪಡಿಸಿ ಸತತವಾಗಿ ಒಂದೂವರೆ ವರ್ಷ ಚಿತ್ರೀಕರಿಸಿದನು. ಅದನ್ನು ಲಂಡನ್‌ನ ಓಡಿಯನ್ ಚಿತ್ರಮಂದಿರದಲ್ಲಿ ಬಿಡುಗಡೆ ಮಾಡಿ ಒಳ್ಳೆಯ ಹೆಸರು ಗಳಿಸಿದ. ಆದರೆ ಗಲ್ಲಾಪೆಟ್ಟಿಗೆಯ ದೃಷ್ಟಿಯಿಂದ ಅದೇನೂ ಅಷ್ಟೊಂದು ಯಶಸ್ವಿಯಾಗಲಿಲ್ಲ.

ಚಾಪ್ಲಿನ್‌ಗೆ ದಿನೇದಿನೇ ಅಮೆರಿಕಾದಲ್ಲಿರುವುದು ಅಸಹನೀಯ ವಾಗತೊಡಗಿತು. ಅವನು ಅಮೆರಿಕಾವನ್ನು ಬಿಟ್ಟು ಯೂರೋಪ್‌ಗೆ ನೆಲೆಸಲು ನಿರ್ಧರಿಸಿದನು. ತನ್ನ ಹೆಂಡತಿ, ಮಕ್ಕಳೊಂದಿಗೆ ಯೂರೋಪ್ ನತ್ತ ಹೊರಟನು. ಆದರೂ ಅವನನ್ನು ಮಾಧ್ಯಮಗಳು ಬೆನ್ನತ್ತಿ ಬಂದವು. ಪ್ರಯಾಣ ಕಾಲದಲ್ಲೂ ಅವನನ್ನು ನೆಮ್ಮದಿಯಾಗಿರಲು ಬಿಡದೆ ಕಿರುಕುಳ ನೀಡಿದವು. ಕೊನೆಗೆ ಅವನು ಲಂಡನ್‌ಗೆ ಬಂದು ಸೇರಿದನು. ಅಲ್ಲಿ ತನ್ನ ಬಾಲ್ಯಾವಸ್ಥೆ ಕಳೆದ ಕೊಳಗೇರಿಗಳನ್ನು ತನ್ನ ಹೆಂಡತಿಮಕ್ಕಳಿಗೆ ತೋರಿಸಿದನು. ಅವನು ಜನರನ್ನು ತನ್ನ ಆಲೋಚನೆಗಳಿಂದ ಸುಧಾರಿಸಲು ಪ್ರಯತ್ನಿಸಿದನು. ಆದರೂ ಜನರಿಗೆ ಅವನು ಮಾಡಿದ್ದೆಲ್ಲಾ ತಮಾಷೆಯಾಗಿ ಕಾಣಿಸುತ್ತಿತ್ತೇ ವಿನಃ ಗಂಭೀರವಾಗಲ್ಲ. ಕೊನೆಗೆ ಅವನಿಗೆ ಮಾತು ಬೆಳ್ಳಿ, ಮೌನ ಬಂಗಾರ ಎಂದು ಅರಿವಾಯಿತು

ಚಾಪ್ಲಿನ್ ಪುನಃ ಅಮೆರಿಕಾಕ್ಕೆ ಹಿಂತಿರುಗುವ ಯೋಚನೆ ಮಾಡಲಿಲ್ಲ. ಆದ್ದರಿಂದ ಅವನ ಹೆಂಡತಿ ಊನಾ ಅಮೆರಿಕಾಗೆ ಹೋಗಿ ಅವನು ಬ್ಯಾಂಕ್‌ಗಳಲ್ಲಿಟ್ಟಿದ್ದ ಹಣವನ್ನೆಲ್ಲಾ ತೆಗೆದುಕೊಂಡು ಲಂಡನ್‌ಗೆ ಬಂದಳು. ಚಾಪ್ಲಿನ್‌ಗೆ ಇಂಗ್ಲೆಂಡ್, ಫ್ರಾನ್ಸ್ ಮತ್ತು ರೋಮ್ ದೇಶ ಗಳಲ್ಲಿ ಭಾರೀ ಸ್ವಾಗತ, ಮನ್ನಣೆ ಲಭಿಸಿದವು. ಅನೇಕ ಬರಹಗಾರರು, ನಿರ್ಮಾಪಕರು, ಕಲಾವಿದರು, ನಿರ್ದೇಶಕರು ಅವನನ್ನು ಏಕಪಕ್ಷೀಯವಾಗಿ ಕೊಂಡಾಡಿದರು. ಅವನನ್ನು ಮಹಾನ್ ಮಾನವತಾವಾದಿ ಎಂದು ಹೊಗಳಿದರು.

ಕೊನೆಯ ದಿನಗಳು

ತನ್ನ 64ರ ಹರೆಯದಲ್ಲಿ ಚಾಪ್ಲಿನ್ ಶಾಂತ ರೀತಿಯಿಂದ ಜೀವನ ಕಳೆಯಲು ಬಯಸಿದನು. ಅನೇಕ ದಿನ ಯೋಚಿಸಿ ನೋಡಿ ನಂತರ ಸ್ವಿಡ್ಜರ್ಲ್ಯಾಂಡ್‌ನ ಸಣ್ಣ ಹಳ್ಳಿ ಕೋರ್ಸಿಯರ್ ಸುರೆವೆವ್‌ನಲ್ಲಿ ನೆಲೆಸಿದನು. ಅವನೊಬ್ಬ ಶ್ರೇಷ್ಠ ಸಮಾಜ ಸೇವಕನೂ ಹೌದು ಲಂಡನ್‌ನಲ್ಲಿದ್ದ ಬಡವರ ಜೀವನವನ್ನು ಬೆಳಗಿಸಲು ಅನೇಕ ರೀತಿಯ ದಾನ, ಧರ್ಮ ಮಾಡಿದ. ಜಗತ್ತಿನ ಶ್ರೇಷ್ಠನಾಯಕರುಗಳಾದ ಜವಾಹರ ಲಾಲ್ ನೆಹರೂ, ಚೌ ಎನ್ ಲೈ ಮುಂತಾದವರೊಂದಿಗೆ ಸ್ನೇಹ ಸಂಪರ್ಕ ಬೆಳೆಸಿಕೊಂಡನು. ಇದರ ಜೊತೆಗೆ ತನ್ನ ಆತ್ಮಕಥೆಯನ್ನು ಬರೆದನು. ನಂತರ ಚಲನಚಿತ್ರರಂಗದ ಆಕರ್ಷಣೆಯನ್ನು ಬಿಡಲಾಗದೆ 'ಎ ಕಿಂಗ್ ಇನ್ ನ್ಯೂಯಾರ್ಕ್' ಚಿತ್ರವನ್ನು ನಿರ್ಮಿಸಿದ. ಅದರಲ್ಲಿ ತಾನು ಹೋಟೆಲ್ ಮಾಣಿಯ ಪಾತ್ರ ವಹಿಸಿದ. ಆದರೆ ಅದು ಯಶಸ್ವಿಯಾಗದೆ ವಿಫಲವಾಯಿತು. ಬ್ರಿಟಿಷ್ ಸರ್ಕಾರವು 1975ರಲ್ಲಿ ಚಾಪ್ಲಿನ್‌ಗೆ 'ದಿ ನೈಟ್ ಕಮಾಂಡರ್ ಆಫ್ ದಿ ಆರ್ಡರ್ ಆಫ್ ದಿ ಬ್ರಿಟಿಷ್ ಎಂಪೈರ್' ಬಿರುದು ನೀಡಿ ಗೌರವಿಸಿತು. 85ರ ಹರೆಯದ ಆತನನ್ನು ಆದರದಿಂದ ನೋಡಿ ಕೊಂಡಿತು. ಅತ್ತ ಅಮೆರಿಕಾವು ಸಹ ಚಾಪ್ಲಿನ್‌ಗೆ ತಾನು ಮಾಡಿದ ಅಪಮಾನಗಳಿಗಾಗಿ ಭಾರೀ ಪಶ್ಚಾತ್ತಾಪ ಪಡುತ್ತಿತ್ತು. ಅವನು ಅಮೆರಿಕಾಕ್ಕೆ ಭೇಟಿ ನೀಡಿದಾಗ ಹಾರ್ದಿಕ ಸ್ವಾಗತ ಲಭಿಸಿತು. ಅವನಿಗೆ ವಿಶೇಷ ಆಸ್ಕರ್ ಪ್ರಶಸ್ತಿ ನೀಡಿ ಸನ್ಮಾನಿಸಿತು. 1977ರ ಡಿಸೆಂಬರ್ 24ರ ಕ್ರಿಸ್‌ಮಸ್ ಮುನ್ನಾದಿನ ಚಾಪ್ಲಿನ್ ತನ್ನ ಕುಟುಂಬದವರನ್ನೆಲ್ಲಾ ಸೇರಿಸಿದ. ತನ್ನ ಮೊಮ್ಮಕ್ಕಳೊಡನೆ ಸ್ವಲ್ಪ ಹೆಚ್ಚುಕಾಲ ಕಳೆದ. ರಾತ್ರಿ ಊಟದ ನಂತರ ಎಲ್ಲರಿಗೂ ಶುಭರಾತ್ರಿ ಹೇಳಿ ತನ್ನ ಮಲಗುವ ಕೋಣೆಯತ್ತ ನಡೆದ. ಅದು ಅವನ ಕೊನೆಯ ಶುಭ ನುಡಿಯಾಗಿತ್ತು. ರಾತ್ರಿ ಮಲಗಿದವನು ಮೇಲೇಳಲೇ ಇಲ್ಲ. ಚಿರನಿದ್ರೆಯಲ್ಲಿಯೇ ಮುಳುಗಿದ. ಜಗತ್ತಿನ ಒಬ್ಬ ಮಹಾನ್ ಕಲಾವಿದ, ಆದರ್ಶವಾದಿ, ಮಾನವ ಹಕ್ಕುಗಳ ಪ್ರತಿಪಾದಕ

ಇನ್ನಿಲ್ಲವಾದ.

ಚಾರ್ಲಿ ಚಾಪ್ಲಿನ್ ಒಂದು ಅವಲೋಕನ

ಚಾರ್ಲಿ ಚಾಪ್ಲಿನ್ ಕೇವಲ ಒಬ್ಬ ನಟ ಮಾತ್ರವಾಗಿರದೆ ಬಹುದೊಡ್ಡ ಮಾನವತಾವಾದಿಯಾಗಿದ್ದ. ಬಡವರ, ದೀನರ ಬದುಕನ್ನು ಕಲಾತ್ಮಕವಾಗಿ ಚಿತ್ರಿಸಿದ ಮಹಾನ್ ನಿರ್ದೇಶಕನಾಗಿದ್ದ. ಅವನ ಪ್ರತಿಯೊಂದು ಚಿತ್ರದಲ್ಲೂ ಒಬ್ಬ ಸುಂದರ ಹೆಣ್ಣು ಕಾಯಂ ಆಗಿ ಇರುತ್ತಿದ್ದಳು. ಆಕೆಯೂ ಅವನಂತೆ ಅಲೆಮಾರಿಯೇ ಆಗಿದ್ದಳು. ಪ್ರತಿ ಪ್ರಸಂಗಗಳಲ್ಲೂ ಅವನು ಅವಳನ್ನು ಆಕರ್ಷಿಸಲು ಪ್ರಯತ್ನಿಸುತ್ತಾನೆ. ಆದರೆ ವಿಫಲನಾಗುತ್ತಾನೆ. ಆಕೆ ಅವನತ್ತ ತಿರುಗಿಯೂ ನೋಡುವುದಿಲ್ಲ. ಇದರಿಂದ ಅವನ ಹೃದಯ ವಿರಹಗೊಂಡು ಗಾಢವಾದ, ವ್ಯಂಗ್ಯವನ್ನು ಮತ್ತು ವಿಷಾದವನ್ನು ಸೂಚಿಸುತ್ತಾನೆ.

ಚಾರ್ಲಿ ಚಾಪ್ಲಿನ್ ಬಹುಮುಖ ಪ್ರತಿಭೆಯನ್ನುಳ್ಳ ಕಲಾವಿದ. ಅವನೊಬ್ಬ ಬರಹಗಾರ, ಸಂಗೀತ ನಿರ್ದೇಶಕ, ಸಂಕಲನಕಾರ ಹೀಗೆ ಎಲ್ಲ ರಂಗಗಳಲ್ಲೂ ತನ್ನ ಛಾಪು ಮೂಡಿಸಿದ್ದವನು. ಅವನು ಯಾವಾಗಲೂ ಜವಾಬ್ದಾರಿಯುತ ವ್ಯಕ್ತಿಯಾಗಿ ಪ್ರವರ್ತಿಸುತ್ತಿದ್ದ ಮತ್ತು ತನ್ನ ಚಿತ್ರಗಳಲ್ಲಿ ಅನೇಕ ಸಾಮಾಜಿಕ ಸಮಸ್ಯೆಗಳನ್ನು ಹೇಗೆ ಪರಿಹರಿಸಬಹುದೆಂಬುದನ್ನು ಬಿಂಬಿಸುತ್ತಿದ್ದ. ಅವನೊಬ್ಬ ಅದ್ಭುತ ಕನಸುಗಾರನಾಗಿದ್ದ. ತನ್ನ ಕನಸು, ಆಲೋಚನೆಗಳನ್ನು ತನ್ನ ಚಿತ್ರಗಳಲ್ಲಿ ಅದ್ಭುತವಾಗಿ ಕಾಣುವಂತೆ ಮೂಡಿಸುತ್ತಿದ್ದ ಮಹಾನ್ ಮೇಧಾವಿ. ಒಮ್ಮೆ ಅವನು ಗಾಂಧಿಯವರನ್ನು ಭೇಟಿ ಆದಾಗ ಕೈಗಾರಿಕೆಗಳ ಬಗ್ಗೆ ಅವರಿಗಿದ್ದ ಭಾವನೆ ಅಭಿಪ್ರಾಯಗಳಿಂದ ಪ್ರಭಾವಿತನಾಗಿ ಕೈಗಾರಿಕಾ ಕ್ರಾಂತಿ ಬಗ್ಗೆ ಒಂದು ಚಿತ್ರ ನಿರ್ಮಿಸಿದ. ತನ್ನ ಚಿತ್ರಕ್ಕಾಗಿ ಅವನು ಇಂಗ್ಲೆಂಡ್‌ಗೆ ಹೋಗಿ ಅದರ ಬಗ್ಗೆ ಜ್ಞಾನ ಪಡೆಯಲು ಯತ್ನಿಸಿದ. ಇದರ ಜೊತೆಗೆ ಕಾರ್ಖಾನೆಗಳ ಕೆಲಸಗಾರರ ಮಾನಸಿಕ ಹಾಗೂ ದೈಹಿಕ ಸ್ಥಿತಿಗಳ ಬಗ್ಗೆ ಚರ್ಚೆ ನಡೆಸಿದ. ಆ ಚಿತ್ರಕ್ಕೆ 'ಮಾರ್ಡನ್

ಟ್ರೈಮ್ಸ್' ಎಂದು ಹೆಸರು ನೀಡಿದ. ಕಾರ್ಖಾನೆಗಳಲ್ಲಿ ಆಗ ಬಳಕೆಯಲ್ಲಿದ್ದ ಬೆಲ್ಟ್ ಎಂಬ ಸಲಕರಣೆಯು ಕಾರ್ಮಿಕರ ಮೇಲೆ ದೈಹಿಕವಾಗಿ ಮತ್ತು ಮಾನಸಿಕವಾಗಿ ಬೀರಿದ್ದ ಪರಿಣಾಮಗಳನ್ನು ಅದರಲ್ಲಿ ಅದ್ಭುತವಾಗಿ ಚಿತ್ರೀಕರಿಸಲಾಗಿತ್ತು. ಜೊತೆಗೆ ಈ ಚಿತ್ರದಲ್ಲಿ ಕಾರ್ಖಾನೆಗಳಲ್ಲಿನ ಬೃಹತ್ ಯಂತ್ರಗಳ ಮಧ್ಯೆ ಸಿಲುಕಿ ನರಳುವ ಕಾರ್ಮಿಕರ ಬದುಕಿನ ಮೇಲೆ ಬೆಳಕು ಚೆಲ್ಲಿದ. ಈ ಚಿತ್ರದಲ್ಲಿ ಅವನು ಕಾರ್ಖಾನೆ ಕಾರ್ಮಿಕನ ಪಾತ್ರ ವಹಿಸಿದನು. ಇದರಲ್ಲಿ ಅವನು ಯಂತ್ರಗಳ ಭಯಾನಕ ಶಬ್ದಗಳಿಗೆ ಹೆದರಿ ಹೊರಕ್ಕೆ ಓಡುತ್ತಾನೆ. ಅದೊಂದು ವಿಶೇಷ ರೀತಿಯ ಚಿತ್ರ. ಯಂತ್ರವೇ ಆಹಾರ ತಿನ್ನಿಸುವಂತೆ, ವ್ಯಕ್ತಿ ಯಂತ್ರದ ಭಾಗದಂತೆ ತೋರಿಬಂದು ಪ್ರೇಕ್ಷಕರನ್ನು ನಗೆ ಕಡಲಿನಲ್ಲಿ ಮುಳುಗಿಸಿದರೂ, ಅದರ ಹಿಂದೆ ಭಾರೀ ವಿಷಾದ ಮೂಡಿಸುತ್ತದೆ. ಕಾರ್ಮಿಕರ ಮೆರವಣಿಗೆ, ಪ್ರತಿಭಟನೆ, ಪೊಲೀಸ್ ದೌರ್ಜನ್ಯಗಳು, ತನ್ನಂತೆ ಅನಾಥಳಾದ ಹೆಣ್ಣಿನ ಸ್ನೇಹ, ಅವಳಲ್ಲಿ ಪ್ರೇಮಯಾಚನೆ, ವಿಫಲ ಈ ರೀತಿ ನೂರಾರು ಕೋನಗಳು ಈ ಚಿತ್ರದಲ್ಲಿ ಎದ್ದು ಕಾಣುತ್ತವೆ. ಈ ಚಿತ್ರದಿಂದ ಜಗತ್ತಿನ ಕೈಗಾರಿಕೋದ್ಯಮಿಗಳು ಚಾರ್ಲಿಯನ್ನು ಕಮ್ಯೂನಿಸ್ಟ್ ಎಂದು ಜರಿದರು.

ಚಾಪ್ಲಿನ್ ಶತಮಾನದ ಮಹಾನ್ ದಾರ್ಶನಿಕರಲ್ಲೊಬ್ಬನಾಗಿ ಮಿಂಚಿದವನು. ಚಲನಚಿತ್ರ ಜಗತ್ತಿನಲ್ಲಿ 50 ವರ್ಷಗಳಿಗಿಂತ ಹೆಚ್ಚುಕಾಲ ದುಡಿದ ಮಹಾನ್‌ವ್ಯಕ್ತಿ. ಸಹೃದಯಿ, ಹಾಸ್ಯ, ಕರುಣೆ, ಉತ್ತಮ ಶಿಸ್ತುಗಳಿಂದ ಕೂಡಿದ್ದ ಅದ್ಭುತ ಕಲಾವಿದ. ಮೃದು ಹೃದಯಿಯಾದ್ದರಿಂದ ಪದೇಪದೇ ಸುಂದರ ಸ್ತ್ರೀಯರಿಂದ ಮೋಸಹೋಗುತ್ತಿದ್ದ. ಹಸಿವು ಮತ್ತು ಅವಮಾನಗಳು ಮನುಷ್ಯನಲ್ಲಿಯ ಕೊರತೆಯನ್ನು ತುಂಬಿಸಲು ಪ್ರೇರೇಪಿಸಿ ಜೀವನವನ್ನು ಉತ್ತಮಗೊಳ್ಳಲು ಸಹಕರಿಸುತ್ತವೆಂದು ನಂಬಿದ್ದವನು.

ಜಗತ್ತಿನಾದ್ಯಂತ ಜನರು ಶೇಕ್ಸ್‌ಪಿಯರ್‌ನ ನಾಟಕಗಳನ್ನು ಮೆಚ್ಚಿಕೊಂಡಿದ್ದರೂ ಚಾಪ್ಲಿನ್‌ಗೆ ಅವನ ನಾಟಕಗಳೆಂದರೆ ಅಲರ್ಜಿ.

ಅವನ ನಾಟಕಗಳು ಸಾಮಾನ್ಯ ಮಾನವರ ಬದುಕನ್ನು ಬಿಟ್ಟು ಬರೀ ಚಕ್ರವರ್ತಿ, ರಾಜರುಗಳ, ಸರದಾರರ ಜೀವನವನ್ನು, ಅದರ ವೈಭವಗಳನ್ನು ಚಿತ್ರಿಸುತ್ತಿದ್ದರಿಂದ ಚಾಪ್ಲಿನ್‌ಗೆ ಅವು ಇಷ್ಟವಾಗಿರಲಿಲ್ಲ. ಅವನ ಪ್ರಕಾರ ಕಲಾವಿದನಾದವನು ತನ್ನ ಕಲೆಯ ಮೂಲಕ ಅವನ ಭಾವನೆಗಳನ್ನು ವ್ಯಕ್ತಪಡಿಸಬೇಕು ಎನ್ನುತ್ತಿದ್ದನು. ಅವನು ಯಾವ ಕೋನಗಳಿಂದ ನೋಡಿದರೂ ಒಬ್ಬ ಅದ್ಭುತ ಕಲಾವಿದನಾಗಿದ್ದ. ತನ್ನ ಸರಳ, ಮನ ಮಿಡಿಯುವ ನಟನೆಯಿಂದ ಅವನು ಜನಮನ್ನಣೆ ಗಳಿಸಿದ್ದ. ಜೀವನದೆಡೆಗಿನ ಸ್ವಾಭಾವಿಕ ಪ್ರವೃತ್ತಿಗಳು ಅವನ ಚಿತ್ರಗಳ ದೊಡ್ಡ ಗುಟ್ಟುಗಳಾಗಿದ್ದವು. ಅವನು ಯಾವಾಗಲೂ ಸಾಮಾನ್ಯ ಮಾನವನ ಜೀವನದ ಸಂಗತಿಗಳನ್ನು ತನ್ನ ಚಿತ್ರದ ಕಥೆಯನ್ನಾಗಿ ಆರಿಸಿಕೊಳ್ಳುತ್ತಿದ್ದ. ಜನ ಅವನ ಚಿತ್ರಗಳನ್ನು ಮೆಚ್ಚಿ ಅವನ ಪಾತ್ರದೊಳಗೇ ತಮ್ಮತನವನ್ನು ಕಂಡುಕೊಂಡು ಸಂತೋಷಪಡುತ್ತಿದ್ದರು. ಅವನ ಮೂಕಿಚಿತ್ರಗಳು ಅದ್ಭುತವಾದ ಸಾಮಾಜಿಕ ಸಂದೇಶಗಳನ್ನು ಸೂಚಿಸುತ್ತಿದ್ದವು. ಆದರೆ ಒಮ್ಮೆ ಅವನ ಚಿತ್ರಗಳ ಜನಪರ ಸಂದೇಶಗಳನ್ನು ಅಮೆರಿಕಾ ತಪ್ಪು ತಿಳಿದುಕೊಂಡು ಅವನನ್ನು ದೇಶದ್ರೋಹಿ, ಕಮ್ಯೂನಿಸ್ಟ್ ಎಂದು ದೂಷಿಸಿತು. ಆದರೆ ವಾಸ್ತವವಾಗಿ ಚಾಪ್ಲಿನ್ ಸ್ವತಃ ಶಾಂತಿಪ್ರಿಯ ಯುದ್ಧ ವಿರೋಧಿಯಾಗಿದ್ದವನು.

ತನ್ನ ಚಿತ್ರ 'ದಿ ಗ್ರೇಟ್ ಡಿಕ್ಟೇಟರ್' ಚಿತ್ರಕ್ಕೆ ಭಾರೀ ವಿಮರ್ಶೆಯನ್ನು ಎದುರಿಸಿದ ಚಾಪ್ಲಿನ್ ಅನೇಕ ತೊಂದರೆಗಳನ್ನು ಅನುಭವಿಸಬೇಕಾಯಿತು. ಆದರೆ ಅವನು ಧೈರ್ಯವಾಗಿ ಎಲ್ಲವನ್ನು ಎದುರಿಸಿ ಗೆದ್ದ. ತಾನೊಬ್ಬ ಜವಾಬ್ದಾರಿಯುತ ನಾಗರೀಕನೆಂದು ಅವನು ತಿಳಿದಿದ್ದ. ತಾನು ಕಲಾವಿದನೇ ಹೊರತು ರಾಜಕಾರಣಿಯಲ್ಲ ಎಂದು ಪ್ರತಿಪಾದಿಸುತ್ತಿದ್ದ. ಅವನ ಹೃದಯ ಯಾವಾಗಲೂ ನೊಂದವರ, ಬಡವರ, ಕಷ್ಟಜೀವಿಗಳ ಸ್ಥಿತಿಗತಿಗಳಿಗಾಗಿ ಮರುಗುತ್ತಿತ್ತು. ಅವನು ತನ್ನ ಆತ್ಮಕಥೆಯನ್ನು ಕಾವ್ಯಾತ್ಮಕವಾಗಿ ರಚಿಸಿದ. ಪತ್ರಿಕೆಗಳು, ಮಾಧ್ಯಮದವರು ಅವನ

ಖಾಸಗೀ ಬದುಕಿನ ಬಗ್ಗೆ ಎಷ್ಟು ಚುಚ್ಚಿದರೂ ರಸಋಷಿಯಂತೆ ನಗುನಗುತ್ತಾ ಎಲ್ಲವನ್ನೂ ಸಹಿಸಿದ. ಒಮ್ಮೆ ಫಸ್ಟ್ ನ್ಯಾಷನಲ್ ಕಂಪನಿಗೆ 'ಎ ಡಾಗ್ಸ್ ಲೈಫ್' ಚಿತ್ರ ತಯಾರಿಸುವಾಗ ಚಿತ್ರೀಕರಣ ಸ್ಥಳದಲ್ಲಿದ್ದ ಅವನನ್ನು ಅಮೆರಿಕಾದ ಪತ್ರಕರ್ತೆಯೊಬ್ಬಳು "ಚಾಪ್ಲಿನ್ ನೀವು ಆತ್ಮಕಥೆ ಬರೆಯುತ್ತಿದ್ದೀರಂತೆ" ಎಂದು ಕೇಳಿದಳು. ಅವನು "ಹೌದು ಬರೆಯುತ್ತಿರುವೆ" ಎಂದ. "ಅದರಲ್ಲಿ ನಿಮ್ಮ ಲೈಂಗಿಕ ಬದುಕಿನ ಬಗ್ಗೆ ನಿಜವನ್ನೇ ಬರೆಯುವಿರಾ" ಎಂದಳು. ಅದಕ್ಕೆ ನಕ್ಕು ನುಡಿದ ಚಾಪ್ಲಿನ್ "ನೋಡಿ ನಾನೆಂದೂ ನನ್ನ ಬದುಕಿನಲ್ಲಿ ಕಾಮವನ್ನು ಬದುಕಿನ ಮೂಲ ಅಗತ್ಯವೆಂದು ಭಾವಿಸಿಲ್ಲ. ವಾಸ್ತವವಾಗಿ ಹಸಿವೇ ಕಾಮಕ್ಕಿಂತ ಹೆಚ್ಚು ಮೂಲ ಶಕ್ತಿ" ಎಂದನು. ಅಂತಹ ಮಹಾನ್ ವ್ಯಕ್ತಿ ಆತ. 'ಎ ಡಾಗ್ಸ್ ಲೈಫ್'ನಲ್ಲಿ ಚಾಪ್ಲಿನ್‌ದು ಮಾಮೂಲಿನಂತೆ ಅಲೆಮಾರಿ ಬಡವನ ಪಾತ್ರ. ಒಂದು ಬಡ ಬೀದಿ ನಾಯಿಯನ್ನು ಇತರ ಶಕ್ತಿಯುತ ನಾಯಿಗಳ ಆಕ್ರಮಣದಿಂದ ರಕ್ಷಿಸಲು ಪ್ರಯತ್ನಿಸುತ್ತಾನೆ. ಅದೇ ಸಮಯಕ್ಕೆ ಒಬ್ಬ ಬಡ ನರ್ತಕಿಗೆ ಸಹ ಜೀವನದಲ್ಲಿ ಒಂದು ನೆಲೆ ನೀಡಲು ಶ್ರಮಿಸುತ್ತಾನೆ. ಅವಳು ಬೀದಿ ಬದಿಗಳಲ್ಲಿ ತನ್ನ ನೃತ್ಯಗಾನಗಳನ್ನು ಪ್ರದರ್ಶಿಸಿ ಅದರಿಂದ ಚೂರುಪಾರು ಸಂಪಾದಿಸಿ ಹೊಟ್ಟೆ ಹೊರೆಯುತ್ತಿರುತ್ತಾಳೆ. ಒಬ್ಬ ಬಡ ಕಲಾವಿದೆಯ ಜೀವನ ನಿರ್ಗತಿಕ ಬೀದಿನಾಯಿಗಿಂತ ಕಡಿಮೆ ಏನಲ್ಲ ಎಂದು ನಿರೂಪಿಸುತ್ತಾನೆ. ಅವರನ್ನು ಉದ್ಧರಿಸಲು ಪ್ರಯತ್ನಿಸುವ ಚಾರ್ಲಿ ಸಹ ಒಬ್ಬ ಬಡ ನಿರ್ಗತಿಕ ಅಲೆಮಾರಿ ಎಂಬುದೇ ಇಲ್ಲಿನ ವ್ಯಂಗ್ಯ.

'ದಿ ಕಿಡ್' ಚಾಪ್ಲಿನ್‌ನ ಅತ್ಯುತ್ತಮ ಚಿತ್ರಗಳಲ್ಲಿ ಒಂದು. ಇದು ವಾಸ್ತವವಾಗಿ ಚಾಪ್ಲಿನ್‌ನ ಬಾಲ್ಯವನ್ನು ಪ್ರತಿನಿಧಿಸುವ ಕಥೆ ಹೊಂದಿದ ಚಿತ್ರ. ಇದರ ನಾಯಕ ಜಾಕಿ ಕೂಗನ್ ಎಂಬ ನಾಲ್ಕು ವರ್ಷದ ಬಾಲಕ. ಎಡ್ನಾ ಎಂಬ ಮಹಿಳೆ ನಿರ್ಗತಿಕಳಾಗಿದ್ದು ತನ್ನ ಮಗುವನ್ನು ಸಾಕಲೂ ಶಕ್ತಿಯಿಲ್ಲದವಳಾಗಿರುತ್ತಾಳೆ. ಜೀವನದ ಕಷ್ಟಗಳನ್ನು ಎದುರಿಸಲಾಗದೆ ಆತ್ಮಹತ್ಯೆ ಮಾಡಿಕೊಳ್ಳಲು ಯೋಚಿಸುತ್ತಾಳೆ. ತಾನು ಹೆತ್ತ ಮಗುವನ್ನು

ಆಸ್ಪತ್ರೆಯ ಆವರಣದಲ್ಲಿ ನಿಂತಿದ್ದ ಒಂದು ವಿಲಾಸಿ ಕಾರಿನ ಡಿಕ್ಕಿಯಲ್ಲಿ ಇಟ್ಟು "ಯಾರಿಗೆ ಈ ಮಗು ಸಿಗುತ್ತದೋ ಅವರು ಅದನ್ನು ಬೆಳಸಿ" ಎಂದು ಚೀಟಿಯನ್ನಿಟ್ಟು ಹೋಗುತ್ತಾಳೆ. ಆ ಕಾರನ್ನು ಕಳ್ಳರು ಕದಿಯುತ್ತಾರೆ. ಡಿಕ್ಕಿಯಲ್ಲಿದ್ದ ಆ ಮಗುವನ್ನು ಕೊಳಗೇರಿಯಲ್ಲಿಟ್ಟು ಪರಾರಿಯಾಗುತ್ತಾರೆ. ಆ ಅನಾಥ ಮಗುವನ್ನು ಚಾಪ್ಲಿನ್ ನೋಡುತ್ತಾನೆ. ಅದನ್ನೆತ್ತಿಕೊಂಡು ತನ್ನ ಮನೆಗೆ ತಂದು ಸಾಕುತ್ತಾನೆ. ಆದರೆ ಅವನೂ ನಿರ್ಗತಿಕ. ಹೇಗೋ ಅದನ್ನು ಸಾಕಿ ಸಲಹುತ್ತಾನೆ. ತಾನು ಕಾಫಿ ಕಾಯಿಸುವ ಪಾತ್ರೆಯಿಂದಲೇ ಅದಕ್ಕೆ ಹಾಲು ಕುಡಿಸಲು ಪ್ರಯತ್ನಿಸುತ್ತಾನೆ. ತನ್ನದೇ ಆದ ರೀತಿಯಲ್ಲಿ ತೊಟ್ಟಿಲು ಸಿದ್ಧಪಡಿಸುತ್ತಾನೆ. ಈ ರೀತಿಮಗು ಬೆಳೆಯ ತೊಡಗುತ್ತದೆ. ಅವರಿಬ್ಬರ ನಡುವೆ ಗಾಢವಾದ ಸಂಬಂಧ ಮೂಡುತ್ತದೆ. ಜೀವನಕ್ಕಾಗಿ ಅವರು ಪಡುವ ಪಡಿಪಾಟಲು ನಗುವಿನ ಜೊತೆ ಮನ ಕಲಕುತ್ತದೆ. ಹೀಗಿರುವಾಗ ಆ ಮಗುವಿನ ತಾಯಿಯ ರಂಗಪ್ರವೇಶ ವಾಗುತ್ತದೆ. ಆಕೆ ಈಗ ಓಪೇರಾದ ಗಾಯಕಿಯಾಗಿರುತ್ತಾಳೆ. ಸದಾ ತನ್ನ ಮಗುವನ್ನು ನೆನಪು ಮಾಡಿಕೊಳ್ಳುತ್ತಿರುತ್ತಾಳೆ. ಆದರೆ ದುರಾದೃಷ್ಟವೆಂದರೆ ಅವಳ ಮಗು ಎದುರಿಗಿದ್ದರೂ ಅವಳಿಂದ ಗುರ್ತಿಸಲಾಗುವುದಿಲ್ಲ. ಚಾಪ್ಲಿನ್ ತಾನು ಆ ಅನಾಥ ಮಗುವಿನ ತಂದೆ ಎಂದು ಹೇಳಲಾಗದೆ ಒದ್ದಾಡುವುದು, ಅದರಿಂದ ಆ ಮಗು ಅನಾಥಾಶ್ರಮದ ಪಾಲಾಗುವುದು, ಚಾಪ್ಲಿನ್ ಪೊಲೀಸರ ನಡುವಿನ ಜೂಟಾಟ, ಅವನು ಅವರಿಂದ ತಪ್ಪಿಸಿಕೊಂಡು ಅನಾಥಾಲಯದಿಂದ ಮಗುವನ್ನು ಕಾಪಾಡುವುದು, ಹೀಗೆ ಚಿತ್ರಕಥೆ ಅತ್ಯಂತ ಉತ್ತಮವಾಗಿ ಸಾಗುತ್ತದೆ. ನಿರುದ್ಯೋಗದಿಂದ ಬಳಲಿದ ಚಾರ್ಲಿ ತಾನು ಹಣ ಸಂಪಾದಿಸಲು ಮಗುವಿನ ಕೈಲಿ ಕಿಟಕಿ ಗಾಜುಗಳನ್ನು ಒಡೆಸುವುದು, ಚಾರ್ಲಿ ಸ್ವಲ್ಪ ಹೊತ್ತಿನ ನಂತರ ಅಲ್ಲಿಗೆ ಹೋಗಿ ಅದನ್ನು ರಿಪೇರಿ ಮಾಡಿ ಹಣ ಸಂಪಾದಿಸುವುದು. ಇಂತಹ ಚಾಪ್ಲಿನ್‌ನ ಬಾಲ್ಯದ ಹಲವು ನಿಜ ಸಂಗತಿಗಳನ್ನು ಹೊಂದಿರುವ ದೃಶ್ಯಗಳು ಈ ಚಿತ್ರದಲ್ಲಿವೆ.

ಚಾಪ್ಲಿನ್ ತಯಾರಿಸಿದ ಏಳು ಅದ್ಭುತ ಕಲಾಚಿತ್ರಗಳಲ್ಲಿ 'ದಿ

ಸರ್ಕಸ್' ಸಹ ಒಂದು. ಅವನ ಅನೇಕ ಚಿತ್ರಗಳಲ್ಲಿಯಂತೆ ಇಲ್ಲೂ ಚಾಪ್ಲಿನ್ ಒಬ್ಬ ಅನಾಥ ಹುಡುಗ. ಅವನಿಗೆ ಸರ್ಕಸ್ ಕಂಪನಿ ಸೇರಬೇಕೆಂದು ಬಹಳ ಆಸೆ. ಈ ಚಿತ್ರವು ಬಾಲ್ಯಾವಸ್ಥೆಯ ಕನಸುಗಳನ್ನು ಆಧರಿಸಿದೆ. ಒಂದೇ ಪ್ರದೇಶದಲ್ಲಿ, ಒಂದೇ ಕಾಲದಲ್ಲಿ ಕಥೆ ಸಾಗುತ್ತದೆ. ಈ ಚಿತ್ರದಲ್ಲಿ ಅದ್ಭುತವಾದ ಸೆಟ್ಟಿಂಗ್ಸ್‌ಗಳಿದ್ದು ಮನ ಮೆಚ್ಚುತ್ತವೆ. ಪೊಲೀಸರಿಂದ ತಪ್ಪಿಸಿಕೊಳ್ಳುವಾಗ ಚಾರ್ಲಿ ಸರ್ಕಸ್ ಟೆಂಟ್‌ನೊಳಗೆ ಹೋಗಿ ಬೀಳುತ್ತಾನೆ. ಅಲ್ಲಿ ಅವನು ಹಗ್ಗದ ಮೇಲೆ ನಡೆಯುವಂತಹ ಸಾಹಸ ಪ್ರದರ್ಶಿಸುತ್ತಾನೆ. ಅದೇ ಸರ್ಕಸ್ ಗುಂಪಿನ ಒಂದು ಹುಡುಗಿಯಲ್ಲಿ ಅನುರಕ್ತನಾಗುತ್ತಾನೆ. ಆದರೆ ಚಾರ್ಲಿ ಒಬ್ಬ ಜೋಕರ್ ಆಗಿದ್ದರಿಂದ ಯಾರೂ ಅವನನ್ನು ಇಷ್ಟಪಟ್ಟು ಪ್ರೀತಿಸುವುದಿಲ್ಲ. ಅವನೇ ಸ್ವತಃ ಅವಳು ಇನ್ನೊಬ್ಬನನ್ನು ಮದುವೆಯಾಗಲು ಸಹಾಯ ಮಾಡುತ್ತಾನೆ. ಸರ್ಕಸ್ ಕಂಪನಿ ಮುಂದಿನ ಊರಿಗೆ ಹೊರಡುತ್ತದೆ. ಚಾಪ್ಲಿನ್ ನಿರಾಶೆಯ ಮುಖದೊಂದಿಗೆ ಉಳಿಯುತ್ತಾನೆ.

ಚಾಪ್ಲಿನ್‌ನ 'ಸಿಟಿ ಲೈಟ್ಸ್' ಚಿತ್ರ ಅಮೆರಿಕಾದ ಚಿತ್ರಗಳಿಗೆ ಹೊಸ ಅಲೆ, ದಿಕ್ಕನ್ನು ನೀಡಿದ ಚಿತ್ರ. ಆಗಲೇ ವಾಕ್‌ಚಿತ್ರಗಳು ಬಳಕೆಗೆ ಬಂದಿದ್ದವು. ಆದರೆ ಚಾಪ್ಲಿನ್ ಈ ಚಿತ್ರವನ್ನು ಮೂಕಿಯಾಗಿಯೇ ತಯಾರಿಸಿದ. ತನ್ನ ವೈಯಕ್ತಿಕ ಅನುಭವಗಳಿಗೆ ಕಲಾತ್ಮಕ ಅಭಿವ್ಯಕ್ತಿ ನೀಡಿದ. ಈ ಚಿತ್ರ ಜನರ ಮನ ಗೆಲ್ಲಲು ಯಶಸ್ವಿಯಾಯಿತು. ಇದು ಸುಮಾರು ಎಂಟು ಸಣ್ಣ ಕಥೆಗಳನ್ನು ಹೊಂದಿರುವ ಚಿತ್ರ. ಈ ಚಿತ್ರದ ಚಾರ್ಲಿಯ ಪಾತ್ರವು ಮಧ್ಯಮ ವರ್ಗದವರ ಕನಸು ಮತ್ತು ಆಶೋತ್ತರ ಗಳ ಪ್ರತೀಕ. ಆತ ಬ್ಯಾಂಕ್ ನೌಕರಿ ಕಳೆದುಕೊಂಡಿರುವಾತನಾಗಿದ್ದು, ಅನೇಕ ಸಾಹಸಮಯ ಮತ್ತು ವಿಚಿತ್ರ ಕೆಲಸಗಳನ್ನು ಮಾಡುತ್ತಾನೆ. ಒಬ್ಬ ಹೂ ಮಾರುವ ಕುರುಡಿ ಮತ್ತು ಶ್ರೀಮಂತ ಕುಡುಕನೊಬ್ಬನ ಜೊತೆ ಸ್ನೇಹ ಬೆಳೆಸುತ್ತಾನೆ. ಆ ಹುಡುಗಿಗೆ ತಾನು ಶ್ರೀಮಂತನೆಂದು ಭ್ರಮೆ ಮೂಡಿಸುತ್ತಾನೆ. ಅವಳ ಅಂಧತ್ವ ನಿವಾರಣೆಯ ಚಿಕಿತ್ಸೆಯ ಹಣಕ್ಕಾಗಿ

ಒಂದು ಕುಸ್ತಿ ಪಂದ್ಯದಲ್ಲಿ ಭಾಗವಹಿಸುತ್ತಾನೆ. ಕುಸ್ತಿ ಕಣದಲ್ಲಿ ದೃಢಕಾಯ
ನಾದ ಕೊಬ್ಬಿದ ಜಟ್ಟಿ ಒಂದು ಕಡೆ, ಸಣಕಲು ದೇಹದ ಉಪವಾಸದಿಂದ
ಬಳಲಿದ ಚಾರ್ಲಿ ಇನ್ನೊಂದೆಡೆ. ಇವರಿಬ್ಬರ ಹೋಲಿಕೆಗೆ ಅಜಗಜಾಂತರ
ವ್ಯತ್ಯಾಸವಿರುತ್ತದೆ. ಚಾರ್ಲಿ ಇಡೀ ಬಡ ಮತ್ತು ಮಧ್ಯಮ ವರ್ಗದವರ
ಬದುಕು ಬವಣೆಗಳ ಪ್ರತಿರೂಪವಾದರೆ, ಆ ದೈತ್ಯನು ಇಡೀ ಶ್ರೀಮಂತ
ಸಮುದಾಯದ ಪ್ರತಿನಿಧಿ. ಕೊನೆಗೆ ಚಾರ್ಲಿ ತನ್ನದೇ ಆದ ವಿಚಿತ್ರ
ರೀತಿಯಲ್ಲಿ ತಂತ್ರಗಳನ್ನು ಬಳಸಿ ಆ ಜಟ್ಟಿಯನ್ನು ಸೋಲಿಸಿ ಬಹುಮಾನ
ಗಳಿಸುತ್ತಾನೆ. ತನ್ನ ಬಹುಮಾನದ ಹಣವನ್ನೆಲ್ಲಾ ಅವಳಿಗೆ ಒಪ್ಪಿಸಿ ತಾನು
ಜೈಲು ಸೇರುತ್ತಾನೆ. ಅವನು ಜೈಲಿನಿಂದ ಬಿಡುಗಡೆಯಾದಾಗ ಅವಳು
ಇನ್ನೂ ಅವನಿಗಾಗಿ ಕಾಯುತ್ತಿರುತ್ತಾಳೆ. ಆದರೆ ಅವನಿಗೆ ತಾನೆ ಚಾರ್ಲಿ
ಎಂದು ಅವಳಿಗೆ ಹೇಳಲು ಸಾಧ್ಯವಾಗದೆ ಅಲ್ಲಿಂದ ನಿರ್ಗಮಿಸುತ್ತಾನೆ. ಈ
ಚಿತ್ರ ಎಲ್ಲರ ಮನ ಕಲಕುತ್ತದೆ.

ದಿ ಇಮಿಗ್ರೆಂಟ್ ಸಹ ಚಾಪ್ಲಿನ್‌ನ ಮಹತ್ವದ ಚಿತ್ರಗಳಲ್ಲೊಂದು,
ಇದಕ್ಕಾಗಿ ಚಾಪ್ಲಿನ್ 40 ಸಾವಿರ ಅಡಿ ರೀಲ್‌ಗಳಷ್ಟು ಚಿತ್ರೀಕರಣ
ನಡೆಸಿದ. ನಂತರ ಬಹಳಷ್ಟು ಶ್ರಮಪಟ್ಟು ಸಂಕಲನ ನಡೆಸಿ 1800 ಅಡಿಗೆ
ಇಳಿಸಿದ. ಆ ಕಾಲದ ಅಮೆರಿಕಾದಲ್ಲಿನ ಗಂಭೀರ ಸಮಸ್ಯೆಗಳನ್ನು ಈ
ಚಿತ್ರದಲ್ಲಿ ಪ್ರತಿನಿಧಿಸಿದ್ದಾನೆ. ಅನ್ಯಾಯದ ಶೋಷಣೆಯ ವಿರುದ್ಧ ತನ್ನ
ಧ್ವನಿ ಎತ್ತಿದ್ದಾನೆ. ಈ ಚಿತ್ರ ಅಮೆರಿಕಾಕ್ಕೆ ಅನೇಕ ಆಸೆಗಳನ್ನು ಹೊತ್ತು
ವಲಸೆ ಬಂದ ವಲಸಿಗರ ಸಮಸ್ಯೆಗಳನ್ನು ಕಷ್ಟಕಾರ್ಪಣ್ಯಗಳನ್ನು ಮನ
ಕಲಕುವಂತೆ ತೋರಿಸುತ್ತದೆ. ಒಂದು ರೀತಿಯಲ್ಲಿ ಇದು ಅವನ
ಆತ್ಮಕಥೆಯ ಭಾಗವೂ ಸಹ ಆಗಿದೆ. ಇಲ್ಲಿನ ಅನೇಕ ವಲಸೆಗಾರರ
ಸ್ಥಿತಿಗಳನ್ನು ಚಾಪ್ಲಿನ್ ಅಧ್ಯಯನ ಮಾಡುತ್ತಾನೆ. ಅವರಲ್ಲಿ ಎಡ್ನಾ
ಮತ್ತವಳ ತಾಯಿ ಸಹ ಸೇರಿದ್ದಾರೆ. ಚಾಪ್ಲಿನ್ ಅವರಿಗೆ ಪರಿಚಯ
ವಾಗುತ್ತಾನೆ. ಈ ಚಿತ್ರ ಹಾಸ್ಯ, ಪ್ರಣಯ ಮತ್ತು ದುರಂತಗಳನ್ನು ಮನ
ಕಲಕುವಂತೆ ಪ್ರತಿಪಾದಿಸುತ್ತವೆ. ಅಮೆರಿಕಾವನ್ನು ವಲಸಿಗರ ಸ್ವರ್ಣ

ಭೂಮಿ ಎಂದುಕೊಂಡಿದ್ದನ್ನು ಒಂದು ಕನ್ನಡಿಯ ಭ್ರಮೆ ಎಂದು ತೋರಿಸುತ್ತದೆ.

ಚಾರ್ಲಿ ಚಾಪ್ಲಿನ್ ಒಬ್ಬ ಮಹಾನ್ ಮಾನವೀಯ ವ್ಯಕ್ತಿಯಾಗಿದ್ದು 20ನೇ ಶತಮಾನದ ಅದ್ಭುತ ಕಲಾವಿದನಾಗಿದ್ದ. ಜಗತ್ತಿನ ಎಲ್ಲ ವಯೋಮಾನದವರಿಗೆ ಮೆಚ್ಚುಗೆಯಾದಂತಹ ಶ್ರೇಷ್ಠ ಕಲಾವಿದ. ತಾನು ಕೇವಲ ಒಬ್ಬ ನಟನಾಗಿಯೋ ಬದುಕದೆ ಅನೇಕ ಸಾಮಾಜಿಕ ಸಂಘಟನೆ, ಕಾರ್ಯಗಳಲ್ಲಿ ತನ್ನನ್ನು ತಾನೇ ತೊಡಗಿಸಿಕೊಂಡು ಎಲ್ಲರಿಗೂ ಪ್ರೀತಿಪಾತ್ರ ನಾದವನು. ಕಡುಬಡತನದಿಂದ ಮೇಲೆದ್ದು ಬಂದು ಮನಸ್ಸು ಮಾಡಿದರೆ ಏನು ಬೇಕಾದರೂ ಸಾಧಿಸಬಹುದೆಂದು ತೋರಿಸಿಕೊಟ್ಟಂತಹ ಮಧ್ಯಮ ವರ್ಗದವರ ಆಶಾಕಿರಣ. ಇಂದಿಗೂ ತನ್ನ ಸರ್ವಕಾಲಿಕ ಚಿತ್ರಗಳ ಮುಖಾಂತರ ಆತ ಬದುಕಿದ್ದಾನೆ ಎಂದೇ ಹೇಳಬಹುದು.

ಜೀವನ ಚರಿತ್ರೆಮಾಲೆ

₹ 30/-

ಜೀವನ ಚರಿತ್ರೆಮಾಲೆ

ಮಹಾತ್ಮ ಗಾಂಧಿ	ಭಗವಾನ್ ಬುದ್ಧ	ರಾಷ್ಟ್ರಕವಿ ಗೋವಿಂದ ಪೈ
ಜಗದೀಶ ಚಂದ್ರ ಬೋಸ್	ಭಗತ್ ಸಿಂಗ್	ಅಜೀಂ ಪ್ರೇಮ್‌ಜಿ
ಸ್ವಾಮಿ ವಿವೇಕಾನಂದ	ಜಗಜ್ಯೋತಿ ಬಸವೇಶ್ವರ	ಡಾ॥ ವಿ. ಸೀತಾರಾಮಯ್ಯ
ಅಲೆಕ್ಸಾಂಡರ್ ಗ್ರಹಾಂ ಬೆಲ್	ರವೀಂದ್ರನಾಥ ಠಾಗೂರ್	ಪುರಂದರ ದಾಸರು
ಡಾ॥ ಬಿ.ಆರ್. ಅಂಬೇಡ್ಕರ್	ನರೇಂದ್ರ ಮೋದಿ	ರಾಷ್ಟ್ರಕವಿ ಕುವೆಂಪು
ಇಂದಿರಾ ಗಾಂಧಿ	ಝಾನ್ಸಿ ರಾಣಿ ಲಕ್ಷ್ಮೀಬಾಯಿ	ಕೆ.ಎಸ್. ನರಸಿಂಹಸ್ವಾಮಿ
ಡಾ॥ ಎಸ್. ರಾಧಾಕೃಷ್ಣನ್	ನೆಲ್ಸನ್ ಮಂಡೇಲಾ	ಚಾರ್ಲಿ ಚಾಪ್ಲಿನ್
ಸುಭಾಷ್ ಚಂದ್ರ ಬೋಸ್	ಸರ್. ಸಿ.ವಿ. ರಾಮನ್	ಶ್ರೀ ರಾಮಕೃಷ್ಣ ಪರಮಹಂಸ
ಡಾ॥ ಹೋಮೀ ಭಾಬಾ	ಡಾ॥ ಜೆ.ಪಿ. ರಾಜರತ್ನಂ	ಮಹಾವೀರ
ಧೀರೂಭಾಯಿ ಅಂಬಾನಿ	ಶ್ರೀ ಅರವಿಂದರು	ಜೆ.ಆರ್.ಡಿ. ಟಾಟಾ
ಲೊ. ಬಾಲಗಂಗಾಧರ ತಿಲಕ್	ಡಾ॥ ಪು.ತಿ. ನರಸಿಂಹಾಚಾರ್	ಸರ್ವಜ್ಞ
ಜವಾಹರಲಾಲ್ ನೆಹರೂ	ಮಾಸ್ತಿವೆಂಕಟೇಶ ಅಯ್ಯಂಗಾರ್	ಚಾಣಕ್ಯ
ಮದರ್ ತೆರೇಸಾ	ಗೋಪಾಲಕೃಷ್ಣ ಅಡಿಗ	ಡಾ॥ ಎ.ಪಿ.ಜೆ. ಅಬ್ದುಲ್ ಕಲಾಂ
ಆಲ್ಬರ್ಟ್ ಐನ್‌ಸ್ಟೈನ್	ವಿನಾಯಕ ಕೃಷ್ಣ ಗೋಕಾಕ್	ರಾಜಾರಾಮ್ ಮೋಹನ್ ರಾಯ್
ಸರ್ ಎಂ. ವಿಶ್ವೇಶ್ವರಾಯ	ದ.ರಾ. ಬೇಂದ್ರೆ	ಸರದಾರ್ ವಲ್ಲಭಭಾಯಿ ಪಟೇಲ್

www.mastermindbooks.com

ವಾಸನ್ ಪಬ್ಲಿಕೇಷನ್ಸ್

ವಾಸನ್ಸ್

ಜೀವನ ಚರಿತ್ರೆಮಾಲೆ

ಶ್ರೀ ಅರವಿಂದರು

ಶ್ರೀ ಅರವಿಂದರು

ಬೆ. ಗೋ. ರಮೇಶ್

ವಾಸನ್ ಪಬ್ಲಿಕೇಷನ್ಸ್

ಶ್ರೀ ಅರವಿಂದರು
© ವಾಸನ್ ಪಬ್ಲಿಕೇಷನ್ಸ್
ಮುದ್ರಣ : 2018

ಪ್ರಕಾಶಕರು :

ವಾಸನ್ ಪಬ್ಲಿಕೇಷನ್ಸ್

25, ವಾಸನ್ ಟವರ್ಸ್,
ಡಾ|| ಟಿ.ಸಿ.ಎಂ. ರಾಯನ್ ರಸ್ತೆ (ಗೂಡ್ಸ್‌ಶೆಡ್ ರಸ್ತೆ),
ಬೆಂಗಳೂರು – 560 053
e-mail: vasanpublications@gmail.com
www.mastermindbooks.com

₹ 30/-

ಡಿಟಿಪಿ :
ಸುಪ್ರಿಂ ಪಾಯಿಂಟ್

ಮುದ್ರಣ :
ಕೆ.ಆರ್.ಎಲ್. ಆಫ್‌ಸೆಟ್ ಪ್ರಿಂಟರ್ಸ್

ಶ್ರೀ ಅರವಿಂದರು

ಪಾಂಡಿಚೇರಿಯ ಸಂತ ಶಿರೋಮಣಿ

ಪಾಂಡಿಚೇರಿ ಭಾರತದ ಒಂದು ಕೇಂದ್ರಾಡಳಿತ ಒಕ್ಕೂಟ ಪ್ರದೇಶ. 1674ರಲ್ಲಿ ಫ್ರಾಂಕೊಯಿಸ್ ಮಾರ್ಟಿನ್ ಎಂಬ ಫ್ರೆಂಚ್ ವ್ಯಕ್ತಿಯಿಂದ ಪಾಂಡಿಚೇರಿಯ ಸ್ಥಾಪನೆಯಾಯಿತು. 1750ರಿಂದ 1777ರ ಅವಧಿಯಲ್ಲಿ ಈ ನಗರದ ಪುನರ್ನಿರ್ಮಾಣವಾದುದು ಜೇನ್ ಲಾ ಎಂಬುವನಿಂದ ಎಂದು ತಿಳಿಯಲಾಗಿದೆ. 1738ರಲ್ಲಿಯೇ ತಂಜಾವೂರು ದೊರೆಯಿಂದ ಫ್ರೆಂಚರಿಗೆ ಕಾರೈಕಲ್ ಎಂಬ ಪ್ರದೇಶ ದೊರಕಿತು. ಬ್ರಿಟಿಷರ ಆಡಳಿತ ಭಾರತದಲ್ಲಿ ಔನ್ನತ್ಯವನ್ನು ಮುಟ್ಟಿದಾಗ ಪಾಂಡಿಚೇರಿಗೆ ಯಾವ ರಾಜಕೀಯ ಮಹತ್ವವೂ ಬರದೆ ಇದ್ದರೂ ಬ್ರಿಟಿಷರು ಭಾರತದಲ್ಲಿ ಫ್ರೆಂಚರು ತಮ್ಮ ಸ್ವಾಮ್ಯವನ್ನು ಮುಂದುವರಿಸಿಕೊಂಡು ಹೋಗಲು ಅನುಮತಿ ಇತ್ತರು. ಭಾರತಕ್ಕೆ ಸ್ವಾತಂತ್ರ್ಯ ಬಂದನಂತರ ಸಹ ಫ್ರೆಂಚರ ಆಡಳಿತದಲ್ಲೇ ಇದ್ದ ಈ ಪಾಂಡಿಚೇರಿಯನ್ನು 1954ರಲ್ಲಿ ಫ್ರೆಂಚ್ ಸರ್ಕಾರ ಭಾರತಕ್ಕೆ ಬಿಟ್ಟುಕೊಟ್ಟಿತು. ಇಂದು ಪಾಂಡಿಚೇರಿ ಅದೇ ಹೆಸರಿನ ಒಕ್ಕೂಟ ಪ್ರದೇಶದ ರಾಜಧಾನಿ. ಪಾಂಡಿಚೇರಿಗೆ ಪ್ರವಾಸ ಹೋದ ಜನರು ಅಲ್ಲಿನ ಪ್ರಸಿದ್ಧ ಆಶ್ರಮವೊಂದನ್ನು ನೋಡದೆ ಹಿಂದಿರುಗುವುದಿಲ್ಲ. ಪಾಂಡಿಚೇರಿ ಆ ಆಶ್ರಮದಿಂದಲೇ ಪ್ರಸಿದ್ಧವಾಗಿದೆ. ಅದೇ ಅರವಿಂದಾಶ್ರಮ. ಕವಿ, ಕ್ರಾಂತಿಕಾರಿ, ದೇಶಭಕ್ತವೀರ, ತತ್ವಜ್ಞಾನಿ, ಸಂತ, ಮಹರ್ಷಿ ಅರವಿಂದರು ಬಾಳಿ ಬದುಕಿದ ಆಶ್ರಮ. ಅರವಿಂದರು ಪಾಂಡಿಚೇರಿಗೆ ಬಂದುದೇ ಒಂದು ಪವಾಡ. ಅವರೊಬ್ಬ ಸ್ವಾತಂತ್ರ್ಯ ಹೋರಾಟಗಾರರೂ ಕ್ರಾಂತಿಕಾರಿಯೂ ಆಗಿದ್ದುದು ಭಾರತದ ಸಾರ್ವಭೌಮರಾಗಿದ್ದ ಬ್ರಿಟಿಷರ ಕಣ್ಣು ಕುಕ್ಕಿತು. ಅರವಿಂದರನ್ನು

ಗಡೀಪಾರು ಮಾಡುವ ಉದ್ದೇಶವೂ ಅವರಿಗಿತ್ತು. ಇದನ್ನು ನಿರೀಕ್ಷಿಸಿದ್ದ ಸೋದರಿ ನಿವೇದಿತ (ಸ್ವಾಮಿ ವಿವೇಕಾನಂದರ ಶಿಷ್ಯೆ) ಅರವಿಂದರನ್ನು ಭಾರತವನ್ನು ಬಿಟ್ಟು ಹೋಗಿಬಿಡಿ ಎಂದು ಕೇಳಿಕೊಂಡರು. ಪಾಂಡಿಚೇರಿಯಲ್ಲಿ ಫ್ರೆಂಚರ ಆಡಳಿತವಿತ್ತು. ಅರವಿಂದರು ಪಾಂಡಿಚೇರಿಗೆ ಹೋಗಿ ನೆಲಸಿದರು. ಅವರ ನೆಲೆ ಒಂದು ಆಶ್ರಮವಾಗಿ ಬೆಳೆಯಿತು. ಅರವಿಂದರು ಸಂತರೇ ಆಗಿಹೋದರು. ಅರವಿಂದರ ಕಥೆ ಭಾರತದ ಸ್ವಾತಂತ್ರ್ಯ ಸಂಗ್ರಾಮದಲ್ಲಿ ಒಂದು ರೋಚಕ ಅಧ್ಯಾಯ.

ಅರವಿಂದರು ಯಾರು?

ಆಗಸ್ಟ್ 15. ಭಾರತ ಸ್ವಾತಂತ್ರ್ಯ ಪಡೆದ ದಿನ. ಆ ದಿನ ಅರವಿಂದರ ಜನ್ಮದಿನವೂ ಆಗಿದೆ. ಕೋಲಕತಾದಲ್ಲಿ ಡಾ. ಕೃಷ್ಣಾಧನ್ ಘೋಷ್ ಒಬ್ಬ ವೈದ್ಯಕೀಯ ಅಧಿಕಾರಿ ಆಗಿದ್ದರು. ಸ್ವರ್ಣಲತಾ ಇವರ ಧರ್ಮಪತ್ನಿ. ಈ ದಂಪತಿಗಳಿಗೆ ಮೂರನೆಯ ಮಗನಾಗಿ ಜನಿಸಿದವರೇ ಅರವಿಂದ ಘೋಷ್. 1872ರ ಆಗಸ್ಟ್ 15ರಂದು ಅರವಿಂದರು ಜನಿಸಿದರು. ಅರವಿಂದರ ಅಣ್ಣಂದಿರು ವಿನಯಭೂಷಣ ಘೋಷ್ ಮತ್ತು ಮನಮೋಹನ ಘೋಷ್. ಕೃಷ್ಣಾಧನ್ ಘೋಷರು ಇಂಗ್ಲೆಂಡಿನ ಅಬರ್ಡೀನ್ ವಿಶ್ವವಿದ್ಯಾನಿಲಯದಲ್ಲಿ ಓದಿ ವೈದ್ಯಕೀಯ ಪದವಿ ಸಂಪಾದಿಸಿದ್ದರು. ಅವರು ಭಾರತಕ್ಕೆ ಹಿಂದಿರುಗಿದಾಗ ಪಾಶ್ಚಾತ್ಯ ಸಂಸ್ಕೃತಿ, ಅಭ್ಯಾಸಗಳು, ಆದರ್ಶಗಳನ್ನು ಮೈಗೂಡಿಸಿಕೊಂಡೇ ಬಂದಿದ್ದರು. ಪಾಶ್ಚಾತ್ಯ ಸಂಸ್ಕೃತಿಯ ಪ್ರಭಾವ ಅವರ ಮೇಲೆ ಎಷ್ಟು ಆಗಿದ್ದಿತೆಂದರೆ ಕ್ರೈಸ್ತ ಮತಕ್ಕೆ ಪರಿವರ್ತನೆಗೊಂಡಿದ್ದರು. 1871ರಲ್ಲಿ ಭಾರತಕ್ಕೆ ಹಿಂದಿರುಗಿದ ಬಳಿಕ ಸರ್ಕಾರಿ ಕೆಲಸಕ್ಕೆ ಸೇರಿ ಭಾಗಲ್ಪುರ, ರಂಗಾಪುರ ಮತ್ತು ಖುಲ್ನಗಳಲ್ಲಿ ಸಿವಿಲ್ ಸರ್ಜನ್ ಆಗಿ ಕಾರ್ಯನಿರ್ವಹಿಸಿದರು.

ಕೃಷ್ಣಾಧನ್‌ರವರು ತಮ್ಮ ಮಕ್ಕಳು ಐರೋಪ್ಯ ವಾತಾವರಣದಲ್ಲಿಯೇ ಬೆಳೆಯಬೇಕೆಂದು ಆಶಿಸಿದರು. ಮಗುವಾಗಿದ್ದಾಗಲೇ ಅರವಿಂದರು ಇಂಗ್ಲಿಷ್ ಮತ್ತು ಹಿಂದೂಸ್ಥಾನಿ ಮಾತನಾಡಲು ಕಲಿತರು.

ಬಂಗಾಳಿ ಭಾಷೆ ಕಲಿತರೂ ಮಾತನಾಡಲು ಅವರ ಮನೆಯಲ್ಲಿ ಒಪ್ಪಿಗೆ ಇರಲಿಲ್ಲ. ಕೃಷ್ಣಾಧನ್ ತಮ್ಮ ಮೂವರೂ ಮಕ್ಕಳನ್ನು ಡಾರ್ಜಿಲಿಂಗ್‌ನಲ್ಲಿ ಐರಿಷ್ ಸನ್ಯಾಸಿನಿಯರು ನಡೆಸುತ್ತಿದ್ದ ಲೊರೆಟ್ಟೊ ಕಾನ್ವೆಂಟ್ ಶಾಲೆಗೆ ಪ್ರಾಥಮಿಕ ವಿದ್ಯಾಭ್ಯಾಸಕ್ಕಾಗಿ ಸೇರಿಸಿದರು. 1879ರಲ್ಲಿ ಕೃಷ್ಣಾಧನ್ ಘೋಷ್ ತಮ್ಮ ಮೂವರು ಮಕ್ಕಳನ್ನೂ ಇಂಗ್ಲೆಂಡ್‌ಗೆ ಕರೆದುಕೊಂಡು ಹೋದರು. ಅಲ್ಲಿ ಮೂವರನ್ನು ಮ್ಯಾಂಚೆಸ್ಟರ್‌ನಲ್ಲಿ ವಾಸವಾಗಿದ್ದ ರೆವರೆಂಡ್ ವಿಲಿಯಂ ಎಚ್. ಡ್ರೆವೆಟ್‌ರವರಲ್ಲಿ ಇರಲುಬಿಟ್ಟರು. ಡ್ರೆವೆಟ್ ತಮ್ಮ ಹೆಂಡತಿಹಾಗೂ ವಯಸ್ಸಾದ ತಾಯಿಯೊಂದಿಗೆ ವಾಸಿಸುತ್ತಿದ್ದರು. ಘೋಷ್ ಊರು ಬಿಡುವಾಗ ಡ್ರೆವೆಟ್‌ರಿಗೆ, ತಮ್ಮ ಮಕ್ಕಳು ಯಾವ ಭಾರತೀಯರೊಡನೆಯೂ ಸಂಪರ್ಕವಿಟ್ಟುಕೊಳ್ಳದಂತೆಯೂ, ಭಾರತೀಯ ಪ್ರಭಾವಕ್ಕೆ ಒಳಗಾಗದಂತೆ ನೋಡಿ ಕೊಳ್ಳಬೇಕೆಂದೂ ಎಚ್ಚರಿಸಿದ್ದರು.

ಅರವಿಂದರು ಇಂಗ್ಲೆಂಡಿನಲ್ಲಿ 1879ರಿಂದ 1893ರವರೆಗೆ ಹದಿನಾಲ್ಕು ವರ್ಷಗಳ ಕಾಲ ಇದ್ದರು. ಮೊದಲ ಐದು ವರ್ಷಗಳ ಕಾಲ ಮ್ಯಾಂಚೆಸ್ಟರ್‌ನಲ್ಲೆ ಕಳೆದರೆ ಮುಂದಿನ ಆರು ವರ್ಷ ಲಂಡ್‌ನಲ್ಲೂ ಹಾಗೆ ಕಡೆಯ ಮೂರು ವರ್ಷಕ್ಕೂ ಹೆಚ್ಚು ಸಮಯವನ್ನು ಕೇಂಬ್ರಿಜ್‌ನಲ್ಲಿ ಕಳೆದರು. ಈ ಅವಧಿಯಲ್ಲಿ ಅವರಿಗೆ ಭಾರತದ ಸಂಪರ್ಕವೇ ಕಡಿದು ಹೋಗಿತ್ತು.

ಅರವಿಂದರ ಹಿರಿಯ ಸೋದರರು ಮ್ಯಾಂಚೆಸ್ಟರಿನ ಗ್ರಾಮರ್ ಸ್ಕೂಲ್ ಸೇರಿದರೆ ಅರವಿಂದರಿಗೆ ಮನೆಯಲ್ಲೆ ಪಾಠ. ಡ್ರೆವೆಟ್‌ರವರೇ ಲ್ಯಾಟಿನ್ ಮತ್ತು ಇಂಗ್ಲಿಷ್ ಹೇಳಿಕೊಟ್ಟರು. ಡ್ರೆವೆಟ್‌ರ ಪತ್ನಿ ಬಾಲಕ ಅರವಿಂದರಿಗೆ ಇತಿಹಾಸ, ಭೂಗೋಳ, ಗಣಿತ ಮತ್ತು ಫ್ರೆಂಚ್ ಹೇಳಿ ಕೊಟ್ಟರು. ಬಾಲಕ ಅರವಿಂದ ಚೂಟಿ, ಹರಿತ ಬುದ್ಧಿ, ಏಕಸಂಧಿಗ್ರಾಹಿ, ಮಾತಿನಲ್ಲಿ ಹಿತ. ಅರವಿಂದರ ಆಸಕ್ತಿಗಳಲ್ಲಿ ಬೈಬಲ್, ಷೇಕ್ಸ್‌ಪಿಯರ್, ಶೆಲ್ಲಿ ಮತ್ತು ಕಿಟ್ಸ್ ಸಹ ಸೇರಿದ್ದುದು ಅವರು ತುಂಬಾ ಚಿಕ್ಕವಯಸ್ಸಿಗೇ ಫಾಕ್ಸ್ ಫ್ಯಾಮಿಲಿ ಮ್ಯಾಗಜಿನ್‌ಗೆ ಪದ್ಯಗಳನ್ನು ಬರೆಯುವಂತೆ ಮಾಡಿತ್ತು.

1884ರಲ್ಲಿ ಡ್ರೆವೆಟ್ ಆಸ್ಟ್ರೇಲಿಯಾಗೆ ಹೋಗಲು ನಿರ್ಧರಿಸಿದಾಗ, ಅರವಿಂದರು ಲಂಡನ್‌ಗೆ ಹೋಗಬೇಕಾಯಿತು. ಜತೆಯಲ್ಲಿ ಮನ ಮೋಹನ್ ಸಹ.

ಲಂಡನ್‌ನಲ್ಲಿ ವಿದ್ಯಾಭ್ಯಾಸ

ಲಂಡನ್‌ನಲ್ಲಿ ಅರವಿಂದರು ಸೆಂಟ್‌ಪಾಲ್ಸ್ ಶಾಲೆ ಸೇರಿದ್ದು ಅವರ ಬದುಕಿಗೇ ಒಂದು ಹೊಸ ಆಯಾಮ ದೊರಕಿದಂತಾಗಿತ್ತು. ಆ ಶಾಲೆ ಇಂಗ್ಲೆಂಡ್‌ನ ಅತ್ಯುತ್ತಮ ಶಾಲೆಗಳಲ್ಲಿ ಒಂದೆನಿಸಿತ್ತು. ಅದರ ಮುಖ್ಯೋಪಾಧ್ಯಾಯರು ಡಾ. ವಾಕರ್. ಆತ ವಿಕ್ಟೋರಿಯನ್ ಕಾಲದ ಒಬ್ಬ ಶಿಕ್ಷಣತಜ್ಞ. ಅವರಿಗೆ ಅರವಿಂದರು ತುಂಬಾ ಮೆಚ್ಚುಗೆಯಾಗಿ ಹೋದರು. ಸ್ವತಃ ತಾವೇ ಅರವಿಂದರಿಗೆ ಗ್ರೀಕ್ ಕಲಿಸಿದರು. ಇತರ ಉಪಾಧ್ಯಾಯರಿಗೂ ಸಹ ಅರವಿಂದ ಮೆಚ್ಚುಗೆಯ ವಿದ್ಯಾರ್ಥಿ. ಶಾಲೆಯ ಲಿಟರರಿ ಸೊಸೈಟಿಯ ಚಟುವಟಿಕೆಗಳಲ್ಲಿ ಅರವಿಂದರು ಆಸಕ್ತಿಯಿಂದ ಭಾಗವಹಿಸುತ್ತಿದ್ದರು. ಅವರು ಬಹುಸಮಯ ಇಂಗ್ಲಿಷ್ ಕಾವ್ಯ, ಸಾಹಿತ್ಯ, ಕಾದಂಬರಿ, ಫ್ರೆಂಚ್ ಇತಿಹಾಸ ಇವನ್ನೆಲ್ಲ ಓದುವುದರಲ್ಲಿ ಕಳೆಯುತ್ತಿದ್ದರು. ಇಟಾಲಿಯನ್, ಜರ್ಮನ್ ಹಾಗೂ ಸ್ವಲ್ಪಮಟ್ಟಿಗೆ ಸ್ಪಾನಿಶ್ ಭಾಷೆಗಳನ್ನು ಕಲಿತರು. ಕವಿತೆಗಳನ್ನು ಬರೆಯುವುದೂ ಮಾಡುತ್ತಿದ್ದರು. ಸಾಹಿತ್ಯದಲ್ಲಿ ಬಟರ್‌ವರ್ತ್ ಬಹುಮಾನ ಪಡೆದರೆ ಇತಿಹಾಸದಲ್ಲಿ 'ಬೆಡ್‌ಫೋರ್ಡ್' ಬಹುಮಾನ ಕೂಡ ಪಡೆದರು. ಒಂದು ಸಲ 'ಮಿಲ್ಟನ್' ಕವಿ ಕುರಿತ ಚರ್ಚಾಸ್ಪರ್ಧೆಯಲ್ಲೂ ಭಾಗವಹಿಸಿದರು. ಓದುವುದೂ ಅವರಿಗೆ ಕಠಿಣವಾಗಿರಲಿಲ್ಲ. ಪಾಠಗಳು ಸುಲಭವಾಗಿ ತೋರಿದವು. ತಂದೆ ಕೃಷ್ಣಾಧನ್‌ರಿಗೆ ಒಳ್ಳೆ ಹುದ್ದೆ ಇದ್ದಿತಾದ್ದರಿಂದ, ಮ್ಯಾಂಚೆಸ್ಟರ್‌ನಲ್ಲಿದ್ದಾಗ ಅರವಿಂದರ ವೆಚ್ಚಕ್ಕೆ ಹಣ ಯಥೇಚ್ಛವಾಗಿಯೇ ಬರುತ್ತಿತ್ತು. ಮುಂದೆ ಮೂವರೂ ಸಹೋದರರೂ ಡ್ರೆವೆಟರ್ ತಾಯಿಯ ಜತೆ ಲಂಡನ್ನಿನಲ್ಲಿ ಕೆಲಕಾಲ ಇದ್ದರು. ಆಮೇಲೆ ಮತ ಧರ್ಮದ ವಿಷಯದಲ್ಲಿ ಮನಮೋಹನರೊಂದಿಗೆ ಭಿನ್ನಾಭಿಪ್ರಾಯ ಮೂಡಿಬಂದು,

ವಿನಯಭೂಷಣ ಮತ್ತು ಅರವಿಂದರು ಸೌಥ್ ಕೆನ್ಸಿಂಗ್‌ಟನ್ ಲಿಬರಲ್ ಕ್ಲಬ್ ಎಂಬಲ್ಲಿ ಒಂದು ಕೋಣೆಯಲ್ಲಿರತೊಡಗಿದರು.

ಲಂಡನ್ನಿನಲ್ಲಿರುವಾಗ ಅರವಿಂದರು ಹಣಕಾಸಿನ ಮುಗ್ಗಟ್ಟಿಗೆ ಸಿಲುಕಿದರು. ಕೃಷ್ಣಾಧನ್ ಹಣವನ್ನು ಮೊದಲಿನಂತೆ ಕ್ರಮಬದ್ಧವಾಗಿ ಕಳುಹಿಸುತ್ತಿರಲಿಲ್ಲ. ಮಕ್ಕಳ ಕಡೆ ಗಮನ ಹರಿಸಲೇ ಇಲ್ಲ ಎನ್ನಬೇಕು. ಕಡೆಕಡೆಗೆ ಹಣ ಬರುವುದು ನಿಂತೇಹೋಯಿತು. ಅರವಿಂದರು ಬೆಳಿಗ್ಗೆ ಒಂದೆರಡು ಬ್ರೆಡ್‌ತುಂಡುಗಳು ಮತ್ತು ಒಂದು ಕಪ್ ಚಹಾ ಇಷ್ಟರಲ್ಲೆ ಒಂದು ವರ್ಷ ಸಮಯ ಜೀವನ ನೂಕಿದರು. ಸಂಜೆ ವೇಳೆಯೂ ಒಂದಿಷ್ಟು ಬ್ರೆಡ್ ಮಾತ್ರ ತೆಗೆದುಕೊಳ್ಳುತ್ತಿದ್ದರು. ಇಂಥ ಕಷ್ಟದ ಕಾಲದಲ್ಲಿ ಅವರಿಗೆ ನೆರವಾದವರು ಇಬ್ಬರು ಮಹಿಳೆಯರು. ಅವರು ಮಾಡಿದ ಮಹಾನ್ ಉಪಕಾರವೆಂದರೆ ತಿಂಗಳುಗಳು ಕಳೆದರೂ ಬಾಡಿಗೆ ಕೇಳುತ್ತಿರಲಿಲ್ಲ. ಮುಂದೆ ಐ.ಸಿ.ಎಸ್.ಗೆ ಓದುವಾಗ ಸಿಕ್ಕ ಸ್ಟೈಫೆಂಡ್ ಹಣದಿಂದ ಬಾಡಿಗೆ ಕಟ್ಟಿದ್ದರು.

ಅರವಿಂದರು 1890ರ ಅಕ್ಟೋಬರ್‌ನಲ್ಲಿ ಕೇಂಬ್ರಿಜ್‌ನ ಕಿಂಗ್ಸ್ ಕಾಲೇಜ್‌ಗೆ ಸೇರಿದರು. ಅಲ್ಲಿ ಕ್ಲಾಸಿಕಲ್ ಟ್ರಿಪೋಸ್ ಪರೀಕ್ಷೆಯನ್ನು ಪಾಸು ಮಾಡಿಕೊಂಡು ಒಂದೇ ವರ್ಷದಲ್ಲಿ ಗ್ರೀಕ್ ಮತ್ತು ಲ್ಯಾಟಿನ್ ಕವಿತೆಗಳು ಕುರಿತಂತೆ ಇದ್ದ ಎಲ್ಲ ಪ್ರಶಸ್ತಿಗಳನ್ನು ಬಾಚಿಕೊಂಡರು. ಈ ವೇಳೆಗಾಗಲೆ ಅರವಿಂದರ ತಂದೆ ಬ್ರಿಟಿಷರ ಆಡಳಿತದಲ್ಲಿ ವಿಶ್ವಾಸ ಕಳೆದುಕೊಂಡಿದ್ದರು. ಅವರು ರಂಗಾಪುರದಲ್ಲಿ ವೈದ್ಯರಾಗಿ ಸೇವೆ ಸಲ್ಲಿಸುತ್ತಿದ್ದಾಗ ಜನಪ್ರಿಯ ವ್ಯಕ್ತಿಯಾಗಿದ್ದರು. ರಂಗಾಪುರದ ಆಂಗ್ಲ ಮ್ಯಾಜಿಸ್ಟ್ರೇಟ್ ಗ್ಲೇಜಿಯರ್ ಘೋಷ್ ಅವರ ನಿಕಟವರ್ತಿಯಾಗಿದ್ದರು. ಆದರೆ ಅವರಿಗೆ ವರ್ಗವಾಗಿ ಬೇರೊಬ್ಬ ಆಂಗ್ಲ ಮ್ಯಾಜಿಸ್ಟ್ರೇಟಾಗಿ ಬಂದರು. ಅವರಿಗೆ ಘೋಷ್‌ಒಬ್ಬ ಜನತೆಯ ಮೇಲೆ ಪ್ರಭಾವ ಬೀರಬಲ್ಲ ವ್ಯಕ್ತಿಯಾಗಿದ್ದುದು ಸಹಿಸಲಿಲ್ಲ. ಸರ್ಕಾರಕ್ಕೆ ಮೊರೆ ಹೋಗಿ ಘೋಷ್‌ರನ್ನು ಖುಲ್ನಾಗೆ ವರ್ಗ ಮಾಡಿಸಿದರು. ಅಲ್ಲಿಯೂ ಘೋಷ್ ಜನಪ್ರಿಯ

ರಾದರೂ ಅವರಿಗೆ ತಮ್ಮನ್ನು ವರ್ಗ ಮಾಡಿದ್ದು ಇಷ್ಟವಾಗಲಿಲ್ಲ. ಬ್ರಿಟಿಷ್ ಆಡಳಿತಗಾರರ ವರ್ತನೆ ಬೇಸರ ಉಂಟು ಮಾಡಿತು.

ಅರವಿಂದರು ಕೇಂಬ್ರಿಜ್‌ನಲ್ಲಿ ಓದುತ್ತಿರುವಾಗಲೇ ಇಂಡಿಯನ್ ಸಿವಿಲ್ ಸರ್ವೀಸ್ ಪರೀಕ್ಷೆಯ ಪ್ರೊಬೇಷನರ್‌ಷಿಪ್‌ಗಾಗಿ ಅಧ್ಯಯನ ನಡೆಸಿದ್ದರು. ಈ ಪರೀಕ್ಷೆ ಮಾಡಿಕೊಂಡವರಿಗೆ ಭಾರತದಲ್ಲಿ ಹಿರಿಯ ಆಡಳಿತಗಾರನ ಹುದ್ದೆ ಸಿಗುವುದು ಕಠಿಣವೇನಾಗಿರಲಿಲ್ಲ. ಐ.ಸಿ.ಎಸ್. ಪರೀಕ್ಷೆ ಮಾಡಿಕೊಳ್ಳುವುದು ಸುಲಭವೇನಾಗಿರಲಿಲ್ಲ. ಆದರೆ ಅರವಿಂದ ರಂಥ ಚಾಣಾಕ್ಷಮತಿಗಳಿಗೆ ಅದು ಸುಲಭವೇ. ಮುಂದೆ ಅರವಿಂದರು ಅದರಲ್ಲಿ ಯಶಸ್ವಿಯೂ ಆದರು. ವರ್ಷಕ್ಕೆ 150 ಪೌಂಡ್‌ಗಳಂತೆ ಸ್ಟೈಪೆಂಡೂ ಸಿಕ್ಕಿತ್ತು. ಪ್ರೊಬೇಷನರಿ ಕೆಲಸ ಎರಡು ವರ್ಷಗಳು.

ಎರಡು ವರ್ಷಗಳ ಕಾಲ ಕೇಂಬ್ರಿಜ್‌ನಲ್ಲಿದ್ದ ಅರವಿಂದರು ಕಾವ್ಯವನ್ನು ಪ್ರೀತಿಸಿದರು. ಅಪಾರವಾಗಿ ಓದಿದರು. ಆಗಾಗ್ಗೆ ಪದ್ಯಗಳನ್ನೂ ಬರೆದರು. ಅವರ ಆ ಕವಿತೆಗಳೆಲ್ಲ ಅವರು ಭಾರತಕ್ಕೆ ಹಿಂತಿರುಗಿದನಂತರ 'ಸಾಂಗ್ಸ್ ಟು ಮಿರ್ಟಿಲಾ' ಎಂಬ ಹೆಸರಿನಲ್ಲಿ 1895ರಲ್ಲಿ ಪ್ರಕಟ ವಾಯಿತು. ಟ್ರಿಪೋಸ್ ಪರೀಕ್ಷೆ ಮಾಡಿಕೊಂಡರಾದರೂ ಬಿ.ಎ. ಪದವೀಧರರಾಗಲೇ ಇಲ್ಲ.

ಕೇಂಬ್ರಿಜ್‌ನಲ್ಲಿ ಭಾರತೀಯ ವಿದ್ಯಾರ್ಥಿಗಳ ಒಂದು ಸಮೂಹ ಒಂದು ರಹಸ್ಯ ಸಂಸ್ಥೆಯೊಂದನ್ನು ಸ್ಥಾಪಿಸಿತ್ತು. ಅದರ ಹೆಸರು 'ಲೋಟಸ್ ಅಂಡ್ ಡ್ಯಾಗರ್'. ಈ ವಿದ್ಯಾರ್ಥಿಗಳು ಭಾರತದ ಸ್ವಾತಂತ್ರ್ಯ ಕ್ಕಾಗಿ ಗುಪ್ತವಾಗಿಯೇ ಹೋರಾಡುತ್ತಿದ್ದರು. ಅರವಿಂದರು ಈ ಸಂಸ್ಥೆಯ ಸದಸ್ಯರಾದರು. ಭಾರತೀಯ ವಿದ್ಯಾರ್ಥಿಗಳ ಗೋಷ್ಠಿಯಲ್ಲಿ ಉಗ್ರ ಸ್ವರೂಪದ ಭಾಷಣಗಳನ್ನು ಮಾಡಿದರಲ್ಲದೆ ದೇಶ ಭಕ್ತಿಗೀತೆಗಳನ್ನು ಹಾಡಿದರು. ಅವರಿಗೆ ಬ್ರಿಟಿಷರು ಭಾರತವನ್ನು ವಶಪಡಿಸಿಕೊಂಡು ಆಳುತ್ತಿದ್ದುದು ಗಮನಕ್ಕೆ ಬಂದು ಕೆರಳಿದ್ದರು. ಇದನ್ನು ಪ್ರತಿಭಟಿಸುವ ಸಾಹಸ ಮಾಡಿದರು. ಈ ದಿನಗಳಲ್ಲಿ ಬರೋಡಾ (ಭಾರತ)ದ ಮಹಾರಾಜ

ಸಯ್ಯಾಜಿರಾವ್ ಲಂಡನ್‌ಗೆ ಬಂದಾಗ ಅರವಿಂದರನ್ನು ಕಂಡು ತಮ್ಮ ಸಾಮ್ರಾಜ್ಯದಲ್ಲಿ ಕೆಲಸ ಮಾಡಲು ಅವರನ್ನು ಆಹ್ವಾನಿಸಿದ್ದರು.

ಅರವಿಂದರು ಐ.ಸಿ.ಎಸ್. ಪರೀಕ್ಷೆಯಲ್ಲಿ ಎಲ್ಲ ವಿಷಯಗಳಲ್ಲಿ ಉತ್ತೀರ್ಣರಾದರೂ ಕುದುರೆ ಸವಾರಿ ವಿಷಯದಲ್ಲಿ ವಿಫಲರಾಗಿದ್ದರು. ಅದಕ್ಕೆ ಕಾರಣ ಸಹ ಅವರೇ ಆಗಿದ್ದರು. ಆಗ ಅವರು ಲಂಡನ್ ನಲ್ಲಿದ್ದರು. 1892ರ ನವೆಂಬರ್ 15ರಂದು ಕುದುರೆ ಸವಾರಿ ಪರೀಕ್ಷೆಗೆ ಅವಕಾಶ ಕಲ್ಪಿಸಲಾಗಿತ್ತು. ಆದರೆ ಅರವಿಂದರು ಆ ದಿನ ಲಂಡನ್ನಿನ ಬೀದಿಗಳಲ್ಲಿ ಸುತ್ತಾಡಿಕೊಂಡು ಇದ್ದುಬಿಟ್ಟರು. ಪರೀಕ್ಷೆಗೆ ಹಾಜರಾಗಲೇ ಇಲ್ಲ. ಅವರಿಗೆ ಪರಕೀಯರ ಸರ್ಕಾರದಲ್ಲಿ ಕೆಲಸ ಮಾಡುವುದು ಇಷ್ಟವಾಗ ಲಿಲ್ಲ. ಆದರೆ ಬರೋಡಾ ಮಹಾರಾಜ ಸಯ್ಯಾಜಿರಾವ್ ಗಾಯಕ್‌ವಾಡ್ ಅರವಿಂದರಿಗೆ ಬರೋಡಾ ರಾಜ್ಯದಲ್ಲಿ ಕೆಲಸ ಕೊಟ್ಟಿದ್ದರು. ಆ ದಿನಗಳಲ್ಲಿ ತಿಂಗಳಿಗೆ 200 ರೂಪಾಯಿಗಳಂತೆ ವೇತನ ನೀಡಲು ಮಹಾರಾಜರು ಒಪ್ಪಿದ್ದರು. ಅದೂ ಸಹ ಆ ಕಾಲಕ್ಕೆ ಒಳ್ಳೆಯ ವರಮಾನವೇ.

ಹದಿನಾಲ್ಕು ವರ್ಷ ಇಂಗ್ಲೆಂಡ್‌ನಲ್ಲಿದ್ದ ಅರವಿಂದರು 1893ರ ಜನವರಿ 12ರಂದು ಎಸ್. ಎಸ್. ಕಾರ್ಥೇಜ್ ಹಡಗಿನಲ್ಲಿ ಕುಳಿತು ಫೆಬ್ರವರಿಯಲ್ಲಿ ಮುಂಬಯಿಗೆ ಬಂದು ಭಾರತದ ಮಣ್ಣಲ್ಲಿ ಕಾಲಿಟ್ಟಾಗ ಅವರಿಗೆ ಆದ ಹರ್ಷ ಅಷ್ಟಿಷ್ಟಲ್ಲ. ಅವರ ಬಾಳಿನಲ್ಲಿ ಅದು ಅವರಿಗೆ ಅವಿಸ್ಮರಣೀಯ ದಿನ.

ಬರೋಡದಲ್ಲಿ ಮಾತೃಭೂಮಿ ಸೇವೆ (1893-1907)

ಅರವಿಂದರು ಮುಂಬಯಿಗೆ ಬಂದು ಇಳಿದದ್ದು 1893ರ ಫೆಬ್ರವರಿ 6ರಂದು. ಆದರೆ ಕೇವಲ ಎರಡೇ ದಿನಗಳಲ್ಲಿ ಅಲ್ಲಿಂದ ಬರೋಡಾಗೆ ಹೋದರು. ತಿಂಗಳಿಗೆ 200 ರೂಪಾಯಿಗಳ ಸಂಬಳಕ್ಕೆ ಬರೋಡ ರಾಜ್ಯದ ಸರ್ವೆ ಸೆಟ್ಲ್‌ಮೆಂಟ್ ಇಲಾಖೆಗೆ ಸೇರಿಯೇಬಿಟ್ಟಿದ್ದರು. ಮುಂದೆ ಸ್ಟಾಂಪ್ ಅಂಡ್ ರೆವಿನ್ಯೂ ಇಲಾಖೆಯಲ್ಲಿ ಕೆಲಸ ಮಾಡಿದರು. 1895ರ ಅಂತ್ಯ ದವರೆಗೂ ಕೆಲವು ಇಲಾಖೆಗಳಲ್ಲಿ ಸೇವೆ ಸಲ್ಲಿಸಿ ಸೆಕ್ರೆಟರಿಯೇಟ್

ಸೇರಿದರು. ಅದು ದಿವಾನರ ಕಛೇರಿ. ಅಲ್ಲಿ ಅರವಿಂದರು ಕೆಲವು ವರ್ಷಗಳು ಕೆಲಸ ಮಾಡಿದರು. ಕಡತಗಳು, ಕಛೇರಿ ಕೆಲಸ, ಪ್ರವಾಸ, ಮಹಾರಾಜರ ಖಾಸಗಿ ಕೆಲಸ, ಅವರ ಪತ್ರ ವ್ಯವಹಾರಗಳನ್ನು ನೋಡಿ ಕೊಳ್ಳುವುದು, ಒಪ್ಪಂದ ಪತ್ರಗಳ ಕರಡು ತಯಾರಿಸುವುದು ಒಂದೇ ಎರಡೇ. ಹಲವು ಜವಾಬ್ದಾರಿ ಕೆಲಸ. ಒಮ್ಮೆ ಮಹಾರಾಜರಿಗೆ ಆಪ್ತ ಕಾರ್ಯದರ್ಶಿಯಾಗಿಯೂ ಕಾರ್ಯ ನಿರ್ವಹಿಸಬೇಕಾಯಿತು. ಎಲ್ಲ ಕೆಲಸಗಳಲ್ಲೂ ಅರವಿಂದರು ನಿಷ್ಠೆ ತೋರಿದ್ದರು. ಆದರೆ ಆಡಳಿತ ಕೆಲಸದಲ್ಲಿ ಅಂತಹ ಹೆಚ್ಚಿನ ಆಸಕ್ತಿಯೇನೂ ಅವರಿಗೆ ಇದ್ದಿರಲಿಲ್ಲ. ಬರೋಡದಲ್ಲಿ ಸ್ಥಳೀಯರ ಆಡಳಿತವೇ ಇದ್ದ ಕಾರಣ ಆಂಗ್ಲರ ಪ್ರಾಬಲ್ಯ ವಿರಲಿಲ್ಲ. ಸ್ವಾತಂತ್ರ್ಯಕ್ಕೆ ಕೊರತೆ ಇಲ್ಲದೆ ಅಂತಸ್ತು ಗೌರವಗಳನ್ನು ಕಾಪಾಡಿಕೊಂಡು ಹೋಗಬಹುದಿತ್ತು. ಮಹಾರಾಜರ ಬಳಿಯೂ ಅರವಿಂದರು ತಮ್ಮ ಸ್ವಂತಿಕೆ, ಅಂತಸ್ತು, ಸ್ವಾತಂತ್ರ್ಯ ಬಿಟ್ಟು ಕೊಡುತ್ತಿರ ಲಿಲ್ಲ. ಅವರೂ ಇವರನ್ನು ಗೌರವದಿಂದಲೇ ಕಾಣುತ್ತಿದ್ದರು.

ಒಂದು ಸಲ ಸಯ್ಯಾಜಿರಾವ್ ಗಾಯಕವಾಡ ಮಹಾರಾಜರು ಭಾನುವಾರವೂ ಸರ್ಕಾರಿ ಅಧಿಕಾರಿಗಳು ಕೆಲಸ ಮಾಡಬೇಕೆಂದು ಒಂದು ಆದೇಶವನ್ನು ಹೊರಡಿಸಿದರು. ಅವರಿಂದರು ಆ ಆದೇಶಕ್ಕೆ ತಲೆಬಾಗಲಿಲ್ಲ. ಇದರಿಂದ ಅವರಿಗೆ ಮಹಾರಾಜರು ಐವತ್ತು ರೂಪಾಯಿ ದಂಡ ವಿಧಿಸಿದರು. ಈ ಸಂಗತಿ ತಿಳಿದಾಗ ಅವರಿಂದರು, "ದಂಡ ವಿಧಿಸಲಿ. ಅವರಿಗೆ ಇಷ್ಟ ಬಂದ ಹಾಗೆ ಮಾಡಿಕೊಳ್ಳಲಿ. ನಾನು ದಂಡವೂ ಕೊಡುವುದಿಲ್ಲ. ಕಛೇರಿಗೂ ಬರುವುದಿಲ್ಲ" ಎಂಬ ಧೋರಣೆ ತಳೆದರು. ಮಹಾರಾಜರು ಅದನ್ನು ಗಂಭೀರವಾಗಿ ತೆಗೆದುಕೊಳ್ಳಲಿಲ್ಲ.

ಒಮ್ಮೆ ಅರವಿಂದರು 1903ರಲ್ಲಿ ಮಹಾರಾಜರೊಂದಿಗೆ ಕಾಶ್ಮೀರಕ್ಕೆ ಹೋಗಿಬಂದರು. ಒಂದು ಕೇಸ್‌ನ ವರದಿ ಮಾಡುವ ಸಲುವಾಗಿ ಮಹಾರಾಜರು ಅರವಿಂದರನ್ನು ಊಟಿಗೆ ಕಳುಹಿಸಿದ್ದರು. ಅವರು ಅರವಿಂದರ ಕ್ಷಿಪ್ರಗ್ರಾಹಿತ್ವ ಹಾಗೂ ಉತ್ತಮ ಕೆಲಸ ಮಾಡುವ

ಸಾಮರ್ಥ್ಯವನ್ನು ಗಮನಿಸಿದ್ದರು.

1893ರ ಆಗಸ್ಟ್ ತಿಂಗಳಲ್ಲಿ ಅರವಿಂದರು ರಾಷ್ಟ್ರೀಯ ಚಳುವಳಿಯನ್ನು ಕುರಿತಂತೆ ತಮ್ಮ ಪ್ರಥಮ ಸಾರ್ವಜನಿಕ ಅಭಿಪ್ರಾಯವನ್ನು 'ಇಂದು ಪ್ರಕಾಶ' ಎಂಬ ಪುಣೆ ಸಾಪ್ತಾಹಿಕವೊಂದಕ್ಕೆ ಹಲವಾರು ಸರಣಿ ಲೇಖನಗಳನ್ನು ಬರೆದರು. ಅವರಲ್ಲಿ ಸಾಹಿತ್ಯದ ಒಲವು ಅಪಾರವಾಗಿ ಇತ್ತು. ಇದು ಮಹಾರಾಜರಿಗೂ ತಿಳಿದದ್ದೆ. ಹಾಗೆ ನೋಡಿದರೆ, ಈ ಲೇಖನಗಳು ಇಡೀ ದೇಶವನ್ನೇ ಆಕರ್ಷಿಸಿದವು. ಫೆಬ್ರವರಿ 1894ರ ವರೆಗೂ ಈ ಲೇಖನಗಳು ಪತ್ರಿಕೆಯಲ್ಲಿ ಪ್ರಕಟವಾದವು. ಒಂದರ್ಥದಲ್ಲಿ ಇವು ಆಗಿನ ರಾಷ್ಟ್ರೀಯ ಕಾಂಗ್ರೆಸನ್ನು ಎಚ್ಚರಿಸಿದವು. ಅರವಿಂದರು ಕಾಂಗ್ರೆಸ್ ಸರಿಯಾದ ನಾಯಕರನ್ನು ಹೊಂದಿರುವುದಿಲ್ಲ ಹಾಗೂ ಸ್ವಾತಂತ್ರ್ಯ ಹೋರಾಟದಲ್ಲಿ ಕಾಂಗ್ರೆಸ್ ಅನುಸರಿಸುತ್ತಿರುವ ವಿಧಾನಗಳು ಸರಿಯಾದವಲ್ಲ ಎಂದೂ ಬರೆದಿದ್ದರು. ಈ ಲೇಖನಗಳು ರಾಜಕೀಯ ವಲಯವನ್ನೆ ಅಲುಗಾಡಿಸಿದವು. ಆಗ ಮಹಾರಾಷ್ಟ್ರದಲ್ಲಿ ಮಹದೇವ ಗೋವಿಂದ ರಾನಡೆ ಎಂಬ ನಾಯಕರಿದ್ದರು. ಅವರು ಇಂದು ಪ್ರಕಾಶ ಪತ್ರಿಕೆಯೊಂದಿಗೆ ಸಂಪರ್ಕವಿಟ್ಟುಕೊಂಡಿದ್ದರು. ಇಂತಹ ಲೇಖನಗಳಿಂದ ಅರವಿಂದರು ರಾಜದ್ರೋಹದ ಆಪಾದನೆಗೆ ಗುರಿಯಾಗಬಹುದೆಂಬ ಸಂದೇಹವನ್ನು ಪತ್ರಿಕೆಯ ಸಂಪಾದಕರಲ್ಲಿ ವ್ಯಕ್ತಪಡಿಸಿದರು. ಸಂಪಾದಕರು ಅರವಿಂದರಿಗೆ ಅವರ ಬರಹಗಳು ಸ್ವಲ್ಪ ನಾಜೂಕಾಗಿರಲೆಂದು ಕೇಳಿಕೊಂಡರು. ಅದೇಕೋ ಅರವಿಂದರಿಗೆ ಹಾಗೆಂದುದು ಹಿಡಿಸಲಿಲ್ಲ. ಸರಣಿ ಲೇಖನಗಳನ್ನು ಬರೆಯುವುದರಲ್ಲಿ ಆಸಕ್ತಿ ಕಳೆದುಕೊಂಡರು. ರಾಜಕೀಯದ ಪ್ರಾಯೋಗಿಕ ರೂಪವನ್ನು ಕೈಬಿಟ್ಟು ತಾತ್ವಿಕ ಜಿಜ್ಞಾಸೆಗೆ ತೊಡಗಿದರು. ಕೆಲದಿನಗಳಲ್ಲಿ ಅವರಿಗೆ ಅದೂ ಬೇಡವಾಯಿತು.

1895ರಲ್ಲಿ ಅರವಿಂದರ ಕವಿತೆಗಳ ಒಂದು ಸಂಕಲನ "ಸಾಂಗ್ಸ್ ಟು ಮಿರ್ಟಿಲಾ ಅಂಡ್ ಅದರ್ ಪೊಯಮ್ಸ್" ಪ್ರಕಟವಾಯಿತು. ಬರೋಡದಲ್ಲಿದ್ದಾಗ ಬರೆದ ಊರ್ವಶಿ ಹಾಗೂ 'ಪ್ರೇಮ ಮತ್ತು ಸಾವು'

ಎಂಬ ಕವನಗಳು ಮನೋಜ್ಞವಾಗಿದ್ದವು. ಈ ಕಾಲದಲ್ಲೇ ಅವರಿಗೆ ತಮ್ಮ ಮಹೋನ್ನತ ಕೃತಿ 'ಸಾವಿತ್ರಿ' ಮಹಾಕಾವ್ಯದ ಎಳೆಗಳು ತೋರಿದ್ದವು.

1899ರಲ್ಲಿ ಅರವಿಂದರು ಬಂಗಾಳಿ ಭಾಷೆಯನ್ನು ಚೆನ್ನಾಗಿ ಕಲಿತು ಆ ಭಾಷೆಯಲ್ಲಿ ಸಂಭಾಷಿಸಲೂ ಮೊದಲು ಮಾಡಿದರು. ಬಂಗಾಳಿ ಯುವ ಸಾಹಿತಿ ದಿನೇಂದ್ರಕುಮಾರ ರಾಯ್ ಈ ನಿಟ್ಟಿನಲ್ಲಿ ಅವರಿಗೆ ನೆರವಾಗಿದ್ದರು. ಹಾಗೂ ಅರವಿಂದರಿಂದ ಜರ್ಮನ್‌ಮತ್ತು ಫ್ರೆಂಚ್ ಭಾಷೆಗಳನ್ನು ಕಲಿಯಲೆತ್ನಿಸಿದರು. ಇಬ್ಬರೂ ಎರಡು ವರ್ಷಗಳ ಕಾಲ ಒಟ್ಟಿಗಿರುತ್ತಿದ್ದರು.

1897ರಲ್ಲಿಯೇ ಅರವಿಂದರನ್ನು ಬರೋಡಾ ಕಾಲೇಜಿನಲ್ಲಿ ಫ್ರೆಂಚ್ ಉಪಾಧ್ಯಾಯರಾಗಿ ನೇಮಿಸಲು ಸಲಹೆ ಬಂದಿತ್ತು. 1898ರಲ್ಲಿ ಅವರು ಇಂಗ್ಲಿಷ್ ಪ್ರಾಧ್ಯಾಪಕರಾಗಿ ನೇಮಕವಾದರು. ತಮ್ಮ ಅರಮನೆ ಕಛೇರಿ ಕೆಲಸಗಳ ಜತೆಗೆ ಬೋಧನಾ ವೃತ್ತಿಯನ್ನೂ ಮಾಡುತ್ತಾಬಂದರು. 1900ರಲ್ಲಿ ಆ ಕಾಲೇಜಿಗೆ ವರ್ಗವಾಗಿಯೇ ಬಂದರು. 1901ರಲ್ಲಿ ಅರವಿಂದರು ಶ್ರೀ ಭೂಪಾಲಚಂದ್ರ ಬಸುರವರ ಮಗಳು ಮೃಣಾಲಿನಿಯನ್ನು ವಿವಾಹವಾದರು. ಬರೋಡಾ ಕಾಲೇಜಿನಲ್ಲಿ ಪಾರ್ಟ್ ಟೈಂ ಆಧಾರದ ಮೇಲೆ ವಿದ್ಯಾರ್ಥಿಗಳಿಗೆ ಫ್ರೆಂಚ್ ಭಾಷೆ ಕಲಿಸಲು ಮೊದಲಾದರು.

ಅರವಿಂದರಿಗೆ ಭಾರತವನ್ನು ಪರಕೀಯರಿಂದ ಮುಕ್ತಗೊಳಿಸಬೇಕಾದುದು ಮುಖ್ಯವಾಗಿತ್ತು. ಇದಕ್ಕಾಗಿ ಎಲ್ಲಿಗೆ, ಬೇಕಾದರೂ ಹೋಗಿ ರಾಜೀಕಯ ಚಟುವಟಿಕೆಗಳಲ್ಲಿ ತಮ್ಮನ್ನು ತೊಡಗಿಸಿಕೊಳ್ಳಲು ಹಾತೊರೆಯುತ್ತಿದ್ದರು. ಭಾರತದ ಸ್ವಾತಂತ್ರ್ಯವೆಂದರೆ ಭೂಮಿಯ ಮೇಲೆ ದೇವರ ಸಾಮ್ರಾಜ್ಯವನ್ನು ನಿರ್ಮಿಸುವುದು" ಎಂದು ಅವರು ಹೇಳಿದರು. ಬರೋಡಾ ಅವರ ಚಟುವಟಿಕೆಗಳ ಕೇಂದ್ರ ಕಾರ್ಯ ಸ್ಥಳವಾದರೂ ಭಾರತದಾದ್ಯಂತ ಅದರಲ್ಲೂ ಪ್ರಮುಖವಾಗಿ ಬಂಗಾಳ, ಗುಜರಾತ್ ಮತ್ತು ಮಹಾರಾಷ್ಟ್ರಗಳಲ್ಲಿ ತಮ್ಮ ರಾಜಕೀಯ ಚಟುವಟಿಕೆಗಳನ್ನು

ವಿಸ್ತರಿಸಿದ್ದರು.

ಉಪಾಧ್ಯಾಯರಾಗಿ ಅರವಿಂದರು ವಿದ್ಯಾರ್ಥಿಗಳನ್ನು ಬಹುವಾಗಿ ಆಕರ್ಷಿಸಿದ್ದರು. ಇದಕ್ಕೆ ಕಾರಣ ಅವರಿಗೆ ಸಾಹಿತ್ಯದಲ್ಲಿದ್ದ ಆಳವಾದ ಜ್ಞಾನ ಹಾಗೂ ಪಾಠ ಹೇಳಲು ತಮ್ಮದೇ ಆದ ಸ್ವಂತ ವಿಧಾನ ಅನುಸರಿಸುತ್ತಿದ್ದುದೇ. ಅವರು ತರಗತಿಗಳ ಪಾಠಕ್ಕಿಂತಲೂ ವೇದಿಕೆಯ ಮೇಲೆ ಮಾತನಾಡುತ್ತಿದ್ದುದು ಬಹುಮಂದಿ ಅವರನ್ನು ಮೆಚ್ಚಿಕೊಳ್ಳಲು ಅವಕಾಶ ಮಾಡಿದ್ದಿತು. ಅವರ ಉಪನ್ಯಾಸವೆಂದರೆ ಕಾಲೇಜಿನ ದೊಡ್ಡ ಸಭಾಂಗಣ ತುಂಬಿರುತ್ತಿತ್ತು ಎಂದು ಅವರ ಒಬ್ಬ ವಿದ್ಯಾರ್ಥಿ ಆರ್. ಎನ್. ಪಾಟ್ಕರ್ ಬರೆಯುತ್ತಾರೆ. ಒಮ್ಮೆ ಪಾಟ್ಕರ್ ಇಂಗ್ಲಿಷ್ ಮಾತಾಡುವುದು ಉತ್ತಮಪಡಿಸಿಕೊಳ್ಳಲು ಮೆಕಾಲೆಯವರ ಪುಸ್ತಕ ಓದಬೇಕೆ ಎಂದು ಅರವಿಂದರಲ್ಲಿ ಕೇಳಿದಾಗ ಅರವಿಂದರು, "ಯಾರೊಬ್ಬರ ಗುಲಾಮನಾಗಬೇಡ. ನಿನಗೆ ನೀನೇ ಯಜಮಾನನಾಗು. ಮೆಕಾಲೆಯೊ ಇನ್ನಾವುದೋ ಬರಹಗಾರನ ಕೃತಿಓದಿದರೆ ಅವರಂತೆ ಎಂದೂ ನೀ ಆಗುವುದಿಲ್ಲ. ಹಾಗಾದರೂ ಕಾಪಿಕ್ಯಾಟ್ ಆಗುತ್ತೀಯೆ. ಸ್ವಂತ ಮನೋಧರ್ಮ ಮೂಡುವುದಿಲ್ಲ. ನೀನು ಯಾವುದೇ ಲೇಖಕನನ್ನು ಓದಿದರೂ ಎಚ್ಚರದಿಂದ ಓದಬಹುದು. ಆದರೆ ನೀನು ಸ್ವತಂತ್ರವಾಗಿ ಆಲೋಚಿಸುವುದನ್ನು ಕಲಿಯಬೇಕು. ತೀರ್ಪು ನಿನ್ನದೇ ಇರಲಿ. ನೀನು ಬರೆಯುವುದಾದರೆ ನಿನ್ನದೆ ಆದ ಶೈಲಿ ರೂಢಿಸಿಕೊ" ಎಂದು ಹೇಳಿದಾಗ ಪಾಟ್ಕರ್ ಎಚ್ಚೆತ್ತುಕೊಂಡರು. ಭಾರತೀಯ ವಿದ್ಯಾಭವನ ಸ್ಥಾಪಿಸಿದ ಕೆ. ಎಂ. ಮುನ್ಷಿಯವರು ಅರವಿಂದರ ಶಿಷ್ಯರಲ್ಲಿ ಒಬ್ಬರಾಗಿದ್ದರು.

1902ರಲ್ಲಿ ಅರವಿಂದರು ತಾವು ಸೇರಿಕೊಂಡಿದ್ದ ಕ್ರಾಂತಿಕಾರಿ ಸಂಘ ಕುರಿತು ಮಾತನಾಡಲು ಬಂಗಾಳಕ್ಕೆ ಹೋಗಿದ್ದರು. ಅಲ್ಲಿನ ಒಂದು ಕ್ರಾಂತಿಕಾರಿ ಗುಂಪು ಪಿ. ಮಿಟ್ಟರ್ ಮೊದಲಾದವರು ಆ ಗುಂಪಿನಲ್ಲಿದ್ದವರು. ಅವರೆಲ್ಲ ಸಂಘ ಸೇರಿದ್ದರು. ಭಯೋತ್ಪಾದನೆ ಅವರ ಉದ್ದೇಶವಾಗಿರಲಿಲ್ಲ. ಆದರೆ ಬಂಗಾಳದಲ್ಲಿ ಮುಂದೆ ನಿರೋಧ ಉಂಟಾದಾಗ

ಸಂಘ ಪ್ರತಿಕ್ರಿಯಿಸಬೇಕಾಯಿತು.

ರಾಷ್ಟ್ರೀಯ ಕಾಂಗ್ರೆಸ್ ಪ್ರತಿವರ್ಷ ರಾಷ್ಟ್ರೀಯ ಅಧಿವೇಶನ ನಡೆಸಿ ಸ್ವಾತಂತ್ರ್ಯದ ಬಗೆಗೆ ಮುಕ್ತ ಚರ್ಚೆ ನಡೆಸುತ್ತಾ ಬಂದಿತು. 1884ರಲ್ಲಿ ಎ. ಓ. ಹ್ಯೂಮ್ ಎಂಬುವರು ಈ ಕಾಂಗ್ರೆಸನ್ನು ಸ್ಥಾಪಿಸಿದ್ದರು. 1902ರಲ್ಲಿ ಅಹಮದಾಬಾದ್‌ನಲ್ಲಿ ಕಾಂಗ್ರೆಸ್ ಅಧಿವೇಶ ಸೇರಿಸಿತು. ಎಸ್. ಎನ್. ಬ್ಯಾನರ್ಜಿ ಅದರ ಅಧ್ಯಕ್ಷರಾಗಿದ್ದರು. ಅರವಿಂದರು ಸಹ ಅಲ್ಲಿಗೆ ಹೋಗಿದ್ದರು. ಮಹಾರಾಷ್ಟ್ರದ ಬಾಲಗಂಗಾಧರ ತಿಲಕ್ ಸಹ ಅಲ್ಲಿಗೆ ಬಂದಿದ್ದರು. ತಿಲಕರು 'ಸ್ವರಾಜ್ಯ ನನ್ನ ಜನ್ಮಸಿದ್ಧ ಹಕ್ಕು' ಎಂದು ಘೋಷಿಸಿದವರು. ಅವರು ಅರವಿಂದರನ್ನು ಅಧಿವೇಶನದ ಪೆಂಡಾಲಿನಿಂದ ಹೊರಗೆ ಕರೆದುಕೊಂಡು ಬಂದು ಒಂದು ಗಂಟೆ ಕಾಲ ತಮ್ಮ ಸುಧಾರಣಾ ಚಳವಳಿ ಕುರಿತು ಹಾಗೂ ಮಹಾರಾಷ್ಟ್ರದಲ್ಲಿ ತಾವೇ ಸ್ವತಃ ಹೋರಾಟ ಕೈಗೊಂಡ ಬಗೆ ವಿಶ್ಲೇಷಿಸಿ ಹೇಳಿದರು. ಆಗಲೇ ಅರವಿಂದರು ಬರೆದ ಕೃತಿ 1903ರಲ್ಲಿ ಪ್ರಕಟವಾಗಿ ರಹಸ್ಯವಾಗಿ ಆ ಕೃತಿ 'ನೋ ಕಾಂಪ್ರೊಮೈಸ್' (ರಾಜಿ ಇಲ್ಲ) ಎಂದು ಕರೆಯಿಸಿಕೊಂಡಿತು.

1904ರಲ್ಲಿ ಕಾಂಗ್ರೆಸ್ ಅಧಿವೇಶ ಮುಂಬಯಿಯಲ್ಲಿ ಸೇರಿತು. ಸರ್ ಹೆನ್ರಿ ಕಾಟನ್ ಅಧ್ಯಕ್ಷರಾದರು. ಕಾಟನ್ ಭಾರತದ ಸಂಯುಕ್ತ ಸಂಸ್ಥಾನಗಳಿಗೆ ಸಲಹೆ ಮಾಡಿ ಅದು ಬ್ರಿಟಿಷ್ ಸಾಮ್ರಾಜ್ಯದ ಒಂದು ವಸಾಹತು ಆಗಿರಬೇಕು ಎಂದರು. ಅರವಿಂದರಿಗೆ ಅದು ಒಪ್ಪಿಗೆಯಾಗ ಲಿಲ್ಲ. ಅವರು ಭಾರತ ಸಂಪೂರ್ಣ ಸ್ವತಂತ್ರ ಎಂಬ ಘೋಷಣೆಯಾಗ ಬೇಕೆಂದು ಗುಡುಗಿದರು.

1904ರಲ್ಲಿ ಅರವಿಂದರು ಬರೋಡಾ ಕಾಲೇಜಿನ ವೈಸ್ ಪ್ರಿನ್ಸಿಪಾಲ ರಾಗಿ ನೇಮಕವಾದರು. 1905ರಲ್ಲಿ ಪ್ರಿನ್ಸಿಪಾಲರು ಒಂದು ವರ್ಷ ರಜೆ ಹೋದಾಗ ಅರವಿಂದರೇ ಪ್ರಿನ್ಸಿಪಾಲರಾದರು. ಅದೇ ವರ್ಷ ಬನಾರಸ್ ನಲ್ಲಿ ಕಾಂಗ್ರೆಸ್ ಅಧಿವೇಶನ ಸೇರಿತು. ಅರವಿಂದರೂ ಹೋಗಿದ್ದರು. ಪ್ರಸಿದ್ಧ ದೇಶಭಕ್ತ ಗೋಪಾಲಕೃಷ್ಣ ಗೋಖಲೆಯವರು ಆ ಸಭೆಯ

ಅಧ್ಯಕ್ಷರು. ಮಹದೇವ ಗೋವಿಂದ ರಾನಡೆಯವರ ಪ್ರೇರಣೆಯಿಂದ ರಾಜಕೀಯ ಪ್ರವೇಶಿಸಿದ್ದ ಗೋಖಲೆ ಭಾರತೀಯ ಸ್ವಾತಂತ್ರ್ಯ ಸಾಧನೆಗೆ ಹಿಂಸಾರಹಿತ ಚಳವಳಿ ನಡೆಸುವ ಉದ್ದೇಶವನ್ನು ಹೊಂದಿದ್ದರು. ಮಹಾತ್ಮಾ ಗಾಂಧಿಯವರು ಗೋಖಲೆಯವರನ್ನು ತಮ್ಮ ರಾಜಕೀಯ ಗುರುವಾಗಿ ಸ್ವೀಕರಿಸಿದರು. ಗೋಖಲೆಯವರು ಮುಕ್ತ ಅಧಿವೇಶನದಲ್ಲಿ ಹಾಜರಿರಲಿಲ್ಲ. ಆದರೆ ರಾಷ್ಟ್ರೀಯತಾ ಚಳವಳಿ ನಾಯಕರು ಅವರಲ್ಲಿಗೆ ಬಂದು ಮುಂದಿನ ಕ್ರಿಯಾಯೋಜನೆ ಕುರಿತು ಚರ್ಚಿಸಿ ಮಾರ್ಗದರ್ಶನ ಪಡೆದರು. ಅದೇ ವರ್ಷ ಗೋಖಲೆ ಭಾರತ ದೇಶ ಸೇವಕ ಸಂಘ ಸ್ಥಾಪಿಸಿ ಪ್ರಜೆಗಳಲ್ಲಿ ದೇಶಪ್ರೇಮ ಹುಟ್ಟಿಸಲು ಅವಿರತವಾಗಿ ಶ್ರಮಿಸಿದರು.

ಆದರೆ ಬ್ರಿಟಿಷರು ಬಂಗಾಳ ವಿಭಜನೆ ಘೋಷಿಸಿದರು. 1905ರ ಅಕ್ಟೋಬರ್ 16. ಭಾರತದ ಇತಿಹಾಸದಲ್ಲಿ ಒಂದು ಮಹಾನ್ ದುರ್ದಿನ. ಇಡೀ ದೇಶ ಬ್ರಿಟಿಷ್ ಸರ್ಕಾರದ ತೀರ್ಮಾನ ಕಂಡು ಕಂಪಿಸಿತು. ಎಲ್ಲ ಭಾರತೀಯರಲ್ಲಿ ದೇಶಭಕ್ತಿ ಜಾಗೃತವಾಯಿತು. ಎಲ್ಲೆಲ್ಲೂ 'ವಂದೇ ಮಾತರಂ' ಉಚ್ಚಾರ. ಬಂಕಿಂಚಂದ್ರರು ಬರೆದ ರಾಷ್ಟ್ರಗೀತೆ 'ವಂದೇ ಮಾತರಂ'. ಅದು ಇಡೀ ರಾಷ್ಟ್ರದ ಮಂತ್ರವಾಯಿತು. ಸರ್ಕಾರ ಅದನ್ನು ತಕ್ಷಣ ಬಹಿಷ್ಕರಿಸಿತು. ಆದರೆ ಪರಿಣಾಮ ನಿರೀಕ್ಷಿಸಿದುದಕ್ಕೆ ವಿರೋಧ ವಾಗಿತ್ತು. ಭಾರತೀಯರು ಸಿಡಿದೆದ್ದರು. ಸ್ವದೇಶಿ ಚಳುವಳಿಗಾರರನ್ನು ಸರ್ಕಾರ ಸೆರೆಮನೆಗೆ ಹಾಕಿತು. ಬಂಗಾಳದ ಮೊದಲ ವಿಭಜನೆಯಾದ ಬಳಿಕ ಪೂರ್ವಬಂಗಾಳದಲ್ಲಿ ಬ್ರಿಟಿಷರ ದಬ್ಬಾಳಿಕೆ ಪ್ರಾರಂಭವಾಗಿತ್ತು.

ಯಾವುದಾದರೊಂದು ಒಳ್ಳೆಯ ಕಾರಣಕ್ಕೆ ಬರೋಡ ಬಿಡಲು ಅರವಿಂದರು ನಿರ್ಧರಿಸಿದ್ದರು. ಈಗ ಆ ಕಾಲ ಕೂಡಿ ಬಂದಿತ್ತು.

ಬರೋಡ ಅರವಿಂದರ ಕಾರ್ಯಕ್ಷೇತ್ರ. ತಮ್ಮ ಬೋಧನ ವೃತ್ತಿಯ ಜೊತೆಗೆ ಸಂಸ್ಕೃತ, ಮರಾಠಿ, ಗುಜರಾತಿ, ಬಂಗಾಳಿ ಭಾಷೆಗಳನ್ನೂ ಅಲ್ಲಿದ್ದು ಕಲಿತಿದ್ದರು. ಬಂಗಾಳಿ ಭಾಷೆಯ ಖ್ಯಾತಿವೆತ್ತ ಲೇಖಕರಾಗಿದ್ದ ಬಂಕಿಂಚಂದ್ರ ಹಾಗೂ ಮದುಸೂಧನರ ಕವಿತೆಗಳನ್ನು ಈಗ ಮೂಲದಲ್ಲೆ

ಓದುವಷ್ಟು ಪ್ರಾವೀಣ್ಯತೆ ಗಳಿಸಿದರು. ರಾಮಾಯಣ, ಮಹಾಭಾರತ, ಗೀತೆ, ಉಪನಿಷತ್ತು, ಭವಭೂತಿ, ಕಾಳಿದಾಸ ಮೊದಲಾದ ಸಂಸ್ಕೃತ ಕವಿಗಳ ಕೃತಿಗಳನ್ನು ಓದಿಕೊಂಡಿದ್ದರು. ಇವೆಲ್ಲ ಭಾರತೀಯ ಸಂಸ್ಕೃತಿಯ ಸಹಜ ಆಕರ್ಷಣೆಯಿಂದಾಗಿ ಪ್ರಿಯವಾಗಿದ್ದವು. ಎಲ್ಲೆ ಹೋಗಲಿ ಅವರೊಂದಿಗಿದ್ದ ಟ್ರಂಕ್‌ತುಂಬಾ ಪುಸ್ತಕಗಳೇ ಇರುತ್ತಿದ್ದವು. ಓದುವುದು ಅವರಿಗೆ ಬಹು ಪ್ರಿಯವಾದ ಹವ್ಯಾಸ ಅವರಿಗೆ ಹಲವು ವಿಷಯಗಳಲ್ಲಿ ಆಸಕ್ತಿ ಇದ್ದಿತು. ತಮ್ಮ ಸಂಬಳದಲ್ಲಿ ಪ್ರತಿ ತಿಂಗಳೆನ್ನುವಂತೆ ಸ್ವಲ್ಪ ಪಾಲು ಪುಸ್ತಕಗಳನ್ನು ಕೊಳ್ಳಲು ಮೀಸಲಿರಿಸುತ್ತಿದ್ದರು. ಪ್ರತಿನಿತ್ಯ ಬೆಳಿಗೆ ಬರವಣಿಗೆಯೊ, ಓದುವುದೋ ಇದ್ದೇ ಇರುತ್ತಿತ್ತು. ರಾತ್ರಿ ವೇಳೆಯಂತೂ ಊಟ, ನಿದ್ದೆ ಬಿಟ್ಟು ಓದುವುದರಲ್ಲಿ ಮಗ್ನರಾಗಿರುತ್ತಿದ್ದರು.

1905ರಲ್ಲಿ ಬಂಗಾಳ ವಿಭಜನೆಯಾದುದು ಅರವಿಂದರ ಮನಸ್ಸಿಗೆ ಭಾರಿ ನೋವುಂಟುಮಾಡಿತ್ತು. 1906ರ ಏಪ್ರಿಲ್‌ನಲ್ಲಿ ಒರಿಸಾಲ್ ಅಧಿವೇಶನದಲ್ಲಿ ಭಾಗವಹಿಸಿದರು. ಈ ಅಧಿವೇಶನವನ್ನು ಕಾನೂನು ಬಾಹಿರ ಎಂದು ಸರ್ಕಾರ ಘೋಷಿಸಿತು. ಇದರ ವಿರುದ್ಧ ಅರವಿಂದರು, ಬಿಪಿನಚಂದ್ರ ಪಾಲ್ ಮೊದಲಾದವರು ಪ್ರತಿಭಟನಾ ಮೆರವಣಿಗೆ ನಡೆಸಿದರು. ಲಾಠಿ ಚಾರ್ಜ್ ಆಗಿ ಹಲವರು ಗಾಯಗೊಂಡರು. ನಂತರದಲ್ಲಿ ಬಿಪಿನ್ ಚಂದ್ರಪಾಲ್‌ರೊಡನೆ ಅರವಿಂದರು ಬಂಗಾಳ ಪ್ರವಾಸ ಮಾಡಿದರು. ಬಂಗಾಳದಲ್ಲಿ 'ಜುಗಾಂತರ್' ಎಂಬ ವಾರಪತ್ರಿಕೆ ಹುಟ್ಟುಹಾಕಲಾಗಿತ್ತು. ಪತ್ರಿಕೆಗೆ ಅರವಿಂದರು ಲೇಖನಗಳನ್ನು ಬರೆದರು. ಪೂರ್ಣಸ್ವರಾಜ್ಯಕ್ಕಾಗಿ ರಾಜಕೀಯವಾಗಿ ಸಿಡಿದೆದ್ದ ಪ್ರಥಮ ರಾಜಕಾರಣಿ ಅರವಿಂದರು ಎಂದರೆ ತಪ್ಪಾಗಲಾರದು. ತಮ್ಮ ಲೇಖನಗಳಲ್ಲಿ ಸ್ವದೇಶಿ ವಸ್ತುಗಳನ್ನು ಬಳಕೆ ಮಾಡಲು ಕರೆ ಇತ್ತರು. ವಿದೇಶಿ ವಸ್ತುಗಳನ್ನು ಬಹಿಷ್ಕರಿಸಿದರು ಆಳುವರೊಂದಿಗೆ ಅಸಹಕಾರ ಅವರ ಗುರಿಯಾಯಿತು.

ತಮ್ಮ ಕೆಲಸಕ್ಕೆ ರಜೆ ಹಾಕಿ ಬಂಗಾಳಕ್ಕೆ ಹೋಗಿದ್ದ ಅರವಿಂದರು ಬರೋಡಾಗೆ ಹಿಂದುರುಗಿದರಾದರೂ ಅಲ್ಲಿದ್ದುದೆಲ್ಲ ಕೆಲವು ದಿನಗಳಷ್ಟೆ

1906ರ ಜೂನ್ 19ರಂದು ಒಂದು ವರ್ಷದ ವೇತನ ರಹಿತ ರಜೆ ಹಾಕಿ ಅಲ್ಲಿಂದ ಬಂಗಾಳಕ್ಕೆ ಹೋದರು. ಅಲ್ಲಿಗೆ ಬರೋಡಾದೊಂದಿಗಿನ ದೀರ್ಘಾವಧಿ ಒಡನಾಟ ನಿಂತಂತಾಗಿತ್ತು. ಮುಂದೆ ಅವರು ತಮ್ಮನ್ನು ರಾಷ್ಟ್ರೀಯತಾವಾದಿ ಚಳುವಳಿಯಲ್ಲಿ ತೊಡಗಿಸಿಕೊಂಡರು.

ರಾಷ್ಟ್ರೀಯತಾವಾದಿ ಚಳುವಳಿ—ವಂದೇಮಾತರಂ (1906-1907)

ಸುಬೋಧಮಲ್ಲಿಕ್ ಮಹಾನ್ ದೇಶಭಕ್ತ. ದೇಶೀಯ ಕಾಲೇಜ್ ಸ್ಥಾಪನೆಗೆ ಮುಂದಾಗಿದ್ದವರಲ್ಲಿ ಒಬ್ಬರು. ಅರವಿಂದರಿಗೆ ಗೆಳೆಯರೇ ಆಗಿದ್ದರು. ಅವರು ಅರವಿಂದರನ್ನು ಕೋಲಕತಾದ ನ್ಯಾಷನಲ್ ಕಾಲೇಜಿಗೆ ಪ್ರಾಂಶುಪಾಲರಾಗಿ ನೇಮಕ ಮಾಡಿದರು. ಇಂದೂ ಆ ಕಾಲೇಜು ಜಾಧವಪುರ ವಿಶ್ವವಿದ್ಯಾನಿಲಯದಾಶ್ರಯದಲ್ಲಿ ಕೆಲಸ ಮಾಡುತ್ತಿದೆ. ಅರವಿಂದರು ಬರೋಡಾ ಬಿಟ್ಟಾಗ ತಿಂಗಳಿಗೆ 750 ರೂಪಾಯಿ ಸಂಬಳ ದೊರೆಯುತ್ತಿತ್ತು. ಆ ದಿನಗಳಲ್ಲಿ ಅದು ಭಾರಿ ಮೊತ್ತ. ಆದರೆ ಈಗ ತಿಂಗಳಿಗೆ ನೂರೈವತ್ತು ರೂಪಾಯಿಗೆ ಕೆಲಸ ಮಾಡಲು ಒಪ್ಪಿದ್ದರು. ಅರವಿಂದರ ಈ ನಿರ್ಧಾರವನ್ನು ಇಡೀ ದೇಶವೇ ಮೆಚ್ಚಿಕೊಂಡಿತ್ತು. ಆ ಸಮಯದಲ್ಲಿ ಸಖಾರಾಮ್ ಗಣೇಶ ದೇವುಸ್ಕರ್ ಎಂಬುವರು ಬರೆದ ಬಂಗಾಳಿ ಭಾಷೆಯ 'ದೇಶೇಲ್ ಕಥಾ' ಅರವಿಂದರ ಮೇಲೆ ಭಾರಿ ಪ್ರಭಾವ ಬೀರಿತು. ಆದರೆ ಬ್ರಿಟಿಷ್ ಸರ್ಕಾರ ಆ ಪುಸ್ತಕವನ್ನು ಬಹಿಷ್ಕರಿಸಿತು. ಬಿಪಿನ ಚಂದ್ರಪಾಲ್ ಅವರು 'ವಂದೇ ಮಾತರಂ' ಎಂಬ ಪತ್ರಿಕೆ ಹೊರಡಿಸಲು ಮುಂದಾದರು. ಅದರ ಮೊದಲ ಸಂಚಿಕೆ 1906ರ ಆಗಸ್ಟ್ 7ರಂದು ಪ್ರಕಟಿಸಲು ಯೋಚಿಸಲಾಗಿತ್ತು. ಅಂದು ಬಂಗಾಳ ವಿಭಜನೆ ವಿರುದ್ಧವಾಗಿ ವಿದೇಶಿ ವಸ್ತುಗಳ ಬಹಿಷ್ಕಾರ ನಡೆಸಿದ ಒಂದು ವರ್ಷದ ದಿನವಾಗಿತ್ತು. ಆದರೆ ಪಾಲ್ ಅವರು ಅತಿಶೀಘ್ರವಾಗಿ ಕೋಲಕತಾ ಬಿಡಬೇಕಾಗಿ ಬಂದು ಆಗಸ್ಟ್ 5ರಂದೇ ಪತ್ರಿಕೆ ಹೊರಬಂದಿತು. ಅರವಿಂದರು ಆ ಪತ್ರಿಕೆಗೆ ಪಾಲರ ಗೈರುಹಾಜರಿಯಲ್ಲಿ ದಿನಕ್ಕೊಂದು ಲೇಖನ ಬರೆದು ಕೊಡಲು ಒಪ್ಪಿದರು. ಇವರಿಗೆ ಪತ್ರಿಕೆ ಆರಂಭಿಸಲು ಹರಿದಾಸ್ ಹಾಲ್ದಾರ್

ಎಂಬುವರು ಹಣಕಾಸು ನೀಡಿ ನೆರವಾಗಿದ್ದರು. ಮುಂದೆ ಚಿತ್ತರಂಜನ ದಾಸ್, ಸುಬೋಧ ಮಲ್ಲಿಕ್ ಸಹ ನೆರವಾದರು. ಅರವಿಂದರು ಸಂಪಾದಕ ರಾಗಿ ಕೆಲಸವನ್ನು ನಿರ್ವಹಿಸಿದರು. ಆದರೆ ಎಂದೂ ಅವರ ಹೆಸರು ಸಂಪಾದಕರೆಂದು ಪ್ರಕಟವಾಗಲಿಲ್ಲ. ಪತ್ರಿಕೆಯಲ್ಲಿ ಕ್ರಾಂತಿಕಾರಿ ಮನೋಭಾವದ ಲೇಖನಗಳು ಪ್ರಕಟವಾಗುತ್ತಿವೆಯೆಂದು 1907ರ ಜುಲೈ 24ರಂದು ಬ್ರಿಟಿಷ್‌ಸರ್ಕಾರವು ಅರವಿಂದರನ್ನು ಮತ್ತು ಬಿಪಿನ್ ಪಾಲ್‌ರನ್ನು ವಿಚಾರಣೆಗೆ ಗುರಿಪಡಿಸಲು ಉಪಕ್ರಮಿಸಲಾಯಿತು. ಬಿಪಿನ್ ಪಾಲರನ್ನು ಪ್ರಶ್ನಿಸಿದ ಸಂದರ್ಭದಲ್ಲಿ ಅವರು ತಮ್ಮ ಪತ್ರಿಕೆಯ ಸಂಪಾದಕರ ಹೆಸರನ್ನು ಹೇಳಲು ನಿರಾಕರಿಸಿದರು. ಅರವಿಂದರ ಹೆಸರನ್ನು ಹೊರಗೆಡವಲಿಲ್ಲ. ಇದರಿಂದ ಅರವಿಂದರು ಆರೋಪಕ್ಕೆ ಗುರಿಯಾಗಲಿಲ್ಲ.

ವಂದೇಮಾತರಂ ಜನಪ್ರಿಯ ಪತ್ರಿಕೆಯಾಗಿ ಬೆಳೆಯುತ್ತಿತ್ತು. ಇದನ್ನು ಸರ್ಕಾರ ಸಹಿಸದೆ 1907ರ ಜುಲೈ 3ರಂದು ಪತ್ರಿಕೆ ಕಛೇರಿಗೆ ಮುತ್ತಿಗೆ ಹಾಕಿ ಹಲವು ಪುಸ್ತಕಗಳು ಮತ್ತು ಕಾಗದಗಳನ್ನು ಮುಟ್ಟು ಗೋಲು ಹಾಕಿತು. ಆದರೆ ಇದಕ್ಕೆ ಜಗ್ಗದ ಪತ್ರಿಕೆ ಮರುದಿನವೇ 'ಕೊನೆಗೂ ಬಂತು ತೋಳ' ಎಂದು ವಿಶೇಷ ಲೇಖನ ಬರೆದಿತ್ತು.

ಅರವಿಂದರು ದಸ್ತಗಿರಿಯೂ ಆಗಿದ್ದರು. ಜಾಮೀನು ಮೇಲೆ ಅವರನ್ನು ಬಿಡಲಾಗಿತ್ತು. ವಿಚಾರಣೆ ನಂತರ ಅರವಿಂದರು ಮುಕ್ತರಾದ ರಾದರೂ ಪತ್ರಿಕೆಯ ಮುದ್ರಕನನ್ನು ಮೂರು ತಿಂಗಳ ಶಿಕ್ಷೆಗೆ ಗುರಿಪಡಿಸ ಲಾಯಿತು. ತಮ್ಮ ದಸ್ತಗಿರಿಯಾದ ಬಳಿಕ ಅರವಿಂದರು ನ್ಯಾಷನಲ್ ಕಾಲೇಜಿನ ಪ್ರಾಂಶುಪಾಲ ಹುದ್ದೆಗೆ ರಾಜೀನಾಮೆ ಕೊಟ್ಟರು. ಪ್ರಾಧ್ಯಾಪಕ ರಾಗಿ ಉಳಿದರಷ್ಟೆ. ಅರವಿಂದರು ಎಲ್ಲಿ ಸರ್ಕಾರದ ಆರೋಪಣೆಗೆ ಗುರಿಯಾಗುವರೋ ಎಂದು ಕವಿ ರವೀಂದ್ರನಾಥ ಠಾಗೂರರು 'ಅರವಿಂದರಿಗೆ'—ಎಂದು ಒಂದು ಪದ್ಯವನ್ನೆ ಬರೆದಿದ್ದರು. ಕಿಂಗ್ಸ್ ಫೋರ್ಡ್‌ರ ನ್ಯಾಯಾಲಯದಲ್ಲಿ ವಿಚಾರಣೆಯಾಗುತ್ತಿದ್ದಾಗ ಪದ್ಯ ವಂದೇ ಮಾತರಂನಲ್ಲಿ ಪ್ರಕಟವಾಗಿತ್ತು. ರವೀಂದ್ರರು ಅರವಿಂದರನ್ನು ತಮ್ಮ

ಪದ್ಯದಲ್ಲಿ 'ನನ್ನ ದೇಶದ ಗೆಳೆಯನೇ ನನ್ನ ಗೆಳೆಯನೇ' ಎಂದು
ಸಂಬೋಧಿಸಿದ್ದರು.

    1907ರ ನವೆಂಬರ್‌ನಲ್ಲಿ ಅರವಿಂದರು ಬಂಗಾಳದ ಪ್ರಾಂತೀಯ
ಸಮ್ಮೇಳನದ ಮಿಡ್ನಾಪುರ ಕಾರ್ಯಕಲಾಪದಲ್ಲೂ ಮತ್ತು ಮುಂದೆ ಹೂಗ್ಲಿ
ಕಾರ್ಯಕಲಾಪದಲ್ಲೂ ಭಾಗವಹಿಸಿದ್ದರು. ಭಾರತದ ಸಂಪೂರ್ಣ
ಸ್ವಾತಂತ್ರ್ಯಕ್ಕೆ ಒತ್ತಾಯಿಸಿ ಮಾತನಾಡಿದರು. 1906ರ ಡಿಸೆಂಬರಿನಲ್ಲಿ
ಕೋಲಕತಾದಲ್ಲಿ ಜರುಗಿದ ಕಾಂಗ್ರೆಸ್ ಅಧಿವೇಶನದಲ್ಲಿ ಅರವಿಂದರ
ಪ್ರಭಾವದಿಂದ ರಾಷ್ಟ್ರೀಯತಾವಾದಿಗಳು ಯಶಸ್ವಿಯಾಗಿದ್ದರು. ಕಾಂಗ್ರೆಸ್
ಇದರಿಂದಾಗಿ,

    i. ಸ್ವರಾಜ್ಯವೇ ಕಾಂಗ್ರೆಸ್‌ನ ಗುರಿ, ಸ್ವದೇಶಿ ವ್ರತ.

    ii. ವಿದೇಶಿ ವಸ್ತುಗಳ ನಿಷೇಧ.

    iii. ರಾಷ್ಟ್ರೀಯ ಶಿಕ್ಷಣ.

    ಎಂಬ ನಿರ್ಣಯಗಳನ್ನು ಅಂಗೀಕರಿಸಿತು. ದಾದಾಭಾಯಿ ನವರೋಜಿ
ಅಂದಿನ ಅಧಿವೇಶನದ ಅಧ್ಯಕ್ಷರಾಗಿದ್ದರು. ಅಂದಿನಿಂದ ರಾಷ್ಟ್ರೀಯತಾ
ವಾದಿಗಳ ನಾಯಕರೆಂದು ಅರವಿಂದರು ಗುರುತಿಸಲ್ಪಟ್ಟಿದ್ದರು.

ಸೂರತ್ ಅಧಿವೇಶನ

    ಕಾಂಗ್ರೆಸ್‌ನ ವಾರ್ಷಿಕ 1907ರ ಅಧಿವೇಶನವನ್ನು ಮಹಾರಾಷ್ಟ್ರದ
ನಾಗಪುರದಲ್ಲಿ ನಡೆಸಲು ಮೊದಲು ನಿಶ್ಚಯಿಸಲಾಗಿತ್ತು. ಆದರೆ ಸೌಮ್ಯ
ವಾದಿಗಳು ಅಧಿವೇಶನದ ಸ್ಥಳವನ್ನು ಸೂರತ್‌ಗೆ ಬದಲಾಯಿಸಿದರು.
1907ರ ಡಿಸೆಂಬರ್ 26ರಂದು ಅಧಿವೇಶ ಆರಂಭಿಸಲು ಯೋಜಿಸ
ಲಾಯಿತು. ಭಾರತದ ಹಲವು ಭಾಗಗಳಿಂದ ಪ್ರತಿನಿಧಿಗಳು ಹೆಚ್ಚಿನ
ಸಂಖ್ಯೆಯಲ್ಲಿ ಬಂದರು. ಅರವಿಂದರು ಬಂಗಾಳದಿಂದ ರಾಷ್ಟ್ರೀಯತಾ
ವಾದಿಗಳ ಒಂದು ದೊಡ್ಡ ತಂಡವನ್ನೆ ಅದರ ನಾಯಕತ್ವ ವಹಿಸಿ
ಕರೆತಂದರು. ಪಂಜಾಬಿನಿಂದ ಲಾಲ ಲಾಜಪತರಾಯ್, ಮಹಾರಾಷ್ಟ್ರದಿಂದ

ತಿಲಕರು, ಜಿ. ಎಸ್. ಖಪರ್ದೆಯವರೂ ಬಂದಿದ್ದರು. ಹಾಗೆ ನೋಡಿದರೆ ರಾಷ್ಟ್ರೀಯತಾವಾದಿಗಳು ನಾಗಪುರದಲ್ಲಿ ಪ್ರತ್ಯೇಕ ಕಾಂಗ್ರೆಸ್ ಅಧಿವೇಶನ ನಡೆಸಲು ಇಚ್ಛಿಸಿದ್ದರು. ಆದರೆ ತಿಲಕರು ಒಂದು ತಂತಿ ಕಳುಹಿಸಿ ಹಾಗಾಗುವುದನ್ನು ತಪ್ಪಿಸಿದ್ದರು. ಕೊಲಕತಾದಲ್ಲಿ ತೆಗೆದುಕೊಂಡ ನಿರ್ಣಯಗಳನ್ನು ಪಾಲಿಸುವಲ್ಲಿ ಸೌಮ್ಯವಾದಿಗಳೊಂದಿಗೆ ರಾಜಿಯಾಗಲು ರಾಷ್ಟ್ರೀಯತಾವಾದಿಗಳು ಒಪ್ಪಿದ್ದರು. ಕಾಂಗ್ರೆಸ್‌ನ್ನು ಪ್ರತ್ಯೇಕ ಮಾಡುವುದು ಅವರ ಉದ್ದೇಶವೇನೂ ಆಗಿರಲಿಲ್ಲ. ಆದರೆ ಸೌಮ್ಯವಾದಿಗಳು ನಿರ್ಣಯಗಳನ್ನು ಪಾಲಿಸುವಲ್ಲಿ ಪಲಾಯನ ಸೂತ್ರ ಪಠಿಸಿದಂತೆ ಕಂಡುಬಂದಾಗ ಹಾಗೂ ಕಾಂಗ್ರೆಸ್‌ಗೆ ಹೊಸ ಸಂವಿಧಾನವನ್ನು ಬರೆದು ಸೂರತ್ ಅಧಿವೇಶನದಲ್ಲಿ ಒಪ್ಪಿಸಲು ಯೋಚಿಸುತ್ತಿದ್ದುದು ತಿಳಿದು ಬಂದಿತು. ಹೀಗಾಗಿ ಸೌಮ್ಯವಾದಿಗಳು ಮತ್ತು ರಾಷ್ಟ್ರೀಯತಾವಾದಿಗಳ ನಡುವೆ ಭಿನ್ನಾಭಿಪ್ರಾಯ ಮೂಡಿಬಂದಿತಲ್ಲದೆ ಅಧಿವೇಶನದ ಅಧ್ಯಕ್ಷರ ಆಯ್ಕೆಯಲ್ಲಿ ಘರ್ಷಣೆ ಉಂಟಾಗುವ ಮಟ್ಟಕ್ಕೆ ತಲುಪಿತು ಸನ್ನಿವೇಶ. ಸುರೇಂದ್ರನಾಥ ಬ್ಯಾನರ್ಜಿಯವರು ಅಧ್ಯಕ್ಷತೆಗೆ ರಾಸ್ ಬಿಹಾರಿ ಘೋಷ್‌ರವರ ಹೆಸರನ್ನು ಸೂಚಿಸಿದರು. ಅಂದು ಡಿಸೆಂಬರ್ 27. ತಿಲಕರು ಲಾಲಾ ಲಜಪತರಾಯರ ಹೆಸರು ಸೂಚಿಸಿದರು. ತೀವ್ರಗಾಮಿ ಗಳಿಗೂ ಸೌಮ್ಯವಾದಿಗಳಿಗೂ ನಡುವೆ ಕಲಹವೇ ಆಯಿತು. ತಿಲಕರ ಮೇಲೆ ಹಲ್ಲೆಗೂ ಯತ್ನ ನಡೆಯಿತು.

ಸುರೇಂದ್ರನಾಥ ಬ್ಯಾನರ್ಜಿಯವರು ಮಿತವಾದಿಗಳು. ಎಲ್ಲವನ್ನೂ ಸಂವಿಧಾನಬದ್ಧ ಮಾರ್ಗದಲ್ಲಿಯೇ ಸಾಗಿಸಬೇಕು ಎಂಬುದು ಅವರ ನಿಲುವು. ಬ್ರಿಟಿಷರನ್ನು ಪೂರ್ಣ ತೊಲಗಿಸಬೇಕೆನ್ನುವ ಕಲ್ಪನೆ ಅವರಿಗೆ ಸಮ್ಮತವಾಗಿರಲಿಲ್ಲ. ಹೀಗಾಗಿ ಕಾಂಗ್ರೆಸ್ ಪಕ್ಷದಲ್ಲಿ ಸೌಮ್ಯವಾದಿಗಳ ನಿಲುವಿಗೆ ವಿರೋಧ ಹೆಚ್ಚುತ್ತಹೋಯಿತು. ಒಟ್ಟಿನಲ್ಲಿ ಸೂರತ್ ಅಧಿವೇಶನ ಯಾವೊಂದೂ ನಿರ್ಣಯಕ್ಕೂ ಬರದೆ ಗದ್ದಲದಲ್ಲಿ ಮುಗಿದು ಹೋಯಿತು. ರಾಷ್ಟ್ರೀಯತಾವಾದಿಗಳು ಕಾಂಗ್ರೆಸ್‌ನ ಒಂದು ಭಾಗವಾಗಿ

ಇರಲು ಇಷ್ಟಪಡಲಿಲ್ಲ. ಸ್ವತಃ ಅರವಿಂದರೇ ಇದನ್ನು ವಿರೋಧಿಸಿದರು.

ಅರವಿಂದರು ಎರಡು ವರ್ಷಗಳಿಂದ ಬರೋಡಾಗೆ ಹೋಗಿರಲಿಲ್ಲ. 1908ರಲ್ಲಿ ಬರೋಡಾಗೆ ಹೋಗಿ ಹದಿನೈದು ದಿನಗಳು ತಂಗಿದ್ದರು. ಆದರೆ ಈ ಅವಧಿಯಲ್ಲಿ ಯಾವ ರಾಜಕೀಯ ಚಟುವಟಿಕೆಗಳಲ್ಲಿಯೂ ತೊಡಗಲಿಲ್ಲ. ಅವರಿಗೆ ಯೋಗ ಮತ್ತು ಆಧ್ಯಾತ್ಮದಲ್ಲಿ ಒಲವು ಮೂಡಿತ್ತು. ಆದರೆ ರಾಜಕೀಯದ ಬಿರುಸಿನ ಚಟುವಟಿಕೆಗಳಿಂದಾಗಿ ಅವರಿಗೆ ನಿಯಮಿತವಾಗಿ ಪ್ರಾಣಾಯಮ ಅಭ್ಯಾಸ ಮಾಡಲೇ ಆಗಿರಲಿಲ್ಲ. ಇದೀಗ ಯೋಗವನ್ನು ಹೇಳಿಕೊಡುವಂಥವರು ಯಾರಾದರೂ ಇದ್ದಾರೆಯೆ ಎಂದು ಬಾರಿನ್‌ಎಂಬ ಸೋದರನನ್ನು ಕೇಳಿದರು. ವಿಷ್ಣುಭಾಸ್ಕರ ಲೀಲೆ ಎಂಬುವರು ಮಹಾರಾಷ್ಟ್ರದ ಒಬ್ಬ ಯೋಗಿ. ಬಾರಿನ್ ಅವರನ್ನು ಗ್ವಾಲಿಯರ್‌ನಿಂದ ಬರೋಡಾಗೆ ಕರೆಸಿದರು. ಕೇಶವರಾವ್ ಜಾಧವರ ಮನೆಯಲ್ಲಿ ಉಳಿದುಕೊಂಡಿದ್ದ ಅರವಿಂದರನ್ನು ಲೀಲೆ ಕಂಡರು. ಯೋಗ ಕಲಿಯಲು ಅರವಿಂದರನ್ನು ಎಲ್ಲ ರಾಜಕೀಯ ಚಟುವಟಿಕೆಗಳನ್ನು ಕೆಲಕಾಲ ಬಿಟ್ಟು ಬಿಡಬೇಕೆಂದು ಕೇಳಿಕೊಂಡರು ಲೀಲೆ. ಅರವಿಂದರು ಒಪ್ಪಿ ಸರ್ದಾರ್ ಮಜಂದಾರ್ ಎಂಬ ತಮ್ಮ ಹಳೆ ಮಿತ್ರನ ಮನೆಗೆ ಹೋಗಿದ್ದು ಲೀಲೆಯವರಿಂದ ಹಲವಾರು ವಿಚಾರಗಳನ್ನು ತಿಳಿದರು. ಅರವಿಂದರು ಈ ರೀತಿ ಬರೆಯುತ್ತಾರೆ: "ಲೀಲೆಯವರು ಹೇಳಿದರು;—'ಧ್ಯಾನದಲ್ಲಿ ಕುಳಿತುಕೋ. ಆಲೋಚಿಸಬೇಡ. ನಿನ್ನ ಮನಸ್ಸಿನತ್ತ ಮಾತ್ರ ನೋಡು. ಮನಸಿನೊಳಗೆ ಬರುವ ಆಲೋಚನೆಗಳನ್ನು ನೀನು ನೋಡುವೆ. ಅವು ನಿನ್ನ ಮನಸ್ಸನ್ನು ಪ್ರವೇಶಿಸುವ ಮೊದಲೇ ಅವನ್ನು ನಿನ್ನ ಮನಸಿನಿಂದ ದೂರ ಹಾಕು. ನಿನ್ನ ಮನಸ್ಸು ಸಂಪೂರ್ಣ ನಿಶ್ಶಬ್ದ ತಾಳುವವರೆಗೆ ಅವನ್ನು ದೂರ ಹಾಕುತ್ತಲಿರು! ನನಗೆ ಇದು ತಿಳಿದಿರಲಿಲ್ಲ. ನಾನು ಸುಮ್ಮನೆ ಕುಳಿತು ಧ್ಯಾನ ಮಾಡಿದೆ. ಕ್ಷಣದಲ್ಲಿ ನಾನು ಮನಸಿನಲ್ಲಿ ಬರುತ್ತಿದ್ದ ಆಲೋಚನೆಗಳನ್ನು ದೂರ ಹಾಕುತ್ತಾಹೋದೆ. ಮೂರು ದಿನಗಳಲ್ಲಿ ನಾನು ಮುಕ್ತನಾದೆ..."

ಇದು ಅರವಿಂದರಿಗೆ ಒಂದು ಹೊಸ ದಿವ್ಯಾನುಭವವನ್ನು ಕೊಟ್ಟಿತ್ತು. ಅವರು ಈಗ ಜ್ಞಾನವನ್ನು ಸ್ವೀಕರಿಸುವ ಮಟ್ಟ ಮುಟ್ಟಿದರು. ಈ ಮಧ್ಯೆ ರಾಜಕೀಯ ಕಾರ್ಯಕರ್ತರು ಅರವಿಂದರನ್ನು ತಮ್ಮಲ್ಲಿಗೆ ಬಂದು ಸಭೆಗಳಲ್ಲಿ ಮಾತನಾಡಬೇಕು ಎಂದು ಕರೆ ನೀಡಿದರು. ಪುಣೆಯಿಂದ ಬಂದ ಇಂಥದೊಂದು ಕರೆಗೆ ಓಗೊಟ್ಟು ಅರವಿಂದರು ಪುಣೆಗೆ ಹೋದರು. ಅವರ ಜತೆಯಲ್ಲಿ ಲೀಲೆಯವರೂ ಇದ್ದರು. ನಿಶ್ಶಬ್ಧತೆಯನ್ನು ಅನುಭವಿಸಿದ್ದ ಅರವಿಂದರು ಪುಣೆಯಲ್ಲಿ ಹೇಗೆ ಮಾತನಾಡುವುದು ಎಂದು ಲೀಲೆಯವರನ್ನೆ ಕೇಳಿದಾಗ ಲೀಲೆ, "ಸಭಿಕರಿಗೆ ನಮಸ್ಕಾರ ಹೇಳಿ, ಕಾಯ್ದು ನೋಡಿ. ಮನಸಿಗಿಂತ ಬೇರೆ ಇತರ ಮೂಲದಿಂದ ಮಾತನಾಡುವುದು ಸಾಧ್ಯವಾಗುತ್ತದೆ" ಎಂದು ಹೇಳಿದಾಗ ಅರವಿಂದರಿಗೆ ಅಚ್ಚರಿ ಹಾಗೆಯೇ ಆಯಿತು. ಅಲ್ಲಿ ಮಾತನಾಡಿ ಮುಂಬಯಿಗೆ ಹೋದರು. ದೊಡ್ಡ ಜನ ಸಮೂಹದೆದುರು ನಿಂತು ಮಾತನಾಡಿದರು. ಅಲ್ಲಿಂದ ನಾಸಿಕ್, ಧೂಲಿಯ, ಅಮರಾವತಿ, ನಾಗಪುರ ಇಲ್ಲಿಗೆಲ್ಲಾ ಹೋದರು. ಮಾಡಿದ ಭಾಷಣಗಳಿಗೆ ಲೆಕ್ಕವಿರಲಿಲ್ಲ. 1908ರ ಜನವರಿ ತಿಂಗಳಲ್ಲಿ ಅಮರಾವತಿಯಲ್ಲಿ ಮಾತನಾಡಿದಾಗ ವಂದೇ ಮಾತರಂ ಗೀತೆಯ ಇತಿಹಾಸವನ್ನು ಬಣ್ಣಿಸಿದರು. ಫೆಬ್ರುವರಿಯಲ್ಲಿ ಕೋಲಕತಾಗೆ ಹಿಂದಿರುಗಿದರು. ಇಷ್ಟೊಂದು ಭಾಷಣಗಳನ್ನು ನೀಡುತ್ತಾ ಬಂದ ಅರವಿಂದರು ಅಖಿಲ ಭಾರತ ನಾಯಕರಾಗಿ ರೂಪುಗೊಂಡಿದ್ದರು. ಇವರ ಪರಿಶ್ರಮಕ್ಕೆ ಮಾನಸಿಕ ಮೌನ ನೆರವಾಗಿತ್ತು.

ಕೊಲಕತಾಗೆ ಅರವಿಂದರು ಹಿಂದುರಿಗಿದಾಗ ಅಲ್ಲಿ ಪತ್ನಿ ಮೃಣಾಲಿನಿ ಇರಲಿಲ್ಲ. ಅರವಿಂದ ಮೃಣಾಲಿನಿಯವರ ದಾಂಪತ್ಯ ಜೀವನ ತೃಪ್ತಿಕರ, ಸಂತೋಷದಾಯಕವಾದುದಾಗಿರಲಿಲ್ಲ. ಬಹಳಷ್ಟು ಕಾಲ ಅವರು ಅಗಲಿಯೇ ಇದ್ದರು. ಅರವಿಂದರು ಬರೋಡಾದಲ್ಲಿದ್ದಾಗ ಮೃಣಾಲಿನಿ ಕೋಲಕತಾದಲ್ಲಿದ್ದರು. ಆಗಾಗ್ಗೆ ಬಂದು ಪತಿಯನ್ನು ಭೇಟಿಯಾಗುತ್ತಿದ್ದರು. ಅರವಿಂದರು ತಾಯಿ ತಂಗಿಯರೊಡನೆಯೂ ಇದ್ದಿರಲೇ ಇಲ್ಲ.

ಆದರೆ ಅವರಲ್ಲಿ ಪ್ರೀತಿ ಇದ್ದಿತು. ಹೆಂಡತಿಗೆ ಪತ್ರಗಳನ್ನು ಬರೆಯುತ್ತಿದ್ದರು. ಕುಟುಂಬ ನಿರ್ವಹಣೆಗೆ ಹಣ ಕಳುಹಿಸುತ್ತಿದ್ದರು. ಅರವಿಂದರು ಬರೆದ ಪತ್ರಗಳು ಒಬ್ಬ ತತ್ವಜ್ಞಾನಿ ಬರೆದ ಕಾಗದಗಳಾಗಿದ್ದವು. ತಮ್ಮ ಆಧ್ಯಾತ್ಮಿಕ ಅನುಭವಗಳನ್ನು ಅರವಿಂದರು ಆ ಪತ್ರಗಳಲ್ಲಿ ಬರೆಯುತ್ತಿದ್ದರು. ಈ ಪತ್ರಗಳ ಸಂಕಲನ 'ಮೃಣಾಲಿನಿಗೆ ಬರೆದ ಪತ್ರಗಳು' ಎಂದು ಪ್ರಕಟವೂ ಆಯಿತು. ಮೃಣಾಲಿನಿ ಬಹುಶಃ ಅರವಿಂದರನ್ನು ಸರಿಯಾಗಿ ಅರ್ಥ ಮಾಡಿಕೊಳ್ಳಲೇ ಇಲ್ಲ. ಆಕೆ ಹೆಚ್ಚು ಕಾಲ ಬದುಕಲೂ ಇಲ್ಲ. ಹದಿನಾಲ್ಕನೆ ವಯಸ್ಸಿಗೆ ಅಂದರೆ 1901ರಲ್ಲಿ ವಿವಾಹವಾದರು. ದಕ್ಷಿಣೇಶ್ವರದ ಸಂತ ಶ್ರೀ ರಾಮಕೃಷ್ಣ ಪರಮಹಂಸರ ಪತ್ನಿ ಶಾರದಾದೇವಿಯವರಿಂದ ದೀಕ್ಷೆ ಪಡೆದು ಆಧ್ಯಾತ್ಮದ ಆಸರೆ ಪಡೆದರು. 1918ರಲ್ಲಿ ಕೊಲಕತಾದಲ್ಲಿ ಇನ್‌ಫ್ಲೂಯೆಂಜಾ ಬೇನೆಗೆ ಬಲಿಯಾಗಿ ತೀರಿಕೊಂಡರು.

ಕೋಲಕತಾದಲ್ಲಿದ್ದಾಗ ಅಮರೇಂದ್ರನಾಥ ಚಟರ್ಜಿ ಎಂಬ ತರುಣ ದೇಶಭಕ್ತ ಅರವಿಂದರನ್ನು ಭೇಟಿ ಮಾಡಿದ. ಅವನು ಸ್ವದೇಶಿ ವ್ರತವನ್ನಾಚರಿಸುತ್ತಿದ್ದ. ಅರವಿಂದರು ಅವನಿಗೆ ಕ್ರಾಂತಿಕಾರಿ ಚಳುವಳಿಯಲ್ಲಿ ತೊಡಗಲು ಅನುವಾಗುವಂತೆ ದೀಕ್ಷೆ ಕೊಟ್ಟರು. ಅರವಿಂದರು ಆ ತರುಣನಲ್ಲಿ ಮಹತ್ವದ ಬದಲಾವಣೆಯಾಗುವಂತೆ ಮಾಡಿಬಿಟ್ಟಿದ್ದರು. ಅರವಿಂದರ ವ್ಯಕ್ತಿತ್ವವೇ ಹಾಗೆ. ಅವರ ಮಾತುಗಳು ಎಂಥ ತರುಣರನ್ನೂ ಆಕರ್ಷಿಸುತ್ತಿದ್ದವು.

ಕೋಲಕತಾದ ಮುರಾರಿ ಪುಕುರದ ಮಾಣಿಕತೊಲಾ ಗಾರ್ಡನ್ಸ್ ಎಂಬಲ್ಲಿ ಅರವಿಂದರಿಗೆ ಸ್ವಲ್ಪ ಪಿತ್ರಾರ್ಜಿತ ಆಸ್ತಿ ಇತ್ತು. ಎರಡೂವರೆ ಎಕರೆ ಭೂಮಿ ಒಂದು ಸಣ್ಣ ಶಿಥಿಲಗೊಂಡಿದ್ದ ಮನೆ ಇಷ್ಟೆ. ಅರವಿಂದರಿಗೆ ಇಷ್ಟೆ ಸಾಕಾಯಿತು. ಅಲ್ಲಿಗೆ ಹೋಗಿ ಇದ್ದುಕೊಂಡು ತಾಯ್ನಾಡಿಗೆ ತಮ್ಮ ಪ್ರಾಣಗಳನ್ನು ಅರ್ಪಿಸಬಲ್ಲ ಹತ್ತು ಹನ್ನೆರಡು ತರುಣ ಕ್ರಾಂತಿಕಾರಿಗಳಿಗೆ ತರಬೇತಿ ನೀಡಿದರು. ಈ ತರಬೇತಿಯಲ್ಲಿ ಶಸ್ತ್ರಾಸ್ತ್ರಗಳನ್ನು ಬಳಸುವ ಬಗೆ,

ಬಾಂಬುಗಳ ತಯಾರಿಕೆ, ಧ್ಯಾನ, ಗೀತಾಪಠನ ಮೊದಲಾದ ಎಲ್ಲವೂ ಸೇರಿದ್ದವು. ಆದರೆ ಭಯೋತ್ಪಾದನೆ ಎಂದೂ ಅರವಿಂದರ ಉದ್ದೇಶವಾಗಿರಲಿಲ್ಲ.

ಅಲಿಪುರ ಜೈಲಿನಿಂದ ಪಾಂಡಿಚೇರಿಯಡೆಗೆ..

ಇಂಗ್ಲಿಷ್ ಸರ್ಕಾರ ಆಗಲೇ ದೇಶಭಕ್ತರಿಗೆ ಹಲವು ರೀತಿಯ ಕಿರುಕುಳ ಕೊಡಲು ಆರಂಭಿಸಿತ್ತು. ಆದರೆ ಕ್ರಾಂತಿಕಾರಿಗಳು ಯಾವುದೇ ಕಿರುಕುಳವನ್ನು ಲಕ್ಷಿಸದೆ ಮುನ್ನುಗ್ಗುವ ಕೆಚ್ಚು ತೋರಿದ್ದರು. 'ಸ್ವದೇಶಿ' ದೇಶಭಕ್ತರೆಲ್ಲರ ತಾರಕಮಂತ್ರವಾಯಿತು. ಕ್ರಾಂತಿಕಾರಿಗಳ ಚಟುವಟಿಕೆಗಳು ಹೆಚ್ಚಾಗಿದ್ದಲ್ಲೆಲ್ಲ ಅದನ್ನು ಮಟ್ಟ ಹಾಕಲು ಸರ್ಕಾರ ಕ್ರೂರ ಸ್ವಭಾವದ ಅಧಿಕಾರಿಗಳನ್ನು ನೇಮಿಸಿತ್ತು. ಈ ಅಧಿಕಾರಿಗಳು ತಮ್ಮ ಕೈಗೆ ಸಿಕ್ಕಿದ ದೇಶಭಕ್ತರಿಗೆ ಚಿತ್ರಹಿಂಸೆ ಕೊಡುತ್ತಿದ್ದರು. ಇಂತಹ ಕ್ರೂರ ಅಧಿಕಾರಿಗಳಲ್ಲಿ ಕೊಲಕತಾದ ಚೀಫ್ ಪ್ರೆಸಿಡೆನ್ಸಿ ಮ್ಯಾಜಿಸ್ಟ್ರೇಟ್ ಕಿಂಗ್ಸ್‌ಫರ್ಡ್‌ನೂ ಒಬ್ಬ. 'ವಂದೇ ಮಾತರಂ' ಪತ್ರಿಕೆಯ ಮೇಲೆ ರಾಜದ್ರೋಹದ ಆಪಾದನೆ ಹೊರಿಸಿ ಅರವಿಂದರನ್ನು ವಿಚಾರಣೆಗೆ ಗುರಿಪಡಿಸಿದ್ದು ಕಿಂಗ್ಸ್‌ಫರ್ಡ್‌ನ ನ್ಯಾಯಾಲಯವೇ. ಪ್ರತ್ಯಕ್ಷ ರಾಕ್ಷಸನಂತಿದ್ದ ಕಿಂಗ್ಸ್‌ಫರ್ಡ್‌ನಿಗೆ ಪಾಠ ಕಲಿಸಲು ಕ್ರಾಂತಿಕಾರಿಗಳು ಆಲೋಚಿಸಿದ್ದರು. ಈ ಮಧ್ಯೆ 1907ರ ಆಗಸ್ಟ್‌ನಲ್ಲಿ ಸುಶೀಲಕುಮಾರ ಸೇನ್ ಎಂಬ ಹದಿನೈದು ವರ್ಷದ ಹುಡುಗನ ವಿಚಾರಣೆ ನಡೆಸಿದ್ದ ಕಿಂಗ್ಸ್‌ಫರ್ಡ್ ಬ್ರಿಟಿಷ್ ಪೊಲೀಸನ ಮೇಲೆ ಕೈ ಮಾಡಿ ಕಾನೂನುಭಂಗ ಮಾಡಿದನೆಂದು ಛಡಿಏಟು ಶಿಕ್ಷೆ ವಿಧಿಸಿದ. ಇದರಿಂದ ಕ್ರುದ್ಧರಾದ ಕ್ರಾಂತಿಕಾರಿಗಳು ಅವನನ್ನು ಮುಗಿಸಲೇ ಬೇಕೆಂದು ನಿರ್ಧರಿಸಿದರು. ಕಿಂಗ್ಸ್‌ಫರ್ಡ್ ಮುಜಫರ್‌ಪುರಕ್ಕೆ ಜಿಲ್ಲಾ ಸೆಷನ್ಸ್ ನ್ಯಾಯಾಧೀಶನಾಗಿ ವರ್ಗವಾದಾಗ 1908ರ ಏಪ್ರಿಲ್‌ತಿಂಗಳಲ್ಲಿ 'ಜುಗಾಂತರ್' ಗುಂಪಿಗೆ ಸೇರಿದ ಕ್ರಾಂತಿಕಾರಿಗಳು ಸಭೆ ಸೇರಿದರು. ಅಲ್ಲಿ ಅರವಿಂದರು, ಸುಬೋಧ ಮಲ್ಲಿಕ್, ಚಾರುದತ್ತ ಮೊದಲಾದವರಿದ್ದರು. ಸಭೆಯಲ್ಲಿ ಕಿಂಗ್ಸ್‌ಫರ್ಡ್‌ನನ್ನು ಗುಂಡಿಕ್ಕಿ ಕೊಲ್ಲಲು ನಿರ್ಧರಿಸಲಾಗಿತ್ತು.

1908ರ ಏಪ್ರಿಲ್ 30ರಂದು ಖುದೀರಾಮ ಬೋಸ್, ಪ್ರಫುಲ್ಲ ಕುಮಾರ ಎಂಬಿಬ್ಬರು ತರುಣ ಕ್ರಾಂತಿಕಾರಿಗಳು ಕಿಂಗ್ಸ್‌ಫರ್ಡ್ ತನ್ನ ಬಂಗಲೆಯಿಂದ ಹೊರಬರುವುದನ್ನೇ ಕಾಯುತ್ತ ನಿಂತರು. ಸ್ವಲ್ಪ ಹೊತ್ತಿನಲ್ಲಿ ಒಂದು ಕುದುರೆ ಗಾಡಿ ಕಿಂಗ್ಸ್‌ಫರ್ಡ್ ಬಂಗಲೆಯ ಆವರಣ ದಿಂದ ಹೊರಟಿತು. ಗಾಡಿ ಕ್ರಾಂತಿಕಾರಿಗಳನ್ನು ಸಮೀಪಿಸಿದಾಗ ಖುದೀರಾಮ ಗಾಡಿಯಲ್ಲಿ ಕಿಂಗ್ಸ್‌ಫರ್ಡ್ ಇದ್ದಾನೆಂದು ಅದರ ಮೇಲೆ ಬಾಂಬ್ ಎಸೆದ. ಅದು ಸ್ಫೋಟಗೊಂಡು ಭಾರಿ ಶಬ್ದವೇ ಆಯಿತು. ಖುದೀರಾಮ, ಪ್ರಫುಲ್ಲರು ಅಲ್ಲಿಂದ ಓಡಿಹೋದರು. ಆದರೆ ಗಾಡಿ ಯಲ್ಲಿದ್ದವರು ಕಿಂಗ್ಸ್‌ಫರ್ಡ್ ಆಗಿರಲಿಲ್ಲ. ಆತನ ಮನೆಗೆ ಬಂದಿದ್ದ ವಕೀಲ ಕೆನೆಡಿ ಎಂಬುವರ ಹೆಂಡತಿ, ಮಗಳು ಹಾಗೂ ಒಬ್ಬಳು ಸೇವಕಿ. ಮಗಳು, ಸೇವಕಿ ಅಲ್ಲೇ ಮೃತರಾದರು. ಶ್ರೀಮತಿ ಕೆನೆಡಿ ಎರಡು ದಿನಗಳ ನಂತರ ಮೃತಳಾದಳು. ಸತ್ತವರು ಅಮಾಯಕರು. ಈ ಸುದ್ದಿ ತಿಳಿದ ಅರವಿಂದರು ಬಾರಿನ್‌ಗೆ ಯಾಣಿಕತೋಲಾ ಗಾರ್ಡನ್‌ನಿಂದ ಕೆಲಸಗಾರರನ್ನು ಹಾಗೂ ಬಾಂಬ್ ತಯಾರಿಕೆಗೆ ಉಪಯೋಗಿಸಿದ ವಸ್ತುಗಳು ಶಸ್ತ್ರಾಸ್ತ್ರ ಗಳನ್ನು ತೆಗೆದುಬಿಡಬೇಕೆಂದು ಹೇಳಿದರು. ಆದರೆ ಸೋದರ ಬಾರಿನ್ ಆ ಕೆಲಸವನ್ನು ಸಂಪೂರ್ಣವಾಗಿ ಮಾಡಲಿಲ್ಲ. ಬಾಂಬ್ ತಯಾರಿಕೆ ಕಾರ್ಖಾನೆಯ ಕೆಲವೇ ಸ್ಫೋಟಕ ವಸ್ತುಗಳನ್ನು ತೆಗೆದಿದ್ದರಷ್ಟೆ. ಸರ್ಕಾರ ಕ್ರಾಂತಿಕಾರಿಗಳ ಚಟುವಟಿಕೆಗಳನ್ನು ಗಮನಿಸುತ್ತಲೇ ಬಂದಿದ್ದು ಅದಕ್ಕೆ ಅರವಿಂದರ ಬಗೆಗೂ ಸುಳಿವು ಸಿಕ್ಕಿ 1908ರ ಮೇ 2ರಂದು ಬಾರಿನ್‌ರನ್ನು ದಸ್ತಗಿರಿ ಮಾಡಿತು. ಅರವಿಂದರನ್ನು ಬಂಧಿಸಲೂ ಸರ್ಕಾರಕ್ಕೆ ಇದೊಂದು ಸದವಕಾಶವಾಗಿತ್ತು. ಹಾಗೆ ನೋಡಿದರೆ ಕೆನೆಡಿಯವರ ಶ್ರೀಮತಿ ಮತ್ತು ಇಬ್ಬರ ಸಾವಿಗೆ ಅರವಿಂದರು ಕಾರಣರಾಗಿರಲಿಲ್ಲ. ಅವರಿಂದರು ಕೋಲಕತಾದ ಗ್ರೇಸ್ಟ್ರೀಟ್‌ನ ಮನೆಯೊಂದರಲ್ಲಿ ತಂಗಿದ್ದರು. ಸರ್ಕಾರದ ಪೊಲೀಸರು ಅರವಿಂದರನ್ನು ಬಂಧಿಸಿದರು.

ಈಗಾಗಲೇ ಪೊಲೀಸರು ಬಾಂಬ್‌ಗಳು, ರಿವಾಲ್ವರುಗಳು, ಶಸ್ತ್ರಾಸ್ತ್ರಗಳು, ಆಸಿಡ್‌ಗಳು ಮೊದಲಾದ ವನ್ನು ವಶಪಡಿಸಿಕೊಂಡು

ಬಿಟ್ಟಿದ್ದರು. ಸರ್ಕಾರ ಖುದೀರಾಮನ ಮೇಲೂ ಮೊಕದ್ದಮೆ ಹೂಡಿತ್ತು. ವಿಚಾರಣೆಯ ನಾಟಕ ಎರಡು ತಿಂಗಳ ಕಾಲ ನಡೆಯಿತು. ಅರವಿಂದರೂ ವಿಚಾರಣೆಗೆ ಗುರಿಯಾಗಿದ್ದರು. ಅವರನ್ನು ಮೊದಲು ಕೋಲಕತಾದ ಲಾಲ್‌ಬಜಾರ್ ಪೊಲೀಸ್ ಸ್ಟೇಷನ್‌ಗೆ ಕರೆದೊಯ್ಯಲಾಯಿತು. ಬಳಿಕ ವಿಚಾರಣಾಧೀನ ಖೈದಿಯಾಗಿ 1908ರ ಮೇ 5ರಂದು ಅಲಿಪುರ ಸೆರೆಮನೆಯಲ್ಲಿರಿಸಲಾಯಿತು.

ಅಲಿಪುರ ವಿಚಾರಣೆ ಅಲಿಪುರದ ಡಿಸ್ಟ್ರಿಕ್ಟ್ ಮ್ಯಾಜಿಸ್ಟ್ರೇಟ್ ಬಿರ್ಲೆಯವರ ಮುಂದೆ 1908ರ ಮೇ 17ರಂದು ಆರಂಭವಾಯಿತು. ಕೇಂಬ್ರಿಜ್‌ನಲ್ಲಿ ಕಿಂಗ್ಸ್ ಕಾಲೇಜಿನಲ್ಲಿ ಅರವಿಂದರ ಸಹಪಾಠಿಯಾಗಿದ್ದ ಸಿ. ಬಿ. ಬೀಚ್ ಕ್ರಾಫ್ಟ್ ಹೆಚ್ಚುವರಿ ಸೆಷನ್ಸ್ ನ್ಯಾಯಾಧೀಶರಾಗಿದ್ದು ವಿಚಾರಣೆ ಕೈಗೆತ್ತಿಕೊಂಡಿದ್ದರು. ಕ್ರಿಮಿನಲ್ ಮೊಕದ್ದಮೆಯಲ್ಲಿನ ಮುಖ್ಯ ಫಿರ್ಯಾದಿ (ಪ್ರಾಸಿಕ್ಯೂಟರ್) ಅರ್ಡ್ಲಿನಾರ್ಟನ್ ವಿಚಾರಣೆ ಕಾಲದಲ್ಲಿ ಒಂದು ರಿವಾಲ್ವರನ್ನು ಸದಾ ತಮ್ಮ ಬ್ರೀಫ್‌ಕೇಸಿನಲ್ಲಿ ಇಟ್ಟುಕೊಂಡಿರುತ್ತಿದ್ದರು. 'ಅರವಿಂದ ಘೋಷ್ ಮುಖ್ಯ ಆಪಾದಿತ' ಎಂದು ಬೀಚ್ ಕ್ರಾಫ್ಟ್ ತಮ್ಮ ತೀರ್ಪಿನ ಪೂರ್ವಭಾವಿ ಭಾಗದಲ್ಲಿ ಬರೆದೇಬಿಟ್ಟಿದ್ದರು.

ಅರವಿಂದರ ಪರ ಯಾರು ವಕೀಲರಿರಬೇಕು? ಆಗ ನೆರವಿಗೆ ಬಂದವರು ದೇಶಬಂಧು ಚಿತ್ತರಂಜನದಾಸ್. ಅವರು ನ್ಯಾಯಾಲಯಕ್ಕೆ ಘೋಷ್‌ಅವರೇ ತಯಾರಿಸಿದ್ದ ಹೇಳಿಕೆಯಿಂದ ಕೆಲವು ವಾಕ್ಯಗಳನ್ನು ಉದ್ಧರಿಸಿ ಹೇಳಿದರು. ಅರವಿಂದರೇ ಹೇಳಿದ್ದರು: "ನಾನು ನನ್ನ ದೇಶಕ್ಕೆ ಸ್ವಾತಂತ್ರ್ಯದ ಆದರ್ಶವನ್ನು ಬೋಧಿಸಿದ್ದು ಕಾನೂನಿಗೆ ವಿರೋಧ ಎನ್ನುವುದಾದರೆ ನನ್ನ ಮೇಲಿನ ಆಪಾದನೆಗೆ ತಪ್ಪಿತಸ್ಥ ಮನೋಭಾವ ಉಳ್ಳವನಾಗಬೇಕು. ಸ್ವಾತಂತ್ರ್ಯದ ಆದರ್ಶ ಬೋಧಿಸುವುದು ಅಪರಾಧ ಎಂಬುದೇ ಆದರೆ, ಅದನ್ನು ಮಾಡಿದ್ದೇನೆಂಬುದನ್ನು ಒಪ್ಪುತ್ತೇನೆ. ನಾನೆಂದೂ ಅದನ್ನು ಕಲಹವಾಗಿಸಿಲ್ಲ. ನನ್ನ ದೇಶದ ಜನರಿಗೆ ಭಾರತ ರಾಷ್ಟ್ರಗಳ ಸಮೂಹದಲ್ಲಿ ಮಾಡಬೇಕಾದ ಕೆಲಸವೊಂದಿದೆ ಎಂಬುದನ್ನು

ಮನವರಿಕೆ ಮಾಡಲು ನನ್ನನ್ನು ಬೋಧಿಸಲು ಕರೆದರೆಂದು ನಾನು ಭಾವಿಸಿದೆನಷ್ಟೆ''.

ಪ್ರತಿಯೊಬ್ಬರೂ ವಿಚಾರಣೆಯು ಅರವಿಂದರಿಗೆ ಶಿಕ್ಷೆ ವಿಧಿಸುವುದರಲ್ಲಿ ಪರ್ಯಾವಸಾನವಾಗುತ್ತದೆ ಎಂದು ಹೆದರಿದರು. ಖುದೀರಾಮನಿಗೆ ಗಲ್ಲುಶಿಕ್ಷೆಯಾಗಿತ್ತು. ಆದರೆ 1909ರ ಮೇ 5ರಂದು ವಿಚಾರಣೆಯ ಕೊನೆಯದಿನ ಸಿ. ಆರ್. ದಾಸ್ ಅವರು ವಾದ ಮಂಡಿಸಿದ ರೀತಿ ಪ್ರಭಾವಪೂರ್ಣವಾಗಿತ್ತು. ಅರವಿಂದರು ತಪ್ಪಿತಸ್ಥರಲ್ಲ ಎಂದು ನ್ಯಾಯಾಲಯ ತೀರ್ಪು ನೀಡಿತು. ಅರವಿಂದರು ಅಲಿಪುರ ಸೆರೆಮನೆಯಲ್ಲಿ ವಿಚಾರಣೆಗಾಗಿ ಒಂದು ವರ್ಷ ಕಾಲ ಇರಬೇಕಾಯಿತು. ಮೇ 6ರಂದು ಅವರ ಬಿಡುಗಡೆಯಾಯಿತು. ಬ್ರಿಟಿಷ್ ಭಾರತದಲ್ಲಿ ಅರವಿಂದರನ್ನುಳಿಸಿ ಕೊಳ್ಳಲು ಸರ್ಕಾರ ಒಪ್ಪದಷ್ಟು ಕಠೋರವಾಯಿತು. ಅರವಿಂದರನ್ನು ಬಿಡುಗಡೆ ಮಾಡಿದ್ದರೂ ಅವರ ಸೋದರ ಬಾರಿನ್ ಹಾಗೂ ಉಲ್ಲಾಸಕರ್ ಎಂಬುವರನ್ನು ಮೊದಲು ಮರಣದಂಡನೆಗೆ ಗುರಿಪಡಿಸಿತ್ತು. ಆದರೆ ಶಿಕ್ಷೆ ಕಡಿಮೆ ಮಾಡಿ ಜೀವಾವಧಿ ಶಿಕ್ಷೆ ವಿಧಿಸಿತು. ಆದರೂ ಕೊನೆಗೆ 1920ರಲ್ಲಿ ಅವರನ್ನು ಬಿಟ್ಟುಬಿಡಲಾಯಿತು. ಅರವಿಂದರು ತಮಗೆ ಬ್ರಿಟಿಷ್ ಆಳ್ವಿಕೆಯ ಭಾರತದಲ್ಲಿ ಅಪಾಯವಿದೆ ಎಂಬುದನ್ನು ಅರಿತರು. ಸ್ವಾಮಿ ವಿವೇಕಾನಂದರ ಶಿಷ್ಯೆ ಗೆಳತಿ, ಸೋದರಿ ನಿವೇದಿತಾ ಮತ್ತಿತರ ಗೆಳೆಯರ ಸಲಹೆಯ ಮೇರೆಗೆ ಅರವಿಂದರು ಭಾರತವನ್ನು ಬಿಟ್ಟು ಫ್ರೆಂಚರ ಆಡಳಿತದಲ್ಲಿದ್ದ ಪಾಂಡಿಚೇರಿಗೆ ಹೋಗಲು ನಿರ್ಧರಿಸಿದರು.

ಅರವಿಂದರು ಜೈಲಿನಿಂದ ಹೊರಬಂದ ಮೇಲೆ ಹೊಸ ಬಗೆಯ ಮನುಷ್ಯರಾಗಿದ್ದರು. ದೇಶದ ಎಲ್ಲೆಡೆ ಪರಿಸ್ಥಿತಿ ಬದಲಾಗಿತ್ತು. ನೆಚ್ಚಿನ ಪತ್ರಿಕೆ ವಂದೇಮಾತರಂ ಅವರ ಗೈರುಹಾಜರಿಯಲ್ಲಿ ನಿಂತೇಹೋಗಿತ್ತು. ತಿಲಕರಿಗೆ ಆರು ವರ್ಷಗಳ ಕಾರಾಗೃಹ ವಾಸ ಶಿಕ್ಷೆಯಾಗಿ ಬರ್ಮಾದ ಜೈಲಿಗೆ ಅವರನ್ನು ರವಾನಿಸಲಾಗಿತ್ತು. 1909ರ ಮೇ 30ರಂದು ಅರವಿಂದರು ಉತ್ತರಪಾರ ಎಂಬಲ್ಲಿ ತಮ್ಮ ಐತಿಹಾಸಿಕ ಭಾಷಣ

ನೀಡಿದರು. ಅದನ್ನು ಹತ್ತು ಸಾವಿರದಷ್ಟು ಜನ ಕೇಳಿದ್ದರು. ಅದೊಂದು ದಿವ್ಯಾನುಭೂತಿಭಾಷಣವಾಗಿತ್ತು. ಜುಲೈ ತಿಂಗಳಲ್ಲಿ 'ಕರ್ಮಯೋಗಿನ್' ಪತ್ರಿಕೆಯಲ್ಲಿ ಅವರ ಒಂದು ಲೇಖನ 'ದೇಶ ಬಾಂಧವರಿಗೆ ಒಂದು ಬಹಿರಂಗ ಪತ್ರ' ಪ್ರಕಟವಾಯಿತು. ಕರ್ಮಯೋಗಿನ್ ಇಂಗ್ಲಿಷ್ ಪತ್ರಿಕೆ; ಸಾಪ್ತಾಹಿಕ. 'ಧರ್ಮ' ಒಂದು ಬಂಗಾಳಿ ಪತ್ರಿಕೆ. ಎರಡೂ ಪತ್ರಿಕೆಗಳಿಗೆ ಅರವಿಂದರು ಲೇಖನ, ಕವಿತೆಗಳನ್ನು ಬರೆದರು. ಕರ್ಮಯೋಗಿನ್‌ಅವರ 'ಎ ಸಿಸ್ಟಮ್ ಆಫ್ ನ್ಯಾಶನಲ್ ಎಜುಕೇಷನ್', 'ಬ್ರೇನ್ ಆಫ್ ಇಂಡಿಯಾ', 'ನ್ಯಾಶನಲ್ ವ್ಯಾಲ್ಯೂ ಆಫ್ ಆರ್ಟ್', 'ಐಡಿಯಲ್ ಆಫ್ ಕರ್ಮಯೋಗಿನ್' ಎಂಬ ಪ್ರಬಂಧಗಳು ಹಾಗೂ ಈಶ, ಕೇನ, ಕಂಠ ಉಪನಿಷತ್ತುಗಳ ಆಂಗ್ಲಾನುವಾದಗಳನ್ನು ಪ್ರಕಟಿಸಿತು. ಆಂಗ್ಲ ಸರ್ಕಾರ ಇದನ್ನೂ ಸಹಿಸಲಿಲ್ಲ. ಅರವಿಂದರನ್ನು ಸೆರೆಹಿಡಿಯುವ ಉದ್ದೇಶದಿಂದ 'ಕರ್ಮಯೋಗಿನ್' ಪತ್ರಿಕೆ ಕಛೇರಿಯನ್ನು ಮುತ್ತಿಗೆ ಹಾಕಿತು. ಆಗ ಅರವಿಂದರು ಕೂಡಲೇ ಅಲ್ಲಿಂದ ಚಂದರ್‌ನಾಗೂರ್ ಎಂಬಲ್ಲಿಗೆ ಹೊರಟುಹೋದರು. ಮೋತಿಲಾಲ್ ರಾಯ್ ಎಂಬ ನಾಗರಿಕನ ನೆರವಿನಿಂದ ಮನೆ ಬದಲಾಯಿಸುತ್ತಾ ಇದ್ದರು. ನಿವೇದಿತಾರನ್ನು ಕರ್ಮಯೋಗಿನ್ ಪತ್ರಿಕೆಯ ಸಂಪಾದಕತ್ವ ವಹಿಸಲು ಕೇಳಿಕೊಂಡರು. ಯೋಗ ಅಭ್ಯಾಸ ಮಾಡಿದರು.

ಚಂದರ್ ನಾಗೂರಿನಲ್ಲಿ ಇದ್ದುದೆಲ್ಲಾ ಕೇವಲ ಆರು ವಾರಗಳು ಮಾತ್ರ. ಆ ವೇಳೆಗಾಗಲೇ ಅವರ ಎಲ್ಲ ರಾಜಕೀಯ ಚಟುವಟಿಕೆಗಳೂ ಬಹುಮಟ್ಟಿಗೆ ನಿಂತುಹೋಗಿದ್ದವು. ಅವರು ಧ್ಯಾನಕ್ಕೆ ಕುಳಿತರೆ ಇಳಾ, ಭಾರತಿ, ಸರಸ್ವತಿ ದೇವಿಯವರ ರೂಪಗಳು ಕಣ್ಮುಂದೆ ಹಾದು ಹೋಗುತ್ತಿದ್ದವು. ಕೋಲಕತಾಗೆ ಹತ್ತಿರದಲ್ಲೇ ಚಂದರ್‌ನಾಗೂರಿದ್ದುದ ರಿಂದ ಅರವಿಂದರಿಗೆ ಅಲ್ಲಿರುವುದು ಅಪಾಯಕಾರಿ ಎನಿಸಿ ಅವರ ಮನಸು ಪಾಂಡಿಚೇರಿಗೆ ಹೋಗಲು ಹೇಳಿತು. ಸುಕುಮಾರ ಮಿತ್ರ ಎಂಬುವರು ಅರವಿಂದರ ಪಾಂಡಿಚೇರಿ ಪ್ರಯಾಣಕ್ಕೆ ಎಲ್ಲ ಏರ್ಪಾಟು ಮಾಡಿದರು.

ರೈಲಿನಲ್ಲಿ ಹೋಗುವುದು ಅಪಾಯಕರ ಎಂದು ಹಡಗಿನ ವ್ಯವಸ್ಥೆ ಮಾಡಲಾಯಿತು. ರೈಲಾದರೆ ಎಲ್ಲ ನಿಲ್ದಾಣಗಳಲ್ಲೂ ಪೊಲೀಸರು ಇದ್ದು ಅರವಿಂದರನ್ನು ಸುಲಭವಾಗಿ ಪತ್ತೆ ಹಚ್ಚಿಬಿಡುತ್ತಿದ್ದರು. ಫ್ರೆಂಚ್ ಹಡಗೊಂದು ಕೋಲಕತಾದಿಂದ ಹೊರಟು ಕೊಲಂಬೋಗೆ ಹೋಗುವ ಮಾರ್ಗದಲ್ಲಿ ಪಾಂಡಿಚೇರಿಯಲ್ಲಿ ನಿಲ್ಲುತ್ತಿತ್ತು. ಕೋಲಕತಾದಿಂದ ಹೊರಟ ಹಡಗು ಬ್ರಿಟಿಷ್ ಭಾರತ ಕಡಲ ತೀರ ದಾಟಿದ ಬಳಿಕ ಪ್ರಯಾಣಿಕರೆಲ್ಲ ಫ್ರೆಂಚ್ ಆಡಳಿತ ವ್ಯಾಪ್ತಿಗೆ ಬರುತ್ತಿದ್ದರು. ಆದುದರಿಂದ ಅರವಿಂದರಿಗೆ ರಕ್ಷಣೆ ಕೊಡುವ ಅಗತ್ಯವಿತ್ತು. ನವಖಾಲಿಯ ಇಬ್ಬರು ಸ್ವದೇಶಿ ಕಾರ್ಯಕರ್ತರನ್ನು ಅವರೊಡನೆ ಕಳುಹಿಸಿಕೊಡಲಾಯಿತು.

ಪಾಂಡಿಚೇರಿಯಲ್ಲಿ ಮಹರ್ಷಿ ಶ್ರೀ ಅರವಿಂದರು

ಪಾಂಡಿಚೇರಿಯನ್ನು ಅರವಿಂದರು 1910ರ ಏಪ್ರಿಲ್ 4ರಂದು ತಲುಪಿದರು. ಭಾರತೀಯ ರಾಜಕೀಯದಿಂದ ಅವರೀಗ ಬಹುದೂರ ಸಾಗಿದ್ದರು. ಒಂದರ್ಥದಲ್ಲಿ ರಾಜಕೀಯಕ್ಕೆ ವಿದಾಯ ಹೇಳಿದ್ದರು. ಆದರೂ ಬ್ರಿಟಿಷರು ಅರವಿಂದರನ್ನು ಹುಡುಕುವ ಕೆಲಸ ಬಿಟ್ಟೇ ಇರಲಿಲ್ಲ. ಎಲ್ಲೇ ಇದ್ದರೂ ಅರವಿಂದರು ರಹಸ್ಯವಾಗಿ ಕ್ರಾಂತಿಕಾರಿಗಳ ತಂಡವನ್ನು ತಯಾರು ಮಾಡಿಬಿಡುವರೆಂದು ಅವರು ಭಾವಿಸಿದ್ದರು. ಪಾಂಡಿಚೇರಿಗೆ ಅರವಿಂದರು ಬಂದಿಳಿದಾಗ ತಮಿಳಿನ ಪ್ರಸಿದ್ಧ ಕವಿ, ದೇಶಭಕ್ತ ಸುಬ್ರಹ್ಮಣ್ಯ ಭಾರತಿಯವರು ಅವರನ್ನು ಸ್ವಾಗತಿಸಿದರು. ಅರವಿಂದರನ್ನು ಕಾಣಲು ಬಂದಿದ್ದ ಇತರ ಬುದ್ಧಿಜೀವಿಗಳು, ಕ್ರಾಂತಿಕಾರಿ ಗಳಾದಂತಹ ವಿ. ರಾಮಸ್ವಾಮಿ ಅಯ್ಯಂಗಾರ್, ವಿ. ವಿ. ಎಸ್. ಅಯ್ಯರ್ ಮೊದಲಾದವರಿದ್ದರು. ಇಡೀ ಮಾನವ ಜನಾಂಗವನ್ನು ಕಷ್ಟಕೋಟಲೆಗಳಿಂದ, ಪರಿತಾಪಗಳಿಂದ ಬಿಡುಗಡೆಗೊಳಿಸುವಂಥ ಆಧ್ಯಾತ್ಮಿಕ ಹಾದಿಯನ್ನು ರೂಪಿಸುವಲ್ಲಿ ಅರವಿಂದರು ಮುಂದಾಗಿದ್ದರು. ಕೆ. ವಿ. ಆರ್. ಅಯ್ಯಂಗಾರ್ ಎಂಬುವರು ಅವರ ಆರ್ಥಿಕ ಮುಗ್ಗಟ್ಟು ನಿವಾರಿಸುವಲ್ಲಿ ಸಹಕರಿಸಿದರು. ಅವರ ಒಂದು ಪುಸ್ತಕ 'ಯೋಗಿಕ್ ಸಾಧನ' ಪ್ರಕಟಿಸಲೂ ನೆರವಾದರು.

ಇತ್ತ ಬ್ರಿಟಿಷ್ ಸರ್ಕಾರ ಅರವಿಂದರನ್ನು ಹುಡುಕುವ ಕೆಲಸ ಬಿಡಲೇ ಇಲ್ಲ. ಗುಪ್ತದಳದ ಸೇವಕರನ್ನು ನೇಮಿಸಿ ಹೇಗಾದರೂ ಮಾಡಿ ಅರವಿಂದರನ್ನು ಪಾಂಡಿಚೇರಿಯಿಂದ ಅಪಹರಿಸಿಕೊಂಡು ಬರಲು ಯತ್ನಿಸಲು ಹೇಳಿದ್ದರು. ಆದರೆ ಅದು ಅವರಿಂದ ಸಾಧ್ಯವಾಗಲಿಲ್ಲ. ಬ್ರಿಟಿಷರು ಇನ್ನೊಂದು ಕುತಂತ್ರ ಉಪಯೋಗಿಸಿದರು. ಅರವಿಂದರ ಸ್ನೇಹಿತರಲ್ಲೊಬ್ಬರಾದ ದೇಶಭಕ್ತ ವಿ.ವಿ.ಎಸ್. ಅಯ್ಯರ್‌ರವರಿಗೆ ಸೇರಿದ್ದ ಒಂದು ಬಾವಿಯಲ್ಲಿ ಯಾವುದೋ ನಂಬಿಕೆದ್ರೋಹದ ಸಾಹಿತ್ಯವನ್ನಿರಿಸಿ ಅಲ್ಲಿಗೆ ಒಬ್ಬ ಬ್ರಿಟಿಷ್ ಏಜೆಂಟ್‌ನನ್ನು ನೇಮಿಸಿದರು. ಅವನು ಅರವಿಂದರು ಮತ್ತು ಅಯ್ಯರ್‌ರವರನ್ನು ಸಿಕ್ಕಿಸಲು ಬೇಕಾದ ಸಂಗತಿ ಯೊಂದು ಅಯ್ಯರ್‌ರವರ ಬಾವಿಯಲ್ಲಿ ಕಾಣಬಹುದೆಂದು ಪೊಲೀಸರಿಗೆ ಹೇಳಿದನು. ಪೊಲೀಸರಿಗೆ ಬಾವಿಯಲ್ಲಿ ಸಾಹಿತ್ಯವಿದ್ದ ಒಂದು ಡಬ್ಬಿ ಸಿಕ್ಕಿತು. ಪರಿಶೋಧನಾ ಅಧಿಕಾರಿ ನಂದತ್ ಎಂಬುವರು ಅರವಿಂದರನ್ನು ತಮ್ಮ ಕೋಣೆಗೆ ಕರೆಸಿದರು. ವಿಚಾರಣೆ ಮಾಡುವ ಸಂದರ್ಭದಲ್ಲಿ ಅರವಿಂದರು ಹಲವು ಐರೋಪ್ಯ ಭಾಷೆಗಳನ್ನು ಬಲ್ಲವರೆಂದು ಗೊತ್ತಾದಾಗ ಅವರ ಪ್ರಯತ್ನ ವಿಫಲವಾಯಿತು. ಏಕೆಂದರೆ ಬ್ರಿಟಿಷರ ಯೋಜನೆ ಬಯಲಿಗೆ ಬಂದಿತ್ತು.

ಇನ್ನೊಮ್ಮೆ ಗುಪ್ತದಳದವರು ಅರವಿಂದರ ಮನೆಗೆ ಒಬ್ಬ ಅಡಿಗೆಯವನನ್ನು ನೇಮಿಸಿದರು. ಆದರೆ ಅವನ ವರ್ತನೆಯಿಂದ ಅವನ ನಿಜ ಉದ್ದೇಶ ಅರವಿಂದರಿಗೆ ತಿಳಿದು ಅವನೇ ಅಲ್ಲಿಂದ ಪಲಾಯನ ಮಾಡಿದ.

1912ರಲ್ಲಿ ಬ್ರಿಟಿಷ್ ಸರ್ಕಾರ ಫ್ರೆಂಚ್ ಸರ್ಕಾರಕ್ಕೆ ಫ್ರೆಂಚ್ ಅಧೀನ ಭಾರತದಲ್ಲಿರುವ ರಾಜಕೀಯ ನಿರಾಶ್ರಿತರನ್ನು ತಮಗೊಪ್ಪಿಸ ಬೇಕೆಂದು ಒತ್ತಾಯ ತಂದಿತು. ಆಗ ಅರವಿಂದರು ಆರ್ಥಿಕವಾಗಿ ಹೀನಾಯ ಸ್ಥಿತಿಯಲ್ಲಿದ್ದರು. ಅವರ ಬಳಿ ಒಂದೋ ಎರಡೋ ರೂಪಾಯಿಗಳಿದ್ದವು. ಆಗಲೂ ಕೆ. ಅಮೃತಾ ಎಂಬ ತಮ್ಮ ಆಶ್ರಮದ ಉಪಾಧ್ಯಾಯರಿಗೆ

ನೆರವಾದರು.

ಪಾಂಡಿಚೇರಿಯಲ್ಲಿ ಒಮ್ಮೆ ಅರವಿಂದರು ಉಪವಾಸವ್ರತ ಆಚರಿಸಿದರು. ಇದು ಅಲಿಪುರ ಜೈಲಿನಲ್ಲಿ ಕೈಕೊಂಡ ಉಪವಾಸದ ನಂತರದ ಉಪವಾಸ. ಇಪ್ಪತ್ತಮೂರು ದಿನಗಳ ಉಪವಾಸ. ಆಗಲೂ ಅರವಿಂದರು ಕ್ರಿಯಾಶೀಲರಾಗಿ ಕೆಲಸ ಮಾಡಿದರು. ಪ್ರತಿದಿನ ವ್ಯಾಯಾಮ, ಧ್ಯಾನ, ಬರವಣಿಗೆ ಎಲ್ಲ ಇದ್ದೇ ಇತ್ತು. ಇಡೀ ಉಪವಾಸದ ಅವಧಿಯಲ್ಲಿ ಸುಸ್ತಾದಂತೆ ಕಾಣಲೇ ಇಲ್ಲ. ಇದರಿಂದ ಪಾಂಡಿಚೇರಿಯ ಸಂತ, ಮಹರ್ಷಿ ಎಂದೆಲ್ಲ ಅರವಿಂದರು ಹೆಸರಾದರು.

ಅರವಿಂದರು ಅಧ್ಯಾತ್ಮ, ಯೋಗ-ಸಾಧನ ಕುರಿತಂತೆ ಆಳವಾದ ಅನುಭವವನ್ನು ಹೊಂದಿದ್ದರು. ಎಂಥವರಮೇಲೂ ಪ್ರಭಾವ ಬೀರಬಲ್ಲವ ರಾಗಿದ್ದರು. ಅವರು ಬರೆದ ವಂದೇಮಾತರಂನ ಲೇಖನಗಳನ್ನು ಭಾರತಿ ಯವರು ಓದಿಕೊಂಡಿದ್ದರು. ಅರವಿಂದರೊಡನೆ ನಿತ್ಯ ಎಂಬಂತೆ ಹಲವು ವಿಷಯಗಳನ್ನು ಚರ್ಚಿಸುತ್ತಿದ್ದರು. ಕಥೆಗಳು, ಹಾಸ್ಯಪ್ರಸಂಗಗಳು ವಿನಿಮಯವಾಗುತ್ತಿದ್ದವು. ಅರವಿಂದರು ಯಾವುದೇ ವಿಷಯದ ಬಗೆಗೆ ನೀಡುತ್ತಿದ್ದ ವಿಮರ್ಶೆಯನ್ನು ಭಾರತಿ ಆಸಕ್ತಿಯಿಂದ ಕಿವಿಗೊಟ್ಟು ಆಲಿಸುತ್ತಿದ್ದರು. ಒಮ್ಮೆ ಅವರು ಮಹರ್ಷಿ ಅರವಿಂದರು ಹೇಳಿದುದನ್ನು ಬರೆದಿಡಲಿಲ್ಲವಲ್ಲ ಎಂದು ಪೇಚಾಡಿದ್ದುಂಟು.

ಅರವಿಂದರು ಆರಂಭ ಕಾಲದಲ್ಲಿ ಶಂಕರ ಚೆಟ್ಟಿಯಾರ್ ಎಂಬುವರ ಮನೆಯಲ್ಲಿದ್ದ ಕಾಲ. ಫ್ರೆಂಚ್ ಪಂಡಿತ ಎಂ. ಪಾಲ್ ರಿಚರ್ಡ್ ಅರವಿಂದರನ್ನು ಅಲ್ಲಿ ಭೇಟಿ ಮಾಡಿದರು. ರಿಚರ್ಡ್ ಅರವಿಂದರೊಂದಿಗೆ ಚರ್ಚಿಸಿದರು. ಕೆಲವು ವರ್ಷಗಳ ನಂತರ ರಿಚರ್ಡ್ ಜಪಾನ್‌ಗೆ ಹೋಗಿದ್ದಾಗ ಒಂದು ಸಭೆಯಲ್ಲಿ ಹೇಳಿದರು: "ಏಷಿಯಾದಲ್ಲಿ ದೊಡ್ಡ ವಿಚಾರಗಳು, ದೊಡ್ಡ ಘಟನೆಗಳು, ದೊಡ್ಡ ವ್ಯಕ್ತಿಗಳು, ದೈವೀಕ ಪುರುಷರು ಬರುವ ಕಾಲ ಹತ್ತಿರ ಬರುತ್ತಿದೆ. ಇಡೀ ಜೀವನ ಕಾಲ ನಾನು ವಿಶ್ವದುದ್ದಕ್ಕೂ ಇವಕ್ಕಾಗಿ ಅರಸಿದೆ. ವಿಶ್ವದಲ್ಲಿ ಎಲ್ಲಿಯಾದರೂ ಇವು

ಇದೆ ಎಂದು ಭಾವಿಸಿದ್ದೆ. ಕಡೆಗೆ ಏಷಿಯಾದಲ್ಲಿ ನಾನು ಇವುಗಳ ಪೈಕಿ ಅತ್ಯಂತ ದೊಡ್ಡದನ್ನು ನಾನು ಗುರುತಿಸಿದೆ. ನಾಯಕ, ನಾಳಿನ ನಾಯಕ. ಆತ ಒಬ್ಬ ಹಿಂದೂ. ಅವರ ಹೆಸರೇ ಅರವಿಂದ ಘೋಷ್''

ಪಾಲ್ ರಿಚರ್ಡ್ ಒಬ್ಬ ಸಾಧಕರು. ಮುಂದೆ ಇವರೇ ತಮ್ಮ ಪತ್ನಿ ಮೀರಾ ಹಾಗೂ ಅರವಿಂದರ ನಡುವಿನ ಸಂಪರ್ಕದ ಕೊಂಡಿ ಆದರು.

ಅರವಿಂದರು ಎಲ್ಲಿದ್ದರೂ ಅದು ಆಶ್ರಮವೇ. ಅವರು 1913ರ ಏಪ್ರಿಲ್‌ನಲ್ಲಿ ಪಾಂಡಿಚೇರಿಯ ಮಿಷನ್ ಬೀದಿಯಲ್ಲಿ 15 ರೂಪಾಯಿ ಬಾಡಿಗೆಗೆ ಒಂದು ಮನೆ ಮಾಡಿದರು. ಅಲ್ಲಿದ್ದ ಅನುಕೂಲಗಳು ಕಡಮೆ. ಅಲ್ಲಿ ಆರು ತಿಂಗಳಷ್ಟೆ ಇದ್ದರು. ಹಣಕಾಸಿನ ಸ್ಥಿತಿ ತುಸು ಉತ್ತಮವಾದ ಬಳಿಕ ಒಂದು ದೊಡ್ಡ ಮನೆ ಮಾಡಿ, 1922ರವರೆಗೆ ಅಲ್ಲಿ ವಾಸಿಸಿದರು. ಅಲ್ಲಿ ಜಾಗದ ಅನುಕೂಲಗಳಿದ್ದರೂ ಮಲಗುತ್ತಿದ್ದುದು ಚಾಪೆಯ ಮೇಲೆ. ಪುಸ್ತಕಗಳಿಡಲು ಬೀರುಗಳಿರಲಿಲ್ಲ. ಇದ್ದ ಮಂಚ ಹರಿದೇಹೋಗಿತ್ತು. ಆಗ ಚಿತ್ತರಂಜನದಾಸರು ತಮ್ಮ ಬಂಗಾಳಿ ಕವಿತೆಗಳನ್ನು ಇಂಗ್ಲಿಷಿಗೆ ಭಾಷಾಂತರಿಸಿದುದಕ್ಕಾಗಿ ಅರವಿಂದರಿಗೆ 1000 ರೂಪಾಯಿ ಕಳುಹಿಸಿದ್ದರು. 'ಸಾಗರ್ ಸಂಗೀತ್' ಎಂದು ಆ ಪುಸ್ತಕ ಅಚ್ಚಾಗಿತ್ತು. ನಂತರ ಅರವಿಂದರು ಇದ್ದ ನೆಲೆ ಉತ್ತಮ ಸ್ಥಿತಿಕಂಡುಕೊಂಡಿತು. ಮುಂದೆ ಅವರಿದ್ದ ಮನೆ ಅತಿಥಿಗೃಹ ಎಂದು ಹೆಸರಾಯಿತು.

ಅರವಿಂದ ಆಶ್ರಮದಲ್ಲೇ 1914ರ ಆಗಸ್ಟ್ 15ರಿಂದ ಹೊಸ ಪತ್ರಿಕೆಯ ಉದಯವಾಯಿತು. ಪತ್ರಿಕೆ ಆರ್ಯ. ಇದರ ಮೂಲಕ ಅರವಿಂದರು ತಾವು ಯೋಗದಿಂದ ಕಲಿತ ತಿಳಿವಳಿಕೆಯನ್ನು ವಿಶ್ವಕ್ಕೆ ಕೊಡುಗೆಯಾಗಿ ನೀಡಿದರು.

ಶ್ರೀಮಾತೆಯ ಆಗಮನ

ಶ್ರೀಮಾತೆ ಭಾರತದಲ್ಲಿ ಅರವಿಂದಾಶ್ರಮದ ನಿರ್ವಹಣೆ ಹೊತ್ತ ಶಕ್ತಿ. ತನ್ನ ಬಾಲ್ಯದಿಂದ ಸುಪ್ತವಾಗಿದ್ದ ಆಧ್ಯಾತ್ಮಿಕದ ಹಂಬಲ ಆಕೆಗೆ ಶ್ರೀ

ಅರವಿಂದರ ಸನ್ನಿಧಿಯಲ್ಲಿ ಧನ್ಯತೆ ಕಂಡಿತು. ಶ್ರೀಮಾತೆ ಯಾರು? ಶ್ರೀಮಾತೆ ಹುಟ್ಟಿದ್ದು ಫ್ರಾನ್ಸಿನಲ್ಲಿ. ಈಕೆ 1878ರ ಫೆಬ್ರುವರಿ 21ರಂದು ಮಾರಿಸ್ ಆಲ್ ಫಾಸ್ಸಾ ಹಾಗೂ ಮತಿಲ್ಡಾ ದಂಪತಿಗಳಿಗೆ ಮಗಳಾಗಿ ಜನಿಸಿದರು. ತಂದೆ ತಾಯಿ ಇಟ್ಟ ಹೆಸರು ಮೀರಾ. ಈಕೆ ಭಾರತಕ್ಕೆ ಬಂದು ನೆಲಸಿದ್ದೆ ಒಂದು ಪವಾಡ. ಭಾರತವನ್ನು ತನ್ನ ತಾಯ್ನಾಡಾಗಿ ಮಾಡಿಕೊಂಡರು. ಆಕೆ ಹೇಳುತ್ತಾರೆ: "ನಾನು ಚಿಕ್ಕವಳಿದ್ದಾಗ ಧ್ಯಾನಕ್ಕೆ ಕುಳಿತಾಗಲೆಲ್ಲ ಒಬ್ಬ ಮಹಾಪುರುಷರ ದರ್ಶನವಾಗುತ್ತಿತ್ತು. ನಾನು ಆತನನ್ನು ಶ್ರೀಕೃಷ್ಣ ಎಂದು ಕರೆದೆ. ಭಾರತಕ್ಕೆ ಬಂದು ಶ್ರೀ ಅರವಿಂದರನ್ನು ಕಂಡಾಗ, ಚಿಕ್ಕಂದಿನಲ್ಲಿ ಕಾಣುತ್ತಿದ್ದ ಆ ಮಹಾಪುರುಷರೇ ಇವರೆಂದು ಥಟ್ಟನೆ ಗೊತ್ತಾಯಿತು.

ಮೀರಾ ಹುಟ್ಟಿದ್ದು ಪ್ಯಾರಿಸ್‍ನಲ್ಲಿ. ಚಿಕ್ಕಂದಿನಲ್ಲಿ ಪ್ರಕೃತಿಯೊಡನೆ ಸದಾ ಒಡನಾಟ. ಆಗಾಗ ಒಂದು ಮರದಡಿ ಕುಳಿತು ಧ್ಯಾನ ಮಾಡುತ್ತಿದ್ದರು. ಅವರಿಗೆ ಪಶು ಪಕ್ಷಿಗಳಲ್ಲಿ ಪ್ರೀತಿ. ಕಿರಿಯ ವಯಸ್ಸಿಗೆ ಮೀರಾ ಸಣ್ಣಕಥೆ, ಪ್ರಬಂಧಗಳನ್ನು ಬರೆದರು. ಚಿತ್ರ ಬರೆಯುವುದರಲ್ಲೂ ಆಕೆ ನಿಷ್ಣಾತೆ. ವಾದ್ಯಗಳನ್ನೂ ಸುಲಲಿತವಾಗಿ ನುಡಿಸುತ್ತಿದ್ದರು. ಮೀರಾ ಅವರ ಪತಿಯೇ ಪಾಲ್ ರಿಚರ್ಡ್. ಇವರು 1910ರಲ್ಲಿ ಫ್ರೆಂಚ್ ಪಾರ್ಲಿಮೆಂಟ್‍ಗೆ ನಡೆದ ಚುನಾವಣೆಗೆ ಫ್ರೆಂಚ್‍ಇಂಡಿಯಾ ಕ್ಷೇತ್ರದಿಂದ ಸ್ಪರ್ಧಿಸಿದ್ದರು. ಚುನಾವಣಾ ಪ್ರಚಾರಕ್ಕೆಂದು ಪಾಂಡಿಚೇರಿಗೆ ಬಂದರು. ರಿಚರ್ಡ್ ಪಾಂಡಿಚೇರಿಗೆ ಹೋಗುವಾಗ ಮೀರಾ ಅವರಿಗೆ, ಸ್ಟಾರ್ ಆಫ್ ಡೇವಿಡ್ ಎಂಬ ಪ್ರತಿಮಾಯಂತ್ರವನ್ನು ಕೊಟ್ಟು "ಭಾರತದಲ್ಲಿ ಇದನ್ನು ತೋರಿಸಿ, ಇದರ ಅರ್ಥವೇನೆಂದು ತಿಳಿದುಕೊಳ್ಳಿ" ಎಂದು ಹೇಳಿ ಕಳುಹಿಸಿದ್ದರು. ಹಾಗೂ ಯಂತ್ರದ ಅರ್ಥವನ್ನು ತಮಗೆ ಯಾರು ವಿವರಿಸುವರೋ ಅವರನ್ನು ತಮ್ಮ ಗುರುವಾಗಿ ಅಂಗೀಕರಿಸುವುದಾಗಿ ನಿರ್ಧರಿಸಿದ್ದರು. ರಿಚರ್ಡ್ ಏಪ್ರಿಲ್ ಮಧ್ಯಭಾಗದಲ್ಲಿ ಪಾಂಡಿಚೇರಿಗೆ ಬಂದಿದ್ದಾಗ ಅರವಿಂದರಿಗೆ ಆ ಯಂತ್ರವನ್ನು ತೋರಿಸಿದರು. ಅರವಿಂದರು

ಯಂತ್ರವನ್ನೊಮ್ಮೆ ನೋಡಿ ಅದರ ಅರ್ಥವನ್ನು ಹೇಳಿದರು. ರಿಚರ್ಡ್ ಊರಿಗೆ ಹಿಂತಿರುಗಿದಾಗ ಪತ್ನಿಗೆ ಅರವಿಂದರು ಹೇಳಿದ್ದುದನ್ನು ತಿಳಿಸಿದರು. ಅರವಿಂದರು ಕೊಟ್ಟಿದ್ದ ವಿವರಣೆ ಮೀರಾ ಅವರಿಗೆ ತುಂಬಾ ಹಿಡಿಸಿತು. ಆಕೆ ಆಗಲೇ ಅರವಿಂದರನ್ನು ತಮ್ಮ ಧರ್ಮಗುರುಗಳೆಂದು ನಿರ್ಧರಿಸಿದರು. ಅಂದಿನಿಂದ ಅರವಿಂದರೊಡನೆ ಪತ್ರ ವ್ಯವಹಾರ ಪ್ರಾರಂಭ ಮಾಡ ತೊಡಗಿದರು. ಅರವಿಂದರು ಬರೆಯುತ್ತಿದ್ದ ಉತ್ತರಗಳು ಪ್ಯಾರಿಸ್‌ನಲ್ಲಿ ಸೇರುತ್ತಿದ್ದ ಧಾರ್ಮಿಕ ಜಿಜ್ಞಾಸುಗಳಿಗೆ ಹೆಚ್ಚು ಪ್ರಯೋಜನವಾಯಿತು.

1914ರ ಮಾರ್ಚ್ 29ರಂದು ರಿಚರ್ಡ್ ದಂಪತಿಗಳು ಪಾಂಡಿಚೇರಿಗೆ ಬಂದರು. ಮೀರಾ ಮೊದಲಬಾರಿಗೆ ಅರವಿಂದರನ್ನು ಕಂಡರು. ಬಹುಕಾಲದಿಂದ ತಾನು ಅರಸುತ್ತಿದ್ದ ತಾಣದ ಹೊಸ್ತಿಲ ಬಳಿಗೆ ಬಂದಿದ್ದೇನೆ ಎಂದು ಆಕೆ ಭಾವಿಸಿದರು. ರಿಚರ್ಡ್ ಚುನಾವಣೆಯಲ್ಲಿ ಸೋತರು. ಆದರೆ ಮುಂದೆ ಪಾಂಡಿಚೇರಿಯಲ್ಲೇ ಉಳಿದು ಅರವಿಂದ ರೊಂದಿಗೆ ಭಾರತೀಯ ಧರ್ಮ ಮತ್ತು ವೇದಾಂತವನ್ನು ಪ್ರಚಾರ ಮಾಡಲು ಶ್ರಮಿಸಿದರು. ಆರ್ಯ ಮಾಸಪತ್ರಿಕೆ ಪ್ರಾರಂಭವಾದುದಕ್ಕೂ ರಿಚರ್ಡ್‌ರವರೇ ಕಾರಣ. 1914ರ ವರ್ಷವೇ ವಿಶ್ವದ ಪ್ರಥಮ ಮಹಾಯುದ್ಧ ಆರಂಭವಾಗಿ ರಿಚರ್ಡ್ ಯುದ್ಧದಲ್ಲಿ ಸೇವೆ ಸಲ್ಲಿಸಲು ಫ್ರಾನ್ಸಿಗೆ ಹಿಂದಿರುಗಿದರು. ಜತೆಯಲ್ಲಿ ಮೀರಾ ಅವರೂ.

ಪಾಲ್ ರಿಚರ್ಡ್ 1916ರಲ್ಲಿ ಜಪಾನಿಗೆ ಹೋಗಿ ಅಲ್ಲಿ 1919ರವರೆಗೆ ಇದ್ದರು. ಅಲ್ಲಿ ಬೌದ್ಧ ಧರ್ಮ ನೆಲೆಸಿತ್ತು. ರಿಚರ್ಡ್ ದಂಪತಿಗಳು ಬೌದ್ಧ ಧರ್ಮವನ್ನು ಆಳವಾಗಿ ಅಭ್ಯಾಸ ಮಾಡಿ ಅನೇಕ ಆಧ್ಯಾತ್ಮಿಕ ಅನುಭವಗಳನ್ನು ಪಡೆದರು. ಜಪಾನಿನ ಜೀವನ ಮೀರಾರ ಮೇಲೆ ಪ್ರಭಾವ ಮೂಡಿಸಿ ಮುಂದೆ ಅರವಿಂದಾಶ್ರಮದಲ್ಲಿ ಶಿಸ್ತು, ಸೌಂದರ್ಯ ಪ್ರಜ್ಞೆಗಳನ್ನು ಕಾಪಾಡಲು ನೆರವಾಯಿತು. ರಿಚರ್ಡ್ ದಂಪತಿಗಳು 1920ರ ಏಪ್ರಿಲ್ 24ರಲ್ಲಿ ಪಾಂಡಿಚೇರಿಗೆ ಮರಳಿದರು. ಮುಂದೆ ಮೀರಾ ತಾವು ತೀರಿಕೊಳ್ಳುವವರೆಗೂ ಅಲ್ಲೇ ಉಳಿದರು. ಆದರೆ

ರಿಚರ್ಡ್ ಅಮೆರಿಕೆಗೆ ಹೊರಟುಹೋದರು. ಅವರು ಅಲ್ಲಿದ್ದುಕೊಂಡೆ ತಮ್ಮದೇ ಆದ ರೀತಿಯಲ್ಲಿ ಭಾರತದ ಪುನರುತ್ಥಾನಕ್ಕಾಗಿ ಕೆಲಸ ಮಾಡಿದರು. 1922ರ ಜನವರಿ 1ರಂದು ಮಾತೆ ಅರವಿಂದರ ಮನೆಯ ಇಡೀ ಆಡಳಿತದ ಹೊಣೆ ವಹಿಸಿಕೊಂಡರು.

ಆರ್ಯ ಮಾಸಪತ್ರಿಕೆಗೆ ಅರವಿಂದರು ಈ ಕೆಳಗಿನಂತೆ ಬರೆದರು,

'ದಿ ಲೈಫ್ ಡಿವೈನ್' (ದಿವ್ಯ ಜೀವನ)—ಆಗಸ್ಟ್ 1914ರಿಂದ ಜನವರಿ 1919. 'ದಿ ಸಿಂಥೆಸಿಸ್ ಆಫ್ ಯೋಗ'—ಆಗಸ್ಟ್ 1914ರಿಂದ ಜನವರಿ 1921. 'ದಿ ಸೀಕ್ರೆಟ್ ಆಫ್ ದಿ ವೇದ'—ಆಗಸ್ಟ್ 1914ರಿಂದ ಜುಲೈ 1916. 'ಈಶ ಉಪನಿಷದ್'—ಆಗಸ್ಟ್ 1914ರಿಂದ ಮೇ 1915. 'ಕೇನೋಪನಿಷತ್'—ಜೂನ್ 1915ರಿಂದ ಜುಲೈ 1916. 'ದಿ ಐಡಿಯಲ್ ಆಫ್ ಹ್ಯೂಮನ್ ಯುನಿಟಿ'—ಸೆಪ್ಟೆಂಬರ್ 1915ರಿಂದ ಜುಲೈ 1918. 'ಎಸ್ಸೇಸ್ ಆನ್ ದಿ ಗೀತಾ'—ಆಗಸ್ಟ್ 1916ರಿಂದ ಜುಲೈ 1918-1920. 'ದಿ ಸೈಕಾಲಜಿ ಆಫ್ ಸೋಷಿಯಲ್ ಡೆವಲಪ್‌ಮೆಂಟ್'— ಆಗಸ್ಟ್ 1916ರಿಂದ ಜುಲೈ 1918. 'ದಿ ಫ್ಯೂಚರ್ ಪೊಯಿಟ್ರಿ'—ಡಿಸೆಂಬರ್ 1917ರಿಂದ ಜುಲೈ 1920. 'ದಿ ರೆನೆಸೆನ್ಸ್ ಇನ್ ಇಂಡಿಯಾ'—ಆಗಸ್ಟ್ 1918ರಿಂದ ನವೆಂಬರ್ 1918. 'ಈಸ್ ಇಂಡಿಯಾ ಸಿವಿಲೈಸ್ಡ್'—ಡಿಸೆಂಬರ್ 1918ರಿಂದ ಫೆಬ್ರುವರಿ 1919. 'ಎ ರ್‍ಯಾಷನಲಿಸ್ಟಿಕ್ ಕ್ರಿಟಿಕ್ ಆಫ್ ಇಂಡಿಯನ್ ಕಲ್ಚರ್'—ಫೆಬ್ರುವರಿ 1919ರಿಂದ ಜುಲೈ 1919. 'ಎ ಡಿಫೆನ್ಸ್ ಆಫ್ ಇಂಡಿಯನ್ ಕಲ್ಚರ್'—ಆಗಸ್ಟ್ 1919ರಿಂದ ಜನವರಿ 1921.

ಆರ್ಯ 1921ರ ಆರಂಭವಾದ ದಿನಗಳಲ್ಲಿ ಪ್ರಕಟಣೆ ನಿಲ್ಲಿಸಿತು. ಅದೊಂದು ಲಾಭಕರ ಪ್ರಕಟಣೆಯಾಗಿದ್ದಿತು. ಆದರೆ ಅರವಿಂದರು ಹೆಚ್ಚು ಕಾಲ ತಮ್ಮ ಜೀವನದ ನಿಜ ಉದ್ದೇಶದತ್ತ ಗಮನ ನೀಡುತ್ತಾ ಬಂದರು. ಬರವಣಿಗೆಗೆ ಸಮಯ ಸಿಗುತ್ತಿದ್ದುದು ಕಡಮೆ. ಅರವಿಂದರ ಧ್ಯಾನ ಮತ್ತು ಯೋಗ ಯಾವ ಅಡ್ಡಿ ಇಲ್ಲದೆ ಮುಂದುವರೆಯುತ್ತಿತ್ತು. ಪಾಂಡಿಚೇರಿ

ಯಲ್ಲಿ ಅರವಿಂದರು ತಮ್ಮ ಆಧ್ಯಾತ್ಮಿಕ ಜೀವನದ ಜತೆಗೆ ಸಾಹಿತ್ಯದ ಚಟುವಟಿಕೆಗಳಲ್ಲಿ ತೊಡಗಿಸಿಕೊಳ್ಳುತ್ತಿದ್ದರು. ಸುಬ್ರಹ್ಮಣ್ಯ ಭಾರತಿಗಳು ಪಾಂಡಿಚೇರಿಯಲ್ಲಿದ್ದಾಗಲೇ 'ಪಾಂಚಾಲಿ ಶಪಥಂ' ಕಾವ್ಯ ಬರೆದದ್ದು. ಅರವಿಂದರು ಬಂಗಾಳಿ ಮತ್ತು ಸಂಸ್ಕೃತಗಳಲ್ಲಿನ ಎಷ್ಟೋ ಪದ್ಯಗಳನ್ನು ಅನುವಾದಿಸಿದರು.

1921ರ ಚಳಿಗಾಲದಲ್ಲಿ ಒಂದು ಘಟನೆ ನಡೆಯಿತು. ಅಡಿಗೆಯವನಾದ ವಿಠಲನನ್ನು ಕೆಲಸದಿಂದ ತೆಗೆದುಹಾಕಲಾಯಿತು. ಇದರಿಂದ ಸಿಟ್ಟಿಗೆದ್ದ ವಿಠಲ ಕಲ್ಲುಗಳನ್ನೆಸೆದರಿಂದ ಕೆಲವರಿಗೆ ಗಾಯ ವಾಯಿತು. ವಿಠಲ ಕೂಡ ತನ್ನನ್ನು ಕೆಲಸದಿಂದ ತೆಗೆದುಹಾಕಿದುದರಿಂದ ಬೇಸರಗೊಂಡ. ತೀವ್ರವಾಗಿ ಕಾಯಿಲೆ ಬಿದ್ದ. ಆಗ ಅವನ ಹೆಂಡತಿ ಅರವಿಂದರಲ್ಲಿ ಹೋಗಿ ಅವನ ಪರವಾಗಿ ಕ್ಷಮೆ ಬೇಡಿದಳು. ಅರವಿಂದರು ಅವರಲ್ಲಿ ಔದಾರ್ಯ ತೋರಿದರು. ವಿಠಲ ಇಷ್ಟು ಸಣ್ಣ ವಿಷಯಕ್ಕೆ ಸಾಯಬಾರದು ಎಂದು ಹೇಳಿದರು. ಶೀಘ್ರದಲ್ಲೇ ಅವನು ಗುಣಮುಖ ನಾದ. ಪುನಃ ಅವನಿಗೆ ಕೆಲಸ ನೀಡಿದರು.

ಆಶ್ರಮದ ಹೊಣೆ

1926ರ ನವೆಂಬರ್ 24. ಶ್ರೀ ಅರವಿಂದರ ಜೀವನದಲ್ಲಿ ಅದೊಂದು ಪರ್ವದಿನ. ಹಲವು ವರ್ಷಗಳ ಸಾಧನೆ ಫಲ ಕೊಟ್ಟ ದಿನ. ಭಗವಾನ್‌ಬುದ್ಧದೇವನಿಗೆ ಬೋಧಿ ವೃಕ್ಷದ ಕೆಳಗೆ ಸಿದ್ಧಿಯಾದಂತೆ ಅವರಿಗೆ ಸಿದ್ಧಿ ಪಡೆದ ದಿನ. ಅಂದಿನಿಂದ ಅವರು ಬಾಹ್ಯ ಸಂಪರ್ಕವನ್ನು ಬಿಟ್ಟುಬಿಟ್ಟರು. ಆಶ್ರಮವಾಸಿಗಳಿಗೆ ಮತ್ತು ಸಾಧಕರಿಗೆ ಅವರ ದರ್ಶನ ವಿರಳವೇ ಆಯಿತು. ಈಗ ಅರವಿಂದರ ಅನುಯಾಯಿಗಳಿಗೆ ಗುರು, ಮಾರ್ಗದರ್ಶಿನಿ ಎಲ್ಲವೂ ಮಾತಾಜಿಯವರೇ ಆದರು. ಆಶ್ರಮದ ಹೊಣೆ ಗುರುತರವಾದ ಜವಾಬ್ದಾರಿ. ಆಶ್ರಮವಾಸಿಗಳ ಎಲ್ಲ ಅವಶ್ಯಕತೆಗಳನ್ನು ಪೂರೈಸುವ ಪೂರ್ಣ ಹೊಣೆ. ಅವರ ದಿನನಿತ್ಯದ ಅಗತ್ಯಗಳನ್ನು ಒದಗಿಸಿ ಪೂರೈಸಬೇಕು. ಮೈಯೆಲ್ಲ ಕಣ್ಣಾಗಿ ಎಲ್ಲರೂ ಆಶ್ರಮದ ಕಟ್ಟುಪಾಡು

ಗಳನ್ನು ಪಾಲಿಸುತ್ತಿದ್ದಾರೆಯೇ ಎಂದು ನಿಗಾ ಇಡಬೇಕು. ಮಾತಾಜಿ ಆಶ್ರಮವಾಸಿಗಳ ಊಟ, ವಸತಿ, ಬಟ್ಟೆ ಬರೆಯ ಅವಶ್ಯಕತೆಗಳನ್ನು ಪೂರೈಸುವುದಲ್ಲದೆ, ಅವರ ಆತ್ಮೋನ್ನತಿಯನ್ನೂ ಸಾಧಿಸಿದರು. ಹಡೆದ ತಾಯಿಗಿಂತಲೂ ಹೆಚ್ಚಿನ ಸಹಾನುಭೂತಿ ಸಹನೆಯಿಂದ ಸಾಧಕರ ಯೋಗ ಕ್ಷೇಮ ನೋಡಿಕೊಂಡರು. ದಿನಕ್ಕೆ ಇಪ್ಪತ್ತು, ಇಪ್ಪತ್ತೊಂದು ಗಂಟೆಗಳ ಕಾಲ ನಿರಂತರವಾದ ದುಡಿಮೆ. ಇದರ ಪರಿಣಾಮವೋ ಏನೋ 1931 ರಲ್ಲಿ ಕಾಯಿಲೆ ಬಿದ್ದು ದೀರ್ಘಕಾಲ ಬಳಲಿ ನಂತರ ಚೇತರಿಸಿಕೊಂಡರು.

ಅರವಿಂದರಿಗೆ 24 ಶಿಷ್ಯರಿದ್ದರು. ಮುಂದೆ ಅರವಿಂದರು ವರ್ಷಕ್ಕೆ ಮೂರು ದಿನಗಳು ಮಾತ್ರ ಭಕ್ತರಿಗೆ ದರ್ಶನ ನೀಡುತ್ತಿದ್ದರು. ಅವುಗಳೆಂದರೆ,

1. ಫೆಬ್ರವರಿ 21 — ಶ್ರೀಮಾತೆಯವರ ಜನ್ಮದಿನ
2. ಆಗಸ್ಟ್ 15 — ಅರವಿಂದರ ಜನ್ಮದಿನ
3. ನವೆಂಬರ್ 24 —ಸಿದ್ಧಿ ಪಡೆದ ದಿನ.

ಏಪ್ರಿಲ್ 24ನ್ನು 1939ರ ನಂತರ ಸೇರಿಸಿ ನಾಲ್ಕು ದಿನಗಳ ದರ್ಶನ ನೀಡಲು ಮನಸು ಮಾಡಿದರು. ಏಪ್ರಿಲ್ 24 ಶ್ರೀಮಾತೆ ಪಾಂಡಿಚೇರಿಗೆ ಬಂದು ಅಲ್ಲೆ ನೆಲಸಲು ಆರಂಭಿಸಿದ ದಿನ.

1938ರ ನವೆಂಬರ್ 24ರ ಬೆಳಗಿನ ಜಾವ 2 ಗಂಟೆ ಸಮಯ. ಅರವಿಂದರು ತಮ್ಮ ಕೋಣೆಯಲ್ಲಿ ಜಾರಿಬಿದ್ದು, ಅವರ ತೊಡೆ ಮೂಳೆ ಮುರಿದುಹೋಯಿತು. ಆಗ ಅವರಿಗೆ 66 ವರ್ಷ ವಯಸ್ಸು. ಆ ದಿನ ಅವರು 'ದರ್ಶನ' ನೀಡಲಾಗಲಿಲ್ಲ. ಆ ದಿನ ಭಕ್ತರಿಗೆ ದರ್ಶನವನ್ನು ರದ್ದು ಮಾಡಲಾಯಿತು. ಶ್ರೀಮಾತಾಜಿ ಆಗ ಅವರು ಚೇತರಿಸಿಕೊಳ್ಳಲು ಮಾಡಿದ ಸೇವೆ ಅನುಪಮ.

ಯೋಗಶಕ್ತಿ

ಅರವಿಂದರ ಯೋಗ ಶಕ್ತಿ ಅಸಾಧಾರಣವಾದುದಾಗಿತ್ತು.

ಅವರೊಬ್ಬ ಮಹಾನ್ ಯೋಗಿಯೇ ಆಗಿದ್ದರು. ಯೋಗದಲ್ಲಿ ಕಠಿಣತರವಾದ ಸಾಧನೆ ನಡೆಸಿದರು. ತಮಗೆ ದೊರೆತ ಸಿದ್ಧಿ ಇತರರಿಗೆ ಸಹ ದೊರೆಯಲಿ ಎನ್ನುವುದು ಅರವಿಂದರ ಒಂದು ಸಹಜ ಹಂಬಲ. ಅವರು ಜನತೆಯ ಕಲ್ಯಾಣವನ್ನು ಬಯಸಿದರು. ವಿಶ್ವದಲ್ಲಿ ಏನೆಲ್ಲ ಜರುಗುತ್ತಿದೆ ಎಂಬುದನ್ನು ಸೂಕ್ಷ್ಮವಾಗಿ ಗಮನಿಸುತ್ತಿದ್ದರು. 1939ರಲ್ಲಿ ವಿಶ್ವದ ಎರಡನೆ ಮಹಾಯುದ್ಧ ಆರಂಭವಾಯಿತು. ಅರವಿಂದರು ತಮ್ಮೆಲ್ಲ ಯೋಗಶಕ್ತಿಯನ್ನು ಮಿತ್ರ ರಾಷ್ಟ್ರಗಳ ಗೆಲುವಿಗಾಗಿ ಪ್ರಯೋಗ ಮಾಡಿದರು.

ಸರ್ ಸ್ಟಾಫರ್ಡ್ ಕ್ರಿಪ್ಸ್‌ರವರು ಭಾರತಕ್ಕೆ ಬಂದು ಚಕ್ರಾಧಿಪತ್ಯದ ಸ್ಥಾನವನ್ನು ಭಾರತಕ್ಕೆ ಕೊಡುವ ಆಲೋಚನೆಯನ್ನು ಮುಂದಿಟ್ಟಾಗ ಅರವಿಂದರು ಈ ಕೊಡುಗೆಯನ್ನು ಒಪ್ಪಿಕೊಳ್ಳಲು ಕಾಂಗ್ರೆಸಿಗೆ ಹೇಳಿದರು. ಆದರೆ ಭಾರತೀಯ ನಾಯಕರು ತಿರಸ್ಕರಿಸಿದುದಕ್ಕೆ ಪುನಃ ತಮ್ಮ ಯೋಗಶಕ್ತಿ ಧಾರೆ ಎರೆದು ಭಾರತಕ್ಕೆ ನೆರವಾದರು.

ಜಪಾನ್ ಭಾರತವನ್ನು ಮುತ್ತಿಕ್ಕಲು ಹವಣಿಸಿದಾಗ ಅರವಿಂದರು ತಮ್ಮ ಯೋಗ ಶಕ್ತಿ ಉಪಯೋಗಿಸಿ ಜಪಾನೀಯರು ಜಯ ಗಳಿಸುವಲ್ಲಿ ವಿಫಲರಾಗುವಂತೆಯೂ ಜಪಾನೀಯರು ಭಾರತ ಗೆಲ್ಲುವ ಬಯಕೆ ಕೈ ಬಿಡುವಂತೆಯೂ ಮಾಡಿದರು.

ಭಾರತ 1947ರ ಆಗಸ್ಟ್ 15ರಂದು ಸ್ವಾತಂತ್ರ್ಯ ಗಳಿಸಿತು. ಅಂದು ಅವರ ಜನ್ಮದಿನವೂ ಆಗಿತ್ತು. ಆ ದಿನಕ್ಕಾಗಿ ಭಾರತ ಬಹುಕಾಲದಿಂದ ಶ್ರಮಿಸುತ್ತಾ ಬಂದಿತ್ತು. ಅರವಿಂದರು ಆ ಸಂತೋಷದ ದಿನದಂದು ರಾಷ್ಟ್ರದ ಜನತೆಗೆ ಒಂದು ಸಂದೇಶ ನೀಡಿದರು:

"ಆಗಸ್ಟ್ 15, 1947 ಭಾರತದ ಸ್ವಾತಂತ್ರ್ಯದ ದಿನ. ಸ್ವಾತಂತ್ರ್ಯದ ಜನ್ಮದಿನ. ಇದು ನನ್ನ ಜನ್ಮದಿನವೂ ಆಗಿದೆ. ಸ್ವಾಭಾವಿಕವಾಗಿ ಇದು ನನಗೆ ಸಂತೋಷ ಉಂಟು ಮಾಡುತ್ತಿದೆ. ತೃಪ್ತಿ ನೀಡುತ್ತಿದೆ. ಇದೊಂದು ಕಾಕತಾಳೀಯ. ಇದನ್ನು ನಾನು ಅದೃಷ್ಟದ ಆಕಸ್ಮಿಕ ಎಂದು

ಸ್ವೀಕರಿಸುವುದಿಲ್ಲ. ಇದು ದೈವೀಕ ಬಲದ ಮುದ್ರೆ, ಅನುಮೋದನೆ ಯಾಗಿದ್ದು ನಾನು ಯಾವುದರಿಂದ ನನ್ನ ಜೀವನ ಆರಂಭಿಸಿದೆನೋ ಆ ಕೆಲಸಕ್ಕಾಗಿ ನಾನಿಟ್ಟ ಹೆಜ್ಜೆಗಳ ಮಾರ್ಗದರ್ಶನ ಮಾಡಿದುದು ಎಂದು ತಿಳಿಯುತ್ತೇನೆ. ಪೂರ್ಣಫಲವೂ ಕಂಡುದರ ಆರಂಭ ಕೂಡ. ಕ್ರಾಂತಿಕಾರಿ ಚಳುವಳಿಯು ನನ್ನ ಕನಸನ್ನು ನನಸಾಗಿಸಿ ಭಾರತ ಇಂದು ಮುಕ್ತವಾಗಿದೆ. ಆದರೆ ಇನ್ನೂ ಭಾರತ ಏಕತೆಯನ್ನು ಸಾಧಿಸಿಲ್ಲ. ಯಾವುದಾದರೂ ವಿಧದಲ್ಲಿಯಾಗಲೀ ಯಾವುದಾದರೂ ಮಾರ್ಗದಲ್ಲಿಯಾಗಲಿ ವಿಭಜನೆ ಹೋಗಬೇಕು. ಏಕತೆ ಸಾಧಿಸಬೇಕು. ಅದು ಭಾರತದ ಭವಿಷ್ಯತ್ತಿಗೆ ತುಂಬಾ ಅಗತ್ಯ"

"ನನ್ನ ಇನ್ನೊಂದು ಕನಸೆಂದರೆ, ಏಷ್ಯಾದ ಪುನರುತ್ಥಾನ ಮತ್ತು ಜನರ ಸ್ವಾತಂತ್ರ್ಯ ಹಾಗೂ ಮಾನವ ನಾಗರೀಕತೆಯ ಮುನ್ನಡೆಯಲ್ಲಿ ಏಷ್ಯಾ ತನ್ನ ಪಾತ್ರವಹಿಸಲು ಮುಂದಾಗುವುದು. ಏಷ್ಯಾ ಮರುಜನ್ಮ ತಳೆದಿದೆ; ದೊಡ್ಡ ಭಾಗಗಳು ಇಂದು ಪೂರಾ ಮುಕ್ತವಾಗಿವೆ ಇಲ್ಲವೆ ಈ ಕ್ಷಣದಲ್ಲಿ ಮುಕ್ತವಾಗುತ್ತಿವೆ."

"ನನ್ನ ಮೂರನೆಯ ಕನಸು ವಿಶ್ವದ ಒಕ್ಕೂಟ. ಎಲ್ಲ ಮಾನವ ಜನಾಂಗದ ಪ್ರಕಾಶಮಾನವಾದ ಮತ್ತು ಉದಾತ್ತ ಆದರ್ಶಗಳ ಜೀವನ. ಈ ಏಕತೆಯ ಹೊಸ ಹುರುಪು ಮಾನವ ಜನಾಂಗವನ್ನು ವಿಶ್ವಾಸಕ್ಕೆ ತೆಗೆದುಕೊಳ್ಳುತ್ತದೆ"

"ನನ್ನ ಇನ್ನೂ ಒಂದು ಕನಸೆಂದರೆ, ವಿಶ್ವಕ್ಕೆ ಭಾರತದ ಆಧ್ಯಾತ್ಮಿಕ ಕೊಡುಗೆ. ಇದಾಗಲೇ ಆರಂಭವಾಗಿದೆ. ಯೂರೋಪು ಮತ್ತು ಅಮೆರಿಕ ಗಳನ್ನು ಪ್ರವೇಶಿಸುತ್ತಿದೆ.

ಕೊನೆಯ ಕನಸು ವಿಕಾಸದಲ್ಲಿ ಒಂದು ಪ್ರಮುಖ ಹೆಜ್ಜೆ. ಮಾನವ ಸಮಸ್ಯೆಗಳನ್ನು ಎದುರಿಸಿ, ಪರಿಹರಿಸಿ, ವೈಯಕ್ತಿಕ ಪರಿಪೂರ್ಣತೆ ಮತ್ತು ಪರಿಪೂರ್ಣ ಸಮಾಜವನ್ನು ಕಾಣುವುದು".

ಆಶ್ರಮದ ನಿರ್ವಹಣೆ

ಅರವಿಂದರು ತಪೋನಿರತರಾಗಿ ಮಹರ್ಷಿ ಎನಿಸಿದರು. ಯೋಗ ಶಕ್ತಿಯನ್ನು ಬೆಳೆಸುತ್ತಾಹೋದರು. ಸಹಜವಾಗಿ ಕವಿಯೂ, ದೇಶಪ್ರೇಮಿಗಳೂ, ಆಗಿದ್ದ ಅರವಿಂದರು ಅಷ್ಟೇ ಸಹಜವಾಗಿ ಮನುಕುಲದ ಪ್ರೇಮಿಯಾಗಿದ್ದರು. ಪರಮಾತ್ಮನ ಸಾಕ್ಷಾತ್ಕಾರ ಪಡೆಯಬೇಕು ಎಂದು ಹಂಬಲಿಸಿದರು. 'ನಮ್ಮ ಜನ ಬಡವರು. ಅವರಿಗೆ ಸಹಾಯವಾಗಿ ನನ್ನ ವರಮಾನವನ್ನು ವಿನಿಯೋಗಿಸಬೇಕು' ಎನ್ನುತ್ತಿದ್ದರು. ಸೆರೆಯಲ್ಲಿದ್ದ ದಿನಗಳಲ್ಲಿ ಅರವಿಂದರಿಗೆ ಆಧ್ಯಾತ್ಮಿಕ ಅನುಭವವೊಂದು ಉಂಟಾಗಿ, ವಿಚಾರಣೆಯ ದಿನ ಅವರು ನ್ಯಾಯಾಲಯದಲ್ಲಿ ಇರುವುದೆಲ್ಲ ವಾಸುದೇವ ಎಂಬ ಭಾವನನ್ನು ಅನುಭವಿಸಿ, ಬೇರೆಯ ಮನುಷ್ಯರೇ ಆಗಿಬಿಟ್ಟರು. ದೇವರನ್ನು ಹೀಗೆ ಪ್ರತ್ಯಕ್ಷವಾಗಿ ಕಂಡ ಮಹಾನ್ ಚೇತನ ಅರವಿಂದರು.

ಮಾನವ ಕಲ್ಯಾಣದ ಮಾರ್ಗವನ್ನು ಕುರಿತು ಸದಾ ಆಲೋಚಿಸುತ್ತಿದ್ದ ಅರವಿಂದರು ಮನುಷ್ಯ ಜಾತಿಈಗಿನ ಮನಸ್ಸಿನ ಮಟ್ಟವನ್ನು ಮೀರಿ ಹೆಚ್ಚಿನ ಒಂದು ಉನ್ನತ ಸ್ತರದ ಮನಸ್ಸಿಗೆ ಆಕರ ಆಗಬೇಕು ಎಂದು ನಿರ್ಣಯಿಸಿದರು. ಅವರ ದೃಷ್ಟಿಯಲ್ಲಿ "ಈಗ ನಮಗಿರುವುದು ಒಂದೇ ಮನಸ್ಸು. ಇದು ಉನ್ನತ ಸ್ತರವನ್ನು ಮುಟ್ಟಬೇಕು" ಎಂಬುದೇ ಆಗಿತ್ತು.

ಅರವಿಂದರಿಗೆ ಭಗವದ್ಗೀತೆ ಬಹಳ ಪ್ರಿಯವಾಗಿತ್ತು. ಭಗವದ್ಗೀತೆಯನ್ನು ಆಳವಾಗಿ ಓದಿಕೊಂಡಿದ್ದರು. ಅದನ್ನು ಒಂದು ಅಸಾಮಾನ್ಯ ರೀತಿಯಲ್ಲಿ, ಚೆನ್ನಾಗಿ ಬಳಕೆ ಆಗಿಯೂ ಇನ್ನೂ ನವೀನತೆಯುಳ್ಳದ್ದಾಗಿದೆ. ಅದರ ತಿರುಳು ಹೊಸತೆಂದೇ ಕಾಣುತ್ತದೆ ಎಂದು ಹೇಳಿದರು. ಹೀಗೆ ಅರವಿಂದರು ತಮ್ಮ ಆಶ್ರಮದಲ್ಲೇ ಇದ್ದು ತಮ್ಮ ಸಿದ್ಧಿಯ ಬೆಳಕಿನಿಂದ ಜನರನ್ನು ಉದ್ಧಾರ ಮಾಡುತ್ತಾ ಬಂದರು. ಇವರ ಎಲ್ಲ ಸಾಧನೆಗಳಿಗೆ ಮಾತಾಜಿಯವರ ಸಂಪೂರ್ಣ ಸಹಕಾರವಿತ್ತು. ಮುಖ್ಯವಾಗಿ ಶ್ರೀಮಾತೆ ಪ್ರಮುಖ ಜವಾಬ್ದಾರಿಯಾದ ಆಶ್ರಮದ ನಿರ್ವಹಣೆಯನ್ನು ಹೊತ್ತರು. ಆಶ್ರಮಕ್ಕಾಗಿ ಹೊಲಗದ್ದೆ ಕೊಂಡು ಅಲ್ಲಿ ಆಶ್ರಮಕ್ಕೆ ಬೇಕಾಗುವ ಆಹಾರ

ಧಾನ್ಯಗಳನ್ನು ಬೆಳೆಸತೊಡಗಿದರು. ಹಸುಗಳನ್ನು ಸಾಕಿ ಹಾಲು ಪಡೆದರು. ಆಶ್ರಮಕ್ಕೆ ಬೇಕಾದ ತರಕಾರಿಗಳಿಗೆ ತೋಟ ಮಾಡಿದರು.

ಆಶ್ರಮವನ್ನು ನೋಡಲೆಂದು ಬಂದವರು ಕೆಲವರು ಆಶ್ರಮ ಸೇರಿ ಅಲ್ಲಿಯೇ ಇರತೊಡಗಿದರು. ದಿನೇ ದಿನೇ ಸೇರುವವರ ಸಂಖ್ಯೆ ಹೆಚ್ಚಾಯಿತು. ಸಮಾಜದ ಎಲ್ಲ ವರ್ಗದ ಜನರೂ ಅಲ್ಲಿರುತ್ತಿದ್ದರು. ಇಂಜಿನಿಯರುಗಳು, ವೈದ್ಯರು, ವರ್ತಕರು, ನಿವೃತ್ತ ನ್ಯಾಯಾಧೀಶರು ಇತ್ಯಾದಿ. ಆದರೆ ಇವರೆಲ್ಲ ಅಲ್ಲಿ ಖಾಲಿ ಕುಳಿತಿರದೆ ಶ್ರದ್ಧೆಯಿಂದ ದುಡಿಯುತ್ತಿದ್ದರು. ಆಶ್ರಮದಲ್ಲಿ ಅವರವರ ಪ್ರವೃತ್ತಿಗೆ ಅನುಗುಣವಾದ ಕೆಲಸವನ್ನು ಕೊಡಲಾಗುತ್ತಿತ್ತು. ಉದಾಹರಣೆಗೆ ಇಂಜಿನಿಯರುಗಳಿಗೆ ಉದ್ದಿಮೆಗಳನ್ನು ಪ್ರಾರಂಭಿಸಲು ಅವಕಾಶ ಕಲ್ಪಿಸಿದರೆ, ವೈದ್ಯರು ದವಾಖಾನೆಗಳನ್ನು ನೋಡಿಕೊಳ್ಳುತ್ತಿದ್ದರು. ನೇತ್ರತಜ್ಞರು ಅಲ್ಲಿ ಉತ್ತಮ ಕಣ್ಣು ದೃಷ್ಟಿಗೆಂದು ಒಂದೂ ಚಿಕಿತ್ಸಾಲಯವನ್ನೇ ನಡೆಸಿದರು.

ಮೊದಮೊದಲು ಆಶ್ರಮದಲ್ಲಿ ಮಕ್ಕಳನ್ನು ಸೇರಿಸಿಕೊಳ್ಳುತ್ತಿರಲಿಲ್ಲ. ಆದರೆ ಒಮ್ಮೆ ಒಂದು ಮಗು ಮಾತಾಜಿ ಮತ್ತು ಅರವಿಂದರ ದರ್ಶನ ಮಾಡಲೆಂದು ಬಂದಿತು. ಅದು ದರ್ಶನದ ನಂತರ ಆಶ್ರಮ ಬಿಡಲು ಒಪ್ಪಲೇ ಇಲ್ಲ. ಮಗುವಿನ ತಂದೆತಾಯಿಯರು ಎಷ್ಟೆಷ್ಟೋ ಹೇಳಿನೋಡಿದರು. ಮಗು ಹಿಡಿದ ಹಠ ಬಿಡಲಿಲ್ಲ. ಆಗ ಮಾತೆಯವರು ಮಗು ಆಶ್ರಮದಲ್ಲಿ ಇರಲಿ ಬಿಡಿ ಎಂದುಬಿಟ್ಟರು. ಹಾಗೆಂದುದೇ ಸಾಕು. ಪ್ರತಿದಿನ ಆಶ್ರಮಕ್ಕೆ ಬರುವ ಮಕ್ಕಳ ಸಂಖ್ಯೆ ಹೆಚ್ಚಿತು. ಆ ಎಲ್ಲಾ ಮಕ್ಕಳ ಅನ್ನ ಬಟ್ಟೆ ಅವಶ್ಯಕತೆ ಪೂರೈಸುವುದು ಶ್ರೀಮಾತೆಯವರಿಗೆ ಕಷ್ಟವೇನಾಗಲಿಲ್ಲ. ಮಕ್ಕಳಿಗೆ ಜ್ಞಾನದ ಹಸಿವನ್ನು ಇಂಗಿಸಲೂ ಮಾತೆ ಆಲೋಚಿಸಿ ಆಶ್ರಮದಲ್ಲಿಯೇ ಒಂದು ಶಾಲೆ ತೆರೆದರು. ಇಂದು ಅದೇ ಶಾಲೆ ಶ್ರೀ ಅರವಿಂದ ಅಂತರರಾಷ್ಟ್ರೀಯ ಶಿಕ್ಷಣ ಕೇಂದ್ರವಾಗಿ ಬೆಳೆದಿದೆ.

ಮಾತಾಜಿ ಅರವಿಂದರ ಆಶ್ರಮದ ವಿಸ್ತರಣೆಗೂ ಕಾರಣರಾದರು. ಇಂದು ಪಾಂಡಿಚೇರಿಯಲ್ಲಿ ಆಶ್ರಮ ಸುವ್ಯವಸ್ಥಿತವಾಗಿರಲು ಮಾತಾಜಿ

ಯವರ ಪರಿಶ್ರಮವೇ ಕಾರಣ. ಅರವಿಂದರ ವೇದಾಂತ ಅಥವಾ ತತ್ವಜ್ಞಾನ, ಯೋಗ ಮತ್ತು ಆಧುನಿಕ ವಿಜ್ಞಾನದ ಸಂಶ್ಲೇಷಣೆಯಾಗಿದೆ. ಅರವಿಂದರ ನಂತರ ಅವರ ಯೋಗ ಮಾರ್ಗದ ಆಳ ವಿಸ್ತಾರಗಳನ್ನು ಶ್ರೀಮಾತೆ ಆರೊವಿಲ್ಲೆ ಎಂಬ ವಿನೂತನ ಪಟ್ಟಣದಲ್ಲಿ ಮಾತೃಮಂದಿರ ನಿರ್ಮಿಸಿದ್ದು ಆ ಪಟ್ಟಣದಲ್ಲಿ ಎಲ್ಲ ಧರ್ಮ ಸಂಸ್ಕೃತಿಗಳಿಗೆ ಆಶ್ರಯ ನೀಡಲಾಗಿದೆ.

ಮಹಾಸಮಾಧಿ

ಅರವಿಂದರು ಬದುಕಿದ್ದಾಗ ಅವರನ್ನು ಕಾಣಲು ಬಂದವರು ಅವರ ದರ್ಶನವೇ ಒಂದು ಮಹಾಭಾಗ್ಯ ಎಂದು ಭಾವಿಸುತ್ತಿದ್ದರು. 1920ರ ಅಂತ್ಯದಲ್ಲಿ ರವೀಂದ್ರನಾಥ ಠಾಗೂರರ ಸೋದರಸೊಸೆ ಸರಳಾದೇವಿ ಪಾಂಡಿಚೇರಿಗೆ ಬಂದುಹೋಗಿದ್ದರು. ಆಕೆ ಒಬ್ಬ ಒಳ್ಳೆಯ ಸಾಹಿತಿ. ಅರವಿಂದರ ಸೋದರಿ ಸರೋಜಿನಿ 1921ರಲ್ಲಿ ಬಂದಿದ್ದಾಗ ಅರವಿಂದರು ಆಕೆಗೆ ತಮ್ಮ ಪುಸ್ತಕ 'ವಾರ್ ಅಂಡ್ ಸೆಲ್ಫ್ ಡಿಟರ್ಮಿನೇಷನ್'ನ ಹಕ್ಕುಗಳನ್ನು ಕೊಟ್ಟು ಅವರಿಗೆ ನೆರವಾದರು.

1925ರಲ್ಲಿ ರಾಜಕೀಯ ನಾಯಕರಾದ ಲಾಲಾ ಲಜಪತ್‌ರಾಯ್ ಮತ್ತು ಪುರುಷೋತ್ತಮದಾಸ ಟಂಡನ್ ಪಾಂಡಿಚೇರಿಗೆ ಬಂದು 45 ನಿಮಿಷಗಳ ಕಾಲ ಅರವಿಂದರೊಡನೆ ಮಾತಾಡಿದ್ದರು. ಆಗ ಅರವಿಂದರು ಹೇಳಿದ್ದರು: "ಪ್ರಜಾಪ್ರಭುತ್ವದಲ್ಲಿ ಅಧಿಕಾರದಾಹ ಇದ್ದೇ ಇರುತ್ತದೆ, ಸ್ವಾತಂತ್ರ್ಯ ಬಂದಮೇಲೆ ಇದು ಅನಂತವಾಗಿ ಹೆಚ್ಚುತ್ತದೆ. ಯೂರೋಪಿನಲ್ಲೂ ಇದೇ ಸ್ಥಿತಿ. ಆದರೆ ಅವರಲ್ಲಿ ಶಿಸ್ತು ಇದೆ"

ಅರವಿಂದರನ್ನು ಕಾಣಲು ಬಂದ ಅನೇಕರು ತಮ್ಮ ಸಂದೇಹಗಳಿಗೆ ಪರಿಹಾರ ಪಡೆದುಕೊಳ್ಳುತ್ತಿದ್ದರು. 1925ರಲ್ಲಿ ಬಂದ ತರುಣ ಫ್ರೆಂಚ್ ಫಿಲಿಪ್ ಬಾರ್ಬಿಯರ್ ಆಧ್ಯಾತ್ಮದಲ್ಲಿ ಒಲವು ತೋರಿ ಅರವಿಂದರ ಶಿಷ್ಯನೇ ಆಗಿಹೋದ. ಅರವಿಂದರು ಅವನಿಗೆ 'ಪವಿತ್ರ' ಎಂಬ ಹೊಸ ಹೆಸರನ್ನು ಕೊಟ್ಟರು. ಆತ ಮಾತಾಜಿಯವರ ಕಾರ್ಯದರ್ಶಿಯಾಗಿದ್ದು ವಿದೇಶಿ ವ್ಯವಹಾರ ನೋಡಿಕೊಂಡ. ಅರವಿಂದ ಆಶ್ರಮದ ಅಂತರ

ರಾಷ್ಟ್ರೀಯ ಶಿಕ್ಷಣ ಕೇಂದ್ರ ಸ್ಥಾಪನೆಯಲ್ಲೂ ಮುಖ್ಯ ಪಾತ್ರವಹಿಸಿದ.

ಒಮ್ಮೆ ವಿಶ್ವಕವಿ ರವೀಂದ್ರನಾಥ ಠಾಕೂರರು ಯೂರೋಪಿಗೆ ಹಡಗಿನಲ್ಲಿ ಹೋಗುವಾಗ ಅಂದರೆ 1928ರ ಮೇ 29ರಂದು ಪಾಂಡಿಚೇರಿಯಲ್ಲಿಳಿದು ಅರವಿಂದರನ್ನು ಭೇಟಿ ಮಾಡಿದರು. ಮಹರ್ಷಿ ಅರವಿಂದರ ಮುಖದಲ್ಲಿ ಕಂಡಬರುವ ತೇಜಸ್ಸು ಕಾಂತಿಯನ್ನು ಠಾಕೂರರು ಕಂಡು ಬೆರಗಾಗಿ 'ದಿ ಮಾಡರ್ನ್ ರಿವ್ಯೂ' ಎಂಬ ಪತ್ರಿಕೆಯಲ್ಲಿ ಒಂದು ಲೇಖನ ಬರೆದರು. 'ಭಾರತ ನಿಮ್ಮ ಧ್ವನಿಯ ಮೂಲಕ ವಿಶ್ವದೊಂದಿಗೆ ಮಾತನಾಡುತ್ತದೆ' ಎಂದು ಠಾಕೂರ್‌ಅಲ್ಲಿ ಹೇಳಿದರು.

ಶ್ರೀ ಅರವಿಂದರು ತಮ್ಮ ಕೋಣೆಯಲ್ಲಿ ಜಾರಿಬಿದ್ದು ತೊಡೆ ಮೂಳೆ ಮುರಿದುಕೊಂಡಾಗ ಚಿಕಿತ್ಸೆಗಾಗಿ ಬ್ರಿಟಿಷ್ ಭಾರತದ ಕಡಲೂರಿನಿಂದ ಡಾ. ರಾವ್ ಅವರನ್ನು ಕರೆಸಬೇಕಾಯಿತು. ಪಾಂಡಿಚೇರಿಯಲ್ಲಿ ಸುಸಜ್ಜಿತ ವೈದ್ಯಕೀಯ ಅನುಕೂಲಗಳಿರಲಿಲ್ಲ. ಅರವಿಂದರಿಗೆ ಮೂಳೆ ಮುರಿದಾಗ ಆದ ನೋವು ಅತೀವವಾದುದಾಗಿತ್ತು. ಅವರೇ ಹೇಳಿದರು, "ನಾನು ಇದುವರೆಗೂ ಅನುಭವಿಸಿದ್ದ ನೋವುಗಳು ಸಾಧಾರಣ ಸ್ವರೂಪದ್ದಾಗಿದ್ದವು. ಅವನ್ನು ನಾನು ಆನಂದಕ್ಕೆ ಪರಿವರ್ತಿಸಬಹುದಾಗಿದ್ದವು. ಆದರೆ ಈಗ ತೀವ್ರವೇದನೆ ಅನುಭವಿಸಿದೆ. ಅದು ಇದ್ದಕ್ಕಿದಂತೆ ಬಂದುದಾದ್ದರಿಂದ ಆನಂದಕ್ಕೆ ಪರಿವರ್ತಿಸಲಾಗಲಿಲ್ಲ. ಆದರೆ ಅದು ಒಂದು ಬಗೆಯ ಸ್ಥಿರ ಸಂವೇದನೆಯಾಗಿ ನಿಂತಾಗ ಪರಿವರ್ತಿಸಲು ಸಾಧ್ಯವಾಯಿತು."

ಅರವಿಂದರು ಬರೆದ ಮೇರುಕೃತಿ 'ದಿ ಲೈಫ್ ಡಿವೈನ್' 1939ರಲ್ಲಿ ಮೊದಲ ಸಂಪುಟ ಹಾಗೂ ಏಪ್ರಿಲ್ 1940ರಲ್ಲಿ ಎರಡನೆ ಸಂಪುಟ ಎಂಬ ಎರಡು ಭಾಗಗಳಾಗಿ ಪ್ರಕಟವಾದವು. ಮೊದಲು 'ಆರ್ಯ'ದಲ್ಲಿ ಅದು ಧಾರವಾಹಿಯಾಗಿ ಬಂದಿತ್ತು. ಪುಸ್ತಕವನ್ನು 'ಟೈಮ್ಸ್ ಲಿಟರರಿ ಸಪ್ಲಿಮೆಂಟ್'ನಲ್ಲಿ ವಿಮರ್ಶಿಸಲಾಯಿತು. ಸರ್ ಯಂಗ್ ಹಸ್ಬೆಂಡ್, ಫ್ರಾನ್ಸಿಸ್ ಎಂಬ ಆಂಗ್ಲ ವಿಮರ್ಶಕ ಆ ಕೃತಿಯನ್ನು 'ಮಹತ್ವದ ಪುಸ್ತಕ'

ಎಂದು ಬಣ್ಣಿಸಿದ್ದರು.

1948ರ ಡಿಸೆಂಬರ್ ತಿಂಗಳಲ್ಲಿ ಆಂಧ್ರ ವಿಶ್ವವಿದ್ಯಾನಿಲಯದ ವಾರ್ಷಿಕ ಘಟಿಕೋತ್ಸವದಲ್ಲಿ ಶ್ರೀ ಅರವಿಂದರಿಗೆ ಉಪಕುಲಪತಿಗಳಾಗಿದ್ದ ಡಾ.ಸಿ.ಆರ್. ರೆಡ್ಡಿಯವರು 'ನ್ಯಾಷನಲ್ ಪ್ರೈಜ್ ಫಾರ್ ಹ್ಯುಮಾನಿಟೀಸ್' ಪ್ರಶಸ್ತಿಯನ್ನು ನೀಡಿ ಗೌರವಿಸಿದರು. ಡಾ. ರೆಡ್ಡಿಯವರೇ ಸ್ವತಃ ಪಾಂಡಿಚೇರಿಗೆ ಬಂದು ಪ್ರಶಸ್ತಿಯನ್ನು ಅರ್ಪಿಸಿ ಅರವಿಂದರ ದರ್ಶನ ಭಾಗ್ಯ ಪಡೆದರು.

1949ರ ಫೆಬ್ರುವರಿ 21ರಂದು ಶ್ರೀಮಾತೆಯವರ 71ನೇ ಹುಟ್ಟುಹಬ್ಬದಂದು ಎರಡು ಹೊಸ ಪತ್ರಿಕೆ (ಜರ್ನಲ್)ಗಳನ್ನು ಆರಂಭಿಸಲಾಯಿತು. 'ಮದರ್ ಇಂಡಿಯಾ' ಸಾಂಸ್ಕೃತಿಕ ಹಾಗೂ ಅರೆರಾಜಕೀಯ ಪಾಕ್ಷಿಕ. ಮುಂಬಯಿಯಿಂದ ಪ್ರಕಟವಾಗತೊಡಗಿತು. ಅರವಿಂದರ ನಿಕಟವರ್ತಿ ಶಿಷ್ಯ ಕೆ. ಡಿ. ಸೇಥ್ನಾ ಅದರ ಸಂಪಾದಕರು. ಇನ್ನೊಂದು ಪ್ರಕಟಣೆ ಇಂಗ್ಲಿಷ್ - ಫ್ರೆಂಚ್ - ಹಿಂದಿ ತ್ರೈಮಾಸಿಕ. 'ಬುಲೆಟಿನ್ ಆಫ್ ಫಿಸಿಕಲ್ ಎಜುಕೇಷನ್' ಇದನ್ನು ಆಶ್ರಮದ ದೈಹಿಕ ಶಿಕ್ಷಣ ಇಲಾಖೆ ಪ್ರಕಟಿಸುತ್ತಾಬಂದಿತು. ಅದರ ಮೊದಲ ಸಂಚಿಕೆಯಲ್ಲಿ ಅರವಿಂದರು ಮಾತಾಜಿಯವರ ಕೋರಿಕೆಯ ಮೇರೆಗೆ ಸಂದೇಶ ಲೇಖನ ನೀಡಿದ್ದರು. ಮುಂದಿನ ಸಂಚಿಕೆಗಳಿಗೆ ಒಟ್ಟು ಏಳು ಲೇಖನಗಳನ್ನು ಬರೆದರು.

1950ರ ಜುಲೈ 9ರಂದು ಅರವಿಂದರನ್ನು ಕಾಣಲು ಖ್ಯಾತಿವೆತ್ತ ರಾಜಕಾರಣಿ ಹಾಗೂ ಭಾರತೀಯ ಸಂಸ್ಕೃತಿಯ ಪ್ರತಿಪಾದಕ ಕೆ. ಎಂ. ಮುನ್ಷಿ ಪಾಂಡಿಚೇರಿಗೆ ಬಂದರು. ಬರೋಡಾದಲ್ಲಿ ಮುನ್ಷಿ ಅರವಿಂದರ ವಿದ್ಯಾರ್ಥಿಯಾಗಿದ್ದರು. ಈಗ ಮುನ್ಷಿ ಕೇಂದ್ರ ಸಚಿವರಲ್ಲೊಬ್ಬರು. ಅವರು ಅರವಿಂದರನ್ನು ಕಂಡೇ ನಲವತ್ತು ವರ್ಷಗಳಾಗಿ ಹೋಗಿದ್ದವು. ಮುನ್ಷಿಯವರಿಗೆ ಅರವಿಂದರ ಸಂದರ್ಶನ ಭಾಗ್ಯ ಒದಗಿಸಲಾಯಿತು. 'ಅರವಿಂದರು ಸಂಪೂರ್ಣವಾಗಿ ಬದಲಾಗಿದ್ದರು. ಆನಂದ ನೀಡುವ ಋಷಿಗಳಾಗಿದ್ದರು' ಎಂದು ಮುನ್ಷಿ ಬರೆದರು. ಕೆಳಧ್ವನಿಯಲ್ಲಿ

ಮಾತನಾಡಿದರೂ ಅರವಿಂದರು ಸ್ಪಷ್ಟವಾಗಿ ಮಾತನಾಡಿದ್ದರು. ಮುನ್ಷಿಯವರು ತಮ್ಮ ಆಧ್ಯಾತ್ಮಿಕ ಬಯಕೆಗಳನ್ನು ಹೇಳಿಕೊಂಡರು. ಇಬ್ಬರೂ ಭಾರತೀಯ ಸಂಸ್ಕೃತಿಯನ್ನು ಕುರಿತು ತುಂಬಾ ಹೊತ್ತು ಚರ್ಚಿಸಿದರು. ಭಾರತೀಯ ಸಂಸ್ಕೃತಿಎಂದಿಗೂ ತೆಗೆದುಹಾಕುವಂತಹುದಲ್ಲ. ಅದು ಎಂದೆಂದಿಗೂ ಹಾಗೆಯೇ ಉಳಿದಿರುತ್ತದೆ ಎಂದು ಮುನ್ಷಿಯವರಿಗೆ ಅರವಿಂದರು ಹೇಳಿದರು.

ಆಮೇಲೆ ಅರವಿಂದರು ಜೀವಿಸಿದ್ದು ಐತು ತಿಂಗಳುಗಳಷ್ಟೆ. ಅವರು ಮಹಾಸಮಾಧಿ ಹೊಂದಿದರಾದರೂ ಅದು ಅವರಿಗೆ ಇಚ್ಛಾಮರಣ.

ಮಹರ್ಷಿ ಅರವಿಂದರು 1950ರ ಡಿಸೆಂಬರ್ 5ರ ಬೆಳಗಿನ ಜಾವ 1.26ರ ವೇಳೆಗೆ ಇಹಲೋಕವನ್ನು ಅಗಲಿದರು. ಅವರ ಶರೀರ 110 ಗಂಟೆಗಳಿಗೂ ಹೆಚ್ಚು ಸಮಯ ಮಿನುಗುತ್ತಿತ್ತು. ಅದೊಂದು ಪ್ರಕಾಶಮಾನವಾದ ಪವಿತ್ರ ಬೆಳಕು.

ಶ್ರೀ ಮಾತಾಜಿ ಘೋಷಿಸಿದರು: "ಶ್ರೀ ಅರವಿಂದರ ಶವಸಂಸ್ಕಾರ ಇಂದು ಜರುಗುವುದಿಲ್ಲ. ಅವರ ಶರೀರ ಪ್ರಕಾಶಮಾನವಾದ ಪವಿತ್ರ ಬೆಳಕಿನಿಂದ ಪ್ರಕಾಶಿಸುತ್ತಿದೆ. ಶರೀರವನ್ನು ಹಾಗೆಯೇ ಅದು ಹಾನಿಗೊಳಗಾಗದವರೆಗೂ ಇಟ್ಟಿರಲಾಗುತ್ತದೆ. ನಾವೆಲ್ಲ ಅವರ ಸಾನ್ನಿಧ್ಯದಲ್ಲಿ ನಿಂತಿರೋಣ. ಅರವಿಂದರು ತಮ್ಮ ಭೌತಿಕ ಜೀವವನ್ನು ಪರಿವರ್ತನೆಯ ಕೆಲಸಕ್ಕಾಗಿ ಪೂರ್ಣ ನೆರವಾಗಲು ತೇಯ್ದಿದ್ದಾರೆ."

ಡಿಸೆಂಬರ್ 9, 1950 ಬೆಳಕು ನಂದುತ್ತಿದ್ದಂತೆ ಶರೀರವನ್ನು ಬೀಟೆ ಮರದ ಪೆಟ್ಟಿಗೆಯಲ್ಲಿರಿಸಲಾಯಿತು. ಆಶ್ರಮದ ಮುಂದಿನ ಜಾಗದಲ್ಲಿ ಸೇವಾ ವೃಕ್ಷದಡಿ ಪೆಟ್ಟಿಗೆಯನ್ನಿಡಲಾಯಿತು. ಅವರ ಸಮಾಧಿಯು ಸಾಧಕರಿಗೆ ಒಂದು ನೆಮ್ಮದಿಯಾದ ಸ್ಥಳ. ಧ್ಯಾನಕ್ಕೆ ಪ್ರಶಸ್ತ. ವಿಶ್ವದಾದ್ಯಂತ ಯಾತ್ರಿಕರಿಗೆ ನೋಡಬೇಕಾದ ಸ್ಥಳ.

ಮಾತಾಜಿ ಹೇಳಿದರು: "ವಿಶ್ವಕ್ಕಾಗಿ ಅರವಿಂದರು ಎಂಥ ಮಹತ್ತರ ತ್ಯಾಗ ಮಾಡಿದ್ದಾರೆಂದು ಜನ ತಿಳಿಯರು. ಸ್ವಲ್ಪ ದಿನಗಳ ಕೆಳಗೆ ಅಂದರೆ

ಸುಮಾರು ಒಂದು ವರ್ಷದ ಹಿಂದೆ ನಾನು ಅವರೊಂದಿಗೆ ಚರ್ಚಿಸುತ್ತಿದ್ದಾಗ ಈ ದೇಹವನ್ನು ಬಿಡಬೇಕೆನಿಸಿದೆ ಎಂದು ಹೇಳಿದಾಗ ಅರವಿಂದರು ದೃಢವಾದ ದನಿಯಲ್ಲಿ ಇಲ್ಲ, ಎಂದಿಗೂ ಇಲ್ಲ. ಅವಶ್ಯಕವಾದರೆ ಅಂತಹ ಪರಿವರ್ತನೆಗೆ ನಾನು ಬೇಕಾದರೆ ಹೋದೇನು. ನೀವು ಇಲ್ಲಿ ಯೋಗ ಸಾಧನೆಯ ಪೂರ್ಣಕಾರ್ಯವನ್ನು ಮಾಡಬೇಕಾಗಿದೆ ಎಂದರು. ಆ ಅಧಿಮನಸು ಬರಬೇಕಾಗಿದೆ ಎಂದು ಭಾವಿಸಿದರು."

ಅರವಿಂದರು ಗತಿಸಿದ ಆರು ವರ್ಷಗಳ ನಂತರ ಒಂದು ಗಮನಾರ್ಹ ಘಟನೆ ಸಂಭವಿಸಿತು. 1956ರ ಫೆಬ್ರುವರಿ 29 ಅಧಿಮನಸಿನ ಅವತರಣವಾದ ಘಟನೆ ಜರುಗಿತು. ಆ ದಿನ ಬಂದಿತು ಎಂದು ಮಾತೆಯವರಿಗೆ ಅನಿಸಿತು. 1960ರ ಫೆಬ್ರುವರಿ 29ರಂದು ಇನ್ನು ಮುಂದೆ ಫೆಬ್ರುವರಿ 29 ಧರ್ಮಗುರುವಿನ ದಿನ ಎಂದು ಘೋಷಿಸಿದರು.

ಶ್ರೀಮಾತೆ 1973ರ ನವೆಂಬರ್ 17ರಂದು ತಮ್ಮ ತೊಂಬತ್ತೈದನೆಯ ವಯಸ್ಸಿನಲ್ಲಿ ದೇಹತ್ಯಾಗ ಮಾಡಿದರು. ಅವರ ಪಾರ್ಥಿವ ಶರೀರವನ್ನು ಶ್ರೀ ಅರವಿಂದರ ಸಮಾಧಿಯ ಜೊತೆಗೆ ಇಡಲಾಗಿದೆ. ಇಂದಿಗೂ ಈ ಸಮಾಧಿಗಳು ಶ್ರೀಮಾತಾರವಿಂದರ ಚಿತ್‌ಶಕ್ತಿಯ ಸಜೀವ ನೆಲೆಯಾಗಿದ್ದು ಇಷ್ಟಾರ್ಥಗಳನ್ನು ಈಡೇರಿಸುತ್ತವೆ.

ಸಾಹಿತಿಯಾಗಿ ಅರವಿಂದರು ನಡೆದ ಹಾದಿ...

ಅರವಿಂದರು ಮೂಲತಃ ಕವಿ 'ಸಾವಿತ್ರಿ' ಅರವಿಂದರ ಮಹಾಕಾವ್ಯ. ಬಹುಶಃ ಅವರು ಬರೋಡದಲ್ಲಿದ್ದಾಗಲೇ ಮಹಾಭಾರತದಲ್ಲಿ ಬರುವ ಸಾವಿತ್ರಿ-ಸತ್ಯವಾನರ ಉಪಾಖ್ಯಾನದ ಕಥೆ ಆಧರಿಸಿ ಸುದೀರ್ಘವಾದ ಪದ್ಯ ಬರೆಯಲು ಆಲೋಚಿಸಿದ್ದರು. ಅದು ಮೂರ್ತರೂಪ ತಾಳಿದ್ದು 1916ರ ಆಗಸ್ಟ್ ತಿಂಗಳಲ್ಲಿ. ಮೊದಲಿಗೆ ಸಾವಿತ್ರಿ ಇಂಗ್ಲಿಷಿನಲ್ಲಿ ಬೆರಳಚ್ಚು ಆದಾಗ ಐವತ್ತು ಪುಟಗಳಿದ್ದವು. ಕಾವ್ಯದ ಅಂತಿಮರೂಪ ತಳೆದಾಗ 24000 ಸಾಲುಗಳಿದ್ದವು.

ವಿಮರ್ಶಕರ ಅಭಿಪ್ರಾಯದಲ್ಲಿ ಸಾವಿತ್ರಿ ಕಾವ್ಯದ ಪ್ರತಿಪದ್ಯ ಒಂದು

ಮಂತ್ರದಂತೆ. ಅಲ್ಲಿ ಎಲ್ಲವೂ ಇದೆ. ನಿಗೂಢತೆ, ವೇದಾಂತ, ವಿಕಾಸದ ಇತಿಹಾಸ, ಮಾನವನ ಇತಿಹಾಸ, ಸೃಷ್ಟಿ ಮತ್ತು ಪ್ರಕೃತಿಯ ದೇವರುಗಳು, ದಿವ್ಯಜ್ಞಾನ ಹೀಗೆ ಪ್ರತಿಯೊಂದೂ ಇದೆ. ಸಾವಿತ್ರಿ ಆಧ್ಯಾತ್ಮಿಕ ಪಥ, ತಪಸ್ಯ ಸಾಧನ. ಅದೊಂದು ಅಸಾಧಾರಣ ಶಕ್ತಿ ಹೊಂದಿದೆ. ತನ್ನೆಲ್ಲ ಸಮಗ್ರತೆ ಯಲ್ಲಿ ಅದು ಸತ್ಯವಾಗಿದೆ. ತಮ್ಮ ವಿಶಾಲ ದೃಷ್ಟಿಯಲ್ಲಿ ಸ್ವರ್ಗ, ಮರ್ತ್ಯ ಮತ್ತು ಪಾತಾಳಗಳನ್ನು ಅಂದರೆ ಮೂರು ಲೋಕಗಳನ್ನೂ ಆವರಿಸಿ ಕೊಂಡಿದ್ದಾರೆ ಕವಿ.

ಸಿರಾಕ್ಯೂಸ್ ವಿಶ್ವವಿದ್ಯಾನಿಲಯದ ಡಾ. ಪೈಪರ್, "ಸಾವಿತ್ರಿ ಕಾವ್ಯ ಪ್ರದೀಪನದ ಹೊಸ ಯುಗವನ್ನು ಉದ್ಘಾಟಿಸಿದೆ. ಬಹುಶಃ ಇಂಗ್ಲಿಷ್ ಭಾಷೆಯಲ್ಲಿ ಅದೊಂದು ಅತಿದೊಡ್ಡ ಕಾವ್ಯ" ಎಂದು ಹೇಳುತ್ತಾರೆ.

ಅರವಿಂದರ ಬರವಣಿಗೆಗಳು ಮುಖ್ಯವಾಗಿ ಮೂರು ಲಕ್ಷಣಗಳನ್ನು ಪ್ರತಿಫಲಿಸುತ್ತವೆ ಎನ್ನಬಹುದು. ಅವು,

1. ಇಂಗ್ಲಿಷ್ ಭಾಷೆ ಮೇಲೆ ಅಸಾಧಾರಣ ಪ್ರಭುತ್ವ.
2. ನಿಶ್ಶಬ್ದ ಮನಸ್ಸಿನ ಮೂಲಕ ಸ್ಫೂರ್ತಿ.
3. ಎಲ್ಲದಕ್ಕೂ ಆಧ್ಯಾತ್ಮ ಪಥ.

ಪ್ರಸಿದ್ಧ ಟ್ರೋಜನ್ ಯುದ್ಧಗಳನ್ನು ವಸ್ತುವಾಗಿಟ್ಟುಕೊಂಡು ಬರೆದ ಅವರ 'ಇಲಿಯಡ್' ಕಾವ್ಯ ಅಪೂರ್ಣವಾಗಿಯೇ ಉಳಿಯಿತು.

ಅರವಿಂದರು ಕಾಳಿದಾಸನ ವಿಕ್ರಮೋರ್ವಶೀಯವನ್ನು 'ದಿ ಹೀರೋ ಅಂಡ್ ದಿ ನಿಂಫ್' ಎಂಬುದಾಗಿ ಇಂಗ್ಲಿಷ್‌ಗೆ ಅನುವಾದಿಸಿದರು. ಅವರು ನಾಟಕಗಳನ್ನೂ ಬರೆದರು. ಅವರ ವಾಸವದತ್ತ ಒಂದು ಪ್ರಸಿದ್ಧ ನಾಟಕ. ಇವರ ನಾಟಕಗಳು ದೈವೀಕ ಪ್ರಜ್ಞೆ ಘಟನೆಗಳನ್ನು ನಿಯಂತ್ರಿಸುವಲ್ಲಿ ನೆರವಾಗುತ್ತದೆಂಬುದನ್ನು ಎತ್ತಿತೋರಿಸುತ್ತವೆ. ಅರವಿಂದರ ಬರವಣಿಗೆ ಗಳಲ್ಲಿ ನಾವು ಭೂತ, ವರ್ತಮಾನ ಮತ್ತು ಭವಿಷ್ಯತ್ಕಾಲಗಳ ಸಮಗ್ರತೆ, ದಿವ್ಯತೆ ಮತ್ತು ಸೃಷ್ಟಿ ಹಾಗೂ ಸಮಗ್ರಗೊಂಡ ಪ್ರಜ್ಞೆಯ ಅಭಿವ್ಯಕ್ತಿ

ಇವೆಲ್ಲವನ್ನು ಕಾಣಬಹುದು. ಇವೆಲ್ಲ ಮಾನವ ಕುಲಕ್ಕೆ ವರಗಳೇ ಆಗಿವೆ.

ಅರವಿಂದರ ಸಾವಿತ್ರಿ ಅರವಿಂದರ 40 ವರ್ಷಗಳ ಕೆಲಸದ ಸಾರ್ಥಕ ಫಲ. 1954ರಲ್ಲಿ ಅದು ಪೂರ್ಣವಾಗಿ ಪ್ರಕಟವಾಯಿತು.

ಅರವಿಂದರ 'ಕವಿತೆಗಳು ಮತ್ತು ನಾಟಕಗಳ ಸಂಗ್ರಹ'ದಲ್ಲಿನ ಬರವಣಿಗೆ 1905ರಿಂದ 1910ರ ಅವಧಿಯಲ್ಲಿ ಬರೆದವು. ಕೆಲವನ್ನು ಅವರು ಪಾಂಡಿಚೇರಿಯಲ್ಲೂ ಬರೆದರು.

ಅರವಿಂದರು ಮಾನವ ಕಲ್ಯಾಣ ಮಾರ್ಗವನ್ನು ತೋರಿಸಿಕೊಟ್ಟ ಮಹಾಯೋಗಿ; ರಸ ಋಷಿ, ಬ್ರಹ್ಮರ್ಷಿ.

ಆಧಾರ ಗ್ರಂಥಗಳು—ಲೇಖನಗಳು

1. Our Leaders — Ira Saxena

2. Sri Aurobindo for all ages — Nirod Baran

3. Lives of Saints — Swami Sivananda

4. ಅಂತರಗಂಗೆ — ಮಾಸ್ತಿ ವೆಂಕಟೇಶ ಅಯ್ಯಂಗಾರ್

5. ಶ್ರೀಮಾತೆ — ಕೋ. ಚೆನ್ನಬಸಪ್ಪ

6. 20ನೇ ಶತಮಾನ ಕಂಡ ದಾರ್ಶನಿಕರು—ಡಾ. ಜಿ. ಬಿ. ಹರೀಶ್

ಜೀವನ ಚರಿತ್ರಮಾಲೆ

₹ 30/-

— ಜೀವನ ಚರಿತ್ರಮಾಲೆ —

www.mastermindbooks.com

 ವಾಸನ್ ಪಬ್ಲಿಕೇಷನ್ಸ್

ವಾಸನ್ಸ್

ಜೀವನ ಚರಿತ್ರೆ ಮಾಲೆ

ಸ್ವಾಮಿ ವಿವೇಕಾನಂದ

1863-1902

ವ್ಯಾಸನ್ಸ್ ಜೀವನಚರಿತ್ರೆ ಮಾಲೆ

ಸ್ವಾಮಿ ವಿವೇಕಾನಂದ

ಸಂಪಾದಕ :

ರಮೇಶ್ ಕೆಂಗೇರಿ

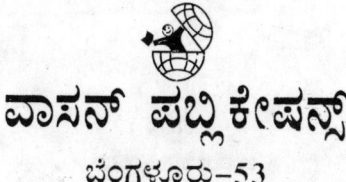

ವಾಸನ್ ಪಬ್ಲಿಕೇಷನ್ಸ್

ಬೆಂಗಳೂರು–53

ಸ್ವಾಮಿ ವಿವೇಕಾನಂದ

© ವಾಸನ್ ಪಬ್ಲಿಕೇಷನ್ಸ್

ಮುದ್ರಣ : 2022

ಪ್ರಕಾಶಕರು :

ವಾಸನ್ ಪಬ್ಲಿಕೇಷನ್ಸ್

25, ವಾಸನ್ ಟವರ್ಸ್,

ಡಾ॥ ಟಿ.ಸಿ.ಎಂ. ರಾಯನ್ ರಸ್ತೆ (ಗೂಡ್ಸ್‌ಶೆಡ್ ರಸ್ತೆ),

ಬೆಂಗಳೂರು – 560 053

e-mail: vasanpublications@gmail.com

www.mastermindbooks.com

ಡಿಟಿಪಿ :

ಸುಪ್ರೀಂ ಪಾಯಿಂಟ್

ಮುದ್ರಣ :

ಉಮೇಶ್ ಪ್ರಿಂಟರ್ಸ್

ಸ್ವಾಮಿ ವಿವೇಕಾನಂದ

— ರಮೇಶ ಕೆಂಗೇರಿ

ಮನೇನಲ್ಲಿ ಹುಡುಗರ ಗದ್ದಲವೋ ಗದ್ದಲ. ಊರಿಂದ ಬಂದಿದ್ದ ಶಂಕರಣ್ಣ ತಂದಿದ್ದ "ಶೂಟಿಂಗ್-ದ-ಆರೊ" ಆಟ ಆಡೋದ್ರಲ್ಲಿ ಹುಡುಗ್ರೆಲ್ಲ ತಾ ಮುಂದು ನಾ ಮುಂದು ಅಂತ ಕೂಗಾಡ್ತಿದಾರೆ. ಆದ್ರೆ ಯಾರೂ ಒಂದು ಬಾಣವನ್ನೂ ಗುರಿಗೆ ಎಸೆಯೋದ್ರಲ್ಲಿ ಯಶಸ್ವಿಯಾಗಿಲ್ಲ. ಒಬ್ಬ ಗುರಿ ತಪ್ಪಿದ ಕೂಡ್ಲೇ ಮಿಕ್ಕವ್ರೆಲ್ಲ 'ಹೊ' ಅಂತ ಕೂಗ್ತಾರೆ. ವೆಂಕಿ, "ನಾನೆಸೀತಿನಿ ಬಿಡ್ರೊ" ಅಂತ ಬರ್ತಾನೆ. ಆದ್ರೆ ಅವಂದೂ ಇದೇ ಕಥೆ. ಒಂದು ಕಣ್ಣು ಮುಚ್ಕೊಂಡು ಕೈನಲ್ಲಿ ಬಾಣಹಿಡ್ದು ತೂಗೀ, ತೂಗೀ ಎಸೆದ್ರೆ ಅದು ಗುರಿ ತಟ್ಟೆಗೆ ನಾಟ್ಕೊಳ್ಳೋ ಬದಲು ಬೇರೆಲ್ಲೊ ಹೋಗಿ ತಗಲಿಕೊಂಡಿದೆ. ರಾಮಿ, ಕಿಟ್ಟಿ, ಸುನಿಲ, ಸುಬ್ಬ, ಚುಮ್ಮಿ ಗೀತ ಎಲ್ರೂ ಹುಯ್ಯಂತ ಹುಯ್ಲೆಬ್ಬಿಸ್ತಾರೆ. ಎಲ್ಲ 6 ರಿಂದ ಹತ್ತು ಹನ್ನೆರಡು ವರ್ಷ ವಯಸ್ಸಿನ ಹುಡುಗರು. ಬೇಸಿಗೆ ರಜಕ್ಕೆಂದು ಅಜ್ಜಿ ಮನೆಗೆ ಬಂದಿದ್ದಾರೆ. ಅವರದ್ದೇ ಲೋಕ ಅವ್ರಿಗೆ. ಈ ಗಲಾಟೆಯಿಂದ ವರಾಂಡದಲ್ಲಿ ಪೇಪರ್ ಓದುತ್ತಾ ಕೂತಿದ್ದ ಈ ಹುಡುಗರ ತಾತ ಬಸವಣ್ಣ ಅವರು ಪೇಪರ್ ಮುಚ್ಚಿಟ್ಟು ಎದ್ದು ಹುಡುಗರ ಹತ್ತಿರ ಬಂದರು.

"ಏನ್ರೊ ಅದು ಗಲಾಟೆ, ಒಂದೇ ಸಮ ಕೂಗ್ತಾ ಇದೀರಾ ಏನ್ಮಾಡ್ತಿದೀರಿ ನೋಡೋಣ."

"ತಾತಾ, ಶಂಕರ ಮಾವ ತಂದ್ಕೊಟ್ಟಿರೋ ಈ ಆಟ ಒಳ್ಳೆ ಬೊಂಬಾಟಾಗಿದೆ. ಆದ್ರೆ ನಮಗ್ಯಾರಿಗೂ ಒಂದು ಸಲವೂ ಕರೆಕ್ಟಾಗಿ 'ಬುಲ್ಸ್‌ಐ'ಗೆ ಗುರಿಯಿಟ್ಟು ಬಾಣ ಎಸೆ

ಯೋಕಾಗ್ತಿಲ್ಲ." ಅಂತ ವೆಂಕಿ ಹೇಳ್ದ.

"ಎಲ್ಲಿ ಕೊಡಿಲ್ಲಿ, ನೋಡೋಣ. ನಾನೂ ಒಂದ್ಸಲ ಪ್ರಯತ್ನಿಸ್ತೀನಿ" ಅಂತ ತಾತ ಒಂದು ಬಾಣ ತೆಗೆದುಕೊಂಡರು. ಸ್ವಲ್ಪ ದೂರದಲ್ಲೇ ಗೋಡೆಗೆ ನೇತುಹಾಕಿದ್ದ ಬೋರ್ಡಿನ ಕಡೆ ನೆಟ್ಟ ದೃಷ್ಟಿಯಿಟ್ಟು, ಎಡಗಣ್ಣು ಮುಚ್ಚಿ ಎಡಗಾಲು ಮುಂದಿಟ್ಟು, ಒಂದೇ ಒಂದ್ಸಲ ಬಲಗೈನ ತೂಗಿ ತಾತ ಬಾಣ ಎಸೆದ ಕೂಡ್ಲೇ, 'ಕಚಕ್' ಅಂತ ಅದು ಸರಿಯಾಗಿ ಬೋರ್ಡ್‌ನ ಮಧ್ಯದಲ್ಲಿ ನಾಟಿಕೊಂಡೇ ಬಿಡ್ತು. ಹುಡುಗರೆಲ್ಲ ಅವಾಕ್ಕಾಗಿ ಹೋದ್ರು.

"ವಾವ್, ಏನು ತಾತಾ, ಎಂಥ ಗುರಿ ನಿಂದು," ವೆಂಕಿ ಹೇಳಿದ, "ಒಂದೇ ಸಲಕ್ಕೆ ಸರಿಯಾಗಿ ಬಾಣ ಎಸೆದು ಬಿಟ್ಯಲ್ಲ, ಮೊದಲೆಲ್ಲ ನೀನು ಈ ಆಟ ಆಡ್ತಿದ್ಯಾ? ದಿನಕ್ಕೆ ಎಷ್ಟುಗಂಟೆ ಪ್ರಾಕ್ಟೀಸು ಮಾಡ್ತಿದ್ದೆ?"

"ಪ್ರಾಕ್ಟೀಸೂ ಇಲ್ಲ, ಎಂಥದ್ದೂ ಇಲ್ಲ. ನಮ್ಮ ವಿವೇಕಾನಂದರು ಹೇಳಿದ್ದನ್ನೇ ನಾನು ಮಾಡ್ದೆ ಅಷ್ಟೆ" ಅಂದ್ರು ಬಸವಣ್ಣನವರು.

"ವಿವೇಕಾನಂದರಾ? ... ಅವ್ರು ತುಂಬಾ ಫೇಮಸ್ಸಾ ಈ ಆಟದಲ್ಲಿ?.... ಅವ್ರು ನಿಂಗೆ ಹೇಳ್ಕೊಟ್ರಾ?..... ಏನು ಹೇಳಿದ್ರು?..." ಅಂತ ರಾಮಿ, ಕಿಟ್ಟಿ, ಸುನಿಲ, ಸುಬ್ಬ ಎಲ್ಲರೂ ಕೂಗಾಡಿದರು.

"ಹೇಳ್ತೀನಿ..... ಹೇಳ್ತೀನಿ..... ವಿವೇಕಾನಂದರು ಹೇಳಿದ್ದಲ್ಲ...ಮಾಡಿ ತೋರಿಸಿದ್ದು.. ಎಲ್ರೂ ಬನ್ನಿ... ಆ ಕಥೆ ಹೇಳ್ತೀನಿ ಅಂತ ತಾತ ವರಾಂಡದಲ್ಲಿ ಮಲ್ಲಿಗೆ ಮಂಟಪದ

ಕೆಳಗೆದ ಹಾಕಿದ್ದ ತಮ್ಮ ಛೇರಿನ ಕಡೆ ನಡೆದ್ರು.

"ಓ, ಕಥೆ - ಕಥೆ -" ಅಂತ ಹುಡುಗರೆಲ್ಲ ತಾತನ ಸುತ್ತ ಜಮಾಯಿಸಿದರು.

ತಾತ ಹೇಳಕ್ಕೆ ಶುರುಮಡಿದ್ರು.......

¤ ¤ ¤ ¤ ¤

ಅಮೆರಿಕಾದ ಸ್ಯಾನ್‌ಫ್ರಾನ್ಸಿಸ್ಕೋ ನಗರದ ಹತ್ತಿರವಿರೊ ಒಂದು ಹಳ್ಳಿ. ಅದರ ಹೆಸರು ಕ್ಯಾಂಪ್ ಟೇಲರ್ ಅಂತ. ಅಲ್ಲಿ ಒಂದು ಹೊಳೆ ಹರೀತಿದೆ. ಆ ಹೊಳೆ ದಡದಲ್ಲಿ ನಿಮ್ಮ ಹಾಗೇ ಒಂದು ಎಂಟ್ಪತ್ತು ಹುಡುಗರು ಒಂದು ಆಟ ಆಡ್ತಿದಾರೆ. ಮೊಟ್ಟೆಯ ಚಿಪ್ಪುಗಳನ್ನ ಪ್ರಶಾಂತವಾದ ಆ ನದಿಯಲ್ಲಿ ತೇಲಿ ಬಿಡುವುದು . ಅದು ಸ್ವಲ್ಪ ದೂರ ಸಾಗುತ್ತಿದ್ದ ಹಾಗೇ ಬಂದೂಕಿನಿಂದ ಗುರಿಯಿಟ್ಟು ಅದಕ್ಕೆ ಗುಂಡು ಹೊಡೆಯುವುದು. ಪಾಪ ಹುಡುಗರು ಎಷ್ಟು ಪ್ರಯತ್ನಪಟ್ರೂ ಒಂದು ಮೊಟ್ಟೆ ಚಿಪ್ಪಿಗೂ ಗುರಿಯಿಟ್ಟು ಗುಂಡು ಹೊಡೆಯೋಕೆ ಸಾಧ್ಯವೇ ಆಗ್ತಿರ್ಲಿಲ್ಲ. ನಿಡಿದಾದ ನಿಲುವಂಗಿ ತೊಟ್ಟ ಚೆಲುವಾದ ಮುಖದ ಸ್ವಾಮಿಯೊಬ್ಬರು ಹುಡುಗರ ಈ ಆಟಾನ ನೋಡ್ತಾ ಅಲ್ಲೇ ನಿಂತಿದ್ರು. ಹುಡುಗರ ಈ ಪ್ರಯತ್ನ ನೋಡಿ ಅವರ ಮುಖದಲ್ಲಿ ನಸುನಗೆ ಚಿಮ್ಮಿತ್ತು. ಆ ಘಟಿಂಗರಲ್ಲಿ ಒಬ್ಬ ಈ ಸ್ವಾಮಿಗಳನ್ನ ಗಮನಿಸಿದ. ಅವ್ರು ತಮ್ಮನ್ನ ನೋಡಿ ನಗ್ತಿರೋದನ್ನ ನೋಡಿದ. ಸಿಟ್ಟುಬಂತು. ಬಂದ. ಬಂದವ್ನು ಸ್ವಾಮಿಗಳನ್ನ ಕೇಳಿದ, "ನಮ್ಮನ್ನ ನೋಡಿ ನಗ್ತಿದೀರಲ್ಲಾ. ನಿಮ್ಮ ಕೈನಲ್ಲಿ ಈ ಕೆಲಸ ಆಗತ್ತಾ? ಮೊಟ್ಟೆ ಚಿಪ್ಪಿಗೆ

ಗುಂಡು ಹೊಡೆಯೋಕೆ ನಿಮ್ಮಿಂದ ಸಾಧ್ಯವಾ?"

"ಓಹೋ...ಯಾಕೆ ಸಾಧ್ಯವಿಲ್ಲ. ಬೇಕಾದ್ರೆ ಹೊಡೆದು ತೋರಿಸಲಾ?" ನಗ್ತಾ, ನಗ್ತಾನೆ ಕೇಳಿದ್ರು ಸ್ವಾಮಿಗಳು.

"ನಿಜವಾಗ್ಲೂ ನಿಮ್ಮಿಂದ ಇದು ಸಾಧ್ಯವಿಲ್ಲ. ಬೇಕಾದ್ರೆ ಬೆಟ್ ಕಟ್ತೀನಿ" ಹುಡುಗ ಛಾಲೆಂಜ್ ಮಾಡಿದ.

"ಸರಿ, ಹಾಗಾದ್ರೆ ಆ ಗನ್ ಕೊಡು ನನ್ನ ಕೈಗೆ." ಅಂತ ಸ್ವಾಮಿಜಿ ಆ ಹುಡುಗನ ಹತ್ತಿರ ಗನ್ ತೊಗೊಂಡ್ರು. ಹೊಳೇನಲ್ಲಿ ತೇಲ್ತಿದ್ದ ಮೊಟ್ಟೆ ಚಿಪ್ಪಿಗೆ ಗುರಿಯಿಟ್ಟರು. 'ಟಚಕ್ ಟಚಕ್' ಅಂತ ಸುಮಾರು ಹತ್ತು ಹನ್ನೆರಡು ಮೊಟ್ಟೆ ಚಿಪ್ಪುಗಳನ್ನ ಒಂದೇ ಸಮನೆ ಹಾರಿಸಿಯೇ ಬಿಟ್ಟರು. ಆ ಹುಡುಗರಿಗೋ ಪರಮಾಶ್ಚರ್ಯ. ಎಷ್ಟು ಚೆನ್ನಾಗಿ ಒಂದೇಸಲ ಗುರಿ ಹೊಡೆದ್ರಲ್ಲ ಅಂತ. ಒಬ್ಬನಂತೂ ಕೇಳೇಬಿಟ್ಟ.

"ಬಹಳ ದಿನದಿಂದ ಪ್ರಾಕ್ಟೀಸ್ ಮಾಡಿರ್ಬೇಕು ನೀವು. ಅದಕ್ಕೆ ಅಷ್ಟು ಸುಲಭವಾಗಿ ಹೊಡೆದು ಬಿಟ್ರಿ. ಪ್ರಾಕ್ಟೀಸು ಮಾಡಿದ್ರೆ ನೀವೇನು, ಯಾರು ಬೇಕಾದ್ರು ಹೊಡೀಬಹುದು."

"ಮಗೂ ಇಲ್ನೋಡು," ಬಂದೂಕನ ಹುಡುಗನ ಕೈಗೆ ಕೊಟ್ಟು ನಸುನಗುತ್ತಾ ಸ್ವಾಮಿಗಳು ಹೇಳಿದರು. "ಇದುವರೆವಿಗೂ ಒಂದು ದಿನವೂ ನಾನು ಬಂದೂಕು ಮುಟ್ಟಿಲ್ಲ. ಗುಂಡು ಹೊಡೆಯುವ ಅಭ್ಯಾಸ ಮಾಡಿಲ್ಲ."

"ಹಾಗಾದ್ರೆ ಇವತ್ತು ಹೇಗೆ ಗುರಿ ಹೊಡೆದಿರಿ?"

"ಹೇಳ್ತೀನಿ ಕೇಳು ಗೆಳೆಯ... ನಾನು ಮಾಡಿದ್ದೆಲ್ಲ ಇಷ್ಟೆ. ಬಂದೂಕ ತೆಗೆದುಕೊಂಡು ಮೊಟ್ಟೆಗೆ ಗುರಿಯಿಟ್ಟೆ. ಮನಸ್ಸನ್ನೆಲ್ಲ ಅಲ್ಲೇ ಕೇಂದ್ರೀಕರಿಸಿದೆ. ಏಕಾಗ್ರಚಿತ್ತತೆಯಿಂದ

ಕುದುರೆ ಮಿಾಟಿದೆ ಅಷ್ಟೆ. ಏಕಾಗ್ರಚಿತ್ತವಾಗಿ ಹೊಡೆದ ಗುಂಡುಗಳೆಲ್ಲ ಗುರಿ ಸೇರಿದವು. ಮನಸ್ಸಿನ ಏಕಾಗ್ರತೆಯೊಂದಿದ್ದರೆ ಏನನ್ನು ಬೇಕಾದ್ರೂ ಸಾಧಿಸಬಹುದು. ಇದೇ ನನ್ನ ಗುಂಡುಗಳು ಗುರಿಮುಟ್ಟಿದ ರಹಸ್ಯ."

ಹುಡುಗರೆಲ್ಲ ಈ ಅದ್ಭುತ ವ್ಯಕ್ತಿಯನ್ನ ನೋಡಿ ಚಕಿತರಾಗಿದ್ರು. ಅವರು ಹೇಳಿದ್ದನ್ನ ಕೇಳಿ ಆಶ್ಚರ್ಯಪಟ್ಕೊಂಡ್ರು. ಈ ಅದ್ಭುತ ವ್ಯಕ್ತಿಯೇ ನಮ್ಮ ಭಾರತ ಮಾತೆಯ ಹೆಮ್ಮೆಯ ಪುತ್ರ ಸ್ವಾಮಿ ವಿವೇಕಾನಂದ....... ಅಂತ್ಹೇಳಿ ಬಸವಣ್ಣನವರು ಮೇಲೆದ್ದರು.

"ತಾತ ..... ನಮ್ಗೆ ವಿವೇಕಾನಂದರ ಕಥೆ ಹೇಳಿ ತಾತಾ .... ಈಗ್ಲೇ ಹೇಳಿ ... " ಅಂತ ಹುಡುಗರೆಲ್ಲ ಬಸವಣ್ಣ ಅವರಿಗೆ ದುಂಬಾಲು ಬಿದ್ರು.

"ಈಗ್ಲೇ ಕಥೆಹೇಳು ಅಂತಿದೀರಲ್ಲ .... ತಿಂಡಿ ತಿನ್ನಲ್ವಾಪ್ಪಾ ಹುಡುಗರಾ" ಅಂತ ಬಸವಣ್ಣನವರು ಕೇಳಿದಕ್ಕೆ

"ಅಯ್ಯೋ ಆಮೇಲೆ ತಿಂತೀವಿ ತಾತ ಮೊದಲು ಕಥೆ ಹೇಳಿ.......ಕಥೆ" ಅಂತ ಅಲ್ಲೇ ಕೂತ್ರು ಹುಡುಗರೆಲ್ಲ.

"ಸರಿಯಪ್ಪ ಹಾಗಿದ್ಮೇಲೆ. ಹೇಳ್ತೀನಿ ಕೇಳಿ"ಅಂತ ತಾತಶುರುಮಾಡಿದ್ರು

ಕಲ್ಕತ್ತಾದ ಒಂದು ಬೀದಿ. ಮುಸ್ಸಂಜೆ ಸಮಯ ಜನನಿಬಿಡ ರಸ್ತೆ. ಹತ್ತಿರದ ಹಳ್ಳಿಯಲ್ಲಿ ಜಾತ್ರೆಗೆ ಹೋಗಿದ್ದ ನರೇಂದ್ರ ಮನೇ ಕಡೆ ಹೆಜ್ಜೆ ಹಾಕ್ತಿದಾನೆ. ಜೊತೆಯಲ್ಲಿ ಅವನ ಸಂಬಂಧಿಕನೊಬ್ಬ. ನರೇಂದ್ರನಿಗಾಗ ಸುಮಾರು ಹತ್ತು ಹನ್ನೆರಡು ವರ್ಷ ವಯಸ್ಸು. ಕಂಕುಳಲ್ಲಿ ಜಾತ್ರೇಲಿ ಕೊಂಡಿದ್ದ ಒಂದೆರಡು ಶಿವನ ಬೊಂಬೆಗಳು. ನರೇಂದ್ರ ಅವನ ಸಂಬಂಧಿಕನ ಜೊತೆ ಮಾತಾಡ್ತಾಬರ್ತಿದಾನೆ. ಜನ

ಜಂಗುಳಿಯಲ್ಲಿ ನರೇಂದ್ರನ ಸಂಬಂಧಿಕ ಸ್ವಲ್ಪ ಹಿಂದೆಬಿದ್ದ. ಇವನು ಯಾಕೆ ಜೊತೆಯಲ್ಲಿ ಬರ್ತಿಲ್ಲ ಅಂತ ಹಿಂದೆ ತಿರುಗಿ ನೋಡಿದ ನರೇಂದ್ರ. ನೋಡಿದವನೇ ಸ್ಥಂಭೀಭೂತನಾಗಿ ನಿಂತುಬಿಟ್ಟ... ರಸ್ತೆಯಲ್ಲಿ ಒಂದು ಕುದುರೆಗಾಡಿ ಅತಿವೇಗವಾಗಿ ನುಗ್ಗಿ ಬರ್ತಾಇದೆ. ನರೇಂದ್ರನ ಜೊತೆಗಾರ ಸರಿಯಾಗಿ ಅದರ ದಾರಿಯಲ್ಲೇ ಇದ್ದಾನೆ .. ಇನ್ನೇನು ಈ ಕ್ಷಣವೋ, ಆಕ್ಷಣವೋ ಸಾರೋಟು ಅವನ ಮೇಲೆ ಹರಿದೇ ಬಿಡುತ್ತೆ ಅನ್ನುವ ಹಾಗಿದೆ. ವೇಗವಾಗಿ ಬರ್ತಿರೋ ಸಾರೋಟು, ಅದರ ವೇಗಕ್ಕೆ ಕಕ್ಕಾಬಿಕ್ಕಿಯಾಗಿ ಪಕ್ಕಕ್ಕೆ ಸರಿದು ದಾರಿ ಬಿಟ್ಟಿದ್ದ ಜನಸಮೂಹ. ಸಾರೋಟು ತನ್ನ ಮೇಲೇ ಬರ್ತಿದೆ ಅನ್ನೊ ಪರಿವೆಯಿಲ್ಲದೆ ಎಲ್ಲೋ ಅನ್ಯ ಮನಸ್ಕನಾಗಿದ್ದ ನರೇಂದ್ರನ ಜೊತೆಗಾರ ....ನರೇಂದ್ರ ಕ್ಷಣಮಾತ್ರದಲ್ಲಿ ಸನ್ನಿವೇಶ ಅರ್ಥ ಮಾಡಿಕ್ಕೊಂಡು ಬಿಟ್ಟ....ಸರ್ರಂತ ಸಾರೋಟಿನ ದಾರಿಯಲ್ಲಿ ನುಗ್ಗಿ ಸಂಬಂದಿಕನ ಕೈಹಿಡಿದು ಪಕ್ಕಕ್ಕೆ ಸೆಳೆದ. ಒಂದೇ ಒಂದು ಸೆಕೆಂಡು ತಡವಾಗಿದ್ರೂ ಜೊತೆಗಾರ ಅಲ್ಲೇ ಪಡ್ಚಾ ಆಗ್ಹೋಗ್ತಿದ್ದ. ಅದೃಷ್ಟವಶಾತ್ ಇಬ್ರೂ ಅಪ್ಪಾಯದಿಂದ ಪಾರಾದ್ರು.

ಇಂಥ ಧೀರ ನರೇಂದ್ರನೇ ಮುಂದೆ ವಿವೇಕಾನಂದ ಆಗಿ ಭಾರತದ ಕೀರ್ತಿಯನ್ನು ವಿಶ್ವದಲ್ಲೆಲ್ಲ ಹರಡಿದ.......ಈ ನರೇಂದ್ರ ಯಾರಪ್ಪಾ ಅಂದ್ರೆ........

ಕಲ್ಕತ್ತದಲ್ಲಿ ವಿಶ್ವನಾಥದತ್ತ ಅನ್ನೋವ್ರು ದೊಡ್ಡ ವಕೀಲರು. ಅವರ ಹೆಂಡತಿ ಭುವನೇಶ್ವರೀದೇವಿ. ಈ ದಂಪತಿಗಳಿಗೆ ಎರಡು ಹೆಣ್ಣು ಮಕ್ಕಳಿದ್ರೂ ಗಂಡು ಮಗ ಇಲ್ವಲ್ಲ ಅನ್ನೋ ಕೊರಗು. ಭುವನೇಶ್ವರೀ ದೇವಿ ಈ ಕೊರತೆಯನ್ನ ನೀಗಿಸ್ಕೊಬೇಕು ಅಂತ ಕಾಶಿಯ ವಿಶ್ವನಾಥನಿಗೆ ಹರಕೆ ಹೊತ್ತಿದ್ಲು. ಆ ಹರಕೆಯ ಫಲವಾಗಿ ಹುಟ್ಟಿದ ಹುಡುಗನೇ ನರೇಂದ್ರ. ನರೇಂದ್ರ ಹುಟ್ಟಿದ್ದು 1863ನೇ

ಜನವರಿ 12ರಂದು.

ಚಿಕ್ಕ ವಯಸ್ಸಿನಲ್ಲಿ ಇವನ ತುಂಟಾಟ ಎಷ್ಟು ಹೆಚ್ಚಾಗಿತ್ತು ಅಂದ್ರೆ ಮನೇವ್ರಿಗೆ ತಡೆಯೋಕೆ ಅಸಾಧ್ಯವಾಗುವಷ್ಟು. ಕೆಲವುಸಲ ಇವನ ಗಲಾಟೆ ವಿಪರೀತವಾದಾಗ ಅವರಮ್ಮ ಇವನ್ನ ಹಿಡಿದು ಒಂದ್ಕಡೆ ಕೂರಿಸಿ ತಲೆಯ ಮೇಲೆ ಎರಡು ಕೊಡ ನೀರು ಸುರಿದು 'ಶಿವ, ಶಿವ' ಅನ್ನಿದ್ಲು. ಆಶ್ಚರ್ಯದ ಮಾತೆಂದರೆ ನರೇಂದ್ರ ಹೀಗೆ ಮಾಡಿದ ಕೂಡಲೇ ಗಲಾಟೆ ನಿಲ್ಲಿಸಿ ಸಾಧುವಾಗಿ ಬಿಡ್ತಿದ್ದ.

ಈ ಹುಡುಗಾಟದ ವಯಸ್ಸಿನಲ್ಲೂ ಅವನಿಗೆ ದೇವರನ್ನ ಕಂಡ್ರೆ ವಿಪರೀತ ಭಕ್ತಿ. ಯಾವ್ದಾದ್ರೂ ದೇವರ ವಿಗ್ರಹ ಹಿಡ್ಕೊಂಡು, ಮೈಗೆಲ್ಲಾ ಬೂದಿ ಬಳ್ಕೊಂಡು ಪ್ರಾರ್ಥನೆ ಪ್ರಾರಂಭಮಡಿದ ಅಂದ್ರೆ ಅವನ ಪರಿವೆಯೇ ಅವನಿಗಿರ್ತಿರ್ಲಿಲ್ಲ.

ವಿಶ್ವನಾಥನ ಘರಪ್ರಸಾದ ಅಂತ, ಭುವನೇಶ್ವರ್ರಿ ದೇವಿಗೆ ಇವನನ್ನ ಕಂಡ್ರೆ ಬಲುಹಿಗ್ಗು. ಆದರೆ ಮಗನನ್ನು ಬರೀ ಮುದ್ದು ಮಾಡದ್ಲೇ ಅವನನ್ನ ಕೂರಿಸಿಕೊಂಡು ರಾಮಾಯಣ ಮಹಾಭಾರತದ ಕಥೆಗಳನ್ನ ಹೇಳ್ತಾ, ಹೇಳ್ತಾ ಅವನ ವ್ಯಕ್ತಿತ್ವ ರೂಪಿಸುವುದರಲ್ಲಿ ಅವಳಿಗೆ ಬಲು ಆಸಕ್ತಿ.

ಬಲು ಚುರುಕು ಹುಡುಗ ನರೇಂದ್ರ. ಶಾಲೆಯಲ್ಲಿ ಇವನು ಯಾವಾಗಲೂ ಮುಂದು. ಆಟವಿರಲಿ, ಪಾಠವಿರಲಿ, ವ್ಯಾಯಾಮ ಶಾಲೆಯಾಗಲೀ, ಈಜುವುದಾಗಲೀ ಎಲ್ಲದರಲ್ಲೂ ಇವನೇ ಮುಂದು. ನರೇಂದ್ರ ಲಾಠಿ ತಿರುಗಿಸುವುದನ್ನ ಕೂಡ ಕಲ್ತಿದ್ದ. ಒಂದು ದಿನ ಶಾಲೆಯಲ್ಲಿ ಲಾಠಿ ಬೀಸುವ ಪಂದ್ಯ ಏರ್ಪಡಿಸಿದ್ದರು. ಇಬ್ಬರು ಸ್ಪರ್ಧಾಳುಗಳು ಲಾಠಿ ತಿರುಗಿಸ್ತಾ

ಇದಾರೆ. ಆದ್ರೆ ಇಬ್ರೂ ಏನೋ ಕಾಟಾಚಾರಕ್ಕೆ ಲಾಠಿ ಬೀಸ್ತಾಇರೋ ಹಾಗಿದೆ. ಇಬ್ಬರ ಹೋರಾಟದಲ್ಲೂ ಬಿಸುಪೇ ಇಲ್ಲ. ನರೇಂದ್ರ ನೋಡೋವರ್ಗೂ ನೋಡ್ದ. ಕಡೆಗೆ ತಾನೇ ಅಖಾಡಕ್ಕೆ ಜಿಗಿದ.

"ಯಾರಾದ್ರೂ ನನ್ನ ಜೊತೆ ಪಂದ್ಯಕ್ಕೆ ಬರೋದಾದ್ರೆ ಬನ್ನಿ" ಅಂತ ಬಹಿರಂಗವಾಗಿ ಆಹ್ವಾನ ನೀಡಿಯೇ ಬಿಟ್ಟ. ಪಂದ್ಯ ನೋಡ್ತಿದ್ದವರಿಗೆಲ್ಲ ಆಶ್ಚರ್ಯ. ಇದೇನು ಈ ಹುಡಗ ಹುಡುಗಾಟ ಆಡ್ತಿದಾನ ಅಂತ. ಅಷ್ಟರಲ್ಲಿ ಒಬ್ಬ ಟೊಣಪ ನರೇಂದ್ರನ ಜೊತೆ ಪಂದ್ಯಕ್ಕೆ ಅಂತ ಮುಂದೆ ಬಂದ. ಸುತ್ತ ನೆರೆದವರೆಲ್ಲ ಒಂದು ಸುತ್ತು ಹಿಂದೆ ಸರಿದು ಇವರಿಬ್ಬರಿಗೂ ಜಾಗ ಮಾಡಿಕೊಟ್ರು.

ಶುರುವಾಯ್ತು ನೋಡಿ ಪಂದ್ಯ. ಟೊಣಪನಿಗೆ ಇವನೇನು ಚಿಕ್ಕಹುಡುಗ ಬೇಗ ಸೋಲಿಸಿಬಿಡಬಹುದು ಅನ್ನೋ ತಾತ್ಸಾರ. ನರೇಂದ್ರನಿಗೂ ಎಲ್ಲೂ ಇಲ್ಲದ ಹುಮ್ಮಸ್ಸು. ಪಂದ್ಯಕ್ಕೆ ತಾನೇ ಆಹ್ವಾನ ಕೊಟ್ಟಿದಾನೆ. ಸೋಲಬಾರ್ದು ಅನ್ನೋ ಛಲ. ಕಾದಾಟಕ್ಕೆ ನಿಧಾನವಾಗಿ ಕಾವೇರ್ತಿತ್ತು. ಲಾಠಿ ಬೀಸೋ ಸದ್ದು 'ಸುಯ್ ಸುಯ್' ಅಂತ ಕೇಳ್ತಿತ್ತು. ಟೊಣಪನಿಗೆ ಈ ಹುಡುಗ ಅಸಾಧ್ಯದವ್ನು ಅಂತ ಅರಿವಾಗಿ ಲಾಠಿಯನ್ನು ಬಲವಾಗೇ ಬೀಸ್ತಿದ್ದ. ನೆರೆದವ್ರಿಗೆಲ್ಲ ನರೇಂದ್ರ ಈಗಲೋ ಆಗಲೋ ಸೋತೇ ಹೋಗ್ತಾನೆ ಅನ್ನಿಸ್ತಿತ್ತು. ನರೇಂದ್ರ ಮಾತ್ರ ಏಕಾಗ್ರಚಿತ್ತನಾಗಿ ಎದುರಾಳಿಯ ಪಟ್ಟುಗಳಿಗೆಲ್ಲ ಪ್ರತಿಪಟ್ಟು ಹಾಕ್ತಾ ಲಾಠಿ ಬೀಸ್ತಲೇ ಇದ್ದ. ಕಡೇಗೊಂದ್ಸಲ ನರೇಂದ್ರ ಬಲವಾಗಿ ಲಾಠಿ ಬೀಸಿದ ರಭಸಕ್ಕೆ ಟೊಣಪನ ಲಾಠಿ ಟಳ್ಳಂತ ಎರಡು ಹೋಳೇ ಆಗ್ಬಿಡ್ತು.

ನರೇಂದ್ರನೇ ಗೆದ್ದಿದ್ದ.

ಇಂಥ ಧೀರ ಹುಡುಗ ನರೇಂದ್ರ. ನರೇಂದ್ರ ಬರೀ ಆಟೋಟದಲ್ಲೇ ಮುಂದಿರ್ಲಿಲ್ಲ. ಓದಿನಲ್ಲೂ ಅಷ್ಟೆ. ವಿಶ್ವನಾಥದತ್ತ ಸುಸಂಸ್ಕೃತನಾಗಿದ್ದಲ್ದೇ ಮನೆಯಲ್ಲಿ ಚಿಕ್ಕದೊಂದು ಗ್ರಂಥಾಲಯವನ್ನೇ ಇಟ್ಕೊಂಡಿದ್ದ ವ್ಯಕ್ತಿ. ಇಲ್ಲಿನ ಎಲ್ಲ ಬಂಗಾಳೀ ಸಂಸ್ಕೃತ ಪುಸ್ತಕಗಳನ್ನೂ ನರೇಂದ್ರ ಓದಿ ಅರಗಿಸ್ಕೊಂಡಿದ್ದ. ಬಂಗಾಳೀ, ಸಂಸ್ಕೃತ ಭಾಷೇನಲ್ಲಲ್ದೆ ಇಂಗ್ಲಿಷ್‌ನಲ್ಲೂ ಪ್ರಭುತ್ವ ಸಾಧಿಸಿದ್ದ. ಇವನ ಬೇರೆ ಚಟುವಟಿಕೆಗಳು ಎಷ್ಟು ಅಗಾಧವಾಗಿತ್ತು ಅಂದ್ರೆ ಶಾಲಾ ಕಾಲೇಜಿನ ದಿನಗಳಲ್ಲಿ ಅವನಿಗೆ ಪಠ್ಯ ಪುಸ್ತಗಳನ್ನು ಓದಕ್ಕೇ ಪುರಸೂತ್ತಾಗ್ತಿರ್ಲಿಲ್ಲ. ಆದ್ರೂ ಅದ್ಭುತವಾದ ಜ್ಞಾಪಕ ಶಕ್ತಿ ಹೊಂದಿದ್ದ ಈ ಹುಡುಗ ಪರೀಕ್ಷೆಗೆ ಒಂದು ತಿಂಗ್ಳಿದೆ ಅನ್ನೋವಾಗ ಎಡಬಿಡದೇ ಒಂದೇ ಸಮ ಅಭ್ಯಾಸ ಮಾಡಿ ಪ್ರತಿ ಪರೀಕ್ಷೆಯಲ್ಲೂ ಮೊದಲ ದರ್ಜೆಯಲ್ಲೇ ಪಾಸಾಗಿ ಬಿಡ್ತಿದ್ದ.

¤ ¤ ¤ ¤ ¤

......ಅಷ್ಟರಲ್ಲಿ ಬಸವಣ್ಣನವರ ಹೆಂಡತಿ ಕಮಲಮ್ಮ ನವರು, "ಬನ್ರೋ, ಹುಡುಗ್ರಾ, ತಿಂಡಿ ರೆಡಿಯಾಗಿದ '..... ತಿಂದಾದ ಮೇಲೆ ಕಥೆ ಗಿತೆ, ಅಂತ ಕೂತ್ಕೋಳಿ ಬೇಕಾದ್ರೆ." ಅಂತ ಕರೆದ್ರು.

"ಹೋಗಿ, ತಿಂಡಿ ತಿಂದು ಬಂದ್ಬಿಡಿ, ಆಮೇಲೆ ಮುಂದಿನ ಕಥೆ ಹೇಳ್ತೀನಿ" ಅಂತ ಬಸವಣ್ಣನವರು ಹೇಳಿದ್ರು. ವಿವೇಕಾನಂದರ ಕಥೆ ಕೇಳ್ಳೋ ಅವಸರದಲ್ಲಿದ್ದ ಹುಡುಗ್ರು ಅಜ್ಜಿ ಕೊಟ್ಟದೋಸೆ - ಚಟ್ನೀನ ಗಬಗಬಾಂತ

ತಿಂದು ಕೈತೊಳ್ಕೊಂಡು, ಕೈ ಒರೆಸ್ಕೋತಾ ತಿರುಗಿ ತಾತನ ಮುಂದೆ ಪ್ರತಿಷ್ಠಿತವಾದ್ವು.

ಹುಡುಗರ ಹುಮ್ಮಸ್ಸು ನೋಡಿ ನಸುನಕ್ಕ ಬಸವಣ್ಣನವರು ಪೇಪರು ಪಕ್ಕಕ್ಕಿಟ್ಟು.

"ತಿಂಡಿ ತಿಂದ್ರೇನೋ.....ಶುರುಮಾಡ್ಲಾ.....ಎಲ್ಲೀತನ್ಕ ಹೇಳಿದ್ದೆ ...." ಅಂತ ಜ್ಞಾಪಿಸ್ಕೋತಾ, "ವಿವೇಕಾನಂದ...ಹೊ ಅಲ್ಲಲ್ಲ....ಇನ್ನೂ ಅವ್ರು ವಿವೇಕಾನಂದ ಆಗಿರ್ಲಿಲ್ಲ........ನರೇಂದ್ರನ ಶಾಲಾ ಕಾಲೇಜು ದಿನಗಳಲ್ಲಿದ್ವಿ ಅಲ್ವಾ, ಅಂತ ಮುಂದುವರೆಸಿದರು.

¤ ¤ ¤ ¤ ¤

ಬಹಳಷ್ಟು ಓದಿಕೊಂಡದ್ರಿಂದ ನರೇಂದ್ರನಿಗೆ ಏನನ್ನ ತಿಳ್ಕೊಂಡ್ರೂ ಪ್ರತ್ಯಕ್ಷಿಸಿ ನೋಡಬೇಕು ಅನ್ನೋಹಂಬಲ. ವಿಶ್ವನಾಥದತ್ತ ತನ್ನ ಮಕ್ಕಳು ಎಲ್ಲ ರೀತಿಯಲ್ಲೂ ಬೆಳೆದು ಒಳ್ಳೆಯ ನಾಗರಿಕರಾಗಬೇಕು ಅನ್ನೋ ಮನೋಭಾವದ ವರಾದುದರಿಂದ ಮಕ್ಕಳಿಗೆ ಎಲ್ಲರೀತಿಯ ಸ್ವಾತಂತ್ರ್ಯವನ್ನೂ ಕೊಟ್ಟು ಒಳ್ಳೆ ವಾತಾವರಣ ಕಲ್ಪಿಸಿದ್ರು.

ತಾಯಿ ಭುವನೇಶ್ವರೀ ದೇವಿಯ ಆಸ್ತಿಕ ವ್ಯಕ್ತಿತ್ವ, ವಿಶ್ವನಾಥದತ್ತ ನಿರ್ಮಿಸಿಕೊಟ್ಟಿದ್ದ ಸುಸಂಸ್ಕೃತ ವಾತಾವರಣ, ನರೇಂದ್ರನನ್ನು ಧರ್ಮ, ದೇವರು, ಆಧ್ಯಾತ್ಮದ ಕಡೆಗೆ ಒಲಿಯುವಂತೆ ಮಾಡಿದ್ರೂ, ಅವನ ವಿಸ್ತೃತವಾದ ಓದು ದೇವರ ಬಗೆಗೆ ಅವನಲ್ಲಿ ಒಂದು ಬಗೆಯ ಕುತೂಹಲವನ್ನ ಮೂಡಿಸಿತ್ತು. ಪ್ರತ್ಯಕ್ಷ ದೇವರನ್ನ ಕಾಣಬೇಕು ಅನ್ನೊ ಆಸೆ ಅವನ ಮನಸ್ಸಿನಲ್ಲಿತ್ತು.

ಮೊದಲಿನಿಂದಲೂ ಸಾಧು ಸಂತರ ಬಗೆಗೆ ಗೌರವವನ್ನಿರಿಸಿಕೊಂಡು ಬಂದಿದ್ದ ನರೇಂದ್ರ, ಸಾಧು

ಸಂತರನ್ನು, ಕಂಡಾಗಲೆಲ್ಲ, ಅವರಿಗೆ "ನೀವು ದೇವರನ್ನು ನೋಡಿದ್ದೀರಾ? ನೋಡಿದ್ರೆ ಅವನು ಹೇಗಿದ್ದಾನೆ?" ಅಂತೆಲ್ಲ ಪ್ರಶ್ನೆ ಕೇಳ್ತಾಇದ್ದ. ಆದರೆ ಅವನು ಹೀಗೆ ಪ್ರಶ್ನೆಕೇಳಿದವರಲ್ಲಿ ಯಾರೂ ಅವನಿಗೆ ಉತ್ತರ ಕೊಡೋಕೆ ತಯಾರಿರಲಿಲ್ಲ. ತಾನು ಗೌರವ ಭಾವವನ್ನಿರಿಸಿಕೊಂಡು, ಒಂದು ಬಗೆಯಲ್ಲಿ ನಂಬಿದ್ದ ಸಾಧು ಸಂತರು, ಮಹಾಮಹಿಮರೆನಿಸಿಕೊಂಡವರು ಯಾರೂ ದೇವರ ಅಸ್ತಿತ್ವದ ಬಗೆಗೆ ಸರಿಯಾದ ಸಮಾಧಾನಕರವಾದ ಉತ್ತರಗಳನ್ನು ಕೊಡೋಕೆ ಶಕ್ತರಾಗದೇ ಹೋದದ್ದು ನರೇಂದ್ರನಿಗೆ ದೊಡ್ಡ ಸಮಸ್ಯೆಯಾಗಿ ಪರಿಣಮಿಸ್ತು. ಅದರ ಹಿಂದಯೇ ದೇವರನ್ನು ಕಾಣಲೇ ಬೇಕು ಅನ್ನುವ ಹಟವೂ ಬಲಿಯುತ್ತಾ ಹೋಯಿತು. ದೇವರ ಕುರಿತಾದ ಇವನ ಅಧಮ್ಯವಾದ ಕುತೂಹಲವನ್ನು ಕಂಡು ನರೇಂದ್ರನ ಸಂಬಂಧಿಯೊಬ್ಬರು, "ನೋಡಪ್ಪಾ, ನಿನಗೆ ದೇವರನ್ನು ಕಾಣಲೇಬೇಕು, ಅವನನ್ನು ಸಾಕ್ಷಾತ್ಕಾರ ಮಾಡಿಕೊಳ್ಳಲೇಬೇಕು ಅನ್ನುವ ಮನಸ್ಸಿದ್ದರೆ, ಅವ್ರಿವ್ರನ್ನೆಲ್ಲ ಸುಮ್ಮನೆ ಪ್ರಶ್ನಿಸಿ ಕಾಡಬೇಡ. ಇಲ್ಲಿಯೇ ಸಮೀಪದಲ್ಲಿರುವ ದಕ್ಷಿಣೇಶ್ವರಕ್ಕೆ ಹೋಗು. ಅಲ್ಲಿ ಶ್ರೀರಾಮಕೃಷ್ಣ ಅಂತ ಸಾಧುಗಳೊಬ್ರಿದಾರೆ. ದೇವರನ್ನ ನೀನು ಕಾಣಲೇಬೇಕು ಅಂತಿದ್ರೆ ಅದನ್ನ ನಡೆಸಿಕೊಡೋಕೆ ಅವರ್ರಿಂದ ಮಾತ್ರ ಸಾಧ್ಯ," ಅಂತ ಸಲಹೆ ಕೊಟ್ರು.

ದಕ್ಷಿಣೇಶ್ವರದ ಕಾಳಿಕಾ ಮಾತೆಯ ದೇವಸ್ಥಾನದ ಅರ್ಚಕರಾಗಿದ್ದ ಶ್ರೀರಾಮಕೃಷ್ಣರು, ತಮ್ಮ ಭಕ್ತಿ, ಸಾಧನೆ ಸಿದ್ಧಿಗಳಿಂದಾಗಿ ಬಹುದೊಡ್ಡ ಯೋಗಿಯಾಗಿದ್ದವರು. ಆಧ್ಯಾತ್ಮಿಕವಾಗಿ ಪರಮ ಉನ್ನತಿಯನ್ನು ಪಡೆದು ಕಾಳಿಕಾ ಮಾತೆಯಿಂದ ವರಪ್ರಸಾದ ಪಡೆದವರು. ಇವರನ್ನು ಕಂಡು

ದೇವರ ಬಗೆಗೆ ಕೇಳುವುದೇ ಸರಿ, ಎಂದಂದುಕೊಂಡ ನರೇಂದ್ರ ದಕ್ಷಿಣೇಶ್ವರದ ಕಡೆಗೆ ಹೊರಟ.

ನರೇಂದ್ರನಿಗಿದ್ದ ಇನ್ನೊಂದು ವರವೆಂದರೆ ಅವನ ಅದ್ಭುತವಾದ ಶಾರೀರ. ಸುಮಧುರವಾಗಿ ಹಾಡುತ್ತಿದ್ದ ಅವನ ಗಾಯನ ಕೇಳುಗರನ್ನು ಮೋಡಿ ಮಾಡುತ್ತಿತ್ತು. ಮೊದಲ ಸಲ ನರೇಂದ್ರ ಶ್ರೀರಾಮಕೃಷ್ಣರನ್ನು ಕಂಡಾಗ ಅವನು ಅವರ ಕೋರಿಕೆಯಂತೆ ಒಂದು ಹಾಡು ಹೇಳಿದ. ಭಾವಪೂರ್ಣವಾಗಿ ನರೇಂದ್ರ ಹಾಡು ಹೇಳುತ್ತಿದ್ದಂತೆಯೇ ಶ್ರೀ ರಾಮಕೃಷ್ಣರು ಪರವಶರಾಗಿ ಸಮಾಧಿ ಸ್ಥಿತಿಗೆ ಏರಿಬಿಟ್ಟರು... ಸಮಾಧಿ ಸ್ಥಿತಿಯೆಂದರೆ ಹೊರಗಣ ಪ್ರಪಂಚದ ಅರಿವೇ ಇಲ್ಲದೆ ಮನಸ್ಸನ್ನು ದೇವರಲ್ಲಿ ಲೀನವಾಗಿಸುವುದು. ಈ ಸ್ಥಿತಿಯಲ್ಲಿರುವವರಿಗೆ ಹೊರಜಗತ್ತಿನ ಬಗೆಗೆ ಜ್ಞಾನವೇ ಇರುವುದಿಲ್ಲ. ದಿನನಿತ್ಯದ ವ್ಯವಹಾರಗಳ ಕಡೆ ಲಕ್ಷ್ಯವಿರುವುದಿಲ್ಲ ಈ ಸ್ಥಿತಿ ತಲುಪಬೇಕಾದರೆ ಬಹಳಷ್ಟು ಸಾಧನೆ ಮಾಡಬೇಕು. ಅಸಾಧಾರಣ ವ್ಯಕ್ತಿತ್ವದ ಸಾಮರ್ಥ್ಯ ಬೇಕು. ಏಕಾಗ್ರ ಚಿತ್ತವಾದ ಮನಸ್ಸು ಬೇಕು.

ಸರಿ ನರೇಂದ್ರನಿಗೆ ಅಂದೇನೂ ಪ್ರಶ್ನೆ ಕೇಳಲಾಗಲಿಲ್ಲ. ಹೊರಟುಬಂದ. ಸ್ವಲ್ಪದಿನಗಳಾದ ಮೇಲೆ ನರೇಂದ್ರ ಮತ್ತೆ ದಕ್ಷಿಣೇಶ್ವರಕ್ಕೆ ಬಂದ. ಶ್ರೀರಾಮಕೃಷ್ಣರ ಸುತ್ತ ಅವರ ಅನುಯಾಯಿಗಳೆಲ್ಲ ಕೂತಿದ್ದಾರೆ. ಶ್ರೀ ರಾಮಕೃಷ್ಣರು ದೇವರ ಬಗೆಗೆ ಏನೋ ಪ್ರವಚನ ನೀಡುತ್ತಾ ಇದ್ದಾರೆ. ನರೇಂದ್ರರ ಮನಸ್ಸಿನಲ್ಲಿ ಸಂಶಯದ ಭೂತ ಹೆಡೆಯಾಡುತ್ತಿದೆ. ಈ ವ್ಯಕ್ತಿ ನನ್ನ ಸಂದೇಹಗಳನ್ನು ಪರಿಹರಿಸಬಲ್ಲನೇ? ದೇವರು ಇದ್ದಾನೊ, ಇಲ್ಲವೊ ಎಂಬ ಪ್ರಶ್ನೆಗೆ ಉತ್ತರಿಸಬಲ್ಲನೆ? ಇವರನ್ನು ನಾನು ಸಂಧಿಸಿ

ಮಾತನಾಡುತ್ತಿರುವುದರಿಂದ ಪ್ರಯೋಜನವೇನಾದರೂ ಆಗಬಹುದೆ? ಎಂಬ ಪ್ರಶ್ನೆಗಳು ಕಾಡುತ್ತಲೇ ಇವೆ. ಕಡೆಗೂ ನರೇಂದ್ರ ತನ್ನ ಎಂದಿನ ಪ್ರಶ್ನೆಯನ್ನು ಶ್ರೀ ರಾಮಕೃಷ್ಣರಿಗೂ ಕೇಳಿಯೇ ಕೇಳಿದ.

"ನೀವು ದೇವರನ್ನು ನೋಡಿದ್ದೀರಾ?"

"ಓಹೋ... ಖಂಡಿತವಾಗಿಯೂ ನೋಡಿದ್ದೇನೆ" ಮುಗುಳ್ನಗುತ್ತಾ ಶ್ರೀ ರಾಮಕೃಷ್ಣರೆಂದರು, 'ನಿನ್ನನ್ನ ನೋಡ್ತಾ ಇರೋ ರೀತಿಯಲ್ಲೇ, ಇನ್ನೂ ಹೆಚ್ಚು ಸ್ಪಷ್ಟವಾಗಿ ದೇವರನ್ನ ನೋಡಿದ್ದೇನೆ. ದೇವರ ಬಳಿ ಮಾತನಾಡಿದ್ದೇನೆ. ನಕ್ಕಿದ್ದೇನೆ.'

ನರೇಂದ್ರನಿಗೋ ಪರಮಾಶ್ಚರ್ಯ.

"ಅರೇ, ಇದುವರೆವಿಗೂ ನಾನು ಕೇಳಿದ ಯಾರೂ ದೇವರನ್ನು ನೋಡಿದ್ದೇನೆ ಅಂತ ಇಷ್ಟು ಸ್ಪಷ್ಟವಾಗಿ ಹೇಳಿರಲಿಲ್ಲ. ಎಲ್ಲರೂ ದೇವರ ಪ್ರಶ್ನೆ ಬಂದಾಗ ತಡವರಿಸುತ್ತಾ ಇದ್ರು. ಈ ವ್ಯಕ್ತಿ ಮಾತ್ರ ತಾನು ದೇವರನ್ನು ನೋಡಿದ್ದೇನೆ ಅಂತ ಹೇಳ್ತಿದಾರಲ್ಲ! ನಿಜವಾಗಿಯೂ ನೋಡಿದ್ದಾರೋ? ಇಲ್ಲ ಸುಮ್ಮನೆ ನನ್ನ ಸಮಾಧಾನಕ್ಕೆ ಹೇಳ್ತಿದ್ದಾರೊ?"

ಬಹುಶಃ ಇವನ ಸಂಶಯವನ್ನು ಮನಗಂಡಂತೆ ಶ್ರೀರಾಮಕೃಷ್ಣರು ಎದ್ದು ಬಂದು ತಮ್ಮ ಬಲಪಾದವನ್ನು ನರೇಂದ್ರನ ಮೇಲಿಟ್ಟರು. ಶ್ರೀ ರಾಮಕೃಷ್ಣರ ಸ್ಪರ್ಶವಾಗುತ್ತಿದ್ದಂತೇ ನರೇಂದ್ರನ ಮೈಯಲ್ಲಿ ಮಿಂಚು ಸಂಚಾರವಾದಂತಾಯಿತು. ಸಹಸ್ರಾರು ದೀಪಗಳು ಒಮ್ಮೆಗೇ ಜಗ್ಗನೆ ಹತ್ತಿಕೊಂಡಂತಾಯಿತು. ಮೈಯೆಲ್ಲ ರೋಮಾಂಚನವಾಗಿ, ತನಗೀವರೆಗೆ ಪರಿಚಯವಿರದ ವಿಶೇಷ ಅನುಭವವೊಂದಾದಂತಾಯಿತು. ಶ್ರೀ ರಾಮಕೃಷ್ಣರಿರುವ

ಕೊಠಡಿ, ಅಲ್ಲಿರುವ ವ್ಯಕ್ತಿಗಳು, ಅಲ್ಲಿದ್ದ ವಸ್ತುಗಳು ಎಲ್ಲವೂ ಗಿರ್ರನೆ ತಿರುಗಿ ಬಹುವೇಗದಿಂದ ಒಂದು ಮೂಲೆಯಲ್ಲಿ ಅದೃಶ್ಯವಾದಂತಾಯಿತು. ಅವನ ಇರುವೇ ಕರಗಿ ಹೋದಂತಾಗಿ ಒಂದು ರೀತಿಯ ಏನೂ ಇಲ್ಲದ ಶೂನ್ಯ ಭಾವ ಆವರಿಸಿಕೊಂಡುಬಿಟ್ಟಿತು. ಪಾಪ, ನರೇಂದ್ರನಿಗಿದು ಹೊಚ್ಚ ಹೊಸ ಅನುಭವ.

"ಓ ಇದೇನು ಮಾಡ್ತಾ ಇದೀರಿ, ನಂಗೊಂಥರಾ ಭಯ ಆಗ್ತಿದೆ" ಅಂತ ಕೂಗಿಕೊಂಡ.

ಶ್ರೀ ರಾಮಕೃಷ್ಣರು 'ಇವತ್ತಿಗೆ ಇಷ್ಟು ಸಾಕು' ಅಂತ ಅವನನ್ನು ಸಮಾಧಿ ಸ್ಥಿತಿಯಿಂದ ಹೊರತಂದರು. ಬೆನ್ನು ತಟ್ಟಿ ಕಳುಹಿಸಿಕೊಟ್ಟರು.

ಅನಂತರ ನರೇಂದ್ರ ಕೆಲದಿನಗಳ ಕಾಲ ದಕ್ಷಿಣೇಶ್ವರದ ಕಡೆಗೇ ಹೋಗಲಿಲ್ಲ. ಆದರೂ ಅವನ ಮನಸ್ಸಿನಲ್ಲಿ ಶ್ರೀರಾಮಕೃಷ್ಣರ ಕುರಿತೇ ಆಲೋಚನೆಗಳು. ಇವರನ್ನು ನಾನು ಗುರುವಾಗಿ ಸ್ವೀಕರಿಸಬಹುದಾ? ದೇವರನ್ನು ನೋಡಿದ್ದೇನೆ ಎಂದು ಹೇಳುವ ಇವರ ಮಾತಿನಲ್ಲಿ ಸತ್ಯವಿದೆಯೊ? ದೇವರನ್ನ ನೋಡಿದ್ರೂ, ಅವನ ಹತ್ತಿರ ಬೇಕಾದ ವರ ಕೇಳ್ಕೊಂಡು ಸಕಲ ಐಶ್ವರ್ಯ ಅನುಭವಿಸೋ ಬದಲಿಗೆ ಹೀಗೆ ವಿರಾಗಿಯಂತೇಕಿದ್ದಾರೆ? ಇಲ್ಲಾ ಇವ್ರು ನಿಜವಾಗಿಯೂ ವಿರಾಗಿಯೇ? ತ್ಯಾಗಿಯೇ? ಇತ್ಯಾದಿ ಹಲವಾರು ಪ್ರಶ್ನೆಗಳು.

ಕಡೆಗೂ ಯೋಚನೆ ಮಾಡೀ ಮಾಡೀ ಒಂದು ನಿರ್ಧಾರಕ್ಕೆ ಬಂದ.----'ನೋಡೋಣ, ಇವರನ್ನು ನಾನೂ ಪರೀಕ್ಷೆ ಮಾಡಿಯೇ ಬಿಡ್ತೀನಿ. ಇವರಲ್ಲಿ ನಿಜವಾಗಿಯೂ ಸತ್ವ ಇದೆ ಅಂತ ಸಾಬೀತಾದರೆ ಇವರನ್ನೇ ನನ್ನ ಗುರು

ಅಂತ ಸ್ವೀಕರಿಸ್ತೀನಿ. ಭಗವಂತನ ಸಾಕ್ಷಾತ್ಕಾರ ಮಾಡ್ಕೋತೀನಿ.'

ಆಮೇಲೆ ಒಂದು ಸಾರಿ ದಕ್ಷಿಣೇಶ್ವರಕ್ಕೆ ಹೊರಟು ಬಂದ. ಇವನು ಬಂದಾಗ ರಾಮಕೃಷ್ಣರು ಅಲ್ಲಿರಲಿಲ್ಲ. ಎಲ್ಲೋ ಹೊರಗೆ ಹೋಗಿದ್ರು. ರಾಮಕೃಷ್ಣರ ಕೊಠಡಿಯಲ್ಲಿ ಬೇರಾರೂ ಇರ್ಲಿಲ್ಲ. ನರೇಂದ್ರನ ತಲೆಗೆ ಥಟಕ್ಕನೆ ಒಂದು ಆಲೋಚನೆ ಹೊಳೀತು. ಇವರು ಪರಮ ತ್ಯಾಗಿ ಅಂತ ಹೇಳಿಕೋತಾರಲ್ಲ, ಯಾವುದಕ್ಕೂ ಆಸೆ ಪಡೊಲ್ಲ ಅಂತ ಅಂದುಕೋತಾರಲ್ಲ ಪರೀಕ್ಷೆ ಮಾಡಿಯೇ ಬಿಡೋಣ ಅಂತ ಶ್ರೀ ರಾಮಕೃಷ್ಣರ ಹಾಸಿಗೆ ಕೆಳಗೆ ಒಂದು ರೂಪಾಯಿನ ನಾಣ್ಯವನ್ನಿಟ್ಟು ಗುಪ್ಪಂತ ಹೊರಕ್ಕೆ ಬಂದ್ಬಿಟ್ಟ. ಎಲ್ಲೋ ಹೊರಗೆ ಹೋಗಿದ್ದ ಶ್ರೀ ರಾಮಕೃಷ್ಣರು ಸ್ವಲ್ಪ ಹೊತ್ತಿನಲ್ಲಿಯೇ ಹಿಂತಿರುಗಿ ಬಂದರು. ನರೇಂದ್ರನೂ ಅವರ ಜೊತೆಗೇ ಅವರ ಕೋಣೆಯನ್ನು ಪ್ರವೇಶಿಸಿದ. ಕೋಣೆಯೊಳಕ್ಕೆ ಬಂದ ಶ್ರೀ ರಾಮಕೃಷ್ಣರು ಸೀದಾ ಹೋಗಿ ತಮ್ಮ ಹಾಸಿಗೆಯ ಮೇಲೆ ಕುಳಿತರು. ಕುಳಿತ ಕೂಡಲೇ ಮುಳ್ಳಿನ ಮೇಲೆ ಕುಳಿತವರಂತೆ ಛಂಗನೆ ಎದ್ದರು. ಶಿಷ್ಯನೊಬ್ಬನಿಗೆ ಹಾಸಿಗೆ ಕೊಡವಲು ಹೇಳಿದರು. ಹಾಸಿಗೆ ಕೊಡವಿದಾಗ ಅದರ ತಳದಲ್ಲಿ ನರೇಂದ್ರನಿಟ್ಟಿದ್ದ ದುಡ್ಡು ಕೆಳಕ್ಕೆ ಬಿತ್ತು. ಶ್ರೀ ರಾಮಕೃಷ್ಣರಿಗೆ ನರೇಂದ್ರ ತಮಗಿಂತ ಮುಂಚೆಯೇ ನರೇಂದ್ರ. ಅಲ್ಲಿಗೆ ಬಂದದ್ದು, ಹಾಸಿಗೆಯ ಕೆಳಗೆ ದುಡ್ಡನ್ನಿಟ್ಟಿದ್ದು ಏನೂ ಗೊತ್ತಿಲ್ಲ. ಆದರೂ ಪರಮ ತ್ಯಾಗಿಗಳಾದ ಅವರು ಹಣದ ಸ್ಪರ್ಶವಾದ ಕೂಡಲೇ ಮುಳ್ಳು ಮೆಟ್ಟಿದವರಂತೆ ಬೆಚ್ಚಿ ಬಿದ್ದರು. ಇದನ್ನೆಲ್ಲ ಗಮನಿಸುತ್ತಿದ್ದ ನರೇಂದ್ರ ನಿಜವಾಗಿಯೂ ಇವರು ಪರಮತ್ಯಾಗಿಗಳು ಎಂಬ ನಿರ್ಧಾರಕ್ಕೆ ಬಂದ. ನನಗೆ

ಸರಿಯಾದ ಗುರುಗಳು ಇವರೇ ಎಂಬ ದೃಢ ನಿಶ್ಚಯದಿಂದ ಅವರಿಗೆ ತನ್ನನ್ನು ಸಮರ್ಪಿಸಿಕೊಂಡ. ಅದ್ವಿತೀಯ ಗುರು-ಅಸಾಮಾನ್ಯ ಶಿಷ್ಯನ ಸಂಬಂಧ ಬೆಳೆಯಲಾರಂಭಿಸಿತು.

¤ ¤ ¤ ¤ ¤

'ಆದ್ರೆ ತಾತಾ....ಅವನ ಮನೆ, ಕಾಲೇಜು, ವಿದ್ಯಾಭ್ಯಾಸ ಎಲ್ಲೀಗೆ ಬಂತು? ಅದನ್ನೆಲ್ಲ ನೀವು ಹೇಳಲೇ ಇಲ್ವಲ್ಲ' ಅಂತ ವೆಂಕಿ ಕೊಂಕು ತೆಗೆದ.

'ಹೇಳ್ತೀನಿರಯ್ಯ..ಅದನ್ನೂ ' ಅಂತಂದ ತಾತ 'ರೀ ಕಮಲಮ್ಮ ಒಂದು ಲೋಟಾ ಕಾಫಿ ಕೊಡ್ತೀರಾ,' ತಮ್ಮ ಯಜಮಾನ್ತಿಯನ್ನು ಕೇಳಿದರು.

'ನಿಮ್ಕಥೆ ಬೇಗ ಮುಗ್ಯೊಲ್ಲ ಅನ್ನೋದು ನನಗೆ ಚೆನ್ನಾಗಿ ಗೊತ್ತು. ಅದ್ಕಕ್ಕೇ ಕಾಫಿ ಮಾಡಿ ಫ್ಲಾಸ್ಕಿನಲ್ಲಿ ಹಾಕೇ ಇಟ್ಬಿಟ್ಟಿದ್ದೀನಿ. ಕೊಡ್ತೀನಿರಿ' ಅಂತ ಕಾಫಿ ಬಗ್ಗಿಸಿಕೊಟ್ಟ ಕಮಲಮ್ಮ ' ಚೆನ್ನಾಗಿ ಹೇಳ್ತೀರಾ ಕಥೆನಾ, ನಂಗೂ ಇಂಟರೆಸ್ಟ್ ಬಂದ್ಬಿಟ್ಟಿದೆ' ಅಂತ ಯಜಮಾನರಿಗೊಂದು ಶಹಬ್ಬಾಸ್ ಗಿರಿ ಕೊಟ್ಟು ಕಥೆ ಕೇಳಕ್ಕೆ ತಾವೂ ಕೂತರು.

'ಇವ್ರುಗಳಿಗೂ ಕೊಡು. ಹುಡುಗರು..ಪಾಪ' ಅಂತ್ಹೇಳಿ ಮಕ್ಕಳಿಗೂ ಕಾಫಿ ಸಮಾರಾಧನೆ ನಡೆಸಿದ ನಂತರ ತಾತ ಮುಂದುವರೆಸಿದರು.

¤ ¤ ¤ ¤ ¤

ನರೇಂದ್ರನ ತಂದೆಗೆ, ನರೇಂದ್ರ ತನ್ನಂತೆಯೇ ವಕೀಲಿ ವೃತ್ತಿ ಕೈಗೊಳ್ಳಬೇಕು ಅಂತ ಆಸೆ. ಅದಕ್ಕೆ ತಕ್ಕಂತೆ ನರೇಂದ್ರನೂ ಪರೀಕ್ಷೆಗಳನ್ನು ಪಾಸು ಮಾಡುತ್ತ ಬರುತ್ತಿದ್ದ. ಆದರೆ ವಿಧಿ ಲಿಖಿತ ಬೇರೆಯೇ ಇತ್ತು. ನರೇಂದ್ರನಿಗೀಗ

21 ವರ್ಷದ ಪ್ರಾಯ. ಒಂದು ದಿನ ಅವನು ಸ್ನೇಹಿತ ಮನೆಯಲ್ಲಿನ ಸಮಾರಂಭವೊಂದರಲ್ಲಿ ಭಾಗವಹಿಸಿ ಹಾಡ್ತಾ ಇದ್ದ. ಸುಮಾರು ರಾತ್ರಿವರೆಗೆ ಸಾಗಿದ ನರೇಂದ್ರನ ಇಂಪಾದ ಹಾಡುಗಾರಿಕೆ ಗೆಳೆಯರ ಮನ ತಣಿಸಿತ್ತು. ನರೇಂದ್ರನಿಗೂ ಖುಷಿಯಾಗಿತ್ತು. ಆದರೆ ಅಷ್ಟರಲ್ಲಿ ನರೇಂದ್ರನ ಮನೆಯಿಂದ ಸುದ್ದಿ ಬಂತು..... ನರೇಂದ್ರನ ತಂದೆ ವಿಶ್ವನಾಥದತ್ತ ಹೃದಯಾಘಾತದಿಂದ ತೀರಿಕೊಂಡರೆಂದು. ಆಗತಾನೆ ಇನ್ನೂ ತನ್ನ ಬದುಕಿನ ಗುರಿಯೇನು ಎನ್ನುವುದನ್ನರಿತು ಕೊಳ್ಳಲಾರಂಭಿಸಿದ್ದ ನರೇಂದ್ರನಿಗಿದು ದೊಡ್ಡದೊಂದು ಆಘಾತ. ದಿಕ್ಕು ದೆಸೆ ತಪ್ಪಿದ ಸಂಸಾರದ ಕಷ್ಟಕ್ಕೆ ಹೆಗಲುಕೊಡಬೇಕೆ? ಸನ್ಯಾಸಿಯಾಗಿ ಭವಂತನನ್ನು ಕಾಣಬೇಕು ಎಂಬ ತನ್ನಾಸೆಯ ಬೆನ್ನುಹಿಡಿದು ನಡೆಯಬೇಕೆ? ಆದರೂ ನಿಜವಾದ ತನ್ನ ಕರ್ತವ್ಯವೆಂದರೆ, ತನ್ನ ಸಂಸಾರವನ್ನು ನೆಲೆಗೊಳಿಸುವುದು ಎಂದರಿತು ಅದಕ್ಕಾಗಿ ಪ್ರಯತ್ನಿಸ ಲಾರಂಭಿಸಿದ.

ಧಾರಾಳ ಮನಸ್ಸಿನ ವಿಶ್ವನಾಥದತ್ತ ಕೈತುಂಬ ಸಂಪಾದಿಸಿದರೂ ಎರಡೂ ಕೈ ತೆಗೆದು ಕೊಟ್ಟ ಪುಣ್ಯಾತ್ಮ. ಅವನು ದುಡಿದದ್ದೆಲ್ಲವನ್ನೂ ಪರರ ಸುಖಕ್ಕಾಗಿ ಖರ್ಚು ಮಾಡಿದ ಧಾರಾಳಿ. ಸಾವಿನಲ್ಲವನು ಸಂಸಾರಕ್ಕೆ ಉಳಿಸಿದ್ದು ಏನೇನೂ ಇಲ್ಲ. ಇಂತಹ ಪರಿಸ್ಥಿತಿಯಲ್ಲಿ ವಿಶ್ವನಾಥದತ್ತನ ಅಳಿದುಳಿದ ಆಸ್ತಿಯನ್ನು ಕಬಳಿಸಲೆತ್ನಿಸುವ ಬಂಧುಗಳು ಬೆಂದ ಮನೆಯಲ್ಲಿ ಹಿರಿದದ್ದೇ ಲಾಭ ಎಂದೆಣಿಸಿ ಆಸ್ತಿಗಾಗಿ ಕೋರ್ಟಿನ ಕಟಕಟೆಯನ್ನೂ ಹತ್ತಿದರು. ಸಂಸಾರಕ್ಕೆ ಎರಡುಹೊತ್ತಿನ ಅನ್ನ ಕಾಣಿಸುವುದು. ಆಸ್ತಿಯ ವ್ಯವಹಾರಕ್ಕೆಂದು ಕೋರ್ಟಿಗಲೆಯುವುದು ಇವುಗಳ ಮಧ್ಯೆ ನರೇಂದ್ರ ಬೆಂಡಾಗಿ ಬಸವಳಿದು ಹೋದ. ಸಣ್ಣಪುಟ್ಟ

ಕೆಲಸಗಳೇನೋ ಸಿಕ್ಕವು. ಆದರೆ ಅದರಿಂದ ಯಾವ ಪ್ರಯೋಜನವೂ ಆಗಲಾರದೆ ಹೋಯಿತು. ಪ್ರತಿದಿನ ಹತ್ತಾರು ಜನರಿಗೆ ಅನ್ನವಿಕ್ಕುತ್ತಿದ್ದ ಮನೆಯಲ್ಲೀಗ ತುತ್ತು ಊಟಕ್ಕೇ ಪರದಾಡ ಬೇಕಾದ ಪರಿಸ್ಥಿತಿ. ಇಷ್ಟೆಲ್ಲ ಕಷ್ಟಗಳ ನಡುವೆಯೂ ತನ್ನ ಜವಾಬ್ದಾರಿ ನಿರ್ವಹಿಸಲು ಶಕ್ತಿ ಮೀರಿ ಶ್ರಮಿಸಿದ. ಭುವನೇಶ್ವರಿ ದೇವಿಯ ಬುದ್ಧಿವಂತಿಕೆಯ ಸಂಸಾರ ನಿರ್ವಹಣೆ, ಅವಿರತ ಬೆಂಬಲದಿಂದ ಸ್ವಲ್ಪ ಸಮಾಧಾನ ಸಿಕ್ಕಂತಾದರೂ, ತನ್ನ ಬದುಕಿನ ಗುರಿಯತ್ತ ಸಾಗುವ ಪ್ರಯಾಣಕ್ಕೆ ನೂರೆಂಟು ತಡೆಗಳು ಬರುತ್ತಿವೆಯಲ್ಲ ಎಂಬ ದುಃಖ.

ಕಡೆಗೊಂದು ದಿನ ನರೇಂದ್ರ ತಡೆಯಲಾರದೆ ಶ್ರೀರಾಮಕೃಷ್ಣರ ಬಳಿಗೆ ಬಂದು ಅವರನ್ನು ಕೇಳಿಯೇಬಿಟ್ಟ.

"ಸ್ವಾಮಿ, ನೀವೇನೂ ಜಗನ್ಮಾತೆಯನ್ನು ಕಂಡಿದ್ದೇನೆ ಅವಳ ಹತ್ತಿರ ಮಾತನಾಡಿದ್ದೇನೆ ಅಂತ ಹೇಳ್ತೀರಲ್ಲ. ನನಗಿಷ್ಟೊಂದು ಕಷ್ಟ ಇರುವಾಗ ಅವಳನ್ನ, ಇವನ ಕಷ್ಟ ಪಾರು ಮಾಡು ತಾಯಿ ಅಂತ ಕೇಳಿಕೊಬಾರದ್ಯಾಕೆ?........ ದಯವಿಟ್ಟು ಕೇಳಿ ಹೇಳ್ತೀರಾ?

ಶ್ರೀರಾಮಕೃಷ್ಣರು, ನರೇಂದ್ರನಿಗೆ ಕಷ್ಟಗಳೇನೋ ಬಂದಿವೆ ಈ ಕಷ್ಟಗಳಿಂದ ಅವನು ಎದೆಗುಂದದಂತೆ ಮಾಡಿ ಅವನಲ್ಲಿ ದೇವರ ಬಗೆಗೆ ನಂಬಿಕೆ ಹುಟ್ಟಿಸಲು ಇದೇ ಸಮಯ ಎಂದು ಯೋಚಿಸಿ,

"ನರೇಂದ್ರ, ಕಾಳಿಕಾ ಮಾತೆ ನನಗೊಬ್ಬನಿಗೇ ತಾಯಿಯಲ್ಲ, ನಿನಗೂ ತಾಯಿ, ನೀನೇ ಏಕೆ ಕೇಳಬಾರದು?" ಅಂತಂದರು.

ನರೇಂದ್ರ ಅದೂ ಸರಿ ಎಂದು ಭಾವಿಸಿ ಕಾಳಿಕಾ ಮಾತೆಯ ಮಂದಿರದತ್ತ ನಡೆದ. ಆದರೆ ಕಾಳಿಕಾಲಯದಲ್ಲಿ

ದೇವಿಯ ಮುಂದೆ ನಿಂತಾಗ ಮಾತ್ರ "ಅಮ್ಮ ನನಗೆ ವೈರಾಗ್ಯ ಕೊಡು, ಜ್ಞಾನ ಕೊಡು, ವಿವೇಕ ಕೊಡು" ಎಂದೇ ಬೇಡಿದ.

"ನಿನ್ನ ಆರ್ಥಿಕ ಸಂಕಷ್ಟಗಳಿಗೆ ಪರಿಹಾರ ಕೇಳಿದಿಯೇನಪ್ಪ?" ಎಂದು ಶ್ರೀ ರಾಮಕೃಷ್ಣರು ಪ್ರಶ್ನಿಸಿದರೆ "ದೇವಿಯ ಸನ್ನಿಧಿಯಲ್ಲಿ ನಂಗೆಲ್ಲ ಮರೆತೇ ಹೋಯಿತು ಎಂದ."

"ಇನ್ನೂ ಒಂದು ಬಾರಿ ಹೋಗು, ಕಾಳಿಯನ್ನು ಬೇಡಿಕೊ" ಎಂದು ಶ್ರೀರಾಮಕೃಷ್ಣರು ಹೇಳಿದರು. ನರೇಂದ್ರ ತಿರುಗಿ ದೇವಾಲಯಕ್ಕೆ ಹೋದ. ಕಾಳಿಕಾದೇವಿಯನ್ನ ತಿರುಗಿ "ವೈರಾಗ್ಯ ಕೊಡು, ಜ್ಞಾನಕೊಡು, ವಿವೇಕ ಕೊಡು" ಎಂದೇ ಕೇಳಿದ. ಶ್ರೀ ರಾಮಕೃಷ್ಣರ ಸಲಹೆಯಂತೆ ಮೂರನೆಯ ಬಾರಿ ಹೋಗಿ ದೇವಿಯನ್ನು ಕಂಡಾಗಲೂ ಇದೇ ಪರಿಸ್ಥಿತಿ.

ಇವನ ಮನಸ್ಸನ್ನು ಅರ್ಥಮಾಡಿಕೊಂಡ ಶ್ರೀರಾಮಕೃಷ್ಣರು ತಮ್ಮ ಮಿತ್ರರಿಗೆ ಹೇಳಿ ನರೇಂದ್ರನ ಸಂಸಾರಕ್ಕೆ ಕಷ್ಟ ತಪ್ಪಿಸಿದರು. ನರೇಂದ್ರ ಸಂಸಾರದ ಚಿಂತೆ ಬಿಟ್ಟು ತನ್ನ ಗುರಿಯಾದ ಆಧ್ಯಾತ್ಮಿಕ ಸಾಧನೆಯಲ್ಲಿ ಮನತೊಡಗಿಸಿದ.

ಭಾರತದ ಧೀಮಂತ ಪುತ್ರನೊಬ್ಬನ ನಿಜವಾದ ಸಾಧಕ ಜೀವನ ಪ್ರಾರಂಭವಾಯಿತು.

ರಾಮಕೃಷ್ಣರ ಮಾರ್ಗದರ್ಶನದಲ್ಲಿ ಆಧ್ಯಾತ್ಮ ಸಾಧನೆ ಮಾಡುತ್ತಿದ್ದ ಅನೇಕ ಗೆಳೆಯರು ಒಂದಾದರು. ನರೇಂದ್ರನೇ ಅವರ ನಾಯಕನಾದ. ಪ್ರತಿದಿನ ಧಾರ್ಮಿಕ ಚಿಂತನೆ, ಚರ್ಚೆ, ಧ್ಯಾನ, ಶ್ರೀರಾಮಕೃಷ್ಣರ ಹಿತವಚನ ಕೇಳುವುದು.

ಅನಂತರ ಅಧ್ಯಯನ, ಧಾರ್ಮಿಕ ಗ್ರಂಥಗಳಲ್ಲದೆ, ಪಾಶ್ಚಾತ್ಯ -ಪೌರಾತ್ಯ-ತತ್ವಜ್ಞಾನಗಳನ್ನು ಅಭ್ಯಾಸಮಾಡುವುದು, ಎರಡನ್ನೂ ಹೋಲಿಸಿ ನೋಡುವುದು, ಯಾವುದರಲ್ಲಿ ಒಳ್ಳೆಯ ಅಂಶಗಳಿವೆ ಎಂದು ಚರ್ಚಿಸುವುದು, ಹೀಗೆ ಪ್ರತಿದಿನ ನರೇಂದ್ರ ತನ್ನ ಅತಿಪ್ರಿಯವಾದ ಭಗವಂತನ ಸಾಕ್ಷಾತ್ಕಾರದ ಕೈಂಕರ್ಯದಲ್ಲಿ ಮಗ್ನನಾಗಿ ಹೋದ.

ಕಾಲ ಸರಿಯುತ್ತಿತ್ತು. ಶ್ರೀರಾಮಕೃಷ್ಣರು ನರೇಂದ್ರನನ್ನ ತಮ್ಮ ಅಪಾರ ಜ್ಞಾನದ ಸಹಾಯದಿಂದ ಒಬ್ಬ ಅತ್ಯುತ್ತಮ ವ್ಯಕ್ತಿಯನ್ನಾಗಿ ರೂಪಿಸಿದರು. ಅವನ ಜೀವನದ ಉದ್ದೇಶವೇನು ಅನ್ನುವುದನ್ನು ತಿಳಿಸಿಕೊಟ್ಟರು. "ಭಗವಂತನನ್ನು ಕಾಣುವುದಷ್ಟೇ ನಿನ್ನ ಧ್ಯೇಯವಾಗಬಾರದು. ನಮ್ಮ ವೇದ ಪುರಾಣಗಳಲ್ಲಿರುವ ನಿಜವಾದ ಸತ್ಯವನ್ನು, ಸತ್ವವನ್ನು ಹೊರತೆಗೆದು ಜನಸಾಮಾನ್ಯನಿಗೂ ತಲುಪುವಂತೆ ಶ್ರಮಿಸಬೇಕು. ಸಾಮಾನ್ಯ ಜನರಿಗೆ ಕಬ್ಬಿಣದ ಕಡಲೆಯಾಗಿರುವ ವೇದಾಂತಸಾರವನ್ನು ಎಲ್ಲರೂ ಸುಲಭವಾಗಿ ಅರ್ಥ ಮಾಡ್ಕಿಕೊಳ್ಳುವಂತೆ ಮಾಡಬೇಕು. ನಮ್ಮ ಹಿಂದೂ ಧರ್ಮದ ಮಹತ್ವವನ್ನು ಎಲ್ಲಕಡೆ ಹರಡುವ ಕಾರ್ಯ ನಿನ್ನದಾಗಬೇಕು. ಇದೇ ನಿನ್ನ ಜೀವನದ ಗುರಿಯಾಗಬೇಕು" ಎಂದು ನರೇಂದ್ರನಿದುರಿಗೆ ಅವನ ಜೀವನದ ಪರಮೋದ್ದೇಶವನ್ನ ತಿಳಿಸಿ ಹೇಳಿದರು.

ತಮ್ಮ ಅಚ್ಚುಮೆಚ್ಚಿನ ಶಿಷ್ಯನಾದ ನರೇಂದ್ರನಿಗೆ ತಮ್ಮ ವಿದ್ಯೆಯೆಲ್ಲವನ್ನೂ ಧಾರೆಯೆರೆದರು. ಮೊದಲೇ ಅವನು ಜ್ಞಾನದಾಹಿ. ಇನ್ನು ತೆರೆದ ಮನಸ್ಸಿನಿಂದ ಎಲ್ಲವನ್ನೂ ಹೇಳಿಕೊಡುವವರಿರುವಾಗಂತೂ ಸರಿಯೇಸರಿ. ಕುಲುಮೆಯಲ್ಲಿ ಸುಂದರ ರೂಪು ಪಡೆಯುವ ಎರಕದ ಕಬ್ಬಿಣವಾದ.

ಕಮ್ಮಾರನಾದರೋ ಅದ್ವಿತೀಯ ರಾಮಕೃಷ್ಣರು. ಅವರು ಬಡಿದಂತೆ ತಿರುಚುವ ಕಬ್ಬಿಣವಿದ್ದಾಗ ಮೂಡಿಬರುವ ಪ್ರತಿಮೆ ಸರ್ವಾಂಗ ಸುಂದರವಾಗಲೇಬೇಕಿತ್ತು.

ಶ್ರೀರಾಮಕೃಷ್ಣರ ಪ್ರಿಯ ಶಿಷ್ಯನಾದ ನರೇಂದ್ರ ಅವರು ಪ್ರತಿಪಾದಿಸುತ್ತಿದ್ದ ಪ್ರೀತಿ-ದಯೆ-ವಾತ್ಸಲ್ಯಗಳ ತತ್ವದ ಮಹತ್ವ ಕಂಡುಕೊಂಡ. ಹಿಂದೂಧರ್ಮ ಸಾರವನ್ನು ಜಗತ್ತಿಗೇ ತಿಳಿಸಿ ಕೊಡಬೇಕು ಎಂಬ ಅವರ ಬಯಕೆಯನ್ನು ಸಾಕಾರಗೊಳಿಸುವ ಶಿಲ್ಪವಾಗಿ ರೂಪುಗೊಂಡ. ಮಹಾನ್ ವ್ಯಕ್ತಿಯಾದ. ಶ್ರೀ ರಾಮಕೃಷ್ಣರನ್ನು ಗುರುವಾಗಿ ಸ್ವೀಕರಿಸುವ ಮುನ್ನ ಅವರನ್ನು ಹೇಗೆ ಆಮೂಲಾಗ್ರವಾಗಿ ಪರೀಕ್ಷಿಸಿ ತನ್ನ ನಂಬಿಕೆಯನ್ನು ಬೆಳಸಿಕೊಂಡನೋ ಅವರನ್ನು ಗುರುಗಳಾಗಿ ಸ್ವೀಕರಿಸಿದ ನಂತರ ಅವರಲ್ಲಿ ಅಚಲವಾದ ನಂಬಿಕೆಯಿಟ್ಟು ಅವರು ತೋರಿಸಿದ ದಾರಿಯಲ್ಲಿ ಅನುಮಾನವಿಲ್ಲದೆ ಸಾಗಿದ ನರೇಂದ್ರ.

"ನಂಬಿಕೆ, ಗಾಢವಾದ ಭದ್ರ ಬುನಾದಿ" ಎಂಬುದನ್ನು ತೋರಿಸಿಕೊಟ್ಟ ನರೇಂದ್ರ.

ತಮ್ಮ ಜೀವನದ ಉದ್ದೇಶವನ್ನು ಪೂರ್ಣಮಾಡಬಲ್ಲ ಸಮರ್ಥವಾದ ಶಿಷ್ಯ ಸಮೂಹವನ್ನು ತಯಾರು ಮಾಡಿದ ತೃಪ್ತಿಯಲ್ಲಿ ಶ್ರೀ ರಾಮಕೃಷ್ಣರು 1886ರ ಆಗಸ್ಟ್‌ನಲ್ಲಿ ದೇಹತ್ಯಾಗ ಮಾಡಿದರು. ಇದಾದ ನಂತರ ನಾಲ್ಕೈದು ತಿಂಗಳಲ್ಲಿ ನರೇಂದ್ರನನ್ನು ಸೇರಿದಂತೆ ಅವರ ಹಲವಾರು ಶಿಷ್ಯರೆಲ್ಲ ಸೇರಿ ಕಲ್ಕತ್ತದ ಬಾರಾನಾಗೋರ್ ಎಂಬಲ್ಲಿ ರಾಮಕೃಷ್ಣ ಮಠವನ್ನು ಸ್ಥಾಪಿಸಿದರು. ಈ ಮಠವೇ ಈಗ ಬೆಳೆದು ಬೃಹದಾಕಾರದ 'ಶ್ರೀ ರಾಮಕೃಷ್ಣ ಮಿಷನ್' ಸಂಸ್ಥೆ

ಯಾಗಿರುವುದು. ಇಲ್ಲಿ ಒಂದು ದಿನ ಶ್ರೀ ರಾಮಕೃಷ್ಣರ ಶಿಷ್ಯರೆಲ್ಲ ಸೇರಿ ವಿಧಿವತ್ತಾಗಿ ಸನ್ಯಾಸ ಸ್ವೀಕರಿಸಿ ಹಿಂದೂಧರ್ಮದ ಪುನರುತ್ಥಾನದ ಪ್ರತಿಜ್ಞೆ ಮಾಡಿದರು. ಇಲ್ಲಿಂದೀಚೆಗೆ ನರೇಂದ್ರ ವಿವೇಕಾನಂದನಾದ. 23 ವರ್ಷದ ಬಿಸಿ ರಕ್ತದ ಯುವಕನೊಬ್ಬ ತನ್ನ ವೈಯುಕ್ತಿಕ ಆಸೆಗಳೆಲ್ಲವನ್ನೂ ತ್ಯಜಿಸಿ, ಸನ್ಯಾಸತ್ವ ಸ್ವೀಕರಿಸಿ ಹಿಂದೂಧರ್ಮ ಸಾರವನ್ನು, ಭಾರತಮಾತೆಯ ಕೀರ್ತಿಯನ್ನೂ ಜಗತ್ತಿಗೇ ಸಾರಿದ, ದೇಶದ ಖ್ಯಾತಿಯನ್ನು, ಖ್ಯಾತಿಗಿಂತ ಹೆಚ್ಚಾಗಿ ಭಾರತದ ಅಂತಃಸತ್ವವನ್ನು ಎಲ್ಲೆಡೆ ದೇದೀಪ್ಯಮಾನವಾಗಿ ಬೆಳಗಿದ ವೀರಗಾಥೆಯ ಮುಂದಿನ ಮಜಲು ಇಲ್ಲಿಂದ ಪ್ರಾರಂಭ.......

¤ ¤ ¤ ¤ ¤

"ತಾತಾ....." ಚುಮ್ಮಿ ರಾಗ ತೆಗೆದ್ಲು, "ವಿವೇಕಾನಂದ ಅಂದ್ರೆ.... ಅಮೆರಿಕಾ..... ಭಾಷಣ.... ಇಷ್ಟೆ ನಮಗೆ ಗೊತ್ತಿರೋದು. ಆದ್ರೆ ನೀವು ಹೇಳೊ ಕಥೆನಲ್ಲಿ ಅಮೆರಿಕಾ ಬರ್‍ತಾನೇ ಇಲ್ವಲ್ಲ ಇಷ್ಟೊತ್ತಾದ್ರೂ..?"

"ಏ ಹುಡುಗಿ ... ಎಷ್ಟೊಂದು ಅವಸರ ನಿನಗೆ ... ಹೇಳ್ತೀನಿ ತಡಿ.... ಇನ್ಮೇಲಿನ ಕಥೇನೆ ಅಮೆರಿಕಾದು." ಅಂತ ಬಸವಣ್ಣನವರು ಕಮಲಮ್ಮನೋರ ಕಡೆ ದೃಷ್ಟಿಹಾಯಿಸಿದರು.

"ಅರ್ಥವಾಯಿತೂ ... ರಾಯರಿಗೀಗ ಕಾಫಿ ಬೇಕೂ ... ಬರ್‍ತಾ ಇದೇ ...." ಅಂತಂದ ಕಮಲಮ್ಮ ರಾಯರಿಗೆ ಕಾಫಿ ತಂದ್ಕೊಟ್ಟರು. ಕಥೆ ಕೇಳ್ತಾ ಇದ್ರೂ, ಅದ್ಯಾವ ಮಾಯದಲ್ಲಿ ಕೆಲಸ ಮಾಡಿದ್ರೊ. ರಾಯರಿಗೆ ಕಾಫಿ ಕೊಡ್ತಿದ್ದ ಹಾಗೇ, ಎಲ್ಲ ಹುಡುಗರ ಮುಂದೂ ಸಕ್ಕರೆ ಬೆರಸಿದ ಕರಬೂಜ ಹಣ್ಣಿನ ಚೂರುಗಳಿಂದ ತುಂಬಿದ್ದ ಪ್ಲೇಟುಗಳೂ ಬಂದ್ವು.

ಪುಡುಗ್ರೆಲ್ಲ..........

"ವಾವ್..... ನಮ್ಮಜ್ಜೀನ ಬಿಟ್ರೆಲ್ಲ...."

"ಅಜ್ಜಿ ಈಸ್ ಗ್ರೇಟ್....."

"ನಮ್ಮಜ್ಜಿ..... ಚಿನ್ನ......" ಅಂತೆಲ್ಲ ಕಮಲಮ್ಮನೋರ್ನ ಕೊಂಡಾಡಿಬಿಟ್ವು. ತಟ್ಟೆಗಳಲ್ಲಿದ್ದ ಹಣ್ಣು ಎರಡೇ ನಿಮಿಷದಲ್ಲಿ ಖಾಲಿ ಆಗೋಗಿತ್ತು. ಕಾಫಿ ಲೋಟ ಪಕ್ಕಕ್ಕಿಟ್ಟ ಬಸವಣ್ಣ ಅವರು ತಿರುಗಿ ಪ್ರಾರಂಭ ಮಾಡಿದ್ರು.

¤ ¤ ¤ ¤ ¤

ಸನ್ಯಾಸ ತೊಗೊಂಡ್ಮೇಲೆ ನರೇಂದ್ರನಿಗೆ.... ಇನ್ಮುಂದೆ ಅವರು ಸ್ವಾಮಿ ವಿವೇಕಾನಂದ ಅಂತ ಹೆಸರು ಬದಲಾಯಿಸಿಕೊಂಡಿರೋದ್ರಿಂದ ಅವರನ್ನು ನಾವೂ ವಿವೇಕಾನಂದ ಅಂತ ಕರೆಯೋಣ.... ಭಾರತವನ್ನೆಲ್ಲ ಸುತ್ತಿ, ನಮ್ಮ ದೇಶವನ್ನ, ಜನರನ್ನ, ಅವರ ರೀತಿ ನೀತಿಗಳನ್ನ ಧರ್ಮಾಚರಣೆಗಳನ್ನ ಹತ್ತಿರದಿಂದ ಪರಿಚಯ ಮಾಡ್ಕೊಬೇಕು ಅಂತನಿಸ್ತು.

ಆದರೆ ಅವರ ಹೆಗಲಿನ ಮೇಲೆ ಬಾರಾನಾಗೋರಿನ ಮಠವನ್ನು ಒಂದು ವ್ಯವಸ್ಥೆಗೆ ತರುವ ಜವಾಬ್ದಾರಿಯಿತ್ತು. ತಮ್ಮ ಜೊತೆಗಾರರಿಗೆ ಅವರ ಕರ್ತವ್ಯದ ಬಗೆಗೆ ತಿಳಿಹೇಳಿ, ಅವರು ಮಾಡಬೇಕಾದ ಕಾರ್ಯಗಳನ್ನ ಮನದಟ್ಟು ಮಾಡಿಸಿ, ಅವರ ಗುರಿಯನ್ನು ಸ್ಪಷ್ಟಗೊಳಿಸಿದರು. ಅಷ್ಟರಲ್ಲಿ ತಮ್ಮ ಮನೆಯ ಪರಿಸ್ಥಿತಿಯನ್ನೂ ಸುಧಾರಿಸಿದರು.

ಶ್ರೀ ರಾಮಕೃಷ್ಣ ಸಂಘವನ್ನು ಒಂದು ಸ್ಥಿತಿಗೆ ತಂದ ನಂತರ ಅವರು ಪ್ರಯಾಣ ಹೊರಟರು. ಹಿಮಾಲಯದಿಂದ ಪ್ರಾರಂಭಿಸಿ, ಇಡೀ ಭಾರತವನ್ನು ಸುತ್ತಿದರು, ರಾಜಸ್ತಾನ,

ಮಧ್ಯಪ್ರದೇಶ, ಉತ್ತರಪ್ರದೇಶ, ಕರ್ನಾಟಕ, ಮದರಾಸು, ಮುಂತಾಗಿ ಹಿಮಾಚಲದಿಂದ ಕನ್ಯಾಕುಮಾರಿಯವರೆಗೆ ಇಡೀ ಭಾರತವನ್ನು ಸುತ್ತಿದರು. ಈ ಪ್ರಯಾಣದ ಸಂದರ್ಭದಲ್ಲಿ ಅವರ ಅನುಭವದ ಹರಹು ಬಹಳಷ್ಟು ವಿಶಾಲವಾಯಿತು. ಈ ಸಂದರ್ಭದಲ್ಲಿ ಅವರು ರಾಜಮಹಾರಾಜರುಗಳಿಂದ ಹಿಡಿದು ಜನ ಸಾಮಾನ್ಯನವರೆಗೆ, ಸಾಧು ಸತ್ಪುರುಷರಿಂದ ಹಿಡಿದು ಯೋಗಿ ಮಹಾಯೋಗಿಗಳವರೆಗೆ ಅನೇಕರನ್ನು ಭೇಟಿ ಮಾಡಿದರು. ಪರಿಚಯ ಮಾಡಿಕೊಂಡರು. ಕಲಿತರು –ಕಲಿಸಿದರು, ಅನೇಕರಿಗೆ ಗುರುವಾದರು. ಕೆಲವರ ಶಿಷ್ಯರೂ ಆದರು.

ಅಲ್ವರ್ ರಾಜ ಬ್ರಿಟಿಷರ ಸಂಸ್ಕೃತಿಗೆ ಮಾರು ಹೋಗಿದ್ದವನು. ಅವನ ನಡೆ ನುಡಿ ಎಲ್ಲ ಪಾಶ್ಚಾತ್ಯರಂತೆಯೇ. ಅವನ ಅರಮನೆಗೆ ಬಂದ ವಿವೇಕಾನಂದರನ್ನು ಅವ ಪ್ರಶ್ನಿಸಿದ. "ಸ್ವಾಮೀಜಿ, ಮೂರ್ತಿ ಪೂಜೆಯಿಂದೇನು ಲಾಭ? ಕಲ್ಲು ಮರದ ಗೊಂಬೆಗಳಿಗೆ ಪೂಜೆ ಮಾಡುವುದು ಅವಿವೇಕವಲ್ಲವೇ?" ವಿವೇಕಾನಂದರು ಈ ಪ್ರಶ್ನೆಗೆ ಉತ್ತರಿಸುವ ಬದಲು ಅಲ್ಲಿದ್ದ ಸೇವಕನಿಗೆ, ಗೋಡೆಯ ಮೇಲೆ ನೇತುಹಾಕಿದ್ದ ರಾಜನ ತಂದೆಯ ಭಾವಚಿತ್ರ ತರಲು ಹೇಳಿದರು. ಅವ ಭಾವಚಿತ್ರವನ್ನು ತಂದ, ವಿವೇಕಾನಂದರು ಅದನ್ನು ರಾಜನ ಮುಂದೆ ಸರಿಸಿ ಅದರ ಮೇಲೆ ಉಗುಳುವಂತೆ ಹೇಳಿದರು. ರಾಜ ಆಶ್ಚರ್ಯ ಚಕಿತನಾಗಿ ಹೋದ. "ನಮ್ಮ ತಂದೆಯ ಭಾವಚಿತ್ರದ ಮೇಲೆ ಉಗುಳುವುದು ಸಾಧ್ಯವೆ? ಅದು ಅಗೌರವವಲ್ಲವೆ? ಸನ್ಯಾಸಿಗಳಾದ ನೀವೂ ಹೀಗೆ ಹೇಳಬಹುದೆ?"

ವಿವೇಕಾನಂದರಾಗ ಹೇಳಿದರು, "ರಾಜ ಈ ಫೋಟೋ ಏನು ನಿನ್ನ ತಂದೇನಾ? ಇದೊಂದು ಬರೀ ಕಾಗದದ

ಚೂರಲ್ಲವಾ? ನಿನ್ನ ತಂದೇನೇ ಇಲ್ಲಿದ್ದಾರ? ಏನೂ ಇಲ್ವಲ್ಲ. ಫೋಟೋಗೆ ಉಗುಳಿದರೆ ನಿನ್ನ ಸ್ವರ್ಗದಲ್ಲಿರೋ ತಂದೇಗೆ ಬೀಳುತ್ತಾ?" ರಾಜ ಮೂಕನಾಗಿದ್ದ. ವಿವೇಕಾನಂದರು ಮುಂದುವರೆದು ಹೇಳಿದರು, "ಮಹಾರಾಜ ಮೂರ್ತಿ ಪೂಜೆಯೂ ಅಷ್ಟೆ. ನಿನ್ನ ತಂದೆಯ ಭಾವಚಿತ್ರ ಹೇಗೆ ನಿನ್ನ ತಂದೆಯ ಸಾಂಕೇತಿಕ ರೂಪವೊ ಹಾಗೇ ಅದೂ ದೇವರ ಒಂದು ಸಾಂಕೇತಿಕ ರೂಪ. ಮೂರ್ತಿಯಲ್ಲಿ ದೇವರನ್ನು ಕಂಡವ ಅದನ್ನು ದೇವರೆಂದೇ ಪೂಜಿಸುತ್ತಾನೆ. ಮೂರ್ತಿಯೇ ದೇವರಲ್ಲ. ಅಂತೆಯೇ ಅದು ಬರಿ ಕಲ್ಲು – ಮರದ ಗೊಂಬೆಯೂ ಅಲ್ಲ. ಅದೊಂದು ಸಂಕೇತವಷ್ಟೆ. ಅರ್ಥವಾಯಿತೆ?" ರಾಜನಿಗೆಷ್ಟು ಅರ್ಥವಾಯಿತೋ. ಮುಂದೆ ವಿವೇಕಾನಂದರ ಶಿಷ್ಯನಂತೂ ಆದ. ಪಾಶ್ಚಾತ್ಯರ ಅಂಧಾನುಕರಣೆ ಬಿಟ್ಟು ಸ್ವಂತ ವ್ಯಕ್ತಿತ್ವ ಬೆಳೆಸಿಕೊಂಡ.

ವಿವೇಕಾನಂದರ ಭಾರತ ವಿಹಾರದ ಈ ದಿನಗಳಲ್ಲಿ ಅವರಿಗೆ ಅನುಯಾಯಿಗಳಾದವರು ಇಂತಹ ಬಹಳಷ್ಟು ಜನ, ಅವರಲ್ಲಿ ರಾಜ - ಮಹಾರಾಜರಿದ್ದರು. ಪಂಡಿತರಿದ್ದರು, ಪಾಮರರಿದ್ದರು, ಶ್ರೀಮಂತರು, ಬಡವರು, ನಿರಕ್ಷರರು ಹೀಗೆ ಬಹುಮಂದಿ. ಇವರಲ್ಲಿ ಪ್ರಮುಖರೆಂದರೆ, ಖೇತ್ರಿಯ ಮಹಾರಾಜ ಅಜಿತ್‌ಸಿಂಗ್, ಮೈಸೂರಿನ ಮಹಾರಾಜ ಜಯಚಾಮರಾಜೇಂದ್ರ ಒಡೆಯರ್ ಅವರು, ದಿವಾನ್ ಸರ್ ಶೇಷಾದ್ರಿ ಅಯ್ಯರ್ ಅವರು, ಮದರಾಸಿನಲ್ಲಿದ್ದ ಕನ್ನಡಿಗ ಅಳಸಿಂಗ ಪೆರುಮಾಳ್, ಮುಂತಾದವರು. ವಿವೇಕಾನಂದರ ಮುಂದಿನ ವಿದೇಶಯಾತ್ರೆಯ ಸಮಯದಲ್ಲಿ ಇವರುಗಳಿಂದ ಬಹಳಷ್ಟು ಉಪಕಾರವಾಯಿತು.

ವಿವೇಕಾನಂದರು ಮೊದಲಿನಿಂದಲೂ ಜ್ಞಾನದಾಹಿ. ಸಂಸ್ಕೃತ ಇಂಗ್ಲಿಷ್ ಭಾಷೆಗಳಲ್ಲಿ ಪ್ರಭುತ್ವ ಸಾಧಿಸಿದ್ದುದಲ್ಲದೇ,

ಆಧ್ಯಾತ್ಮ, ತತ್ವಶಾಸ್ತ್ರ, ವೇದಾಂತ, ಸಾಹಿತ್ಯ, ವಿಜ್ಞಾನ, ಇತಿಹಾಸ ಮುಂತಾದ ಎಲ್ಲ ವಿಷಯಗಳಲ್ಲೂ ಸಮಾನ ಆಸಕ್ತಿ ಮತ್ತು ಜ್ಞಾನ ಹೊಂದಿದ್ದವರು. ಅದ್ಭುತವಾಗಿ ಮಾತನಾಡಬಲ್ಲವರು. ತಾವು ಮಾತನಾಡುವ ವಿಷಯದ ಬಗೆಗೆ ಅತ್ಯಂತ ಆಳವಾದ ಅರಿವು ಪಡೆದುಕೊಂಡು ವಿಷಯ ಪ್ರತಿಪಾದಿಸುವುದು ಅವರ ಅಭ್ಯಾಸ.

ವಿವೇಕಾನಂದರಿಗಿದ್ದ ಇನ್ನೊಂದು ಅದ್ಭುತ ಶಕ್ತಿಯೆಂದರೆ ಅವರ ಅಸಾಧಾರಣ ಜ್ಞಾಪಕ ಶಕ್ತಿ ಮತ್ತು ಏಕಾಗ್ರತೆ. ಎಂಥ ಪುಸ್ತಕವನ್ನಾದರೂ ಒಂದೇ ದಿನದಲ್ಲಿ ಓದಿ ಅದನ್ನು ಸಂಪೂರ್ಣವಾಗಿ ಅರ್ಥಮಾಡಿಕೊಳ್ಳುತ್ತಿದ್ದರು. ಒಂದು ಸಲ ಓದಿದರೆಂದರೆ ಮುಂದೆಂದೂ ಅವರದನ್ನು ಮರೆಯುತ್ತಿರಲಿಲ್ಲ. ಒಮ್ಮೆ ಅವರ ಶಿಷ್ಯನೊಬ್ಬ "ಎನ್‌ಸೈಕ್ಲೋಪೀಡಿಯಾ ಬ್ರಿಟಾನಿಕಾ"ದ ಸಂಪುಟಗಳನ್ನು ನೋಡಿ "ಇದನ್ನೆಲ್ಲ ಓದಲು ಒಂದು ಜೀವಮಾನವಾದರೂ ಬೇಕು" ಎಂದು ಉದ್ಗಾರ ತೆಗೆದ. ಅದನ್ನು ಕೇಳಿಸಿಕೊಂಡ ವಿವೇಕಾನಂದರು ಅವನನ್ನು ಕರೆದು ಆ ಸಂಪುಟಗಳಲ್ಲಿನ ಯಾವುದೇ ಅಧ್ಯಾಯ ದಲ್ಲಾದರೂ ಇರುವ ಯಾವುದೇ ವಿಷಯದ ಬಗೆಗಾದರೂ ಪ್ರಶ್ನೆ ಕೇಳುವಂತೆ ಹೇಳಿದರು. ಕುತೂಹಲದಿಂದ ಶಿಷ್ಯ ಆ ಸಂಪುಟಗಳಲ್ಲಿ ಯಾವುದೊ ಒಂದನ್ನು ತೆಗೆದು ಅದರಲ್ಲಿನ ಯಾವುದೋ ಅಧ್ಯಾಯದ ಬಗೆಗೆ ಪ್ರಶ್ನೆ ಕೇಳಿದ. ವಿವೇಕಾನಂದರು ಆ ಪುಟದಲ್ಲಿನ ಇತರ ವಿವರಗಳೂ ಸೇರಿ ದಂತೆ ಎಲ್ಲವನ್ನೂ ಆ ಶಿಷ್ಯನಿಗೆ ಚಾಚೂ ತಪ್ಪದಂತೆ ಹೇಳಿದರು. ಶಿಷ್ಯ ದಂಗುಬಡಿದುಹೋದ.

ವಿವೇಕಾನಂದರ ಭಾರತ ಪ್ರವಾಸದಲ್ಲಿ ಅವರಿಗೆ ನಮ್ಮ ದೇಶದ ನಿಜಜೀವನದ ಪರಿಚಯವಾಯಿತು. ಜನರ ಅಜ್ಞಾನ

ಬಡತನ ಅವರ ದುಃಖ, ದುಮ್ಮಾನಗಳು, ಮೂಢ ನಂಬಿಕೆಗಳು, ಹಿಂದುಳಿದಿರುವಿಕೆ ಮೌಢ್ಯಗಳೆಲ್ಲವನ್ನೂ ತೀರ ಹತ್ತಿರದಿಂದ ನೋಡುವ ಅವಕಾಶ ಅವರದಾಯಿತು. ಭಗವಂತನ ಸಾಕ್ಷಾತ್ಕಾರ ಮಾಡಿಕೊಂಡು ಮುಕ್ತಿ ಸಾಧಿಸಬೇಕೆನ್ನುವ ಅವರ ಆಸೆಯೀಗ ಮತ್ತೊಂದು ರೂಪ ತಳೆಯಿತು. ಅದೇ ಭಗವಂತನ ಸಾಕ್ಷಾತ್ಕಾರ - ಸಹಕಾರದಿಂದ ದೇಶದ ಬಡಜನತೆಯನ್ನು ಉದ್ಧಾರ ಮಾಡುವ, ಅವರ ಮೌಢ್ಯದಿಂದ ಅವರನ್ನು ಮೇಲೆತ್ತುವ, ಆಧ್ಯಾತ್ಮಿಕ ಜ್ಯೋತಿಯನ್ನು ವಿಶ್ವದ ಎಲ್ಲೆಡೆ ಹರಡಿ ಇಡೀ ಜಗತ್ತಿಗೇ ಬೆಳಕಾಗಿದ್ದ ಭಾರತವನ್ನು ಪುನಃ ವಿಶ್ವದ ಬೆಳಕಾಗಿಸುವ ಮಹದಾಸೆ ಅಂಕುರಿಸಿತು.

ಪ್ರವಾಸದ ಉದ್ದಕ್ಕೂ ಅವರನ್ನು ಬೆಂಬಿಡದ ಈ ಆಸೆ ಕಡೆಗೆ ಹೆಪ್ಪುಗಟ್ಟಿ ಅವರ ಜೀವನದ ಧ್ಯೇಯವೇ ಆಯಿತು. ವೈಯುಕ್ತಿಕವಾಗಿ ದೈವತ್ವ ಸಾಧಿಸಲು ಹೊರಟ ಯುವಕನೊಬ್ಬ, ವೈಯುಕ್ತಿಕತೆಯನ್ನು, ಬದಿಗಿರಿಸಿ, ತನ್ನ ನಾಡು, ತನ್ನ ಜನ, ತನ್ನ ದೇಶಕ್ಕಾಗಿ ಜೀವಿತವೆಲ್ಲವನ್ನೂ ತೇದ ಒಂದು ವೀರಗಾಥೆ, ಸನ್ಯಾಸ ಸ್ವೀಕರಿಸಿದ ಯುವಕನೊಬ್ಬ ಅತ್ಯುಜ್ವಲ ದೇಶಪ್ರೇಮಿಯಾಗಿ, ನವಯುವಕರ ಮಾದರಿಯೇ ಆಗಿಹೋದೊಂದು ಯಶೋಗಾಥೆ ತನ್ನಿಂತಾನೇ ಚಿಗುರೊಡೆದು ಬೆಳೆಯಲಾರಂಭಿಸಿತ್ತು. ಬೆಳೆದು ಹೆಮ್ಮರವಾಗುತ್ತಿತ್ತು. ವಿವೇಕಾನಂದರ ಈ ಆಸೆಯೊಂದಿಗೇ ಪಾಶ್ಚಾತ್ಯ ರಾಷ್ಟ್ರಗಳಿಲ್ಲಿ ಹಣ ಸಂಪಾದಿಸಿ ಈ ಹಣದಿಂದ ಭಾರತ ದೇಶದ ಬಡತನವನ್ನು ತೊಲಗಿಸುವ ಮಹದಾಸೆಯೂ ಬೆರೆತಿತ್ತು.

ವಿವೇಕಾನಂದರ ಈ ಆಸೆಗೆ ಇಂಬುಕೊಟ್ಟ ಶಕ್ತಿಯೆಂದರೆ, ತಮ್ಮ ಶಿಷ್ಯರ, ಜನಸಾಮಾನ್ಯರ, ರಾಜಮಹಾರಜರ

ಎಲ್ಲಕಿಂತ ಹೆಚ್ಚಾಗಿ ಮದರಾಸಿನ ಶಿಷ್ಯರ ತುಂಬು ಮನಸಿನ ಸಹಕಾರ. ಮದರಾಸಿನ ಶಿಷ್ಯರಲ್ಲಿ ಅಳಸಿಂಗ ಪೆರುಮಾಳ್, ಸುಬ್ರಮಣ್ಯ ಅಯ್ಯರ್, ಸಿಂಗಾರವೇಲು ಮೊದಲಿಯಾರ್, ಕೆ.ವ್ಯಾಸರಾವ್, ಬಾಲಾಜಿರಾವ್ ಅವರುಗಳು ಪ್ರಮುಖರಾದರೆ ಉಳಿದಂತೆ, ಖೇತ್ರಿಯ ಮಹಾರಾಜ ಅಜಿತಸಿಂಗ್, ಮೈಸೂರಿನ ಜಯಚಾಮರಾಜೇಂದ್ರ ಒಡೆಯರ್, ಹೈದರಾಬಾದಿನ ನಿಜಾಮರ ಭಾವಸಂಬಂಧಿ ನವಾಬ ಇವರುಗಳ ಪಾತ್ರವೂ ಹಿರಿದು.

ಅಮೆರಿಕಾದ ಶಿಕಾಗೊ ನಗರದಲ್ಲಿ ಸರ್ವಧರ್ಮ ಸಮ್ಮೇಳನವೊಂದು ಏರ್ಪಾಡಾಗಿತ್ತು. 1893ರಲ್ಲಿ. ಅದುವರೆಗೆ ಪಾಶ್ಚಾತ್ಯ ಅಥವಾ ಆಧುನಿಕ ಪ್ರಪಂಚದಲ್ಲಿ ಮನುಷ್ಯ ಏನೆಲ್ಲ ಪ್ರಗತಿ ಸಾಧಿಸಿದ್ದಾನೆ, ಎಂಬುದರ ಪ್ರಚಾರ ಕುರಿತು ವಿಶ್ವಮಟ್ಟದಲ್ಲಿ ಏರ್ಪಾಡು ಮಾಡಿದ ಜಾಗತಿಕ ಮೇಳದ ಭಾಗವಾಗಿ ಈ ಧರ್ಮ ಸಮ್ಮೇಳನ ಏರ್ಪಾಡಾಗಿತ್ತು. ಆದರೆ ಮುಂದೆ ವಿಶ್ವಖ್ಯಾತಿ ಪಡೆದದ್ದು ಈ ಸರ್ವಧರ್ಮ ಸಮ್ಮೇಳನವೇ. ಬಹು ಮುಖ್ಯವಾಗಿ ವಿವೇಕಾನಂದರ ಧೀರವಾಣಿ ಅಲ್ಲಿ ಮೊಳಗಿದ ನಂತರವೇ.

ಭಾರತದ ಪ್ರವಾಸದ ಉದ್ದಕ್ಕೂ ವಿವೇಕಾನಂದರಿಗೆ ಈ ಮೇಳದಲ್ಲಿ ಭಾಗವಹಿಸಬೇಕು, ಈ ವೇದಿಕೆಯನ್ನು ಪ್ರಧಾನವಾಗಿರಿಸಿಕೊಂಡು ಹಿಂದೂಧರ್ಮದ ಪುನರುತ್ಥಾನಕ್ಕೆ, ಭಾರತಮಾತೆಯ ಸೇವೆಗೆ ಧುಮುಕಬೇಕು ಎಂಬ ಭಾವನೆ. ಅವರ ಭಾವನೆ ಸ್ಪುಟಗೊಂಡದ್ದು ಕನ್ಯಾಕುಮಾರಿಯಲ್ಲಿ. ನಂತರ ಸಾಧ್ಯವಾದದ್ದು ಮದ್ರಾಸಿನಲ್ಲಿ.

ವಿವೇಕಾನಂದರು ತಮ್ಮ ಪ್ರವಾಸ ಮುಂದುವರೆಸುತ್ತಾ

ಕನ್ಯಾಕುಮಾರಿಗೆ ಬಂದರು.

ವಿವೇಕಾನಂದರ ಜೀವನದ ಕಥೆಯಲ್ಲಿ ಕನ್ಯಾಕುಮಾರಿಯು ಭೇಟಿ ಬಹುಮಹತ್ವದ್ದು.

ಕನ್ಯಾಕುಮಾರಿಯ ದೇವಸ್ಥಾನವನ್ನು ನೋಡಿ, ದೇವಿಗೆ ನಮನಗಳನ್ನರ್ಪಿಸಿ ಬಂದ ಸ್ವಾಮಿಜಿ ನಿಂತದ್ದು ಭಾರತ ದೇಶದ ತುತ್ತ ತುದಿಯಲ್ಲಿ. ಭಾರತ ಮಾತೆಯ ಪಾದವನ್ನು ತೊಳೆಯುತ್ತಿವೆಯೋ ಎಂಬಂತೆ, ಬಂಗಾಳ ಸಾಗರ, ಹಿಂದೂ ಸಾಗರ ಅರಬ್ಬಿ ಸಮುದ್ರದ ಅಲೆಗಳು ದಡಕ್ಕಪ್ಪಳಿಸುತ್ತಿವೆ. ಅಲೆಗಳ ಮಧ್ಯೆ ತೀರದಿಂದ ತುಸುದೂರದಲ್ಲಿ ತಲೆಯೆತ್ತಿನಿಂತ ಹೆಬ್ಬಂಡೆಯೊಂದು, ಭಾರತಮಾತೆಯ ಸಾವಿರಾರು ವರ್ಷಗಳ ಭವ್ಯ ಇತಿಹಾಸದ ಸಾಕ್ಷಿಯಾಗಿ, ವರ್ತಮಾನದ ಮೂಕ ಪ್ರೇಕ್ಷಕನಾಗಿ, ಭವಿಷ್ಯದ ಹರಿಕಾರನಾಗಿ, ನಿಂತಿದೆ. ಸ್ವಾಮಿ ವಿವೇಕಾನಂದರಿಗೆ ಈ ಬಂಡೆಯ ಮೇಲೆ ಕುಳಿತು ಧ್ಯಾನಮಗ್ನರಾಗಬೇಕು ಎಂದೆನಿಸಿದೆ. ಅಲ್ಲಿ ಇದ್ದ ಅಂಬಿಗರನ್ನಿಬ್ಬರನ್ನು ಕೇಳಿದರು. ಆ ಬಂಡೆಗೆ ತಮ್ಮನ್ನು ತಲುಪಿಸಲು ಸಾಧ್ಯವೆ ಎಂದು. ಅಂಬಿಗರೇನೋ ಹೂ ಅಂದರು. ಆದರೆ ದುಬಾರಿ ಬಾಡಿಗೆ ಕೇಳಿದರು. ಕಿಸೆಯಲ್ಲಿ ಚಿಕ್ಕಾಸಿಲ್ಲದ ಕಾವಿತೊಟ್ಟ ಈ ಸನ್ಯಾಸಿ ದೋಣಿ ಬಾಡಿಗೆಗೆ ಹಣವನ್ನೆಲ್ಲಿಂದ ತಂದಾರು? ಆದರೆ ಬಂಡೆಯ ಆಕರ್ಷಣೆಯನ್ನು, ಬಂಡೆಯ ಮೇಲೆ ಧ್ಯಾನ ಮಾಡುವ ಇಚ್ಛೆಯನ್ನಂತೂ ಬಿಡಲಾಗುವುದಿಲ್ಲವಲ್ಲ. ಸರಿ, ಧೃಡನಿಶ್ಚಯ ಮಾಡಿದ ವಿವೇಕಾನಂದರು ಸಮುದ್ರಕ್ಕೆ ಧುಮುಕಿಯೇ ಬಿಟ್ಟರು.

ಧೃಡದೇಹದ, ಗಟ್ಟಿ ಮನಸಿನ ವಿವೇಕಾನಂದರಿಗೆ

ಸಮುದ್ರವೊಂದಳವೆ? ಕೈ ಬೀಸಿ ಬೀಸಿ ನೀರ್ವೊಗೆದ ರಭಸಕ್ಕೆ ಬಾಣದಂತೆ ನುಗ್ಗಿದ ಶರೀರ. ಅಲೆಗಳ ಹೊಡೆತ ತನಗೇನೂ ಅಲ್ಲವೇನೂ ಎಂಬ ಭಾವ. ಇಹದ ಪರಿವೆಯಿಲ್ಲ, ಮುಂದೇನಾಗಬಹುದೆಂಬ ಭಯವಿಲ್ಲ. ಸಮುದ್ರದ ಶಾರ್ಕ್‌ಗಳ ಕುರಿತು, ಹಾವು ಇನ್ನಿತರ ಜಲಚರಗಳ ಕುರಿತು ಸ್ವಲ್ಪವೂ ಅಂಜಿಕೆಯಿಲ್ಲ. ಸಮುದ್ರ ಸ್ನಾನಕ್ಕೆಂದು ಬಂದವರು, ಅಂಬಿಗರು ಬಿಟ್ಟಬಾಯಿ ತೆರೆದ ಕಣ್ಣಿಂದ ನೋಡ್ತಾ ಇದ್ದಂತೆಯೇ ವಿವೇಕಾನಂದರು ಬಂಡೆಯನ್ನು ತಲುಪಿ ಸರಸರನೆಂದು ಬಂಡೆಹತ್ತಿ ಮರೆಯಾಗಿ ಹೋದರು. ಅಂದು ಬಂಡೆ ಸೇರಿದವರು ಮತ್ತೆ ಬಂದದ್ದು 3ದಿನಗಳ ನಂತರವೇ. ಊಟತಿಂಡಿಗಳ ಬಯಕೆಯಿಲ್ಲ. ನೀರು ನೆರಳುಗಳಾಸೆಯಿಲ್ಲ.

ದೇಶದ ಕೊಟ್ಟ ಕೊನೆಯಿಂದ, ಭರತಮಾತೆಯನ್ನು ಕಂಡು ಅವರಲ್ಲಿ ಮೂಡಿ ಬಂದ ಭಾವನೆಗಳು ಮುಂದೆ ಅವರ ಹಾಗೂ ಭಾರತದ ಚರಿತ್ರೆಯನ್ನೇ ಬದಲಿಸಿದಂತಹವುಗಳು.

"ಭವ್ಯ ಭಾರತದ ಸುದೀರ್ಘ ಇತಿಹಾಸವನ್ನ, ಸುವರ್ಣಮಯ ಚರಿತ್ರೆಯನ್ನ, ಸುಪರಂಪರೆಯನ್ನ, ಆಧ್ಯಾತ್ಮಿಕ ಔನ್ನತ್ಯವನ್ನು, ಧೀಮಂತ ಸಂಸ್ಕೃತಿಯನ್ನು ನೆನೆದು ಧನ್ಯವಾದ ಅವರ ಮನಸ್ಸು, ಇಂದಿನ ಭಾರತದ ದಿಕ್ಕೆಟ್ಟ ಪರಿಸ್ಥಿತಿಯನ್ನ, ಒಂದುಕಾಲದಲ್ಲಿ ಇಡೀ ವಿಶ್ವದಲ್ಲೇ ಅಗ್ರಮಾನ್ಯ ದೇಶವಾಗಿ ಮೆರೆದ ನಾಡಿಂದು, ಸರಿಯಾದ ನಾಯಕತ್ವ ವಿಲ್ಲದೆ, ಪರಕೀಯರ ಹಿಡಿತದಲ್ಲಿ ಸಿಕ್ಕು ನುಗ್ಗಾಗಿರುವದನ್ನು, ಸಕಲ ಸಂಪತ್ತುಗಳನ್ನು ತಮ್ಮದಾಗಿಸಿ ಕೊಂಡು ವೈಭವದಲ್ಲಿ ಮೆರೆದು ಎಲ್ಲರಿಗೂ ಕೈ ತೆರೆದು ನೀಡಿದ ಭಾರತ ದೇಶದ ಜನರಿಂದು ತಮ್ಮ ತನವನ್ನೇ ಕಳೆದುಕೊಂಡು ತುತ್ತು ಅನ್ನಕ್ಕಾಗಿ ಕೈಚಾಚುತ್ತಾ ವಿಲಿ ವಿಲಿ ಒದ್ದಾಡುತ್ತಿರುವ

ಪರಿಸ್ಥಿತಿಯನ್ನು ಕಂಡು ಮಮ್ಮಲ ಮರುಗಿತು. ಜಗತ್ತಿಗೆಲ್ಲ ಸುಖ, ಶಾಂತಿ ಸಮಾಧಾನ ನೆಮ್ಮದಿಯನ್ನು ಬಾಚಿ ನೀಡಿದ ಭಾರತಾಂಬೆಯಿಂದು ಕೈ ಚಾಚಿ ಬೇಡುತ್ತಿರುವಳಲ್ಲ. ಶಾಂತಿಗಾಗಿ ಭಾರತ ಮಾತೆಯನ್ನರಸಿ ನೋಡುತ್ತಿದ್ದ ಇತರ ದೇಶಗಳೀಗ ನಮ್ಮ ನಾಡನ್ನು ತುಳಿಯುತ್ತಿವೆಯಲ್ಲ. ತಾತ್ವಿಕ – ಆಧ್ಯಾತ್ಮಿಕತೆಯ ತುತ್ತ ತುದಿಯಲ್ಲಿ ಕಂಗೊಳಿಸಿದ ಜನತೆಯಿಂದು ಮತಾಂಧತೆಯ, ಮೂಢ ನಂಬಿಕೆಗಳ ಕೈಗೊಂಬೆಗಳಾಗಿ ಒಬ್ಬರನ್ನೊಬ್ಬರು ತಾವೇ ಕಿತ್ತು ತಿನ್ನುತ್ತಿರುವರಲ್ಲ ಎಂದವರು ವಿಲವಿಲ ಒದ್ದಾಡಿದರು.

"ಹೇ ಮಹಾಶಕ್ತಿ–ನೀನೇನಾದರೂ ನನಗೆ ವರ ನೀಡುವುದಾದರೆ, ನನ್ನ ದೇಶದ ಬಡತನವನ್ನು ನೀಗಿಸುವ ಶಕ್ತಿ ನೀಡು. ಒಪ್ಪೊತ್ತು ಅನ್ನವಿಲ್ಲದೆ, ಬದುಕಲೊಂದು ಗುರಿಯಿಲ್ಲದೆ, ಜೀವಚ್ಛವಗಳಾಗಿ, ಬದುಕಿಯೂ ಸತ್ತಂತಿರುವ ನನ್ನವರ ಎದೆಗೂಡುಗಳಲ್ಲಿ ಬದುಕುವ ಛಲ ಮೂಡಿಸುವ, ಅವರ ಬದುಕಿಗೊಂದು ನಿಶ್ಚಿತ ದಾರಿತೋರುವ ಮಾರ್ಗತೋರು. ನನಗೆ ಮುಕ್ತಿ ಬೇಕಿಲ್ಲ. ಸ್ವರ್ಗ ಬೇಕಿಲ್ಲ. ಬೇಕಿರುವುದೆಲ್ಲ ನನ್ನ ಸಹೋದರರಿಗೆ ಬದುಕು ನೀಡುವ ಶಕ್ತಿಯೊಂದೇ. ಅದನ್ನು ದಯಪಾಲಿಸು" ಎಂದು ಆರ್ದ್ರರಾಗಿ ದೇವಿಯಲ್ಲಿ ಮೊರೆಯಿಟ್ಟರು.

ಹಿಡಿಕೂಳಿಗೆ ಹಾಹಾಕಾರ ಮಾಡುತ್ತಿರುವವರಿಗೆ ಧರ್ಮ ಬೋಧಿಸಲು ಹೊರಟಿದ್ದೇವಲ್ಲ, ಹಸಿದ ಹೊಟ್ಟೆಗೆ ಹಿಡಿ ಹಿಟ್ಟೇ ಇಲ್ಲದಿರುವಾಗ ತುರುಬಿಗೆ ಮಲ್ಲಿಗೆ ಮುಡಿಸ ಹೊರಟಿದ್ದೇವಲ್ಲ, ಎಂದು ನೊಂದರು. ಬಡತನದಿಂದ ಬಳಲಿರುವ ದೇಶಕ್ಕೆ ಬೇಕಿರುವುದು ಧರ್ಮವಲ್ಲ, ಬಡತನ ನೀಗಿಸುವ ಮಾರ್ಗ. ಮತಾಂಧತೆಯಿಂದ, ಮೂಢ

ನಂಡಬಿಕೆಗಳಿಂದ, ಮೌಢ್ಯದಿಂದ ಮಡುಗಟ್ಟಿ ಕೊಳೆಯುತ್ತಿರುವ ಮಿದುಳಿಗೆ ಬೇಕಾದದ್ದು ಸರಿಯಾದ ವಿದ್ಯಾಭ್ಯಾಸ. ಬೇಕಾದುದನ್ನು ಹೆಕ್ಕಿ ತೆಗೆದು ಬೇಡವಾದುದನ್ನು ತುಯ್ದಿಸೆಯಬಲ್ಲ ವಿವೇಚನಾಜ್ಞಾನ. ಅರಿವು ಬೆಳೆದಂತೆ ದುಡಿವ ಮಾರ್ಗ ಗೋಚರಿಸುತ್ತದೆ. ದುಡಿಮೆಯಿಂದ ಹಸಿವು ಹಿಂಜರಿಯುತ್ತದೆ. ಆದುದರಿಂದ ನಮ್ಮ ಜನಕ್ಕೀಗ ಬೇಕಿರುವುದು ಮೊದಲು ಬಡತನ ನೀಗಿಸುವ ಮಾರ್ಗ. ಮೆದುಳ ಮೌಢ್ಯ ಹಿಮ್ಮೆಟ್ಟಿಸುವ ವಿದ್ಯೆ ಎಂಬ ನಿರ್ಧಾರಕ್ಕೆ ಬಂದರು. ತಮ್ಮ ಜೀವಿತಾವಧಿಯಲ್ಲಿ ಈ ಎರಡನ್ನು ಸಾಧಿಸುವ ಸಂಕಲ್ಪ ಮಾಡಿದರು.

ಭಾರತದ ಬಡತನ ನೀಗಿಸಲು ಹಣವಂತ ದೇಶಗಳಿಗೆ ಹೋಗಿ ಅಲ್ಲಿ ತಮ್ಮ ಬುದ್ಧಿಶಕ್ತಿಯಿಂದ ಹಣ ಸಂಪಾದಿಸಬೇಕು. ಆ ಹಣವನ್ನಿಲ್ಲಿ ವಿನಿಯೋಗಿಸಿ ಬಡತನ ತೊಲಗಿಸಬೇಕು. ಇದರೊಟ್ಟಿಗೇ ಭಾರತದ ವೇದ ಪುರಾಣಗಳಲ್ಲಿನ ಸತ್ವವನ್ನು ಹೊರತೆಗೆದು ಸಾಮಾನ್ಯ ಮನುಷ್ಯನಿಗೆ ತಲುಪಿಸಿ ಧರ್ಮದ ಅರ್ಥವನ್ನು ತಿಳಿಸಿಬೇಕು. ಬರೀ ತಿನ್ನುವುದು, ತಿಥಿಮಾಡುವುದು, ಅರ್ಥವಿಲ್ಲದ ಕಂದಾಚಾರವನ್ನು ಆಚರಿಸುವುದನ್ನೇ ಧರ್ಮವೆಂದು ತಿಳಿದುಕೊಂಡಿರುವವರ ವಿರುದ್ಧ ಹೋರಾಡಿ ನಿಜಧರ್ಮವೆಂದರೇನೆಂಬುದನ್ನು ತಿಳಿಸಬೇಕು ಎಂಬ ಧೃಡನಿರ್ಧಾರದೊಂದಿಗೆ ಮೇಲೆದ್ದರು.

ನೂರಾರು ವಿಧ್ವಾಂಸರು, ದೇಶಭಕ್ತರು ಮಾಡಲು ಹಿಂಜರಿದ ಕಾರ್ಯಕ್ಕೆ ಸನ್ಯಾಸಿಯೊಬ್ಬರು ಕೈಹಾಕಿದುದು ಹೀಗೆ. ಅಸದಳವಾದ ಈ ಬಗೆಯ ಕಾರ್ಯಕ್ಕೆಳಸಿ ಅದನ್ನು ಸಾಧ್ಯಮಾಡಿದ ಉದಾಹರಣೆ, ಸನ್ಯಾಸಿಯೊಬ್ಬ, ಅಸಾಮಾನ್ಯ ದೇಶಸೇವಕನಾಗಿ ಬೆಳೆದು ಬಂದ ಬಗೆ ಬಹುಶಃ ಭಾರತದ,

ಅದೇಕೆ ವಿಶ್ವದ ಇತಿಹಾಸದಲ್ಲೇ ವಿರಳ.

ಕನ್ಯಾಕುಮಾರಿಯಿಂದ ಮದ್ರಾಸಿಗೆ ಬಂದ ವಿವೇಕಾನಂದರು ಅಲ್ಲಿನ ತಮ್ಮ ಶಿಷ್ಯರೊಂದಿಗೆ ತಮ್ಮ ನಿರ್ಧಾರವನ್ನು ಹೇಳಿದರು. ಅದ್ಭುತವಾದ ವ್ಯಕ್ತಿತ್ವ, ಅಸಾಧಾರಾಣ ಪಾಂಡಿತ್ಯ, ಹಿಡಿದುದನ್ನು ಸಾಧಿಸಿಯೇ ತೀರುವೆನೆಂಬ ಛಲ, ಅಸದೃಶ ವಾಕ್ಪಟುತ್ವ ಹೊಂದಿದ ವಿವೇಕಾಂದರ ಆಸೆಗೆ ನೀರೆರೆಯಲು ಮದ್ರಾಸಿನ ಶಿಷ್ಯರು ಸಿದ್ಧರಾಗಿಯೇ ಇದ್ದರು. ಜನರಿಂದ, ರಾಜರುಗಳಿಂದ, ದಿವಾನರಿಂದ ಧನಸಹಾಯ ಹರಿದು ಬಂತು.

1893ರ ಸೆಪ್ಟಂಬರ್‌ನಲ್ಲಿ ಶಿಕಾಗೋನಲ್ಲಿ ನಡೆಯಲಿದ್ದ ವಿಶ್ವಧರ್ಮ ಸಮ್ಮೇಳನದಲ್ಲಿ ಭಾಗವಹಿಸಲು ವಿವೇಕಾನಂದರು 1893ರ ಮೇ 31 ರಂದು ಮುಂಬಯಿನಿಂದ ಪ್ರಯಾಣ ಹೊರಟರು. ಅಲ್ಲಿಯವರೆವಿಗೂ ಭಾರತದಲ್ಲಿಯೇ ಬಹು ಮಟ್ಟಿಗೆ ಅನಾಮಧೇಯವಾಗಿದ್ದ ಚೇತನವೊಂದು ಇನ್ನು ಕೆಲವೇ ದಿನಗಳಲ್ಲಿ ವಿಶ್ವವ್ಯಾಪೀ ಖ್ಯಾತಿಗಳಿಸುವ ಹುನ್ನಾರಿನಲ್ಲಿತ್ತು. ತಮ್ಮ ಅಚ್ಚುಮೆಚ್ಚಿನ ಶಿಷ್ಯನಾದ ಖೇತ್ರಿಯ ಮಹಾರಾಜ ಕೊಡಿಸಿದ ಉಡುಗೆಯಲ್ಲಿ ಅವನೇ ಕೊಟ್ಟ ಹಣ ಮತ್ತು ಮದರಾಸಿನ ಶಿಷ್ಯರು ನೀಡಿದ ಸ್ವಲ್ಪ ಹಣದೊಂದಿಗೆ ಹಡಗು ಹತ್ತಿ ಹೊರಟ ವಿವೇಕಾನಂದರ ಬಳಿಯಿದ್ದುದು ಅಗಾಧವಾದ ಆತ್ಮವಿಶ್ವಾಸ ಮತ್ತು ಗುರಿ ಸಾಧಿಸಲೇ ಬೇಕೆಂಬ ಅಧಮ್ಯ ಛಲಗಳೆರಡೇ.

ಅಮೆರಿಕಾ ದೇಶದಲ್ಲಿನ ವಿಶ್ವಧರ್ಮ ಸಮ್ಮೇಳನದಲ್ಲಿ ಭಾಗವಹಿಸಲಿರುವಾಗ ಯಾರದಾದರೂ ಪರಿಚಯ ಪತ್ರವಾದರೂ ಇರಬೇಕಿತ್ತು. ಆದರೆ ವಿವೇಕಾನಂದರು

ಮದರಾಸಿನಲ್ಲಿಯೇ ಥಿಯಾಸೊಫಿಕಲ್ ಸೊಸೈಟಿಯ ವತಿಯಿಂದ ಪರಿಚಯ ಪತ್ರ ಪಡೆಯಲೆತ್ನಿಸಿದ್ದರೂ ಅದವರಿಗೆ ಸಿಕ್ಕಿರಲಿಲ್ಲ. ಆದದ್ದಾಗಲೀ ದೇವರಿದ್ದಾನೆ ಎಂದು ದೇವರ ಮೇಲೆ ಭಾರ ಹಾಕಿ ಅಮೆರಿಕಾಕ್ಕೆ ಹೊರಟಿದ್ದಾಗಿದೆ.

ಶಿಕಾಗೊ ನಗರಕ್ಕೆ ಜುಲೈ ತಿಂಗಳಿನಲ್ಲಿ ಬಂದು ಸೇರಿದರು. ಆದರೆ ಅಲ್ಲಿ ಸರ್ವಧರ್ಮ ಸಮ್ಮೇಳನ ನಡೆಯುವುದು ಸೆಪ್ಟಂಬರ್‌ನಲ್ಲಿ ಎಂದು ತಿಳಿದು ಬಂದಾಗ ಕಂಗೆಟ್ಟರು. ಅಲ್ಲಿಯವರೆಗೆ ಮಾಡುವುದೇನು? ಎಂಬ ಯೋಚನೆ, ಸಾಲದಕ್ಕೆ ತಮ್ಮ ಹತ್ತಿರವಿರುವ ಹಣ ಬಹಳವೇನೂ ಅಲ್ಲ. ಶಿಕಾಗೋ ಹಣ ಸೆಳೆಯುವ ನಗರ. ದಿನದ ಖರ್ಚೇ ವಿಪರೀತ ಹೆಚ್ಚು. ಅಲ್ಲಿಂದ ದೂರವಿರುವ ಬಾಸ್ಟನ್‌ನಲ್ಲಿ ಜೀವನ ವೆಚ್ಚ ಕಡಿಮೆ ಎಂದು ಯಾರೋ ಹೇಳಿದ್ದು ಕೇಳಿ ಬಾಸ್ಟನ್‌ನ ಟ್ರೇನು ಹತ್ತಿದರು. ಟ್ರೇನಿನಲ್ಲಿ ವಿವೇಕಾನಂದರಿಗೆ ಮಿಸ್ ಸ್ಯಾನ್‌ಬಾರ್ನ್ ಅನ್ನುವ ಹೆಂಗಸಿನ ಪರಿಚಯವಾಯಿತು. ವಿವೇಕಾನಂದರ ವ್ಯಕ್ತಿತ್ವ, ಇಂಗ್ಲಿಷ್ ಭಾಷೆಯ ಮೇಲಿದ್ದ ಅವರ ಪ್ರಭುತ್ವ ಮತ್ತು ಅವರಲ್ಲಿದ್ದ ಅಪಾರ ಜ್ಞಾನವನ್ನು ಕಂಡು ಆಕೆ ಮಾರು ಹೋದಳು. ತನ್ನ ಮನೆಗೇ ಬಂದಿರುವಂತೆ ವಿವೇಕಾನಂದರನ್ನು ಆಹ್ವಾನಿಸಿ ಅಲ್ಲಿಯೇ ಅವರ ವಸತಿಯ ವ್ಯವಸ್ಥೆಯನ್ನೂ ಮಾಡಿದಳು.

ವಿವೇಕಾನಂದರ ವ್ಯಕ್ತಿತ್ವದಿಂದ ಪ್ರಭಾವಿತಳಾದ ಈಕೆ ಅವರನ್ನು ಅಲ್ಲಿನ ಅನೇಕ ಗಣ್ಯರಿಗೆ ಪರಿಚಯ ಮಾಡಿಸಿದಳು. ವಿವೇಕಾನಂದರಿಗೆ ಅಲ್ಲಿನ ಅನೇಕ ಸಂಘಸಂಸ್ಥೆಗಳಲ್ಲಿ ಮಾತನಾಡುವ, ಭಾಷಣ ಮಾಡುವ ಅವಕಾಶಗಳನ್ನು ಕಲ್ಪಿಸಿಕೊಟ್ಟಳು. ಭಾರತದಿಂದ ಬಂದ ಈ ಯುವ ಸನ್ಯಾಸಿ ಅಮೆರಿಕನರಲ್ಲಿ ಕುತೂಹಲ

ಮೂಡಿಸತೊಡಗಿದ.

ಸಾಮಾನ್ಯವಾಗಿ ತತ್ವಜ್ಞಾನಿಗಳಿಗೆ, ವಿಧ್ವಾಂಸರುಗಳಿಗೆ ಇರುವಂತ ಯಾವಲಕ್ಷಣಗಳನ್ನೂ ನರೆತ ವಯಸ್ಸಾದ ಮುಖ, ನರೆತಗಡ್ಡ ಆಳವಾದ ಕಣ್ಣುಗಳು ಇತ್ಯಾದಿಗಳನ್ನು ಹೊಂದಿರದ ಈ ಥೊಳಪುಗಣ್ಣು, ಜಟ್ಟಿಮೈಕಟ್ಟಿನ 30 ವರ್ಷದ ಹುಡುಗ ಅತಿದೊಡ್ಡ ವಿಧ್ವಾಂಸರುಗಳಿಗೆ ತಕ್ಕ ರೀತಿಯಲ್ಲಿ ತನ್ನ ಧರ್ಮವನ್ನು ಪ್ರತಿಪಾದಿಸುತ್ತಿದ್ದ ರೀತಿಯನ್ನು, ಎಲ್ಲರೊಡನೊಂದಾಗಿ ಬೆರೆತು ನಲಿದಾಡುತ್ತಿದ್ದ ಪರಿಯನ್ನು, ಈ ಚಿಕ್ಕವಯಸ್ಸಿನಲ್ಲಿಯೇ ಅವನು ಗಳಿಸಿದ್ದ ಅಪಾರ ಪಾಂಡಿತ್ಯವನ್ನು, ಅವನ ವಾಕ್ಪಟುತ್ವವನ್ನು ಧೀರಗಂಭೀರ ವ್ಯಕ್ತಿತ್ವವನ್ನು, ಅವನು ಇಂಗ್ಲಿಷ್ ಮಾತನಾಡುತ್ತಿದ್ದ ರೀತಿಯನ್ನು ನೋಡಿ ಅವರೆಲ್ಲ ಬೆರಗಾಗಿ ಹೋಗಿದ್ದರು. ಆಗ ತಾನೆ ಹುಟ್ಟುವ ಸೂರ್ಯ ತನ್ನ ಹೊಂಗಿರಣಗಳನ್ನು ಮೆಲ್ಲನೆ ಪಸರಿಸುವಂತೆ ಪೌರ್ವಾತ್ಯ ದೇಶಗಳಿಂದ ಬಂದ ಈ ಯುವಕ ಮೆಲ್ಲನೆ ತನ್ನ ಪ್ರಭಾವಲಯುವನ್ನು ಪಸರಿಸತೊಡಗಿದ್ದ.

ಇದೇ ಸಮಯದಲ್ಲಿ ವಿವೇಕಾನಂದರಿಗೆ ಸ್ಯಾನ್‌ಬಾರ್ನ್‌ಳ ಪರಿಚಿತ ಡಾ॥ ಜಾನ್ ಹೆನ್ರಿ ರೈಟ್ ಅವರ ಪರಿಚಯ ವಾಯಿತು. ಹಾರ್ವರ್ಡ್ ವಿಶ್ವವಿದ್ಯಾನಿಲಯದಲ್ಲಿ ಸಾಹಿತ್ಯದ ಅಧ್ಯಾಪಕರಾಗಿದ್ದ ಶ್ರೀರೈಟ್‌ರವರು ವಿವೇಕಾನಂದರ ಪರಿಚಯ ದಿಂದ ತುಂಬ ಪ್ರಭಾವಿತರಾದರು. ವಿವೇಕಾನಂದರು–ವಿಶ್ವಧರ್ಮ ಸಮ್ಮೇಳನದಲ್ಲಿ ಭಾಗವಹಿಸ ಬಂದವರೆಂದೂ ಆದರವರಿಗೆ ಪರಿಚಯ ಪತ್ರವೇ ಇಲ್ಲದೆ ಅದರಲ್ಲಿ ಭಾಗವಹಿಸಲು ಅಸಮರ್ಥರಾಗಿರುವುದಾಗಿಯೂ ತಿಳಿದು ಬಂದಾಗ, ಶ್ರೀ ರೈಟ್ ಅವರು ವಿವೇಕಾನಂದರು

ವಿಶ್ವಧರ್ಮ ಸಮ್ಮೇಳನದಲ್ಲಿ ಭಾಗವಹಿಸಲು ಅನುಕೂಲವಾಗುವಂತೆ ಪರಿಚಯ ಪತ್ರವನ್ನೂ, ಶಿಕಾಗೋ ನಗರದಲ್ಲಿ ವಿವೇಕಾನಂದರು ಇಳಿದುಕೊಳ್ಳಲು ವ್ಯವಸ್ಥೆಯನ್ನೂ ಮಾಡಿಕೊಟ್ಟರು.

ಬಹುತೇಕ, ವಿಶ್ವಧರ್ಮ ಸಮ್ಮೇಳನದಲ್ಲಿ ಭಾಗವಹಿಸುವ ಆಸೆಯನ್ನೇ ಬಿಟ್ಟಿದ್ದ ವಿವೇಕಾನಂದ ಇದು ಭಗವಂತನೇ ತನಗೆ ತೋರಿಸಿದ ದಾರಿ ಎಂದು ಭಾವಿಸಿ ಮತ್ತೆ ಶಿಕಾಗೋ ನಗರದತ್ತ ಹೊರಟರು.

ಶಿಕಾಗೋ ತಲುಪಿದ ಕೂಡಲೇ ಅವರು ಸಮ್ಮೇಳನದ ಸಮಿತಿಯ ಅಧ್ಯಕ್ಷ ಡಾ॥ ಹೆನ್ರಿ ಬರೋಸ್ ಅವರ ಮನೆಗೆ ಹೋಗಬೇಕಿತ್ತು. ಅವರ ಅದೃಷ್ಟವೊ ಏನೋ ಅವರಲ್ಲಿದ್ದ ಬರೋಸ್‌ರವರ ವಿಳಾಸದ ಚೀಟಿ ಅದೆಲ್ಲೊ ಕಳೆದು ಹೋಗಿತ್ತು. ಯಾರನ್ನಾದರೂ ಕೇಳೋಣವೆಂದರೆ, ಇವರ ವಿಚಿತ್ರವೇಷ, ಇವರು ಮಾತನಾಡುವ ಪರಿ ಕಂಡು ಯಾರೂ ಇವರ ಸಹಾಯಕ್ಕೆ ಬರಲಿಲ್ಲ. ಎಷ್ಟು ಹುಡುಕಿದರೂ ಬರೋಸ್‌ರವರ ಮನೆಸಿಕ್ಕಲಿಲ್ಲ. ಪರಸ್ಥಳ, ಪರಜನ, ಸಹಾನು ಭೂತಿಯಿಂದ ಕಾಣುವವರಿಲ್ಲ, ಒಂದು ನಗೆಮಾತು ಆಡುವವರಿಲ್ಲ - ಮಾತೇ ಆಡಲೊಲ್ಲರು. ಇನ್ನು ನಗೆಮಾತು ದೂರವೇ ಉಳಿಯಿತು – ಇದರ ಮಧ್ಯೆ ಹಸಿವು ನೀರಡಿಕೆ ಬೇರೆ. ಮೂಳೆ ಕೊರೆಯುವ ಛಳಿ ಬೇರೆ. "ಆದದ್ದಾಗಲಿ, ಇಲ್ಲಿಯವರೆವಿಗೂ ಬಂದಿದ್ದೇನೆ. ಹಿಂದಕ್ಕಂತೂ ಹೆಜ್ಜೆಯಿಡಲಾರೆ, ಭಗವಂತ ನಡೆಸಿದಂತಾಗಲಿ" ಎಂದು ಆತ್ಮವಿಶ್ವಾಸ ತಂದುಕೊಂಡ ವಿವೇಕಾನಂದರು ರಾತ್ರಿಕಳೆಯಲು ಸ್ಥಳಕ್ಕಾಗಿ ಹುಡುಕಾಡ ತೊಡಗಿದರು. ಯಾವ ಸ್ಥಳವೂ ಸರಿಬರಲಿಲ್ಲ. ಅಡ್ಡಾಡುತ್ತಾ ಹಾಗೇ ನಡೆದಾಗ ಅಲ್ಲೊಂದು ಗುಡ್ಸ್‌ವ್ಯಾಗನ್ ನಿಂತದ್ದು ಕಂಡು ಅದರಲ್ಲಿಯೇ

ಉರುಳಿಕೊಂಡರು.

ಬೆಳಗಾಗುತ್ತಿದ್ದಂತೆ ಗೂಡ್‌ಸ್ಪ್ಯಾಗನ್ನಿಗೆ ವಿದಾಯ ಹೇಳಿ ತಿರುಗಿ ವಿಳಾಸ ಹುಡುಕುವ ಕಾಯಕಕ್ಕೆ ತೊಡಗಿದರು. ಈಗಲೂ ನಿನ್ನಿನ ಕಥೆಯ ಪುನರಾವರ್ತನೆ. ಹೊಟ್ಟೆಯಲ್ಲಿ ಹಸಿವಿನ ಸಂಕಟ. ದಿನವಿಡೀ ನಡೆದ ಆಯಾಸ. ಗಮ್ಯಸ್ಥಾನ ಸಿಗದ ನಿರಾಶೆ. ಮುಂದೆ ಸಾಗಲಾರೆವೆಂದು ಮುಷ್ಕರ ಹೂಡಿದ ಕಾಲುಗಳು. ಸ್ವಾಮಿ ವಿವೇಕಾನಂದ ರಸ್ತೆಯಲ್ಲೇ ಕುಸಿದು ಕುಳಿತರು. ಕಣ್ಮುಚ್ಚಿದರು – "ಹೇ ಭಗವಂತಾ॥".

ಭಕ್ತನ ಕರೆಗೆ ಭಗವಂತ ಓಗೊಡದಿರುತ್ತಾನೆಯೇ. ಅದೇ ರಸ್ತೆಯ ಒಂದು ಮನೆಯ ಬಾಗಿಲು ತೆರೆದುಕೊಂಡಿತು. ಒಬ್ಬ ಮಹಿಳೆ ಹೊರಬಂದಳು. ಮೃದುವಾದ ನಡಿಗೆಯಲ್ಲಿ ವಿವೇಕಾನಂದರ ಬಳಿನಡೆದು ಮಧುರವಾಗಿ ನುಡಿದಳು. "ನೀವು ಯಾರು? ಇಲ್ಲೇಕೆ? ಹೀಗೇಕೆ?"

ವಿವೇಕಾನಂದರು ತಮ್ಮ ಪರಿಸ್ಥಿತಿಯನ್ನು ಆಕೆಗೆ ವಿವರಿಸಿದರು. ಅವರನ್ನು ತನ್ನ ಮನೆಗೆ ಕರೆದೊಯ್ದು ಉಪಚರಿಸಿದ ಮಹಿಳೆ ಅವರಿಗೆ ಬೇಕಾದ ಅನುಕೂಲವನ್ನೆಲ್ಲ ಮಾಡಿಕೊಟ್ಟು. ವಿಶ್ವಧರ್ಮ ಸಮ್ಮೇಳನದಲ್ಲಿ ಭಾಗವಹಿಸಲು ವಿವೇಕಾನಂದರಿಗೆ ಎಲ್ಲ ಸಹಾಯ ಮಾಡುವ ಭರವಸೆ ಕೊಟ್ಟಳು. ಅಪರಿಚಿತನೊಬ್ಬನಿಗೆ ಆಶ್ರಯನೀಡಿ ಮಹದುಪಕಾರ ಮಾಡಿದ ಈ ಮಹಾತಾಯಿ ಬೆಲೆ ಹೇಲ್. ಈಕೆ ನಮಗೂ –ಎಲ್ಲರಿಗೂ ಪ್ರಾತಃ ಸ್ಮರಣೀಯಳು.

¤ ¤ ¤ ¤ ¤

"ತಾತಾ....." ಸುನಿಲ ರಾಗ ತೆಗೆದ. "ವಿಶ್ವಧರ್ಮ ಸಮ್ಮೇಳನದಲ್ಲಿ ಭಾರತದಿಂದ ಭಾಗವಹಿಸಿದ್ದವ್ರು ವಿವೇಕಾನಂದ

ಒಬ್ರೇನಾ? ಬೇರಾರೂ ಇರ್ಲಿಲ್ವ...."

"ಇದ್ರು ಮಗು. ವಿವೇಕಾನಂದರಲ್ದೆ ಬೇರೆ ಧರ್ಮಿಯರೂ ಇದ್ರು. ಬೇರೆ ಭಾರತೀಯರೂ ಇದ್ರು.... ಹೇಳ್ತಿನಿ ಕೇಳು....."

¤ ¤ ¤ ¤ ¤

1893ರ ಸೆಪ್ಟಂಬರ್ 11ನೇ ತಾರೀಖು ಶಿಕಾಗೊ ನಗರದಲ್ಲಿ ನಿರ್ಮಿಸಲಾಗಿರುವ ಹೊಸದಾದ 'ಆರ್ಟ್ ಇನ್‌ಸ್ಟಿಟ್ಯೂಟ್' ಎಂಬ ಕಟ್ಟಡದಲ್ಲಿ ಭಯಂಕರ ಜನಸಂದಣಿ. ಸುಮಾರು ನಾಲ್ಕಾರು ಸಾವಿರ ಪ್ರೇಕ್ಷಕರು...... ಆಗ ಜಗತ್ತಿನಲ್ಲಿ ಧರ್ಮ ಸ್ವಲ್ಪ ಹಿಂಜರಿದು ಕೈಗಾರಿಕಾ ಕ್ರಾಂತಿ ಪಡಿ ಮೂಡಿಸಿದ ಪರ್ವಕಾಲ. ಆದರೂ ಧರ್ಮದ ಕುರಿತು ಜನರ ಆಸಕ್ತಿಗೇನೂ ಕೊರತೆಯಿರಲಿಲ್ಲ.... ವೇದಿಕೆಯ ಮೇಲೆ ಎಲ್ಲ ಧರ್ಮದ ಪ್ರತಿನಿಧಿಗಳು ಕುಳಿತಿದ್ದಾರೆ. ನಟ್ಟ ನಡುವೆ ಅಮೆರಿಕನ್ ಕ್ಯಾಥೊಲಿಕ ಚರ್ಚ್‌ನ ಮುಖ್ಯಾಧಿಕಾರಿ. ಮುಸ್ಲಿಂ, ಕ್ರೈಸ್ತ, ಯಹೂದ್ಯ ಬೌದ್ಧ ಎಲ್ಲ ಧರ್ಮಗಳ ಪ್ರತಿನಿಧಿಗಳೂ ಅಲ್ಲಿದ್ದಾರೆ. ಅವರೆಲ್ಲರ ನಡುವೆ ಕೇಸರಿಬಣ್ಣದ ನಿಲುವಂಗಿ-ಹಳದಿ ಪೇಟವನ್ನು ಧರಿಸಿದ ವಿವೇಕಾನಂದ ಗಂಭೀರವಾಗಿ ಕುಳಿತಿದ್ದಾರೆ.

'ಡಣ್-ಡಣ್' ಎಂದು ಹತ್ತು ಸಲ ಗಂಟೆ ಬಾರಿಸಿತು. ಅದು ಸಮ್ಮೇಳನದ ಪ್ರಾರಂಭದ-ಹೊಸ ವಿಶ್ವಧರ್ಮದ ಪ್ರಾರಂಭದ-ಸಂಕೇತ. ಪ್ರಾರ್ಥನೆ ಸ್ವಾಗತಗಳು ಮೊದಲಾದವು. ಸ್ವಾಗತಗಳಿಗೆ ಧಾರ್ಮಿಕ ಪ್ರತಿನಿಧಿಗಳ ಉತ್ತರ. ಸಭೆಯಲ್ಲಿ ವಿಶೇಷವಾದ ಉತ್ಸುಕತೆಯಿದೆ. ನಾಲ್ಕು ಸಾವಿರಕ್ಕೂ ಹೆಚ್ಚು ಜನಸಮೂಹ. ಈ ಜನಸಮೂಹದ ಮೇಲೆ ಪ್ರಭಾವ

ವೀರಲು ಸಿದ್ಧರಾಗಿ ಬಂದ ಧಾರ್ಮಿಕ ಪ್ರತಿನಿಧಿಗಳು.

ವಿವೇಕಾನಂದರೋ ಇಷ್ಟು ದೊಡ್ಡ ಸಭೆಯಲ್ಲೆಂದೂ ಮಾತಾಡಿರಲಿಲ್ಲ. ಮಾತನಾಡುವುದಿರಲಿ ಇಷ್ಟು ದೊಡ್ಡ ಸಭೆಯನ್ನೇ ನೋಡಿರಲಿಲ್ಲ. ಆವರಿಗೆ ದಿಗ್ಭ್ರಮೆ. ಇಷ್ಟೆಲ್ಲ ಜನರನ್ನುದ್ದೇಶಿಸಿ ಏನು ಮಾತನಾಡುವುದು? ಹೇಗೆ ಮಾತನಾಡಿದರೆ ಇವರಿಗೊಪ್ಪಿಗೆಯಾಗಬಹುದು?. ಅಲ್ಲದೆ ಈಗಾಗಲೇ ತಮಗಿಂತ ಮುಂಚೆ ಮಾತನಾಡಿರುವ ಅನೇಕ ವಿದ್ವಾಂಸರ ಪ್ರಭಾವ ಮೀರಿ ತಾನು ಮಾತನಾಡಲು ಸಾಧ್ಯವೇ? ಮಿಕ್ಕೆಲ್ಲ ವಿಧ್ವಾಂಸರೂ ಪೂರ್ವ ಸಿದ್ಧತೆಯೊಂದಿಗೇ ಭಾಷಣಗಳನ್ನೂ ಬರೆದುಕೊಂಡು ಬಂದಿದ್ದಾರೆ. ಆದರೆ ತಾನು ಭಾಷಣವನ್ನೂ ಬರೆದುಕೊಂಡು ಬಂದಿಲ್ಲ. ಪೂರ್ವ ಸಿದ್ಧತೆಯನ್ನೂ ಮಾಡಿಕೊಂಡಿಲ್ಲ. ಆದರೂ ಇವರೆಲ್ಲರೂ ಮಾತನಾಡುವುದನ್ನು ಗಮನಿಸುತ್ತಾ ಕುಳಿತರು.

ಒಂದೆರಡು ಬಾರಿ ಸಭಾಧ್ಯಕ್ಷ ಶ್ರೀ ಚಾರ್ಲ್ಸ್‌ಬಾನಿ ಅವರು ಮಾತನಾಡಲು ಸೂಚಿಸಿದಾಗ "ಆಮೇಲೆ ಮಾತನಾಡುತ್ತೇನೆ" ಎಂದು ತಪ್ಪಿಸಿದ್ದರು. ಕಡೆಗೆ ಅಧ್ಯಕ್ಷರು ಈಗ ನೀವು ಮಾತನಾಡಲೇಬೇಕು ಎಂದಾಗ ಎದ್ದರು. ಬಳಿಯಲ್ಲಿ ಕುಳಿತಿದ್ದ ಫ್ರೆಂಚ್ ಪಾದ್ರಿಯೊಬ್ಬರು ಅವರಿಗೆ ಧೈರ್ಯ ತುಂಬಿದರು.

ಹಳದಿ ಪೇಟ, ಕೇಸರಿ ನಿಲುವಂಗಿಯ, ದಿವ್ಯ ತೇಜಸ್ಸಿನ ಯುವ ಸನ್ಯಾಸಿಯ ಮಾತು ಕೇಳಲು ಸಭೆಯಲ್ಲಿ ನೀರವ ಮೌನ. ಉಸಿರು ಬಿಗಿ ಹಿಡಿದ ಕಾತರ ಕುತೂಹಲ. ನಿಲುವಂಗಿಯ ಸನ್ಯಾಸಿಯದು ಏನು ಗಾಂಭೀರ್ಯ! ಎಂಥ ಛವಿ! ಕಣ್ಣುಗಳಲ್ಲಿ ತುಂಬಿ ತುಳುಕುವ ಅಧಮ್ಯವಾದ

ಆತ್ಮವಿಶ್ವಾಸ. ಜಗತ್ತನ್ನೇ ಗೆಲ್ಲಬಲ್ಲೆನೆಂಬ ಧೀರ ನಿಲುವು. ಅವರೆದೆಯಲ್ಲಿ ಇದುವರೆ ವಿಗಿದ್ದ ಅಳುಕು ಮಾಯವಾಗಿತ್ತು. ಅಳುಕಿನೆಡೆಯಲ್ಲೀಗ ಅಚಲ ನಿರ್ಧಾರ ನೆಲೆಸಿತ್ತು.

ಸರಸ್ವತಿಯನ್ನು ನೆನೆದ ಸ್ವಾಮಿಜಿ ತಮ್ಮ ತುಂಬು ಕಂಠದಲ್ಲಿ ಪ್ರಾರಂಭಿಸಿದರು.

"ಅಮೆರಿಕಾದ ನನ್ನ ಸೋದರ ಸೋದರಿಯರೆ......."

ಮುಂದಿನ ಮಾತುಗಳೆಲ್ಲ ಪ್ರಚಂಡ ಕರತಾಡನದಲ್ಲಿ ಮುಳುಗಿ ಹೋದವು. ಅದುವರೆವಿಗೂ ಉಸಿರು ಬಿಗಿಹಿಡಿದು ಮೌನವಾಗಿ ಕುಳಿತಿದ್ದ ನಾಲ್ಕು ಸಾವಿರಕ್ಕೂ ಮಿಕ್ಕ ಸಭಾ ಸದರ ಪಕ್ಕದಲ್ಲೇ ಮಿಂಚು ಸುಳಿದಂತಾಗಿ–ಸಾವಿರಾರು ಜನ ಒಮ್ಮೆಲೇ ಕರತಾಡನ ಮಾಡುತ್ತ ಎದ್ದು ನಿಂತುಬಿಟ್ಟರು. ಕರವಸ್ತ್ರಗಳನ್ನು, ಹ್ಯಾಟುಗಳನ್ನು ಬೀಸುತ್ತಾ, ಜಯಘೋಷ ಮಾಡುತ್ತಾ, ನಿರಂತರ ಚಪ್ಪಾಳೆಯ, ಸುರಿಮಳೆ ಸುರಿಸುತ್ತಾ. ಕಲ್ಪನಾತೀತ ನೋಟವದು. ಆ ಎರಡು ಮಾಂತ್ರಿಕ ಪದಗಳಿಂದೀಚೆ ನುಡಿದ ಸ್ವಾಮಿ ವಿವೇಕಾನಂದರ ಮಾತುಗಳು ಅವರಿಗೇ ಕೇಳಿಸುತ್ತಿಲ್ಲ. ಅವರಿಗೂ ದಿಗ್ಭ್ರಮೆ! ಇದೇನಿದು ಹುಚ್ಚು ಉತ್ಸಾಹ ಎಂದು! ನಿಜಕ್ಕೂ ಜನರ ಉತ್ಸಾಹದ ಹುಚ್ಚು ಹೊಳೆಯೇ ಅದು ಇದುವರೆವಿಗೂ ಮಾತನಾಡಿದ ಯಾವ ಧರ್ಮದ ಪ್ರತಿನಿಧಿಯೂ ಸಭಿಕರನ್ನು 'ಸೋದರ ಸೋದರಿಯರೆ' ಎಂದು ಸಂಭೋದಿಸಿರಲಿಲ್ಲ. ಸಹೋದರತೆಯ ಮಾತುಗಳು ಬಂದಿದ್ದರೂ ಯಾರೂ ಅದನ್ನು ಹೃದಯಾಂತರಾಳದಿಂದ ಆಡಿರಲಿಲ್ಲ. ತಮಗನಿಸಿದ್ದನ್ನು ಹೃದ್ಯವಾಗಿ, ನೇರ ಜನರ ಮನಮುಟ್ಟುವಂತೆ, ನಿಜವಾಗಿಯೂ ಅವರನ್ನು ಸೋದರ ಸೋದರಿಯರೆಂದು ಭಾವಿಸಿ ನುಡಿದದ್ದು

ಸ್ವಾಮಿ ವಿವೇಕಾನಂದರೇ. ಸುಮಾರು ಎರಡು ನಿಮಿಷಗಳವರೆಗೆ ನಿರಂತರ ಚಪ್ಪಾಳೆಯಿಂದ ಈ ವಿಶ್ವಬಂಧುವನ್ನು ಸ್ವಾಗತಿಸಿದ ಜನರ ಗದ್ದಲ ಅಡಗಿದ ನಂತರ ತಮ್ಮ ಸಿಂಹ ಕಂಠದಲ್ಲಿ ವಿವೇಕಾನಂದರು ಮುಂದುವರೆಸಿದರು.

"ಪ್ರಪಂಚದ ಅತ್ಯಂತ ಪ್ರಾಚೀನ ಧರ್ಮದ ಪ್ರತಿನಿಧಿಯಾಗಿ ನಾನು ನಿಮ್ಮೆಲ್ಲರನ್ನೂ ವಂದಿಸುತ್ತೇನೆ......... ಪರಮತ ಸಹಿಷ್ಣುತೆಯನ್ನು ಜಗತ್ತಿಗೇ ಸಾರಿಹೇಳಿ ತನ್ನನ್ನಾಶ್ರಯಿಸಿ ಬಂದವರಿಗೆಲ್ಲ ತನ್ನ ತೋಳ್ತೆಕ್ಕೆಯಲ್ಲಿ ಸ್ಥಳವೊದಗಿಸಿದ ಭಾರತಮಾತೆಯ ಪುತ್ರ ನಾನೆಂಬ ಹೆಮ್ಮೆ ನನ್ನದು. ಎಲ್ಲ ಧರ್ಮಗಳ ತಿರುಳೂ ಒಂದೇ, ಎಲ್ಲ ನದಿಗಳೂ ಕಡೆಗೆ ಸಮುದ್ರವನ್ನೇ ಸೇರುವಂತೆ ಎಲ್ಲ ಧರ್ಮಗಳೂ ಮನೆಗರಸುವುದು ಭಗವಂತನನ್ನೇ–ಮನುಕುಲದ ಶಾಂತಿಯನ್ನೇ ಎಂಬ ಸತ್ಯವನ್ನು ನೂರಾರು ವರ್ಷಗಳ ಮೊದಲೇ ಮನಗಂಡು ಅದರಂತೆ ಎಲ್ಲ ಧರ್ಮಗಳನ್ನೂ ಸಮಾನ ಭಾವದಿಂದ ಕಂಡು ಎಲ್ಲ ಧರ್ಮಗಳಿಗೂ ಸ್ವಾಗತ ಕೋರಿದ ಜನತೆವೆತ್ತ ಭರತ ಭೂಮಿಯಲ್ಲಿ ಹುಟ್ಟಿದವನೆಂಬ ಹೆಮ್ಮೆ ನನ್ನದು.

ಆದರಿಂದು ಜಾತಿ ಮತಗಳ ಹೆಸರಿನಲ್ಲಿ ನಡೆಯುತ್ತಿರುವ ಅನ್ಯಾಯ ಅಕ್ರಮಗಳು ಮನುಷ್ಯನ ರಕ್ತ ಹೀರುತ್ತಿವೆ. ಹಿಂಸೆ, ಅಸಹನೆ, ದ್ವೇಷಗಳು ಎಲ್ಲೆಲ್ಲೂ ತಾಂಡವವಾಡುತ್ತಿವೆ. ನಾಗರಿಕತೆಯ ವಿನಾಶಕ್ಕೆ ದಾರಿ ಮಾಡುತ್ತಿವೆ. ಇಂದಿಲ್ಲಿ ಸೇರಿರುವ ಸಮಾವೇಶದ ದೆಸೆಯಿಂದಾಗಿ ಅನಾಗರೀಕತೆಯ ರಾಕ್ಷಸ ತನ್ನ ಮತಾಂಧತೆ ಗುಂಪುಗಾರಿಕೆಗಳೆಂಬ ಆಯುಧಗಳೊಂದಿಗೆ ಶಾಶ್ವತವಾಗಿ ಮನುಕುಲವನ್ನು ಕಾಡಿಸುವುದನ್ನು ಬಿಟ್ಟು, ಹೆದರಿ ಹಿಮ್ಮೆಟ್ಟುತ್ತಾನೆಂಬ ಭರವಸೆ

ನನಗಿದೆ. ಈ ಭರವಸೆಯ ಜ್ಯೋತಿ ಹೊತ್ತಿಸಿದ ನಿಮ್ಮೆಲ್ಲರಿಗೂ ನನ್ನ ನಮನ" ಎಂದು ತಮ್ಮ ಭಾಷಣ ಮುಗಿಸಿದರು.

ಭಾಷಣವೇನೊ ಮುಗಿಯಿತು. ಆದರೆ ಅಮೆರಿಕ ಮತ್ತು ಇತರ ಪಾಶ್ಚಾತ್ಯ ರಾಷ್ಟ್ರಗಳಲ್ಲಿ ಧರ್ಮ ನಿರಪೇಕ್ಷತೆಯ ಕುರಿತ ಒಂದು ಹೊಸಯುಗವೇ ಪ್ರಾರಂಭವಾಯಿತು. ಬಿಳಿಯರ ದಾಸ್ಯದಲ್ಲಿದ್ದರೂ, ಭಾರತದಲ್ಲೂ ಮಹಾನ್ ವ್ಯಕ್ತಿಗಳು ಹುಟ್ಟಿಬರುತ್ತಾರೆ, ವಿಶ್ವದಲ್ಲಿ ಭಾರತಕ್ಕೂ ಒಂದು ಗೌರವಯುತ ಸ್ಥಾನವಿದೆ ಎಂಬ ಅಂಶ ಪ್ರಪಂಚದ ಗಮನಕ್ಕೆ ಬಂದಿತು.

ಸರ್ವಧರ್ಮ ಸಮ್ಮೇಳನದ ಪ್ರಾರಂಭದಲ್ಲಿ ಮಾಡಿದ ಪುಟ್ಟದಾದರೂ ಪರಿಣಾಮಕಾರಿಯಾದ ಭಾಷಣದಿಂದ ವಿವೇಕಾನಂದರು ಒಂದೇ ರಾತ್ರಿಯಲ್ಲಿ ವಿಶ್ವಖ್ಯಾತಿ ಪಡೆದರು.

ಮರುದಿನ ಅಮೆರಿಕದ ಪತ್ರಿಕೆಗಳಲ್ಲೆಲ್ಲ ವಿವೇಕಾನಂದರದೇ ವಿಷಯ. ಅವರ ಧೀರ ಗಂಭೀರ ವ್ಯಕ್ತಿತ್ವ, ಮಾತನಾಡಿದ ಸೊಗಸು, ವಿಷಯ ಮಂಡಿಸಿದ ರೀತಿ, ಹಿಂದೂಧರ್ಮಸಾರವನ್ನು ಚಿಕ್ಕ ಭಾಷಣದಲ್ಲಿಯೇ ಅತಿ ಪ್ರಭಾವಯುತವಾಗಿ ಹೇಳಿದ ರೀತಿ ಎಲ್ಲ ಪ್ರತಿಕೆಗಳಲ್ಲಿ ವರ್ಣರಂಜಿತವಾಗಿ ಪ್ರಕಟಿಸಲ್ಪಟ್ಟಿತ್ತು.

ಸಮ್ಮೇಳನದ ಅನಂತರದ ದಿನಗಳಲ್ಲೂ ಸ್ವಾಮಿಜಿ ಸಮ್ಮೇಳನವನ್ನುದ್ದೇಶಿಸಿ ಇನ್ನೂ ಹಲವಾರು ಭಾಷಣಗಳನ್ನು ಮಾಡಿದರು. ಅಲ್ಲದೆ ವಿಶ್ವಧರ್ಮ ಸಮ್ಮೇಳನದ ಅಂಗವಾಗಿ ಏರ್ಪಡಿಸಿದ್ದ ವಿಜ್ಞಾನ ಸಮ್ಮೇಳನವನ್ನುದ್ದೇಶಿಸಿಯೂ ಮಾತನಾಡಿದರು. ವಿವೇಕಾನಂದರು ಮಾತನಾಡುವ ಎಲ್ಲ ಸಭೆಗಳಲ್ಲೂ ಜನ ಕಿಕ್ಕಿರಿದು ನೆರೆದಿರುತ್ತಿದ್ದರು. ಯಾವುದೇ

ವಿಷಯವನ್ನು ಕುರಿತು ವಿವೇಕಾನಂದರು ಮಾತನಾಡಿದರೂ ಅದನ್ನವರು ನಿರೂಪಿಸುವ ರೀತಿ, ಜನರನ್ನು ಅತಿ ಶೀಘ್ರವಾಗಿ ತಲುಪುವಂತಹ ಅವರ ತಿಳಿಹಾಸ್ಯ ಪೂರಿತ ಮಾತು ಅಮೆರಿಕನ್ನರನ್ನು ಸೂಜಿಗಲ್ಲಿನಂತೆ ಸೆಳೆದಿದ್ದುವು. ಭಾರತದ ಬಗೆಗೆ ಅಮೆರಿಕನ್ನರಿಗೆ ಮತ್ತು ಇತರ ಪಾಶ್ಚಾತ್ಯ ರಾಷ್ಟ್ರಗಳ ಜನರಿಗೆ ಇದ್ದ ತಪ್ಪು ಕಲ್ಪನೆಗಳನ್ನು, ಹೋಗಲಾಡಿಸಿ ಭಾರತದ ಒಂದು ನಿಜಸ್ವರೂಪವನ್ನು ಅವರಿಗೆ ತಿಳಿಹೇಳಿದ ಕಾರಣ ಪುರುಷರುಗಳಲ್ಲಿ ವಿವೇಕಾನಂದರು ಅಗ್ರಮಾನ್ಯರು.

ಅಲ್ಲಿಂದ ಮುಂದೆ ನಾಲ್ಕುವರ್ಷ ಇಡೀ ಅಮೇರಿಕದಲ್ಲೆಲ್ಲ ಕಡೆಯೂ ಸಂಚರಿಸಿ ವಿವೇಕಾನಂದರು ಹಿಂದೂಧರ್ಮ ಪ್ರಚಾರ ಮಾಡಿದರು. ಜೊತೆಗೇ ಅವರ ಮುಖ್ಯ ಉದ್ದೇಶವಾದ ಭಾರತದ ಬಡಜನರ ಉದ್ಧಾರ ಕಾರ್ಯಕ್ಕೂ ಶ್ರಮಿಸಿದರು.

ಅನೇಕ ಶಿಷ್ಯರುಗಳನ್ನು ಸಂಪಾದಿಸಿದರು. ಶಿಷ್ಯರುಗಳನ್ನು ತಮ್ಮ ಮಾಂತ್ರಿಕ ವ್ಯಕ್ತಿತ್ವದಿಂದ ಆಕರ್ಷಿಸಿ ಅವರನ್ನು ಪರಿಪೂರ್ಣ ವ್ಯಕ್ತಿಗಳಾಗಿ ರೂಪಿಸಿ ಮನುಕುಲದ ಸೇವೆಯಲ್ಲಿ ಅವರನ್ನು ತೊಡಗಿಸಿದರು.

ಮಿಸ್ ಮುಲ್ಲರ್, ಶ್ರೀಮತಿ ಓಲೆಬುಲ್, ಮಿಸ್ ಜೊಸೆಪಿನ್ ಮೆಕ್ಲಾಡ್, ಅಂತೆಯೇ ಮುಂದೆ 'ಸೋದರಿ ನಿವೇದಿತಾ' ಎಂದೇ ಖ್ಯಾತರಾದ ಮಿಸ್ ಮಾರ್ಗರೆಟ್ ನೋಬೆಲ್, (ಇವರನ್ನು ವಿವೇಕಾನಂದರ ಆಧ್ಯಾತ್ಮಿಕ ಪುತ್ರಿ ಎಂದೂ ಕರೆಯಲಾಗುತ್ತದೆ) ಸೇವಿಯರ್ ದಂಪತಿಗಳು ಮುಂತಾದವರು ವಿವೇಕಾನಂದರ ಶಿಷ್ಯಾಗ್ರಣಿಗಳು.

ಅಮೆರಿಕೆ ಇಂಗ್ಲೆಂಡುಗಳಲ್ಲಿ ವಿವೇಕಾನಂದರ

ಪ್ರಯತ್ನದಿಂದಾಗಿ ರಾಮಕೃಷ್ಣ ಮಿಷನ್‌ಗಳು ಅಸ್ತಿತ್ವಕ್ಕೆ ಬಂದು ಈಗಲೂ ಕಾರ್ಯ ನಿರ್ವಹಿಸುತ್ತಿವೆ.

ಭಾರತದಲ್ಲಿಯಂತೂ ಬೃಹದಾಕಾರವಾಗಿ ಬೆಳೆದು ವಿವೇಕಾನಂದರ ಜೀವಿತದ ಆಶಯಗಳನ್ನು ಪೂರ್ಣಗೊಳಿಸುತ್ತಿವೆ.

ಅಮೆರಿಕ ಇಂಗ್ಲೆಂಡುಗಳ ಸಂಚಾರದಿಂದ ಭಾರತಕ್ಕೆ ಮರಳಿಬಂದ ವಿವೇಕಾನಂದರು ಮತ್ತೊಮ್ಮೆ ಭಾರತ ಸಂಚಾರ ಮಾಡಿದರು. ಮೊದಲಿನದು ಅವರ ಭಾರತ ಪರಿಚಯ ಯಾತ್ರೆಯಾಗಿದ್ದರೆ ಈಗಿನದು ಅವರ ದಿಗ್ವಿಜಯಯಾತ್ರೆ. ಹೋದ ಹೋದಲ್ಲಿ ಅವರಿಗೆ ಸನ್ಮಾನ – ಸಕಲ ಮರ್ಯಾದೆಗಳೂ ಸಂದವು. ಇಡೀ ದೇಶದ ಜನತೆ ದೇಶದ ಹೆಮ್ಮೆಯ ಪುತ್ರನಿಗೆ ಅಭಿನಂದನೆಯ ಸುರಿಮಳೆ ಗೈದರು. ಅವರ ಮಾತುಗಳನ್ನು ಆಲಿಸಿದರು. ಅವರು ನುಡಿದಂತೆ ನಡೆವ ಕಂಕಣ ತೊಟ್ಟರು.

ಆನೆ ನಡೆದದ್ದೆ ದಾರಿಯೆಂಬಂತೆ ವಿವೇಕಾನಂದ ನಡೆದದ್ದು ದಾರಿಯಾಯಿತು. ಮನುಷ್ಯ ಕುಲದ ಉದ್ಧಾರಕ್ಕಾಗಿ ಅವರು ಬಿತ್ತಿದ ಬೀಜವೆಲ್ಲ ಹೆಮ್ಮರಗಳಾಗಿ ಬೆಳೆದವು.

ಆದರೆ ವಿವೇಕಾನಂದರರದು ಸಂಪೂರ್ಣವಾಗಿ ಯಶಸ್ಸಿನೊಂದಿಗೇ ನಡೆದ ಕಥೆಯಲ್ಲವೆಂಬ ಅಂಶವನ್ನೂ ನೆನಪಿಡಬೇಕು. ಬಂಗಾಳದ ಸಂಪ್ರದಾಯವಾದಿಗಳು, ಜಾತೀಯವಾದಿಗಳು ವಿವೇಕಾನಂದರಿಗೆ ಸಾಕಷ್ಟು ತೊಂದರೆ ನೀಡಿದರು ಕಿರುಕುಳ ಕೊಟ್ಟರು. ವಿವೇಕಾನಂದರು ಜಾತಿಭ್ರಷ್ಟರು, ಧರ್ಮ ಭ್ರಷ್ಟರು ಎಂದೆಲ್ಲ ಪ್ರಚಾರ ಮಾಡಿದರು. ವಿವೇಕಾನಂದರು ಇವರಿಗೆಲ್ಲ ಅಂಜಲಿಲ್ಲ, ಇವರ

ಬೆದರಿಕೆಗೆ ಬಗ್ಗಲಿಲ್ಲ. "ಯಾವ ಧರ್ಮವು ಒಬ್ಬ ವಿಧವೆಗೆ ಮರುಜೀವನ ನೀಡಲಾರದೋ, ಒಬ್ಬ ಮಹಿಳೆಯ ಕಣ್ಣೀರು ಒರೆಸಲಾರದೋ, ಯಾವ ಧರ್ಮವು ಹಸಿದವನಿಗೆ ಊಟ ನೀಡದೋ ಅಂತ ಧರ್ಮ ಧರ್ಮವೇ ಅಲ್ಲ. ಆದರಿಂದ ನಾನು ಭ್ರಷ್ಟನಾದರೂ ಚಿಂತಿಲ್ಲ" ಎಂದು ಅಬ್ಬರಿಸಿದರು. ವಿರೋಧಿಗಳು ಬಾಯ್ಮುಚ್ಚಲೇ ಬೇಕಾಯಿತು. ಸತ್ಯಕ್ಕೆಂದಿಗೂ ಜಯವಲ್ಲವೇ.

ಯುವಕರು, ಯುವಶಕ್ತಿಯಲ್ಲಿ ಅಪಾರ ನಂಬಿಕೆಯಿದ್ದ ವಿವೇಕಾನಂದರು ಯುವಕರನ್ನು ಸಂಘಟಿಸಿದರು. ಜನರಿಗೆ ಅವರಿಗೆ ಬೇಕಾದ ಶಿಕ್ಷಣ-ಸುಶಿಕ್ಷಿತ ಜೀವನ-ನೀಡಲು ಸಹಾಯವಾಗುವಂತೆ ತಮ್ಮ ಶಿಷ್ಯ ಪಡೆಯನ್ನೇ ನಿರ್ಮಾಣಮಾಡಿದರು. ಹಸಿದ ಹೊಟ್ಟೆಗೆ ಊಟ ನೀಡುವ, ಜಡಗಟ್ಟುವ ಮೆದುಳನ್ನು ಶುದ್ಧಗೊಳಿಸುವ, ಮನುಷ್ಯ ಮನುಷ್ಯನನ್ನು ಪ್ರೀತಿಸುವುದನ್ನು ಹೇಳಿಕೊಡುವದೇ ಧರ್ಮವೆಂದು ಸಾರಿದರು.

ತಮ್ಮ ಜೀವಿತದ ಅಲ್ಪಾವಧಿಯಲ್ಲೇ ಸಾಗರದಷ್ಟನ್ನು ಸಾಧಿಸಿದರು. ಇಚ್ಛಾ ಶಕ್ತಿಯೊಂದಿದ್ದರೆ ಮನುಷ್ಯ ಏನು ಬೇಕಾದರೂ ಸಾಧಿಸಬಹುದೆಂಬುದನ್ನು ತೋರಿಸಿಕೊಟ್ಟರು.

"ಏಳಿ, ಎದ್ದೇಳಿ, ಗುರಿಮುಟ್ಟುವವರೆಗೂ ನಿಲ್ಲದಿರಿ" ಎಂಬ ಅಮೃತ ವಾಕ್ಕನ್ನು ನಮಗೆ ನೀಡಿದ ಚೇತನ 1902ರ ಜುಲೈ ನಾಲ್ಕರಂದು ಆರಿಹೋಯಿತು.

ಸುಪ್ರಸಿದ್ಧ ನಟಿ-ಸಂಗೀತಗಾರ್ತಿ 'ಎಮ್ಮಾ ಕಾಲ್ವೆ' ಗೆ 4ವರ್ಷ ಮುಂಚೆಯೇ ವಿವೇಕಾನಂದರು ತಾವು ಇಂತಹದಿನ ಸಾಯುತ್ತೇವೆಂದು ತಿಳಿಸಿದ್ದರಂತೆ. ಅಂತೆಯೇ 39 ವರ್ಷದ

ಅಸಾಮಾನ್ಯ ಜ್ಯೋತಿಯೊಂದು ತನ್ನಿರುವಿನ ಅಲ್ಪ ಕಾಲದಲ್ಲಿಯೇ ಅ
ಪ್ರಖರ ಜ್ಯೋತಿ ಬೆಳಗಿ–ಅಜ್ಞಾನದ ಕತ್ತಲನ
ಸೀಳಿ–ನಿತ್ಯಜ್ಞಾನದ ಬೆಳಕು ತೋರಿ ಕಣ್ಮರೆ ಯಾಯಿತು

¤ ¤ ¤ ¤ ¤

ಬಸವಣ್ಣನವರು ಕಥೆ ಮುಗಿಸಿದರು. ಸಂಜೆಯಾಗುತ
ಬರುತ್ತಿತ್ತು. ತುಳಸಿ ಕಟ್ಟೆಯಲ್ಲಿಡಲೆಂದು ಕಮಲಮ್ಮನವ
ಹಚ್ಚಿತಂದ ದೀಪದ ಪ್ರಶಾಂತವಾದ ಬೆಳಕು ಬೀರುತ್ತಿತ
ಕಥೆ ಕೇಳಿದ ಹುಡುಗರ ಮುಖದಲ್ಲಿ ತೃಪ್ತಿ ಮಿನುಗುತ್ತಿತ

– ರಮೇಶ ಕೆಂಗೇರಿ

ಗ್ರಂಥ ಋಣ

1. ವೀರ ಸನ್ಯಾಸಿ ವಿವೇಕಾನಂದ
2. ವಿಶ್ವ ವಿಜೇತ ವಿವೇಕಾನಂದ ಸ್ವಾಮಿ ಪುರುಷೋತ್ತಮಾನಂದ
3. ವಿಶ್ವ ಮಾನವ ವಿವೇಕಾನಂದ

ಪ್ರ. ಶ್ರೀ ರಾಮಕೃಷ್ಣ ಆಶ್ರಮ, ಬೆಂಗಳೂರು.

ಜೀವನ ಚರಿತ್ರೆಮಾಲೆ

www.mastermindbooks.com

ವಾಸನ್ ಪಬ್ಲಿಕೇಷನ್ಸ್

ವಾಸನ್ಸ್

ಜೀವನ ಚರಿತ್ರೆ ಮಾಲೆ

ಸರ್ ಎಂ. ವಿಶ್ವೇಶ್ವರಾಯ

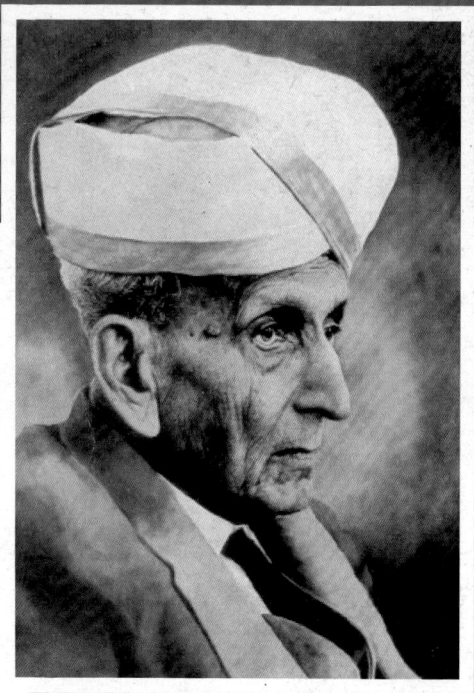

ವಾಸನ್ಸ್ ಜೀವನ ಚರಿತ್ರೆಮಾಲೆ

ಭಾರತರತ್ನ

ಸರ್ ಎಂ. ವಿಶ್ವೇಶ್ವರಾಯ

ಬೆ.ಗೋ. ರಮೇಶ್

₹ 40/-

ವಾಸನ್ ಪಬ್ಲಿಕೇಷನ್ಸ್
ಬೆಂಗಳೂರು-53

ಸರ್. ಎಂ. ವಿಶ್ವೇಶ್ವರಾಯ

© ವಾಸನ್ ಪಬ್ಲಿಕೇಷನ್ಸ್

ಮುದ್ರಣ : 2023

ಪ್ರಕಾಶಕರು :

ವಾಸನ್ ಪಬ್ಲಿಕೇಷನ್ಸ್

25, ವಾಸನ್ ಟವರ್ಸ್,

ಡಾ॥ ಟಿ.ಸಿ.ಎಂ. ರಾಯನ್ ರಸ್ತೆ (ಗೂಡ್ಸ್‌ಶೆಡ್ ರಸ್ತೆ),

ಬೆಂಗಳೂರು – 560 053

e-mail: vasanpublications@gmail.com

www.mastermindbooks.com

₹ 40/-

ಡಿಟಿಪಿ :

ಸುಪ್ರೀಂ ಪಾಯಿಂಟ್

ಮುದ್ರಣ :

ಉಮೇಶ್ ಪ್ರಿಂಟರ್ಸ್

ಆದರ್ಶವ್ಯಕ್ತಿ

ಜೋಗಜಲಪಾತದ ಹೆಸರು ಯಾರು ಕೇಳಿಲ್ಲ! ಅದು ಶರಾವತಿ ನದಿಯ ಸೃಷ್ಠಿ. ಒಂಬೈನೂರು ಅಡಿಗಳ ಎತ್ತರದಿಂದ ಕೆಳಗೆ ಧುಮ್ಮಿಕ್ಕುವ ಈ ಜಲಪಾತದ ದೃಶ್ಯ ನಯನಮನೋಹರ. ಎಷ್ಟು ನೋಡಿದರೂ ಸಾಲದೆನಿಸುತ್ತದೆ. ಆ ಜಲ ವಿಲಾಸದ ಸೊಬಗು ಹೇಳತೀರದು. ಕವಿಗಳಂತೂ ಜಲಪಾತವನ್ನು ಕಂಡು ಹಾಡಿಕುಣಿದರು. ಭಾವುಕರು ತನ್ಮಯರಾದರು. ಪ್ರೇಮಿಗಳು ಜಲಪಾತದ ರಮ್ಯತೆಯನ್ನು ಸವಿಯುತ್ತ ಮೈಮರೆತರು. ಆದರೆ ಒಮ್ಮೆ ಆ ಸುಂದರ ಜಲಪಾತವನ್ನು ನೋಡಲು ಬಂದ ಒಬ್ಬ ಯುವಕನಿಗೆ ಅದು ಕಂಡ ರೀತಿಯೇ ಬೇರೆ,

“ಓಹ್! ಎಷ್ಟೊಂದು ನೀರು ಅಪವ್ಯಯವಾಗುತ್ತಿದೆ. ಈ ನೀರಿನಲ್ಲಿ ಅಡಗಿರುವ ಶಕ್ತಿಯಿಂದ ಎಷ್ಟು ವಿದ್ಯುಚ್ಛಕ್ತಿ ಉತ್ಪಾದಿಸಬಹುದು?”

ಇದು ಆತನ ಮನಸ್ಸಿನಲ್ಲಿ ಮೂಡಿದ ವಿಚಾರ. ಆತ ಕಂಡ ಕನಸು ಮುಂದೊಮ್ಮೆ ನನಸಾಗಿ ನಾಡಿಗೆಲ್ಲ ಬೆಳಕು ಸಿಗುವಂತಾಯಿತು. ಶರಾವತಿ ವಿದ್ಯುದಾಗಾರದ ನಿರ್ಮಾಣವಾಯಿತು. ಆ ಕನಸುಗಾರ ಭಾರತರತ್ನ ಸರ್. ಎಂ.ವಿಶ್ವೇಶ್ವರಾಯ.

ವಿಶ್ವೇಶ್ವರಾಯ ಒಬ್ಬ ವ್ಯಕ್ತಿಯಾಗಿರಲಿಲ್ಲ, ಅವರೊಂದು ಶಕ್ತಿ, ಸಂಸ್ಥೆಯಂತಿದ್ದರು. ವೃತ್ತಿಯಲ್ಲಿ ಇಂಜಿನಿಯರ್, ದೇಶ ವಿದೇಶಗಳಲಿ

ಅವರ ಕೀರ್ತಿ ಬೆಳಗಿತು. ಅವರೊಬ್ಬ ಶ್ರೇಷ್ಠ ಆಡಳಿತಗಾರರಾಗಿದ್ದರು. ಅಪಾರ ದೇಶಭಕ್ತ, ಮಾದರಿ ಮೈಸೂರು ನಿರ್ಮಾಪಕ. ಕರ್ಮಯೋಗಿ. ಬಾಳಿದ್ದು ನೂರೊಂದು ವರುಷ. ಎಲ್ಲ ಕಾಲವೂ ಸದುಪಯೋಗ. ದುಡಿಮೆಯೇ ಬದುಕು ಎಂದು ಸಾರಿದ ಚೇತನ.

ವಿಶ್ವೇಶ್ವರಾಯನವರ ಕೊಡುಗೆ ಒಂದೆರಡಲ್ಲ. ಕೃಷ್ಣರಾಜಸಾಗರ ಅಣೆಕಟ್ಟು, ಭದ್ರಾವತಿಯ ಕಬ್ಬಿಣ ಮತ್ತು ಉಕ್ಕಿನ ಕಾರ್ಖಾನೆ, ಮೈಸೂರಿನ ಗಂಧದೆಣ್ಣೆ ಕಾರ್ಖಾನೆ, ಮೈಸೂರು ವಿಶ್ವವಿದ್ಯಾಲಯ, ಕನ್ನಡ ಸಾಹಿತ್ಯ ಪರಿಷತ್ತು, ಸ್ಟೇಟ್‌ಬ್ಯಾಂಕ್ ಆಫ್ ಮೈಸೂರು ಇವೆಲ್ಲದರ ಜತೆ ವಿಶ್ವೇಶ್ವರಾಯನವರ ಹೆಸರೂ ಇರುತ್ತದೆ.

ಭಾರತದ ಅತಿ ಪ್ರಮುಖ ಅವಶ್ಯಕತೆಗಳು ಮೂರು – ಶಿಕ್ಷಣ, ಕೈಗಾರಿಕೆ ಮತ್ತು ದೇಶ ರಕ್ಷಣೆ ಎಂದು ಐವತ್ತು ವರ್ಷಗಳಿಗೂ ಹಿಂದೆಯೇ ಘೋಷಿಸಿದ ವಿಶ್ವೇಶ್ವರಾಯ, 'ಔದ್ಯೋಗೀಕರಣ ಇಲ್ಲವೇ ವಿನಾಶ' ಎಂಬ ಕಹಳೆಯನ್ನೂ ಮೊಳಗಿಸಿದರು. ಕೈಗಾರಿಕೆಗಳ ಸ್ಥಾಪನೆಗೆ ಒತ್ತುಕೊಟ್ಟರು.

ವಿಶ್ವೇಶ್ವರಾಯ ಈ ನಾಡಿನ ಅಪೂರ್ವ ಆದರ್ಶ ವ್ಯಕ್ತಿಯಾಗಿದ್ದರು.

ಮೋಕ್ಷಗುಂಡಂ ವಿಶ್ವೇಶ್ವರಾಯ

ಮೋಕ್ಷಗುಂಡಂ ಆಂಧ್ರಪ್ರದೇಶದ ಕರ್ನೂಲು ಜಿಲ್ಲೆಯ ಸಿದ್ದಲೂರಿಗೆ ಸೇರಿದ ಒಂದು ಸಣ್ಣ ಅಗ್ರಹಾರ. ಈ ಗ್ರಾಮ ವಿಶ್ವೇಶ್ವರಾಯನವರ ಪೂರ್ವಜರ ವಾಸಸ್ಥಾನ. ಈ ಪುಟ್ಟ ಹಳ್ಳಿಯಲ್ಲಿ ಮಕ್ಕಳ ವಿದ್ಯಾಭ್ಯಾಸಕ್ಕೆ ಒಳ್ಳೆ ಅವಕಾಶವಿರಲಿಲ್ಲ.

ಆದುದರಿಂದ ವಿಶ್ವೇಶ್ವರಾಯನವರ ಪೂರ್ವಿಕರು ಮೈಸೂರು ಸಂಸ್ಥಾನಕ್ಕೆ ವಲಸೆ ಬಂದು ಹದಿನೆಂಟನೆಯ ಶತಮಾನದ ಸುಮಾರಿನಲ್ಲಿ ಕೋಲಾರ ಜಿಲ್ಲೆಯ ಚಿಕ್ಕಬಳ್ಳಾಪುರ ತಾಲ್ಲೂಕಿನ ಮುದ್ದೇನಹಳ್ಳಿಯಲ್ಲಿ ನೆಲಸಿದರು.

ವಿಶ್ವೇಶ್ವರಾಯ 1860ರ ಸೆಪ್ಟೆಂಬರ್ 15ರಂದು ಜನಿಸಿದರು. ಇದೇ ಇವರ ಜನ್ಮದಿನವೆಂದು ಅವರು ಹುಟ್ಟಿದ ಕೆಲವೇ ದಿನಗಳಲ್ಲಿ ಬರೆದಿರುವ ತೆಲುಗು ಜಾತಕ ತಿಳಿಸುತ್ತದೆ. ವಿಶ್ವೇಶ್ವರಾಯನವರ ಹುಟ್ಟುಹಬ್ಬವನ್ನು ಪ್ರತಿವರ್ಷ ಸೆಪ್ಟೆಂಬರ್ 15ರಂದು ಇಂಜಿನಿಯರುಗಳ ದಿನವೆಂದು ಆಚರಿಸುವುದು ವಾಡಿಕೆಯಾಗಿದೆ.

ವಿಶ್ವೇಶ್ವರಾಯನವರ ತಂದೆ ಪಂಡಿತ ಶ್ರೀನಿವಾಸಶಾಸ್ತ್ರಿ, ಕಾಶಿಯಲ್ಲಿ ಹತ್ತು ವರ್ಷ ಕಾಲ ಯೋಗಾಭ್ಯಾಸ ಮತ್ತು ವಿದ್ಯಾವ್ಯಾಸಂಗ ಮಾಡಿದವರು. ತಾಯಿ ವೆಂಕಟಲಕ್ಷ್ಮಮ್ಮ. ವೆಂಕಚ್ಚಮ್ಮ, ವೆಂಕಾಚಮ್ಮ ಎಂದೂ ಇವರ ಹೆಸರು ಪರಿಚಿತವಾಗಿತ್ತು. ತಂದೆ ತಾಯಿಗಳಿಗೆ ವಿಶ್ವೇಶ್ವರಾಯ ಎರಡನೆಯ ಮಗನಾಗಿ ಜನಿಸಿದರು. ಇವರದು ಸ್ಥಿತಿವಂತ ಕುಟುಂಬ ವೇನಾಗಿರಲಿಲ್ಲ.

ವಿದ್ಯಾಭ್ಯಾಸ - ಉದ್ಯೋಗ

ವಿಶ್ವೇಶ್ವರಾಯನವರ ಪ್ರಾಥಮಿಕ ಹಾಗೂ ಮಾಧ್ಯಮಿಕ ಶಿಕ್ಷಣ ಮುದ್ದೇನಹಳ್ಳಿ ಹಾಗೂ ಚಿಕ್ಕಬಳ್ಳಾಪುರಗಳಲ್ಲಿ ನಡೆಯಿತು. ಅವರಿಗೆ ಹದಿನೈದು ವರ್ಷ ತುಂಬಿದಾಗ ತಂದೆ ತೀರಿಕೊಂಡರು. ವಿಶ್ವೇಶ್ವರಾಯ ಸ್ಫುರದ್ರೂಪಿಯಾಗಿ ಇದ್ದರು. ಹಾಗೆಯೇ ಒಳ್ಳೆಯ

ಚುರುಕು ಬುದ್ಧಿಯುಳ್ಳವರು ತಂದೆ ತೀರಿಕೊಂಡ ಮೇಲೆ ಸೋದರ ಮಾವಂದಿರಾದ ಎಚ್. ರಾಮಯ್ಯನವರು ವಿಶ್ವೇಶ್ವರಾಯ ನವರನ್ನು ಬೆಂಗಳೂರಿಗೆ ಕರೆತಂದು 1875ರಲ್ಲಿ ವೆಸ್ಲಿಯನ್ ಮಿಷನ್ ಪ್ರೌಢಶಾಲೆಗೆ ಸೇರಿಸಿದರು. ಕಷ್ಟಪಟ್ಟು ಓದಿ ವಿಶ್ವೇಶ್ವರಾಯ ಮೆಟ್ರಿಕ್ಯುಲೇಷನ್ ಮುಗಿಸಿದರು.

ಮುಂದೆ ಓದಬೇಕು – ಆದರೆ ಬಡತನ ಅಡ್ಡಿಯಾಯಿತು. ರಾಮಯ್ಯನವರ ಮನೆಯಲ್ಲಿ ಊಟವೇನೋ ಆಗುತ್ತಿತ್ತು. ಆದರೆ ಕಾಲೇಜು ಫೀಸು ವಗೈರೆಗೆ ದುಡ್ಡು? ವಿಶ್ವೇಶ್ವರಾಯ ಮೈಸೂರು ಮಹಾರಾಜರ ಮಂತ್ರಿಗಳಾಗಿದ್ದ ಮುದ್ದಯ್ಯನವರ ಮಕ್ಕಳಿಗೆ ಓದುಬರಹ ಕಲಿಸಿ ಹಣ ಸಂಪಾದಿಸಿದರು. ಅವರು ಬಡತನಕ್ಕೆ ಬಾಗಲಿಲ್ಲ. ಸೆಂಟ್ರಲ್ ಕಾಲೇಜು ಸೇರಿದರು. ಅಲ್ಲಿನ ಪ್ರಿನ್ಸಿಪಾಲ್ ಚಾರ್ಲ್ಸ್‌ವಾಟರ್ಸ್ ಅವರಿಗೆ ವಿಶ್ವೇಶ್ವರಾಯನವರ ಸಮಯ ಪಾಲನೆ, ಗಣಿತದಲ್ಲಿನ ಆಸಕ್ತಿ, ಒಳ್ಳೆಯನಡತೆ ತುಂಬಾ ಮೆಚ್ಚುಗೆಯಾದವು. ತಮಗಿದ್ದ ವಿಶ್ವಾಸವನ್ನು ವ್ಯಕ್ತಪಡಿಸಲು ಅವರು ವಿಶ್ವೇಶ್ವರಾಯನವರಿಗೆ ತಮ್ಮಲ್ಲಿದ್ದ ವೆಬ್‌ಸ್ಟರ್ ನಿಘಂಟನ್ನು ಬಹುಮಾನವಾಗಿ ಕೊಟ್ಟರು. ತಮ್ಮ ಜೀವನದ ಕಡೆಯವರೆಗೂ ವಿಶ್ವೇಶ್ವರಾಯ ಆ ನಿಘಂಟನ್ನು ಪ್ರೀತ್ಯಾದರಗಳಿಂದ ಬಳಸುತ್ತಿದ್ದರು.

ವಿಶ್ವೇಶ್ವರಾಯ 1881ರಲ್ಲಿ ಉನ್ನತ ಶ್ರೇಣಿಯಲ್ಲಿ ಬಿ.ಎ. ಪರೀಕ್ಷೆಯಲ್ಲಿ ತೇರ್ಗಡೆ ಹೊಂದಿದರು. ವಾಟರ್ಸ್ ವಿಶ್ವೇಶ್ವರಾಯ ನವರ ಬುದ್ಧಿಮತ್ತೆಗೆ ಮೆಚ್ಚಿ ಪುಣೆಯಲ್ಲಿ ಶಿಕ್ಷಣ 'ಮುಂದುವರೆಸಲು ಮೈಸೂರು ಸರ್ಕಾರದ ವಿದ್ಯಾರ್ಥಿವೇತನ ಕೊಡಿಸಿದರು.

ಪುಣೆಯ ಸೈನ್ಸ್ ಕಾಲೇಜು ಸೇರಿ ವಿಶ್ವೇಶ್ವರಾಯ ಮೂರು ವರ್ಷಗಳ ಅವಧಿಯ ಶಿಕ್ಷಣವನ್ನು ಎರಡೂವರೆ ವರ್ಷಗಳಲ್ಲಿಯೇ

ಮುಗಿಸಿ 1883ರಲ್ಲಿ ಎಲ್.ಸಿ.ಇ. ಮತ್ತು ಇ.ಸಿ.ಇ.ಎಲ್. ಪರೀಕ್ಷೆಯಲ್ಲಿ ಇಡೀ ಬೊಂಬಾಯಿ ಪ್ರಾಂತ್ಯಕ್ಕೆ ಮೊದಲ ದರ್ಜೆಯಲ್ಲಿ ಉತ್ತೀರ್ಣರಾದರು. ಅವರ ಇಂಜಿನಿಯರಿಂಗ್ ಪ್ರತಿಭೆಗೆ ಬಂಗಾರದ ಪದಕವೂ ಸಿಕ್ಕಿತು. ಪೂನಾದಲ್ಲಿ ಓದುತ್ತಿದ್ದಾಗಲೇ ವಿಶ್ವೇಶ್ವರಾಯನವರಿಗೆ ಚಿಕ್ಕಬಳ್ಳಾಪುರದ ಮಾಧ್ಯಮಿಕ ಶಾಲೆ ಉಪಾಧ್ಯಾಯರಾಗಿದ್ದ ರಾಮಚಂದ್ರ ಶಾಸ್ತ್ರಿಯವರ ಮಗಳು ಸರಸ್ವತಿಯೊಡನೆ ವಿವಾಹವು ಜರುಗಿತು. ವಿಶ್ವೇಶ್ವರಾಯನವರಿಗೆ 1884ರಲ್ಲಿ ಬೊಂಬಾಯಿ ಸರ್ಕಾರದಲ್ಲಿ ಅಸಿಸ್ಟೆಂಟ್ ಇಂಜಿನಿಯರಾಗಿ ಉದ್ಯೋಗ ಸಿಕ್ಕಿತು. ತಾಯಿ, ಹೆಂಡತಿಯನ್ನು ವಿಶ್ವೇಶ್ವರಾಯ ಪೂನಾಗೆ ಕರೆದುಕೊಂಡು ಹೋಗಿ ಸಂಸಾರ ಹೂಡಿದ್ದರು. ತಾಯಿ ಪುಣೆಯ ವಾತಾವರಣಕ್ಕೆ ಹೊಂದಿಕೊಳ್ಳಲಾರದೆ ಚಿಕ್ಕಬಳ್ಳಾಪುರಕ್ಕೆ ಹಿಂತಿರುಗಿದರು. 1888ರಲ್ಲಿ ಹೆಂಡತಿ ತೀರಿಕೊಂಡಳು ಮತ್ತೆ ವಿಶ್ವೇಶ್ವರಾಯ ಮದುವೆ ಮಾಡಿಕೊಂಡರೂ ದಾಂಪತ್ಯ ಬಹುಕಾಲ ಉಳಿಯದೆ ಅವರು ಹೆಚ್ಚುಕಾಲ ಏಕಾಂಗಿಯಾಗಿ ಉಳಿದರು.

ವಿಶ್ವೇಶ್ವರಾಯ ಬೊಂಬಾಯಿ ಸರ್ಕಾರದ ಸೇವಾ ಅವಧಿಯಲ್ಲಿ ಹದಿನಾಲ್ಕು ವರ್ಷಗಳನ್ನು ಪುಣೆಯಲ್ಲಿಯೇ ಕಳೆದರು. ಅವರು ತಾವೊಬ್ಬ ಸಮರ್ಥ ಇಂಜಿನಿಯರೆಂಬುದನ್ನು ನಿರೂಪಿಸಿದ್ದರು. ನಾಸಿಕ್ ಜಿಲ್ಲೆಯಲ್ಲಿ ಅಸಿಸ್ಟೆಂಟ್ ಇಂಜಿನಿಯರಾಗಿ ಕೆಲಸ ಪ್ರಾರಂಭಿಸಿ ಆಗ ಸವಿಸ್ತಾರವಾಗಿದ್ದ ಬೊಂಬಾಯಿ ಪ್ರಾಂತದ ಸಕ್ಕೂರ್, ಸೂರತ್, ಧೂಲಿಯ, ಪಂಡರಾಪುರ, ಧಾರವಾಡ, ಬಿಜಾಪುರ, ಅಹಮದಾಬಾದ್, ಪುಣೆ, ಕರಾಚಿ ಮೊದಲಾದ ಎಲ್ಲಾ ಭಾಗಗಳಲ್ಲೂ ಸೇವೆ ಸಲ್ಲಿಸಿದರು.

ನೀರು ರೈತರಿಗೆ ಅಮೂಲ್ಯ, ನೀರು ಎಳ್ಳಷ್ಟೂ, ವ್ಯರ್ಥವಾಗಬಾರದು, ಅದು ಸದುಪಯೋಗವಾಗಬೇಕು, ಇದು ವಿಶ್ವೇಶ್ವರಾಯನವರ ವಿಚಾರ. ನೀರಿನ ಸಾರ್ಥಕ ಬಳಕೆಗಾಗಿ ಅವರು ಬ್ಲಾಕ್ ಸಿಸ್ಟಂ ವ್ಯವಸಾಯ ಯೋಜನೆಯನ್ನು ರೂಪಿಸಿದರು. ಮೊದಲಿಗೆ ಜಮೀನುದಾರರೂ ರೈತರೂ ಇದನ್ನು ವಿರೋಧಿಸಿದರು. ಭೂಮಿಯ ಗುಣ, ಬೆಳೆ, ನೀರಿನ ಅವಶ್ಯಕತೆ ಇವೆಲ್ಲವನ್ನೂ ಪರಿಗಣಿಸಿ ನೀರು ಪೋಲಾಗದಂತೆ ಹಾಗೂ ಯಾರಿಗೂ ಅನ್ಯಾಯವಾಗದಂತೆ ನೀರನ್ನು ತಕ್ಕಷ್ಟು ಪ್ರಮಾಣದಲ್ಲಿ ರೈತರಿಗೆ ಕೊಡುವುದಾಗಿ ವಿಶ್ವೇಶ್ವರಾಯ ಭರವಸೆ ನೀಡಿದರು. ಜಮೀನನ್ನು ಅತಿ ಹೆಚ್ಚು ನೀರು ಬಯಸುವ ಬತ್ತ ಇಲ್ಲವೇ ಕಬ್ಬು ಬೆಳೆಸುವ ಒಂದು ವಿಭಾಗ, ಅಷ್ಟು ನೀರಿನ ಅಗತ್ಯವಿಲ್ಲದ, ಆದರೆ ವಾರಕ್ಕೆ ಒಂದು ಇಲ್ಲವೇ ಎರಡು ಸಾರಿ ನೀರು ಪಡೆಯುವ ವಿಭಾಗ, ತರಿಫಸಲಿನ ವಿಭಾಗ ಎಂದು ಮೂರುಸಮ ವಿಭಾಗಗಳನ್ನಾಗಿ ವಿಂಗಡಿಸಿ ನೀರುಣಿಸುವಂತೆ ಮಾಡಿದರು. ಸರದಿಯಂತೆ ಬೆಳೆಯನ್ನು ಅದಲು ಬದಲು ಮಾಡಿ ಎಲ್ಲ ಬೆಳೆಗೂ ಅಗತ್ಯವಾದಷ್ಟು ನೀರೊದಗುವಂತೆ ನೋಡಿಕೊಂಡರೆ ನೀರು ಪೋಲಾಗುವುದು ನಿಂತಿತು. ಭೂಸಾರವೂ ಕೆಡದಂತಾಯಿತು. ಮುಂದೆ ವಿಶ್ವೇಶ್ವರಾಯ ಕರ್ನಾಟಕದ ಕೃಷ್ಣರಾಜ ಸಾಗರ ನಾಲೆಯ ಪ್ರದೇಶದಲ್ಲೂ ಈ ಪದ್ಧತಿಯನ್ನು ಜಾರಿಗೆ ತಂದರು. ಪೂನಾದಲ್ಲಿ ಈ ಪದ್ಧತಿ ತುಂಬಾ ಯಶಸ್ವಿಯಾಯಿತು.

ಪೂನಾಗೆ ಸಮೀಪದ ಖಡಕವಾಸಲ ಜಲಾಶಯದಲ್ಲಿ ವಿಶ್ವೇಶ್ವರಾಯನವರು ಬಳಸಿದ ಸ್ವಯಂಚಾಲಿತ ತೂಬಿನ ಭಾರಿ ಉಕ್ಕಿನ ಕವಾಟಗಳು ಅವರಿಗೆ ಪ್ರಸಿದ್ಧಿ ತಂದಿತು. ಅಣೆಕಟ್ಟುಗಳಿಂದ ನೀರು ವ್ಯರ್ಥವಾಗಿ ಹೋಗುವುದು ಇದರಿಂದ ತಪ್ಪಿತು.

ಸಿಂಧ್ ವಿಭಾಗಕ್ಕೆ ಸೇರಿದ ಸಕ್ಕೂರು ಎಂಬ ಪಟ್ಟಣಕ್ಕೆ ಕುಡಿಯುವ ನೀರು ಒದಗಿಸಬೇಕಾಗಿತ್ತು. ಸಿಂಧ್ ಆಗ ಬೊಂಬಾಯಿ ಪ್ರಾಂತಕ್ಕೆ ಸೇರಿತ್ತು. ಸಿಂಧೂನದಿ ನೀರು ಬಗ್ಗಡವಾಗಿರುತ್ತಿತ್ತು. ಇದನ್ನು ಶೋಧಿಸಿ ಶುಚಿಗೊಳಿಸಿ ಕುಡಿಯಲು ಯೋಗ್ಯ ಮಾಡುವುದಕ್ಕೆ ತಗಲುವ ಖರ್ಚೂ ಹೆಚ್ಚು. ಇದಕ್ಕೆಂದೇ ವಿಶ್ವೇಶ್ವರಾಯ ತಮ್ಮದೇ ಆದ ಯೋಜನೆ ರೂಪಿಸಿದರು. ನದೀ ತೀರದಲ್ಲಿ ದೊಡ್ಡ ಬಾವಿ ತೋಡಿಸಿ, ನದಿಯ ಬಗ್ಗಡದ ನೀರು ಬಾವಿಯ ಕೆಳಭಾಗಕ್ಕೆ ಮರಳಿನ ಮೂಲಕ ಇಳಿಯುವಾಗ ತಾನಾಗಿಯೇ ಜಾಲಾಡಿದಂತಾಗಿ ಶುದ್ಧಿಗೊಳ್ಳುತ್ತಿತ್ತು. ಈ ನೀರನ್ನೇ ಪಂಪ್ ಮಾಡಿ ಸಂಗ್ರಹಿಸಿ ಬಳಿಕ ನಗರಕ್ಕೆ ಸರಬರಾಜು ಮಾಡುವುದೇ ಈ ಯೋಜನೆ. ಇದರಲ್ಲಿ ವಿಶ್ವೇಶ್ವರಾಯ ಯಶಸ್ವಿಯಾದರು. ಇದೇ ರೀತಿ ತಪತಿ ಎಂಬ ನದಿಯಿಂದ ಸೂರತ್ ಪಟ್ಟಣಕ್ಕೆ ನೀರೊದಗಿಸುವ ಕಾರ್ಯವನ್ನೂ ಮಾಡಿದರು.

ಬೊಂಬಾಯಿ ಸರ್ಕಾರ ವಿಶ್ವೇಶ್ವರಾಯನವರ ಪ್ರತಿಭೆ ಮತ್ತು ವಿನೂತನ ಕಾರ್ಯಗಳನ್ನು ಕೊಂಡಾಡಿತು. ಉನ್ನತ ಸ್ಥಾನಗಳಿಗೆ ಅವರಿಗೆ ಬಡ್ತಿ ನೀಡಿತು. ಇನ್ನೂ ಕಠಿಣತಮ ಕಾರ್ಯಗಳನ್ನು ಕೈಗೊಳ್ಳಲು ವಿಶ್ವೇಶ್ವರಾಯ ಮುಂದಾದರು. ಯಾವುದೂ ಅವರಿಗೆ ಸಮಸ್ಯೆಯಾಗಿ ಕಾಣುತ್ತಿರಲಿಲ್ಲ.

ಏಡನ್ ನಗರದಲ್ಲಿ

ಮೆಡಿಟರೇನಿಯನ್ ಮತ್ತು ಅರಬ್ಬಿಸಮುದ್ರಗಳನ್ನು ಒಂದುಗೂಡಿಸುವ ಕಾಲುವೆ ಸೂಯೆಜ್ ಕಾಲುವೆ. ಈ ಕಾಲುವೆಯನ್ನು ಭಾರತದ ಕಡೆಯಿಂದ ಪ್ರವೇಶಿಸುವಾಗ ಸಿಗುವ

ಮೊದಲ ರೇವು ಪಟ್ಟಣ ಏಡನ್. ಆ ನಗರಕ್ಕೆ ನೀರಿನ ವ್ಯವಸ್ಥೆ, ನಗರ ನೈರ್ಮಲ್ಯದ ಏರ್ಪಾಡು, ಒಳಚರಂಡಿ ಯೋಜನೆ ಇವುಗಳಿಗೆಂದು ವಿಶ್ವೇಶ್ವರಾಯನವರನ್ನು 1906ರಲ್ಲಿ ಬೊಂಬಾಯಿ ಸರ್ಕಾರ ಕಳುಹಿಸಿಕೊಟ್ಟಿತು. ಇದು ಬ್ರಿಟಿಷ್ ಸರ್ಕಾರದ ಆಹ್ವಾನವೂ ಆಗಿತ್ತು. ಏಡನ್ ಮರಳುಗಾಡಿನಿಂದ ಸುತ್ತುವರಿದ ಒಂದು ಪಟ್ಟಣ. ಅಲ್ಲಿ ಕುಡಿಯುವುದಕ್ಕೆ ಶುದ್ಧ ನೀರು ದೊರೆಯುತ್ತಿರಲಿಲ್ಲ. ಅಲ್ಲಿಯ ಜನ ಸಮುದ್ರದ ನೀರನ್ನು ಕುಡಿಯುವ ನೀರಾಗಿ ಪರಿವರ್ತಿಸಿ ಬಳಸುತ್ತಿದ್ದರು. ವಿಶ್ವೇಶ್ವರಾಯ ಏಡನ್‌ಗೆ ಸುಮಾರು ಇಪ್ಪತ್ತು ಕಿ.ಮೀ. ದೂರದಲ್ಲಿದ್ದ ಲಹೇಜ್ ಎಂಬಲ್ಲಿ ಬಾವಿ ತೋಡಿ ಅಲ್ಲಿಂದ ನೀರು ಹಾಯಿಸುವ ವ್ಯವಸ್ಥೆ ಮಾಡಿಕೊಟ್ಟರು. ಏಡನ್‌ಗೆ 100 ಕಿ.ಮೀ. ದೂರದ ಗುಡ್ಡ ಪ್ರದೇಶದಲ್ಲಿ ಆಗುತ್ತಿದ್ದ ಮಳೆಯೇ ಈ ನೀರಿಗೆ ಆಧಾರವಾಗಿತ್ತು. ಏಡನ್ ನಗರದ ಒಳಚರಂಡಿ ವ್ಯವಸ್ಥೆಗೂ ವಿಶ್ವೇಶ್ವರಾಯ ಏರ್ಪಾಟು ಮಾಡಿದರು. ಅವರ ಪ್ರತಿಭೆಯನ್ನು ಮೆಚ್ಚಿ ಬ್ರಿಟಿಷ್ ಪ್ರಭುತ್ವ ಅವರಿಗೆ ಕೈಸರ್ – ಇ – ಹಿಂದ್ ಪ್ರಶಸ್ತಿ ಪದಕವನ್ನು ನೀಡಿ ಗೌರವಿಸಿತು.

ವಿಶ್ವೇಶ್ವರಾಯ ಇಂತಹ ಹತ್ತಾರು ಕೆಲಸಗಳನ್ನು ಮಾಡಿದರು. ಕೊಲ್ಲಾಪುರಕ್ಕೆ ನೀರೊದಗಿಸುತ್ತಿದ್ದ ಕೆರೆಯ ಮಣ್ಣಿನ ಏರಿಯ ಒಂದು ಭಾಗ ಕುಸಿದು ತೊಂದರೆಯಾದಾಗಲೂ ವಿಶ್ವೇಶ್ವರಾಯ ನೆರವಾದರು. ನಗರಕ್ಕೆ ಆಗಬಹುದಾಗಿದ್ದ ಅಪಾಯದಿಂದ ಜನರನ್ನು ರಕ್ಷಿಸಿದರು. ಕೆರೆ ದುರಸ್ತಿಗೊಳಿಸಿದ ಬಳಿಕ ಸುಭದ್ರವಾಯಿತು.

ಬೊಂಬಾಯಿ ಸರ್ಕಾರದಲ್ಲಿ ವಿಶ್ವೇಶ್ವರಾಯ ಇಪ್ಪತ್ತು ಮೂರು ವರ್ಷ ಸೇವೆ ಸಲ್ಲಿಸಿದ್ದರು. ಅಂದಿನ ರಾಜಕೀಯ ವಾತಾವರಣದಲ್ಲಿ ಭಾರತೀಯರಿಗೆ ಉನ್ನತ ಸ್ಥಾನಗಳು ದೊರೆಯುವುದು ಕಷ್ಟವೇ

ಆಗಿತ್ತು. ಆದರೂ ವಿಶ್ವೇಶ್ವರಾಯ ಬಹುಬೇಗ ಮೇಲಿನ ಸ್ಥಾನಗಳನ್ನು ಅಲಂಕರಿಸುತ್ತಾ ಬಂದರು. ಇದು ಅವರ ಪ್ರಾಮಾಣಿಕತೆ, ದಕ್ಷತೆಗಳ ಪ್ರತೀಕವಾಗಿತ್ತು. ಆದರೆ ಅವರಿಗೆ ಸರ್ಕಾರ ಮುಖ್ಯ ಇಂಜಿನಿಯರ್ ಪದವಿ ಕೊಡಲಿಲ್ಲ. ಭಾರತೀಯರನ್ನು ಕಡೆಗಣಿಸುವ ಆಂಗ್ಲರ ಮನೋಧರ್ಮ ಅವರಿಗೆ ಹಿಡಿಸಲಿಲ್ಲ. ನಿವೃತ್ತಿ ವೇತನಕ್ಕೆ ಅರ್ಹರಾಗಲು ಇನ್ನೆರಡು ವರ್ಷಗಳ ಸೇವೆಯ ಅಗತ್ಯವಿತ್ತು. ಸ್ವಾಭಿಮಾನಿಯಾಗಿದ್ದ ವಿಶ್ವೇಶ್ವರಾಯ ನಿವೃತ್ತಿ ವೇತನ ದೊಡ್ಡದೆಂದು ಭಾವಿಸದೆ ಕೆಲಸಕ್ಕೆ ರಾಜೀನಾಮೆ ನೀಡಿಯೇ ಬಿಟ್ಟರು.

ಹೈದರಾಬಾದಿಗೆ

ಬೊಂಬಾಯಿ ಸರ್ಕಾರದಿಂದ ನಿವೃತ್ತರಾಗಿದ್ದ ಬಳಿಕ ವಿಶ್ವೇಶ್ವರಾಯನವರು ವಿಶ್ವ ಪರ್ಯಟನ ಕೈಗೊಂಡರು. ಪಾಶ್ಚಾತ್ಯ ದೇಶಗಳ ಪ್ರಗತಿಯನ್ನು ಕಣ್ಣಾರೆ ಕಂಡರು. ಯೂರೋಪಿನ ಪ್ರತಿಯೊಂದು ರಾಜ್ಯದಲ್ಲಿಯೂ ಸಂಚರಿಸಿ ಹಲವಾರು ವಿಷಯಗಳನ್ನು ಸಂಗ್ರಹಿಸಿದರು. ಅವರು ಸಂಚರಿಸಿದ ಇತರ ದೇಶಗಳೆಂದರೆ ಅಮೆರಿಕ, ಕೆನಡಾ, ಜಪಾನ್ ಹಾಗೂ ರಷ್ಯ. ವಿಶ್ವೇಶ್ವರಾಯ ಇಟಲಿಯ ಮಿಲನ್ ನಗರದಲ್ಲಿದ್ದಾಗ ಭಾರತದ ಹೈದರಾಬಾದಿನ ನಿಜಾಮು ಸರ್ಕಾರ ಅವರ ಸೇವೆಯನ್ನು ಬಯಸಿತು. ಮೂಸಾ ಮತ್ತು ಇಯಾಸಿ ನದಿಗಳ ಪ್ರವಾಹಕ್ಕೆ ಹೈದರಾಬಾದ್ ತತ್ತರಿಸುತ್ತಿತ್ತು. ಪ್ರವಾಹದಿಂದ ನಗರವನ್ನು ರಕ್ಷಿಸಲು ಹಾಗೂ ನಗರಕ್ಕೆ ಕುಡಿಯುವ ನೀರೊದಗಿಸುವ ಎರಡು ಪ್ರಮುಖ ಕಾರ್ಯಗಳಿಗಾಗಿ ವಿಶ್ವೇಶ್ವರಾಯನವರ ಸೇವೆ ಅಗತ್ಯವಾಗಿತ್ತು.

ಮೂಸಾ ನಗರವನ್ನು ಎರಡು ಭಾಗಗಳಾಗಿ ವಿಭಜಿಸಿದ್ದ ನದಿ. 1908ರಲ್ಲಿ ಈ ನದಿಯಿಂದುಂಟಾದ ಪ್ರವಾಹದಿಂದ ಜನ ತತ್ತರಿಸಿದ್ದರು. ದನಗಳು ಮನೆಗಳು ಕೊಚ್ಚಿ ಹೋದವು. 1909ರಲ್ಲಿ ವಿಶ್ವೇಶ್ವರಾಯನವರು ಹೈದರಾಬಾದಿನ ತಮ್ಮ ವಿಶೇಷ ಹುದ್ದೆ ಸ್ವೀಕರಿಸಿದರು. ನಗರದ ಪುನರ್ನಿರ್ಮಾಣಕ್ಕೆ ಒಂದು ವಿಶಿಷ್ಟ ಯೋಜನೆ ತಯಾರಿಸಿದರು. ನಗರವು ಮುಂದೆ ಪ್ರವಾಹದ ವಿಕೋಪಕ್ಕೆ ಗುರಿಯಾಗದಂತೆ ಸೂಕ್ತವಾದ ಅಣೆಕಟ್ಟು ಕಟ್ಟಿಸಿದರು. ನದಿದಡಗಳಲ್ಲಿ ಸುಂದರವಾದ ಉದ್ಯಾನಗಳನ್ನು ನಿರ್ಮಿಸಲು ಸಲಹೆ ಮಾಡಿದರು. ಆಗ ಇದ್ದ ಪ್ರಮುಖ ಆಂಗ್ಲ ಇಂಜಿನಿಯರ್ ಟೆ.ಡಿ. ಮೆಕನ್ಜಿ ಭಾರತೀಯನ ಅಧೀನದಲ್ಲಿ ಕೆಲಸ ಮಾಡಲು ಒಪ್ಪಲಿಲ್ಲ. ಆದರೆ ವಿಶ್ವೇಶ್ವರಾಯನವರ ಸಾಮರ್ಥ್ಯ ಕಂಡು ಮುಂದೆ ಮರು ಮಾತಾಡಲಿಲ್ಲ. ಅವರ ಪ್ರತಿಭೆಯನ್ನು ಮೆಚ್ಚಿದ ಮತ್ತೊಬ್ಬ ಆಂಗ್ಲ ಇಂಜಿನಿಯರ್ ರಾಸ್ಕೋ ಅಲೆನ್. ಮೂಸಾ ನದಿಯ ಅಣೆಕಟ್ಟು ನಗರವನ್ನು ಪ್ರವಾಹದಿಂದ ರಕ್ಷಿಸಿದ್ದಷ್ಟೇ ಅಲ್ಲದೆ ಸಂಗ್ರಹವಾದ ನೀರು ಹೈದರಾಬಾದ್ ಮತ್ತು ಸಿಕಂದರಾಬಾದ್ ನಗರಗಳಿಗೆ ಶುದ್ಧ ನೀರೊದಗಿಸಲು ಬಳಕೆಯಾಯಿತು.

ಮೈಸೂರು ಸಂಸ್ಥಾನದಲ್ಲಿ

ಆಗಿನ್ನೂ ಮೈಸೂರು ವಿಶಾಲ ಕರ್ನಾಟಕವಾಗಿ ರೂಪುಗೊಂಡಿರಲಿಲ್ಲ. ಮೈಸೂರು ಕೇವಲ ಎಂಟು ಜಿಲ್ಲೆಗಳನ್ನು ಹೊಂದಿದ್ದ ಒಂದು ಸಣ್ಣ ರಾಜ್ಯ. ಮೈಸೂರು ಸಂಸ್ಥಾನವನ್ನು ಮಹಾರಾಜರು ಆಳುತ್ತಿದ್ದರು. ಈ ಸಂಸ್ಥಾನದಲ್ಲಿ ವಿಶ್ವೇಶ್ವರಾಯನವರು ಮುಖ್ಯ ಇಂಜಿನಿಯರಾಗಿ 1909ರಲ್ಲಿ

ನೇಮಕಗೊಂಡರು. ಅವರು ಮೈಸೂರನ್ನು ಪ್ರವೇಶಿಸಿದ್ದು ಇಡೀ ಮೈಸೂರು ನವಚೇತನ ಪಡೆಯುವಂತಾಯಿತು. ಮೈಸೂರು ರಾಜ್ಯದಲ್ಲಿ ವಿಶ್ವೇಶ್ವರಾಯನವರು ಕೈಗೊಂಡ ಕಾರ್ಯಗಳು ಅನೇಕ. ನವಮೈಸೂರು ನಿರ್ಮಾಪಕರೆಂದೇ ಮುಂದೆ ವಿಶ್ವೇಶ್ವರಾಯ ಖ್ಯಾತರಾದರು.

ವಿಶ್ವೇಶ್ವರಾಯನವರು ಮೈಸೂರಿನಲ್ಲಿ ಮುಖ್ಯ ಇಂಜಿನಿಯರಾಗಿ ನೇಮಕಗೊಂಡಾಗ ಮೈಸೂರನ್ನು ಆಳುತ್ತಿದ್ದ ಮಹಾರಾಜರೆಂದರೆ ನಾಲ್ವಡಿ ಶ್ರೀಕೃಷ್ಣರಾಜೇಂದ್ರ ಒಡೆಯರ್. ಇಂಜಿನಿಯರಾಗಿ ವಿಶ್ವೇಶ್ವರಾಯನವರು ಕೇವಲ ಕಟ್ಟಡಗಳು, ರಸ್ತೆಗಳು ಮತ್ತು ಸೇತುವೆಗಳ ನಿರ್ಮಾಣದಲ್ಲಿಯಷ್ಟೇ ಆಸಕ್ತರಾಗಿರಲಿಲ್ಲ. ಮೈಸೂರಿನ ಅತೃಪ್ತಿಕರ ಬದುಕಿಗೆ ಅಲ್ಲಿ ಶಿಕ್ಷಣವನ್ನು ಕಡೆಗಣಿಸಿರುವುದೇ ಮುಖ್ಯ ಕಾರಣವೆಂದು ಭಾವಿಸಿದರು. ಮೈಸೂರೇಕೆ ಭಾರತವೇ ಈ ನಿಟ್ಟಿನಲ್ಲಿ ಹಿಂದುಳಿದಿತ್ತು. ಪ್ರತಿನೂರಕ್ಕೆ ಆರೋ ಏಳೋ ಮಂದಿ ಓದುಬರಹ ಕಲಿತಿದ್ದರು. ಜಪಾನಿಗೆ ಹೋಗಿ ಬಂದಿದ್ದ ವಿಶ್ವೇಶ್ವರಾಯನವರು ಅಲ್ಲಿನ ಶಿಕ್ಷಣ ಪದ್ಧತಿಯನ್ನು ಚೆನ್ನಾಗಿ ಕಂಡಿದ್ದರು. ಪ್ರಾಥಮಿಕ ಶಿಕ್ಷಣದ ವಿಸ್ತರಣೆಗಾಗಿ ಶಾಲೆಗಳನ್ನು ಸ್ಥಾಪಿಸಲು ಸಲಹೆ ಮಾಡಿದರು. ಅಸ್ಪೃಶ್ಯರ ಹಾಗೂ ಸ್ತ್ರೀಯರ ಶಿಕ್ಷಣಕ್ಕೂ ಅವಕಾಶ ಕಲ್ಪಿಸಲಾಯಿತು. ಬೆಂಗಳೂರು ಮತ್ತು ಮೈಸೂರು ನಗರಗಳಲ್ಲಿ ಸಾರ್ವಜನಿಕ ಪುಸ್ತಕ ಭಂಡಾರಗಳನ್ನು ತೆರೆಯಲಾಯಿತು.

ಬೆಂಗಳೂರಿನಲ್ಲಿ ಕನ್ನಡ ಸಾಹಿತ್ಯದ ಅಭಿವೃದ್ಧಿಗಾಗಿ ಕನ್ನಡ ಸಾಹಿತ್ಯ ಪರಿಷತ್ ಸ್ಥಾಪನೆಯಾಗಲು ವಿಶ್ವೇಶ್ವರಾಯನವರ ದೂರದೃಷ್ಟಿಯೇ ಕಾರಣ ಮತ್ತು ಶಿಕ್ಷಣ ಕ್ಷೇತ್ರದಲ್ಲಿ ರಾಜ್ಯದ ಏಳಿಗೆಗಾಗಿ ಮೈಸೂರು ವಿಶ್ವವಿದ್ಯಾನಿಲಯವನ್ನು ಸ್ಥಾಪಿಸಿದರು.

1912ರಲ್ಲಿ ವಿಶ್ವೇಶ್ವರಾಯ ಮೈಸೂರಿನ ದಿವಾನರಾಗಿ ನೇಮಕಗೊಂಡರು. ಆಗಲೇ ಅವರು ಶಿಕ್ಷಣ ಕ್ಷೇತ್ರದ ಪ್ರಗತಿಗಾಗಿ ದುಡಿದರು. 1912ರಲ್ಲಿ ಮೈಸೂರು ರಾಜ್ಯದಲ್ಲಿ ಇದ್ದ ಶಾಲೆಗಳ ಸಂಖ್ಯೆ 4500. ಆರು ವರ್ಷಗಳಲ್ಲಿ ಸುಮಾರು 6500 ಹೊಸ ಶಾಲೆಗಳನ್ನು ತೆರೆಯಲಾಯಿತು. ಕ್ರಮೇಣ ಓದುವ ವಿದ್ಯಾರ್ಥಿ ವಿದ್ಯಾರ್ಥಿನಿಯರ ಸಂಖ್ಯೆಯೂ ಹೆಚ್ಚಿತು. ವಿದ್ಯಾರ್ಥಿನಿಯರಿಗೆಂದೇ ಪ್ರತ್ಯೇಕ ಪ್ರಥಮ ದರ್ಜೆ ಕಾಲೇಜು ಇಲ್ಲದಿದ್ದುದನ್ನು ಮನಗಂಡು ವಿಶ್ವೇಶ್ವರಾಯನವರು ಮೈಸೂರಿನ ಮಹಾರಾಣಿಯವರ ಕಾಲೇಜನ್ನು ಪ್ರಥಮ ದರ್ಜೆ ಕಾಲೇಜಾಗಿ ರೂಪಿಸಿದರು. ವಿದ್ಯಾರ್ಥಿನಿಯರಿಗಾಗಿ ಹಾಸ್ಟೆಲನ್ನು ತೆರೆಯಲಾಯಿತು.

ಜೀವನೋಪಾಯಕ್ಕೂ ಶಿಕ್ಷಣ ನೆರವಾಗಬೇಕೆಂದು ವಿಶ್ವೇಶ್ವರಾಯ ಕೃಷಿ ಶಾಲೆಯೊಂದನ್ನು ತೆರೆದರು. ಬೆಂಗಳೂರಿನಲ್ಲಿ ಒಂದು ಇಂಜಿನಿಯರಿಂಗ್ ಕಾಲೇಜನ್ನು ಸ್ಥಾಪಿಸಲು ಶ್ರಮಿಸಿದರು. ಇಂದು ಆ ಕಾಲೇಜಿಗೆ ವಿಶ್ವೇಶ್ವರಾಯ ಕಾಲೇಜ್ ಆಫ್ ಇಂಜಿನಿಯರಿಂಗ್ ಎಂದು ಹೆಸರಿಡಲಾಗಿದೆ. ರಾಜ್ಯದ ಪ್ರತಿಜಿಲ್ಲೆಯಲ್ಲೂ ಕೈಗಾರಿಕಾ ಶಾಲೆಗಳನ್ನು ತೆರೆಯಲಾಯಿತು.

ಕೈಗಾರಿಕೆಗಳು ಬೆಳೆಯದೆ ದೇಶದ ಪ್ರಗತಿಯನ್ನು ನಿರೀಕ್ಷಿಸುವುದು ಸಾಧ್ಯವಿಲ್ಲ ಎಂದು ಹೇಳುತ್ತಲೇ ಬಂದಿದ್ದರು ವಿಶ್ವೇಶ್ವರಾಯ. ಕೈಗಾರಿಕೆಗಳ ಅಭಿವೃದ್ಧಿಗೆ ಸಂಪನ್ಮೂಲಗಳನ್ನು ಬಳಸಬೇಕೆಂದರು. ಖನಿಜ, ಅರಣ್ಯ, ನದಿ ಇವೆಲ್ಲ ಸಂಪನ್ಮೂಲಗಳು. ವಿಶ್ವೇಶ್ವರಾಯನವರ ಕಾಲದಲ್ಲಿ ಜನ ಇನ್ನೂ ಉದ್ಯಮಗಳನ್ನು ಸ್ಥಾಪಿಸುವ ಕಡೆ ಅಷ್ಟಾಗಿ ಗಮನ ಹರಿಸಿರಲಿಲ್ಲ. ಕೈಗಾರಿಕೆಗಳ ಸ್ಥಾಪನೆಗೆ ಹಣ ಹೂಡಬೇಕು. ಬಂಡವಾಳ ಬೇಕು. ಈ ಸಮಸ್ಯೆಯ

ಪರಿಹಾರಕ್ಕೆಂದು ವಿಶ್ವೇಶ್ವರಾಯನವರು 1913ರಲ್ಲಿ ಮೈಸೂರು ಬ್ಯಾಂಕ್ ಸ್ಥಾಪಿಸಿದರು. ದೇಶದ ಬೆನ್ನುಮೂಳೆಯಂತಿರುವ ಕೈಗಾರಿಕೆಗಳನ್ನು ಉಳಿಸಲು ಬೆಳೆಸಲು ಶ್ರಮಿಸಿದರು. ಸ್ಥಾಪನೆಗೊಂಡಿದ್ದ ಆದರೆ ಚೆನ್ನಾಗಿ ನಡೆಯುತ್ತಿರಲಿಲ್ಲವಾದ ಉದ್ಯಮಗಳನ್ನು ಅಭಿವೃದ್ಧಿಗೊಳಿಸಿದರು. ರೇಷ್ಮೆ ಕೈಗಾರಿಕೆ ಅಭಿವೃದ್ಧಿಗಾಗಿ ಇಟಲಿ ಜಪಾನುಗಳಿಂದ ತಜ್ಞರನ್ನು ಕರೆಸಿ ಸಲಹೆ ಪಡೆದರು. ರೇಷ್ಮೆ ಉತ್ಪಾದನೆಯೂ ಹೆಚ್ಚಿತು. ವಿಶ್ವೇಶ್ವರಾಯ ದಿವಾನರಾಗಿದ್ದಾಗ ಹೊಸ ಕೈಗಾರಿಕೆಗಳೂ ತಲೆ ಎತ್ತಿದವು. ಇವುಗಳಲ್ಲಿ ಗಂಧದೆಣ್ಣೆ ಕಾರ್ಖಾನೆ, ಸಾಬೂನು ಕಾರ್ಖಾನೆ, ಭದ್ರಾವತಿ ಕಬ್ಬಿಣ ಮತ್ತು ಉಕ್ಕು ಕಾರ್ಖಾನೆ ಮುಖ್ಯವಾಗಿವೆ. ಭದ್ರಾವತಿ ಕಬ್ಬಿಣ ಕಾರ್ಖಾನೆ ಹಲವು ತೊಂದರೆಗಳಿಗೀಡಾಗಿ ಮುಚ್ಚಬೇಕಾಗಿ ಬಂದಾಗ ವಿಶ್ವೇಶ್ವರಾಯನವರು ನೆರವಾದರು. ಕಾರ್ಖಾನೆಯಲ್ಲಿದ್ದ ಪಾಶ್ಚಾತ್ಯರು ಭಾರತೀಯರನ್ನು ತಾತ್ಸಾರವಾಗಿ ಕಾಣುತ್ತಿದ್ದರು. ಅಂಥವರನ್ನು ಕೆಲಸದಿಂದ ನಿವೃತ್ತಿಗೊಳಿಸಿ ಜವಾಬ್ದಾರಿ ಕೆಲಸಗಳನ್ನು ಭಾರತೀಯರಿಗೆ ವಹಿಸಿಕೊಟ್ಟು ವಿಶ್ವೇಶ್ವರಾಯ ದೊಡ್ಡ ಉಪಕಾರ ಮಾಡಿದರು ಅಲ್ಲದೆ ಭಾರತೀಯರಿಗೂ ಕರ್ತೃತ್ವ ಶಕ್ತಿ ಇದೆ ಎಂಬುದನ್ನು ತೋರಿಸಿಕೊಟ್ಟರು.

ಚರ್ಮ ಹದ ಮಾಡುವ ಕಾರ್ಖಾನೆ, ಹತ್ತಿ ನೂಲು ಮತ್ತು ಬಟ್ಟೆ ತಯಾರು ಮಾಡುವ ಕಾರ್ಖಾನೆ, ಇಟ್ಟಿಗೆ ತಯಾರಿಕೆ, ಮಂಗಳೂರು ಹೆಂಚಿನ ಕಾರ್ಖಾನೆ, ಬತ್ತದಿಂದ ಅಕ್ಕಿ ಮಾಡುವ ಗಿರಣಿಗಳು, ಸಕ್ಕರೆ ಕಾರ್ಖಾನೆ ಮೊದಲಾದ ಕೈಗಾರಿಕೆಗಳ ಸ್ಥಾಪನೆಗೆ ವಿಶ್ವೇಶ್ವರಾಯನವರು ಶ್ರಮಿಸಿದರು.

ಕೃಷ್ಣರಾಜಸಾಗರ

ಕಾವೇರಿ ಕರ್ನಾಟಕದ ಜೀವನದಿ. ಈ ನದಿ ರೈತರಿಗೆ ಒಂದು ವರಪ್ರಸಾದವಾಗಿದೆ. ನದಿಯ ನೀರು ರೈತರಿಗೆ ಸಮೃದ್ಧಿಯಾಗಿ ದೊರೆಯಬೇಕು ದೇಶ ವ್ಯವಸಾಯದಲ್ಲಿ ಪ್ರಗತಿ ಕಾಣುವಂತಾಗಬೇಕೆಂದು ಯೋಚಿಸಿದರು ವಿಶ್ವೇಶ್ವರಾಯ. ಮೈಸೂರು ಜಿಲ್ಲೆಯಲ್ಲಿ ಕಾವೇರಿಗೆ ಅಡ್ಡಲಾಗಿ ದೊಡ್ಡದಾದ ಅಣೆಕಟ್ಟು ಕಟ್ಟಿಸಿದರು. ಇದಕ್ಕೆ ಕೃಷ್ಣರಾಜಸಾಗರ ಎಂಬ ಹೆಸರಿದೆ. ಈ ಜಲಾಶಯ ಮೈಸೂರು ಜಿಲ್ಲೆಯನ್ನು ಫಲವತ್ತಾಗಿಸಿದೆ. ಅಣೆಕಟ್ಟೆಯಲ್ಲಿ ನೀರು ತುಂಬಿದಾಗ ಅದರ ಭದ್ರತೆಗೆ ಅಪಾಯವಾಗದಂತೆ ಸಂಗ್ರಹವಾದ ನೀರನ್ನು ಹೊರಕ್ಕೆಬಿಡಲು ಒಟ್ಟು 163 ಕವಾಟಗಳೂ, ತೂಬುಗಳೂ ಇವೆ. ಇವುಗಳನ್ನು ವಿವಿಧ ಎತ್ತರಗಳಲ್ಲಿ ಅಳವಡಿಸಲಾಗಿದೆ. ಇಲ್ಲಿಯ 152 ಕವಾಟಗಳು ವಿಶ್ವೇಶ್ವರಾಯನವರೇ ನಿರ್ಮಿಸಿ ಪುಣೆಯ ಖಡಕವಾಸಲ ಜಲಾಶಯದಲ್ಲಿ ಸ್ಥಾಪಿಸಿದಂತಹ ಸ್ವಯಂಚಾಲಿತ ಕವಾಟಗಳು. ಇಂದಿಗೂ ಗಟ್ಟಿಮುಟ್ಟಾಗಿವೆ. ನೀರಿನ ಒತ್ತಡಕ್ಕನುಸಾರವಾಗಿ ಅಗತ್ಯವಿದ್ದಂತೆ ಬಾಗಿಲುಗಳು ತಾವೇ ತಾವಾಗಿಯೇ ತೆರೆದುಕೊಂಡು ನೀರು ಹೊರಗೆ ಹೋಗಲು ಅವಕಾಶವಿದೆ. ಹಾಗೆಯೇ ನೀರು ಸಂಗ್ರಹವಾಗಬೇಕಾದಾಗ ತಾವಾಗಿಯೇ ಮುಚ್ಚಿಕೊಳ್ಳುತ್ತವೆ. 1911ರಲ್ಲಿ ಆರಂಭವಾದ ಅಣೆಕಟ್ಟೆ ನಿರ್ಮಾಣದ ಕೆಲಸ 1931ರಲ್ಲಿ ಪೂರ್ಣಗೊಂಡಿತು. ಈ ಅಣೆಕಟ್ಟೆಯ ವೈಶಿಷ್ಟ್ಯವೆಂದರೆ ಇಲ್ಲಿ ಸ್ವಲ್ಪವೂ ಸಿಮೆಂಟ್ ಬಳಸಿರುವುದಿಲ್ಲ. ಸುರ್ಕಿ ಗಾರೆಯಲ್ಲಿ ಕಟ್ಟಲಾಗಿದೆ. ಸುಣ್ಣ, ಇಟ್ಟಿಗೆ, ಮರಳು ಇವನ್ನು ಖಚಿತ

ಪ್ರಮಾಣದಲ್ಲಿ ಬೆರೆಸಿ ನುಣ್ಣಗೆ ಅರೆದ ಮಿಶ್ರಣವೇ ಸುರ್ಕಿ. ಸಿಮೆಂಟಿಗೆ ಬದಲಾಗಿ ಇದನ್ನು ತಯಾರಿಸಿ ಬಳಸಿದವರು ಭಾರತೀಯ ಇಂಜಿನಿಯರುಗಳು. ಕೃಷ್ಣರಾಜಸಾಗರ ಮೈಸೂರಿಗೆ ಇಂದೂ ಕಾಮಧೇನುವಾಗಿದೆ. ಒಂದು ಲಕ್ಷ ಎಕರೆಗೂ ಮೇಲ್ಪಟ್ಟು ವಿಸ್ತೀರ್ಣದ ಭೂಮಿಗೆ ನೀರುಣಿಸುತ್ತಿದೆ. ಕೃಷ್ಣರಾಜ ಸಾಗರದಿಂದ ಹೊರಡುವ ಒಂದು ನಾಲೆಗೆ ವಿಶ್ವೇಶ್ವರಾಯ ನಾಲೆ ಎಂದು ಹೆಸರಿಡಲಾಗಿದೆ.

ವಿಶ್ವೇಶ್ವರಾಯನವರು ಮೈಸೂರಿನ ಮುಖ್ಯ ಇಂಜಿನಿಯರಾಗಿದ್ದಾಗ ವಿದ್ಯುತ್ ಇಲಾಖೆಯ ಕಾರ್ಯದರ್ಶಿಯೂ ಆಗಿದ್ದರು. ಕಾವೇರಿಯ ಜಲಾಶಯವನ್ನು ವಿದ್ಯುತ್ ಉತ್ಪಾದನೆಗೆ ಹೆಚ್ಚಿನ ರೀತಿಯಲ್ಲಿ ಬಳಸಿಕೊಳ್ಳಲು ಯೋಜನೆಯನ್ನೂ ರೂಪಿಸಿದರು.

ರೈಲು ಮಾರ್ಗಗಳು ಮತ್ತು ಭಟ್ಕಳ ಬಂದರು

1913ರಲ್ಲಿಯೇ ಮೈಸೂರು–ಹಾಸನ–ಅರಸೀಕೆರೆ ರೈಲು ಮಾರ್ಗದ ಕಾರ್ಯ ಆರಂಭವಾಗಲು ವಿಶ್ವೇಶ್ವರಾಯ ಶ್ರಮಿಸಿದರು. ರೈಲು ಮತ್ತು ರಸ್ತೆಗಳಿಲ್ಲದೆ ಸಂಚಾರ ಸುಗಮವಾಗದೆಂದು ಅವರು ಹೇಳುತ್ತಿದ್ದರು. ವಿಶ್ವೇಶ್ವರಾಯನವರ ಶ್ರಮದಿಂದ ಬೀರೂರು–ಶಿವಮೊಗ್ಗ, ಮೈಸೂರು–ನಂಜನಗೂಡು ಮತ್ತು ಬೆಂಗಳೂರು–ಮೈಸೂರು ರೈಲುಗಳ ಆಡಳಿತ ಮೈಸೂರು ಸರ್ಕಾರಕ್ಕೆ ಲಭಿಸಿತು. ನೂತನ ರೈಲು ಮಾರ್ಗಗಳ ನಿರ್ಮಾಣಕ್ಕೆ ಅವಕಾಶ ದೊರೆಯಿತು. ರೈಲು ಮಾರ್ಗಗಳ ನಿರ್ಮಾಣವೆಂದರೆ ಸುಲಭವೇನಲ್ಲ. ಬಂಡೆಗಳನ್ನು ಸೀಳಬೇಕು. ಒಡೆಯಬೇಕು.

ಕಂದರಗಳನ್ನು ನಿರ್ಮಿಸಬೇಕು. ನದಿಗಳು ಎದುರಾದಾಗ ಅಡ್ಡಲಾಗಿ ಸೇತುವೆಗಳನ್ನು ಕಟ್ಟಬೇಕು. ಬೆಂಗಳೂರು–ಚಿಕ್ಕಬಳ್ಳಾಪುರ–ಕೋಲಾರ ಮಾರ್ಗಗಳು ವಿಶ್ವೇಶ್ವರಾಯನವರ ಅವಧಿಯಲ್ಲೇ ಪೂರ್ಣಗೊಂಡವು. ಇವರು ದಿವಾನರಾಗಿ ಅಧಿಕಾರ ವಹಿಸಿಕೊಂಡಾಗ ಇದ್ದ ರೈಲುಮಾರ್ಗಗಳ ಉದ್ದ 411 ಮೈಲಿಗಳು. ಅವರು ಆ ಪದವಿಯಿಂದ ನಿವೃತ್ತರಾಗುವ ವೇಳೆಗೆ ರೈಲುಮಾರ್ಗಗಳ ಉದ್ದ 616 ಮೈಲಿಗಳಷ್ಟಾಗಿದ್ದಿತು. ಮಂಗಳೂರು, ಕಾರವಾರ, ಭಟ್ಕಳ ಇವುಗಳ ಪೈಕಿ ಉತ್ತರ ಕನ್ನಡ ಜಿಲ್ಲೆಯ ಭಟ್ಕಳ ಸರ್ವಋತು ಬಂದರಾಗಲು ಸೂಕ್ತ ತೀರಪ್ರದೇಶವೆಂದು ವಿಶ್ವೇಶ್ವರಾಯನವರು ನಿರ್ಧರಿಸಿದರು. ಭಟ್ಕಳ ಆಗ ಬೊಂಬಾಯಿ ಪ್ರಾಂತಕ್ಕೆ ಸೇರಿತ್ತು. ಭಟ್ಕಳ ಬಂದರಾಗುವ ಬಗ್ಗೆ ವಿಶ್ವೇಶ್ವರಾಯನವರ ಪ್ರಯತ್ನಕ್ಕೆ ಕೆಲವು ಆಕ್ಷೇಪಗಳು ಬಂದವು. ಆದರೂ ವಿಶ್ವೇಶ್ವರಾಯನವರು ಎದೆಗುಂದದೆ ಮೈಸೂರು ಸಂಸ್ಥಾನಕ್ಕೆ ರೇವುಪಟ್ಟಣ ಸ್ಥಾಪಿಸಲು ಕಡಲತೀರದ ಭಟ್ಕಳ ಪಡೆಯಲು ಪ್ರಯತ್ನಿಸಿದರು.

ಔದ್ಯೋಗಿಕರಣ ಇಲ್ಲವೇ ವಿನಾಶ

'ಔದ್ಯೋಗಿಕರಣ ಇಲ್ಲವೇ ವಿನಾಶ' ಎಂಬ ಕಹಳೆ ಮೊಳಗಿಸಿದವರು ವಿಶ್ವೇಶ್ವರಾಯ. ಕೈಗಾರಿಕೋದ್ಯಮದಿಂದ ಆರ್ಥಿಕ ಉನ್ನತಿ ಎಂಬುದರಲ್ಲಿ ಅವರು ವಿಶ್ವಾಸವಿಟ್ಟಿದ್ದರು. ಭಾರತದಲ್ಲಿ ಮೋಟಾರುಗಾಡಿ ತಯಾರಿಸುವ ಕಾರ್ಖಾನೆಯೊಂದರ ಸ್ಥಾಪನೆಯಾಗಬೇಕೆಂದು ಅವರು ಆಶಿಸಿದರು. ಅದಕ್ಕಾಗಿ

ಪ್ರಯತ್ನಿಸಿದರು. ಆದರೆ ಬ್ರಿಟಿಷ್ ಪ್ರಭುತ್ವ ಈ ನಿಲುವನ್ನು ವಿರೋಧಿಸಿದುದರಿಂದ ಫಲಿಸಲಿಲ್ಲ. ಬದಲಿಗೆ ಬೆಂಗಳೂರಿನಲ್ಲಿ ವಿಮಾನ ಕಾರ್ಖಾನೆಯ ಸ್ಥಾಪನೆಯಾಯಿತು. ಭಾರತ ಯಂತ್ರೋಪಕರಣಗಳ ತಯಾರಿಕೆಗೆ ಮೊದಲಾಗಬೇಕು ಎಂದು ಬಹು ಹಿಂದೆಯೇ ವಿಶ್ವೇಶ್ವರಾಯ ಹೇಳಿದರು. ಆಗಿನ್ನೂ ಭಾರತ ತಂತ್ರಜ್ಞಾನ, ವಿಜ್ಞಾನಗಳಲ್ಲಿ ಹೆಚ್ಚು ಮುಂದುವರಿದಿರಲಿಲ್ಲ. ಆದರೂ ವಿಶ್ವೇಶ್ವರಾಯ ಭಾರತ ದೇಶ ರಕ್ಷಣೆಗೆ ಬೇಕಾದ ಯುದ್ಧೋಪಕರಣಗಳು, ಸಮರ ನೌಕೆಗಳು, ಜಲಾಂತರ್ಗಾಮಿಗಳು ತಯಾರಿಸುವುದರಲ್ಲಿ ನಿರತವಾಗಬೇಕೆಂದು ಆಶಿಸಿದರು. ವಿಜ್ಞಾನ ಮತ್ತು ಯಂತ್ರಗಳ ವಿಷಯದಲ್ಲಿ ಅವರಿಗೆ ತುಂಬ ವಿಶ್ವಾಸವಿತ್ತು. 'ನಮ್ಮ ದೇಶದ ಜನರನ್ನು ಹಸಿವಿನ ಬಾಧೆಯಿಂದ ತಪ್ಪಿಸಲು ಕೈಗಾರಿಕೆಗಳು ಅಗತ್ಯ' ಎಂದರು.

ಗ್ರಾಮೋದ್ಧಾರ

ಗ್ರಾಮಗಳ ಸುಧಾರಣೆ ಕುರಿತಂತೆ ಜನರಲ್ಲಿ ಎಚ್ಚರಿಕೆ ಮೂಡಿಸಿದವರಲ್ಲಿ ವಿಶ್ವೇಶ್ವರಾಯನವರು ಮೊದಲಿಗರೆನ್ನಬಹುದು. ಹೇಳಿ ಕೇಳಿ ಹಳ್ಳಿಗಳೇ ಹೆಚ್ಚಾಗಿರುವ ನಮ್ಮ ದೇಶದ ಪ್ರಗತಿ ವ್ಯವಸಾಯವನ್ನು ಅವಲಂಬಿಸಿದೆ. ಹಾಗೆ ನೋಡಿದರೆ ಕಾಳುಕಡ್ಡಿ, ದವಸಧಾನ್ಯವಿಲ್ಲದೆ ಯಾವ ದೇಶವೂ ಬದುಕಲಾರದು. ಉಣಲು ಅನ್ನ, ಕೈಗಾರಿಕೆಗಳಿಗೆ ಬೇಕಾದ ಕಚ್ಚಾವಾಲು ದೊರಕುವುದೇ ವ್ಯವಸಾಯದಿಂದ. ಆದರೂ ವ್ಯವಸಾಯವನ್ನೆ ನಂಬಿಕೊಂಡು ಹಳ್ಳಿಗರು ಕೃಷಿನಿರತರಾಗಿರುವುದು ನಾಗರಿಕತೆಯ ಲಕ್ಷಣವಲ್ಲ ಎಂದು ಭಾವಿಸಿದರು ವಿಶ್ವೇಶ್ವರಾಯ. ಗ್ರಾಮಾಭಿವೃದ್ಧಿ

ಯೋಜನೆಗಳನ್ನು ರೂಪಿಸಿದರು. ಗ್ರಾಮಾಂತರ ರಸ್ತೆಗಳ ನಿರ್ಮಾಣ, ಕೆರೆ ನಾಲೆಗಳದುರಸ್ತಿ, ಸಾಲುಮರಗಳ ಬೆಳಸುವುದು ಮೊದಲಾದ ಸುಲಭ ಕೆಲಸಗಳನ್ನು ಹಳ್ಳಿಯವರೇ ಮಾಡಿಕೊಳ್ಳಬೇಕೆಂದು ಬಯಸಿದರು. ಕೃಷಿ ಉಪಕರಣಗಳನ್ನು ತಯಾರಿಸಲು ಕೋಲಾರದಲ್ಲಿ ಒಂದು ಕಾರ್ಖಾನೆಯನ್ನು ಸ್ಥಾಪಿಸಲಾಯಿತು. ಕೃಷಿ ಯಾಂತ್ರೀಕೃತವಾಗಬೇಕು, ಓಬೀರಾಯನ ಪದ್ಧತಿಯನ್ನೇ ಅನುಸರಿಸುವುದು ಸರಿಯಲ್ಲ ಎಂದ ಅವರು ಹಳ್ಳಿಗರ ಸಾಮೂಹಿಕ ಕೆಲಸಕ್ಕೆ ಪ್ರೋತ್ಸಾಹ ನೀಡಿದರು. ಪ್ರತಿಯೊಂದು ರೈತ ಕುಟುಂಬವೂ ವ್ಯವಸಾಯದ ಜೊತೆಗೆ ಒಂದು ಉಪ ಕಸುಬನ್ನು ಇಟ್ಟುಕೊಳ್ಳಬೇಕು ಎಂದು ಆಶಿಸಿದರು. ಗ್ರಾಮನೈರ್ಮಲ್ಯ, ಗ್ರಾಮೀಣರಿಗೆ ಶಿಕ್ಷಣ, ಗ್ರಾಮೀಣ ಉಪಕಸಬುಗಳು ಇವು ಅವರು ರೂಪಿಸಿದ ಗ್ರಾಮಾಭಿವೃದ್ಧಿ ಯೋಜನೆಯಲ್ಲಿ ಸೇರಿದ್ದವು. ಮುಂದೆ 1949ರಲ್ಲಿ ವಿಶ್ವೇಶ್ವರಾಯನವರು ಗ್ರಾಮ ಔದ್ಯೋಗಿಕರಣದ ಯೋಜನೆ ಸಿದ್ಧಪಡಿಸಿ ಭಾರತಸರ್ಕಾರಕ್ಕೆ ಒಪ್ಪಿಸಿದರು. ಭಾರತ ಸರ್ಕಾರ ಈ ಯೋಜನೆಯನ್ನು ಗೌರವಿಸಿತು.

ಮೈಸೂರು ಸರ್ಕಾರ ಗ್ರಾಮೋದ್ಯೋಗದ ಯೋಜನೆಯನ್ನು ಕಾರ್ಯಗತಗೊಳಿಸಲು ಮುಂದಾದಾಗ ತಾವು ಮಾರ್ಗದರ್ಶನ ಮಾಡಲು ವಿಶ್ವೇಶ್ವರಾಯ ಒಪ್ಪಿದರು. ಆಗ ಅವರ ವಯಸ್ಸು ಎಷ್ಟು ಗೊತ್ತೆ? ತೊಂಬತ್ತೆರಡು! ಆ ಇಳಿವಯಸ್ಸಿನಲ್ಲೂ ಅವರು ಹಳ್ಳಿಗಳಿಗೆ ಮೋಟಾರಿನಲ್ಲಿ ಹೋಗಿದ್ದುಂಟು.

ದಿವಾನ ಪದವಿಯಿಂದ ನಿವೃತ್ತಿ

ಮೈಸೂರಿನ ದಿವಾನರಾಗಿ ವಿಶ್ವೇಶ್ವರಾಯ ಕೇವಲ ಆರು ವರ್ಷಗಳಲ್ಲಿ ಇತರರು ಅರವತ್ತು ವರ್ಷಗಳಲ್ಲಿ ಸಾಧಿಸಲಾಗದುದನ್ನು ಸಾಧಿಸಿದರು. ಅವರ ಸಮಯೋಚಿತ ಚತುರತೆ ಕಾರ್ಯ ಪ್ರವೃತ್ತಿಗಳಿಂದಾಗಿ ಮೈಸೂರು ಮಹಾರಾಜರಿಗೆ ರಾಜ್ಯದ ಒಳಾಡಳಿತದಲ್ಲಿ ಹೆಚ್ಚು ಸ್ವಾತಂತ್ರ್ಯ ಸಿಕ್ಕಿತು. ಅವರು ಖ್ಯಾತ ಇಂಜಿನಿಯರು ಹೇಗೋ ಹಾಗೆಯೇ ಉತ್ತಮ ಆಡಳಿತಗಾರ ಎಂದು ಪ್ರಸಿದ್ಧರಾದರು.

ಪ್ರಜಾಪ್ರಭುತ್ವದಲ್ಲಿ ವಿಶ್ವೇಶ್ವರಾಯನವರಿಗೆ ತುಂಬ ವಿಶ್ವಾಸ. ''ಸರ್ಕಾರವನ್ನು ಜನತೆ ರೂಪಿಸುತ್ತದೆ. ಜನರ ಸಾಮರ್ಥ್ಯಕ್ಕಿಂತ ಸರ್ಕಾರ ಮುಂದೆ ಇರದು'' ಇದು ಅವರ ನಿಲುವು.

ವಿಶ್ವೇಶ್ವರಾಯ ದಕ್ಷತೆ, ಪ್ರಾಮಾಣಿಕತೆ, ಕಾಲನಿಷ್ಠೆ, ಕರ್ತವ್ಯ ನಿಷ್ಠೆಗಳಿಂದ ಮಹಾರಾಜರ ಗೌರವಕ್ಕೆ ಪಾತ್ರರಾಗಿದ್ದರು. ಅವರ ವಾದಸರಣಿಗೆ ಬ್ರಿಟಿಷ್ ವೈಸ್‌ರಾಯ್ ಲಾರ್ಡ್ ಹಾರ್ಡಿಂಜ್ ಮಾರುಹೋಗಿದ್ದರು.

ಆಗ ಪ್ರಜಾಪ್ರತಿನಿಧಿ ಸಭೆ ಇದ್ದು ಅದರ ಅಧ್ಯಕ್ಷತೆಯನ್ನು ದಿವಾನರೇ ವಹಿಸಿಕೊಳ್ಳುತ್ತಿದ್ದರು. ವಿಶ್ವೇಶ್ವರಾಯ ಪ್ರತಿನಿಧಿಗಳು ಆಡಳಿತದಲ್ಲಿ ಹೆಚ್ಚು ಆಸಕ್ತಿ ವಹಿಸಬೇಕೆಂದು ಆಶಿಸಿದರು. ಆದರೆ ಇದಕ್ಕೆ ವಿರೋಧವಿತ್ತು. ಬ್ರಿಟಿಷರಿಗೂ ಇದು ಒಪ್ಪಿಗೆ ಇರಲಿಲ್ಲ. ಅವರಿಗೆ ಬ್ರಿಟಿಷ್ ಪ್ರಾಂತ ಮುಂದುವರಿಯುವುದು ಬೇಕಿತ್ತ

ಹೊರತು ಮೈಸೂರಿನ ಅಭ್ಯುದಯವಲ್ಲ. ರಾಜ್ಯಾಡಳಿತದಲ್ಲಿ ಜನ ನಿರೀಕ್ಷಿತ ಪಾತ್ರ ವಹಿಸುತ್ತಿಲ್ಲ ಎಂಬುದನ್ನು ವಿಶ್ವೇಶ್ವರಾಯ ಮನಗಂಡಿದ್ದರು.

ದಿವಾನರಾಗಿದ್ದಾಗ ವಿಶ್ವೇಶ್ವರಾಯ ಜನರ ಪರಿಸ್ಥಿತಿಯನ್ನೂ ಕುಂದುಕೊರತೆಗಳನ್ನೂ ಕಣ್ಣಾರೆ ಕಂಡು ತಿಳಿದುಕೊಳ್ಳಲು ಆಗಾಗ ಜಿಲ್ಲೆಗಳಲ್ಲಿ ಪ್ರವಾಸ ಮಾಡಿಬರುತ್ತಿದ್ದರು. ಅವರು ಬರುವರೆಂದರೆ ಜನರು ಉತ್ಸಾಹ ತೋರುತ್ತಿದ್ದರು. ಅಧಿಕಾರಿಗಳು ಸಹಕಾರ ನೀಡುತ್ತಿದ್ದರು.

ವಿಶ್ವೇಶ್ವರಾಯನವರು ಆರುವರ್ಷಗಳ ಕಾಲ ಮೈಸೂರಿನ ದಿವಾನರಾಗಿದ್ದರು. ಆಗ ಮೊದಲನೆ ವಿಶ್ವ ಮಹಾಯುದ್ಧ ಜರುಗಿತು. ಅದರ ಪರಿಣಾಮವಾಗಿ ವಿಶ್ವೇಶ್ವರಾಯನವರಲ್ಲಿ ದೇಶಾಭಿಮಾನ ಇಮ್ಮಡಿಸಿತ್ತು. ಜವಾಬ್ದಾರಿ ಸರ್ಕಾರದ ಆಡಳಿತ ನಿರ್ವಹಿಸುವ ಸಾಮರ್ಥ್ಯ ಜನ ಪಡೆದುಕೊಳ್ಳಲು ಹೆಚ್ಚು ಹೆಚ್ಚು ಜವಾಬ್ದಾರಿಯನ್ನು ಜನರಿಗೆ ವಹಿಸಿಕೊಡಬೇಕೆಂದು ವಿಶ್ವೇಶ್ವರಾಯಹೇಳುತ್ತಲೇ ಬಂದಿದ್ದರು. ಆದರೆ ಅವರ ಈ ನಿಲುವು ಮಹಾರಾಜರಿಗೆ ಹಿಡಿಸುತ್ತಿರಲಿಲ್ಲ. ತಮ್ಮ ಯೋಜನೆಗಳಂತೆ ಕೆಲಸ ನಡೆಸಿಕೊಂಡು ಹೋಗಲು ಅವಕಾಶ ಸ್ವಾತಂತ್ರ್ಯಗಳನ್ನು ನೀಡಬೇಕೆಂದು ವಿಶ್ವೇಶ್ವರಾಯನವರು ತಾವು ಮುಖ್ಯ ಇಂಜಿನಿಯರರಾಗಿ ಅಧಿಕಾರ ಸ್ವೀಕರಿಸುವ ಮೊದಲೇ ಹೇಳಿದ್ದವರು. ಅವರು ದಿವಾನರಾಗಿದ್ದಾಗ ಯಾವ ಅಹಿತ ಘಟನೆಯು ನಡೆಯದಿದ್ದುದರ ಬಗ್ಗೆ ಅವರಿಗೆ ಸಮಾಧಾನವಿತ್ತು. ಆದರೆ ಪ್ರಜಾಪ್ರತಿನಿಧಿ ಸಭೆಯ ಸದಸ್ಯರ ಅಧಿಕಾರ ಹೆಚ್ಚಿಸುವ ಬಗ್ಗೆ

ಮಹಾರಾಜರ ಆಕ್ಷೇಪವಿತ್ತು. ಮೇಲಾಗಿ ವಿಶ್ವೇಶ್ವರಾಯನವರನ್ನು ದಿವಾನರಾಗಿ ಉಳಿಸಿಕೊಂಡರೆ ಅವರ ನಿಲುವುಗಳಿಂದಾಗಿ ಬ್ರಿಟಿಷ್ ಪ್ರಭುತ್ವದ ಅನಾದರಣೆಗೆ ಒಳಗಾಗಬಹುದೆಂದು ಮಹಾರಾಜರು ಭಾವಿಸಿದರು. ಅಲ್ಲದೆ ವಿಶ್ವೇಶ್ವರಾಯನವರ ಬುದ್ಧಿ ಸಾಮರ್ಥ್ಯಕ್ಕೆ ಹೆಚ್ಚಿನ ಅವಕಾಶವೂ ದೊರೆಯದಂತಾಗಿತ್ತು. ಅವರಿಗೂ ತಮ್ಮ ಸಾಮರ್ಥ್ಯಕ್ಕೆ ಅನುಗುಣವಾಗಿ ಕೆಲಸ ಮಾಡುವ ಭಾವನೆ ಬೆಳೆದಿತ್ತು. ಮಹಾರಾಜರಿಂದ ಮೊದಲಿನಂತೆ ತನಗೆ ಸಹಕಾರ ದೊರೆಯುತ್ತಿಲ್ಲ ಎಂಬ ಅನಿಸಿಕೆಯುಂಟಾಗಿತ್ತು. ಅಲ್ಲದೆ ದಿವಾನರಾಗಿ ತಾವು ಪ್ರಜಾಪ್ರತಿನಿಧಿ ಸಭೆಯ ಅಧಿಕಾರವನ್ನು ಹೆಚ್ಚಿಸಿದುದು ಮಹಾರಾಜರಿಗೆ ಅಸಮಾಧಾನ ಉಂಟುಮಾಡಿದುದೂ ಅರಿವಿಗೆ ಬಂದಿತು. ಇವೆಲ್ಲ ವಿಶ್ವೇಶ್ವರಾಯನವರ ಮನಸ್ಸನ್ನು ಕದಡಿದವು. ದಿವಾನಪದವಿಗೆ ರಾಜೀನಾಮೆ ಇತ್ತರು. ಅವರ ಸ್ವಾಭಿಮಾನ ಅವರನ್ನು ಕೆರಳಿಸಿತ್ತು. 1918ರ ಡಿಸೆಂಬರ್ 9ರಂದು ದಿವಾನ ಹುದ್ದೆಯಿಂದ ನಿವೃತ್ತರಾದರು. ತಾವು ಸೇವೆ ಸಲ್ಲಿಸಿದ ಅಲ್ಪಕಾಲದಲ್ಲೇ ಅತಿಶಯವನ್ನು ಸಾಧಿಸಿದ್ದರು ದೇಶಭಕ್ತ ವಿಶ್ವೇಶ್ವರಾಯ.

ನಿವೃತ್ತರಾದಾಗ ಅವರ ವಯಸ್ಸು 57. ಆ ಬಳಿಕ ಅವರು 44 ವರ್ಷಗಳು ಬದುಕಿದ್ದರು. ಕಡೆಯ ಕೆಲವು ದಿನಗಳನ್ನು ಬಿಟ್ಟರೆ ಉಳಿದೆಲ್ಲ ಕಾಲವೂ ಅವರು ದೇಶಕ್ಕಾಗಿ ತಮ್ಮನ್ನು ತೊಡಗಿಸಿಕೊಂಡರು.

ಬಹುಮುಖ ಸೇವೆ

ಸ್ವಾತಂತ್ರ್ಯ ಪೂರ್ವಕಾಲದಲ್ಲಿ ಭಾರತದಲ್ಲಿ ಎಲ್ಲೆಲ್ಲೂ ಸ್ವಾತಂತ್ರ್ಯ ಹೋರಾಟಗಾರರ ಚಳುವಳಿ. ಮಹಾತ್ಮಾ ಗಾಂಧೀಜಿಯವರಿಂದ ಪ್ರಭಾವಿತರಾದ ದೇಶಭಕ್ತರು ಅವರ ಅನುಯಾಯಿಗಳಾಗಿ ಚಳುವಳಿಯನ್ನು ಬೆಂಬಲಿಸಿದ್ದರು.

ವಿಶ್ವೇಶ್ವರಾಯನವರಿಗೆ ರಾಜಕೀಯದಲ್ಲಿ ಯಾವ ಹೆಚ್ಚಿನ ಆಸಕ್ತಿಯೂ ಇರಲಿಲ್ಲ. ಆದರೆ ಪರಕೀಯರ ದಾಸ್ಯಕ್ಕೆ ಸಿಲುಕಿ ದೇಶ ಅನುಭವಿಸುತ್ತಿದ್ದ ಸಂಕಟವನ್ನು ಬಲ್ಲವರಾಗಿದ್ದರು. ಇಂಜಿನಿಯರಿಂಗ್ ಕ್ಷೇತ್ರದಲ್ಲಿ ಅಸಾಧಾರಣ ಪ್ರತಿಭಾವಂತ ಎಂಬ ಕೀರ್ತಿ ಗಳಿಸಿದ್ದರು. ಅವರ ಬುದ್ಧಿಮತ್ತೆಗೆ ಎಲ್ಲೆಲ್ಲೂ ಸ್ವಾಗತವಿತ್ತು. 1926ರಲ್ಲಿ ಕರಾಚಿ ಪುರಸಭೆಯ ಆಡಳಿತ, ಆದಾಯ ವೆಚ್ಚ ಇವನ್ನು ಪರಿಶೀಲಿಸಿ ವರದಿ ಒಪ್ಪಿಸಲು ಅವರನ್ನು ಕೇಳಿಕೊಳ್ಳಲಾಯಿತು. ಆರೇ ವಾರಗಳಲ್ಲಿ ವಿಶ್ವೇಶ್ವರಾಯ ವರದಿ ಸಿದ್ಧಪಡಿಸಿ ಒಪ್ಪಿಸಿದರು. ಕರಾಚಿಯ ಭವಿಷ್ಯ ಅಲ್ಲಿನ ನಗರವಾಸಿಗಳ ಕೈಯಲ್ಲಿಯೇ ಇದೆ. ಸ್ವಲ್ಪ ಪ್ರಯತ್ನಿಸಿದರೂ ಸಾಕು ಕರಾಚಿ ದೊಡ್ಡಬಂದರಾಗಿ, ಕೈಗಾರಿಕಾಕೇಂದ್ರವಾಗಿ ಬೆಳೆಯುವುದರಲ್ಲಿ ಸಂದೇಹವಿಲ್ಲ ಎಂದು ಹಲವು ಸಲಹೆಗಳನ್ನೂ ನೀಡಿದರು.

ನಗರ ನಿರ್ಮಾಣದಲ್ಲಿ ಪ್ರವೀಣರಾಗಿದ್ದ ಅವರು ಇಂದೂರು, ಗ್ವಾಲಿಯರ್, ಸಾಂಗ್ಲಿ, ಬರೋಡ, ಪಂಡರಾಪುರ, ಭೋಪಾಲ್, ನಾಗಪುರ ಮೊದಲಾದ ನಗರಗಳನ್ನು ಉತ್ತಮಗೊಳಿಸಲು ಸಲಹೆಗಳನ್ನು ನೀಡಿದರು. ಗ್ವಾಲಿಯರ್ ಸಂಸ್ಥಾನದ ಟೆಗ್ರಿ ಅಣೆಕಟ್ಟು ವೇಗದಲ್ಲಿ ಹರಿಯುವ ನೀರನ್ನು ತಡೆದುಕೊಳ್ಳುವ ಸಾಮರ್ಥ್ಯ

ಹೊಂದಿರಲಿಲ್ಲ. ಅಣೆಕಟ್ಟು ಸರಿಪಡಿಸಲು ವಿಶ್ವೇಶ್ವರಾಯನವರಿಗೆ ಆಹ್ವಾನ ಹೋಯಿತು. ಕಟ್ಟೆ ಹರಿಯುವ ನೀರಿನ ಒತ್ತಡ ತಡೆಯಲಾರದೆ ಒಡಕು ಸಂಭವಿಸಲು ದಾರಿಯಾಗಿತ್ತು. ವಿಶ್ವೇಶ್ವರಾಯ ತಳಹದಿಯ ಕೆಳಗಿನ ಬಂಡೆಗಳಲ್ಲಿ ಕಾಣಿಸಿಕೊಂಡ ಸೀಳು ಮತ್ತು ಇತರ ದೋಷಗಳನ್ನು ನಿವಾರಿಸಲು ಸೂಕ್ತ ಕ್ರಮಗಳನ್ನು ಸೂಚಿಸಿದರು. ಇಲ್ಲಿಯೂ ಸ್ವಯಂಚಾಲಿತ ಕವಾಟಗಳನ್ನಳವಡಿಸಲು ಸಲಹೆ ಮಾಡಿದರು.

ಒರಿಸ್ಸಾ ರಾಜ್ಯದಲ್ಲಿ ಬಲಸೋರೆ, ಕಟಕ್, ಪೂರಿ ಈ ಕಡಲತೀರದ ಜಿಲ್ಲೆಗಳು ಮಹಾನದಿ ಮತ್ತು ಅದರ ಉಪನದಿಗಳಿಂದ ನೆರೆ ಹಾವಳಿಗೀಡಾಗುತ್ತಿದ್ದವು. ಅಪಾರ ಸಾವುನೋವು ಸಂಭವಿಸುತ್ತಿತ್ತು. ವಿಶ್ವೇಶ್ವರಾಯ ಅಲ್ಲಿಯ ಸಮಸ್ಯೆಗಳನ್ನು ಬಗೆಹರಿಸಲು ಮುಂದಾದರು. ಖುದ್ದಾಗಿ ಆ ಪ್ರದೇಶಗಳಲ್ಲಿ ಸಂಚರಿಸಿದರು. ಮಹಾತ್ಮಾಗಾಂಧಿಜಿಯವರೇ ಜನ ಅನುಭವಿಸುತ್ತಿದ್ದ ಕಷ್ಟ ನೋಡಿ ವಿಶ್ವೇಶ್ವರಾಯನವರಿಗೆ ಪತ್ರ ಬರೆದು ನೆರವಾಗಲು ತಿಳಿಸಿದ್ದರು. ಹಾಗೆಯೇ ವಿಶ್ವಾಸವನ್ನೂ ವ್ಯಕ್ತಪಡಿಸಿದ್ದರು. ವಿಶ್ವೇಶ್ವರಾಯ ಸಮಸ್ಯೆಗಳ ಅಧ್ಯಯನ ಮಾಡಿದ ಬಳಿಕ ಒಂದು ವರದಿ ಸಲ್ಲಿಸಿದರು. ವರದಿಯಂತೆ ಹಿರಾಕುಡ್ ಮತ್ತಿತರ ಅಣೆಕಟ್ಟುಗಳು ನಿರ್ಮಾಣವಾದವು. ವಿಶ್ವೇಶ್ವರಾಯನವರ ವರದಿ ಒರಿಸ್ಸಾದ ಪ್ರವಾಹ ನಿಯಂತ್ರಣ ಹಾಗೂ ನೀರಾವರಿ ಬೇಸಾಯಕ್ಕೆ ಅಡಿಪಾಯವಾಯಿತು.

ಬೆಂಗಳೂರಿನಲ್ಲಿ ಟಾಟಾ ವಿಜ್ಞಾನ ಮಂದಿರವಿದೆ. ಇದೊಂದು ಸಂಶೋಧನಾಲಯ. ವಿಶ್ವೇಶ್ವರಾಯನವರು ಪ್ರಾರಂಭದಿಂದಲೂ

ಈ ಮಂದಿರದ ಆಡಳಿತ ಸಮಿತಿ ಸದಸ್ಯರಾಗಿದ್ದರು. ಹಲವು ವರ್ಷಗಳ ಕಾಲ ಸಮಿತಿ ಅಧ್ಯಕ್ಷರಾಗಿದ್ದರು. ಆಗ ಅಲ್ಲಿ ಅನೇಕ ಹೊಸ ವಿಭಾಗಗಳು ಸ್ಥಾಪನೆಯಾಗಲು ಶ್ರಮಿಸಿದರು. ಅದೊಂದು ಒಳ್ಳೆಯ ಸಂಸ್ಥೆಯಾಗಿ ರೂಪುಗೊಳ್ಳಲು ಮಾರ್ಗದರ್ಶನ ಮಾಡಿದರು. 1947ರಲ್ಲಿ ತಾವಾಗಿಯೇ ನಿವೃತ್ತರಾದರು. ವಿಶ್ವೇಶ್ವರಾಯನವರು 1927ರಿಂದ 1955ರವರೆಗೆ ಸುಮಾರು 28 ವರ್ಷಗಳ ಕಾಲ ಜೆಮ್‌ಷೆಡ್‌ಪುರದ ಟಾಟಾ ಕಬ್ಬಿಣ ಮತ್ತು ಉಕ್ಕು ಕಂಪೆನಿಯ ನಿರ್ದೇಶಕರಾಗಿ ಅಪಾರ ಸೇವೆ ಸಲ್ಲಿಸಿದರು.

ವಿದೇಶಗಳಲ್ಲಿ

ವಿಶ್ವೇಶ್ವರಾಯನವರು ಹಲವು ಬಾರಿ ವಿದೇಶ ಪ್ರವಾಸ ಕೈಗೊಂಡರು. ಅದರಲ್ಲಿಯೂ ಕೈಗಾರಿಕೆಗಳಲ್ಲಿ ಮುಂದುವರಿದಿದ್ದ ಯೂರೋಪು, ಕೆನಡಾ, ಅಮೇರಿಕಾ, ಜಪಾನುಗಳಿಗೆ ಮೇಲಿಂದ ಮೇಲೆ ಹೋಗಿ ಬಂದರು. ಅವರು ಹೋದಲ್ಲೆಲ್ಲ ಅಲ್ಲಿಯ ಪ್ರಗತಿಗೆ ಶಿಕ್ಷಣ ಪದ್ಧತಿ ಒಂದು ಮೂಲಸಾಧನ ಎಂಬುದನ್ನು ಅರಿತರು. ಇದನ್ನು ತಿಳಿಯಲೆಂದೇ ಅವರು ಪ್ರವಾಸ ಕೈಗೊಳ್ಳುತ್ತಿದ್ದರು. ಪ್ರವಾಸವೆಲ್ಲ ಸ್ವಂತವೆಚ್ಚದಲ್ಲೆ ನಡೆಯುತ್ತಿತ್ತು. ಈ ಪ್ರವಾಸಗಳು ಖುಷಿಗಾಗಿ ಆಗಿರುತ್ತಿರಲಿಲ್ಲ. ಪಾಶ್ಚಾತ್ಯ ರಾಷ್ಟ್ರಗಳು ಪ್ರಗತಿ ಸಾಧಿಸಿರುವ ಕ್ರಮವನ್ನು ಭಾರತದ ಅಭ್ಯುದಯಕ್ಕಾಗಿ ಎಷ್ಟರಮಟ್ಟಿಗೆ ಬಳಸಿಕೊಳ್ಳಬಹುದೆಂದು ತಿಳಿಯಲು ಆಗಿರುತ್ತಿತ್ತು. ವಿದೇಶಗಳಿಗೆ ಹೋದಾಗ ಅಣೆಕಟ್ಟು, ನಾಲೆ ಇವುಗಳಿಗೆ ಸಂಬಂಧಿಸಿದ ವಿಷಯಗಳ ಅಧ್ಯಯನ ನಡೆಸಿದರು.

ಜಪಾನಿನಲ್ಲಿ ರೂರ್ಕಿಸೋವು ಎಂಬ ಒಬ್ಬರು ಖ್ಯಾತ ಉದ್ಯಮಿಗಳು 1919ರಲ್ಲಿ ವಿಶ್ವೇಶ್ವರಾಯನವರ ಗೌರವಾರ್ಥ ಭೋಜನಕೂಟವೇರ್ಪಡಿಸಿದ್ದರು.

1926ರಲ್ಲಿ ಅವರ ನಾಲ್ಕನೆಯ ವಿದೇಶ ಪ್ರವಾಸ ಕಾಲದಲ್ಲಿ 'ಬ್ಯಾಕ್‌ಬೇ ರಿಕ್ಲಮೇಷನ್ ಇನ್‌ಕ್ವಯರಿ ಕಮಿಟಿ'ಯ ಸದಸ್ಯರಾಗಿ ಲಂಡನ್ನಿಗೆ ಹೋಗಿದ್ದರು.

1935ರಲ್ಲಿ ಮೋಟಾರು ವಾಹನ ತಯಾರಿಕೆ ಕುರಿತು ಅಭ್ಯಾಸ ಮಾಡಲು ಅಮೇರಿಕಾ ಮತ್ತು ಯೂರೋಪಿನ ಪ್ರಮುಖ ಕಾರ್ಖಾನೆಗಳಲ್ಲಿ ಆರುತಿಂಗಳ ಕಾಲ ಅಧ್ಯಯನ ನಡೆಸಿದರು.

1946–47ರಲ್ಲಿ ಅವರು ಆರನೆಯ ಬಾರಿಗೆ ಪ್ರವಾಸಕ್ಕೆಗೊಂಡಾಗ ಅವರ ವಯಸ್ಸು 86. ಅಖಿಲ ಭಾರತ ಕೈಗಾರಿಕಾ ಸಂಘದ ಎಂಟು ಸದಸ್ಯರು ಪ್ರಗತಿಹೊಂದಿದ ಕೈಗಾರಿಕಾ ರಾಷ್ಟ್ರಗಳಿಗೆ ಭೇಟಿ ನೀಡಿದರು. ಈ ತಂಡದ ನಾಯಕತ್ವ ವಹಿಸಿದ್ದವರು ವಿಶ್ವೇಶ್ವರಾಯ. ಹಲವು ದೇಶಗಳ ಪ್ರಮುಖ ಕೈಗಾರಿಕಾ ಕೇಂದ್ರಗಳಿಗೆ ಭೇಟಿಕೊಟ್ಟು ಭಾರತಕ್ಕೆ ಮರಳಿದ ಬಳಿಕ ಒಂದು ದೊಡ್ಡ ವರದಿ ಪ್ರಕಟವಾಯಿತು. ಇದೊಂದು ಪುಸ್ತಕವಾಗಿಯೇ ಹೊರಬಂದಿತು. ಈ ವರದಿಗೆ ವಿಶ್ವೇಶ್ವರಾಯನವರದೇ ಮುನ್ನುಡಿ. ಭಾರತ ಬಹುಬೇಗ ಕೈಗಾರಿಕಾದೇಶವಾಗಲು ಅಗತ್ಯವಾದ ಎಂಟು ಅಂಶಗಳ ಕಾರ್ಯಕ್ರಮ ವರದಿಯಲ್ಲಿ ಸೂಚಿತವಾಗಿದೆ. 1947ರಲ್ಲಿಯೇ ಈ ವರದಿ ಪ್ರಕಟವಾಗಿದೆ.

ತುಂಗಭದ್ರಾ ಅಣೆಕಟ್ಟು

ತುಂಗಾ ಮತ್ತು ಭದ್ರಾ ಕರ್ನಾಟಕದಲ್ಲಿ ಹುಟ್ಟಿ ಹರಿಯುವ ನದಿಗಳು. ಇವೆರಡೂ ಶಿವಮೊಗ್ಗ ಜಿಲ್ಲೆಯಲ್ಲಿ ಶಿವಮೊಗ್ಗಾ ನಗರಕ್ಕೆ ಹದಿಮೂರು ಕಿ.ಮೀ. ದೂರದ ಕೂಡಲಿ ಎಂಬಲ್ಲಿ ಒಂದಾಗಿ ಕೂಡಿಕೊಂಡು ತುಂಗಭದ್ರಾ ಎಂಬ ಹೆಸರಿನಿಂದ ಮುಂದೆ ಹರಿಯುತ್ತಾ ಚಿತ್ರದುರ್ಗ, ಬಳ್ಳಾರಿ, ರಾಯಚೂರು ಜಿಲ್ಲೆಗಳಲ್ಲಿ ಸಾಗಿ ಆಂಧ್ರಪ್ರದೇಶವನ್ನು ಪ್ರವೇಶಿಸಿ ಕೃಷ್ಣಾನದಿಯೊಡನೆ ಕೂಡಿಕೊಳ್ಳುತ್ತವೆ. ಈ ನದಿಗೆ ಅಣೆಕಟ್ಟು ಕಟ್ಟಿ ಜಲಾಶಯದ ನೀರನ್ನು ವಿದ್ಯುತ್ ಉತ್ಪಾದನೆಗೂ ನೀರಾವರಿಗೂ ಉಪಯೋಗಿಸಿಕೊಳ್ಳುವ ಒಂದು ಪ್ರಯತ್ನ ಸರ್ಕಾರದ ಮುಂದೆ ಇತ್ತು. ಸ್ವಾತಂತ್ರ್ಯ ಪೂರ್ವದಲ್ಲೇ ಈ ಯೋಜನೆಗೆ ಅಡಿಪಾಯ ಹಾಕಲಾಗಿತ್ತು. ಆದರೆ ಈ ನದಿ ಎರಡೂ ರಾಜ್ಯಗಳಲ್ಲಿ ಹರಿಯುತ್ತಿದ್ದುದರಿಂದ ನೀರಿನ ಬಳಕೆ ಕುರಿತಂತೆ ವಿವಾದವೂ ಉಂಟಾಗಿತ್ತು. ತುಂಗಭದ್ರಾ ಜಲಾಶಯದ ವಿವಾದವನ್ನು ಪಂಚಾಯಿತಿ ತೀರ್ಮಾನಕ್ಕೆ ಬಿಡಲು ಎರಡೂ ರಾಜ್ಯಗಳ ಮಂತ್ರಿಗಳು ಒಪ್ಪಿದರು. ವಿಶ್ವೇಶ್ವರಾಯನವರು ಈ ಪಂಚಾಯಿತಿಯ ಅಧ್ಯಕ್ಷರಾಗಿರಬೇಕೆಂದು ತೀರ್ಮಾನವಾಯಿತು. ಅಣೆಕಟ್ಟು ಕಟ್ಟಲು ಸುರ್ಕಿಗಾರೆ ಬಳಸಬೇಕೆ? ಇಲ್ಲವೆ ಸಿಮೆಂಟ್ ಬಳಸಬೇಕೆ? ಎಂಬುದರ ಬಗ್ಗೆಯೂ ಚರ್ಚೆ ಏರ್ಪಟ್ಟಿತ್ತು. ಸುರ್ಕಿಗಾರೆ ಮತ್ತು ಸಿಮೆಂಟಿನಿಂದ ರಚಿತವಾದ ಕಟ್ಟೆಗಳು ನೀರಿನ ಒತ್ತಡವನ್ನು ಎಷ್ಟರಮಟ್ಟಿಗೆ ತಡೆದುಕೊಳ್ಳಬಲ್ಲವು ಎಂಬ ಅಂಕಿ ಅಂಶಗಳನ್ನು ವಿಶ್ವೇಶ್ವರಾಯನವರು ಪರಿಶೀಲಿಸಿ ಒಂದು ವರದಿ

ತಯಾರಿಸಿದರು. ಉಭಯ ಸರ್ಕಾರಗಳ ಮುಖ್ಯ ಇಂಜಿನಿಯರುಗಳೂ ಸೇರಿ ಜಲಾಶಯದ ಪರಿಪೂರ್ಣ ನಕ್ಷೆಯನ್ನು ಸಿದ್ಧಗೊಳಿಸಿ ಒಪ್ಪಿಸುವಂತೆ ಮಾಡುವುದರಲ್ಲಿ ವಿಶ್ವೇಶ್ವರಾಯ ಯಶಸ್ವಿಯಾದರು. ಅಣೆಕಟ್ಟು ನೋಟಕ್ಕೂ ಅಂದವಾಗಿರುವಂತೆ ಅದರ ರಚನೆಯಲ್ಲಿ ಕೆಲ ಸೂಕ್ತ ಬದಲಾವಣೆಗಳನ್ನೂ ನೀಡಿದರು. ಸರ್ಕಾರೆ ಪರವಾಗಿ ತೀರ್ಪು ಇತ್ತು. ಸರ್ಕಾರೆ ಬಳಕೆಯಿಂದ ನಿರ್ಮಾಣ ಕೆಲಸ ನಿಧಾನವಾಗುತ್ತದೆ ಎಂದು ಇಬ್ಬರು ಪ್ರಸಿದ್ಧ ಇಂಜಿನಿಯರುಗಳು ಅಭಿಪ್ರಾಯಪಟ್ಟರು. ನಿರ್ಮಾಣ ಕಾರ್ಯ ನಿರ್ದಿಷ್ಟ ಅವಧಿಗಿಂತ ಒಂದು ವರ್ಷವಷ್ಟೆ ಹೆಚ್ಚು ಸಮಯ ತೆಗೆದುಕೊಂಡಿತು.

1952ರಲ್ಲಿ ವಿಶ್ವೇಶ್ವರಾಯ ಪಾಟ್ನಾಗೆ ಹೋದರು. ಪಾಟ್ನಾಗೆ ಸಮೀಪದಲ್ಲಿ ಗಂಗಾನದಿಗೆ ಅಡ್ಡಲಾಗಿ ಸೇತುವೆ ನಿರ್ಮಿಸುವ ಯೋಜನೆಯನ್ನು ಕುರಿತು ಅವರು ಅಧ್ಯಯನ ಮಾಡಬೇಕಿತ್ತು. ಪಾಟ್ನಾದಲ್ಲಿ ಒಂದೇ ಸಮ ಬಿಸಿಲು. ಶಾಖ ತಡೆದುಕೊಳ್ಳಲಾಗುತ್ತಿರಲಿಲ್ಲ. ವಿಶ್ವೇಶ್ವರಾಯನವರಿಗೆ ಆಗ ವಯಸ್ಸು 92. ನದಿಯ ಇಕ್ಕೆಲಗಳಲ್ಲೂ ಎರಡು ಪ್ರತ್ಯೇಕ ಕಂಪನಿಗಳ ರೈಲು ಸಂಚಾರಕ್ಕಾಗಿ ಸೇತುವೆ ಅಗತ್ಯವಾಗಿತ್ತು. ಆ ಪ್ರದೇಶಕ್ಕೆ ಕಾರಿನಲ್ಲಿ ಹೋಗುವಂತಿರಲಿಲ್ಲ. ಸರ್ಕಾರ ಬದಲಿ ವ್ಯವಸ್ಥೆ ಮಾಡುತ್ತೇವೆ ಎಂದರೂ ವಿಶ್ವೇಶ್ವರಾಯ ಕೇಳದೆ ನಡೆದೇ ಹೋಗಿ ಸ್ಥಳ ಪರಿಶೀಲನೆ ನಡೆಸಿದರು. ವಿಮಾನದಲ್ಲಿ ಕುಳಿತು ಗಂಗೆಯ ತೀರಪ್ರದೇಶಗಳನ್ನೂ ಯಾವ ಗತಿಯಲ್ಲಿ ನೀರು ಹರಿಯುತ್ತದೆ ಎಂಬುದನ್ನೂ ವೀಕ್ಷಿಸಿದರು. ಆಗ ಅವರ ಆರೋಗ್ಯ ಅಷ್ಟೇನೂ ಸಮರ್ಪಕವಾಗಿರಲಿಲ್ಲ. ಅಂಕಿ ಅಂಶಗಳನ್ನು ಸಂಗ್ರಹಿಸಿ

ಗಂಗಾಸೇತುವೆ ನಿರ್ಮಾಣ ಕುರಿತು ಒಂದು ವರದಿ ತಯಾರಿಸಿದರು. ಸೇತುವೆ ಎಲ್ಲಿರುವುದು ಉತ್ತಮ, ನಿರ್ಮಾಣದ ವೆಚ್ಚ, ವಾರ್ಷಿಕ ನಿರ್ವಹಣಾ ವೆಚ್ಚ, ರಾಷ್ಟ್ರೀಯ ಹೆದ್ದಾರಿ ಮತ್ತು ಇತರ ರಾಷ್ಟ್ರೀಯ ಯೋಜನೆಗಳೊಡನೆ ಹೊಂದಾಣಿಕೆ ಈ ಎಲ್ಲ ವಿಷಯಗಳನ್ನು ಪರಿಶೀಲಿಸಿ ವರದಿ ತಯಾರಿಸಿದ್ದರು. ವರದಿಯಲ್ಲಿ ಸಲಹೆಗಳನ್ನೂ ಮಾಡಿದ್ದರು. ಭಾರಿ ಸೇತುವೆ ನಿರ್ಮಾಣದಲ್ಲಿ ನುರಿತ ಪಾಶ್ಚಾತ್ಯ ಕಂಪೆನಿಗಳ ನೆರವು ಪಡೆಯುವುದು ಅಗತ್ಯವೆಂದು ಸೂಚಿಸಿದರು. ಅವರು ನೀಡಿದ ಸಲಹೆ ಶಿಫಾರಸುಗಳನ್ನು ಕೇಂದ್ರ ಸರ್ಕಾರ ಒಪ್ಪಿಕೊಂಡಿತು. ಗಂಗಾ ಸೇತುವೆ ಕಾರ್ಯ 1953ರಲ್ಲಿ ಪ್ರಾರಂಭವಾಗಿ 1959ರಲ್ಲಿ ಮುಕ್ತಾಯಗೊಂಡಿತು. ಅವರು ಸೂಚಿಸಿದ ಫರಕ್ಕಾ ಬಳಿಯ ಅಣೆಕಟ್ಟು ಮತ್ತು ಸೇತುವೆ ಕಾರ್ಯವನ್ನು ಅವರ ಜೀವಿತ ಕಾಲದಲ್ಲಿಯೇ ಆರಂಭಿಸಲಾಯಿತು.

ಗ್ರಂಥಕರ್ತರಾಗಿ

ವಿಶ್ವೇಶ್ವರಾಯನವರು ದಕ್ಷ ಆಡಳಿತಗಾರರೂ ಕಾರ್ಯ ಕರ್ತರೂ ಆಗಿದ್ದಂತೆಯೇ ಇಂಜಿನಿಯರಿಂಗ್ ವಿಷಯಗಳು ಕುರಿತಂತೆ ಒಳ್ಳೆಯ ಬರಹಗಾರರೂ ಆಗಿದ್ದರು. ಇಂಗ್ಲಿಷ್ ಭಾಷೆಯಲ್ಲಿ ವಿಶ್ವೇಶ್ವರಾಯ ಹಲವು ಕೃತಿಗಳನ್ನು ರಚಿಸಿದ್ದಾರೆ.

'ರೀಕನ್‌ಸ್ಟ್ರಕ್ಟಿಂಗ್ ಇಂಡಿಯಾ', 'ರೂರಲ್ ಇಂಡಸ್ಟ್ರಿಯಲೈಸೇಷನ್ ಇನ್ ಇಂಡಿಯಾ', 'ಅನ್ ಎಂಪ್ಲಾಯ್‌ಮೆಂಟ್ ಇನ್ ಇಂಡಿಯಾ: ಇಟ್ಸ್‌ಕಾಸಸ್ ಅಂಡ್ ಕ್ಯೂರ್', 'ಪ್ಲಾನ್‌ಡ್ ಎಕಾನಮಿಫಾರ್ ಇಂಡಿಯಾ', 'ನೇಷನ್ ಬಿಲ್ಡಿಂಗ್', 'ಎ ಫೈವ್ ಇಯರ್ ಪ್ಲಾನ್ ಫಾರ್ ದಿ ಪ್ರಾವಿನ್

ಸಸ್', 'ಡಿಸ್ಟ್ರಿಕ್ಟ್ ಡೆವಲಪ್‌ಮೆಂಟ್ ಸ್ಕೀಮ್', 'ವಿಲೇಜ್ ಇಂಡಸ್ಟ್ರಿಯಲೈಸೇಷನ್', 'ಪ್ರಾಸ್ಪರಿಟಿ ಥ್ರೂ ಇಂಡಸ್ಟ್ರಿ' 'ಎಬ್ರೀಫ್ ಮೆಮೊಯರ್ ಆಫ್ ಮೈ ವರ್ಕಿಂಗ್ ಲೈಫ್', 'ಮೆಮೊಯರ್ಸ್ ಆಫ್ ಮೈ ಪಬ್ಲಿಕ್ ಲೈಫ್' ಇವು ವಿಶ್ವೇಶ್ವರಾಯನವರ ಮುಖ್ಯ ಕೃತಿಗಳು.

ವಿಶ್ವೇಶ್ವರಾಯನವರು ಅನೇಕ ವರ್ಷಗಳ ಅವಧಿಯಲ್ಲಿ ಸಂಗ್ರಹಿಸಿದ ವಾಕ್ಯಗಳು, ಉಕ್ತಿಗಳನ್ನು ಆರೋಗ್ಯಪಾಲನೆಯ ನಿಯಮಗಳು, ಜೀವನಕ್ರಮ, ಅಹಾರನಿಯಮ, ಬಡತನ, ಜ್ಞಾನ, ವಿಜ್ಞಾನ ಮೊದಲಾದ ಹನ್ನೆರಡು ಶೀರ್ಷಿಕೆಗಳಲ್ಲಿ ಕ್ರಮಬದ್ಧವಾಗಿ ವಿಂಗಡಿಸಿ Sayings - wise and witty ಎಂದು 110 ಪುಟಗಳ ಪುಸ್ತಕ ರೂಪದಲ್ಲಿ ಪ್ರಕಟಿಸಿದ್ದಾರೆ. ಇದನ್ನು ಅವರು ಪ್ರಕಟಿಸಿದ್ದು ತಮ್ಮ 97ನೆಯ ವಯಸ್ಸಿನಲ್ಲಿ.

ಇವುಗಳಲ್ಲದೆ ಇವರೇ ಅಧ್ಯಕ್ಷರಾಗಿ, ಸದಸ್ಯರಾಗಿ ಸರ್ಕಾರದ ಮತ್ತು ಖಾಸಗಿ ಕೈಗಾರಿಕಾ ಕ್ಷೇತ್ರಕ್ಕೆ ಸಂಬಂಧಿಸಿದ ವಿವಿಧ ಅಭಿವೃದ್ಧಿ ಯೋಜನೆಗಳ ವರದಿಗಳನ್ನು ತಯಾರಿಸಿ ಪ್ರಕಟಿಸಿದ್ದಾರೆ.

ಪ್ರಶಸ್ತಿಗಳು - ಗೌರವಗಳು

ವಿಶ್ವೇಶ್ವರಾಯನವರು ನೂರು ವರ್ಷಗಳ ತುಂಬು ಬಾಳು ಬಾಳಿದವರು. 1960 ಸೆಪ್ಟೆಂಬರ್ 15ರಂದು ಭಾರತಾದ್ಯಂತ ಇವರ ಜನ್ಮಶತಮಾನೋತ್ಸವವನ್ನು ಆಚರಿಸಿ ಇವರಿಗೆ ಗೌರವ ಸಮರ್ಪಿಸಲಾಯಿತು.

ವಿಶ್ವೇಶ್ವರಾಯನವರು ಗಾಂಧೀಜಿ, ಗೋಖಲೆಯಂತಹ ಮಹನೀಯರ ಸ್ನೇಹ ಸಂಪಾದಿಸಿದ್ದರು. ಅವರು ಓದಿದ್ದು,

ಬೆಂಗಳೂರಿನ ಸೆಂಟ್ರಲ್ ಕಾಲೇಜಿನಲ್ಲಿ. ಅದು ತನ್ನ ಶತಮಾನೋತ್ಸವವನ್ನಾಚರಿಸಿದಾಗ ಅವರನ್ನು ಗೌರವಿಸಿತು. ಅವರಿಗೆ ನೂರು ವರ್ಷ ತುಂಬಿದಾಗ ರಾಜ್ಯ ವಾರ್ತಾ ಇಲಾಖೆ ಅವರ ಬಗ್ಗೆ ಒಂದು ಸಾಕ್ಷ್ಯಚಿತ್ರವನ್ನು ತಯಾರಿಸಿತು.

ಜಗತ್ತಿನಾದ್ಯಂತ ವಿಶ್ವೇಶ್ವರಾಯನವರಿಗೆ ಗೌರವವಿತ್ತು. ಅನೇಕ ವಿಶ್ವವಿದ್ಯಾನಿಲಯಗಳು ಅವರಿಗೆ ಗೌರವ ಡಾಕ್ಟರೇಟ್ ಪದವಿ ಇತ್ತು ಸನ್ಮಾನಿಸಿದ್ದವು. ಮೈಸೂರು ವಿಶ್ವವಿದ್ಯಾನಿಲಯ ಅವರೇ ಹುಟ್ಟು ಹಾಕಿದ ಸಂಸ್ಥೆ. ಈ ವಿಶ್ವವಿದ್ಯಾನಿಲಯವೂ ಸಹ ಅವರಿಗೆ ಡಾಕ್ಟರೇಟ್ ಗೌರವ ನೀಡಿತು. 1911ರಲ್ಲಿಯೇ ಸಿ.ಐ.ಇ. ಬಿರುದೂ 1915ರಲ್ಲಿ ಕೆ.ಸಿ.ಐ.ಇ. ಬಿರುದನ್ನು ಕೊಟ್ಟು ಬ್ರಿಟಿಷ್ ಸರ್ಕಾರ ಇವರನ್ನು ಗೌರವಿಸಿತು. ಬಳಿಕ ವಿಶ್ವೇಶ್ವರಾಯನವರು ಸರ್ ಎಂ. ವಿಶ್ವೇಶ್ವರಾಯ ಎಂದು ಪ್ರಸಿದ್ಧರಾಗಿದ್ದರು. 1955ರಲ್ಲಿ ಬಂಗಾಳದ ರಾಯಲ್ ಏಷ್ಯಾಟಿಕ್ ಸೊಸೈಟಿಯು 'ದುರ್ಗಾ ಪ್ರಸಾದ್ ಖೈತಾನ್' ಸುವರ್ಣ ಪದಕವನ್ನು ಕೊಟ್ಟು ಗೌರವಿಸಿತು.

1960ರಲ್ಲಿ ಸೆಪ್ಟೆಂಬರ್ 15ರಂದು ಬೆಂಗಳೂರಿನಲ್ಲಿ ಸರ್ ಎಂ.ವಿ. ಅವರ ಶತಮಾನೋತ್ಸವವನ್ನು ಲಾಲ್‌ಬಾಗಿನ ಆಲ್ಬರ್ಟ್ ವಿಕ್ಟರ್ ಹಾಲ್ ಗಾಜಿನ ಮನೆಯಲ್ಲಿ ಆಚರಿಸಿದಾಗ ಅವರಿಗೆ ಗೌರವ ಸಲ್ಲಿಸಲು ವಿಶೇಷ ವಿಮಾನದಲ್ಲಿ ಭಾರತದ ಪ್ರಧಾನಿ ಜವಾಹರಲಾಲ್ ನೆಹರೂ ಬಂದಿದ್ದರು. ನೆಹರೂ ಅವರ ಅಳಿಯ ಫಿರೋಜ್‌ಗಾಂಧಿ ತೀರಿಕೊಂಡು ಅಂದಿಗೆ ಕೇವಲ ಒಂದು ವಾರವಷ್ಟೆ ಆಗಿತ್ತು.

ವಿಶ್ವೇಶ್ವರಾಯನವರ ಶತಮಾನದ ಸ್ಮರಣೆಗಾಗಿ ಭಾರತ

ಸರ್ಕಾರದ ಅಂಚೆ ಇಲಾಖೆ ವಿಶ್ವೇಶ್ವರಾಯನವರ ಭಾವಚಿತ್ರದ ವಿಶೇಷ ಅಂಚೆ ಚೀಟಿ ಮುದ್ರಿಸಿತು. ಅಂಚೆ ಚೀಟಿಗಳನ್ನು ಬಿಡುಗಡೆ ಮಾಡಿದವರು ನೆಹರೂ ಅವರೇ. ಆಗ ಆ ಸಮಾರಂಭದಲ್ಲಿ ವಿಶ್ವೇಶ್ವರಾಯನವರು ಭಾಗವಹಿಸಿದ್ದರು.

ಬೆಂಗಳೂರಿನಲ್ಲಿ ವಿಶ್ವೇಶ್ವರಾಯನವರ ಪ್ರತಿಮೆಯನ್ನು ಸ್ಥಾಪಿಸಲಾಗಿದೆ. ಅವರ ಹೆಸರಿನಲ್ಲಿ ಬೆಂಗಳೂರಿನಲ್ಲಿ ಕೈಗಾರಿಕಾ ಮತ್ತು ತಾಂತ್ರಿಕವಸ್ತು ಸಂಗ್ರಹಾಲಯವನ್ನು ಸ್ಥಾಪಿಸಲಾಗಿದೆ.

1955ರಲ್ಲಿ ಭಾರತ ಸರ್ಕಾರ ಸರ್ ಎಂ. ವಿ. ಅವರಿಗೆ 'ಭಾರತ ರತ್ನ' ಪ್ರಶಸ್ತಿ ನೀಡಿ ಗೌರವಿಸಿತು.

ವಿಶ್ವೇಶ್ವರಾಯನವರ ಜೀವನ ಮತ್ತು ಸಾಧನೆಗಳನ್ನು ಕುರಿತಂತೆ ಇಂಗ್ಲಿಷ್ ಮತ್ತು ಕನ್ನಡದಲ್ಲಿ ಅನೇಕ ಗ್ರಂಥಗಳು ಪ್ರಕಟವಾಗಿವೆ. ಸ್ವಾತಂತ್ರ್ಯ ಹೋರಾಟಗಾರರೂ ಲೇಖಕರೂ ಆದ ವಿ.ಎಸ್. ನಾರಾಯಣರಾಯರು 'ಮೋಕ್ಷಗುಂಡಂ ವಿಶ್ವೇಶ್ವರಾಯ ಜೀವನ ಮತ್ತು ಸಾಧನೆ'' ಎಂಬ ಹೆಬ್ಬೊತ್ತಿಗೆಯನ್ನು ಬರೆದು ಪ್ರಕಟಿಸಿದ್ದಾರೆ. ವಿಶ್ವರತ್ನ, ಭಾಗ್ಯಶಿಲ್ಪ, ಪೂಜನ ಮೊದಲಾದವು ಇನ್ನಿತರ ಕೃತಿಗಳು. ವಿಶ್ವೇಶ್ವರಾಯನವರ ಶತಮಾನೋತ್ಸವ ಸಂದರ್ಭದಲ್ಲಿ ಪ್ರಕಟವಾದ ಎಂ.ವಿ. ಜನ್ಮದಿನೋತ್ಸವ ವಿಶೇಷ ಸಂಚಿಕೆ, ವಿಶ್ವೇಶ್ವರಾಯ ನ್ಯಾಷನಲ್ ಮೆಮೋರಿಯಲ್ ಟ್ರಸ್ಟ್ ಸವನೀರ್ ಇವು ಕೆಲವು ಗಮನಾರ್ಹ ಸಂಚಿಕೆಗಳು.

ದಶಸೂತ್ರಗಳು

ಒಗ್ಗಟ್ಟು, ಸೌಮನಸ್ಯ, ಸಹಕಾರ, ನಮ್ರತೆ, ದಕ್ಷತೆ ಮೊದಲಾದ ಉತ್ತಮ ರಾಷ್ಟ್ರೀಯ ಗುಣಗಳನ್ನು ಬೆಳೆಸಿಕೊಳ್ಳಲು ಸರ್ ಎಂ.ವಿ. ಅವರು ಹತ್ತು ಸೂತ್ರಗಳನ್ನು ಕೊಟ್ಟಿರುತ್ತಾರೆ.

ಅವು ಈ ರೀತಿ ಇವೆ.

1. ಸ್ವಸಹಾಯ ಅಭ್ಯಸಿಸು.

2. ಜ್ಞಾನವೇ ಶಕ್ತಿ ಎಂದು ತಿಳಿ.

3. ಒಟ್ಟಾಗಿ ಸಹಕರಿಸಿ ಕೆಲಸ ಮಾಡುವುದನ್ನು ಕಲಿ.

4. ಒಟ್ಟಾರೆ ದುಡಿಯುವ ಅಭ್ಯಾಸ ಮಾಡಿಕೋ.

5. ನಿನ್ನ ಸಾಮರ್ಥ್ಯ ಮತ್ತು ಉತ್ಪಾದನಾ ಶಕ್ತಿ ಬೆಳೆಸಿಕೋ.

6. ಸ್ವದೇಶೀವಸ್ತುಗಳಿಗೆ ಪ್ರೋತ್ಸಾಹ ನೀಡು.

7. ಆಮದು ತಗ್ಗಿಸು.

8. ಉತ್ತಮ ದರ್ಜೆ ಒಂದೇ ಸಮವಿರಲಿ.

9. ಸಾಂಘಿಕ ಚಿಂತನ, ಸಾಮೂಹಿಕ ದುಡಿಮೆ ಬೆಳೆಯಿಸಿಕೋ.

10. ರಾಷ್ಟ್ರೀಯ ದೃಷ್ಟಿಯಿಂದ ಚಿಂತಿಸು.

ನಿಧನ

ವಿಶ್ವೇಶ್ವರಾಯ ತಮ್ಮ ಜೀವಿತದ ಕೊನೆಯ ಕಾಲವನ್ನು ಬೆಂಗಳೂರಿನಲ್ಲಿಯೇ ಕಳೆದರು. ಅವರು ಯಥೇಚ್ಛವಾಗಿ ಹಣ

ಸಂಪಾದಿಸಿದರೂ ಶ್ರೀಮಂತನೆನಿಸಿಕೊಳ್ಳುವ ಆಸೆ ಇರಲಿಲ್ಲ. ಬಡತನದಲ್ಲಿ ಹುಟ್ಟಿದ ಅವರು ಬದುಕಿನಿಂದ ಬಾಳಿದ ರೀತಿಯಿಂದ ಶ್ರೀಮಂತರು. ತಾವು ಸಂಪಾದಿಸುತ್ತಿದ್ದುದರಲ್ಲಿ ಸ್ವಲ್ಪ ಭಾಗವನ್ನು ತಮ್ಮ ಸ್ವಂತಕ್ಕೆ ಇಟ್ಟುಕೊಂಡು ಮಿಕ್ಕಿದ್ದೆಲ್ಲವನ್ನೂ ತನ್ನ ಬಡ ಬಂಧುಗಳಿಗೆ ಹಂಚಿಬಿಡುತ್ತಿದ್ದರು. ಸ್ವಂತಕ್ಕೆಂದು ಒಂದು ಮನೆಯನ್ನೂ ಮಾಡಿಕೊಳ್ಳಲಿಲ್ಲ. ಬೊಂಬಾಯಿಯಲ್ಲಿದ್ದಾಗ ಬಾಡಿಗೆ ಮನೆಯಲ್ಲಿರುತ್ತಿದ್ದರು. ದಿವಾನರಾಗಿ ನಿವೃತ್ತರಾದ ಮೇಲೆ ಬೆಂಗಳೂರು ಹೈಗ್ರೌಂಡ್ಸ್‌ನ ಮಾಣಿಕ್ಯ ವೇಲು ಮೊದಲಿಯಾರ್ ಅವರ 'ಅಪ್‌ಲ್ಯಾಂಡ್ಸ್' ಬಂಗಲೆಯಲ್ಲಿದ್ದರು. ಕಡೆಗೆ ಸರ್ಕಾರವೇ ಒಂದು ಸಣ್ಣ ಹಳೆಯ ಬಂಗಲೆಯನ್ನು ಕೊಂಡು ದುರಸ್ತಿ ಮಾಡಿಸಿ ತಿಂಗಳಿಗೆ 250 ರೂಪಾಯಿ ಬಾಡಿಗೆ ಗೊತ್ತು ಮಾಡಿ ಅವರಿಗೆ ಕೊಟ್ಟಿತು. ಕೊನೆಗೊಮ್ಮೆ ದಂಡಿನ ವಿಭಾಗದಲ್ಲಿ ಗೆಳೆಯರ ಒತ್ತಾಯಕ್ಕೆ ಕೊಟ್ಟು ಬಿದ್ದು ಸಣ್ಣ ಬಂಗಲೆಯೊಂದನ್ನು ಕೊಂಡು ಅಲ್ಲಿ ವಾಸಿಸತೊಡಗಿದರು.

ಸರ್ ಎಂ.ವಿ. ಅವರಿಗೆ ಮಕ್ಕಳಿರಲಿಲ್ಲ. ತಮ್ಮೊಡನೆ ಸೋದರನ ಮಗ ಎಂ.ಆರ್. ಕೃಷ್ಣಮೂರ್ತಿ ಇರಲು ಅನುಮತಿ ಕೊಟ್ಟರು. ಆದರೆ ಅವರು ಪ್ರಾಣಬಿಟ್ಟದ್ದು ಕಬ್ಬನ್ ರಸ್ತೆಯ ಬಾಡಿಗೆ ಮನೆಯಲ್ಲಿ.

ವೃದ್ಧಾಪ್ಯದಲ್ಲೂ ಕನ್ನಡಕ ಬಳಸದೆ ಓದುತ್ತಿದ್ದರು ವಿಶ್ವೇಶ್ವರಾಯ. ಕಡೆಯ ದಿನಗಳಲ್ಲಿ ಅವರಿಗೆ ಕಣ್ಣು ಕಾಣಿಸದಾಯಿತು, ಕಿವಿ ಕೇಳಿಸದಾಯಿತು. ಅಂದು 1962 ಏಪ್ರಿಲ್ 12 ಬೆಳಿಗ್ಗೆ 6.15ರ ಸಮಯ ಸರ್ ಎಂ. ವಿಶ್ವೇಶ್ವರಾಯ ಇಹಲೋಕ ತೊರೆದರು. ಬದುಕಿದ್ದು ಸಾರ್ಥಕ ರೀತಿಯಲ್ಲಿ ನೂರಾ

ಒಂದು ವರ್ಷಗಳು. ಅವರು ತಮ್ಮ ಅಂತ್ಯ ಸಂಸ್ಕಾರವನ್ನು ಹುಟ್ಟೂರಾದ ಮುದ್ದೇನಹಳ್ಳಿಯಲ್ಲಿ ನಡೆಸಬೇಕೆಂದು ಬಯಸಿದ್ದರು. ಅಂತ್ಯಸಂಸ್ಕಾರಕ್ಕೆ ಬೇಕಾದ ಹಣವನ್ನೂ ತೆಗೆದಿರಿಸಿದ್ದರು. ಅವರ ಅಪೇಕ್ಷೆಯಂತೆಯೇ ಸಕಲ ಸರ್ಕಾರಿ ಮರ್ಯಾದೆಗಳೊಂದಿಗೆ ಮುದ್ದೇನಹಳ್ಳಿಯಲ್ಲಿ ಸಂಸ್ಕಾರ ಮಾಡಲಾಯಿತು.

ಇಡೀ ತಮ್ಮ ಜೀವನವನ್ನು ಸರ್ ಎಂ.ವಿ. ನಾಡಿನ ಏಳಿಗೆಗಾಗಿ ಬಡತನದ ಅಳಿವಿಗಾಗಿ ಸಮರ್ಪಿಸಿದ್ದರು. ಮುದ್ದೇನಹಳ್ಳಿಯಲ್ಲಿ ಇವರ ಹೆಸರಿನಲ್ಲಿ ಶಾಲಾ, ಕಾಲೇಜು ಮತ್ತು ಗ್ರಂಥ ಭಂಡಾರಗಳನ್ನು ಆರಂಭಿಸಲಾಗಿದೆ.

ದೊಡ್ಡ ವ್ಯಕ್ತಿ ಸರ್ ಎಂ.ವಿ.

ವಿಶ್ವೇಶ್ವರಾಯನವರು ತಮ್ಮ ಇಡೀ ಜೀವಮಾನವನ್ನು ಶಿಸ್ತಿಗೆ ಒಳಪಡಿಸಿದ್ದರು. ನೀತಿನಿಯಮಗಳನ್ನು ಎಂದೂ ತಪ್ಪುತ್ತಿರಲಿಲ್ಲ.

ತಮ್ಮ ಉಡುಪಿಗೆ ವಿಶೇಷ ಗಮನ ನೀಡುತ್ತಿದ್ದರು ಸರ್ ಎಂ.ವಿ. ಶುಭ್ರವಾದ, ಆಗತಾನೆ ಮಡಿಮಾಡಿದ ಹಸನಾದ ಷರಟು, ಷರಾಯಿ, ಕೋಟು ಧರಿಸುವರು. ಟೈ ಹಾಗೂ ಪೇಟ ಇದ್ದೇ ಇರುತ್ತಿತ್ತು. ಪಾದರಕ್ಷೆ ಮಿರುಗುತ್ತಿರುತ್ತಿತ್ತು. ಉಡುಪಿಗೆ ಸರಿಯಾಗಿ ಹೊಂದಿಕೊಳ್ಳುವ ಕಾಲುಚೀಲ ಹಾಕಿಕೊಳ್ಳುತ್ತಿದ್ದರು.

ವಿಶ್ವೇಶ್ವರಾಯ ಶಾಖಾಹಾರಿಗಳಾಗಿದ್ದರು. ವಿದೇಶಗಳಿಗೆ ಹಲವು ಬಾರಿ ಹೋಗಿಬಂದರೂ ಮದ್ಯಮಾಂಸಗಳನ್ನು ಮುಟ್ಟಲಿಲ್ಲ. ಧೂಮಪಾನ ಅವರ ಬಳಿ ಸುಳಿಯಲಿಲ್ಲ. ಒಮ್ಮೆ ಮೈಸೂರಿನ ಮಂತ್ರಿಗಳಾಗಿದ್ದ ಟಿ. ಸಿದ್ಧಲಿಂಗಯ್ಯನವರು "ಸಿಗರೇಟು ಸೇದುವ

ಅಭ್ಯಾಸವೂ ನಿಮಗಿಲ್ಲವೆ?'' ಎಂದು ಕೇಳಿದಾಗ ಸರ್ ಎಂ. ವಿ. ''ನಾನು ಇನ್ನೂ ಅಷ್ಟು ನಾಗರಿಕನಾಗಿಲ್ಲ'' ಎಂದು ಉತ್ತರಿಸಿದರಂತೆ. ಒಮ್ಮೆ ವಿದೇಶದಲ್ಲಿ ಕಾಯಿಲೆ ಇದ್ದಾಗ ಔಷಧದಲ್ಲಿ ಸ್ವಲ್ಪ ಬ್ರಾಂದಿ ಸೇರಿಸೋಣವೇ? ಎಂದು ವೈದ್ಯರು ಕೇಳಿದಾಗ ಬೇಡ ಎಂದು ಬಿಟ್ಟರಂತೆ.

ವಿಶ್ವೇಶ್ವರಯ್ಯ ಮಿತಾಹಾರಿಗಳಾಗಿದ್ದರು. ಊಟ ಮಿತವಾದರೂ ಶುಭ್ರವಾಗಿರಬೇಕೆನ್ನುತ್ತಿದ್ದರು. ಅವರು ಒಬ್ಬ ಅಡಿಗೆಯವನನ್ನು ನೇಮಕ ಮಾಡಿದ್ದರು. ಪ್ರತಿದಿನ ಬೆಳಿಗ್ಗೆ ಹೊರಗೆ ಹೋಗುವ ಮೊದಲು ಅಂದು ಮಾಡಬೇಕಾದ ಅಡುಗೆ ವಿವರಗಳನ್ನು ತಾವು ಊಟಕ್ಕೆ ಬರುವ ವೇಳೆಯನ್ನು ಬರೆದು ಅವನಿಗೆ ಕೊಡುತ್ತಿದ್ದರು. ಅತಿಥಿಗಳು ಬರುವವರಿದ್ದರೆ ವಿಶೇಷವಾಗಿ ತಯಾರಿಸಬೇಕಾದ ತಿನಿಸುಗಳ ವಿವರ ನೀಡುತ್ತಿದ್ದರು.

ಒಮ್ಮೆ ಇಂಗ್ಲೆಂಡಿನಲ್ಲಿ ಸರ್ ಎಂ.ವಿ. ಅವರು ಅವರ ಕೆಲವು ಸ್ನೇಹಿತರನ್ನು ಊಟಕ್ಕೆ ಕರೆದರು. ಹೊಟೇಲಿನ ಅಡುಗೆಯವನಿಗೆ ಎಲ್ಲರೂ ಶಾಖಾಹಾರಿಗಳು. ಒಳ್ಳೆ ಅಡಿಗೆ ಮಾಡಿ ಎಂದು ಮೊದಲೇ ಹೇಳಿದ್ದರು. ಎಲ್ಲರೂ ಮೇಜಿನ ಮುಂದೆ ಊಟಕ್ಕೆ ಕುಳಿತಾಗ ಅಡುಗೆಯವನು ತಂದುದು ಬೇಯಿಸಿದ ಕೋಸುಗಡ್ಡೆ. ಸರ್ ಎಂ.ವಿ. ಕೋಪಿಸಿಕೊಳ್ಳದೆ ಅಡುಗೆಯವನನ್ನು ಕರೆದು, ''ನೋಡಿ, ನಾವೆಲ್ಲ ಸಸ್ಯಾಹಾರಿಗಳೇ ನಿಜ. ಆದರೆ ಹುಲ್ಲುತಿನ್ನುವವರಲ್ಲ. ಈ ಹೊಟೇಲಿನಲ್ಲಿ ಉತ್ತಮ ಶಾಖಾಹಾರ ತಯಾರಿಸುವರೆಂದು ತಿಳಿದಿದ್ದೆ'' ಎಂದರು. ಕೆಲವೇ ನಿಮಿಷಗಳಲ್ಲಿ ಒಳ್ಳೆ ಸಸ್ಯಾಹಾರಿ ಊಟ ಸಿದ್ಧವಾಗಿ ಬಂದಿತಂತೆ!

ಮಧ್ಯಾಹ್ನದ ವಿಶ್ರಾಂತಿ ಪಡೆಯುವುದರಲ್ಲಿ ವಿಶ್ವೇಶ್ವರಾಯ ಅನುಸರಿಸುತ್ತಿದ್ದ ಕ್ರಮ ವಿಚಿತ್ರ. ಪೇಟವನ್ನು ತೆಗೆದು ಮೊಳೆಗೆ ಸಿಕ್ಕಿಸಿ ತಮ್ಮ ಪೂರ್ಣ ಉಡುಪಿನಲ್ಲಿ ಆರಾಮ ಕುರ್ಚಿಯಲ್ಲಿ ಮಲಗುತ್ತಿದ್ದರಂತೆ. ಅದೂ ಐದು ಅಥವಾ ಹತ್ತುನಿಮಿಷ. ನಿದ್ದೆ ಬಂದರಾಯಿತು ಬರದಿದ್ದರಾಯಿತು. ಕೈಯಲ್ಲಿ ಕಾಗದ ಪೆನ್ಸಿಲ್. ಇದ್ದೇ ಇರುತ್ತಿತ್ತು. ಯಾವುದೋ ಸಮಸ್ಯೆಗೆ ಉತ್ತರ ದೊರೆತರೆ ಅದನ್ನು ತಕ್ಷಣ ಕಾಗದದ ಮೇಲೆ ಗುರುತು ಹಾಕಿಕೊಳ್ಳುತ್ತಿದ್ದರು.

ಅಂಕಿಸಂಖ್ಯೆಗಳಲ್ಲಿ ಸರ್ ಎಂ.ವಿ. ಅವರಿಗೆ ತುಂಬ ವಿಶ್ವಾಸ. ಒಂದು ದೇಶದ ಅಂಕಿಸಂಖ್ಯೆಗಳನ್ನು ಹೋಲಿಸಿ ತಾವೆಷ್ಟು ಹಿಂದೆ ಬಂದಿದ್ದೇವೆ ಎಂದು ತಿಳಿಯುತ್ತಿದ್ದರು. ಕಷ್ಟಪಟ್ಟರೆ ಭಾರತೀಯರೂ ಪಾಶ್ಚಾತ್ಯರಂತೆ ಮುಂದುವರಿಯಬಹುದೆಂದು ಸಹೋದ್ಯೋಗಿ ಗಳನ್ನು ಜನರನ್ನು ಹುರಿದುಂಬಿಸುತ್ತಿದ್ದರು.

ಸರ್ ಎಂ.ವಿ. ತಾವೊಬ್ಬರೇ ಎಲ್ಲ ಬಲ್ಲವರೆಂದು ಬೀಗುತ್ತಿರಲಿಲ್ಲ. ಇತರರ ಸಲಹೆಗಳನ್ನು ಸ್ವಾಗತಿಸುತ್ತಿದ್ದರು. ತಮ್ಮ ಕೆಳಗಿನ ಉದ್ಯೋಗಿಗಳಿಂದ ಬಂದ ಸಲಹೆಗಳನ್ನೂ ವಿಶ್ವಾಸದಿಂದ ಗಮನಿಸುತ್ತಿದ್ದರು.

ಸರ್ ಎಂ.ವಿ. ಅವರಿಗೆ ದಿವಾನ್ ಪದವಿ ದೊರೆಯುವುದು ಖಚಿತವಾದಾಗ ತಮ್ಮ ಬಂಧುಮಿತ್ರರನ್ನು ಒಂದು ಔತಣಕೂಟಕ್ಕೆ ಆಹ್ವಾನಿಸಿದರು. ಬಂಧುಮಿತ್ರರಿಗೆ ಸಂತೋಷವಾಯಿತು. ಎಲ್ಲರ ಊಟವೂ ಆಯಿತು. ತಾಂಬೂಲಸೇವನೆ ಆಗುತ್ತಿದ್ದಾಗ ಸರ್ ಎಂ.ವಿ. ತನ್ನ ಆಹ್ವಾನವನ್ನು ಸ್ವೀಕರಿಸಿ ಬಂದುದಕ್ಕಾಗಿ ಎಲ್ಲರನ್ನೂ ವಂದಿಸಿ, ನನಗೆ ಕೆಲಸ ಕೊಡಿಸಬೇಕೆಂದು ಯಾರೂ ನನ್ನ ಬಳಿಗೆ ಬರಬಾರದೆಂದೂ, ಈ ರೀತಿ ಭರವಸೆ ಕೊಟ್ಟರೆ ಮಾತ್ರ ನಾನು

ದಿವಾನ್ ಪದವಿ ಸ್ವೀಕರಿಸುತ್ತೇನೆ ಎಂದು ಹೇಳಿದರು. ಬಂಧುಮಿತ್ರರು ಬೇರೆ ಮಾರ್ಗ ಕಾಣದೆ ಒಪ್ಪಿದರು. ಸರ್ ಎಂ.ವಿ. ತಮ್ಮ 'ವಿಸಿಟಿಂಗ್ ಕಾರ್ಡ್' ಕೊಟ್ಟಲ್ಲಿ ದುರುಪಯೋಗ ವಾಗುವುದೆಂದು ಎಲ್ಲರಿಗೂ ಆ ವಿಳಾಸದ ಕಾರ್ಡ್ ಕೊಡುತ್ತಿರಲಿಲ್ಲ. ಹೀಗೆ ದಾಕ್ಷಿಣ್ಯಕ್ಕೆ ಒಳಗಾಗದ ವ್ಯಕ್ತಿಯಾಗಿದ್ದರು.

ಸಂಸಾರ ನಿರ್ವಹಣೆಗೆ ಸಾಲ ಮಾಡುವುದನ್ನು ಸರ್ ಎಂ.ವಿ. ಒಪ್ಪುತ್ತಿರಲಿಲ್ಲ. ಬಂಧುಬಳಗದಲ್ಲಿ ಪ್ರೇಮವಿದ್ದ ಅವರು ತಾವೇ ತಮ್ಮ ಸಂಬಳದ ಬಹು ಭಾಗವನ್ನು ಅವರಿಗೆ ಹಂಚಿಬಿಡುತ್ತಿದ್ದರು. ಆದರೂ ಅವರ ಹಿರಿಯ ಸೋದರ ವೆಂಕಟೇಶ ಶಾಸ್ತ್ರಿಗಳು ಕಷ್ಟ ಕೋಟಲೆಗಳಿಗೆ ಸಿಕ್ಕಿ ಸಾಲ ಮಾಡುತ್ತಿದ್ದರು. ತಾಯಿಯ ಸಲಹೆಯಂತೆ ವಿಶ್ವೇಶ್ವರಾಯ ಅವರ ಸಾಲವನ್ನೆಲ್ಲ ತಾವೇ ತೀರಿಸುತ್ತಿದ್ದರು. ಒಂದು ದಿನ ತಮ್ಮ ಅಣ್ಣನಿಗೆ, ''ನೀನು ಈ ರೀತಿ ಸಾಲ ಮಾಡಿ ಸಂಸಾರ ನಿರ್ವಹಿಸುತ್ತಾ ಹೋದರೆ ನಾನು ನಿನ್ನ ಮುಖವನ್ನೇ ನೋಡುವುದಿಲ್ಲ'' ಎಂದು ಹೇಳಿಬಿಟ್ಟರು. ಅವರು ಇದ್ದುದರಲ್ಲಿ ತೃಪ್ತಿ ಪಡಬೇಕು ಎಂದು ಭಾವಿಸಿ ಹಾಗೆಯೇ ಬದುಕಿದರು. ಅತಿಯಾಸೆ ವಿನಾಶಕ್ಕೆ ಮೂಲವಲ್ಲವೇ?

ಮಕ್ಕಳೆಂದರೆ ವಿಶ್ವೇಶ್ವರಾಯನವರಿಗೆ ಅಕ್ಕರೆ, ಒಮ್ಮೆ ಅವರು ತಮ್ಮ ಹುಟ್ಟೂರಾದ ಮುದ್ದೇನಹಳ್ಳಿಯ ಪ್ರಾಥಮಿಕ ಶಾಲೆಗೆ ಭೇಟಿ ನೀಡಿದರು. ಉಪಾಧ್ಯಾಯರನ್ನು ಕರೆದು ಅವರಿಗೆ ಹತ್ತುರೂಪಾಯಿ ಕೊಟ್ಟು ಮಕ್ಕಳಿಗೆಲ್ಲ ಸಿಹಿ ತಂದು ಕೊಡಲು ಹೇಳಿದರು. ಮಕ್ಕಳಿಗೆ ಎರಡು ಹಿತ ನುಡಿಗಳನ್ನು ಹೇಳಬೇಕೆಂದು ಕೇಳಿದಾಗ ಐದು ನಿಮಿಷ ಮಾತನಾಡಿದರು. ಆದರೆ ಅವರಿಗೆ ಅದು ತೃಪ್ತಿ ಆಗಲಿಲ್ಲ

ಪೂರ್ವಸಿದ್ಧತೆ ಮಾಡಿಕೊಂಡು ಇನ್ನೊಮ್ಮೆ ಶಾಲೆಗೆ ಬಂದು ತಾವು ಬರೆದು ತಂದಿದ್ದ ಭಾಷಣವನ್ನು ಓದಿ ಸಮಾಧಾನಪಟ್ಟುಕೊಂಡರು.

ವಿಶ್ವೇಶ್ವರಾಯ ಹೆಚ್ಚು ಮಾತನಾಡುತ್ತಿರಲಿಲ್ಲ. ಮಿತಮಧುರ ಭಾಷಿಯಾಗಿದ್ದರು. ಯಾರಾದರೂ ಅವರ ಮುಖಸ್ತುತಿ ಮಾಡಿದರೂ ಅವರಿಗೆ ಒಪ್ಪಿಗೆಯಾಗುತ್ತಿರಲಿಲ್ಲ. ಸಂಕೋಚ ಪ್ರವೃತ್ತಿಯವರಿದ್ದರು. ಉಚಿತ ಸೇವೆಯನ್ನು ಸ್ವೀಕರಿಸುತ್ತಿರಲಿಲ್ಲ. ಯೋಗ್ಯತಾನುಸಾರ ಶ್ರಮಕ್ಕೆ ತಕ್ಕ ಪ್ರತಿಫಲ ದೊರೆಯಬೇಕೆಂಬುದೇ ಅವರ ಸಿದ್ಧಾಂತವಾಗಿತ್ತು. ಗೌರವ ಕಳೆದುಕೊಳ್ಳಲು ಅವರೆಂದೂ ಅಪೇಕ್ಷಿಸುತ್ತಿರಲಿಲ್ಲ. ತಾವು ಪಡೆದ ಸೇವೆಗೆ ತಕ್ಕ ಸಂಭಾವನೆ ಸಲ್ಲಿಸುವುದು ಅವರ ಸ್ವಭಾವವಾಗಿತ್ತು. ಮತ್ತೊಬ್ಬರಿಗೆ ಋಣಿಯಾಗಿರಲು ಅವರು ಬಯಸುತ್ತಿರಲಿಲ್ಲ. ಒಮ್ಮೆ ಲಂಡನ್ನಿನಲ್ಲಿದ್ದಾಗ ಇವರಿಗೆ ಅಂಚೆ ಚೀಟಿ ಅಗತ್ಯವಾಯಿತು. ಜತೆಯಲ್ಲಿದ್ದ ಸ್ನೇಹಿತರೊಬ್ಬರು ಅಂಚೆ ಚೀಟಿ ಕೊಟ್ಟರು. ಇವರ ಬಳಿ ಚಿಲ್ಲರೆ ಇರಲಿಲ್ಲ. ಅದಕ್ಕೆ ಪ್ರತಿಯಾಗಿ ಗೆಳೆಯನಿಗೆ ಒಂದು ಪೌಂಡ್ ನೋಟನ್ನು ಬಲವಂತವಾಗಿ ನೀಡಿದರು. "ಈಗ ನಾನು ಋಣಮುಕ್ತನಾದೆ. ಚಿಲ್ಲರೆ ಕೊಡುವುದು ನಿಮ್ಮ ಹೊಣೆ" ಎಂದರು.

ವಿಶ್ವೇಶ್ವರಾಯನವರ ಯಶಸ್ಸಿಗೆ ಶಿಸ್ತು, ಸಂಯಮ, ಕಾಲನಿಯಮ, ವ್ಯವಸ್ಥಿತ, ದಿನಚರಿ ಇವೇ ಮುಖ್ಯಕಾರಣ. ಪ್ರತಿದಿನವೂ ತಾನು ಮಾಡಬೇಕಾದ ದಿನಚರಿಯನ್ನು ಪಟ್ಟಿ ಮಾಡಿ ಬರೆದು ಅದರಂತೆಯೇ ನಡೆದುಕೊಳ್ಳುತ್ತಿದ್ದರು. ಪ್ರತಿಯೊಂದರಲ್ಲೂ ಒಂದು ಕ್ರಮವಿರುತ್ತಿತ್ತು.

ಮಹಾತ್ಮನಿರಲಿ, ಮಹಾರಾಜನೇ ಇರಲಿ ಅವರ ಲೋಪ ದೋಷಗಳನ್ನು ತೋರಿಸಿಕೊಡಲು ವಿಶ್ವೇಶ್ವರಾಯನವರು

ಹಿಂತೆಗೆಯುತ್ತಿರಲಿಲ್ಲ. ಮಹಾತ್ಮಾಗಾಂಧೀಜಿ ನಮ್ಮ ದೇಶದ ನಾಯಕರು. ಆದರೆ ಅವರು ಉಪವಾಸವ್ರತ ಮತ್ತು ಆಹಾರದ ಪ್ರಯೋಗಗಳಿಂದ ದೇಹಾರೋಗ್ಯ ಕೆಡಿಸಿಕೊಳ್ಳುತ್ತಿದ್ದುದು ವಿಶ್ವೇಶ್ವರಾಯನವರಿಗೆ ಸರಿಕಾಣಲಿಲ್ಲ. ಗಾಂಧೀಜಿಯವರಿಗೆ ''ನೀವು ಈ ದೇಶದ ದೊಡ್ಡ ಆಸ್ತಿ. ನಿಮ್ಮ ಮಾರ್ಗದರ್ಶನವನ್ನು ಪ್ರಜೆಗಳೂ ಬಯಸುತ್ತಾರೆ. ನೀವು ಸದಾಕಾಲ ಆರೋಗ್ಯವಂತರಾಗಿ ಬಾಳುವುದು ಅಗತ್ಯ'' ಎಂದು ಹೇಳಿದುದುಂಟು.

ಸರ್ಕಾರದ ಸವಲತ್ತುಗಳನ್ನು ವಿಶ್ವೇಶ್ವರಾಯನವರು ಸ್ವಂತಕ್ಕೆ ಬಳಸಲು ಒಪ್ಪುತ್ತಿರಲಿಲ್ಲ. ಸರ್ಕಾರದ ಕೆಲಸ ಮಾಡುವಾಗ ಸರ್ಕಾರದ ಮೇಣದ ಬತ್ತಿ, ಕಾಗದ ಮೊದಲಾದ ವಸ್ತುಗಳನ್ನು ಉಪಯೋಗಿಸಿದರೆ ಸ್ವಂತ ಕೆಲಸಕ್ಕೆ ತಮ್ಮ ಸ್ವಂತ ಖರ್ಚಿನಲ್ಲಿ ತಂದ ಮೇಣದಬತ್ತಿ, ಕಾಗದಗಳನ್ನು ಉಪಯೋಗಿಸುತ್ತಿದ್ದರು. ಸ್ವಂತ ಕೆಲಸಕ್ಕೆ ಖಾಸಗಿ ಕಾರು ಬಳಸುತ್ತಿದ್ದರು. ದಿವಾನ ಪದವಿಗೆ ರಾಜಿನಾಮೆ ಸಲ್ಲಿಸಿ ಹೊರಬಂದಾಗ ಸರ್ಕಾರದ ವಾಹನ ಬಳಸಲು ತಾನಿನ್ನು ದಿವಾನನಲ್ಲ, ಅಧಿಕಾರವಿಲ್ಲ ಎಂದು ಹೇಳಿಬಿಟ್ಟರು. ಹೀಗೆ ಅವರದ್ದು ಪರಿಶುದ್ಧ ಜೀವನವಾಗಿತ್ತು. ಸಾರ್ವಜನಿಕ ಜೀವನದಲ್ಲಿ ಒಂದು ಬಿಡಿಗಾಸನ್ನೂ ಸ್ವಾರ್ಥಕ್ಕಾಗಿ ಬಳಸಿಕೊಳ್ಳಲಿಲ್ಲ.

ವಿಶ್ವೇಶ್ವರಾಯ ಕಾಲಕ್ಕೆ ಬಹಳ ಮಹತ್ವ ಕೊಡುತ್ತಿದ್ದರು. 'ಕಾಲವೇ ಹಣ' ಎಂದೂ ಹೇಳುತ್ತಿದ್ದರು.

ಒಮ್ಮೆ ಎಂ.ಜಿ. ರಂಗಯ್ಯ ಎಂಬ ಇಂಜಿನಿಯರ್ ಅವರನ್ನು ಕಾಣಲು ನಿಗದಿಯಾದ ವೇಳೆಗಿಂತ ಕೆಲವು ನಿಮಿಷ ಮೊದಲೇ ಹೋದರು. ಆಗ ಸರ್ ಎಂ.ವಿ.ಯವರು ''ಇನ್ನೂ ಕೆಲವು ನಿಮಿಷಗಳಿವೆ. ನನ್ನ ವೇಳೆ ಕಳೆಯಬೇಡಿ'' ಎಂದು ತಮ್ಮ ಗಡಿಯಾರ

ತೋರಿಸಿದರು. ಕಾಲ ವ್ಯರ್ಥವಾಗಲು ಅವರು ಒಪ್ಪುತ್ತಿರಲಿಲ್ಲ. ಗೊತ್ತು ಮಾಡಿದ್ದ ಕಾಲಕ್ಕೆ ಮೊದಲು ಬಂದವರು ಸ್ವಲ್ಪ ಕಾಲಯಬೇಕು. ಹಾಗೆಯೇ ಕಾಲಮೀರಿ ಬಂದವರಿಗೆ ಅವರ ಭೇಟಿಯೂ ದೊರೆಯುತ್ತಿರಲಿಲ್ಲ. ನಿಯಮಿತ ಅವಧಿಗಿಂತ ಒಂದು ನಿಮಿಷ ಹೆಚ್ಚು ಕಾಲವನ್ನೂ ಕೊಡುತ್ತಿರಲಿಲ್ಲ.

ವಿಶ್ವೇಶ್ವರಾಯನವರು ತಮಗಿದ್ದ ಪ್ರತಿಭೆಯಿಂದ ಕೋಟ್ಯಾಧೀಶ್ವರರಾಗಬಹುದಿತ್ತು.ಆದರೆ ವಿಶ್ವೇಶ್ವರಾಯನವರು ಹಣವಂತರಾಗಲು ಆಶಿಸಲಿಲ್ಲ. ಐಶ್ವರ್ಯಕ್ಕೆ ಮಾರುಹೋಗದವರಾರು? ಆದರೆ ಸರ್ ಎಂ.ವಿ. ಅದರಿಂದ ದೂರ. ಪತ್ರಿಕೋದ್ಯಮಿ ಬಿ.ಎನ್. ಗುಪ್ತ ಎಂಬುವರು ಒಮ್ಮೆ ವಿಶ್ವೇಶ್ವರಾಯನವರನ್ನು ಕುರಿತು ''ನಿವೃತ್ತರಾಗಿರುವ ತಾವು ಒಳ್ಳೆ ಸಲಹೆಗಾರರಾಗಿ ಹಣ ಸಂಪಾದಿಸಬಹುದಲ್ಲ'' ಎಂದು ಕೇಳಿದಾಗ ವಿಶ್ವೇಶ್ವರಾಯ ''ನಾನು ಶ್ರೀಮಂತನಾಗಬಯಸುವಿರಾ?'' ಎಂದು ಪ್ರಶ್ನೆ ಹಾಕಿದರಂತೆ. ಅದಕ್ಕೆ ಗುಪ್ತ ''ಹಣಸಂಪಾದನೆ ನಿಮಗಾಗಿ ಅಲ್ಲ, ದೇಶ ಸೇವೆಗಾಗಿ'' ಎಂದಾಗ ವಿಶ್ವೇಶ್ವರಾಯ ''ಈಗ ನಾನು ಸೇವೆ ಸಲ್ಲಿಸುತ್ತಿಲ್ಲವೇ?'' ಎಂದು ಮತ್ತೆ ಪ್ರಶ್ನೆ ಹಾಕಿದರಂತೆ. ಹೀಗೆ ವಿಶ್ವೇಶ್ವರಾಯ ಐಶ್ವರ್ಯಕ್ಕೆ ಅತಿಮಹತ್ವ ಕೊಡಲಿಲ್ಲ.

ವಿಶ್ವೇಶ್ವರಾಯನವರದು ಸಾರ್ಥಕ ಜೀವನ. ಅವರೊಬ್ಬ ಕರ್ಮಯೋಗಿಯಾಗಿದ್ದರು. ದಿನಕ್ಕೆ ಹತ್ತು ಗಂಟೆ ಕಾಲವಾದರೂ ಕಷ್ಟಪಟ್ಟು ದುಡಿಯಬೇಕೆನ್ನುತ್ತಿದ್ದರು. ಸ್ವಸಾಮರ್ಥ್ಯ, ಸ್ವಪ್ರಯತ್ನಗಳಿಗೆ ಅವರು ಪ್ರೋತ್ಸಾಹ ನೀಡುತ್ತಿದ್ದರು. ವಿಧಿ, ಹಣೆಬರಹ, ಕರ್ಮಫಲ ಇಂಥದನ್ನೆಲ್ಲ ಅವರು ಬೆಂಬಲಿಸುತಿರಲಿಲ. ದುಡಿಮೆಗೆ

ಅವರು ಮೊದಲ ಸ್ಥಾನ ನೀಡಿದ್ದರು. ತಮ್ಮದೇ ಉದಾಹರಣೆಯಿಂದ ವಿಶ್ವಮಾನ್ಯರೂ ವಿಶ್ವಬಂಧುವೂ ಆದರು. ವಿಶ್ವಕೀರ್ತಿ ಪಡೆದರು.

ವಿಶ್ವೇಶ್ವರಾಯ ತಾವು ಒಬ್ಬರಿಗೆ ಭಾರವಾಗಿರಲು ಇಷ್ಟಪಡುತ್ತಿರಲಿಲ್ಲ. ತಮ್ಮ ಅಂತ್ಯಕಾಲಕ್ಕೆ ಸ್ವಲ್ಪ ಮೊದಲು ತಮ್ಮಲ್ಲಿದ್ದ ಕಾಗದಪತ್ರಗಳಲ್ಲಿ ಇತರರಿಗೆ ತೊಂದರೆಯಾಗಬಹುದಾದ ಎಲ್ಲ ಕಾಗದಪತ್ರಗಳನ್ನೂ ನಾಶಪಡಿಸಿದರು. ತಮ್ಮ ಉಯಿಲು ಬರೆದಿಟ್ಟು, ತಮ್ಮ ಆಸ್ತಿಯಲ್ಲಿ ಯಾರು ಯಾರಿಗೆ ಎಷ್ಟೆಷ್ಟು ಪಾವತಿಯಾಗಬೇಕೆಂದು ಬರೆದಿಟ್ಟಿದ್ದರು.

ದೇಶಸೇವೆಯಲ್ಲಿ ಗಂಧದ ಕೊರಡಿನಂತೆ ತೇದು ದೇಹವನ್ನು ಸವೆಸಿದರು. ನಿಜ ಅರ್ಥದಲ್ಲಿ ಭಾರತರತ್ನರೆನಿಸಿದರು.

ವಿಶ್ವೇಶ್ವರಾಯನವರೆಂದರು...

★ ನಮ್ಮ ಸುತ್ತಮುತ್ತಲ ಜನ ಸುಖವಾಗಿದ್ದರೆ ಮಾತ್ರ ನಾವು ಸುಖವಾಗಿರಬಲ್ಲೆವು.

★ ಕರ್ಮ ಎಂದರೆ ಹಣೆಯಬರಹ ಎಂದು ಅರ್ಥ ಮಾಡುವುದಕ್ಕಿಂತ, ಕರ್ಮ ಎಂದರೆ ಕೆಲಸ, ಕಾಯಕ, ಶ್ರದ್ಧೆ ಎಂದು ಅರ್ಥೈಸುವುದು ಯುಕ್ತ.

★ ರಾಷ್ಟ್ರಗಳು ತಮ್ಮ ಸ್ವಬಲದಿಂದ ಬೆಳೆಯುತ್ತವೆ. ಯಾವ ರಾಷ್ಟ್ರವೂ ಮತ್ತೊಂದು ರಾಷ್ಟ್ರದ ಆಗುಹೋಗುಗಳನ್ನು ರೂಪಿಸಲಾರದು.

★ ನಮ್ಮ ದೇಶ ಹಿಂದುಳಿದಿದ್ದರೂ ನಮ್ಮ ಜನ ಬುದ್ಧಿ ಶಕ್ತಿಯಲ್ಲಿ

ಯಾರಿಗೂ ಕಡಿಮೆಯಿಲ್ಲ. ತಕ್ಕ ಶಿಕ್ಷಣ, ಯೋಗ್ಯವಾತಾವರಣ,
ಬೇಕಾದ ಸೌಲಭ್ಯಗಳನ್ನು ಕಲ್ಪಿಸಿಕೊಟ್ಟರೆ ಪರದೇಶೀಯರನ್ನು
ಮೀರಿಸಬಲ್ಲ ಶಕ್ತಿ ನಮ್ಮ ಜನಕ್ಕಿದೆ.

★ ಒಳ್ಳೆಯ ರಾಷ್ಟ್ರೀಯ ಚಾರಿತ್ರ್ಯ ಬೆಳೆಸಬೇಕೆಂಬ ಸದಾಶಯ
  ದೀರ್ಘಾವಧಿಯ ಯೋಜನೆಗಳಲ್ಲಿ ಒಂದಾಗಿರಬೇಕು.

★ ಪ್ರತಿಯೊಬ್ಬ ವ್ಯಕ್ತಿಯೂ ಸಚ್ಚಾರಿತ್ರ್ಯವುಳ್ಳವನೂ
  ಪ್ರಾಮಾಣಿಕನೂ ದಕ್ಷನೂ ಆಗಿರಬೇಕು. ಈ ಸದ್ಗುಣಗಳ
  ಬೆಳವಣಿಗೆಯಲ್ಲಿ ಎಲ್ಲರೂ ಪ್ರೋತ್ಸಾಹ ನೀಡಬೇಕು.

ಜೀವನ ಚರಿತ್ರೆಮಾಲೆ

ಅಜೀಂ ಪ್ರೇಮ್‌ಜಿ

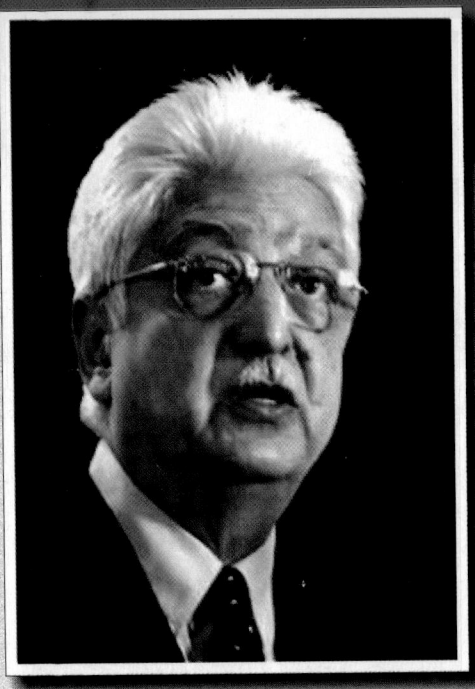

ಜೀವನ ಚರಿತ್ರೆ ಮಾಲೆ
ಅಜೀಂ ಪ್ರೇಮ್‌ಜಿ

ಶ್ರೀಕಾರ

 ವಾಸನ್ ಪಬ್ಲಿಕೇಷನ್ಸ್

ಅಜಂ ಪ್ರೇಮ್‌ಜಿ
© ವಾಸನ್ ಪಬ್ಲಿಕೇಷನ್ಸ್
ಮುದ್ರಣ : 2018

ಪ್ರಕಾಶಕರು :

ವಾಸನ್ ಪಬ್ಲಿಕೇಷನ್ಸ್

25, ವಾಸನ್ ಟವರ್ಸ್,
ಡಾ॥ ಟಿ.ಸಿ.ಎಂ. ರಾಯನ್ ರಸ್ತೆ (ಗೂಡ್ಸ್‌ಶೆಡ್ ರಸ್ತೆ),
ಬೆಂಗಳೂರು – 560 053
e-mail: vasanpublications@gmail.com
www.mastermindbooks.com

₹ 30/-

ಡಿಟಿಪಿ :
ಸನ್‌ಶೈನ್ ಡಿಟಿಪಿ ಸೆಂಟರ್

ಮುದ್ರಣ :
ಕೆ.ಆರ್.ಎಲ್. ಆಫ್‌ಸೆಟ್ ಪ್ರಿಂಟರ್ಸ್

1. ಜೀವನ ಪರಿಚಯ

ವಿಪ್ರೊ ಸಂಸ್ಥೆಯ ಮುಖ್ಯಸ್ಥ ಅಜೀಂ ಪ್ರೇಮ್‌ಜಿ ಜನಿಸಿದ್ದು 1945ರಲ್ಲಿ ಮಹಾರಾಷ್ಟ್ರದಲ್ಲಿ.

ಅವರು ಅಮೆರಿಕೆಯ ಸ್ಟ್ಯಾನ್‌ಫೋರ್ಡ್ ಯುನಿವರ್ಸಿಟಿಯ ಹಳೆಯ ವಿದ್ಯಾರ್ಥಿ.

ಪ್ರೇಮ್‌ಜಿ ಅವರ ತಂದೆ 1945ರಲ್ಲಿ ಮಹಾರಾಷ್ಟ್ರದಲ್ಲಿ ವನಸ್ಪತಿ ತೈಲ ತಯಾರಿಸುವ ಕಂಪನಿ ಆರಂಭಿಸಿದರು. 1966ರಲ್ಲಿ ಅವರು ಹೃದಯಾಘಾತ ದಿಂದ ನಿಧನರಾದರು. ಆ ಸಮಯದಲ್ಲಿ ಅಜೀಂ ಪ್ರೇಮ್‌ಜಿ ಅಮೆರಿಕದ ಸ್ಟ್ಯಾನ್‌ಫೋರ್ಡ್ ಯುನಿವರ್ಸಿಟಿಯಲ್ಲಿ ಓದುತ್ತಿದ್ದರು. ತಂದೆಯವರ ಹಠಾತ್ ನಿಧನದಿಂದ ಪ್ರೇಮ್‌ಜಿ ಭಾರತಕ್ಕೆ ಮರಳಬೇಕಾಯಿತು. ತಂದೆಯವರು ನಡೆಸಿಕೊಂಡು ಹೋಗುತ್ತಿದ್ದ ವಹಿವಾಟನ್ನು ಮುಂದುವರೆಸಿಕೊಂಡು ಹೋಗುವ ಜವಾಬ್ದಾರಿ ಅವರ ಮೇಲೆ ಬಿತ್ತು. 1966ರಲ್ಲಿ, 21 ವರ್ಷ ವಯಸ್ಸಿನ ಅಜೀಂ ಪ್ರೇಮ್‌ಜಿ ತಮ್ಮ ಕುಟುಂಬ ನಡೆಸುತ್ತಿದ್ದ 'ವೆಸ್ಟರ್ನ್ ಇಂಡಿಯಾ ವೆಜಿಟೇಬಲ್ ಪ್ರಾಡಕ್ಟ್' ಕಂಪನಿಯ ಉಸ್ತುವಾರಿ ವಹಿಸಿ ಕೊಂಡರು. ಅದೇ ಕಂಪನಿಗೆ ಮುಂದೆ ವಿಪ್ರೊ ಎಂದು ನಾಮಕರಣ ಮಾಡಲಾಯಿತು.

ಅಜೀಂ ಪ್ರೇಮ್‌ಜಿ ಸರಳ ಜೀವನ, ಉನ್ನತ ವಿಚಾರದ ವ್ಯಕ್ತಿ. ಅವರ ನೇತೃತ್ವದಲ್ಲಿ ಚಿಕ್ಕ ಪ್ರಮಾಣದ ವನಸ್ಪತಿ ತೈಲ ತಯಾರಿಕಾ ಕಂಪನಿ ಈಗ

ಬೃಹದಾಕಾರದಲ್ಲಿ ಬೆಳೆದಿದೆ. ವಿವಿಧ ಗೃಹ ಬಳಕೆಯ ಉತ್ಪನ್ನಗಳಷ್ಟೇ ಅಲ್ಲದೇ ಮಾಹಿತಿ ತಂತ್ರಜ್ಞಾನ ಕ್ಷೇತ್ರದಲ್ಲಿಯೂ ಮುಂಚೂಣಿಯಲ್ಲಿದೆ.

ಪ್ರೇಮ್‌ಜಿ ಜೀವನದ ಮೌಲ್ಯಗಳಲ್ಲಿ ಅಪಾರ ನಂಬಿಕೆಯುಳ್ಳವರು. ತೀವ್ರ ಸ್ಪರ್ಧಾತ್ಮಕ ಉದ್ಯಮ ಜಗತ್ತಿನಲ್ಲಿ ಮುನ್ನಡೆಯುತ್ತಿರುವ ಅವರ ಸಂಸ್ಥೆಗೆ ಮೌಲ್ಯಗಳೇ ಭದ್ರ ಬುನಾದಿ. ಪ್ರಾಮಾಣಿಕತೆ, ದಕ್ಷತೆಯೊಂದಿಗೆ ಯಾವತ್ತೂ ರಾಜಿ ಇಲ್ಲ. ಈ ಎಲ್ಲ ಕಾರಣಗಳಿಂದಾಗಿ ಜಗತ್ತಿನಾದ್ಯಂತ ಯುವ ಉದ್ಯಮಿಗಳಿಗೆ ಪ್ರೇಮ್‌ಜಿ ಆದರ್ಶಪ್ರಾಯರಾಗಿದ್ದಾರೆ.

ಅಜೀಂ ಪ್ರೇಮ್‌ಜಿ ಅವರ ಮೌಲ್ಯಾಧಾರಿತ ವ್ಯಾವಹಾರಿಕ ದೂರದೃಷ್ಟಿ, ಅವರ ನೇತೃತ್ವದಲ್ಲಿ ಕಾರ್ಯನಿರ್ವಹಿಸುತ್ತಿರುವ ದಕ್ಷ, ಪರಿಣಿತ ಉದ್ಯೋಗಿಗಳ ತಂಡ. ಭಾರತದ ಪ್ರಮುಖ ಬಿಸಿನೆಸ್ ನಿಯತಕಾಲಿಕ ಬಿಸಿನೆಸ್ ಟುಡೇ ಪ್ರಕಾರ ವಿಪ್ರೊ ದೇಶದಲ್ಲಿ ಅತ್ಯಂತ ಸ್ಪರ್ಧಾತ್ಮಕ, ಯಶಸ್ವಿ ಕಂಪನಿಗಳ ಪಟ್ಟಿಯಲ್ಲಿ ಎರಡನೇ ಸ್ಥಾನದಲ್ಲಿದೆ. ಮಾರುಕಟ್ಟೆ ಮೌಲ್ಯದ ಆಧಾರದ ಮೇಲೆ ಪರಿಗಣಿಸುವುದಾದರೆ ವಿಪ್ರೊ ಇಂದು ಭಾರತದ ಹತ್ತು ಅತಿ ದೊಡ್ಡ ಸಂಸ್ಥೆಗಳ ಪಟ್ಟಿಯಲ್ಲಿದೆ.

ಅಮೆರಿಕದಾಚೆ ಇರುವ ಜಗತ್ತಿನ 25 ಅತ್ಯಂತ ಪ್ರಭಾವಿ ಉದ್ಯಮಿಗಳಲ್ಲಿ ಅಜೀಂ ಪ್ರೇಮ್‌ಜಿ ಒಬ್ಬರೆಂದು ಫೊರ್ಚುನ್ ಮ್ಯಾಗ್‌ಝಿನ್ ಗುರುತಿಸಿದೆ. ಭಾರತದಲ್ಲಿ ಶೀಘ್ರವಾಗಿ ಬೆಳೆಯುತ್ತಿರುವ ಮಾಹಿತಿ ತಂತ್ರಜ್ಞಾನ ಕ್ಷೇತ್ರಕ್ಕೆ ಅಪಾರ ಕೊಡುಗೆ ನೀಡಿದ ಪ್ರೇಮ್‌ಜಿ ಫಾರ್ಚುನ್ ಪಟ್ಟಿಯಲ್ಲಿ 17ನೇ ಸ್ಥಾನದಲ್ಲಿದ್ದಾರೆ. ಈ ಪಟ್ಟಿಯಲ್ಲಿ ಏಷ್ಯಾದ ಎಂಟು ಅತಿ ದೊಡ್ಡ ಕಂಪನಿಗಳ ಮುಖ್ಯಸ್ಥರಿದ್ದು, ಸೋನಿ ಕಂಪನಿಯ ನೊಬುಯುಕಿ ಐಡೈ ಅವರು ಎರಡನೇ ಸ್ಥಾನದಲ್ಲಿದ್ದಾರೆ.

ಮೌಲ್ಯಗಳಿಗೆ ಒತ್ತು, ದೂರದೃಷ್ಟಿ, ಕಂಪನಿಯ ನಾಯಕರ ಹಾಗೂ ಉದ್ಯೋಗಿಗಳ ಪರಿಶ್ರಮ ಇವು ವಿಪ್ರೊದ ಯಶಸ್ಸಿಗೆ ಪ್ರಮುಖ ಕಾರಣಗಳು ಎನ್ನುವುದು ಪ್ರೇಮ್‌ಜಿ ಅವರ ಬಲವಾದ ನಂಬಿಕೆ. ಗ್ರಾಹಕರಿಗೆ ಅತ್ಯುತ್ತಮ ಸೇವೆ ನೀಡಿ, ಅವರನ್ನು ತೃಪ್ತಿಗೊಳಿಸಿ, ಅವರಿಗೆ ಕೊಟ್ಟ ಮಾತನ್ನು ಈಡೇರಿಸುವ ನಿಟ್ಟಿನಲ್ಲಿ ಪ್ರೇಮ್‌ಜಿ ಅವರ ಪರಿಶ್ರಮಕ್ಕೆ ಸಾಟಿಯಿಲ್ಲ.

ವಿಪ್ರೊದ ಮಾಜಿ ಕಾರ್ಯನಿರ್ವಹಣಾಧಿಕಾರಿ ವಿವೇಕ್‌ಪಾಲ್ ಅವರು ಅಜೀಂ ಪ್ರೇಮ್‌ಜಿ ಕುರಿತು ತಮ್ಮ ಅಭಿಪ್ರಾಯ ವ್ಯಕ್ತಪಡಿಸಿದ್ದು ಹೀಗೆ: "ಮಹಾರಾಷ್ಟ್ರದ ಅಮೂಲನರ್ ನಗರದಲ್ಲಿ ಒಂದು ಕಾರ್ಖಾನೆಯನ್ನು ವಂಶಪಾರಂಪರ್ಯವಾಗಿ ಬಳುವಳಿ ಪಡೆದು ಕಾರ್ಯಾರಂಭ ಮಾಡಿದ ಪ್ರೇಮ್‌ಜಿ ಅಲ್ಲಿಂದ ಮುಂದೆ ಜಗತ್ತಿನಾದ್ಯಂತ ಭಾರತದ ಖ್ಯಾತಿ ಪಸರಿಸುವ ರಾಯಭಾರಿಯಾಗಿ ಬೆಳೆದದ್ದು ಪ್ರಶಂಸಾರ್ಹ. ಕಾಲಕ್ಕನುಗುಣವಾಗಿ ತಮ್ಮ ಕ್ಷಮತೆ, ಕಾರ್ಯಪರಿಧಿಯನ್ನು ಬೆಳೆಸಿಕೊಳ್ಳುತ್ತ ಬಂದಿರುವ ಅತ್ಯುತ್ತಮ ಉದ್ಯಮಿಗಳ ಪೈಕಿ ಪ್ರೇಮ್‌ಜಿ ಒಬ್ಬರು."

ತಮ್ಮ ತಂದೆಯವರಿಂದ ಬಳುವಳಿಯಾಗಿ ಬಂದ ವಹಿವಾಟನ್ನು ಪ್ರೇಮ್‌ಜಿ ಉಳಿಸಿಕೊಂಡರು. ಪರಿಶ್ರಮ, ಸಹಿಷ್ಣುತೆಗಳಿಂದ ಅದನ್ನು ಆಕಾಶದೆತ್ತರ ಬೆಳೆಸಿದರು. ಹಳೆಯ ಸಾಂಪ್ರದಾಯಿಕ ಶೈಲಿಯಲ್ಲಿ ಆರಂಭವಾದ ಸಂಸ್ಥೆ ಇಂದು ಅಂತಾರಾಷ್ಟ್ರೀಯ ಮಟ್ಟದ ಹೈ-ಟೆಕ್ ಮಾದರಿಯಲ್ಲಿದೆ. ವಿಪ್ರೊ ಕ್ಯಾಂಪಸ್ಸಿಗೆ ನೀವು ಪ್ರವೇಶಿಸಿದರೆ ಅಲ್ಲೊಂದು ಅತ್ಯಾಧುನಿಕ ಲೋಕವೇ ತೆರೆದುಕೊಳ್ಳುತ್ತಿದೆ. ಈಜುಕೊಳದಿಂದ ಬ್ಯಾಂಕ್ ಎಟಿಎಂವರೆಗೆ ಎಲ್ಲ ಸೌಲಭ್ಯಗಳು ಅಲ್ಲಿ ಲಭ್ಯ.

ವಿಪ್ರೊ ಕಂಪನಿಯ ಇನ್‌ಫೊಟೆಕ್ ವಿಭಾಗ ಸಾಫ್ಟ್‌ವೇರ್ ಕ್ಷೇತ್ರಕ್ಕೆ ಕಾಲಿರಿಸಿದ್ದು 1984ರಲ್ಲಿ. ಕಂಪನಿಯ ಶೀಘ್ರ ಬೆಳವಣಿಗೆ ಆರಂಭಗೊಂಡದ್ದೇ ಅಲ್ಲಿಂದ. ಮುಂದೆ 1989-90ರಲ್ಲಿ ಸಾಕಷ್ಟು ಹಿನ್ನಡೆ ಉಂಟಾಯಿತು. ತೊಡಕುಗಳು ಎದುರಾದವು. ಆಗ ಭಾರತ ತೀವ್ರತರ ವಿದೇಶಿ ವಿನಿಮಯ ಸಮಸ್ಯೆಯಲ್ಲಿ ಸಿಲುಕಿತ್ತು. ಆನಂತರ 1991 ರಿಂದ ದೇಶದಲ್ಲಿ ಖಾಸಗೀಕರಣ, ಉದಾರೀಕರಣದ ಯುಗ ಆರಂಭವಾಯಿತು. ಅದು ಸಾಫ್ಟ್‌ವೇರ್ ಕ್ಷೇತ್ರಕ್ಕೆ ಉಚ್ಛ್ರಾಯ ಕಾಲ. ಭಾರತದ ಸಾಫ್ಟ್‌ವೇರ್ ರಫ್ತು ವಾರ್ಷಿಕ ಶೇ. 50ರ ದರದಲ್ಲಿ ಬೆಳೆಯಿತು. ಅದೇ ವೇಗದಲ್ಲಿ ವಿಪ್ರೊದ ಸಾಫ್ಟ್‌ವೇರ್ ರಫ್ತು ಕೂಡ ಬೆಳೆಯಿತು.

ಅಮೆರಿಕದಲ್ಲಿ ಇಂದು ವಿಪ್ರೊ ಬ್ರಾಂಡ್ ಚಿರಪರಿಚಿತ. ವಿಪ್ರೊದ ಸಾಫ್ಟ್‌ವೇರ್ ಉತ್ಪನ್ನ, ಸೇವೆಗಳ ಪೈಕಿ ಶೇ. 65 ಅಮೆರಿಕ ದೇಶದಲ್ಲಿ

ಮಾರಾಟವಾಗುತ್ತವೆ. ಇದನ್ನು ಸಾಧಿಸ ಹೊರಟಾಗ ವಿಪ್ರೊ ಸಂಸ್ಥೆಗೆ ಎದುರಾದ ಅತ್ಯಂತ ದೊಡ್ಡ ಸಮಸ್ಯೆಯೆಂದರೆ ತನ್ನ ಶಕ್ತಿಯನ್ನು, ಭಾರತದ ಸಾಮರ್ಥ್ಯವನ್ನು ಹೊರ ಜಗತ್ತಿಗೆ ಸಾರಿ ಹೇಳುವುದು. ಅಮೆರಿಕದಲ್ಲಿ ಪ್ರಭಾವಿ ಭಾರತೀಯರು ನೆಲೆಸಿದ್ದು ವಿಪ್ರೊಗೆ ಅತ್ಯಂತ ಉಪಯುಕ್ತವಾಗಿ ಪರಿಣಮಿಸಿತು. ಅಮೆರಿಕದಲ್ಲಿ ಭಾರತೀಯ ಕಂಪನಿಗಳು ಒಳ್ಳೆಯ ಹೆಸರು ಗಳಿಸಿವೆ. ಅಲ್ಲಿರುವ ಉನ್ನತ ಮಟ್ಟದ ತಂತ್ರಜ್ಞಾನ ಕಂಪನಿಗಳ ಇಂಜಿನಿಯರಿಂಗ್ ಸಿಬ್ಬಂದಿಯಲ್ಲಿ ಬಹು ದೊಡ್ಡ ಪಾಲು ಭಾರತೀಯರೇ. ಅಮೆರಿಕದಲ್ಲಿ ಮಾಂಚೂಣಿಯಲ್ಲಿರುವ ಬಿಸಿನೆಸ್ ಸ್ಕೂಲುಗಳಲ್ಲಿ ಸಾಕಷ್ಟು ಸಂಖ್ಯೆಯ ಭಾರತೀಯರಿದ್ದಾರೆ.

ಅಜೀಂ ಪ್ರೇಮ್‌ಜಿ ಖ್ಯಾತ ಉದ್ಯಮಿಯಷ್ಟೇ ಅಲ್ಲ. ಸಾಮಾಜಿಕ ಸೇವೆಯಲ್ಲಿ ಅವರದ್ದು ಎತ್ತಿದ ಕೈ. 'ವಿಪ್ರೋ ಕೇರ್ಸ್' ಎಂಬ ಹೆಸರಿನಲ್ಲಿ ಅವರು ಆರಂಭಿಸಿದ ಸಂಸ್ಥೆ ಪ್ರಾಥಮಿಕ ಶಿಕ್ಷಣಕ್ಕೆ ಒತ್ತು ಕೊಡುತ್ತದೆ. ರೂ. 1,000 ಮಿಲಿಯನ್ ಆರಂಭಿಕ ನಿಧಿಯಿಂದ ಈ ಸಂಸ್ಥೆಯನ್ನು ಆರಂಭಿಸಲಾಯಿತು. ವಿಪ್ರೊ ಉದ್ಯೋಗಿಗಳು ತಮ್ಮ ಸಾಮಾಜಿಕ ಜವಾಬ್ದಾರಿಯನ್ನು ಅರಿತು ಇದರಲ್ಲಿ ಕಾರ್ಯ ನಿರ್ವಹಿಸುತ್ತಾರೆ. ಈ ಮೂಲಕ ಸಾವಿರಾರು ಮಕ್ಕಳಿಗೆ ಶಿಕ್ಷಣ ನೀಡಲಾಗುತ್ತದೆ. ಕೊಳಚೆ ಪ್ರದೇಶಗಳಲ್ಲಿ ಗ್ರಂಥಾಲಯಗಳನ್ನು ಸ್ಥಾಪಿಸಲಾಗಿದೆ. ಆರ್ಥಿಕವಾಗಿ, ಸಾಮಾಜಿಕವಾಗಿ ಹಿಂದುಳಿದ ಮಕ್ಕಳಿಗೆ ಕಂಪ್ಯೂಟರ್ ಶಿಕ್ಷಣ ಹಾಗೂ ವಿದ್ಯಾರ್ಥಿ ವೇತನ ನೀಡಲಾಗುತ್ತದೆ. ಈ ಮೂಲಕ ಸಾವಿರಾರು ಮಕ್ಕಳು ವಿದ್ಯಾಭ್ಯಾಸ ಪಡೆಯಲು ಅನುಕೂಲವಾಗಿದೆ. ಅಷ್ಟೇ ಅಲ್ಲ, ವಿಪ್ರೊ ಉದ್ಯೋಗಿಗಳಿಗೆ ಸಾಮಾಜಿಕ ಜವಾಬ್ದಾರಿ ನಿರ್ವಹಿಸಿದ ಆನಂದವೂ ದೊರೆಯುತ್ತದೆ.

ಗುಜರಾತಿನಲ್ಲಿ ಭೂಕಂಪ ಸಂಭವಿಸಿದಾಗ. ಸಂತ್ರಸ್ತರ ನೆರವಿಗಾಗಿ ವಿಪ್ರೊ ಪರಿಹಾರ ನಿಧಿ ಘೋಷಿಸಿತು. ಈ ನಿಧಿ ಸಂತ್ರಸ್ತರ ವೈದ್ಯಕೀಯ ಹಾಗೂ ಇನ್ನಿತರ ಅಗತ್ಯಗಳಿಗೆ ಸದ್ವಿನಿಯೋಗಗೊಳ್ಳುವಂತೆ ಪ್ರೇಮ್‌ಜಿ ಸ್ವತಃ ಕಾಳಜಿವಹಿಸಿದರು.

ತಮ್ಮ ಕಾರ್ಯಕ್ಷೇತ್ರದಲ್ಲಿ ಪ್ರೇಮ್‌ಜಿ ತಂತ್ರಜ್ಞಾನವನ್ನು ನವೀನ

ರೀತಿಯಲ್ಲಿ, ಜವಾಬ್ದಾರಿಯುತವಾಗಿ ಬಳಸುತ್ತಾರೆ. ಈ ನಿಟ್ಟಿನಲ್ಲಿ ಅವರ ಪ್ರಮುಖ ಉದ್ದೇಶಗಳು ಹೀಗಿವೆ.

1. ವಹಿವಾಟು ಕುರಿತಂತೆ ಗ್ರಾಹಕರು ಎದುರಿಸುವ ಸಮಸ್ಯೆಗಳನ್ನು ಬಗೆಹರಿಸುವುದು.

2. ಭವಿಷ್ಯದ ಸವಾಲುಗಳಿಗೆ ಸಜ್ಜುಗೊಳ್ಳಲು ಗ್ರಾಹಕರಿಗೆ ಹೊಸ ಅವಕಾಶಗಳನ್ನು ಕಲ್ಪಿಸುವುದು.

ಮೂರು ವಿಧದ ಕ್ಷೇತ್ರಗಳಲ್ಲಿ ಪ್ರೇಮ್‌ಜಿ ಕಾರ್ಯನಿರ್ವಹಿಸುತ್ತಾರೆ.

1. ಮಾಹಿತಿ ತಂತ್ರಜ್ಞಾನ, (ಐಟಿ) ಸೇವೆಗಳು:- ಕಂಪನಿಗಳ ಕಾರ್ಯಕ್ಷಮತೆ ಹೆಚ್ಚಿಸಲು ಈ ಸೇವೆಗಳು ಸಹಕಾರಿ.

2. ಉತ್ಪನ್ನ ವಿನ್ಯಾಸ ಸೇವೆಗಳು:- ಕಂಪನಿಗಳು ಹೊಸ ಉತ್ಪನ್ನಗಳನ್ನು ಯಾವುದೇ ಲೋಪದೋಷವಿಲ್ಲದೇ, ನಿಗದಿತ ಬಜೆಟ್‌ನಲ್ಲಿ ನಿಗದಿತ ಅವಧಿಯಲ್ಲಿ ಮಾರುಕಟ್ಟೆಗೆ ತರಲು ಪ್ರೊಡಕ್ಟ್ ಡಿಸೈನ್ ಸೇವೆಗಳನ್ನು ಒದಗಿಸಲಾಗುತ್ತದೆ.

3. ಸೇವೆ ಒದಗಿಸಲು ಪೂರಕ ತಂತ್ರಜ್ಞಾನ:- ಮಾರುಕಟ್ಟೆಯ ಅಗತ್ಯಗಳಿಗೆ ಅನುಗುಣವಾಗಿ ಗ್ರಾಹಕರಿಗೆ ವಿವಿಧ ರೀತಿಯ ಸೇವೆ ನೀಡಲು ಅನುಕೂಲವಾಗುವ ತಂತ್ರಜ್ಞಾನವನ್ನು ಕಂಪನಿಗಳಿಗೆ ಒದಗಿಸುತ್ತದೆ.

ವಿಪ್ರೊ ಸಂಸ್ಥೆಯು 'ಸಿಕ್ಸ್ ಸಿಗ್ಮಾ' ಗುಣಮಟ್ಟವನ್ನು ಗಳಿಸುವುದರ ಹಿಂದೆ ಪ್ರೇಮ್‌ಜಿ ಅವರ ಅಪಾರ ಪರಿಶ್ರಮವಿದೆ. ವಿಪ್ರೊದ ಉನ್ನತ ಮಟ್ಟದ ಸಿಬ್ಬಂದಿಯನ್ನು ಉದ್ದೇಶಿಸಿದ ಭಾಷಣದಲ್ಲಿ ಅವರು ಹೇಳಿದ್ದು ಹೀಗೆ: ''ಸಾಮಾನ್ಯವಾಗಿ ಜಗತ್ತಿನಾದ್ಯಂತ ಕಂಪನಿಗಳು ತಮ್ಮ ಉತ್ಪನ್ನ, ಸೇವೆಗಳನ್ನು ಗ್ರಾಹಕರ ಮೇಲೆ ಹೇರಲು ಯತ್ನಿಸುತ್ತವೆ. ಆದರೆ ನಾವು ಉತ್ಪನ್ನ ಹಾಗೂ ಸೇವೆಗಳನ್ನು ಗ್ರಾಹಕರ ಅವಶ್ಯಕತೆ ಹಾಗೂ ಭಾವನೆಯನ್ನು ಪರಿಗಣಿಸಿ ತಯಾರಿಸುತ್ತೇವೆ'' ಇಲ್ಲಿ ಪ್ರೇಮ್‌ಜಿ ಅವರ ನಿಲುವು ಸ್ಪಷ್ಟವಾಗಿದೆ. ಅಂತಾರಾಷ್ಟ್ರೀಯ ಮಟ್ಟದ ಸಂಸ್ಥೆಯಾಗಿ ಕಾರ್ಯನಿರ್ವಹಿಸುವ ವಿಪ್ರೊ ತನ್ನ ಉತ್ಪನ್ನ, ಸೇವೆಯ ಪ್ರತಿಯೊಂದು ತಯಾರಿಕಾ ಹಂತದಲ್ಲಿಯೂ ಗುಣಮಟ್ಟ ಕಾಯ್ದುಕೊಂಡು ಹೋಗುವಲ್ಲಿ ಎಚ್ಚರಿಕೆ ವಹಿಸುತ್ತದೆ.

2. ಮಾನವ ಸಂಪನ್ಮೂಲ ಅಭಿವೃದ್ಧಿ: ಒಂದು ಚಿಂತನೆ

ವಿಪ್ರೊ ಸಂಸ್ಥೆಯ ಉದ್ಯೋಗಿಗಳೇ ಕಂಪನಿಯ ಯಶಸ್ಸಿಗೆ ಕಾರಣ ಎಂದು ಬಲವಾಗಿ ನಂಬಿರುವ ಪ್ರೇಮ್‌ಜಿ ಮಾನವ ಸಂಪನ್ಮೂಲ ಅಭಿವೃದ್ಧಿಗಾಗಿ ವಿಶೇಷ ಕಾಳಜಿ ಹಾಗೂ ಶ್ರಮವಹಿಸುತ್ತಾರೆ. ಒಂದು ಕಾಲದಲ್ಲಿ ಅಜೀಂ ಹಶೀಂ ಪ್ರೇಮ್‌ಜಿ ಜಗತ್ತಿನ ಎರಡನೇ ಅತಿದೊಡ್ಡ ಶ್ರೀಮಂತರಾಗಿದ್ದರು. ಈಗಲೂ ಅವರು ಭಾರತದ ಹಾಗೂ ಜಗತ್ತಿನ ಅತ್ಯಂತ ಶ್ರೀಮಂತರ ಪಟ್ಟಿಯಲ್ಲಿದ್ದಾರೆ. ಅವರು ಬೆಳೆಸಿದ ವಿಪ್ರೊ ಟೆಕ್ನಾಲಜೀಸ್ ಇಂದು ಭಾರತದ ಮಾಹಿತಿ ತಂತ್ರಜ್ಞಾನ ಕ್ರಾಂತಿಯ ಪ್ರತೀಕವಾಗಿದೆ. ಇಂತಹ ಖ್ಯಾತಿಯ ಪ್ರೇಮ್‌ಜಿ ಅವರದ್ದು ತುಂಬ ಸರಳ ವ್ಯಕ್ತಿತ್ವ. ಸಂಕೋಚದ ಸ್ವಭಾವ. ಎಷ್ಟೇ ದೊಡ್ಡ ಶ್ರೀಮಂತರಾಗಿದ್ದರೂ ಸತತ ಪರಿಶ್ರಮಿ. ಪರಿಶ್ರಮದ ಮೂಲಕ ಗಳಿಸುವ ಹಣದ ಮೌಲ್ಯ ಅರಿತವರು, ಪ್ರಾಮಾಣಿಕತೆ, ಸರಳತೆ ಮುಂತಾದ ಮೌಲ್ಯಗಳನ್ನು ಅವರು ತಮ್ಮ ಕಂಪನಿಯ ಅವಿಭಾಜ್ಯ ಅಂಗವಾಗಿಸಲು ಶ್ರಮಿಸಿದ್ದಾರೆ. ದಕ್ಷತೆ, ನಿಖರತೆಯಲ್ಲಿ ಒಂದಿಷ್ಟೂ ರಾಜಿ ಮಾಡಿಕೊಳ್ಳದ ಅವರು ಅದನ್ನು ತಮ್ಮ ಉದ್ಯೋಗಿಗಳಲ್ಲಿ ರೂಢಿಸಲು ಎಷ್ಟೋ ಸಲ ಖುದ್ದಾಗಿ ಮುತುವರ್ಜಿ ವಹಿಸಿ ತರಬೇತಿ ನೀಡುತ್ತಾರೆ. ''ವೃತ್ತಿಯಲ್ಲಿ ದಕ್ಷತೆ ಹೊಂದಿದ ಉದ್ಯೋಗಿಗಳ ತಂಡದೊಡನೆ ನಾವು ಒಂದು ಯಶಸ್ವಿ ಸಂಸ್ಥೆಯನ್ನು ಕಟ್ಟಿದ್ದೇವೆ. ನಾವು ಕಂಡುಕೊಂಡಂತೆ, ಒಂದು ಸಂಸ್ಥೆ ಹಾಗೂ ಅದರ ಉದ್ಯೋಗಿಗಳು ಭವಿಷ್ಯಕ್ಕೋಸ್ಕರ ದುಡಿಯುತ್ತಾರೆ. ಆ ಭವಿಷ್ಯವನ್ನು ನಮಗೆ ಒದಗಿಸುವವರು ಗ್ರಾಹಕರು ಎಂದು ಒಂದು ಸಂದರ್ಶನದಲ್ಲಿ ಪ್ರೇಮ್‌ಜಿ ಹೇಳಿದ್ದಾರೆ.

ಅವರ ಪ್ರಕಾರ ಭವಿಷ್ಯದಲ್ಲಿ ತಂತ್ರಜ್ಞಾನ, ಆರ್ಥಿಕ ವ್ಯವಸ್ಥೆ ಹಾಗೂ ಸಮಾಜದಲ್ಲಿ ಮಹತ್ತರ ಬದಲಾವಣೆಗಳಾಗುತ್ತವೆ. ''ಆದರೆ ಯಾವುದೇ ಕಾಲದಲ್ಲಿ ಬದಲಾಗದೇ ಇರುವುದು ಏನೆಂದರೆ ಮಾನವೀಯ ಮೌಲ್ಯಗಳಿಗೆ

ಬೆಲೆ ಕೊಡುವ ಸಂಸ್ಥೆಗಾಗಿ ಗ್ರಾಹಕರ ಬೇಡಿಕೆ'' ಎನ್ನುತ್ತಾರೆ ಪ್ರೇಮ್‌ಜಿ. ಮೌಲ್ಯಧಾರಿತ ವಹಿವಾಟು ಕಂಪನಿಗೆ ವಿಶ್ವಾಸಾರ್ಹತೆ ತಂದುಕೊಡುತ್ತದೆ. ವಿಶ್ವಾಸಾರ್ಹತೆಯಿಂದ ವಹಿವಾಟು ಇನ್ನಷ್ಟು ಬೆಳೆಯುತ್ತದೆ. ''ವಹಿವಾಟು ಹಾಗೂ ಕಾರ್ಯ ನಿರ್ವಹಣೆಯ ಪ್ರತಿ ಹಂತದಲ್ಲೂ ವಿಪ್ರೊ ಪಾರದರ್ಶಕತೆ ಹೊಂದಿದೆ. ದಕ್ಷತೆ ಹಾಗೂ ಪ್ರಾಮಾಣಿಕತೆ ನಮ್ಮ ಧ್ಯೇಯ. ಇನ್ನು ಚಾಚೂ ತಪ್ಪಿಸದೇ ವಿಪ್ರೋ ಉದ್ಯೋಗಿಗಳು ಪಾಲಿಸುತ್ತಾರೆ. ಅವರು ಆತ್ಮಗೌರವದಿಂದ ಕೆಲಸ ಮಾಡುತ್ತಾರೆ. ಹಾಗೂ ಸಮಾಜದಲ್ಲಿ ಗೌರವದಿಂದ ಬಾಳುತ್ತಾರೆ''

ಭವಿಷ್ಯದ ಆಗುಹೋಗು ಕುರಿತು ಮುಂದಾಲೋಚನೆ ಹಾಗೂ ಇತರರಗಿಂತ ವೇಗವಾಗಿ ಯೋಜನೆಗಳನ್ನು ಕಾರ್ಯರೂಪಕ್ಕೆ ತರುವುದರ ಮೂಲಕ ವಿಪ್ರೊ ವಿಶೇಷ ಸ್ಥಾನ ಗಳಿಸಿದೆ. ''ಇ-ಆರ್ಥಿಕತೆಯ (e-economy) ಈ ಯುಗದಲ್ಲಿ ಡಿಜಿಟಲ್ ಮಾರುಕಟ್ಟೆ ಪ್ರಮುಖವಾಗಿ ಬೆಳೆಯಲಿದೆ. ಡಿಜಿಟಲ್ ಮಾರುಕಟ್ಟೆಯ ಬೆಳವಣಿಗೆಗೆ ಸಾಧನಗಳನ್ನು, ಸೇವೆಗಳನ್ನು ಒದಗಿಸುವ ಕಂಪನಿಗಳಿಗೆ ಭವಿಷ್ಯದಲ್ಲಿ ಅಪಾರ ಬೇಡಿಕೆಯಿದೆ'' ಎನ್ನುವುದು ಪ್ರೇಮ್‌ಜಿ ಅಭಿಪ್ರಾಯ. ನಿರಂತರವಾಗಿ ಬದಲಾವಣೆ ಕಾಣುತ್ತಿರುವ ಇಂದಿನ ತಂತ್ರಜ್ಞಾನ ಯುಗದಲ್ಲಿ ಜ್ಞಾನದ ಪರಿಧಿಯನ್ನು ವಿಸ್ತರಿಸಿಕೊಳ್ಳುತ್ತಲೇ ಹೋಗಬೇಕಾಗುತ್ತದೆ. ''ನಾನು ಅರಿತದ್ದು, ಕಲಿತದ್ದು ಏನೆಂದರೆ ಭವಿಷ್ಯ ಎಂದರೆ ನಾಳೆ ನಿಮಗೆ ಏನಾಗುತ್ತದೆ ಎಂಬುದಲ್ಲ. ನಾಳೆಯನ್ನು ನೀವು ಹೇಗೆ ರೂಪಿಸಿಕೊಳ್ಳುತ್ತೀರಿ ಎಂಬುದು. ಅವಕಾಶಗಳು ನಿಮ್ಮ ಬಾಗಿಲಿಗೆ ಬರಲಿ ಎಂದು ಕಾಯಬೇಡಿ. ಅವಕಾಶಗಳಿಗಾಗಿ ಹುಡುಕಾಟ ಸದಾ ಇರಲಿ. ಒಳ್ಳೆಯ ಅವಕಾಶ ಸಿಕ್ಕ ತಕ್ಷಣ ಅದನ್ನು ನಿಮ್ಮದಾಗಿಸಿಕೊಳ್ಳಿ. ಭವಿಷ್ಯವನ್ನು ಊಹಿಸಿ ಕೆಲಸ ಮಾಡಿ. ಆದರೆ ಎಲ್ಲವೂ ಅಂದುಕೊಂಡ ಪ್ರಕಾರವೇ ನಡೆಯುತ್ತದೆ ಎಂಬ ಭ್ರಮೆ ಬೇಡ'' ಎಂಬುದು ಪ್ರೇಮ್‌ಜಿ ನಿಲುವು.

ನಿರಂತರವಾಗಿ ಬದಲಾಗುತ್ತಿರುವ ತಂತ್ರಜ್ಞಾನ ಲೋಕದಲ್ಲಿ ಗ್ರಾಹಕರ

ಬೇಡಿಕೆಗಳಿಗೆ ಯಶಸ್ವಿಯಾಗಿ ಸ್ಪಂದಿಸಿ, ಅದಕ್ಕನುಗುಣವಾಗಿ ವಿಪ್ರೊ ಕಂಪನಿಯ ವಹಿವಾಟಿನಲ್ಲಿ ಬದಲಾವಣೆಗಳನ್ನು ಅನುಷ್ಠಾನಗೊಳಿಸಿ ಕಾರ್ಯನಿರ್ವಹಿಸುತ್ತಿರುವ ಪ್ರೇಮ್‌ಜಿ ತಮ್ಮ ನಿಲುವಿಗೆ ತಾವೇ ಮಾದರಿಯಾಗಿದ್ದಾರೆ.

ನೂತನ ತಂತ್ರಜ್ಞಾನ ಕ್ಷೇತ್ರದಲ್ಲಿ ವಿಶಿಷ್ಟ ಆವಿಷ್ಕಾರಗಳ ಮೂಲಕ ಇಂದು ವಿಪ್ರೊ ಹಲವಾರು ವಿಭಾಗಗಳಲ್ಲಿ ಬೌದ್ಧಿಕ ಆಸ್ತಿಯನ್ನು ತನ್ನದಾಗಿಸಿಕೊಂಡಿವೆ. ಕಂಪನಿಯ ಹಿರಿಯ ಅಧಿಕಾರಿಗಳ ಪ್ರಕಾರ, ಈ ಸಾಧನೆಯ ಶ್ರೇಯ ಅತಿ ಮುಖ್ಯವಾಗಿ ಅಜೀಂ ಪ್ರೇಮ್‌ಜಿಗೆ ಸಲ್ಲಬೇಕು.

ವಿಪ್ರೊ ಕಂಪನಿಯನ್ನು ಬಿಟ್ಟುಹೋದ ಅಧಿಕಾರಿಗಳು ಕೂಡ ಪ್ರೇಮ್‌ಜಿ ಕುರಿತು ಒಳ್ಳೆಯ ಮಾತುಗಳನ್ನೇ ಆಡುತ್ತಾರೆ. ಅತ್ಯುತ್ತಮ ಉದ್ಯೋಗಿಗಳು ವಿಪ್ರೊದ ಅತಿ ಬೆಲೆಬಾಳುವ ಆಸ್ತಿ. ಪ್ರತಿಭಾಶಾಲಿ ಉದ್ಯೋಗಿಗಳನ್ನು ಆಯ್ದುಕೊಂಡು ಅವರ ಪ್ರತಿಭೆಯನ್ನು ವಿಪ್ರೊದ ಯಶಸ್ಸಿಗಾಗಿ ಬಳಸುವಲ್ಲಿ ಪ್ರೇಮ್‌ಜಿ ಕಲೆಯನ್ನು ಅವರ ಪ್ರತಿಸ್ಪರ್ಧಿಗಳು ಕೂಡ ಪ್ರಶಂಸಿಸುತ್ತಾರೆ.

''ಇತರ ಜಾಗತಿಕ ಕಂಪನಿಗಳಿಗೆ ಹೋಲಿಸಿದರೆ ವಿಪ್ರೊದಲ್ಲಿ ಸಂಪನ್ಮೂಲಗಳು ಅಷ್ಟಾಗಿ ಇರಲಿಲ್ಲ ಎಂಬುದು ಹಿಂದಿರುಗಿ ನೋಡಿದಾಗ ನನಗೆ ಅರಿವಾಗುತ್ತದೆ. ಪ್ರಾಮಾಣಿಕತೆ, ಆತ್ಮವಿಶ್ವಾಸ, ಸ್ಪರ್ಧಾತ್ಮಕ ಜಗತ್ತಿನಲ್ಲಿ ಮುಂದುವರೆಯುವ ದೃಢ ಸಂಕಲ್ಪ. ಸಾಧನೆಯ ಹಾದಿಯಲ್ಲಿ ಛಲ ಬಿಡದ ಯತ್ನ ಇವೇ ವಿಪ್ರೊ ಕಂಪನಿಯ ಬಂಡವಾಳ'' ಎನ್ನುತ್ತಾರೆ ಪ್ರೇಮ್‌ಜಿ.

ಜಾಗತಿಕ ಮಟ್ಟದಲ್ಲಿ ಸಾಮರ್ಥ್ಯ

ಪ್ರೇಮ್‌ಜಿ ಅವರ ನಂಬಿಕೆಗಳು ಕೇವಲ ಮಾತುಗಳಾಗಿ ಉಳಿದಿಲ್ಲ. ಅವು ಕಾರ್ಯರೂಪಗೊಂಡು ಕಂಪನಿಯನ್ನು ಉತ್ತುಂಗಕ್ಕೆ ಕರೆದೊಯ್ದಿವೆ. ಸಾಫ್ಟ್‌ವೇರ್ ವಹಿವಾಟಿನಲ್ಲಿ ಸಾಧನೆಯ ಗುರುತಾಗಿ ಅಮೆರಿಕದ ಸಾಫ್ಟ್‌ವೇರ್ ಇಂಜನಿಯರಿಂಗ್ ಇನ್‌ಸ್ಟಿಟ್ಯೂಟ್‌ನಿಂದ ಎಸ್‌ಇಐ-ಸಿಎಮ್‌ಎಮ್ ಲೆವೆಲ್

5 (SEI-CMM Level 5) ಮಾನ್ಯತೆಯನ್ನು ವಿಪ್ರೊ ಪಡೆದಿದೆ. 'ಸಿಕ್ಸ್ ಸಿಗ್ಮಾ' ಗುಣಮಟ್ಟ ಪರಿಕಲ್ಪನೆಯನ್ನು ಭಾರತದಲ್ಲಿ ಪ್ರಥಮವಾಗಿ ಅಳವಡಿಸಿದ ಕಂಪನಿ ವಿಪ್ರೊ ಆ ಮೂಲಕ ಅದು ತನ್ನ ಉತ್ಪನ್ನ, ಸೇವೆಗಳಲ್ಲಿನ ಕುಂದುಕೊರತೆಗಳ ಪ್ರಮಾಣವನ್ನು ಗಣನೀಯವಾಗಿ ಕುಗ್ಗಿಸಿದೆ. ಸಮಯ ಹಾಗೂ ವೆಚ್ಚದಲ್ಲಿ ಸಾಕಷ್ಟು ಉಳಿತಾಯ ಮಾಡಿದೆ.

ಪ್ರೇಮ್‌ಜಿ ತಾವು ಸೃಷ್ಟಿಸಿದ ಸಂಪತ್ತನ್ನು ಸಮಾಜಕ್ಕಾಗಿ ಸೂಕ್ತ ಪ್ರಮಾಣದಲ್ಲಿ ವಿನಿಯೋಗಿಸಿಲ್ಲ ಎಂಬ ದೂರುಗಳು ಆಗಾಗ ಕೆಲವು ಜನರಿಂದ ಕೇಳಿ ಬರುತ್ತವೆ ಹಾಗೂ ಮಾಧ್ಯಮಗಳಲ್ಲಿ ಈ ಕುರಿತ ವರದಿಗಳು ಪ್ರಕಟವಾದದ್ದೂ ಉಂಟು. ಆದರೆ ವಿಪ್ರೊ ಕಂಪನಿ ತನ್ನ ಶೇರುಗಳ ಮೌಲ್ಯವರ್ಧನೆಯ ಮೂಲಕ ಎಷ್ಟೊಂದು ಹೂಡಿಕೆದಾರರ ಸಂಪತ್ತನ್ನು ವೃದ್ಧಿಗೊಳಿಸಿದೆ ಎಂಬುದನ್ನು ಗಮನಿಸಿದಾಗ ಈ ವಾದದಲ್ಲಿ ಹುರುಳಿಲ್ಲ ಎಂಬುದು ಸ್ಪಷ್ಟವಾಗುತ್ತದೆ. ಸತತ ಪರಿಶ್ರಮ, ಬೆಳವಣಿಗೆ ಮೂಲಕ ಹೂಡಿಕೆದಾರರ ವಿಶ್ವಾಸವನ್ನು ವಿಪ್ರೊ ಗಳಿಸಿದೆ. ಇಂತಹ ವಿಶ್ವಾಸ ಗಳಿಸಲು ಶ್ರದ್ಧಾಪೂರ್ವಕ, ಪ್ರಾಮಾಣಿಕ ಪ್ರಯತ್ನ ಬೇಕು.

ವನಸ್ಪತಿ ತೈಲ ಮಾರಾಟದಿಂದ ಆರಂಭಿಸಿ ಅತ್ಯಾಧುನಿಕ ಮಾಹಿತಿ ತಂತ್ರಜ್ಞಾನದವರೆಗೆ ವಿಪ್ರೊ ಒಡೆಯ ಕ್ರಮಿಸಿದ ದಾರಿ ಬಲು ದೂರ. ಈ ದಾರಿಯಲ್ಲಿ ಪ್ರಾಮಾಣಿಕತೆ, ಶ್ರದ್ಧೆ, ದಕ್ಷತೆಯಿಂದ ನಡೆದು ಬಂದ ಅವರು ಇಂದು ಜಾಗತಿಕ ಮಟ್ಟದ ಉದ್ಯಮಿಯಾಗಿದ್ದಾರೆ.

೩. ಯಶೋಗಾಥೆ

ತಮ್ಮ ಕುಟುಂಬ ನಡೆಸುತ್ತಿದ್ದ ಒಂದು ಚಿಕ್ಕ ಪ್ರಮಾಣದ ವಹಿವಾಟನ್ನು ಜಾಗತಿಕ ಮಟ್ಟದ ಮಾಹಿತಿ ತಂತ್ರಜ್ಞಾನ ಸೇವಾ ಸಂಸ್ಥೆಯಾಗಿ ಪರಿವರ್ತಿಸಿದ ಅಜೀಂ ಪ್ರೇಮ್‌ಜಿ ಯಶಸ್ಸಿನ ದ್ಯೋತಕ ಎಂದೆನಿಸಿಕೊಂಡಿದ್ದಾರೆ. ಅವರು ಇತರರಿಗೆ ಒಂದು ಮಾದರಿ.

ಭಾರತದ ಈ ಉತ್ಸಾಹಿ, ಯಶಸ್ವಿ ಉದ್ಯಮಿ ಈ ದೇಶದಲ್ಲಷ್ಟೇ ಅಲ್ಲ, ಜಗತ್ತಿನ ಇತರ ರಾಷ್ಟ್ರಗಳ, ವಿಶೇಷವಾಗಿ ತೃತೀಯ ಜಗತ್ತಿನ ದೇಶಗಳ ಉದ್ಯಮಿಗಳಿಗೆ ಮಾದರಿಯಾಗಿದ್ದಾರೆ. ಅವರ ಕಂಪನಿ ವಿಪ್ರೊ ಇಂದು ಐಟಿ ಪವರ್‌ಹೌಸ್ ಎಂದೆನಿಸಿಕೊಂಡಿದೆ. ವಿಪ್ರೊದ ಸಾಧನೆಯಿಂದಾಗಿ ಪ್ರೇಮ್‌ಜಿ ಅಮೆರಿಕದ ಫೋರ್ಬ್ಸ್ ಮ್ಯಾಗ್‌ಝಿನ್ಸ್ ಟಾಪ್-50 ಪಟ್ಟಿಯಲ್ಲಿಯೂ ಗುರುತಿಸಿಕೊಂಡಿದ್ದಾರೆ. ಅಷ್ಟೇ ಅಲ್ಲ, ಈ ಹಿಂದೆ 2000ನೇ ಇಸ್ವಿಯಲ್ಲಿ, ಸ್ಟಾಕ್ ಮಾರ್ಕೆಟ್ ದಿಢೀರ್ ಕುಸಿತ ಕಾಣುವ ಮುನ್ನ, ಅಜೀಂ ಪ್ರೇಮ್‌ಜಿ ಅವರು ಬಿಲ್‌ಗೇಟ್ಸ್ ನಂತರ ಜಗತ್ತಿನ ಎರಡನೇ ಅತಿದೊಡ್ಡ ಶ್ರೀಮಂತರೆನಿಸಿ ಕೊಂಡಿದ್ದರು. ಪ್ರೇಮ್‌ಜಿ ಅವರನ್ನು ಭಾರತದ ಬಿಲ್‌ಗೇಟ್ಸ್ ಎಂದೇ ಗುರುತಿಸಲಾಗುತ್ತಿದೆ. 2009ರಲ್ಲಿ ಅವರ ಸಂಪತ್ತು ಅಂದಾಜು 5.7 ಬಿಲಿಯನ್ ಡಾಲರ್‌ಗಳಷ್ಟಿದ್ದು ಅವರು ಭಾರತದ 5ನೇ ಅತಿ ದೊಡ್ಡ ಶ್ರೀಮಂತ ರೆನಿಸಿಕೊಂಡಿದ್ದಾರೆ.

ಇಷ್ಟೆಲ್ಲ ಸಾಧನೆಗಳ ನಡುವೆಯೂ 65 ವರ್ಷದ ಈ ಮುಸ್ಲಿಂ ಉದ್ಯಮಿಯದು ಸರಳತೆಯಲ್ಲಿ ಎತ್ತಿದ ಕೈ. ತಮ್ಮ ಸಾಧನೆಗಳ ಕುರಿತು ಅವರಲ್ಲಿ ಗರ್ವ ಕಿಂಚಿತ್ತೂ ಇಲ್ಲ. ''ನಾನೂ ಒಬ್ಬ ಮನುಷ್ಯ. ಆದರೆ ಕೆಲವೊಮ್ಮೆ ಜನ ನನ್ನನ್ನು ಮೃಗಾಲಯದಲ್ಲಿ ಪ್ರಾಣಿಯ ತರಹ ಸೋಜಿಗದಿಂದ ನೋಡುವಾಗ ನನಗೆ ಮುಜುಗರವಾಗುತ್ತದೆ'', ಎನ್ನುವ ಪ್ರೇಮ್‌ಜಿ ಜನಸಾಮಾನ್ಯರಂತೆ ಬದುಕಲು ಇಷ್ಟಪಡುತ್ತಾರೆ. ಭಾರೀ ದುಬಾರಿ ಕಾರುಗಳ ಹುಚ್ಚು ಅವರಿಗಿಲ್ಲ. ವಿಮಾನದಲ್ಲಿ ಪ್ರಯಾಣಿಸುವಾಗ ಜನಸಾಮಾನ್ಯರಂತೆ

ಎಕಾನಮಿ ಕ್ಲಾಸಿ ನಲ್ಲಿಯೇ ಪ್ರಯಾಣಿಸುತ್ತಾರೆ. ಪ್ರವಾಸದಲ್ಲಿದ್ದಾಗ ಐಷಾರಾಮಿ ಹೋಟೆಲ್‌ಗಳ ಬದಲು, ಕಂಪನಿಯ ಅತಿಥಿಗೃಹದಲ್ಲಿ ಇಳಿದುಕೊಳ್ಳಲು ಇಚ್ಛಿಸುತ್ತಾರೆ.

ಆರಂಭದ ದಿನಗಳಲ್ಲಿ ಅಜೀಂ ಪ್ರೇಮ್‌ಜಿ ಅವರ ದಾರಿಯಲ್ಲಿ ಸಾಕಷ್ಟು ಸಂಕಷ್ಟಗಳು ಎದುರಾದವು. ಅವರು ಕೆನಡದ ಸ್ಟ್ಯಾನ್‌ಫೋರ್ಡ್‌ನಲ್ಲಿ ಎಲೆಕ್ಟ್ರಿಕ್ ಇಂಜಿನಿಯರಿಂಗ್ ಓದುತ್ತಿದ್ದಾಗಲೇ ಅವರ ತಂದೆಯ ಅಕಾಲಿಕ ನಿಧನವಾಯಿತು. ಓದನ್ನು ಅರ್ಧಕ್ಕೇ ನಿಲ್ಲಿಸಿ ಇಪ್ಪತ್ತೊಂದು ವರ್ಷ ವಯಸ್ಸಿನ ಪ್ರೇಮ್‌ಜಿ ಭಾರತಕ್ಕೆ ಹಿಂದಿರುಗಿದರು. ತಮ್ಮ ಕುಟುಂಬ ನಡೆಸುತ್ತಿದ್ದ ವೆಸ್ಟರ್ನ್ ಇಂಡಿಯಾ ವೆಜಿಟೇಬಲ್ ಪ್ರಾಡಕ್ಟ್ ಕಂಪನಿಯ ಉಸ್ತುವಾರಿ ವಹಿಸಿಕೊಂಡರು. ಮುಂದೆ ಅವರಿಗೆ ಇಂಜಿನಿಯರಿಂಗ್ ಡಿಗ್ರಿ ಪೂರ್ತಿ ಮಾಡುವ ಅವಕಾಶ ಸಿಕ್ಕಿದ್ದು ಅವರ 33ನೇ ವಯಸ್ಸಿನಲ್ಲಿ. ಕರಸ್ಪಾಂಡೆನ್ಸ್ ಕೋರ್ಸ್ ಮೂಲಕ ಅವರು ಪದವಿ ಪಡೆದರು. ''ಆರಂಭದ ವರ್ಷಗಳಲ್ಲಿ ಕೆಲಸ ಮಾಡುವುದಕ್ಕಿಂತ ಹೆಚ್ಚಾಗಿ ಕಲಿಯುವುದೇ ಸಾಕಷ್ಟಿತ್ತು. ತಂದೆಯವರು ನಡೆಸುತ್ತಿದ್ದ ವಹಿವಾಟನ್ನು ಉಳಿಸಿಕೊಳ್ಳುವುದು, ಬೆಳೆಸುವುದು ಬಹು ದೊಡ್ಡ ಸವಾಲಾಗಿತ್ತು'' ಎನ್ನುತ್ತಾರೆ ಪ್ರೇಮ್‌ಜಿ.

ಅಡುಗೆ ತೈಲ ತಯಾರಿಸುತ್ತಿದ್ದ ಕಂಪನಿಯ ಈ ತರುಣ ಮುಖ್ಯಸ್ಥ ಅಷ್ಟಕ್ಕೇ ಸೀಮಿತಗೊಳ್ಳದೆ ಬೇರೆ ಉತ್ಪನ್ನಗಳ ತಯಾರಿಕೆಗೆ ಸಿದ್ಧರಾದರು. ಜನರಲ್ ಎಲೆಕ್ಟ್ರಿಕ್ ಕಂಪನಿಯ ಜೊತೆ ಕೈಗೂಡಿಸಿ ಲೈಟ್, ಬಲ್ಬ್ ತಯಾರಿಕೆಗೆ ಇಳಿದರು. ಸಾಬೂನು, ಶಾಂಪೂ, ಪೌಡರ್ ಮುಂತಾದ ವೈಯಕ್ತಿಯ ರಕ್ಷಣೆಯ ಉತ್ಪನ್ನಗಳನ್ನೂ ಮಾರುಕಟ್ಟೆಗೆ ತಂದರು. ಐದು ವರ್ಷಗಳಲ್ಲಿ ಕಂಪನಿಯ ಆದಾಯ ಇಮ್ಮಡಿಯಾಯಿತು. ಮುಂದೆ 1977ರಲ್ಲಿ ಕಂಪನಿಗೆ ವಿಪ್ರೊ ಪ್ರಾಡಕ್ಟ್ ಲಿಮಿಟೆಡ್ ಎಂದು ಮರುನಾಮಕರಣ ಮಾಡಲಾಯಿತು. ಅದೇ ಮುಂದೆ ವಿಪ್ರೊ ಟೆಕ್ನಾಲಜೀಸ್ ಆಯಿತು.

1980ರ ದಶಕದಲ್ಲಿ ಮಾಹಿತಿ ತಂತ್ರಜ್ಞಾನ ಕ್ಷೇತ್ರಕ್ಕೆ ಕಾಲಿರಿಸಿದ ವಿಪ್ರೊ, ಕಂಪ್ಯೂಟರ್ ಹಾರ್ಡ್‌ವೇರ್, ಸಾಫ್ಟ್‌ವೇರ್ ರಂಗದ ದಿಗ್ಗಜ ಎನಿಸಿಕೊಂಡಿವೆ.

ಜನರಲ್ ಎಲೆಕ್ಟ್ರಿಕ್ ಕಂಪನಿಯ ಸಹಯೋಗದಲ್ಲಿ ವಿಪ್ರೊ, ವೈದ್ಯಕೀಯ ತಪಾಸಣಾ ಉತ್ಪನ್ನಗಳನ್ನೂ ತಯಾರಿಸುತ್ತಿದೆ. ಇಂದು ಜಗತ್ತಿನ ವಿವಿಧ ಭಾಗಗಳಲ್ಲಿ ವಿಪ್ರೊ, ಕಚೇರಿಗಳಿವೆ. ದೇಶದ ಮೂರು ಪ್ರಮುಖ ಐಟಿ ಕಂಪನಿಗಳ ಪಟ್ಟಿಯಲ್ಲಿರುವ ವಿಪ್ರೊ, ಟೆಕ್ನಾಲಜೀಸ್‌ನ ಮುಖ್ಯ ಕಚೇರಿ ಬೆಂಗಳೂರಿನಲ್ಲಿದೆ. ಜಗತ್ತಿನಾದ್ಯಂತ ಇರುವ ಕಂಪನಿಯ ಶಾಖೆಗಳನ್ನೆಲ್ಲ ಸೇರಿಸಿ ಒಟ್ಟು ಸುಮಾರು ಒಂದು ಲಕ್ಷ ಉದ್ಯೋಗಿಗಳು ವಿಪ್ರೊದಲ್ಲಿ ಕೆಲಸ ಮಾಡುತ್ತಿದ್ದಾರೆ.

ಮೊದಲ ಗ್ರಾಹಕರು: ಅಮೆರಿಕದ ಕಂಪನಿಗಳು:

1979ರಲ್ಲಿ ಐಬಿಎಮ್ ಕಂಪನಿಯನ್ನು ಭಾರತ ಸರ್ಕಾರ ಒತ್ತಾಯಪೂರ್ವಕವಾಗಿ ಹೊರ ಹಾಕಿತು ಬಹುರಾಷ್ಟ್ರೀಯ ಕಂಪನಿಗಳ ಪ್ರಭಾವವನ್ನು ಕಡಿಮೆ ಮಾಡಿ, ದೇಶೀಯ ಕಂಪನಿಗಳಿಗೆ ಉತ್ತೇಜನ ಕೊಡಬೇಕು ಎನ್ನುವ ಸರ್ಕಾರದ ಆಗಿನ ನಿಲುವು, ಧೋರಣೆಗಳೇ ಇದಕ್ಕೆ ಕಾರಣ. ಈ ಅವಕಾಶವನ್ನು ಪ್ರೇಮ್‌ಜಿ ಸದ್ವಿನಿಯೋಗಿಸಿಕೊಂಡರು. ತಮ್ಮ ಕಂಪನಿಯಲ್ಲಿ ತಂತ್ರಜ್ಞಾನ ವಿಭಾಗವನ್ನು ಆರಂಭಿಸಿದರು. ಅವರದೇ ಮಾತುಗಳಲ್ಲಿ ಹೇಳುವುದಾದರೆ, ''ಐಬಿಎಮ್ ಕಂಪನಿ ದೇಶ ಬಿಟ್ಟು ಹೊರನಡೆದಿತ್ತು. ಮೈಕ್ರೊಪ್ರೊಸೆಸ್ ಮಿನಿ ಕಂಪ್ಯೂಟರ್‌ಗಳು ಆಗ ತಾನೇ ಚಾಲ್ತಿಗೆ ಬಂದಿದ್ದವು. ಭಾರತದ ಗ್ರಾಹಕರ ನಿರೀಕ್ಷೆಗಳು ಹೆಚ್ಚುತ್ತಿದ್ದವು. ಈ ಅವಕಾಶ ನೋಡಿಕೊಂಡು ನಾವು ಅಮೆರಿಕದ ಒಂದು ಚಿಕ್ಕ ಕಂಪನಿಯ ಜೊತೆ ತಂತ್ರಜ್ಞಾನ ಕ್ಷೇತ್ರದಲ್ಲಿ ಒಪ್ಪಂದ ಮಾಡಿಕೊಂಡೆವು. 1981-82ರಲ್ಲಿ ರು.2 ಮಿಲಿಯನ್ ಕೊಟ್ಟು ಒಂದು ಕಂಪ್ಯೂಟರ್ ಖರೀದಿಸಿದೆವು. ಅದು ಆ ಸಮಯದಲ್ಲಿ ತೆಗೆದುಕೊಂಡ ಬಹು ದೊಡ್ಡ ನಿರ್ಣಯ''.

ಅಮೆರಿಕದ ಚಿಕ್ಕ ಕಂಪನಿಯೊಂದರೊಡನೆ ತಂತ್ರಜ್ಞಾನ ಒಪ್ಪಂದ ಮಾಡಿಕೊಂಡ ಪ್ರೇಮ್‌ಜಿ ಒಂದಿಷ್ಟು ಪ್ರತಿಭಾನ್ವಿತ ಎಂಜಿನಿಯರ್‌ಗಳನ್ನು ನೇಮಿಸಿಕೊಂಡರು. ಕಂಪ್ಯೂಟರ್ ಹಾರ್ಡ್‌ವೇರ್, ಸಾಫ್ಟ್‌ವೇರ್ ತಯಾರಿಕೆ

ಹಾಗೂ ನಿರ್ವಹಣಾ ಸೇವೆಗಳನ್ನು ಆರಂಭಸಿಯೇ ಬಿಟ್ಟರು. ''ಎಷ್ಟೋ ಜನ ನನ್ನ ನಿರ್ಧಾರಗಳನ್ನು ಸಂದೇಹದಿಂದ ನೋಡಿದರು. ಆದರೆ ನಾನು ಕೈಗೊಂಡ ಕಾರ್ಯದಲ್ಲಿ ನನಗೆ ಅಚಲ ವಿಶ್ವಾಸವಿತ್ತು. ಭವಿಷ್ಯದಲ್ಲಿ ನನ್ನ ಎಣಿಕೆ ಸುಳ್ಳಾಗುವುದಿಲ್ಲ ಎಂಬುದು ನನಗೆ ತಿಳಿದಿತ್ತು'' ಎಂದು ನೆನಪಿಸಿಕೊಳ್ಳುತ್ತಾರೆ ಪ್ರೇಮ್‌ಜಿ.

ಭಾರತದಲ್ಲಿ ಕಡಿಮೆ ವೆಚ್ಚದಲ್ಲಿ ಸಾಫ್ಟ್‌ವೇರ್ ಪ್ಯಾಕೇಜ್ ತಯಾರಿಸಿ ಅವುಗಳನ್ನು ವಿದೇಶಗಳಲ್ಲಿ, ಮುಖ್ಯವಾಗಿ ಅಮೆರಿಕದಲ್ಲಿ ಮಾರಾಟ ಮಾಡಲು ಆರಂಭಿಸಿದರು ಪ್ರೇಮ್‌ಜಿ. ಇದರಿಂದಾಗಿ ವಿಪ್ರೊ ಕಂಪನಿಗಷ್ಟೇ ಅಲ್ಲ, ಅದೇ ಹೆಜ್ಜೆಯಲ್ಲಿ ಸಾಗಿದ ಇತರ ಭಾರತೀಯ ಕಂಪನಿಗಳಿಗೂ ಅಮೆರಿಕ ಹಾಗೂ ಇತರ ದೇಶಗಳಲ್ಲಿ ತಮ್ಮ ಸಾಫ್ಟ್‌ವೇರ್ ಸೇವೆಗಳಿಗೆ ಮಾರುಕಟ್ಟೆ ಕಂಡುಕೊಳ್ಳಲು ಅನುಕೂಲವಾಯಿತು. ಭಾರತದ 'ಸಿಲಿಕಾನ್ ವ್ಯಾಲಿ' ಎಂದೇ ಕರೆಯಲ್ಪಡುವ ಬೆಂಗಳೂರಿನಲ್ಲಿ ಕಡಿಮೆ ವೆಚ್ಚದಲ್ಲಿ ಸಾಫ್ಟ್‌ವೇರ್ ಪ್ಯಾಕೇಜ್‌ಗಳ ತಯಾರಿಕೆ ಸಾಧ್ಯವಿರುವುದು ವಿಪ್ರೊ ಕಂಪನಿಗೆ ಅನುಕೂಲಕರವಾಗಿ ಪರಿಣಮಿಸಿತು.

ಅಲ್ಲಿಂದ ಈಚೆಗೆ ಹಲವಾರು ಸಾಫ್ಟ್‌ವೇರ್ ಕಂಪನಿಗಳು ಮಾರುಕಟ್ಟೆಗೆ ಕಾಲಿರಿಸಿವೆ. ಕಡಿಮೆ ಬೆಲೆಯಲ್ಲಿ ದೇಶ ವಿದೇಶಗಳಿಗೆ ಸಾಫ್ಟ್‌ವೇರ್ ಒದಗಿಸುತ್ತಿವೆ. ಆದರೆ ಆದ್ಯ ಪ್ರವರ್ತಕರಲ್ಲಿ ಒಬ್ಬರಾದ ಪ್ರೇಮ್‌ಜಿ ತಮ್ಮ ಆರಂಭಿಕ ಉತ್ಸಾಹ, ಸ್ಪರ್ಧಾತ್ಮಕ ಮನೋಭಾವವನ್ನು ಬಿಟ್ಟುಕೊಟ್ಟಿಲ್ಲ. ಹೊಸ ಆವಿಷ್ಕಾರಗಳ ಮೂಲಕ ಐಟಿ ಕ್ಷೇತ್ರದ ಮುಂಚೂಣಿಯಲ್ಲಿದ್ದಾರೆ. ಗುಣಮಟ್ಟದಲ್ಲಿ ಸಿಎಮ್‌ಎಮ್ ಲೆವೆಲ್-5 ಮಾನ್ಯತೆ ಪಡೆದ ಮೊದಲ ಕಂಪನಿ ವಿಪ್ರೊ, ನೋಕಿಯ, ಅಲ್ಕಾಟೆಲ್, ಸಿಸ್ಕೊ, ಝೆರಾಕ್ಸ್, ನಾರ್ಟೆಲ್ ಮುಂತಾದ ಖ್ಯಾತ ಜಾಗತಿಕ ಕಂಪನಿಗಳ ಜೊತೆ ವಿಪ್ರೊ ಕಾರ್ಯ ನಿರ್ವಹಿಸಿದೆ.

2009ನೇ ವರ್ಷದಲ್ಲಿ ವಿಪ್ರೊ ಕಂಪನಿಯ ಆದಾಯ ರೂ. 19,166 ಕೋಟಿ ಇತ್ತು. ಇದರಲ್ಲಿ ಐಟಿ ವಹಿವಾಟಿನ ಪಾಲು ಅತಿ ದೊಡ್ಡದು. ಅಂದರೆ

75 (ಪ್ರತಿಶತ ಆದರೂ ಪ್ರೇಮ್‌ಜಿ ತಮ್ಮ ಮೂಲ ಬಿಸಿನೆಸ್ಸಿನ ಕೈಬಿಟ್ಟಿಲ್ಲ. ಖಾದ್ಯತೈಲ, ಸೋಪು, ಶಾಂಪೂ ಇತ್ಯಾದಿ ವಿಪ್ರೊ ಬ್ರಾಂಡಿನ ಉತ್ಪನ್ನಗಳು ಜನಪ್ರಿಯವಾಗಿವೆ. ಈ ಉದ್ಯಮ ಲಾಭದಾಯಕವಾಗಿ ನಡೆಯುತ್ತಿದೆ. ಅಷ್ಟೇ ಅಲ್ಲ, ಅದರೊಂದಿಗೆ ಪ್ರೇಮ್‌ಜಿ ಕುಟುಂಬದ ಅವಿನಾಭಾವ ಸಂಬಂಧವೂ ಇದೆ.

4. ಕಾಯಕ : ಜೀವನದ ಬಹುದೊಡ್ಡ ಮೌಲ್ಯ

ತಮ್ಮ ಕಂಪನಿಯ ಅಪೂರ್ವ ಯಶಸ್ಸಿನ ಹೊರತಾಗಿಯೂ ಪ್ರೇಮ್‌ಜಿ ಅವರದ್ದು ವಿನಯದ ಸ್ವಭಾವ. ಇನ್ನೂ ಸಾಧಿಸಬೇಕು ಎನ್ನುವ ಹುಮ್ಮಸ್ಸು. ಸವಾಲುಗಳು ಇನ್ನೂ ಇವೆ, ಸಾಗಬೇಕಾದ ದಾರಿ ಬಲು ದೂರ ಎನ್ನುತ್ತಾರವರು. ''ಕಂಪನಿಯ ಆದಾಯವನ್ನು ಪರಿಗಣಿಸಿದರೆ ನಾವೀಗ ಜಗತ್ತಿನ ಹತ್ತು ಅತಿದೊಡ್ಡ ಐಟಿ ಕಂಪನಿಗಳ ಪಟ್ಟಿಯಲ್ಲಿದ್ದೇವೆ. ಈಗ ನಮ್ಮ ಮುಂದಿರುವ ಗುರಿಯೇನೆಂದರೆ ಮಾರುಕಟ್ಟೆ ಮೌಲ್ಯದ ಆಧಾರದ ಮೇಲೆಯೂ ಜಗತ್ತಿನ ಹತ್ತು ಅತಿ ದೊಡ್ಡ ಕಂಪನಿಗಳ ಸಾಲಿಗೆ ಸೇರುವುದು''

ಪ್ರೇಮ್‌ಜಿ ಅವರ ಪ್ರಕಾರ ಈ ಗುರಿ ಸಾಧಿಸಲು ಸಾಧ್ಯವಿರುವ ಏಕೈಕ ಮಾರ್ಗವೆಂದರೆ ಕೆಲಸ, ಕೆಲಸ, ಇನ್ನೂ ಹೆಚ್ಚು ಕೆಲಸ. ''ನಾವು ಶ್ರಮವಹಿಸಿ ಕೆಲಸ ಮಾಡಿರಲಿಲ್ಲ ಎಂದರೆ ಈ ಮಟ್ಟಕ್ಕೆ ತಲುಪುತ್ತಿರಲಿಲ್ಲ. ಈ ಸ್ಪರ್ಧಾತ್ಮಕ ಯುಗದಲ್ಲಿ ಉಳಿಯಬೇಕು, ಬೆಳೆಯಬೇಕು ಎಂದರೆ ಶ್ರಮಪಟ್ಟು ಕೆಲಸ ಮಾಡುವುದೊಂದೇ ದಾರಿ''.

ಪ್ರೇಮ್‌ಜಿ ಸ್ವತಃ ಶ್ರಮಜೀವಿ, ಹೈಕಿಂಗ್ ಮಾಡುವುದು ಅವರಿಗೆ ಅತ್ಯಂತ ಪ್ರಿಯವಾದ ಹವ್ಯಾಸ. ಆದರೆ ತಮ್ಮ ಪ್ರಿಯ ಹವ್ಯಾಸದಲ್ಲಿ ತೊಡಗಿ,

ಎತ್ತರದ ಪ್ರದೇಶಗಳಿಗೆ ಏರಿ ಹೋದಾಗಲೂ ಅವರು ತಮ್ಮ ಇ-ಮೇಲ್ ನೋಡುತ್ತಾರೆ. ಕಂಪನಿಯ ತುರ್ತು ಅವಶ್ಯಕತೆಗಳಿಗಾಗಿ ಮೊಬೈಲ್ ಕರೆಗಳನ್ನು ಉತ್ತರಿಸುತ್ತಾರೆ. ಆದರೆ ಕಂಪನಿ ವಿಸ್ತಾರಗೊಂಡಂತೆಲ್ಲ, ಇತರ ಹಿರಿಯ ಅಧಿಕಾರಿಗಳ ಮೇಲೆ ಅವರ ಅವಲಂಬನೆ ಸಹಜವಾಗಿಯೇ ಹೆಚ್ಚಾಗಿದೆ. ''ಕಂಪನಿ ಬೆಳೆದಂತೆಲ್ಲ ನಾಯಕತ್ವದ ಪರಿಧಿಯನ್ನು ವಿಸ್ತರಿಸಬೇಕಾಗುತ್ತದೆ'' ಎನ್ನುತ್ತಾರೆ ಪ್ರೇಮ್‌ಜಿ. ''ಗುರುತರ ಜವಾಬ್ದಾರಿಗಳನ್ನು ಹಿರಿಯ ಅಧಿಕಾರಿಗಳಿಗೆ ಹೆಚ್ಚುಹೆಚ್ಚಾಗಿ ವಹಿಸಿಕೊಡುವುದರಿಂದ ಕಂಪನಿಯ ವ್ಯವಹಾರಗಳಲ್ಲಿ ಸಿಬ್ಬಂದಿ ವಿಶೇಷ ಆಸಕ್ತಿ ವಹಿಸಿ ಮುತುವರ್ಜಿಯಿಂದ ಕಾರ್ಯ ಮಾಡವುದಕ್ಕೂ ಅನುವಾಗುತ್ತದೆ''

ಇಂದು ವಿಪ್ರೊ ಮಾಹಿತಿ ತಂತ್ರಜ್ಞಾನ ರಂಗದಲ್ಲಿ ಮುಂಚೂಣಿಯಲ್ಲಿದೆ. ಪ್ರತಿಷ್ಠಿತ ನ್ಯೂಯಾರ್ಕ್ ಸ್ಟಾಕ್ ಎಕ್ಸ್‌ಚೇಂಜ್‌ನಲ್ಲಿ ಸ್ಥಾನ ಪಡೆದಿದೆ. ಈ ಯಶಸ್ಸಿಗೆ ಪ್ರಮುಖ ಕಾರಣವೆಂದರೆ ಸಾಂಪ್ರದಾಯಿಕ ವಿಧಾನಗಳಿದಾಚೆ ನಡೆದು ಪ್ರೇಮ್‌ಜಿ ಅವರು ಆಧುನಿಕ ಮಾರ್ಗಗಳನ್ನು ತಮ್ಮದಾಗಿಸಿ ಕೊಂಡದ್ದು. ಅವರ ಕಂಪನಿಯಲ್ಲಿ ಧರ್ಮ, ಜಾತಿ ಭೇದವಿಲ್ಲ. ಮಾನವೀಯ ಮೌಲ್ಯಗಳೇ ಕಂಪನಿಯ ತಳಹದಿ. ''ನಮ್ರತೆ, ಪ್ರಾಮಾಣಿಕತೆಗೆ ನಾವು ಅತಿ ಹೆಚ್ಚು ಒತ್ತು ಕೊಡುತ್ತೇವೆ'' ಎನ್ನುತ್ತಾರೆ ಪ್ರೇಮ್‌ಜಿ. ಪ್ರತಿಯೊಂದು ವಿಪ್ರೊ ಬಿಸಿನೆಸ್ ಕಾರ್ಡ್ ಹಿಂಭಾಗದಲ್ಲಿ ''ಮಾನವೀಯ ಮೌಲ್ಯಗಳಿಗೆ ಬೆಲೆ ಕೊಡುವ ನಾವು ನಮ್ಮ ಗ್ರಾಹಕರಿಗೆ ಪ್ರಾಮಾಣಿಕತೆಯಿಂದ ಸೇವೆ ಸಲ್ಲಿಸಲು ವಚನಬದ್ಧರಾಗಿದ್ದೇವೆ'' ಎಂದೇ ಬರೆಯಲಾಗುತ್ತದೆ.

ಪ್ರೇಮ್‌ಜಿ ತಾವು ಬೋಧಿಸುವ ಮೌಲ್ಯಗಳನ್ನು ಖುದ್ದಾಗಿ ಪಾಲಿಸುತ್ತಾರೆ ಎಂಬುದು ಅವರನ್ನು ಹತ್ತಿರದಿಂದ ಬಲ್ಲವರು ಹೇಳುವ ಮಾತು. ಹಿಂದೊಮ್ಮೆ ಅವರ ವನಸ್ಪತಿ ತೈಲ ತಯಾರಿಕಾ ಘಟಕವೊಂದಕ್ಕೆ ಸೌಕರ್ಯ ಪಡೆಯುವ ಪ್ರಶ್ನೆ ಬಂದಾಗ ಸಂಬಂಧಪಟ್ಟ ಸರ್ಕಾರಿ ಅಧಿಕಾರಿಗಳಿಗೆ ಲಂಚ ಕೊಡಲು ಪ್ರೇಮ್‌ಜಿ ಖಡಾಖಂಡಿತವಾಗಿ ನಿರಾಕರಿಸಿದರು. ಪರ್ಯಾಯ ಯೋಜನೆಗಾಗಿ ಅವರು ಅಧಿಕ ಖರ್ಚು ಮಾಡಬೇಕಾಗಿ

ಬಂತು. ಅಗತ್ಯವಿದ್ದರೆ ನ್ಯಾಯವಾಗಿ ಖರ್ಚು ಮಾಡಲಡ್ಡಿಯಿಲ್ಲ, ಆದರೆ ಲಂಚ ಕೊಡುವುದು ಸಲ್ಲ ಎಂಬುದು ಪ್ರೇಮ್‌ಜಿ ನಿಲುವುದು.

ತಮ್ಮ ಕಂಪನಿಯಲ್ಲಿ 80 ಪ್ರತಿಶತದಷ್ಟು ಪಾಲು ಹೊಂದಿರುವ ಪ್ರೇಮ್‌ಜಿ ತಮ್ಮ ಹಿರಿಯ ಮಗ ರಿಷದ್‌ನನ್ನು ವಿಪ್ರೊ ಸಂಸ್ಥೆಗೆ ಸೇರಿಸಿಕೊಳ್ಳಬೇಕಾದಾಗ ಸಾಮಾನ್ಯವಾಗಿ ಇತರ ಉದ್ಯೋಗಿಗಳಿಗೆ ಅನ್ವಯಿಸುವ ನಿಯಮಗಳನ್ನೇ ಪಾಲಿಸಿದರು. ಪ್ರೇಮ್‌ಜಿ ಸುಪುತ್ರ ಎಂಬ ಕಾರಣಕ್ಕೆ ಆತನಿಗೆ ಯಾವುದೇ ವಿಶೇಷ ಆದ್ಯತೆ ನೀಡಲಾಗಿಲ್ಲ. ಇತರರಂತೆಯೇ ಆತ ಪ್ರವೇಶ ಪರೀಕ್ಷೆ ಬರೆದು, ಸಂದರ್ಶನಕ್ಕೆ ಹಾಜರಾಗಿಯೇ ಕಂಪನಿಯಲ್ಲಿ ಉದ್ಯೋಗಿ ಯಾಗಿದ್ದು, ತಮ್ಮ ಮಕ್ಕಳನ್ನು ತಮ್ಮ ಉತ್ತರಾಧಿಕಾರಿ ಮಾಡುವುದರಲ್ಲಿಯೂ ಪ್ರೇಮ್‌ಜಿ ಆತುರ ತೋರಿಸಿಲ್ಲ. ''ನನ್ನ ಮಕ್ಕಳು ಉತ್ತರಾಧಿಕಾರಿ ಯಾಗುತ್ತಾರೋ, ಅಥವಾ ಇತರರು ಆಗುತ್ತಾರೋ ಎಂಬುದು ಮುಖ್ಯವಲ್ಲ. ಇಲ್ಲಿ ಪ್ರತಿಭೆಯೇ ಮುಖ್ಯ. ಪ್ರತಿಭಾನ್ವಿತರಿಗೆ ಇಲ್ಲಿ ಜಾಗವಿರುವುದು. ಸಹಸ್ರಾರು ಸಂಖ್ಯೆಯ ಹೂಡಿಕೆದಾರರ ಹಿತದೃಷ್ಟಿಯಿಂದ ನಿರ್ಣಯಗಳನ್ನು ಕೈಗೊಳ್ಳಬೇಕಾಗುತ್ತದೆ'' ಎನ್ನುವಲ್ಲಿ ಪ್ರೇಮ್‌ಜಿ ನಿಲುವು ಸ್ಪಷ್ಟವಾಗಿದೆ.

ಅವರು ಮಕ್ಕಳ ಬಗ್ಗೆ ಹೇಗೋ ತಮ್ಮ ಉದ್ಯೋಗಿಗಳ ವಿಷಯದಲ್ಲೂ ಅಷ್ಟೇ ಕಟ್ಟುನಿಟ್ಟು. ತಪ್ಪುಗಳನ್ನು ಅವರು ಕ್ಷಮಿಸುತ್ತಾರೆ, ಆದರೆ ಪದೇಪದೇ ತಪ್ಪು ಮಾಡುವುದು ಅಕ್ಷಮ್ಯ ಎನ್ನುತ್ತಾರೆ. ಸುಳ್ಳು ಹೇಳುವುದು, ಮೋಸ ಇತ್ಯಾದಿ ಅವರಿಗೆ ಆಗಿಬರುವುದಿಲ್ಲ. ಒಮ್ಮೆ ಒಬ್ಬ ಉದ್ಯೋಗಿ ರೈಲಿನಲ್ಲಿ ಪ್ರಥಮ ದರ್ಜೆ ಪ್ರಯಾಣಿಸುವುದಾಗಿ ಹೇಳಿ ಭತ್ಯೆ ಪಡೆದು, ದ್ವಿತೀಯ ದರ್ಜೆಯಲ್ಲಿ ಪ್ರಯಾಣಿಸುತ್ತಿದ್ದ. ಬಾಕಿ ದುಡ್ಡನ್ನು ಜೇಬಿಗಿಳಿಸುತ್ತಿದ್ದ. ಇದು ಪ್ರೇಮ್‌ಜಿ ಗಮನಕ್ಕೆ ಬಂದಾಗ ಅವರು ಕುಪಿತರಾಗಿ ಆತನನ್ನು ಕೆಲಸದಿಂದ ತೆಗೆದುಹಾಕಿದರು. ''ಈ ರೀತಿ ಸುಳ್ಳು ಲೆಕ್ಕ ತೋರಿಸುವುದು ಅಪರಾಧ, ಮೋಸ. ಇದು ಅಕ್ಷಮ್ಯ'' ಎಂದರು ಪ್ರೇಮ್‌ಜಿ. ಆತನನ್ನು ಮರುನೇಮಕ ಮಾಡಿಕೊಳ್ಳುವಂತೆ ಇತರ ಕೆಲವು ಉದ್ಯೋಗಿಗಳು ಪ್ರತಿಭಟನೆ ಮಾಡಿದರೂ ಪ್ರೇಮ್‌ಜಿ ತಮ್ಮ ಪಟ್ಟು ಸಡಿಲಿಸಲಿಲ್ಲ.

ಭಾರತದ ಕಾರ್ಪೊರೇಟ್ ಜಗತ್ತಿನ ನೈತಿಕ ಮೌಲ್ಯಗಳ ಕುರಿತು ಪ್ರೇಮ್‌ಜಿ ಅವರಿಗೆ ಅಪಾರ ಗೌರವವಿದೆ. ''ಸಾಮಾನ್ಯವಾಗಿ ಅಮೆರಿಕದ ಕಂಪನಿ ಮುಖ್ಯಸ್ಥರಲ್ಲಿ ಇಂತಹ ನಮ್ರತೆ ಕಂಡುಬರುವುದಿಲ್ಲ. ಅಲ್ಲದೇ ಅಲ್ಲಿ ಕಂಪನಿಯ ಆಸ್ತಿಯನ್ನು ದುರುಪಯೋಗ ಪಡಿಸಿಕೊಳ್ಳುವವರೇ ಹೆಚ್ಚು'' ಎಂಬುದು ಪ್ರೇಮ್‌ಜಿ ಅಭಿಪ್ರಾಯ. ಅನವಶ್ಯ ವೆಚ್ಚಗಳನ್ನು ಪ್ರೇಮ್‌ಜಿ ಸಹಿಸುವುದಿಲ್ಲ. ತಾವೇ ಸ್ವತಃ ಎಕಾನಮಿ ಕ್ಲಾಸಿನಲ್ಲಿ ಪ್ರಯಾಣಿಸಿ ಇತರರಿಗೆ ಮಾದರಿಯಾಗುತ್ತಾರೆ. ಒಮ್ಮೆ ಪ್ಯಾರಿಸ್ಸಿಗೆ ಹೋದಾಗ ಅವರು ಕಾರಿಗೆ ಡ್ರೈವರ್ ಇಟ್ಟುಕೊಳ್ಳಲು ನಿರಾಕರಿಸಿದರು. ಐಷಾರಾಮಿ ಹೋಟೆಲ್‌ಗಳಲ್ಲಿ ಊಟ ಮಾಡಲು ಇಷ್ಟಪಡದೇ ಚಿಕ್ಕಚಿಕ್ಕ ಹೊಟೆಲ್‌ಗಳಲ್ಲಿ ಆಹಾರ ಸೇವಿಸಿದರು. ಈ ಮೂಲಕ ಜನರೊಂದಿಗೆ ನೇರ ಸಂಪರ್ಕದಲ್ಲಿರಲು ಅವರು ಬಯಸಿದರು.

ಒಂದೆಡೆ ಕೋಟಿಗಟ್ಟಲೇ ಬಡಜನರು. ಇನ್ನೊಂದೆಡೆ ಸಹಸ್ರಾರು ಕೋಟಿ ಆದಾಯದ ಅಜೀಂ ಪ್ರೇಮ್‌ಜಿ ಅವರಂತಹ ಉದ್ಯಮಿಗಳು. ಭಾರತದ ಆರ್ಥಿಕತೆಯ ಈ ವೈರುಧ್ಯದ ಕುರಿತು ಪ್ರೇಮ್‌ಜಿ ಅವರ ಗಮನ ಸೆಳೆದಾಗ ಅವರ ವಿವರಣೆ ಹೀಗೆ: ''ಬಡವರ ಸೇವೆಗಾಗಿ ನಾನು ಸದಾ ಸಿದ್ಧ. ಪ್ರಮುಖ ಅವಶ್ಯಕತೆಗಳಿಗೆ ಹಣ ವಿನಿಯೋಗಿಸುತ್ತೇನೆ''.

ಗುಜರಾತಿನಲ್ಲಿ ಭೂಕಂಪವಾದಾಗ ವಿಪ್ರೊ ಕಂಪನಿಯ ಉದ್ಯೋಗಿಗಳು ಧನಸಹಾಯ ಮಾಡಿದರು. ಅಷ್ಟೇ ಮೊತ್ತದ ಹಣವನ್ನು ಕಂಪನಿಯ ವತಿಯಿಂದಲೂ ಮಂಜೂರು ಮಾಡಲಾಯಿತು. ಮಹಾತ್ಮ ಗಾಂಧಿಯವರ ಆದರ್ಶಗಳಿಗೆ ಬದ್ಧರಾಗಿರುವ ವಿಪ್ರೊ ಸಂಸ್ಥೆಯ ಮಾಲೀಕ ಆರ್ಥಿಕವಾಗಿ ಹಿಂದುಳಿದವರ ಕಲ್ಯಾಣಕ್ಕಾಗಿ ಅಜೀಂ ಪ್ರೇಮ್‌ಜಿ ಫೌಂಡೇಶನ್ ಕಟ್ಟಿದ್ದಾರೆ. ಭಾರತ ಸರ್ಕಾರ ಹಾಗೂ ಯುನಿಸೆಫ್ ಸಹಯೋಗದಲ್ಲಿ ಈ ಸಂಸ್ಥೆ ಪ್ರಾಥಮಿಕ ಶಿಕ್ಷಣಕ್ಕೆ ಪ್ರೋತ್ಸಾಹ ನೀಡಲು ಹಾಗೂ ಬಾಲಕಾರ್ಮಿಕ ಪದ್ಧತಿಯಂತಹ ಅನಿಷ್ಟಗಳನ್ನು ಸಮಾಜದಿಂದ ತೊಡೆದುಹಾಕಲು ಶ್ರಮಿಸುತ್ತದೆ. ''ಈ ದೇಶದಲ್ಲಿ ಸಾಮಾಜಿಕವಾಗಿ, ಆರ್ಥಿಕವಾಗಿ ಮುಂದು ವರಿಯಬೇಕು ಎಂದರೆ ಶಿಕ್ಷಣವೇ ಏಕೈಕ ಮಾರ್ಗ. ಆದರೆ ಲಕ್ಷಾಂತರ ಮಕ್ಕಳು

ಶಾಲೆ ಕಲಿಯುವ ಅವಕಾಶದಿಂದ ವಂಚಿತರಾಗುತ್ತಾರೆ ಎನ್ನುವುದು ದುರದೃಷ್ಟ'' ಎನ್ನುತ್ತಾರೆ ಪ್ರೇಮ್‌ಜಿ.

ಭಾರತ ಸರ್ಕಾರದ ಮಾಹಿತಿ ತಂತ್ರಜ್ಞಾನ ಸಚಿವಾಲಯಕ್ಕೆ ಪ್ರೇಮ್‌ಜಿ ಸಲಹಾಗಾರರಾಗಿದ್ದಾಗ, ''ರಾಜಕೀಯ ಸೇರಲು ನಿಮಗೆ ಆಸಕ್ತಿ ಇದೆಯೇ'' ಎಂದು ಸಂದರ್ಶನವೊಂದರಲ್ಲಿ ಪ್ರಶ್ನಿಸಲಾಯಿತು. ಆದರೆ ಪ್ರೇಮ್‌ಜಿಗೆ ರಾಜಕೀಯ ಸೆಳೆತ ಇಲ್ಲ, ''ಸಲಹಾಗಾರನಾಗಿ ನಾನು ನನ್ನ ಅಭಿಪ್ರಾಯ ಗಳನ್ನೇರವಾಗಿ, ದಿಟ್ಟವಾಗಿ ಮಂಡಿಸಬಹುದು. ಆದರೆ ರಾಜಕಾರಣಿಯಾದರೆ ಹಲವಾರು ವಿಷಯಗಳಲ್ಲಿ ರಾಜಿ ಮಾಡಿಕೊಳ್ಳುತ್ತಲೇ ಇರಬೇಕಾಗುತ್ತದೆ. ಅದು ನನಗೆ ಇಷ್ಟವಿಲ್ಲ'' ಎಂದು ಉತ್ತರಿಸಿದರು.

ಅಜೀಂ ಪ್ರೇಮ್‌ಜಿ ಸಾಧನೆಗಳು

ತಮ್ಮ ತಂದೆಯ ಬಿಸಿನೆಸ್ಸನ್ನು ಉಳಿಸಿ ಬೆಳೆಸಿದ್ದು. ಒಂದು ಕಾಲದಲ್ಲಿ ಖಾದ್ಯ ತೈಲ ತಯಾರಿಕೆಗೆ ಸೀಮಿತವಾಗಿದ್ದ ಕಂಪನಿ ಇಂದು ಹಲವಾರು ವಹಿವಾಟುಗಳಿಗೆ ವಿಸ್ತರಿಸಿದ್ದು, ಮುಖ್ಯವಾಗಿ ಮಾಹಿತಿ ತಂತ್ರಜ್ಞಾನದಲ್ಲಿ ದಿಗ್ಗಜ ಎಂದೆನಿಸಿಕೊಂಡಿದೆ.

ವೈಫಲ್ಯಗಳು

ಉದ್ದಿಮೆ ಕ್ಷೇತ್ರದಲ್ಲಿ ಅಪಾರ ಯಶಸ್ಸು ಕಂಡಿರುವ ವಿಪ್ರೊ ಮುಖ್ಯಸ್ಥ ತಮ್ಮ ವೈಯಕ್ತಿಕ ಜೀವನದಲ್ಲಿ ಕೆಲವು ವಿಷಯಗಳಿಗೆ ಗಮನ ಕೊಡುವುದು ಸಾಧ್ಯವಾಗಿಲ್ಲ ಎಂದು ವಿಷಾದಿಸುತ್ತಾರೆ. ವೃತ್ತಿ ಜೀವನದಲ್ಲಿ ಮಗ್ನರಾಗಿ ತಮ್ಮ ಕುಟುಂಬದ ಸದಸ್ಯರೊಡನೆ ಹೆಚ್ಚುಕಾಲ ಕಳೆಯುವುದು ಸಾಧ್ಯವಾಗಲಿಲ್ಲ ಎಂಬ ಕುರಿತು ಅವರಿಗೆ ಅಸಂತುಷ್ಟಿ ಇದೆ.

ಅವರ ಜೀವನದಲ್ಲಿ ಒಂದು ದಿನ

ಇತರ ಕಂಪನಿಗಳ ಮುಖ್ಯಸ್ಥರ ಹಾಗೆ ಪ್ರೇಮ್‌ಜಿ ಕೂಡ ಹೆಚ್ಚು ಪಾಲು ಸಮಯವನ್ನು ಪ್ರಯಾಣದಲ್ಲಿಯೇ ಕಳೆಯುತ್ತಾರೆ. ವಿಪ್ರೊದ ಪ್ರಮುಖ

ಕಚೇರಿ ಇರುವ ಬೆಂಗಳೂರಿನಲ್ಲಿ ಒಂದು ದಿನವನ್ನು ಅವರು ಹೇಗೆ ಕಳೆಯುತ್ತಾರೆ ಎಂಬುದಕ್ಕೆ ಒಂದು ನಿದರ್ಶನ ಇಲ್ಲಿದೆ. ಅವರ ದಿನಚರಿಯಲ್ಲಿ ಪ್ರತಿ ಎರಡು ಕಾರ್ಯಕ್ರಮಗಳ ನಡುವೆ ಅರ್ಧಗಂಟೆ ಹೆಚ್ಚುವರಿ ಸಮಯವಿದ್ದು, ಅದನ್ನು ಅನಿರೀಕ್ಷಿತ ಬೆಳವಣಿಗೆಗಾಗಿ ಮೀಸಲಿಡಲಾಗುತ್ತಿದೆ.

ಬೆಳಿಗ್ಗೆ	7.30	- ಅಮೆರಿಕದ ಪತ್ರಕರ್ತರೊಬ್ಬರೊಡನೆ ಉಪಹಾರ
	9.00	- ವಿಪ್ರೊ ಮ್ಯಾನೇಜರ್‌ಗಳ ತರಬೇತಿಗಾಗಿ ಏರ್ಪಡಿಸಿದ ಬಿಸಿನೆಸ್ ಲೀಡರ್ಸ್ ಸಮಾವೇಶದಲ್ಲಿ ಭಾಗ ವಹಿಸುವುದು.
	11.30	- ಒಬ್ಬ ಪ್ರಮುಖ ಗ್ರಾಹಕರೊಡನೆ ಊಟ
ಮಧ್ಯಾಹ್ನ	3.00	- ಅಜೀಂ ಪ್ರೇಮ್‌ಜಿ ಫೌಂಡೇಶನ್ ಮ್ಯಾನೇಜ್‌ಮೆಂಟ್ ಮಂಡಳಿಯೊಡನೆ ಸಮಾಲೋಚನೆ
	4.30	- ಏಷ್ಯಾಖಂಡದ ಸ್ಥಳೀಯ ವಿಷಯಗಳ ಕುರಿತ ಸಮಾವೇಶದಲ್ಲಿ ಅತಿಥಿಯಾಗಿ ಭಾಗವಹಿಸುವಿಕೆ
	7.30	- ಅಮೆರಿಕದ ಹೂಡಿಕೆದಾರರೊಡನೆ ವಿಡಿಯೋ ಕಾನ್ಫರೆನ್ಸ್
	8.30	- ತಂತ್ರಜ್ಞಾನ ಸಚಿವರೊಡನೆ ರಾತ್ರಿಯ ಭೋಜನ.

ವಿಪ್ರೊ : ಪ್ರಮುಖ ಅಂಕಿಅಂಶಗಳು

ಮಾಹಿತಿ ತಂತ್ರಜ್ಞಾನದಲ್ಲಿ ಅಗ್ರಸ್ಥಾನದಲ್ಲಿರುವ ವಿಪ್ರೊ, ವಿದ್ಯುತ್ ಬಲ್ಬ್‌ಗಳು, ಆರೋಗ್ಯ ರಕ್ಷಕ ಸೌಂದರ್ಯವರ್ಧಕ ಉತ್ಪನ್ನಗಳ ತಯಾರಿಕೆಯಲ್ಲಿಯೂ ಹೆಸರುವಾಸಿಯಾಗಿದೆ.

ಮಾರ್ಚ್ 31, 2009ಕ್ಕೆ ಕೊನೆಗೊಂಡ ವಿತ್ತೀಯ ವರ್ಷದಲ್ಲಿ ವಿಪ್ರೊ ಆದಾಯ ರೂ. 19,166 ಕೋಟಿಯಷ್ಟಿತ್ತು. ಇದರಲ್ಲಿ ಐಟಿ ವಹಿವಾಟಿನ ಪಾಲು 75 ಪ್ರತಿಶತ.

ವಿಪ್ರೊ ಟೆಕ್ನಾಲಜೀಸ್‌ನಲ್ಲಿ ಸುಮಾರು ಒಂದು ಲಕ್ಷ ಉದ್ಯೋಗಿಗಳಿದ್ದಾರೆ.

ಬಿಸಿನೆಸ್ ಇಂಟೆಲಿಜೆನ್ಸ್ ಹಾಗೂ ಡಾಟಾ ವೇರ್‌ಹೌಸಿಂಗ್

ಶೀಘ್ರವಾಗಿ ಬೆಳೆಯುತ್ತಿರುವ ಇಂದಿನ ಬಿಸಿನೆಸ್ ಕ್ಷೇತ್ರದಲ್ಲಿ ಇಂಟರ್‌ನೆಟ್ ಹಾಗೂ ಹೊಸ ಬಿಸಿನೆಸ್ ಮಾಡೆಲ್‌ಗಳ ಮೇಲೆ ಅವಲಂಬನೆ ಹೆಚ್ಚಾಗಿದೆ. ಅತ್ಯಂತ ಕಡಿಮೆ ಕಾಲಾವಧಿಯಲ್ಲಿ ಮಹತ್ವದ ನಿರ್ಣಯಗಳನ್ನು ತೆಗೆದುಕೊಳ್ಳುವ ಸವಾಲು ಕಂಪನಿಗಳ ಮುಂದಿದೆ. ಗ್ರಾಹಕರು, ಉತ್ಪನ್ನಗಳು ಹಾಗೂ ಕಾರ್ಯವಿಧಾನಗಳ ಬಗ್ಗೆ ತುರ್ತಾಗಿ, ನಿಖರವಾಗಿ ಮಾಹಿತಿ ಕಲೆ ಹಾಕುವುದು ಅತ್ಯಂತ ಅವಶ್ಯಕ. ಹೀಗಿರುವಾಗ ಬಿಸಿನೆಸ್ ಇಂಟಲಿಜೆನ್ಸ್ ಹಾಗೂ ಡಾಟಾ ವೇರ್‌ಹೌಸಿಂಗ್ ಪ್ಯಾಕೇಜ್‌ಗಳು ಉದ್ದಿಮೆಗಳಿಗೆ ಈ ಕೆಳಗಿನ ಲಾಭಗಳನ್ನು ನೀಡುತ್ತವೆ:

1. ನಿರ್ಣಯ ತೆಗೆದುಕೊಳ್ಳುವಲ್ಲಿ ದಕ್ಷತೆ ಹೆಚ್ಚಿಸುವುದು
2. ಶೀಘ್ರ ನಿರ್ಣಯ ತೆಗೆದುಕೊಳ್ಳುವುದರಲ್ಲಿ ಸಹಕಾರಿ ಹಾಗೂ ಆದಾಯದಲ್ಲಿ ಹೆಚ್ಚಳ.
3. ಗ್ರಾಹಕರಿಗೆ ಉತ್ತಮ ಸೇವೆ
4. ಹೊಸ ಬಿಸಿನೆಸ್ ಅವಕಾಶಗಳ ಸೃಷ್ಟಿ
5. ಬಿಸಿನೆಸ್ಸಿನಲ್ಲಿ ಸುಧಾರಿತ ಕಾರ್ಯ ವಿಧಾನ
6. ಸುಧಾರಿತ ಮಾಹಿತಿ ಗುಣಮಟ್ಟ
7. ವಹಿವಾಟು ವೆಚ್ಚ ಇಳಿಮುಖ.

ಉತ್ತಮ ಗುಣಮಟ್ಟದ ಬಿಸಿನೆಸ್ ಇಂಟೆಲಿಜೆನ್ಸ್ ಹಾಗೂ ಡಾಟಾ ವೇರ್‌ಹೌಸಿಂಗ್ ಸಮತ್ತುಗಳನ್ನು ವಿಪ್ರೊ ತನ್ನ ಗ್ರಾಹಕರಿಗೆ ಒದಗಿಸುತ್ತದೆ. ಈ ನಿಟ್ಟಿನಲ್ಲಿ ಅದು ಐಬಿಎಮ್, ಕಾಗ್ನೊಸ್, ಬಿಸಿನೆಸ್ ಅಬ್ಜೆಕ್ಟ್, ಮೈಕ್ರೋಸಾಫ್ಟ್,

ಆಶಿಕಲ್, ಇನ್‌ಫಾರ್ಮಾಟಿಕ್ಸ್ ಮುಂತಾದ ಕಂಪನಿಗಳೊಡನೆ ಸಹಯೋಗ ಹೊಂದಿದೆ. ಭಾರತೀಯ ಹಾಗೂ ವಿದೇಶೀ ಕಂಪನಿಗಳಿಗೆ ಈ ಕೆಳಗಿನ ಸವಲತ್ತುಗಳನ್ನು ನೀಡುತ್ತದೆ.

1. ಸಲ್ಯೂಶನ್ ಆರ್ಕಿಟೆಕ್ಚರ್
   ಡಾಟಾ ಮಾಡೆಲಿಂಗ್
   ಡಿಡಬ್ಲ್ಯೂಎಚ್ ಅಪ್ಲಿಕೇಶನ್
   ಇಟಿಎಲ್ ಆರ್ಕಿಟೆಕ್ಚರ್
   ಟೆಕ್ನಿಕಲ್ ಆರ್ಕಿಟೆಕ್ಚರ್
   ಮೆಟಾ ಡಾಟಾ ಮ್ಯಾನೇಜ್‌ಮೆಂಟ್
   ಟೂಲ್ ಎವ್ಯಾಲುಯೇಶನ್

2. ಸಲ್ಯೂಶನ್ ಇಂಟಿಗ್ರೇಶನ್
   ಡಿಸೈನ್ ಇಂಪ್ಲಿಮೆಂಟೇಶನ್
   ಡೆವಲಪ್‌ಮೆಂಟ್ ಹಾಗೂ ಡಿಪ್ಲಾಯ್‌ಮೆಂಟ್

3. ಸಲ್ಯೂಶನ್ ಕೌನ್ಸೆಲಿಂಗ್
   ಬಿಸಿನೆಸ್ ಇಂಟೆಲಿಜೆನ್ಸ್ ಹಾಗೂ ಡಾಟಾ ವೇರ್ ಹೌಸಿಂಗ್
   ಸಲ್ಯೂಶನ್ ಫ್ರೇಮ್‌ವರ್ಕ್
   ಬಿಸಿನೆಸ್ ಹಾಗೂ ಇನ್‌ಫಾರ್ಮೇಶನ್ ವಿಶ್ಲೇಷಣೆ
   ಅನುಷ್ಠಾನಕ್ಕೆ ಮಾರ್ಗದರ್ಶನ
   ಡಾಟಾ ವೇರ್‌ಹೌಸಿಂಗ್ ಪ್ರೊಜೆಕ್ಟ್ ನಿರ್ವಹಣೆ

4. ಸಲ್ಯೂಶನ್ ನಿರ್ವಹಣೆ
   ಡಾಟಾವೇರ್ ಹೌಸಿಂಗ್ ಆಡಳಿತ
   ಸಾಮರ್ಥ್ಯ ಆಯೋಜನೆ
   ಡಾಟಾ ವೇರ್‌ಹೌಸಿಂಗ್ ಆಡಿಟ್
   ಪರ್ ಫಾರ್ಮನ್ಸ್ ಟ್ರೈನಿಂಗ್
   ಡಾಟಾ ವೇರ್ ಹೌಸಿಂಗ್ ನಿರ್ವಹಣೆ

ಅಜೀಂ ಪ್ರೇಮ್‌ಜಿ ಕುರಿತು ಗಣ್ಯರ ಅಭಿಪ್ರಾಯ

ಬಿಲ್‌ಗೇಟ್ಸ್, ಮೈಕ್ರೊಸಾಫ್ಟ್ ಒಡೆಯ: ''ನೀವು ಕೈಗೆತ್ತಿಕೊಂಡಿರುವ ಪ್ರಾಜೆಕ್ಟ್ ಸಂಕೀರ್ಣವಾಗಿದೆಯೆ? ಅದನ್ನು ನಿರ್ವಹಿಸಲು ವಿಪ್ರೊದ ಜೊತೆ ಚರ್ಚಿಸುವುದೇ ಕಾಮನ್‌ಸೆನ್ಸ್''.

ರೇನ್ ಕಿರಯಲ್, ಲೇಖಕ: ''ಆರ್‌ಕಲ್‌ನ ಲ್ಯಾರಿ ಎಲಿಸನ್‌ಗೆ ಎಷ್ಟು ಆಡಂಬರವಿದೆಯೋ, ಅಷ್ಟೇ ನಮ್ರತೆ ವಿಪ್ರೊದ ಅಜೀಂ ಪ್ರೇಮ್‌ಜಿ ಯವರಲ್ಲಿದೆ''

ಸರ್ ಇಯಾನ್ ವ್ಯಾಲನ್ಸ್, ಬಿಟಿ/ಸಿಬಿಐನ ಮಾಜಿ ಅಧ್ಯಕ್ಷ: ''ವಿಪ್ರೊ ಕಂಪನಿಯನ್ನು ಜಾಗತಿಕ ಮಟ್ಟಕ್ಕೆ ಕೊಂಡೊಯ್ದು ಅವರು ಅಸಾಧ್ಯ ವಿರುವುದನ್ನು ಸಾಧ್ಯ ಮಾಡಿ ತೋರಿಸಿದ್ದಾರೆ''

ಸೋಮ್ ಮಿತ್ತಲ್, ನಾಸ್‌ಕಾಮ್ ಅಧ್ಯಕ್ಷ: ''ಪ್ರೇಮ್‌ಜಿಯವರು ಸದಾ ದಕ್ಷತೆ, ನಿಖರತೆ ಬಯಸುವ ವ್ಯಕ್ತಿ ನನ್ನನ್ನು ವಿಪ್ರೊ ಕಂಪನಿಗೆ ಸೇರಿಸಿ ಕೊಳ್ಳುವಾಗ ಸುಮಾರು ಎಂಟು ಗಂಟೆ ಕಾಲ ವಿವರವಾಗಿ ನನ್ನ ಸಂದರ್ಶನ ಮಾಡಿದರು. ಐದು ವರ್ಷ ವಿಪ್ರೊದಲ್ಲಿ ಕೆಲಸ ಮಾಡಿದ ಅವಧಿಯಲ್ಲಿ ನಾನು ಗಮನಿಸಿದ್ದೇನೆಂದರೆ, ಪ್ರೇಮ್‌ಜಿ ಯಾವತ್ತೂ ಇಂತಹ ಕೆಲಸ ಇಂತಿಷ್ಟೇ ಸಮಯದಲ್ಲಿ ಆಗಬೇಕು ಎಂದು ಒತ್ತಾಯ ಮಾಡುತ್ತಿರಲಿಲ್ಲ. ಆದರೆ ಅವರನ್ನು ನಿರಾಶೆಗೊಳಿಸುವ ಧೈರ್ಯ ಯಾರಲ್ಲೂ ಇರಲಿಲ್ಲ. ಹೀಗಾಗಿ ಎಲ್ಲ ಉದ್ಯೋಗಿಗಳು ಅಚ್ಚುಕಟ್ಟಾಗಿ ತಮ್ಮ ಕೆಲಸವನ್ನು ಮಾಡಿ ಮುಗಿಸುತ್ತಿದ್ದರು. ಶಿಸ್ತು ಅನ್ನುವುದು ಅಲ್ಲಿ ತಾನೇ ತಾನಾಗಿ ನೆಲೆಗೊಂಡಿತ್ತು. ನಾನು ವಿಪ್ರೊ ಕಂಪನಿ ಬಿಟ್ಟು ಹೋಗುವಾಗ ಪ್ರೇಮ್‌ಜಿಗೆ ದುಃಖವಾಗಿತ್ತು. ನಾವಿಬ್ಬರೂ ಆಗಾಗ ಸಭೆ-ಸಮಾವೇಶಗಳಲ್ಲಿ ಸಂಧಿಸುತ್ತೇವೆ. ಅವರ ಬಗ್ಗೆ ನನಗೆ ಈಗಲೂ ಅತೀವ ಗೌರವವಿದೆ''

ಸುಮಂತ್ರೊ ಘೋಷಾಲ್, ಪ್ರೊಫೆಸರ್, ಲಂಡನ್ ಬಿಸಿನೆಸ್ ಸ್ಕೂಲ್: ''ಭಾರತೀಯ ಕಂಪನಿಗಳ ಬಗ್ಗೆ ಪುಸ್ತಕ ಬರೆಯಲು ನಿರ್ಧರಿಸಿದ ನಾನು

ಸಂಶೋಧನೆಯ ಅಂಗವಾಗಿ ವಿಪ್ರೊ ಕಂಪನಿಯನ್ನು ಅಭ್ಯಸಿಸಿದೆ. ನನ್ನ ಅಭಿಪ್ರಾಯದಲ್ಲಿ ಭ್ರಷ್ಟಾಚಾರ ಮಾಡದೇ ಯಾರಿಗೂ ಲಂಚ ನೀಡದೇ ಯಶಸ್ಸು ಕಾಣುವುದು ಸಾಧ್ಯ ಎಂದು ತೋರಿಸಿಕೊಟ್ಟ ಭಾರತೀಯ ಉದ್ಯಮಿಯೆಂದರೆ ಪ್ರೇಮ್‌ಜಿ. ಅವರು ಶ್ರೀಮಂತ ಕೌಟುಂಬಿಕ ಹಿನ್ನೆಲೆಯುಳ್ಳವರಲ್ಲ. ಪರಿಶ್ರಮದಿಂದ ಮೇಲೇರಿದವರು. ಅತ್ಯುನ್ನತ ಮಟ್ಟದಲ್ಲಿದ್ದರೂ ಅವರಲ್ಲಿ ಅಪಾರ ನಮ್ರತೆಯಿದೆ. ಜಗತ್ತಿನ ಅತಿ ಹೆಚ್ಚು ಶ್ರೀಮಂತರ ಪಟ್ಟಿಯಲ್ಲಿರಲಿ ಅಥವಾ ವಿಪ್ರೊ ಶೇರು ಮೌಲ್ಯ ಮಾರುಕಟ್ಟೆಯಲ್ಲಿ ಕುಸಿಯಲಿ, ಪ್ರೇಮ್‌ಜಿ ಅವರ ಮೌಲ್ಯಗಳು, ಆದರ್ಶಗಳು ಬದಲಾಗುವುದಿಲ್ಲ''.

ನಾರಾಯಣ ಮೂರ್ತಿ, ಇನ್‌ಫೋಸಿಸ್ ಸ್ಥಾಪಕ, ಅಧ್ಯಕ್ಷ: ''ಪ್ರೇಮ್‌ಜಿ ಅವರನ್ನು ನಾನು ಇಪ್ಪತ್ತು ವರ್ಷದಿಂದ ಬಲ್ಲೆ. ಅವರು ನನ್ನ ಕಠಿಣ ಪ್ರತಿಸ್ಪರ್ಧಿ. ಹಾಗೆಯೇ ಸ್ನೇಹಿತರೂ ಹೌದು. ಅತ್ಯಂತ ಉತ್ಸಾಹಿ. ದೂರದೃಷ್ಟಿಯುಳ್ಳವರು. ತಮ್ಮ ಗುರಿ ಸಾಧಿಸುವಲ್ಲಿ ನಿಪುಣರು''.

ವಿಕ್ಟರ್ ಕಿಲೇರನ್, ಚೇರ್‌ಮನ್, ಹೆಂಡರ್‌ಸನ್ ಗ್ಲೋಬಲ್ ಇನ್‌ವೆಸ್ಟ್‌ಮೆಂಟ್: ''ಅಜೀಂ ಪ್ರೇಮ್‌ಜಿ ಅವರೊಂದಿಗೆ ಬೆಂಗಳೂರಿನಲ್ಲಿ ನಮ್ಮ ಸಹಯೋಗಿ ಸಂಸ್ಥೆ ಕೆಲಸ ಮಾಡುತ್ತದೆ. ಪ್ರೇಮ್‌ಜಿ ಅವರನ್ನು ನಾನು ಹಲವು ಬಾರಿ ಭೇಟಿಯಾಗಿದ್ದೇನೆ. ಅವರಲ್ಲಿರುವ ನಮ್ರತೆ ಪ್ರಶಂಸಾರ್ಹ. ಅವರ ಸರಳತೆಯನ್ನು ಗಮನಿಸಿದರೆ ಜಗತ್ತಿನ ಅತ್ಯಂತ ಶ್ರೀಮಂತರಲ್ಲಿ ಅವರೂ ಒಬ್ಬರು ಎಂಬುದು ಆಶ್ಚರ್ಯಕರ ಸಂಗತಿಯೇ ಸರಿ. ಅವರು ತಮ್ಮ ಸಂಪತ್ತನ್ನು ಆಡಂಬರದ ಜೀವನಕ್ಕಾಗಿ ಬಳಸುವುದಿಲ್ಲ. ಬಡವರ ಕಲ್ಯಾಣಕ್ಕಾಗಿ ಹಣ, ಸಮಯ ವಿನಿಯೋಗಿಸುತ್ತಾರೆ. ಅಷ್ಟು ಯಶಸ್ವಿಯಾಗಿದ್ದರೂ ಅವರು ಪ್ರಚಾರ ಬಯಸದೇ ತೆರೆಮರೆಯಲ್ಲಿರಲು ಇಷ್ಟಪಡುತ್ತಾರೆ.

5. ಮಾಹಿತಿ ತಂತ್ರಜ್ಞಾನ ಕ್ರಾಂತಿ

ಮಹಾತ್ಮ ಗಾಂಧಿಯವರ ಆದರ್ಶಗಳಿಂದ ಪ್ರೇರಿತರಾದ ಪ್ರೇಮ್‌ಜಿ ಸರಳ ಜೀವನ ನಡೆಸುತ್ತಾರೆ.

ಫೆಬ್ರವರಿ, 2000ದಲ್ಲಿ ಅಜೀಂ ಪ್ರೇಮ್‌ಜಿ ಅವರು ವಾರನ್ ಬಫೆಟ್, ಲ್ಯಾರಿ ಎಲಿಸನ್ ಹಾಗೂ ಬ್ರುನೈ ಸುಲ್ತಾನರಂತಹ ಘಟಾನುಘಟಿಗಳನ್ನು ಹಿಂದೆ ಹಾಕಿ 35 ಬಿಲಿಯನ್ ಪೌಂಡ್ ಆದಾಯದೊಂದಿಗೆ ಜಗಜ್ತಿನ ಎರಡನೇ ಅತಿದೊಡ್ಡ ಶ್ರೀಮಂತ ಎಂದೆನಿಸಿಕೊಂಡರು. ಆದರೆ ಈ ಕುರಿತು ಪ್ರೇಮ್‌ಜಿಗೆ ಯಾವುದೇ ಹಮ್ಮು ಇಲ್ಲ. ''ಅದು ನಿಜವಾದ ಸಂಪತ್ತಲ್ಲ, ಸಾಂಕೇತಿಕ ಮಾತ್ರ'' ಎಂದರು ಪ್ರೇಮ್‌ಜಿ. ಆಗ ವಿಪ್ರೊ ಶೇರುಗಳು ನ್ಯೂಯಾರ್ಕ್ ಸ್ಟಾಕ್ ಎಕ್ಸ್‌ಚೇಂಜ್‌ನಲ್ಲಿ ನೊಂದಾವಣಿಯಾಗುವುದರಲ್ಲಿತ್ತು. ಅದು ಡಾಟ್‌ಕಾಮ್ ಬೂಮ್ ಆವಧಿ. ಅದರ ಲಾಭವನ್ನು ವಿಪ್ರೊ ಕೂಡ ಪಡೆದಿತ್ತು. ಆದರೆ ವಿಪ್ರೊ, ಇನ್‌ಫೋಸಿಸ್ ಮುಂತಾದ ದೊಡ್ಡ ಸಾಫ್ಟ್‌ವೇರ್ ಕಂಪನಿಗಳು ಡಾಟ್‌ಕಾಮ್ ಕಂಪನಿಗಳ ಮಾದರಿಯನ್ನು ಅನುಸರಿಸಲಿಲ್ಲ. ಹೀಗಾಗಿ ಅವು ಡಾಟ್‌ಕಾಮ್ ಕಂಪನಿಗಳಂತೆ ವಿಫಲವಾಗಲಿಲ್ಲ. ಯಶಸ್ಸಿನ ಹಾದಿಯಿಂದ ಹಿಂದೆ ಸರಿಯಲಿಲ್ಲ.

1966 ರಿಂದ ಈಚೆಗೆ ವಿಪ್ರೊ ವರ್ಷಕ್ಕೆ ಶೇ.40ರ ದರದಲ್ಲಿ ಬೆಳೆಯಿತು. ಸೋನಿ, ಫಿಯಟ್, ಮೈಕ್ರೊಸಾಫ್ಟ್, ಡೆಲ್, ಅಲೈಯನ್, ಇನ್ಶೂರನ್ಸ್ ಮುಂತಾದ ದೊಡ್ಡ ಸಂಸ್ಥೆಗಳು ಇಂದು ವಿಪ್ರೊದ ಗ್ರಾಹಕರಾಗಿದ್ದಾರೆ. ಭಾರತದಲ್ಲಿ ಅತ್ಯುತ್ತಮ ತರಬೇತಿ ಪಡೆದ, ದಕ್ಷ, ಚೆನ್ನಾಗಿ ಇಂಗ್ಲೀಷ್ ಮಾತಾಡಬಲ್ಲ ಐಟಿ ಉದ್ಯೋಗಿಗಳು ಇರುವುದು ಅನುಕೂಲಕರವಾಗಿ ಪರಿಣಮಿಸಿದೆ.

''ಭಾರತದಲ್ಲಿ ಒಬ್ಬ ಸಾಫ್ಟ್‌ವೇರ್ ಎಂಜಿನಿಯರ್ ನೇಮಿಸಿಕೊಂಡರೆ ಆತ ಬ್ರಿಟನ್ನಿನಲ್ಲಿರುವಂತೆಯೇ ಉತ್ತಮ ಜೀವನಶೈಲಿ ನಡೆಸಬಹುದು. ಅದೂ ಆರನೇ ಒಂದು ಭಾಗ ವೆಚ್ಚದಲ್ಲಿ'' ಎನ್ನುತ್ತಾರೆ ಪ್ರೇಮ್‌ಜಿ. ಬ್ರಿಟನ್

ಸೇರಿದಂತೆ ಮುಂದುವರೆದ ದೇಶಗಳಿಗೆ ಹೋಲಿಸಿದರೆ ಭಾರತದಲ್ಲಿ ಸಾಫ್ಟ್‌ವೇರ್ ಉದ್ಯೋಗಿಗಳ ಸಂಬಳ ಗಣನೀಯವಾಗಿ ಕಡಿಮೆಯಿದೆ. ಹೀಗಾಗಿ ಆ ದೇಶಗಳು ಭಾರತದ ಸಾಫ್ಟ್‌ವೇರ್ ಕಂಪನಿಗಳೊಂದಿಗೆ ವಹಿವಾಟು ಮಾಡುವುದು ಅನಿವಾರ್ಯವಾಗುತ್ತದೆ ಎಂದು ಪ್ರೇಮ್‌ಜಿ ಬಹು ಹಿಂದೆಯೇ ಮನಗಂಡಿದ್ದರು. ಅಷ್ಟೇ ಅಲ್ಲ, ಡೆಲ್ ಹಾಗೂ ಲೆಹಮಾನ್ ಬ್ರದರ್ಸ್‌ನಂತಹ ಕಂಪನಿಗಳಿಗೆ ಹೆಚ್ಚು ಅನುಕೂಲಕರ ಸೇವೆ ಒದಗಿಸುವ ದೃಷ್ಟಿಯಿಂದ ತಮ್ಮ ಕೆಲವು ಉದ್ಯೋಗಿಗಳನ್ನು ಟೆಕ್ಸಾಸ್ ಹಾಗೂ ನ್ಯೂಯಾರ್ಕ್‌ಗೆ ಕಳುಹಿಸಿ, ಅಮೆರಿಕ ಮಾದರಿಯಲ್ಲಿ ಇಂಗ್ಲೀಷ್ ಉಚ್ಚರಿಸಲು ತರಬೇತಿ ಕೊಡಿಸಿದರು.

ಸಿಇಐ ಸಿಎಮ್‌ಎಮ್ ಲೆವೆಲ್-5 ಮಾನ್ಯತೆ ಪಡೆದ ಪ್ರಥಮ ಕಂಪನಿ ವಿಪ್ರೊ. ಸಿಇಐ ಇದು ಸಾಫ್ಟ್‌ವೇರ್ ಎಂಜಿನಿಯರಿಂಗ್ ಕ್ಷೇತ್ರದಲ್ಲಿ ಸಂಶೋಧನೆ ಹಾಗೂ ಅಭಿವೃದ್ಧಿಗೆ ಮಾನ್ಯತೆ ನೀಡುವ ಅಮೆರಿಕ ಮೂಲದ ಸಂಸ್ಥೆ.

ಮೈಕ್ರೋಸಾಫ್ಟ್‌ನ ಬಿಲ್‌ಗೇಟ್ಸ್ ಹಾಗೂ ವಿಪ್ರೊದ ಅಜೀಂ ಪ್ರೇಮ್‌ಜಿ ಪರಸ್ಪರ ಸಹಯೋಗದಲ್ಲಿ ಸಮಾಜಕಲ್ಯಾಣ ಕಾರ್ಯಗಳನ್ನು ಕೈಗೊಳ್ಳುತ್ತಾರೆ. "ಬಿಲ್‌ಗೇಟ್ಸ್ ಫೌಂಡೇಶನ್ ಜೊತೆಗೆ ಅಜೀಂ ಪ್ರೇಮ್‌ಜಿ ಫೌಂಡೇಶನ್ ನಿಕಟವಾಗಿ ಕೆಲಸ ಮಾಡುತ್ತಿದೆ. ನಾವು ಶಿಕ್ಷಣ ಕ್ಷೇತ್ರದಲ್ಲಿ ಹೆಚ್ಚಿನ ಸೇವೆ ಸಲ್ಲಿಸುತ್ತಿದ್ದರೆ, ಬಿಲ್ ಗೇಟ್ಸ್ ಫೌಂಡೇಶನ್ ಆರೋಗ್ಯ ಕ್ಷೇತ್ರದಲ್ಲಿ ಕಾರ್ಯನಿರ್ವಹಿಸುತ್ತಿದೆ" ಎಂದು ಪ್ರೇಮ್‌ಜಿ ವಿವರಿಸುತ್ತಾರೆ. ಶಿಕ್ಷಣ ಪ್ರೇಮ್‌ಜಿ ಅವರಿಗೆ ಅತ್ಯಂತ ಪ್ರಿಯವಾದ ಕ್ಷೇತ್ರ. ತಮ್ಮ ತಂದೆಯವರ ಅಕಾಲಿಕ ನಿಧನದಿಂದಾಗಿ ಸ್ಟ್ಯಾನ್‌ಫೋರ್ಡ್‌ನಲ್ಲಿ ಶಿಕ್ಷಣವನ್ನು ಅರ್ಧಕ್ಕೆ ನಿಲ್ಲಿಸಿದ ಅವರು, ದೇಶದ ಮಕ್ಕಳ ಶೈಕ್ಷಣಿಕ ಕನಸುಗಳನ್ನು ನನಸಾಗಿಸಲು ಶ್ರಮಪಡುತ್ತಾರೆ. ತಮ್ಮ ಕಂಪನಿಯಲ್ಲಿ ಕೆಲಸಕ್ಕೆ ಸೇರುವ ಉದ್ಯೋಗಿಗಳ ನೈಪುಣ್ಯ ವರ್ಧನಗಾಗಿ ಪ್ರತಿ ಹಂತದಲ್ಲಿ ತರಬೇತಿ ಕೊಡುತ್ತಾರೆ.

ಅಮೆರಿಕ ಮೇಲಿಂದ ಮೇಲೆ ಹೇರುವ ವೀಸಾ ನಿರ್ಬಂಧಗಳು ವಿಪ್ರೊ

ಸೇರಿದಂತೆ ಹಲವಾರು ಭಾರತೀಯ ಕಂಪನಿಗಳ ಕಾರ್ಯ ನಿರ್ವಹಣೆಗೆ ಅಡ್ಡಿಯಾಗುತ್ತವೆ. ಹೊರಗುತ್ತಿಗೆ ಕುರಿತು ಅಮೆರಿಕ ಸರ್ಕಾರ ತನ್ನ ಆತಂಕಗಳನ್ನು ವ್ಯಕ್ತಪಡಿಸುತ್ತಲೇ ಬಂದಿದೆ. ಇತ್ತೀಚಿನ ಒಬಾಮ ಸರ್ಕಾರ ಕೂಡ, ಅಮೆರಿಕದಲ್ಲಿ ಬೆಳೆಯುತ್ತಿರುವ ನಿರುದ್ಯೋಗದ ಹಿನ್ನೆಲೆಯಲ್ಲಿ, ಭಾರತ ಸೇರಿದಂತೆ ಇತರ ರಾಷ್ಟ್ರಗಳ ಕಂಪನಿಗಳೊಂದಿಗೆ ಸಹಯೋಗ, ಹೊರಗುತ್ತಿಗೆ ಮಾಡುವ ಅಮೆರಿಕನ್ ಕಂಪನಿಗಳಿಗೆ ತೆರಿಗೆಯಲ್ಲಿ ರಿಯಾಯಿತಿ ನೀಡುವುದಿಲ್ಲ ಎಂದು ಘೋಷಿಸಿದೆ.

ಇವೆಲ್ಲ ಭಾರತೀಯ ಕಂಪನಿಗಳು ಎದುರಿಸುತ್ತಿರುವ ಸವಾಲುಗಳು. ಅಮೆರಿಕದಲ್ಲಿ ಜನಾಂಗೀಯ ಭೇದಕ್ಕೆ ಖುದ್ದು ಪ್ರೇಮ್‌ಜಿ ಹಲವಾರು ಬಾರಿ ಗುರಿಯಾಗಿದ್ದಾರೆ. ಈ ಕುರಿತು ಪತ್ರಕರ್ತರೊಡನೆ ಒಂದು ಸಂವಾದದಲ್ಲಿ ಅವರು ಹೀಗೆ ಹೇಳಿಕೊಂಡಿದ್ದಾರೆ: ''ಒಮ್ಮೆ ಅಮೆರಿಕಕ್ಕೆ ಹೋದಾಗ ನಾನು ಅಲ್ಲಿಂದ ಇತರ ಸ್ಥಳಗಳಿಗೆ ಪ್ರಯಾಣಿಸಲು ವಿಮಾನ ನಿಲ್ದಾಣಕ್ಕೆ ನಾಲ್ಕು ಬಾರಿ ಹೋಗಿದ್ದೆ. ಪ್ರತಿ ಸಲ ಹೋದಾಗಲೂ ನನ್ನ ವಿವರಗಳನ್ನು ಕೂಲಂಕುಷವಾಗಿ ಪರಿಶೀಲಿಸವಾಯಿತು. ಏಕೆಂದರೆ ನನ್ನ ಹೆಸರು ನೋಡಿದ ತಕ್ಷಣ ನಾನು ಮುಸ್ಲಿಂ ಎಂದು ಗೊತ್ತಾಗುತ್ತದೆ''

ಹೀಗೆ ವರ್ಣಭೇದ, ಜನಾಂಗೀಯ ಭೇದಗಳು ಇನ್ನೂ ಒಂದಲ್ಲ ಒಂದು ರೀತಿಯಲ್ಲಿ ಚಾಲ್ತಿಯಲ್ಲಿರುವುದರ ಕಡೆ ಗಮನ ಸೆಳೆಯುವ ಪ್ರೇಮ್‌ಜಿ, ''ನನ್ನ ಹೆಸರನ್ನು ಬದಲಾಯಿಸಿಕೊಳ್ಳುವುದು ಸೂಕ್ತವೇ ಎಂದು ಒಮ್ಮೊಮ್ಮೆ ಯೋಚಿಸುತ್ತೇನೆ'' ಎಂದು ತಮಾಷೆಯಾಗಿ ಹೇಳುತ್ತಾರೆ. ಆದರೆ ಪ್ರೇಮ್‌ಜಿ ಹೆಸರು ಜಗಜ್ಜನಿತ. ಟೋನಿ ಬ್ಲೇರ್, ಕ್ಲಿಂಟನ್, ರೂಪರ್ಟ್ ಮುರ್ಡೋಕ್ ಮುಂತಾದ ಜಗತ್ತಿನ ಗಣ್ಯರು ಪ್ರೇಮ್‌ಜಿಯವರನ್ನು ಭೇಟಿ ಮಾಡಿದ್ದಾರೆ, ಗೌರವಿಸಿದ್ದಾರೆ.

ಇಷ್ಟಾಗಿಯೂ ಐಷಾರಾಮಿ ಬದುಕು ನಡೆಸುವ ಗೀಳು ಅಜೀಂ ಪ್ರೇಮ್‌ಜಿಗೆ ಇಲ್ಲ. ಮೇಲಿಂದ ಮೇಲೆ ಕಾರು ಬದಲಾಯಿಸುವ ಜಾಯಮಾನ ಅವರದಲ್ಲ. ಜಗತ್ತಿನ ಅತಿ ದೊಡ್ಡ ಸಾಫ್ಟ್‌ವೇರ್ ಕಂಪನಿಗಳಲ್ಲಿ

ಒಂದಾದ ವಿಪ್ರೊದ ಒಡೆಯರಾಗಿದ್ದರೂ ಕೂಡ ಪ್ರೇಮ್‌ಜಿ ಪ್ರಯಾಣಿಸುವುದು ಮಧ್ಯಮ ವರ್ಗದವರ ತರಹ ಎಕಾನಮಿ ಕ್ಲಾಸಿನಲ್ಲಿಯೇ. ಎಷ್ಟೋ ಬಾರಿ ತಮ್ಮ ಬಟ್ಟೆಗಳನ್ನು ಖುದ್ದಾಗಿ ಒಗೆದು ಇಸ್ತ್ರೀ ಮಾಡಿಕೊಳ್ಳುವುದೂ ಉಂಟು. ಅದಕ್ಕಾಗಿ ಬಟ್ಟೆ ಒಗೆಯುವ ಸಾಬೂನು ಹಾಗೂ ಇಸ್ತ್ರಿಪೆಟ್ಟಿಗೆಯನ್ನು ಪ್ರಯಾಣಿಸುವಾಗ ಜೊತೆಯಲ್ಲಿಯೇ ಕೊಂಡೊಯ್ಯುತ್ತಾರೆ.

ಗಾಂಧೀಜಿಯವರ ಆದರ್ಶಗಳಿಗೆ ಗೌರವ ಕೊಡುವ ಪ್ರೇಮ್‌ಜಿ, ಭ್ರಷ್ಟಾಚಾರ ತಾಂಡವವಾಡುತ್ತಿರುವ ಭಾರತ ದೇಶದಲ್ಲಿ ತಮ್ಮ ಯಾವುದೇ ಕಾರ್ಯ ಈಡೇರಿಕೆಗಾಗಿ ಒಮ್ಮೆಯೂ ಲಂಚ ಕೊಟ್ಟವರಲ್ಲ. ಉದ್ದಿಮೆ ಕ್ಷೇತ್ರದಲ್ಲಿ ಅವರಿಗೆ ಬಿಲ್‌ಗೇಟ್ಸ್ ಹಾಗೂ ಜಾಕ್‌ವೆಲ್ಚ್‌ನಂತಹವರು ಆದರ್ಶ.

ಭಾರತವನ್ನು ಸಾಮಾಜಿಕವಾಗಿ, ಆರ್ಥಿಕವಾಗಿ ಅಭಿವೃದ್ದಿಗೊಳಿಸಬೇಕು ಎಂದರೆ ಶಿಕ್ಷಣ ಹಾಗೂ ತಂತ್ರಜ್ಞಾನ ದೇಶದ ಮೂಲೆ ಮೂಲೆಗೆ ತಲುಪುವಂತಾಗಬೇಕು. ಹಳ್ಳಿ ಹಳ್ಳಿಗಳಲ್ಲಿ ಕನಿಷ್ಠ ಪ್ರಾಥಮಿಕ ಶಿಕ್ಷಣ ನೀಡಲು ಶಾಲೆಗಳಿರಬೇಕು. ಎಲ್ಲ ಬಗೆಯ ಮಾಹಿತಿ ನೀಡುವ ಕೇಂದ್ರ (ಇನ್‌ಫಾರ್ಮೆಶನ್ ಕಿಯೊಸ್ಕ್)ಗಳಿರಬೇಕು. ಇದು ಪ್ರೇಮ್‌ಜಿ ಕನಸು. ''ಭಾರತದಲ್ಲಿರುವ ಯುವ ಪ್ರತಿಭೆಯ ಸದ್ವಿನಿಯೋಗವಾದರೆ ಈ ಕನಸು ನನಸಾಗುವುದರಲ್ಲಿ ಸಂದೇಹವಿಲ್ಲ'' ಎಂಬುದು ಪ್ರೇಮ್‌ಜಿ ನಂಬಿಕೆ. ಅದಕ್ಕಾಗಿ ಅವರು ಶ್ರದ್ಧಾಪೂರ್ವಕ ಪ್ರಯತ್ನಪಡುತ್ತಾರೆ.

ಅಜೀಂ ಪ್ರೇಮ್‌ಜಿ ಪ್ರತಿಷ್ಠಾನವು ಈಗ ಕರ್ನಾಟಕದಲ್ಲಿ ಖಾಸಗಿ ವಿಶ್ವವಿದ್ಯಾಲಯ ಸ್ಥಾಪಿಸಲು ಮುಂದಾಗಿದೆ. ಈ ವಿಶ್ವವಿದ್ಯಾಲಯವು ಪ್ರಾಥಮಿಕ ಮತ್ತು ಪ್ರೌಢ ಶಿಕ್ಷಣ ಕ್ಷೇತ್ರಗಳಲ್ಲಿ ಬೋಧನೆ, ತರಬೇತಿ, ಸಂಶೋಧನೆ ಮತ್ತು ಅಭಿವೃದ್ಧಿ ಕೈಗೊಳ್ಳುವ ಪ್ರಮುಖ ಉದ್ದೇಶ ಹೊಂದಿದೆ ಎಂದು ''ಅಜೀಂ ಪ್ರೇಮ್‌ಜಿ ವಿಶ್ವವಿದ್ಯಾಲಯ ಮಸೂದೆ, 2010''ರಲ್ಲಿ ಪ್ರತಿಷ್ಠಾನವು ತಿಳಿಸಿದೆ. ಈ ಮಸೂದೆಯನ್ನು ವಿಧಾನಸಭೆಯಲ್ಲಿ ಮಂಡಿಸ ಲಾಗಿದೆ.

ವಿಜ್ಞಾನ, ಸಮಾಜ ವಿಜ್ಞಾನ, ಮಾನವಿಕ ಶಾಸ್ತ್ರ ಮತ್ತು ಆಡಳಿತ ನಿರ್ವಹಣಾ ಕ್ಷೇತ್ರಗಳಲ್ಲಿ ಶಿಕ್ಷಣ ಆಡಳಿತ, ಹಣಕಾಸು ಕ್ಷೇತ್ರದಲ್ಲಿ ಶಿಕ್ಷಣ ಹಾಗೂ ಶಿಕ್ಷಣದಲ್ಲಿ ತಂತ್ರಜ್ಞಾನ ರಂಗಗಳತ್ತ ಕೂಡ ಈ ಖಾಸಗಿ ವಿಶ್ವವಿದ್ಯಾಲಯ ಗಮನಹರಿಸುವ ಉದ್ದೇಶ ಹೊಂದಿದೆ. ಈ ವಿಶ್ವವಿದ್ಯಾಲಯ ಕಾರ್ಯಾರಂಭ ಮಾಡಿದಲ್ಲಿ, ಉನ್ನತ ಶಿಕ್ಷಣದಲ್ಲಿ ಹೊಸ ಸುಧಾರಣೆಗಳನ್ನು ಹುಟ್ಟು ಹಾಕುವುದರಲ್ಲಿ ಅನುಮಾನವಿಲ್ಲ.

6. ಮುಖಾಮುಖಿ

ಮಾಹಿತಿ ತಂತ್ರಜ್ಞಾನಕ್ಕೆ ಜಗತ್ತನ್ನೇ ಪರಿವರ್ತಿಸುವ ಶಕ್ತಿ ಇದೆ ಎಂದು ನಂಬಿದವರು ಪ್ರೇಮ್‌ಜಿ. ಮಾಹಿತಿ ತಂತ್ರಜ್ಞಾನದ ಸಾಮರ್ಥ್ಯ, ಈ ಕ್ಷೇತ್ರದಲ್ಲಿ ಭಾರತದ ಸಾಧನೆ ಹಾಗೂ ಭವಿಷ್ಯ ಕುರಿತು ಅವರು ನೀಡಿದ ಸಂದರ್ಶನವೊಂದರ ಆಯ್ದ ಭಾಗಗಳು ಇಲ್ಲಿವೆ:

ಪ್ರಶ್ನೆ: ಭಾರತವನ್ನು ಐಟಿ ಸುಪರ್ ಪವರ್ ಎಂದೇ ಗುರುತಿಸಲಾಗುತ್ತದೆ...

ಉತ್ತರ: ಕೆಲವೇ ವರ್ಷಗಳ ಅವಧಿಯಲ್ಲಿ ಭಾರತದ ಸಾಫ್ಟ್‌ವೇರ್ ಉದ್ದಿಮೆ ಗಮನಾರ್ಹವಾಗಿ ಬೆಳೆದಿದೆ. ಅಂತಾರಾಷ್ಟ್ರೀಯ ಮಟ್ಟದಲ್ಲಿ ಖ್ಯಾತಿ ಗಳಿಸಿದೆ. ಭಾರತೀಯ ಕಂಪನಿಗಳು ಸಿಲಿಕಾನ್ ವ್ಯಾಲಿಯಲ್ಲಿ ತಮ್ಮ ಸಾಮ್ರಾಜ್ಯ ಸ್ಥಾಪಿಸಿವೆ. ಇಂದು ಸಾಫ್ಟ್‌ವೇರ್ ಅಪ್ಲಿಕೇಶನ್‌ಗಳು ತಯಾರಿಕೆ ಹಾಗೂ ಸೇವಾವಲಯದಲ್ಲಿ ಅನಿವಾರ್ಯವಾಗಿವೆ. ಹೀಗಿರುವಾಗ ಇಂತಹ ಅಪ್ಲಿಕೇಶನ್‌ಗಳನ್ನು ತಯಾರಿಸುವ ಪ್ರತಿಭೆಗೆ ವಿಪರೀತ ಬೇಡಿಕೆ ಇದೆ. ಭಾರತಕ್ಕೆ ಇದು ಸದವಕಾಶ.

ಪ್ರ: ಇದು ಭಾರತದಲ್ಲಿ ಯಾವ ರೀತಿಯ ಪರಿವರ್ತನೆ ತರಬಲ್ಲದು.

ಉತ್ತರ: ಸಾಮಾನ್ಯವಾಗಿ ಭಾರತವನ್ನು ಹಸಿವು, ಬಡತನಗಳ ರಾಷ್ಟ್ರ ಎಂದೇ ಗುರುತಿಸಲಾಗುತ್ತದೆ. ಈಗ ಅಂತಹ ಭಾವನೆ ಅಳಿಸಿಹೋಗಿದೆ

ಎಂದು ನಾನು ಹೇಳುತ್ತಿಲ್ಲ. ಆದರೆ, ಖಂಡಿತವಾಗಿಯೂ ಭಾರತದತ್ತ ಜಗತ್ತಿನ ದೃಷ್ಟಿಕೋನ ಬದಲಾಗಿದೆ. ನಮ್ಮ ದೇಶದಲ್ಲಿ ಉಂಟಾದ ಮಾಹಿತಿ ತಂತ್ರಜ್ಞಾನ ಕ್ರಾಂತಿಯೇ ಇದಕ್ಕೆ ಅತ್ಯಂತ ಪ್ರಮುಖ ಕಾರಣ ಎಂದು ಖಚಿತವಾಗಿ ಹೇಳಬಹುದು. ಇದು ಮುಂಬರುವ ದಿನಗಳಲ್ಲಿ ಇತರ ಉದ್ದಿಮೆ ಕ್ಷೇತ್ರಗಳಿಗೂ ಪಸರಿಸಬಲ್ಲದು. ಮಾಹಿತಿ ತಂತ್ರಜ್ಞಾನ ಕ್ಷೇತ್ರದಲ್ಲಿ ನಾವು ಆತ್ಮವಿಶ್ವಾಸ ಗಳಿಸಿದ್ದೇವೆ. ಆತ್ಮವಿಶ್ವಾಸವೇ ಭವಿಷ್ಯದ ಬುನಾದಿ. ಈ ಶತಮಾನ ಭಾರತಕ್ಕೆ ಸೇರಿದ್ದು ಎಂದು ನಾವು ಹೆಮ್ಮೆಯಿಂದ ಹೇಳಬಹುದು. ಐಟಿ ಕ್ಷೇತ್ರದಲ್ಲಿ ಇಂದು ಭಾರತ ಜಾಗತಿಕ ಬ್ರಾಂಡ್ ಆಗಿದೆ. ಈ ಬ್ರಾಂಡ್ ಇಮೇಜ್‌ನ್ನು ನಾವು ಇನ್ನಷ್ಟು ಬೆಳೆಸಬೇಕು, ಹಾಗೂ ಅದನ್ನು ಕಾಪಾಡಿಕೊಂಡು ಹೋಗಬೇಕು. ಭಾರತದಲ್ಲಿರುವ ಪ್ರತಿಭೆಯನ್ನು ಸೂಕ್ತವಾಗಿ ಬಳಸಬೇಕು, ಪೋಷಿಸಬೇಕು. ಪ್ರತಿಭೆಗೆ ಯಾವುದೇ ಭೇದಭಾವ ಇಲ್ಲದೇ ಅವಕಾಶಗಳನ್ನು ಒದಗಿಸಬೇಕು. ಆಗಲೇ ನಾವು ಈ ಸ್ಪರ್ಧಾತ್ಮಕ ಯುಗದಲ್ಲಿ ಮುಂದುವರಿಯುವುದು ಸಾಧ್ಯ. ಐಟಿ ಕ್ಷೇತ್ರಕ್ಕೆ ಸಕಲ ಮೂಲಭೂತ ಸೌಲಭ್ಯಗಳನ್ನು ಒದಗಿಸಲು ಸರ್ಕಾರ ಮುಂದಾಗಬೇಕು. ಇದರಲ್ಲಿ ಕಳೆದುಕೊಳ್ಳುವುದು ಏನೂ ಇಲ್ಲ. ಮಾಹಿತಿ ತಂತ್ರಜ್ಞಾನ ಕ್ಷೇತ್ರ ಬೆಳೆದಷ್ಟೂ ಉದ್ಯೋಗಾವಕಾಶಗಳು ಸೃಷ್ಟಿಯಾಗುತ್ತವೆ. ಸಂಪತ್ತು ಸೃಷ್ಟಿಯಾಗುತ್ತದೆ. ಜನರಿಗೆ ಅನುಕೂಲವಾಗುತ್ತದೆ ಹಾಗೂ ಕ್ರಮೇಣ ಬಡತನ ನಿವಾರಣೆಯಾಗುತ್ತದೆ.

ಪ್ರ: ಭಾರತದಲ್ಲಿ ಅನಕ್ಷರತೆ ಇನ್ನೂ ತಾಂಡವವಾಡುತ್ತಿದೆ.

ಉ: ಮಾಹಿತಿ ತಂತ್ರಜ್ಞಾನ ಕ್ಷೇತ್ರದ ಬೆಳವಣಿಗೆಯಾದರೆ ನಮ್ಮ ದೇಶದ ಆರ್ಥಿಕ, ಸಾಮಾಜಿಕ ನಕ್ಷೆಯೇ ಬದಲಾಗುತ್ತದೆ. ಸಂಪತ್ತು ಸೃಷ್ಟಿಯಾಗುತ್ತದೆ. ಉದ್ಯೋಗಗಳು ಹುಟ್ಟಿಕೊಳ್ಳುವುದರಿಂದ ಈ ಸಂಪತ್ತು ಇನ್ನೂ ಹೆಚ್ಚು ಕುಟುಂಬಗಳಿಗೆ ಹಂಚಿಕೆಯಾಗುತ್ತದೆ. ಒಂದು ಮಿಲಿಯನ್ ಹೆಚ್ಚುವರಿ ಐಟಿ ಉದ್ಯೋಗಗಳು ಸೃಷ್ಟಿಯಾದರೆ 20 ಬಿಲಿಯನ್ ಡಾಲರ್ ವಿದೇಶಿ ವಿನಿಮಯಗಳಿಸಬಹುದು. ಇದರಿಂದ ನಮ್ಮ ದೇಶದ ಒಟ್ಟು

ಆದಾಯ ಐದು ಪ್ರತಿಶತ ಪಾಯಿಂಟ್‌ಗಳಷ್ಟು ಹೆಚ್ಚಾಗುತ್ತದೆ. ಇದರ ಪರಿಣಾಮ ಆರ್ಥಿಕತೆಯ ಕೆಳಸ್ತರದವರೆಗೂ ಪಸರಿಸಿ ಕೋಟ್ಯಂತರ ಜನರಿಗೆ ಲಾಭವಾಗುತ್ತದೆ.

ಪ್ರ: ಇತರ ದೇಶಗಳೂ ಈ ಕ್ಷೇತ್ರದಲ್ಲಿ ಭಾರತಕ್ಕೆ ಸ್ಪರ್ಧೆ ನೀಡಬಹುದು.

ಉ: ಹೌದು. ಪ್ರತಿಸ್ಪರ್ಧೆ ಮುಖ್ಯವಾಗಿ ಚೀನಾ ಹಾಗೂ ಪೂರ್ವ ಯುರೋಪಿನಿಂದ, ಫಿಲಿಪೈನ್ಸ್‌ನಂತಹ ದೇಶಗಳಿಂದಲೂ ಬರಬಹುದು. ಭಾರತ ಈ ದೇಶಗಳೊಡನೆ ಮಾರುಕಟ್ಟೆ ಪಾಲನ್ನು ಹಂಚಿಕೊಳ್ಳ ಬೇಕಾಗುತ್ತದೆ. ಆದರೆ ಒಳ್ಳೆಯ ಸಂಗತಿಯೇನೆಂದರೆ ಅಮೆರಿಕದಂತಹ ದೇಶದಲ್ಲಿ ಸುಮಾರು ಒಂದು ಮಿಲಿಯನ್ ಐಟಿ ಉದ್ಯೋಗಿಗಳ ಕೊರತೆ ಇದೆ. ಹೀಗಾಗಿ ಮಾಹಿತಿ ತಂತ್ರಜ್ಞಾನ ಸೇವೆ ಹಾಗೂ ಉತ್ಪನ್ನ ರಂಗದಲ್ಲಿ ಭಾರತಕ್ಕೆ ಉತ್ತಮ ಅವಕಾಶಗಳು ಇದ್ದೇ ಇವೆ.

ಪ್ರ: ಭಾರತದ ಮಾಹಿತಿ ತಂತ್ರಜ್ಞಾನದ ದಾರಿ ಇಲ್ಲಿಂದ ಎತ್ತ, ಹೇಗೆ?

ಉ: ಇಂದು ಉದ್ಯಮ ವಲಯದಲ್ಲಿ ಮುಂಚೂಣಿಯಲ್ಲಿರುವ ಸಂಸ್ಥೆಗಳು ಮುಖ್ಯವಾಗಿ ತಂತ್ರಜ್ಞಾನ, ದೂರಸಂಪರ್ಕ, ಹಾಗೂ ಇ-ವಾಣಿಜ್ಯ ಕ್ಷೇತ್ರಗಳಲ್ಲಿ ಉತ್ತಮ ಗುಣಮಟ್ಟದ ಸೇವೆ ಒದಗಿಸುವತ್ತ ಗಮನ ಕೇಂದ್ರೀಕರಿಸುತ್ತಿವೆ. ಎರಡನೇ ಪ್ರಮುಖ ಕ್ಷೇತ್ರವೆಂದರೆ ರಿಟೈಲ್, ಸ್ಟಾಕ್ ಎಕ್ಸ್‌ಚೇಂಜ್ ಹಾಗೂ ತಯಾರಿಕಾ ವಲಯ ಮುಂತಾದೆಡೆ ಗ್ರಾಹಕರ ಅವಶ್ಯಕತೆಗಳನ್ನು ಅರಿತು ಸೇವೆ ಒದಗಿಸುವುದು. ಅವಕಾಶಗಳು ಹೇರಳವಾಗಿರುವ ಇನ್ನೊಂದು ಅತ್ಯಂತ ಪ್ರಮುಖ ಕ್ಷೇತ್ರವೆಂದರೆ ಹೊರಗುತ್ತಿಗೆ. ಬೇರೆ ದೇಶಗಳಲ್ಲಿ ಇದ್ದುಕೊಂಡೇ ಅಲ್ಲಿನ ಕಂಪನಿಗಳಿಗೆ ಸಾಫ್ಟ್‌ವೇರ್ ಸೇವೆ ಒದಗಿಸಬೇಕೆಂದರೆ, ಉದ್ಯೋಗಿಗಳಿಗೆ ಆ ದೇಶಗಳಲ್ಲಿ ಚಾಲ್ತಿಯಲ್ಲಿರುವ ಸಂಬಳವನ್ನೇ ಕೊಡಬೇಕಾಗುತ್ತದೆ. ಆದರೆ ಅದೇ ಕೆಲಸವನ್ನು ಭಾರತದಲ್ಲಿದ್ದುಕೊಂಡೇ ನಿರ್ವಹಿಸಿದರೆ ವೇತನದಲ್ಲಿ 70-80 ಪ್ರತಿಶತ ಉಳಿಸಬಹುದು. ವೆಚ್ಚದಲ್ಲಿ ಈ ರೀತಿಯ ಉಳಿತಾಯ ಆಕರ್ಷಕ.

ಕಂಪನಿಗಳಿಂದ ಹೆಚ್ಚಿನ ಆರ್ಡರ್ ದೊರೆಯಲು ಅನುಕೂಲವಾಗುತ್ತದೆ. ಈಗ ಐಟಿ-ಎನೇಬಲ್ಡ್ ಸೇವೆಗಳಿಗೆ ಅಪಾರ ಬೇಡಿಕೆ ಇದೆ. ಭಾರತ ಇದರಲ್ಲಿ ಮುಂಚೂಣಿಯಲ್ಲಿದೆ. ಉದಾಹರಣೆಗೆ, ಅಮೆರಿಕ ಮೂಲದ ಎಓಎಲ್ (AOL) ಕಂಪನಿಗೆ ಸಾಫ್ಟ್‌ವೇರ್ ಸೇವೆ ಬೇಕಾಗಿದೆ ಎಂದಿಟ್ಟುಕೊಳ್ಳೋಣ. ಭಾರತದ ಒಂದು ಸಾಫ್ಟ್‌ವೇರ್ ಕಂಪನಿಯಲ್ಲಿ ಪ್ರತಿಭಾನ್ವಿತ, ಚನ್ನಾಗಿ ಇಂಗ್ಲೀಷ್ ಬಲ್ಲ, ಅಮೆರಿಕನ್ ಇಂಗ್ಲೀಷ್ ಉಚ್ಚಾರಣೆ ಮಾಡಬಲ್ಲ ಉದ್ಯೋಗಿಗಳಿರುತ್ತಾರೆ. ಇಂತಹ ಒಂದು ಉದ್ಯೋಗಿಯಿಂದ ಸೇವೆ ಪಡೆಯಬೇಕಾದರೆ ಇತರ ರಾಷ್ಟ್ರಗಳಲ್ಲಿ ವರ್ಷಕ್ಕೆ 30,000 ಡಾಲರ್ ಖರ್ಚಾಗುತ್ತದೆ. ಆದರೆ ಭಾರತದಲ್ಲಿ 2,000 ಡಾಲರ್ ಮಾತ್ರ. ಹೀಗೆ ವೆಚ್ಚದಲ್ಲಿ ಭಾರೀ ಉಳಿತಾಯವಾಗುವುದರಿಂದ ಹಾಗೂ ಜಾಗತಿಕ ಗುಣಮಟ್ಟದ ಸೇವೆ ದೊರೆಯುವುದರಿಂದ ಭಾರತದ ಐಟಿ ಸೇವೆಗಳು ಆಕರ್ಷಕವಾಗಿವೆ.

7. ಭಾಷಣ

ತಮ್ಮ ಒಂದು ಭಾಷಣದಲ್ಲಿ ವಿಪ್ರೊ ಕಂಪನಿಯ ಚೇರ್‌ಮನ್ ಅಜೀಂ ಪ್ರೇಮ್‌ಜಿ ಅವರು ಮಾನವೀಯ ಮೌಲ್ಯಗಳು, ಚಾರಿತ್ರ್ಯ, ಮಾನವ ಸಂಪನ್ಮೂಲ ಅಭಿವೃದ್ಧಿ, ಶಿಕ್ಷಣ ಹಾಗೂ ಯಶಸ್ಸಿನ ಕುರಿತು ಹೇಳಿದ ಮಾತುಗಳ ಸಾರಾಂಶ ಇಲ್ಲಿದೆ.

ಪಂಡಿತ್ ಜವಾಹರಲಾಲ್ ನೆಹರೂ ಅವರು ಹಲವಾರು ಜೀವನ ಮೌಲ್ಯಗಳನ್ನು ಎತ್ತಿಹಿಡಿದರು. ಆ ಪೈಕಿ ನನ್ನ ಹೃದಯಕ್ಕೆ ಅತ್ಯಂತ ಹತ್ತಿರವಾದದ್ದು - ಚಾರಿತ್ರ್ಯ. ಆರಂಭದಿಂದಲೂ ನಾನು ಚಾರಿತ್ರ್ಯವೇ ನಮ್ಮನ್ನು ಕಾಪಾಡಬಲ್ಲ ಶಕ್ತಿ, ಅದುವೇ ನಮ್ಮ ಭವಿಷ್ಯ ಎಂದು ಬಲವಾಗಿ ನಂಬಿದ್ದೆ. ಒಬ್ಬ ವ್ಯಕ್ತಿಯ, ಒಂದು ಸಮಾಜದ, ಒಂದು ಸಂಸ್ಥೆಯ ಚಾರಿತ್ರ್ಯವೇ ಯಶಸ್ಸಿನಲ್ಲಿ ನಿರ್ಣಾಯಕ ಪಾತ್ರವಹಿಸುತ್ತದೆ. ಇಲ್ಲಿ ಚಾರಿತ್ರ್ಯ

ಎಂಬ ಪದಕ್ಕೆ ವಿಸ್ತೃತ ಅರ್ಥವಿದೆ. ಅದು ಶಬ್ದ, ಆಲೋಚನೆ, ಭಾವನೆ ಹಾಗೂ ಎಲ್ಲದಕ್ಕಿಂತ ಮುಖ್ಯವಾಗಿ ಕ್ರಿಯೆಗಳನ್ನೊಳಗೊಂಡಿದೆ. ಮೌಲ್ಯಗಳು ಚಾರಿತ್ರ್ಯದ ಹೃದಯದಂತೆ. ಇಂದು ನೀವು ವಿಪ್ರೊ, ಒಂದು ಯಶಸ್ವಿ ಕಂಪನಿ ಎಂದು ಪರಿಗಣಿಸುವುದಾದರೆ, ನನ್ನ ಪ್ರಕಾರ ಈ ಸಾಧನೆಗೆ ಅತ್ಯಂತ ಪ್ರಮುಖ ಕಾರಣವೆಂದರೆ ಸಂಸ್ಥೆ ಕಾಪಾಡಿಕೊಂಡು ಬಂದಿರುವ ಮೌಲ್ಯಗಳು.

ಚಾರಿತ್ರ್ಯವೇ ಮುನ್ನಡೆಸಬಲ್ಲ ಶಕ್ತಿ ಎಂದು ಗುರುತಿಸಿಕೊಂಡೇ ನಾವು ಕಾರ್ಯಾರಂಭ ಮಾಡಿದೆವು. ಎಪ್ಪತ್ತರ ದಶಕದಲ್ಲಿಯೇ ನಾವು ನಮಗಾಗಿ ಆದರ್ಶಗಳನ್ನು ಹಾಕಿಕೊಂಡೆವು. ನಮ್ಮ ನಂಬಿಕೆ, ಮೌಲ್ಯಗಳನ್ನು ಭದ್ರಗೊಳಿಸಿಕೊಂಡೆವು. ನಿಜ ಹೇಳಬೇಕೆಂದರೆ ಆದರ್ಶಗಳಿಗೆ ಬದ್ಧರಾಗಿ ಬಿಸಿನೆಸ್ ನಡೆಸುವುದು ಆರಂಭದ ವರ್ಷಗಳಲ್ಲಿ ಅಷ್ಟೇನೂ ಸುಲಭವಾಗಿರಲಿಲ್ಲ. ಆದರೆ ಕಷ್ಟವಾದರೂ ಸರಿ, ನಾವದಕ್ಕೆ ಬದ್ಧರಾದೆವು. ಮುಂದಿನ ವರ್ಷಗಳಲ್ಲಿ ಅದು ಈ ಸ್ಪರ್ಧಾತ್ಮಕ ಜಗತ್ತಿನಲ್ಲಿ ಸ್ವಂತಿಕೆಯನ್ನು ಉಳಿಸಿಕೊಳ್ಳುವುದಕ್ಕೆ, ಕಂಪನಿಯ ಬೆಳವಣಿಗೆಗೆ ಕಾರಣವಾಯಿತು.

ವ್ಯವಹಾರದಲ್ಲಿ ನಮ್ಮ ನೇರ ನಡೆ, ನೇರ ನುಡಿಯನ್ನು ಗ್ರಾಹಕರೂ ಮೆಚ್ಚಿಕೊಂಡರು. ನಮ್ಮ ಕಂಪನಿಯಲ್ಲಿ ಕೆಲಸ ಮಾಡುವುದೆಂದರೆ ಉದ್ಯೋಗಿಗಳು ಅಭಿಮಾನ ಪಡುವ ವಿಷಯವಾಯಿತು. ನಾವು ನಮಗಾಗಿ ಹಾಕಿಕೊಂಡ ಮೌಲ್ಯಗಳನ್ನು ಕಂಪನಿಯ ಎಲ್ಲ ವಿಭಾಗಗಳಲ್ಲಿ, ಎಲ್ಲ ಹಂತಗಳಲ್ಲಿ ಪಾಲಿಸಿಕೊಂಡು ಬಂದದ್ದರಿಂದ ಒಟ್ಟಾರೆ ಕೆಲಸ ಪಾರದರ್ಶಕವಾಗಿ ನಡೆಯತೊಡಗಿತು. ಇದರಿಂದ ಪ್ರತಿ ಉದ್ಯೋಗಿಗೂ ಕಂಪನಿಯೊಡನೆ ಅವಿನಾಭಾವ ಸಂಬಂಧ ಬೆಳೆಯಿತು.

ಇತ್ತೀಚಿನ ವರ್ಷಗಳಲ್ಲಿ ಹೆಚ್ಚು ಹೆಚ್ಚು ಕಂಪನಿಗಳು ಪ್ರಾಮಾಣಿಕತೆ ಹಾಗೂ ಮೌಲ್ಯಗಳ ಆಧಾರದ ಮೇಲೆ ವಹಿವಾಟು ನಡೆಸಲು ಬಯಸುತ್ತಿವೆ ಎಂಬುದು ಸಂತೋಷದ ವಿಷಯವೇ ಸರಿ. ಬಿಸಿನೆಸ್ ಇರಲಿ, ಶೈಕ್ಷಣಿಕ, ಕ್ರೀಡೆ ಅಥವಾ ರಾಜಕೀಯ ಕ್ಷೇತ್ರವಿರಲಿ ಇಂದು ನಿಜವಾದ ಯಶಸ್ಸು

ಮೌಲ್ಯಗಳನ್ನೇ ಆಧರಿಸಿದೆ. ಆದರ್ಶಪಾಲನೆ ಮಾಡಿ ಕಾರ್ಯನಿರ್ವಹಿಸಿ, ಇತಿಹಾಸದ ಪುಟಗಳಲ್ಲಿ ಗುರುತು ಮೂಡಿಸಿದ ನೂರಾರು ಮಹನೀಯರ ಉದಾಹರಣೆಗಳು ನಮ್ಮ ಮುಂದಿವೆ. ಗಣ್ಯ ವ್ಯಕ್ತಿಗಳಷ್ಟೇ ಅಲ್ಲ, ನಮ್ಮ ನಿಮ್ಮಂತಹ ಲಕ್ಷಗಟ್ಟಲೆ ಜನಸಾಮಾನ್ಯರು ಇಂದು ಮೌಲ್ಯಗಳ ಮೂಲಕವೇ ಜೀವನದಲ್ಲಿ ಯಶಸ್ಸು ಕಂಡಿದ್ದಾರೆ.

ಶಿಕ್ಷಣ: ಚಾರಿತ್ರ್ಯ ನಿರ್ಮಾಣಕ್ಕೆ ಏಕೈಕ ಸಾಧನ:

ಚಾರಿತ್ರ್ಯದ ಮಹತ್ವ ಮನಗಂಡಿರುವ ನಾನು ಚಾರಿತ್ರ್ಯ ನಿರ್ಮಾಣಕ್ಕೆ ಸಾಧನಗಳೇನು ಎಂಬುದರ ಬಗ್ಗೆ ಚಿಂತನೆ ಮಾಡಿದ್ದೇನೆ. ನಾನು ಚಿಂತಕನಲ್ಲ, ಶಿಕ್ಷಣ ತಜ್ಞನಲ್ಲ, ವಿಜ್ಞಾನಿಯೂ ಅಲ್ಲ. ಆದರೆ ನನ್ನ ಕಾರ್ಯಕ್ಷೇತ್ರದಲ್ಲಿ ನನಗಾಗಿರುವ ಅನುಭವದ ಆಧಾರದ ಮೇಲೆ ನನ್ನ ಹಲವು ಚಿಂತನೆಗಳನ್ನು ಮಂಡಿಸುತ್ತೇನೆ. ಪಂಡಿತ್ ಜವಾಹರಲಾಲ್ ನೆಹ್ರೂ ಅವರಂತಹವರು ಮಾನವ ಜನಾಂಗದ ಮೇಲೆ ಅಚ್ಚಳಿಯದ ಪ್ರಭಾವ ಬೀರಬಲ್ಲರು. ಆದರೆ ಅಂತಹ ಮಹನೀಯರ ಹುಟ್ಟು ವಿರಳ, ಅತಿ ವಿರಳ.

ಹೀಗಾಗಿ ಪ್ರಶ್ನೆ ಏನೆಂದರೆ ಅಂತಹ ಮಹಾನ್ ಮಾನವತಾವಾದಿಗಳ ಹುಟ್ಟಿಗಾಗಿ ನಾವು ಕಾಯಬೇಕೇ ಅಥವಾ ನಮ್ಮ ಭವಿಷ್ಯಕ್ಕೆ ನಾವೇ ರೂವಾರಿಗಳಾಗಬೇಕೆ ಎಂಬುದು.

ನನ್ನ ನಂಬಿಕೆ ಏನೆಂದರೆ, ನಮ್ಮಲ್ಲಿ, ನಮ್ಮ ಮಕ್ಕಳಲ್ಲಿ, ನಮ್ಮ ಯುವ ಜನತೆಯಲ್ಲಿ ಚಾರಿತ್ರ್ಯ ನಿರ್ಮಿಸುವುದು ನಮ್ಮೆಲ್ಲರ ಜವಾಬ್ದಾರಿ. ವ್ಯಕ್ತಿಯಲ್ಲಿ, ಸಮಾಜದಲ್ಲಿ ಚಾರಿತ್ರ್ಯ ನಿರ್ಮಾಣವಾಗಬೇಕಾದರೆ ಶಿಕ್ಷಣವೇ ಏಕೈಕ ಮಾರ್ಗ. ಪ್ರಾಥಮಿಕ ಶಿಕ್ಷಣ ದೇಶದ ಪ್ರತಿ ಮಗುವಿಗೆ ದೊರೆಯುವಂತಾಗಬೇಕು. ಅದರ ಕುರಿತು ಗಂಟೆಗಟ್ಟಲೇ ಮಾತನಾಡುವುದಲ್ಲ. ರಾಷ್ಟ್ರೀಯ ಮಟ್ಟದಲ್ಲಿ ಅದಕ್ಕೆ ಆದ್ಯತೆ ನೀಡಿ ಕಾರ್ಯರೂಪಕ್ಕಿಳಿಸುವ ಪ್ರಯತ್ನಗಳಾಗಬೇಕು. ಇಂದು ಭಾರತದ ಶಿಕ್ಷಣ ಸ್ವರೂಪದಲ್ಲಿ ಮಹತ್ತರ ಬದಲಾವಣೆಗಳು ಆಗಬೇಕಿವೆ. ಶಿಕ್ಷಣ ರಂಗದಲ್ಲಿ ಪರಿವರ್ತನೆಯಾದರೆ ಅದು ದೇಶದ ಭವಿಷ್ಯವನ್ನೇ ಪರಿವರ್ತಿಸಬಲ್ಲದು.

ಈ ಮೊದಲೇ ಹೇಳಿದಂತೆ ನಾನು ಶಿಕ್ಷಣ ತಜ್ಞನಲ್ಲ, ಚಿಂತಕನಲ್ಲ. ಆದರೆ ಬಿಸಿನೆಸ್ ರಂಗದಲ್ಲಿ ಎಂತಹ ಉದ್ಯಮಿಗಳು, ಎಂತಹ ನಾಯಕರು, ಎಂತಹ ಉದ್ಯೋಗಿಗಳು ಕ್ರಾಂತಿಕಾರಿ ಬದಲಾವಣೆ ತರಬಲ್ಲರು ಎಂಬುದನ್ನು ಅನುಭವದ ಆಧಾರದ ಮೇಲೆ ಚಿಂತಿಸಿದ್ದೇನೆ, ಮನಗಂಡಿದ್ದೇನೆ. ನಿಜವಾದ ಶಿಕ್ಷಣ ಒಬ್ಬ ವ್ಯಕ್ತಿಯನ್ನು ಹೇಗೆ ರೂಪಿಸಬೇಕು ಎಂಬುದರ ಕುರಿತು ನನ್ನ ಅನಿಸಿಕೆಗಳು ಹೀಗಿವೆ.

★ ಶಿಕ್ಷಣ ಪಡೆದ ವ್ಯಕ್ತಿ ತನ್ನ ಸಹಜೀವಿಗಳೊಡನೆ, ಹಾಗೂ ತನ್ನ ಸುತ್ತಲಿನ ಪರಿಸರದೊಡನೆ ತನ್ನನ್ನು ತಾನು ಗುರುತಿಸಿಕೊಳ್ಳುವ ಶಕ್ತಿ ಹೊಂದಿರಬೇಕು.

★ ತನ್ನ ಜೀವನದ ಬಗ್ಗೆ ಅಷ್ಟೇ ಅಲ್ಲ, ಅದರಾಚೆಗಿನ ಜೀವನವನ್ನು ಅರಿತುಕೊಳ್ಳುವ ಕುತೂಹಲ ಹಾಗೂ ಪ್ರಯತ್ನವಿರಬೇಕು.

★ ಪ್ರತಿಕೂಲ ಪರಿಸ್ಥಿತಿಗಳು ಬಂದಾಗ ಸಹಿಸುವ, ಎದುರಿಸುವ ಸಾಮರ್ಥ್ಯ ಹೊಂದಿರಬೇಕು.

★ ಯಾರೋ ಹೇಳಿದ್ದನ್ನು ಕಣ್ಣು ಮುಚ್ಚಿಕೊಂಡು ವಿಧೇಯವಾಗಿ ಪಾಲಿಸುವುದಲ್ಲ; ಸ್ವತಂತ್ರವಾಗಿ ಆಲೋಚಿಸುವ, ನಿರ್ಧಾರ ತೆಗೆದುಕೊಳ್ಳುವ ಶಕ್ತಿ ಇರಬೇಕು.

★ ನಿರಂತರವಾಗಿ ಕಲಿಯುವ, ಬದಲಾವಣೆಗಳಿಗೆ ಹೊಂದಿಕೊಳ್ಳುವ ಇಚ್ಛಾಶಕ್ತಿ ಇರಬೇಕು.

★ ಸವಾಲುಗಳನ್ನು ಸ್ವೀಕರಿಸುವ ಮನೋಭಾವ ಅತ್ಯವಶ್ಯ.

★ ಹಾಗೂ ಎಲ್ಲಕ್ಕಿಂತ ಹೆಚ್ಚಾಗಿ, ಒಬ್ಬ ಸುರಕ್ಷಿತ ವ್ಯಕ್ತಿ ಜೀವನದ ಮೌಲ್ಯಗಳಿಗೆ ಎಂತಹುದೇ ಪರಿಸ್ಥಿತಿಯಲ್ಲಿ ಬದ್ಧನಾಗಿರುವುದನ್ನು ರೂಢಿಸಿಕೊಳ್ಳಬೇಕು.

ಕಳೆದ ಅನೇಕ ವರ್ಷಗಳಲ್ಲಿ ನಾನು ವಿವಿಧ ಕ್ಷೇತ್ರಗಳಿಗೆ ಸೇರಿದ, ದೇಶ ವಿದೇಶದ ಹಲವಾರು ವ್ಯಕ್ತಿಗಳೊಡನೆ, ಸಂಸ್ಥೆಗಳೊಡನೆ ವ್ಯವಹರಿಸಿದ್ದೇನೆ.

ಈ ಮೇಲೆ ತಿಳಿಸಿದ ಗುಣಗಳನ್ನು ಯಾವ ಸ್ವರೂಪದಲ್ಲಿ ವ್ಯಕ್ತಿಗಳು, ಸಂಸ್ಥೆಗಳು ಕಾರ್ಯರೂಪಕ್ಕೆ ತರುತ್ತವೆ ಎಂಬುದರ ಮೇಲೆ ಯಶಸ್ಸು ಅವಲಂಬಿತವಾಗಿದೆ ಎಂಬುದು ನನ್ನ ವೀಕ್ಷಣೆ. ಯಶಸ್ಸು ಎಂದರೆ ಏನೋ ಬಹು ದೊಡ್ಡದನ್ನು ಸಾಧಿಸುವುದು ಎಂದು ಮಾತ್ರವಲ್ಲ. ಒಂದು ನಿರ್ದಿಷ್ಟ ಗುರಿ, ಅದು ಎಷ್ಟೇ ಚಿಕ್ಕದಿರಲಿ, ಅದನ್ನು ತಲುಪುವುದೇ ಯಶಸ್ಸು.

ಪ್ರಸಕ್ತ ಶಿಕ್ಷಣದ ಸ್ವರೂಪ

ಈಗಿರುವ ಬಹುದೊಡ್ಡ ಪ್ರಶ್ನೆ ಏನೆಂದರೆ, ಮೇಲೆ ತಿಳಿಸಿದ ಮೌಲ್ಯಗಳನ್ನು, ಯಶಸ್ಸಿನ ಸೂತ್ರಗಳನ್ನು ಅಳವಡಿಸಿಕೊಳ್ಳಲು ಇಂದಿನ ಶಿಕ್ಷಣ ವ್ಯವಸ್ಥೆ ಪೂರಕವಾಗಿದೆಯೇ ಎಂಬುದು. ನನ್ನ ಸ್ವಂತ ಅನುಭವ ಹಾಗೂ ನಮ್ಮ ಕಂಪನಿಯಲ್ಲಿ ನಾವು ನಡೆಸುವ ನೇಮಕಾತಿ ಪ್ರಕ್ರಿಯೆಯಲ್ಲಿ ಕಂಡುಕೊಂಡ ಅಂಶಗಳ ಆಧಾರದ ಮೇಲೆ ಹೇಳಬೇಕೆಂದರೆ ಈ ಪ್ರಶ್ನೆಗೆ ಉತ್ತರ ನಕಾರಾತ್ಮಕವಾಗಿದೆ. ನಮ್ಮ ಈಗಿನ ಶಿಕ್ಷಣ ವ್ಯವಸ್ಥೆ ಈ ನಿಟ್ಟಿನಲ್ಲಿ ಬಹುತೇಕ ವಿಫಲವಾಗಿದೆ. ಓದಿ, ಉರು ಹೊಡೆದು ಅಂಕ ಗಳಿಸುವುದೇ ಶಿಕ್ಷಣವೆ? ಮಾಹಿತಿ ಶೇಖರಿಸುವುದು, ಮನನ ಮಾಡುವುದು, ಪರೀಕ್ಷೆಯಲ್ಲಿ ಅಂಕಗಳಿಸುವುದು. ಶಾಲೆ, ಕಾಲೇಜುಗಳಲ್ಲಿ ಶಿಕ್ಷಣ ಎಂದರೆ ಫ್ಯಾಕ್ಟರಿಯಲ್ಲಿ ಒಂದೇ ರೀತಿಯಲ್ಲಿ ನಿರಂತರವಾಗಿ ಕೈಚಳಕದಿಂದ ನಡೆಯುವ ವಸ್ತು ಉತ್ಪಾದನೆಯಂತೆ ಕಂಡುಬರುತ್ತಿದೆ.

ಅಜೀಂ ಪ್ರೇಮ್‌ಜಿ ಪ್ರತಿಷ್ಠಾನ ಹಾಗೂ ವಿಪ್ರೊ ಅಪ್ಲೈಯಿಂಗ್ ಥಾಟ್ ಕಾರ್ಯಕ್ರಮಗಳ ಮೂಲಕ ನಾನು ಗ್ರಾಮೀಣ ಹಾಗೂ ನಗರ ಪ್ರದೇಶಗಳಲ್ಲಿನ ಶಿಕ್ಷಣ ಪದ್ಧತಿ ಅರಿತುಕೊಳ್ಳಲು, ಸುಧಾರಿಸಲು ಪ್ರಯತ್ನಿಸಿದ್ದೇನೆ. ಒಟ್ಟಿನಲ್ಲಿ ಶಿಕ್ಷಣದ ಅಂತಿಮ ಗುರಿ ಎಂದರೆ ''ಪರೀಕ್ಷೆಗಳಲ್ಲಿ ಚೆನ್ನಾಗಿ ಮಾಡುವುದು'' ಎಂಬಂತಾಗಿದೆ. ಹೀಗಾಗಿ ಶಿಕ್ಷಣ ಪೂರೈಸಿ ಹೊರಬರುವ ಯಾವ ಜನತೆ ಇಂದು ಸೃಜನಶೀಲತೆ, ಚಿಂತನಾಶಕ್ತಿ ಬದಲಾವಣೆಗೆ ಹೊಂದಿಕೊಳ್ಳುವ ಸಾಮರ್ಥ್ಯ ಇವ್ಯಾವುವೂ ಇಲ್ಲದ, ಕೇವಲ

ವಿವೇಚನೆ ಹಿತವಾಗಿ ಆಜ್ಞಾಧಾರಣೆ ಮಾಡುವ ವ್ಯಕ್ತಿಗಳಾಗುತ್ತಿದ್ದಾರೆ. ಇದು ವಿಪರ್ಯಾಸ.

ಆದರೆ ಹಾಗೆಂದು ಮೌಲ್ಯಗಳೆಲ್ಲ ನಶಿಸಿಹೋಗುತ್ತಿವೆ ಎಂದಲ್ಲ. ಖಂಡಿತವಾಗಿಯೂ ಇಂದಿನ ಶಿಕ್ಷಣ ವ್ಯವಸ್ಥೆಯಲ್ಲಿ ಮೌಲ್ಯಗಳಿಗೆ, ಚಾರಿತ್ರ್ಯ ನಿರ್ಮಾಣಕ್ಕೆ ಜಾಗವಿದ್ದೇ ಇದೆ. ಆದರೆ ಅದು ಇನ್ನೂ ಹೆಚ್ಚಾಗಿ ಆಗಬೇಕಿದೆ, ಪಸರಿಸಬೇಕಿದೆ. ಸಮಸ್ಯೆಯೇನೆಂದರೆ ಸಾರ್ವಜನಿಕ ಶಿಕ್ಷಣದ ಅರ್ಥ, ಮಕ್ಕಳಿಗೆ ಶಾಲೆಗಳಲ್ಲಿ ಪ್ರವೇಶ ದೊರಕಿಸುವುದು, ಹಾಜರಾತಿ, ಶಾಲೆಗಳಲ್ಲಿ ಸೌಲಭ್ಯ ಒದಗಿಸುವುದು ಇಷ್ಟಕ್ಕೆ ಮಾತ್ರ ಸೀಮಿತಗೊಂಡಿದೆ. ಈ ವಿಷಯಗಳಿಗೆ ಮಾತ್ರ ಅಧಿಕ ಮಹತ್ವ ನೀಡಲಾಗುತ್ತಿದೆ. ಆದರೆ ತುರ್ತಾಗಿ ಗಮನಹರಿಸಬೇಕಾಗಿರುವ ಇನ್ನೊಂದು ವಿಷಯವೆಂದರೆ ಶಿಕ್ಷಣದ ಗುಣಮಟ್ಟ.

ನಿಜ, ಉತ್ತಮ ಗುಣಮಟ್ಟದ ಶಿಕ್ಷಣವನ್ನು ಮೂಲಭೂತ ಸೌಲಭ್ಯಗಳಿಲ್ಲದ, ಶಿಕ್ಷಕರಿಲ್ಲದ ಶಾಲೆಗಳಲ್ಲಿ ನೀಡವುದು ಸಾಧ್ಯವಿಲ್ಲ. ಆದರೆ ಹಾಗೆಂದು ಸೌಲಭ್ಯಗಳನ್ನು, ಶಿಕ್ಷಕರನ್ನು ಒದಗಿಸುವುದೊಂದೇ ಗುರಿಯಲ್ಲ. ಅದರ ಜೊತೆಗೆ ಶಿಕ್ಷಣದ ಗುಣಮಟ್ಟದ ಬಗ್ಗೆ ಗಮನಹರಿಸುವುದೂ ಅಷ್ಟೇ ಮುಖ್ಯ. ಶಿಕ್ಷಣ ಎಲ್ಲ ಮಕ್ಕಳಿಗೂ ದೊರೆಯಬೇಕು. ಅದು ಉತ್ತಮ ಗುಣಮಟ್ಟದ್ದಾಗಿರಬೇಕು.

ಇನ್ನು ಮಕ್ಕಳನ್ನು ಶಾಲೆಗೆ ಕಳುಹಿಸುವಲ್ಲಿ ಅವರ ಕುಟುಂಬಗಳ ಆರ್ಥಿಕ-ಸಾಮಾಜಿಕ ಪರಿಸ್ಥಿತಿ ಮಹತ್ತರ ಪಾತ್ರವಹಿಸುತ್ತಿದೆ ಎಂಬುದು ಬಹುಚರ್ಚಿತ ವಿಚಾರ. ಸಾಮಾನ್ಯ ತಿಳುವಳಿಕೆಯೇನೆಂದರೆ, ಆರ್ಥಿಕವಾಗಿ, ಸಾಮಾಜಿಕವಾಗಿ ಹಿಂದುಳಿದ ವರ್ಗದ ಮಕ್ಕಳು ಶಾಲೆ ಕಲಿಯುವುದಿಲ್ಲ ಎನ್ನುವುದು. ಆದರೆ, ಶಿಕ್ಷಣ ರಂಗದಲ್ಲಿ ಸೇವೆ ಸಲ್ಲಿಸುತ್ತಿರುವ ನಾವು ಕಂಡುಕೊಂಡ ವಿಷಯವೇನೆಂದರೆ ಒಂದೇ ಮಟ್ಟದ ಆರ್ಥಿಕ-ಸಾಮಾಜಿಕ ಸ್ಥಿತಿಗತಿ ಹೊಂದಿರುವ ಕುಟುಂಬಗಳಲ್ಲಿ ಸುಮಾರು 50 ಪ್ರತಿಶತ ಪಾಲಕರು ತಮ್ಮ ಮಕ್ಕಳನ್ನು ಶಾಲೆಗೆ ಕಳುಹಿಸುತ್ತಾರೆ, ಇನ್ನು ಐವತ್ತು ಪ್ರತಿಶತ ಪಾಲಕರು

ಕಳುಹಿಸುವುದಿಲ್ಲ. ಇದರರ್ಥವೇನು? ಈ ಎಲ್ಲ ಕುಟುಂಬಗಳ ಆರ್ಥಿಕ, ಸಾಮಾಜಿಕ ಸ್ಥಿತಿಗತಿ ಒಂದೇ ಇದ್ದು, ಅವರಿಗೆಲ್ಲ ತಮ್ಮ ಮಕ್ಕಳನ್ನು ಶಾಲೆಗೆ ಕಳುಹಿಸಲು ತಕ್ಕಮಟ್ಟಿಗೆ ಸಾಮರ್ಥ್ಯ ಇದ್ದೇ ಇದೆ. ಆದರೆ ಯಾರು ತಮ್ಮ ಮಕ್ಕಳನ್ನು ಶಾಲೆಗೆ ಕಳುಹಿಸುವುದಿಲ್ಲವೋ ಅವರಿಗೆ ಶಾಲೆಯಲ್ಲಿ ದೊರೆಯುವ ಶಿಕ್ಷಣದಲ್ಲಿ ವಿಶ್ವಾಸವಿಲ್ಲ. ನಮ್ಮ ಸಾರ್ವಜನಿಕ ಶಿಕ್ಷಣದ ಗುಣಮಟ್ಟ ಎಷ್ಟು ಕಳಪೆಯಾಗಿದೆ ಎಂದರೆ, ಏನೇ ಸಂಕಷ್ಟ ಬರಲಿ, ಮಕ್ಕಳನ್ನು ಶಾಲೆಗೆ ಕಳುಹಿಸಲೇಬೇಕು, ಆಗಲೇ ಅವರ ಉನ್ನತಿ ಸಾಧ್ಯ ಎಂಬ ಭಾವನೆ ಪಾಲಕರಿಗೆ ಬರುವುದಿಲ್ಲ. ಹೀಗಾಗಿ ಶಿಕ್ಷಣದಲ್ಲಿ ಎಂತಹ ಪರಿವರ್ತನೆಯಾಗಬೇಕಿದೆ ಎಂದರೆ, ಬಡವರಿರಲಿ, ಶ್ರೀಮಂತರಿರಲಿ, ಸಮಾಜದ ಎಲ್ಲ ವರ್ಗದ ಜನರಿಗೆ ಅವರ ಅವಶ್ಯಕತೆಗೆ ತಕ್ಕಂತೆ ಜೀವನ ನಡೆಸಲು ಶಿಕ್ಷಣ ನೆರವಾಗಬೇಕು. ಶಿಕ್ಷಣ ಬೇಕೇಬೇಕು, ಅದರಿಂದಲೇ ಉತ್ತಮ ಜೀವನ ನಡೆಸಲು ಸಾಧ್ಯ ಎಂಬ ನಂಬಿಕೆ ಜನರಲ್ಲಿ ಮೂಡಬೇಕು.

ಅಜೀಂ ಪ್ರೇಮ್‌ಜಿ ಪ್ರತಿಷ್ಠಾನದ ಮೂಲಕ ನಾವು ಕರ್ನಾಟಕ ಹಾಗೂ ಆಂಧ್ರಪ್ರದೇಶದಲ್ಲಿ ಸುಮಾರು 4000 ವಸತಿ ನೆಲೆಗಳಲ್ಲಿ ಹಾಗೂ ವಿಪ್ರೊ ಅಪ್ಲೆಯಿಂಗ್ ಥಾಟ್ ಕಾರ್ಯಕ್ರಮದ ಮೂಲಕ 100 ನಗರ ಪ್ರದೇಶಗಳ ಶಾಲೆಗಳಲ್ಲಿ ಮಕ್ಕಳೊಂದಿಗೆ, ಶಿಕ್ಷಕರೊಂದಿಗೆ ನಿಕಟ ಸಹಯೋಗದಲ್ಲಿ ಕೆಲಸ ಮಾಡಿದ್ದೇವೆ. ಶಿಕ್ಷಣದ ಗುಣಮಟ್ಟ ಸುಧಾರಿಸಲು ರಾಷ್ಟ್ರೀಯ ಮಟ್ಟದಲ್ಲಿ ಕ್ರಮ ಕೈಗೊಳ್ಳಬೇಕಾದುದು ಇಂದಿನ ತುರ್ತು ಅವಶ್ಯಕತೆ ಎಂಬುದು ನನ್ನ ನಂಬಿಕೆ. ಅಜೀಂ ಪ್ರೇಮ್‌ಜಿ ಪ್ರತಿಷ್ಠಾನ ಗ್ರಾಮೀಣ ಪ್ರದೇಶಗಳ ಸರ್ಕಾರಿ ಶಾಲೆಗಳಲ್ಲಿ ಕೆಲಸ ಮಾಡುತ್ತದೆ. ಅಲ್ಲಿ ಸಾಮಾನ್ಯವಾಗಿ ಸಾಮಾಜಿಕವಾಗಿ ಹಾಗೂ ಆರ್ಥಿಕವಾಗಿ ಹಿಂದುಳಿದ ವರ್ಗಗಳಿಗೆ ಸೇರಿದ ಮಕ್ಕಳು ಕಲಿಯುತ್ತಾರೆ. ವಿಪ್ರೊ, ನಗರ ಪ್ರದೇಶಗಳ ಅತ್ಯುತ್ತಮ ಶಾಲೆಗಳಲ್ಲಿ ಕಾರ್ಯನಿರ್ವಹಿಸುತ್ತದೆ. ಅಲ್ಲಿ ಸಾಮಾನ್ಯವಾಗಿ ಶ್ರೀಮಂತರ ಮಕ್ಕಳು ಓದುತ್ತಾರೆ. ಈ ಎರಡೂ ಕಾರ್ಯಕ್ರಮಗಳ ಮೂಲ ಉದ್ದೇಶ ಶಿಕ್ಷಣದ ಗುಣಮಟ್ಟ ಸುಧಾರಿಸುವುದು.

ಸ್ವಾರಸ್ಯಕರ ವಿಷಯವೆಂದರೆ, ಶಿಕ್ಷಣ ರಂಗಕ್ಕೆ ಹಣಕಾಸಿನ ಕೊರತೆಯಿಲ್ಲ. ಸರ್ಕಾರಗಳು ಶಿಕ್ಷಣಕ್ಕೆ ಪ್ರತಿವರ್ಷವೂ ಉತ್ತಮ ಅನುದಾನ ನೀಡುತ್ತಲೇ ಬಂದಿವೆ. ಗುಣಮಟ್ಟ ಸುಧಾರಿಸುವ ಉದ್ದೇಶ ಸರ್ಕಾರಕ್ಕೆ ಇಲ್ಲ ಎಂದಿಲ್ಲ. ಆದರೆ ಈ ನಿಟ್ಟಿನಲ್ಲಿ ಸೂಕ್ತಕ್ರಮಗಳ ಕೊರತೆ ಇದೆ. ಶಿಕ್ಷಣದ ಗುಣಮಟ್ಟ ಸುಧಾರಿಸುವ ಸರ್ಕಾರದ ಉದ್ದೇಶ ಈಡೇರಬೇಕೆಂದರೆ ವ್ಯಾಪಕ ಸಾರ್ವಜನಿಕ ಚರ್ಚೆಗಳಾಗಬೇಕು. ಅಭಿಪ್ರಾಯ ಸಂಗ್ರಹಿಸಬೇಕು. ಎಲ್ಲ ಹಂತಗಳಲ್ಲೂ ಸೂಕ್ತ ಯೋಜನೆಗಳನ್ನು ಕೈಗೊಂಡು ಅವುಗಳನ್ನು ಅನುಷ್ಠಾನಕ್ಕೆ ತರಬೇಕು. ಆಗಲೇ ಪರಿವರ್ತನೆ ಸಾಧ್ಯ.

ಯಾವ ರೀತಿಯ ಶಿಕ್ಷಣ ನಮ್ಮ ಗುರಿಯಾಗಬೇಕು?

ಉತ್ತಮ ಗುಣಮಟ್ಟದ ಶಿಕ್ಷಣ ಎಂದೊಡನೆ ಎಂತಹ ಶಿಕ್ಷಣ ಎಂಬ ಪ್ರಶ್ನೆಯೇಳುತ್ತದೆ. ಶಿಕ್ಷಣದ ತತ್ವ, ಉದ್ದೇಶ, ವಿಧಾನ ಹಾಗೂ ಶಿಕ್ಷಣ ಸಂಸ್ಥೆಗಳ ಸ್ವರೂಪ ಕುರಿತು ಪುನರ್ವಿಮರ್ಶೆಯಾಗಬೇಕು. ಉನ್ನತ ಮಟ್ಟದ ಚಿಂತನೆಗಳು ನಡೆಯಬೇಕು. ಅವು ಅನುಷ್ಠಾನಗೊಂಡಾಗ ರೂಪು ತಳೆಯುವ ಶಿಕ್ಷಣ ವ್ಯವಸ್ಥೆ ನಾವು ಈ ಮೊದಲು ಚರ್ಚಿಸಿದ ಉನ್ನತ ಗುಣದ ವ್ಯಕ್ತಿಗಳನ್ನು ರೂಪಿಸಬೇಕು. ಅಂತಹ ಶಿಕ್ಷಣ ವ್ಯವಸ್ಥೆಯಿಂದ ವ್ಯಕ್ತಿಯ, ಸಂಸ್ಥೆಯ, ಸಮಾಜದ ಯಶಸ್ಸು ಸಾಧ್ಯ. ಒಟ್ಟಾರೆ ಹೇಳಬೇಕೆಂದರೆ, ಗುಣಮಟ್ಟದ ಶಿಕ್ಷಣ ನೀಡುವುದು ಸರ್ಕಾರದ ಅತ್ಯುನ್ನತ ಧ್ಯೇಯ ವಾಗಬೇಕು.

ಶಿಕ್ಷಣದ ಸ್ವರೂಪ ಕುರಿತು ನನ್ನ ಆಲೋಚನೆಗಳು ಹೀಗಿವೆ:

ಶಿಕ್ಷಣ ಪಡೆದ ವ್ಯಕ್ತಿ ತನ್ನ ಸಾಮರ್ಥ್ಯವನ್ನು ತಾನು ಅರಿತುಕೊಳ್ಳಲು ಸಾಧ್ಯವಾಗಬೇಕು. ಜೀವನದಲ್ಲಿ ತನ್ನ ಗುರಿಗಳೇನು, ಅವುಗಳನ್ನು ಸಾಧಿಸುವ ಬಗೆ ಏನು ಎಂಬುದನ್ನು ಅರಿತು ಆ ನಿಟ್ಟಿನಲ್ಲಿ ಸಾಗಲು ಶಕ್ತನಾಗಬೇಕು.

ಸಮಾಜದಲ್ಲಿ ತನ್ನ ಜವಾಬ್ದಾರಿ ಅರಿತು, ಕರ್ತವ್ಯಗಳನ್ನು ನಿಭಾಯಿಸ ಬೇಕು.

ಪಂಡಿತ್ ಜವಾಹರಲಾಲ್ ನೆಹ್ರೂ ಅವರ ಡಿಸ್ಕವರಿ ಆಫ್ ಇಂಡಿಯಾ ಪುಸ್ತಕದ ಕೆಲವು ಸಾಲುಗಳು ಇಲ್ಲಿ ಪ್ರಸ್ತುತವೆನಿಸುತ್ತವೆ.

''ನಮ್ಮ ಜನಾಂಗವನ್ನು, ದೇಶವನ್ನು ಮುನ್ನಡೆಸಿದ ಆದರ್ಶಗಳನ್ನು ನಾವು ಎಂದಿಗೂ ಮರೆಯಲು ಸಾಧ್ಯವಿಲ್ಲ. ನಮ್ಮ ಪೂರ್ವಜರ ಜ್ಞಾನ, ಜಾಣ್ಮೆ, ಉತ್ಸಾಹ, ಕನಸು, ಜೀವನ ಪ್ರೀತಿ, ನಿಸರ್ಗದೆಡಗಿನ ಅವರ ಕಾಳಜಿ ಇವೆಲ್ಲ ನಮಗೆ ದಾರಿದೀಪ. ಅವರಿಗೆ ಜೀವನದ ಕುರಿತು ಒಂದು ಅಪರಿಮಿತ ಕುತೂಹಲವಿತ್ತು. ಎಲ್ಲವನ್ನೂ ಬಗೆದು ನೋಡುವ, ಸಂಶೋಧಿಸುವ, ಆವಿಷ್ಕರಿಸುವ ಬುದ್ಧಿಮಟ್ಟವಿತ್ತು. ಸಾಹಿತ್ಯ, ಕಲೆ, ಸಂಸ್ಕೃತಿ, ವಿಜ್ಞಾನ, ತತ್ವಜ್ಞಾನ ಹೀಗೆ ಎಲ್ಲಾ ಕ್ಷೇತ್ರಗಳಲ್ಲಿ ಅವರು ನೀಡಿದ ಕೊಡುಗೆ ನಮ್ಮನ್ನು ಮೂಕಚಕಿತರನ್ನಾಗಿಸುತ್ತದೆ. ಜೀವನದ ವಿಸ್ಮಯಗಳ ಕುರಿತ ಅವರ ತಿಳುವಳಿಕೆಯೇ ಒಂದು ವಿಸ್ಮಯ. ಇತರ ಸಂಸ್ಕೃತಿಗಳಿಂದ ಬಂದ ಜನರನ್ನು ಅವರು ಸಹಜವಾಗಿ ತಮ್ಮವರನ್ನಾಗಿಸಿಕೊಂಡರು. ಅವರಿಂದ ಕಲಿತರು. ಕಲೆತು ಬಾಳಿದರು. ಅದರಿಂದ ಹಲವಾರು ಸುಂದರ ಸಂಸ್ಕೃತಿಗಳು, ಸಮಾಜಗಳು ಉಗಮವಾದವು. ನಮ್ಮ ಜನಾಂಗವನ್ನು ಕಟ್ಟಿ ಬೆಳೆಸಿದ ಪೂರ್ವಜರ ಕೊಡುಗೆಯನ್ನು ನಾವು ಎಂದೂ ಮರೆಯುವ ಹಾಗಿಲ್ಲ''.

ನಾನು ಶಿಕ್ಷಣ ತಜ್ಞನಲ್ಲ. ಶಿಕ್ಷಣ ಎಂದರೆ ಹೇಗಿರಬೇಕು ಎಂದು ಹೇಳುವ ನಿಪುಣತೆ ನನಗಿಲ್ಲ. ಆದರೆ ನಾನೊಬ್ಬ ಉದ್ಯಮಿಯಾಗಿದ್ದು, ಹಲವಾರು ವಿಧದ ಜನರೊಂದಿಗೆ ಬೆರೆತು ಇಷ್ಟು ವರ್ಷ ಕಂಡುಕೊಂಡ ಅನುಭವದ ಪ್ರಕಾರ, ಶಿಕ್ಷಣದ ಬಗ್ಗೆ ನನ್ನದೇ ಆದ ಅಭಿಪ್ರಾಯ ಹೊಂದಿದ್ದೇನೆ:-

1. ಪ್ರತಿಯೊಂದು ಮಗುವೂ ಒಂದು ವ್ಯಕ್ತಿ. ಮಗುವನ್ನು ಗೌರವಿಸಬೇಕು. ಭಯಭೀತಿಯಿಲ್ಲದ ಒಳ್ಳೆಯ ವಾತಾವರಣದಲ್ಲಿ ಮಗು ಕಲಿಯಲು, ಕಲಿಯುವುದನ್ನು ಆನಂದಿಸಲೂ ಅವಕಾಶವಿರಬೇಕು. ಶಾಲೆಗಳಲ್ಲಿ ಮಕ್ಕಳಿಗೆ ದೈಹಿಕವಾಗಿ, ಮಾನಸಿಕವಾಗಿ ಹಿಂಸೆಗಳಿಲ್ಲದ ಮುಕ್ತ ವಾತಾವರಣವಿರಬೇಕು. ಇಂತಹ ವಾತಾವರಣ ಕಲ್ಪಿಸಲು ಶಾಲೆಗಳು ಸಕ್ರಿಯವಾಗಿ ಮುಂದೆ ಬರಬೇಕು.

2. ಕಲಿಕೆಯ ವಾತಾವರಣ ಪ್ರತಿ ವರ್ಗಕ್ಕೆ ಸೇರಿದ ಮಕ್ಕಳ ದೈಹಿಕ, ಸಾಮಾಜಿಕ ಅವಶ್ಯಕತೆಗಳಿಗೆ ಪೂರಕವಾಗಿರಬೇಕು. ಉದಾಹರಣೆಗೆ, ಅಂಧ ಮಕ್ಕಳಿಗೆ ಬೋಧಿಸಲು ವಿಶೇಷ ವಾತಾವರಣ ಹಾಗೂ ವಿಭಿನ್ನ ಬೋಧನಾ ಪರಿಕ್ರಮಗಳು ಬೇಕಾಗುತ್ತವೆ. ಆರ್ಥಿಕವಾಗಿ ಹಿಂದುಳಿದ ಮಕ್ಕಳಲ್ಲಿ ಹಸಿವು, ಅಪೌಷ್ಟಿಕತೆ ಇರುವುದರಿಂದ ಅದು ಕಲಿಯುವ ಪ್ರಕ್ರಿಯೆಗೆ ಅಡ್ಡಿಯಾಗುತ್ತದೆ. ಹೀಗಾಗಿ ಶಾಲೆಯಲ್ಲಿ ಹಾಗೂ ಅದರಾಚೆಗೆ ಮಕ್ಕಳಿಗೆ ಅನುಕೂಲ ವಾತಾವರಣ ಕಲ್ಪಿಸುವ ಜವಾಬ್ದಾರಿ ಸ್ಥಳೀಯ ಸಮುದಾಯಗಳ ಮೇಲಿದೆ. ಶಿಕ್ಷಣವು ಮಕ್ಕಳಿಗೆ ಪ್ರಸ್ತುತವಾಗುವ ರೀತಿಯಲ್ಲಿದ್ದು, ಅವರನ್ನು ಉತ್ತಮ ಭವಿಷ್ಯಕ್ಕೆ ಸಜ್ಜುಗೊಳಿಸಬೇಕು.

3. ಕಲಿಕೆ ಪುಸ್ತಕಗಳಿಗೆ ಸೀಮಿತವಲ್ಲ. ಕಲಿಕೆ ಎಲ್ಲೆಡೆ ಇದೆ. ಕಲಿಕೆ ಆಸಕ್ತಿಕರವಾಗಿರಬೇಕು. ಮಕ್ಕಳಲ್ಲಿ ಉಲ್ಲಾಸ ಮೂಡಿಸಬೇಕು. ಪ್ಲೂಟಾರ್ಕ್‌ನ ಮಾತುಗಳಲ್ಲಿ ಹೇಳುವುದಾದರೆ, ''ಮನಸ್ಸು ಎನ್ನುವುದು ಏನು ಬೇಕಾದುದನ್ನು ತುಂಬಿಸುವ ಪಾತ್ರೆಯಲ್ಲ. ಅದೊಂದು ಹೊತ್ತಿಸಬೇಕಾದ ದೀಪ''.

4. ಪ್ರತಿ ಮಗುವೂ ತನ್ನದೇ ಆದ ರೀತಿಯಲ್ಲಿ ಕಲಿಯುತ್ತದೆ. ಕಲಿಯುವ ವೇಗ ಮಕ್ಕಳಿಂದ ಮಕ್ಕಳಿಗೆ ಬದಲಾಗುತ್ತದೆ. ಒಂದು ಮಗು ತನ್ನಷ್ಟಕ್ಕೆ ತಾನೇ ಕುಳಿತು ಓದಿದಾಗ ಚೆನ್ನಾಗಿ ಕಲಿತರೆ, ಇನ್ನೊಂದು ಮಗುವಿನ ಕಲಿಕೆ ಗುಂಪಿನಲ್ಲಿ ಶೀಘ್ರವಾಗುತ್ತದೆ. ಹೀಗಾಗಿ ಪ್ರತಿ ಮಗುವಿನ ಆಸಕ್ತಿ, ಮನೋಭಾವಗಳನ್ನರಿತು 'ವೈಯಕ್ತಿಕ ಕಲಿಕೆ'ಗೆ ಗಮನಹರಿಸಬೇಕಾದುದು ಇಂದಿನ ತುರ್ತು ಅವಶ್ಯಕತೆ.

5. ಈಗ ನಿಮಗೊಂದು ಪ್ರಶ್ನೆ ಕೇಳುತ್ತೇನೆ. ಜಪಾನಿನಲ್ಲಿ ಸಂಭವಿಸುವ ಉಲ್ಕೆಯನ್ನು ನೀವು ಪಠ್ಯಕ್ರಮದ ಯಾವ ವಿಷಯದಡಿ

ಪರಿಗಣಿಸುತ್ತೀರಿ? ಭೌತಶಾಸ್ತ್ರವೆನ್ನುತ್ತೀರೋ, ಅಥವಾ ರಾಸಾಯನಿಕ ಶಾಸ್ತ್ರವೋ? ಅಥವಾ ಭೂವಿಜ್ಞಾನವೋ? ಉಲ್ಕೆಯನ್ನು ಈ ಯಾವುದೋ ಒಂದು ವಿಷಯದಡಿ ಅಧ್ಯಯನಕ್ಕೆ ಸೀಮಿತಗೊಳಿಸಲಾಗುವುದಿಲ್ಲ. ಅದು ಈ ಎಲ್ಲ ವಿಷಯಗಳಡಿ ಬರುತ್ತದೆ, ಮತ್ತು ಅದರಾಚೆಗೂ ಇದೆ. ಅಪರಿಮಿತವಾದ ಮತ್ತು ಸಮಗ್ರವಾದ ನಿಸರ್ಗದ ಕಲಿಕೆಯನ್ನು ವಿಷಯಗಳಡಿ ವಿಂಗಡಿಸಲು ಆಗುವುದಿಲ್ಲ. ಹೀಗಿರುವಾಗ ನಮ್ಮ ಪಠ್ಯಕ್ರಮವೇಕೆ ವಿಷಯ, ವಿಭಾಗ, ಅಧ್ಯಾಯ, ಪಾಠಗಳಿಗೆ ಸೀಮಿತವಾಗಿದೆ? ನಾವು ಸಮಗ್ರ ಅಧ್ಯಯನಕ್ಕೆ ಗಮನ ಕೊಡಬೇಕು. ಆಗಲೇ ಮಕ್ಕಳಲ್ಲಿ ನಿಜವಾದ ಅರಿವು ಮೂಡಿಸಲು ಸಾಧ್ಯ.

6. ಕಲಿಕೆ ಎಂದರೆ ಕೇವಲ ಪಠ್ಯಪುಸ್ತಕದ ಓದು ಎಂದಾಗಬಾರದು. ಜೀವನಕ್ಕೆ ಉಪಯುಕ್ತವಾಗುವ ನೈಪುಣ್ಯಗಳನ್ನು ಮಕ್ಕಳು ಬೆಳೆಸಿಕೊಳ್ಳಬೇಕು. ಶಿಕ್ಷಣದ ಮೂಲಕ ದೈಹಿಕವಾಗಿ ಮಾನಸಿಕವಾಗಿ ಮಕ್ಕಳ ಸಮಗ್ರ ಬೆಳವಣಿಗೆಯಾಗಬೇಕು. ಸೃಜನಶೀಲವಾಗಿ, ವಿಮರ್ಶಾತ್ಮಕವಾಗಿ ಯೋಚಿಸುವ ಕಲೆ, ಸವಾಲಾತ್ಮಕ ಸನ್ನಿವೇಶಗಳಲ್ಲಿ ಮುನ್ನುಗ್ಗುವ ಧೈರ್ಯ, ಬದಲಾವಣೆಗಳೊಂದಿಗೆ ಹೊಂದಿಕೊಳ್ಳುವ ಮನೋಭಾವ ಸಿದ್ಧಿಸಬೇಕು. ಆತ್ಮಪರಿಶೋಧನೆಯ ಮೂಲಕ ಮಕ್ಕಳು ವೈಯಕ್ತಿಕ, ಸಾಮಾಜಿಕ ಜವಾಬ್ದಾರಿ ಅರಿತುಕೊಂಡು ಮಾನವೀಯ ಮೌಲ್ಯಗಳನ್ನು ಕಲಿಯುವಂತಾಗಬೇಕು. ಶಿಕ್ಷಕರಿಗೆ ಉತ್ತಮ ತರಬೇತಿ ಕೊಡುವುದು ಕೂಡ ಇಂತಹ ಒಂದು ಶಿಕ್ಷಣ ವ್ಯವಸ್ಥೆಯ ಜವಾಬ್ದಾರಿಯಾಗಿದೆ. ಮೌಲ್ಯಮಾಪನ ಪದ್ಧತಿ ಬದಲಾಗಬೇಕು. ಕಲಿಕೆಯ ಪ್ರಕ್ರಿಯೆಯಲ್ಲಿ ಸಮುದಾಯಗಳು ಪಾಲ್ಗೊಳ್ಳಬೇಕು. ಇಂತಹ ಒಂದು ಉತ್ತಮ ಶಿಕ್ಷಣ ವ್ಯವಸ್ಥೆ, ಆರ್ಥಿಕ, ಸಾಮಾಜಿಕ ಪರಿವರ್ತನೆಗೆ ಕಾರಣವಾಗಬೇಕು.

ಶಿಕ್ಷಣ ವ್ಯವಸ್ಥೆಯಲ್ಲಿ ಬದಲಾವಣೆ ತರುವುದು ಹೇಗೆ?

ಒಂದು ಉತ್ತಮ ಶಿಕ್ಷಣ ವ್ಯವಸ್ಥೆಯ ಸ್ವರೂಪ ಹೇಗಿರಬೇಕು ಎಂದು ನಾವು ನಿರ್ಧರಿಸಿಯಾದ ಮೇಲೆ, ಅದನ್ನು ಅನುಷ್ಠಾನಕ್ಕೆ ತರಲು ಯಾವ ರೀತಿಯ ಪರಿವರ್ತನೆಗಳಾಗಬೇಕು ಎಂಬುದನ್ನು ಚರ್ಚಿಸುವುದು ಅಗತ್ಯ.

1. ಶಿಕ್ಷಣವು ಮಕ್ಕಳ ಅವಶ್ಯಕತೆಗಳಿಗೆ ಪೂರಕವಾಗಿರಬೇಕು. ಮಕ್ಕಳೆಡೆಗೇ ಕೇಂದ್ರೀಕೃತವಾಗಬೇಕು ಎನ್ನುವುದು ಎಲ್ಲರೂ ಒಪ್ಪುವ ವಿಚಾರ. ಆದರೆ ಇದನ್ನು ಅನುಷ್ಠಾನಕ್ಕೆ ತರುವಾಗ ಮಾತ್ರ ನೂರೆಂಟು ಗೊಂದಲಗಳಿವೆ, ಸಂಘರ್ಷಗಳಿವೆ. ಈ ಗೊಂದಲಗಳ, ಪ್ರತಿರೋಧಗಳ ನಿವಾರಣೆಯಾಗಬೇಕು. ಸ್ಪಷ್ಟತೆ ಮೂಡಬೇಕು.

2. ಚಿಂತನೆಯು ಮಾತುಗಳಲ್ಲಿ ಉಳಿಯದೇ ಕಾರ್ಯರೂಪಕ್ಕೆ ಬರಬೇಕು. ಶಿಕ್ಷಣ ವ್ಯವಸ್ಥೆಯಲ್ಲಿನ ಕುಂದುಕೊರತೆಗಳು ಒಂದೆಡೆ ಮಹತ್ವದ್ದೆನಿಸಿದರೆ, ಅನುಷ್ಠಾನ ಮಾರ್ಗವೂ ಸಾಕಷ್ಟು ಲೋಪದೋಷಗಳಿಂದ ಕೂಡಿದೆ. ಇಲ್ಲಿ ತಿದ್ದುಪಡಿಯಾಗಬೇಕು. ನಿರ್ವಹಣೆ ಹಾಗೂ ಅನುಷ್ಠಾನಕ್ಕಾಗಿ ಉತ್ತಮ ನಾಯಕರನ್ನು ಗುರುತಿಸಬೇಕು. ಇಂತಹ ನಾಯಕರು ಶಿಕ್ಷಣದ ಗುಣಮಟ್ಟ ಸುಧಾರಿಸುವಲ್ಲಿ ಪ್ರಮುಖ ಪಾತ್ರವಹಿಸಬಲ್ಲರು.

3. ಉದ್ದಿಮೆ ಸಂಸ್ಥೆಗಳಲ್ಲಿ ಉತ್ತಮ ಮ್ಯಾನೇಜ್‌ಮೆಂಟ್‌ನಿಂದ ಬದಲಾವಣೆ ಸಾಧ್ಯ. ಅದೇ ಮಾದರಿಯಲ್ಲಿ ಶಿಕ್ಷಣ ರಂಗದಲ್ಲೂ ಇಂತಹ ಪರಿಕಲ್ಪನೆ ಬೆಳೆಯಬೇಕು. ಬದಲಾವಣೆಗೆ ಎದುರಾಗುವ ಪ್ರತಿರೋಧ ನಿಯಂತ್ರಿಸುವುದು, ಸಾಮಾನ್ಯ ಗುರಿಗಳನ್ನಿಟ್ಟು ಕೊಳ್ಳುವುದು ಹಾಗೂ ಯಾವುದೋ ಸನ್ನಿವೇಶದಲ್ಲಿ ಉಂಟಾಗುವ ಫಲಿತಾಂಶಗಳಿಗೆ ಎಲ್ಲರೂ ಒಟ್ಟಾಗಿ ಜವಾಬ್ದಾರರಾಗುವುದು ಇವೆಲ್ಲ ಉತ್ತಮ ಮ್ಯಾನೇಜ್‌ಮೆಂಟ್‌ನಿಂದ ಸಾಧ್ಯ.

4. ಶಾಲೆಗಳಲ್ಲಿ ಉತ್ತಮ ಶಿಕ್ಷಕರಿಲ್ಲದೇ ಬದಲಾವಣೆ ತರುವುದು ಅಸಾಧ್ಯ. ಪ್ರತಿಭಾನ್ವಿತರನ್ನು ಶಿಕ್ಷಣ ರಂಗಕ್ಕೆ ಸೆಳೆಯುವುದು ಇಂದು ದೊಡ್ಡ ಸವಾಲಾಗಿದೆ. ಅಲ್ಲದೇ ಶಿಕ್ಷಕರಿಗೆ ಪ್ರತಿ ಹಂತದಲ್ಲಿ ತರಬೇತಿ ಕೊಡುವುದು ಅತ್ಯವಶ್ಯ. ಅವರಲ್ಲಿ ನಿರ್ವಹಣೆ ಹಾಗೂ ನಾಯಕತ್ವ ಗುಣಗಳು ಬೆಳೆಯಬೇಕು. ಶಿಕ್ಷಕ ತರಬೇತಿ ಕೋರ್ಸ್‌ಗಳ ಗುಣಮಟ್ಟ ಸುಧಾರಿಸಬೇಕು.

5. ಇಂಗ್ಲಿಷ್ ಮೀಡಿಯಂ ಕಾನ್ವೆಂಟ್ ಸ್ಕೂಲ್‌ಗಳು ಸಮಾಜದ ಮೇಲೆ ಎಂತಹ ಪರಿಣಾಮ ಬೀರಿವೆ ಎಂಬುದರ ಬಗ್ಗೆ ಸ್ಪಷ್ಟತೆ ಇಲ್ಲ. ಆದರೆ ಖಾಸಗಿ ನಿರ್ವಹಣೆಯಲ್ಲಿರುವ ಈ ಶಾಲೆಗಳು ದೇಶದ ಚಿಕ್ಕಚಿಕ್ಕ ಪಟ್ಟಣಗಳಲ್ಲೂ ತೆರೆದಿವೆ. ಮಧ್ಯಮ ವರ್ಗದವರನ್ನು ಆಕರ್ಷಿಸುತ್ತಿವೆ. ಈ ಶಾಲೆಗಳನ್ನು ನಿಯಂತ್ರಿಸುವ ಪ್ರಶ್ನೆ ಇಲ್ಲ. ಆದರೆ ಶಿಕ್ಷಣ ವ್ಯವಸ್ಥೆ ಪರಿವರ್ತನೆ ಪ್ರಕ್ರಿಯೆಯಲ್ಲಿ ಖಾಸಗಿ ಉದ್ಯಮಿಗಳ ಸಾಮರ್ಥ್ಯವನ್ನು ಸೂಕ್ತವಾಗಿ ಉಪಯೋಗಿಸುವ ಅವಶ್ಯಕತೆ ಹಿಂದೆಂದಿಗಿಂತಲೂ ಇಂದು ಹೆಚ್ಚಾಗಿದೆ.

6. ಶಿಕ್ಷಣದ ಸಾಮಾಜಿಕ ಪರಿಣಾಮ ಹಾಗೂ ಆರ್ಥಿಕ ಉದ್ದೇಶಗಳನ್ನು ಗಮನಿಸಿದರೆ, ಶಿಕ್ಷಣ ರಂಗದ ಖಾಸಗೀಕರಣ ಸಾಧ್ಯವೂ ಇಲ್ಲ, ಸಾಧುವೂ ಅಲ್ಲ. ಆದರೆ ಶಿಕ್ಷಣಕ್ಕಿರುವ ಬೇಡಿಕೆ ಹಾಗೂ ಪೂರೈಕೆಗಳನ್ನು ಪರಿಗಣಿಸಿದಾಗ, ಪೂರೈಕೆಯಲ್ಲಿ ಹಲವಾರು ಕೊರತೆಗಳು, ಲೋಪ-ದೋಷಗಳು ಎದ್ದು ಕಾಣುವಂತಿವೆ. ಈ ಕೊರತೆ ತುಂಬಲು, ಶಿಕ್ಷಣದ ಗುಣಮಟ್ಟವನ್ನು ಸರಿಪಡಿಸಲು ಖಾಸಗಿ ಸಹಯೋಗತ್ವವನ್ನು ಪರಿಣಾಮಕಾರಿ ಯಾಗಿ ಬಳಸಬೇಕಿದೆ. ನಮ್ಮ ಶಿಕ್ಷಣ ವ್ಯವಸ್ಥೆಯಲ್ಲಿ ಪಾಲಕರ, ಸ್ಥಳೀಯ ಸಮುದಾಯಗಳ ಅಭಿಪ್ರಾಯಗಳಿಗೆ ಬೆಲೆ ಇಲ್ಲದಂತಾಗಿದೆ. ಎಲ್ಲ ಪಾಲುದಾರರನ್ನೊಳಗೊಂಡ ಒಂದು ಸಮಗ್ರ ಶಿಕ್ಷಣ ವ್ಯವಸ್ಥೆ ಇಂದು ರೂಪುಗೊಳ್ಳಬೇಕಿದೆ.

7. ಮಾಹಿತಿ ತಂತ್ರಜ್ಞಾನದ ಸದುಪಯೋಗ ಶಿಕ್ಷಣ ರಂಗದಲ್ಲಿ ಕ್ರಾಂತಿಯನ್ನೇ ತರಬಲ್ಲದು. ಕಡಿಮೆ ವೆಚ್ಚದಲ್ಲಿ ಅಧಿಕ ಜನರನ್ನು ತಲುಪಬಲ್ಲ ಸಾಮರ್ಥ್ಯ ತಂತ್ರಜ್ಞಾನಕ್ಕಿದೆ. ಹಂಚಿಕೊಂಡಷ್ಟೂ ತಂತ್ರಜ್ಞಾನದ ವೆಚ್ಚ ಕಡಿಮೆಯಾಗುತ್ತದೆ. ಉಪಯುಕ್ತತೆ ಬೆಳೆಯುತ್ತದೆ. ಇಂಟರ್‌ನೆಟ್ ಪ್ರಯೋಜನವನ್ನು ಎಷ್ಟು ಹೆಚ್ಚು ಜನ ಪಡೆಯುತ್ತಾರೋ, ಅಷ್ಟೇ ಅದರ ಸಾಮರ್ಥ್ಯವೂ ವೃದ್ಧಿಸುತ್ತದೆ. ತಂತ್ರಜ್ಞಾನದ ಬಳಕೆಯಿಂದ ವ್ಯವಸ್ಥೆಯಲ್ಲಿ ಸಂಪೂರ್ಣ ಪಾರದರ್ಶಕತೆ ತರುವುದು ಸಾಧ್ಯ. ಪಾರದರ್ಶಕತೆಯೇ ಪ್ರಜಾಪ್ರಭುತ್ವವನ್ನು ಮುನ್ನಡೆಸಬಲ್ಲ ಶಕ್ತಿ. ಕರ್ನಾಟಕ ಹಾಗೂ ಆಂಧ್ರಪ್ರದೇಶದ ಗ್ರಾಮೀಣ ಶಾಲೆಗಳಲ್ಲಿ ನಾವು ನಡೆಸುವ ಕಂಪ್ಯೂಟರ್ ಆಧಾರಿತ ಪಠ್ಯ ಹಾಗೂ ಪಠ್ಯೇತರ ಚಟುವಟಿಕೆಗಳ ಸಾಧ್ಯತೆ ಕಂಡ ನಮಗೆ ಮಾಹಿತಿ ತಂತ್ರಜ್ಞಾನದ ಶಕ್ತಿಯಲ್ಲಿ ನಂಬಿಕೆ ಇನ್ನಷ್ಟು ಬಲವಾಗಿದೆ.

ಭವಿಷ್ಯ

ನಮ್ಮ ಕಾಲಮಾನದ ಅತ್ಯಂತ ಪ್ರಮುಖ ಬೆಳವಣಿಗೆ ಎಂದರೆ ಶತಮಾನಗಳ ಹಿಂದೆ ಜನಸಂಖ್ಯೆ ಬೆಳವಣಿಗೆಯ ವಿಪರೀತ ಪರಿಣಾಮಗಳ ಕುರಿತು ಮಾಲ್ಥೂಸ್ ವ್ಯಕ್ತಪಡಿಸಿದ್ದ ಭಯವನ್ನು ಅಲ್ಲಗಳೆದಿರುವುದು. ನೂರಾರು ಕೋಟಿ ಜನರ ಹಸಿವನ್ನು, ಅವಶ್ಯಕತೆಗಳನ್ನು ತಣಿಸುವುದು ಅಸಾಧ್ಯ ಎಂದು ಜನಸಂಖ್ಯಾ ತಜ್ಞ ಹಾಗೂ ಚಿಂತಕ ಮಾಲ್ಥೂಸ್ ಕಳವಳ ವ್ಯಕ್ತಪಡಿಸಿದ್ದ. ಜನಸಂಖ್ಯಾ ಸ್ಫೋಟದಿಂದ ಮಾನವ ಜನಾಂಗದ ಕಷ್ಟನಷ್ಟಗಳು ಹೆಚ್ಚುತ್ತವೆ ಎನ್ನುತ್ತದೆ ಮಾಲ್ಥೂಸ್ ಸಿದ್ಧಾಂತ. ಆದರೆ ಇಂದು ನಾವು ಮಾನವರನ್ನು ಸಂಪನ್ಮೂಲ ಎಂದು ಪರಿಗಣಿಸುವುದರಿಂದ, ಜನಸಂಖ್ಯೆ ಎನ್ನುವುದು ಶಕ್ತಿಯಾಗಿದೆ, ದೌರ್ಬಲ್ಯವಲ್ಲ. ಹಾಗೆ ನೋಡಿದರೆ, ಜಗತ್ತಿನಲ್ಲಿರುವ ಅತ್ಯಂತ ಶಕ್ತಿದಾಯಕ ಸಂಪನ್ಮೂಲವೆಂದರೆ ಮಾನವ ಮನಸ್ಸು, ಶ್ರಮ ಹಾಗೂ ಚೈತನ್ಯ. ಭಾರತದಲ್ಲಿರುವ ಮಾನವ

ಸಂಪನ್ಮೂಲವೇ ಇಂದು ನಾವು ಮಾಹಿತಿ ತಂತ್ರಜ್ಞಾನ ಸೇರಿದಂತೆ ವಿವಿಧ ಕ್ಷೇತ್ರಗಳಲ್ಲಿ ಮುಂಚೂಣಿಯಲ್ಲಿರಲು ಕಾರಣವಾಗಿದೆ.

ಮುಂಬರುವ ಒಂದೆರಡು ದಶಕಗಳ ಅವಲೋಕನ ಮಾಡಿದರೆ, ಭಾರತದಲ್ಲಿ ಮಾನವ ಸಂಪನ್ಮೂಲ ಬೆಳೆಯುತ್ತಲೇ ಹೋಗುತ್ತದೆ ಹಾಗೂ ಜಗತ್ತಿನ ಇತರ ದೇಶಗಳಲ್ಲಿ ಅದು ತುಲನಾತ್ಮಕವಾಗಿ ಕಡಿಮೆಯಾಗುತ್ತದೆ. ಹೀಗಾಗಿ ಭಾರತ ಮಾನವ ಸಂಪನ್ಮೂಲ ಕೇಂದ್ರವಾಗಿ ಜಗತ್ತಿನ ಗಮನ ಸೆಳೆಯುತ್ತದೆ. ಇದರ ಸದುಪಯೋಗ ಪಡೆಯಬೇಕೆಂದರೆ ನಾವು ನಮ್ಮ ಪೀಳಿಗೆಗಳಿಗೆ ಎಂತಹ ಶಿಕ್ಷಣ ಕೊಡುತ್ತೇವೆ ಎಂಬುದರತ್ತ ಬಹುಮುಖ್ಯವಾಗಿ ಗಮನಹರಿಸಬೇಕಾಗುತ್ತದೆ. ಇದೇ ರೀತಿ ಕುಂದುಕೊರತೆಗಳಿರುವ ಶಿಕ್ಷಣ ಪದ್ಧತಿಯನ್ನು ಮುಂದುವರಿಸಿಕೊಂಡು ಹೋಗುತ್ತೇವೆಯೋ ಅಥವಾ ನಮ್ಮಲ್ಲಿರುವ ಅಮಿತ ಪ್ರತಿಭೆಯನ್ನು ಪೋಷಿಸುವತ್ತ ದಿಟ್ಟ ಸೂಕ್ತ ಕ್ರಮಗಳನ್ನು ಕೈಗೊಳ್ಳುತ್ತೇವೆಯೋ? ಶಿಕ್ಷಣ ವ್ಯವಸ್ಥೆಯಲ್ಲಿ ಪಾಲಕರು, ಸಮುದಾಯಗಳು ಸಕ್ರಿಯವಾಗಿ ಪಾಲ್ಗೊಳ್ಳಲು ಅವಕಾಶ ಕಲ್ಪಿಸುತ್ತೇವೆಯೇ? ಶಿಕ್ಷಣ ಪ್ರತಿ ಮಗುವಿನ ಸಾಮಾಜಿಕ, ಆರ್ಥಿಕ ಪರಿಸ್ಥಿತಿಗಳಿಗೆ ಸ್ಪಂದಿಸುತ್ತದೆಯೋ? ಅದು ವ್ಯಕ್ತಿಯ ಸಮಗ್ರ ಬೆಳವಣಿಗೆಗೆ ನೆರವಾಗಲಿದೆಯೇ? ಈ ಎಲ್ಲ ಪ್ರಶ್ನೆಗಳು ಇಂದು ನಮ್ಮ ಮುಂದಿವೆ.

ಆಯ್ಕೆ ನಮ್ಮದಾಗಿದೆ. ಭವಿಷ್ಯಕ್ಕೆ ಭದ್ರ ಬುನಾದಿ ಹಾಕುವ ಜವಾಬ್ದಾರಿ ನಮ್ಮದಾಗಿದೆ. ಶಿಕ್ಷಣ ಪರಿವರ್ತನೆ ಕಾರ್ಯದಲ್ಲಿ ಪಾಲುದಾರನಾದ ನನಗೆ ಪರಿವರ್ತನೆಯ ಕುರಿತು ಭ್ರಮೆಗಳಿಲ್ಲ. ಅದರ ಸಂಕೀರ್ಣತೆ, ಸಂಕಷ್ಟಗಳ ಅರಿವಿದೆ. ಆದರೆ ಎಲ್ಲರೂ ಸಹಮತದಿಂದ ಅನುಷ್ಠಾನಕ್ಕೆ ತರಲು ಸಾಧ್ಯವಾಗುವ ಕ್ರಮಗಳಲ್ಲಿ ನನಗೆ ನಂಬಿಕೆ ಇದೆ. ಆಶಾವಾದವಿದೆ. ಆರಂಭದಲ್ಲಿ ನಮ್ಮ ನಿಮ್ಮಂತಹ ಕೆಲವರು ದನಿ ಸೇರಿಸಿದರೂ ಸಾಕು, ಕೈ ಜೋಡಿಸಿದರೂ ಸಾಕು. ಪರಿವರ್ತನೆಯ ಪ್ರಕ್ರಿಯೆ ಆರಂಭಗೊಳ್ಳುತ್ತಿದೆ. ಕ್ರಮಿಸಬೇಕಾದ ದಾರಿ ಬಲುದೂರ, ಅಷ್ಟು ಸುಗಮವಲ್ಲ ಎಂದು ನಾನು ಬಲ್ಲೆ. ಆದರೆ ಪರಿಪೂರ್ಣ ಮನಸ್ಸಿನಿಂದ ಕೈಗೊಳ್ಳುವ ಕಾರ್ಯಗಳಿಗೆ ಸೋಲಿಲ್ಲ. ಮತ್ತೆ ಪಂಡಿತ್ ನೆಹ್ರೂ ಅವರ ಮಾತುಗಳಲ್ಲಿ ಹೇಳುವುದಾದರೆ,

''ಇತಿಹಾಸದಲ್ಲಿ ಒಂದು ಕಾಲಘಟ್ಟ ಬರುತ್ತದೆ. ಆಗ ನಾವು ಹಳೆಯದರಿಂದ ಹೊಸದಕ್ಕೆ ಕಾಲಿಡಬೇಕಾಗುತ್ತದೆ. ನ್ಯೂನತೆಗಳನ್ನು ಹೋಗಲಾಡಿಸಲು ಪ್ರಮಾಣ ಮಾಡಬೇಕಾಗುತ್ತದೆ. ಒಂದು ಯುಗದ ಅಂತ್ಯವಾಗಿ ಇನ್ನೊಂದು ಯುಗದ ಆರಂಭವಾದಾಗ, ಬಹುಕಾಲದಿಂದ ದಮನಕ್ಕೊಳಗಾದ ದೇಶದ ಆತ್ಮ ತನ್ನನ್ನು ತಾನು ವ್ಯಕ್ತಪಡಿಸಲು ಅವಕಾಶ ಕಂಡುಕೊಳ್ಳುತ್ತದೆ''.

ಈ ಮಹತ್ತರ ಗಳಿಗೆಯಲ್ಲಿ ನಾವು ಒಂದು ಶ್ರದ್ಧಾಪೂರ್ವಕ ಪ್ರಮಾಣ ಮಾಡೋಣ. ಭಾರತದ ಪ್ರತಿ ಮಗುವೂ ಶಾಲೆಯಲ್ಲಿರಲಿ. ಕಲಿಯುವುದನ್ನು ಆನಂದಿಸಲಿ. ಇದನ್ನು ಅನುಷ್ಠಾನಕ್ಕೆ ತರುವಲ್ಲಿ ನಾವೆಲ್ಲ ಪರಿಶ್ರಮ ವಹಿಸೋಣ. ಭವಿಷ್ಯ ರೂಪಿಸಲು ಇದು ನಮಗೆ ಸದವಕಾಶ. ಆಗ ಜಗತ್ತು ಈ ಶತಮಾನವನ್ನು ಭಾರತದ ಶತಮಾನ ಎಂದೇ ಬೆರಗಾಗಿ ನೋಡುತ್ತದೆ.

ವಾಸನ್ಸ್

ಜೀವನ ಚರಿತ್ರೆ ಮಾಲೆ

ಕೆಂಪೇಗೌಡ

1510–1569

ವಾಸನ್ಸ್ ಜೀವನ ಚರಿತ್ರೆ ಮಾಲೆ

ನಾಡಪ್ರಭು
ಕೆಂಪೇಗೌಡ

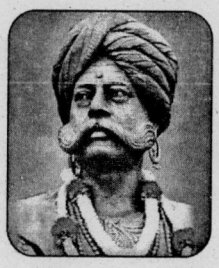

ಹೆಚ್.ಷಹಜಾನ್ ಆದ್ರಾಳ್.

ವಾಸನ್ ಪಬ್ಲಿಕೇಷನ್ಸ್

ನಾಡಪ್ರಭು ಕೆಂಪೇಗೌಡ

© ವಾಸನ್ ಪಬ್ಲಿಕೇಷನ್ಸ್

ಪ್ರಥಮ ಮುದ್ರಣ : 2019

ಪ್ರಕಾಶಕರು :

ವಾಸನ್ ಪಬ್ಲಿಕೇಷನ್ಸ್

25, ವಾಸನ್ ಟವರ್ಸ್,
ಡಾ॥ ಟಿ.ಎಂ.ಸಿ. ರಾಯನ್ ರಸ್ತೆ, (ಗೂಡ್ಸ್‌ಶೆಡ್ ರಸ್ತೆ),
ಬೆಂಗಳೂರು – 560 053
e-mail : vasanpublications@gmail.com
www.mastermindbooks.com

ಮುದ್ರಣ :
ಕೆ.ಆರ್.ಎಲ್. ಆಫ್‌ಸೆಟ್ ಪ್ರಿಂಟರ್ಸ್

ನಾಡಪ್ರಭು
ಕೆಂಪೇಗೌಡ

ಬೆಂಗಳೂರು ವಿಶ್ವದ ಅತಿ ಪ್ರಮುಖ ಹಾಗು ಅತ್ಯಂತ ಅಹ್ಲಾದಕರ ವಾತಾವರಣವಿರುವ ಮತ್ತು ತ್ವರಿತವಾಗಿ ಬೆಳೆಯುತ್ತಿರುವ ನಗರಗಳಲ್ಲಿ ಒಂದಾಗಿದೆ. ಅದು ದೇಶದ ಮತ್ತು ಜಗತ್ತಿನ ಗಮನವನ್ನು ಆಯಸ್ಕಾಂತೀಯ ರೀತಿಯಲ್ಲಿ ಸೆಳೆಯಲು ಪ್ರಮುಖ ಕಾರಣವೆಂದರೆ, ಬೆಂಗಳೂರಿಗರ ಅಂದರೆ, ಕನ್ನಡಿಗರ ಹೃದಯ ವೈಶಾಲ್ಯತೆ, 'ಇವನಾರವ ಇವನಾರವ ಎನ್ನದೇ, ಇವ ನಮ್ಮವ ಇವ ನಮ್ಮವ' ಎಂದು ಎದೆಗೆ ಅಪ್ಪಿಕೊಳ್ಳುವ ಮಾತೃ ಪ್ರೀತಿಯ ಮನೋಭಾವ, ವಿಶೇಷವಾಗಿ ಭಾಷಾ ವಿಷಯದಲ್ಲಿ ಅಭಿಮಾನ ಶೂನ್ಯರೆನ್ನುವ ಅನೇಕ ಆಪಾದನೆಗಳ ನಡುವೆಯೂ ಅಭಿಮಾನವದನರಾಗಿ, ಆದರೆ ಯಾವುದೇ ಅತಿರೇಕದ ದುರಾಭಿಮಾನಗಳಿಗೂ ಜೋತು ಬೀಳದೆ 'ಮನುಷ್ಯ ಜಾತಿ ತಾನೊಂದೇ ವಲಂ' ಎನ್ನುವ ವಿಶ್ವದ ಅತಿ ಶ್ರೇಷ್ಠ ಜಾತ್ಯಾತೀತ ಘೋಷವಾಕ್ಯಕ್ಕೆ ಕಟಿಬದ್ಧರಾಗಿ ಮತ್ತು 'ವಿಶ್ವ ಮಾನವ ಸಂದೇಶ'ಕ್ಕೆ ಪೂರಕವಾಗಿರುವ ಪ್ರೀತಿ–ಪರಸ್ಪರ ಸಾಮರಸ್ಯದಿಂದ ಬಾಳುವ ಮೂಲಗುಣವಾಗಿದೆ.

ಬೆಂಗಳೂರು ಕರ್ನಾಟಕದ ರಾಜಧಾನಿಯಾಗಿದ್ದು,

ಉತ್ತರಕ್ಕೆ 12.97 ಡಿಗ್ರಿ ಮತ್ತು ಪೂರ್ವಕ್ಕೆ 77.56 ಡಿಗ್ರಿ ಕೇಂದ್ರದಲ್ಲಿದೆ. ಈಶಾನ್ಯ ದಿಕ್ಕಿನಲ್ಲಿ ಕೋಲಾರ ಜಿಲ್ಲೆ, ವಾಯುವ್ಯ ದಿಕ್ಕಿನಲ್ಲಿ ತುಮಕೂರು ಜಿಲ್ಲೆ, ನೈರುತ್ಯ ದಿಕ್ಕಿನಲ್ಲಿ ರಾಮನಗರ ಜಿಲ್ಲೆ ಹಾಗು ಆಗ್ನೇಯ ದಿಕ್ಕಿನಲ್ಲಿ ತಮಿಳುನಾಡು ರಾಜ್ಯದ ಗಡಿಯನ್ನು ಬೆಂಗಳೂರು ಹೊಂದಿದೆ. ಬೆಂಗಳೂರು ಜಿಲ್ಲೆಯ ಒಟ್ಟು ಭೌಗೋಳಿಕ ವಿಸ್ತೀರ್ಣ 2208 ಚದರ ಕಿ.ಮೀ. 2011ರ ಜನಗಣತಿಯ ಅನುಸಾರವಾಗಿ ಬೆಂಗಳೂರು ನಗರದ ಜನಸಂಖ್ಯೆ 65.37 ಲಕ್ಷದಷ್ಟಿದೆ. ಪ್ರಸ್ತುತ ಬೆಂಗಳೂರು ಭಾರತದ '5ನೇ ದೊಡ್ಡ ಮಹಾನಗರ'ವಾಗಿದ್ದು, ದೇಶದ ಅತ್ಯಂತ ಶ್ರೀಮಂತ ನಗರಗಳ ಪಟ್ಟಿಯಲ್ಲಿ 'ಮೂರನೇ ಸ್ಥಾನ'ದಲ್ಲಿದೆ (ಮುಂಬೈ ಪ್ರಥಮ ಹಾಗು ದೆಹಲಿ ದ್ವಿತೀಯ ಸ್ಥಾನದಲ್ಲಿವೆ). ಇದನ್ನು 'ಉದ್ಯಾನವನಗಳ ನಗರ' ಮತ್ತು 'ಪಿಂಚಣಿದಾರರ ಸ್ವರ್ಗ' ಎಂದು ಕರೆಯಲಾಗುತ್ತದೆ.

1991–92ರಲ್ಲಿ ಭಾರತ ತನ್ನನ್ನು ಮುಕ್ತ ಮಾರುಕಟ್ಟೆ ವ್ಯವಸ್ಥೆಗೆ ಪರಿವರ್ತಿಸಿಕೊಂಡ ಪರಿಣಾಮದಿಂದ, ಮಾಹಿತಿ ತಂತ್ರಜ್ಞಾನ ಕ್ಷೇತ್ರದಲ್ಲಿನ ಅಭೂತಪೂರ್ವ ಸಾಧನೆಯಿಂದಾಗಿ ಬೆಂಗಳೂರು ಜಾಗತಿಕ ಮನ್ನಣೆಯನ್ನು ಪಡೆದುಕೊಂಡಿತು. ಇಡೀ ಜಗತ್ತು ಮಾಹಿತಿ ತಂತ್ರಜ್ಞಾನದ ಬಹುತೇಕ ಸೇವೆಗಳಿಗಾಗಿ ಬೆಂಗಳೂರನ್ನೇ ಅವಲಂಭಿಸಿದೆ ಎನ್ನುವುದು ಅಚ್ಚರಿಯ ವಿಷಯ. ಆದರೂ, ಇದು ಸತ್ಯ. ಹಾಗಾಗಿ,

ವಿಶ್ವದಲ್ಲಿ ಬೆಂಗಳೂರನ್ನು 'ಸಿಲಿಕಾನ್ ವ್ಯಾಲಿ' ಎಂದು ಗುರುತಿಸಲಾಗುತ್ತದೆ. ಒಟ್ಟಾರೆ 'ಬೆಂಗಳೂರು ಒಂದು ನಗರ. ಹಲವು ಜಗತ್ತು' ಎನ್ನುವುದಕ್ಕೆ ಅನ್ವರ್ಥದಂತಿದೆ. ಹಾಗಾದರೆ, ಪಾರಂಪಾರಿಕ ಬೆಡಗು ಹಾಗು ಫಾಸ್ಟ್‌ಯುಗದ ಮೆರಗು ಎರಡನ್ನೂ ಮೇಳೈಸಿಕೊಂಡು ಇಂದು ಎಲ್ಲರನ್ನೂ ತನ್ನತ್ತ ಕೈಬೀಸಿ ಕರೆಯುತ್ತಿರುವ, ಈ ಸುಪ್ರಸಿದ್ಧ ಬೆಂಗಳೂರು ನಗರವನ್ನು ಅಂದು ನಿರ್ಮಿಸಿದ್ದು ಯಾರು ಎನ್ನುವ ಕತೂಹಲಕ್ಕಿರುವ ಉತ್ತರ, 'ನಾಡಪ್ರಭು ಶ್ರೀ ಕೆಂಪೇಗೌಡರು'.

ವಿಜಯನಗರ ಸಾಮ್ರಾಜ್ಯ(1336–1550) :

ವಿಜಯನಗರ ಸಾಮ್ರಾಜ್ಯ ಭಾರತದ ಅತಿ ಪ್ರತಿಷ್ಠಿತ ಸಾಮ್ರಾಜ್ಯಗಳಲ್ಲೊಂದಾಗಿದೆ. ಈ ಸಾಮ್ರಾಜ್ಯದ ಕೀರ್ತಿ ವಿದೇಶಗಳಿಗೂ ಹಬ್ಬಿತ್ತು. ಬಹುತೇಕ ದಕ್ಷಿಣ ಭಾರತದ ಪ್ರದೇಶ ವಿಜಯನಗರ ಸಾಮ್ರಾಜ್ಯದ ಅಧೀನಕ್ಕೆ ಒಳಪಟ್ಟಿದ್ದಿತು. ಹಾಗಾಗಿ, ಬೆಂಗಳೂರು ಸುತ್ತಮುತ್ತಲಿನ ಪ್ರದೇಶವೂ ವಿಜಯನಗರ ಸಾಮ್ರಾಜ್ಯದ ಒಂದು ಭಾಗವಾಗಿತ್ತು.

ಗೌಡರು/ಗಾವುಂಡರು/ನಾಡಪ್ರಭುಗಳು :

ವಿಜಯನಗರ ಸಾಮ್ರಾಜ್ಯದ ಅರಸರು ವಿಶಾಲ ಸಾಮ್ರಾಜ್ಯದ ನಿರ್ವಹಣೆಗಾಗಿ, ಸ್ಥಳೀಯವಾಗಿರುವ ಪ್ರಬಲ, ದಕ್ಷ ಹಾಗು ಉತ್ತಮ ಆಡಳಿತ ನೀಡುವ ಸಮರ್ಥರನ್ನು ಗುರುತಿಸಿ, ಆಯಾ ಊರುಗಳ 'ಗೌಡರನ್ನು' ಅಥವಾ 'ಗಾವುಂಡರನ್ನು'

ಆಡಳಿತಗಾರರನ್ನಾಗಿ ನೇಮಿಸುತ್ತಿದ್ದರು. ಈ ರೀತಿ ಇವರು ಜವಾಬ್ದಾರಿ ವಹಿಸಿಕೊಂಡ ಆಯಾ ಪ್ರದೇಶಗಳ ಮೇಲೆ ತಮ್ಮ ಪ್ರಭುತ್ವವನ್ನು ಹೊಂದಿರುತ್ತಿದ್ದರು. ಇವರನ್ನು 'ನಾಡಗಾವುಂಡರು' ಮತ್ತು 'ನಾಡಗೌಡ'ರೆಂದು ಕರೆಯಲಾಗುತ್ತಿತ್ತು. ಇವರುಗಳು ಕಾಲಕ್ರಮೇಣ ಬಲಿಷ್ಠರಾಗಿ ಆಳ್ವಿಕೆ ನಡೆಸಿದಂತೆಲ್ಲಾ 'ನಾಡಪ್ರಭುಗಳು', 'ನಾಯಕರು ಅಥವಾ ಪಾಳೇಗಾರರು' ಎನ್ನುವ ಗೌರವಕ್ಕೆ ಭಾಜನರಾಗತೊಡಗಿದರು.

ತಮ್ಮ ಸೇನಾ ಸಾಮರ್ಥ್ಯವನ್ನು ಹೆಚ್ಚಿಸಿಕೊಂಡ ನಾಡಪ್ರಭುಗಳು ಅವಶ್ಯಕತೆಯಿದ್ದಾಗ ವಿಜಯನಗರ ಸಾಮ್ರಾಜ್ಯದ ರಕ್ಷಣೆಗಾಗಿ ತಮ್ಮ ಸೇನಾಪಡೆಯನ್ನು ಕಳುಹಿಸಿಕೊಡುತ್ತಿದ್ದರು. ಸ್ಥಳೀಯವಾಗಿ ನಾಡಪ್ರಭುಗಳು ಸಂಗ್ರಹಿಸುತ್ತಿದ್ದ ಸುಂಕ, ತೆರಿಗೆಗಳಲ್ಲಿ ಒಂದು ನಿರ್ಧಿಷ್ಟ ಭಾಗವನ್ನು ವಿಜಯನಗರ ಸಾಮ್ರಾಜ್ಯದ ಅರಸರಿಗೆ ಸಲ್ಲಿಸುತ್ತಿದ್ದರು. ಉಳಿದ ಹಣದಲ್ಲಿ ತಮ್ಮ ಆಡಳಿತ ವ್ಯಾಪ್ತಿಯ ಪ್ರದೇಶದಲ್ಲಿ ರಸ್ತೆ, ದೇವಾಲಯ, ಕೆರೆಕಟ್ಟೆಗಳ ನಿರ್ಮಾಣ ಹಾಗು ಮುಂತಾದ ಅಭಿವೃದ್ಧಿ ಕಾರ್ಯಗಳನ್ನು ಕೈಗೊಳ್ಳುತ್ತಿದ್ದರು.

ಬೆಂದಕಾಳೂರು :

ಪ್ರಸ್ತುತ ಬೆಂಗಳೂರಿನ ಸುತ್ತಲಿನ ಪ್ರದೇಶ ಅಂದು ಯಲಹಂಕ ನಾಡಿಗೆ ಸೇರಿತ್ತು. ಯಲಹಂಕ ನಾಡು ಮುಳುಬಾಗಿಲು ರಾಜ್ಯ ಅಥವಾ ಮುಳುವಾಯಿ ರಾಜ್ಯದ ಒಂದು ಭಾಗವಾಗಿತ್ತು. ಶಾಸನಗಳಲ್ಲಿ ಯಲಹಂಕವನ್ನು 'ಎಲಹಕ್ಕು ನಾಡು', 'ಎಲವಕ

ನಾಡು' ಮತ್ತು 'ಯಲಹಂಕ ನಾಡು' ಎಂದು ಉಲ್ಲೇಖಿಸಲಾಗಿದೆ. ಅಲ್ಲದೇ, ತಮಿಳಿನಲ್ಲಿ ಇದನ್ನು 'ಇಳೈಪಾಕ್ಕ ನಾಡು' ಎಂದು ಕರೆಯಲಾಗಿದೆ.

ಹೊಯ್ಸಳರ ಸಾಮಂತ ಅರಸ ಗಂಗ ವಂಶದ 'ದೇಚಿ ದೇವರಸನು' ಯಲಹಂಕ ನಾಡನ್ನು ಆಳಿದ್ದನೆಂದು ಕ್ರಿ.ಶ.1276ರ ದೊಡ್ಡಬಳ್ಳಾಪುರ ಶಾಸನದಲ್ಲಿ ಉಲ್ಲೇಖವಾಗಿದೆ. ಬೇಗೂರಿನ ಕಮಟೇಶ್ವರ ದೇವಸ್ಥಾನದಲ್ಲಿನ ಕ್ರಿ.ಶ.950ರ ಶಾಸನ ಹಾಗು ಬೇಗೂರಿನ ಅಕ್ಕಸಾಲೆ ಮಠದಲ್ಲಿರುವ ಕ್ರಿ.ಶ.1223ರ ಶಾಸನಗಳಲ್ಲಿ ಬೆಂಗಳೂರು(ಬೆಂಗುಳೂರು) ಎಂದು ಉಲ್ಲೇಖಿಸಲಾಗಿದೆ. ಮಡಿವಾಳದಲ್ಲಿರುವ ಸೋಮೇಶ್ವರ ದೇವಾಲಯದಲ್ಲಿರುವ ಕ್ರಿ.ಶ.1247ರ ಶಾಸನದಲ್ಲಿ 'ವೆಂಗಳೂರು' ಎಂಬ ಹೆಸರಿದೆ.

ಹೊಯ್ಸಳ ದೊರೆ ಮೂರನೇ ಬಲ್ಲಾಳ ಅಥವಾ ಮುಮ್ಮಡಿ ವೀರ ಬಲ್ಲಾಳನು ಕ್ರಿ.ಶ. 1300ರ ಕಾಲಘಟ್ಟದಲ್ಲಿ ಸಂಚಾರ ಮಾಡುತ್ತಿದ್ದಾಗ, ದಾರಿತಪ್ಪಿ ಒಂದು ಗ್ರಾಮಕ್ಕೆ ಬರುತ್ತಾನೆ. ಆ ಸಂದರ್ಭದಲ್ಲಿ ಅವನು ಆ ಗ್ರಾಮದ ಒಂದು ಮನೆಯಲ್ಲಿ ತಂಗುತ್ತಾನೆ. ಆ ಮನೆಯಲ್ಲಿದ್ದ ವಯೋವೃದ್ಧ ಮಹಿಳೆ ಮೂರನೇ ಬಲ್ಲಾಳ ದೊರೆಗೆ ಊಟಕ್ಕೆ 'ಬೆಂದಕಾಳ'ನ್ನು ನೀಡುತ್ತಾಳೆ. ಆದ್ದರಿಂದ, ಈ ಊರಿಗೆ 'ಬೆಂದಕಾಳೂರು' ಎಂಬ ಹೆಸರು ಬಂದಿತೆಂದು ಹೇಳಲಾಗುತ್ತದೆ. ಹಾಗೆಯೇ, ಬೆಂಗಳೂರು ಪ್ರದೇಶದಲ್ಲಿ ಬೆಂಗೆ ಮರಗಳು ಹೆಚ್ಚಾಗಿದ್ದವು. ಈ ಮರಕ್ಕೆ 'ರಕ್ತಚಂದನ' ಎಂದೂ ಕರೆಯಲಾಗುತ್ತದೆ. ಬೆಂಗೆ ಮರಗಳು ಈ ಭಾಗದಲ್ಲಿ ಹೆಚ್ಚಾಗಿರುವ ಕಾರಣದಿಂದ 'ಬೆಂಗೆಊರು' ಅಥವಾ

'ಬೆಂಗಳೂರು' ಎನ್ನುವ ಹೆಸರು ಬಂದಿತೆಂದು ಹೇಳಲಾಗುತ್ತದೆ. ಒಟ್ಟಿನಲ್ಲಿ ಬೇಗೂರಿನ ಬಳಿಯಿದ್ದ ಬೆಂಗಳೂರು, ಕೊಡಿಗೆಹಳ್ಳಿಯ ಬಳಿಯಿದ್ದ ಬೆಂಗಳೂರು ಮತ್ತು ಕೆಂಪೇಗೌಡರು ನಿರ್ಮಿಸಿದ ಬೆಂಗಳೂರು ಎಲ್ಲವೂ ಬೇರೆ ಬೇರೆ.

ಮೂಲಪುರುಷ ರಣಭೈರೇಗೌಡ:

ಕೆಂಪೇಗೌಡರ ವಂಶಸ್ಥರ ಮೂಲಪುರುಷ ರಣಭೈರೇಗೌಡ. ಇವರು 14ನೇ ಶತಮಾನದ ಮಧ್ಯಕಾಲದಲ್ಲಿ ತಮಿಳುನಾಡಿನ ಕಾಂಚೀಪುರಂ ಬಳಿಯ ಯಣಮಂಜಿ ಪುತ್ತೂರಿನಿಂದ ಆಗಮಿಸಿದರೆಂದು ಚರಿತ್ರಾಕಾರರು ಚರಿತ್ರೆಯಲ್ಲಿ ದಾಖಲಿಸಿದ್ದಾರೆ. ಹಾಗೆಯೇ, ಮುಳುಬಾಗಿಲಿನ ಸುತ್ತಮುತ್ತ ಇದ್ದ ನಾಡಿಗೆ ಯಣಮಂಜಿ ಅಥವಾ ಇಳವಂಜಿ ನಾಡು ಎಂದು ಕರೆಯಲಾಗುತ್ತಿತ್ತು. ಆದ್ದರಿಂದ, ಕೆಂಪೇಗೌಡರ ವಂಶಸ್ಥರು ತಮಿಳುನಾಡಿನ ಮೂಲದವರಲ್ಲ, ಅವರು ಕನ್ನಡಿಗರೇ ಎನ್ನುವುದು ಸ್ಪಷ್ಟವಾಗುತ್ತದೆ ಎಂದು ಹಲವು ಇತಿಹಾಸಕಾರರು ಅಭಿಪ್ರಾಯಪಡುತ್ತಾರೆ.

ರಣಭೈರೇಗೌಡರದು ರೈತಾಪಿ ಕುಟುಂಬ. ಏಳು ಜನ ಸಹೋದರರಲ್ಲಿ ಇವರೇ ಹಿರಿಯರು. ಇವರಿಗೆ ಮೂರು ಜನ ಗಂಡು ಹಾಗು ದೊಡ್ಡಮ್ಮ ಎಂಬ ಸೌಂದರ್ಯವತಿ ಹೆಣ್ಣು ಮಗಳಿದ್ದಳು. ಇವರ ಕುಟುಂಬ ವಾಸಿಸುತ್ತಿದ್ದ ಪ್ರದೇಶದ ಸ್ಥಳೀಯ ಅಧಿಪತಿಯಾದ ಸೆಲ್ವ ನಾಯಕ ದೊಡ್ಡಮ್ಮಳ ರೂಪ–ಲಾವಣ್ಯಕ್ಕೆ

ಮಾರುಹೋಗಿ, ಅವಳನ್ನು ಮದುವೆಯಾಗಲು ತೀರ್ಮಾನಿಸುತ್ತಾನೆ. ಆದರೆ, ರಣಭೈರೇಗೌಡರ ಕುಟುಂಬ ಸೆಲ್ವ ನಾಯಕನ ಪ್ರಸ್ತಾಪವನ್ನು ತಿರಸ್ಕರಿಸುತ್ತದೆ. ಆಗ ಸೆಲ್ವ ಈ ಕುಟುಂಬಕ್ಕೆ ತೀವ್ರ ತೊಂದರೆ ಕೊಡಲು ಆರಂಭಿಸುತ್ತಾನೆ. ಇವನ ಉಪಟಳದಿಂದ ಪಾರಾಗಲು ರಣಭೈರೇಗೌಡರು ಬೇರೊಂದು ಪ್ರದೇಶಕ್ಕೆ ಹೋಗಿ ನೆಲೆಗೊಳ್ಳಲು ತೀರ್ಮಾನಿಸುತ್ತಾರೆ. ಇದರಂತೆ ರಣಭೈರೇಗೌಡರ ಕುಟುಂಬ ಬೆಂಗಳೂರು ಸಮೀಪದಲ್ಲಿದ್ದ ದೇವನಹಳ್ಳಿ ಬಳಿಯ 'ಆವತಿ' ಎಂಬ ಗ್ರಾಮದಲ್ಲಿ ನೆಲೆಗೊಳ್ಳುತ್ತದೆ.

ನಂತರದ ದಿನಗಳಲ್ಲಿ ರಣಭೈರೇಗೌಡರು ವಿಜಯನಗರ ಸಾಮ್ರಾಜ್ಯದ ಅರಸರ ಅನುಮತಿಯನ್ನು ಪಡೆದುಕೊಂಡು, ಆವತಿ ಬೆಟ್ಟದ ಮೇಲೆ ಒಂದು ಪಟ್ಟಣವನ್ನು ನಿರ್ಮಿಸಿ, ಅದಕ್ಕೊಂದು ಕೋಟೆಯನ್ನು ಕಟ್ಟುತ್ತಾರೆ. ಹಾಗೆಯೇ, ರಣಭೈರೇಗೌಡರು ಆವತಿಯ ಸುತ್ತಮುತ್ತಲಿನ ಪ್ರದೇಶಗಳ ಆಡಳಿತವನ್ನು ನಿರ್ವಹಿಸತೊಡಗುತ್ತಾರೆ.

ಆವತಿ ಹೆಸರಿನ ಮೂಲ :

'ಆವತಿ' ಎನ್ನುವ ಹೆಸರಿನ ಕುರಿತಂತೆ ಒಂದು ರೋಚಕವಾದ ಕಥೆಯಿದೆ. ಅದೇನೆಂದರೆ, ರಣಭೈರೇಗೌಡರು ಆವತಿಗೆ ಬಂದು ನೆಲೆಸಿದ ನಂತರ ಅವರಿಗೊಂದು ಗಂಡು ಮಗು ಜನಿಸುತ್ತದೆ. ಒಮ್ಮೆ ಅತ್ತಿಮರದ ಕೊಂಬೆಯೊಂದಕ್ಕೆ ತೂಗುಯ್ಯಾಲೆ ತೊಟ್ಟಿಲು

ಕಟ್ಟಿ ಅದರಲ್ಲಿ ಆ ಮಗುವನ್ನು ಮಲಗಿಸಲಾಗಿರುತ್ತದೆ. ಆ ಸಂದರ್ಭದಲ್ಲಿ ಆ ಮಗುವಿಗೆ ಬೀಳುತ್ತಿದ್ದ ಬಿಸಿಲನ್ನು ಸರ್ಪವೊಂದು ತನ್ನ ಹೆಡೆಯಿಂದ ತಡೆಯುತ್ತಿರುವುದನ್ನು ರಣಭೈರೇಗೌಡರು ಕಾಣುತ್ತಾರೆ. ಆದ್ದರಿಂದ, ಆ ಸ್ಥಳಕ್ಕೆ 'ಹಾವತಿ' ಎಂದು ಹೆಸರಿಡುತ್ತಾರೆ. ಮುಂದೆ 'ಹಾ' ಕಾರಕ್ಕೆ ಬದಲಾಗಿ 'ಆ' ಕಾರ ಬಳಸಲು ಪ್ರಾರಂಭಿಸಿದ್ದರಿಂದ 'ಆವತಿ' ಎಂದು ದಾಖಲಾಗುತ್ತಾ ಬಂದಿದೆ.

ಜಯಗೌಡರು (1418–1433) :

ಜಯಗೌಡರು ರಣಭೈರೇಗೌಡರ ಕಿರಿಯ ಸುಪುತ್ರ. ಅನೇಕ ಶಾಸನಗಳಲ್ಲಿ ಜಯಗೌಡರನ್ನು ಜೀಯಪ್ಪ ಮತ್ತು ಜಯ್ಯಪ್ಪಗೌಡ ಎಂದು ಸಹ ದಾಖಲಿಸಲಾಗಿದೆ. ಜಯಗೌಡರು ತನ್ನ ರಾಜ್ಯವನ್ನು ಕ್ರಿ.ಶ. 1418ರಲ್ಲಿ ಯಲಹಂಕದಲ್ಲಿ ಸ್ಥಾಪಿಸುತ್ತಾರೆ. ಈ ಸಮಯದಲ್ಲಿ ವಿಜಯನಗರ ಸಾಮ್ರಾಜ್ಯದ ಅರಸರಾಗಿ ಪ್ರೌಢದೇವರಾಯರು ಆಳ್ವಿಕೆ ಮಾಡುತ್ತಿದ್ದರು. ಜಯಗೌಡರ ಶೌರ್ಯ–ಸಾಹಸ ಮತ್ತು ದಕ್ಷ ಆಡಳಿತವನ್ನು ಮೆಚ್ಚಿದ ವಿಜಯನಗರ ಅರಸ ಪ್ರೌಢದೇವರಾಯರು ಜಯಗೌಡರಿಗೆ 'ಯಲಹಂಕ ಅಧಿಪತಿ' ಮತ್ತು 'ಯಲಹಂಕ ಭೂಪಾಲ' ಎನ್ನುವ ಬಿರುದು ನೀಡಿ ಗೌರವಿಸಿದ್ದರು.

ಗಿಡ್ಡೇಗೌಡರು (ಕ್ರಿ.ಶ1433–1443) :

ಜಯಗೌಡರ 15 ವರ್ಷಗಳ ಆಳ್ವಿಕೆಯ ನಂತರ, ಇವರ ಹಿರಿಯ ಮಗ ಗಿಡ್ಡೇಗೌಡರು ಕ್ರಿ.ಶ. 1433–1443 ರವರೆಗೆ

ಯಲಹಂಕ ರಾಜ್ಯದ ಆಡಳಿತದ ಚುಕ್ಕಾಣಿ ಹಿಡಿದಿದ್ದರು. ಇವರಿಗೆ ವಿವಾಹದ ನಂತರ ಅನೇಕ ವರ್ಷಗಳವರೆಗೆ ಸಂತಾನ ಪ್ರಾಪ್ತಿಯಾಗುವುದಿಲ್ಲ. ಆಗ ಜಯಗೌಡ ದಂಪತಿಗಳು ತಮ್ಮ ಕುಲದೇವರುಗಳಾದ 'ಕೆಂಪಮ್ಮ ಮತ್ತು ಭೈರವ' ದೇವರಲ್ಲಿ ಹರಕೆ ಮಾಡಿಕೊಂಡು, ಒಂದು ವೇಳೆ ನಮಗೆ ಪುತ್ರ ಸಂತಾನ ಪ್ರಾಪ್ತಿ ಆದರೆ, ನಮ್ಮ ಮುಂದಿನ ತಲೆಮಾರಿನವರಿಗೆಲ್ಲಾ 'ಕೆಂಪೇಗೌಡ'ನೆಂದೇ ನಾಮಕರಣ ಮಾಡುವುದಾಗಿ ಭಿನ್ನವಿಸಿಕೊಳ್ಳುತ್ತಾರೆ. ಮುಂದೆ ಜಯಗೌಡ ದಂಪತಿಗಳಿಗೆ ಕುಲದೇವರ ಆಶೀರ್ವಾದಿಂದ ಪುತ್ರನೊಬ್ಬನು ಜನಿಸುತ್ತಾನೆ. ಆ ಮಗುವಿಗೆ 'ಕೆಂಪನಂಜೇಗೌಡ' ಎಂದು ನಾಮಕರಣ ಮಾಡಲಾಗುತ್ತದೆ.

ಕೆಂಪನಂಜೇಗೌಡ(1443–1513) :

ಕೆಂಪನಂಜೇಗೌಡರು ಸುಮಾರು ಎಪ್ಪತ್ತು ವರ್ಷಗಳ ಕಾಲ ಯಲಹಂಕ ರಾಜ್ಯವನ್ನು ಆಳ್ವಿಕೆ ಮಾಡುತ್ತಾರೆ. ಕೆಂಪನಂಜೇಗೌಡರ ಪತ್ನಿಯ ಹೆಸರು ಲಿಂಗಮಾಂಬೆ. ಈ ದಂಪತಿಗಳಿಗೆ 1510ರಲ್ಲಿ ಯಲಹಂಕದಲ್ಲಿ ಕೆಂಪೇಗೌಡರು (ಒಂದನೆಯ ಕೆಂಪೇಗೌಡ) ಜನಿಸುತ್ತಾರೆ. ಕೆಂಪನಂಜೇಗೌಡ ದಂಪತಿಗಳಿಗೆ ಬಸವಯ್ಯ ಮತ್ತು ಕೆಂಪಸೋಮಯ್ಯ ಎಂಬ ಮತ್ತಿಬ್ಬರು ಮಕ್ಕಳಿದ್ದರು. ಕೆಂಪನಂಜೇಗೌಡ ಮತ್ತು ಲಿಂಗಮಾಂಬೆಯರು ಬಾಲಕ ಕೆಂಪೇಗೌಡನನ್ನು 'ಕೆಂಪ',

'ಕೆಂಪಯ್ಯ', 'ಕೆಂಪಣ್ಣ' ಎಂದು ಕರೆಯುತ್ತಿದ್ದರು. ಬಾಲಕ ಕೆಂಪೇಗೌಡನನ್ನು ನಾಡಿನ ಪ್ರಜೆಗಳು ಗೌರವಪೂರ್ವಕವಾಗಿ 'ಚಿಕ್ಕರಾಯ', 'ಕೆಂಪರಾಯ' ಎಂದು ಕರೆಯುತ್ತಿದ್ದರು.

ಕೆಂಪನಂಜೇಗೌಡರ ನಂತರದ ಎಲ್ಲ ಪ್ರಭುಗಳಿಗೂ 'ಕೆಂಪೇಗೌಡ' ಎಂಬ ಹೆಸರನ್ನೇ ನಾಮಕರಣ ಮಾಡಲಾಗುತ್ತಿತ್ತು. ಹಾಗಾಗಿ, ಮುಂದಿನ ತಲೆಮಾರಿನವರನ್ನು ಒಂದನೆಯ ಕೆಂಪೇಗೌಡ, ಇಮ್ಮಡಿ ಕೆಂಪೇಗೌಡ ಮತ್ತು ಮುಮ್ಮಡಿ ಕೆಂಪೆಗೌಡ ಎಂದು ಕರೆಯಲಾಗುತ್ತದೆ. ಕೆಂಪನಂಜೇಗೌಡರ ಸಮಕಾಲೀನರಾಗಿ ವಿಜಯನಗರ ಸಾಮ್ರಾಜ್ಯವನ್ನು ಸಾಳುವ ವಂಶದ ನರಸಿಂಹ ದೊರೆ ಆಳುತ್ತಿರುತ್ತಾರೆ.

ಹಂಪಿಯಲ್ಲಿ ಬಾಲಕ ಕೆಂಪರಾಯ :

ವಿಜಯನಗರ ಸಾಮ್ರಾಜ್ಯದ ಅರಸ ಶ್ರೀಕೃಷ್ಣದೇವರಾಯರು ಅನೇಕ ಯುದ್ಧಗಳನ್ನು ಕೈಗೊಂಡು ಆ ಯುದ್ಧಗಳಲ್ಲಿ ವಿಜೃಂಭಿಸಿ ಜಯಶಾಲಿಗಳಾಗಿರುತ್ತಾರೆ. ಪರಿಣಾಮವಾಗಿ ಅವರ ಸೈನ್ಯ ಅಸಾಧಾರಣ ಶಕ್ತಿ-ಸಾಮರ್ಥ್ಯಗಳನ್ನು ಪಡೆದುಕೊಂಡಿರುತ್ತದೆ. ಜೊತೆಗೆ, ವಿಜಯನಗರ ಸಾಮ್ರಾಜ್ಯದ ವೈಭೋಗ ಮುಗಿಲು ಮುಟ್ಟಿರುತ್ತದೆ. ಆದ್ದರಿಂದ, ತನ್ನ ಸಾಮ್ರಾಜ್ಯದ ಸ್ಥಿತಿ, ಗತಿಗಳನ್ನು ಜಗತ್ತಿಗೆ ಪರಿಚಯಿಸಲು 1515ರಲ್ಲಿ ರಾಜಧಾನಿ ಹಂಪಿಯಲ್ಲಿ ಮೊದಲ

ಬಾರಿಗೆ ವಿಜಯದಶಮಿ ಉತ್ಸವವನ್ನು ಪ್ರಾರಂಭಿಸುತ್ತಾರೆ. ಈ ಅದ್ಭುತ ಸಮಾರಂಭದಲ್ಲಿ ಪಾಲ್ಗೊಳ್ಳಲು ಕೆಂಪನಂಜೇಗೌಡರು ಹಂಪಿಗೆ ಹೋಗಿರುತ್ತಾರೆ. ಆಗ ಅವರು ತಮ್ಮೊಂದಿಗೆ ತಮ್ಮ ಸುಪುತ್ರ ಕೆಂಪರಾಯನನ್ನು ಕರೆದುಕೊಂಡು ಹೋಗಿರುತ್ತಾರೆ. ಆಗ ಬಾಲಕ ಕೆಂಪರಾಯನ ವಯಸ್ಸು ಐದು ವರ್ಷ.

ಸಾಮಾನ್ಯ ವಿದ್ಯಾರ್ಥಿಗಳೊಂದಿಗೆ ಅಧ್ಯಯನ :

ಬಾಲಕ ಕೆಂಪರಾಯ ಅರಮನೆಯ ಪುರೋಹಿತರಾಗಿದ್ದ ಐಗಂಡಪುರದ (ಐವಾರುಕಂಡಪುರ) ಮಾಧವಭಟ್ಟರ ಗುರುಕುಲದಲ್ಲಿ ಬಾಲ್ಯದ ಶಿಕ್ಷಣವನ್ನು ಒಂಬತ್ತು ವರ್ಷಗಳ ಕಾಲ ಪಡೆಯುತ್ತಾನೆ. ಗುರುಕುಲದಲ್ಲಿ ಸಾಮಾನ್ಯ ವಿದ್ಯಾರ್ಥಿಗಳೊಂದಿಗೆ ಶಿಕ್ಷಣ ಪಡೆಯುವ ಕೆಂಪರಾಯ, ಅಲ್ಲಿ ಸಾಂಪ್ರದಾಯಿಕ ಶಿಕ್ಷಣದೊಂದಿಗೆ ರಾಮಾಯಣ, ಮಹಾಭಾರತ ಮುಂತಾದ ಧಾರ್ಮಿಕ ಗ್ರಂಥಗಳ ಕತೆಗಳ ಪರಿಚಯವನ್ನು ಪಡೆದುಕೊಳ್ಳುತ್ತಾನೆ. ಜೊತೆಗೆ, ಕ್ಷತ್ರಿಯ ವಿದ್ಯೆಗಳಾದ ಕತ್ತಿವರಸೆ, ಕುದುರೆ ಸವಾರಿ, ಮಲ್ಲಕಾಳಗ ಮತ್ತು ರಾಜನೀತಿಯ ಶಿಕ್ಷಣವನ್ನು ಪಡೆಯುತ್ತಾನೆ.

ಮಲ್ಲಯುದ್ಧ ಪ್ರವೀಣ :

ಗುರುಕುಲದಲ್ಲಿ ವಿದ್ಯಾಭ್ಯಾಸ ಪೂರ್ಣಗೊಂಡ ಬಳಿಕ, ಯುವಕ ಕೆಂಪರಾಯ ತನ್ನ ಗುರುಗಳ ಆದೇಶದಂತೆ ಲೋಕಾನುಭವ ಪಡೆದುಕೊಳ್ಳಲು ನಾಡಿನಾದ್ಯಂತ ಅಧ್ಯಯನ ಪ್ರವಾಸ ಕೈಗೊಳ್ಳುತ್ತಾರೆ. ನಂತರದ ದಿನಗಳಲ್ಲಿ ಕೆಂಪರಾಯನಿಗೆ

'ಕೆಂಪೇಗೌಡ' ಎಂಬ ಹೆಸರಿನಿಂದ ಸಂಬೋಧಿಸಲಾಗುತ್ತದೆ. ಒಮ್ಮೆ ಕೆಂಪೇಗೌಡರು ಹಂಪಿಯ ವಿಜಯದಶಮಿ ಉತ್ಸವದಲ್ಲಿ ನಡೆಯುವ ಮಲ್ಲಯುದ್ಧದಲ್ಲಿ, ಎದುರಾಳಿ ತಿರುಮಲರಾಯನನ್ನು ಮಣಿಸಿ ಶ್ರೀಕೃಷ್ಣದೇವರಾಯರಿಂದ ಮೆಚ್ಚುಗೆ ಪಡೆಯುತ್ತಾರೆ.

ಒಂದನೆಯ (ಹಿರಿಯ) ಕೆಂಪೇಗೌಡರು (ಬೆಂಗಳೂರು)– (1513–1569) :

ಕೆಂಪನಂಜೇಗೌಡರ ಹಿರಿಯ ಸುಪುತ್ರ ಒಂದನೇ ಕೆಂಪೇಗೌಡರಿಗೆ ಕ್ರಿ.ಶ.1531ರಲ್ಲಿ ಯುವರಾಜ ಪಟ್ಟಾಭೀಷೇಕ ನಡೆಯುತ್ತದೆ. ಒಂದನೆಯ ಕೆಂಪೇಗೌಡರನ್ನು ಹಿರಿಯ ಕೆಂಪೇಗೌಡರೆಂದು ಸಹ ಕರೆಯಲಾಗುತ್ತಿತ್ತು. ಇವರೇ ಇಂದಿನ ಬೆಂಗಳೂರಿನ ನಿರ್ಮಾತೃ.

ವಿವಾಹ ಬಂಧನ :

ಕೆಂಪೇಗೌಡರು ತಮ್ಮ ಸೋದರಮಾವನ ಮಗಳಾದ ಚೆನ್ನಾಂಬೆಯವರೊಡನೆ 1528ರಲ್ಲಿ ವೈವಾಹಿಕ ಜೀವನಕ್ಕೆ ಪಾದಾರ್ಪಣೆ ಮಾಡುತ್ತಾರೆ. ಈ ಸಮಾರಂಭಕ್ಕೆ ವಿಜಯನಗರ ಸಾಮ್ರಾಜ್ಯದ ಅರಸ ಶ್ರೀಕೃಷ್ಣದೇವರಾಯರ ಪ್ರತಿನಿಧಿಗಳು ಮತ್ತು ಚೆನ್ನಪಟ್ಟಣ, ಶಿರಾ, ಸೋಲೂರು, ಕೆಳದಿ ಹಾಗು ಚಿತ್ರದುರ್ಗ ಮುಂತಾದ ಸಂಸ್ಥಾನಗಳ ಪ್ರತಿನಿಧಿಗಳು ಸಾಕ್ಷಿಯಾಗುತ್ತಾರೆ.

ಶ್ರೀಕೃಷ್ಣದೇವರಾಯರ ನೆಚ್ಚಿನ ಭಂಟ:

ಕೆಂಪೇಗೌಡರು ವಿಜಯನಗರ ಸಾಮ್ರಾಜ್ಯದ ಪ್ರಖ್ಯಾತ ಅರಸರಾದ ಶ್ರೀಕೃಷ್ಣದೇವರಾಯ ಮತ್ತು ಅಚ್ಯುತರಾಯರ ಅತ್ಯಂತ ನಂಬಿಕೆಯ ಮತ್ತು ಮುಖ್ಯ ಸಾಮಂತ ದೊರೆಯಾಗಿದ್ದರು. ವಿಜಯನಗರದ ದೊರೆಗಳು ಯಲಹಂಕ ಪ್ರದೇಶ ವಿಜಯನಗರ ಸಾಮ್ರಾಜ್ಯದ ದಕ್ಷಿಣ ಭಾಗಕ್ಕೆ ಮುಖ್ಯವಾದ ವ್ಯಾಪಾರ, ವಾಣಿಜ್ಯ ಹಾಗು ರಕ್ಷಣಾ ಕೇಂದ್ರ ಆಗಬೇಕೆಂದು ಬಯಸಿದ್ದರು. ಆದ್ದರಿಂದ ವಿಜಯನಗರದ ಅರಸ ಅಚ್ಯುತರಾಯ ಯಲಹಂಕ ಪ್ರದೇಶದ ಆಡಳಿತ ಚುಕ್ಕಾಣಿಯನ್ನು 1531ರಲ್ಲಿ ಕೆಂಪಯ್ಯದೇವರಸನ ಸುಪರ್ದಿಗೆ ನೀಡಿದನೆಂದು, ದಾಸರಹಳ್ಳಿಯ ಚೌಡೇಶ್ವರಿ ದೇವಸ್ಥಾನದಲ್ಲಿರುವ ಶಾಸನದಲ್ಲಿ ಉಲ್ಲೇಖಿಸಲಾಗಿದೆ. ನಂತರದ ದಿನಗಳಲ್ಲಿ ಕೆಂಪೇಗೌಡರ ಸಾಮರ್ಥ್ಯವನ್ನು ಮನಗಂಡ ವಿಜಯನಗರದ ಅರಸರು ಯಲಹಂಕ ನಾಡಿನ ಸಂಪೂರ್ಣ ಜವಾಬ್ದಾರಿಯನ್ನು ಕೆಂಪೇಗೌಡರಿಗೆ ವಹಿಸಿಕೊಡುತ್ತಾರೆ.

ಯಲಹಂಕ ಪ್ರಭುವಾಗಿ ಕೆಂಪೇಗೌಡರು :

ಕೆಂಪನಂಜೇಗೌಡರಿಗೆ ತಮ್ಮ ಪುತ್ರ ಕೆಂಪೇಗೌಡರ ಸಾಮರ್ಥ್ಯದ ಬಗ್ಗೆ ಅಚಲವಾದ ವಿಶ್ವಾಸವಿತ್ತು. ಮುಪ್ಪು ಕೂಡ ಅವರನ್ನು ಬಾಧಿಸುತ್ತಿತ್ತು. ಆದ್ದರಿಂದ, 1531ರಲ್ಲಿ ಕೆಂಪೇಗೌಡರನ್ನು 'ಯಲಹಂಕ ನಾಡಪ್ರಭು'ವಾಗಿ ನೇಮಕ ಮಾಡುತ್ತಾರೆ. ಆ

ಸಂದರ್ಭದಲ್ಲಿ ಅನೇಕ ಸಾಮಂತ ರಾಜರು ವಿಜಯನಗರ ಸಾಮ್ರಾಜ್ಯದಿಂದ ಸ್ವತಂತ್ರರಾಗಲು ಹವಣಿಸುತ್ತಿರುತ್ತಾರೆ. ಆದರೆ, ಕೆಂಪೇಗೌಡರು ವಿಜಯನಗರದ ಅರಸರು ತಮ್ಮ ಪೂರ್ವಜರ ಮೇಲಿಟ್ಟಿದ್ದ ನಂಬಿಕೆಗೆ ಭಂಗ ತರಬಾರದೆನ್ನುವ ಕಾರಣದಿಂದ, ಸ್ವತಂತ್ರರಾಗಲು ಚಿಂತಿಸದೆ ತಮ್ಮ ಅಚಲ ನಿಷ್ಠೆಯನ್ನು ವಿಜಯನಗರ ಸಾಮ್ರಾಜ್ಯಕ್ಕೆ ಮುಂದುವರೆಸುತ್ತಾರೆ.

ಮುಳ್ಳಿನ ಹಾದಿ :

ಕೆಂಪೇಗೌಡರು ಅಧಿಕಾರಕ್ಕೇರಿದ ಸಂದರ್ಭದಲ್ಲಿ ಯಲಹಂಕ ನಾಡಿನ ಪರಿಸ್ಥಿತಿ ಸುಬಿಕ್ಷೆಯಿಂದೇನೂ ಕೂಡಿರಲಿಲ್ಲ. ನಿಜಕ್ಕೂ ಪರಿಸ್ಥಿತಿ ಬಹಳ ಗಂಭೀರವಾಗಿದ್ದಿತು. ಅಕ್ಕಪಕ್ಕದ ರಾಜ್ಯಗಳ ರಾಜರು ಮತ್ಸರದಿಂದ ಕುದಿಯುತ್ತಿದ್ದರು. ವಿಜಯನಗರ ಸಾಮ್ರಾಜ್ಯಕ್ಕೆ ಬಹುಮನಿ ಸುಲ್ತಾನರಿಂದ ಉಪಟಳ ತೀವ್ರತರವಾಗಿತ್ತು. ಅಂತಹ ವಿಷಮ ಪರಿಸ್ಥಿತಿಯಲ್ಲಿಯೂ ಕೆಂಪೇಗೌಡರು ತಮ್ಮ ಸಹೋದರರ ನೆರವಿನಿಂದ ಹಲವು ಯುದ್ಧಗಳನ್ನು ಗೆಲ್ಲುವಲ್ಲಿ ಯಶಸ್ವಿಯಾಗುತ್ತಾರೆ.

ರಾಜಧಾನಿ ನಿರ್ಮಾಣ :

ಕೆಂಪೇಗೌಡರು ಬಾಲ್ಯದಿಂದಲೂ ಶ್ರೀಕೃಷ್ಣದೇವರಾಯರ ಆಳ್ವಿಕೆಯಲ್ಲಿನ ಸಾಮಾಜಿಕ, ಆರ್ಥಿಕ, ಧಾರ್ಮಿಕ, ಸಾಮರಸ್ಯದ ಹಾಗು ಸಾಂಸ್ಕೃತಿಕ ವೈಭವವನ್ನು ಸ್ವತಃ ಅನುಭವಿಸಿದ್ದರು. ಈ ಎಲ್ಲ ಅಂಶಗಳಿಂದ ಕೆಂಪೇಗೌಡರು ಪ್ರಭಾವಿತರಾಗಿದ್ದರು.

ಹಾಗಾಗಿ, ಆ ಸಕಲ ವೈಭವಗಳನ್ನು ತಮ್ಮ ನಾಡಿನಲ್ಲಿ ಸೃಷ್ಟಿಸಬೇಕೆಂಬ ಅದಮ್ಯ ಬಯಕೆಯನ್ನು

ಅವರು ಹೊಂದಿದ್ದರು. ಈ ಚಿಂತನೆ ಅವರಲ್ಲಿ ಗಟ್ಟಿಯಾಗತೊಡಗಿದಾಗ ತನ್ನ ಸಂಕಲ್ಪವನ್ನು ಅನುಷ್ಠಾನಗೊಳಿಸುವುದಕ್ಕಾಗಿ, ಕೆಂಪೇಗೌಡರು ಅನೇಕ ಬಾರಿ ಹಂಪಿಗೆ ತೆರಳಿ ಅಲ್ಲಿನ ಎಲ್ಲ ವ್ಯವಸ್ಥೆಗಳನ್ನು ಕೂಲಂಕಷವಾಗಿ ಅಧ್ಯಯನ ಮಾಡುತ್ತಾರೆ.

ಒಮ್ಮೆ ನವ ನಗರದ ನಿರ್ಮಾಣದ ಉದ್ದೇಶಕ್ಕಾಗಿ ಸ್ಥಳವನ್ನು ಹುಡುಕುತ್ತಾ ಕೆಂಪೇಗೌಡರು ತಮ್ಮ ಮಂತ್ರಿ (ಅಮಾತ್ಯ) ವೀರಣ್ಣ, ಸಲಹೆಗಾರರಾದ ಗಿಡ್ಡೇಗೌಡ ಹಾಗು ಹಲವು ಸಿಪಾಯಿಗಳೊಂದಿಗೆ, ಯಲಹಂಕದ ಪಶ್ಚಿಮ ದಿಕ್ಕಿಗಿರುವ ಹೆಸರುಘಟ್ಟದ ಶಿವಸಮುದ್ರ ಎಂಬ ಹಳ್ಳಿಗೆ ಬರುತ್ತಾರೆ. ರಾಜಧಾನಿ ನಿರ್ಮಾಣದ ಕನಸು ಹೊತ್ತಿದ್ದ ಕೆಂಪೇಗೌಡರು ಅಲ್ಲಿ ಸಣ್ಣ, ಪುಟ್ಟ ತೊರೆಗಳಿರುವ ಪ್ರದೇಶವನ್ನು ಕಾಣುತ್ತಾರೆ. ಮುಂದೆ ಸಾಗಿದಂತೆ ಅವರಿಗೆ ಹಸಿರಿನಿಂದ ಕಂಗೊಳಿಸುತ್ತಿದ್ದ ಕಾಡೊಂದು ಕಂಡುಬರುತ್ತದೆ. ಅಲ್ಲಿನ ವಾತಾವರಣದಿಂದ ಸಂತುಷ್ಟರಾದ ಕೆಂಪೇಗೌಡರು ತಮ್ಮ ರಾಜಧಾನಿ ನಿರ್ಮಾಣಕ್ಕೆ ಇದೇ ಸೂಕ್ತವಾದ ಸ್ಥಳವೆಂದು ತೀರ್ಮಾನಿಸುತ್ತಾರೆ.

ಆ ಸಂದರ್ಭದಲ್ಲಿ, ಬೇಟೆ ನಾಯಿಯೊಂದು ಮೊಲವನ್ನು ಅಟ್ಟಸಿಕೊಂಡು ಬರುತ್ತದೆ. ಆಗ ರೊಚ್ಚಿಗೆದ್ದ ಮೊಲವು ತನ್ನನ್ನು ಬೇಟೆಯಾಡಲೆಂದು ಬಂದ ಆ ನಾಯಿಯ ವಿರುದ್ಧವೇ ತಿರುಗಿ

ಬಿದ್ದು, ಆ ಬೇಟೆ ನಾಯಿಯನ್ನು ಅಟ್ಟಿಸಿಕೊಂಡು ಹೋಗುತ್ತದೆ. ಈ ವಿಸ್ಮಯಕಾರಿ ಘಟನೆಗೆ ಸ್ವತಃ ಕೆಂಪೇಗೌಡರು ಸಾಕ್ಷಿಯಾಗುತ್ತಾರೆ. ಸಾಮಾನ್ಯ ಮೊಲವೊಂದು ತನ್ನ ರಕ್ಷಣೆಗಾಗಿ ನಡೆಸಿದ ಹೋರಾಟವನ್ನು ಕಂಡಂತಹ ಕೆಂಪೇಗೌಡರು, ಆ ಸ್ಥಳದ ಮಹಾತ್ಮೆಗೆ ಬೆರಗಾಗಿ ಈ ವೀರಭೂಮಿಯೇ ತಮ್ಮ ರಾಜಧಾನಿಯ ನಿರ್ಮಾಣಕ್ಕೆ ಸೂಕ್ತ ಎನ್ನುವ ಅವರ ನಿರ್ಧಾರ ಮತ್ತಷ್ಟು ಗಟ್ಟಿಯಾಗುತ್ತದೆ. ಹಾಗೆಯೇ, ಹಲವು ತೊರೆಗಳು ಹರಿಯುತ್ತಾ ಆರ್ಕಾವತಿ ನದಿಗೆ ಸೇರುತ್ತಿದ್ದ ಪ್ರದೇಶವೂ ಇದೇ ಆದ್ದರಿಂದ, ಈ ಪ್ರದೇಶವು ಕೃಷಿಗೆ ಯೋಗ್ಯವಾಗಿದೆ ಎನ್ನವುದೂ ಕೆಂಪೇಗೌಡರಿಗೆ ಮನದಟ್ಟಾಗುತ್ತದೆ. ಆಗ ಕೆಂಪೇಗೌಡರು ತಮ್ಮ ಪರಿವಾರದ ಹಿರಿಯರು ಮತ್ತು ಶ್ರೇಯೋಭಿಲಾಷಿಗಳೊಂದಿಗೆ ಚರ್ಚಿಸಿ ಆ ಪ್ರದೇಶದಲ್ಲೇ ರಾಜಧಾನಿ ನಿರ್ಮಾಣ ಮಾಡುವ ಅಂತಿಮ ನಿರ್ಧಾರ ಮಾಡುತ್ತಾರೆ.

ಕೆಂಪೇಗೌಡರು ರಾಜಧಾನಿ ನಿರ್ಮಾಣದ ಬಗ್ಗೆ ತಾವು ಧೃಡ ಸಂಕಲ್ಪ ಮಾಡಿದ ನಂತರ, ಅಲ್ಲಿ ನಿರ್ಮಿಸಬೇಕಾದ ಕೋಟೆ, ದಂಡುಪ್ರದೇಶ, ಕೆರೆ–ಕಟ್ಟೆಗಳು, ದೇವಸ್ಥಾನಗಳು, ಮಾರುಕಟ್ಟೆ ಹಾಗು ವೃತ್ತಿ ಆಧಾರಿತ ವರ್ಗಗಗಳಿಗೆ ಅಗತ್ಯವಾದ ಮನೆಗಳ ನಿರ್ಮಾಣಕ್ಕೆ ಸಂಬಂಧಿಸಿದಂತೆ ವಿಜಯನಗರ ಸಾಮ್ರಾಜ್ಯದ ಅರಸರಾದ ಅಚ್ಯುತರಾಯರ ಗಮನಕ್ಕೆ ತರುತ್ತಾರೆ. ಆಗ ಅಚ್ಯುತರಾಯರು ಅತ್ಯಂತ ಸಂತೋಷದಿಂದ ಕೆಂಪೇಗೌಡರ

ಯೋಜಿತ ನಗರ ನಿರ್ಮಾಣಕ್ಕೆ ಅಗತ್ಯ ನೆರವು ನೀಡುವ ಭರವಸೆಯೊಂದಿಗೆ ಅನುಮೋದನೆ ನೀಡುತ್ತಾರೆ.

ಧನ ಸಂಗ್ರಹ :

ವಿಜಯನಗರದ ಸಾಮ್ರಾಜ್ಯದ ಅರಸ ಅಚ್ಯುತರಾಯರು 1532ರಲ್ಲಿ ಯಲಹಂಕವನ್ನೂ ಒಳಗೊಂಡಂತೆ ಹಳೆಯ ಬೆಂಗಳೂರು, ಕೆಂಗೇರಿ, ಹಲಸೂರು, ಬೇಗೂರು, ಜಿಗಣಿ, ತಲಘಟ್ಟಪುರ, ವರ್ತೂರು, ಕನ್ನಲಿ, ಕುಂಬಳಗೋಡು, ಬಾಣಾವರ ಹಾಗು ಹೆಸರುಘಟ್ಟ ಹೋಬಳಿಗಳನ್ನು ಕೆಂಪೇಗೌಡರ ಅಧೀನಕ್ಕೆ ಬಿಟ್ಟು ಕೊಡುತ್ತಾರೆ. ಈ ಪ್ರದೇಶಗಳ ವ್ಯಾಪ್ತಿಯಲ್ಲಿ ವಸೂಲಾಗುತ್ತಿದ್ದ ಕಂದಾಯದಲ್ಲಿ ಒಂದಿಷ್ಟು ಹಣವನ್ನು ಸ್ಥಳೀಯ ಪ್ರದೇಶಗಳ ಅಭಿವೃದ್ಧಿಗೆ ಉಳಿಸಿಕೊಂಡು, ಮಿಕ್ಕ ಹಣವನ್ನು ವಿಜಯನಗರ ಸಾಮ್ರಾಜ್ಯದ ಅರಸರಿಗೆ ಸಲ್ಲಿಸಬೇಕಾಗಿತ್ತು.

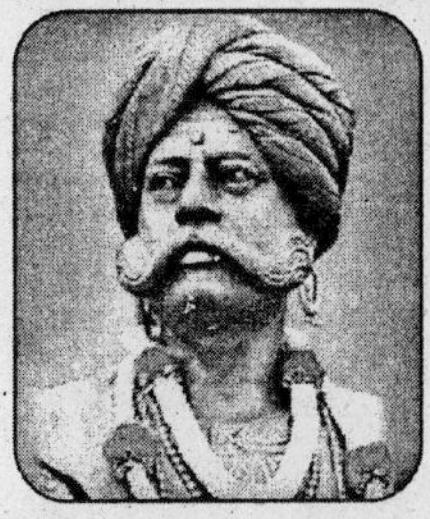

ರಾಜಧಾನಿಯ ನಿರ್ಮಾಣ ಕಾರ್ಯಕ್ಕೆ ಹೆಚ್ಚಿನ ಆರ್ಥಿಕ ಸಂಪನ್ಮೂಲಗಳ ಅಗತ್ಯವಿತ್ತು. ಆದ್ದರಿಂದ, ಕೆಂಪೇಗೌಡರು ತಮ್ಮ ಆಡಳಿತ ವ್ಯಾಪ್ತಿಯಲ್ಲಿರುವ ಪ್ರಜಾ ಸಮುದಾಯದ ಮುಂದೆ, ರಾಜಧಾನಿಯ ನಿರ್ಮಾಣ ಕಾರ್ಯಕ್ಕಾಗಿ ತಮ್ಮ ತಮ್ಮ ಶಕ್ತ್ಯಾನುಸಾರ ಹಣ ಸಹಾಯ ಮಾಡಬೇಕೆನ್ನುವ ಭಿನ್ನಹ ಮಾಡುತ್ತಾರೆ. ಕೆಂಪೇಗೌಡರ ಮನವಿಗೆ ಸಕಾರಾತ್ಮಕವಾಗಿ ಸ್ಪಂದಿಸುವ ಜನರು ಸಾಕಷ್ಟು ಪ್ರಮಾಣದಲ್ಲಿ ಧನ ಸಹಾಯ

ಮಾಡುತ್ತಾರೆ. ಕೇವಲ ಹಣದ ರೂಪದಲ್ಲಿ ಮಾತ್ರವಲ್ಲದೇ, ವಸ್ತುಗಳ ರೂಪದಲ್ಲಿಯೂ ನೆರವಿನ ಮಹಾಪೂರ ಹರಿದು ಬರುತ್ತದೆ. ಹಾಗೆಯೇ, ಅಸಂಖ್ಯಾತ ಜನರು ನಿರ್ಮಾಣ ಕಾರ್ಯದಲ್ಲಿ ಶ್ರಮದಾನ ಮಾಡಲು ಸ್ವಯಂ ಪ್ರೇರಣೆಯಿಂದ ಮುಂದೆ ಬರುತ್ತಾರೆ.

ನಗರ ನಿರ್ಮಾಣ ಆರಂಭ :

1537ರಲ್ಲಿ ನಾಡಿನ ಗುರು-ಹಿರಿಯರ, ಪ್ರಮುಖರ ಹಾಗು ಪರಿವಾರದ ಸದಸ್ಯರ ಸಮ್ಮುಖದಲ್ಲಿ ನಗರ ನಿರ್ಮಾಣಕ್ಕೆ ಗುದ್ದಲಿ ಪೂಜೆಯನ್ನು ಶಾಸ್ತ್ರೋಕ್ತವಾಗಿ, ಮಂಗಳ ವಾದ್ಯಗಳ ಮೊಳಗಿನೊಂದಿಗೆ, ಪುರೋಹಿತರು ನೀಡಿದ ಶುಭ ಮುಹೂರ್ತದಲ್ಲಿ, ರೈತಾಪಿ ಕುಟುಂಬದ ಹಿನ್ನೆಲೆಯ ಕೆಂಪೇಗೌಡರು ತಮ್ಮ ಸಾಂಪ್ರದಾಯಿಕ ಪದ್ಧತಿಯಂತೆ 'ಹೊನ್ನಾರು ಕಟ್ಟುವ' ಆಚರಣೆಯ ಮೂಲಕ ನಗರ ನಿರ್ಮಾಣ ಕಾರ್ಯಕ್ಕೆ ಶುಭಾರಂಭ ಮಾಡುತ್ತಾರೆ. ಕೆಂಪೇಗೌಡರು ರಾಜಧಾನಿಗೆ ಒಟ್ಟು ನವದ್ವಾರಗಳು ಮತ್ತು ಸದಾ ನೀರಿನಿಂದ ತುಂಬಿರುವ ಒಂಬತ್ತು ಕೆರೆಗಳನ್ನು ನಿರ್ಮಿಸಬೇಕೆಂದು ಸಂಕಲ್ಪ ಮಾಡುತ್ತಾರೆ.

ಈಗಿನ ಚಿಕ್ಕಪೇಟೆ ಮತ್ತು ದೊಡ್ಡಪೇಟೆ ರಸ್ತೆಗಳು ಕೂಡುವ ಜಾಗದಲ್ಲಿ, ನಾಲ್ಕು ನೇಗಿಲಿಗೆ ನೊಗ (ಆರು) ಹೂಡಿದ ನಾಲ್ಕು ಜೊತೆ ಎತ್ತುಗಳೊಂದಿಗೆ, ನಾಲ್ವರು ರೈತರನ್ನು ನಾಲ್ಕು ದಿಕ್ಕುಗಳಿಗೆ ಹೋಗುವಂತೆ ಸೂಚಿಸಲಾಗುತ್ತದೆ. ಆ ಎತ್ತುಗಳು ಯಾವ

ಜಾಗದಲ್ಲಿ ನಿಲ್ಲುತ್ತವೆಯೋ, ಆ ಜಾಗವನ್ನೇ ಗಡಿ ಎಂದು ನಿರ್ಧರಿಸಲು ತೀರ್ಮಾನಿಸಲಾಗಿತ್ತು.

ನಾಲ್ಕು ಮಹಾದ್ವಾರಗಳು :

ಈ ನಾಲ್ಕು ಜೋಡೆತ್ತುಗಳು ಪೂರ್ವ ದಿಕ್ಕಿನಲ್ಲಿ ಹಲಸೂರು, ಪಶ್ಚಿಮ ದಿಕ್ಕಿನಲ್ಲಿ ಅರಳೇ ಪೇಟೆ, ಉತ್ತರ ದಿಕ್ಕಿನಲ್ಲಿ ಯಲಹಂಕ ಹಾಗು ದಕ್ಷಿಣ ದಿಕ್ಕಿನಲ್ಲಿ ಆನೇಕಲ್ ಬಳಿ ಬಂದು ನಿಲ್ಲುತ್ತವೆ. ಗುರುತಿಗಾಗಿ ಎತ್ತುಗಳು ನಿಂತ ಜಾಗಕ್ಕೆ ಕಲ್ಲುಗಳನ್ನು ನೆಡಲಾಗುತ್ತದೆ. ಈ ಜಾಗಗಳಲ್ಲಿ ಮುಖ್ಯವಾದ ಪ್ರವೇಶ

ದ್ವಾರಗಳನ್ನು (ಹೆಬ್ಬಾಗಿಲು) ನಿರ್ಮಿಸಲು ನಿರ್ಧರಿಸಲಾಗುತ್ತದೆ. ಹಾಗಾಗಿ, ಪೂರ್ವಕ್ಕೆ ರಾಜಬೀದಿಯ ಅಂದರೆ, ಈಗಿನ ಗಂಗಾಧರ ಸ್ವಾಮಿ ದೇವಸ್ಥಾನದ ಕೊನೆಯ ಭಾಗ ಮತ್ತು ಶ್ರೀರಾಮ ದೇವಾಲಯದ ಚೌಕದವರೆಗೆ, ಹಲಸೂರಿಗೆ ಮಾರ್ಗವಿದ್ದ ಕಾರಣದಿಂದ ಅದನ್ನು 'ಹಲಸೂರು ದ್ವಾರ'(ಗೇಟ್) ಎಂದು ಕರೆಯಲಾಯಿತು. ಹಾಗೆಯೇ, ಪಶ್ಚಿಮದಲ್ಲಿ ನೇಗಿಲ ಗೆರೆಯು ಈಗಿನ ಗೂಡ್ಸ್‌ಶೆಡ್ ರಸ್ತೆಯವರೆಗಿದ್ದು, ಆ ಕೋಟೆ ದ್ವಾರಕ್ಕೆ 'ಸೊಂಡೇಕೊಪ್ಪ ದ್ವಾರ' (ಗೇಟ್) ಎಂದು ಮತ್ತು ಉತ್ತರ ಭಾಗದಲ್ಲಿ ನೇಗಿಲ ಗೆರೆಯು ಈಗಿನ ಮೈಸೂರು ಬ್ಯಾಂಕ್ ಚೌಕದಲ್ಲಿರುವ ಆಂಜನೇಯ ದೇವಸ್ಥಾನದ ತನಕವಿದ್ದು, ಅಲ್ಲಿ ನಿರ್ಮಿಸಿದ ಕೋಟೆ ಬಾಗಿಲಿಗೆ 'ಯಲಹಂಕದ ದ್ವಾರ' (ಗೇಟ್) ಎಂದು ಹಾಗು ದಕ್ಷಿಣ ಭಾಗದ

ನೇಗಿಲ ಗೆರೆಯ ಗುರುತು, ಈಗಿನ ಕೋಟೆ ಹೈಸ್ಕೂಲ್ ಬಳಿ ಇರುವ ಕಾರಂಜಿ ಕೆರೆಯವರೆಗಿದ್ದು, ಆ ಬಾಗಿಲನ್ನು 'ಆನೇಕಲ್ ದ್ವಾರ' (ಗೇಟ್) ಎಂದು ಕರೆಯಲಾಯಿತು. ಕೋಟೆಯ ಪ್ರಧಾನ ಹೆಬ್ಬಾಗಿಲು ಈಗಿನ ವಿಕ್ಟೋರಿಯಾ ಆಸ್ಪತ್ರೆಯ ಬಳಿಯಿದ್ದಿತು.

ಐದು ಕಿರಿ ದ್ವಾರಗಳು :

ಈ ನಾಲ್ಕು ಹೆಬ್ಬಾಗಿಲುಗಳ ಜೊತೆಗೆ, ಕೆಂಪೇಗೌಡರು ಸಂಕಲ್ಪಿಸಿದಂತೆ ಉಳಿದ ಐದು ದ್ವಾರಗಳಾದ ವರ್ತೂರು ಬಾಗಿಲು, ಸರ್ಜಾಪುರದ ಬಾಗಿಲು, ಕಾನಕಾನಹಳ್ಳಿ (ಕನಕಪುರ) ಬಾಗಿಲು, ಕೆಂಗೇರಿ ಬಾಗಿಲು ಮತ್ತು ಯಶವಂತಪುರ ಬಾಗಿಲುಗಳನ್ನು ಕೋಟೆಯ ಬೇರೆ ಬೇರೆ ಭಾಗಗಳಲ್ಲಿ ನಿರ್ಮಾಣ ಮಾಡಲಾಯಿತು.

ಬೆಂಗಳೂರು :

ನಗರ ನಿರ್ಮಾಣ ಕಾರ್ಯ ಪೂರ್ಣಗೊಂಡ ಬಳಿಕ ಈ ನಗರಕ್ಕೆ 'ಬೆಂಗಳೂರು' ಎಂದು 1537ರಲ್ಲಿ ನಾಮಕರಣ ಮಾಡಲಾಗುತ್ತದೆ. ನಂತರ, ಕೆಂಪೇಗೌಡರು ತಮ್ಮ ರಾಜಧಾನಿಯನ್ನು ಯಲಹಂಕದಿಂದ ಬೆಂಗಳೂರಿಗೆ ವರ್ಗಾಯಿಸಿಕೊಳ್ಳುತ್ತಾರೆ. ಹೊಸ ನಗರಕ್ಕೆ ಬೆಂಗಳೂರು ಎಂದು ನಾಮಕರಣ ಮಾಡಲಿಕ್ಕೂ ಒಂದು ಹಿನ್ನೆಲೆಯಿದೆ. ಅದೇನೆಂದರೆ, ಕೆಂಪೇಗೌಡರ ತಾಯಿ ಕೆಂಪಾಂಬೆ ಹಾಗು ಪತ್ನಿ ಚೆನ್ನಮಾಂಬೆ ಇವರಿಬ್ಬರೂ ಹಳೇ ಬೆಂಗಳೂರಿನವರು. ಹೆಬ್ಬಾಳ ಕೆರೆಯ ಉತ್ತರ ದಿಕ್ಕಿದ್ದ, ಪ್ರಸ್ತುತ ಕೊಡಗೇಹಳ್ಳಿಯ ಭಾಗವೇ ಹಳೇ ಬೆಂಗಳೂರು ಪ್ರದೇಶವಾಗಿದ್ದಿತು.

ಬೆಂಗಳೂರು ಹೆಸರಿನ ಮತ್ತಷ್ಟು ಮೂಲ :

1. ಬೆಣಚು ಕಲ್ಲುಗಳಿಂದ ಕೂಡಿದ್ದ ಪ್ರದೇಶ ಆಗಿದ್ದರಿಂದ– 'ಬೆಣಚು ಕಲ್ಲೂರು'
2. ಬೆಂಗು ಮರಗಳು ಈ ಪ್ರದೇಶದಲ್ಲಿ ಅತಿ ಹೆಚ್ಚು ಇದ್ದ ಕಾರಣದಿಂದ– 'ಬೆಂಗುಮರಗಳೂರು'
3. ಗಂಗರು ತಮ್ಮ ಬೆಂಗಾವಾಲಿಗಾಗಿ ನಿರ್ಮಿಸಿದ್ದರಿಂದ– 'ಬೆಂಗಾವಲೂರು'
4. ಈ ಪ್ರದೇಶದಲ್ಲಿದ್ದ ದಟ್ಟ ಕಾಡನ್ನು ಕಡಿದು ಸುಟ್ಟು ಹಾಕಿದ ಕಾರಣದಿಂದಾಗಿ– 'ಬೆಂದಕಾಡೂರು'
5. ತಮಿಳು ಶಾಸನದಲ್ಲಿರುವ ಉಲ್ಲೇಖದ ಪ್ರಕಾರ– 'ವೆಂಗಳೂರು'
6. ಅತಿಥಿಯೊಬ್ಬರಿಗೆ ಬೆಂದಕಾಳನ್ನು ಆಹಾರವಾಗಿ ನೀಡಿದ್ದರಿಂದ– 'ಬೆಂದಕಾಳೂರು'
7. ವೆಂಕಟರಮಣ ಸ್ವಾಮಿ ದೇವಸ್ಥಾನವನ್ನು ನಿರ್ಮಿಸಿದ್ದರಿಂದ 'ವೆಂಕಟೂರು'

ದೇವರಾಯಪಟ್ಟಣ :

ಹೊಸದಾಗಿ ನಿರ್ಮಾಣಗೊಂಡ ನಗರಕ್ಕೆ ವಿಜಯನಗರ ಸಾಮ್ರಾಜ್ಯದ ಅರಸರಾದ ಶ್ರೀಕೃಷ್ಣದೇವರಾಯ ಮತ್ತು ಅಚ್ಯುತರಾಯರ ಸ್ಮರಣಾರ್ಥವಾಗಿ 'ದೇವರಾಯಪಟ್ಟಣ' ಎನ್ನುವ ಹೆಸರಿಡುವ ಚಿಂತನೆಯೂ ನಡೆದಿತ್ತು. ಆದರೆ, ಅಚ್ಯುತರಾಯರ ಅವಧಿಯಲ್ಲಿ ಸಂಭವಿಸಿದ ಆಂತರಿಕ ಕಲಹಗಳಿಂದ ವಿಜಯನಗರ ಸಾಮ್ರಾಜ್ಯದ ವೈಭವ ಮತ್ತು ಘನತೆಗಳು

ಕ್ಷೀಣಿಸತೊಡಗಿದ್ದರಿಂದ, ದೇವರಾಯಪಟ್ಟಣ ಎನ್ನುವ ಹೆಸರಿಡುವ ಚಿಂತನೆ ಫಲಪ್ರದವಾಗಲಿಲ್ಲ.

ಬೆಂಗಳೂರು ಕೋಟೆ ಮತ್ತು ಲಕ್ಷ್ಮಮ್ಮನ ಬಲಿದಾನ :

ಬೆಂಗಳೂರಿನ ಕೋಟೆ ನಿರ್ಮಾಣ ಕಾರ್ಯಕ್ಕೆ ಸಂಬಂಧಪಟ್ಟಂತೆ ಒಂದು ಜಾನಪದೀಯ ಇತಿಹಾಸವಿದೆ. ಅದು ಕೆಂಪೇಗೌಡರ ಸೊಸೆ ಲಕ್ಷ್ಮಮ್ಮನ ತ್ಯಾಗ ಮತ್ತು ಬಲಿದಾನಕ್ಕೆ ಸಂಬಂಧಿಸಿದ್ದು. ಲಕ್ಷ್ಮಮ್ಮ ಕೆಂಪೇಗೌಡರ ಪುತ್ರ ಸೋಮಣ್ಣ ಗೌಡರ (ದೊಡ್ಡವೀರಪ್ಪ ಗೌಡರು) ಧರ್ಮಪತ್ನಿ.

ನೇಗಿಲು ಗೆರೆ ಎಳೆದ ನಂತರ, ಕೆಂಪೇಗೌಡರು ಕೋಟೆ ನಿರ್ಮಾಣ ಕಾರ್ಯವನ್ನು ಶುಭ ಮುಹೂರ್ತದಲ್ಲಿ ಆರಂಭಿಸುತ್ತಾರೆ. ಕೋಟೆಯ ನಿರ್ಮಾಣ ಕಾರ್ಯ ಭರದಿಂದ ಸಾಗಿ, ಕೋಟೆಯ ಮೂರು ದಿಕ್ಕುಗಳ ದ್ವಾರಗಳನ್ನು ಯಾವುದೇ ಅಡೆತಡೆಯಿಲ್ಲದೆ ನಿರ್ಮಿಸಲಾಗುತ್ತದೆ. ಅಂತಿಮವಾಗಿ ದಕ್ಷಿಣದ ದೈತ್ಯಾಕಾರದ ಹೆಬ್ಬಾಗಿಲಿನ ನಿರ್ಮಾಣ ಕಾರ್ಯವೂ ಮುಕ್ತಾಯಗೊಳ್ಳುತ್ತದೆ. ಎಲ್ಲರ ಮನದಲ್ಲೂ ಸಂತಸ ಮನಮಾಡುತ್ತದೆ.

ಕೆಂಪೇಗೌಡರು ಹೆಬ್ಬಾಗಿಲುಗಳ ನಿರ್ಮಾಣ ಕಾರ್ಯ ಯಾವುದೇ ಅಡೆತಡೆಯಿಲ್ಲದೆ ಮುಕ್ತಾಯಗೊಂಡಿದ್ದಕ್ಕೆ

ಕುಲದೇವರಾದ ಭೈರವೇಶ್ವರನಿಗೆ ವಂದಿಸಿ ಅರಮನೆಗೆ ಹಿಂತಿರುಗಿ ತಮ್ಮ ಪರಿವಾರದವರೊಂದಿಗೆ ಸಂಭ್ರಮಾಚರಣೆ ಮಾಡುತ್ತಾರೆ. ಆದರೆ, ಮರುದಿನ ಮುಂಜಾನೆ ಭಟರು ಅರಮನೆಗೆ ಬಂದು ದಕ್ಷಿಣದ ಹೆಬ್ಬಾಗಿಲು ಕುಸಿದು ಬಿದ್ದಿರುವ ಬಗ್ಗೆ ಮಾಹಿತಿ ನೀಡುತ್ತಾರೆ. ಸುದ್ದಿ ತಿಳಿದ ಕೆಂಪೇಗೌಡರಿಗೆ ಆಘಾತವಾಗುತ್ತದೆ. ಸ್ಥಳಕ್ಕೆ ಧಾವಿಸುವ ಕೆಂಪೇಗೌಡರು ಅಲ್ಲಿನ ಚಿತ್ರಣ ಕಂಡು ದಿಗ್ಭ್ರಾಂತರಾಗುತ್ತಾರೆ. ನಿರ್ಮಾಣಕಾರ್ಯವನ್ನು ನುರಿತ ಕೆಲಸಗಾರರೇ ಮಾಡಿದ್ದರೂ, ಹೆಬ್ಬಾಗಿಲು ಕುಸಿದು ಬಿದ್ದಿರುವುದಕ್ಕೆ ಕಾರಣವೇನು ಎನ್ನುವುದನ್ನು ಮನಗಾಣದೇ ಚಿಂತಾಕ್ರಾಂತರಾಗುತ್ತಾರೆ.

ಈ ಘಟನೆಯಿಂದ ಚೇತರಿಸಿಕೊಂಡ ಕೆಂಪೇಗೌಡರು ದಕ್ಷಿಣದ ಹೆಬ್ಬಾಗಿಲಿನ ನಿರ್ಮಾಣಕಾರ್ಯಕ್ಕೆ ಮರುಚಾಲನೆ ನೀಡಿ, ಯಶಸ್ವಿಯಾಗಿ ಪೂರ್ಣಗೊಳಿಸುತ್ತಾರೆ. ಆದರೂ, ಕೆಂಪೇಗೌಡರಿಗೆ ಆ ರಾತ್ರಿ ನೆಮ್ಮದಿಯೇ ಇಲ್ಲದಂತಾಗುತ್ತದೆ. ಒಂದುವೇಳೆ, ಮತ್ತೊಮ್ಮೆ ಹಿಂದಿನ ಘಟನೆ ಮರುಕಳಿಸಿದ್ದೇ ಆದಲ್ಲಿ, ನೆರೆಹೊರೆಯ ರಾಜರ ಅಪಹಾಸ್ಯಕ್ಕೆ ತುತ್ತಾಗುವ ಆತಂಕ ಕೆಂಪೇಗೌಡರನ್ನು ಕಾಡತೊಡಗುತ್ತದೆ. ರಾತ್ರಿಯೆಲ್ಲ ನಿದ್ರೆಯಿಲ್ಲದೇ ಸಮಯ ಕಳೆದ ಕೆಂಪೇಗೌಡರಿಗೆ ಬೆಳಿಗ್ಗೆ ಮತ್ತೆ ಅದೇ ಕಹಿ ಸುದ್ದಿಯನ್ನು ಕೇಳಿ ಆಘಾತವಾಗುತ್ತದೆ.

ನಂತರ ಕೆಂಪೇಗೌಡರು ಈ ಘಟನೆಗಳ ಬಗ್ಗೆ ಜ್ಯೋತಿಷಿಗಳಲ್ಲಿ ವಿಚಾರಿಸುತ್ತಾರೆ. ಜ್ಯೋತಿಷಿಗಳು ಈ ದುರ್ಘಟನೆಯನ್ನು

ತಪ್ಪಿಸಲು ನರಬಲಿ ನೀಡಬೇಕು ಅಥವಾ ಯಾರಾದರೂ ಸ್ವಯಂಪ್ರೇರಣೆಯಿಂದ ಬಲಿದಾನ ಮಾಡಿಕೊಳ್ಳಬೇಕೆಂಬ ಸಲಹೆ ನೀಡುತ್ತಾರೆ. ಆದರೆ, ಕೆಂಪೇಗೌಡರು ಈ ಸಲಹೆಯನ್ನು ಒಪ್ಪದೆ, ದೇವರಿಗೆ ಪೂಜೆ ಸಲ್ಲಿಸಿ ಹೆಬ್ಬಾಗಿಲು ನಿರ್ಮಾಣಕಾರ್ಯವನ್ನು ಮತ್ತೆ ಆರಂಭಿಸುತ್ತಾರೆ. ಆದರೂ, ಹೆಬ್ಬಾಗಿಲು ಕುಸಿದುಬೀಳುವುದು ಮಾತ್ರ ನಿಲ್ಲುವುದಿಲ್ಲ.

ಈ ವಿಷಯ ಅರಮನೆಯ ಅಂತಃಪುರವನ್ನೂ ತಲುಪುತ್ತದೆ. ರಾಜ್ಯಕ್ಕೆ ಬಂದೊದಗಿರುವ ಸ್ಥಿತಿಯನ್ನು ಅರಿತ ಕೆಂಪೇಗೌಡರ ಸೊಸೆ ಲಕ್ಷ್ಮಮ್ಮ ತಾನೇ ಬಲಿದಾನ ಮಾಡಿಕೊಳ್ಳಲು ನಿರ್ಧರಿಸುತ್ತಾಳೆ. ತನ್ನ ಈ ನಿರ್ಧಾರವನ್ನು ಪರಿವಾರದ ಯಾವ ಸದಸ್ಯರೂ ಒಪ್ಪುವುದಿಲ್ಲ ಎನ್ನುವುದು ಲಕ್ಷ್ಮಮ್ಮನಿಗೆ ಗೊತ್ತಿರುತ್ತದೆ. ಆದ್ದರಿಂದ, ಒಂದು ರಾತ್ರಿ ದಕ್ಷಿಣ ಹೆಬ್ಬಾಗಿಲು ನಿರ್ಮಾಣಕಾರ್ಯ ನಡೆಯುತ್ತಿರುವ ಸ್ಥಳಕ್ಕೆ ಬರುವ ಲಕ್ಷ್ಮಮ್ಮ, ಮನೆದೇವರಾದ ಕೆಂಪಮ್ಮನನ್ನು ನೆನೆದು ಸ್ವಯಂಪ್ರೇರಣೆಯಿಂದ ಬಲಿದಾನ ಮಾಡಿಕೊಂಡುಬಿಡುತ್ತಾಳೆ.

ಈ ವಿಷಯ ತಿಳಿದು ಇಡೀ ನಾಡೇ ಶೋಕಸಾಗರದಲ್ಲಿ ಮುಳುಗಿಬಿಡುತ್ತದೆ. ಮುಂದೆ ಲಕ್ಷ್ಮಮ್ಮನ ಬಲಿದಾನದ ಕಾರಣದಿಂದ ದಕ್ಷಿಣದ ಹೆಬ್ಬಾಗಿಲು ನಿರ್ಮಾಣಕಾರ್ಯಕ್ಕೆ ಒದಗುತ್ತಿದ್ದ ವಿಪತ್ತು ನಿವಾರಣೆಯಾಗುತ್ತದೆ.

ಲಕ್ಷ್ಮಮ್ಮನ ಗುಡಿ :

ರಾಜ್ಯದ ಹಿತಕ್ಕಾಗಿ ತನ್ನ ಜೀವವನ್ನೇ ಅರ್ಪಿಸಿದ ಮಹಾಸಾಧ್ವಿ ಲಕ್ಷ್ಮಮ್ಮನ ಅಂತ್ಯ ಸಂಸ್ಕಾರವನ್ನು ಅವರ ತವರೂರಾದ ಕೋರಮಂಗಲದಲ್ಲಿ ನೆರವೇರಿಸಲಾಗುತ್ತದೆ. ಕೊಟ್ಟ ಮನೆಯ ಗೌರವ ಉಳಿಸುವುದಕ್ಕಾಗಿ ಜೀವಾರ್ಪಣೆ ಮಾಡಿದ ಲಕ್ಷ್ಮಮ್ಮನ ತ್ಯಾಗ–ಬಲಿದಾನದ ಕೀರ್ತಿ ನಾಡಿನೆಲ್ಲೆಡೆ ಪಸರಿಸುತ್ತದೆ. ಭವಿಷ್ಯದಲ್ಲಿ ನಾಡಿನ ಮಹಾರಾಣಿ ಆಗಬೇಕಿದ್ದ ಲಕ್ಷ್ಮಮ್ಮನ ದಿಟ್ಟ ಸಾಹಸ ಅಮರವಾಗಬೇಕೆನ್ನುವ ಆಶಯದಿಂದ, ನಾಡಪ್ರಭು ಕೆಂಪೇಗೌಡರು ಲಕ್ಷ್ಮಮ್ಮನ ಸಮಾಧಿಯ ಸ್ಥಳದಲ್ಲಿಯೇ 'ಲಕ್ಷ್ಮಮ್ಮನ ಗುಡಿ' ಕಟ್ಟಿಸುತ್ತಾರೆ. ಈ ಗುಡಿಯಲ್ಲಿರುವ ಲಕ್ಷ್ಮಮ್ಮನ ವಿಗ್ರಹಕ್ಕೆ ಪ್ರತಿನಿತ್ಯ ಪೂಜಾಕಾರ್ಯಗಳು ನಡೆಯುವಂತಹ ವ್ಯವಸ್ಥೆಯನ್ನು ಕೆಂಪೇಗೌಡರು ಜಾರಿಗೆ ತರುತ್ತಾರೆ.

"ಲಕ್ಷ್ಮಮ್ಮ ಕೇವಲ ನಮ್ಮ ಪರಿವಾರದ ಸದಸ್ಯೆ ಅಲ್ಲ. ಆಕೆ ನಮ್ಮ ಮನೆತನದ ಕುಲದೇವತೆ, ಈ ನಗರದ ಭಾಗ್ಯದೇವತೆ. ಲಕ್ಷ್ಮಮ್ಮ ಬೆಂಗಳೂರಿನ ಭಾಗ್ಯಲಕ್ಷ್ಮೀಯಾಗಿ, ಈ ಊರಿಗೆ ಬಂದವರಿಗೆ ಅನ್ನ, ನೀರು ಕೊಟ್ಟು ಸಲಹಲಿ. ಬೆಂಗಳೂರಿನಲ್ಲಿ ಯಾವುದೇ ಶುಭಕಾರ್ಯ ನಡೆದರೂ, ಲಕ್ಷ್ಮಮ್ಮನ ಗುಡಿಯಲ್ಲಿ ಪ್ರಥಮ ಪೂಜೆ ನೆರವೇರಿಸಿ ಮುಂದಿನ ಕಾರ್ಯಗಳನ್ನು ನಡೆಸಬೇಕು" ಎಂದು ಕೆಂಪೇಗೌಡರು ಆಜ್ಞೆ ಹೊರಡಿಸುತ್ತಾರೆ. ಇಂದಿಗೂ ನಾವು ಈ ದೇವಸ್ಥಾನವನ್ನು ಕೋರಮಂಗಲದಲ್ಲಿ ಕಾಣಬಹುದಾಗಿದೆ.

ಪೇಟೆಗಳ ನಿರ್ಮಾಣ:

ಬೆಂಗಳೂರು ಪಟ್ಟಣದ ನಿರ್ಮಾಣ ಕಾರ್ಯ ಮುಕ್ತಾಯಗೊಳ್ಳುತ್ತಲೇ, ಕೆಂಪೇಗೌಡರು ತಮ್ಮ ಪರಿವಾರವನ್ನು ಬೆಂಗಳೂರಿಗೆ ಸ್ಥಳಾಂತರಿಸುತ್ತಾರೆ. ಅದೇ ರೀತಿ ಯಲಹಂಕದಿಂದ ಬಂದ ಇತರ ಪ್ರಜೆಗಳಿಗೂ ನಿವೇಶನ ಹಂಚಲಾಗುತ್ತದೆ. ಕೆಂಪೇಗೌಡರು ರಾಜಧಾನಿ ಬೆಂಗಳೂರಿನಲ್ಲಿ ಸುಮಾರು 64 ಪೇಟೆಗಳನ್ನು ನಿರ್ಮಿಸಿದ್ದರೆಂದು ಅಂದಾಜಿಸಲಾಗಿದೆ. ಇವುಗಳಲ್ಲಿ ಖಚಿತವಾಗಿ 54 ಪೇಟೆಗಳ ಹೆಸರನ್ನು ಚರಿತ್ರಾಕಾರರು ಗುರುತಿಸಿದ್ದಾರೆ.

ಇತಿಹಾಸಕಾರರು ಕೆಂಪೇಗೌಡರು ನಿರ್ಮಿಸಿದ ಪೇಟೆಗಳ ಹೆಸರುಗಳನ್ನು ಆಧರಿಸಿ ಎರಡು ಭಾಗಗಳಾಗಿ ವಿಂಗಡಿಸಿದ್ದಾರೆ. ಅವೆಂದರೆ–

* **ವೃತ್ತಿ ಆಧಾರಿತ ಪೇಟೆಗಳು**
* **ಜಾತಿ ಆಧಾರಿತ ಪೇಟೆಗಳು**

ಆ ಪೇಟೆಗಳು ಯಾವುವೆಂದರೆ–ಅರಳೆಪೇಟೆ, ಅಕ್ಕಿಪೇಟೆ, ಕುಂಬಾರ ಪೇಟೆ, ರಾಗಿಪೇಟೆ, ಗಾಣಿಗರ ಪೇಟೆ, ಮಡಿವಾಳ ಪೇಟೆ, ಗೊಲ್ಲರ ಪೇಟೆ, ಹೂವಾಡಿಗರ ಪೇಟೆ, ಮಂಡಿಪೇಟೆ, ಅಂಚೆಪೇಟೆ, ಬಳೇಪೇಟೆ, ಹಳೆ ತರಗುಪೇಟೆ, ಹೊಸ ತರಗುಪೇಟೆ, ಹತ್ತಿಪೇಟೆ, ತಾರಾಮಂಡಲ ಪೇಟೆ, ಸುಣ್ಣಕಲ್ ಪೇಟೆ, ಮೇದಾರ ಪೇಟೆ, ಕುರುಬರ ಪೇಟೆ, ಮುತ್ಯಾಲ ಪೇಟೆ, ದರ್ಜಿಪೇಟೆ, ಕುಂಚಿಟಿಗರ

ಪೇಟೆ, ದೊಡ್ಡಪೇಟೆ, ಚಿಕ್ಕಪೇಟೆ, ಉಪ್ಪಾರ ಪೇಟೆ, ಕಲ್ಲಾರ ಪೇಟೆ, ತಿಗಳರ ಪೇಟೆ, ನಗರ್ತ ಪೇಟೆ, ಮನವರ್ತಪೇಟೆ, ಬಿನ್ನಿಪೇಟೆ, ಹುರಿಯೋ ಪೇಟೆ (ಕುರಿ ಮಾಂಸವನ್ನು ಹುರಿದು ಮಾರುತ್ತಿದ್ದ ಪೇಟೆ), ತೆಲುಗು ಪೇಟೆ, ಕತ್ತಿಪೇಟೆ, ಲಿಂಗಶೆಟ್ಟಿ ಪೇಟೆ, ಬಲ್ಲಾಪುರ ಪೇಟೆ, ಹುರ್ತಪೇಟೆ ಮುಂತಾದವು. ಜಾತ್ಯಾತೀತ ನಿಲುವಿನ ನಾಡಪ್ರಭು ಕೆಂಪೇಗೌಡರು ಕೇವಲ ಪೇಟೆಗಳನ್ನು ನಿರ್ಮಿಸಿದ್ದು ಮಾತ್ರವಲ್ಲದೇ, ಆಯಾ ಜಾತಿ ಜನರಿಗೆ ಸಂಬಂಧಿಸಿದ ಕುಲದೇವರುಗಳ ದೇವಾಲಯಗಳನ್ನು ನಿರ್ಮಿಸಿಕೊಟ್ಟಿದ್ದರು.

ಬ್ರಿಟಿಷರು ಹಾಗು ಮೊಘಲರ ಆಡಳಿತದ ಅವಧಿಯಲ್ಲಿಯೂ ಹಲವು ಪೇಟೆಗಳು ನಿರ್ಮಾಣಗೊಂಡವು. ಸುಲ್ತಾನ್ ಪೇಟೆ ಮತ್ತು ಮಾಮೂಲ್ ಪೇಟೆಗಳನ್ನು ಮೊಘಲರು ನಿರ್ಮಿಸಿದರೆ, ಬ್ರಿಟಿಷರು ಕಬ್ಬನ್ ಪೇಟೆಯನ್ನು ನಿರ್ಮಿಸಿದರು. ಇವುಗಳಲ್ಲಿ ಕೆಲವು ಪೇಟೆಗಳು ಇತಿಹಾಸದ ಪುಟಗಳಿಂದ ಕಣ್ಮರೆಯಾಗಿದ್ದರೆ, ಹಲವು ಪೇಟೆಗಳ ಹೆಸರಲ್ಲಿ ಬದಲಾವಣೆಗಳಾಗಿವೆ. ಬಹುಪಾಲು ಪೇಟೆಗಳು ತಮ್ಮ ಹಳೆಯ ಹೆಸರಿನೊಂದಿಗೆ ಜೀವಂತವಾಗಿವೆ.

ಸೈನಿಕರು, ಕುದುರೆಗಳು ಹಾಗು ಉಳುಮೆ ಮಾಡುವ ಎತ್ತುಗಳು ದೊಡ್ಡಪೇಟೆಯಲ್ಲಿ ನೆಲೆಸುವಂತೆ ಮಾಡಿದ್ದರು. ದೊಡ್ಡಪೇಟೆಗೂ ಮತ್ತು ಚಿಕ್ಕಪೇಟೆಗೂ ಸಂಪರ್ಕ ಕಲ್ಪಿಸುವ ಒಂದು ವೃತ್ತವನ್ನು ನಿರ್ಮಿಸಿದ್ದರು. ಆ ವೃತ್ತದಿಂದ ನಾಲ್ಕು

ದಿಕ್ಕುಗಳಿಗೆ ಸಂಪರ್ಕ ಕಲ್ಪಿಸುವ ರಸ್ತೆಗಳನ್ನು ನಿರ್ಮಾಣ ಮಾಡಿದ್ದರು. ಚಿಕ್ಕಪೇಟೆ, ದೊಡ್ಡಪೇಟೆ ಮತ್ತು ಅಗರ್ತ ಪೇಟೆಗಳು ವಾಸಸ್ಥಳ ಮತ್ತು ವ್ಯಾಪಾರ ಕೇಂದ್ರಗಳಾಗಿದ್ದವು. ಅರಳೆಪೇಟೆ, ತರಗುಪೇಟೆ, ಅಕ್ಕಿಪೇಟೆ, ರಾಗಿಪೇಟೆ ಮತ್ತು ಬಳೇಪೇಟೆಗಳು ದಿನ ನಿತ್ಯದ ಬಳಕೆ ವಸ್ತುಗಳು ಮತ್ತು ಆಹಾರ ಪದಾರ್ಥಗಳಾದ ಅಕ್ಕಿ, ರಾಗಿ, ಜೋಳ ಹಾಗು ಎಣ್ಣೆ ಮುಂತಾದ ವಸ್ತುಗಳ ಮಾರಾಟ ಕೇಂದ್ರವಾಗಿದ್ದವು. ಕುರುಬರ ಪೇಟೆ, ಕುಂಬಾರ ಪೇಟೆ, ಗಾಣಿಗರ ಪೇಟೆ ಮತ್ತು ಉಪ್ಪಾರ ಪೇಟೆಗಳಲ್ಲಿ ಅವರವರ ಕಸುಬುಗಳಿಗೆ ಸಂಬಂಧಿಸಿದ ವಸ್ತುಗಳನ್ನು ತಯಾರಿಸುತ್ತಿದ್ದರು.

ಕೆಂಪೇಗೌಡರ ಗೋಪುರಗಳು :

ಕೆಂಪೇಗೌಡರು ಆರಂಭದಲ್ಲಿ ಹೊಸ ರಾಜಧಾನಿಯ ನಾಲ್ಕು ಗಡಿಗಳನ್ನು ಗುರುತಿಸಿ ನಂತರ, ಈ ನಾಲ್ಕು ಗಡಿಗಳಲ್ಲೂ ನಾಲ್ಕು ಗೋಪುರಗಳನ್ನು ನಿರ್ಮಿಸುತ್ತಾರೆ. ಅವುಗಳೆಂದರೆ, ಪೂರ್ವ ದಿಕ್ಕಿನ ಗೋಪುರವು ಹಲಸೂರು ಕೆರೆಯ ಏರಿಯ ಮೇಲಿದೆ. ಪಶ್ಚಿಮ ದಿಕ್ಕಿನ ಗೋಪುರವು ಕೆಂಪಾಂಬುದಿ ಕೆರೆಯ ಏರಿಯ ಮೇಲಿನ ಕೊನೆಯ ಬಂಡೆಕಲ್ಲುಗಳ ಮೇಲಿದೆ (ಗವಿಗಂಗಾಧರೇಶ್ವರ ದೇವಸ್ಥಾನದ ಬಳಿ). ಉತ್ತರ ದಿಕ್ಕಿನ ಗೋಪುರವು ಹೆಬ್ಬಾಳದ ಸಮೀಪ ಇರುವ ಕಲ್ಲುಗುಡ್ಡದ ಮೇಲಿದೆ. ದಕ್ಷಿಣದ ಗೋಪುರವು ಲಾಲ್‌ಬಾಗ್ ಉದ್ಯಾನವನದ ಕಲ್ಲುಬಂಡೆಯ ಗುಡ್ಡದ ಮೇಲಿದೆ. ಈ ಗೋಪುರಗಳನ್ನು ನಾವು ಇಂದಿಗೂ

ಕಾಣಬಹುದಾಗಿದೆ. ಇತ್ತೀಚಿನ ಕೆಲವು ಸಂಶೋಧನಕಾರರ ಪ್ರಕಾರ ಕೆಂಪೇಗೌಡರ ಅವಧಿಯಲ್ಲಿ ನಿರ್ಮಾಣವಾದ ಒಟ್ಟು ಗೋಪುರಗಳ ಸಂಖ್ಯೆ ಎಂಟು. ಆ ಉಳಿದ ನಾಲ್ಕು ಗೋಪುರಗಳೆಂದರೆ, ಕೆಂಪಾಂಭುದಿ ಕೆರೆಯ ಇನ್ನೊಂದು ಬದಿಗಿರುವ ಗೋಪುರ, ಮೇಖ್ರಿ ವೃತ್ತದ ಬಳಿ ಇರುವ ಗೋಪುರ, ದೊಡ್ಡ ಬಸವಣ್ಣನ ದೇವಸ್ಥಾನದ ಹಿಂಭಾಗದಲ್ಲಿರುವ ಗೋಪುರ ಮತ್ತು ಬಿನ್ನಿಮಿಲ್ ಕೆರೆಯ ಬದಿಯಲ್ಲಿರುವ ಗೊಪುರ.

ಈ ಎಲ್ಲಾ ಗೋಪುರಗಳನ್ನೂ ಎತ್ತರದ ಪ್ರದೇಶಗಳಲ್ಲಿ ಸ್ಥಾಪಿಸಲಾಗಿದೆ. ರಾಜ್ಯವನ್ನು ಶತ್ರುಗಳ ದಾಳಿಯಿಂದ ರಕ್ಷಿಸಿಕೊಳ್ಳಲು ಕೆಂಪೇಗೌಡರು ರಕ್ಷಣಾ ತಂತ್ರದ ಒಂದು ಭಾಗವಾಗಿ ಈ ಗೋಪುರಗಳನ್ನು ನಿರ್ಮಿಸಿದ್ದಿರಬಹುದು. ಹಾಗೆಯೇ, ಈ ಎಲ್ಲಾ ಗೋಪುರಗಳನ್ನು ಬೆಂಗಳೂರು ಪಟ್ಟಣಕ್ಕೆ ಸಂಪರ್ಕ ಕಲ್ಪಿಸುವ ಮಾರ್ಗಗಳಲ್ಲಿಯೇ ಸ್ಥಾಪಿಸಲಾಗಿದೆ.

ಅಗ್ರಹಾರ :

ಬ್ರಾಹ್ಮಣ ವರ್ಗದವರಿಗೆ ಅಗ್ರಹಾರಗಳನ್ನು ನಿರ್ಮಿಸಲಾಗಿತ್ತು. ಪುರೋಹಿತರು ಮತ್ತು ವೇದ ಅಧ್ಯಯನ ಮಾಡುವವರು ಅಲ್ಲಿ ವಾಸಿಸುತ್ತಿದ್ದರು.

ಪ್ರತ್ಯಕ್ಷ ಸಾಕ್ಷಿ :

ಸುಮಾರು 500 ವರ್ಷಗಳ ಹಿಂದೆಯೇ, ಪ್ರಜೆಗಳ ವೃತ್ತಿಗಳಿಗೆ ಅನುಗುಣವಾಗಿ ಬಡಾವಣೆಗಳನ್ನು ನಿರ್ಮಿಸಿಕೊಟ್ಟ ಹೆಗ್ಗಳಿಕೆಗೆ ಕೆಂಪೇಗೌಡರು ಪಾತ್ರರಾಗಿದ್ದಾರೆ. ಆ ದಿನಮಾನಗಳಲ್ಲಿ

ಕೆಂಪೇಗೌಡರು ನಿರ್ಮಿಸಿದ ಎಲ್ಲ ಪೇಟೆಗಳು, ಪ್ರಸ್ತುತ ಇಂದಿಗೂ ಬೆಂಗಳೂರು ನಗರಕ್ಕೆ ಮಾತ್ರ ಸಿಮೀತವಾಗದೇ, ಅಖಂಡ ಕರ್ನಾಟಕದ ವ್ಯಾಪಾರ–ವಾಣಿಜ್ಯ ಚಟುವಟಿಕೆಗಳು ಬಿರುಸಿನಿಂದ ನಡೆಯುತ್ತಿರುವುದಕ್ಕೆ ಪ್ರತ್ಯಕ್ಷ ಸಾಕ್ಷಿಗಳಾಗಿವೆ.

ಕೆರೆಗಳ ಕಾಣಿಕೆ :

ಕೆಂಪೇಗೌಡರು ಮೂಲತಃ ಕೃಷಿಕ ಕುಟುಂಬಕ್ಕೆ ಸೇರಿದವರಾಗಿದ್ದರಿಂದ ನೀರಿನ ಮಹತ್ವವನ್ನು ಅವರು ಚೆನ್ನಾಗಿ ಅರಿತಿದ್ದರು. ಹಾಗಾಗಿ, ಅವರು ಬೆಂಗಳೂರಿನಲ್ಲಿ ಮಾತ್ರವಲ್ಲದೇ, ಅವರ ಆಡಳಿತ ವ್ಯಾಪ್ತಿಯಲ್ಲಿರುವ ಪ್ರದೇಶಗಳಲ್ಲಿ ಅನೇಕ ಕೆರೆಗಳನ್ನು ನಿರ್ಮಿಸಿದರು. ಒಂದು ನಾಡಿನ ಚರಿತ್ರೆಯಲ್ಲಿ ಬಹುಶಃ ಯಾವುದೇ ಒಬ್ಬ ರಾಜ, ಕೆಂಪೇಗೌಡರು ನಿರ್ಮಿಸಿದಷ್ಟು ಕೆರೆಗಳನ್ನು ನಿರ್ಮಿಸಿಲ್ಲ ಎಂದರೆ ನಿಜಕ್ಕೂ ಅದು ಅತಿಶಯೋಕ್ತಿ ಎನಿಸಲಾರದು. ಕೆಂಪೇಗೌಡರು ನಿರ್ಮಿಸಿದ ಕೆರೆಗಳು ಈ ಕೆಳಗಿನಂತಿವೆ–

- ಕೆಂಪಾಂಬುಧಿ ಕೆರೆ

- ಧರ್ಮಾಂಭುದಿ ಕೆರೆ

- ಸಂಪಂಗಿರಾಮ ಕೆರೆ

- ಚೆನ್ನಮ್ಮನ ಕೆರೆ

- ಕಾರಂಜಿ ಕೆರೆ

- ಹಲಸೂರು ಕೆರೆ
- ಕೆಂಪಾಪುರ ಅಗ್ರಹಾರ ಕೆರೆ
- ಸಿದ್ದಿಕಟ್ಟೆ ಕೆರೆ
- ಗಿಡ್ಡಪ್ಪನ ಕೆರೆ
- ಬೆಣ್ಣೆ ಹೊನ್ನಮ್ಮನ ಕೆರೆ(ಕಲ್ಲದೇವನ ಹಳ್ಳಿ)
- ಬೆಣ್ಣೆ ಹೊನ್ನಮ್ಮನ ಕೆರೆ(ಕರಿಗೌಡನ ದೊಡ್ಡಿ)
- ಅಂದಲ ಕೆರೆ
- ಹೊಂಬಾಳಮ್ಮನ ಕೆರೆ
- ಮತ್ತಿಕೆರೆ
- ಜಕ್ಕರಾಯನ ಕೆರೆ
- ವರ್ತೂರು ಕೆರೆ
- ಮಾವಳ್ಳಿ ಕೆರೆ
- ವೈಯ್ಯಾಳಿ ಕಾವಲು ಕೆರೆ
- ಯಡಿಯೂರು ಕೆರೆ

ಇವುಗಳಲ್ಲಿ ಸಂಪಂಗಿರಾಮ ಕೆರೆ ಮತ್ತು ಧರ್ಮಾಂಬುದಿ ಕೆರೆಗಳನ್ನು ಬೆಂಗಳೂರಿನ ಕುಡಿಯುವ ನೀರಿನ ಅನುಕೂಲಕ್ಕಾಗಿ ನಿರ್ಮಿಸಲಾಗಿತ್ತು. ನೀರಾವರಿ ಕೃಷಿಗಾಗಿ ವೃಷಭಾವತಿ ನದಿಗೆ ಅಡ್ಡಲಾಗಿ ಕುಲದೇವತೆಯಾದ ಕೆಂಪಮ್ಮನ ಹೆಸರಿನಲ್ಲಿ ಕೆಂಪಾಂಬುಧಿ ಕೆರೆಯನ್ನು ನಿರ್ಮಿಸಲಾಯಿತು (ಈಗಿನ ಮೆಜೆಸ್ಟಿಕ್

ಪ್ರದೇಶ). ರಾಜಮಾತೆ ಚೆನಮ್ಮನ ಹೆಸರಿನಲ್ಲಿ ಚೆನ್ನಮ್ಮನ ಕೆರೆ,
ಬಂಧು ಸಿದ್ದಮ್ಮನ ಹೆಸರಿನಲ್ಲಿ ಸಿದ್ದಿಕಟ್ಟೆ,
ವಿಜಯನಗರ ಸಾಮ್ರಾಜ್ಯದ ಅರಸರಾದ
ಶ್ರೀಕೃಷ್ಣದೇವರಾಯರ ವಾರಸುದಾರರಾಗಿದ್ದ
ಜಕ್ಕರಾಯನ ಹೆಸರಿನಲ್ಲಿ ಜಕ್ಕರಾಯನ
ಕೆರೆಗಳನ್ನು ನಿರ್ಮಿಸಲಾಯಿತು.

ಕೆಂಪೇಗೌಡರ ಆಡಳಿತದ ಅವಧಿಯಲ್ಲಿ
ಹೊಲ, ಗದ್ದೆ, ಹಣ್ಣಿನ ತೋಟ, ಹೂದೋಟ
ಮತ್ತು ತರಕಾರಿಗಳ ವ್ಯವಸಾಯ ಅತ್ಯಂತ ಸಮೃದ್ಧಿಯಿಂದ
ಕೂಡಿತ್ತು. ವ್ಯವಸಾಯ ಮಾಡುವುದರಲ್ಲಿ ತಿಗಳರು ಹೆಚ್ಚು
ಪರಿಣತರಾಗಿದ್ದರು. ಇವರಿಗೆ ಕೆಂಪೇಗೌಡರು ಹೆಚ್ಚು ಪ್ರೋತ್ಸಾಹ
ನೀಡಿದ್ದರು. ಅವರಿರುವ ಪ್ರದೇಶವೇ ತಿಗಳರ ಪೇಟೆ ಎಂದು
ಹೆಸರಾಯಿತು.

ಬೆಂಗಳೂರು ಕರಗ :

ತಿಗಳರು ಪಾಂಡವರ ಆರಾಧಕರಾಗಿದ್ದರು. ಆದ್ದರಿಂದ,
ಇವರಿಗಾಗಿಯೇ ಕೆಂಪೇಗೌಡರು ಧರ್ಮರಾಯನ
ದೇವಾಲಯವನ್ನು ನಿರ್ಮಿಸಿ ಕೊಟ್ಟಿದ್ದರು. ಆಗಿನಿಂದ 'ಕರಗ'
ಉತ್ಸವದ ಆಚರಣೆ ಆರಂಭವಾಯಿತು. ತಿಗಳರು ಕರಗ
ಮಹೋತ್ಸವವನ್ನು ಅತ್ಯಂತ ಶ್ರದ್ಧಾಭಕ್ತಿ ಹಾಗು ವಿಜೃಂಭಣೆಯಿಂದ
ಆಚರಿಸುತ್ತಾರೆ. ಬೆಂಗಳೂರು ಕರಗ ಇಂದಿಗೂ ಕನ್ನಡ ನಾಡಿನ
ಪ್ರಸಿದ್ಧವಾದ ಸಾಂಸ್ಕೃತಿಕ ಉತ್ಸವಗಳಲ್ಲಿ ಒಂದಾಗಿದೆ.

ದೇವಾಲಯಗಳ ನಿರ್ಮಾಣ :

ಕೆಂಪೇಗೌಡರು 1550ರಲ್ಲಿ ಶಿವಗಂಗೆಯನ್ನು ಜಯಿಸಿದ ಬಳಿಕ, ಶಿವಗಂಗೆಯ ಗಂಗಾಧರೇಶ್ವರನ ದೇವಾಲಯದಲ್ಲಿ ಒಂದು ಹಜಾರವನ್ನು ನಿರ್ಮಿಸಿದ್ದರು. ಇಂದಿಗೂ ಅದನ್ನು ಹಿರಿಯ ಕೆಂಪೇಗೌಡರ ಹಜಾರ ಎಂದು ಕರೆಯಲಾಗುತ್ತಿದೆ. ಕೆಂಪೇಗೌಡರು ಶಿವಗಂಗೆಯಲ್ಲಿದ್ದ ಗಂಗಾಧರೇಶ್ವರನ ದೇವಾಲಯುದಿಂದ ಆಕರ್ಷಿತರಾಗಿ, ಬೆಂಗಳೂರಿನಲ್ಲಿ ಗವಿಗಂಗಾಧರೇಶ್ವರನ ದೇವಾಲಯವನ್ನು ನಿರ್ಮಿಸಿದರು ಎಂದು ಇತಿಹಾಸಕಾರರು ಅಭಿಪ್ರಾಯಪಟ್ಟಿದ್ದಾರೆ.

ಗವಿಗಂಗಾಧರೇಶ್ವರ ದೇವಾಲಯದ ವೈಶಿಷ್ಟ್ಯತೆ :

ಬೆಂಗಳೂರಿನ ಗವಿಗಂಗಾಧರೇಶ್ವರನ ದೇವಾಲಯದ ಆವರಣದಲ್ಲಿ 15 ಅಡಿ ಎತ್ತರವಿರುವ ಕಲ್ಲಿನಿಂದ ಮಾಡಿಸಿರುವ ನಾಲ್ಕು ಕಂಬಗಳಿವೆ. ಅದರಲ್ಲಿನ ಒಂದು ಕಲ್ಲಿನ ಕಂಬದಲ್ಲಿ ತ್ರಿಶೂಲವನ್ನು ಕೆತ್ತಿದ್ದಾರೆ. ಇನ್ನೊಂದು ಕಂಬದಲ್ಲಿ ಡಮರುಗ ಹಾಗು ಮತ್ತೆರಡು ಕಂಬಗಳಲ್ಲಿ ನಂದಿ ವಿಗ್ರಹಗಳನ್ನು ಕೆತ್ತಲಾಗಿದೆ. ಈ ದೇವಸ್ಥಾನದಲ್ಲಿ ಉತ್ತರಾಯಣ ಪುಣ್ಯಕಾಲದ ಮಕರ ಸಂಕ್ರಾತಿ ಹಬ್ಬದ ದಿನ ಸೂರ್ಯ ಅಸ್ತಂಗತನಾಗುವಾಗ, ಪಶ್ಚಿಮ ದಿಕ್ಕಿನಿಂದ ಸೂರ್ಯನ ಕಿರಣಗಳು ಮುಖ ಮಂಟಪದ ಕಿಟಕಿಯಿಂದ ಪ್ರವೇಶಿಸಿ, ನಂದಿಯನ್ನು ಹಾಯ್ದು ಗುಹಾಂತರ ಗುಡಿಯ

ಗರ್ಭಗೃಹದಲ್ಲಿರುವ ಶಿವಲಿಗಂದ ಮೇಲೆ ಬೀಳುತ್ತವೆ. ಇದೊಂದು ವಿಸ್ಮಯಕಾರಿ ಸಂಗತಿಯಾಗಿದೆ.

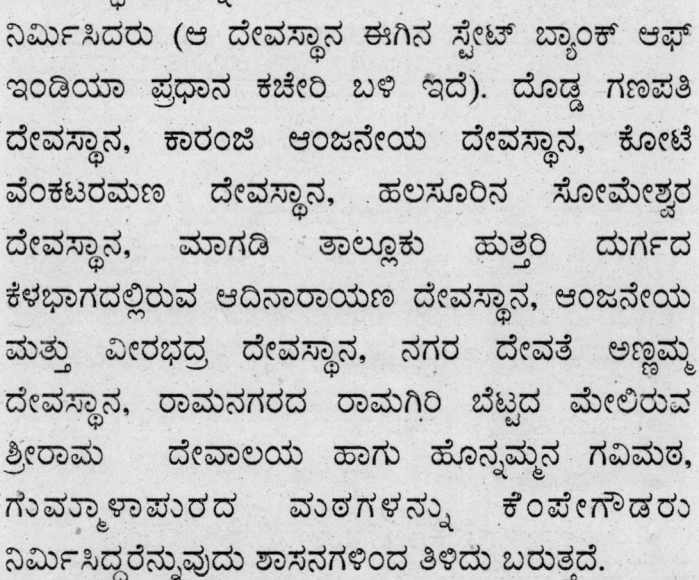

ಯಲಹಂಕ ಮಹಾದ್ವಾರದ ಹತ್ತಿರ ಗಣೇಶ ಮತ್ತು ಆಂಜನೇಯಸ್ವಾಮಿ ದೇವಸ್ಥಾನವನ್ನು ಕೆಂಪೇಗೌಡರು ನಿರ್ಮಿಸಿದರು (ಆ ದೇವಸ್ಥಾನ ಈಗಿನ ಸ್ಟೇಟ್ ಬ್ಯಾಂಕ್ ಆಫ್ ಇಂಡಿಯಾ ಪ್ರಧಾನ ಕಚೇರಿ ಬಳಿ ಇದೆ). ದೊಡ್ಡ ಗಣಪತಿ ದೇವಸ್ಥಾನ, ಕಾರಂಜಿ ಆಂಜನೇಯ ದೇವಸ್ಥಾನ, ಕೋಟೆ ವೆಂಕಟರಮಣ ದೇವಸ್ಥಾನ, ಹಲಸೂರಿನ ಸೋಮೇಶ್ವರ ದೇವಸ್ಥಾನ, ಮಾಗಡಿ ತಾಲ್ಲೂಕು ಹುತ್ತರಿ ದುರ್ಗದ ಕೆಳಭಾಗದಲ್ಲಿರುವ ಆದಿನಾರಾಯಣ ದೇವಸ್ಥಾನ, ಆಂಜನೇಯ ಮತ್ತು ವೀರಭದ್ರ ದೇವಸ್ಥಾನ, ನಗರ ದೇವತೆ ಅಣ್ಣಮ್ಮ ದೇವಸ್ಥಾನ, ರಾಮನಗರದ ರಾಮಗಿರಿ ಬೆಟ್ಟದ ಮೇಲಿರುವ ಶ್ರೀರಾಮ ದೇವಾಲಯ ಹಾಗು ಹೊನ್ನಮ್ಮನ ಗವಿಮಠ, ಗುಮ್ಮಾಳಾಪುರದ ಮಠಗಳನ್ನು ಕೆಂಪೇಗೌಡರು ನಿರ್ಮಿಸಿದ್ದರೆನ್ನುವುದು ಶಾಸನಗಳಿಂದ ತಿಳಿದು ಬರುತ್ತದೆ.

ಕೆಂಪೇಗೌಡರು ಕೇವಲ ಹೊಸ ದೇವಾಲಯಗಳನ್ನು ಮಾತ್ರವಲ್ಲದೇ, ಅನೇಕ ದೇವಾಲಯಗಳ ಜೀರ್ಣೋದ್ಧಾರ ಕಾರ್ಯಗಳನ್ನು ಮಾಡಿದ್ದಾರೆ. ಹಾಗೆಯೇ, ಅರ್ಚಕರಿಗೆ ಜೀವನ ನಿರ್ವಹಣೆಗಾಗಿ ಜಮೀನುಗಳನ್ನು ನೀಡಿರುವುದು ಚರಿತ್ರೆಯ ಪುಟಗಳಲ್ಲಿ ದಾಖಲಾಗಿದೆ.

ಏಕಶಿಲಾ ನಂದಿ :

ಬೆಂಗಳೂರಿನ ಬಸವನಗುಡಿಯಲ್ಲಿರುವ ದೊಡ್ಡ ಬಸವಣ್ಣ ದೇವಾಲಯ ಕೆಂಪೇಗೌಡರ ಅವಧಿಯಲ್ಲಿ ನಿರ್ಮಿಸಿದ ಅತಿ ಭವ್ಯವಾದ ದೇವಾಲಯವಾಗಿದೆ. ಏಕಶಿಲೆಯಲ್ಲಿ ಕೆತ್ತಲಾದ ನಂದಿಯ ವಿಗ್ರಹವು ನಾಡಿನ ಅತ್ಯಂತ ಬೃಹತ್ ಏಕಾಶಿಲಾ ವಿಗ್ರಹಗಳಲ್ಲಿ ಒಂದಾಗಿದೆ.

ಕೋಟೆಗಳ ನಿರ್ಮಾಣ :

ಕೆಂಪೇಗೌಡರು ತಮ್ಮ ಆಡಳಿತ ವ್ಯಾಪ್ತಿಯಲ್ಲಿರುವ ಪ್ರಮುಖ ಆಯಕಟ್ಟಿನ ಸ್ಥಳಗಳಲ್ಲಿ ಕೋಟೆಗಳನ್ನು ನಿರ್ಮಿಸಿದರು. ಕೋಟೆಗಳಿಗೆ ನಿಯೋಜನೆಗೊಳ್ಳುತ್ತಿದ್ದ ಸೈನಿಕರಿಗೆ ಅನುಕೂಲವಾಗುವಂತೆ, ಕೋಟೆಯ ಬಳಿಯಲ್ಲಿಯೇ ಅವರಿಗೆ ಮನೆಗಳನ್ನು ನಿರ್ಮಿಸಲಾಗಿತ್ತು. ಸ್ಥಳೀಯವಾಗಿ ದೊರೆಯುತ್ತಿದ್ದ ಕಲ್ಲು ಮತ್ತು ಮಣ್ಣುಗಳಿಂದ ಕೋಟೆಗಳನ್ನು ನಿರ್ಮಿಸಲಾಯಿತು. ಕೆಂಪೇಗೌಡರು ನಿರ್ಮಿಸಿದ ಕೋಟೆಗಳು ಈ ಕೆಳಗಿನಂತಿವೆ—

- ಬೆಂಗಳೂರಿನ ಕೋಟೆ
- ಮಾಗಡಿ ಕೋಟೆ
- ಸಾವನದುರ್ಗ ಕೋಟೆ ಮತ್ತು ನೆಲಪಟ್ಟಣ ಕೋಟೆ
- ಹುತ್ರಿದುರ್ಗದ ಏಳು ಸುತ್ತಿನ ಕೋಟೆ
- ಹುಲಿಯೂರುದುರ್ಗದ ಕೋಟೆ
- ಕುದೂರಿನ ಭೈರವನದುರ್ಗದ ಕೋಟೆ
- ರಾಮನಗರದ ರಾಮದುರ್ಗ ಕೋಟೆ

ಕಲ್ಯಾಣಿಗಳ ಕೊಡುಗೆ :

ಕೆಂಪೇಗೌಡರು ಅಪಾರ ದೈವಭಕ್ತರಾಗಿದ್ದರು. ಆದ್ದರಿಂದ, ಅವರು ಅನೇಕ ದೇವಾಲಯಗಳನ್ನು ನಿರ್ಮಿಸಿದ್ದು ಮಾತ್ರವಲ್ಲದೇ, ಧಾರ್ಮಿಕ ಆಚರಣೆಗಳಿಗೆ ಅನುಕೂಲವಾಗುವಂತೆ ದೇವಾಲಯಗಳ ಬಳಿ ಕಲ್ಯಾಣಿಗಳನ್ನು ನಿರ್ಮಿಸಿದ್ದರು. ಅದರಲ್ಲಿ ಅಣ್ಣಮ್ಮ ದೇವಾಲಯ, ಚಿಕ್ಕ ಲಾಲ್‌ಬಾಗ್, ಚಿಕ್ಕಪೇಟೆ, ಸಿದ್ದಿಕಟ್ಟೆ ಮತ್ತು ಸಂಪಂಗಿನಗರದ ಕಲ್ಯಾಣಿಗಳು ಹೆಚ್ಚು ಪ್ರಖ್ಯಾತಿ ಪಡೆದಿದ್ದವು.

ತಂಗು ದಾಣಗಳು :

ಆ ದಿನಗಳಲ್ಲಿ ಜನರು ಕಾಲ್ನಡಿಗೆಯ ಮೂಲಕವೇ ಹೆಚ್ಚು ಸಂಚಾರ ಮಾಡುತ್ತಿದ್ದರು. ಆದ್ದರಿಂದ, ಕೆಂಪೇಗೌಡರು ದಾರಿಹೋಕರಿಗೆ ಅನುಕೂಲವಾಗುವಂತೆ ಮಾರ್ಗದ ಎರಡೂ ಬದಿಗಳಲ್ಲಿ ಹೊಂಗೆ ಮರಗಳನ್ನು ಬೆಳೆಸಿದ್ದರು. ಹೊಂಗೆಯ ಮರಗಳು ತಂಪಾದ ನೆರಳು ನೀಡುತ್ತಿದ್ದವು. ಜೊತೆಗೆ, ಆ ಸಮಯದಲ್ಲಿ ದೀಪ ಉರಿಸಲು ಅತಿ ಅಗತ್ಯವಿದ್ದ ಎಣ್ಣೆಯನ್ನು ಹೊಂಗೆ ಮರದ ಬೀಜಗಳಿಂದ ಪಡೆಯಲಾಗುತ್ತಿತ್ತು. ಹಾಗೆಯೇ, ಸಂಚಾರಿಗಳು ದಣಿವಾರಿಸಿಕೊಳ್ಳಲು ದಾರಿ ಉದ್ದಕ್ಕೂ ಹೊರೆಗಲ್ಲುಗಳನ್ನು ಹಾಕಿಸಿದ್ದರು ಮತ್ತು ವಿಶ್ರಾಂತಿ ಪಡೆಯಲು ಅಲ್ಲಲ್ಲಿ ತಂಗುದಾಣಗಳನ್ನು ನಿರ್ಮಿಸಿದ್ದರು.

ಆಡಳಿತ ಪದ್ಧತಿ :

ನಾಡಪ್ರಭು ಕೆಂಪೇಗೌಡರು ನಾಡಿನ ಸುಗಮ ಆಡಳಿತ ನಿರ್ವಹಣೆಗಾಗಿ ಎಂಟು ಜನ ಮಂತ್ರಿಗಳನ್ನು ನೇಮಿಸಿಕೊಂಡಿದ್ದರು. ಗ್ರಾಮ ಮಟ್ಟದಲ್ಲಿ 'ಕೂಟ' ವ್ಯವಸ್ಥೆಯನ್ನು ಅನುಷ್ಠಾನಕ್ಕೆ ತಂದಿದ್ದರು. ತಮ್ಮ ಅಧಿಕಾರ ವ್ಯಾಪ್ತಿಯಲ್ಲಿರುವ ಪ್ರದೇಶಗಳಲ್ಲಿ ಸಂಭವಿಸುವ ಯಾವುದೇ ಘಟನೆಗಳ ಮಾಹಿತಿಯನ್ನು ವರದಿ ರೂಪದಲ್ಲಿ ತರಿಸಿಕೊಂಡು, ಆಯಾ ಪ್ರದೇಶದಲ್ಲಿರುವ ಅನುಭವಿಗಳು, ಪರಿಣಿತರು ಮತ್ತು ಹಿರಿಯರೊಂದಿಗೆ ಚರ್ಚೆ ನಡೆಸಿ ಪ್ರಜೆಗಳಿಗೆ ಅನುಕೂಲ ಆಗುವಂತಹ ನಿರ್ಧಾರ ಕೈಗೊಳ್ಳುತ್ತಿದ್ದರು.

ಸಾಮಾಜಿಕ ವ್ಯವಹಾರಗಳ ನಿರ್ವಹಣೆ, ತೆರಿಗೆಯನ್ನು ವಸೂಲು ಮಾಡುವುದು, ಕೆರೆ–ಕಟ್ಟೆ ಹಾಗು ರಸ್ತೆಗಳ ನಿರ್ವಹಣೆ ಮತ್ತು ದುರಸ್ತಿ ಕಾರ್ಯಗಳ ಮೇಲ್ವಿಚಾರಣೆ, ದೇವಸ್ಥಾನಗಳ ನಿರ್ವಹಣೆಯ ಜವಾಬ್ದಾರಿ ಹಾಗು ಪ್ರಜೆಗಳಲ್ಲಿ ಅರಿವು ಮೂಡಿಸುವ ಕಾರ್ಯಗಳನ್ನು 'ಕೂಟ' ವ್ಯವಸ್ಥೆ ನೋಡಿಕೊಳ್ಳಬೇಕಿತ್ತು.

ಜನ ಸಾಮಾನ್ಯರ ಅನುಕೂಲಕ್ಕಾಗಿ ಶ್ಯಾನುಭೋಗರು, ಪಟೇಲರು, ಜೋಯಿಸರು, ಬಡಗಿ, ಕಮ್ಮಾರ, ನಾಯಿಂದ, ತೋಟಿ, ತಳವಾರ, ನೀರುಗಂಟಿ, ಅಕ್ಕಸಾಲೆ ಮತ್ತು ಕುಂಬಾರರನ್ನು ನೇಮಕ ಮಾಡಲಾಗಿತ್ತು.

ತೆರಿಗೆ ಪದ್ಧತಿ :

ರಾಜ್ಯದ ಆದಾಯದ ಉತ್ಪತ್ತಿಗಾಗಿ ಹಲವು ತೆರಿಗೆಗಳನ್ನು ವಿಧಿಸಲಾಗುತ್ತಿತ್ತು. ಅವುಗಳಲ್ಲಿ ಮುಖ್ಯವಾದವುಗಳೆಂದರೆ ಮನೆ ತೆರಿಗೆ, ದನದ ಸುಂಕ, ಅಂಗಡಿ ತೆರಿಗೆ, ಕೈ ಮಗ್ಗದ ತೆರಿಗೆ. ಶಿಸ್ತುಬದ್ಧವಾಗಿ, ಯೋಜಿತ ರೀತಿಯಲ್ಲಿ ಹಾಗು ಸಕಾಲಕ್ಕೆ ತೆರಿಗೆಗಳನ್ನು ವಸೂಲಾತಿ ಮಾಡಲು ಶ್ಯಾನಭೋಗರು, ಪಟೇಲರು ಮತ್ತು ಕೋಲುಕಾರರನ್ನು ನಿಯುಕ್ತಿ ಮಾಡಲಾಗಿತ್ತು.

ಯಲಹಂಕದ ಪ್ರಭುಗಳು ವಿಜಯನಗರ ಸಾಮ್ರಾಜ್ಯದ ಸಾಮಂತರಾಗಿದ್ದರಿಂದ, ತೆರಿಗೆ ರೂಪದಲ್ಲಿ ಉತ್ಪತ್ತಿ ಆಗುತ್ತಿದ್ದ ಆದಾಯದ ಹೆಚ್ಚಿನ ಭಾಗವನ್ನು ವಿಜಯನಗರದ ಅರಸರಿಗೆ ಸಲ್ಲಿಸಬೇಕಿತ್ತು. ತೆರಿಗೆಯ ಉಳಿದ ಹಣದಲ್ಲಿ ಸೈನ್ಯದ ನಿರ್ವಹಣೆ ಮತ್ತು ನಾಡಿನ ಜನರಿಗೆ ಮೂಲಭೂತ ಸೌಕರ್ಯಗಳನ್ನು ಕಲ್ಪಿಸಲು ವಿನಿಯೋಗಿಸಲಾಗುತ್ತಿತ್ತು.

ನ್ಯಾಯ ಪದ್ಧತಿ :

ರಾಜರಾದವರಿಗೆ ಸಾಮ್ರಾಜ್ಯ ವಿಸ್ತರಣೆ ಎಷ್ಟು ಮುಖ್ಯವೋ, ತಮ್ಮ ಪ್ರಜೆಗಳ ನಡುವೆ ಉದ್ಭವಿಸುವ ಭಿನ್ನಾಭಿಪ್ರಾಯ, ವ್ಯಾಜ್ಯ, ಕಲಹಗಳನ್ನು ಬಗೆಹರಿಸಿ ಅವರು ಸಾಮರಸ್ಯದಿಂದ ಬದುಕುವಂತೆ ಮಾಡುವುದು ರಾಜನ ಆದ್ಯ ಕರ್ತವ್ಯಗಳಲ್ಲಿ ಒಂದಾಗಿದೆ. ಹಾಗಾಗಿ, ಒಂದು ಸ್ಥಾಪಿತ ವ್ಯವಸ್ಥೆಯಲ್ಲಿ ನ್ಯಾಯದಾನ ವ್ಯವಸ್ಥೆ ಬಹಳ ಪ್ರಮುಖವಾದುದು.

ಕೆಂಪೇಗೌಡರು ಉದ್ಭವಿಸುವ ಬಿಕ್ಕಟ್ಟುಗಳಿಗೆ ಅನುಗುಣವಾಗಿ ನ್ಯಾಯ ತೀರ್ಮಾನಗಳನ್ನು ಕಾಲಕಾಲಕ್ಕೆ ಬಗೆಹರಿಸುತ್ತಿದ್ದರು.

ಅವರು ಎಲ್ಲ ತರಹದ ವ್ಯಾಜ್ಯಗಳನ್ನು ಗ್ರಾಮಸಭೆ, ನಾಡಸಭೆ ಹಾಗು ಚಾವಡಿಗಳ ಮೂಲಕ ಇತ್ಯರ್ಥ ಪಡಿಸುತ್ತಿದ್ದರು. ಆಡಳಿತದ ಮೂಲ ಗ್ರಾಮ ಮಟ್ಟದಲ್ಲೇ ಸ್ಥಾಪಿತವಾಗಿತ್ತು. ಪ್ರತಿ ಗ್ರಾಮವೂ ನಿರ್ಧಿಷ್ಟವಾಗಿ ತನ್ನ ಗಡಿಯನ್ನು ಹೊಂದಿತ್ತು. ಆಯಾ ಗ್ರಾಮಗಳ ವ್ಯಾಪ್ತಿಗೆ ಅನುಗುಣವಾಗಿ ಈ ಸಭೆಗಳನ್ನು ನಡೆಸಲಾಗುತ್ತಿತ್ತು. ಈ ಸಭೆಗಳ ಮುಖ್ಯಸ್ಥನನ್ನಾಗಿ ಗ್ರಾಮಗೌಡನನ್ನು ನೇಮಕ ಮಾಡಲಾಗುತ್ತಿತ್ತು. ಈ ಗ್ರಾಮಗೌಡನು ಪ್ರಜೆಗಳು ಮತ್ತು ಪ್ರಭುಗಳ ನಡುವಿನ ಕೊಂಡಿಯಂತೆ ಕಾರ್ಯನಿರ್ವಹಿಸುತ್ತಿದ್ದನು.

ರಾಜ್ಯದಲ್ಲಿ ವಿಧಿಸಲಾಗುತ್ತಿದ್ದ ತೆರಿಗೆ ನ್ಯಾಯ ಸಮ್ಮತವಾಗಿರುವುದೇ ಅಥವಾ ಇಲ್ಲವೇ ಎನ್ನುವುದು ಗ್ರಾಮಗೌಡನ ವ್ಯಾಪ್ತಿಗೆ ಒಳಪಡುತ್ತಿತ್ತು. ಗ್ರಾಮಸಭೆಯ ನ್ಯಾಯಾಲಯದಲ್ಲಿ ವ್ಯಕ್ತಿಗತ ವ್ಯಾಜ್ಯವಿರಲಿ ಅಥವಾ ಸಮೂಹ ವ್ಯಾಜ್ಯಗಳಿರಲಿ, ನ್ಯಾಯಕ್ಕೆ ಅನುಗುಣವಾಗಿ ಕಾರ್ಯ ನಿರ್ವಹಿಸಿವುದು ಇವನ ಕರ್ತವ್ಯವಾಗಿತ್ತು. ಜನರಿಗೆ ಉಪಯೋಗವಾಗುವಂತಹ ಕೆಲಸಗಳಲ್ಲಿ ತೊಡಗುವವರಿಗೆ, ಜನರ ಕಷ್ಟಗಳಿಗೆ ಸ್ಪಂದಿಸುವಂತಹ ಗುಣವಿರುವವರಿಗೆ ಗ್ರಾಮಗೌಡನ ಹುದ್ದೆಯನ್ನು ನೀಡಲಾಗುತ್ತಿತ್ತು.

ಗ್ರಾಮಸಭೆಯಲ್ಲಿ ಇತ್ಯರ್ಥವಾಗದ ವಿಷಯಗಳನ್ನು 'ಗೌಡಿಕೆ'ಯ ನ್ಯಾಯಾಲಯಕ್ಕೆ ವರ್ಗಾಯಿಸಲಾಗುತ್ತಿತ್ತು. ಒಂದಕ್ಕಿಂತ ಹೆಚ್ಚಿನ ಗ್ರಾಮಗಳು ಇದರ ವ್ಯಾಪ್ತಿಗೆ ಒಳಪಡುತ್ತಿದ್ದವು. ಇಲ್ಲಿಯೂ ತೀರ್ಮಾನವಾಗದ ವಿಷಯಗಳನ್ನು 'ನಾಡಸಭೆ'

ನ್ಯಾಯಾಲಯದಲ್ಲಿ ಇತ್ಯರ್ಥ ಪಡಿಸಲಾಗುತ್ತಿತ್ತು.

ಈ ನಾಡಸಭೆಯ ಮುಖ್ಯಸ್ಥನಾಗಿ ನಾಡಗೌಡ ಅಥವಾ ನಾಡಪ್ರಭು ಇರುತ್ತಿದ್ದರು. ಕೆಳ ಹಂತದಲ್ಲಿ ಬಗೆಹರಿಯದೆ ಬರುತ್ತಿದ್ದ ಮೇಲ್ಮನವಿಗಳನ್ನು ಇಲ್ಲಿ ಬಗೆಹರಿಸಲಾಗುತ್ತಿತ್ತು. ನಾಡಸಭೆಯಲ್ಲಿ ಬಹಳ ಮುಖ್ಯವಾಗಿ ವಿವಿಧ ಗ್ರಾಮಗಳ ನಡುವೆ ಉದ್ಭವಿಸುವ ಸಂಘರ್ಷ, ಕೃಷಿ ವ್ಯಾಜ್ಯ, ದಾಳಿ, ದಂಗೆಯಂತಹ ಪ್ರಕರಣಗಳ ತೀರ್ಮಾನವನ್ನು ಮಾಡಲಾಗುತ್ತಿತ್ತು

ಸಮಾಜ ಸುಧಾರಕ :

ಮೊರಸು ಒಕ್ಕಲಿಗ ಜನಾಂಗದಲ್ಲಿ 'ಬಂಡಿ ದೇವರು' ಪದ್ಧತಿ ಆಚರಣೆಯಲ್ಲಿತ್ತು. ಇದೊಂದು ಅವಮಾನವೀಯ ಪದ್ಧತಿಯಾಗಿತ್ತು. ಅದೇನೆಂದರೆ, ಈ ಜನಾಂಗದಲ್ಲಿ ವಿವಾಹದ ಬಳಿಕ, ವಿವಾಹಕ್ಕೆ ಒಳಗಾದ ಮಹಿಳೆಯು ತನ್ನ ಎಡಗೈ ಕಿರು ಬೆರಳನ್ನು ಕತ್ತರಿಸಿಕೊಳ್ಳಬೇಕಿತ್ತು. ಕೆಂಪೇಗೌಡರು ಈ ಪದ್ಧತಿಯನ್ನು ನಿಷೇಧಿಸಿದರು.

ಭೈರವ ನಾಣ್ಯ :

ಕೆಂಪೇಗೌಡರ ಆಡಳಿತದ ಅವಧಿಯಲ್ಲಿ ನಾಡು ಶಾಂತಿ, ಸಮೃದ್ಧಿಯಿಂದ ಕೂಡಿತ್ತು. ಆ ಸಮಯದಲ್ಲಿ ಚಿನ್ನ, ಬೆಳ್ಳಿ ಮತ್ತು ತಾಮ್ರದ ನಾಣ್ಯಗಳನ್ನು ವ್ಯವಹಾರಕ್ಕಾಗಿ ಬಳಸಲಾಗುತ್ತಿತ್ತು. ನಾಣ್ಯಗಳನ್ನು ಟಂಕಿಸಲು ಕೆಂಪೇಗೌಡರು ಬೆಂಗಳೂರಿನಲ್ಲಿ ತಮ್ಮದೇ ಆದ ಒಂದು ಟಂಕಸಾಲೆಯನ್ನು ಹೊಂದಿದ್ದರು. ನಮ್ಮ

ನಾಡೂ ಪ್ರತ್ಯೇಕ ನಾಣ್ಯಗಳನ್ನು ಹೊಂದಬೇಕು ಎಂಬ ಅಭಿಲಾಷೆಯಿಂದ ಕೆಂಪೇಗೌಡರು ತಮ್ಮದೇ ಸ್ವಂತ ನಾಣ್ಯಗಳನ್ನು ಟಂಕಿಸಿ, ಆ ನಾಣ್ಯಗಳನ್ನು 'ಭೈರವ ನಾಣ್ಯ' ಮತ್ತು 'ವೀರಭದ್ರ ವರಹ' ಎನ್ನುವ ಹೆಸರಿನಲ್ಲಿ ಬಿಡುಗಡೆ ಮಾಡಿದ್ದರು.

ಕೆಂಪೇಗೌಡರ ಬಂಧನ :

16ನೇ ಶತಮಾನದ ಮಧ್ಯಭಾಗದಲ್ಲಿ ವಿಜಯನಗರದ ಅರಸರಾಗಿ ಸದಾಶಿವರಾಯರು ಅಧಿಕಾರಕ್ಕೆ ಏರುತ್ತಾರೆ. ಕೆಂಪೇಗೌಡರು ವಿಜಯನಗರದ ಅರಸರೊಂದಿಗೆ ತುಂಬಾ ಅನ್ಯೋನ್ಯತೆಯನ್ನು ಹೊಂದಿದ್ದರು. ಆ ಸಮಯದಲ್ಲಿ ಸದಾಶಿವರಾಯರ ಅಳಿಯ ರಾಮರಾಯರು ತುಂಬಾ ಪ್ರಭಾವಶಾಲಿಯಾಗಿದ್ದರು. ಕೆಂಪೇಗೌಡರ ಪ್ರಸಿದ್ಧಿ, ಅವರ ರಾಜ್ಯಾಡಳಿತ, ಪ್ರಜೆಗಳು ಅವರ ಮೇಲಿಟ್ಟಿದ್ದ ಪ್ರೀತಿ, ಅಭಿಮಾನ, ಗೌರವ ಹಾಗು ಕೆಂಪೇಗೌಡರ ನಾಡಿನಲ್ಲಿ ಮನೆ ಮಾಡಿದ್ದ ಶಾಂತಿ, ಸಮೃದ್ಧಿಯನ್ನು ಕಂಡು, ಚನ್ನಪಟ್ಟಣದ ಪಾಳೇಗಾರರಾದ ಜಗದೇವರಾಯರು ಮತ್ತು ತಿರುಮಲರಾಯರು ಕೆಂಪೇಗೌಡರ ವಿರುದ್ಧ ಕತ್ತಿ ಮಸೆಯುತ್ತಿರುತ್ತಾರೆ.

ಕೆಂಪೇಗೌಡರು 'ಭೈರವ ನಾಣ್ಯ' ಮತ್ತು 'ವೀರಭದ್ರ ವರಹ'ಗಳನ್ನು ಟಂಕಿಸಿದ ಸಂದರ್ಭವನ್ನು ಬಳಸಿಕೊಂಡು, ಚನ್ನಪಟ್ಟಣದ ಪಾಳೇಗಾರರಾದ ಜಗದೇವರಾಯರು ಮತ್ತು

ತಿರುಮಲರಾಯರು "ಕೆಂಪೇಗೌಡರು ತಮ್ಮ ಅನುಮೋದನೆ
ಪಡೆಯದೇ, ಸ್ವತಃ ತಾವೇ ಚಕ್ರವರ್ತಿಗಳಂತೆ ಚಿನ್ನದ
ನಾಣ್ಯಗಳನ್ನು ಟಂಕಿಸಿ ಚಲಾವಣೆಗೆ ತಂದಿದ್ದಾರೆ ಮತ್ತು
ಸ್ವತಂತ್ರರಾಗಲು ಹವಣಿಸುತ್ತಿದ್ದಾರೆ ಮಹಾಸ್ವಾಮಿ" ಎಂದು
ವಿಜಯನಗರದ ಅರಸರಾದ ಸದಾಶಿವರಾಯರಿಗೆ ತಿಳಿಸುತ್ತಾರೆ.

ಚನ್ನಪಟ್ಟಣದ ಪಾಳೇಗಾರರಾದ ಜಗದೇವರಾಯರು ಮತ್ತು
ತಿರುಮಲರಾಯರ ದೂರಿನ ಆಧಾರದ ಮೇಲೆ, ವಿಜಯನಗರದ
ಅರಸರಾದ ಸದಾಶಿವರಾಯರು ಕೆಂಪೇಗೌಡರಿಗೆ ವಿಜಯನಗರದ
ಇಂಪೀರಿಯಲ್ ಸಾಮ್ರಾಜ್ಯದ ನ್ಯಾಯಾಲಯದ ಮುಂದೆ
ಹಾಜರಾಗುವಂತೆ ಸೂಚನೆ ನೀಡಿ ಸಂದೇಶ ರವಾನಿಸುತ್ತಾರೆ.
ವಿಜಯನಗರದ ಅರಸರ ಸೂಚನೆಯಂತೆ ಕೆಂಪೇಗೌಡರು
ವಿಜಯನಗರದ ಇಂಪೀರಿಯಲ್ ನ್ಯಾಯಾಲಯದ ಮುಂದೆ
ವಿಚಾರಣೆಗೆ ಹಾಜರಾಗುತ್ತಾರೆ. ನ್ಯಾಯಾಲಯದಲ್ಲಿ ವಾದ–
ವಿವಾದ ನಡೆದು, ಕೆಂಪೇಗೌಡರು ನಾಣ್ಯಗಳನ್ನು ಟಂಕಿಸಲು
ವಿಜಯನಗರ ಸಾಮ್ರಾಜ್ಯದ ಅರಸರ ಪೂರ್ವಾನುಮತಿ
ಪಡೆಯದೆ ಇರುವ ಕಾರಣವನ್ನು ನೀಡಿ, ಕೆಂಪೇಗೌಡರಿಗೆ ಐದು
ವರ್ಷಗಳ ಕಾರಾಗೃಹ ಶಿಕ್ಷೆಯನ್ನು ವಿಧಿಸಲಾಗುತ್ತದೆ

ಶಿಕ್ಷೆಗೆ ಗುರಿಯಾದ ಕೆಂಪೇಗೌಡರನ್ನು
ಪೆನುಗೊಂಡ ಕಾರಾಗೃಹದಲ್ಲಿ
ಇರಿಸಲಾಗುತ್ತದೆ. ಆಗ ವಿಜಯನಗರದ
ಅರಸರು ಕೆಂಪೇಗೌಡರ ಆಡಳಿತವಿದ್ದ
ಯಲಹಂಕ ರಾಜ್ಯವನ್ನು ತಮ್ಮ ವಶಕ್ಕೆ

ತೆಗೆದುಕೊಳ್ಳುತ್ತಾರೆ. ಆ ಸಮಯದಲ್ಲಿ ಯಲಹಂಕ ನಾಡನ್ನು ಚನ್ನಪಟ್ಟಣದ ಪಾಳೇಗಾರ ಜಗದೇವರಾಯನೇ ಆಳುತ್ತಿದ್ದನೆಂದು ಸಹ ಹೇಳಲಾಗುತ್ತದೆ. ಆದರೆ, ವಾಸ್ತವವಾಗಿ ಯಲಹಂಕ ನಾಡಿನ ಆಡಳಿತ ನಿಯಂತ್ರಣ ಅಳಿಯ ರಾಮರಾಯನ ಕೈಯಲ್ಲಿದ್ದಿತು ಎನ್ನುವುದು ಇತಿಹಾಸಕಾರರ ಅಭಿಪ್ರಾಯವಾಗಿದೆ.

ಕೆಂಪೇಗೌಡರು ಅನಿರೀಕ್ಷಿತವಾಗಿ ತಮಗೆ ಒದಗಿ ಬಂದ ಪರಿಸ್ಥಿತಿಗೆ ಎದೆಗುಂದದೆ ಅತ್ಯಂತ ಶಾಂತಿ ಹಾಗು ಧೈರ್ಯದಿಂದ ಶಿಕ್ಷೆಯನ್ನು ಪೂರ್ಣಗೊಳಿಸಿ ಬಿಡುಗಡೆ ಹೊಂದುತ್ತಾರೆ. ನಂತರ, ವಿಜಯನಗರದ ಅರಸರ ವಿಶ್ವಾಸ ಮತ್ತು ನಂಬಿಕೆಯನ್ನು ಮತ್ತೆ ಗಳಿಸಿಕೊಂಡ ಕೆಂಪೇಗೌಡರು ವಿಜಯನಗರದ ಅರಸರ ವಶದಲ್ಲಿದ್ದ ತಮ್ಮ ರಾಜ್ಯವನ್ನು ಮರಳಿ ಪಡೆಯುತ್ತಾರೆ.

ಮತ್ತೊಂದು ಮೂಲದ ಪ್ರಕಾರ, ವಿಜಯನಗರದ ಅರಸರು ಕೆಂಪೇಗೌಡರನ್ನು ಬಂಧಿಸಿಯೇ ಇರಲಿಲ್ಲ. ಕೆಂಪೇಗೌಡರು ತಮ್ಮ ವಿರುದ್ಧ ದೂರು ನೀಡಲು ಚನ್ನಪಟ್ಟಣದ ಪಾಳೇಗಾರರಾದ ಜಗದೇವರಾಯರು ಮತ್ತು ತಿರುಮಲರಾಯರು ವಿಜಯನಗರಕ್ಕೆ ತೆರಳಿರುವ ವಿಷಯ ತಿಳಿದು, ಅವರೂ ಸಹ ವಿಜಯನಗರಕ್ಕೆ ಬರುತ್ತಾರೆ. ಆಗ ವಿಜಯನಗರದ ಅರಸರು ಕೂಲಂಕಷವಾಗಿ ವಿಚಾರಣೆ ನಡೆಸಿ, ಕೆಂಪೇಗೌಡರು ಉತ್ತಮ ಪ್ರಜಾ ಪರಿಪಾಲಕರು ಮತ್ತು ವಿಜಯನಗರ ಸಾಮ್ರಾಜ್ಯದ ನಂಬಿಕಸ್ಥ ಸಾಮಂತರೆಂದು ಘೋಷಿಸುತ್ತಾರೆ. ಹಾಗೆಯೇ, ಕೆಂಪೇಗೌಡರನ್ನು ಸಕಲ ಗೌರವ ಆದರಗಳಿಂದ ಬೀಳ್ಕೊಡಲಾಯಿತು ಎಂದು ಸಹ ಹೇಳಲಾಗುತ್ತದೆ. ಆದರೆ, ಈ ಘಟನೆಯನ್ನು ಸಮರ್ಥಿಸಲು ಸೂಕ್ತ ಸಾಕ್ಷ್ಯಗಳಿಲ್ಲ.

ತಾಳಿಕೋಟೆ ಯುದ್ದ :

1565ರಲ್ಲಿ ನಡೆದ ತಾಳಿಕೋಟೆ ಯುದ್ಧದಲ್ಲಿ ಕೆಂಪೇಗೌಡರ ಪುತ್ರರೂ ಸೇರಿದಂತೆ ಸುಮಾರು 2000ಕ್ಕೂ ಹೆಚ್ಚು ಸೈನಿಕರು ವಿಜಯನಗರ ಸಾಮ್ರಾಜ್ಯದ ಪರವಾಗಿ ಹೋರಾಡಿದ್ದರು ಎಂದು ಹೇಳಲಾಗುತ್ತದೆ. ದಖನ್ನಿನ ಸುಲ್ತಾನರ ವಿರುದ್ದ ನಡೆದ ಈ ಯುದ್ಧದಲ್ಲಿ ವಿಜಯನಗರ ಸಾಮ್ರಾಜ್ಯ ಅವನತಿ ಹೊಂದುತ್ತದೆ. ಈ ಯುದ್ಧದಲ್ಲಿ ಅನೇಕ ಸೈನಿಕರು ಮತ್ತು ತಮ್ಮ ಬಂಧುಗಳನ್ನು ಕಳೆದುಕೊಂಡಿದ್ದಕ್ಕಾಗಿ ಕೆಂಪೇಗೌಡರು ತೀವ್ರ ದುಃಖಕ್ಕೆ ಒಳಗಾಗುತ್ತಾರೆ.

ಕೆಂಪೇಗೌಡರ ಯುಗಾಂತ್ಯ :

ಕ್ರಿ.ಶ. 1513ರಲ್ಲಿ ಅಧಿಕಾರಕ್ಕೆ ಬಂದ ಕೆಂಪೇಗೌಡರು ಸುಮಾರು 56 ವರ್ಷಗಳ ಕಾಲ ಆಳ್ವಿಕೆ ಮಾಡಿದ ಬಗ್ಗೆ ದಾಖಲೆಗಳಿವೆ. 56 ವರ್ಷಗಳೆನ್ನುವುದು ಯಾವುದೇ ರಾಜನೊಬ್ಬನಿಗೆ ಅತ್ಯಂತ ದೀರ್ಘವಾದ ಅವಧಿಯಾಗಿದೆ. ಆ ಗೌರವಕ್ಕೆ ಪಾತ್ರರಾಗಿರುವ ಕೆಲವೇ ಅರಸರಲ್ಲಿ ಕೆಂಪೇಗೌಡರು ಒಬ್ಬರಾಗಿದ್ದಾರೆ. ಶಿವಗಂಗೆಯ ಶಾಸನವು ಅವರನ್ನು ಶತಾಯುಷಿ ಎಂದು ಹೇಳುತ್ತದೆ. ಕೆಂಪೇಗೌಡರು 1569ರಲ್ಲಿ ಶಿವಗಂಗೆಯಲ್ಲಿ ಕೊನೆಯುಸಿರೆಳೆಯುತ್ತಾರೆ.

ಯಲಹಂಕ ಪ್ರಭುಗಳ ಆಡಳಿತ :

* ಜಯಗೌಡ (1418–1433)

* ಗಿಡ್ಡೇಗೌಡ (1433–1443)

* ಕೆಂಪನಂಜೇಗೌಡ (1443–1513)

* ಮೊದಲನೆಯ ಕೆಂಪೇಗೌಡ (ಬೆಂಗಳೂರು ನಿರ್ಮಾತೃ)
   (1513–1569)

* ಇಮ್ಮಡಿ ಕೆಂಪೇಗೌಡ(ಮಾಗಡಿ ಕೆಂಪೇಗೌಡ) (1569–1658)

* ಮುಮ್ಮಡಿ ಕೆಂಪೇಗೌಡ (1658–1678)

* ಇಮ್ಮಡಿ ಕೆಂಪೇಗೌಡ (1678–1705)

* ಮುಮ್ಮಡಿ ಕೆಂಪೇಗೌಡ (ಮುಮ್ಮಡಿ ಕೆಂಪವೀರಗೌಡ)
   (1705–1728)

ಕೆಂಪೇಗೌಡರ ಸ್ಮರಣೆ :

ಕೆಂಪೇಗೌಡ ಅಧ್ಯಯನ ಮತ್ತು ಸಂಶೋಧನಾ ಕೇಂದ್ರ:

ಬೆಂಗಳೂರು ವಿಶ್ವವಿದ್ಯಾಲಯದ ಆವರಣದಲ್ಲಿ ಸ್ಥಾಪಿಸಲು ಉದ್ದೇಶಿಸಲಾಗಿರುವ 'ಕೆಂಪೇಗೌಡ ಅಧ್ಯಯನ ಮತ್ತು ಸಂಶೋಧನಾ ಕೇಂದ್ರ'ಕ್ಕೆ 2017ರ ಸೆಪ್ಟೆಂಬರ್ 9ರಂದು ಶಂಕುಸ್ಥಾಪನೆ ಮಾಡಲಾಗಿದೆ.

ಕೆಂಪೇಗೌಡರ ಆಡಳಿತ ಮತ್ತು ಅವರ ಒಟ್ಟಾರೆ ಜೀವನ ಚರಿತ್ರೆಯನ್ನು ಕಟ್ಟಿಕೊಡುವುದು ಹಾಗು ಅವರ ನಾಯಕತ್ವದಲ್ಲಿ ಬೆಂಗಳೂರಿನಲ್ಲಿ ನಿರ್ಮಾಣವಾಗಿದ್ದ ಕೆರೆ–ಕಟ್ಟೆಗಳು, ದೇವಸ್ಥಾನಗಳು, ಗಡಿಗೋಪುರಗಳ ಬಗ್ಗೆ ಸಮಗ್ರ ಮಾಹಿತಿ ನೀಡುವುದು, ಈ ಅಧ್ಯಯನ ಕೇಂದ್ರ ಸ್ಥಾಪನೆಯ ಪ್ರಮುಖ

ಉದ್ದೇಶವಾಗಿದೆ.

ಕೆಂಪೇಗೌಡಸರಿಗೆ ಸಲ್ಲಿಸಿದ ಗೌರವ :

ಕೆಂಪೇಗೌಡರು ನೀಡಿದ ಔಚಿತ್ಯಪೂರ್ಣ ಕೂಡುಗೆಗಳ ಸ್ಮರಣಾರ್ಥವಾಗಿ, ಬೆಂಗಳೂರಿನ ಹೃದಯ ಭಾಗದಲ್ಲಿರುವ ಅತಿ ದೊಡ್ಡ ಬಸ್ ನಿಲ್ದಾಣಕ್ಕೆ (ಮೆಜೆಸ್ಟಿಕ್) 'ಕೆಂಪೇಗೌಡ ಬಸ್ ನಿಲ್ದಾಣ' (ಕೆಬಿಎಸ್) ಎಂದು ನಾಮಕರಣ ಮಾಡಲಾಗಿದೆ. ಬೆಂಗಳೂರಿನಲ್ಲಿರುವ ಅಂತಾರಾಷ್ಟ್ರೀಯ ವಿಮಾನ ನಿಲ್ದಾಣಕ್ಕೆ ಮತ್ತು ಬೆಂಗಳೂರಿನ ಹೃದಯ ಭಾಗದಲ್ಲಿರುವ 'ಮೆಟ್ರೋ ರೈಲು ನಿಲ್ದಾಣ'ಕ್ಕೂ ಕೆಂಪೇಗೌಡರ ಹೆಸರನ್ನು ನಾಮಕರಣ ಮಾಡಲಾಗಿದೆ.

ಕೆಂಪೇಗೌಡ ಜಯಂತಿ :

ಕರ್ನಾಟಕ ರಾಜ್ಯ ಸರ್ಕಾರವು ಕೆಂಪೇಗೌಡರ ಗೌರವಾರ್ಥವಾಗಿ 2017 ರಿಂದ ಜೂನ್ 27ರಂದು 'ಕೆಂಪೇಗೌಡ ಜಯಂತಿ'ಯ ಆಚರಣೆಗೆ ಚಾಲನೆ ನೀಡಿದೆ.

ಜೀವನ ಚರಿತ್ರೆಮಾಲೆ

ಜೀವನ ಚರಿತ್ರೆಮಾಲೆ

ವಾಸನ್ ಪಬ್ಲಿಕೇಷನ್ಸ್

ವಾಸನ್ಸ್

ಜೀವನ ಚರಿತ್ರೆಮಾಲೆ

ಮದರ್ ತೆರೆಸಾ

ವಾಸನ್ಸ್ ಜೀವನಚರಿತ್ರೆ ಮಾಲೆ

ಮದರ್ ತೆರೆಸಾ

ಸಂಪಾದಕ :

ಟಿ.ಜಿ. ಅಶ್ವತ್ಥ್‌ನಾರಾಯಣ

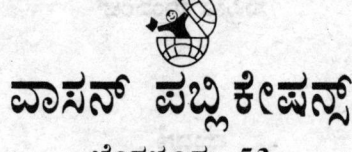

ವಾಸನ್ ಪಬ್ಲಿಕೇಷನ್ಸ್

ಬೆಂಗಳೂರು-53

ಮದರ್ ತೆರೆಸಾ
© ವಾಸನ್ ಪಬ್ಲಿಕೇಷನ್ಸ್
ಮುದ್ರಣ : 2022

ಪ್ರಕಾಶಕರು :

ವಾಸನ್ ಪಬ್ಲಿಕೇಷನ್ಸ್

25, ವಾಸನ್ ಟವರ್ಸ್,
ಡಾ॥ ಟಿ.ಸಿ.ಎಂ. ರಾಯನ್ ರಸ್ತೆ (ಗೂಡ್ಸ್‌ಶೆಡ್ ರಸ್ತೆ),
ಬೆಂಗಳೂರು – 560 053
e-mail: vasanpublications@gmail.com
www.mastermindbooks.com

₹ 40/-

ಡಿಟಿಪಿ :
ಸುಪ್ರೀಂ ಪಾಯಿಂಟ್

ಮುದ್ರಣ :
ಕೆ.ಆರ್.ಎಲ್. ಆಫ್‌ಸೆಟ್ ಪ್ರಿಂಟರ್ಸ್

ಮದರ್ ತೆರೆಸಾ

ಕಲ್ಕತ್ತಾದಲ್ಲಿ ಒಂದು ಕೊಳೆಗೇರಿ. ಅದರ ಹೆಸರು ಮೋತಿಝೀಲ್. ಎಲ್ಲೆಲ್ಲೂ ದಟ್ಟದಾರಿದ್ರ್ಯ. ರೋಗರುಜಿನಗಳಿಂದ ನರಳುತ್ತಿರುವ ಹಸಿದ ಹೊಟ್ಟೆಯ ಜನರು. ನಗರದ ಇನ್ನೊಂದೆಡೆ ರಸ್ತೆಗಳ ಬದಿಯಲ್ಲಿ ಸಾಯುವ ಕ್ಷಣಗಳನ್ನು ಎಣಿಸುತ್ತಾ ಬಿದ್ದಿರುವ ನಿರ್ಗತಿಕರು. ಬೀದಿಯಲ್ಲಿ ನಡೆಯುವಾಗ 'ಹೊಲಸು, ಹೊಲಸು' ಎಂದು ಕೂಗುತ್ತಾ ಗಂಟೆ ಬಾರಿಸುವ ಬಹಿಷ್ಕೃತ ಕುಷ್ಠರೋಗಿಗಳು.

ಇಂಥ ಶೋಚನೀಯ ಸ್ಥಿತಿಯಲ್ಲಿದ್ದ ರೋಗಿಗಳು, ನಿರ್ಗತಿಕರು, ಅನಾಥಮಕ್ಕಳು, ಅಂಗವಿಕಲರು ಮತ್ತು ಬುದ್ಧಿ ಮಾಂದ್ಯರನ್ನು ಮಮತಾಮಯಿ ಮಹಿಳೆಯ ಕೈಯೊಂದು ಪ್ರೀತಿಯಿಂದ ನೇವರಿಸಿತು; ಅವರ ನೋವುಗಳಿಗೆ ಸ್ಪಂದಿಸಿ ಅವರಿಗೆ ಆಸರೆ ಯನ್ನಿತ್ತಿತು.

ಈ ಮಹಿಳೆಯ ನಿಸ್ಪೃಹ ಸೇವೆಯನ್ನು ಗುರುತಿಸಿ ನಾರ್ವೆ ನೊಬೆಲ್ ಸಮಿತಿ ಅವರಿಗೆ ನೊಬೆಲ್ ಬಹುಮಾನವನ್ನು ನೀಡಿ ಗೌರವಿಸಿತು. ಈ ತ್ಯಾಗಶೀಲ ಮನೋಭಾವದ ಧೀಮಂತ ಮಹಿಳೆಯೇ ಮದರ್ ತೆರೆಸಾ.

ಬಾಲ್ಯ

ಯುಗೋಸ್ಲಾವಿಯಾದ ಸ್ಕೋಪಿ ಪಟ್ಟಣದಲ್ಲಿ 1910ರ ಆಗಸ್ಟ್ 27ರಂದು ಮದರ್ ತೆರೆಸಾ ಜನಿಸಿದರು. ಅವರ ಬಾಲ್ಯದ ಹೆಸರು ಆ್ಯಗ್ನೆಸ್ ಗೋಂಕ್ಸಾ ಬೊಜಕ್ಸಿ. ಆ್ಯಗ್ನೆಸ್‌ಳ ತಂದೆ

ನಿಕೊಲಸ್ ಬೊಜಕ್ಸಿ ಒಬ್ಬ ಕಟ್ಟಡ ನಿರ್ಮಾಣ ಗುತ್ತಿಗೆದಾರರಾಗಿದ್ದರು. ಅಲ್ಲದೆ ಒಂದು ದಿನಸಿ ಅಂಗಡಿಯನ್ನೂ ಇಟ್ಟುಕೊಂಡಿದ್ದರು. ತಮ್ಮ ತಾಯ್ನಾಡಿನ ಅಲ್ಬೇನಿಯನ್ ಭಾಷೆಯನ್ನಲ್ಲದೆ ಅನೇಕ ಭಾಷೆಗಳನ್ನು ಅವರು ಮಾತನಾಡುತ್ತಿದ್ದರು. ಆಗ್ನೆಸ್‌ಳ ತಾಯಿ ಡ್ರೆನಫಿಲ್ ಬರ್ನೆ ನಿಕೊಲಸ್ ಅವರ ಮೆಚ್ಚಿನ ಮಡದಿಯಾಗಿದ್ದರು. ಆ್ಯಗ್ನೆಸಳಿಗೆ ಏಜ್ ಎಂಬ ಅಕ್ಕನೂ ಲೇಜರ್ ಎಂಬ ಅಣ್ಣನೂ ಇದ್ದರು.

ವಿಶಾಲವಾದ ತೋಟವೊಂದರಲ್ಲಿದ್ದ ದೊಡ್ಡ ಮನೆಯಲ್ಲಿ ಈ ಕುಟುಂಬ ವಾಸಿಸುತ್ತಿತ್ತು. ಅಕ್ಕ ಮತ್ತು ಅಣ್ಣನೊಂದಿಗೆ ಆಟ ವಾಡುತ್ತಾ ಮಧ್ಯಮವರ್ಗದ ಇತರ ಬಾಲಕಿಯರಂತೆ ಆ್ಯಗ್ನೆಸ್ ಬೆಳೆದಳು. ತನ್ನ ತಾಯಿಯನ್ನು ಆ್ಯಗ್ನೆಸ್ ಬಹಳಷ್ಟು ಹಚ್ಚಿಕೊಂಡಿದ್ದಳು. ದೇವರನ್ನು ಮತ್ತು ನೆರೆಹೊರೆಯವರನ್ನು ಪ್ರೀತಿಸುವಂತೆ ಆ ತಾಯಿ ಸದಾ ತನ್ನ ಮಕ್ಕಳಿಗೆ ಹೇಳುತ್ತಿದ್ದಳು.

ಆ್ಯಗ್ನೆಸ್‌ಳನ್ನು ಮನೆಯಲ್ಲಿ ಎಲ್ಲರೂ ಗೋಂಕ್ಸಾ ಎಂದೇ ಕರೆಯುತ್ತಿದ್ದರು. ಅಲ್ಬೇನಿಯನ್ ಭಾಷೆಯಲ್ಲಿ ಗೋಂಕ್ಸಾ ಎಂದರೆ 'ಹೂ ಮೊಗ್ಗು' ಎಂದು ಅರ್ಥ. ಗುಲಾಬಿ ಬಣ್ಣದ ಆಗ್ನೆಸ್ ಗುಂಡುಗುಂಡಾಗಿದ್ದಳು. ಅಲ್ಲದೆ ಸಹಕಾರ ಪ್ರವೃತ್ತಿಯವಳಾ ಗಿದ್ದಳು. ಆದ್ದರಿಂದ ಮನೆಯವರ ಪಾಲಿಗೆ ಅವಳು ಹೂ ಮೊಗ್ಗೇ ಆಗಿದ್ದಳು.

ಆ್ಯಗ್ನೆಸ್‌ಳ ಅಣ್ಣ ಲೇಜರ್‌ಗೆ ಮಿಠಾಯಿ, ಸಿಹಿತಿಂಡಿಗಳೆಂದರೆ ಪ್ರಾಣ. ಆತ ಆಗಾಗ್ಗೆ ಅಡುಗೆ ಕೋಣೆಯತ್ತ ಕಳ್ಳ ಹೆಜ್ಜೆಯಿಟ್ಟು ಸಿಹಿತಿಂಡಿಗಳನ್ನು ಕದಿಯುತ್ತಿದ್ದ. ಆದರೆ ಆ್ಯಗ್ನೆಸ್ ಕಳ್ಳತನವನ್ನು ಸಹಿಸುತ್ತಿರಲಿಲ್ಲ. ಅಣ್ಣನಿಗೇ ಬುದ್ಧಿವಾದ ಹೇಳುತ್ತಿದ್ದಳು.

ಆ್ಯಗ್ನೆಸ್‌ಳಿಗೆ ಕೇವಲ ನಾಲ್ಕು ವರ್ಷವಾಗುವಷ್ಟರಲ್ಲಿ ಮೊದಲ ಜಾಗತಿಕ ಯುದ್ಧ ಆರಂಭವಾಯಿತು. ಆಕೆಯು ಜೀವನದಲ್ಲೂ ಆಘಾತ ಕಾದಿತ್ತು. ಮೂರು ವರ್ಷಗಳಲ್ಲೇ ಅವಳ ತಂದೆ ತೀರಿಕೊಂಡರು. ಸಂಸಾರದ ಹೊಣೆಯು ಅವಳ ತಾಯಿಯ ಮೇಲೆ ಬಿದ್ದಿತು. ಯುದ್ಧದಿಂದಾಗಿ ಉದ್ಭವಿಸಿದ ಎಲ್ಲಾ ಸಮಸ್ಯೆಗಳು-ಸಂಕಷ್ಟಗಳನ್ನು ಎದುರಿಸಿ ಅವರು ತಮ್ಮ ಸಂಸಾರ ವನ್ನು ಹೇಗೋ ಸರಿದೂಗಿಸಿಕೊಂಡು ಹೋದರು.

ಆ್ಯಗ್ನೆಸ್‌ಳ ತಾಯಿ ಜೀವನ ಮೌಲ್ಯಗಳಿಗೆ ವಿಶೇಷ ಪ್ರಾಧನ್ಯ ನೀಡುತ್ತಿದ್ದರು. ಒಂದು ಸಂಜೆ ಆ್ಯಗ್ನೆಸ್ ತನ್ನ ಗೆಳತಿಯರೊಡನೆ ಹರಟೆ ಕೊಚ್ಚುತ್ತಾ ಮನೆಯಲ್ಲಿ ಕುಳಿತಿದ್ದಳು. ಆಗ ಇದ್ದಕ್ಕಿದಂತೆಯೇ ವಿದ್ಯುದ್ದೀಪಗಳು ಆರಿದವು. ಆ್ಯಗ್ನೆಸ್ ತಾಯಿಯ ಬಳಿಗೆ ಓಡಿದಳು. ಆಗ ಅವರು ಹೇಳಿದರು “ಹಾಳು ಹರಟೆಗಾಗಿ ವಿದ್ಯುಚ್ಛಕ್ತಿಯನ್ನೇಕೆ ಅಪವ್ಯಯ ಮಾಡಬೇಕು? ಆದ್ದರಿಂದ ಬೇಕೆಂದೇ ದೀಪ ಆರಿಸಿದೆ”.

ಆ್ಯಗ್ನೆಸ್‌ಳ ಕೆಲ ಸಹಪಾಠಿಗಳನ್ನು ಅವಳ ತಾಯಿ ಮೆಚ್ಚುತ್ತಿರ ಲಿಲ್ಲ. ಒಂದು ದಿನ ಅವರು ಒಂದು ಬುಟ್ಟಿ ತುಂಬಾ ಸೇಬು ಹಣ್ಣನ್ನು ತರುವಂತೆ ಮಗಳಿಗೆ ಹೇಳಿದರು. ಆ್ಯಗ್ನೆಸ್ ಹಾಗೆಯೇ ಮಾಡಿದಳು. ತಾಯಿ ಒಂದು ಕೆಟ್ಟ ಸೇಬು ಹಣ್ಣನ್ನು ಬುಟ್ಟಿಯ ಮಧ್ಯಭಾಗದಲ್ಲಿ ಇರಿಸಿದರು. ಕೆಲವು ದಿನಗಳ ಬಳಿಕ, ಬುಟ್ಟಿಯನ್ನು ನೋಡುವಂತೆ ಆ್ಯಗ್ನೆಸ್‌ಗೆ ಹೇಳಿದರು. ಬುಟ್ಟಿಯನ್ನು ನೋಡಿ ಆಗ್ನೆಸ್ ಆಶ್ಚರ್ಯಚಕಿತಳಾದಳು. ಕೆಟ್ಟ ಸೇಬು ಹಣ್ಣಿನಿಂದಾಗಿ ಉಳಿದ ಹಣ್ಣುಗಳು ಕೆಟ್ಟು ಹೋಗಿದ್ದವು. ಈ ಘಟನೆಯಿಂದ ಆ್ಯಗ್ನೆಸ್ ಒಳ್ಳೆಯ ಪಾಠ ಕಲಿತುಕೊಂಡಳು. ಮುಂದೆಂದೂ ಅವಳು

ಅದನ್ನು ಮರೆಯಲಿಲ್ಲ. ದುರ್ಗುಣದ ಸಹಪಾಠಿಗಳಿಂದ ದೂರ ವಿರುತ್ತಿದ್ದಳು.

ಸೇವೆಯತ್ತ ಒಲವು

ಆ್ಯಗ್ನೆಸ್ ಮೊದಲು ಸೇಕ್ರೆಡ್ ಹಾರ್ಟ್ ಚರ್ಚ್‌ನಲ್ಲಿ ವಿದ್ಯಾಭ್ಯಾಸ ನಡೆಸಿದಳು. ಅನಂತರ ಅಣ್ಣ-ಅಕ್ಕನೊಂದಿಗೆ ಕೆಥೋಲಿಕೇತರ ಶಾಲೆಗಳಿಗೆ ಸೇರಬೇಕಾಯಿತು. ಅಲ್ಲಿ ಸೆರ್ಬೋ-ಕ್ರೊವೇಶಿಯನ್ ಭಾಷೆ ಕಲಿಕೆ ಕಡ್ಡಾಯವಾಗಿತ್ತು. ಧರ್ಮನಿಷ್ಠ ರೋಮನ್ ಕೆಥೋಲಿಕ್ ಕುಟುಂಬದಲ್ಲಿ ಜನಿಸಿದ್ದರಿಂದ ಆ್ಯಗ್ನೆಸ್‌ಳಲ್ಲಿದ್ದ ಧಾರ್ಮಿಕ ಮನೋಭಾವಕ್ಕೆ ಹೆಚ್ಚಿನ ಸ್ಫೂರ್ತಿ ದೊರಕಿತ್ತು. ಯುದ್ಧದ ಭೀಕರ ಪರಿಣಾಮವನ್ನು ಕಣ್ಣಾರೆ ಕಂಡ ಆಕೆಯ ಮನದಲ್ಲಿ ಪರಿವರ್ತನೆ ಕಂಡು ಬಂತು. ಪ್ರಾಪಂಚಿಕ ವ್ಯಾಮೋಹದಿಂದ ಆಕೆ ನಿಧಾನವಾಗಿ ದೂರ ಸರಿಯತೊಡಗಿದಳು. ಕ್ರಿಶ್ಚಿಯನ್ ಧರ್ಮ ಪ್ರಚಾರಕರು ಅವಳ ಮೇಲೆ ಮತ್ತಷ್ಟು ಪ್ರಭಾವ ಬೀರಿದರು ಬಂಗಾಳದಲ್ಲಿ ತಾವು ಸಲ್ಲಿಸುತ್ತಿರುವ ಸೇವೆಯ ಬಗ್ಗೆ ಧರ್ಮ ಪ್ರಚಾರಕರು ಹೇಳುವುದನ್ನು ಆ್ಯಗ್ನೆಸ್ ಕಿವಿಗೊಟ್ಟು ಕೇಳಿದಳು. ಬಂಗಾಳದಲ್ಲಿ ತಾನೂ ಸೇವೆ ಸಲ್ಲಿಸಬೇಕೆಂಬ ಮಹದಾಸೆ ಹನ್ನೆರಡನೇ ವಯಸ್ಸಿನಲ್ಲೇ ಆ್ಯಗ್ನೆಸ್‌ಳಲ್ಲಿ ಮೂಡಿತು.

ತನ್ನ ಹದಿನೆಂಟನೇ ವಯಸ್ಸಿನಲ್ಲಿ ಆ್ಯಗ್ನೆಸ್ ಯುಗೊಸ್ಲಾವಿಯಾದಲ್ಲಿ ಓದನ್ನು ಪೂರ್ಣಗೊಳಿಸಿದಳು. ಪ್ರಾಪಾಂಚಿಕ ವ್ಯಾಮೋಹವನ್ನು ತೊರೆದು ನನ್ (ಕ್ರೈಸ್ತ ಸನ್ಯಾಸಿನಿ) ಆಗಲು ನಿರ್ಧರಿಸಿದಳು. ಭಾರತದಲ್ಲಿ ವಿಶೇಷವಾಗಿ ಬಂಗಾಳದಲ್ಲಿ ಸೇವೆ ಸಲ್ಲಿಸಲು ಆಕೆ ಇಚ್ಚಿಸಿದಳು. ಅದಕ್ಕಾಗಿ ಆಕೆ ಐರ್ಲೆಂಡಿನ ಕ್ರೈಸ್ತ ವಿರಕ್ತರ ಮಠಕ್ಕೆ

(ಅಬೆ) ತರಳಿ ಪ್ರಾರಂಭಿಕ ತರಬೇತಿ ಪಡೆದಳು. ಬಳಿಕ ಲೊರೆಟೋ ನನ್ ಆಗಿ ಭಾರತಕ್ಕೆ ಆಗಮಿಸಿದಳು.

'ಬಂಗಾಳಿ ತೆರೆಸಾ'

ತಮ್ಮ ಕುಟುಂಬ, ಬಂಧುಬಳಗ, ರಾಷ್ಟ್ರ-ಹೀಗೆ ಸರ್ವಸ್ವವನ್ನು ತೊರೆದು ಪರಕೀಯರ ನಾಡಿನಲ್ಲಿ ಸೇವೆ ಸಲ್ಲಿಸಲು ಆ್ಯಗ್ನೆಸ್ ಕಲ್ಕತ್ತಾಕ್ಕೆ ಬಂದರು. 1928ರಲ್ಲಿ ಕಲ್ಕತ್ತಾದ ಎಂಟಲಿಯಲ್ಲಿರುವ ಸೈಂಟ್ ಮೇರೀಸ್ ಶಾಲೆಯಲ್ಲಿ ಶಿಕ್ಷಕಿಯಾಗಿ ಸೇರಿಕೊಂಡರು.

ಬದುಕಿನಲ್ಲಿ ಇನ್ನು ಹಿಂದಿರುಗಿ ನೋಡುವ ಪ್ರಶ್ನೆಯೇ ಇರಲಿಲ್ಲ. ಸೇವಾ ಕೈಂಕರ್ಯದಲ್ಲಿ ತಮ್ಮ ಗುರಿ ಸಾಧಿಸುವತ್ತ ಆ್ಯಗ್ನೆಸ್ ಮುನ್ನಡೆದರು.

ಎಂಟಲಿಯ ಕಾನ್ವೆಂಟ್‌ನ ಪರಿಸರ ಅತ್ಯಂತ ಸುಂದರವಾಗಿಯೂ ಶಾಂತವಾಗಿಯೂ ಇತ್ತು. ಈ 'ಹುಡುಗಿಯರ ಶಾಲೆ'ಗೆ ಮಧ್ಯಮ ವರ್ಗದ, ಅದರಲ್ಲೂ ಕೆಳ ಮಧ್ಯಮ ವರ್ಗದ ವಿದ್ಯಾರ್ಥಿನಿಯರೇ ಅಧಿಕ ಸಂಖ್ಯೆಯಲ್ಲಿ ಬರುತ್ತಿದ್ದರು. ಹಿಂದೂ, ಮುಸ್ಲಿಂ ಮತ್ತು ಕ್ರಿಶ್ಚಿಯನ್ ಈ ಮೂರೂ ಧರ್ಮಗಳ ಹುಡುಗಿಯರು ಶಾಲೆಗೆ ಸೇರುತ್ತಿದ್ದರು. ಶಾಂತ ಮನೋಭಾವದ ಆ್ಯಗ್ನೆಸ್‌ರನ್ನು ಕಂಡರೆ ವಿದ್ಯಾರ್ಥಿನಿಯರಿಗೆ ಬಹಳ ಗೌರವ. ಬಹುಬೇಗನೆ ಆ್ಯಗ್ನೆಸ್ ಅವರು ವಿದ್ಯಾರ್ಥಿನಿಯರಿಂದ ಮೆಚ್ಚುಗೆ, ಒಲವು ಗಳಿಸಿಕೊಂಡರು. ಇತರ ನನ್‌ಗಳೂ ಸಾಧು ಸ್ವಭಾವದವರಾಗಿದ್ದು ಕಷ್ಟಪಟ್ಟು ದುಡಿಯುತ್ತಿದ್ದರು. ವಿದ್ಯಾರ್ಥಿನಿಯರ ಏಳಿಗೆಗಾಗಿ ಕಠಿಣ ಪರಿಶ್ರಮ ಪಡುತ್ತಿದ್ದರು. ಉದ್ದನೆಯ ಉಡುಪು ಧರಿಸಿ ಕಪ್ಪು ಮತ್ತು ಬಿಳಿಯ ಶಾಲು ಹಾಕಿಕೊಳ್ಳುತ್ತಿದ್ದರು.

ಸರಳವಾದ ಆದರೆ ಶುಚಿ ರುಚಿಯಾದ ಆಹಾರವನ್ನು ಸೇವಿಸುತ್ತಿದ್ದರು. ಇದೊಂದು ಅಚ್ಚುಕಟ್ಟಾದ ಆನಂದಮಯ ಶಾಂತಜೀವನವೆಂದು ಆ್ಯಗ್ನೆಸ್‌ರಿಗೆ ಅನ್ನಿಸುತ್ತಿತ್ತು.

ಈ ಕಾನ್ವೆಂಟಿನ ಸಮೀಪದಲ್ಲೇ ಒಂದು ಕೊಳಚೆ ಪ್ರದೇಶವಿತ್ತು. ಮೋತಿಝಿಲ್ ಎಂಬ ಈ ಕೊಳಗೇರಿಯಲ್ಲಿ ನೂರಾರು ಗುಡಿಸಲುಗಳಿದ್ದವು. ಕೊಳಚೆ ನೀರು ಗುಡಿಸಲುಗಳ ಸುತ್ತಲೂ ಹರಿಯುತ್ತಿತ್ತು. ಬಡಪಾಯಿ ನಿವಾಸಿಗಳು ಸದಾ ಕಾಯಿಲೆಗಳಿಂದ ನರಳುತ್ತಿದ್ದರು. ನಿವಾಸಿಗಳಲ್ಲಿ ಹೆಚ್ಚಿನವರು ನಿರುದ್ಯೋಗಿಗಳಾಗಿದ್ದರು. ಪುರುಷರು-ಮಹಿಳೆಯರು ಜೀವನ ಸಾಗಿಸಲು ಬಹಳ ಕಷ್ಟಪಡುತ್ತಿದ್ದರು. ಹಸಿವೆ-ರೋಗರುಜಿನಗಳಿಂದ ಕಂಗಾಲಾಗಿರುತ್ತಿದ್ದ ಬೆತ್ತಲೆ ಮೈಯ ಮಕ್ಕಳು ಕೊಳಚೆ ನೀರಿನಲ್ಲೇ ಆಟವಾಡುತ್ತಿದ್ದವು.

ಕಿಟಕಿಯಿಂದ ಈ ದೃಶ್ಯಗಳನ್ನೆಲ್ಲ ನೋಡಿ ಆ್ಯಗ್ನೆಸ್ ಅವರ ಮನ ಮಿಡಿಯುತ್ತಿತ್ತು. ಸನ್ಯಾಸಿನಿಯಾದರಷ್ಟೇ ಸಾಲದು; ಮಾಡಬೇಕಾದ ಕೆಲಸ ಬಹಳಷ್ಟಿದೆ ಎಂಬ ಅರಿವು ಅವರಲ್ಲಿ ಮೂಡಿತು. ದಾರಿದ್ರ್ಯ, ಅಜ್ಞಾನ, ರೋಗರುಜಿನಗಳು ಇತ್ಯಾದಿಗಳ ವಿರುದ್ಧ ಮತ್ತು ಎಲ್ಲಕ್ಕಿಂತ ಮಿಗಿಲಾಗಿ ಅಶಕ್ತ ಜನರ ಏಳಿಗೆಗಾಗಿ ತಮ್ಮ ಜೀವನವನ್ನು ಮುಡಿಪಾಗಿರಿಸಲು ಅವರು ನಿರ್ಧರಿಸಿದರು.

ಏತನ್ಮಧ್ಯೆ, ತಮ್ಮ ಧಾರ್ಮಿಕ ಜೀವನದಲ್ಲಿ ಫ್ರೆಂಚ್ ನನ್ ಥೆರೆಸಿ ಮಾರ್ಟಿನ್ ಅವರ ಹೆಸರನ್ನಿಟ್ಟುಕೊಳ್ಳಲು ಆ್ಯಗ್ನೆಸ್ ಇಚ್ಛಿಸಿದ್ದರು. ಥೆರೆಸಿ ಮಾರ್ಟಿನ್ ಅವರು ಧರ್ಮಪ್ರಚಾರಕರ ಏಳಿಗೆ ಹಾಗೂ ಯಶಸ್ವಿಗಾಗಿ ಭಕ್ತಿ, ಶ್ರದ್ಧೆಯಿಂದ ಪ್ರಾರ್ಥಿಸಿ 24ರ

ಹರೆಯದಲ್ಲೇ ಕ್ಷಯ ರೋಗದಿಂದ ಮೃತಪಟ್ಟಿದ್ದರು. ಅವರ ಅಸಾಧಾರಣ ಕಾರ್ಯಕ್ಷಮತೆ, ಸೇವಾ ಮನೋಭಾವ ಕೆಥೋಲಿಕರ ಮನೆ ಮಾತಾಗಿತ್ತು. ಆದರೆ ಅವರ ಹೆಸರನ್ನು ಇಟ್ಟುಕೊಳ್ಳುವಲ್ಲಿ ಆ್ಯಗ್ನಸ್‌ರಿಗೆ ಸಮಸ್ಯೆಯೊಂದು ಎದುರಾಯಿತು. ಇವರಿಗಿಂತ ಒಂದು ವರ್ಷ ಮೊದಲು ನಾವಿಸ್ ತರಬೇತಿ ಪಡೆದಿದ್ದ ಸಿಸ್ಟರ್ ಬ್ರೀನ್ ಅವರು ತಮ್ಮ ಹೆಸರನ್ನು ಮೇರಿ ಥೆರೆಸಿ ಎಂದು ಬದಲಾಯಿಸಿಕೊಂಡಿದ್ದರು. ಆದ್ದರಿಂದ ಗೊಂದಲವನ್ನು ತಪ್ಪಿಸಲು ಆ್ಯಗ್ನೆಸ್ ಅವರು ತಮ್ಮ ಹೆಸರನ್ನು ಸ್ಪ್ಯಾನಿಷ್ ಶೈಲಿಯಲ್ಲಿ ಸರಳವಾಗಿ 'ತೆರೆಸಾ' ಎಂದು ಇಟ್ಟುಕೊಂಡರು. ಆ್ಯಗ್ನೆಸ್ ಅವರು ಬಂಗಾಳಿ ಭಾಷೆಯನ್ನು ಸುಲಲಿತವಾಗಿ ಮಾತನಾಡುತ್ತಿದ್ದುದರಿಂದ ಅವರನ್ನು ಜನರು 'ಬಂಗಾಳಿ ತೆರೆಸಾ' ಎಂದು ಕರೆಯತೊಡಗಿದರು.

ಮೋತಿಝಿಲ್ ಬಡ ಜನರ ಸಂಕಷ್ಟಗಳನ್ನು ಕಣ್ಣಾರೆ ಕಂಡ ಸಿಸ್ಟರ್ ತೆರೆಸಾ ತಮ್ಮ ಕೆಲ ವಿದ್ಯಾರ್ಥಿನಿಯರೊಂದಿಗೆ ಆಗಾಗ್ಗೆ ಈ ಕೊಳಗೇರಿಗೆ ಭೇಟಿ ನೀಡತೊಡಗಿದರು. ಅಲ್ಲಿನ ಹಸಿದು ಕಂಗಾಲಾಗಿದ್ದ ಜನರಿಗೆ ಆಹಾರ, ಔಷದಿಗಳನ್ನು ವಿತರಿಸತೊಡಗಿದರು. ಒಂದೊಂದು ದಿನದ ಊಟದ ವೆಚ್ಚವನ್ನು ಒಬ್ಬೊಬ್ಬ ವಿದ್ಯಾರ್ಥಿನಿಯರು ಭರಿಸುತ್ತಿದ್ದರು.

ಸೈಂಟ್ ಮೇರೀಸ್ ಶಾಲೆಯಲ್ಲಿ ಸುಮಾರು 17ವರ್ಷಗಳ ಕಾಲ ಸಿಸ್ಟರ್ ತೆರೆಸಾ ಸೇವೆ ಸಲ್ಲಿಸಿದರು, ಪ್ರಾರಂಭದಲ್ಲಿ ಶಿಕ್ಷಕಿಯಾಗಿದ್ದ ಅವರು ಅನಂತರ 1937ರಲ್ಲಿ ಶಾಲೆಯ ಪ್ರಾಂಶುಪಾಲರಾದರು. ಸೇವೆಯೇ ಅವರ ನಿತ್ಯಮಂತ್ರವಾಗಿತ್ತು.

ದಟ್ಟದರಿದ್ರರ ನಡುವೆ

1946ರ ಸೆಪ್ಟೆಂಬರ್ 10ರಂದು ಅವರಿಗೆ ಒಂದು ಅಪೂರ್ವ ಅನುಭವವಾಯಿತು. ದೇವರ 'ಕರೆ'ಯ ಮೇರೆಗೆ ಅವರು ಹಿಮಾಲಯದ ತಪ್ಪಲಿನಲ್ಲಿರುವ ಕುರ್ಸಿಯೋಂಗ್‌ನ ಸೈಂಟ್ ಮೇರೀಸ್ ದೇಗುಲಕ್ಕೆ ಹೊರಟರು. ದೇವರೇ ತಮ್ಮೊಡನೆ ಮಾತ ನಾಡುತ್ತಿದ್ದಂತೆ ಅವರಿಗೆ ಅನ್ನಿಸಿತು. ಬಹು ವರ್ಷಗಳಿಂದ ಕಾಡುತ್ತಿದ್ದ ತಮ್ಮ ಸಂದೇಹ, ಸಮಸ್ಯೆಗಳಿಗೆಲ್ಲ ದೇವರು ಉತ್ತರ ಕೊಟ್ಟಂತೆ ಆಯಿತು. ಮದರ್ ತೆರೇಸಾರ ಮುಂದಿನ ದಾರಿ ನಿಚ್ಚಳವಾಗಿತ್ತು.

ಪುಟ್ಟ ರೈಲು ಪರ್ವತ ಪ್ರದೇಶದಲ್ಲಿ ಹೊಗೆಯುಗುಳುತ್ತಾ ಸಾಗುತ್ತಿದ್ದಂತೆ ಹೊರಗಿನ ಸುಂದರ ದೃಶ್ಯಗಳು ಮದರ್ ತೆರೆಸಾ ಅವರ ಮನಸೂರೆಗೊಂಡವು. ಹಠಾತ್ತನೆ ಎಚ್ಚೆತ್ತ ಅವರು ಏಸು ದೇವನು ತಮ್ಮನ್ನು ಯಾವ ಕಾರ್ಯಕ್ಕೋಸ್ಕರ ನಿಯೋಜಿಸಿ ದ್ದಾನೆಂಬುದನ್ನು ಅರಿತುಕೊಂಡರು. 'ಆರಾಮದ ಬದುಕನ್ನು ತ್ಯಜಿಸಿ ನೊಂದವರ, ದರಿದ್ರರ ಸೇವೆಯನ್ನು ಮಾಡು' ಎಂದು ಏಸುದೇವನು ಆಜ್ಞೆ ಮಾಡಿದಂತೆ ತೋರಿತು. ಆ ಕ್ಷಣದಲ್ಲೇ ಮದರ್ ತೆರೆಸಾ ಅವರು ನೊಂದವರ, ದರಿದ್ರರಲ್ಲಿ ದರಿದ್ರರ ಸೇವೆ ಮಾಡುವ ಪಣತೊಟ್ಟರು.

ಕಲ್ಕತ್ತಾಕ್ಕೆ ಮರಳಿದೊಡನೆಯೇ ಮದರ್ ತೆರೆಸಾ ಅವರು ಮದರ್ ಸುಪೀರಿಯರ್ ಅವರನ್ನು ಸಂಪರ್ಕಿಸಿ ತಮ್ಮ ಅಪೇಕ್ಷೆ ಯನ್ನು ವ್ಯಕ್ತಪಡಿಸಿದರು. ಕಾನ್ವೆಂಟ್‌ನಿಂದ ಹೊರಗೆ ಕೊಳೆಗೇರಿ ಗಳಲ್ಲಿ ಕಲಸ ಮಾಡಲು ಅನುಮತಿ ನೀಡುವಂತೆ ಕೋರಿದರು.

ಮದರ್ ಸುಪೀರಿಯರ್ ಈ ಕೋರಿಕೆಗೆ ಒಪ್ಪಿಗೆ ನೀಡಿದರು. ಒಂದು ವರ್ಷ ಕಾಲ ಕೆಲಸ ಮಾಡಿ ನೋಡುವಂತೆ ರೋಮ್‌ನಿಂದಲೂ ಆದೇಶ ಬಂದಿತು.

ಮದರ್ ತೆರೆಸಾ ಅವರೀಗ ಲೊರೆಟೋ ನನ್‌ಗಳ ಉಡುಗೆ ತೊಡುಗೆಯನ್ನು ಬಿಟ್ಟುಬಿಟ್ಟರು. ನೀಲಿ ಅಂಚಿನ ಬಿಳಿಯ ಸಾದಾ ಸೀರೆಯನ್ನು ಧರಿಸತೊಡಗಿದರು. ಅವರ ಕೈಯಲ್ಲಿ ಒಂದು ಬೈಬಲ್ ಗ್ರಂಥವಿರುತ್ತಿತ್ತು. ಭಜದಲ್ಲಿ ಶಿಲುಬೆ, ಜೇಬಿನಲ್ಲಿ ಐದು ರೂಪಾಯಿಗಿಂತಲು ಕಡಿಮೆ ಹಣವಿರುತ್ತಿತ್ತು. ಆದರೆ ಅವರ ಹೃದಯದಲ್ಲಿ ಎಲ್ಲಿಲ್ಲದ ಆತ್ಮವಿಶ್ವಾಸ, ಧೈರ್ಯ ಮನೆ ಮಾಡಿತ್ತು. ಅವರ ಮುಖದಲ್ಲಿ ಗುರಿಸಾಧನೆಯ ಛಲ ಕಂಡು ಬರುತ್ತಿತ್ತು.

1948ರಲ್ಲಿ ಮದರ್ ತೆರೆಸಾ ಅವರು ಭಾರತದ ಪೌರತ್ವ ವನ್ನು ಪಡೆದುಕೊಂಡರು.

ರೋಗರುಜಿನಗಳ ವಿರುದ್ಧ

ತಮ್ಮ ಸೇವಾ ಕೈಂಕರ್ಯವನ್ನು ಇನ್ನಷ್ಟು ವಿಸ್ತರಿಸಲು ಮದರ್ ತೆರೆಸಾ ನಿರ್ಧರಿಸಿದರು. ಆದ್ದರಿಂದ ಅವರು ಬಿಹಾರದ ಪಟ್ನಾದ ಲ್ಲಿದ್ದ ಮೆಡಿಕಲ್ ಮಿಶನರಿಗಳ ತರಬೇತಿ ಕೇಂದ್ರಕ್ಕೆ ಸೇರಿದರು. ಅಲ್ಲಿ ಅವರು ಅಧ್ಯಯನ ನಡೆಸಿ 'ದಾದಿ' ಕೆಲಸದ ತರಬೇತಿ ಪಡೆದರು. ರೋಗರುಜಿನಗಳ ವಿರುದ್ಧ ಹೋರಾಡುವುದು ಅವರ ಗುರಿ ಯಾಗಿತ್ತು.

ಈಗ ಮದರ್ ತೆರೆಸಾ ಅವರು ಕಲ್ಕತ್ತಾದ ಕೊಳೆಗೇರಿಗಳಲ್ಲಿ ಜನ ಸೇವೆ ಮಾಡಲು ಸನ್ನದ್ಧರಾದರು. 'ಲಿಟ್ಲ್ ಸಿಸ್ಟರ್ಸ್ ಆಫ್ ದಿ

ಪೂರ್' ಸಂಸ್ಥೆಯಲ್ಲಿ ಸ್ವಲ್ಪ ಸಮಯ ಕೆಲಸ ಮಾಡಿದರು. ಆದರೆ ಈ ಸಂಸ್ಥೆಯ ಚಟುವಟಿಕೆಗಳ ಕ್ಷೇತ್ರ ಸೀಮಿತವಾಗಿತ್ತು. ಅಸ್ವಸ್ಥೆ ಹಾಗೂ ಸಾವಿನ ದವಡೆಯಲ್ಲಿರುವ ಜನರವರೆಗೆ ಅದರ ಸೇವಾಕಾರ್ಯ ವಿಸ್ತೃತಗೊಂಡಿರಲಿಲ್ಲ. ಇತರ ಸಮಾಜ ಸೇವಾ ಸಂಸ್ಥೆಗಳಂತೆ ತಾವು ನೊಂದ ಜನರು ತಮ್ಮ ಬಳಿಗೆಬಂದು ಬಾಗಿಲು ತಟ್ಟುವವರೆಗೂ ಕಾಯುತ್ತಾ ಇರಬಾರದು ಎಂದು ಮದರ್ ತೆರೆಸಾ ನಿರ್ಧರಿಸಿದರು. ಸಂಕಷ್ಟದಲ್ಲಿರುವ ಜನರ ಬಳಿಗೆ ತಾವೇ ಸ್ವತಃ ಹೋಗಿ ಅವರಿಗೆ ನೆರವಾಗಬೇಕು ಎಂದು ಅವರು ಅಂದುಕೊಂಡರು.

ಸಮಾಜ ಸೇವೆಗೆ ಅಂತ್ಯವೆಂಬುದೇ ಇಲ್ಲ. ಜನರ ಸೇವೆಯೇ ದೇವರ ಸೇವೆ ಎಂದು ಮದರ್ ತೆರೆಸಾ ನಂಬಿದ್ದರು. ದಿನದ ಸ್ವಲ್ಪ ಸಮಯವನ್ನು ಅವರು ಪ್ರಾರ್ಥನೆಗಾಗಿ ಮೀಸಲಿಡುತ್ತಿದ್ದರು. ಸೇವಾಕಾರ್ಯಕ್ಕೆ ಶಕ್ತಿ ಮತ್ತು ಸ್ಫೂರ್ತಿ ದೊರಕಲು ಹಾಗೂ ಯಾವುದೇ ಅಡ್ಡಿ ಆತಂಕವಿಲ್ಲದೆ ಕೆಲಸವನ್ನು ಸುಸೂತ್ರವಾಗಿ ನೆರವೇರಿಸಲು ಪ್ರಾರ್ಥನೆ ಅತೀ ಅಗತ್ಯ ಎಂದು ಅವರು ಭಾವಿಸಿದ್ದರು.

ಜನಸಾಮಾನ್ಯರ ಸೇವೆ ಮಾಡುವವರು ಜನಸಮಾನ್ಯರಂತೆಯೇ ಜೀವಿಸುವುದು ಅಗತ್ಯ ಎಂಬ ಅರಿವು ಮದರ್ ತೆರೆಸಾ ಅವರಲ್ಲಿತ್ತು. ಆದ್ದರಿಂದ ಅವರೂ ಸಾಮಾನ್ಯ ಜನರಂತೆಯೇ ಉಡುಪು ಧರಿಸುತ್ತಿದ್ದರು. ಅವರ ಭಾಷೆಯಲ್ಲೇ ಮಾತನಾಡುತ್ತಿದ್ದರು. ಅವರು ಉಣ್ಣುವಂತೆಯೇ ಉಣ್ಣುತ್ತಿದ್ದರು. ಅವರು ಸರಳವಾದ ಖಾದಿ ಸೀರೆಯನ್ನು ಉಡುತ್ತಿದ್ದರು. ನಲ್ಲಿಯ ಕೆಳಗೆ ತಮ್ಮ

ಬಟ್ಟೆಬರೆಗಳನ್ನು ಒಗೆದುಕೊಳ್ಳುತ್ತಿದ್ದರು. ಅನ್ನ, ಪಲ್ಯವನ್ನು ಕೈಯಲ್ಲೇ ಊಟ ಮಾಡುತ್ತಿದ್ದರು. ಎಷ್ಟೋ ವರ್ಷಗಳ ಹಿಂದೆ ಬಂಗಾಳಿ ಭಾಷೆಯನ್ನು ಬರೆಯಲು ಮತ್ತು ಓದಲು ಕಲಿತಿದ್ದರು. ಆದ್ದರಿಂದ ಈಗ ಈ ಭಾಷೆಯಲ್ಲಿ ಯಾವುದೇ ತೊಡಕಿಲ್ಲದೆ ಮಾತನಾಡುತ್ತಿದ್ದರು.

ಮಕ್ಕಳಿಗೆ ಶಿಕ್ಷಣ

ಕಾನ್ವೆಂಟಿನ ಕೆಲಸಕ್ಕೆ ವಿದಾಯ ಹೇಳಿದಾಗಲೇ ಮೋತಿಝಿಲ್ ಕೊಳಗೇರಿಯಲ್ಲಿ ಶಾಲೆಯೊಂದನ್ನು ತೆರೆಯಬೇಕೆಂದು ಮದರ್ ತೆರೆಸಾ ನಿಶ್ಚಯಿಸಿದ್ದರು 1948ರ ಡಿಸೆಂಬರ್ 21ರಂದು ಅವರ ಕನಸು ನನಸಾಯಿತು. ಆದರೆ ಆ ಶಾಲೆಗೆ ಕಟ್ಟಡವೇ ಇರಲಿಲ್ಲ. ಬೆಂಚು, ಕರಿಹಲಗೆಗಳೂ ಇರಲಿಲ್ಲ. ಕಸಕಡ್ಡಿ ತುಂಬಿದ್ದ ಜಾಗವನ್ನು ಗುಡಿಸಿ, ಚೊಕ್ಕಟಮಾಡಿ ಅದನ್ನೇ 'ಶಾಲೆ'ಯಾಗಿ ಪರಿವರ್ತಿಸ ಲಾಗಿತ್ತು. ಕೊಳೆಗೇರಿಯ ಮಕ್ಕಳನ್ನು ಅಲ್ಲಿ ಕೂರಿಸಿ ಮದರ್ ತೆರೆಸಾ ಅವರು ತೆಳುವಾದ ಕಡ್ಡಿಯಲ್ಲಿ ನೆಲದಲ್ಲೇ ಅಕ್ಷರಮಾಲೆ ಯನ್ನು ಬರೆಯುತ್ತಿದ್ದರು. ಅಂದು ಮಧ್ಯಮ ವರ್ಗದ ಮಕ್ಕಳಿಗೆ ಪಾಠ ಹೇಳಿಕೊಡುತ್ತಿದ್ದ ಸಿಸ್ಟರ್ ತೆರೆಸಾ ಇಂದು ಕೃಶ, ಹಸಿದ ಹೊಟ್ಟೆಯ ಕೊಳಗೇರಿ ಮಕ್ಕಳ ಮೆಚ್ಚಿನ ಶಿಕ್ಷಕಿಯಾದರು. ಸರಳ ಪ್ರಾರ್ಥನೆಯೊಂದಿಗೆ ಆರಂಭವಾಗುತ್ತಿದ್ದ ತರಗತಿ ಕೊನೆಯಲ್ಲಿ ಪ್ರಾರ್ಥನೆಯೊಂದಿಗೆಯೇ ಮುಕ್ತಾಯವಾಗುತ್ತಿತ್ತು.

ಕೆಲವು ದಿನಗಳಲ್ಲೇ ಅನಿರೀಕ್ಷಿತ ಬದಲಾವಣೆಗಳು ಕಂಡು ಬಂದವು. ಕಟ್ಟಡವಿಲ್ಲದ ಶಾಲೆಯಲ್ಲಿ ಮದರ್ ತೆರೆಸಾ ಅವರು ಮಕ್ಕಳಿಗೆ ಪಾಠ ಹೇಳಿಕೊಡುತ್ತಿದ್ದಾರೆಂಬ ಸುದ್ದಿ ಹಬ್ಬಿದೊಡನೆಯೇ ಕೆಲವರು ಈ ಶಾಲೆಗೆ ಬೆಂಚುಗಳನ್ನು ಉದಾರವಾಗಿ ಒದಗಿಸಿದರು.

11

ಯಾರೋ ಒಬ್ಬರು ಮೇಜನ್ನು ತಂದಿರಿಸಿದರು. ಅಪರಿಚಿತನೊಬ್ಬ ಶಾಲೆಗಾಗಿ ಒಂದಿಷ್ಟು ಹಣವನ್ನು ನೀಡಿದ. ಶಾಲೆಗೆ ಮಕ್ಕಳ ಕೊರತೆ ಯೇನೂ ಇರಲಿಲ್ಲ. ಕೆಲವರು ಜ್ಞಾನಸಂಪಾದನೆಗಾಗಿ ಶಾಲಗೆ ಬರುತ್ತಿದ್ದರೆ ಇನ್ನು ಕೆಲವರು ಕುತೂಹಲದಿಂದ ಬರುತ್ತಿದ್ದರು. ಮದರ್ ತೆರೆಸಾ ಅವರ ಪಾಠ ಕೇಳಿದ ಮಕ್ಕಳು ಅನಂತರ ಶಾಲೆಗೆ ಎಂದೂ ತಪ್ಪಿಸಿಕೊಳ್ಳುತ್ತಿರಲಿಲ್ಲ. ಹೀಗೆ ಮದರ್ ತೆರೆಸಾ ಅವರು ರೋಗರುಜಿನ ಮತ್ತು ಅಜ್ಞಾನ ಈ ಎರಡೂ ವೈರಿಗಳ ವಿರುದ್ಧ ಸಮರ ಆರಂಭಿಸಿದರು.

ಮದರ್ ತೆರೆಸಾ ಅವರು ಆರಂಭಿಸಿದ ಆ ಸಣ್ಣ ಶಾಲೆ ಅಂದು ಯಾರ ಗಮನಕ್ಕೂ ಬಾರದೆ ಹೋದರೂ ಇಂದು ತೆರೆಸಾ ಮತ್ತು ಅವರ ಸೇವಾ ತಂದಡವರು ಕೊಳೆಗೇರಿಗಳಲ್ಲಿ ಸ್ಥಾಪಿಸಿರುವ ನೂರಕ್ಕೂ ಅಧಿಕ ಶಾಲೆಗಳು ವಿಶ್ವದ ಗಮನ ಸೆಳೆದಿವೆ.

ಮಿಶನರೀಸ್ ಆಫ್ ಚ್ಯಾರಿಟಿ

ಮದರ್ ತೆರೆಸಾ ಆವರಿಗೆ ಈಗ ಸಹಾಯಕರ ಅವಶ್ಯಕತೆ ಇದ್ದಿತು. ತಮ್ಮಂತೆ ಸರ್ವ ತ್ಯಾಗಕ್ಕೂ ಸಿದ್ಧರಿರುವ ಅರ್ಪಣ ಮನೋಭಾವದ ಸಹೋದರಿಯರ ಜೊತೆ ಒಂದೆಡೆ ನೆಲೆನಿಲ್ಲಲು ಅವರು ನಿರ್ಧರಿಸಿದರು. ಅವರ ನಂಬಿಕೆಯಂತೆ ದೇವರೇ ಅವರಿಗೆ ಸಹಾಯಕ್ಕೆ ಬಂದ.

ಮದರ್ ತೆರೆಸಾ ಅವರ ಜೀವನದಲ್ಲಿ ಸರಳ ಮತ್ತು ಉದಾರ ಮನೋಭಾವದ ಮೈಕೆಲ್ ಗೋಮ್ಸ್ ಎಂಬ ವ್ಯಕ್ತಿಯ ಪ್ರವೇಶ ವಾಯಿತು. ಫಾದರ್ ಹೆನ್ರಿ ಎಂಬ ಪಾದ್ರಿ, ಗೋಮ್ಸ್ ಅವರಿಗೆ ಮದರ್ ತೆರೆಸಾ ಬಗ್ಗೆ ತಿಳಿಸಿದ್ದರು. ಮದರ್ ತೆರೆಸಾ ಅವರ

ವಾಸ್ತವ್ಯಕ್ಕೊಂದು ನೆಲೆ ಆಗಬೇಕಿದೆ ಎಂದು ಹೇಳಿದ್ದರು. ಗೋಮ್ಸ್ ಅವರ ತಾಯಿ ನಿಧನರಾಗಿದ್ದರು ಮತ್ತು ಆಕೆಯ ಕೊಠಡಿಗಳು ಹಾಗೇ ಖಾಲಿ ಉಳಿದಿದ್ದವು. ಗೋಮ್ಸ್ ಅವರ ಈ ಬೃಹತ್ ಮನೆ ಕೇಂದ್ರ ಕಲ್ಕತ್ತಾದಲ್ಲಿತ್ತು. ಮದರ್ ತೆರೆಸಾರಂಥ ಉದಾತ್ತ, ತ್ಯಾಗ ಮನೋಭಾವದ ವ್ಯಕ್ತಿಗೆ ವಾಸ್ತವ್ಯಕ್ಕೆ ಅವಕಾಶ ಕಲ್ಪಿಸುವುದರಿಂದ ತಮ್ಮ ಮನೆಯೇ ಪಾವನವಾಗಬಹುದೆಂದು ಭಾವಿಸಿ ಗೋಮ್ಸ್ ಅವರು ಮದರ್ ತೆರೆಸಾ ಅವರನ್ನು ಬರಹೇಳಿದರು. ಬಾಡಿಗೆಯ ವಿಷಯುವನ್ನೇ ಪ್ರಸ್ತಾಪಿಸದೆ ಅವರ ವಾಸ್ತವ್ಯಕ್ಕೆ ಸಕಲ ಸೌಲಭ್ಯವನ್ನು ಕಲ್ಪಿಸಿಕೊಟ್ಟರು.

ಮದರ್ ತೆರೆಸಾ ಅವರು ಡೆಸ್ಕ್ ಎಂದು ಬಳಸಿಕೊಳ್ಳುತ್ತಿದ್ದ ಮರದ ಪೆಟ್ಟಿಗೆ, ಒಂದು ಸಣ್ಣ ಸೂಟ್ ಕೇಸ್, ಬೈಬಲ್ ಮತ್ತು ಶಿಲುಬೆಗೇರಿದ ಕ್ರಿಸ್ತನ ಪ್ರತಿಮೆಯೊಂದಿಗೆ 1949ರ ಫೆಬ್ರವರಿಯಲ್ಲಿ ಆ ಮನೆಗೆ ಪ್ರವೇಶಿಸಿದರು. ಗೋಮ್ಸ್ ಅವರ ಪತ್ನಿ ಮದರ್ ತೆರೆಸಾ ಅವರಿಗೆ ತಮ್ಮ ಕುರ್ಚಿಯನ್ನೇ ನೀಡಿದಳು.

ಒಂದು ದಿನ ಮದರ್ ತೆರೆಸಾ ಅವರು ಕೊಳಗೇರಿಯಲ್ಲಿ ಕೆಲಸ ಮಾಡಿ ಮನೆಗೆ ಹಿಂದಿರುಗಿದರು. ಜಡಿಮಳೆಯಿಂದಾಗಿ ಅವರ ಮೈ ತೋಯ್ದಿತ್ತು. ಅವರಿಗೆ ತುಂಬಾ ಆಯಾಸವೂ ಆಗಿತ್ತು. ಅವರು ಮನೆಗೆ ತಲುಪಿ ಸ್ವಲ್ಪ ಸಮಯಾವಾಗುವಷ್ಟರಲ್ಲಿ ಇಬ್ಬರು ಅತಿಥಿಗಳು ಬಂದರು. ಅತಿಥಿಗಳು ಹಸಿದಿದ್ದರು. ಆದರೆ ಮದರ್ ತೆರೆಸಾ ಅವರ ಬಳಿ ಕೊಡುವಂಥಾದ್ದು ಏನು ಇರಲಿಲ್ಲ. ಈ ಹೊತ್ತಲ್ಲಿ ಅವರು ಏನು ತಾನೇ ಮಾಡಬಲ್ಲರು? ಕೂಡಲೇ ತಮ್ಮ ಆಶ್ರಯದಾತರಿಗೆ ಚೀಟಿಯೊಂದನ್ನು ಕಳುಹಿಸಿದರು. ಗೋಮ್ಸ್

ಅವರ ಮಗಳು ತಟ್ಟೆ ತುಂಬಾ ಅನ್ನ ಬಡಿಸಿ ಅತಿಥಿಗಳಿಗೆ ಕಳುಹಿಸಿ ಕೊಟ್ಟಳು.

ಮಾರ್ಚ್ ತಿಂಗಳಲ್ಲಿ ಮದರ್ ತೆರೆಸಾ ಅವರಿಗೆ ಸಹಾಯಕಿಯೊಬ್ಬಳು ದೊರೆತಳು. ಎಂಟಲಿಯಲ್ಲಿ ಸುಭಾಷಿಣಿ ದಾಸ್ ಎನ್ನುವ ಹುಡುಗಿ ಅವರ ವಿದ್ಯಾರ್ಥಿನಿಯಾಗಿದ್ದಳು. ಮೋತಿಝಿಲ್ ಕೊಳಗೇರಿಯಲ್ಲಿ ಮದರ್ ತೆರೆಸಾ ಅವರು ಸೇವಾ ಕಾರ್ಯಗಳನ್ನು ನಡೆಸುತ್ತಿದ್ದಾಗ ಆಕೆ ಅವರಿಗೆ ನೆರವಾಗುತ್ತಿದ್ದಳು. ಈಗ ಅವಳು ಮದರ್ ತೆರೆಸಾ ಅವರ ಸೇವೆಗೆ – ದೇವರ ಸೇವೆಗೆ ಸಿದ್ಧಳಾಗಿ ಬಂದಿದ್ದಳು.

ಸುಭಾಷಿಣಿ ದಾಸ್ ಪ್ರತಿಜ್ಞೆ ಸ್ವೀಕರಿಸಿ ಸಿಸ್ಟರ್ ಆ್ಯಗ್ನೆಸ್ ಆದಳು. ಈಗ ಅವರು ಮದರ್ ತೆರೆಸಾ ಅವರ ಬಲಗೈಯಂತೆ ಕಾರ್ಯ ನಿರ್ವಹಿಸುತ್ತಿದ್ದಾರೆ. ಮದರ್ ತೆರೆಸಾ ಅವರು ಕಾರ್ಯನಿಮಿತ್ತ ಬೇರೆಡೆಗೆ ಹೋದಾಗ 'ಮದರ್ ಹೌಸ್'ನ ಜವಾಬ್ದಾರಿಯನ್ನು ಆ್ಯಗ್ನೆಸ್ ಅವರೇ ವಹಿಸಿಕೊಳ್ಳುತ್ತಾರೆ.

ಸುಭಾಷಿಣಿಯ ಹೆಜ್ಜೆಯನ್ನು ಅನುಸರಿಸಿ ಅನೇಕ ಸಹೋದರಿಯರು ಮದರ್ ತೆರೆಸಾ ಅವರ ಬಳಿಗೆ ಬಂದರು. ಎಲ್ಲರೂ ದೇವರ ಕೆಲಸಕ್ಕಾಗಿ ತಮ್ಮ ಜೀವನವನ್ನು ಮುಡಿಪಾಗಿರಿಸುವುದಾಗಿ ಪ್ರತಿಜ್ಞೆ ಸ್ವೀಕರಿಸಿದರು. 1950ರ ಸಮಯದಲ್ಲಿ ಕಲ್ಕತ್ತದಲ್ಲಿ 'ಮಿಶನರೀಸ್ ಆಫ್ ಚ್ಯಾರಿಟಿ' ಸ್ಥಾಪನೆಗೊಂಡಿತು. ಲೋವರ್ ಸರ್ಕ್ಯುಲರ್ ರೋಡ್‌ನ 54ಎ ಕಟ್ಟಡಕ್ಕೆ 'ಮದರ್ ಹೌಸ್' ಎಂದು ಹೆಸರಿಡಲಾಯಿತು. ಪ್ರಸ್ತುತ ಈ ರಸ್ತೆಗೆ ಆಚಾರ್ಯ ಜಗದೀಶ ಬೋಸ್ ರಸ್ತೆ ಎಂಬ ಹೆಸರನ್ನು ಇಡಲಾಗಿದೆ.

ಮೈಕೆಲ್ ಗೋಮ್ಸ್ ಅವರ ಉದಾತ್ತ ಮನೋಭಾವ ಆಗಾಗ್ಗೆ ವ್ಯಕ್ತವಾತ್ತಿತ್ತು. ಸಂಕಷ್ಟದ ದಿನಗಳಲ್ಲಿ ಅವರು ಸಿಸ್ಟರ್‌ಗಳಿಗೆ ನೆರ ವಾಗುತ್ತಿದ್ದರು. ಮದರ್ ತೆರೆಸಾ ಮತ್ತು ಸಿಸ್ಟರ್‌ಗಳಿಗೆ ಆಹಾರ ವನ್ನು ಒದಗಿಸುತ್ತಿದ್ದರು. ಸಿಸ್ಟರ್‌ವೊಬ್ಬರು ಸಿಡುಬು ರೋಗಕ್ಕೆ ತುತ್ತಾದಾಗ ಅವರಿಗೆ ವಾಸಿಸಲು ಪ್ರತ್ಯೇಕ ಕೊಠಡಿಯನ್ನು ನೀಡಿದ್ದರು.

ಆದರೆ 'ಮಿಶನರೀಸ್ ಆಫ್ ಚ್ಯಾರಿಟಿ' ಚಟುವಟಿಕೆಗಳು ಗೋಮ್ಸ್ ಅವರ ಸಹಾಯವನ್ನು ಮೀರಿ ನಿಂತಿತು. ಆಗ ಇನ್ನೊಬ್ಬ ಉದಾತ್ತ ವ್ಯಕ್ತಿ ಮದರ್ ತೆರೆಸಾ ಅವರ ಸಹಾಯಕ್ಕೆ ಧಾವಿಸಿ ಬಂದ. ಅವನು ಮುಸ್ಲಿಮನಾಗಿದ್ದ ಮತ್ತು ಪಾಕಿಸ್ತಾನಕ್ಕೆ ವಲಸೆ ಹೋಗಲು ಸಿದ್ಧತೆ ನಡೆಸುತ್ತಿದ್ದ. ಸೈಂಟ್ ಸ್ಟೇವಿಯರ್ ಶಾಲೆಯ ಹಳೆ ವಿದ್ಯಾರ್ಥಿಯಾಗಿದ್ದುದರಿಂದ ಕ್ರಿಶ್ಚಿಯನ್ ಮಿಶನರಿಗಳಿಗೆ ಪ್ರತ್ಯುಪಕಾರ ಮಾಡುವುದು ತನ್ನ ಕರ್ತವ್ಯವೆಂದು ಆತ ತಿಳಿದಿದ್ದ. ಆದ್ದರಿಂದ ಆತ ತನ್ನ ಮನೆಯನ್ನು ಮದರ್ ತೆರೆಸಾ ಅವರಿಗೆ ಬಹಳ ಕಡಿಮೆ ಬೆಲೆಗೆ ಮಾರಾಟ ಮಾಡಲು ನಿರ್ಧರಿಸಿದ. ಆದರೆ ಮದರ್ ತೆರೆಸಾ ಅವರಲ್ಲಿ ಅಷ್ಟೊ ಹಣ ಇರಲಿಲ್ಲ. ಆದ್ದರಿಂದ ಎಂದಿನಂತೆ ಆಕೆ ದೇವರ ಮೊರೆ ಹೋದರು. ಕೊನೆಗೂ ದಾನದ ರೂಪದಲ್ಲಿ ಮದರ್ ತೆರೆಸಾ ಅವರ ಬಳಿಗೆ ಹಣ ಹರಿದು ಬಂತು. ಮನೆಯನ್ನು ಖರೀದಿಸಲು ಅವರಿಗೆ ಸಾಧ್ಯವಾಯಿತು.

ಅವಿಶ್ರಾಂತ ಸೇವೆ

ಮದರ್ ತೆರೆಸಾ ಅವರ ಸೇವಾ ಸಂಸ್ಥೆ ದಿನದಿಂದ ದಿನಕ್ಕೆ ಬಲಶಾಲಿಯಾತೊಡಗಿತು. ಸಿಸ್ಟರ್‌ಗಳ ಸಂಖ್ಯೆಕೂಡಾ ವೃದ್ಧಿಸಿತು.

ಸಿಸ್ಟರ್‌ಗಳು ಉತ್ಸಾಹದಿಂದ ಅವಿಶ್ರಾಂತವಾಗಿ ಕೆಲಸ ಮಾಡುತ್ತಿದ್ದರು. ಯಾವುದೇ ಕೆಲಸ ಕೀಳು ಅಥವಾ ಹೊಲಸು ಎಂಬ ಭಾವನೆ ಅವರಲ್ಲಿರಲಿಲ್ಲ. ದಟ್ಟ ದರಿದ್ರ್ರರ, ಕೊಳಕು ರೋಗಿಗಳ ಸ್ನಾನ ಮಾಡಿಸುವಲ್ಲೂ ಅವರು ಹಿಂಜರಿಯುತ್ತಿರಲಿಲ್ಲ. ರೋಗಿಗಳ ಗಾಯ ದಿಂದ ಸೋರುವ ಕೀವು, ರಕ್ತವನ್ನು ಒರೆಸಿ ಔಷಧಿ ಹಚ್ಚುತ್ತಿದ್ದರು. ಏಸು ದೇವನೇ ಇಂಥ ಕೆಲಸಗಳಿಗೆ ತಮಗೆ ಸ್ಫೂರ್ತಿ ನೀಡುತ್ತಿದ್ದಾನೆಂಬ ಭಾವನೆ ಅವರದಾಗಿತ್ತು. ಕೊಳಕು ಜನರ ಉದ್ಧಾರಕ್ಕಾಗಿ ಈ ಸಿಸ್ಟರ್‌ಗಳು ಮದರ್ ತೆರೆಸಾ ಅವರ ನೇತೃತ್ವದಲ್ಲಿ ಅಹರ್ನಿಶಿ ದುಡಿದರು. ಇಂದೂ ಸಹ ಅವರು ಇದೇ ಸೇವಾ ಮನೋಭಾವವನ್ನು ಉಳಿಸಿಕೊಂಡಿದ್ದಾರೆ.

ಸಿಸ್ಟರ್‌ಗಳು ಕಠಿಣ ನಿಯಮಗಳನ್ನು ಪಾಲಿಸಲೇಬೇಕಾಗಿತ್ತು. ಇಂದೂ ಈ ನಿಯಮಗಳು ಜಾರಿಯಲ್ಲಿವೆ. ಕಲ್ಕತ್ತಾದಲ್ಲಿ ಇಡೀ ನಗರ ನಿದ್ರಿಸುತ್ತಿರುವಾಗ ಸಿಸ್ಟರ್‌ಗಳು ಮುಂಜಾನೆ 4.30 ಗಂಟೆಗೆ ಎದ್ದೇಳುತ್ತಾರೆ. ಮೊದಲ ಎರಡು ಗಂಟೆಗಳು ಧ್ಯಾನ, ಪ್ರಾರ್ಥನೆ ಮತ್ತು ಸಾಮೂಹಿಕ ಪ್ರಾರ್ಥನೆಗೆ ಮೀಸಲು. ಸರಳ ಉಪಾಹಾರದ ಬಳಿಕ ಎರಡು ಅಥವಾ ಮೂರು ತಂಡಗಳಲ್ಲಿ ನನ್‌ಗಳು ತಮ್ಮ ಕರ್ತವ್ಯಕ್ಕೆ ಹೊರಡುತ್ತಾರೆ. ನಗರ ಎಚ್ಚೆತ್ತುಕೊಳ್ಳವಷ್ಟರಲ್ಲಿ ಅವರು ನಗರದ ಮುಖ್ಯರಸ್ತೆಗಳು, ಸಂದುಗೊಂದು, ಕೊಳೆಗೇರಿಗಳಲ್ಲೆಲ್ಲ ಸಂಚರಿಸಿ ಹಸಿದವರು, ದಿಕ್ಕಿಲ್ಲದವರು ಮತ್ತು ಸಾಯುವ ಸ್ಥಿತಿಯಲ್ಲಿರುವವರ ಸೇವೆಯನ್ನು ಆರಂಭಿಸುತ್ತಾರೆ. ಕಸದ ತಿಪ್ಪೆಗಳಲ್ಲಿ ಶಿಶುಗಳು ಕಂಡು ಬಂದರೆ ಅವುಗಳ ಲಾಲನೆ ಪಾಲನೆಯ ಜವಾಬ್ದಾರಿ ಹೊರುತ್ತಾರೆ. ಸಿಸ್ಟರ್‌ಗಳ ಪ್ರಕಾರ ಜೀವನ ಪವಿತ್ರವಾದುದು. "ನೀವು ದಯಾಳುಗಳಾಗದೆ ಪವಾಡ ನಡೆಸದರೂ ನಾನು ಮೆಚ್ಚುವುದಿಲ್ಲ. ಬದಲಾಗಿ ನೀವು ದಯಾಳುಗಳಾಗಿ ತಪ್ಪನ್ನು

16

ಮಾಡಿದರೆ ಒಪ್ಪಿಕೊಳ್ಳಬಲ್ಲೆ" ಎಂದು ಮದರ್ ತೆರೆಸಾ ಅವರು ತಮ್ಮ ಸಿಸ್ಟರ್‌ಗಳಿಗೆ ಒಮ್ಮೆ ಹೇಳಿದ್ದರು.

ಈ ಸಿಸ್ಟರ್‌ಗಳ ಬಳಿ ಮದರ್ ತೆರೆಸಾ ಅವರಂತೆಯೇ ಎರಡು ಖಾದಿ ಸೀರೆಗಳು, ಪ್ರಾರ್ಥನಾ ಪುಸ್ತಕ ಮತ್ತು ಶಿಲುಬೆಗೇರಿದ ಕ್ರಿಸ್ತನ ಪ್ರತಿಮೆಗಳನ್ನು ಬಿಟ್ಟರೆ ಬೇರೇನೂ ಇರುವುದಿಲ್ಲ. ತಮ್ಮನ್ನು ಭೇಟಿಯಾಗಲು ಬರುವ ಸಂಬಂಧಿಕರಿಂದಾಗಲೀ, ಗೆಳತಿಯ ರಿಂದಾಗಲೀ ತಮಗಾಗಿ ಅವರು ಏನನ್ನೂ ತೆಗೆದುಕೊಳ್ಳುವುದಿಲ್ಲ. ಕೊಡುಗೆಯಾಗಿ ಬಂದ ಆಹಾರ ವಸ್ತುಗಳನ್ನು ಎಲ್ಲರೂ ಹಂಚಿ ಕೊಳ್ಳುತ್ತಾರೆ. ತಮ್ಮ ತಮ್ಮ ಬಟ್ಟೆಬರೆಗಳನ್ನು ತಾವೇ ಒಗೆದು ಕೊಳ್ಳುತ್ತಾರೆ. ತಮ್ಮ ಇತರ ಕೆಲಸಗಳನ್ನು ತಾವೇ ಮಾಡಿ ಕೊಳ್ಳುತ್ತಾರೆ. ಅನೇಕ ಆಶ್ರಯಧಾಮಗಳ ಕೊಳೆ ಬಟ್ಟೆಗಳನ್ನು ಸಿಸ್ಟರ್‌ಗಳು ಮದರ್ ಹೌಸ್‌ನಲ್ಲೇ ತೊಳೆಯುತ್ತಾರೆ.

ಒಂದು ಬಾರಿ ಯಾರೋ ಒಬ್ಬ ಮದರ್ ತೆರೆಸಾ ಅವರಿಗೆ ಬಟ್ಟೆ ತೊಳೆಯುವ ಯಂತ್ರ (ವಾಶಿಂಗ್ ಮೆಶಿನ್) ವನ್ನು ಕೊಡುಗೆ ಯಾಗಿ ನೀಡಲು ಉದ್ಯುಕ್ತನಾದ. ಇತರ ನನ್‌ಗಳ ಜೊತೆ ಚರ್ಚಿ ಸಿದ ಬಳಿಕ ಮದರ್ ತೆರೆಸಾ ಅವರು ಈ ಕೊಡುಗೆಯನ್ನು ನಯ ವಾಗಿ ತಿರಸ್ಕರಿಸಿದರು. ಬಕೆಟ್‌ಗಳು, ಸಾಬೂನು ಮತ್ತು ನೀರನ್ನಷ್ಟೇ ಅವರು ಬಯಸುತ್ತಿದ್ದರು. ಮದರ್ ಹೌಸ್‌ನಲ್ಲಿ ಫ್ಯಾನ್‌ಗಳು ಇರಲಿಲ್ಲ. ಸಂದರ್ಶಕರ ಕೊಠಡಿಯಲ್ಲಿ ಮಾತ್ರ ಒಂದು ಫ್ಯಾನ್ ಇತ್ತು. ಫ್ಯಾನ್‌ಗಳನ್ನು ಒದಗಿಸಲೂ ಕೆಲವರು ಮುಂದೆ ಬಂದರು. ಆದರೆ ಮದರ್ ತೆರೆಸಾ ಅವುಗಳನ್ನು ಸ್ವೀಕರಿಸಲಿಲ್ಲ. ತಮಗೆ ಹಾಗೂ ತಮ್ಮ ಸಿಸ್ಟರ್‌ಗಳಿಗೆ ದೇವರೇ ಒದಗಿಸಿದ ಉತ್ತಮ ಗಾಳಿ

ಸಿಗುತ್ತಿದೆ ಎಂದು ಅವರು ಹೇಳುತ್ತಿದ್ದರು. ಆದರೆ ಇನ್‌ಕ್ಯುಬೇಟರ್‌ಗಳನ್ನು ಅವರು ಸಂತೋಷದಿಂದ ಸ್ವೀಕರಿಸುತ್ತಿದ್ದರು. ಅಕಾಲಿಕವಾಗಿ ಹುಟ್ಟಿದ ಶಿಶುಗಳ ರಕ್ಷಣೆ ಅಥವಾ ತಮ್ಮ ಮನೆ ಬಾಗಿಲಲ್ಲಿ, ಯಾರೋ ಬಿಟ್ಟುಹೋದ ಶಿಶುಗಳನ್ನು ಸಲಹಲು ಅವರಿಗೆ ಇನ್‌ಕ್ಯುಬೇಟರ್‌ಗಳ ಅಗತ್ಯವಿದ್ದಿತು.

'ನಿರ್ಮಲ ಹೃದಯ'

ಕಲ್ಕತ್ತಾದ ಬೀದಿಗಳು ಮತ್ತು ಕೊಳಗೇರಿಗಳಲ್ಲಿ ಬಿದ್ದಿರುತ್ತಿದ್ದ ನಿರಾಶ್ರಿತರು ಮತ್ತು ಅನಾಥರನ್ನು ಕಂಡಾಗ ಮದರ್ ತೆರೆಸಾ ಅವರ ಕಣ್ಣುಗಳಲ್ಲಿ ನೋವು ಸ್ಫುರಿಸುತ್ತಿತ್ತು. ಹಾಗೆಯೇ ನೋಡುತ್ತಾ ನಿಂತಿರಲು ಅವರಿಂದ ಸಾಧ್ಯವಾಗುತ್ತಿರಲಿಲ್ಲ. ಅಂಥ ನಿರ್ಗತಿಕರ ಬಳಿ ಮಂಡಿಯೂರಿ ಕುಳಿತು ಪ್ರೀತಿಯಿಂದ ಅವರ ಮೈ ದಡವಿ ಕುಡಿಯಲು ನೀರು ಕೊಡುತ್ತಿದ್ದರು. ನಿರ್ಗತಿಕರು ಅಸ್ವಸ್ಥರಾಗಿದ್ದರೆ ಅವರಿಗೆ ಔಷದೋಪಚಾರ ನೀಡಿ ಸಾಂತ್ವನ ಹೇಳುತ್ತಿದ್ದರು.

ಮಳೆಗಾಲದ ಒಂದು ದಿನ ಬೀದಿ ಬದಿಯಲ್ಲಿ ಸಾಯುವ ಸ್ಥಿತಿಯಲ್ಲಿ ಬಿದ್ದಿದ್ದ ಮಹಿಳೆಯೊಬ್ಬಳನ್ನು ಮದರ್ ತೆರೆಸಾ ಕಂಡರು. ಅವರು ಆಕೆಯನ್ನು ಎತ್ತಿಕೊಂಡು ಅಲ್ಲೇ ಸಮೀಪದಲ್ಲಿದ್ದ ಮನೆಯತ್ತ ನಡೆದರು. ಆ ಬಡ ಮಹಿಳೆ ಮದರ್ ತೆರೆಸಾ ಅವರ ತೋಳಲ್ಲೇ ಕೊನೆಯುಸಿರೆಳೆದಳು. ಆದರೆ ಸಾಯುವ ಮುನ್ನ ಅವಳ ತುಟಿಗಳಲ್ಲಿ ತೃಪ್ತಿಯ ನಗೆ ಅರಳಿತು. ಅಂದೇ ಮದರ್ ತೆರೆಸಾ ಅವರು ಇಂಥ ನಿರ್ಗತಿಕರಿಗಾಗಿ ಆಶ್ರಯಧಾಮವೊಂದನ್ನು ಸ್ಥಾಪಿಸುವ ಪಣ ತೊಟ್ಟರು. ನಿರ್ಗತಿಕರು ತಮ್ಮ ಜೀವನದ ಕೊನೆಯ ಗಳಿಗೆಯಲ್ಲಾದರೂ ನೆಮ್ಮದಿಯಿಂದಿರಬೇಕು; ಅಲೆಮಾರಿ

ಪ್ರಾಣಿಗಳಂತೆ ಬೀದಿಯಲ್ಲಿ ಬಿದ್ದು ಸಾಯುವಂತಾಗಬಾರದು ಎಂಬುದು ಅವರ ಆಶಯವಾಗಿತ್ತು.

ಮದರ್ ತೆರೆಸಾ ಅವರ ಬಯಕೆ ಈಡೇರಿತು. ದಯಾಳು ವೈದ್ಯನೊಬ್ಬ ತನ್ನ ಚಿಕಿತ್ಸಲಯದ ಹಜಾರವನ್ನು ಅವರಿಗಾಗಿ ಬಿಟ್ಟುಕೊಟ್ಟ. ಯಾರೋ ಮೇಜು, ಕುರ್ಚಿ ಇತ್ಯಾತಿ ಪೀಠೋಪ ಕರಣಗಳನ್ನು ಒದಗಿಸಿದರು. ಇನ್ನು ಕೆಲವರು ಔಷಧಿಗಳನ್ನು ಒದಗಿ ಸಿದರು.

ಆದರೆ ಕಲ್ಕತ್ತದಂಥ ಬೃಹತ್ ನಗರದ ನಿರ್ಗತಿಕರಿಗೆ ಈ ಪುಟ್ಟ ಹಜಾರ ಹೇಗೆ ಸಾಕಾಗಬಲ್ಲದು? ಆದರೆ ಆಶ್ಚರ್ಯಕರ ರೀತಿಯಲ್ಲಿ ಈ ಸಮಸ್ಯೆಗೂ ಪರಿಹಾರ ಸಿಕ್ಕಿತು. ಕಲ್ಕತ್ತಾದ ಕಾಳಿ ದೇವಾಲಯ ವಿಶ್ವವಿಖ್ಯಾತವಾದುದು. ಸಹಸ್ರಾರು ಜನರು ಪ್ರಾರ್ಥನೆಗಾಗಿ, ಪ್ರಾಣಾರ್ಪಣೆಗಾಗಿ ಇಲ್ಲಿಗೆ ಬರುತ್ತಿದ್ದರು. ಅನೇಕ ಜನರು ಪ್ರಾಣಾ ರ್ಪಣೆಗಾಗಿಯೇ ಬರುತ್ತಿದ್ದರು. 'ಈ ಕಾರಣಕ್ಕಾಗಿಯೇ ಕಲ್ಕತ್ತಾ ಮಹಾನಗರಪಾಲಿಕೆಯ ಪ್ರಸ್ತಾಪವೊಂದಕ್ಕೆ ಮದ್ದರ್ ತೆರೆಸಾ ಒಪ್ಪಿಗೆ ನೀಡಿದರು. ದೇವಾಲಯದ ಆವರಣ ಗೋಡೆಗೆ ತಾಗಿ ಕೊಂಡಂತಿದ್ದ ಪುಟ್ಟ ಮನೆಯೊಂದನ್ನು ನಗರಪಾಲಿಕೆ ಮದರ್ ತೆರೆಸಾ ಅವರಿಗೆ ಒದಗಿಸಿತು. ರಾಷ್ಟ್ರದ ನಾನಾ ಕಡೆಗಳಿಂದ ಬರುವ ಯಾತ್ರಿಕರಿಗಾಗಿ ನಗರಪಾಲಿಕೆ ಈ ಮನೆಯನ್ನು ನಿರ್ಮಿಸಿತ್ತು. ಆದರೆ ಅದು ಅನೇಕ ವರ್ಷಗಳಿಂದ ಜೂಜಾಟಗಾರರು ಮತ್ತು ಕುಡುಕರ ತಾಣವಾಗಿತ್ತು. ಪವಿತ್ರ ಸ್ಥಳದಲ್ಲಿ ಇಂಥ ಅಪವಿತ್ರ ಚಟುವಟಿಕೆ ನಡೆಯುತ್ತಿರುವ ಬಗ್ಗೆ ಎಲ್ಲರೂ ಅಸಂತುಷ್ಟರಾಗಿದ್ದರು. ಜೂಜುಕೋರರು ಮತ್ತು ಕುಡುಕರನ್ನು ಈ ಮನೆಯಿಂದ ಹೊರ

ಗಟ್ಟಿದ ಬಳಿಕ ಅದನ್ನು ಮದರ್ ತೆರೆಸಾ ಅವರಿಗೆ ಬಿಟ್ಟು ಕೊಡಲಾಯಿತು.

ಕೊನೆಗೂ ನಿರ್ಗತಿಕರ ರಕ್ಷಣೆಗಾಗಿ ಸೂಕ್ತ ಜಾಗ ದೊರೆತದ್ದಕ್ಕೆ ಮದರ್ ತೆರೆಸಾ ನೆಮ್ಮದಿಯ ನಿಟ್ಟುಸಿರು ಬಿಟ್ಟರು. ಅವರು ಈ ಜಾಗವನ್ನು 'ನಿರ್ಮಲ ಹೃದಯ' ಎಂದು ಕರೆದರು. ಇಲ್ಲಿ ಅವರು ಮತ್ತು ಅವರ ಸಿಸ್ಟರ್‌ಗಳು ಸಾವಿನಂಚಿನಲ್ಲಿದ್ದ ನಿರ್ಗತಿಕರ, ರೋಗಿಗಳ ಶುಶ್ರೂಷೆಯಲ್ಲಿ ತಮ್ಮನ್ನು ತೊಡಗಿಸಿಕೊಂಡರು. ಈ ನಿರ್ಗತಿಕರಿಗೆ ತಮ್ಮ ಜೀವಮಾನದಲ್ಲೇ ದೊರೆಯದ ಪ್ರೀತಿ, ನೆಮ್ಮದಿ ಕೊನೆಗಾಲದಲ್ಲಿ ದೊರೆಯತೊಡಗಿತು. ಅವರ ಕೊನೆಯಾಸೆಯೂ ಬಹಳ ಸರಳವಾದುದಾಗಿತ್ತು. ಹಿಂದೂ ಧರ್ಮದವರಾಗಿದ್ದರೆ ಗಂಗಾಜಲವನ್ನು ಕುಡಿಯುವ ಆಸೆ ವ್ಯಕ್ತಪಡಿಸುತ್ತಿದ್ದರು. ಕ್ರಿಶ್ಚಿಯನ್ ಅಥವಾ ಮುಸ್ಲಿಮರಾಗಿದ್ದರೆ ತಮ್ಮ ತಮ್ಮ ಧರ್ಮದ ಪ್ರಾರ್ಥನೆಗಳನ್ನು ಪಠಿಸಲು ಕೇಳಿಕೊಳ್ಳುತ್ತಿದ್ದರು. ಕೆಲವರು ಕೊನೆಯ ಗಳಿಗೆಯಲ್ಲಿ ಸಿಗರೇಟ್ ಕೇಳುತ್ತಿದ್ದರೆ, ಇನ್ನು ಕೆಲವರು ಹೊಟ್ಟೆ ತುಂಬಾ ಊಟ ಬಯಸುತ್ತಿದ್ದರು. ನನ್‌ಗಳು ಇವರ ಅಂತಿಮ ಆಸೆಯನ್ನು ಪ್ರೀತಿಯಿಂದ ಪೂರೈಸುತ್ತಿದ್ದರು. ನಿರ್ಗತಿಕರು–ರೋಗಿಗಳು ತೃಪ್ತಿಯಿಂದ ಕೊನೆಯುಸಿರೆಳೆಯುತ್ತಿದ್ದರು.

ಆದರೆ, ಪ್ರಾರಂಭದಲ್ಲಿ ಕೆಲವು ಜನರಲ್ಲಿ ತೀವ್ರ ಅಸಮಾಧಾನವಿತ್ತು. ಹಿಂದೂ ದೇವಾಲಯದ ಆವರಣದಲ್ಲಿ ಕ್ರಿಶ್ಚಿಯನ್ ಮಿಶನರಿ ಚಟುವಟಿಕೆ ನಡೆಸುವುದು ಅವರಿಗೆ ಇಷ್ಟವಾಗಲಿಲ್ಲ. ಮದರ್ ತೆರೆಸಾ ಅವರು ನಿರ್ಗತಿಕರ ಶುಶ್ರೂಷೆ ನಡೆಸುವ ನೆಪದಲ್ಲಿ 'ಮತಾಂತರ' ಮಾಡಿಸುತ್ತಿದ್ದಾರೆಂಬ ಶಂಕೆ ಹಲವರನ್ನು

ಕಾಡತೊಡಗಿತು. ಆದ್ದರಿಂದ ಅವರು ಮದರ್ ತೆರೆಸಾ ವಿರುದ್ಧ ಪೊಲೀಸರಿಗೆ ದೂರು ಸಲ್ಲಿಸಿದರು.

ಪೊಲೀಸ್ ಕಮಿಷ್‌ನರ್ ಅವರು ಆಶ್ರಯಧಾಮಕ್ಕೆ ಹೋದಾಗ ಒಬ್ಬ ನನ್ ಒಲುಮೆ, ಪ್ರೀತಿಯಿಂದ ನಿರ್ಗತಿಕರ ಸೇವೆ ಮಾಡುತ್ತಿದ್ದುದು ಕಂಡುಬಂದಿತು. ಅವರ ಕಣ್ಣಗಳಲ್ಲಿ ನೀರಾಡಿತು. ದೂರು ನೀಡಿದವರತ್ತ ತಿರುಗಿ ನುಡಿದರು – "ನಾನೇನೋ ಈ ಜಾಗವನ್ನು ತೆರವು ಮಾಡಿಸಬಲ್ಲೆ. ಆದರೆ ಒಂದು ಷರತ್ತು. ಮದರ್ ಮತ್ತು ನನ್‌ಗಳು ಮಾಡುವ ಕೆಲಸವನ್ನು ನಿಮ್ಮ ತಾಯಿ ಮತ್ತು ಸಹೋದರಿಯರು ಮಾಡಬೇಕು" ದೂರು ಸಲ್ಲಿಸಿದವರು ನಿರುತ್ತರಾದರು. ತಮ್ಮ ತಪ್ಪು ಅವರಿಗೆ ಅರಿವಾಯಿತು.

ಮದರ್ ತೆರೆಸಾ ಮತ್ತು ನನ್‌ಗಳ ಸೇವಾ ಚಟುವಟಿಕೆಗಳಿಂದ ಪ್ರಭಾವಿತರಾದ ಅನೇಕ ತರುಣ-ತರುಣಿಯರು ತಮ್ಮ ರಜಾ ಸಮಯದಲ್ಲಿ ಕಲ್ಕತ್ತಾಕ್ಕೆ ಬಂದರು. ವಿದೇಶಗಳಿಂದಲೂ ಅನೇಕ ಸೇವಾ ಮನೋಭಾವದ ಜನರು ಮದರ್ ತೆರೆಸಾ ಅವರು ಕೈಗೊಳ್ಳುವ ಪುಣ್ಯ ಕಾರ್ಯದಲ್ಲಿ ಭಾಗಿಯಾಗಲು ಬಂದರು. ಅವರಲ್ಲಿ ಹಲವರಿಗೆ ಹಿಂದಿ ಭಾಷೆಯಾಗಲೀ, ಬಂಗಾಳಿ ಭಾಷೆಯಾಗಲೀ ಮಾತನಾಡಲು ಬರುತ್ತಿರಲಿಲ್ಲ. ಅದರೆ ಸೇವೆಯೇ ಅವರ ಭಾಷೆಯಾಗಿತ್ತು.

ಸಾವಿನಂಚಿನಲ್ಲಿದ್ದ ನಿರ್ಗತಿಕರನ್ನು ನನ್‌ಗಳು ಆಶ್ರಯಧಾಮಕ್ಕೆ ಹೊತ್ತು ತರುತ್ತಿದ್ದರು. ಇನ್ನು ಕೆಲವು ಬಾರಿ ಪೋಲೀಸರೇ ಈ ಕಾರ್ಯ ಮಾಡುತ್ತಿದ್ದರು. ಆಸ್ಪತ್ರೆಗಳು ಇಂತಹ ಅನಾಥರನ್ನು ಸೇರಿಸಿಕೊಳ್ಳುತ್ತಿರಲ್ಲಿಲ್ಲ. ಅಲ್ಲದೆ ಸಾಯಲು ಸಿದ್ಧರಾದ ದಟ್ಟದರಿದ್ರರಿ

ಗಾಗಿ 'ಅಮೂಲ್ಯ' ಹಾಸಿಗೆಯನ್ನು ಒದಗಿಸಲು ವೈದ್ಯರು
ಸಿದ್ಧರಿರಲಿಲ್ಲ. ಆದರೆ 'ನಿರ್ಮಲ ಹೃದಯ'ದಲ್ಲಿ ಅಂತವರಿಗೆ ಸದಾ
ಜಾಗವಿರುತಿತ್ತು. ಅಲ್ಲಿ ಅವರಿಗೆ ಶೌಚ–ಸ್ನಾನಕ್ಕೆ ವ್ಯವಸ್ಥೆಯಿತ್ತು;
ಊಟ ಸಿಗುತ್ತಿತ್ತು; ಪ್ರೀತಿ–ಸಾಂತ್ವನ ಎಲ್ಲವೂ ದೊರೆಯುತ್ತಿತ್ತು.

ಒಮ್ಮೆ ಪತ್ರಕರ್ತನೊಬ್ಬ ಮದರ್ ತೆರೆಸಾ ಅವರನ್ನು ಭೇಟಿ
ಯಾಗಿ ಇಂದೋ ನಾಳೆಯೋ ಸಾಯುವವರ ಬಗ್ಗೆ ನೀವು ಏಕೆ
ಇಷ್ಟು ಕಾಳಜಿ ವಹಿಸುವಿರಿ ಎಂದು ಪ್ರಶ್ನಿಸಿದ. ಮದರ್ ತೆರೆಸಾ
ಸರಳ ವಾಗಿ ಉತ್ತರಿಸಿದರು.

"ನನಗೆ ಸಾವನ್ನು ತಡೆಯುವ ಶಕ್ತಿ ಇಲ್ಲದಿರಬಹುದು. ಆದರೆ
ಅವರಿಗೆ ಸಾಂತ್ವನ ನೀಡುವ ಶಕ್ತಿಯಂತೂ ಇದೆ. ಇದರಿಂದ ಕೊನೇ
ಗಳಿಗೆಯಲ್ಲಾದರೂ ಅವರಿಗೆ ನೆಮ್ಮದಿ ಸಿಗಬಹುದಲ್ಲಾ".

ಕಾಳಿ ದೇವಾಲಯದ ಪೂಜಾರಿಗಳೂ ಮದರ್ ತೆರೆಸಾ
ಅವರ ಸೇವಾಕಾರ್ಯವನ್ನು ಮೆಚ್ಚಿದ್ದರು ಮತ್ತು ಅವರನ್ನು ಗೌರವ
ದಿಂದ ಕಾಣುತ್ತಿದ್ದರು. ಪ್ರಾರಂಭದಲ್ಲಿ ಅವರೂ ಮದರ್ ತೆರೆಸಾ
ಅವರ ಇರವನ್ನು ವಿರೋಧಿಸಿದ್ದರು. ಅವರನ್ನು ಅಲ್ಲಿಂದ ತೊಲ
ಗಿಸಲು ಪ್ರಯತ್ನಿಸಿದರು. ಆದರೆ ಒಂದು ಘಟನೆ ಅವರ
ಮನವನ್ನು ಪರಿವರ್ತಿಸಿತ್ತು. ಒಂದು ದಿನ ಪೂಜಾರಿಗಳಲ್ಲೊಬ್ಬರಿಗೆ
ಕಾಲರಾ ತಗುಲಿತು. ಈ ಕಾಯಿಲೆ ಹರಡುವ ಕಾಯಿಲೆ
ಯಾದ್ದರಿಂದ ಅವರು ದೇವಾಲಯದಿಂದ ಹೊರಗೆ ಹೋಗ
ಬೇಕಾಯಿತು. ಯಾವ ಆಸ್ಪತ್ರೆಯೂ ಅವರನ್ನು ಸೇರಿಸಿಕೊಳ್ಳಲು
ಒಪ್ಪಲಿಲ್ಲ. ಬೀದಿಯಲ್ಲೇ ಅವರು ಮಲಗಬೇಕಾಯಿತು. ಆಗ
ಮದರ್ ತೆರೆಸಾ ಅವರ ಸಹಾಯಕಿಯರು ಆ ಪೂಜಾರಿಯನ್ನು

'ನಿರ್ಮಲ ಹೃದಯ'ಕ್ಕೆ ಕರೆ ತಂದರು. ಪ್ರೀತಿಯಿಂದ ಶುಶ್ರೂಷೆ ಮಾಡಿದರು. ಪೂಜಾರಿಗೆ ಕಾಯಿಲೆ ವಾಸಿಯಾಯಿತು. ಕೊನೆಗೂ ಪೂಜಾರಿಗಳು ಇಲ್ಲಿ ದೇವರ ಕೆಲಸ ನಡೆಯುತ್ತಿದೆ ಎಂದು ಮನಗಂಡರು. ಅವರ ನಿಲುವು ಬದಲಾಯಿತು. ಅವರೂ ಮದರ್ ತೆರೆಸಾ ಅವರ ಅಭಿಮಾನಿಗಳಾದರು.

'ನಿರ್ಮಲ ಹೃದಯದ'ದಿಂದ ನಿರ್ಗತಿಕರನ್ನು ವಾಪಸ್ ಕಳುಹಿಸುವ ಪ್ರಶ್ನೆಯೇ ಇರಲಿಲ್ಲ. ಎಲ್ಲರನ್ನೂ ದೇವರ ಮಕ್ಕಳೆಂದೇ ಪರಿಗಣಿಸಲಾಗುತಿತ್ತು. ಒಮ್ಮೆ ಒಬ್ಬ ಸಂದರ್ಶಕ ಸಿಸ್ಟರ್ ಲ್ಯೂಕ್‌ರೊಡನೆ ಕೇಳಿದ–"ಇಷ್ಟೆಲ್ಲಾ ಜನರಿಗೆ ಹಾಸಿಗೆಗಳನ್ನು ಹೇಗೆ ಹೊಂದಿಸುತ್ತೀರಿ?" "ಇದು ಅವರ ಮನೆ. ಹಾಗಿರುವಾಗ ಹಾಸಿಗೆ ಗಳನ್ನು ಹೊಂದಿಸುವ ಪ್ರಶ್ನೆಯಾದರೂ ಎಲ್ಲಿ ಬರುತ್ತದೆ?" ಎಂದು ಮರುಪ್ರಶ್ನಿಸಿದರು. ಸಿಸ್ಟರ್ ಲ್ಯೂಕ್.

'ನಿರ್ಮಲ ಹೃದಯ'ದಲ್ಲಿ ಎರಡು ದೊಡ್ಡ ಕೊಠಡಿಗಳು ಮಾತ್ರ ಇದ್ದವು. ಒಂದು ಕೊಠಡಿ ಪುರುಷರಿಗಾದರೆ ಇನ್ನೊಂದು ಮಹಿಳೆಯರಿಗೆ. ಆ ಕೊಠಡಿಗಳಲ್ಲಿ ಸುಮಾರು 300 ಜನರು ವಾಸಿಸಬಹುದಾಗಿತ್ತು. ರಾತ್ರಿಯ ವೇಳೆಯಲ್ಲಿ ಸೊಳ್ಳೆಗಳು ಕಚ್ಚದಂತೆ ಬಲೆಗಳನ್ನು ಕಟ್ಟುವ ವ್ಯವಸ್ಥೆ ಮಾಡಲಾಗಿತ್ತು. ಕೊಠಡಿಗಳನ್ನು ಸ್ವಚ್ಛವಾಗಿಡಲಾಗುತ್ತಿತ್ತು.

ಎಲ್ಲ ರೋಗಿಗಳೂ ಇಲ್ಲಿ ಸಾಯುತ್ತಿರಲಿಲ್ಲ. ಪೂಜಾರಿಯಂತೆ ಕೆಲವರು ಚಿಕಿತ್ಸೆಯ ಬಳಿಕ ಗುಣಮುಖರಾಗುತ್ತಿದ್ದರು. ನಿರಾಶ್ರಿತ ಹಣ್ಣಿನ ವ್ಯಾಪಾರಿಯೊಬ್ಬನ ಕಾಲಿಗೆ ಗಾಯವಾಗಿ ಗ್ಯಾಂಗ್‌ರೀನ್ ಕಾಯಿಲೆ ಅಂಟಿಕೊಂಡಿತ್ತು. ಯಾವ ಆಸ್ಪತ್ರೆಯೂ ಅವನನ್ನು

ಸೇರಿಸಿಕೊಳ್ಳಲಿಲ್ಲ. ಕಾಳಿಘಾಟ್‌ಗೆ ಸಮೀಪದ ಬೀದಿಯಲ್ಲಿ ಆತ ನರಳುತ್ತಾ ಬಿದ್ದಿದ್ದ. ಸಿಸ್ಟರ್‌ಗಳು ಆತನನ್ನು 'ನಿರ್ಮಲ ಹೃದಯ'ಕ್ಕೆ ಹೊತ್ತು ತಂದರು. ಕಾಯಿಲೆಗೆ ತುತ್ತಾದ ಕಾಲನ್ನು ಕೊಯ್ದು ಕೃತಕಕಾಲನ್ನು ಜೋಡಿಸಲಾಯಿತು. ಕೆಲವೇ ದಿನಗಳಲ್ಲಿ ಅವನು ಎದ್ದು ನಿಲ್ಲಲು, ನಡೆದಾಡಲು ಶಕ್ತನಾದ. ಸಿಸ್ಟರ್‌ಗಳು ಅವನಿಗೆ ಕೃತಕ ಕಾಲನ್ನಷ್ಟೇ ಅಲ್ಲ, ಹೊಸ ಜೀವನವನ್ನೇ ನೀಡಿದ್ದರು.

'ನಿರ್ಮಲ ಶಿಶುಭವನ'

ಸಾವಿನ ದಿನಗಳನ್ನು ಎಣಿಸುತ್ತಿದ್ದ ನಿರ್ಗತಿಕರ ಸೇವೆ ಯಂತೆಯೇ ಬಡ, ಅನಾಥ ಮಕ್ಕಳ ಸೇವೆಗೂ ಮದರ್ ತೆರೆಸಾ ಉದ್ಯುಕ್ತರಾದರು. ಮದರ್‌ಹೌಸ್‌ನ ಸಮೀಪದಲ್ಲಿ 'ನಿರ್ಮಲ ಶಿಶು ಭವನ'ವನ್ನು ಸ್ಥಾಪಿಸಿದರು. ಆ ಭವನದಲ್ಲಿ ಸಂದೇಶ ಫಲಕ ವೊಂದು ಸಂದರ್ಶಕರ ಗಮನ ಸೆಳೆಯುತ್ತಿತ್ತು. "ಬಡವರು ನಿಮ್ಮ ಸೇವೆಯನ್ನಲ್ಲದೆ ಪ್ರೀತಿಯನ್ನೂ ಬಯಸುತ್ತಾರೆ" ಎಂದು ಅದರಲ್ಲಿ ಬರೆಯಲಾಗಿತ್ತು. ಕೇವಲ ಧನಸಹಾಯ, ಹಾಸಿಗೆ ಹೊದಿಕೆಗಳು, ಆಹಾರ ವಸ್ತುಗಳನ್ನಿತ್ತರಷ್ಟೇ ಸಾಲದು; ಅವರಿಗೆ ಪ್ರೀತಿ, ಮಮತೆ ಯನ್ನೂ ನೀಡಬೇಕಾಗಿದೆ ಎಂದು ಮದರ್ ತೆರೆಸಾ ಹೇಳುತ್ತಿದ್ದರು.

ಅನಾಥ ನವಜಾತ ಶಿಶುಗಳನ್ನು ಆಸ್ಪತ್ರೆಯ ದಾದಿಗಳು ಶಿಶುಭವನಕ್ಕೆ ತಂದು ಸಿಸ್ಟರ್‌ಗಳ ವಶಕ್ಕೆ ಒಪ್ಪಿಸುತ್ತಿದ್ದರು. ಕೆಲವು ಶಿಶುಗಳನ್ನು ಯಾರೋ ಮದರ್‌ಹೌಸ್‌ನ ಅಥವಾ ಶಿಶುಭವನದ ಬಾಗಿಲ ಬಳಿ ತಂದಿರಿಸುತ್ತಿದ್ದರು. ಕೆಲವು ಶಿಶುಗಳನ್ನು ಸಿಸ್ಟರ್‌ಗಳೇ ಕಸದ ತಿಪ್ಪೆಯಿಂದ ಅಥವಾ ಚರಂಡಿಗಳಿಂದ ಹೊತ್ತು ತರುತ್ತಿದ್ದರು. ಈ ಶಿಶುಗಳಿಗೆ ಆಹಾರ, ಚಿಕಿತ್ಸೆ, ಬಟ್ಟೆಬರೆ ಹೀಗೆ ಎಲ್ಲವನ್ನೂ

ಒದಗಿಸಲಾಗುತಿತ್ತು. ಎಲ್ಲಕ್ಕಿಂತ ಹೆಚ್ಚಾಗಿ ಪ್ರೀತಿ, ಮಮತೆ ಅವುಗಳಿಗೆ ದೊರೆಯುತ್ತಿತ್ತು.

ದಾರಿ ತಪ್ಪಿದ ಕೆಲವು ದೊಡ್ಡ ಮಕ್ಕಳನ್ನೂ ಶಿಶು ಭವನಕ್ಕೆ ಸೇರಿಸಲಾಗುತ್ತಿತ್ತು. ಅಲ್ಲಿ ಅವರ ಮನ ಪರಿವರ್ತನೆಯಾಗುತ್ತದೆಂಬ ವಿಶ್ವಾಸ ಜನರದ್ದಾಗಿತ್ತು. 1968ರಲ್ಲಿ ಪೊಲೀಸ್ ಕಮಿಷನರ್ ರವರು ಒಬ್ಬ ಹುಡುಗನನ್ನು ಮದರ್ ತೆರೆಸಾ ಅವರ ವಶಕ್ಕೊಪ್ಪಿಸಿ ದರು. ಅವನು ಕಳ್ಳತನ ಹಾಗೂ ಜೇಬುಗಳ್ಳತನದಲ್ಲಿ ಪ್ರಖ್ಯಾತ ನಾಗಿದ್ದ. ಸೆರೆಮನೆವಾಸದ ಶಿಕ್ಷೆ, ಛಡಿಯೇಟು ಯಾವುದೂ ಅವನ ಮೇಲೆ ಪರಿಣಾಮ ಬೀರಿರಲಿಲ್ಲ. ಮದರ್ ತೆರೆಸಾ ಅವನಿಗೆ ಪ್ರೀತಿ ಕೊಟ್ಟರು. ಕೆಲವೇ ತಿಂಗಳುಗಳಲ್ಲಿ ಆತ ಬೇರೆಯೇ ವ್ಯಕ್ತಿಯಾಗಿದ್ದ. ತನ್ನ ದುರ್ಗುಣಗಳನ್ನೆಲ್ಲ ತ್ಯಜಿಸಿ ಪ್ರಾಮಾಣಿಕ, ಜವಾಬ್ದರಾಯುತ ಸಹಕಾರ ಪ್ರವೃತ್ತಿಯ ಉತ್ತಮ ವ್ಯಕ್ತಿಯಾದ.

ಇಷ್ಟು ವರ್ಷಗಳಲ್ಲಿ ಸುಮಾರು 10,000ಕ್ಕೂ ಅಧಿಕ ಮಕ್ಕಳು ನಿರ್ಮಲ ಶಿಶುಭವನದಲ್ಲಿ ಬೆಳೆದು ದೊಡ್ಡವರಾಗಿದ್ದಾರೆ. ಮಗು ವಾಗಿದ್ದಾಗ ಅವರು ಸಿಸ್ಟರ್‌ಗಳ ಅಕ್ಕರೆಯ ತೋಳುಗಳಲ್ಲಿ ಬೆಳೆದಿದ್ದರು; ಕೊಂಚ ದೊಡ್ಡವರಾದ ಮೇಲೆ ಅವರಿಂದಲೇ ಶಿಕ್ಷಣ ಪಡೆದಿದ್ದರು. ಅವರಿಗೆ ಉದ್ಯೋಗ ದೊರಕಿ ತಮ್ಮ ಕಾಲ ಮೇಲೆ ನಿಲ್ಲುವಂತಾಗುವವರೆಗೂ ಸಿಸ್ಟರ್‌ಗಳು ಅವರಿಗೆ ನೆರಳಾಗಿದ್ದರು. ಹುಡುಗಿಯರಾದರೆ ಉತ್ತಮ ಕುಟುಂಬಕ್ಕೆ ಅವರನ್ನು ಮದುವೆ ಮಾಡಿ ಕೊಡಲಾಗುತ್ತಿತ್ತು. ಶಿಶು ಭವನದಲ್ಲಿ ಹುಡುಗಿಯರನ್ನು ಶಿಸ್ತುಬದ್ಧವಾಗಿ ಬೆಳೆಸಲಾಗುತ್ತಿದ್ದುದರಿಂದ ಎಷ್ಟೋ ಯುವಕರ

ಹೆತ್ತವರು ತಮ್ಮ ಮಕ್ಕಳಿಗೆ ಮದರ್ ತೆರೆಸಾ ಅವರು ಸಾಕಿ ಸಲಹಿದ ಹುಡುಗಿಯರನ್ನೇ ತಂದುಕೊಳ್ಳಲು ಪ್ರಯತ್ನಿಸುತ್ತಿದ್ದರು.

ಆದರೆ, ಸಹಜವಾಗಿ, ಶಿಶುಭವನವನ್ನು ನಡೆಸಲು ಹಣದ ಅಗತ್ಯವೂ ಇತ್ತು. ವಿಶ್ವಧ ನಾನಾ ಕಡೆಗಳಿಂದ ಹಣ ಹರಿದು ಬರುತ್ತಿತ್ತು. ಇಂದೂ ಸಹ ಮೆದರ್ ತೆರೆಸಾ ಅವರ ಸೇವಾ ಚಟು ವಟಿಕೆಗಳು ಮನೆ ಮಾತಾಗಿರುವುದರಿಂದ ವಿಶ್ವದ ನಾಲ್ಕೂ ಮೂಲೆ ಗಳಿಂದ ದಾನದ ರೂಪದಲ್ಲಿ ಹಣ ಬರುತ್ತಿದೆ. ಕಷ್ಟಕಾಲದಲ್ಲಿ ದೇವರೇ ನೆರವಿಗೆ ಬರುತ್ತಾನೆ ಎಂದು ಮದರ್ ತೆರೆಸಾ ಹಿಂದಿ ನಿಂದಲೂ ನಂಬಿಕೊಂಡು ಬಂದಿದ್ದಾರೆ.

ಕೆಲವೇ ವರ್ಷಗಳ ಹಿಂದೆ ಮದರ್ ತೆರೆಸಾ ಅವರು ಆಗ್ರದಲ್ಲಿ ಮಕ್ಕಳಿಗಾಗಿ ಇನ್ನೊಂದು ಆಶ್ರಯಧಾಮದ ನಿರ್ಮಾಣ ಕಾರ್ಯವನ್ನು ಆರಂಭಿಸಿದ್ದರು. ಆಗ ಅವರ ಕೈಯಲ್ಲಿ ಸಾಕಷ್ಟು ಹಣವಿರಲಿಲ್ಲ. 'ಚಿಲ್ಡನ್ ಹೋಮ್'ನ ನಿರ್ಮಾಣ ಕಾರ್ಯ ಅರ್ಧ ಹಂತಕ್ಕೆ ತಲುಪಿದಾಗ ಅವರಿಗೆ ತುರ್ತಾಗಿ 50,000 ರುಪಾಯಿಗಳು ಬೇಕಾದವು. ಅಷ್ಟು ಹಣ ಸಂಗ್ರಹವಾಗದಿದ್ದರೆ ಅವರು ತಮ್ಮ ಯೋಜನೆಯನ್ನು ಮುಂದುವರಿಸುವಂತೆಯೇ ಇರಲಿಲ್ಲ. ಕೊನೆಗೂ ಈ ಯೋಜನೆಯನ್ನು ಕೈ ಬಿಡುವುದೊಂದೇ ಉಳಿದಿರುವ ಮಾರ್ಗ ಎಂದು ಅವರು ಯೋಚಿಸುತ್ತಿದ್ದಂತೆಯೇ ಅವರಿಗೆ ದೂರವಾಣಿ ಕರೆಯೊಂದು ಬಂತು. ಅವರಿಗೆ 'ಮ್ಯಾಗ್ಸೇಸೆ' ಪ್ರಶಸ್ತಿ ಘೋಷಿಸಲಾಗಿತ್ತು. ಮದರ್ ತೆರೆಸಾ ಆನಂದತುಂದಿಲರಾದರು. ಪ್ರಶಸ್ತಿ ಪತ್ರದ ಜೊತೆಗೆ 50,000 ರೂ. ಗಳ ನಗದು ದೊರೆಯುತ್ತದೆ. ಇದರಿಂದ ತಮ್ಮ ಯೋಜನೆಯನ್ನು

ಮುಂದುವರಿಸಬಹುದು ಎಂಬುದೇ ಅವರ ಹಿಗ್ಗಿನ ವಿಷಯವಾಗಿತ್ತು. 'ಚಿಲ್ಡ್ರನ್ಸ್ ಹೋಮ್' ನಿರ್ಮಾಣವನ್ನು ದೇವರೂ ಇಚ್ಛಿಸುತ್ತಿರುವಂತಿದೆ ಎಂದು ಅವರು ಹರ್ಷಭರಿತರಾಗಿ ನುಡಿದರು.

ಒಂದು ಬಾರಿ ಚಳಿಗಾಲದಲ್ಲಿ ಶಿಶುಭವನದಲ್ಲಿ ಮಕ್ಕಳಿಗೆ ಹಾಸಲು, ಹೊದೆಯಲು ಸಾಕಷ್ಟು ಹಾಸಿಗೆಹೊದಿಕೆಗಳಿರಲಿಲ್ಲ. ಮದರ್ ತೆರೆಸಾ ಅವರು ತಮ್ಮ ಹೊದಿಕೆಯನ್ನೇ ಮಕ್ಕಳಿಗೆ ಒದಗಿಸಲು ಸಿದ್ಧತೆ ನಡೆಸುತ್ತಿದ್ದಾಗ ಮದರ್ ಹೌಸ್‌ನ ಕರೆಗಂಟೆ ಬಾರಿಸಿತು. ಒಬ್ಬ ಅಪರಿಚಿತ ಬಾಗಿಲಲ್ಲಿ ನಿಂತಿದ್ದ. ಅವನಿಗೆ ವಿದೇಶದಲ್ಲಿ ಉದ್ಯೋಗ ದೊರೆತಿತ್ತು. ತನ್ನ ಹೊಚ್ಚ ಹೊಸ ಹಾಸಿಗೆ ಹೊದಿಕೆ, ರಜಾಯಿಗಳನ್ನು ಶಿಶುಭವನಕ್ಕೆ ನೀಡಲು ಆತ ನಿರ್ಧರಿಸಿದ್ದ. ಮದರ್ ತೆರೆಸಾ ಅವರ ಸಮಸ್ಯೆ ಬಗೆಹರಿಯಿತು.

ಮದರ್ ತೆರೆಸಾ ಅವರ ಹೋಮ್‌ಗಳಲ್ಲಿ ಇಂಥ ಸಣ್ಣ ಪುಟ್ಟ ಪವಾಡಗಳು ಆಗಾಗ್ಗೆ ನಡೆಯುತ್ತಿದ್ದವು. ಒಂದು ಬಾರಿ ಅವರಲ್ಲಿ ಅಕ್ಕಿಯ ಕೊರತೆಯಿತ್ತು. ಮಕ್ಕಳಿಗೆ ಏನನ್ನು ಕೊಡಲಿ ಎಂದು ಅವರು ಚಿಂತಿಸುತ್ತಾ ಕುಳಿತಿದ್ದಾಗ ಮಹಿಳೆಯೊಬ್ಬಳು ಬಂದು ಮೂಟೆ ತುಂಬಾ ಆಹಾರ ಧಾನ್ಯವನ್ನು ನೀಡಿ ಹೋದಳು.

ಇನ್ನೊಂದು ಬಾರಿ ಕ್ರಿಸ್‌ಮಸ್ ಹಬ್ಬದ ಸಮಯದಲ್ಲಿ ಹಣದ ಅಡಚಣೆ ಉಂಟಾಯಿತು. ಕ್ರಿಸ್‌ಮಸ್ ಹಬ್ಬವನ್ನು ಆಚರಿಸಲಾಗುವುದೋ ಇಲ್ಲವೋ ಎಂಬ ಶಂಕೆ ಮೂಡಿತು. ಕ್ರಿಸ್‌ಮಸ್ ಹಬ್ಬದ ದಿನ ಮಕ್ಕಳಿಗೆ ವಿಶೇಷ ತಿಂಡಿ ತಿನಿಸು, ಉಡುಗೊರೆಗಳನ್ನು ನೀಡಲಾಗುತ್ತಿತ್ತು. ಕ್ರಿಸ್‌ಮಸ್ ಹಬ್ಬವನ್ನು ಮಕ್ಕಳೆಲ್ಲಾ ಕಾತರದಿಂದ ಎದುರು ನೋಡುತ್ತಿದ್ದರು. ಇಂಥ

ಪರಿಸ್ಥಿತಿಯಲ್ಲಿ ಮಕ್ಕಳಿಗೆ ನಿರಾಶೆಯನ್ನುಂಟುಮಾಡಲು ಸಿಸ್ಟರ್‌ಗಳಿಗೆ ಎಳ್ಳಿನಷ್ಟೂ ಮನಸ್ಸಿರಲಿಲ್ಲ. ಎಲ್ಲರೂ ಚಿಂತೆಗೀಡಾಗಿದ್ದರು. ಅಷ್ಟರಲ್ಲಿ ಅನಿರೀಕ್ಷಿತವಾಗಿ ಒಬ್ಬ ವ್ಯಕ್ತಿ ಬಂದು ಮದರ್ ತೆರೆಸಾ ಕೈಯಲ್ಲಿ ಲಕೋಟೆಯೊಂದನ್ನು ನೀಡಿದ. ಅದರಲ್ಲಿ ನೂರರ ಹತ್ತು ನೋಟುಗಳಿದ್ದವು. ಈ ಹಣವನ್ನು ಮಕ್ಕಳಿಗಾಗಿಯೇ ವಿನಿಯೋಗಿಸು ವಂತೆ ಆತ ವಿನಂತಿಸಿದ. ಅಂತೂ ಆ ವರ್ಷದ ಕ್ರಿಸ್‌ಮಸ್ ಸಮಾರಂಭ ಸಂಭ್ರಮದಿಂದಲೇ ಜರುಗಿತು.

ಆದರೆ ಈಗ ಅಪರಿಚಿತ ವ್ಯಕ್ತಿಗಳು ಅನಿರೀಕ್ಷಿತವಾಗಿ ಬಂದು ಕರೆಗಂಟೆ ಬಾರಿಸುವ ಪ್ರಮೇಯ ಉದ್ಭವಿಸುವುದಿಲ್ಲ.

ಖ್ಯಾತ ಪತ್ರಕರ್ತ ಹಾಗೂ ಲೇಖಕ ಖುಷವಂತ್ ಸಿಂಗ್ ಅವರು ಒಮ್ಮೆ ಮದರ್ ತೆರೆಸಾ ಅವರನ್ನು ಭೇಟಿಯಾಗಿದ್ದರು. ಮಾತುಕತೆಯ ವೇಳೆ ಮದರ್ ತೆರೆಸಾ ಅವರು ಘಟನೆಯೊಂದನ್ನು ವಿವರಿಸಿದರು. ಒಂದು ಬಿಸ್ಕತ್ತು ಕಾರ್ಖಾನೆ ಪ್ರತಿವರ್ಷ ಮಕ್ಕಳ ಆಶ್ರಯಧಾಮಕ್ಕೆ ತುಂಡಾಗಿ ಹೋಗಿದ್ದ ಬಿಸ್ಕತ್ತುಗಳನ್ನು ಕಳುಹಿಸುತ್ತಿತ್ತು. ಆದರೆ ಆ ವರ್ಷ ಆರ್ಥಿಕ ದುಸ್ಥಿತಿಯಿಂದಾಗಿ ಅದು ಬಿಸ್ಕತ್ತು ಪೂರೈಕೆಯನ್ನು ನಿಲ್ಲಿಸಿಬಿಟ್ಟಿತ್ತು. ಮದರ್ ತೆರೆಸಾ ಕಾರ್ಖಾನೆಯ ಯುವ ಮಾಲಿಕನನ್ನು ಭೇಟಿಯಾಗಿ ವಿಚಾರಿಸಿದರು. "ಉತ್ಪಾದನೆ ವೆಚ್ಚ ಹೆಚ್ಚಿದೆ. ಆದ್ದರಿಂದ ತುಂಡಾಗಿಹೋದ ಬಿಸ್ಕತ್ತುಗಳನ್ನು ನಾವೀಗ ಮಾರಟ ಮಾಡುತ್ತಿದ್ದೇವೆ." ಎಂದು ಮಾಲಿಕ ಕಾರಣ ತಿಳಿಸಿದ. ಮದರ್ ತೆರೆಸಾ ವಾದ ಮಾಡಲಿಲ್ಲ. ಆದರೆ ಹಸಿವಿನಿಂದ ಕಂಗಾಲಾದ ಮಕ್ಕಳು ತುಂಡು ಬಿಸ್ಕತ್ತಿಗಾಗಿ ಹೇಗೆ ಹಾತೊರೆಯುತ್ತಿವೆ ಎಂಬುದನ್ನು ಮನಕರಗುವಂತೆ ಆತನಿಗೆ

ವಿವರಿಸಿದರು. ಅವರ ಮಾತನ್ನು ಕೇಳಿ ಮಾಲಿಕನಿಗೆ ಮಕ್ಕಳ ಬಗ್ಗೆ ಮರುಕ ಹುಟ್ಟಿತು. ತಕ್ಷಣವೇ ಆತ ತುಂಡಾದ ಬಿಸ್ಕತ್ತುಗಳನ್ನು ಮದರ್ ತೆರೆಸಾ ಅವರ ವ್ಯಾನಿನಲ್ಲಿ ತುಂಬಿಸುವಂತೆ ಕೆಲಸಗಾರರಿಗೆ ಆನಾತಿಯಿತ್ತ. ಮದರ್ ತೆರೆಸಾ ಅವರು ಸದಾ ಆಶಾವಾದಿ ಯಾಗಿದ್ದರು.

ಸೆಲ್ಡಾ ರೈಲ್ವೆ ನಿಲ್ದಾಣದ ಬಳಿಯ ದೊಡ್ಡ ಶೆಡ್ ಒಂದನ್ನು ಮದರ್ ತೆರೆಸಾ ಅವರಿಗೆ ಹಸ್ತಾಂತರಿಸಿದಾಗ ಅವರು ಅದನ್ನು ಅಚ್ಚು ಕಟ್ಟಾದ ಆಶ್ರಯತಾಣವಾಗಿ ಪರಿವರ್ತಿಸಿದರು. ಅನಾಥ ಮಕ್ಕಳು ಮತ್ತು ನಿರ್ಗತಿಕ ವಯಸ್ಕರಿಗೆ ಅದು ಆಶ್ರಯ ನೀಡಿತು. ಇಲ್ಲಿ ಮಕ್ಕಳಿಗೆ ಓದು ಬರಹದ ಜೊತೆಗೆ ಗುಡಿ ಕೈಗಾರಿಕೆಯ ಕೆಲಸಗಳನ್ನು ಕಲಿಸಲಾಗುತ್ತಿತ್ತು. ಇದು ಮುಂದೆ ಅವರು ತಮ್ಮ ಕಾಲ ಮೇಲೆ ತಾವು ನಿಲ್ಲುವಂತಾಗಲು ಸಹಾಯಕವಾಗುತ್ತಿತ್ತು. ರಾತ್ರಿಯ ಹೊತ್ತಲ್ಲಿ ಮನೆಯಿಲ್ಲದ ನಿರಾಶ್ರಿತರು ಇಲ್ಲಿ ತಂಗು ತ್ತಿದ್ದರು.

ದೇವರ ಮೇಲೆ ನಂಬಿಕೆಯಿದ್ದರೆ ಏನನ್ನುಬೇಕಾದರೂ ಸಾಧಿಸ ಬಹುದೆಂಬುದು ಮದರ್ ತೆರೆಸಾ ಅವರ ಅಭಿಪ್ರಾಯವಾಗಿತ್ತು. ಒಮ್ಮೆ ಅವರು ಅಮೆರಿಕಕ್ಕೆ ಹೋಗಿದ್ದಾಗ ವಿಮಾ ಯೋಜನೆಯ ಪ್ರಯೋಜನವನ್ನು ಪಡೆಯುವಂತೆ ಆತಿಥೇಯರು ಅವರಿಗೆ ಸಲಹೆ ನೀಡಿದರು. ಆದರೆ ಮದರ್ ತೆರೆಸಾ ಆ ಸಲಹೆಯನ್ನು ತಿರಸ್ಕರಿಸಿ ದರು. ವೈಯುಕ್ತಿಕ ದಾನವನ್ನೇ ತಾವು ಇಚ್ಛಿಸುತ್ತಿರುವುದಾಗಿ ಅವರು ಸ್ಪಷ್ಟಪಡಿಸಿದರು. ದೇವರು ಯಾವಾಗಲೂ ನಮ್ಮೊಂದಿ

ಗಿರುತ್ತಾನೆ. ಅವನು ನಮ್ಮನ್ನು ಬಿಟ್ಟು ಹೋಗಲಾರ ಎಂದು ಅವರು ಹೇಳಿದರು.

ಕುಷ್ಠರೋಗಿಗಳಿಗೆ ಆಸರೆ

ಆ ಕಾಲದಲ್ಲಿ ಕುಷ್ಠರೋಗಿಗಳೆಂದರೆ ಎಲ್ಲರಿಗೂ ಒಂದು ರೀತಿಯ ಭಯವಿತ್ತು. ಅಂಥ ರೋಗಿಗಳನ್ನು ಹಳ್ಳಿಗಳಿಂದಲೇ ಹೊರಹಾಕಲಾಗುತ್ತಿತ್ತು. ಕುಷ್ಠರೋಗಿಗಳು ತಾವು ಹೋಗುವಲ್ಲೆಲ್ಲಾ ಎಚ್ಚರಿಗೆಯ ಗಂಟೆಯನ್ನು ಬಾರಿಸುತ್ತಾ "ಹೊಲಸು, ಹೊಲಸು" ಎಂದು ಕೂಗಬೇಕಾಗಿತ್ತು. ಆಧುನಿಕ ವಿಜ್ಞಾನ ಈ ರೋಗಕ್ಕೆ ಔಷಧಿ ಕಂಡು ಹಿಡಿದಿದ್ದರೂ ಜನರು ಕುಷ್ಠರೋಗಿಗಳನ್ನು ಹತ್ತಿರ ಸೇರಿಸಿಕೊಳ್ಳವಲ್ಲಿ ಹಿಂದೇಟು ಹಾಕುತ್ತಿದ್ದರು. ಈ ರೋಗಿಗಳಿಗೆ ಬಹಿಷ್ಕಾರ ಹಾಕುತ್ತಿದ್ದರು.

ಕುಷ್ಠರೋಗಿಗಳ ಇಂಥ ಶೋಚನೀಯ ಪರಿಸ್ಥಿತಿಯನ್ನು ಗಮನಿಸಿ ಮದರ್ ತೆರೆಸಾ ಅವರು ತಮ್ಮ ಸಹಾಯಕಿಯರ ನೆರವಿನೊಂದಿಗೆ ಇಂಥ ರೋಗಿಗಳ ಆರೈಕೆ-ಉಪಚಾರಕ್ಕೂ ತೊಡಗಿದರು. ಅವರೇ ಸ್ವತಃ ರೋಗಿಗಳ ಕೀವುಗಳನ್ನು ತೊಳೆದು ಔಷಧಿ ಹಚ್ಚಿದರು.

ಮದರ್ ತೆರೆಸಾ ಅವರ ಬಗ್ಗೆ ಪುಸ್ತಕವೊಂದನ್ನು ಬರೆದಿರುವ ಡೆಸ್ಮಂಡ್ ಡ್ಯೊಗ್ ಅವರು ಕುಷ್ಠರೋಗಿಗಳನ್ನು ಮದರ್ ತೆರೆಸಾ ಅವರು ಹೇಗೆ ಉಪಚರಿಸುತ್ತಿದ್ದಾರೆಂಬುದನ್ನು ವಿವರಿಸಿದ್ದಾರೆ. ಒಂದು ದಿನ ಮದರ್ ತೆರೆಸಾ ಅವರು ಕೊಳೆಗೇರಿಯಲ್ಲಿ ರೋಗಿಗಳಿಗೆ ಔಷಧಿ ನೀಡುತ್ತಿದ್ದರು. ಆಗ ಒಬ್ಬ ವ್ಯಕ್ತಿ ತನ್ನ ಕೊಳೆತ ಬೆರಳನ್ನು ಮೇಲೆತ್ತಿದ. ಆ ಬೆರಳನ್ನು ಕತ್ತರಿಸಿ ಹಾಕುವುದೊಂದೇ

ಉಳಿದಿರುವ ದಾರಿ ಎಂದು ಮದರ್ ತೆರೆಸಾಗೆ ತಿಳಿದಿತ್ತು. ಅವರು ತಮ್ಮಲ್ಲಿದ್ದ ಕತ್ತರಿಯನ್ನು ಬಳಸಿ ಅದನ್ನು ಕತ್ತರಿಸಿ ಹಾಕಿ ಚಿಕಿತ್ಸೆ ನೀಡಿದರು. ಮದರ್ ತೆರ್ಲಸಾ ಅವರು ಕುಷ್ಠರೋಗಿಗೆ ಚಿಕಿತ್ಸೆ ನೀಡಿದ ಈ ಪ್ರಥಮ ಘಟನೆಯನ್ನು ಡೆಸ್ಮಂಡ್ ಅವರು ತಮ್ಮ ಪುಸ್ತಕದಲ್ಲಿ ವಿವರಿಸಿದ್ದಾರೆ.

ಇಂದು, ಸಿಸ್ಟರ್‌ಗಳಿಗೆ ಇಂಥ ವಿಷಯಗಳಲ್ಲಿ ಸಾಕಷ್ಟು ತರಬೇತಿ ನೀಡಲಾಗಿದೆ. ನಿಧಿ ಸಂಗ್ರಹಿಸಿ ಕುಷ್ಠರೋಗ ಚಿಕಿತ್ಸಾ ಕೇಂದ್ರಗಳನ್ನು ಸ್ಥಾಪಿಸಲಾಗಿದೆ. ಕಲ್ಕತ್ತಾ ಬಳಿಯ ಕುಷ್ಠರೋಗ ಚಿಕಿತ್ಸಾ ಕೇಂದ್ರಕ್ಕೆ 'ಪ್ರೇಮದಾನ' ಎಂಬ ಉತ್ತಮ ಹೆಸರನ್ನಿಡಲಾಗಿದೆ. ರೋಗಿಗಳು ಇಲ್ಲಿ ಶಾಂತಿಯುತ ನೆಮ್ಮದಿಯ ಬದುಕನ್ನು ಕಾಣುತ್ತಿದ್ದಾರೆ. ಚಿಕಿತ್ಸೆಯ ಬಳಿಕ ರೋಗ ವಾಸಿಯಾದ ಬಳಿಕ ರೋಗಿಗಳನ್ನು ಮನೆಗೆ ಕಳುಹಿಸಲಾಗುತ್ತದೆ.

ಕಲ್ಕತ್ತಾದ ಹೊರವಲಯದಲ್ಲಿ ಟಿಟಾಗಢ ಸಮೀಪ ಕುಷ್ಠರೋಗಿಗಳಿಗಾಗಿ 'ಪ್ರೇಮ ನಿವಾಸ' ವನ್ನು ಮದರ್ ತೆರೆಸಾ ಸ್ಥಾಪಿಸಿದ್ದಾರೆ. ಇಲ್ಲಿ ಗುಣಮುಖರಾದ ಕುಷ್ಠರೋಗಿಗಳು ವಾಸಿಸುತ್ತಾರೆ; ಸ್ವತಃ ಸಂಪಾದಿಸಿ ಸ್ವಾವಲಂಬಿಗಳಾಗಿ ಬದುಕುತ್ತಾರೆ. ಅವರು ತೆಂಗಿನ ನಾರಿನಿಂದ ಹಗ್ಗ, ಚೀಲ ಹಾಗೂ ಚಾಪೆಗಳನ್ನು ತಯಾರಿಸುತ್ತಾರೆ. ಕಲ್ಕತ್ತದ ಬೀದಿಗಳಲ್ಲಿ ಜನರು ಬಿಸಾಕುವ ತೆಂಗಿನ ನಾರನ್ನು ಪ್ರೇಮನಿವಾಸಕ್ಕೆ ತರಲಾಗುತ್ತದೆ. ಇದರಿಂದ ರಸ್ತೆಗಳೂ ಶುಚಿಯಾಗುತ್ತವೆ.

ಕಾಳಿಘಾಟ್‌ನ ದೇವಾಲಯದ ಬಳಿ ಒಬ್ಬ ಭಿಕ್ಷುಕನಿದ್ದ. ಅವನು ಚಿಂದಿಬಟ್ಟೆಯನ್ನು ಧರಿಸಿ, ಮೈಯಲ್ಲಿ ಹುಣ್ಣನ್ನು ಸೃಷ್ಟಿಸಿ

ಕೊಂಡು ಕುಷ್ಠರೋಗಿಯಂತೆ ನಟಿಸುತ್ತಿದ್ದ. ಆದರೆ ಅವನ ನಟನೆ ಬಹುಕಾಲ ನಡೆಯಲಿಲ್ಲ. ಒಂದು ದಿನ ಅವನಿಗೆ ನಿಜವಾಗಿಯು ಕುಷ್ಠರೋಗ ತಗುಲಿಕೊಂಡಿತು. ಅನಂತರ ಅವನನ್ನು 'ಪ್ರೇಮದಾನ'ಕ್ಕೆ ಕರೆದೊಯ್ಯಲಾಯಿತು. ಸೂಕ್ತ ಚಿಕಿತ್ಸೆಯಿಂದಾಗಿ ಆತ ಗುಣಮುಖ ನಾದ. ಆದರೆ ಈಗ ಆತ ದೈಹಿಕವಾಗಿಯೂ ಅಲ್ಲ, ಮಾನಸಿಕ ವಾಗಿಯೂ ಬದಲಾಗಿದ್ದ. ಈ ಜಗತ್ತಿನಲ್ಲಿ ತಾನು ಒಂಟಿಯಲ್ಲ, ತನ್ನೊಂದಿಗೆ ಇತರರೂ ಇದ್ದಾರೆಂಬ ಭಾವನೆ ಅವನಲ್ಲಿ ಮೂಡಿತು. ಭಿಕ್ಷಾವೃತ್ತಿಯನ್ನು ಕೈಬಿಡಲು ನಿರ್ಧರಿಸಿದ. ಅವನೀಗ ಶಾಂತಿ ನಗರದ ಚಿಕಿತ್ಸಾಯಲಯವೊಂದರಲ್ಲಿ ಅರ್ಪಣಾ ಮನೋಭಾವ ದಿಂದ ಕೆಲಸ ಮಾಡುತ್ತಿದ್ದಾನೆ.

ಖ್ಯಾತ ಬಂಗಾಳಿ ಲೇಖಕ ಸುದೇವ್ ರೇ ಚೌಧರಿ ಅವರು ಮದರ್ ತೆರೆಸಾ ಜೊತೆ ಸೋದೆಪುರದ ಕುಷ್ಠರೋಗ ಕೇಂದ್ರಕ್ಕೆ ಹೋಗಿದ್ದರು ಅಲ್ಲಿ ಮಧ್ಯವಯಸ್ಕ ವ್ಯಕ್ತಿಯೊಬ್ಬ "ನನ್ನ ಮಗಳಿಗೆ ನಿಮ್ಮ ದಯೆಯಿಂದ ಕುಷ್ಠರೋಗ ವಾಸಿಯಾಗಿದೆ. ಅವಳಿಗೆ ಮದುವೆಯೂ ನಿಶ್ಚಯವಾಗಿದೆ. ಆದರೆ ಮದುವೆಯ ಉಂಗುರ ಕ್ಕಾಗುವಷ್ಟು ಹಣ ನನ್ನ ಬಳಿ ಇಲ್ಲ" ಎಂದು ಮದರ್ ತೆರೆಸಾ ಅವರಲ್ಲಿ ತನ್ನ ಸಮಸ್ಯೆಯನ್ನು ಹೇಳಿಕೊಂಡ. ಮದರ್ ತೆರೆಸಾ ತಟ್ಟನೆ ನುಡಿದರು – "ದೇವರು ಅವಳ ರೋಗವನ್ನೇ ವಾಸಿ ಮಾಡಿರುವಾಗ ಇಷ್ಟು ಸಣ್ಣ ಆವಶ್ಯಕತೆಯನ್ನು ಪೂರೈಸದೆ ಬಿಡುವನೇ?" ಬಳಿಕ ಸಿಸ್ಟರ್ ಒಬ್ಬರನ್ನು ಕರೆದು ಪುಟ್ಟ ಪೆಟ್ಟಿಗೆಯೊಂದರಿಂದ ಚಿನ್ನದ ಉಂಗರವನ್ನು ತರ ಹೇಳಿದರು. ಸಮಸ್ಯೆ ಪರಿಹಾರವಾಯಿತು. ಹುಡುಗಿಯ ಮದುವೆ ನೆರವೇರಿತು.

ಇಂದು ಮಿಶನರಿಗಳು 119 ಕುಷ್ಠರೋಗ ಚಿಕಿತ್ಸಾ ಕೇಂದ್ರಗಳನ್ನು ನಡೆಸುತ್ತಿದ್ದಾರೆ. ಸುಮಾರು 1,83,000 ರೋಗಿಗಳಿಗೆ ಚಿಕಿತ್ಸೆ ನೀಡಲಾಗುತ್ತಿದ್ದ. ಮದರ್ ತೆರೆಸಾ ಅವರಿಗೆ ದೊರೆತ ಎಲ್ಲಾ ಅಂತಾರಾಷ್ಟ್ರೀಯ ಪ್ರಶಸ್ತಿಗಳ ಹಣವನ್ನು ಬಡಬಗ್ಗರಿಗಾಗಿ, ನೊಂದವರ ಸೇವೆಗಾಗಿ ಉಪಯೋಗಿಸಲಾಗಿದೆ. ಯಾರು ಏನೇ ಕೊಡುಗೆ ನೀಡಿದರೂ ಅದನ್ನು ಸಂತೋಷದಿಂದ ಸ್ವೀಕರಿಸಲಾಗುತ್ತಿದ್ದೆ.

ಹಿಂದಿನ ಪೋಪ್ ಪಾಲ್ VI, 1964ರಲ್ಲಿ ಭಾರತಕ್ಕೆ ಭೇಟಿ ನೀಡಿದ್ದರು. ಆಗ ಅಮೆರಿಕದ ಕಂಪೆನಿ 'ಫೋರ್ಡ್' ಪೋಪರ ಪ್ರಯಾಣಕ್ಕಾಗಿ ಒಂದು ಕಾರನ್ನು ಕೊಡುಗೆಯಾಗಿ ನೀಡಿತ್ತು. ಅದನ್ನು ಪೋಪರು ಮದರ್ ತೆರೆಸಾ ಅವರಿಗೆ ಉಡುಗೊರೆಯಾಗಿ ನೀಡಿದರು. ಆದರೆ ಮದರ್ ತೆರೆಸಾ ಅವರಿಗೆ ಈ ದುಬಾರಿ ಕಾರಿನ ಅಗತ್ಯ ಕಾಣಲಿಲ್ಲ. ಅದನ್ನು ಮಾರಾಟ ಮಾಡುವ ಬದಲು ಅದೃಷ್ಟಚೀಟಿಗಿಟ್ಟರು. ಇದರಿಂದ ಅವರಿಗೆ ನಾಲ್ಕುಪಟ್ಟು ಅಧಿಕ ಹಣ ಲಭ್ಯವಾಯಿತು. ಐದು ಲಕ್ಷದಷ್ಟು ಹಣವನ್ನು ಕುಷ್ಠರೋಗ ಚಿಕಿತ್ಸೆ ಕೇಂದ್ರಕ್ಕಾಗಿ ವ್ಯಯಿಸಲಾಯಿತು.

1971ರಲ್ಲಿ ಮದರ್ ತೆರೆಸಾ ಅವರಿಗೆ ಪೋಪ್ ಜಾನ್ XXIII ಶಾಂತಿ ಪ್ರಶಸ್ತಿ ದೊರಕಿತು. ಈ ಪ್ರಶಸ್ತಿಯ ಮೊತ್ತವಾದ 21,500 ಡಾಲರ್‌ಗಳನ್ನು ಮದರ್ ತೆರೆಸಾ ಅವರು ಬಂಗಾಳದ ಕುಷ್ಠರೋಗಿಗಳಿಗಾಗಿ ವಿನಿಯೋಗಿಸಿದರು.

ನಿರಾಶ್ರಿತರಿಗೆ ನೆರವು

ಮದರ್ ತೆರೆಸಾ ಅವರು ಕ್ರಮೇಣ ತಮ್ಮ ಕಾರ್ಯವ್ಯಾಪ್ತಿಯನ್ನು ಇನ್ನಷ್ಟು ವಿಸ್ತರಿಸಿಕೊಂಡರು. ಡಂಡಂ ವಿಮಾನನಿಲ್ದಾಣದ ಸಮೀಪದ ಜೆಸ್ಸೋರ್ ರಸ್ತೆ 'ನಿರ್ಮಲ ಕೆನಡಿ ಹೋಮ್' ಅನ್ನು ಸ್ಥಾಪಿಸಿದರು. 1971ರಲ್ಲಿ ಬಾಂಗ್ಲದೇಶ ಪಾಕಿಸ್ತಾನದಿಂದ ಬೇರ್ಪಡೆಯಾಗಲು ಹೋರಾಡುತ್ತಿದ್ದಾಗ ಸಹಸ್ರಾರು ಜನರು ಪೂರ್ವ ಬಂಗಾಳದಿಂದ ಪಶ್ಚಿಮ ಬಂಗಾಳಕ್ಕೆ ಓಡಿ ಬಂದರು. ಇಂಥ ನಿರಾಶ್ರಿತರಿಗಾಗಿ ಕೆನಡಿ ಹೋಮ್ ಅನ್ನು ಬಳಸಲಾಯಿತು.

ಭಾರತದ ಗಡಿಯಲ್ಲಿ ಬೀಡುಬಿಟ್ಟಿದ್ದ ನಿರಾಶ್ರಿತರ ಬಳಿಗೆ ಮದರ್ ತೆರೆಸಾ ಮತ್ತು ಅವರ ಸಹಾಯಕಿಯರು ಧಾವಿಸಿದರು. ನಿರಾಶ್ರಿತರಿಗೆ ಆಹಾರ, ಔಷಧಿಗಳನ್ನು ನೀಡಿದರು. ಅವರ ಶುಶ್ರೂಷೆ ಮಾಡಿದರು ಬಾಂಗ್ಲಾದೇಶದಲ್ಲಿ ಹಿಂಸಾಚಾರ ಅಂತ್ಯಗೊಂಡ ಬಳಿಕ ಈ ನಿರಾಶ್ರಿತರು ಸ್ವದೇಶಕ್ಕೆ ಹಿಂದಿರುಗಿದರು.

ಜೋಸೆಫ್ ಕೆನಡಿ ಜೂನಿಯರ್ ಫೌಂಡೇಶನ್‌ನಿಂದ ದೊರೆತ 50,000 ಡಾಲರ್‌ಗಳನ್ನು ನಿರ್ಮಲ ಕೆನಡಿ ಹೋಮ್‌ಅನ್ನು ಸ್ಥಾಪಿಸಲು ಮದರ್ ತೆರೆಸಾ ಬಳಸಿಕೊಂಡಿದ್ದರು. ಇಲ್ಲಿ ಬುದ್ಧಿಮಾಂದ್ಯರು ಮತ್ತು ಮಾನಸಿಕ ಅಸ್ವಸ್ಥರಿಗೆ ಆಶ್ರಯ ನೀಡಲಾಯಿತು. ಉನ್ನತ ತರಬೇತಿ ಪಡೆದ ಮಾನಸಿಕ ತಜ್ಞರು ಹಾಗೂ ಇತರ ವಿಶೇಷ ತಜ್ಞರನ್ನು ಇಲ್ಲಿಗೆ ಕರೆಸಿ ಬುದ್ಧಿಮಾಂದ್ಯರಿಗೆ ಚಿಕಿತ್ಸೆ ಕೊಡಿಸಲಾಯಿತು. ಸಿಸ್ಟರ್‌ಗಳು ಅವರಿಂದ ತರಬೇತಿ ಪಡೆದು ಸ್ವತಃ ಚಿಕಿತ್ಸೆ ನೀಡಲಾರಂಭಿಸದರು.

‘ಬ್ರದರ್ಸ್’ ಶಾಖೆ

ಒಂದು ದಿನ ರಾತ್ರಿ ಕಲ್ಕತ್ತಾದ ಹೌರ ರೈಲ್ವೆ ನಿಲ್ದಾಣದಲ್ಲಿ ಕೆಲವು ಜನ ತರುಣರನ್ನು ಪೊಲೀಸರು ಬಂಧಿಸಿದರು. ಅವರಲ್ಲಿ ಜೇಬುಗಳ್ಳರು, ಕುಡುಕರು, ತಲೆಹಿಡಕರು, ಮಾದಕದ್ರವ್ಯ ಮಾರಾಟಗಾರರು ಮೊದಲಾದವರಿದ್ದರು. ಅವರನ್ನು ಲಾಕಪ್‌ಗೆ ತಳ್ಳಲು ಪೊಲೀಸರು ಎಳೆದೊಯ್ಯತೊಡಗಿದರು. ಆರೋಪಿಗಳ ಗುಂಪಿನಲ್ಲಿದ್ದ ‘ಬ್ರದರ್’ ಒಬ್ಬ ತಾನಾರೆಂದು ಹೇಳಿಕೊಳ್ಳಲು ಶತಪ್ರಯತ್ನ ನಡೆಸುತ್ತಿದ್ದ. ಆದರೆ ಆತನ ಮಾತುಗಳನ್ನು ಕೇಳುವಷ್ಟು ತಾಳ್ಮೆ ಪೊಲೀಸರಿಗೆ ಇರಲಿಲ್ಲ. ಇತರರೊಂದಿಗೆ ಅವನನ್ನೂ ಲಾಕಪ್‌ಗೆ ತಳ್ಳಿದರು.

ಸೆಕೆಯಿಂದ ಬಳಲುತ್ತಾ, ಸೊಳ್ಳೆ-ಇಲಿಗಳಿಂದ ಕಚ್ಚಿಸಿಕೊಳ್ಳುತ್ತಾ ಚಿಕ್ಕ ಕೊಠಡಿಯಲ್ಲಿ ಆ ರಾತ್ರಿಯನ್ನು ಕಳೆಯಬೇಕಾಯಿತು. ‘ಬ್ರದರ್’ ಜೊತೆಗಿದ್ದ ಆರೋಪಿ ಯುವಕರು ಆತನನ್ನು ಚೆನ್ನಾಗಿ ಗೇಲಿ ಮಾಡಿದರು “ನಿನ್ನನ್ನು ನಿನಗೇ ರಕ್ಷಿಸಿಕೊಳ್ಳಲಾಗುತ್ತಿಲ್ಲ ಮತ್ತೆ ನಮಗೆ ಸಹಾಯ ಮಾಡಲು ನಿನ್ನಿಂದ ಸಾಧ್ಯವೇ?” ‘ಬ್ರದರ್’ನ ಕಣ್ಣಗಳಲ್ಲಿ ನೀರಾಡಿತು. “ನನ್ನನ್ನು ಇಂಥಾ ಸ್ಥಿತಿಗೆ ಏಕೆ ತಂದೆ?” ಎಂದು ಮಂಡಿಯೂರಿ ಕುಳಿತು ಮನಸ್ಸಿನಲ್ಲೇ ದೇವರನ್ನು ಕೇಳಿಕೊಂಡ.

ಈ ‘ಬ್ರದರ್’ ಮತ್ಯಾರೂ ಅಲ್ಲ. ಮದರ್ ತೆರೆಸಾ ಅವರ ಶ್ರಮದ ಫಲವಾಗಿ ಹುಟ್ಟಿಕೊಂಡ ‘ಬ್ರದರ್ ಆಫ್ ಚ್ಯಾರಿಟಿ’ ಯ ಸಕ್ರಿಯ ಸದಸ್ಯ. ದಾರಿ ತಪ್ಪಿದ ನೂರಾರು ಯುವಕರು ಮತ್ತು ನಿರ್ಗತಿಕ ಬಾಲಕರಿಗೆ ಸಹಾಯ ಮಾಡಿ ಅವರನ್ನು ಸರಿದಾರಿಗೆ

35

ತರುವದೇ ಈ ಸಂಸ್ಥೆಯ ಉದ್ದೇಶಗಳಲ್ಲೊಂದು. ಹೌರಾ ಮತ್ತು ಸೆಲ್ದಾ ರೈಲ್ವೆ ನಿಲ್ದಾಣಗಳೇ ಈ ನಿರ್ಗತಿಕರ ಮನೆಗಳಾಗಿದ್ದವು.

ಸಾಮಾನು ಸರಂಜಾಮು ಹೊತ್ತು, ಶೂ ಪಾಲಿಷ್ ಮಾಡಿ ಅಥವಾ ಸಂದೇಶಗಳನ್ನು ತಲುಪಿಸಿ ನಿರ್ಗತಿಕ ಯುವಕರು ಮತ್ತು ಮಕ್ಕಳು ದಿನ ಕಳೆಯುತ್ತಿದ್ದರು. ಬ್ರದರ್ ಇಂಥ ಹುಡುಗರ ಸೇವೆಗಾಗಿ ತನ್ನನ್ನು ತೊಡಗಿಸಿಕೊಂಡಿದ್ದ. ಅವರ ಜೊತೆ ಫುಟ್‌ಬಾಲ್‌ನಂಥ ಆಟಗಳನ್ನು ಆಡುತ್ತಿದ್ದ. ಕೊಳೆಗೇರಿಗಲ್ಲಿ ಮತ್ತು ಕಿರಿದಾದ ರಸ್ತೆಗಳಲ್ಲೂ ಆತ ಕಾರ್ಯವೆಸಗುತ್ತಿದ್ದುದರಿಂದ ಸಣ್ಣಪುಟ್ಟ ಅಪರಾಧಿಗಳ ಪರಿಚಯವೂ ಅವನಿಗೆ ಆಯಿತು. ಅಪರಾಧ ಕೃತ್ಯಗಳನ್ನು ಕೈಬಿಟ್ಟು ಸ್ವ ಉದ್ಯೋಗ ಕೈಗೊಳ್ಳುವಂತೆ ಈ ಅಪರಾಧಿಗಳಿಗೆ ಬ್ರದರ್ ಸಲಹೆ ಮಾಡಿದ. ಅವರನ್ನು ಸರಿದಾರಿಗೆ ತರಲು ಪ್ರಯತ್ನಿಸಿದ.

ಇದೇ ಬ್ರದರ್ ಒಂದು ರಾತ್ರಿಯನ್ನು ಲಾಕಪ್‌ನಲ್ಲಿ ಕಳೆಯಬೇಕಾಯಿತು. ಈ ಕಹಿ ಘಟನೆಯನ್ನು ಆತ ಎಂದಿಗೂ ಮರೆಯಲಿಲ್ಲ. ಸಿಸ್ಟರ್‌ಗಳಿಗೆ ಸಮವಸ್ತ್ರ ಇರುವಂತೆ ಬ್ರದರ್‌ಗಳಿಗೆ ಇರಲಿಲ್ಲ. ಹಾಗಾಗಿ ಸಾರ್ವಜನಿಕರೊಂದಿಗೆ ಅವರು ಇದ್ದಾಗ ಅವರನ್ನು ಗುರುತಿಸಲು ಕಷ್ಟವಾಗುತ್ತಿತ್ತು. ಸೂಕ್ಷ್ಮವಾಗಿ ಗಮನಿಸಿದರೆ ಮಾತ್ರ ಅವರ ಅಂಗಿಗಳಲ್ಲಿ ಶಿಲುಬೆಗೇರಿದ ಏಸುವಿನ ಚಿಕ್ಕ ಪ್ರತಿಮೆಯನ್ನು ಕಾಣಬಹುದಿತ್ತು.

ಬ್ರದರ್‌ಗಳ ಸಮವಸ್ತ್ರದ ಬಗ್ಗೆ ಮದರ್ ತೆರೆಸಾ ಮತ್ತು ಬ್ರದರ್ ಆಂಡ್ರೂ, ಅವರ ಮಧ್ಯೆ ಭಿನ್ನಾಭಿಪ್ರಾಯವಿತ್ತು. ಆಂಡ್ರೂ ಅವರು 'ಬ್ರದರ್ಸ್' ಶಾಖೆಯ ಮೊದಲ ಜನಸೇವಕ ಅಥವಾ ಸುಪೀರಿಯರ್ ಜನರಲ್ ಆಗಿದ್ದರು. ಬ್ರದರ್‌ಗಳಿಗೆ ಧಾರ್ಮಿಕ

ಉಡುಗೆಯ ಆವಶ್ಯಕತೆ ಇದೆ ಎಂದು ಮದರ್ ತೆರೆಸಾ ನಂಬಿದ್ದರು. ಅನೇಕ ಬ್ರದರ್‌ಗಳೂ ಇಂಥ ಉಡುಗೆ ತೊಡುಗೆಯನ್ನು ಬಯಸುತ್ತಿದ್ದರು. ಆದರೆ ಆಂಡ್ರೂ ಅವರು ಜನಸಾಮನ್ಯರ ಉಡುಗೆ ತೊಡುಗೆಯನ್ನೇ ಬ್ರದರ್‌ಗಳೂ ತೊಟ್ಟುಕೊಳ್ಳಬೇಕು; ಅಂಗಿಯಲ್ಲಿ ಶಿಲುಬೆಗೇರಿದ ಏಸುವಿನ ಚಿಹ್ನೆ ಇದ್ದರೆ ಸಾಕು ಎಂದು ಅಭಿಪ್ರಾಯಪಟ್ಟಿದ್ದರು. ಆದರೆ ಸಿಸ್ಟರ್‌ಗಳು ವಿಶೇಷ ಉಡುಪನ್ನು ಧರಿಸುವುದು ಅಗತ್ಯ. ಅದು ಅವರಿಗೆ ರಕ್ಷಣೆ ನೀಡುತ್ತದೆ ಎಂದು ಆಂಡ್ರೂ ಹೇಳಿದ್ದರು.

ಬ್ರದರ್ಸ್ ಶಾಖೆಯನ್ನು 1963ರಲ್ಲಿ ಆರಂಭಿಸಲಾಗಿತ್ತು. ಇದರ ಸ್ಥಾಪನೆಗೆ ಮುನ್ನ ಮದರ್ ತೆರೆಸಾ ಅವರು ಫಾದರ್ ವೇನ್ ಎಕ್ಸೆಂ ಅವರ ಸಲಹೆಯನ್ನು ಪಡೆದಿದ್ದರು. 1961ರಲ್ಲಿ ಒಂದು ದಿನ ಮದರ್ ತೆರೆಸಾ ಅವರು ಫಾದರ್‌ರವರನ್ನು ಅನಿರೀಕ್ಷಿತವಾಗಿ ಭೇಟಿ ಮಾಡಿದರು. ಶಿಶುಭವನದ ಮಕ್ಕಳು ಬೆಳೆಯುತ್ತಿದ್ದಾರೆ; ಸಿಸ್ಟರ್‌ಗಳಿಗೆ ಅವರನ್ನು ನೋಡಿಕೊಳ್ಳಲು ಕಷ್ಟವಾಗುತ್ತಿದ್ದೆ ಎಂದು ವಿವರಿಸಿದರು. ಕಾಳಿಘಾಟ್‌ನಲ್ಲಿ ಮತ್ತು ಕುಷ್ಠರೋಗ ಚಿಕಿತ್ಸಾ ಕಾರ್ಯಗಳಲ್ಲಿ ಪುರಷರೇ ದಕ್ಷತೆಯಿಂದ ಕೆಲಸ ಮಾಡಬಹುದು ಎಂದು ತಮ್ಮ ಅಭಿಪ್ರಾಯವನ್ನು ಮದರ್ ತೆರೆಸಾ ವ್ಯಕ್ತಪಡಿಸಿದರು. ಇದಕ್ಕಾಗಿ ಬ್ರದರ್‌ಗಳ ಸಂಸ್ಥೆಯೊಂದನ್ನು ಸ್ಥಾಪಿಸಲು ತಾವು ಬಯಸುತ್ತಿರುವುದಾಗಿ ತಿಳಿಸಿದರು. ಆರ್ಚ್‌ಬಿಷಪ್ ಅವರ ಅನುಮತಿ ಪಡೆಯಲು ಸಾಧ್ಯವೇ ಎಂದು ವೇನ್ ಎಕ್ಸೆಂ ಅವರೊಡನೆ ಕೇಳಿದರು. ಇದೊಂದು ಉತ್ತಮ ಯೋಜನೆ ಎಂದು ಅಭಿಪ್ರಾಯಪಟ್ಟ ಫಾದರ್ ನೇರವಾಗಿ ಕಲ್ಕತ್ತಾಕ್ಕೆ ತೆರಳಿ ಆರ್ಚ್‌ಬಿಷಪ್ ಅಲ್ಬರ್ಟ್ ವಿನ್ಸೆಂಟ್ ಅವರನ್ನು ಭೇಟಿಯಾಗಿ

ಮದರ್ ತೆರೆಸಾ ಅವರ ಯೋಜನೆಯನ್ನು ವಿವರಿಸಿದರು. ಕ್ಷಣಕಾಲ ಮೌನವಾಗಿದ್ದ ವಿನ್ಸೆಂಟ್ ಅವರು ಕೊನೆಗೂ ಈ ಯೋಜನೆಗೆ ಒಪ್ಪಿಗೆ ನೀಡಿದರು.

ಮದರ್ ತೆರೆಸಾ ಆನಂದತುಂದಿಲರಾದರು. ಸೂಕ್ತ ತರುಣರನ್ನು ಕೂಡಲೇ ಕಳಹಿಸಿಕೊಡುವಂತೆ ಫಾದರ್ ವೇನ್ ಎಕ್ಸೆಂರವರನ್ನು ಕೋರಿದರು. ಆರು ಮಂದಿ ತರಣರನ್ನು ಅವರು ಕಲ್ಕತ್ತಾಕ್ಕೆ ಕಳುಹಿಸಿದರು. ಪ್ರಾರಂಭದಲ್ಲಿ ಶಿಶುಭವನದಲ್ಲಿ ನೇಮಿಸಲಾಯಿತು. ಅವರಿಗೆ ವ್ಯಾಯಾಮದ ಆವಶ್ಯಕತೆ ಇತ್ತು. ಪ್ರತಿದಿನ ಸಂಜೆ ವಾಲಿಬಾಲ್ ಆಡುವಂತೆ ಮದರ್ ತೆರೆಸಾ ಈ ತರುಣರಿಗೆ ಸೂಚಿಸಿದರು.

ಆದರೂ ಬ್ರದರ್ಸ್ ಶಾಖೆ ಪ್ರಾರಂಭದಲ್ಲಿ ಕೆಲವು ಸಣ್ಣ ಪುಟ್ಟ ಸಮಸ್ಯೆಗಳನ್ನು ಎದುರಿಸಬೇಕಾಯಿತು. ಅದು ಮಾನ್ಯತೆ ದೊರೆತ ಸಂಸ್ಥೆಯಾಗುವವರೆಗೂ ಅದಕ್ಕೆ ಸೇರಲು ಯುವಕರು ಹಿಂಜರಿಯುತ್ತಿದ್ದರು. ಮಹಿಳೆಯೊಬ್ಬರು ಪುರುಷರ ಸಂಘಟನೆಯ ಮೇಲ್ವಿಚಾರಣೆ ವಹಿಸುವುದಕ್ಕೆ ರೋಮನ್ ಕೆಥೋಲಿಕ್ ಚರ್ಚ್‌ನ ಒಪ್ಪಿಗೆಯೂ ಇರಲಿಲ್ಲ. ಈ ಸಮಸ್ಯೆ ಬಗೆಹರಿಯಲು ಒಂದು ವರ್ಷವೇ ಬೇಕಾಯಿತು. ಕೊನೆಗೂ ಆಸ್ಟ್ರೇಲಿಯಾದ ಇಯಾನ್ ಟ್ರಾವರ್ಸ್ ಬಾಲ್ ಅವರು ಬ್ರದರ್ಸ್ ಶಾಖೆಯ ನೇತೃತ್ವ ವಹಿಸಿದರು. ತಮ್ಮ ಹೆಸರನ್ನು ಬ್ರದರ್ ಆಂಡ್ರೂ ಎಂದು ಬದಲಾಯಿಸಿಕೊಂಡರು.

ಪ್ರಾರಂಭದಲ್ಲಿ ಕಿಡ್ಡರ್‌ಪೋರ್‌ನ ಬಾಡಿಗೆ ಕಟ್ಟಡದಲ್ಲಿ ಬ್ರದರ್ ಶಾಖೆಯ ಕೇಂದ್ರ ಕಚೇರಿಯಿತ್ತು. ಆಗ ಅದರಲ್ಲಿ ಒಟ್ಟು 15

ಜನರಿದ್ದರು. ಬ್ರದರ್ ಆಂಡ್ರೂ ಶಾಖೆಯ ನೇತೃತ್ವವನ್ನು ಸಮರ್ಥ ವಾಗಿ ನಿಭಾಯಿಸಿಕೊಂಡು ಹೋಗುತ್ತಿದ್ದರು. ಮದರ್ ತೆರೆಸಾ ಈ ಬ್ರದರ್‌ಗಳಿಗೆ ಸ್ಫೂರ್ತಿ, ಬೆಂಬಲ ನೀಡುತ್ತಿದ್ದರು.

ಹೌರ ರೈಲ್ವೆ ನಿಲ್ದಾಣದಲ್ಲಿ ಬ್ರದರ್‌ಗಳು ತಮ್ಮ ಸೇವಾ ಕಾರ್ಯ ವನ್ನು ಆರಂಭಿಸಿದರು. ನಿರ್ಗತಿಕ ಮಕ್ಕಳಿಗೆ ನೆರವಾದರು. ಅವರಿಗೆ ಉದ್ಯೋಗ ತರಬೇತಿಯನ್ನು ನೀಡಿದರು. ಅವರನ್ನು ಸ್ವಾವಲಂಬಿ ಗಳನ್ನಾಗಿಸಲು ಪ್ರಯತ್ನಿಸಿದರು. ಮುಂದೆ ಇತರ ಕ್ಷೇತ್ರಗಳಿಗೂ ಬ್ರದರ್‌ಗಳ ಚಟುವಟಿಕೆಗಳು ವ್ಯಾಪಿಸಿದವು.

ಮದರ್ ತೆರೆಸಾ ಅವರ ಚಟುವಟಿಕೆಗಳಿಗೆ ಸಹಕಾರ ನೀಡಲು ಪ್ರಪಂಚದ ಮೂಲೆಮೂಲೆಯಿಂದ ಎಲ್ಲಾ ಧರ್ಮಗಳ ಸ್ತ್ರೀ ಪುರುಷರು, ಮಕ್ಕಳು, ಬಡವ ಬಲ್ಲಿದರು ಹೀಗೆ ನಾನಾ ವರ್ಗಗಳ ಜನರು ಮುಂದೆ ಬಂದರು. ಅವರು ಬಡವರ ಸೇವೆಗೆ ತಮ್ಮನ್ನು ತೊಡಗಿಸಿಕೊಂಡರು.

ಮಹಾತ್ಮಗಾಂಧಿಯವರ ಆದರ್ಶ ಜೀವನವನ್ನು ಮದರ್ ತೆರೆಸಾ ಅವರು ಬಹುವಾಗಿ ಮೆಚ್ಚಿಕೊಂಡಿದ್ದರು. ಗಾಂಧೀಜಿ ಯವರು ತಮ್ಮ ಜೊತೆ ಕೆಲಸ ಮಾಡುತ್ತಿದ್ದವರನ್ನು ಸ್ವಯಂ ಸೇವಕರು ಎಂದು ಕರೆಯುತ್ತಿದ್ದರು. ಮದರ್ ತೆರೆಸಾ ಅವರು ಈ ಪದವನ್ನು ಆರಿಸಿಕೊಂಡರು. ತಮ್ಮ ಚಟುವಟಿಕೆಗಳಲ್ಲಿ ಭಾಗ ವಹಿಸುವ ಸಹ ಕೆಲಸಗಾರರಿಗೆ ಸ್ವಯಂಸೇವಕರು ಎಂದು ಹೆಸರಿಟ್ಟರು.

ಮೈಕೆಲ್ ಗೋಮ್ಸ್ ಮತ್ತು ಅವರ ಕುಟುಂಬದ ಸದಸ್ಯರು ಮೊದಲ ಸ್ವಯಂಸೇವಕರಾಗಿದ್ದರು. ಮದರ್ ತೆರೆಸಾ ಅವರ ಕರೆಗೆ ಓಗೊಟ್ಟು ಉಚಿತ ಸೇವೆ ಸಲ್ಲಿಸಿದ ವೈದ್ಯರು, ದಂತ ವೈದ್ಯರು ಮತ್ತು ದಾದಿಗಳು ಕೂಡಾ ಸ್ವಯಂ ಸೇವಕರೆನಿಸಿಕೊಂಡರು. ಮುಂದೆ ಸ್ವಯಂಸೇವಕರ ಸಂಘಗಳನ್ನು ಸ್ಥಾಪಿಸಲು ಮದರ್ ತೆರೆಸಾ ಅವರು ಪ್ರೋತ್ಸಾಹ ನೀಡಿದರು.

ಬ್ರಿಟಿಷ್ ವಾಣಿಜ್ಯೋದ್ಯಮಿಯೊಬ್ಬರ ಪತ್ನಿ ಆನಿ ಬ್ಲ್ಯಾಕಿ ಅವರು ಮದರ್ ತೆರೆಸಾ ಅವರ ಸೇವಾ ಚಟುವಟಿಕೆಗಳ ಬಗ್ಗೆ ಓದಿ ತಿಳಿದಿದ್ದರು. 1954ರಲ್ಲಿ ಅವರು ಕಲ್ಕತ್ತಾದಲ್ಲಿ ಮದರ್ ತೆರೆಸಾ ಅವರನ್ನು ಭೇಟಿಯಾಗಿ ಜನರ ಸೇವೆ ಮಾಡುವ ತಮ್ಮ ಆಕಾಂಕ್ಷೆಯನ್ನು ವ್ಯಕ್ತಪಡಿಸಿದರು. ಮದರ್ ತೆರೆಸಾ ಅವರನ್ನು ಕಾಳಿಘಾಟ್‌ಗೆ ಕರೆದೊಯ್ದರು. ಆ ಸಂಜೆ ಕಾಳಿಘಾಟ್‌ನಲ್ಲಿ ಸೇವೆ ಮುಗಿಸಿ ಅವರು ಮರಳುವಾಗ ಅವರ ಜೀವನವೇ ಹೊಸ ತಿರುವು ಪಡೆದಿತ್ತು. ಅದೇ ವರ್ಷ ಆನಿ ಅವರು ಕಲ್ಕತ್ತಾದಲ್ಲಿ ಮೊದಲ ಸ್ವಯಂಸೇವಕರ ಸಂಘವನ್ನು ಕಟ್ಟಿದರು. ಈ ಸಂಘ ಶ್ರಮವಹಿಸಿ ದುಡಿದು ಕ್ರಿಸ್‌ಮಸ್ ಹಬ್ಬದ ದಿನ ಶಿಶುಭವನದ ಮಕ್ಕಳಿಗೆ ಬಟ್ಟೆ ಬರೆಗಳನ್ನು ವಿತರಿಸಿತು. ಮದರ್ ತೆರೆಸಾ ಸಂತುಷ್ಟಗೊಂಡು ಕೃತಜ್ಞತೆ ಸಲ್ಲಿಸಿದರು. "ನಿಮ್ಮ ಪ್ರಯತ್ನವನ್ನು ಶ್ಲಾಘಿಸಲೇಬೇಕು. ಮುಂದೆ ಮುಸ್ಲಿಂ, ಹಿಂದೂಗಳ ಹಬ್ಬಗಳು ಬರಲಿದೆ. ಆ ಹಬ್ಬಗಳ ದಿನಗಳಂದೂ ಹೊಸ ಬಟ್ಟೆ ಸಿಗಬಹುದೆಂದು ಮಕ್ಕಳು ಕಾತರದಿಂದ ಕಾಯಬಹುದು" ಆ ಬಳಿಕ ಆನಿ ಹಿಂತಿರುಗಿ ನೋಡಲಿಲ್ಲ. 1960ರಲ್ಲಿ ಅವರು ಇಂಗ್ಲೆಂಡಿಗೆ ಮರಳಿ ಅಲ್ಲಿನ ಸ್ವಯಂಸೇವಕರು

ಮತ್ತು ಇತರ ಸೇವಾ ಮನೋಭಾವದ ಜನರನ್ನು ಒಂದುಗೂಡಿಸಿ 'ಮದರ್ ತೆರೆಸಾ ಸಮಿತಿ'ಯನ್ನು ಸ್ಥಾಪಿಸಿದರು.

ಸ್ವಯಂಸೇವಕರು ವಿಶ್ವದ ಮೂಲೆ ಮೂಲೆಗಳಲ್ಲಿ ತಮ್ಮ ಸೇವಾ ಚಟುವಟಿಕೆಗಳನ್ನು ಮುಂದುವರಿಸಿದರು.

ಪ್ರಶಸ್ತಿಗಳ ಸರಮಾಲೆ

ಮದರ್ ತೆರೆಸಾ ಅವರ ಸೇವೆಯನ್ನು ಗುರುತಿಸಿ ಅನೇಕ ಪ್ರಶಸ್ತಿಗಳನ್ನು ಅವರಿಗೆ ನೀಡಲಾಗಿದೆ. ಪ್ರಶಸ್ತಿಗಳ ಹಣವನ್ನೆಲ್ಲಾ ಅವರು ಆಶ್ರಯಧಾಮಗಳನ್ನು ತೆರೆಯಲು ವಿನಿಯೋಗಿಸಿದ್ದಾರೆ.

ಮದರ್ ತೆರೆಸಾ ಅವರಿಗೆ ದೊರೆತ ಮೊದಲ ಪುರಸ್ಕಾರ ಗಳಲ್ಲಿ 'ಪದ್ಮಶ್ರೀ' ಸಹಾ ಒಂದು. 1962ರಲ್ಲಿ ಭಾರತಸರಕಾರದ ಪರವಾಗಿ ರಾಷ್ಟ್ರಪತಿಯವರು ಇದನ್ನು ಪ್ರದಾನ ಮಾಡಿದ್ದರು. ಅದೇ ವರ್ಷ ಅವರಿಗೆ 'ಮ್ಯಾಗ್ಸೇಸೆ' ಪ್ರಶಸ್ತಿಯೂ ಬಂತು.

1971ರ ಜನವರಿಯಲ್ಲಿ ಪೋಪ್ ಪಾಲ್ VI ಮದರ್ ತೆರೆಸಾ ಅವರಿಗೆ ಪೋಪ್ ಜಾನ್ XXIII ಶಾಂತಿ ಪ್ರಶಸ್ತಿಯನ್ನು ನೀಡಿ ಗೌರವಿಸಿದರು. ಅದೇ ವರ್ಷದ ಸೆಪ್ಟೆಂಬರನಲ್ಲಿ ಅಮೆರಿಕದ ಬೋಸ್ಟನ್‌ನಲ್ಲಿ ಅವರಿಗೆ ಗುಡ್ ಸಮರಿಟನ್ ಪ್ರಶಸ್ತಿ ನೀಡಲಾಯಿತು. ಒಂದು ತಿಂಗಳ ಬಳಿಕ ಜಾನ್ ಎಫ್. ಕೆನಡಿ ಅಂತಾರಾಷ್ಟ್ರೀಯ ಪ್ರಶಸ್ತಿಯನ್ನು ಮದರ್ ತೆರೆಸಾ ಸ್ವೀಕರಿಸಿದರು.

ಇನ್ನೂ ಹಲವು ಪ್ರಶಸ್ತಿಗಳು ಒಂದರ ಹಿಂದೆ ಇನ್ನೊಂದರಂತೆ ಬಂದವು. 1972ರಲ್ಲಿ ಅಂತರರಾಷ್ಟ್ರೀಯ ತಿಳಿವಳಿಕೆಗಿರುವ ಜವಾಹರಲಾಲ ನೆಹರೂ ಪ್ರಶ್ತಿ, 1973ರಲ್ಲಿ ಇಂಗ್ಲೆಂಡಿನ

ರಾಜಕುಮಾರ ಫಿಲಿಪ್ ಅವರಿಂದ ಟೆಂಪಲ್‌ಟನ್ ಪ್ರಶಸ್ತಿ, 1974ರಲ್ಲಿ ಮೇಟರ್ ಮತ್ತು ಮೆಜಿಸ್ಟ್ರಾ ಪ್ರಶಸ್ತಿ ಯನ್ನು ಮದರ್ ತೆರೆಸಾ ಬಗಲಿಗೆ ಹಾಕಿಕೊಂಡರು.

ಇವೆಲ್ಲ ಪ್ರಶಸ್ತಿಗಳಿಗಿಂತಲೂ ಶ್ರೇಷ್ಠವಾದ ನೊಬೆಲ್ ಬಹುಮಾನವನ್ನು 1979ರಲ್ಲಿ ಅವರು ಗಳಿಸಿದರು. ಮರು ವರ್ಷವೇ ಭಾರತದ ಅತ್ಯುನ್ನತ ಪ್ರಶಸ್ತಿಯಾದ 'ಭಾರತರತ್ನ'ವನ್ನು ನೀಡಿ ಅವರನ್ನು ಗೌರವಿಸಲಾಯಿತು.

ಸೇವಾಕ್ಷೇತ್ರ ವಿಸ್ತರಣೆ

ಕಲ್ಕತ್ತಾದ ಕೊಳೆಗೇರಿಯಿಂದ ಆರಂಭವಾದ ಮದರ್ ತೆರೆಸಾ ಅವರ ಸೇವಾ ಚಟುವಟಿಕೆ ವಿಶ್ವದಾದ್ಯಂತ ವ್ಯಾಪಿಸಿತು. ಯಾವ ಖಂಡದಲ್ಲಿ, ಯಾವ ದೇಶದಲ್ಲಿ ರೋಗಿಗಳು, ನೊಂದವರು ಕಾಣಿಸಿಕೊಂಡರೋ ಅಲ್ಲಿ ನೀಲಿ ಅಂಚಿನ ಬಿಳಿಸೀರೆ ಧರಿಸಿದ ಸಿಸ್ಟರ್‌ಗಳು ಪ್ರತ್ಯಕ್ಷರಾದರು. ಮದರ್ ತೆರೆಸಾ ಅವರ ಸಿಸ್ಟರ್‌ಗಳನ್ನು ರೋಮ್ ನಗರದ ಕೊಳೆಗೇರಿಯಲ್ಲಿ, ದೂರದ ಪೆಸಿಫಿಕ್ ದ್ವೀಪಗಳಾದ ಪಾಪ್ವೇ ನ್ಯೂಗಿನಿಯದಲ್ಲೂ ಸಹ ಕಾಣಬಹುದು. ಯೂರೋಪ್, ಆಫ್ರಿಕಾ, ಏಷ್ಯ, ಆಸ್ಟ್ರೇಲಿಯಾ, ಅಮೆರಿಕಾ ಈ ಎಲ್ಲಾ ಖಂಡಗಳಿಗೂ ಮದರ್ ತೆರೆಸಾ ಅವರ ಸೇವಾಕ್ಷೇತ್ರ ವಿಸ್ತರಿಸಿದೆ.

ಮದರ್ ತೆರೆಸಾ ಅವರು ಎಂದೂ ಪ್ರಚಾರವನ್ನು ಬಯಸ ಲಿಲ್ಲ. ತಮ್ಮ ಬಗ್ಗೆಯಾಗಲೀ, ತಮ್ಮ ಸಂಸ್ಥೆಯ ಬಗ್ಗೆಯಾಗಲೀ ಪುಸ್ತಕಗಳನ್ನಾಗಲೀ, ಲೇಖನಗಳನ್ನಾಗಲೀ ಬರೆದಿಲ್ಲ. ಒಮ್ಮೆ ಒಬ್ಬ ಪತ್ರಕರ್ತ ಮದರ್ ತೆರೆಸಾ ಅವರನ್ನು ಭೇಟಿಯಾಗಿ ಅವರ ಕಾರ್ಯ

ಚಟುವಟಿಕೆಗಳ ಬಗ್ಗೆ ಪತ್ರಿಕೆಗೆ ಲೇಖನ ಬರೆಯುವಂತೆ ಸಲಹೆ ನೀಡಿದ. ಮದರ್ ತೆರೆಸಾ ಹಸನ್ಮುಖಿಯಾಗಿ ಉತ್ತರಿಸಿದರು – "ಅದು ನನ್ನ ಕೆಲಸವಲ್ಲ, ನಿಮ್ಮದು."

ವೃತ್ತ ಪತ್ರಿಕೆಗಳು ಮತ್ತು ನಿಯತಕಾಲಿಕೆಗಳು ಮದರ್ ತೆರೆಸಾ ಅವರ ಸೇವಾಕಾರ್ಯಗಳನ್ನು ಶ್ಲಾಘಿಸಿ ಬರೆದವು. ಅವರೊಬ್ಬ ಅಸಾಧಾರಣ ಮಹಿಳೆ ಎಂಬುದನ್ನು ಇಡೀ ವಿಶ್ವವೇ ಅರಿತು ಕೊಂಡಿತು.

ಮದರ್ ತೆರೆಸಾ ಹೋದೆಡೆಯಲ್ಲೆಲ್ಲಾ ನೂರಾರು ಜನರು "ನಿಮ್ಮ ಈ ಶ್ರೇಷ್ಠ ಕೆಲಸಕ್ಕೆ ಸ್ಫೂರ್ತಿ ನೀಡಿದವರು ಯಾರು?" ಎಂದು ಕೇಳುತ್ತಿದ್ದರು. ತಟ್ಟನೆ "ಏಸು ಕ್ರಿಸ್ತ" ಎಂದು ಅವರು ಪ್ರತಿಕ್ರಿಯಿಸುತ್ತಿದ್ದರು. ಮದರ್ ತೆರೆಸಾ ಅವರಿಗೆ ಏಸುಕ್ರಿಸ್ತ ಮತ್ತು ಬೈಬಲ್ ದಾರಿದೀಪವಾಗಿದ್ದರೂ ಎಲ್ಲಾ ಧರ್ಮಗಳ ಜನರೂ ಅವರನ್ನು ಗೌರವದಿಂದ, ಅಭಿಮಾನದಿಂದ ಕಾಣುತ್ತಾರೆ.

ಮದರ್ ತೆರೆಸಾ ಅವರಿಗೆ ದೇವರ ಮೇಲೆ ಅಚಲ ನಂಬಿಕೆ. ಒಮ್ಮೆ ಒಬ್ಬ ಪಾದ್ರಿ ಸೈಂಟ್ ಜೋಸೆಫ್ ಚರ್ಚ್ ಉತ್ಸವಕ್ಕಾಗಿ ವಂತಿಗೆ ಸಂಗ್ರಹಿಸುತ್ತಿದ್ದ. ಮದರ್ ತೆರೆಸಾ ಅವರು ತಮ್ಮ ಪುಟ್ಟ ಪೆಟ್ಟಿಗೆಯನ್ನು ತೆರೆದಾಗ ಅದರಲ್ಲಿ ಕೇವಲ ಒಂದು ರೂಪಾಯಿ ಯಷ್ಟೇ ಇತ್ತು. ಹತಾಶರಾದ ಅವರು ಸಂತನ ಪಟ್ಟ ಮೂರ್ತಿ ಯನ್ನು ಆ ಪೆಟ್ಟಿಗೆಯೊಳಗಿಟ್ಟು ವಂತಿಗೆ ನೀಡುವ ಶಕ್ತಿ ದೊರೆತಾಗ ಲಷ್ಟೇ ಆ ಮೂರ್ತಿಯನ್ನು ಹೊರತೆಗೆಯುವುದಾಗಿ ಹೇಳಿ ಕೊಂಡರು.

ಮರುದಿನ ಬೆಳಗ್ಗೆ ಸಿಸ್ಟರ್ ಒಬ್ಬಳು ಬಿಳಿ ಲಕೋಟೆ

ಯೊಂದನ್ನು ಮದರ್ ತೆರೆಸಾ ಅವರ ಕೈಗಿತ್ತರು. ಅದರಲ್ಲಿ ನೂರರ ಒಂದು ನೋಟು ಇತ್ತು. ಅವರು ಸಂಭ್ರಮಿಸುತ್ತಾ ನುಡಿದರು "ಒಂದು ರೂಪಾಯಿ ಹೇಗೆ ನೂರು ರೂಪಾಯಿಯಾಗಿದೆ ನೋಡು. ಈಗ ಸಂತ ಜೋಸೆಫ್‌ನನ್ನು ಪೆಟ್ಟಿಗೆಯಿಂದ ಹೊರತೆಗೆಯಬಲ್ಲೆ."

"ಶ್ರೀಮಂತ ರಾಷ್ಟ್ರಗಳಲ್ಲೂ ಜನರು ಪ್ರೀತಿಗಾಗಿ ಹಾತೊರೆಯುತ್ತಿದ್ದಾರೆ. ಆದ್ದರಿಂದಲೇ ಇಂಗ್ಲೆಂಡ್, ಅಮೆರಿಕಾ, ಆಸ್ಟ್ರೇಲಿಯಾದಂಥ ರಾಷ್ಟ್ರಗಳಿಗೆ ನಾನು ಹೋಗಬೇಕಾಯಿತು. ಅಲ್ಲಿ ಆಹಾರಕ್ಕೆ ಕೊರತೆಯಿಲ್ಲ. ಆದರೆ ಪ್ರೀತಿಗೆ ಕೊರತೆಯಿದೆ" ಎಂದು ಮದರ್ ತೆರೆಸಾ ಸಂದರ್ಶನವೊಂದರಲ್ಲಿ ಹೇಳಿದ್ದಾರೆ.

ಪ್ರಭಾವಶಾಲಿ ಮಹಿಳೆ

ಮದರ್ ತೆರೆಸಾ ವಿಶ್ವದ ಅತ್ಯಂತ ಪ್ರಭಾವಶಾಲಿ ಮಹಿಳೆಯರಲ್ಲಿ ಒಬ್ಬರು. ಕೊಳೆಗೇರಿಗೆ ಹೋಗುವಂತೆಯೇ ಪಶ್ಚಿಮ ಬಂಗಾಳದ ಮುಖ್ಯಮಂತ್ರಿಯವರ ಕಚೇರಿಗೂ ಅವರು ಯಾವಾಗ ಬೇಕೆಂದರಾಗ ಹೋಗಬಲ್ಲರು. ಕಚೇರಿಯ ಸಿಬ್ಬಂದಿ ಮದರ್ ತೆರೆಸಾ ಅವರನ್ನು ಆದರದಿಂದ ಸ್ವಾಗತಿಸುತ್ತಾರೆ. ಮುಖ್ಯಮಂತ್ರಿ ಯವರು ಹೃದಯದ ಕಾಯಿಲೆಯ ಚಿಕಿತ್ಸೆಗಾಗಿ ಆಸ್ಪತ್ರೆ ಸೇರಿದ್ದಾಗ ಮದರ್ ತೆರೆಸಾ ತಮ್ಮ ಸಹಾಯಕಿಯರೊಂದಿಗೆ ಅವರನ್ನು ಭೇಟಿ ಯಾಗಿದ್ದರು. ಅವರ ಚೇತರಿಕೆಗಾಗಿ ದೇವರಲ್ಲಿ ವಿಶೇಷ ಪ್ರಾರ್ಥನೆ ಯನ್ನು ಸಲ್ಲಿಸಿದ್ದರು.

ಪ್ರಧಾನಿಗಳಾಗಿದ್ದ ಇಂದಿರಾಗಾಂಧಿ ಮತ್ತು ರಾಜೀವ್ ಗಾಂಧಿ ಯವರನ್ನು ಕೂಡ ಮದರ್ ತೆರೆಸಾ ಆಗಾಗ್ಗೆ ಭೇಟಿಯಾಗುತ್ತಿದ್ದರು. ಇಂದಿರಾ ಗಾಂಧಿಯವರ ಜೊತೆ ಅವರಿಗೆ ನಿಕಟ ಸಂಬಂಧವಿತ್ತು.

ಇಂದಿರಾಗಾಂಧಿಯವರಿಗೆ ಮದರ್ ತೆರೆಸಾ ಅವರು ಪತ್ರ ಬರೆದರೆ ಇಂದಿರಾ ಕೂಡಲೇ ಉತ್ತರ ಬರೆಯುತ್ತಿದ್ದರು. ಮದರ್ ತೆರೆಸಾ ಜೊತೆಗಿದ್ದರೆ ಪ್ರೀತಿಯ ಅನುಭವವಾಗುತ್ತದೆ ಎಂದು ಇಂದಿರಾಗಾಂಧಿಯವರು ಹೇಳುತ್ತಿದ್ದರು.

ತುರ್ತು ಪರಿಸ್ಥಿತಿಯ ಕಾಲದಲ್ಲಿ ಸರಕಾರ ಜಾರಿಗೊಳಿಸಿದ ಜನನ ನಿಯಂತ್ರಣ ಕಾರ್ಯಕ್ರಮದ ಬಗ್ಗೆ ಮದರ್ ತೆರೆಸಾ ಮತ್ತು ಇಂದಿರಾಗಾಂಧಿಯವರ ನಡುವೆ ಭಿನ್ನಾಭಿಪ್ರಾಯಗಳಿದ್ದವು. ಮದರ್ ತೆರೆಸಾ ಅವರು ಈ ಕಾರ್ಯಕ್ರಮವನ್ನು ವಿರೋಧಿಸಿ ಪತ್ರ ಬರೆದಿದ್ದರು, ಅಲ್ಲದೆ ಬಹಿರಂಗವಾಗಿ ಮಾತನಾಡಿದ್ದರು. ಇಷ್ಟೆಲ್ಲಾ ಆದರೂ 1977ರ ಮಹಾ ಚುನಾವಣೆಯಲ್ಲಿ ಕಾಂಗ್ರೆಸ್ ಸೋತು ಇಂದಿರಾ ಗಾಂಧಿಯವರು ಅಧಿಕಾರ ಕಳೆದುಕೊಂಡಾಗ ಅವರನ್ನು ಭೇಟಿ ಮಾಡಲು ಮದರ್ ತೆರೆಸಾ ಹೋಗಿದ್ದರು. "ಇಂದಿರಾ ಗಾಂಧಿಯವರು ನನ್ನ ಗೆಳತಿ" ಎಂದು ಅವರು ಹೇಳುತ್ತಿದ್ದರು. ಆದರೆ ರಾಜಕೀಯಕ್ಕೂ ಮದರ್ ತೆರೆಸಾ ಅವರಿಗೂ ಯಾವುದೇ ಸಂಬಂಧವಿರಲಿಲ್ಲ.

ಭಾರತದಲ್ಲಿ ಮಾತ್ರವಲ್ಲ, ಇತರ ದೇಶಗಳಲ್ಲೂ ಮದರ್ ತೆರೆಸಾ ಅವರಿಗೆ ತುಂಬು ಹೃದಯದ ಸ್ವಾಗತ ದೊರೆಯುತ್ತದೆ. ಬಡಜನರ, ಸಂಕಷ್ಟಕ್ಕೀಡಾದ ಜನರ ಹಿತರಕ್ಷಣೆಗಾಗಿಯೇ ಅವರು ಬರುತ್ತಾರೆಂಬುದು ಪ್ರತಿಯೊಬ್ಬರಿಗೂ ತಿಳಿದಿರುತ್ತದೆ ಫ್ರಾನ್ಸ್‌ನ ಮಿತೆರಾ, ಇಂಗ್ಲೆಂಡಿನ ಮೇಜರ್, ಅಮೆರಿಕದ ರೇಗನ್ ಮತ್ತು ಬುಷ್, ಬೆಲ್ಜಿಯಂ ದೊರೆ, ಸ್ಪೇನಿನ ದೊರೆ – ಹೀಗೆ ಮದರ್ ತೆರೆಸಾ ಅವರನ್ನು ತಮ್ಮ ಗೆಳತಿಯಂತೆ ಕಂಡು ಆದರದಿಂದ

ನೋಡಿಕೊಳ್ಳುವ ರಾಷ್ಟ್ರ ಪ್ರಮುಖರ ಪಟ್ಟಿ ಬೆಳೆಯುತ್ತಾ ಹೋಗುತ್ತದೆ. ಮದರ್ ತೆರೆಸಾ ಅವರೊಂದಿಗೆ ಕಾಣಿಸಿಕೊಳ್ಳುವುದೇ ಈ ನಾಯಕರಿಗೆ ಒಂದು ಹಿರಿಮೆಯ ವಿಷಯವಾಗಿತ್ತು. ರಾಷ್ಟ್ರಗಳ ಮತ್ತು ಸರಕಾರಗಳ ಮುಖ್ಯಸ್ಥರು ಮದರ್ ತೆರೆಸಾ ಅವರಲ್ಲಿ ವಿಶ್ವಾಸವಿರಿಸಿ ಸಲಹೆ ಬಯಸಿದ ಅನೇಕ ಉದಾಹರಣೆಗಳೂ ಇದೆ.

ಒಮ್ಮೆ, ಪಾಕಿಸ್ತಾನದ ಅಂದಿನ ಅಧ್ಯಕ್ಷ ಜನರಲ್ ಜಿಯಾ - ಉಲ್-ಹಕ್ ಅವರು ಮದರ್ ತೆರೆಸಾ ಅವರನ್ನು ತಮ್ಮ ರಾಷ್ಟ್ರಕ್ಕೆ ಆಹ್ವಾನಿಸಿದ್ದರು. ರಾಷ್ಟ್ರದಾದ್ಯಂತ ಪ್ರವಾಸ ನಡೆಸಲು ತಮ್ಮ ವಿಮಾನವನ್ನೂ ಮದರ್ ತೆರೆಸಾ ಅವರಿಗೆ ಒದಗಿಸಿದ್ದರು. ಪಾಕಿಸ್ತಾನದಲ್ಲೂ ಕಾನ್ವೆಂಟ್‌ಗಳನ್ನು ತೆರೆಯುವಂತೆ ಜಿಯಾ ಮನವಿ ಮಾಡಿದರು. ಆದರೆ ಒಂದು ಷರತ್ತನ್ನೂ ಅವರು ವಿಧಿಸಿದರು "ಭಾರತದ ನನ್‌ಗಳನ್ನು ಮಾತ್ರ ಇಲ್ಲಿಗೆ ಕರೆತರಬಾರದು. ವಿಶ್ವದ ಇತರ ಯಾವದೇ ಭಾಗದ ನನ್‌ಗಳನ್ನು ನೇಮಿಸಬಹುದು." ಆದರೆ ಜಿಯಾರವರ ಈ ಷರತ್ತನ್ನು ಮದರ್ ತೆರೆಸಾ ಗಂಭೀರವಾಗಿ ಪರಿಗಣಿಸಲಿಲ್ಲ. ಪಾಕಿಸ್ತಾದಲ್ಲಿ ಇಂದು ಅನೇಕ ಭಾರತೀಯ ನನ್‌ಗಳು ಕೆಲಸ ಮಾಡುತ್ತಿದ್ದಾರೆ.

1991ರ ಮೇ ತಿಂಗಳಲ್ಲಿ ಬಾಂಗ್ಲಾದೇಶದ ಕರಾವಳಿ ಪ್ರದೇಶದಲ್ಲಿ ಭೀಕರ ಚಂಡಮಾರುತ ಬೀಸಿ ಸುಮಾರು ಮೂರು ಲಕ್ಷ ಜನರು ಪ್ರಾಣ ಕಳೆದುಕೊಂಡರು. ಆ ಸಮಯದಲ್ಲಿ ಮದರ್ ತೆರೆಸಾ ಅವರು ಹೃದಯದ ತೊಂದರೆಯಿಂದ ಆಗಷ್ಟೇ ಚೇತರಿಸಿಕೊಂಡು ಆಸ್ಪತ್ರೆಯಿಂದ ಬಿಡುಗಡೆಯಾಗಿದ್ದರು. ಎಲ್ಲಿಗೂ ಹೋಗಬಾರದು, ವಿಶ್ರಾಂತಿ ತೆಗೆದುಕೊಳ್ಳಬೇಕು ಎಂದು ವೈದ್ಯರು

ಸಲಹೆ ನೀಡಿದ್ದರು. ಆದರೆ ಬಾಂಗ್ಲ ಕರಾವಳಿಯ ಜನರ ಸಂಕಷ್ಟಗಳನ್ನು ಮದರ್ ತೆರೆಸಾ ಅವರಿಗೆ ನೆನೆಸಿಕೊಳ್ಳಲೂ ಆಗಲಿಲ್ಲ. ಜನರ ಸೇವೆಗಾಗಿ ಅಲ್ಲಿಗೆ ಹೋಗುವುದು ತಮ್ಮ ಕರ್ತವ್ಯ ಎಂದು ಅವರಿಗೆ ಅನ್ನಿಸಿತು. ಅತ್ಯಾವಶ್ಯಕ ಔಷಧಿಗಳೊಂದಿಗೆ ಮದರ್ ತೆರೆಸಾ ಹೊರಟೇ ಬಿಟ್ಟರು. ಇಬ್ಬರು ಸಿಸ್ಟರ್‌ಗಳು ಅವರನ್ನು ಹಿಂಬಾಲಿಸಿದರು. ಢಾಕದಲ್ಲಿ ಯಾರೂ ಅವರ ಆಗಮನವನ್ನು ನಿರೀಕ್ಷಿಸಿರಲಿಲ್ಲ. ಚಂಡಮಾರುತ ಪೀಡಿತ ಪ್ರದೇಶಗಳಿಗೆ ಮದರ್ ತೆರೆಸಾ ಅವರು ಭೇಟಿ ನೀಡಿ ಜನರ ಸೇವೆಯಲ್ಲಿ ತೊಡಗಿದ್ದಾರೆಂದು ಪತ್ರಿಕೆಗಳು ವರದಿ ಮಾಡಿದವು. ತಕ್ಷಣವೇ ಬಾಂಗ್ಲಾದೇಶದ ಪ್ರಧಾನಿ ಬೇಗಂ ಖಲೀದಾ ಜಿಯಾ ಅವರು ಮದರ್ ತೆರೆಸಾ ಅವರಿದ್ದಲ್ಲಿಗೆ ಧಾವಿಸಿದರು. ಮದರ್ ತೆರೆಸಾ ಅವರ ಸೇವಾ ಚಟುವಟಿಕೆಗಳಿಗೆ ಸಂಪೂರ್ಣ ಸಹಕಾರ ನೀಡಿದರು.

ಕಲ್ಕತ್ತಾಕ್ಕೆ ಮರಳಿದ ಬಳಿಕ ಮದರ್ ತೆರೆಸಾ ನುಡಿದರು – "ಅಲ್ಲಿನ ಜನರ ಸ್ಥಿತಿಯಂತೂ ಕರುಣಾಜನಕವಾಗಿದೆ. ಅಲ್ಲಿನ ಜನರಿಗೆ ಆಹಾರ, ಔಷಧಿ ಮತ್ತು ಶುದ್ಧವಾದ ನೀರಿನ ಆವಶ್ಯಕತೆ ಯಿದೆ ನನ್ನ ಸಿಸ್ಟರ್‌ಗಳು ಇನ್ನೂ ಅಲ್ಲಿದ್ದಾರೆ. ತಮ್ಮ ಕೈಲಾದ ಸಹಾಯ ಮಾಡುತ್ತಿದ್ದಾರೆ."

1973ರಲ್ಲಿ ಇಥಿಯೋಪಿಯಾದಲ್ಲಿ ಒಂದು ಅವಿಸ್ಮರಣೀಯ ಘಟನೆ ನಡೆಯಿತು. ಮದರ್ ತೆರೆಸಾ ಅವರು ಬಹಳಷ್ಟು ಶ್ರಮಪಟ್ಟು ಅಲ್ಲಿ ಮಿಶನ್ ಒಂದುನ್ನು ಸ್ಥಾಪಿಸುವಲ್ಲಿ ಯಶಸ್ವಿಯಾಗಿದ್ದರು. ಮಿಶನ್‌ಅನ್ನು ಸ್ಥಾಪಿಸುವ ಮುನ್ನ

ಅರಮನೆಯ ಅಧಿಕಾರಿಗಳು ಪ್ರಶ್ನೆಗಳ ಮೇಲೆ ಪ್ರಶ್ನೆಗಳನ್ನು ಎಸೆದರು. ಮದರ್ ತೆರೆಸಾ ಪ್ರಾಮಾಣಿಕ ಉತ್ತರ ನೀಡಿದರು.

"ಸರಕಾರದಿಂದ ನೀವು ಏನನ್ನು ಅಪೇಕ್ಷಿಸುತ್ತೀರಿ?"

"ಏನೂ ಇಲ್ಲ" ತೆರೆಸಾ ಉತ್ತರ ನೀಡಿದರು. "ಇಲ್ಲಿನ ಸಂಕಷ್ಟಪೀಡಿತ ಜನರ ಸೇವೆಗಾಗಿ ಸಿಸ್ಟರ್‌ಗಳನ್ನು ನೇಮಿಸಲು ಇಚ್ಛಿಸುತ್ತೇನೆ. ಅದಕ್ಕೆ ನಿಮ್ಮ ಒಪ್ಪಿಗೆ ಬೇಕು."

"ಸಿಸ್ಟರ್‌ಗಳು ಏನು ಮಾಡುತ್ತಾರೆ?"

"ದರಿದ್ರರಲ್ಲಿ ದರಿದ್ರರಿಗೆ ಹೃತ್ಪೂರ್ವಕವಾಗಿ ಸಹಾಯ ಮಾಡುತ್ತಾರೆ; ಉಚಿತವಾಗಿ ಅವರ ಸೇವೆ ಮಾಡುತ್ತಾರೆ."

"ಅವರಲ್ಲಿ ಯಾವ ಅರ್ಹತೆಗಳಿವೆ?"

"ಅವರ ಹೃದಯಗಳಲ್ಲಿ ಪ್ರೀತಿ, ಮಮತೆಯಿದೆ, ನಿರ್ಗತಿಕರು ಮತ್ತು ನಿರಾಶ್ರಿತರಿಗೆ ಅವರು ಪ್ರೀತಿಯ ಧಾರೆಯೆರೆಯಬಲ್ಲರು".

"ನೀವು ಜನರನ್ನು ಮತಾಂತರಗೊಳಿಸಲು ಪ್ರಯತ್ನಿ ಸುವಿರೇನು?"

"ಇಲ್ಲ ನಮ್ಮ ಸೇವಾ ಕಾರ್ಯದ ಮೂಲಕ ದೇವರ ಪ್ರೀತಿ ಯನ್ನು ಮನಗಾಣಿಸಲು ಪ್ರಯತ್ನಿಸುತ್ತೇವೆ."

ಅರಮನೆಯ ಅಧಿಕಾರಿಗಳಿಗೆ ಪ್ರಾಮಾಣಿಕ ಉತ್ತರ ನೀಡಿದ ಅನಂತರ ಮದರ್ ತೆರೆಸಾ ಅವರು ಇಥಿಯೋಪಿಯಾದ ದೊರೆ

ನೆಲಸಿ ಅವರನ್ನು ಭೇಟಿಯಾದರು. ಅವರ ಪ್ರತಿಕ್ರಿಯೆ ಅನಿರೀಕ್ಷಿತವಾದುದಾಗಿತ್ತು.

"ನಿಮ್ಮ ಒಳ್ಳೆಯ ಕೆಲಸಗಳ ಬಗ್ಗೆ ಕೇಳಿ ತಿಳಿದಿದ್ದೇನೆ. ನಿಮ್ಮನ್ನು ನೋಡಿ ಸಂತೋಷವಾಯಿತು. ಸರಿ ನಿಮ್ಮ ಸಿಸ್ಟರ್‌ಗಳು ಇಥಿಯೋಪಿಯಾಕ್ಕೆ ಬರಲಿ."

ಮದರ್ ತೆರೆಸಾ ಅವರು ದೊರೆಯನ್ನು ಭೇಟಿಯಾದ ಒಂದು ವರ್ಷದಲ್ಲಿ ಇಥಿಯೋಪಿಯಾದಲ್ಲಿ ಮಿಲಿಟರಿ ಕ್ಷಿಪ್ರಕ್ರಾಂತಿ ನಡೆಯಿತು. 81ರ ಇಳಿವಯಸ್ಸಿನ ದೊರೆ ಪದಚ್ಯುತರಾದರು. ದೊರೆ ಮತ್ತು ಅವರ ಕುಟುಂಬದ ಸದಸ್ಯರನ್ನು ಜೈಲಿನಲ್ಲಿ ಕೂಡಿ ಹಾಕಲಾಯಿತು. ಅವರನ್ನು ಅತ್ಯಂತ ಅಮಾನುಷವಾಗಿ ನೋಡಿ ಕೊಳ್ಳಲಾಯಿತು. ದೊರೆಯ ಕುಟುಂಬವನ್ನು ಮಾನವೀಯ ರೀತಿಯಲ್ಲಿ ನೋಡಿಕೊಳ್ಳುವಂತೆ ಆಗ್ರಹ ಪಡಿಸಿ ಆಫ್ರಿಕಾ ಮತ್ತು ಯುರೋಪಿನ ಅನೇಕ ರಾಷ್ಟ್ರಗಳ ಮುಖ್ಯಸ್ಥರು ಹೊಸ ಸರಕಾರಕ್ಕೆ ಪತ್ರಗಳನ್ನು ಬರೆದರು. ಬಂಧನದಲ್ಲಿದ್ದಾಗಲೇ ದೊರೆ ಸೆಲಸಿ ಕೊನೆಯುಸಿರೆಳೆದರು. ದೊರೆಯ ಕುಟುಂಬದವರನ್ನು ಭೇಟಿ ಯಾಗಲು ಮದರ್ ತೆರೆಸಾ ಅವರಿಗೆ ಮಾತ್ರ ಅವಕಾಶವಿತ್ತು. ಮುಂದೆ ಈ ಕುಟುಂಬದ ಬಿಡುಗಡೆ ಮಾಡಿಸುವಲ್ಲೂ ಮದರ್ ತೆರೆಸಾ ಅವರು ಮಹತ್ವದ ಪಾತ್ರ ವಹಿಸಿದರು.

ಕೆಥೋಲಿಕ್ ಚರ್ಚ್ ಮುಖ್ಯಸ್ಥ ಪೋಪ್ ಜಾನ್ ಪಾಲ್–II ಅವರ ಬಗ್ಗೆ ಮದರ್ ತೆರೆಸಾ ಅವರಿಗೆ ವಿಶೇಷ ಗೌರವ. ಅವರನ್ನು 'ಹೋಲಿ ಫಾದರ್' ಎಂದೇ ಕರೆಯುತ್ತಿದ್ದರು ಮಾತ್ರ ವಲ್ಲದೆ ತಮ್ಮ ನಿಜವಾದ ತಂದೆಯಂತೆಯೇ ಕಾಣುತ್ತಿದ್ದರು.

ಅಂತೆಯೇ ಪೋಪರಿಗೂ ಮದರ್ ತೆರೆಸಾ ಅವರ ಬಗ್ಗೆ ವಿಶೇಷ ಅಭಿಮಾನ. ವೆಟಿಕನ್‌ನಲ್ಲಿ 'ಮಿಶನರೀಸ್ ಆಫ್ ಚ್ಯಾರಿಟಿ' ಗೆ ಸ್ಥಳಾವಕಾಶ ಒದಗಿಸಿದ್ದಕ್ಕಾಗಿ ಮದರ್ ತೆರೆಸಾ ಅವರು ಪೋಪರನ್ನು ಸದಾ ಸ್ಮರಿಸುತ್ತಾರೆ.

1992ರ ಜನವರಿಯಲ್ಲಿ ಮದರ್ ತೆರೆಸಾ ತೀವರ ಅಸ್ವಸ್ಥರಾಗಿ ಕ್ಯಾಲಿಫೋರ್ನಿಯಾ ಆಸ್ಪತ್ತೆಯಲ್ಲಿ ಚಿಕಿತ್ಸೆ ಪಡೆಯುತ್ತಿದ್ದರು. ಆಗ ಅವರ ಚೇತರಿಕೆಗಾಗಿ ಪೋಪರು ವಿಶೇಷವಾಗಿ ದೇವರಿಗೆ ಪ್ರಾರ್ಥನೆ ಸಲ್ಲಿಸಿದರು.

ಮದರ್ ತೆರೆಸಾ ಅವರು ಹಿಡಿದ ಎಲ್ಲಾ ಕೆಲಸಗಳು ಯಶಸ್ವಿಯಾಗುತ್ತವೆ ಎಂದು ಹೇಳುವಂತಿರಲಿಲ್ಲ. ಅವರು ಬರೆದ ಪತ್ರಗಳಿಗೆ ತಕ್ಷಣವೇ ಉತ್ತರ ದೊರೆಯುತ್ತಿದ್ದರೂ ಕೆಲವೊಮ್ಮೆ ಆ ಉತ್ತರಗಳು ಆಶಾದಾಯಕವಾಗಿರುತ್ತಿರಲಿಲ್ಲ. ಆಗೆಲ್ಲಾ ಮದರ್ ತೆರೆಸಾ ತುಂಬ ನೊಂದುಕೊಳ್ಳುತ್ತಿದ್ದರು. ಕೆಲವೊಮ್ಮೆ ಅವರ ಮನವಿ ಸರಕಾರದ ರಾಜಕಾರಣಿಗಳ ಅಥವಾ ಜನರ ವಿರೋಧದಿಂದಾಗಿ ತಿರಸ್ಕರಿಸಲ್ಪಡುತ್ತಿತ್ತು. ಇರಾಕ್ ಮತ್ತು ಅಮೆರಿಕಾದ ಮಧ್ಯೆ ಯುದ್ಧ ಆರಂಭವಾದಾಗ ಮದರ್ ತೆರೆಸಾ ಅವರು ಎರಡೂ ದೇಶಗಳ ಅಧ್ಯಕ್ಷರಿಗೆ ಪತ್ರ ಬರೆದಿದ್ದರು. "ಈ ಯುದ್ಧದಲ್ಲಿ ನಿಮ್ಮಲ್ಲಿ ಒಬ್ಬರಿಗೆ ಜಯ ಲಭಿಸಬಹುದು. ಆದರೆ ನಿಮ್ಮ ಶಸ್ತ್ರಾಸ್ತ್ರಗಳಿಂದುಂಟಾದ ಸಾವು, ನೋವು, ಹಾನಿಯನ್ನು ಯಾವುದರಿಂದಲೂ ಭರಿಸಲಾಗದು" ಎಂದು ಮದರ್ ತೆರೆಸಾ ಜಂಟಿ ಪತ್ರದಲ್ಲಿ ಬರೆದಿದ್ದರು. ಯುದ್ಧವನ್ನು ಕೈಬಿಡುವಂತೆ ಮನವಿ ಮಾಡಿದ್ದರು. ಅದರೂ ಯುದ್ಧ ಮುಂದುವರಿಯಿತು. ಯುದ್ಧ

ಅಂತ್ಯಗೊಂಡಾಗ ಇರಾಕ್‌ನ ಆರೋಗ್ಯ ಸಚಿವರಿಂದ ಅನಿರೀಕ್ಷಿತ ಪತ್ರವೊಂದು ಮದರ್ ತೆರೆಸಾ ಅವರ ಕೈ ಸೇರಿತು. ಅನಾಥರು ಮತ್ತು ಅಶಕ್ತರಿಗೆ ನೆರವು ನೀಡಲು ಸಿಸ್ಟರ್‌ಗಳನ್ನು ಕಳುಹಿಕೊಡುವಂತೆ ಅವರು ಪತ್ರದಲ್ಲಿ ಕೋರಿದ್ದರು.

ವಿಶ್ವವಿದ್ಯಾನಿಲಯಗಳಿಗೆ ಮದರ್ ತೆರೆಸಾ ಅವರು ಹೋಗಿರದಿದ್ದರೂ ಅನೇಕ ಪ್ರತಿಷ್ಠಿತ ವಿಶ್ವವಿದ್ಯಾನಿಲಯಗಳು ಅವರಿಗೆ ಗೌರವ ಡಾಕ್ಟರೇಟ್ ನೀಡಿ ಅವರನ್ನು ಗೌರವಿಸಿದೆ. ಕೇಂಬ್ರಿಜ್ ವಿಶ್ವವಿದ್ಯಾನಿಲಯ, ಸ್ಯಾನ್ ಡಿಗೋ ವಿಶ್ವವಿದ್ಯಾನಿಲಯ ಮತ್ತು ಹಾರ್ವರ್ಡ್ ವಿಶ್ವವಿದ್ಯಾನಿಲಯ ಮದರ್ ತೆರೆಸಾ ಅವರನ್ನು ಪುರಸ್ಕರಿಸಿವೆ. ಮದರಾಸು ವಿಶ್ವವಿದ್ಯಾನಿಲಯ ಮತ್ತು ವಿಶ್ವಭಾರತಿ ವಿಶ್ವವಿದ್ಯಾನಿಲಯ ಸಹ ಮದರ್ ತೆರೆಸಾ ಅವರಿಗೆ ಗೌರವ ಡಾಕ್ಟರೇಟ್ ಪದವಿ ನೀಡಿವೆ. ಮಿಯಾಮಿ, ಸ್ಕ್ರಾಂಟನ್, ಟೊಲೆಡೋ, ನ್ಯೂಯಾರ್ಕ್, ಏಡ್ಮುಂಗ್ಟನ್, ಸಾನ್ ಫ್ರಾನ್ಸಿಸ್ಕೋ ಮೊದಲಾದ ನಗರಗಳಲ್ಲಿ ಮದರ್ ತೆರೆಸಾ ಅವರನ್ನು ಸನ್ಮಾನಿಸಲಾಗಿದೆ. ಹಲವಾರು ನಿಯತಕಾಲಿಕೆಗಳು ಮದರ್ ತೆರೆಸಾ ಅವರನ್ನು 'ವರ್ಷದ ಮಹಿಳೆ' ಎಂದು ಗುರುತಿಸಿವೆ. ಸ್ವೀಡನ್ ಮತ್ತು ಭಾರತದ ಅಂಚೆ ಚೀಟಿಯಲ್ಲೂ ಅವರು ಕಾಣಿಸಿಕೊಂಡಿದ್ದಾರೆ.

ಮದರ್ ತೆರೆಸಾ ಅವರಿಗೆ 1962ರ ಜನವರಿ 26ರಂದು ಪದ್ಮಶ್ರೀ ಪ್ರಶಸ್ತಿ ಪ್ರದಾನ ಮಾಡಲಾಗಿತ್ತು. ಆ ಸಮಾರಂಭದಲ್ಲಿ ಜವಹರಲಾಲ ನೆಹರೂ ಅವರ ತಂಗಿ ವಿಜಯಲಕ್ಷ್ಮಿ ಪಂಡಿತರೂ ಭಾಗವಹಿಸಿದ್ದರು. ಮದರ್ ತೆರೆಸಾ ಅವರು ಇಡೀ ಸಮಾರಂಭಕ್ಕೆ

ಕಳೆ ನೀಡಿದ್ದರು. ಅನಾಥ ಮಗುವನ್ನು ಅಥವಾ ಸಾಯುತ್ತಿರುವವರನ್ನು ತೋಳಲ್ಲಿ ಬಾಚಿ ಎತ್ತಿಕೊಳ್ಳುವಂತೆ ಮದರ್ ತೆರೆಸಾ ಅವರು ಪ್ರಶಸ್ತಿಯನ್ನು ರಾಷ್ಟ್ರಪತಿಗಳ ಕೈಯಿಂದ ಪಡೆದುಕೊಂಡರು. ಆಗ ರಾಷ್ಟ್ರಪತಿಗಳ ಕಣ್ಣುಗಳೂ ಹನಿಗೊಂಡಿದ್ದವು.?? ಎಂದು ವಿಜಯಲಕ್ಷ್ಮಿ ಪಂಡಿತ್ ಅವರು ಅನಂತರ ಬಣ್ಣಿಸಿದ್ದರು.

ಬ್ರಿಟಿಷ್ ರಾಜ ಮನೆತನದವರೂ ಮದರ್ ತೆರೆಸಾ ಅವರಲ್ಲಿ ತುಂಬ ಅಭಿಮಾನವಿರಿಸಿದ್ದರು. ಎಲಿಜಿಬೆತ್ ರಾಣಿಯೂ ಅವರನ್ನು ಭೇಟಿಯಾಗಿದ್ದರು. ರಾಜಕುಮಾರ ಚಾರ್ಲ್ಸ್ ಅವರಂತೂ ಮದರ್ ತೆರೆಸಾ ಅವರಲ್ಲಿನ ಸೇವಾ ಮನೋಭಾವಕ್ಕೆ ಮಾರು ಹೋಗಿದ್ದರು. ಅವರು ನಿರ್ಮಲ ಶಿಶು ಭವನಕ್ಕೆ ಭೇಟಿನಿಡಿದ್ದರಲ್ಲದೆ ಅಲ್ಲಿನ ಪ್ರಾರ್ಥನಾ ಸಭೆಯಲ್ಲೂ ಭಾಗವಹಿಸಿದ್ದರು. ರಾಜಕುಮಾರಿ ಡಯಾನಾಗೂ ಮದರ್ ತೆರೆಸಾ ಹಾಗೂ ಅವರ ಸಿಸ್ಟರ್‍ಗಳನ್ನು ನೋಡಲು ಅತೀವ ಆಸಕ್ತಿಯಿತ್ತು. ಬ್ರಿಟಿಷ್ ರಾಜ ಮನೆತನದವರಲ್ಲಿ ಮೊದಲು ಮದರ್ ತೆರೆಸಾ ಅವರನ್ನು ಭೇಟಿಯಾದವರೆಂದರೆ ರಾಜಕುಮಾರ ಫಿಲಿಪ್. ಟೆಂಪಲ್‍ಟನ್ ಪ್ರಶಸ್ತಿಯನ್ನು ಅವರೇ ಪ್ರದಾನ ಮಾಡಿದ್ದರು.

ಪ್ರಶಸ್ತಿ, ಗೌರವ, ಸನ್ಮಾನಗಳೆಂದರೆ ಮದರ್ ತೆರೆಸಾ ಅವರಿಗೆ ಮುಜುಗರವೆನ್ನಿಸುತ್ತಿತ್ತು. "ಈ ಪ್ರಚಾರ, ಈ ಬಣ್ಣ ಬಣ್ಣದ ವಿದ್ಯುದ್ದೀಪಗಳು – ಇವುಗಳನ್ನೆಲ್ಲಾ ನೋಡಿದಾಗ ಏನೋ ಚಡಪಡಿಕೆ ಉಂಟಾಗುತ್ತಿದೆ. ಈ ಪ್ರಶಸ್ತಿಯನ್ನು ನಾನು ಬಡವರಿಗಾಗಿಯೇ ಸ್ವೀಕರಿಸುತ್ತಿದ್ದೇನೆ" ಎಂದು ಅವರು ಒಂದು ಸಮಾರಂಭದಲ್ಲಿ ಹೇಳಿದ್ದರು.

"ಪ್ರಶಸ್ತಿಗಳನ್ನು ನೀವು ಏನು ಮಾಡುತ್ತೀರಿ?" ಎಂದು ಕೇಳಿದಾಗ "ಮಾರಿ ಬಿಡುತ್ತೇನೆ. ಇದರಿಂದ ಸಿಗುವ ಹಣವನ್ನು ಬಡ ಜನರ ಸೇವೆಗಾಗಿ ಬಳಸುತ್ತೇವೆ" ಎಂದು ಮದರ್ ತೆರೆಸಾ ಹೇಳಿದ್ದರು.

ಮನುಕುಲದ ಉದ್ಧಾರಕಿ

ಮದರ್ ತೆರೆಸಾ ಅವರು ವಿಶ್ವದ ನಾನಾ ಕಡೆಗಳಲ್ಲಿ ಅನಾಥಾ ಶ್ರಮಗಳು, ಶಾಲೆಗಳು ಮತ್ತು ಆಸ್ಪತ್ರೆಗಳನ್ನು ಸ್ಥಾಪಿಸಿದ್ದಾರೆ. ಬಡವರು ಮತ್ತು ಮಾನಸಿಕವಾಗಿ ಅಸ್ವಸ್ಥರಾಗಿರುವವರಿಗಾಗಿ ಆಶ್ರಯಧಾಮಗಳನ್ನು ಕಟ್ಟಿಸಿದ್ದಾರೆ. ಅಂಗವಿಕಲರು ಮತ್ತು ರೋಗಿಗಳಿಗೂ ಆಶ್ರಯ ಕಲ್ಪಿಸಿಕೊಟ್ಟಿದ್ದಾರೆ.

ಗ್ವಾಟೆಮಾಲಾದಲ್ಲಿ ಭೂಕಂಪವಾದಾಗ ಮನೆಮಠ ಕಳೆದುಕೊಂಡ ನಿರಾಶ್ರಿತರಿಗಾಗಿ ಮದರ್ ತೆರೆಸಾ ಅವರು ಶಿಬಿರವೊಂದನ್ನು ತೆರೆದಿದ್ದರು. ಆಸ್ಟ್ರೇಲಿಯಾದಲ್ಲಿ ಮಾದಕದ್ರವ್ಯ ವ್ಯಸನಿಗಳನ್ನು ಉತ್ತಮ ಪ್ರಜೆಗಳನ್ನಾಗಿ ರೂಪಿಸುವಲ್ಲಿ ಸಿಸ್ಟರ್‌ಗಳು ಶ್ರಮವಹಿಸುತ್ತಿದ್ದಾರೆ. 1973ರಲ್ಲಿ ಗಾಜಾ ಪಟ್ಟಿಗೂ ಸಿಸ್ಟರ್‌ಗಳು ತೆರಳಿ ಪ್ಯಾಲೆಸ್ಟೀನಿಯನ್ ನಿರಾಶ್ರಿತರ ಸೇವೆ ಮಾಡಿದ್ದರು. ಯುದ್ಧದ ಸಮಯದಲ್ಲಿ ಬೆರೂತ್‌ನಲ್ಲಿ ಸರ್ವಸ್ವವನ್ನೂ ಕಳೆದುಕೊಂಡ ಮಕ್ಕಳಿಗೆ ರಕ್ಷಣೆ, ಆಶ್ರಯ ನೀಡಿದ್ದರು. ಎಲ್ಲೆಲ್ಲಿ ಸಹಾಯ ಅಗತ್ಯವಿರುತ್ತದೋ ಅಲ್ಲೆಲ್ಲಾ ಮದರ್ ತೆರೆಸಾ ಅವರ ಮಿಶನರಿಗಳು ಹಾಜರಾಗುತ್ತಾರೆ.

"ನಾನು ಸಲ್ಲಿಸಿದ ಸೇವೆ ಸಾಗರದ ಒಂದು ಹನಿ ನೀರಿನಷ್ಟು ಮಾತ್ರ. ಇನ್ನೆಷ್ಟೋ ಕೆಲಸಗಳನ್ನು ನಾನು ಮಾಡಬೇಕಾಗಿದೆ" ಎಂದು ಮದರ್ ತೆರೆಸಾ ಸದಾ ಹೇಳುತ್ತಿರುತ್ತಾರೆ.

ಮದರ್ ತೆರೆಸಾ ಅವರಿಗೆ ಒಂದರ ಹಿಂದೆ ಇನ್ನೊಂದರಂತೆ ಪ್ರಶಸ್ತಿಗಳು ದೊರೆಯುತ್ತಿವೆ. ಅನಾರೋಗ್ಯ ಕಾಡುತ್ತಿದ್ದರೂ ಅವರು ತಮ್ಮ ಸೇವಾಕಾರ್ಯವನ್ನು ಮುಂದುವರಿಸಿದ್ದಾರೆ. ರೋಗಿಗಳ, ನೊಂದವರ ದೃಷ್ಟಿಯಲ್ಲಿ ಅವರು ಪ್ರತ್ಯಕ್ಷ ದೇವತೆ. ಏಸುಕ್ರಿಸ್ತನ ಹೆಜ್ಜೆಗಳನ್ನು ಅನುಸರಿಸುವ ಮೂಲಕ ಅವರು ಮನುಕುಲದ ಆಶಾಕಿರಣವಾಗಿದ್ದಾರೆ.

ವಾಸನ್ಸ್

ಜೀವನ ಚರಿತ್ರೆ ಮಾಲೆ

ರಾಷ್ಟ್ರಕವಿ
ರವೀಂದ್ರನಾಥ ಠಾಗೂರ್

ವಾಸನ್ಸ್ ಜೀವನಚರಿತ್ರೆ ಮಾಲೆ

ರವೀಂದ್ರನಾಥ ಠಾಗೂರ್

(1861 – 1941)

ಸಂಪಾದಕ :

ಟಿ.ಜಿ. ಅಶ್ವತ್ಥ್‌ನಾರಾಯಣ

 ವಾಸನ್ ಪಬ್ಲಿಕೇಷನ್ಸ್

ರವೀಂದ್ರನಾಥ ಠಾಗೂರ್
©ವಾಸನ್ ಪಬ್ಲಿಕೇಷನ್ಸ್
ಮುದ್ರಣ : 2023

ಪ್ರಕಾಶಕರು :

ವಾಸನ್ ಪಬ್ಲಿಕೇಷನ್ಸ್

25, ವಾಸನ್ ಟವರ್ಸ್,
ಡಾ॥ ಟಿ.ಸಿ.ಎಂ. ರಾಯನ್ ರಸ್ತೆ (ಗೂಡ್ಸ್ಶೆಡ್ ರಸ್ತೆ),
ಬೆಂಗಳೂರು – 560 053
e-mail: vasanpublications@gmail.com
www.mastermindbooks.com

ಡಿಟಿಪಿ :
ವಾಸನ್ಸ್

ಮುದ್ರಣ :
ಉಮೇಶ್ ಪ್ರಿಂಟರ್ಸ್

ರವೀಂದ್ರನಾಥ ಠಾಗೂರ್

"ಹನ್ನೊಂದು ವರ್ಷದ ಈ ಹುಡುಗ ಪದ್ಯ ಬರೆಯುತ್ತಾನೆಯೇ? ಹೌದೇನೋ?" ಕಲ್ಕತ್ತೆಯ ಬಂಗಾಳಿ ಅಕಾಡಮಿ ಶಾಲೆಯ ಮುಖ್ಯೋಪಾಧ್ಯಾಯರು ಕೇಳಿದರು.

"ಹೌದು" ಎಂದ ಸಂಕೋಚಪಡುತ್ತ ರಬಿ ಮುಖ್ಯೋಪಾಧ್ಯಾಯರಿಗೆ ಇದನ್ನು ನಂಬಲಾಗಲಿಲ್ಲ.

"ಹೌದಾ? ಸರಿ, ಹಾಗಾದರೆ ನಾನು ಎರಡು ಸಾಲುಗಳ ಕವನ ಹೇಳುತ್ತೇನೆ. ನೀನು ಅದನ್ನು ಪೂರ್ಣಗೊಳಿಸುತ್ತೀಯ?"

"ಅಗತ್ಯವಾಗಿ" ಬಾಲಕ ರಬಿ ಹೇಳಿದ.

ಉರಿಗಿರಣ ಸುರಿಸುತ್ತ ದಹಿಸುತಿರೆ ದಿನಕರನು ನಿಷ್ಕರುಣ
ವರುಣದೇವನು ಬರುವ ಭರವಸೆಯು ಮೂಡಿಸಿತು ಆಶಾಕಿರಣ

– ಮುಖ್ಯೋಪಾಧ್ಯಾಯರು ಕವನದ ಎರಡು ಸಾಲುಗಳನ್ನು ಹೀಗೆ ಹೇಳಿದರು.

ತಳಮಳದಿ ಕೊಳದ ಆಳದ ತಳವ ಸೇರಿದ ಸಾಸಿರದ ಮೀನರಾಶಿ
ಫಳಫಳಿಸಿ ನಳನಳಿಸಿ ಮೇಲೇರೆ ಜೀವತಳೆಯಿತು ಜಲರಾಶಿ

– ತಡಮಾಡದೆ ಬಾಲಕ ರವಿ ಅದಕ್ಕೆ ಮುಂದಿನ ಎರಡು ಸಾಲು ಸೇರಿಸಿ ಪೂರ್ಣಮಾಡಿದ.

ಮುಖ್ಯೋಪಾಧ್ಯಾಯರು ಮಹದಾನಂದ ತುಂದಿಲರಾದರು.

ಹನ್ನೊಂದನೆಯ ವಯಸ್ಸಿನಲ್ಲೇ ಈ ಕಾವ್ಯ ಶಕ್ತಿಯನ್ನು ಪ್ರದರ್ಶಿಸಿದ ಬಾಲಕ ರಬಿನೇ ಮುಂದೆ ಭಾರತಕ್ಕೆ ಸಾಹಿತ್ಯ ಕ್ಷೇತ್ರದಲ್ಲಿ ನೊಬೆಲ್ ಬಹುಮಾನ ತಂದುಕೊಟ್ಟು ವಿಶ್ವಮಾನ್ಯ ಕವಿಯೆನಿಸಿದ ರವೀಂದ್ರನಾಥ ಠಾಗೂರ್.

ರವೀಂದ್ರನಾಥರು ಹುಟ್ಟಿದ್ದು 1861ರ ಮೇ 7ರಂದು ಕಲ್ಕತ್ತೆಯಲ್ಲಿ. ಅವರು ದೇವೇಂದ್ರನಾಥ ಠಾಗೂರ್ ಮತ್ತು ಶಾರದಾ ದೇವಿಯವರ ಮಗ.

ಕಲ್ಕತ್ತೆ ಒಂದು ದೊಡ್ಡ ನಗರವಾಗಿ ಬೆಳೆಯತೊಡಗಿದ್ದು 1757ರ ಪ್ಲಾಸಿ ಕದನದನಂತರ. ಗಂಗಾ ನದಿಯ ದಡದಲ್ಲಿ ಪಾದುರಿಯ ಘಟ್ಟ – ಜರಾಸಂಕೊ ಪ್ರದೇಶದಲ್ಲಿ ಶ್ರೀಮಂತ ಬಂಗಾಳಿ ಕುಟುಂಬಗಳು ಭವ್ಯ ಭವನಗಳನ್ನು ನಿರ್ಮಿಸಿ ವಾಸಿಸತೊಡಗಿದವು. ಇಂಥ ಕುಟುಂಬಗಳಲ್ಲಿ ಠಾಗೂರ್‌ರ ಕುಟುಂಬವೂ ಒಂದು. ಠಾಗೂರ್ ವಂಶದ ನೀಲಮಣಿಯವರ ಮೊಮ್ಮಗ ದ್ವಾರಕಾನಾಥ ಠಾಗೂರ್ ಅವರು ರವೀಂದ್ರನಾಥ ಠಾಗೂರ್‌ರ ತಾತ. ದ್ವಾರಕಾನಾಥರ ಹಿರಿಯ ಮಗ ದೇವೇಂದ್ರನಾಥರು 29ನೇ ವಯಸ್ಸಿನಲ್ಲಿ ತಂದೆಯನ್ನು ಕಳೆದುಕೊಂಡರು.

ದೇವೇಂದ್ರನಾಥರು ಚಿಕ್ಕಂದಿನಿಂದಲೇ ಧಾರ್ಮಿಕ ಚಿಂತನೆಯಲ್ಲಿ ತೊಡಗಿದ್ದ ವ್ಯಕ್ತಿ. ಆದರೆ ತಂದೆಯ ಸಾವಿನಿಂದಾಗಿ ತಮ್ಮ ದೊಡ್ಡ ಕುಟುಂಬದ ಹೊಣೆಯನ್ನು ಹೆಗಲಿಗೇರಿಸಿಕೊಳ್ಳಬೇಕಾಯಿತು. ಅದರ ಜೊತೆಯಲ್ಲಿ ತಂದೆ ನಡೆಸಿದ್ದ ಶ್ರೀಮಂತ ಜೀವನದಲ್ಲಿ ಮಾಡಿದ್ದ ಅಪಾರವಾದ ಸಾಲದ ಹೊರೆಯನ್ನೂ ಭರಿಸಬೇಕಾಯಿತು.

ಈ ಸಾಲವನ್ನು ತೀರಿಸುವುದೇ ದೇವೇಂದ್ರನಾಥರಿಗೆ ಒಂದು ದೊಡ್ಡ ತಪಸ್ಸಾಯಿತು. ತಮ್ಮ ಅಗತ್ಯಗಳನ್ನು ಪಕ್ಕಕ್ಕಿಟ್ಟು ಅವರು ಸಾಲ ತೀರಿಸಿದರು. ಅಸ್ತವ್ಯಸ್ತವಾಗಿದ್ದ ಕುಟುಂಬ ವ್ಯವಹಾರಗಳನ್ನು ತಹಬಂದಿಗೆ ತಂದರು.

ರವೀಂದ್ರನಾಥರು ಹುಟ್ಟಿದಾಗ ಅವರ ಕುಟುಂಬ ಬಹಳ ಸರಳ ಜೀವನವನ್ನು ನಡೆಸುತ್ತಿತ್ತು. ಮಕ್ಕಳಿಗೆ ಅಪಾರವಾದ ಆಟದ ಸಾಮಾನುಗಳಿರಲಿಲ್ಲ. ಉಡಲು ಸಾಮಾನ್ಯವಾದ ಹತ್ತಿ ಬಟ್ಟೆಗಳೇ ಇದ್ದವು.

ರವೀಂದ್ರರಿಗೆ ತಾಯಿಯ ಅಕ್ಕರೆಯಲ್ಲಿ ಬೆಳೆಯುವ ಅವಕಾಶ ಇರಲಿಲ್ಲ. ಅವರ ತಾಯಿ ಶಾರದಾದೇವಿ ದೊಡ್ಡ ಕುಟುಂಬದ ಜವಾಬ್ದಾರಿಹೊತ್ತ ಹೆಣ್ಣು. ಕಿರಿಯ ಮಗನನ್ನು ಮುದ್ದು ಮಾಡುವಷ್ಟು ಸಮಯ ಆಕೆಗೆ ಸಿಗುತ್ತಿರಲಿಲ್ಲ.

ಮಕ್ಕಳ ಲಾಲನೆ–ಪಾಲನೆಯ ಹೊಣೆಯನ್ನು ಕೆಲಸದಾಳುಗಳಿಗೆ ವಹಿಸಿಕೊಡಲಾಗಿತ್ತು. ಕಿರಿಯವನಾದ ರವೀಂದ್ರ, ಆತನ ಅಣ್ಣ ಸೋಮೇಂದ್ರನಾಥ ಮತ್ತು ಅಕ್ಕನ ಮಗ ಸತ್ಯಪ್ರಸಾದನ ಯೋಗಕ್ಷೇಮವನ್ನು ಆಳುಕಾಳುಗಳೇ ನೋಡಿಕೊಳ್ಳುತ್ತಿದ್ದರು.

ಆದರೆ ರವೀಂದ್ರನಿಗೆ ಸ್ವಾತಂತ್ರ್ಯವಿರಲಿಲ್ಲ. ಮಕ್ಕಳು ಅನಗತ್ಯವಾಗಿ ಓಡಾಡುವುದನ್ನು ಶ್ಯಾಮು ಎನ್ನುವ ಕೆಲಸದಾಳು ಸಹಿಸುತ್ತಿರಲಿಲ್ಲ. ರವೀಂದ್ರನನ್ನು ಆತ ಕೋಣೆಯೊಂದರಲ್ಲಿ ಕೂಡಿ ಹಾಕುತ್ತಿದ್ದ. ರವೀಂದ್ರನ ಸುತ್ತ, ವೃತ್ತವೊಂದನ್ನು ಎಳೆದು ಅದನ್ನು ದಾಟಿ ಹೊರಬಂದರೆ ಏನಾದರೂ ಅಪಾಯವಾದೀತೆಂದು ಹೆದರಿಸುತ್ತಿದ್ದ. ರಾಮಾಯಣದ ಕಥೆಯನ್ನು ಕೇಳಿದ್ದ ರವೀಂದ್ರ, ಲಕ್ಷ್ಮಣ

ರೇಖೆಯನ್ನು ದಾಟಿದ ಸೀತೆಯ ಗತಿ ಏನಾಗಿತ್ತೆಂದು ತಿಳಿದಿದ್ದ. ಆದ್ದರಿಂದ ಶ್ಯಾಮು ಎಳೆದಿದ್ದ ವೃತ್ತವನ್ನು ದಾಟಿ ಹೊರಬರುವ ಸಾಹಸ ಮಾಡುತ್ತಿರಲಿಲ್ಲ. ಪ್ರಕೃತಿಯ ಚೆಲುವನ್ನು ಸವಿಯುತ್ತಾ ಕಿಟಕಿಯ ಬದಿಯಲ್ಲಿ ಕುಳಿತಿರುತ್ತಿದ್ದ.

ಕಿಟಕಿಯಿಂದ ಅನತಿ ದೂರದಲ್ಲಿ ಒಂದು ಕೆರೆಯಿತ್ತು. ಅದರ ಒಂದು ಬದಿಯಲ್ಲಿ ತೆಂಗಿನಮರಗಳ ಸಾಲು ಇದ್ದರೆ, ಇನ್ನೊಂದು ಬದಿಯಲ್ಲಿ ಪುರಾತನ ಆಲದ ಮರವೊಂದಿತ್ತು. ಆಲದ ಮರದ ಅಸಂಖ್ಯ ಬಿಳಲುಗಳನ್ನು ಮತ್ತು ಕೆರೆಯಲ್ಲಿ ಸ್ನಾನ ಮಾಡಲು ಬರುತ್ತಿದ್ದ ಜನರನ್ನು ರವೀಂದ್ರ ದಿಟ್ಟಿಸಿ ನೋಡುತ್ತಿದ್ದ. ಹೊರಗಿನ ಜಗತ್ತು ಅವನಿಗೆ ಆಕರ್ಷಕವಾಗಿ ಕಾಣುತ್ತಿತ್ತು.

ಆ ಕಾಲದಲ್ಲಿ ಮಕ್ಕಳಿಗೆ ಮನೋರಂಜನೆಯ ಸೌಲಭ್ಯಗಳಿರಲಿಲ್ಲ. ಚಲನಚಿತ್ರಗಳಿರಲಿಲ್ಲ; ದೂರದರ್ಶನವಿರಲಿಲ್ಲ; ಫುಟ್‌ಬಾಲ್ ಪಂದ್ಯಗಳೂ ನಡೆಯುತ್ತಿರಲಿಲ್ಲ. ಆದ್ದರಿಂದ ಬಾಲಕ ರವೀಂದ್ರ ಒಂಟಿಯಾಗಿ ಮನೆಯಲ್ಲಿ ಆಟವಾಡಿಕೊಳ್ಳುತ್ತಿದ್ದ. ಊಹೆ ಮತ್ತು ಕನಸಿನ ಜಗತ್ತಿನಲ್ಲಿ ವಿಹರಿಸುತ್ತಿದ್ದ.

ಬಾಲಕನಾಗಿದ್ದಾಗಲೇ ನಿಸರ್ಗ ಸೌಂದರ್ಯ ರವೀಂದ್ರನನ್ನು ಅತೀವ ಆಕರ್ಷಿಸಿತ್ತು. ಮನೆಯ ಸುತ್ತಲಿದ್ದ ಸುಂದರವಾದ ತೋಟ, ಹೂಗಿಡಗಳು, ನೀರು, ಆಕಾಶ ಎಲ್ಲವೂ ಅವನ ಮನಸ್ಸನ್ನು ಆಕರ್ಷಿಸುತ್ತಿದ್ದವು. ಬೆಳಗ್ಗೆ ಎದ್ದೊಡನೆಯೇ ಹೂತೋಟಕ್ಕೆ ಓಡುತ್ತಿದ್ದ. ಇಬ್ಬನಿ ಆಚ್ಛಾದಿತ ಹುಲ್ಲಿನ ಸ್ಪರ್ಶ ಆತನಿಗೆ ಮುದ ನೀಡುತ್ತಿತ್ತು. ಅರೆಬಿರಿದ ಕುಸುಮಗಳ ಮೇಲೆ ಸೂರ್ಯನ ಪ್ರಥಮ ಕಿರಣಗಳು ಬೀಳುವಾಗ ತದೇಕಚಿತ್ತದಿಂದ ನೋಡುತ್ತಿದ್ದ.

ಶಾಲಾ ಜೀವನ

ರವೀಂದ್ರನನ್ನು 1868ರಲ್ಲಿ ಓರಿಯೆಂಟಲ್ ಸೆಮಿನರಿ ಶಾಲೆಗೆ ಸೇರಿಸಲಾಯಿತು. ಶಾಲೆಯ ವಾತಾವರಣ ಆತನಿಗೆ ಕೃತಕ ಹಾಗೂ ನೀರಸವಾಗಿ ಕಾಣತೊಡಗಿತು. ಅವನ ಪಾಲಿಗೆ ಶಾಲೆ ಮನೆಗಿಂತ ಕಠಿಣವಾದ ಮತ್ತೊಂದು ಸೆರೆಮನೆಯಂತೆ ಭಾಸವಾಗುತ್ತಿತ್ತು. ಮನೆಯಲ್ಲಾದರೆ ಕಿಟಕಿ ಬಳಿ ಕುಳಿತು ನಿಸರ್ಗ ಸೌಂದರ್ಯವನ್ನು ಸವಿಯಬಹುದಾಗಿತ್ತು. ಆದರೆ ಇಲ್ಲಿ ಅದಕ್ಕೂ ಅವಕಾಶವಿರಲಿಲ್ಲ. ಪಾಠಗಳಲ್ಲೂ ಅವನಿಗೆ ಆಸಕ್ತಿಯಿರಲಿಲ್ಲ. ಇದರಿಂದಾಗಿ ರವೀಂದ್ರ ಬಳಪವನ್ನು ತಲೆಯ ಮೇಲಿರಿಸಿ ಬೆಂಚಿನ ಮೇಲೆ ನಿಲ್ಲಬೇಕಾಗುತ್ತಿತ್ತು.

ಸೋಮೇಂದ್ರ ಮತ್ತು ಸತ್ಯನೊಂದಿಗೆ ರವೀಂದ್ರನನ್ನು ಸೆಮಿನರಿ ಶಾಲೆಯಿಂದ ಬಿಡಿಸಿ ನಾರ್ಮಲ್ ಶಾಲೆಗೆ ಸೇರಿಸಲಾಯಿತು.

ಈ ಮಕ್ಕಳಿಗೆ ಬಿಡುವೆಂಬುದೇ ಇರುತ್ತಿರಲಿಲ್ಲ. ಮುಂಜಾನೆ ಎದ್ದೊಡನೆಯೇ ಕುಸ್ತಿ ಕಲಿಯುತ್ತಿದ್ದರು. ಅನಂತರ ಮನೆಪಾಠ. ಬೆಳಗ್ಗೆ 10ರಿಂದ ಸಂಜೆ 4 ಗಂಟೆಯವರೆಗೆ ಶಾಲೆಯಲ್ಲಿ ಸಮಯ ಕಳೆದುಹೋಗುತ್ತಿತ್ತು. ಶಾಲೆಯಿಂದ ಮರಳಿದೊಡನೆ ಚಿತ್ರಕಲೆ ಮತ್ತು ಜಿಮ್ನಾಸ್ಟಿಕ್ಸ್ ಅಭ್ಯಾಸ. ವಿಜ್ಞಾನದ ಶಿಕ್ಷಕರೊಬ್ಬರು ಅವರಿಗೆ ಶರೀರ ಶಾಸ್ತ್ರ (ಅನಾಟಮಿ) ಮತ್ತು ಇಂಗ್ಲಿಷ್ ಕಲಿಸುತ್ತಿದ್ದರು. ಭಾನುವಾರಗಳಲ್ಲಿ ಕೂಡಾ ಮಕ್ಕಳಿಗೆ ವಿರಾಮವಿರುತ್ತಿರಲಿಲ್ಲ. ಅವರು ಸಂಗೀತ ಅಭ್ಯಾಸವನ್ನಲ್ಲದೆ ವಿಜ್ಞಾನದ ಪ್ರಯೋಗಗಳನ್ನೂ ಮಾಡಬೇಕಾಗಿತ್ತು. ರವೀಂದ್ರನಿಗೆ ಇವೆರಡರ ಮೇಲೂ ವಿಶೇಷ ಆಸಕ್ತಿಯಿತ್ತು.

ಬಡವರನ್ನು ಕಂಡರೆ ರವೀಂದ್ರನಿಗೆ ವಿಶೇಷ ಅನುಕಂಪ. ಭಿಕ್ಷೆ ಬೇಡಲು ಮನೆಯ ಬಾಗಿಲಿಗೆ ಬಂದವರಿಗೆ ಅವನು ಕೈಗೆ ಸಿಕ್ಕಿದ ಸಾಮಾನುಗಳನ್ನು ಕೊಟ್ಟುಬಿಡುತ್ತಿದ್ದನು. ಅನೇಕ ಸಲ ಬೆಲೆಬಾಳುವ ವಸ್ತುಗಳನ್ನು ದಾನ ಮಾಡಿ ಮನೆಯವರಿಂದ ಬೈಯಿಸಿಕೊಳ್ಳುತ್ತಿದ್ದ.

ಮೊದಲ ಕವನಗಳು

ರವೀಂದ್ರನ ನಿಕಟ ಸಂಬಂಧಿ ಜ್ಯೋತಿ ಪ್ರಕಾಶ ಪ್ರಾಸಬದ್ಧವಾಗಿ ಕವನಗಳನ್ನು ಬರೆಯುವುದು ಹೇಗೆ ಎಂದು ರವೀಂದ್ರನಿಗೆ ಕಲಿಸಿಕೊಟ್ಟರು. ಕವನಗಳನ್ನು ಬರೆಯುವಂತೆ ರವೀಂದ್ರನನ್ನು ಪ್ರಚೋದಿಸಿದರು. ರವೀಂದ್ರ ಪುಸ್ತಕವೊಂದನ್ನು ತೆಗೆದುಕೊಂಡು ಅದರಲ್ಲಿ ಕವನಗಳನ್ನು ಗೀಚತೊಡಗಿದ.

ತನ್ನ ತಮ್ಮನಲ್ಲಿರುವ ಪ್ರತಿಭೆಗೆ ಸೋಮೇಂದ್ರ ಬಹಳಷ್ಟು ಹೆಮ್ಮೆ ಪಟ್ಟ. ರವೀಂದ್ರನ ಕವನಗಳ ಬಗ್ಗೆ ಎಲ್ಲರಿಗೂ ಹೇಳಲಾರಂಭಿಸಿದ. ನಾರ್ಮಲ್ ಶಾಲೆಯ ಮುಖ್ಯೋಪಾಧ್ಯಾಯರ ಕಿವಿಗೂ ಈ ವಿಷಯ ಬಿತ್ತು. ರವೀಂದ್ರನಲ್ಲಿದ್ದ ಸುಪ್ತ ಪ್ರತಿಭೆಯನ್ನು ಕಂಡು ತಲೆದೂಗಿದರು.

ಕವನ ರಚನೆ ಮತ್ತು ಸ್ವರ ಸಂಯೋಜನೆಯ ಸಾಮರ್ಥ್ಯ ರವೀಂದ್ರನಿಗೆ ಪ್ರಕೃತಿದತ್ತವಾಗಿ ಒಲಿದು ಬಂದಿತ್ತು. ಆತನ ಇಬ್ಬರು ಅಣ್ಣಂದಿರಾದ ಹೇಮೇಂದ್ರ ಮತ್ತು ಜ್ಯೋತಿರಿಂದ್ರ ಅವರೂ ಸಂಗೀತ ಪ್ರೇಮಿಗಳಾಗಿದ್ದರು. ವಾಸ್ತವವಾಗಿ, ಸಂಗೀತ ಠಾಗೂರ್ ಕುಟುಂಬದ ಅವಿಭಾಜ್ಯ ಅಂಗವೇ ಆಗಿತ್ತು.

ಹಿಮಾಲಯದತ್ತ

ರವೀಂದ್ರನಿಗೆ 11 ವರ್ಷವಾದಾಗ ಅವನಿಗೆ 'ಬ್ರಹ್ಮೋಪದೇಶ' ಮಾಡಲಾಯಿತು. ಗಾಯತ್ರಿ ಜಪ ಮಾಡುವುದರಲ್ಲಿ ಅವನಿಗೆ ತುಂಬಾ ಆಸಕ್ತಿ ಹುಟ್ಟಿತು.

ದೇವೇಂದ್ರನಾಥ ಠಾಗೂರರ ಸರಳ ಜೀವನ, ದೇವರ ಮೇಲಿನ ಭಕ್ತಿಯನ್ನು ಕಂಡು ಊರಿನವರೆಲ್ಲಾ ಅವರನ್ನು 'ಮಹರ್ಷಿ'ಗಳೆಂದೇ ಕರೆಯುತ್ತಿದ್ದರು. ಅವರು ದೇಶಯಾತ್ರೆ ಮಾಡಿ ಹಿಮಾಲಯಕ್ಕೆ ಹೋಗಿ ತಪಸ್ಸು ಮಾಡಲು ನಿರ್ಧರಿಸಿದರು. ತನ್ನ ತಂದೆ ಹಿಮಾಲಯಕ್ಕೆ ಹೋಗಲಿದ್ದಾರೆಂದೂ ತನ್ನನ್ನೂ ಕರೆದೊಯ್ಯುವರೆಂದೂ ತಿಳಿದು ರವೀಂದ್ರನಿಗೆ ಮಹದಾನಂದವಾಯಿತು. ಹೊರಪ್ರಪಂಚವನ್ನು ನೋಡುವ ತನ್ನ ಕನಸು ನನಸಾಯಿತೆಂದುಕೊಂಡ.

ಹಿಮಾಲಯ ಪ್ರವಾಸಕ್ಕಾಗಿ ಮಹರ್ಷಿಗಳು ರವೀಂದ್ರನಿಗೆ ಹೊಸ ಬಟ್ಟೆಗಳನ್ನು ಖರೀದಿಸಿ ಕೊಟ್ಟರು. ಮೊದಲು ಅವರು ಭೋಲ್‌ಪುರಕ್ಕೆ ಪ್ರಯಾಣಿಸಬೇಕಿತ್ತು. ಧ್ಯಾನ, ತಪಸ್ಸಿಗಾಗಿ ಮಹರ್ಷಿಗಳು ಅಲ್ಲಿ ಸ್ವಲ್ಪ ಜಮೀನನ್ನು ಖರೀದಿಸಿದ್ದರು. ಸಣ್ಣ ಮನೆಯೊಂದನ್ನು ಕಟ್ಟಿ ಅದಕ್ಕೆ 'ಶಾಂತಿ ನಿಕೇತನ' ಎಂದು ಹೆಸರಿಟ್ಟಿದ್ದರು. ಭೋಲ್‌ಪುರ ರವೀಂದ್ರನಿಗೆ ತುಂಬಾ ಹಿಡಿಸಿತು. ವಿಶಾಲವಾದ ಬಯಲು, ತೆಂಗು, ತಾಳೆ ಮರಗಳ ಸಾಲುಗಳು ಮತ್ತು ನೀಲಿ ಆಗಸ ಆತನನ್ನು ಆಕರ್ಷಿಸಿದವು.

ರವೀಂದ್ರನಲ್ಲಿದ್ದ ಸೃಜನಶೀಲತೆಯನ್ನು ಬಡಿದೆಬ್ಬಿಸಲು ಮಹರ್ಷಿಗಳು ಅವನಿಗೆ ಹಲವಾರು ಜವಾಬ್ದಾರಿಗಳನ್ನು ವಹಿಸಿಕೊಟ್ಟರು. ಪ್ರತಿದಿನ ಅವನು ಭಗವದ್ಗೀತೆಯ ಅನೇಕ

ಶ್ಲೋಕಗಳನ್ನು ಬರೆಯಬೇಕಾಗಿತ್ತು. ನಕ್ಷತ್ರ ಹಾಗೂ ಉಪಗ್ರಹಗಳ ಬಗ್ಗೆ ಮಹರ್ಷಿಗಳು ಅವನಿಗೆ ವಿವರಿಸುತ್ತಿದ್ದರು. ರವೀಂದ್ರ ಅದನ್ನು ಬರೆದು ತಂದೆಗೆ ತೋರಿಸಬೇಕಾಗುತ್ತಿತ್ತು. ಪ್ರತಿದಿನ ಬೆಳಗ್ಗೆ ಮಹರ್ಷಿಗಳು ರವೀಂದ್ರನಿಗೆ ಇಂಗ್ಲಿಷ್ ಮತ್ತು ಸಂಸ್ಕೃತವನ್ನು ಬೋಧಿಸುತ್ತಿದ್ದರು. ಪಾಠದ ಬಳಿಕ ರವೀಂದ್ರ ಹಕ್ಕಿಯಂತೆ ಹಾರಾಡುತ್ತಿದ್ದ. ಯಾವುದೇ ನಿರ್ಬಂಧ ಅಲ್ಲಿರಲಿಲ್ಲ. ಹೊಸ ಬಗೆಯ ಆಹ್ಲಾದಕರ ವಾತಾವರಣ ಆತನ ಮನಸ್ಸಿಗೆ ಮುದ ನೀಡುತ್ತಿತ್ತು.

ಮಹರ್ಷಿಗಳು ಪ್ರತಿದಿನ ರವೀಂದ್ರನಿಗೆ 3–4 ಆಣೆಗಳಷ್ಟು ಹಣ ನೀಡುತ್ತಿದ್ದರು. ಬೆಳಗ್ಗೆ ವಾಕಿಂಗ್ ಹೋಗುವ ಸಮಯದಲ್ಲಿ ಭಿಕ್ಷುಕ ಎದುರಾದರೆ ಆತನಿಗೆ ಏನಾದರೂ ಕೊಡುವಂತೆ ಮಹರ್ಷಿ ಹೇಳುತ್ತಿದ್ದರು. ರವೀಂದ್ರ ತನ್ನಲ್ಲಿರುವ ಹಣವನ್ನು ಭಿಕ್ಷುಕನಿಗೆ ಕೊಡುತ್ತಿದ್ದ. ಪ್ರತಿದಿನ ಸಂಜೆ ತನ್ನ ಖರ್ಚಿನ ಲೆಕ್ಕ ಬರೆದಿಡುತ್ತಿದ್ದ.

ರವೀಂದ್ರ ಈಗ ಪುಟ್ಟ ಕವಿಯಾಗಿದ್ದ. ಕವನಗಳನ್ನು ನೋಟ್‌ಬುಕ್‌ನ ಬದಲು ಡೈರಿಯಲ್ಲಿ ಬರೆಯಲಾರಂಭಿಸಿದ್ದ. ಮಧ್ಯಾಹ್ನದ ನಂತರ ಸಣ್ಣ ತೆಂಗಿನಮರದ ಕೆಳಗೆ ಕಾಲುಚಾಚಿ ಕುಳಿತು ಕವನ ಬರೆಯುವುದರಲ್ಲಿ ತಲ್ಲೀನನಾಗುತ್ತಿದ್ದ. 'ದಿ ಡಿಫೀಟ್ ಆಫ್ ಪೃಥ್ವಿ' ಅವನು ಭೋಲ್‌ಪುರದಲ್ಲಿ ಬರೆದ ಕವನಗಳಲ್ಲಿ ಒಂದು.

ಭೋಲ್‌ಪುರದಿಂದ ಮಹರ್ಷಿಗಳು ಮತ್ತು ರವೀಂದ್ರ ಅಮೃತಸರಕ್ಕೆ ಹೋದರು. ಅಲ್ಲಿನ ಸ್ವರ್ಣ ಮಂದಿರಕ್ಕೆ ಅವರು ನಿತ್ಯವೂ ಭೇಟಿ ನೀಡುತ್ತಿದ್ದರು. ಮಹರ್ಷಿಗಳಿಗೆ ಸಿಖ್ ಭಜನೆಗಳು

ಚೆನ್ನಾಗಿ ತಿಳಿದಿದ್ದುದರಿಂದ ಅವರು ಮಂದಿರದಲ್ಲಿ ನಡೆಯುವ ಪ್ರಾರ್ಥನೆಯಲ್ಲಿ ಭಾಗಿಯಾಗುತ್ತಿದ್ದರು. ಅಲ್ಲಿನ ಪ್ರಶಾಂತ ವಾತಾವರಣಕ್ಕೆ ರವೀಂದ್ರ ಮಾರುಹೋಗಿದ್ದ. ಪ್ರಸಾದವಾಗಿ ಸಿಗುತ್ತಿದ್ದ ಹಲ್ವಾ ಮತ್ತು ಸಿಹಿತಿನಿಸುಗಳು ಅವನಿಗೆ ಅತ್ಯಂತ ಪ್ರಿಯವಾಗಿದ್ದವು.

ಅಮೃತಸರದಲ್ಲಿ ಒಂದು ತಿಂಗಳು ಕಳೆದ ಬಳಿಕ ಅವರು ಡಾಲ್‌ಹೌಸಿಗೆ ಪ್ರಯಾಣ ಬೆಳೆಸಿದರು. ಹಿಮಾಲಯವನ್ನು ದೂರದಿಂದ ಕಾಣುತ್ತಲೇ ರವೀಂದ್ರನಿಗೆ ಹುಚ್ಚೆದ್ದು ಕುಣಿಯುವಂತಾಯಿತು. ಆನಂದಾತಿರೇಕದಿಂದ ಕುಣಿದಾಡಿದ. ಬಕ್‌ರೋಟಾ ಬಂಗಲೆಯಲ್ಲಿ ಅವರು ತಂಗಿದರು. ಏಪ್ರಿಲ್ ತಿಂಗಳಾದರೂ ಹಿಮಾಲಯದ ಈ ತಪ್ಪಲು ಪ್ರದೇಶದಲ್ಲಿ ಇನ್ನೂ ಚಳಿ ಆವರಿಸಿತ್ತು. ಹಿಮಾಲಯ ಪರ್ವತದ ಅನೇಕ ಕಡೆಗಳಲ್ಲಿ ಹಿಮ ಕರಗಿರಲಿಲ್ಲ. ಬೆಳಗ್ಗಿನ ಪ್ರಾರ್ಥನೆಯ ಬಳಿಕ ತಂದೆ–ಮಗ ಇಬ್ಬರೂ ವಾಯುಸೇವನೆಗೆ ಹೊರಡುತ್ತಿದ್ದರು. ಮುಂಜಾವದ ಚಳಿಯಲ್ಲಿ ಎಳೆಯ ರವೀಂದ್ರನಿಗೆ ತಂದೆಯನ್ನು ಅನುಸರಿಸಲು ಬಲು ಕಷ್ಟವಾಗುತ್ತಿತ್ತು. ಕೆಲವೇ ಕ್ಷಣಗಳಲ್ಲಿ ಅವನು ಬಂಗಲೆಗೆ ವಾಪಸಾಗಿಬಿಡುತ್ತಿದ್ದ.

ಡಾಲ್‌ಹೌಸಿಯಲ್ಲೂ ಮಹರ್ಷಿಗಳು ರವೀಂದ್ರನಿಗೆ ಇಂಗ್ಲಿಷ್ ಹಾಗೂ ಸಂಸ್ಕೃತವನ್ನು ಬೋಧಿಸುತ್ತಿದ್ದರು. ಅವರ ಸಂಸ್ಕೃತ ಬೋಧನೆ ವಿಶಿಷ್ಟ ಶೈಲಿಯದಾಗಿತ್ತು. ರವೀಂದ್ರನು ಮೂಲ 'ವಾಲ್ಮೀಕಿ ರಾಮಾಯಣ' ವನ್ನೇ ಓದಬೇಕಿತ್ತು. ಸಂಸ್ಕೃತದಲ್ಲಿ ಪ್ರಬಂಧಗಳನ್ನು ಬರೆಯಬೇಕಿತ್ತು. ತನ್ನ ಅಧ್ಯಯನದ ಬಳಿಕ ರವೀಂದ್ರ ಕೊರೆಯುವ ಚಳಿ ನೀರಿನಲ್ಲಿ ಸ್ನಾನ ಮಾಡಿ ತಕ್ಷಣವೇ ಬಿಸಿಹಾಲು ಕುಡಿಯುತ್ತಿದ್ದ.

ಮಕ್ಕಳನ್ನು ಸ್ವಚ್ಛಂದ ವಾತಾವರಣದಲ್ಲಿ ಬೆಳೆಸುವುದರಿಂದ ಅವರು ಶಾರೀರಿಕವಾಗಿಯೂ ಮಾನಸಿಕವಾಗಿಯೂ ಸದೃಢರಾಗುತ್ತಾರೆಂಬುದು ಮಹರ್ಷಿಗಳ ಅಭಿಪ್ರಾಯವಾಗಿತ್ತು. ಆದ್ದರಿಂದ ಮಧ್ಯಾಹ್ನದ ಹೊತ್ತಿನಲ್ಲಿ ಎಲ್ಲೆಂದರಲ್ಲಿ ಸುತ್ತಾಡಲು ರವೀಂದ್ರನಿಗೆ ಸ್ವಾತಂತ್ರ್ಯವಿರುತ್ತಿತ್ತು. ಬಂಗಲೆಯ ಸುತ್ತಮುತ್ತ ದೈತ್ಯ ಮರಗಳು ಬೆಳೆದು ನಿಂತಿದ್ದವು. ರವೀಂದ್ರ ಅವುಗಳ ಕೆಳಗೆ ಓಡಾಡುತ್ತಾ ಖುಷಿ ಪಡುತ್ತಿದ್ದ.

'ಬನಾಫೂಲ್'

ಕೆಲವು ತಿಂಗಳುಗಳ ಬಳಿಕ ಮಹರ್ಷಿಗಳು ತಮ್ಮ ಆಪ್ತ ಸೇವಕನ ಜೊತೆಯಲ್ಲಿ ರವೀಂದ್ರನನ್ನು ಕಲ್ಕತ್ತಕ್ಕೆ ಕಳುಹಿಸಿಕೊಟ್ಟರು. ಆಗ ರವೀಂದ್ರನ ವಯಸ್ಸು 12. ಅವನೀಗ ತನ್ನಲ್ಲಿನ ನಾಚಿಕೆ, ಸಂಕೋಚ ಸ್ವಭಾವಗಳಿಗೆ ವಿದಾಯ ಹೇಳಿ ಆತ್ಮವಿಶ್ವಾಸವನ್ನು ಮೈದುಂಬಿಸಿಕೊಂಡಿದ್ದ. ಅವನನ್ನು ಸೈಂಟ್ ಕ್ಸೇವಿಯರ್ ಶಾಲೆಗೆ ಸೇರಿಸಲಾಯಿತು. ಆದರೆ ಈ ಶಾಲೆಯಲ್ಲೂ ರವೀಂದ್ರ ಪಾಠದಲ್ಲಿ ಆಸಕ್ತಿ ತೋರಲಿಲ್ಲ. ಶಿಕ್ಷಕರಿಂದ ಮನೆಯಲ್ಲೇ ಆತ ಪಾಠ ಹೇಳಿಸಿಕೊಳ್ಳತೊಡಗಿದ. ಅವರಲ್ಲೊಬ್ಬರು ಬೋಧನೆಗೆ ಹೊಸ ಮಾರ್ಗವನ್ನು ಅನುಸರಿಸಿದರು. ಸಾಹಿತ್ಯದಲ್ಲಿ ರವೀಂದ್ರನಿಗಿರುವ ಆಸಕ್ತಿಯನ್ನು ಗಮನಿಸಿದ ಅವರು ಕಾಳಿದಾಸನ 'ಶಾಕುಂತಲ' ಮತ್ತು 'ಕುಮಾರಸಂಭವ'ವನ್ನು ಓದಿ ಹೇಳಿ ಅದರ ಅರ್ಥವನ್ನು ಬಂಗಾಳಿ ಭಾಷೆಯಲ್ಲಿ ವಿವರಿಸಿದರು. ಶೇಕ್ಸ್‌ಪಿಯರ್‌ನ 'ಮ್ಯಾಕ್‌ಬೆತ್' ನ್ನೂ ಓದಿ ಅದನ್ನು ಬಂಗಾಳಿ ಭಾಷೆಗೆ ತರ್ಜುಮೆ ಮಾಡುವಂತೆ ರವೀಂದ್ರನಿಗೆ ಅವರು ಕೆಲಸ ಕೊಟ್ಟರು. ಕೆಲವು ತಿಂಗಳುಗಳಲ್ಲಿ ಇಡೀ

ನಾಟಕವನ್ನು ರವೀಂದ್ರ ಭಾಷಾಂತರಿಸಿದ. ತನ್ನ ವಿದ್ಯಾರ್ಥಿಯನ್ನು ಪ್ರೋತ್ಸಾಹಿಸುವ ಉದ್ದೇಶದಿಂದ ಆ ಶಿಕ್ಷಕರು ರವೀಂದ್ರನನ್ನು ಈಶ್ವರಚಂದ್ರ ವಿದ್ಯಾಸಾಗರರ ಬಳಿಗೆ ಕರೆದೊಯ್ದರು. ಮ್ಯಾಕ್‌ಬೆತ್‌ನ ಭಾಷಾಂತರ ಕೃತಿಯನ್ನು ಈಶ್ವರಚಂದ್ರರೂ ಓದಿದರು. ರವೀಂದ್ರನನ್ನು ಮುಕ್ತಕಂಠದಿಂದ ಶ್ಲಾಘಿಸಿದರು.

ರವೀಂದ್ರನಿಗೆ 14 ವರ್ಷವಾದಾಗ ಅವನು ತನ್ನ ತಾಯಿಯನ್ನು ಕಳೆದುಕೊಂಡನು. ಜ್ಯೋತಿರಿಂದ್ರನಾಥರ ಪತ್ನಿ ಕಾದಂಬರಿದೇವಿ ರವೀಂದ್ರನ ಆರೈಕೆಯ ಹೊಣೆ ಹೊತ್ತಳು. ರವೀಂದ್ರನನ್ನು ಮತ್ತೆ ಶಾಲೆಗೆ ಕಳಿಸುವ ಪ್ರಯತ್ನವನ್ನು ಯಾರೂ ಮಾಡಲಿಲ್ಲ. ಆದರೆ ಆತ ಅಧ್ಯಯನವನ್ನು ನಿಲ್ಲಿಸಲಿಲ್ಲ. ಬಂಗಾಳಿ ನಿಯತಕಾಲಿಕೆಗಳು ಮತ್ತು ಪುಸ್ತಕಗಳನ್ನು ಆತ ಮನೆಯಲ್ಲೇ ಓದಿ ಜ್ಞಾನವನ್ನು ವೃದ್ಧಿಸಿಕೊಂಡ. ಕೆಲವೊಮ್ಮೆ ಮಧ್ಯರಾತ್ರಿಯುವರೆಗೂ ಆತ ಓದುವುದರಲ್ಲೇ ತಲ್ಲೀನನಾಗಿಬಿಡುತ್ತಿದ್ದ.

ಪ್ರತಿಭಾಶಾಲಿಗಳೂ, ಕ್ರಿಯಾಶಾಲಿಗಳೂ ಆದ ಅಣ್ಣಂದಿರಿಂದ ರವೀಂದ್ರ ವಿಪುಲ ಜ್ಞಾನ ಸಂಪಾದಿಸಿದ. ಬಂಧುಗಳಲ್ಲಿ ಗದ್ಯಲೇಖಕರು, ಕವಿಗಳು, ಸಂಸ್ಕೃತ ವಿದ್ವಾಂಸರು, ಕಲಾವಿದರು ಇದ್ದುದರಿಂದ ಅವರ ಸಂಪರ್ಕದಿಂದ ರವೀಂದ್ರನ ವ್ಯಕ್ತಿತ್ವ ನಾನಾ ಮುಖವಾಗಿ ಬೆಳೆಯಿತು. ರವೀಂದ್ರ ಉಪನಿಷತ್ತುಗಳ ತತ್ವಗಳನ್ನು ಓದಿ ಅರ್ಥಮಾಡಿಕೊಂಡ. ಅರ್ಥವಾಗದಿದ್ದರೂ *'ಗೀತಗೋವಿಂದ'* ವನ್ನು ಶ್ರದ್ಧೆಯಿಂದ ಅಧ್ಯಯನ ಮಾಡಿದ.

ಅವನ 14ನೇ ವಯಸ್ಸಿನಲ್ಲಿ ರವೀಂದ್ರ ತನ್ನ ಕವಿತ್ವವನ್ನು ಸಾರ್ವಜನಿಕವಾಗಿ ಸಾದರಪಡಿಸಿದ. 1875ರ ಫೆಬ್ರವರಿ 11ರಂದು

'ಹಿಂದೂ ಮೇಳ ಸಮಾವೇಶ'ದಲ್ಲಿ ತನ್ನ ಕೆಲವು ಕವನಗಳನ್ನು ವಾಚಿಸಿದ. ಭಾರತೀಯ ಧರ್ಮ, ಸಂಸ್ಕೃತಿ, ಪರಂಪರೆ, ಸಂಗೀತ, ಕಲೆ ಮೊದಲಾದವುಗಳ ಬಗ್ಗೆ ಜನರಲ್ಲಿ ಜಾಗೃತಿ ಮೂಡಿಸಲು ಈ ಸಮಾವೇಶವನ್ನು ಏರ್ಪಡಿಸಲಾಗಿತ್ತು. ಈ ಸಮಯದಲ್ಲೇ ರವೀಂದ್ರ ಹಾಡೊಂದಕ್ಕೆ ಸ್ವರ ಸಂಯೋಜನೆಯನ್ನೂ ಮಾಡಿದ.

ಸಂಪ್ರದಾಯಬದ್ಧ ಜೀವನ, ಸಾಹಿತ್ಯ, ಸಂಗೀತ ಮತ್ತು ಭಾರತೀಯ ವಿಚಾರಧಾರೆಗೆ ಠಾಗೂರ್ ಮನೆತನವು ಹೆಸರು ಪಡೆದಿತ್ತು. ತನ್ನ ಸಹೋದರರ ಪೈಕಿ ಜ್ಯೋತಿರಿಂದ್ರ ಹಾಗೂ ಅವರ ಪತ್ನಿ ಕಾದಂಬರಿದೇವಿ ಜೊತೆಗೆ ರವೀಂದ್ರನ ಸಂಪರ್ಕ ನಿಕಟವಾಗಿತ್ತು. 'ಸಂಗೀತ ಸಂಜೆ'ಯ ಸಂದರ್ಭದಲ್ಲಿ ರವೀಂದ್ರ ಗೀತೆಗಳನ್ನು ರಚಿಸುತ್ತಿದ್ದರೆ ಜ್ಯೋತಿರಿಂದ್ರ ಆ ಗೀತೆಗಳಿಗೆ ರಾಗ ಸಂಯೋಜನೆ ಮಾಡುತ್ತಿದ್ದರು.

ಜ್ಯೋತಿರಿಂದ್ರರು ತಾವು ಹೋಗುವಲ್ಲೆಲ್ಲಾ ರವೀಂದ್ರನನ್ನೂ ಕರೆದೊಯ್ಯುತ್ತಿದ್ದರು. ಪದ್ಮಾ ನದಿ ದಂಡೆಯಲ್ಲಿದ್ದ ತಮ್ಮ ಜಮೀನಿನ ಉಸ್ತುವಾರಿ ನೋಡಿಕೊಳ್ಳುವಾಗಲೂ ರವೀಂದ್ರ ತನ್ನ ಅಣ್ಣನ ಜೊತೆಯಲ್ಲಿರುತ್ತಿದ್ದ.

ರವೀಂದ್ರ ತನ್ನ 15ನೇ ವಯಸ್ಸಿನಲ್ಲಿ ಬರೆದ 'ಬನಾಫೂಲ್' ಕವನ 'ಜ್ಞಾನಾಂಕುರ' ಎಂಬ ಪತ್ರಿಕೆಯಲ್ಲಿ ಪ್ರಕಟವಾಯಿತು. ಜ್ಯೋತಿರಿಂದ್ರರು ಬರೆದ ಹೆಚ್ಚಿನ ನಾಟಕಗಳು ರಂಗಮಂದಿರಗಳಲ್ಲಿ ಪ್ರದರ್ಶಿತವಾಗುತ್ತಿದ್ದವು. ಅವರು ರಚಿಸಿದ 'ಆಲಿಕ್ ಬಾಬೂ' ನಾಟಕದಲ್ಲಿ ರವೀಂದ್ರ ನಾಯಕನ ಪಾತ್ರ ವಹಿಸಿದ. ಆ ಬಳಿಕ ತಾನೇ ಸ್ವತಃ ನಾಟಕಗಳನ್ನು ರಚಿಸಿ ಆ ನಾಟಕಗಳಲ್ಲಿ ಪ್ರಮುಖ ಪಾತ್ರಗಳನ್ನು ವಹಿಸತೊಡಗಿದ.

ಜ್ಯೋತಿರಿಂದ್ರ ಹಾಗೂ ಇನ್ನೊಬ್ಬ ಅಣ್ಣ ದ್ವಿಜೇಂದ್ರ ಸೇರಿಕೊಂಡು 'ಭಾರತಿ' ಎನ್ನುವ ಪತ್ರಿಕೆಯನ್ನು ಆರಂಭಿಸಿದರು. ರವೀಂದ್ರ ಆ ಪತ್ರಿಕೆಗೆ ಕಥೆ, ಕವನ, ಲೇಖನಗಳನ್ನು ಬರೆದುಕೊಡುತ್ತಿದ್ದ.

ಪ್ರಕೃತಿ ಸೌಂದರ್ಯ, ತಾರುಣ್ಯದ ಪ್ರೇಮ, ಸಂಗೀತ, ಸಮಾಜದ ನಾನಾ ಮುಖಗಳ ಬಗ್ಗೆ ರವೀಂದ್ರರು ಪದ್ಯಗಳನ್ನು ರಚಿಸಿದರು; ಲೇಖನಗಳನ್ನು ಬರೆದರು. ರವೀಂದ್ರರೀಗ ಪ್ರಬುದ್ಧ ಕವಿಗಳಾದರು; ಲೇಖಕರಾದರು.

ಇಂಗ್ಲೆಂಡ್‌ನಲ್ಲಿ

'ಭಾರತಿ' ಪತ್ರಿಕೆ ಆರಂಭವಾದಾಗ ರವೀಂದ್ರರ ಎರಡನೇ ಅಣ್ಣ ಸತ್ಯೇಂದ್ರ ಇಂಗ್ಲೆಂಡ್‌ನಲ್ಲಿದ್ದರು. ರಜೆಯಲ್ಲಿ ಅವರು ಭಾರತಕ್ಕೆ ಬಂದಿದ್ದಾಗ ರವೀಂದ್ರರನ್ನು ಇಂಗ್ಲೆಂಡಿಗೆ ಕರೆದೊಯ್ಯುವ ಆಕಾಂಕ್ಷೆ ವ್ಯಕ್ತಪಡಿಸಿದರು. ರವೀಂದ್ರರು ಅಲ್ಲಿ ಅಧ್ಯಯನವನ್ನು ಮುಂದುವರಿಸಬಹುದೆಂಬ ಅಭಿಪ್ರಾಯ ಅವರದಾಗಿತ್ತು. ಮಹರ್ಷಿಗಳು ಇದಕ್ಕೆ ಒಪ್ಪಿಗೆ ಸೂಚಿಸಿದರು.

ರವೀಂದ್ರರು 1878ರ ಸೆಪ್ಟೆಂಬರ್ 20ರಂದು ಇಂಗ್ಲೆಂಡಿಗೆ ಪಯಣಿಸಿದರು. ಲಂಡನ್ ವಿಶ್ವವಿದ್ಯಾನಿಲಯಕ್ಕೆ ಸೇರುವ ಮುನ್ನ ಕೆಲವು ತಿಂಗಳುಗಳ ಕಾಲ ಅವರು ಪಬ್ಲಿಕ್ ಶಾಲೆಯೊಂದರಲ್ಲಿ ಅಧ್ಯಯನ ನಡೆಸಿದರು. ಅವರ ಸಹಪಾಠಿಗಳು ಅವರನ್ನು ಅತ್ಯಂತ ಪ್ರೀತಿಯಿಂದ ಕಾಣುತ್ತಿದ್ದರು. ಅವರ ಜೇಬಿನೊಳಕ್ಕೆ ಮೆಲ್ಲನೆ ಕಿತ್ತಳೆ ಹಾಗೂ ಸೇಬುಹಣ್ಣನ್ನು ಹಾಕಿ ಓಡುತ್ತಿದ್ದರು.

ಪ್ರಾರಂಭದಲ್ಲಿ ರವೀಂದ್ರರು ತಮ್ಮ ನಿಕಟಬಂಧು ಜ್ಞಾನದನನ ದೇವಿಯವರ ಮನೆಯಲ್ಲಿ ವಾಸವಾಗಿದ್ದರು. ವಿಶ್ವವಿದ್ಯಾನಿಲಯಕ್ಕೆ ಸೇರಿದ

ಬಳಿಕ ಸ್ಕಾಟ್ ಕುಟುಂಬದ ಜೊತೆ ವಾಸಿಸತೊಡಗಿದರು. ಶ್ರೀಮತಿ ಸ್ಕಾಟರು ರವೀಂದ್ರರನ್ನು ತಮ್ಮ ಮಗನಂತೆಯೇ ನೋಡಿಕೊಳ್ಳುತ್ತಿದ್ದರು.

ಖ್ಯಾತ ಹೆನ್ರಿ ಮೋರ್ಲೆಯವರು ರವೀಂದ್ರರ ಶಿಕ್ಷಕರಲ್ಲೊಬ್ಬರಾಗಿದ್ದರು. ಅವರು ಯಾವಾಗಲೂ ತಮ್ಮ ವಿದ್ಯಾರ್ಥಿಗಳಿಗೆ ಪ್ರಬಂಧಗಳನ್ನು ಬರೆಯಲು ಹೇಳುತ್ತಿದ್ದರು. ಒಂದು ಬಾರಿ ರವೀಂದ್ರರು ಭಾರತದಲ್ಲಿ ಬ್ರಿಟಿಷ್ ಅಧಿಕಾರಿಗಳ ಅನುಚಿತ ನಡವಳಿಕೆಗಳ ಬಗ್ಗೆ ಪ್ರಬಂಧ ಬರೆದು ಶಿಕ್ಷಕರಿಗೆ ಕೊಟ್ಟರು. ಅವರು ಏನೆನ್ನುವರೋ ಎಂಬ ಅಳುಕಿನಿಂದ ಮರುದಿನ ತರಗತಿಗೇ ಹೋಗಲಿಲ್ಲ. ಆದರೆ ಮೋರ್ಲೆಯವರು ರವೀಂದ್ರರ ಬರಹದ ಪ್ರೌಢತೆಗೆ ತಲೆದೂಗಿದ್ದರು. ತರಗತಿಯಲ್ಲಿ ಅವರು ತಮ್ಮನ್ನು ಶ್ಲಾಘಿಸಿದರೆಂಬ ವಿಷಯ ರವೀಂದ್ರರಿಗೆ ಆಮೇಲೆ ತಿಳಿದು ಬಂತು.

ರವೀಂದ್ರರು ಇಂಗ್ಲೆಂಡಿನಲ್ಲಿ ಸುಮಾರು ಒಂದೂವರೆ ವರ್ಷಗಳ ಕಾಲ ಇದ್ದರು. ಆ ಸಮಯದಲ್ಲೂ ಅವರು 'ಭಾರತಿ' ಗೆ ತಮ್ಮ ಬರಹಗಳನ್ನು ಕಳುಹಿಸುತ್ತಲೇ ಇದ್ದರು. ವಿಶ್ವವಿದ್ಯಾನಿಲಯದಲ್ಲಿ ಕೇವಲ 3–4 ತಿಂಗಳುಗಳ ಕಾಲ ಅವರು ಅಧ್ಯಯನ ನಡೆಸಿದ್ದರೂ ಅವರು ಗಳಿಸಿಕೊಂಡ ಜ್ಞಾನ ಅಪಾರವಾಗಿತ್ತು. ಇದನ್ನು ಅವರು ತಮ್ಮ ಯುರೋಪ್ ಪ್ರವಾಸ ಕಥನದಲ್ಲಿ ವಿವರಿಸಿದ್ದಾರೆ. ಲಂಡನ್‌ನಲ್ಲಿದ್ದಾಗ ಚಳಿಗಾಲದಲ್ಲೂ ಅವರು ತಣ್ಣನೆಯ ನೀರಿನಲ್ಲೇ ಸ್ನಾನ ಮಾಡುತ್ತಿದ್ದರು.

ಬರಹಗಳಿಗೆ ಮನ್ನಣೆ

ಭಾರತಕ್ಕೆ ಮರಳಿದ ಮೇಲೆ ರವೀಂದ್ರರು 'ಸಂಧ್ಯಾಸಂಗೀತ'ವನ್ನು ಬರೆದರು. ಅದು ಪುಸ್ತಕ ರೂಪದಲ್ಲಿ ಪ್ರಕಟವಾಯಿತು. ಇದನ್ನು ಸಾಹಿತ್ಯ ಪ್ರೇಮಿಗಳೆಲ್ಲರೂ ಬಹಳಷ್ಟು ಮೆಚ್ಚಿದರು.

ಆ ಸಮಯದಲ್ಲೇ ರವೀಂದ್ರರು ಮದುವೆ ಸಮಾರಂಭವೊಂದಕ್ಕೆ ಹೋಗಬೇಕಾಗಿ ಬಂತು. ಖ್ಯಾತ ಕಾದಂಬರಿಕಾರ ಬಂಕಿಮ್‌ಚಂದ್ರರೂ ಅಲ್ಲಿಗೆ ಆಗಮಿಸಿದರು. ಆಗ ಬಂಕಿಮ್‌ಚಂದ್ರರನ್ನು ಹಾರ ಹಾಕಿ ಸ್ವಾಗತಿಸಲಾಯಿತು. ತಕ್ಷಣವೇ ಅವರು ತಮ್ಮ ಹಾರವನ್ನು ತೆಗೆದು ಸಮೀಪದಲ್ಲಿದ್ದ ರವೀಂದ್ರರ ಕೊರಳಿಗೆ ಹಾಕಿದರು. 'ಈ ಹಾರವು ಇವರಿಗೆ ಸಲ್ಲಬೇಕಾದುದು' ಎಂದರು.

ಈ ನಡುವೆ ರವೀಂದ್ರರು 'ವಾಲ್ಮೀಕಿ ಪ್ರತಿಭಾ' ನಾಟಕದಲ್ಲಿ ನಾಯಕನ ಪಾತ್ರವನ್ನೂ ವಹಿಸಿದರು. ಒಂದು ದಿನ 'ಬೆಥೂನ್ ಸೊಸೈಟಿ'ಯಲ್ಲಿ 'ಸಂಗೀತ ಮತ್ತು ಅನುಭವ'ದ ಬಗ್ಗೆ ಭಾಷಣ ಮಾಡುವಂತೆ ರವೀಂದ್ರರಿಗೆ ಆಹ್ವಾನ ಬಂತು. ಸಾರ್ವಜನಿಕ ಸ್ಥಳದಲ್ಲಿ ಇದು ಅವರ ಮೊತ್ತಮೊದಲ ಭಾಷಣವಾಗಿತ್ತು. ನಡುನಡುವೆ ಸುಮಧುರವಾಗಿ ಹಾಡುತ್ತಾ ರವೀಂದ್ರರು ನಿರರ್ಗಳವಾಗಿ ಮಾತನಾಡಿದರು. ಸೊಸೈಟಿಯ ಅಧ್ಯಕ್ಷರಾಗಿದ್ದ ರೆವರೆಂಡ್ ಕೃಷ್ಣಮೋಹನ ಬ್ಯಾನರ್ಜಿ ರವೀಂದ್ರರನ್ನು ಬಹುವಾಗಿ ಅಭಿನಂದಿಸಿದರು.

ರವೀಂದ್ರರು ತಮ್ಮ 21ನೇ ವಯಸ್ಸಿನಲ್ಲಿ ತಮ್ಮ ಅಕ್ಕನ ಮಗ ಸತ್ಯಪ್ರಸಾದ್ ಜೊತೆ ಮತ್ತೆ ಇಂಗ್ಲೆಂಡಿಗೆ ಹೊರಟರು. ಇಬ್ಬರೂ ಇಂಗ್ಲೆಂಡಿಗೆ ಹೋಗಿ ಬ್ಯಾರಿಸ್ಟರ್ ಪದವಿ ಪಡೆಯಬೇಕೆಂಬ ಆಶಯ ಅವರ ಮನೆಮಂದಿಯದಾಗಿತ್ತು. ಆದರೆ ಮದ್ರಾಸ್ ತಲುಪುವಷ್ಟರಲ್ಲೇ ಸತ್ಯಪ್ರಸಾದರು ದೈಹಿಕವಾಗಿಯೂ ಮಾನಸಿಕವಾಗಿಯೂ ಅಸ್ವಸ್ಥರಾಗಿದ್ದರು. ಆದ್ದರಿಂದ ಇಬ್ಬರೂ ಮನೆಗೆ ಹಿಂತಿರುಗಿದರು. ಇದಕ್ಕಾಗಿ ಮುಸ್ಸೋರಿಯಲ್ಲಿದ್ದ ತಂದೆಯ ಬಳಿಗೆ ಹೋಗಿ ಕ್ಷಮೆ ಯಾಚಿಸಿದರು. ಮಹರ್ಷಿಗಳು ಮುಗುಳ್ನಕ್ಕರು.

'ದೇವರು ಏನು ಮಾಡಿದರೂ ಅದು ಒಳ್ಳೆಯದಕ್ಕಾಗಿಯೇ' ಎಂದರು.

ಅನಂತರ ರವೀಂದ್ರರು ಭಾರತದಾದ್ಯಂತ ಸಂಚರಿಸಿದರು. ಡಾರ್ಜಿಲಿಂಗ್ ಅವರನ್ನು ಆಕರ್ಷಿಸಿತು. ಕರ್ನಾಟಕದ ಕಾರವಾರದ ಪ್ರಕೃತಿ ಸೌಂದರ್ಯಕ್ಕೆ ಮಾರುಹೋದರು. ಇಲ್ಲಿ ಅವರು 'ಪ್ರಕೃತಿರ್ ಪ್ರತಿಶೋಧ' ಎಂಬ ನಾಟಕವನ್ನು ಬರೆದು ಮುಗಿಸಿದರು.

1883ರಲ್ಲಿ ರವೀಂದ್ರರಿಗೆ ಮೃಣಾಲಿನಿ ದೇವಿಯೊಡನೆ ವಿವಾಹವಾಯಿತು. ವಿವಾಹ ಕಳೆದು ಆರು ತಿಂಗಳಾಗುವಷ್ಟರಲ್ಲಿ ಪ್ರೀತಿಯ ಅತ್ತಿಗೆ ಕಾದಂಬರಿದೇವಿ ಆತ್ಮಹತ್ಯೆ ಮಾಡಿಕೊಂಡರು. ರವೀಂದ್ರ ಬಾಲ್ಯದ ಒಡನಾಡಿಯಾಗಿದ್ದ, ತಾಯಿಯ ಮಮತೆಯನ್ನು ನೀಡಿದ್ದ, ಅವರಿಗೆ ಸರ್ವರೀತಿಯಲ್ಲೂ ಸ್ಫೂರ್ತಿಯನ್ನು ನೀಡುತ್ತಿದ್ದ ಅತ್ತಿಗೆಯ ಅನಿರೀಕ್ಷಿತ ಸಾವು ರವೀಂದ್ರರನ್ನು ಶೋಕಸಾಗರದಲ್ಲಿ ಮುಳುಗಿಸಿತು. ಆದರೂ ಅವರು ಧೃತಿಗೆಡಲಿಲ್ಲ. ಅತ್ತಿಗೆಯ ಸಾವು ಹಾಗೂ ದುಃಖ ಅವರ ಪ್ರತಿಭಾವಂತಿಕೆಯನ್ನೇನೂ ಕುಂದಿಸಲಿಲ್ಲ.

ರವೀಂದ್ರರು ತಮ್ಮ ಪತ್ನಿಯನ್ನು 'ಛೋಟೋ ಬೌ' ಅಂದರೆ 'ಚಿಕ್ಕವಧು' ಎಂದು ಕರೆಯುತ್ತಿದ್ದರು. ಮುಂದೆ ಅವರಿಗೆ ಬೇಲಾ, ರಾಣಿ ಮತ್ತು ಮೀರಾ ಎಂಬ ಪುತ್ರಿಯರೂ, ರತೀಂದ್ರ ಮತ್ತು ಸಮೀಂದ್ರ ಎಂಬ ಪುತ್ರರೂ ಜನಿಸಿದರು. ರವೀಂದ್ರರ ಜನಪ್ರಿಯ ಕಥೆ 'ಕಾಬೂಲಿವಾಲಾ' ದಲ್ಲಿ ಬರುವ 'ಮಿನಿ' ಎಂಬ ಹುಡುಗಿಯ ಪಾತ್ರವನ್ನು ಅವರು ತಮ್ಮ ಹಿರಿಯ ಮಗಳು ಬೇಲಾಳಿಂದ ಸ್ಫೂರ್ತಿ ಪಡೆದು ಚಿತ್ರಿಸಿದರು.

ರವೀಂದ್ರರು ಬರವಣಿಗೆಯ ಮೇಲಷ್ಟೇ ಅಲ್ಲ, ತಾಯ್ನಾಡಿನ ಏಳಿಗೆಯ ಬಗ್ಗೆ ಕೂಡಾ ಕಾಳಜಿ ವಹಿಸುತ್ತಿದ್ದರು. 1886ರಲ್ಲಿ

ಕಲ್ಕತ್ತಾದಲ್ಲಿ ಭಾರತೀಯ ರಾಷ್ಟ್ರೀಯ ಕಾಂಗ್ರೆಸ್‌ನ ಎರಡನೇ ಅಧಿವೇಶನ ನಡೆದಾಗ ರವೀಂದ್ರರೂ ಅದರಲ್ಲಿ ಭಾಗವಹಿಸಿದ್ದರು. ದಾದಾಭಾಯಿ ನವರೋಜಿ ಅವರು ಈ ಅಧಿವೇಶನದ ಅಧ್ಯಕ್ಷತೆ ವಹಿಸಿದ್ದರು. ರವೀಂದ್ರರು ತಾಯ್ನಾಡನ್ನು ಕುರಿತು ತಮ್ಮ ಬಂಗಾಳಿ ಕವನವನ್ನು ಹಾಡಿದರು.

ಮಹರ್ಷಿಗಳು ತಾವು ಸ್ಥಾಪಿಸಿದ ಬ್ರಹ್ಮಸಮಾಜದ ಅಧಿಕಾರವನ್ನು ರವೀಂದ್ರರಿಗೆ ವಹಿಸಿಕೊಟ್ಟರು. ರವೀಂದ್ರರು ತಾವು ರಚಿಸಿದ ಗೀತೆಗಳಿಗೆ ಸಂಗೀತ ಸಂಯೋಜನೆ ಮಾಡುತ್ತಿದ್ದರು. ಮಾಘ ಉತ್ಸವದ ಸಂದರ್ಭದಲ್ಲಿ ಹಾಡುಗಳನ್ನು ಹಾಡುತ್ತಿದ್ದರು. "ಈ ಹಾಡುಗಳನ್ನು ರಾಜನೊಬ್ಬ ಕೇಳಿದ್ದರೆ ಖಂಡಿತಾ ಪುರಸ್ಕಾರ ನೀಡುತ್ತಿದ್ದ ಈಗ ನಾನು ಆ ಕೆಲಸ ಮಾಡಬೇಕಾಗಿದೆ" ಎನ್ನುತ್ತಾ ಒಂದು ಬಾರಿ ಮಹರ್ಷಿಗಳು 500 ರೂಪಾಯಿಗಳನ್ನು ರವೀಂದ್ರರ ಕೈಗಿತ್ತಿದ್ದರು.

ಸೃಜನಶೀಲತೆ

ತಮ್ಮ ವಿವಾಹವಾದಂದಿನಿಂದ 1890ರ ವರೆಗೂ ರವೀಂದ್ರರು ಅವಿರತವಾಗಿ ಬರೆಯುತ್ತಲೇ ಇದ್ದರು. ಕಥೆಗಳು, ಕವನಗಳು, ಕಾದಂಬರಿಗಳು, ನಾಟಕಗಳು ಮತ್ತು ಪ್ರಬಂಧಗಳನ್ನು ಬರೆಯುವುದರ ಜೊತೆಗೇ ಕೌಟುಂಬಿಕ ಜವಾಬ್ದಾರಿಯನ್ನೂ ಸಮರ್ಪಕವಾಗಿ ನಿರ್ವಹಿಸುತ್ತಿದ್ದರು. ಅವರ ಬರಹಗಳು ಪತ್ರಿಕೆಗಳಲ್ಲಿ ಪ್ರಕಟವಾಗುತ್ತಲೇ ಇದ್ದವು. 'ಬಾಲಕ', 'ಪ್ರಚಾರ್', 'ಸಂಜೆ ವಾಣಿ', 'ತತ್ವ ಬೋಧಿನಿ' ಮುಂತಾದ ಪತ್ರಿಕೆಗಳಲ್ಲಿ ರವೀಂದ್ರರ ಬರಹಗಳು ಪ್ರಕಟವಾದವು.

ಆ ಕಾಲದ ಅವರ ಅತ್ಯುತ್ತಮ ಕೃತಿಯೆಂದರೆ 'ಮಾನಸಿ'. ಇದರಲ್ಲಿನ ಹೆಚ್ಚಿನ ಕವನಗಳನ್ನು ಅವರು ಗಾಜಿಪುರದಲ್ಲಿ ಬರೆದಿದ್ದರು.

ಕುಟುಂಬದ ಜಮೀನನ್ನು ನೋಡಿಕೊಳ್ಳಲು ನಯನಮನೋಹರ ಪದ್ಮಾ ನದಿ ದಂಡೆಯಲ್ಲಿರುವ ಶಿಲೈಡಾಹ ಗ್ರಾಮದಲ್ಲಿ ರವೀಂದ್ರರು ವಾಸಿಸತೊಡಗಿದರು. ಅವರ ಮಕ್ಕಳು ಬಹಳ ಚಿಕ್ಕವರಾಗಿದ್ದುದರಿಂದ ಮತ್ತು ಮೃಣಾಲಿನಿಯವರಿಗೆ ನಾನಾ ಜವಾಬ್ದಾರಿಗಳಿದ್ದುದರಿಂದ ಅವರು ತಮ್ಮ ಕುಟುಂಬವನ್ನು ಕಲ್ಕತ್ತಾದಲ್ಲೇ ಬಿಟ್ಟು ಹೋಗಬೇಕಾಯಿತು.

ಗ್ರಾಮದ ಸರಳ ಜೀವನ, ಸರಳ ಮನೋಭಾವದ ಜನರನ್ನು ಕಂಡು ರವೀಂದ್ರರಿಗೆ ಹಿತವೆನಿಸಿತು. ಇದೇ ಮೊದಲ ಬಾರಿಗೆ ಅವರು ಗ್ರಾಮೀಣ ಭಾರತವನ್ನು ಮತ್ತು ಅಲ್ಲಿನ ಜೀವನ ಚಿತ್ರವನ್ನು ಕಣ್ಣಾರೆ ಕಂಡರು. ಗ್ರಾಮಸ್ಥರ ಜೊತೆಗಿನ ಅವರ ಸಂಪರ್ಕ ಬೆಳೆದಂತೆಲ್ಲ ಭಾರತದ ಪ್ರಗತಿಗೆ ಗ್ರಾಮಸ್ಥರ ಕ್ಷೇಮಾಭಿವೃದ್ಧಿ ಎಷ್ಟು ಅಗತ್ಯ ಎಂಬುದನ್ನು ಅವರು ಮನಗಂಡರು. ಬಹುತೇಕ ಭಾರತೀಯರು ಗ್ರಾಮಗಳಲ್ಲೇ ವಾಸಿಸುತ್ತಿರುವಾಗ ಅವರು ಹಿಂದುಳಿದರೆ ರಾಷ್ಟ್ರದ ಪ್ರಗತಿ ಆಗುವುದಾದರೂ ಹೇಗೆ? ಈ ಅಸಹಾಯಕ, ಬಡ ಹಾಗೂ ಅತಂತ್ರ ಜನರ ಜೀವನಮಟ್ಟವನ್ನು ಹೇಗೆ ಸುಧಾರಿಸಬಹುದು ಎಂದು ರವೀಂದ್ರರು ಆಳವಾಗಿ ಚಿಂತಿಸತೊಡಗಿದರು. ಭಿಕ್ಷೆ ನೀಡುವುದರಿಂದಾಗಲಿ, ಅವರ ಬಗ್ಗೆ ಅನುಕಂಪ ತೋರುವುದರಿಂದಾಗಲೀ ಅವರ ಜೀವನ ಮಟ್ಟವನ್ನು ಸುಧಾರಿಸಲು ಸಾಧ್ಯವಿಲ್ಲ. ಅವರ ಸಮಸ್ಯೆಗಳ ಬಗ್ಗೆ ಸಂಪೂರ್ಣ ಅರಿವು ಮತ್ತು ಅವಿಶ್ರಾಂತ ಶ್ರಮ ಅಗತ್ಯ ಎಂದು ರವೀಂದ್ರರಿಗೆ ಮನದಟ್ಟಾಯಿತು.

ರವೀಂದ್ರರಿಗೆ ತಮ್ಮ ಮೇಲಿದ್ದ ಕಳಕಳಿಯನ್ನು ಅವರ ಗೇಣಿದಾರರು ಅರ್ಥಮಾಡಿಕೊಂಡಿದ್ದರು. ಭೂಮಾಲಿಕರಾದ ರವೀಂದ್ರರ ಮೇಲೆ ಅವರಿಗೆ ಅಪಾರ ಗೌರವವಿತ್ತು. ರವೀಂದ್ರರನ್ನು ಬಹಳಷ್ಟು ಮೆಚ್ಚಿಕೊಂಡಿದ್ದರು.

"ದೇವರನ್ನು ನಾವು ನೋಡಿಲ್ಲದಿರಬಹುದು. ಆದರೆ ದೇವರಂಥ ವ್ಯಕ್ತಿಯನ್ನು ನಾವಿಲ್ಲಿ ಕಂಡಿದ್ದೇವೆ" ಎಂದು ಗ್ರಾಮಸ್ಥರು ಹೇಳುತ್ತಿದ್ದರು.

ರವೀಂದ್ರರು ತಮ್ಮ ಹೆಚ್ಚಿನ ಕಥೆಗಳನ್ನು ಪದ್ಮಾ ನದಿಯ ದಂಡೆಯ ಮೇಲೆ ಕುಳಿತು ಬರೆದರು. ಮುಂದೆ ಈ ಕಥೆಗಳು 'ಗಲ್ಪಗುಚ್ಛ' ಎಂಬ ಪುಸ್ತಕರೂಪದಲ್ಲಿ ಪ್ರಕಟವಾದವು. ಇವುಗಳಲ್ಲಿ ಬಹುತೇಕ ಕಥೆಗಳು ಗ್ರಾಮಗಳ ಜನರನ್ನು ಕುರಿತವುಗಳು. 'ಪೋಸ್ಟ್ ಮಾಸ್ಟರ್' ಅವರ ಪ್ರಥಮ ಸಣ್ಣ ಕಥೆಗಳಲ್ಲೊಂದು. ಅದೇ ಸಮಯದಲ್ಲಿ 'ಚಿತ್ರಾಂಗದಾ' ಎಂಬ ನಾಟಕವನ್ನು ರವೀಂದ್ರರು ಬರೆದಿದ್ದರು.

ಬಂಗಾಳದ ಜಾನಪದ ಸಂಗೀತ, ಸಾಹಿತ್ಯದಲ್ಲೂ ರವೀಂದ್ರರಿಗೆ ಅತೀವ ಆಸಕ್ತಿ. ತಮ್ಮ ಹಾಡುಗಳಲ್ಲೂ ಜಾನಪದ ಶೈಲಿಯನ್ನು ಬಳಸಿಕೊಂಡರು. "ಚಿನ್ನದ ನಾಡು ಬಂಗಾಳವನ್ನು ನಾನು ಪ್ರೀತಿಸುವೆ" ಎಂಬರ್ಥದ ಅವರ ಹಾಡು ಇಂದು ಬಾಂಗ್ಲಾದೇಶದ ರಾಷ್ಟ್ರಗೀತೆಯಾಗಿದೆ.

ಸ್ತ್ರೀ ಸಂಸ್ಥೆಯಾದ 'ಸಖೀಸಮಿತಿ'ಯ ಕೋರಿಕೆಯ ಮೇರೆಗೆ 'ಮಾಯರ್ ಖೇಲಾ' ಎಂಬ ಸಂಗೀತ ನಾಟಕವನ್ನು ಬರೆದುಕೊಟ್ಟರು. 'ರಾಜಾ ಓ ರಾಣಿ' ಮತ್ತು 'ವಿಸರ್ಜನ್' ಎಂಬ ನಾಟಕಗಳನ್ನು

ಬರೆದು ಅವುಗಳಲ್ಲಿನ ವಿಕ್ರಮ ಹಾಗೂ ರಘುಪತಿ ಪಾತ್ರವನ್ನು ತಾವೇ ನಿರ್ವಹಿಸಿದರು. ಇದು ಎಲ್ಲರ ಪ್ರಶಂಸೆಗೆ ಪಾತ್ರವಾಯಿತು.

1890ರಲ್ಲಿ ಸತ್ಯೇಂದ್ರನಾಥರು ಇಂಗ್ಲೆಂಡಿಗೆ ಹೋದಾಗ ರವೀಂದ್ರರೂ ಅವರ ಜೊತೆಗೆ ಹೋದರು. ಆದರೆ ಕೇವಲ ಮೂರು ತಿಂಗಳು ಮಾತ್ರ ಅವರು ಇಂಗ್ಲೆಂಡಿನಲ್ಲಿದ್ದರು. ಮಕ್ಕಳಾದ ಬೇಲಾ ಮತ್ತು ರತೀಂದ್ರರ ಮೇಲಿನ ಮಮತೆ ಅವರನ್ನು ಭಾರತದತ್ತ ಸೆಳೆಯಿತು.

ಶಿಲೈಡಾಹದಲ್ಲಿ ರವೀಂದ್ರರು ತಮ್ಮ ಹೆಚ್ಚಿನ ಸಮಯವನ್ನು ಪದ್ಮಾ ನದಿಯ ದೋಣಿ ಮನೆಯಲ್ಲಿ ಕಳೆಯುತ್ತಿದ್ದರೂ ಫಾಜದ್‌ಪುರ, ಪತಿಸರ್, ಕಾಲಿಗ್ರಾಮಗಳಿಗೆ ಹೋಗಿ ಬರುತ್ತಿದ್ದರು.

ಒಂದು ದಿನ ಫಾಜದ್‌ಪುರದ ರವೀಂದ್ರ ಜಮೀನಿಗೆ ಕೆಲಸಗಾರನೊಬ್ಬ ತಡವಾಗಿ ಕೆಲಸಕ್ಕೆ ಹಾಜರಾದ. ಇದರಿಂದ ರವೀಂದ್ರರಿಗೆ ತೀವ್ರ ಅಸಮಾಧಾನವಾಯಿತು. ಕೆಲಸಗಾರನನ್ನು ತರಾಟೆಗೆ ತೆಗೆದುಕೊಂಡರು. ಕೆಲಸಗಾರ ಕಾರಣವನ್ನು ವಿವರಿಸಿದಾಗ ರವೀಂದ್ರರು ತಮ್ಮ ದುಡುಕಿಗೆ ಪಶ್ಚಾತ್ತಾಪ ಪಟ್ಟರು. "ನನ್ನ 8 ವರ್ಷದ ಮಗಳು ನಿನ್ನೆ ತೀರಿ ಹೋದಳು. ಅವಳನ್ನು ಈಗತಾನೆ ಮಣ್ಣು ಮಾಡಿ ಬಂದೆ. ತಡವಾಗಿದ್ದಕ್ಕೆ ಕ್ಷಮಿಸಿ ಒಡೆಯ" ಎಂದ ಆತ.

ಹಳ್ಳಿಗರ ಮುಗ್ಧ–ನಿಃಸ್ವಾರ್ಥ ಹೃದಯ, ಅವರ ಕಷ್ಟಕಾರ್ಪಣ್ಯಗಳ ಜೀವನದ ಹಲವಾರು ಮುಖಗಳನ್ನು ಕಂಡ ರವೀಂದ್ರರ ಮನ ತಳ್ಳಂಕಕ್ಕೊಳಗಾಯಿತು. ಅವರ ಸಂಕಷ್ಟ–ಸಮಸ್ಯೆಗಳ ಪರಿಹಾರಕ್ಕೆ ಶ್ರಮಿಸತೊಡಗಿದರು. ಆಗಾಗ್ಗೆ ಹಳ್ಳಿಗರಿಗೆ ಸಲಹೆಗಳನ್ನು ನೀಡುತ್ತಿದ್ದರು.

ಮೃಣಾಲಿನಿದೇವಿಯವರು 1898ರಲ್ಲಿ ತಮ್ಮ ಮಕ್ಕಳಾದ ಬೇಲಾ, ರತೀಂದ್ರ, ರಾಣಿ, ಮೀರಾ, ಸಮೀಂದ್ರ ಜೊತೆಗೆ ಶಿಲೈಡಾಹಗೆ ಆಗಮಿಸಿದರು. ತಮ್ಮ ಮಕ್ಕಳಿಗೆ ಸರಳ ಹಾಗೂ ವಿಶೇಷ ರೀತಿಯಲ್ಲಿ ಪಾಠ ಪ್ರವಚನ ನಡೆಸಲು ಅವರು ನಿರ್ಧರಿಸಿದರು. ತಮ್ಮ ಮನೆಯ ಒಂದು ಭಾಗವನ್ನು ಶಾಲೆಯಾಗಿ ಪರಿವರ್ತಿಸಿದರು. ಮಕ್ಕಳು ವಿದ್ಯಾಭ್ಯಾಸಕ್ಕಾಗಿ ಶಿಕ್ಷಕರನ್ನು ನೇಮಕ ಮಾಡಿದರು.

ರವೀಂದ್ರರನ್ನು ಭೇಟಿ ಮಾಡಲು ಅನೇಕ ಮಿತ್ರರು ಬರುತ್ತಿದ್ದರು. ಅವರಲ್ಲಿ ಇತಿಹಾಸಜ್ಞ ಅಕ್ಷಯಕುಮಾರ ಮೈತ್ರೇಯ, ವಿಜ್ಞಾನಿ ಜಗದೀಶ್‌ಚಂದ್ರ ಬೋಸ್, ಕವಿ ಹಾಗೂ ನಾಟಕಕಾರ ದ್ವಿಜೇಂದ್ರಲಾಲರಾಯ್, ಜಗದೀಂದ್ರನಾಥ ರೇ ಮೊದಲಾದವರು ಪ್ರಮುಖರು. ಮಕ್ಕಳು ಇವರಿಂದಲೂ ಬಹಳಷ್ಟು ಕಲಿತುಕೊಳ್ಳುತ್ತಿದ್ದರು.

ಶರತ್ಕಾಲದಲ್ಲಿ ರವೀಂದ್ರರ ಸಂಸಾರ ದೋಣಿಮನೆಯಲ್ಲಿ ಕುಳಿತು ಪದ್ಮಾನದಿಯುದ್ದಕ್ಕೂ ಸಂಚರಿಸುತ್ತಿತ್ತು. ರಜಾ ದಿನಗಳಲ್ಲೆಲ್ಲ ಜಗದೀಶಚಂದ್ರ ಬೋಸ್ ಅವರೂ ಇವರ ಜೊತೆಗಿರುತ್ತಿದ್ದರು.

ಈಜುಗಾರರಾಗಿದ್ದ ರವೀಂದ್ರರು ಮಕ್ಕಳಿಗೂ ಈಜುವುದನ್ನು ಕಲಿಸಿದರು. ಮಕ್ಕಳಿಗೆ ಬಂಗಾಳಿ ಭಾಷೆಯನ್ನು ತಾವೇ ಹೇಳಿಕೊಟ್ಟರು.

ಅಪ್ಪಟ ದೇಶಪ್ರೇಮಿ

ಕಾಂಗ್ರೆಸ್ ಅಧಿವೇಶನಗಳಲ್ಲಿ ಭಾರತದ ಬಹುತೇಕ ನಾಯಕರು ಇಂಗ್ಲಿಷ್‌ನಲ್ಲೇ ಮಾತನಾಡುತ್ತಿದ್ದರು. ಇಂಗ್ಲಿಷರ ಮಾದರಿಯ ಪೋಷಾಕುಗಳನ್ನು ಧರಿಸುತ್ತಿದ್ದರು. ಕಲ್ಕತ್ತಾದಲ್ಲಿ ನಡೆದ ಅಧಿವೇಶನಕ್ಕೆ

ರವೀಂದ್ರರು ಬಂಗಾಳಿ ಶೈಲಿಯ ದೋತಿಯನ್ನು ಶಾಲನ್ನ ಧರಿಸಿ
ಬಂದಿದ್ದರು.

ಮಾತೃಭಾಷೆಯನ್ನು ಪ್ರತಿಯೊಬ್ಬರೂ ಕಲಿಯಬೇಕೆಂದು
ರವೀಂದ್ರರು ಪ್ರತಿಪಾದಿಸುತ್ತಿದ್ದರು. "ತಾಯಿಯ ಎದೆಹಾಲನ್ನು
ಕುಡಿದು ಮಗು ಆರೋಗ್ಯಪೂರ್ಣ ಹಾಗೂ
ಶಕ್ತಿಶಾಲಿಯಾಗುವಂತೆಯೇ ಮಾತೃಭಾಷೆಯನ್ನು ಕಲಿತರೆ ಹೃದಯ
ಹಾಗೂ ಮನಸ್ಸು ಎರಡೂ ವಿಕಸಿತಗೊಳ್ಳುತ್ತದೆ" ಎಂದು
ಪ್ರಬಂಧವೊಂದರಲ್ಲಿ ರವೀಂದ್ರರು ಬರೆದಿದ್ದರು.

ಎರಡು ವರ್ಷಗಳ ಬಳಿಕ, 1894ರಲ್ಲಿ ಪ್ರಾಂತೀಯ ಕಾಂಗ್ರೆಸ್
ಢಾಕಾದಲ್ಲಿ ಸಭೆ ಸೇರಿದಾಗ ಅಧ್ಯಕ್ಷರ ಇಂಗ್ಲಿಷ್ ಭಾಷಣವನ್ನು
ರವೀಂದ್ರರು ಬಂಗಾಳಿ ಭಾಷೆಗೆ ಅನುವಾದಿಸಿದರು. ಮುಂದಿನ
ಸಭೆಗಳಲ್ಲೂ ಇದೇ ಪದ್ಧತಿ ಜಾರಿಗೆ ಬಂದಿತು. ಕಲ್ಕತ್ತಾದಲ್ಲಿ ಸ್ವದೇಶಿ
ಭಂಡಾರವೊಂದನ್ನು ರವೀಂದ್ರರು ತೆರೆದರು. ಭಾರತೀಯ ಕಲೆಯ
ಬಗ್ಗೆ ಜನಜಾಗೃತಿ ಮೂಡಿಸುವುದು ಅವರ ಉದ್ದೇಶವಾಗಿತ್ತು.

ಭಾರತೀಯ ಸಂಸ್ಕೃತಿ ಹಾಗೂ ಭಾರತದ ಶ್ರೇಷ್ಠ ವ್ಯಕ್ತಿಗಳ
ಬಗ್ಗೆ ರವೀಂದ್ರರು ಅನೇಕ ಕವನಗಳನ್ನು ಬರೆದರು. ಭಾರತೀಯ
ಸಂಸ್ಕೃತಿ ಹಾಗೂ ಪರಂಪರೆಯನ್ನು ಉಳಿಸಿಕೊಳ್ಳುವ ಕಳಕಳಿ
ಅವರಲ್ಲಿತ್ತು. ಇಂಥ ಕವನಗಳು 'ಕಥಾ ಓ ಕಹಿನಿ' ಪುಸ್ತಕದಲ್ಲಿ
ಪ್ರಕಟವಾದವು.

"ಹಳ್ಳಿಗಳು ದೇಶದ ಅವಿಭಾಜ್ಯ ಅಂಗವಾಗಿದೆ. ಹಳ್ಳಿಗಳ
ಉದ್ಧಾರದಿಂದ ಮಾತ್ರ ದೇಶದ ಉದ್ಧಾರ ಸಾಧ್ಯ" ಎಂದು ಅವರು
ತಮ್ಮ ಬರಹಗಳಲ್ಲಿ ಪ್ರತಿಪಾದಿಸಿದರು.

1908ರಲ್ಲಿ ಪಬ್ನಾ (ಪ್ರಸಕ್ತ ಬಾಂಗ್ಲಾದೇಶದಲ್ಲಿದೆ)ದಲ್ಲಿ ನಡೆದ ಪ್ರಾಂತೀಯ ಕಾಂಗ್ರೆಸ್ ಅಧಿವೇಶನದಲ್ಲಿ ರವೀಂದ್ರರು ಅಧ್ಯಕ್ಷತೆ ವಹಿಸಿದ್ದರು. ರವೀಂದ್ರರು ಬಂಗಾಳಿ ಭಾಷೆಯಲ್ಲೇ ಭಾಷಣ ಮಾಡಿದರು.

'ಭಾರತಿ' ಪತ್ರಿಕೆಯ ಸಂಪಾದಕರಾಗಿಯೂ ರವೀಂದ್ರರು ಕಾರ್ಯನಿರ್ವಹಿಸಿದರು. 'ವಂಗದರ್ಶನ' ಎಂಬ ಪತ್ರಿಕೆಯನ್ನು ಠಾಗೂರ್ ಸಹೋದರರು ಪುನಃ ಆರಂಭಗೊಳಿಸಿದರು.

ಶಾಂತಿನಿಕೇತನ

ದೇಶದ ಉದ್ಧಾರವಾಗಬೇಕಾದರೆ ಶಿಕ್ಷಣ ಪ್ರಸಾರ ಅತ್ಯಗತ್ಯ ಎಂದು ರವೀಂದ್ರರು ಮನಗಂಡಿದ್ದರು. ಶಾಂತಿನಿಕೇತನದಲ್ಲಿ ಮಕ್ಕಳಿಗೆ ಸ್ವಚ್ಛಂದವಾಗಿ ಶಿಕ್ಷಣವನ್ನು ಕಲಿಸುವ ಜವಾಬ್ದಾರಿಯನ್ನು ಅವರು ಹೊತ್ತುಕೊಂಡರು. ತಮ್ಮ ತಂದೆಯ ಅನುಮತಿ ಪಡೆದು 'ಗುರುಕುಲ'ವನ್ನು ಸ್ಥಾಪಿಸುವ ನಿರ್ಧಾರ ಕೈಗೊಂಡರು. ಮಹರ್ಷಿಗಳಿಗೂ ಇದು ಒಪ್ಪಿಗೆಯಾಯಿತು.

1901ರ ಡಿಸೆಂಬರ್ 22ರಂದು ಗುರುಕುಲದ ಸ್ಥಾಪನೆಯಾಯಿತು. ಶಾಂತಿನಿಕೇತನ ಎಂಬ ಹೆಸರಿನ ಮನೆಯಂತೂ ಅಲ್ಲಿ ಮೊದಲೇ ಇತ್ತು. ಶಾಂತಿನಿಕೇತನದ ಸುತ್ತಮುತ್ತಲಿನ ಏಳು ಎಕರೆ ಪ್ರದೇಶವನ್ನು ರವೀಂದ್ರನಾಥರು ಖರೀದಿಸಿದರು. ಮೊದಲು ಅವರು ಮಕ್ಕಳಿಗಾಗಿ ಗ್ರಂಥಾಲಯ ಮತ್ತು ಪ್ರಯೋಗಾಲಯವನ್ನು ನಿರ್ಮಿಸಿದರು. ಆರಂಭದಲ್ಲಿ ಅವರಿಗೆ ಹಣದ ಅವಶ್ಯಕತೆ ಬಹಳಷ್ಟಿತ್ತು. ತಮ್ಮ ವೈಯಕ್ತಿಕ ಸೊತ್ತುಗಳು ಹಾಗೂ ಮಡದಿಯ ಕೆಲವು ಒಡವೆಗಳನ್ನು ಮಾರಿ ಹಣದ ಅಡಚಣೆಯನ್ನು

ನೀಗಿಸಿಕೊಂಡರು. ಆದರೂ ಸಂಸ್ಥೆಯನ್ನು ಕಟ್ಟಿ ಬೆಳೆಸಲು ಪರಿಶ್ರಮದ ಅಗತ್ಯವಿತ್ತು. ಎಷ್ಟೇ ಕಷ್ಟಗಳು ಎದುರಾದರೂ ರವೀಂದ್ರನಾಥರು ಎದೆಗುಂದಲಿಲ್ಲ.

ಆದರೆ ರವೀಂದ್ರನಾಥರ ವೈಯಕ್ತಿಕ ಜೀವನ ದುಃಖಮಯವಾಗ ತೊಡಗಿತ್ತು. ಅದೇವರ್ಷ ಅವರು ತಮ್ಮ ಪ್ರೀತಿಯ ಮಡದಿಯನ್ನು ಕಳೆದುಕೊಂಡರು. ಮತ್ತೆ ಆರು ತಿಂಗಳುಗಳ ಬಳಿಕ ಅವರ ಮುದ್ದಿನ ಮಗಳು ರಾಣಿಯೂ ತೀರಿಹೋದಳು. 1905ರಲ್ಲಿ ತಂದೆಯನ್ನು ಕಳೆದುಕೊಂಡ ದುಃಖ ಅವರನ್ನಾವರಿಸಿತು. ಇಷ್ಟೂ ಅಲ್ಲದೆ 1907ರಲ್ಲಿ ತಮ್ಮ ಪ್ರೀತಿಪಾತ್ರ ಕಿರಿಯಪುತ್ರ ಸಮೀಂದ್ರನನ್ನು ರವೀಂದ್ರನಾಥರು ಕಳೆದುಕೊಂಡರು.

ತಮ್ಮ ಪ್ರೀತಿಪಾತ್ರರ ಅಗಲಿಕೆಯ ನೋವನ್ನು ಎದೆಯಲ್ಲೇ ಹುದುಗಿಸಿಕೊಂಡು ರವೀಂದ್ರರು ಶಾಲೆಯನ್ನು ನಡೆಸಿಕೊಂಡು ಹೋಗುವತ್ತ ಗಮನವನ್ನು ಕೇಂದ್ರೀಕರಿಸಿದರು. ಶಿಕ್ಷಣವನ್ನು ಜನಜೀವನದ ಅವಿಭಾಜ್ಯ ಅಂಗವನ್ನಾಗಿಸುವುದೇ ಶಾಲೆಯ ಗುರಿಯಾಗಿತ್ತು. ತರಗತಿಗಳು ಬಯಲಿನಲ್ಲಿ, ಮರಗಳ ನೆರಳಿನಲ್ಲಿ ನಡೆಯುತ್ತಿದ್ದವು. ವಿದ್ಯಾರ್ಥಿಗಳು ಹಾಗೂ ಶಿಕ್ಷಕರು ಒಟ್ಟಿಗೇ ವಾಸಿಸುತ್ತಿದ್ದರು. ನಿಸರ್ಗದೊಂದಿಗೆ ನಿಕಟ ಸಂಬಂಧವಿರಿಸುವ ಮೂಲಕ ಜ್ಞಾನವನ್ನು ವೃದ್ಧಿಸಿಕೊಳ್ಳಬೇಕು; ನಿಸರ್ಗದ ನಡುವೆಯೇ ಕೆಲಸ ಮಾಡಬೇಕು; ಸಂಗೀತ ಹಾಡಬೇಕು; ಉತ್ಸವಗಳನ್ನು ಆಚರಿಸಬೇಕು ಎಂದು ರವೀಂದ್ರನಾಥರು ಹೇಳುತ್ತಿದ್ದರು.

ಶಾಂತಿನಿಕೇತನದ ಚಟುವಟಿಕೆಗಳಿಗೆ ರವೀಂದ್ರನಾಥರು ತಮ್ಮ ಬದುಕನ್ನೇ ಮುಡಿಪಾಗಿಟ್ಟರು. ಈ ಶಾಲೆ ದೊಡ್ಡದಾಗಿ ಬೆಳೆಯತೊಡಗಿತು. ಚಿತ್ರಕಲೆ, ಸಂಗೀತ, ನೃತ್ಯ ವಿಭಾಗಗಳನ್ನು

ರವೀಂದ್ರನಾಥರು ಪ್ರಾರಂಭಿಸಿದರು. "ಹಳತು ಹೊಸತರ ಸಂಗಮವಾಗಬೇಕು, ಪೂರ್ವ – ಪಶ್ಚಿಮ ಸಂಸ್ಕೃತಿಗಳ ಮಿಲನವಾಗಬೇಕು, ವಿಶ್ವಕಲ್ಯಾಣವಾಗಬೇಕು" ಎಂದು ಕನಸು ಕಂಡರು. ಈ ಕನಸನ್ನು ನನಸು ಮಾಡಲು ಅಹರ್ನಿಶಿ ದುಡಿದರು.

ಶಾಂತಿನಿಕೇತನದಲ್ಲಿ ವಿದ್ಯಾರ್ಥಿಗಳಿಗೆ ಉಚಿತ ಊಟ, ವಿದ್ಯಾಭ್ಯಾಸದ ವ್ಯವಸ್ಥೆ ಕಲ್ಪಿಸಲಾಗಿತ್ತು. ಗುರು ಶಿಷ್ಯರ ನಡುವೆ ಯಾವುದೇ ಅಡ್ಡಗೋಡೆಯಿರಲಿಲ್ಲ. ವಿದ್ಯಾರ್ಥಿಗಳು – ಶಿಕ್ಷಕರು ಸರಳವಾದ ಆಶ್ರಮ ಜೀವನ ನಡೆಸುತ್ತಿದ್ದರು. ಆಡಂಬರಕ್ಕೆ ಅವರು ಬೆಲೆ ಕೊಡುತ್ತಿರಲಿಲ್ಲ. ಪ್ರಕೃತಿಯನ್ನು ಪ್ರೇಮಿಸುತ್ತಿದ್ದರು. ಶಾಲೆಯಲ್ಲಿ ಸಾಹಿತ್ಯಕ್ಕೆ ಪ್ರಾಮುಖ್ಯ ನೀಡಲಾಗಿತ್ತು. ಸಂಗೀತ, ಸಾಹಿತ್ಯ, ಭಾರತೀಯ ನಾಗರೀಕತೆ, ಸಂಪ್ರದಾಯಗಳ ಬಗ್ಗೆ ತಿಳಿದುಕೊಳ್ಳುವಂತೆ ರವೀಂದ್ರರು ವಿದ್ಯಾರ್ಥಿಗಳನ್ನು ಪ್ರೋತ್ಸಾಹಿಸಿದರು.

ಏಕತೆಗಾಗಿ ಶ್ರಮ

1905ರಲ್ಲಿ ವೈಸರಾಯ್ ಲಾರ್ಡ್ ಕರ್ಜನ್ ಅವರು ಬಂಗಾಳವನ್ನು ವಿಭಜಿಸುವ ಯೋಜನೆ ಹಾಕಿಕೊಂಡರು. ಬಿಹಾರ, ಒರಿಸ್ಸಾ ಮತ್ತು ಪಶ್ಚಿಮ ಬಂಗಾಳವನ್ನು ಸೇರಿಸಿ ಒಂದು ಹೊಸ ಪ್ರಾಂತ್ಯವನ್ನು ರಚಿಸಲು ಅವರು ನಿರ್ಧರಿಸಿದರು. ಕಲ್ಕತ್ತಾವನ್ನು ರಾಜಧಾನಿಯನ್ನಾಗಿ ಮಾಡಿ ಈ ಪ್ರಾಂತ್ಯಕ್ಕೆ ಒಬ್ಬ ಗವರ್ನರ್‌ರನ್ನು ನೇಮಿಸಲು ಅವರು ಸಿದ್ಧತೆ ನಡೆಸಿದರು. ನವಖಲಿ ಮತ್ತು ಚಿತ್ತಗಾಂಗ್‌ನಂಥ ದೂರದ ಪ್ರದೇಶಗಳನ್ನು ಕಲ್ಕತ್ತಾದಿಂದಲೇ ನೋಡಿಕೊಳ್ಳಲು ಅಸಾಧ್ಯ – ಆದ್ದರಿಂದ ವಿಭಜನೆ ಅತೀ ಅಗತ್ಯ ಎಂಬುದು ಕರ್ಜನ್ ಅವರ ವಾದವಾಗಿತ್ತು.

ಈ ವಿಭಜನೆಯಿಂದ ಆಡಳಿತವೇನೋ ಸುಗಮವಾಗುತ್ತಿತ್ತು. ಆದರೆ ಬಂಗಾಳಿಗಳ ತಾಯ್ನಾಡು ಇಬ್ಭಾಗವಾಗುತ್ತಿತ್ತು. ಅಲ್ಲದೆ ಹಿಂದುಗಳು ಮತ್ತು ಮುಸ್ಲಿಮರ ಮಧ್ಯೆ ಪ್ರತ್ಯೇಕತೆಯ ಬೀಜ ಬಿತ್ತಿದಂತಾಗುತ್ತಿತ್ತು. ಬಂಗಾಳಿಗಳು ಬುದ್ಧಿವಂತರು; ತಮ್ಮ ರಾಷ್ಟ್ರದ ಕ್ಷೇಮಾಭಿವೃದ್ಧಿಯ ಬಗ್ಗೆ ಕಾಳಜಿಯುಳ್ಳವರೆಂದು ಬ್ರಿಟಿಷರು ಕಂಡುಕೊಂಡಿದ್ದರು. ಬಂಗಾಳದ ವಿಭಜನೆಯಿಂದ ಮಾತ್ರ ಅವರ ಒಗ್ಗಟ್ಟು, ಸ್ಫೂರ್ತಿಯನ್ನು ಕುಗ್ಗಿಸಬಹುದು ಎಂದು ಬ್ರಿಟಿಷ್ ಅಧಿಕಾರಿಗಳು ಭಾವಿಸಿದರು.

ಬಂಗಾಳ ವಿಭಜನೆಯ ಪ್ರಸ್ತಾಪವನ್ನು ವೈಸರಾಯ್ ಜನತೆಯ ಮುಂದಿಟ್ಟಾಗ ಇಡೀ ರಾಷ್ಟ್ರ ಪ್ರತಿಭಟನೆ ವ್ಯಕ್ತಪಡಿಸಿತು. "ಬಂಗಾಳ ನಮ್ಮ ರಾಷ್ಟ್ರ; ಬಂಗಾಳಿ ನಮ್ಮ ಮಾತೃಭಾಷೆ; ನಮ್ಮನ್ನು ಪ್ರತ್ಯೇಕಿಸಲು ನಾವು ಬಿಡೆವು" ಎಂದು ಬಂಗಾಳಿಗಳು ಕೂಗತೊಡಗಿದರು.

ರವೀಂದ್ರನಾಥರು ಶಾಂತಿನಿಕೇತನದ ಶಾಲಾ ಕೆಲಸವನ್ನು ಬಿಟ್ಟು ಕಲ್ಕತ್ತಾಗೆ ಧಾವಿಸಿದರು. ರಾಷ್ಟ್ರೀಯ ಕವಿಯಾಗಿ ಬಂಗಾಳಿಗಳ ಹೋರಾಟಕ್ಕೆ ಸ್ಫೂರ್ತಿ ನೀಡುವುದು ತಮ್ಮ ಕರ್ತವ್ಯ ಎಂದು ಅವರು ತಿಳಿದಿದ್ದರು. ಬಂಗಾಳಿಗಳ ಏಕತೆಯನ್ನು ಇನ್ನಷ್ಟು ಬಲಪಡಿಸಲು ಅವರು 'ರಾಖೀ ಬಂಧನ' ಹಬ್ಬವನ್ನು ವಿಶಿಷ್ಟವಾದ ರೀತಿಯಲ್ಲಿ ಆಚರಿಸಿದರು. ಒಂದರ ಹಿಂದೆ ಇನ್ನೊಂದರಂತೆ ಅವರು ರಚಿಸಿದ ದೇಶಭಕ್ತಿ ಗೀತೆಗಳು ರಾಷ್ಟ್ರದ ಮೂಲೆ ಮೂಲೆಗೂ ತಲುಪಿದವು.

ರಾಖೀ ಬಂಧನ ದಿನದ ಬೆಳಗ್ಗೆ ಕಲ್ಕತ್ತಾದ ಬೀದಿಗಳಲ್ಲಿ ರವೀಂದ್ರನಾಥರ ನೇತೃತ್ವದಲ್ಲಿ ಮೆರವಣಿಗೆ ನಡೆಯಿತು. ಜನರು

ಎಲ್ಲೆಂದರಲ್ಲಿ ಕಿಕ್ಕಿರಿದು ನೆರೆದು ಮೆರವಣಿಗೆಯನ್ನು ವೀಕ್ಷಿಸಿದರು. ದೇಶಭಕ್ತಿಗೀತೆಗಳು ಮೊಳಗಿದವು. ಸುಮಂಗಲೆಯರು ಶಂಖ ಊದಿದರು; ಆರತಿ ಬೆಳಗಿದರು; ಅಕ್ಷತೆ ಕಾಳನ್ನು ಮೆರವಣಿಗೆಕಾರರ ಮೇಲೆ ಚೆಲ್ಲಿದರು.

"ಓ ದೇವರೇ, ಬಂಗಾಳವನ್ನು ಹರಸು–
ಅದರ ನೆಲವನ್ನು ಹರಸು; ಜಲವನ್ನು ಹರಸು....."

ಎಂದು ಹಾಡುತ್ತಾ ಮೆರವಣಿಗೆಕಾರರು ಮುನ್ನಡೆದರು. ಜನರು ಪರಸ್ಪರ 'ರಾಖಿ' ಕಟ್ಟಿಕೊಂಡರು. ಯಾರೂ ಯಾರನ್ನೂ ಅಲಕ್ಷಿಸಲಿಲ್ಲ. ಶ್ರೀಮಂತ–ಬಡವ, ಹಿಂದೂ–ಮುಸ್ಲಿಂ, ಮೇಲ್ಜಾತಿ–ಕೀಳುಜಾತಿ ಎಂಬ ಭೇದ ಭಾವವಿಲ್ಲದೆ ಒಬ್ಬರಿಗೊಬ್ಬರು ರಾಖಿ ಕಟ್ಟಿದರು. ಅಪರಾಹ್ನ ಬಾಗ್ ಬಜಾರ್‌ನಲ್ಲಿ ಭಾರೀ ಸಭೆ ನಡೆಯಿತು. ಇದರಲ್ಲಿ ರವೀಂದ್ರನಾಥರು ಸಕ್ರಿಯ ಪಾತ್ರವಹಿಸಿದರು.

ಸಭಾ ವೇದಿಕೆಯಲ್ಲಿ ಒಂದು ದೊಡ್ಡ ಡಬ್ಬ ಇಡಲಾಗಿತ್ತು. ಅದರ ಮೇಲೆ 'ಮಾತೃಭಂಡಾರ' ಎಂದು ಬಿಳಿಯ ದಪ್ಪ ಅಕ್ಷರಗಳಲ್ಲಿ ಬರೆಯಲಾಗಿತ್ತು. ರವೀಂದ್ರನಾಥರ ಮನವಿಯ ಮೇರೆಗೆ ಜನರು–ಸಭಿಕರು ಸಾಲು ಸಾಲಾತಿ ಬಂದು ಡಬ್ಬಕ್ಕೆ ವಂತಿಗೆ ಹಾಕಿದರು. ಈ ರಾಷ್ಟ್ರೀಯ ನಿಧಿಗೆ 50,000 ರೂ.ಗಳಿಗಿಂತಲೂ ಹೆಚ್ಚು ಹಣ ಸಂಗ್ರಹವಾಯಿತು.

ರಾಷ್ಟ್ರದ ಯುವಜನರು ಮುಂದೆ ಬಂದು ರಾಷ್ಟ್ರ ನಿರ್ಮಾಣ ಕಾರ್ಯವನ್ನು ಉತ್ಸಾಹದಿಂದ ಕೈಗೊಳ್ಳಬಹುದೆಂದು ರವೀಂದ್ರನಾಥರು ಭಾವಿಸಿದ್ದರು. ಆದರೆ ಅವರ ನಂಬಿಕೆ ಹುಸಿಯಾಯಿತು. ಬ್ರಿಟಿಷ್‌ರ ವಿರುದ್ಧ ರೊಚ್ಚಿಗೆದ್ದ ಬಂಗಾಳಿ ಯುವಕರು ಭಯೋತ್ಪಾದಕ

ಕೃತ್ಯಗಳಲ್ಲಿ ತೊಡಗಿದ್ದನ್ನು ನೋಡಿ ರವೀಂದ್ರನಾಥರಿಗೆ ಖೇದವಾಯಿತು. ಗ್ರಾಮಗಳ ಉದ್ಧಾರದಿಂದ ಮಾತ್ರ ರಾಷ್ಟ್ರದ ಉದ್ಧಾರವಾಗಬಹುದೆಂದು ಅವರು ಪದೇ ಪದೇ ಹೇಳುತ್ತಿದ್ದರು. ಗ್ರಾಮಗಳು ಸ್ವಾವಲಂಬನೆ ಸಾಧಿಸಬೇಕೆಂಬುದು ಅವರ ಅಭಿಮತವಾಗಿತ್ತು. ಆದರೆ ಯುವಜನರು ಈ ದಿಸೆಯಲ್ಲಿ ಕಾರ್ಯ ಪ್ರವೃತ್ತರಾಗದಿದ್ದುದು ಅವರ ಮನವನ್ನು ನೋಯಿಸಿತು.

ರಾಷ್ಟ್ರದ ಹಿತದೃಷ್ಟಿಯಿಂದ ಹಿಂದುಗಳು ಮತ್ತು ಮುಸ್ಲಿಮರು ತಮ್ಮ ನಡುವಣ ಮಿತ್ರತ್ವವನ್ನು ಉಳಿಸಿ ಬೆಳೆಸಬೇಕು. ವಿದೇಶೀಯರ ವಿರುದ್ಧ ಹೋರಾಡಿದರಷ್ಟೇ ಸಾಲದು; ಮಾಡಬೇಕಾದ ಕೆಲಸಗಳನ್ನು ಮಾಡಿ ಪೂರೈಸಬೇಕು. ಜನರ ನಡುವೆ ಸಹಕಾರವಿಲ್ಲದಿದ್ದರೆ, ಆಂತರಿಕ ಸಮಸ್ಯೆಗಳು ಮತ್ತು ಬಿನ್ನಾಭಿಪ್ರಾಯಗಳನ್ನು ಬಗೆಹರಿಸದಿದ್ದರೆ ಅಸಹಕಾರ ಚಳುವಳಿ ನಡೆಸಲು ಸರ್ವಥಾ ಅಸಾಧ್ಯ ಎಂದು ರವೀಂದ್ರನಾಥರು ಹೇಳುತ್ತಿದ್ದರು.

ಪಬ್ನಾದಲ್ಲಿ ನಡೆದ ಪ್ರಾಂತೀಯ ಕಾಂಗ್ರೆಸ್ ಅಧಿವೇಶನದಲ್ಲಿ ಅಧ್ಯಕ್ಷೆ ವಹಿಸಿದ್ದ ರವೀಂದ್ರನಾಥರು, ತಮ್ಮ 'ಸ್ವದೇಶಿ ಸಮಾಜ' ಪ್ರಬಂಧ'ದಲ್ಲಿ ಏನನ್ನು ಪ್ರತಿಪಾದಿಸಿದ್ದರೋ ಅದನ್ನೇ ಪುನರುಚ್ಚರಿಸಿದರು. ಗ್ರಾಮಗಳ ಉದ್ಧಾರದತ್ತ ರಾಷ್ಟ್ರದ ಗಮನ ಸೆಳೆಯಲು ಪ್ರಯತ್ನಿಸಿದರು.

ಇದೇ ಸಮಯದಲ್ಲಿ, ಮೂಜಾಫರಪುರದಲ್ಲಿ ಬಾಂಬನ್ನು ಎಸೆದ ಘಟನೆ ನಡೆಯಿತು. ಬ್ರಿಟಿಷ್‌ರ ವಿರುದ್ಧ ರಾಷ್ಟ್ರಾದ್ಯಂತ ಹಿಂಸಾಚಾರ ಹುಟ್ಟಿಕೊಂಡವು. ರವೀಂದ್ರನಾಥರ ಹಿತವಚನವನ್ನು ಜನರು ಮರೆತೇ ಬಿಟ್ಟಿದ್ದರು. ರವೀಂದ್ರನಾಥರು ಬರೆದ 'ಪ್ರಾಯಶ್ಚಿತ್ತ'

ನಾಟಕದ ಧನಂಜಯ ವೈರಾಗಿಯ ಪಾತ್ರದಲ್ಲಿ ಅವರು ಚಿತ್ರಿಸಿದ ಶಾಂತಿಯುತ ಪ್ರತಿಭಟನೆಯ ತತ್ವವನ್ನು ಜನ ಗಂಭೀರವಾಗಿ ಪರಿಗಣಿಸಿರಲಿಲ್ಲ. ನಾಟಕದಲ್ಲಿ ಧನಂಜಯ ಪಾತ್ರಧಾರಿ ಗ್ರಾಮಸ್ಥರಿಗೆ ನೀಡಿದ ಉಪದೇಶವನ್ನೇ ರವೀಂದ್ರನಾಥರು ರೊಚ್ಚಿಗೆದ್ದ ಜನರಿಗೆ ಹೇಳಿದರು. ಆದರೆ ಅವರ ಮಾತುಗಳನ್ನು ಕೇಳುವಷ್ಟು ತಾಳ್ಮೆ ಉದ್ರಿಕ್ತ ಜನರಿಗೆ ಇರಲಿಲ್ಲ. ಶಾಂತಿಯುತ ಅಸಹಕಾರ ಚಳವಳಿ ನಡೆಸಲು 12 ವರ್ಷಗಳೇ ಬೇಕಾದವು.

'ಗೀತಾಂಜಲಿ'

ಅವಿರತ ದುಡಿಮೆಯಿಂದ ರವೀಂದ್ರನಾಥರ ಆರೋಗ್ಯ ಹದಗೆಡಲಾರಂಭಿಸಿತು. ವಿಶ್ರಾಂತಿಗಾಗಿ ಅವರು ಶಿಲೈಡಾಹಗೆ ತೆರಳಿದರು. ಈ ಸಮಯದಲ್ಲೇ ತಮ್ಮ ಕೆಲವು ಕವನಗಳನ್ನು ಭಾಷಾಂತರಿಸಲು ಅವರು ನಿರ್ಧರಿಸಿದರು. ಅನಾರೋಗ್ಯ ಅವರಿಗೆ ಸತತ ತೊಂದರೆ ಕೊಡುತ್ತಿದ್ದುದರಿಂದ ಚಿಕಿತ್ಸೆಗಾಗಿ ವಿದೇಶಕ್ಕೆ ತೆರಳುವುದು ಅನಿವಾರ್ಯವಾಯಿತು. ಹಡಗಿನಲ್ಲಿ ಕೂಡಾ ಅವರು ಭಾಷಾಂತರ ಕಾರ್ಯವನ್ನು ಮುಂದುವರಿಸಿದರು.

ಲಂಡನ್‌ನಲ್ಲಿದ್ದಾಗ ರವೀಂದ್ರನಾಥರ ಮಿತ್ರರು ಖ್ಯಾತ ಇಂಗ್ಲಿಷ್ ವರ್ಣಚಿತ್ರಕಾರ ಸರ್ ವಿಲಿಯಂ ರೊಥೆನ್‌ಸ್ಟೀನ್ ಅವರು ರವೀಂದ್ರನಾಥರ ಕೆಲವು ಭಾಷಾಂತರ ಕೃತಿಗಳನ್ನು ಓದಿದರು. ಅವರು ಆ ಕೃತಿಗಳನ್ನು ಎಷ್ಟು ಮೆಚ್ಚಿಕೊಂಡರೆಂದರೆ ಅವುಗಳನ್ನು ಐರಿಷ್ ಕವಿ ಯೀಟ್ಸ್ ಬಳಿಗೂ ಕೊಂಡೊಯ್ದರು. ಈ ಮಹಾನ್ ಕವಿ ರವೀಂದ್ರನಾಥರ ಕವನಗಳ ಮೌಲ್ಯವನ್ನು ಗುರುತಿಸಿದರು. 'ರವೀಂದ್ರನಾಥರ ಕವಿಗಾಗಿ ಇಡೀ ಪಾಶ್ಚಿಮಾತ್ಯ ಜಗತ್ತೇ ಕಾಯುತ್ತಿದೆ'

ಎಂದು ಅವರು ಹೇಳಿದರು. ಯೀಟ್ಸ್ ಅವರ ಆಹ್ವಾನದ ಮೇರೆಗೆ ಅನೇಕ ಗಣ್ಯ ವ್ಯಕ್ತಿಗಳು ರವೀಂದ್ರನಾಥರನ್ನು ಭೇಟಿಯಾಗಲು ಬಂದರು. ಅವರ ಕೃತಿಗಳನ್ನು ಓದಿ ಮುಕ್ತಕಂಠದಿಂದ ಶ್ಲಾಘಿಸಿದರು. ಅವರಲ್ಲಿ ಸಿ. ಎಫ್. ಆಂಡ್ರೂಸ್ ಸಹಾ ಒಬ್ಬರು.

ಸಿ. ಎಫ್. ಆಂಡ್ರೂಸ್ ದೆಹಲಿಯ ಸೈಂಟ್ ಸ್ಟೀಫನ್ಸ್ ಕಾಲೇಜಿನಲ್ಲಿ ಬೋಧನೆ ಮಾಡಲು ಆಗಮಿಸಿದರು. ಆದರೆ ರವೀಂದ್ರನಾಥರಿಂದ ಪ್ರಭಾವಿತರಾಗಿ ಶಾಂತಿನಿಕೇತನದಲ್ಲಿ ಸೇರುವ ಸಲುವಾಗಿ ದೆಹಲಿಯ ತಮ್ಮ ಉದ್ಯೋಗವನ್ನೇ ಬಿಟ್ಟು ಬಿಟ್ಟರು. ಭಾರತದ ಬಡ ಮತ್ತು ಶೋಷಿತ ಜನರನ್ನು ಕಂಡು ಅವರ ಮನ ಕರಗಿತು. ಇಂಥ ಜನರಿಗೆ ಸಹಾಯ ಮಾಡಲು ಮತ್ತು ಅವರ ಸಂಕಷ್ಟಗಳನ್ನು ಪರಿಹರಿಸಲು ಕಟಿಬದ್ಧರಾದರು. ತಮ್ಮ ಹೆಚ್ಚಿನ ಕಾಲವನ್ನು ಇದಕ್ಕಾಗಿಯೇ ವ್ಯಯಿಸಿದರು. ಪ್ರತಿಯೊಬ್ಬರೂ ಅವರನ್ನು 'ದೀನಬಂಧು' ಎಂದು ಕರೆಯತೊಡಗಿದರು.

ಆಂಡ್ರೂಸ್ ಅವರು ತಮ್ಮ ಜೀವನದ ಉಳಿದ ಭಾಗವನ್ನು ರವೀಂದ್ರನಾಥರ ಜೊತೆಯಲ್ಲೇ ಕಳೆದರು. ಇತರ ಇಬ್ಬರು ಗಣ್ಯರಿಗೂ ಅವರು ರವೀಂದ್ರನಾಥರನ್ನು ಪರಿಚಯಿಸಿದರು. ಅವರಲ್ಲೊಬ್ಬರು ಭಾರತೀಯರು ಮತ್ತು ಭಾರತೀಯ ಸಂಸ್ಕೃತಿ ಬಗ್ಗೆ ಅತ್ಯಂತ ಆಸಕ್ತಿ ಹೊಂದಿದ್ದ ಇಂಗ್ಲಿಷ್ ತರುಣ ವಿಲ್ಲಿ ಪಿಯರಸನ್. ಇನ್ನೊಬ್ಬರು ಮೋಹನದಾಸ ಕರಮಚಂದ ಗಾಂಧಿ. ಇವರಿಬ್ಬರೂ ಜೀವನ ಪರ್ಯಂತ ರವೀಂದ್ರನಾಥರ ಗೆಳೆಯರಾದರು. ಗಾಂಧಿ ಅವರಿಗೆ 'ಮಹಾತ್ಮಾ' ಎಂಬ ಬಿರುದು ನೀಡಿದವರು ರವೀಂದ್ರನಾಥರೇ ಆಗಿದ್ದರು.

ರವೀಂದ್ರನಾಥರ ಕವನಗಳ ಇಂಗ್ಲಿಷ್ ಭಾಷಾಂತರ ಕೃತಿ 'ಗೀತಾಂಜಲಿ' 1912ರಲ್ಲಿ ಪುಸ್ತಕರೂಪದಲ್ಲಿ ಪ್ರಕಟವಾಯಿತು. ಪಶ್ಚಿಮ ರಾಷ್ಟ್ರಗಳ ಬುದ್ಧಿಜೀವಿಗಳ ವಲಯದಲ್ಲಿ ಹಿಂದೆಂದಿಗಿಂತಲೂ ಹೆಚ್ಚಿನ ಮನ್ನಣೆಯನ್ನು ಈ ಕೃತಿ ಗಿಟ್ಟಿಸಿಕೊಂಡಿತು. ರವೀಂದ್ರನಾಥರು ಅಮೆರಿಕಾಕ್ಕೆ ಭೇಟಿ ನೀಡಿ ಉಪನಿಷತ್ತುಗಳು ಮತ್ತು ಭಾರತದ ಧಾರ್ಮಿಕ ಸಂದೇಶದ ಬಗ್ಗೆ ಭಾಷಣಗಳನ್ನು ಮಾಡಿದರು.

'ಗೀತಾಂಜಲಿ' ಕೃತಿಗಾಗಿ 1913ರಲ್ಲಿ ರವೀಂದ್ರನಾಥರಿಗೆ ಸಾಹಿತ್ಯಕ್ಷೇತ್ರದ ನೊಬೆಲ್ ಪ್ರಶಸ್ತಿ ದೊರೆಯಿತು. ಈ ಗೌರವ ಪಡೆದ ಏಷ್ಯಾದ ಪ್ರಥಮ ವ್ಯಕ್ತಿ ಎಂಬ ಹೆಗ್ಗಳಿಕೆಗೆ ಅವರು ಪಾತ್ರರಾದರು. ನೊಬೆಲ್ ಬಹುಮಾನದ ಹಣವನ್ನು ರವೀಂದ್ರನಾಥರು ಶಾಂತಿನಿಕೇತನಕ್ಕಾಗಿಯೇ ಬಳಸಿಕೊಂಡರು.

ವಿಶ್ವಭಾರತಿ

1918ರಲ್ಲಿ ರವೀಂದ್ರನಾಥರು ಎರಡು ಆಘಾತಗಳನ್ನು ಸಹಿಸಿಕೊಳ್ಳಬೇಕಾಯಿತು. ಅವರ ಒಡನಾಡಿಯಾಗಿದ್ದ ಪಿಯರ್ಸನ್ ಅವರನ್ನು ಬ್ರಿಟಿಷ್ ಚಟುವಟಿಕೆಗಳ ಆಪಾದನೆಯ ಮೇಲೆ ಇಂಗ್ಲೆಂಡಿಗೆ ಕಳುಹಿಸಲಾಯಿತು. ರವೀಂದ್ರನಾಥರನ್ನು ಅತಿಯಾಗಿ ಹಚ್ಚಿಕೊಂಡಿದ್ದ ಅವರ ಹಿರಿಯ ಮಗಳು ಬೇಲಾ ಕಾಯಿಲೆಗೆ ತುತ್ತಾಗಿ ಅಸು ನೀಗಿದಾಗಲಂತೂ ಅವರ ದುಃಖಕ್ಕೆ ಪಾರವೇ ಇಲ್ಲದಂತಾಯಿತು. ಆದರೂ ತಮ್ಮೆಲ್ಲಾ ದುಃಖವನ್ನು ಬದಿಗೊತ್ತಿ ಅವರು ಸೇವಾಕೈಂಕರ್ಯದಲ್ಲಿ ಮುಳುಗಿದರು.

'ವಿಶ್ವಭಾರತಿ' ಎಂಬ ಹೆಸರಿನಲ್ಲಿ ಅಂತರರಾಷ್ಟ್ರೀಯ ವಿಶ್ವವಿದ್ಯಾನಿಲಯವನ್ನು ಸ್ಥಾಪಿಸಲು ಉದ್ಯುಕ್ತರಾದರು.

ವಿಶ್ವವಿದ್ಯಾನಿಲಯದಲ್ಲಿ ಜಗತ್ತಿನ ಎಲ್ಲಾ ವಿದ್ವಾಂಸರೂ ಜೊತೆ ಸೇರಿ
ಪರಸ್ಪರ ಕಲಿಯುವ ಮತ್ತು ಕಲಿಸುವುದರ ಮೂಲಕ ಜ್ಞಾನವನ್ನು
ವೃದ್ಧಿಸಿಕೊಳ್ಳಬಹುದಾಗಿತ್ತು. 1918ರ ಡಿಸೆಂಬರ್‌ನಲ್ಲಿ ಈ
ವಿಶ್ವವಿದ್ಯಾನಿಲಯಕ್ಕಾಗಿ ಶಂಕುಸ್ಥಾಪನೆಯನ್ನು ನೆರವೇರಿಸಲಾಯಿತು.

ವಿಶ್ವಭಾರತಿ ಸ್ಥಾಪನೆಯ ಕೆಲವೇ ತಿಂಗಳುಗಳಲ್ಲಿ
ಜಲಿಯನ್‌ವಾಲಾಬಾಗ್ ಹತ್ಯಾಕಾಂಡ ನಡೆಯಿತು. ಬ್ರಿಟಿಷರ
ಅಮಾನವೀಯ ಕ್ರಮವನ್ನು ಪ್ರತಿಭಟಿಸಿ ರವೀಂದ್ರನಾಥರು 1915ರಲ್ಲಿ
ತಮಗೆ ಪ್ರಧಾನಿಸಲಾಗಿದ್ದ 'ನೈಟ್‌ಹುಡ್' ಗೌರವವನ್ನು
ಹಿಂತಿರುಗಿಸಿದರು.

ವಿಶ್ವಭಾರತಿಯನ್ನು ಪ್ರಪಂಚದ ವಿಶ್ವವಿದ್ಯಾನಿಲಯವನ್ನಾಗಿ
ಮಾಡಲು, ಇತರ ದೇಶಗಳ ಸಂಸ್ಕೃತಿ, ವಿಜ್ಞಾನವನ್ನು ಭಾರತ ದೇಶದ
ಸಂಸ್ಕೃತಿ, ವಿಜ್ಞಾನದೊಂದಿಗೆ ಕಲೆ ಹಾಕಲು ರವೀಂದ್ರನಾಥರು
ಪ್ರಯತ್ನಿಸಿದರು. ಸತ್ಯಪ್ರೇಮಿಗಳಿಗೆ, ವಿಶ್ವಮಾನವರಿಗೆ ಅಲ್ಲಿ ಪ್ರವೇಶ
ದೊರೆಯಿತು. ಅಲ್ಲಿ ಜಾತಿ ಭೇದವಿರಲಿಲ್ಲ. ಅಲ್ಲಿಯ ವಿದ್ಯಾರ್ಥಿಗಳಿಗೆ
ಈಗಲೂ ಸರ್ವಧರ್ಮ ತತ್ವಗಳನ್ನು ಬೋಧಿಸಲಾಗುತ್ತಿದೆ. ವಿಶ್ವಶಾಂತಿ,
ವಿಶ್ವಬಾಂಧವ್ಯಗಳನ್ನು ಸಾಧಿಸುವುದು ವಿಶ್ವಭಾರತಿ ಸಂಸ್ಥೆಯ
ಗುರಿಯಾಗಿತ್ತು.

ವಿಶ್ವವಿದ್ಯಾನಿಲಯವನ್ನು ಆರಂಭಿಸಿದ ಕೂಡಲೇ ರವೀಂದ್ರನಾಥರು
ವಿಶ್ವದೆಲ್ಲೆಡೆ ಪ್ರಯಾಣಿಸಿ ಅಲ್ಲಿನ ಪಂಡಿತರು–ವಿದ್ವಾಂಸರಿಗೆ ತಮ್ಮ
ವಿಶ್ವವಿದ್ಯಾನಿಲಯದ ಬಗ್ಗೆ ವಿವರಿಸಿದರು. ಅವರನ್ನು ಮತ್ತು
ಭಾರತದ ಎಲ್ಲ ಭಾಗಗಳ ಮೇಧಾವಿಗಳನ್ನು ವಿಶ್ವವಿದ್ಯಾನಿಲಯಕ್ಕೆ
ಆಹ್ವಾನಿಸಿದರು.

ಇಂಗ್ಲೆಂಡ್, ಫ್ರಾನ್ಸ್, ಜರ್ಮನಿ, ಹಾಲೆಂಡ್, ಬೆಲ್ಜಿಯಂ, ಸ್ವಿಜರ್‌ಲೆಂಡ್, ಆಸ್ಟ್ರಿಯ, ಜೆಕೊಸ್ಲಾವಾಕಿಯಾ, ನಾರ್ವೆ, ಸ್ವೀಡನ್, ಅಮೆರಿಕ, ಕೆನಡಾ, ಇಟಲಿ, ಸ್ಪೇನ್, ಚೀನಾ, ಜಪಾನ್, ಈಜಿಪ್ಟ್, ಪರ್ಶಿಯಾ, ಇರಾಕ್ ಮೊದಲಾದ ರಾಷ್ಟ್ರಗಳಿಗೆ ರವೀಂದ್ರನಾಥರು ಭೇಟಿ ನೀಡಿದರು. ವಿಶ್ವಭಾರತಿಯ ಧ್ಯೇಯೋದ್ದೇಶಗಳನ್ನು ಆ ರಾಷ್ಟ್ರಗಳಲ್ಲಿ ಪ್ರಚಾರ ಮಾಡಿದರು.

ಆ ವೇಳೆಗಾಗಲೇ ರವೀಂದ್ರನಾಥರ ಹೆಚ್ಚು ಕಡಿಮೆ 20ಕ್ಕಿಂತಲೂ ಹೆಚ್ಚು ಪುಸ್ತಕಗಳು ಇಂಗ್ಲಿಷ್ ಹಾಗೂ ಇತರ ಯುರೋಪಿಯನ್ ಭಾಷೆಗಳಿಗೆ ಅನುವಾದಗೊಂಡಿದ್ದವು. ಅವರ ಕೃತಿಗಳು ಜನಪ್ರಿಯವಾಗಿದ್ದರಿಂದ ಅವರು ಹೋದೆಡೆಯಲ್ಲೆಲ್ಲಾ ಹಾರ್ದಿಕ ಸ್ವಾಗತ ದೊರೆಯಿತು. ರವೀಂದ್ರನಾಥರನ್ನು ಸಂಭ್ರಮದಿಂದ ಸ್ವಾಗತಿಸಿದವರಲ್ಲಿ ಹೆನ್ರಿ ಲೂಯಿಸ್ ಬರ್ಗ್‌ಸನ್, ಸಿಲ್ವೇನ್ ಲೆವಿ, ರೊಮೇನ್ ರೊಲೆಂಡ್, ಆಲ್ಬರ್ಟ್ ಕೇಸರ್‌ಲಿಂಗ್, ಥಾಮಸ್‌ಮಾನ್ ಮೊದಲಾದ ಪ್ರಮುಖರು. ಲೆವಿಯವರು ಪ್ರಥಮವಾಗಿ ಅವರ ಆಹ್ವಾನವನ್ನು ಸ್ವೀಕರಿಸಿ ವಿಶ್ವಭಾರತಿಗೆ ಬರಲು ಒಪ್ಪಿದರು.

1921ರ ಡಿಸೆಂಬರ್ 23 ರಂದು ರವೀಂದ್ರನಾಥರು ವಿಶ್ವಭಾರತಿಯನ್ನು ರಾಷ್ಟ್ರಕ್ಕೆ ಅರ್ಪಿಸಿದರು. ಇದರಲ್ಲಿ ಅವರ ಜಮೀನು, ಕಟ್ಟಡಗಳು, ಗ್ರಂಥಾಲಯ, ನೊಬೆಲ್ ಪ್ರಶಸ್ತಿಯ ಹಣ ಮತ್ತು ಅವರು ಸಂಗ್ರಹಿಸಿದ್ದ ಪುಸ್ತಕಗಳು ಸೇರಿದ್ದವು.

ವಿಶ್ವಭಾರತಿಯ ಒಂದು ಸಂಶೋಧನೆ ಕೇಂದ್ರವೂ ಆಗಿತ್ತು. ರವೀಂದ್ರನಾಥರ ಜೀವಿತಾವಧಿಯಲ್ಲಿ ವಿದ್ಯಾಭವನ (1918), ಕಲಾಭವನ (1919), ಸಂಗೀತಭವನ (1919), ಶಿಕ್ಷಣಭವನ (1921), ಶ್ರೀನಿಕೇತನ (1922), ಚೀನಾಭವನ (1931), ಶಿಲ್ಪಭವನ

(1937) ಮತ್ತು ಹಿಂದಿ ಭವನ (1939) ಎಂಬ ವಿಭಾಗಗಳು ತಲೆಯೆತ್ತಿದವು.

ಇವುಗಳಲ್ಲಿ ಶ್ರೀನಿಕೇತನ ವಿಭಾಗವು ವಿಶಿಷ್ಟವಾದುದಾಗಿತ್ತು. ಗ್ರಾಮೋದ್ಧಾರ ಈ ವಿಭಾಗದ ಗುರಿಯಾಗಿತ್ತು. ರವೀಂದ್ರನಾಥರು ಶಿಲೈಡಾಹದಲ್ಲಿದ್ದಾಗ ಹಳ್ಳಿಗರ ಸಮಸ್ಯೆಗಳನ್ನು ಅವರು ಸಂಪೂರ್ಣ ಮನಗಂಡಿದ್ದರು. ಉತ್ತಮ ವಿಧಾನದಲ್ಲಿ ಬೇಸಾಯ ಮಾಡಲು, ಜಾನುವಾರುಗಳನ್ನು ಸಾಕಲು ಹಳ್ಳಿಗರಿಗೆ ತರಬೇತಿ ನೀಡುವ ಸಲುವಾಗಿ ಮತ್ತು ಗಾಡಿ ಕೈಗಾರಿಕೆಗಳಿಗೆ ಉತ್ತೇಜನ ನೀಡುವ ಸಲುವಾಗಿ ಸಂಸ್ಥೆಯೊಂದನ್ನು ಕಟ್ಟಬೇಕೆಂದು ರವೀಂದ್ರನಾಥರು ಕನಸು ಕಾಣುತ್ತಿದ್ದರು. ಆ ಕನಸಿನ ಸಾಕಾರರೂಪವೇ ಶ್ರೀನಿಕೇತನ. 'ಶ್ರೀ' ಎಂಬ ಪದ ಸೌಂದರ್ಯ, ಸಂತಸ ಮತ್ತು ಸಮೃದ್ಧಿ ಎಂಬರ್ಥವನ್ನು ಕೊಡುತ್ತದೆ. ಶ್ರೀನಿಕೇತನದಿಂದ ಹಳ್ಳಿಗರ ಸಂಕಷ್ಟ ಪರಿಹಾರವಾಗಿ ಅವರಲ್ಲಿ ಸಂತಸ ಮೂಡಬೇಕು, ಹಳ್ಳಿಗಳಲ್ಲಿ ಸಮೃದ್ಧಿ ದ್ವಿಗುಣವಾಗಬೇಕೆಂಬುದು ರವೀಂದ್ರನಾಥರ ಆಶಯವಾಗಿತ್ತು.

ಜೇನು, ಕೋಳಿ ಸಾಕಣೆ, ದನ–ಕುರಿಗಳ ಪೋಷಣೆ ಮುಂತಾದ ಕೆಲಸಗಳಲ್ಲಿ ಹಳ್ಳಿಗರಿಗೆ ತರಬೇತಿ ನೀಡುವುದು ಶ್ರೀನಿಕೇತನದ ಉದ್ದೇಶಗಳಲ್ಲೊಂದಾಗಿತ್ತು.

1907ರಲ್ಲಿ ಬಂಗಾಳ ಸಾಹಿತ್ಯ ಸಮ್ಮೇಳನದ ಮೊದಲನೆಯ ಅಧಿವೇಶನಕ್ಕೆ ರವೀಂದ್ರನಾಥರು ಅಧ್ಯಕ್ಷರಾದರು. 1918ರಲ್ಲಿ ಬಂಗಾಳಿ ಗೃಹ ವಿಶ್ವವಿದ್ಯಾನಿಲಯದ ಪುಸ್ತಕ ಭಂಡಾರವನ್ನು ಸ್ಥಾಪಿಸಿ ಸಾಂಸ್ಕೃತಿಕ ಶಿಕ್ಷಣವನ್ನು ಜನರಿಗೆ ಕೊಡುವ ವ್ಯವಸ್ಥೆಯನ್ನು ಮಾಡಿದರು. 'ಕವಿ ಸಾಮ್ರಾಟ', 'ಭಾರತ ಭಾಸ್ಕರ' ಮೊದಲಾದ ಬಿರುದುಗಳನ್ನು

ರವೀಂದ್ರನಾಥರು ಗಳಿಸಿದರು. ಅನೇಕ ವಿಶ್ವವಿದ್ಯಾನಿಲಯಗಳು ಅವರಿಗೆ ಗೌರವ ಡಾಕ್ಟರೇಟ್ ಪದವಿ ನೀಡಿದವು. 'ವಿಶ್ವಭಾರತಿ ತ್ರೈಮಾಸಿಕ' ಎಂಬ ಪತ್ರಿಕೆಯನ್ನು ರವೀಂದ್ರನಾಥರು ಆರಂಭಿಸಿದರು. 1930ರಲ್ಲಿ ವಿದೇಶ ಯಾತ್ರೆ ಮಾಡಿದ ಸಂದರ್ಭದಲ್ಲಿ 'ಭಾನುಸಿಂಹ' ಎಂಬ ಕಾವ್ಯನಾಮವನ್ನಿಟ್ಟುಕೊಂಡು ಅನೇಕ ಕಡೆ ಭಾಷಣಗಳನ್ನು ಮಾಡಿದರು. ಅವರು ಮಾಡಿದ ಭಾಷಣಗಳು ಪುಸ್ತಕ ರೂಪದಲ್ಲಿ ಪ್ರಕಟವಾದವು.

ವರ್ಣಚಿತ್ರ ಕಲಾವಿದ

ರವೀಂದ್ರನಾಥರು ಬಹುಮುಖ ಪ್ರತಿಭೆಯನ್ನು ಹೊಂದಿದ್ದರು. ಅವರ ಬಳಿ ಮಾಂತ್ರಿಕ ಶಕ್ತಿಯ ಲೇಖನಿಯಿತ್ತು. ಅವರ ಕನಸುಗಳು ಮತ್ತು ಆಶೋತ್ತರಗಳು ಅವರ ಕವನಗಳು, ಕಥೆಗಳು, ಕಾದಂಬರಿಗಳು, ನಾಟಕಗಳು ಮತ್ತು ಪ್ರಬಂಧಗಳಲ್ಲಿ ಅಭಿವ್ಯಕ್ತವಾಗುತ್ತಿದ್ದವು. ಅವರ ಹಾಡುಗಳು ಮತ್ತು ಅವರು ರಚಿಸಿದ ವರ್ಣಚಿತ್ರಗಳಲ್ಲೂ ಅವು ವ್ಯಕ್ತವಾಗುತ್ತಿದ್ದವು.

ವರ್ಣಚಿತ್ರ ರಚನೆಯನ್ನು ಅವರು ಸ್ವಲ್ಪ ವಿಳಂಬವಾಗಿಯೇ ಆರಂಭಿಸಿದ್ದರು. ಅವರೊಳಗೆ ಸುಪ್ತವಾಗಿದ್ದ ಚಿತ್ರಕಾರ ಈ ಇಳಿವಯಸ್ಸಿನಲ್ಲೂ ಹೊರಬಂದ! ವಿದೇಶದಲ್ಲಿದ್ದಾಗ ವರ್ಣಚಿತ್ರ ರಚನೆಯತ್ತ ರವೀಂದ್ರನಾಥರು ಹೆಚ್ಚಿನ ಗಮನ ಹರಿಸಿದರು. 1924ರಲ್ಲಿ ಅವರು ದಕ್ಷಿಣ ಅಮೆರಿಕದಲ್ಲಿದ್ದರು. ತೀವ್ರ ಅನಾರೋಗ್ಯ ಅವರನ್ನು ಕಾಡುತ್ತಿತ್ತು. ಪ್ರಶಾಂತ ವಾತಾವರಣದ ಆವಶ್ಯಕತೆ ಅವರಿಗಿತ್ತು. ಬ್ಯೂನಸ್‌ಐರಿಸ್‌ನ ಆಹ್ಲಾದಕರ ವಾತಾವರಣದಲ್ಲಿ ವಿಶ್ರಾಂತಿ ಪಡೆದರು. ಅಲ್ಲಿ ಚೇತರಿಸಿಕೊಳ್ಳುತ್ತಿದ್ದಂತೆ 'ಪುರವಿ'ಯ ಕವನಗಳನ್ನು ಬರೆಯಲಾರಂಭಿಸಿದರು. ಕವನಗಳಿಗೆ ಸರಿಹೊಂದುವಂಥ ಚಿತ್ರಗಳನ್ನು

ಬರೆದರು. ರೇಖೆಗಳು, ಬಣ್ಣಗಳ ಮೇಳೈಸುವಿಕೆಯಿಂದ ಉಂಟಾಗುವ ಅದ್ಭುತ ಸೃಷ್ಟಿ ಅವರ ಮನವನ್ನು ಸೆಳೆಯಿತು. (1930ರಲ್ಲಿ ಕೊನೆಯ ಬಾರಿಗೆ ಅವರ ಚಿತ್ರಗಳು ಅಮೆರಿಕಾದಲ್ಲಿ ಪ್ರದರ್ಶಿತಗೊಂಡವು). 1930ರಲ್ಲಿ ಕೊನೆಯ ಬಾರಿಗೆ ಅವರು ಪಾಶ್ಚಿಮಾತ್ಯ ರಾಷ್ಟ್ರಗಳಿಗೆ ಭೇಟಿ ನೀಡಿದಾಗ ಅವರ ವರ್ಣಚಿತ್ರಗಳು ಫ್ರಾನ್ಸ್, ಇಂಗ್ಲೆಂಡ್, ಜರ್ಮನಿ, ಡೆನ್ಮಾರ್ಕ್, ರಷ್ಯಾ ಮತ್ತು ಅಮೆರಿಕಾದಲ್ಲಿ ಪ್ರದರ್ಶಿತಗೊಂಡವು. ರವೀಂದ್ರನಾಥರ ವರ್ಣಚಿತ್ರಗಳ ಶೈಲಿ ವಿಭಿನ್ನವಾದುದಾಗಿತ್ತು. ಅವರ ಚಿತ್ರಗಳ ಅರ್ಥವನ್ನು ಗ್ರಹಿಸಿಕೊಳ್ಳಲು ಪಾಶ್ಚಿಮಾತ್ಯ ವಿಮರ್ಶಕರು ಅತೀವ ಪ್ರಯತ್ನಪಟ್ಟರು. ರವೀಂದ್ರನಾಥರಲ್ಲಿನ ಅದ್ಭುತ ಕಲಾಕೌಶಲ್ಯವನ್ನು ಕಂಡು ಮೂಕವಿಸ್ಮಿತರಾದರು. ಪಾಶ್ಚಿಮಾತ್ಯ ವಿಮರ್ಶಕರು ಅವರ ಚಿತ್ರಗಳನ್ನು ಕೊನೆಗೂ ಅರ್ಥೈಸಿಕೊಂಡು ಇದೊಂದು 'ನವ್ಯಕಲೆ' ಎಂದು ಶ್ಲಾಘಿಸಿದರು.

"ಚಿತ್ರಕಲೆಯ ಮೂಲಭೂತ ನಿಯಮಗಳನ್ನು ರವೀಂದ್ರನಾಥರು ಪಾಲಿಸದಿರಬಹುದು. ಆದರೆ ಅದು ಅಂಥಾ ಪ್ರಮಾದವೇನಲ್ಲ. ಈ ಕಲೆ ಭಾವನೆಗಳ ಪ್ರತಿರೂಪ. ಆದ್ದರಿಂದ ಇಂಥ ಹೊಸ ಸೃಷ್ಟಿಯನ್ನು ನಾವು ಸ್ವಾಗತಿಸಲೇಬೇಕು" ಎಂದು ವಿಮರ್ಶಕರು ಬರೆದರು. ಆ ವೇಳೆಗೆ 80ಕ್ಕೂ ಅಧಿಕ ಪುಸ್ತಕಗಳನ್ನು ಅವರು ಬರೆದಿದ್ದರು. ಅಲ್ಲದೆ 1000ಕ್ಕೂ ಹೆಚ್ಚು ಗೀತೆಗಳನ್ನು ರಚಿಸಿದ್ದರು. ಅವರು ಬರೆದ ಗೀತೆಗಳನ್ನು ಬಂಗಾಳಿಗಳು ಮಾತ್ರವಲ್ಲದೆ ಎಲ್ಲಾ ಪ್ರದೇಶಗಳ ಜನರು ಹಾಡುತ್ತಿದ್ದರು. ದೇಶಭಕ್ತಿಗೀತೆಗಳಂತೂ ಜನಪ್ರಿಯವಾಗಿದ್ದವು. ಅವುಗಳಲ್ಲೊಂದಾದ 'ಜನಗಣ ಮನ' ರಾಷ್ಟ್ರಗೀತೆಯಾಗುತ್ತದೆಂದು ಅವರಿಗೆ ಅಂದು ತಿಳಿದಿರಲಿಲ್ಲ.

ತಮ್ಮ ಮೊದಲ ಸಂಗೀತನಾಟಕ 'ವಾಲ್ಮೀಕಿ ಪ್ರತಿಭಾ' (1881)ದಲ್ಲಿ ಅದೇ ಮೊದಲ ಬಾರಿಗೆ ಪೂರ್ವ ಮತ್ತು ಪಶ್ಚಿಮದ ರಾಗಗಳನ್ನು ರವೀಂದ್ರನಾಥರು ಯಶಸ್ವಿಯಾಗಿ ಸಂಯೋಜನೆ ಮಾಡಿದ್ದರು.

ಮುಂದೆ ಅವರು ಅನೇಕ ಸ್ಮರಣೀಯ ನಾಟಕಗಳನ್ನು ಬರೆದರು. *'ವಿಸರ್ಜನ್'* (1980), *'ಡಾಕ್‌ಘರ್'* (1912), *'ರಕ್ತ ಕರಬಿ'* (1926), *'ಚಿತ್ರಾಂಗದಾ'* (1936) ಅವುಗಳಲ್ಲಿ ಕೆಲವು. ಅವರ ಅತ್ಯುತ್ತಮ ಕಾದಂಬರಿಗಳಲ್ಲಿ *ಗೋರಾ* (1910), *ಘರೇ ಬೈರೆ* (1916), *ಯೋಗಾಯೋಗ* (1929) ಮತ್ತು *ಶೇಪರ್ ಕವಿತಾ* (1929) ಸೇರಿವೆ. ಕಾಬೂಲಿವಾಲಾ, ಛುಟ್ಟಿ, ಕ್ಷುದಿತ ಪಾಷಾಣ್, ಸುಭಾ ಮತ್ತು ನಾಸ್ತನೀರ್ ಅವರ ಜನಪ್ರಿಯ ಕಥೆಗಳಲ್ಲಿ ಕೆಲವು. 'ರವೀಂದ್ರ ಸಂಗೀತ' ಎಂದು ಖ್ಯಾತವಾಗಿರುವ ಅವರ ಗೀತೆಗಳು ಭಾರತೀಯ ಸಂಸ್ಕೃತಿಯ ಅವಿಭಾಜ್ಯ ಅಂಗವೆನಿಸಿದೆ.

ವಿಶ್ವಪರ್ಯಟನೆ

ರವೀಂದ್ರನಾಥರ ಜೀವನದ ಕೊನೆಯ ಇಪ್ಪತ್ತು ವರ್ಷಗಳಲ್ಲಿನ ಅವರ ಸಾಧನೆಯನ್ನು ಗಮನಿಸಿದರೆ ಅವರ ಸೃಜನಶೀಲ ಚಟುವಟಿಕೆಯ ಪರಿಚಯವಾಗುತ್ತದೆ. 1921ರಲ್ಲಿ ರವೀಂದ್ರನಾಥರ ವಯಸ್ಸು 61. ಹೆಚ್ಚಿನ ಜನರು ಈ ವಯಸ್ಸಿನಲ್ಲಿ ಸಕ್ರಿಯ ಚಟುವಟಿಕೆಗಳಿಗೆ ವಿದಾಯ ಹೇಳಿ ವಿಶ್ರಾಂತ ಜೀವನವನ್ನು ನಡೆಸಲು ಬಯಸುತ್ತಾರೆ. ಆದರೆ ರವೀಂದ್ರನಾಥರು ವಿಶ್ರಾಂತಿಗೆ ಸಿದ್ಧರಿರಲಿಲ್ಲ. ಹಿಡಿದ ಕೆಲಸವನ್ನು ಪೂರ್ತಿಗೊಳಿಸದೆ ವಿಶ್ರಮಿಸಲಾರೆ ಎಂಬ ಛಲ ಅವರಲ್ಲಿತ್ತು. ಅನಾರೋಗ್ಯ ಅವರನ್ನು ಕಾಡದಿದ್ದ ಸಂದರ್ಭಗಳಲ್ಲೆಲ್ಲಾ

ಅವರು ಪ್ರವಾಸ ಕೈಗೊಳ್ಳುತ್ತಿದ್ದರು. ಭಾರತದ ಉದ್ದಗಲಕ್ಕೆ ಮಾತ್ರವಲ್ಲದೆ ಇತರ ರಾಷ್ಟ್ರಗಳಲ್ಲೂ ಅವರು ಸಂಚರಿಸಿದರು. 60ನೇ ವಯಸ್ಸಿನಿಂದ 75ನೇ ವಯಸ್ಸಿನವರೆಗೂ ಎಡೆಬಿಡದ ಚಟುವಟಿಕೆ ಅವರದಾಗಿತ್ತು. ಹೊಸಹೊಸ ಸ್ಥಳಗಳಿಗೆ ಭೇಟಿ ಕೊಟ್ಟರು, ಹೊಸ ಹೊಸ ಅನುಭವಗಳನ್ನು ಗಳಿಸಿಕೊಂಡರು.

ಹಲವಾರು ಕಡೆಗಳಲ್ಲಿ ರವೀಂದ್ರನಾಥರು ಉಪನ್ಯಾಸ ನೀಡಿದರು. 'ವಿಶ್ವಭಾರತಿ'ಯ ತತ್ವಗಳನ್ನು ಜನರಿಗೆ ವಿವರಿಸಿದರು. ನ್ಯೂಜಿಲೆಂಡ್ ಮತ್ತು ಆಸ್ಟ್ರೇಲಿಯಾವನ್ನು ಬಿಟ್ಟರೆ ವಿಶ್ವದ ಉಳಿದೆಲ್ಲಾ ರಾಷ್ಟ್ರಗಳಿಗೆ ಅವರು ಭೇಟಿ ನೀಡಿದರು.

1922ರಲ್ಲಿ ದಕ್ಷಿಣ ಭಾರತ ಮತ್ತು 1923ರಲ್ಲಿ ಪಶ್ಚಿಮ ಭಾರತ ಪ್ರವಾಸ ಕೈಗೊಂಡ ರವೀಂದ್ರನಾಥರು 1924ರಲ್ಲಿ ಚೀನಾ, ಜಪಾನ್ ಮತ್ತು ದಕ್ಷಿಣ ಆಫ್ರಿಕಾಕ್ಕೆ ಭೇಟಿ ನೀಡಿದರು. 1926ರಲ್ಲಿ ಯುರೋಪ್, ಅದರ ಮರುವರ್ಷ ಆಗ್ನೇಯ ಏಷ್ಯಾ ರಾಷ್ಟ್ರಗಳಲ್ಲಿ ಸಂಚರಿಸಿದರು. 1929ರಲ್ಲಿ ಕೆನಡಾ, ಜಪಾನ್, ಮತ್ತು ಇಂಡೋ–ಚೀನಾಕ್ಕೆ ಭೇಟಿ ನೀಡಿದರು. ಅವರ ಪ್ರವಾಸ ಅಷ್ಟಕ್ಕೆ ಕೊನೆಗೊಳ್ಳಲಿಲ್ಲ. ಮರು ವರ್ಷವೇ ಫ್ರಾನ್ಸ್, ಇಂಗ್ಲೆಂಡ್, ಜರ್ಮನಿ, ಡೆನ್ಮಾರ್ಕ್, ರಷ್ಯಾ ಮತ್ತು ಅಮೆರಿಕಾಕ್ಕೆ ಭೇಟಿ ನೀಡಿದರು. 1932ರಲ್ಲಿ ಇರಾನ್ ಮತ್ತು ಇರಾಕ್ ರಾಷ್ಟ್ರಗಳನ್ನು ಪರಿಚಯಿಸಿಕೊಂಡರೆ 1934ರಲ್ಲಿ ಸಿಲೋನ್ಗೆ ತೆರಳಿದರು. 1932ರಲ್ಲಿ ಉತ್ತರ ಭಾರತದ ಎಲ್ಲೆಡೆಗಳಲ್ಲಿ ಸಂಚರಿಸಿದರು. ಈ ವಿಶ್ವಪರ್ಯಟನೆಯಿಂದ ಹೊಸ ಅನುಭವಗಳನ್ನು ಜ್ಞಾನವನ್ನು ಸಂಪಾದಿಸಿಕೊಂಡರು.

ನಾನಾ ಪ್ರದೇಶಗಳ ಜನರನ್ನು ಅರ್ಥೈಸಿಕೊಳ್ಳುವಲ್ಲಿ ಮತ್ತು ಅವರ ರಾಷ್ಟ್ರದ ಬಗ್ಗೆ ತಿಳಿದುಕೊಳ್ಳುವಲ್ಲಿ ರವೀಂದ್ರನಾಥರು

ಅತೀವ ಆಸಕ್ತಿ ವಹಿಸಿದರು. ತಮ್ಮ ಪತ್ರಗಳಲ್ಲಿ, ದಿನಚರಿ ಪುಸ್ತಕಗಳಲ್ಲಿ ಮತ್ತು ಕವನಗಳಲ್ಲಿ ತಾವು ಭೇಟಿ ನೀಡಿದ ಸ್ಥಳಗಳು ಮತ್ತು ತಮಗೆ ದೊರೆತ ಸನ್ಮಿತ್ರರ ಬಗ್ಗೆ ರವೀಂದ್ರನಾಥರು ಪ್ರಸ್ತಾಪಿಸಿದ್ದಾರೆ. ತಿಳಿಯುವ ಕುತೂಹಲ ಮತ್ತು ಅಪರಿಚಿತರೊಡನೆಯೂ ಬೆರೆತುಕೊಳ್ಳುವ ಅವರ ಸ್ವಭಾವದಿಂದಾಗಿ ಸ್ವದೇಶ ಹಾಗೂ ವಿದೇಶಗಳಲ್ಲಿ ಅವರು ಅಪಾರ ಅಭಿಮಾನಿಗಳನ್ನು ಗಳಿಸಿಕೊಂಡರು. ಇದರಿಂದಾಗಿ ಅವರ ಕೃತಿಗಳು ನಾನಾ ಭಾಷೆಗಳಿಗೆ ತರ್ಜುಮೆಗೊಂಡವು. ನಾನಾ ಪ್ರದೇಶಗಳ, ನಾನಾ ಭಾಷೆಗಳ ಜನರ ಮನಸ್ಸನ್ನು ಸೂರೆಗೊಂಡವು ಏಷ್ಯಾದ ಬೇರಾವ ಲೇಖಕರ ಕೃತಿಗಳೂ ಇಷ್ಟು ಭಾಷೆಗಳಲ್ಲಿ ಹೊರಬಂದಿರಲಿಲ್ಲ.

ಅವಿಶ್ರಾಂತ ಸಾಧನೆ

ತಮ್ಮ ಜೀವನದ ಕೊನೆಯ 20 ವರ್ಷಗಳ ಅವಧಿಯಲ್ಲಿ ರವೀಂದ್ರನಾಥರು ಸುಮಾರು 75ಕ್ಕೂ ಅಧಿಕ ಪುಸ್ತಕಗಳನ್ನು ಹೊರತಂದರು. ಅವರು ಸ್ವರ ಸಂಯೋಜಿಸಿದ ಗೀತೆಗಳಿಗಂತೂ ಲೆಕ್ಕವೇ ಇರಲಿಲ್ಲ. ಹಾಗೆಯೇ ನಾಟಕಗಳನ್ನು ಬರೆದು ನಿರ್ದೇಶಿಸುತ್ತಿದ್ದರು. ತಾವೇ ಸ್ವತಃ ನಟಿಸುತ್ತಿದ್ದರು. ಶಾಂತಿನಿಕೇತನದ ವಿದ್ಯಾರ್ಥಿಗಳಿಗೆ ನೃತ್ಯವನ್ನು ಕಲಿಸಿದರು. ಬಂಗಾಳಿ ನೃತ್ಯ–ನಾಟಕಕ್ಕೆ ಹೊಸ ಆಯಾಮ ದೊರಕಿಸಿಕೊಟ್ಟರು. ಕವನ ರಚನೆಯಲ್ಲೂ ನವ್ಯತೆಯನ್ನು ತಂದುಕೊಟ್ಟರು. ಒಟ್ಟಿನಲ್ಲಿ ಹೇಳುವುದಾದರೆ ಬಂಗಾಳಿ ಭಾಷೆ, ಕಲೆ, ಸಾಹಿತ್ಯ, ಸಂಸ್ಕೃತಿಯ ಪುನಶ್ಚೇತನಕ್ಕೆ ರವೀಂದ್ರನಾಥರು ಕಾರಣರಾದರು.

ತಾವು ಬಾಲಕನಾಗಿದ್ದಾಗ ತಮ್ಮ ತಂದೆ ಗ್ರಹ, ನಕ್ಷತ್ರಗಳ ಬಗ್ಗೆ ವಿವರಿಸುತ್ತಿದ್ದುದು ರವೀಂದ್ರನಾಥರಿಗೆ ಇನ್ನೂ ನೆನಪಿತ್ತು. ತಾರಾಮಂಡಲದ ಬಗ್ಗೆ ಮಕ್ಕಳಲ್ಲಿ ಜ್ಞಾನವನ್ನು ಹೆಚ್ಚಿಸಲು 'ವಿಶ್ವಪರಿಚಯ' ಎಂಬ ಪುಸ್ತಕವನ್ನು ಅವರು ಬರೆದರು. ತಮ್ಮ ಜೀವನದ ಘಟನೆಗಳನ್ನು ಆಧರಿಸಿ 'ಜೀವನದ ಸ್ಮೃತಿ' ಎನ್ನುವ ಪುಸ್ತಕವನ್ನು ರಚಿಸಿದರು.

ರವೀಂದ್ರನಾಥರ ಕೃತಿಗಳನ್ನು ಕಾವ್ಯ, ನಾಟಕ, ಪ್ರವಾಸ ಕಥನ, ಕಾದಂಬರಿ, ಪ್ರಬಂಧ, ಸ್ಮೃತಿ, ಚಿತ್ರಕಲೆ, ಕಥಾಸಂಕಲನ ಮತ್ತು ಹಾಡುಗಳು ಎಂಬುದಾಗಿ ವಿಂಗಡಿಸಬಹುದಾಗಿದೆ.

ಮಾತೃಭಾಷಾ ಪ್ರೇಮಿಯಾಗಿದ್ದ ರವೀಂದ್ರನಾಥರು ಸುಲಭವಾಗಿ ಎಲ್ಲರೂ ಅರ್ಥಮಾಡಿಕೊಳ್ಳುವಂಥ ಶೈಲಿಯಲ್ಲಿ ಕಾವ್ಯಗಳನ್ನು ಬರೆದರು. ಅವರು ಬರೆದ ಕಾವ್ಯಗಳಲ್ಲಿ ಪ್ರಮುಖವಾದವುಗಳೆಂದರೆ ಮಾನಸಿ (1890), *ಕಥಾ* (1900), *ಕಹಿನಿ* (1900), *ಕ್ಷಣಿಕ* (1901), ನೈವೇದ್ಯ (1901), *ಖೇಯಾ* (1906), *ಶಿಶು* (1909), *ಗೀತಾಂಜಲಿ* (1910), *ಬಲಾಕಾ* (1916), *ಪಲಟಕ* (1918), *ಲಿಪಿಕ* (1921), *ಪುರವಿ* (1925), *ಪುನಶ್ಚ* (1932), *ಜನ್ಮದಿನೇ* (1936), *ಪ್ರಾಂತಿಕ* (1938), ಮತ್ತು *ನವಜಾತಕ* (1940).

ರವೀಂದ್ರನಾಥರ ಈ ಕಾವ್ಯಗಳಲ್ಲಿರುವ ಕಲೆಗಾರಿಕೆ, ನಾದಮಾಧುರ್ಯ, ಛಂದೋನೈಪುಣ್ಯಕ್ಕೆ ಯಾರೇ ಆಗಲಿ ಮೆಚ್ಚುಗೆಯಿಂದ ತಲೆದೂಗಲೇಬೇಕು. ವೈವಿಧ್ಯಮಯ ಹಾಗೂ ವಿಸ್ತರವಾದ ಅವರ ಕಾವ್ಯ ವಸ್ತುವಿನಲ್ಲಿ ಪ್ರಕೃತಿಗೆ ಪ್ರಮುಖ ಸ್ಥಾನವನ್ನು ಕಲ್ಪಿಸಿಕೊಡಲಾಗಿದೆ.

ರವೀಂದ್ರನಾಥರು ಬರೆದ ನಾಟಕಗಳಲ್ಲಿ ಪ್ರಮುಖವಾದವುಗಳೆಂದರೆ *ವಾಲ್ಮೀಕಿ ಪ್ರತಿಭಾ* (1881), *ವಿಸರ್ಜನ್* (1890), *ಹಾಸ್ಯಕೌತುಕ* (1907), *ಶಾರದೋತ್ಸವ* (1908), *ರಾಜಾ* (1910), *ಡಾಕ್‌ಘರ್* (1912), *ಅಚಲಯತ್ನ* (1912), *ಮುಕ್ತದ್ವಾರ* (1922), *ನಟೀರ್ ಪೂಜಾ* (1926), *ರಕ್ತಕರಬಿ* (1926), *ತಾಶಿರ್ ದೇಶ* (1933) ಮತ್ತು ನೃತ್ಯನಾಟ್ಯ *ಚಿತ್ರಾಂಗದಾ* (1936). ಈ ನಾಟಕಗಳಲ್ಲಿ ಬರುವ ಆಳವಾದ ತಿಳುವಳಿಕೆಯುಳ್ಳ ಪಾತ್ರಗಳು ಆಧ್ಯಾತ್ಮಿಕ ಜೀವನವನ್ನು, ತತ್ವಾರ್ಥವನ್ನು ಪ್ರತಿಪಾದಿಸುತ್ತವೆ.

ಯುರೋಪ್ ಪ್ರಬಾಸಿರ್‌ಪತ್ರ (1881), *ಜಪಾನ್ ಜಾತ್ರಿ* (1919) ಮತ್ತು *ರಷ್ಯರ್ ಚಿಟ್ಟಿ* (1931) ರವೀಂದ್ರನಾಥರು ಬರೆದ ಪ್ರವಾಸ ಕಥನಗಳು.

ರವೀಂದ್ರನಾಥರ ಕಾದಂಬರಿಗಳಲ್ಲಿ *ಚೋಖೆರ್ ಬಾಲಿ* (1903), *ಗೋರಾ* (1910), *ಘರೆ ಬ್ಯಾರೆ* (1916), *ಯೋಗಾಯೋಗ* (1929) ಮತ್ತು *ಶೆಫೆರ್ ಕವಿತಾ* (1929) ಹೆಸರಿಸಲೇ ಬೇಕಾದವುಗಳು.

ಅವರು ಬರೆದ ಪ್ರಬಂಧಗಳೆಂದರೆ *ಪಂಚಭೂತರ್ ಡೈರಿ* (1897), *ವಿಚಿತ್ರ ಪ್ರಬಂಧ* (1907), *ಚೈತ್ರಪೂಜಾ* (1907), *ಸಾಹಿತ್ಯ* (1907), *ಸಮೂಹ* (1908), *ಸ್ವದೇಶ್* (1908), *ಸಮಾಜ್* (1908), *ಶಿಕ್ಷಾ* (1908), *ಶಬ್ದ ತತ್ತ್ವ* (1909), *ಧರ್ಮ್* (1909), *ಮನುಘೆರ್ ಧರ್ಮ* (1933), *ರಾಮ್ ಮೋಹನ ರಾಯ್* (1933), *ಶಾಂತಿನಿಕೇತನ್* (1935), *ಛಂದಾ* (1936), *ಕಾಲಾಂತರ್* (1937), *ವಿಶ್ವಪರಿಚಯ್* (1937), *ಬಾಂಗ್ಲಾಭಾಷಾ ಪರಿಚಯ್* (1938) ಮತ್ತು *ಸಭ್ಯತಾರ್ ಸಂಕಟ್* (1941).

ರವೀಂದ್ರನಾಥರು ಬರೆದ ಸ್ಮೃತಿ ಲೇಖನಗಳಲ್ಲಿ ಪ್ರಮುಖವಾದವುಗಳೆಂದರೆ *ಜೀವನ್ ಸ್ಮೃತಿ* (1912), *ಚೇನಾಪತ್ರ* (1912), *ಭಾನು ಸಿಂಘರ್ ಪತ್ರಾವಳಿ* (1930) ಮತ್ತು *ಆತ್ಮಪರಿಚಯ್* (1943).

ಗಲ್ಪಗುಚ್ಛ (900) ಮತ್ತು *ಗಲ್ಪ ಸಲ್ಪ* (1941) ಅವರ ಕಥಾಸಂಕಲನಗಳು.

ಚಿತ್ರಲಿಪಿ (1940) ಎಂಬ ಪುಸ್ತಕ ರವೀಂದ್ರನಾಥರ ಚಿತ್ರಕಲಾ ಕೌಶಲ್ಯವನ್ನು ಪರಿಚಯಿಸುತ್ತದೆ. ಈ ಪುಸ್ತಕದ ಎರಡನೇ ಸಂಪುಟ 1951ರಲ್ಲಿ ಹೊರಬಂದಿತು.

ಠಾಗೂರ್ ಮತ್ತು ಗಾಂಧೀಜಿ

ರವೀಂದ್ರನಾಥ ಠಾಗೂರ್ ಮತ್ತು ಮಹಾತ್ಮ ಗಾಂಧೀಜಿಯವರ ನಡುವೆ ಇದ್ದ ಆತ್ಮೀಯ ಸಂಬಂಧವನ್ನು ಪ್ರಸ್ತಾಪಿಸದೇ ಇದ್ದರೆ. ಠಾಗೂರ್ ಅವರನ್ನು ಕುರಿತ ಯಾವುದೇ ಅಧ್ಯಯನ-ಕಥೆ ಪೂರ್ಣವಾಗಲಾರದು. ರಾಜಕೀಯ ವಿಷಯದಲ್ಲಿ ಇವರೀರ್ವರೊಳಗೆ ಭಿನ್ನಾಭಿಪ್ರಾಯವಿದ್ದರೂ ಪರಸ್ಪರರ ಬಗ್ಗೆ ಅವರೊಳಗಿದ್ದ ಅದರ ಮತ್ತು ಪ್ರೀತಿಗೆ ಅದರಿಂದ ಧಕ್ಕೆಯುಂಟಾಗಿರಲಿಲ್ಲ. ಗಾಂಧೀಜಿಯವರ ನಾಯಕತ್ವ ಮತ್ತು ಅವರ ಉದಾರ ಮನೋಭಾವವನ್ನು ರವೀಂದ್ರನಾಥ ಠಾಗೂರರು ಭಾರತ ಮತ್ತು ವಿದೇಶದಲ್ಲಿ ಸದಾ ಶ್ಲಾಘಿಸುತ್ತಿದ್ದರು.

ಅದು 1935ರ ಕಾಲ. ರವೀಂದ್ರನಾಥರ ವಯಸ್ಸು ಆಗ 75. ವಿಶ್ವಭಾರತಿಯ ಜವಾಬ್ದಾರಿಯ ಹೊರೆಯನ್ನು ನಿಭಾಯಿಸಲು ಅವರು

ಬಹಳ ಶ್ರಮಪಡಬೇಕಾಯಿತು. ಸಂಸ್ಥೆಯನ್ನು ನಡೆಸಲು ಅವರ ಕೈಯಲ್ಲಿ ಹಣವಿರಲಿಲ್ಲ. ಭಾರೀ ಮೊತ್ತದ ಸಾಲವನ್ನು ಅವರು ಪಾವತಿಸಬೇಕಾಗಿತ್ತು. ವಿಶ್ವಭಾರತಿಗಾಗಿ ಹಣ ಸಂಗ್ರಹಿಸಲು ಹೊಸದಾಗಿ ತಾವು ರಚಿಸಿದ ಸಂಗೀತ ನಾಟಕ 'ಚಿತ್ರಾಂಗದಾ'ವನ್ನು ಆಡಿಸಲು ಅವರು ನಿರ್ಧರಿಸಿದರು. ತಮ್ಮ ತಂಡದೊಂದಿಗೆ ಊರೂರು ಅಲೆದರು. ಕಲ್ಕತ್ತಾ, ಪಾಟ್ನಾ, ಅಲಹಾಬಾದ್, ಲಾಹೋರ್ ಮತ್ತು ಕೊನೆಗೆ ದೆಹಲಿಗೂ ಅವರ ನಾಟಕ ತಂಡ ಭೇಟಿ ನೀಡಿತು.

ಈ ಇಳಿವಯಸ್ಸಿನಲ್ಲೂ ರವೀಂದ್ರನಾಥ ಠಾಗೂರರು ಹಣ ಸಂಗ್ರಹಣೆಗೋಸ್ಕರ ಇಷ್ಟೆಲ್ಲಾ ಶ್ರಮ ಪಡುತ್ತಿರುವುದನ್ನು ನೋಡಿ ಗಾಂಧೀಜಿಯವರ ಮನ ಕರಗಿತು. ಗಾಂಧೀಜಿಯವರು ತಮ್ಮ ಅನುಯಾಯಿಗಳ ಸಹಾಯದಿಂದ 60,000 ರೂಪಾಯಿಗಳನ್ನು ಸಂಗ್ರಹಿಸಿ ರವೀಂದ್ರನಾಥರಿಗೆ ನೀಡಿದರು. ಇದರಿಂದ ರವೀಂದ್ರನಾಥರ ಆರ್ಥಿಕ ಕೊರತೆಯಂತೂ ನೀಗಿತು.

ಕವಿಶ್ರೇಷ್ಠ ರವೀಂದ್ರನಾಥ ಠಾಗೂರರು ಮರು ವರ್ಷವೇ ಗಂಭೀರ ಕಾಯಿಲೆಗೆ ತುತ್ತಾದರು. ಗಾಂಧೀಜಿಯವರು ಆಗಾಗ್ಗೆ ಅವರ ಆರೋಗ್ಯದ ಬಗ್ಗೆ ವಿಚಾರಿಸುತ್ತಿದ್ದರು. 1935ರ ಬಳಿಕ ಗಾಂಧೀಜಿಯವರ ಕೋರಿಕೆಯಂತೆ ರವೀಂದ್ರನಾಥರು ಹೆಚ್ಚು ಪ್ರಯಾಣಿಸಲಿಲ್ಲ. ಅವರ ಪ್ರಯಾಣ ಭೋಲ್‌ಪುರ, ಕಲ್ಕತ್ತಾ ಮತ್ತು ಕಲಿಂಪೊಂಗ್‌ಗೆ ಸೀಮಿತವಾಗಿತ್ತು. ಬಾಲ್ಯದಲ್ಲಿದ್ದಂತೆ ಈಗ ಸಹಾ ಅವರ ಜೀವನ ನಿರ್ಬಂಧಕ್ಕೊಳಪಟ್ಟಿತು. ವ್ಯತ್ಯಾಸವೆಂದರೆ ಇಲ್ಲಿ ನಿರ್ಬಂಧ ಹೇರಲು ಸೇವಕರಿರಲಿಲ್ಲ. ಕಾಲವೇ ಅವರನ್ನು ನಿರ್ಬಂಧಿಸಿತು.

ತಮ್ಮ ಕೊನೆಗಾಲದಲ್ಲಿ ಅವರು ಶ್ಯಾಮಿಲಿ, ಪುನಶ್ಚ, ಉದಿಚಿ ಎನ್ನುವ ಮೂರು ಪುಟ್ಟ ಮನೆಗಳಲ್ಲಿ ವಾಸಿಸುತ್ತಿದ್ದರು. ಬೇಸರವೆನಿಸಿದಾಗಲೆಲ್ಲ ಒಂದು ಮನೆಯಿಂದ ಇನ್ನೊಂದು ಮನೆಗೆ ವಾಸ್ತವ್ಯವನ್ನು ಬದಲಾಯಿಸುತ್ತಿದ್ದರು.

ಆ ಸಮಯದಲ್ಲಿ ಎರಡನೇ ಜಾಗತಿಕ ಯುದ್ಧವು ಆರಂಭವಾಯಿತು. ಭಾರತೀಯರ ಮೇಲೆ ಬ್ರಿಟಿಷರ ದಬ್ಬಾಳಿಕೆಯನ್ನು ಕಂಡು ರವೀಂದ್ರನಾಥರು ಮೂಕವೇದನೆ ಅನುಭವಿಸುತ್ತಿದ್ದರು. ಅನಾರೋಗ್ಯವೂ ಅವರನ್ನು ತೀವ್ರವಾಗಿ ಪೀಡಿಸುತ್ತಿತ್ತು. ತಮ್ಮ ಕೊನೆಗಾಲ ಸಮೀಪಿಸಿದೆ ಎನ್ನುವುದು ಅವರಿಗೆ ಅರಿವಾಗಿತ್ತು. ಸಾವಿನ ಬಗ್ಗೆ ಅವರಿಗೇನೂ ಭೀತಿ ಇರಲಿಲ್ಲ. 'ಈ ಧರಿತ್ರಿಯನ್ನು ಪ್ರೀತಿಸುತ್ತಿರುವುದರಿಂದಲೇ ನಾನಿನ್ನೂ ಬದುಕಿದ್ದೇನೆ' ಎಂದು ಅವರು ಆಗಾಗ್ಗೆ ಹೇಳುತ್ತಿದ್ದರು.

1940ರಲ್ಲಿ ರವೀಂದ್ರನಾಥರನ್ನು ಭೇಟಿ ಮಾಡಲು ಗಾಂಧೀಜಿ ಆಗಮಿಸಿದಾಗ ರವೀಂದ್ರನಾಥರು ಅವರ ಕೈಗೆ ಪತ್ರವೊಂದನ್ನಿತ್ತರು. 'ವಿಶ್ವಭಾರತಿಯ ರಕ್ಷಣೆಯ ಹೊಣೆಯನ್ನು ನಿಮ್ಮ ಹೆಗಲಿಗೇರಿಸುತ್ತಿದ್ದೇನೆ' ಎಂದು ಆ ಪತ್ರದಲ್ಲಿ ರವೀಂದ್ರನಾಥರು ಬರೆದಿದ್ದರು.

ಅದಕ್ಕೆ ಗಾಂಧೀಜಿಯವರು 'ಖಂಡಿತವಾಗಿ ಆ ಕಾರ್ಯವನ್ನು ನಾನು ನಿರ್ವಹಿಸುವೆ. ವಿಶ್ವಭಾರತಿಯು ಬರೀ ರಾಷ್ಟ್ರೀಯ ಸಂಸ್ಥೆಯಷ್ಟೇ ಅಲ್ಲ. ಅಂತರಾಷ್ಟ್ರೀಯ ಸಂಸ್ಥೆಯೂ ಆಗಿದೆ. ಈ ಸಂಸ್ಥೆಗಾಗಿ ನನ್ನಿಂದ ಏನೇನೆಲ್ಲಾ ಮಾಡಲು ಸಾಧ್ಯವೋ ಅದನ್ನೆಲ್ಲ ಮಾಡಲು ಸಿದ್ಧನಿದ್ದೇನೆ' ಎಂದು ಭರವಸೆ ನೀಡಿದರು. ಅಂತೆಯೇ ಕೊಟ್ಟ ಮಾತಿನಂತೆ ನಡೆದುಕೊಂಡರು.

ವಿಶ್ವಭಾರತಿಯನ್ನು ಮುಂದೆ ಕೇಂದ್ರೀಯ ವಿಶ್ವವಿದ್ಯಾನಿಲಯವನ್ನಾಗಿ ಪರಿವರ್ತಿಸಲಾಯಿತು.

ರವೀಂದ್ರನಾಥರನ್ನು ಅವರ ವಿದ್ಯಾರ್ಥಿಗಳು 'ಗುರುದೇವ' ಎಂದು ಭಕ್ತಿಗೌರವದಿಂದ ಕರೆಯುತ್ತಿದ್ದರು. ಭಗವಂತನನ್ನು ಸಾಕ್ಷಾತ್ಕಾರ ಮಾಡಿಕೊಂಡ ರವೀಂದ್ರನಾಥರು ಭಕ್ತಿಯೋಗ, ಕರ್ಮಯೋಗ ಮತ್ತು ಸೌಂದರ್ಯಯೋಗವನ್ನು ಕುರಿತು ಬೋಧನೆ ಮಾಡುತ್ತಿದ್ದರು. ಮಾನವ ಸ್ವಾರ್ಥವನ್ನು ತ್ಯಜಿಸಿ ಕರ್ಮಯೋಗಿಯಾಗಬೇಕು. 'ನಾನು' ಎನ್ನುವ ಸ್ವಾರ್ಥಭಾವವನ್ನು ತೊರೆದಲ್ಲಿ ಮಾನವನಿಗೆ ಆನಂದ ಸ್ವರೂಪವಾದ ಭಗವಂತನ ದರ್ಶನವಾಗುವುದು. ಆ ಆನಂದವೇ ಅಮೃತ, ಅದೇ ಬ್ರಹ್ಮಜ್ಞಾನ ಎಂದು ಅವರು ಹೇಳುತ್ತಿದ್ದರು.

ಮಾನವನ ಪ್ರೀತಿಯ ವಸ್ತು ಬೇರೆ ಯಾವುದೂ ಆಗಿರದೆ ಪರಮಾತ್ಮನಾಗಬೇಕು ಎಂದು ಗುರುದೇವ ಠಾಗೂರರು ವಿಶ್ವಕ್ಕೇ ಸಂದೇಶ ನೀಡಿದರು.

ಅಸ್ತಂಗತ

1941ರ ಏಪ್ರಿಲ್‌ನಲ್ಲಿ ಬಂಗಾಳಿ ಹೊಸ ವರ್ಷದ ದಿನದಂದು ರವೀಂದ್ರನಾಥ ಠಾಗೂರರ 80ನೇ ಜನ್ಮದಿನವನ್ನು ಸಂಭ್ರಮದಿಂದ ಆಚರಿಸಲಾಯಿತು.

ಹದಗೆಡುತ್ತಿರುವ ಅವರ ಆರೋಗ್ಯವನ್ನು ಸುಧಾರಿಸಲು ಶಸ್ತ್ರಚಿಕಿತ್ಸೆಯೊಂದೇ ಉಳಿದಿರುವ ದಾರಿ ಎಂದು ವೈದ್ಯರು ನಿರ್ಧರಿಸಿದರು. ಅದಕ್ಕಾಗಿ ಅವರನ್ನು ಕಲ್ಕತ್ತಾಗೆ ಕರೆದೊಯ್ಯಲಾಯಿತು.

ಆಶ್ರಮದ ಜನರಲ್ಲದೆ ಸುತ್ತಮುತ್ತಲಿನ ಗ್ರಾಮಸ್ಥರು ಹಾಡನ್ನು ಹಾಡಿ ಕಣ್ಣೀರುದುರಿಸಿ ರವೀಂದ್ರನಾಥರನ್ನು ಬೀಳ್ಕೊಟ್ಟರು.

ಶಸ್ತ್ರಚಿಕಿತ್ಸೆಯ ಬಳಿಕವೂ ರವೀಂದ್ರನಾಥರ ಆರೋಗ್ಯ ಕ್ಷೀಣಿಸತೊಡಗಿತು. 1941ರ ಆಗಸ್ಟ್ 7ರಂದು 22ನೇ ಶ್ರಾವಣದ ಮಧ್ಯಾಹ್ನದ ಅನಂತರ ಅವರ ಪ್ರಾಣಪಕ್ಷಿ ಹಾರಿ ಹೋಯಿತು. ಅವರ ಆತ್ಮ ಭಗವಂತನಲ್ಲಿ ಲೀನವಾಯಿತು. ಅವರ ಸುತ್ತ ನೆರೆದಿದ್ದವರಿಗೆಲ್ಲರಿಗೂ ಒಮ್ಮೆ ಜಗತ್ತೇ ಸ್ತಬ್ಧವಾದಂತೆ ತೋರಿತು. ಅಂದು ರಾಖಿ ಹಬ್ಬದ ದಿನವಾಗಿತ್ತು.

☆✤☆

ಜೀವನ ಚರಿತ್ರೆಮಾಲೆ

www.mastermindbooks.com

 ವಾಸನ್ ಪಬ್ಲಿಕೇಷನ್ಸ್

ವಾಸನ್ಸ್

ಜೀವನ ಚರಿತ್ರೆಮಾಲೆ

ಜೆ.ಆರ್.ಡಿ. ಟಾಟಾ

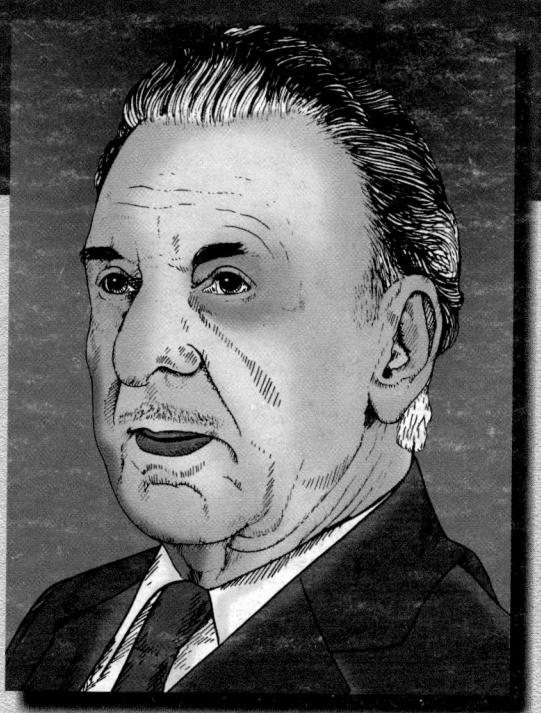

ಜೀವನ ಚರಿತ್ರಮಾಲೆ

ಜೆ.ಆರ್.ಡಿ. ಟಾಟಾ

ಬೆ.ಗೊ. ರಮೇಶ್

ವಾಸನ್ ಪಬ್ಲಿಕೇಷನ್ಸ್

ಬೆಂಗಳೂರು - 560 053

© ವಾಸನ್ ಪಬ್ಲಿಕೇಷನ್ಸ್
ಮುದ್ರಣ : 2013

ಪ್ರಕಾಶಕರು :

ವಾಸನ್ ಪಬ್ಲಿಕೇಷನ್ಸ್

25, ವಾಸನ್ ಟವರ್ಸ್,
ಡಾ|| ಟಿ.ಸಿ.ಎಂ. ರಾಯನ್ ರಸ್ತೆ (ಗೂಡ್ಸ್‌ಶೆಡ್ ರಸ್ತೆ),
ಬೆಂಗಳೂರು – 560 053
ದೂ : 080–2670 5679 / ಮೊ : 97316 57728
e-mail : info@mastermindbooks.com
www.mastermindbooks.com

ರೂ. 20/–

ಡಿಟಿಪಿ :
ಸುಪ್ರೀಂ ಪಾಯಿಂಟ್

ಮುದ್ರಣ :
ಕೆ.ಆರ್.ಎಲ್. ಆಫ್‌ಸೆಟ್ ಪ್ರಿಂಟರ್ಸ್

ಜೆ. ಆರ್. ಡಿ. ಟಾಟಾ

ಟಾಟಾ ಮನೆತನ

ಮುಂಬೈಯಿಯ ಉತ್ತರಕ್ಕೆ 238 ಕಿ.ಮೀ. ದೂರದಲ್ಲಿ ನವಸಾರಿ ಎಂಬ ಒಂದು ಹಳ್ಳಿ ಇದೆ. ಕ್ರಿ.ಶ. 1142ನೆಯ ಇಸವಿಯಲ್ಲಿ ಪಾರ್ಸಿಗಳು ಅಲ್ಲಿ ಬಂದು ನೆಲಸಿದರು. ಪಾರ್ಸಿಗಳು ಸಾಹಸಿಗಳು. ಸಾರ್ವಜನಿಕ ಸೇವೆಗೆ ಹೆಸರಾದವರು. ರಾಷ್ಟ್ರ ನಿರ್ಮಾಣದಲ್ಲಿ ಮುಂದಾಳುಗಳಾಗಿ ಕೆಲಸ ಮಾಡಿದವರು. ನವಸಾರಿಯು ಪಾರ್ಸಿಗಳಿಂದ ಬಹಳ ಪ್ರಾಮುಖ್ಯತೆ ಪಡೆದ ಒಂದು ಹಳ್ಳಿಯೇ ಆಯಿತು. ಅಲ್ಲದೆ ಮಹತ್ಸಾಧನೆಗಳಿಗೂ ರಾಷ್ಟ್ರಸೇವೆಗೂ ಹೆಸರಾದ ಟಾಟಾ ಮನೆತನದ ಮೂಲವೂ ನವಸಾರಿಯೇ.

ಭಾರತದಲ್ಲಿ ಟಾಟಾ ಮನೆತನದ ಕೀರ್ತಿ ಮನೆ ಮಾತು. ಟಾಟಾ ಉದ್ಯಮ ಸಂಸ್ಥೆ ನಿಜ ಅರ್ಥದಲ್ಲಿ ಒಂದು ಆಲದ ಮರದಂತೆ. ಸಾವಿರಾರು ದಣಿದ ಜನರಿಗೆ ನೆರಳು ನೀಡುವ ಆಲದ ಮರದಂತೆ ಟಾಟಾ ಉದ್ಯಮ ಸಂಸ್ಥೆಯ ಅಧೀನದ ಕಾರ್ಖಾನೆಗಳು ಲಕ್ಷಾಂತರ ಜನರ ಹಸಿವನ್ನು ಹಿಂಗಿಸಿವೆ. ಟಾಟಾ ಉದ್ಯಮ ಸಂಸ್ಥೆ ರಾಷ್ಟ್ರದ ಅಗ್ರಮಾನ್ಯ ಉದ್ಯಮ

ಸಂಸ್ಥೆ. ಆಡು ಮುಟ್ಟದ ಸೊಪ್ಪಿಲ್ಲ. ಹಾಗೆಯೇ ಟಾಟಾ ಉದ್ಯಮ ಸಂಸ್ಥೆ ಕೈ ಹಾಕದ ಉತ್ಪಾದನಾವಲಯವಿಲ್ಲ. ರೈಲು ಎಂಜಿನ್‌ನಿಂದ ಕೈಗಡಿಯಾರ, ವಿದ್ಯುತ್ ಉಪಕರಣ, ರೇಷ್ಮೆ, ಸಾಬೂನು, ಮಾಹಿತಿ ತಂತ್ರಜ್ಞಾನ, ಟೀಪುಡಿವರೆಗೆ ಬಗೆಬಗೆಯ ಉತ್ಪನ್ನಗಳಿಗೆ ಟಾಟಾ ಹೆಸರಿದೆ. ಟಾಟಾ ಉದ್ಯಮಗಳದೇ ಒಂದು ಸಾಮ್ರಾಜ್ಯ. ಅಲ್ಲಿ ಬಾಳಿದವರು ಬಾಳುತ್ತಿರುವವರು ಸಾವಿರಾರು, ಲಕ್ಷಮಂದಿ.

ಟಾಟಾ ಮನೆತನದವರು ಪಾರ್ಸಿ ಧರ್ಮದಲ್ಲಿ ಪುರೋಹಿತ ವರ್ಗಕ್ಕೆ ಸೇರಿದವರು. ಈ ಮನೆತನದಲ್ಲಿ ಮೊದಲ ಬಾರಿಗೆ ಪರಂಪರಾನುಗತವಾಗಿ ಬಂದ ಪೌರೋಹಿತ್ಯ ವೃತ್ತಿಯನ್ನು ತೊರೆದು ಉದ್ದಿಮೆಗೆ ಕೈ ಹಾಕಿದವರು ಜೇಮ್‌ಸೇಟ್‌ಜೀ ನಸರ್‌ವಾನ್‌ಜೀ ಟಾಟಾ ಅವರು. ಜೆಮ್‌ಸೇಟ್‌ಪುರದಲ್ಲಿ ಉಕ್ಕಿನ ಕಾರ್ಖಾನೆ, ನಾಗಪುರದಲ್ಲಿ ನೂಲಿನ ಗಿರಣಿ ಮೊದಲಾದವನ್ನು ಸ್ಥಾಪಿಸಿ ಕೈಗಾರಿಕೆ, ತಾಂತ್ರಿಕತೆಗಳಿಗೆ ಅಸ್ತಿಭಾರ ಹಾಕಿದರು. ಜೆಮ್‌ಸೇಟ್‌ಜೀ ಸ್ಥಾಪಿಸಿದ ಕೈಗಾರಿಕಾ ಉದ್ಯಮವನ್ನು ಸುಮಾರು ಐದು ದಶಕಗಳಿಗೂ ಹೆಚ್ಚು ಕಾಲ ಮುನ್ನಡೆಸಿದ ಮಹಾನುಭಾವರೇ ಜೆ.ಆರ್.ಡಿ. ಟಾಟಾ. ಕೈಗಾರಿಕಾ ರಂಗದ ದಿಗ್ಗಜ, ಉದ್ಯಮರಂಗದ ಭೀಷ್ಮ, ಭಾರತದ ಕೈಗಾರಿಕೋದ್ಯಮದ ಪಿತಾಮಹ, ಎಂಬೆಲ್ಲ ಹೆಗ್ಗಳಿಕೆಗೆ ಪಾತ್ರರಾದವರು. ಟಾಟಾರವರ ಹೆಸರು ಕೇಳದ ಭಾರತೀಯರೇ ಇಲ್ಲ. ಅವರೊಬ್ಬ ಆದರ್ಶ ಉದ್ಯಮಿ.

ಜನನ–ಬಾಲ್ಯ

ಜೆ.ಆರ್.ಡಿ. ಟಾಟಾರವರ ಪೂರ್ಣ ಹೆಸರು ಜೆಹಾಂಗೀರ್ ರತನ್‌ಜೀ ದಾದಾಭಾಯಿ ಟಾಟಾ. ಜೆ.ಆರ್.ಡಿ. ಟಾಟಾ ಎಂದೇ ಲೋಕ ಪ್ರಸಿದ್ಧ. ಸಂಕ್ಷಿಪ್ತವಾಗಿ ಜೆ.ಆರ್.ಡಿ.

ಜೆ.ಆರ್.ಡಿ. ಟಾಟಾ 1904ರ ಜುಲೈ 29ರಂದು ಫ್ರಾನ್ಸಿನ ರಾಜಧಾನಿ ಪ್ಯಾರಿಸ್‌ನಲ್ಲಿ ಜನಿಸಿದರು. ತಂದೆ ಭಾರತೀಯ ಪಾರ್ಸಿ, ರತನ್‌ಜೀ ಟಾಟಾ. ಜೆಮ್‌ಸೇಟ್‌ಜೀ ಟಾಟಾ ಅವರ ಸೋದರ ಸಂಬಂಧಿ. ತಾಯಿ ಫ್ರೆಂಚ್‌ಮಹಿಳೆ ಸುಜೇನ್. ಮದುವೆಯಾದ ಮೇಲೆ ಆಕೆಗೆ ಸೂನಿ ಎಂದು ಹೆಸರಿಡಲಾಯಿತಂತೆ. ಸೋನಿ ಎಂದೂ ಕರೆಯುತ್ತಿದ್ದುದುಂಟು.

ಟಾಟಾ ಅವರ ಜೀವನದ ಆರಂಭದ ವರ್ಷಗಳು, ಭಾರತದ ಮುಂಬೈ ಹಾಗೂ ಫ್ರಾನ್ಸ್‌ಗಳಲ್ಲೆ ಕಳೆದ್ದವು. ಟಾಟಾರ ತಂದೆ ಇಲ್ಲೆಲ್ಲ ಪ್ರಶಸ್ತ ಶಿಲೆ, ಮಣಿ, ರತ್ನಗಳ ವ್ಯಾಪಾರದಲ್ಲಿ ತೊಡಗಿರುತ್ತಿದ್ದರು. ಈ ಅವಧಿಯಲ್ಲಿ ಜೆ.ಆರ್.ಡಿ. ಟಾಟಾ ಪ್ಯಾರಿಸ್‌ನ ಪ್ರಸಿದ್ಧ ಶಾಲೆಯಾದ ಜಾನ್‌ಸನ್ ಬೆಸ್ಯೆಲಿ ಶಾಲೆಯಲ್ಲೂ, ಮುಂಬೈಯ ಕೆಥೆಡ್ರಲ್ ಶಾಲೆಯಲ್ಲೂ ಆರಂಭದ ಶಿಕ್ಷಣ ಪಡೆದರು. ರತನ್‌ಜೀ ಬ್ರಿಟಿಷರ ಒತ್ತಾಸೆ ಇಲ್ಲದಿದ್ದರೂ ಭಾರತದ ಮೊದಲ ಉಕ್ಕು ಘಟಕ ಮತ್ತು ಮೊದಲ ವಿದ್ಯುತ್ ಉತ್ಪಾದನಾ ಘಟಕಗಳನ್ನು ಆರಂಭಿಸಿದ ಜೆಮ್‌ಸೇಟ್‌ಜೀ ಟಾಟಾ ಅವರ ದಾಯಾದಿ. ಜೆಮ್‌ಸೇಟ್‌ಜೀ

ಮಕ್ಕಳಾದ ದೊರಬ್ ಮತ್ತು ರತನ್‌ರು ಜೆಹಾಂಗೀರ್ ಟಾಟಾರ ಓರಗೆಯವರು. ಗೆಳೆಯರಿಗೆ, ಆತ್ಮೀಯರಿಗೆ ಜೆ.ಆರ್.ಡಿ. ಟಾಟಾ 'ಜೆಹ್' ಅಥವಾ 'ಜ್ಞೆ' ಮಾತ್ರ.

ಟಾಟಾ ಹೆಚ್ಚಿನ ವಿದ್ಯಾಭ್ಯಾಸ ಮಾಡಲಿಲ್ಲ. ಕಾಲೇಜಿಗೂ ಹೋಗಲಿಲ್ಲ. ಶಿಕ್ಷಣಕ್ಕೆ ಹೆಸರಾದ ಕೇಂಬ್ರಿಜ್‌ಗೆ ಹೋಗಿ ಕಲಿಯುವ ಆಸೆ ಹೊಂದಿದ್ದರು. ಆದರೆ ಕಾಲೇಜು ವಿದ್ಯಾಭ್ಯಾಸದಿಂದ ಕೈಗಾರಿಕೆಯ ನಿರ್ವಹಣೆಗೆ ಯಾವ ಪ್ರಯೋಜನವೂ ಇಲ್ಲ ಎಂದು ತಂದೆ ರತನ್‌ಜೀ ಭಾವಿಸಿದ್ದರು. ಟಾಟಾರಿಗೆ ಕೇಂಬ್ರಿಜ್‌ಗೆ ಹೋಗುವ ಹಂಬಲವಿದ್ದಿತಾದರೂ ಅದು ಈಡೇರಲಿಲ್ಲ. ತಂದೆ, ಟಾಟಾರನ್ನು ತಮ್ಮ ಅಧೀನದಲ್ಲಿಟ್ಟುಕೊಂಡೇ ಬೆಳೆಸಿದರು. ವ್ಯಾಪಾರ, ವ್ಯವಹಾರ ಕೌಶಲ್ಯವನ್ನು ಮಗನಲ್ಲಿ ತುಂಬಿದರು. ಹಾಗೆ ನೋಡಿದರೆ ಜೆಮ್‌ಷೆಡ್‌ಪುರದ ಉಕ್ಕು ಘಟಕದಲ್ಲಿ ಎಂಜಿನಿಯರಾಗಲೆಂದೇ ಟಾಟಾ ಕೇಂಬ್ರಿಜ್‌ಗೆ ಹೋಗಿ ಎಂಜಿನಿಯರಿಂಗ್ ಕಲಿಯಲು ಬಯಸಿದ್ದರು. ತಂದೆ ರತನ್‌ಜೀ ಟಾಟಾ ಉದ್ಯಮ ಕೂಟದ ಪ್ರಧಾನ ಉದ್ಯಮ 'ಟಾಟಾಸನ್ಸ್' ನ ನಿರ್ದೇಶಕರಾಗಿದ್ದರು. ಇದರಿಂದ ಜೆ.ಆರ್.ಡಿ ಟಾಟಾರಿಗೆ ಉಕ್ಕುಘಟಕದಲ್ಲಿ ಕೆಲಸ ಮಾಡುವ ಅವಕಾಶ ಸ್ವಾಭಾವಿಕವಾಗಿಯೇ ದೊರೆಯುವಂತಾಗಿತ್ತು. ಕೇಂಬ್ರಿಜ್‌ಗೆ ಹೋಗುವ ಅಗತ್ಯವೇ ಬರಲಿಲ್ಲ.

ಟಾಟಾರ ಬಾಲ್ಯ ಮುಂದೆ ಅವರೊಬ್ಬ ಸಾಹಸಿ ವೈಮಾನಿಕರಾಗಲು ಪ್ರೇರೇಪಿಸಿದ್ದು ಒಂದು ಕುತೂಹಲಕರ

ಸಂಗತಿ. ಟಾಟಾ ಚಿಕ್ಕಂದಿನಲ್ಲಿ ಫ್ರಾನ್ಸಿನ ನಾರ್ಮಂಡಿ ಎಂಬಲ್ಲಿ ಕೆಲಕಾಲ ಇದ್ದುದುಂಟು. ಅವರು ವಾಸಕ್ಕಿದ್ದ ಮನೆಯ ಪಕ್ಕದಲ್ಲಿ ಲೂಯಿಸ್ ಬ್ಲೀರಿಯೊ ಎಂಬಾತ ವಾಸಿಸುತ್ತಿದ್ದ. ಅವನೊಬ್ಬ ಸಾಹಸಿ. ಆತ ಇಂಗ್ಲಿಷ್ ಕಡಲ್ಗಾಲುವೆಯನ್ನು ಮೊಟ್ಟಮೊದಲ ಬಾರಿಗೆ ವಿಮಾನದ ಮೂಲಕ ದಾಟಿದ್ದ ಧೀರ. ನಾರ್ಮಂಡಿಯ ಕಡಲತೀರದಲ್ಲಿ ಬ್ಲೀರಿಯೊ ತನ್ನ ವಿಮಾನ ಹಾರಾಟದ ತಾಲೀಮು ಮಾಡುವಾಗ ಟಾಟಾ ಬೆಕ್ಕಸ ಬೆರಗಾಗಿ ನೋಡುತ್ತಾ ನಿಂತುಬಿಡುತ್ತಿದ್ದರು. ಆಗಲೇ ತಾನೂ ವಿಮಾನದಲ್ಲಿ ಹಾರಾಡಬೇಕೆಂಬ ಆಸೆ ಅವರಲ್ಲಿ ಮೂಡಿತು.

ವಿಶ್ವಮೊದಲ ಮಹಾಯುದ್ಧ ನಡೆದಾಗ ಟಾಟಾರಿಗೆ ಹತ್ತು ವರ್ಷ. ಕನಸುಗಳನ್ನು ಕಾಣತೊಡಗುವ ವಯಸ್ಸು. ಪ್ಯಾರಿಸ್‌ನಲ್ಲಿ ತಲೆಯ ಮೇಲೆಲ್ಲ ಹಾರಾಡುತ್ತಿದ್ದುದು ಹಕ್ಕಿಗಳೋಪಾದಿಯಲ್ಲಿ ಯುದ್ಧ ವಿಮಾನಗಳೇ. ಬಾಲಕ ಟಾಟಾರ ಕಣ್ಣು ತುಂಬಾ ವಿಮಾನ! ಯುದ್ಧ ವಿಮಾನಗಳು ಆಕಾಶದಲ್ಲಿ ಗುಡುಗಿದಾಗ ಜನರೆಲ್ಲ ಹೆದರಿ ತಮ್ಮ ತಮ್ಮ ಮನೆ ಸೇರಿಕೊಳ್ಳುತ್ತಿದ್ದರೆ, ಬಾಲಕ ಟಾಟಾರ ಕಣ್ಣುಗಳೆಲ್ಲ ವಿಮಾನಗಳತ್ತ ಇರುತ್ತಿತ್ತು. ತಾನೂ ಆ ವಿಮಾನದಲ್ಲಿ ಕುಳಿತಿರಬಾರದಿತ್ತೆ? ತಾನು ಯುವಕನಾಗಿ ಇರಬಾರದಿತ್ತೆ? ವಿಮಾನ ಚಾಲನೆ ಮಾಡ ಬಹುದಿತ್ತಲ್ಲ? ಬಾಲಕ ಟಾಟಾರ ಮನಸ್ಸಿನಲ್ಲಿ ಇಂತಹ ಪ್ರಶ್ನೆಗಳೇ.

ವಿದ್ಯಾಭ್ಯಾಸ–ತಂದೆಯ ಸಾವು

ಜೆ.ಆರ್.ಡಿ ರವರ ಶಿಕ್ಷಣ ಫ್ರಾನ್ಸ್, ಭಾರತ, ಜಪಾನ್, ಇಂಗ್ಲೆಂಡ್ ಹೀಗೆ ಹಲವೆಡೆ ಹಂಚಿಹೋಯಿತು. ಪದವೀಧರನೆನಿಸಿಕೊಳ್ಳುವ ಭಾಗ್ಯ ಅವರಿಗೊದಗಲಿಲ್ಲ. ಶಿಕ್ಷಣ ಅರ್ಧಕ್ಕೆ ನಿಂತಿತ್ತು. ಕಾಲೇಜು ವಿದ್ಯಾಭ್ಯಾಸ ಹಂತ ತಲುಪುವ ವೇಳೆಗೆ ಫ್ರಾನ್ಸಿಗೆ ಮರಳಿದ ಟಾಟಾ ಫ್ರೆಂಚ್ ಸೇನೆಗೆ ಸೇರಿದರು. ಸೈನಿಕನಿಗಿರಬೇಕಾದ ಶಿಸ್ತು ಧೈರ್ಯ, ಸ್ಥೈರ್ಯಗಳು ಅವರಲ್ಲಿ ಮನೆಮಾಡಿದ್ದವು. ಆಗಿನ್ನೂ ಟಾಟಾ ತರುಣ. ವರುಷ ಇಪ್ಪತ್ತು. ಲವಲವಿಕೆಯ ನಡೆ. ಉತ್ಸಾಹದ ಚಿಲುಮೆ. ಫ್ರಾನ್ಸಿನಲ್ಲಿ ಅದೇ ತಾನೆ ಜಾರಿಗೆ ಬಂದ ಕಡ್ಡಾಯ ಸೇನಾ ಸೇವೆ ನಿಯಮ ಗಳಿಂದಾಗಿ ಟಾಟಾ ಸೈನ್ಯ ಸೇರಬೇಕಾಯಿತು.

ಯುವಕ ಜೆಹಾಂಗೀರ್ ತಂದೆಯಿಂದ ಅಚ್ಚುಕಟ್ಟಾಗಿ ಕಾರ್ಯ ನಿರ್ವಹಿಸುವ ಗುಣವನ್ನು ಬಳುವಳಿಯಾಗಿ ಪಡೆದಿದ್ದರು. ಸೈನ್ಯದಲ್ಲಿ ಟಾಟಾ ತಮ್ಮ ಶ್ರದ್ಧೆಯನ್ನು ತೋರಿದರು. ಆಫ್ರಿಕಾದ ಆಲ್ಜೀರಿಯಾದಲ್ಲಿ ನಡೆದ ಒಂದು ಕದನದಲ್ಲಿ ಪಾಲ್ಗೊಂಡರು. ಮೊರಾಕೋದಲ್ಲಿ ಕದನವೊಂದಕ್ಕೆ ಹೋಗ ಬೇಕಾದ ಸನ್ನಿವೇಶ ಒದಗಿತು. ಆದರೆ ಆ ವೇಳೆಗೆ ತಂದೆ ರತನ್‌ಜೀ ಅವರನ್ನು ಭಾರತಕ್ಕೆ ಕರೆಸಿಕೊಂಡರು. ಸೈನ್ಯದಲ್ಲೇ ಉಳಿದಿದ್ದರೆ ಮೊರಾಕೋದಲ್ಲಿ ಉಳಿದೆಲ್ಲ ಫ್ರೆಂಚ್ ಸೈನಿಕರೊಂದಿಗೆ ಟಾಟಾರನ್ನೂ ಮೊರಾಕೋ ಬಂಡಾಯ ಗಾರರು ಕೊಂದು ಬಿಡುತ್ತಿದ್ದರೋ ಏನೋ!

1925ರಲ್ಲಿ ರತನ್‌ಜೀ ಮಗನನ್ನು ಮುಂಬೈಗೆ ಕರೆಸಿ ಕೊಂಡರು. ಅವರ ದೃಷ್ಟಿಯಲ್ಲಿ ಮಗನಿಗೆ ಸೈನ್ಯವಾಗಲೀ ಎಂಜಿನಿಯರಿಂಗ್ ಶಿಕ್ಷಣವಾಗಲೀ ಅಗತ್ಯವಿಲ್ಲ ಎಂಬುದೇ ಆಗಿತ್ತು. ಮೇಲಾಗಿ ಟಾಟಾ ಸಂಸ್ಥೆಗಳಲ್ಲಿ ಉದ್ಯೋಗ ಮಾಡಲು ಎಂಜಿನಿಯರಿಂಗ್ ಪದವಿ ಅನಗತ್ಯ ಎಂಬುದು ಅವರ ನಿಲುವಾಗಿತ್ತು.

ಮಗನಿಗೆ ತಮ್ಮದೇ ಸಂಸ್ಥೆಯಲ್ಲಿ 'ಎಪ್ರೆಂಟಿಸ್' ಉದ್ಯೋಗ ನೀಡಿದರು. ಟಾಟಾರಿಗೆ ಆ ಉದ್ಯೋಗ ಹಕ್ಕಿ ಹಾರುವಂತೆ, ಮೀನು ಈಜುವಂತೆ ಸುಲಭವಾಗಿತ್ತು. ಬಹುಬೇಗ ಉದ್ಯಮ ವಲಯದ ಒಳಹೊರಗುಗಳನ್ನು ಅರಿತುಕೊಂಡುಬಿಟ್ಟರು. ಸಂಬಳರಹಿತ ಕೆಲಸಗಾರನಾಗಿ ದುಡಿಯುವಾಗ ತಾನು ಸೂಕ್ತ ಶಿಕ್ಷಣ ಪಡೆಯಲಿಲ್ಲವಲ್ಲ ಎಂಬ ಕೊರಗುಮಾತ್ರ ಅವರನ್ನು ಬಿಡಲಿಲ್ಲ.

1926ರಲ್ಲಿ ರತನ್‌ಜೀ ಅಕಾಲ ಮರಣಕ್ಕೀಡಾದರು. ಆಗಿನ್ನೂ ಟಾಟಾರಿಗೆ 22 ವರ್ಷ. ತಂದೆ ಮಗನಿಗೆ ಬಹುದೊಡ್ಡ ಹೊರೆಯನ್ನು ಒಪ್ಪಿಸಿ ಹೋಗಿದ್ದರು. ತಂದೆಯ ಅನಿರೀಕ್ಷಿತ ಸಾವು ಟಾಟಾರನ್ನು ಕ್ಷಣಕಾಲ ಭೀತಿಗೊಳಿಸಿರಲೂ ಸಾಕು. ಟಾಟಾ ಹುಟ್ಟಿದ್ದು ಶ್ರೀಮಂತ ಕುಟುಂಬದಲ್ಲಿ. ಬೆಳೆದದ್ದು ಹೆಚ್ಚಾಗಿ ಫ್ರೆಂಚ್ ಸಂಸ್ಕೃತಿಯ ನಡುವೆ. ಇದೀಗ ಯುವಕ ಟಾಟಾ ಭಾರತದ ಪರಿಸರದಲ್ಲಿ ಹೆಜ್ಜೆ ಊರಿ ಸವಾಲನ್ನು ಎದುರಿಸಬೇಕಿತ್ತು. ಸಂಸಾರ ಹಾಗೂ ಸಾಲದ ದೊಡ್ಡ ಹೊರೆ ಟಾಟಾರ ತಲೆಯ ಮೇಲೆ! ಮನೆತನದ ಕೀರ್ತಿಗೆ

ಚ್ಯುತಿಬಾರದಂತೆ ಅದರ ಘನತೆಯನ್ನು ಎತ್ತಿ ಹಿಡಿಯುವ ಪವಿತ್ರ ಕಾರ್ಯ ಅವರ ಪಾಲಿನದಾಗಿತ್ತು.

ಟಾಟಾ ಜೆಮ್‌ಷೆಡ್‌ಪುರದ ಉಕ್ಕಿನ ಕಾರ್ಖಾನೆಯಲ್ಲಿ ಕೆಲಸಕ್ಕಿದ್ದರು. ಟಾಟಾ ಉಕ್ಕು ಸಂಸ್ಥೆಯಲ್ಲಿ ಜಾನ್ ಪೀಟರ್‌ಸನ್ ಎಂಬುವವರ ಸಹಾಯಕರಾಗಿ ದುಡಿಮೆ ಆರಂಭಿಸಿದರು. ಉಕ್ಕಿನ ಕಾರ್ಖಾನೆ ಉಸ್ತುವಾರಿ ಹೊಂದಿದ್ದ ಜಾನ್ ಪೀಟರ್‌ಸನ್ ಮೊದಲಿಗೆ ಒಬ್ಬ ಯೋಧ. ಐ.ಸಿ.ಎಸ್. ಅಧಿಕಾರಿಯೂ ಹೌದು. ಟಾಟಾ ಆತನಲ್ಲಿ ಆರು ವರ್ಷ ತರಬೇತಿ ಹೊಂದಿದರು. ಪೀಟರ್‌ಸನ್ ತಮ್ಮ ಕೋಣೆಯಲ್ಲಿ ಟಾಟಾರಿಗೆಂದು ಒಂದು ಮೇಜು ಹಾಕಿಸಿದ್ದರು. ತಾವು ಸಿದ್ಧ ಪಡಿಸುವ, ಒಕ್ಕಣೆ ಹಾಕುವ ಪ್ರತಿಕಾಗದವನ್ನು ಯುವಕ ಟಾಟಾ ಓದಿ ಕಳಿಸುವಂತೆ ಮಾಡಿದರು. ಟಾಟಾ ಅವರ ಮೇಲೆ ಪೀಟರ್‌ಸನ್ ಅಪಾರ ಪ್ರಭಾವ ಬೀರಿದರು.

ವಿವಾಹ

ಜೆಹಾಂಗೀರ್ ಟಾಟಾ ಅವರಿಗೆ ವಿಮಾನ ಚಾಲಕ ನಾಗುವ ಆಸೆ ಉಂಟಾಗಿದ್ದಂತೆ ವೇಗದ ಕಾರು ನಡೆಸುವುದರಲ್ಲೂ ಒಲವು ಮೂಡಿತ್ತು. ಕಾರು ಓಡಿಸುವುದೆಂದರೆ ಅವರಿಗೆ ಬಲು ಖುಷಿ. ತಮಗೆ 78 ವರ್ಷಗಳಾದಾಗಲೂ ಟಾಟಾ ಅವರೇ ಸ್ವತಃ ಕಾರು ನಡೆಸುತ್ತಿದ್ದರು.

ಅವರ ತಂದೆ ಅವರಿಗೆ ಬುಗಾಟಿ ಕಾರ್ ಕೊಡಿಸಿದ್ದರು.

ಅದರಲ್ಲಿ ಕುಳಿತು ಟಾಟಾ ಮುಂಬೈಯಿಂದ ಪುಣೆಗೆ ಕೇವಲ ಎರಡೂ ವರೆ ಗಂಟೆ ಅವಧಿಯಲ್ಲಿ ಹೋಗಿ ಬಿಡುತ್ತಿದ್ದರು. ಸುಮಾರು 184 ಕಿಲೋಮೀಟರುಗಳು. ಈ ವೇಗ ಪೊಲೀಸರಿಗೆ ಬಲುತ್ರಾಸದಾಯಕವಾಗುತ್ತಿತ್ತು. ಹೇಗಾದರೂ ಮಾಡಿ ಜೆ.ಆರ್.ಡಿ. ಅವರನ್ನು ಹಿಡಿಯಬೇಕೆಂದು ಹೊಂಚು ಹಾಕಿದರು. ಒಂದು ಅಪಘಾತಕ್ಕೆ ಹೊಣೆ ಮಾಡಿ ಕೇಸು ಹಾಕಿಯೇ ಬಿಟ್ಟರು.

ಟಾಟಾ ಪೊಲೀಸರು ಮಾಡಿದ ಆರೋಪವನ್ನು ಒಪ್ಪಲಿಲ್ಲ. ಪ್ರಖ್ಯಾತ ವಕೀಲರಾಗಿದ್ದ ಜ್ಯಾಕ್ ವಿಕಾಜಿ ಅವರಲ್ಲಿ ತಮ್ಮ ಸಮಸ್ಯೆಯನ್ನು ಮುಂದಿಟ್ಟರು. ವಿಕಾಜಿ ಒಬ್ಬ ಪಾರಸಿ. ಮಹಾ ಸಾಹಸಿ. ಅವರ ಪತ್ನಿ ಇಂಗ್ಲಿಷ್ ಮಹಿಳೆ. ವಿಕಾಜಿ ಪೊಲೀಸರು ಮಾಡಿದ್ದ ಆರೋಪ ಸುಳ್ಳೆಂದು ರುಜುವಾತುಪಡಿಸಿ ಜೆ.ಆರ್.ಡಿ ಅವರು ಗೆಲ್ಲುವಂತೆ ಮಾಡಿದರು. ಆ ವೇಳೆಗೆ ಟಾಟಾರವರ ವೈವಾಹಿಕ ಜೀವನ ಆರಂಭವಾಗಿತ್ತು.

1930ರ ವರ್ಷ ಟಾಟಾ ಮೆಚ್ಚಿ ಮದುವೆಯಾದುದು ವಿಕಾಜಿ ಅವರ ಮಗಳು ಥೆಲ್ಮಾಳನ್ನು. ಥೆಲ್ಮಾರನ್ನು ಜೆಹಾಂಗೀರ್ ಟಾಟಾ ತಾಜ್‌ಮಹಲ್ ಹೋಟಲಿನಲ್ಲಿ ಕಂಡು ಪ್ರೀತಿಸಿ ಮದುವೆಯಾಗಿದ್ದರು.

ಟಾಟಾ ಮೆಚ್ಚಿ ಮದುವೆಯಾದ ಥೆಲ್ಮಾರೊಡನೆ ಭಾರತದ ಪ್ರಸಿದ್ಧ ಗಿರಿಧಾಮ ಡಾರ್ಜಿಲಿಂಗಿಗೆ ಹೋಗಿ ಮಧುಚಂದ್ರ

ಮುಗಿಸಿ ಹಿಂದಿರುಗಿ ಬರುವಾಗ ನಡೆದ ಒಂದು ಪ್ರಸಂಗ ಸ್ವಾರಸ್ಯವಾಗಿದೆ.

ಎಂದಿನಂತೆ ಟಾಟಾ ಕಾರಿನಲ್ಲಿ ಪ್ರಯಾಣ ಮಾಡುತ್ತಿದ್ದರು. ಮಾರ್ಗದಲ್ಲಿ ಅವರ ಕಾರನ್ನು ಪೊಲೀಸರು ತಡೆದು ಬಿಟ್ಟರು. ಹೀಗೆ ತಡೆದು ನಿಲ್ಲಿಸಿದ್ದು ಅವರೊಬ್ಬರ ಕಾರನ್ನೆ ಅಲ್ಲ. ಆ ಮಾರ್ಗದಲ್ಲಿ ಬಂದ ಎಲ್ಲ ವಾಹನಗಳ ಸಂಚಾರವೂ ಸ್ಥಗಿತಗೊಂಡಿತ್ತು. ಟಾಟಾ ಅವರಿಗೆ ಹೀಗೆ ಸಂಚಾರ ಬಂದ್ ಆದುದಕ್ಕೆ ಕಾರಣ ತಿಳಿಯಲು ತಡವಾಗಲಿಲ್ಲ. ಆ ಹಾದಿಯಲ್ಲಿ ಬಂಗಾಳದ ರಾಜ್ಯಪಾಲ ಸರ್‌ಸ್ಟಾನ್ಲೆ ಜಾಕ್‌ಸನ್ ಮರಳುತ್ತಿದ್ದರು. ಅದಕ್ಕೆ ಈ ತಡೆ.

ಆಂಗ್ಲ ಸ್ಟಾನ್ಲೆಯ ವಾಹನ ಟಾಟಾರ ವಾಹನವನ್ನು ದಾಟುತ್ತಿದ್ದಂತೆ ಟಾಟಾ ಅವರು, “ಹೆಂಗಸರೂ ಮಕ್ಕಳೂ ಇರುವ ಐನೂರು ಜನ ಒಂದು ಗಂಟೆಯ ಕಾಲ ಈ ಕೊರೆಯುವ ಛಳಿಯಲ್ಲಿ ನಿಲ್ಲುವ ಹಾಗೆ ಮಾಡಿದಿರಲ್ಲಾ! ನೀವು ಎಂಥ ಮಹಾದೊಡ್ಡ ಜನರು!” ಎಂದು ಕೂಗಿ ಹೇಳಿಯೇ ಬಿಟ್ಟರಂತೆ.

ಬಳಿಕ ಟಾಟಾ ಬುಗಾಟಿ ಕಾರು ಮಾರಿ ಮರ್ಸಿಡಿಸ್ ಬೆನ್ಜ್ ಕಾರು ಓಡಿಸತೊಡಗಿದರು.

ಜೆ.ಆರ್.ಡಿ. ಥೆಲ್ಮಾ ದಂಪತಿಗಳು ಮಕ್ಕಳ ಭಾಗ್ಯವನ್ನು ಪಡೆಯಲಿಲ್ಲ. ಥೆಲ್ಮಾ ದೀರ್ಘಕಾಲ ಹಾಸಿಗೆ ಹಿಡಿದರು. ಅಲುಗಾಡಲಾರದೆ ಮಲಗುವ ಸ್ಥಿತಿ ಅವರದಾಯಿತು.

ಭಾರತದಲ್ಲಿ ವಿಮಾನಯಾನ

ಭಾರತಕ್ಕೆ ಮರಳಿದ ಮೇಲೆ ಟಾಟಾರವರು 'ಬಾಂಬೆ ಫ್ಲೈಯಿಂಗ್ ಕ್ಲಬ್' ಸದಸ್ಯರಾಗಿ 1929 ರಲ್ಲಿ ಪೈಲಟ್ (ವಿಮಾನ ಚಾಲಕ) ಲೈಸೆನ್ಸ್ ಪಡೆದರು. ಹೀಗೆ ಲೈಸೆನ್ಸ್ ಪಡೆದ ಮೊದಲ ಭಾರತೀಯ ಎನಿಸಿದರು. ಜೆ.ಆರ್.ಡಿ. ಜನಮನದಲ್ಲಿ ಅಚ್ಚಳಿಯದೆ ನಿಂತಿರುವುದು ಅವರು ರಾಷ್ಟ್ರಕ್ಕೆ ನೀಡಿದ ಒಂದು ಐತಿಹಾಸಿಕ ಕೊಡುಗೆಯಿಂದ ಎಂದರೆ ತಪ್ಪಾಗಲಾರದು. ಅದು, ಪ್ರಯಾಣಿಕರ ಹಾಗೂ ಸರಕು ಸಾಗಾಟಕ್ಕೆ ವಿಮಾನವನ್ನು ಬಳಕೆಗೆ ತಂದುದೇ ಆಗಿದೆ.

ಟಾಟಾ ಅವರಿಗೆ ವಿಮಾನ ಚಾಲಕನಾಗುವ ಹಂಬಲ ಕಿರಿಯರಿದ್ದಾಗಲೇ ಮೂಡಿತ್ತು. ಹತ್ತು ವರ್ಷಗಳಲ್ಲಿ ಟಾಟಾ ಭಾರತದಲ್ಲಿ ಮೊದಲ ಬಾರಿಗೆ ಸ್ವತಂತ್ರವಾಗಿ ವಿಮಾನ ಹಾರಿಸಿದರು. ಟಾಟಾ ವಿಮಾನ ಸಂಸ್ಥೆ ಸ್ಥಾಪಿಸಿದ ಹಿರಿಮೆ ಅವರದಾಗಿದೆ. 1932ರಲ್ಲಿ ಮೊದಲಬಾರಿಗೆ ಟಾಟಾ ಬೊಂಬಾಯಿಯಿಂದ ಕರಾಚಿಗೆ ಹಾಗೂ ಮತ್ತೆ ಅಲ್ಲಿಂದ ಬೊಂಬಾಯಿಗೆ ಒಂದೇ ಎಂಜಿನ್ನಿನ ಪುಟ್ಟ ವಿಮಾನ ಹಾರಿಸಿದ್ದು ಒಂದು ಮಹತ್ಸಾಧನೆ. 15.10.1932ರಂದು ಕರಾಚಿಯಿಂದ ಟಾಟಾ ಅಂಚೆ ಚೀಲಹೊತ್ತ ತಮ್ಮ ಸ್ವಂತದ ಪುಸ್ಸಿಮಾತ್ ವಿಮಾನವನ್ನೇರಿ ಮುಂಬಯಿಯ ಜುಹು ನಿಲ್ದಾಣದಲ್ಲಿ ಇಳಿಸಿದಾಗಲೇ "ಟಾಟಾ ಏರ್ ಲೈನ್ಸ್" ಸಂಸ್ಥೆ ಜನ್ಮ ತಾಳಿತು. ಮುಂದೆ ಇದೇ ಸಂಸ್ಥೆ 1953ರಲ್ಲಿ ಭಾರತದ ಅಂತರ್ರಾಷ್ಟ್ರೀಯ 'ಏರ್ ಇಂಡಿಯಾ' ವಿಮಾನ ಸಂಸ್ಥೆಯಾಗಿ

ಪರಿವರ್ತನೆಗೊಂಡಿತು. ಆಗ ಭಾರತ ಸರ್ಕಾರ ವಿಮಾನ ಸಾರಿಗೆಯನ್ನು ರಾಷ್ಟ್ರೀಕರಿಸಿ ಏರ್ ಇಂಡಿಯಾ ಇಂಟರ್ ನ್ಯಾಷನಲ್‌ಗೆ ಟಾಟಾರನ್ನೇ ಅಧ್ಯಕ್ಷರನ್ನಾಗಿ ನೇಮಕ ಮಾಡಿತು.

ಐವತ್ತು ವರ್ಷಗಳ ನಂತರ ಅಂದರೆ 1982ರಲ್ಲಿ ಟಾಟಾ ಅವರು 1932ರಲ್ಲಿ ಕರಾಚಿಯಿಂದ ಮುಂಬಯಿಗೆ ಚೊಚ್ಚಲ (ಪ್ರಥಮ) ವಿಮಾನ ಹಾರಾಟ ನಡೆದುದರ ಸ್ಮರಣಾರ್ಥ ಅದೇ ಹಾದಿಯಲ್ಲಿ ಪುನಃ ಹಾರಾಟ ನಡೆಸಿ ಬಂದಿಳಿದರು. ಆಗ ಅವರ ವಯಸ್ಸು 78. 1992ರಲ್ಲಿಯೂ ತಮ್ಮ 88ನೆಯ ವಯಸ್ಸಿನಲ್ಲಿ ಟಾಟಾ ವಿಮಾನ ಹಾರಾಟ ನಡೆಸಿದ್ದು ಭಾರತೀಯರು ಮರೆಯರು. ತಾನೊಬ್ಬ ಕ್ಷಿತಿಜಗಾಮಿ ಎಂಬುದನ್ನು ಟಾಟಾ ಅವರು ದೃಢಪಡಿಸಿದರು.

ಟಾಟಾ ಅವರಿಗೆ ವಿಮಾನ ಸಾರಿಗೆಯಲ್ಲಿ ಆಸಕ್ತಿ ಮೂಡಿಸಿದವರೆಂದರೆ, ಜಾನ್ ಪೀಟರ್‌ಸನ್. ಟಾಟಾಸನ್ಸ್ ಸಂಸ್ಥೆಯ ಅಧ್ಯಕ್ಷ ದೊರಬ್ ಅವರ ಮನವೊಲಿಸಿ ಟಾಟಾ ಎರಡು ಲಕ್ಷ ರೂಪಾಯಿ ಬಂಡವಾಳ ಹಾಕಿ ಭಾರತದ ಮೊದಲ ವಿಮಾನ ಸಾರಿಗೆ ಸಂಸ್ಥೆ ಸ್ಥಾಪಿಸಿದರು. ಮೊದ ಮೊದಲು ಈ ಸಾರಿಗೆಯನ್ನು ಅಂಚೆ ರವಾನೆಗೆ ಬಳಸಿದ್ದೇ ಆದರೂ ಮುಂದೆ ಈ ಸಂಸ್ಥೆಯೇ ಬೃಹತ್ 'ಏರ್ ಇಂಡಿಯಾ' ಆಗಿ ರೂಪುಗೊಂಡಿತು. ಅದರ ಗೌರವ ಅಧ್ಯಕ್ಷರಾಗಿ ಮುಂದುವರೆದು ಕೀರ್ತಿಭಾಜನರಾದರು. 1932ರಲ್ಲಿ ಆರಂಭವಾದ ಈ ಉದ್ಯಮ, ಐವತ್ತರ ದಶಕದ ವೇಳೆಗೆ ಪಶ್ಚಿಮಕ್ಕೆ ವಿಸ್ತರಿಸಿ ಅಮೆರಿಕಾ ಮತ್ತು ಯೂರೋಪುಗಳನ್ನು

ತಲುಪಿತ್ತು. ಟಾಟಾ ಅವರೇ ಹೇಳಿಕೊಂಡಿರುವಂತೆ ಅವರ ತಲೆಯಲ್ಲಿ ವಿಮಾನ ಸಾರಿಗೆ ಉದ್ಯಮದ ವಿಚಾರ ಹಾಕಿದ್ದು, ಬ್ರಿಟಿಷ್ ಪೈಲಟ್ ನೆವಿಲ್ ವಿನ್ಸೆಂಟ್.

1978ರ ಫೆಬ್ರವರಿ ಒಂದರಂದು, ಭಾರತ ಸರ್ಕಾರ ಟಾಟಾ ಅವರನ್ನು ಏರ್ ಇಂಡಿಯಾದ ಅಧ್ಯಕ್ಷ ಸ್ಥಾನದಿಂದ ತೆಗೆದು ಹಾಕಿತು. ಆಗ ಪ್ರಧಾನಿಯಾಗಿದ್ದವರು ಮೊರಾರ್ಜಿ ದೇಸಾಯಿಯವರು. ಆಗ ಟಾಟಾ ಅವರಿಗೆ ಮಾನಸಿಕವಾಗಿ ವ್ಯಥೆಯೇ ಆಯಿತು. ಏರ್ ಇಂಡಿಯಾದ ಸೇವಾ ಗುಣಮಟ್ಟ ಕೆಡುತ್ತಾ ಇದ್ದುದರ ಬಗ್ಗೆ ಅವರು ವಿಷಾದಿಸಿದರು.

ಟಾಟಾ ಕಬ್ಬಿಣ ಮತ್ತು ಉಕ್ಕು ಕಂಪೆನಿಯ (ಟೆಸ್ಕೋ) ಉಪಾಧ್ಯಕ್ಷ ಎಸ್.ಎ ಸಬಾವಾಲಾ ಒಮ್ಮೆ ಪತ್ರಿಕೆಗೆ ಒಂದು ಲೇಖನ ಬರೆದರು. ತಮ್ಮ ಲೇಖನದಲ್ಲಿ ಅವರು ಇಂಡಿಯನ್ ಏರ್‌ಲೈನ್ಸ್ ಕುರಿತು ಪ್ರಸ್ತಾಪಿಸಿ ಅದು ದಕ್ಷತೆಯಿಂದ ಕಾರ್ಯ ನಿರ್ವಹಿಸುತ್ತಿಲ್ಲವಾದ ಕಾರಣ ಅದನ್ನು ಮುಚ್ಚಬೇಕು, ಎಂದು ಕೋಪದಲ್ಲಿ ಬರೆದಿದ್ದರು. ಈ ಲೇಖನ ಟಾಟಾ ಅವರ ಗಮನಕ್ಕೆ ಬಂದಾಗ ಅವರು ಸಬಾವಾಲಾರನ್ನು ಮೂಢ, ಎಳಸು ಎಂದು ಕರೆದು “ಅಲ್ಲವಯ್ಯಾ, ಇಂತಹ ಲೇಖನಗಳು ಯಾವ ಪ್ರಭಾವವನ್ನೂ ಬೀರುವುದಿಲ್ಲ. ಇನ್ನೂ ಏರ್‌ಲೈನ್ಸ್ ಸಂಸ್ಥೆಯ ಶಿಸ್ತುಪಾಲನೆಯನ್ನು ಕುಗ್ಗಿಸುತ್ತವೆಯಷ್ಟೆ” ಎಂದು ಹೇಳಿದರು. ಬಳಿಕ ಸಬಾವಾಲಾರು ಇದನ್ನು ಒಪ್ಪಿಕೊಂಡರು.

ಜೆ.ಆರ್.ಡಿ. ಅವರಿಗೆ ಪ್ರಾಮಾಣಿಕತೆ, ದುಡಿಮೆ, ಶಿಸ್ತು ಇವು ಮುಖ್ಯವಾಗಿದ್ದವು. ತಾವು ಇಂಡಿಯನ್ ಏರ್‌ಲೈನ್ಸ್‌ನ

ಗೌರವಾಧ್ಯಕ್ಷರಾಗಿ ಇದ್ದಷ್ಟು ಕಾಲವೂ, ಸಂಸ್ಥೆಯ ಪ್ರತಿಯೊಂದು ಮ್ಯಾನೇಜ್‌ಮೆಂಟ್ ನಿರ್ಧಾರದಲ್ಲೂ ಪಾತ್ರವಹಿಸಿದರು. ಸಂಸ್ಥೆ ರಾಷ್ಟ್ರೀಕರಣ ಆದ ಮೇಲೂ ಅವರು ತಮಗಿದ್ದ ಆಸಕ್ತಿಯನ್ನು ಕಳೆದುಕೊಳ್ಳಲಿಲ್ಲ.

"ಕಡೆಕಡೆಗೆ ಎಲ್ಲ ಸರ್ಕಾರಿ ಉದ್ಯಮಗಳಿಗೂ ಹಿಡಿಯುವ ರೋಗ ಇದಕ್ಕೂ ತಗುಲಿತು. ಶಿಸ್ತು ಹೋಗಿ ಸಾಮಾನ್ಯವಾಗಿ ಎಲ್ಲ ಉದ್ಯಮಗಳಲ್ಲೂ ಕಾಣುವಂತೆ ಇಲ್ಲಿಯೂ ಕಾರ್ಮಿಕ ಸಂಘಗಳು ಬಲಗೊಂಡವು. ಅಂತೆಯೇ ಕಾರ್ಮಿಕ ಮುಖಂಡರು ಸರ್ಕಾರವನ್ನು ಸಂಪರ್ಕಿಸಿ ಆಡಳಿತ ವ್ಯವಸ್ಥೆಯ ನಿರ್ಧಾರಗಳನ್ನು ಬದಲಿಸಿಕೊಳ್ಳತೊಡಗಿದರು. ಸೂಕ್ತ ಆಜ್ಞೆ ಹೊರಡಿಸಲು ಮಂತ್ರಿಗಳ ಬಳಿಗೆ ಹೋಗುತ್ತಿದ್ದರು" ಎಂದು ಜೆ.ಆರ್.ಡಿ ಒಂದು ಕಡೆ ನೊಂದು ನುಡಿದರು. ಏರ್ ಇಂಡಿಯಾದ ಸೇವಾ ಗುಣಮಟ್ಟ ಕೆಡುವಂತಾಗಿದ್ದು ಅವರಿಗೆ ನುಂಗಲಾರದ ತುತ್ತಿನಂತಾಗಿತ್ತು.

ಏರ್‌ಲೈನ್ಸ್ ಅಧ್ಯಕ್ಷರಾಗಿದ್ದಾಗ, ವಿಮಾನಯಾನಕ್ಕೆ ಸಂಬಂಧಿಸಿದ ಯಾವುದೇ ದೊಡ್ಡ ವಿಷಯವಿರಲಿ, ಸಣ್ಣ ವಿಷಯವಿರಲಿ ಸಮಾನವಾಗಿ ನೋಡುತ್ತಿದ್ದರು. ದೊಡ್ಡದರೆಡೆ ದೃಷ್ಟಿ ನೆಟ್ಟು ಸಣ್ಣ ಪುಟ್ಟದನ್ನು ಕಡೆಗಣಿಸುವ ಪರಿ ಅವರದಾಗಿರಲಿಲ್ಲ.

ಒಮ್ಮೆ ಅವರು ಬೋಯಿಂಗ್ ವಿಮಾನದಲ್ಲಿ ಸಂಚರಿಸುತ್ತಿದ್ದರು. ಪ್ರಯಾಣದ ನಡುವೆ ಇದ್ದಕ್ಕಿದ್ದಂತೆ ತಾವು ಕುಳಿತಿದ್ದ ಜಾಗ ಬಿಟ್ಟು ಎದ್ದು ಹೋದರು. ಅಕ್ಕಪಕ್ಕದವರಿಗೆ

ಕುತೂಹಲ! ಇದೇಕೆ ಎದ್ದು ಹೋದರೆಂದು? ಏಕೆಂದರೆ ಅವರು ಮತ್ತೆ ತಮ್ಮ ಜಾಗಕ್ಕೆ ಹಿಂದಿರುಗಿ ಬಂದಾಗ ಒಂದು ಗಂಟೆ ಆಗಿ ಹೊಗಿತ್ತು. ಪ್ರಯಾಣಿಕರ ಪೈಕಿ ಮೂವರು ನಾಲ್ವರು ಇದೇಕೆ ಹೀಗೆ ಹೋಗಿಬಂದಿರಿ? ಎಂದು ಪ್ರಶ್ನೆ ಹಾಕಿ ಹುಬ್ಬೇರಿಸಿದರು. ಅದಕ್ಕೆ ಜೆ.ಆರ್.ಡಿ. ಉತ್ತರಿಸುತ್ತಾ "ವಿಮಾನದಲ್ಲಿನ ಎಲ್ಲಾ ಶೌಚಾಲಯಗಳು ಸ್ವಚ್ಛವಾಗಿವೆಯೇ ಎಂಬುದನ್ನು ಪರೀಕ್ಷಿಸಿ ಬಂದೆ" ಎಂದು ಹೇಳಿದರು. ಅವರಿಗಿದ್ದ ಇಂತಹ ಶ್ರದ್ಧಾಪೂರ್ಣ ಕಾರ್ಯಶೈಲಿಯಿಂದಾಗಿ ವಿಶ್ವದ ಒಂದೇ ಹಾಗೂ ಸರ್ಕಾರದ್ದಲ್ಲದ ವಾಯುಯಾನ ಸಂಸ್ಥೆಯಾದ "ಟಾಟಾ ಏರ್‌ಲೈನ್ಸ್" ಜಗತ್ತಿಗೇ ಮಾದರಿಯಾಗಿ ರೂಪುಗೊಂಡಿತ್ತು.

1947ರಲ್ಲಿ ವಿಮಾನದ ಮೂಲಕ ಅಂಚೆ ರವಾನೆ ಸೇವೆ ಆರಂಭಿಸಿದಾಗ ಟಾಟಾ ಹೇಳಿದ ಮಾತು ಸ್ವಾರಸ್ಯವಾಗಿದೆ. "ಅಂಚೆ ಕಳೆಯಬಹುದು, ಆದರೆ ತಡಮಾಡವಂತಿಲ್ಲ. ಪ್ರಯಾಣಿಕರನ್ನು ಮುಟ್ಟಿಸಲು ತಡಮಾಡಲುಬಹುದು, ಆದರೆ ಕಳೆಯವಂತಿಲ್ಲ."

ಟಾಟಾ ಅವರಿಗೆ ವಿಮಾನಯಾನದ ಆಡಳಿತ, ಕೇವಲ ಕುರ್ಚಿ ಮೇಲೆ ಕುಳಿತು ಅಧಿಕಾರ ನಿರ್ವಹಿಸುವುದಾಗಿರಲಿಲ್ಲ. ಸ್ವತಃ ಅವರೇ ವಿಮಾನ ಚಾಲನೆ ಬಲ್ಲವರಿದ್ದುದರಿಂದ, ವಿಮಾನಯಾನದ ತಾಂತ್ರಿಕತೆ ಅವರಿಗೆ ಸಿದ್ಧಿಸಿತ್ತು. ಆದುದರಿಂದ ಸಂಸ್ಥೆಯನ್ನು, ಅದು ದಕ್ಷತೆಯಿಂದ ಕಾರ್ಯ ನಿರ್ವಹಿಸುವಂತೆ ನೋಡಿಕೊಳ್ಳುತ್ತಿದ್ದರು.

ಉದ್ಯಮಗಳ ಒಡೆಯ

ವಿಮಾನಯಾನ ಒಂದೇ ಜೆ.ಆರ್.ಡಿ.ಯವರ ಬಾಳಿನ ಗುರಿಯಾಗಿರಲಿಲ್ಲ. 1925ರಲ್ಲಿ ಟಾಟಾಸಂಸ್ಥೆಯಲ್ಲಿ ವೇತನ ರಹಿತ ಉದ್ಯೋಗ ಹಿಡಿದ ಜೆ.ಆರ್.ಡಿ. ಕೇವಲ 13 ವರ್ಷಗಳಲ್ಲಿ ಎಲ್ಲವನ್ನೂ ಕಲಿತುಕೊಂಡು 'ಟಾಟಾಸನ್ಸ್' ಉದ್ಯಮ ಸಾಮ್ರಾಜ್ಯದ ಅಧ್ಯಕ್ಷ ಪದವಿಗೇರಿದರು. ತಂದೆ ತೀರಿಕೊಂಡಾಗ, ಟಾಟಾ ಉದ್ಯಮಿಗಳಿಗೆಲ್ಲ ತರುಣ ಟಾಟಾರೇ ಮುಖ್ಯಸ್ಥರಾದರು. ಆಗ, ಆ ಗುಂಪಿನಲ್ಲಿದ್ದುದು ಹದಿನಾಲ್ಕು ಕಂಪೆನಿಗಳು. ಜೆ.ಅರ್.ಡಿ. ಚುಕ್ಕಾಣಿ ಕೈಗೆತ್ತಿಕೊಂಡ ಐವತ್ತು ವರ್ಷಗಳೊಳಗೆ ಅವುಗಳ ಸಂಖ್ಯೆ 95ಕ್ಕೆ ಏರಿತು. ಟಾಟಾಮನೆತನದ ಕೈಗಾರಿಕಾ ಸಾಮ್ರಾಜ್ಯ ಅವರಿಗೆ ವಂಶಪಾರಂಪರ್ಯವಾಗಿ ಬಂದಿತ್ತು. 1991ರಲ್ಲಿ ಜೆ.ಆರ್.ಡಿ. ತಮ್ಮ ಪದವಿಯನ್ನು ಅವರ ಸೋದರ ಪುತ್ರ ರತನ್ ಟಾಟಾರಿಗೆ ಹಸ್ತಾಂತರಿಸಿದಾಗ ಟಾಟಾ ಸಂಸ್ಥೆಗಳ ವಾರ್ಷಿಕ ವಹಿವಾಟು 10,000 ಕೋಟಿ ರೂಪಾಯಿಗಳ ಗಡಿಯನ್ನೂ ದಾಟಿತ್ತು!

ಜೆ.ಆರ್.ಡಿ. ಅವರಿಗೆ ಉದ್ಯಮಗಳ ಒಡೆತನ ಒಂದು ತಪಸ್ಸು. ತಮ್ಮ ಕೈಗಾರಿಕೆಗಳ ಸಾಮ್ರಾಜ್ಯವನ್ನು ಅವರು ವಿಸ್ತರಿಸಲು ಜೀವನ ಪೂರ್ತಿ ಹೆಣಗಿದರು. ದೊಡ್ಡ ಕನಸಿಗರಾಗಿದ್ದಂತೆ, ಆ ಕನಸುಗಳನ್ನು ನನಸು ಮಾಡಬಲ್ಲ ಕೆಚ್ಚೆದೆಂಯ ಸಾಹಸಿಗಳೂ ಆಗಿದ್ದರು. ದೇಶದ ಜನಸಾಮಾನ್ಯರನ್ನು ಕಾಡುವ ಬಡತನದ ನಿವಾರಣೆಗೆ ಔದ್ಯಮೀಕರಣವೇ ಪರಿಹಾರವೆಂಬುದು ಅವರ ಅಚಲ

ನಿಲುವು. ಚಿಕ್ಕ ವಯಸ್ಸಿನಲ್ಲೇ, ಟಾಟಾಸನ್ಸ್ ನಿರ್ದೇಶಕರಾದ ಟಾಟಾ ಮುಂದೆ 1938ರಲ್ಲಿ ಅದರ ಅಧ್ಯಕ್ಷರಾದರು. ಇಡೀ ಉದ್ಯಮ ಕೂಟವನ್ನು ಅಪಾರವಾಗಿ ಬೆಳೆಸಿದರು. ಇಂದಿಗೆ ಎಲ್ಲ ಉದ್ಯಮ ಘಟಕಗಳಿಂದ ಒಟ್ಟು ವಹಿವಾಟು ವರ್ಷಕ್ಕೆ 13,500 ಕೋಟಿ ರೂಪಾಯಿ. ಟಾಟಾ ಸನ್ಸ್ ಒಂದರಿಂದಲೇ ಪ್ರತಿವರ್ಷ 1,400 ಕೋಟಿ ರೂಪಾಯಿ ವಹಿವಾಟು ಇದೆ. ಜೆ.ಆರ್.ಡಿ. "ಟಾಟಾ ಸನ್ಸ್"ನ ಅಧ್ಯಕ್ಷರಾದಾಗ, ಭಾರತಕ್ಕೆ ಇನ್ನೂ ಸ್ವಾತಂತ್ರ್ಯ ಬಂದಿರಲಿಲ್ಲ. ಅದೊಂದು ಸಂದಿಗ್ಧ ಕಾಲ. ಟಾಟಾ ದೇಶಪ್ರೇಮಿ. ಸ್ವಾತಂತ್ರ್ಯ ಹೋರಾಟದಲ್ಲಿ ಭಾಗವಹಿಸಿದ್ದೂ ಉಂಟು. ಈ ನಿಟ್ಟಿನಲ್ಲಿ ಅವರು ಪಂಡಿತ ಜವಾಹರಲಾಲ್ ನೆಹರೂ ಅವರ ಪ್ರಭಾವಕ್ಕೆ ಒಳಗಾಗಿದ್ದರು.

ಬ್ರಿಟಿಷರು ಭಾರತವನ್ನಾಳುತ್ತಿದ್ದರಷ್ಟೆ. ಬಾಲ ಗಂಗಾಧರ ತಿಲಕ್, ಗೋಪಾಲಕೃಷ್ಣ ಗೋಖಲೆ ಮೊದಲಾದ ರಾಷ್ಟ್ರ ನಾಯಕರಿಂದ ಹಿಡಿದು ಮಹಾತ್ಮಾ ಗಾಂಧೀಜಿಯವರೆಗೆ, ಹಲವರು ಭಾರತದ ಸ್ವಾತಂತ್ರ್ಯದ ಕಹಳೆಯುನ್ನು ಮೊಳಗಿಸಿದ್ದರು. ಭಾರತಕ್ಕೆ ತಕ್ಷಣವೇ ಅಧಿಕಾರವನ್ನು ವರ್ಗಾಯಿಸಿ ಬ್ರಿಟಿಷರು ಭಾರತವನ್ನು ಬಿಟ್ಟು ತೊಲಗಬೇಕೆಂದು, ಒಂದು ಗೊತ್ತುವಳಿಯನ್ನು ಕಾಂಗ್ರೆಸ್ ತರಬೇಕೆಂದು ಗಾಂಧೀಜಿ ಸಲಹೆ ಮಾಡಿದರು.

1942 ಜುಲೈ 14ರಂದು ಕಾಂಗ್ರೆಸ್ ಕಾರ್ಯಕಾರಿ ಸಮಿತಿ 'ಕ್ವಿಟ್ ಇಂಡಿಯಾ' ನಿರ್ಣಯುವನ್ನು ಅಂಗೀಕರಿಸಿತು. ಮುಂಬಯಿಯಲ್ಲಿ ಈ ನಿರ್ಣಯವನ್ನು ಅಂಗೀಕರಿಸಿದ

ಕಾಂಗ್ರೆಸ್ ಸಮಾವೇಶಕ್ಕೆ ಟಾಟಾ ಅವರೂ ಹಾಜರಾಗಿದ್ದರು. ಆ ವೇಳೆಗಾಗಲೇ ಟಾಟಾ ದೊಡ್ಡ ಉದ್ಯಮಪತಿಯಾಗಿದ್ದರು. ಅಲ್ಲದೆ, ನೆಹರೂ ಪ್ರಭಾವಕ್ಕೆ ಒಳಗಾಗಿದ್ದರು. ತಾವು ಕೂಡಾ ಸ್ವಾತಂತ್ರ್ಯ ಹೋರಾಟಕ್ಕೆ ಇಳಿಯಬೇಕೆ ಬೇಡವೇ, ಎಂಬ ತುಮುಲ ಏರ್ಪಟ್ಟಿತು.

ಟಾಟಾ ಅವರು ಬ್ರಿಟಿಷರನ್ನು ಮೆಚ್ಚಿಕೊಂಡಿದ್ದರಾದರೂ, ಅವರ ಆಳ್ವಿಕೆಗೆ ಭಾರತ ಒಳಪಟ್ಟಿರುವ ವಿಚಾರ ಅವರಿಗೆ ಹಿಡಿಸಿರಲಿಲ್ಲ. ಜವಾಹರಲಾಲ್ ನೆಹರೂ ಮಾರ್ಗದಲ್ಲಿ ತಾವೂ ಸ್ವಾತಂತ್ರ್ಯ ಹೋರಾಟಕ್ಕೆ ಧುಮುಕಲು ನಿರ್ಧರಿಸಿ, ಕಾಂಗ್ರೆಸ್ಸಿನ ಸಮಾವೇಶಗಳಿಗೂ ಹಾಜರಾದರು. ಆಗ ಅವರಿಗನಿಸಿದ್ದು, 'ಜೈಲಿಗೆ ಹೋಗುವುದಕ್ಕಿಂತ ಮುಖ್ಯವಾಗಿ, ಭಾರತದ ಬಡತನವನ್ನು ಹೋಗಲಾಡಿಸಬಲ್ಲ ಕಾರ್ಯದಲ್ಲಿ ನಿರತನಾಗಿ ಹೆಚ್ಚಿನ ರೀತಿಯಲ್ಲಿ ದೇಶಸೇವೆ ಮಾಡಬಲ್ಲೆ' ಎಂಬುದು.

ಟಾಟಾ ಅವರು, "ಕೈಗಾರಿಕೀಕರಣ ಸಾಧಿಸಿ ಜನರಿಗೆ ಉದ್ಯೋಗ ಕಲ್ಪಿಸಿ, ಬಡತನ ನಿವಾರಣೆ ಮಾಡಬೇಕೆನ್ನುತ್ತಿದ್ದ" ಜೆಮ್‌ಸೇಟ್‌ಜೀ ಅವರಲ್ಲಿ ನಂಬಿಕೆ ತಾಳಿದ್ದರು. ಅವರಿಗೆ ಸ್ವಾತಂತ್ರ್ಯ ಸಂಗ್ರಾಮದಲ್ಲಿ ವೈಯಕ್ತಿಕವಾಗಿ ಪಾಲ್ಗೊಳ್ಳಬೇಕು ಎಂಬ ಮನದಾಳದ ಒತ್ತಡ ಒಂದು ಕಡೆ ಇದ್ದರೆ, ಅವರ ಹೆಗಲ ಮೇಲೆ ಟಾಟಾ ಉದ್ಯಮಗಳ ಮ್ಯಾನೇಜ್‌ಮೆಂಟ್‌ನ ಹೊರೆ ಇತ್ತು. ಕೊನೆಗೆ ರಾಜಕೀಯ ಸೇರುವುದಕ್ಕಿಂತ ವಾಣಿಜ್ಯ

ಮತ್ತು ಉದ್ಯಮದಲ್ಲಿ ಇದ್ದುಕೊಂಡೇ, ತಾನು ಹೆಚ್ಚಾಗಿ ದೇಶಸೇವೆ ಮಾಡಬಲ್ಲೆ ಎಂದು ನಿರ್ಧರಿಸಿದರು.

1938ರಲ್ಲಿಯೇ ಟಾಟಾ ಉದ್ದಿಮೆಗಳ ಮುಖ್ಯಸ್ಥ ಸರ್ ನವರೋಜಿ ಸಕ್ಲತ್‌ವಾಲಾ ತೀರಿಕೊಂಡಾಗ, ಜೆ.ಅರ್.ಡಿ. ಟಾಟಾ ಉದ್ದಿಮೆಗಳ ಅವಿವಾದಾತ್ಮಕ ಒಡೆಯ ಎಂದು ನಿರ್ಧಾರವಾಯಿತು. ಅಲ್ಲಿಂದ ಅವರು ಟಾಟಾ ಸಂಸ್ಥೆಗಳ ಅಧ್ಯಕ್ಷರಾಗಿದ್ದುದು 53 ವರ್ಷಗಳ ಕಾಲ! ಯಾವುದೇ ವ್ಯಕ್ತಿಗೆ ಇದೊಂದು ಸುದೀರ್ಘ ಅಧಿಕಾರ! ನಿಭಾಯಿಸಬಲ್ಲ ಛಾತಿ, ತಾಳ್ಮೆ ಇರಬೇಕಷ್ಟೆ. ಅವು ಜೆ.ಆರ್.ಡಿ. ರವರಿಗಿದ್ದವು. ಅವರು ತಮ್ಮ ಕಾಲದಲ್ಲಿ ಒಬ್ಬ ಜನಪ್ರಿಯ ಯಜಮಾನರಾದರು. ಅವರ ಸಂಸ್ಥೆಗಳಲ್ಲಿ ಕೆಲಸ ಮಾಡುವ ಕಾರ್ಮಿಕರು ಹಾಗೂ ಹಿರಿಯ ಅಧಿಕಾರಿಗಳ ಪಾಲಿಗಂತೂ, ಅವರು ನಿಜ ಅರ್ಥದಲ್ಲಿ ಹಿರಿಯಜ್ಜ ಆಗಿದ್ದರು. ಒಬ್ಬ ಬರಹಗಾರ ಬರೆದಂತೆ "ಜೆ.ಆರ್.ಡಿ. ತಮ್ಮ ತಲೆಯನ್ನು ಆಕಡೆ ಈಕಡೆ ಹತ್ತು ಲಕ್ಷಬಾರಿ ಅಲ್ಲಾಡಿಸಿದರೂ ಅವರು ಜನಪ್ರಿಯರಾಗಿ ಮುಂದು ವರಿಯುತ್ತಾರೆ." ಟಾಟಾ ಕಾಮನ್‌ವೆಲ್ತ್‌ನ ಬಾಸ್ ಎಮೆರಿಟಸ್ ಎಂದೆ ಜೆ.ಆರ್.ಡಿ.ಯ ಖ್ಯಾತಿ.

ಜೆ.ಆರ್.ಡಿ ಯವರ ಸುದೀರ್ಘ ಅಧಿಕಾರಾವಧಿಯಲ್ಲಿ, ಟಾಟಾ ಉದ್ದಿಮೆಗಳು ಬೆಳೆದ ರೀತಿ ಅಸಾಧಾರಣ. ಹೋಲಿಕೆಯೇ ಇಲ್ಲದ ಸಾಮ್ರಾಜ್ಯ ಅದು. ಉಪ್ಪಿನಿಂದ ಉಕ್ಕಿನವರೆಗೆ, ಸಾಬೂನಿನಿಂದ ಅಣುಶಕ್ತಿವರೆಗೆ, ಪಂಚತಾರಾ ಹೋಟೆಲುಗಳಿಂದ ಸಾರಿಗೆವರೆಗೆ, ದೇಶದ ಉತ್ತರ ದಕ್ಷಿಣ

ಪೂರ್ವ ಪಶ್ಚಿಮ ಎಲ್ಲಾ ಕಡೆ ಸಂಸ್ಥೆ ವ್ಯಾಪಿಸಿ, ನೂರಕ್ಕೂ
ಹೆಚ್ಚು ಸಂಖ್ಯೆಯ ವಿಭಿನ್ನ ಉದ್ಯಮಗಳ ಕವಲು ಹೊಂದಿದೆ.
ಪ್ರತ್ಯೇಕ ಉದ್ದಿಮೆಗಳ ವಿಸ್ತೃತ ಜಾಲವಾಗಿ ಟಾಟಾ ಸಂಸ್ಥೆ
ಬೆಳೆಯಿತೆನ್ನುವುದರಲ್ಲೇ, ಜೆ.ಆರ್.ಡಿ. ಟಾಟಾರ ಕರ್ತೃತ್ವ ಶಕ್ತಿಯ
ಪರಿಚಯವಾದೀತು.

ಕಾರ್ಮಿಕರ ಬಗ್ಗೆ, ಟಾಟಾ ಅವರು ಹೆಚ್ಚು ಪ್ರೀತಿ
ತೋರುತ್ತಿದ್ದರು. ತಮ್ಮ ಸಂಸ್ಥೆಯ ನೌಕರರ ಹಿತಾಸಕ್ತಿ ಬಗ್ಗೆ
ಅವರಿಗೆ ಕಾಳಜಿ. ಕಾರ್ಮಿಕರಿಗೂ ಟಾಟಾರಲ್ಲಿ ಅಷ್ಟೇ
ಪ್ರೀತ್ಯಾದರಗಳು. ಮುಷ್ಕರ, ಸತ್ಯಾಗ್ರಹ, ಹರತಾಳಗಳೆಂದರೆ
ಟಾಟಾರಿಗೆ ಆಗದು. ಅವರು ಸಂಸ್ಥೆಯ ಅಧಿಕಾರ
ವಹಿಸಿಕೊಂಡಾಗಿನಿಂದ, ಅವರ ಉದ್ದಿಮೆಗಳಲ್ಲಿ ಮುಷ್ಕರಕ್ಕೆ
ಆಸ್ಪದವೇ ಸಿಕ್ಕಿಲ್ಲ.

ಟಾಟಾ ಸಂಸ್ಥೆ ಕಾರ್ಮಿಕರ ಕಲ್ಯಾಣಕ್ಕೆ ಹೆಚ್ಚಿನ ಗಮನ
ವೀಯುತ್ತದೆ, ಎಂಬುದಕ್ಕೆ 1978ರಲ್ಲಿ ನಡೆದ ಒಂದು
ನಿದರ್ಶನವಿದೆ. ಆಗ ಭಾರತದಲ್ಲಿದ್ದುದು ಜನತಾಪಕ್ಷದ
ಸರ್ಕಾರ. ಅದು ಟಾಟಾ ಉಕ್ಕು ಸಂಸ್ಥೆಯನ್ನು ರಾಷ್ಟ್ರೀಕರಿಸಲು
ಮನಸ್ಸು ಮಾಡಿತು. ಈ ವಿಷಯ ತಿಳಿದು ಸಂಸ್ಥೆಯ
ಕಾರ್ಮಿಕರು ಹಿಗ್ಗ ಬೇಕಿತ್ತು. ಆಡಳಿತ ವರ್ಗ
ಪ್ರತಿಭಟಿಸಬೇಕಾಗಿತ್ತು. ಆದರೆ ಆದದ್ದೇ ಬೇರೆ. ಕಾರ್ಮಿಕರು
ರಾಷ್ಟ್ರೀಕರಣವನ್ನು ವಿರೋಧಿಸಿದರು. ಕಾರ್ಮಿಕರೇ
ರಾಷ್ಟ್ರೀಕರಣ ವಿರೋಧಿಸಿದ ಅಪರೂಪದ ಮೊದಲ ಘಟನೆ
ಇದು.

'ಉದಾರ ಉದ್ಯೋಗ ದಾತ' ಎಂದೇ ಕಾರ್ಮಿಕ ನಾಯಕರಿಂದ ಟಾಟಾರಿಗೆ ಗೌರವ. ಆದರೆ, ಕಾರ್ಮಿಕ ಸಂಘಟನೆಗಳ ಪ್ರಾಬಲ್ಯದಿಂದ ಉದ್ಯಮಕ್ಕೆ ಹಾನಿಕರ ಎಂಬುದು ಮಾತ್ರ ಟಾಟಾರ ನಂಬಿಕೆಯಾಗಿತ್ತು. ಉದ್ಯಮದಲ್ಲಿ ಅನೀತಿ, ಅಕ್ರಮ ಹಾಗೂ ಕ್ಷಿಪ್ರ ಲಾಭ ಗಳಿಕೆ, ಇವೆಲ್ಲ ಜೆ.ಆರ್.ಡಿ. ಅವರ ಟೀಕೆಗೆ ಒಳಗಾಗುತ್ತಿದ್ದವು.

ಉದ್ಯಮಗಳ ಅಭಿವೃದ್ಧಿಗಾಗಿ ಶ್ರಮಿಸಿದ ಟಾಟಾ ತಾನೊಬ್ಬ ಮಹತ್ವದ ವ್ಯಕ್ತಿ ಎಂದು, ಎಂದೂ ಭಾವಿಸಿರಲಿಲ್ಲ. ಮಹಾನ್ ಉದ್ಯಮ ಪತಿಯಾಗಿ, ದೇಶದ ಯಾರೇ ಆದರೂ ಅಸೂಯೆ ಪಡುವಂಥ ವರ್ಚಸ್ಸು, ಸಂಪತ್ತು, ಅಧಿಕಾರ, ಪ್ರಸಿದ್ಧಿ ಹೊಂದಿದ್ದರೂ, ತಾನು ಉಚ್ಚ ಶಿಕ್ಷಣದಿಂದ ವಂಚಿತನಾದ ದೌರ್ಭಾಗ್ಯವಂತ, ಎಂಬ ಕೀಳರಿಮೆ ಹೊಂದಿದ್ದರು. ಅವರೇ ಇದನ್ನು ಆಗಾಗ ಹೇಳಿಕೊಂಡು, ತಾನು ಹೆಚ್ಚಿನ ಶಿಕ್ಷಣ ಪಡೆದವನಲ್ಲ, ಎಂದು ಕೊರಗುತ್ತಲೂ ಇದ್ದರು. ಈ ದಿಸೆಯಲ್ಲಿ ಅವರೊಬ್ಬ ಸರಳ ವ್ಯಕ್ತಿಯಾಗಿದ್ದರು.

"ನಾನೊಬ್ಬ ಸಾಮಾನ್ಯ ವ್ಯಾಪಾರಿ. ನನಗೆ ದೊರೆತ ಅವಕಾಶವನ್ನು ದೇಶದ ಔದ್ಯೋಗಿಕ ಹಾಗೂ ಆರ್ಥಿಕ ಅಭಿವೃದ್ಧಿಗಾಗಿ ಶ್ರದ್ಧೆಯಿಂದ ಬಳಸಿಕೊಂಡಿದ್ದೇನೆ, ಅಷ್ಟೆ" ಎಂದು ಹೇಳಿಕೊಳ್ಳುತ್ತಿದ್ದ, ಟಾಟಾ ಬದುಕಿನ ಮುನ್ನಡೆಯಲ್ಲಿ ಕೆಲವು ತತ್ವಗಳನ್ನು, ಮೌಲ್ಯಗಳನ್ನು ಅಳವಡಿಸಿಕೊಂಡು ಬಾಳಿದರು. ಅವು ಯಾವುವೆಂದರೆ–

1. ಕಷ್ಟಸಾಧ್ಯವಾದದ್ದನ್ನು ತಕ್ಷಣ ಮಾಡಿಬಿಡಬಹುದು. ಅಸಾಧ್ಯವಾದುದು ಮಾತ್ರ ಸ್ವಲ್ಪ ಕಾಲಾವಧಿ ತೆಗೆದು ಕೊಳ್ಳುತ್ತದೆ.

2. ಆಳವಾದ ಅಧ್ಯಯನ, ಮನನ ಹಾಗೂ ಶ್ರಮದ ದುಡಿಮೆಗಳಿಲ್ಲದೆ, ಜೀವನದಲ್ಲಿ ಏನನ್ನೂ ಸಾಧಿಸುವುದು ಸಾಧ್ಯವಿಲ್ಲ.

3. ಜವಾಬ್ದಾರಿಯನ್ನು ಸರಿಯಾಗಿ ನಿರ್ವಹಿಸಲು ಸಾಧ್ಯವಾಗದಿದ್ದರೆ, ಅದನ್ನು ಸ್ವೀಕರಿಸಬಾರದು.

4. ಪ್ರತಿಯೊಬ್ಬನೂ ಪದೇಪದೇ ತನ್ನಲ್ಲೇ ಪ್ರಶ್ನೆಗಳನ್ನು ಕೇಳಿಕೊಂಡು, ಆತ್ಮವಿಮರ್ಶೆ ಮಾಡಿಕೊಳ್ಳಬೇಕು. ಯಾವುದನ್ನೂ ಮೇಲಿನಿಂದ ಮೇಲಕ್ಕೇ ನೋಡಿ ಸ್ವೀಕರಿಸಬಾರದು.

5. ಬದುಕಿನಲ್ಲಿ ಉತ್ಕೃಷ್ಟವಾದುದನ್ನೇ ಸಾಧಿಸಲು, ಪ್ರತಿಯೊಬ್ಬನೂ ಪ್ರಯತ್ನಿಸಬೇಕು. ತನ್ನ ಕೆಲಸದಲ್ಲಿ ಪೂರ್ಣತ್ವ ಪಡೆಯುವಂತೆ, ನಿರಂತರ ಕೆಲಸ ಮಾಡುತ್ತಿರಬೇಕು.

6. ದೇಶದ ಜನತೆಯ ಒಳಿತು, ದೇಶದ ರಕ್ಷಣೆ, ಒಗ್ಗಟ್ಟು ಇವುಗಳಿಗೆ ಪ್ರಾಮಾಣಿಕ ಪ್ರಯತ್ನದಲ್ಲಿ ಪ್ರತಿಯೊಬ್ಬನಿಗೂ ಹೊಣೆಗಾರಿಕೆ ಇದೆ.

7. ಬದುಕಿನಲ್ಲಿ ಪರಸ್ಪರ ಗೌರವ, ಪ್ರೀತಿ, ವಿಶ್ವಾಸ ಇವು ಮುಖ್ಯ. ಉತ್ತಮವಾದ ಮಾನವ–ಮಾನವ ಸಂಬಂಧಗಳು ಸಮಾಜವನ್ನು ಬೆಸೆಯುತ್ತವೆ.

ಟಾಟಾ ತಮ್ಮ ಈ ವಿಚಾರಗಳನ್ನು, ತಮ್ಮ ಜೀವನದಲ್ಲೂ ಅಳವಡಿಸಿಕೊಂಡು, ವೃತ್ತಿ ಜೀವನದಲ್ಲಿ ಭಾರಿ ಯಶಸ್ಸು ಕಂಡರು. ಉದ್ದಿಮೆಗಳು ಬೆಳೆದದ್ದು, ಅವರ ದೂರದೃಷ್ಟಿಯ ಫಲವಾಗಿ. ಆಯಾ ಕ್ಷೇತ್ರಗಳ ಪರಿಣತರನ್ನು ಗುರಿತಿಸಿ, ಅವರಿಗೆ ಸ್ವತಂತ್ರ ಹೊಣೆ ಹೊರಿಸುವ ದಿಟ್ಟ ನಿಲುವು, ಉದ್ದಿಮೆಗಳ ಅಗಾಧ ಪ್ರಮಾಣದ ಬೆಳವಣಿಗೆಗೆ ಕಾರಣ.

'ಟಾಟಾ ಹೌಸ್' ಎಂದೇ ಕರೆಯಲಾಗುತ್ತಿದ್ದ, ಅವರ ವಲಯದಲ್ಲಿ ಇದ್ದ ಮುಖ್ಯ ಕಾರ್ಯನಿರ್ವಾಹಕರು, ಭಾರತದಲ್ಲಿ ಇಂದು ಅತಿಪ್ರಸಿದ್ಧರಾದವರು; ನಾನಿ ಪಾಲ್ಕೀವಾಲ, ತಂತ್ರಜ್ಞ ದರ್ಬಾರಿ ಸೇಥ್, ಹೋಟೆಲ್ ಉದ್ಯಮಿ ಅಜಿತ್ ಕೇರ್ಕರ್, ವಾಣಿಜ್ಯ ಅರ್ಥಶಾಸ್ತ್ರಜ್ಞ ಫ್ರೆಡೀಮೆಹ್ತಾ, ಆಡಳಿತದ ಗುರು ರೂಸಿ ಮೋದಿ ಇವರೆಲ್ಲ ಖ್ಯಾತನಾಮರು.

ಜೆ.ಆರ್.ಡಿ. ದೇಶದ ಮೂಲೆ ಮೂಲೆಗಳಲ್ಲಿ, ಕೈಗಾರಿಕೆಗಳ ಲಯಬದ್ಧ ಯಂತ್ರ ಸಂಗೀತ ಕೇಳಿ ಬರಬೇಕೆಂದು ಹಂಬಲಿಸಿದವರು. ಭಾರತದ ಇನ್ನೊಬ್ಬ ಅಂಥ ವ್ಯಕ್ತಿಯೆಂದರೆ, ಸರ್.ಎಂ. ವಿಶ್ವೇಶ್ವರಾಯ. ಅವರಾದರೂ ಕೈಗಾರಿಕೀಕರಣ ಇಲ್ಲವೇ ನಾಶ, ಎಂದು ಸಾರಿದರು. ಟಾಟಾ ಕೈಗಾರಿಕೀಕರಣಕ್ಕೆ ತಕ್ಕ ಅಸ್ತಿವಾರವನ್ನೂ ಹಾಕಿದರು. ಎನ್.ಎ. ಪಾಲ್ಕೀವಾಲ ಹೇಳುವಂತೆ, ಜೆ.ಆರ್.ಡಿ. ದೃಷ್ಟಿಯಲ್ಲಿ ಪ್ರಪಂಚದ ಏಳು ಅದ್ಭುತಗಳೆಂದರೆ, ವಾರದ ಏಳು ದಿನಗಳು. ನಾಳಿನ ಭಾರತವು ಬಂಗಾರದ ತೆನೆಯನ್ನು ಬೆಳೆಯಬಲ್ಲ,

ಸಾಂಪತ್ತಿಕ ಬೀಜವನ್ನು ಈಗ ಬಿತ್ತಬೇಕೆಂಬುದು, ಟಾಟಾರ ನಿಲುವು ಆಗಿತ್ತು. ಅದಕ್ಕೆಂದೇ ಕೈಗಾರಿಕೆಗಳ ಸ್ಥಾಪನೆಗೆ ಶ್ರಮಿಸಿದರು.

ಭಾರತೀಯ ಕೈಗಾರಿಕೆಗಳ ಪಿತಾಮಹ, ಎಂಬ ಗೌರವಕ್ಕೆ ಟಾಟಾರು ಪಾತ್ರರಾಗಿರಲು, ಅವರ ಆಡಳಿತಾವಧಿಯಲ್ಲಿ ಹಲವು ಹತ್ತು ಉದ್ದಿಮೆಗಳು ಸ್ಥಾಪನೆಯಾದುದೇ ಕಾರಣ. ಭಾರತೀಯ ಹೋಟೆಲ್ ಉದ್ಯಮವೂ ಸಹ, ಟಾಟಾರಿಗೆ ಋಣಿಯಾಗಿದೆ. ತಾಜ್ ಹೋಟೆಲ್‌ಗಳ ಸರಣಿ ಟಾಟಾರ ಕೊಡುಗೆಯೇ ಆಗಿದೆ. ಇಂದು, ಟಾಟಾ ಸಂಸ್ಥೆ ನಡೆಸುತ್ತಿರುವ ಕಂಪೆನಿಗಳ ನಿಖರ ಸಂಖ್ಯೆ ಹೇಳುವುದೇ ಕಠಿಣವಾಗಿದೆ. ಏಕೆಂದರೆ, ಪ್ರತಿಯೊಂದು ಮುಖ್ಯ ಕಂಪೆನಿ ಒಂದಲ್ಲ ಒಂದು ಸಹಾಯಕ ಕಂಪೆನಿಯನ್ನು ಹೊಂದಿರುತ್ತದೆ. ಟಾಟಾ ಉಕ್ಕು ಸಂಸ್ಥೆಯೇ 18 ಸಹಾಯಕ ಕಂಪೆನಿಗಳನ್ನು ಹೊಂದಿದೆ. ಟಾಟಾ ವಿದ್ಯುತ್ ಕಂಪೆನಿ, ಮೂರೋ ನಾಲ್ಕೋ ಸಹಾಯಕ ಕಂಪೆನಿಗಳನ್ನು ಪಡೆದಿವೆ. ಹೀಗಾಗಿ, ಟಾಟಾ ಕಂಪೆನಿಗಳ ಸಂಖ್ಯೆ ನೂರಕ್ಕೂ ಹೆಚ್ಚೆ. ಎಲ್ಲದರ ಹಿಂದೆ ಸ್ಫೂರ್ತಿಯಾಗಿ ಇದ್ದವರು, ಜೆ.ಆರ್.ಡಿ. ಟಾಟಾ.

1938ರಲ್ಲಿ ಟಾಟಾ ಸಂಸ್ಥೆಯ ಚುಕ್ಕಾಣಿ ಹಿಡಿದ ಟಾಟಾ, 1989ರಲ್ಲಿ ನಿವೃತ್ತರಾದರೆಂದರೆ, ಅವರ ಆರೋಗ್ಯ, ವಯಸ್ಸು ಕಾರಣಗಳಿರಬಹುದಷ್ಟೆ. ಹುಮ್ಮಸ್ಸು ಮಾತ್ರ ಇದ್ದೇ ಇತ್ತು. ಎಂಬತ್ತೇಳು ದಾಟಿದ್ದ ಅವರಿಗೆ ಮಕ್ಕಳಿರಲಿಲ್ಲ. ಟಾಟಾ ಸಂಸ್ಥೆಯ ಅಧ್ಯಕ್ಷ ಸ್ಥಾನವನ್ನು ಯಾರಿಗೆ ಒಪ್ಪಿಸುವುದೆಂಬುದು,

ಒಂದು ಸಮಸ್ಯೆಯೇ ಆಗಿತ್ತು. ಟಾಟಾರಿಗೆ ಮಕ್ಕಳಿದ್ದಿದ್ದರೆ ಇದು ಕಷ್ಟವೆನಿಸುತ್ತಿರಲಿಲ್ಲ. ಆ ಸ್ಥಾನವನ್ನು ತುಂಬಲು ಅರ್ಹರಿದ್ದವರಿರಲಿಲ್ಲವೆಂದಲ್ಲ. ಟಾಟಾ ಟೀ ಕಂಪೆನಿಯಂತಹ ಶ್ರೀಮಂತ ಕಂಪೆನಿಯನ್ನು ನಿಭಾಯಿಸಿದ ದರ್ಭಾರಿ ಸೇಥ್, ಟಾಟಾ ಉಕ್ಕು ಸಂಸ್ಥೆ ನಿರ್ವಹಿಸಿದ ರೂಸಿ ಮೋದಿ ಮುಂತಾದವರಿದ್ದರು. ಈಗಾಗಲೆ ಟಾಟಾ, ಮುಖ್ಯ ಕಾರ್ಯ ನಿರ್ವಾಹಕರಿಗೆ ಟಾಟಾ ಕಂಪೆನಿಗಳ ಅಧಿಕಾರವನ್ನು ಕೊಟ್ಟಿದ್ದರು.

1991ರ ಮಾರ್ಚ್ 25, ಎಲ್ಲರೂ ಮುಂದಿನ ಟಾಟಾ ಸಂಸ್ಥೆ ಅಧ್ಯಕ್ಷರು ಯಾರು, ಎಂದು ತಿಳಿಯಲು ಕುತೂಹಲಿಗಳಾಗಿದ್ದರು. ಅಂದು ಸಭೆ ಸೇರಿದ್ದು ಅಧ್ಯಕ್ಷರ ಆಯ್ಕೆಗಾಗಿಯೇ ಟಾಟಾ ಗುಂಪಿನ ಉದ್ಯಮಗಳೊಂದಿಗೆ ಜೆ.ಆರ್.ಡಿ.ಯವರದು, 60 ವರ್ಷಗಳ ಒಡನಾಟ. ಅಧ್ಯಕ್ಷ ಸ್ಥಾನ ಯಾರಿಗೆ ಕೊಡಬೇಕೆಂಬುದು, ಅವರಿಗೆ ಸಮಸ್ಯೆ ಯಾಗಿರಲಿಲ್ಲ.

ಅಂದು, ಟಾಟಾ ಘೋಷಿಸಿದರು "ನನ್ನ ಬಲಗಡೆಗೆ ಕುಳಿತಿರುವ ರತನ್ ಟಾಟಾ ಅವರೇ, ಟಾಟಾ ಸಾಮ್ರಾಜ್ಯದ ಅಧಿಪತಿ". ರತನ್ ಟಾಟಾ ಜೆ.ಆರ್.ಡಿ.ಯವರ ದೂರ ಸಂಬಂಧಿ. ಹೆಸರಿನೊಂದಿಗೆ ಟಾಟಾ ಉಪನಾಮವೂ ಇತ್ತು. ಜೆ.ಆರ್.ಡಿ. ಕುರ್ಚಿಯಿಂದ ಎದ್ದು, ಅಧಿಕಾರವನ್ನು ರತನ್ ಟಾಟಾರಿಗೆ ವಹಿಸಿಕೊಟ್ಟರು. ಟಾಟಾ ಸಂಸ್ಥೆಯನ್ನು ಪರಿಣಾಮಕಾರಿಯಾಗಿ ನಡೆಸಿಕೊಂಡು ಹೋಗಬಲ್ಲವರು

ರತನ್ ಟಾಟಾ. ಇದು ಜೆ.ಆರ್.ಡಿ.ಯವರ ನಿಲುಮೆ. ಒಬ್ಬ ಸಮರ್ಥನನ್ನು ಟಾಟಾ ಆಯ್ಕೆ ಮಾಡಿದ್ದರು. ಆ ಬಳಿಕ ಅವರು ಬದುಕಿದ್ದೆಲ್ಲ, ಮೂವತ್ತೆರಡು ತಿಂಗಳು.

ಕುಟುಂಬ ಯೋಜನೆ

ಜಗತ್ತಿನಲ್ಲಿ, ನಮಗೆ ವಾಸಿಸಲು ಇರುವ ಭೂಭಾಗ ಶೇಕಡಾ 29 ರಷ್ಟು ಇದ್ದರೆ, ಉಳಿದ 71 ಭಾಗ ಕಡಲು. ಅಂದರೆ ನೀರಿನಿಂದಾವೃತವಾದ ಭಾಗ. ಈ ವಾಸಯೋಗ್ಯವಾದ ಅಲ್ಪ ಪ್ರದೇಶದಲ್ಲಿ ಇರಬೇಕಾದ ಇಲ್ಲವೇ ಇರಬಹುದಾದ ಜನಸಂಖ್ಯೆಗಿಂತಲೂ ಅಧಿಕವಾಗಿ ಜನಸಂಖ್ಯೆ ಇದ್ದರೆ, ಆಗುವ ದುಷ್ಪರಿಣಾಮಗಳು ಹಲವು. ಹೆಚ್ಚಿನ ಜನಸಂಖ್ಯೆ ಆದರೆ ಉದ್ಯೋಗಾವಕಾಶಗಳು ಕಡಿಮೆ. ಇದರಿಂದ ನಿರುದ್ಯೋಗ. ಫಲ ಬಡತನ, ಅನಕ್ಷರತೆ, ಆಹಾರದ ಅಭಾವ, ಪರಿಸರ ಹಾನಿ ಇವೆಲ್ಲ ಇತರ ಪರಿಣಾಮಗಳು. ಜನಸಂಖ್ಯಾ ಸ್ಫೋಟ ಒಂದು ದೇಶದ ಪ್ರಗತಿಗೆ ಮಾರಕ.

1951 ರಷ್ಟು ಹಿಂದೆಯೇ ಟಾಟಾ ತಮ್ಮ ಉಕ್ಕು ಸಂಸ್ಥೆಯ ಮಹಾಸಭೆಯಲ್ಲಿ, ಜನಸಂಖ್ಯಾಸ್ಫೋಟದ ವಿರುದ್ಧ ಧ್ವನಿ ಎತ್ತಿದ್ದರು. 1951ರಲ್ಲಿ ಭಾರತದ ಜನಸಂಖ್ಯೆ 36.1 ಕೋಟಿ ಇದ್ದು, ಅದೇ 2011ರಲ್ಲಿ 121 ಕೋಟಿ ಮುಟ್ಟಿದೆ. ಭಾರತದ ಪ್ರಗತಿಗೆ ಹಗಲಿರುಳು ಶ್ರಮಿಸುತ್ತಿದ್ದ ಟಾಟಾ, ನಲವತ್ತು ವರ್ಷಗಳ ಹಿಂದೆಯೇ ಹೇಳಿದರು. "ಜನಸಂಖ್ಯೆ ಹೀಗೆಯೇ ವೃದ್ಧಿಯಾಗಲು ಬಿಟ್ಟರೆ, ಇನ್ನು 35 ವರ್ಷದಲ್ಲಿ ಇನ್ನೂ

20 ಕೋಟಿ ಏರುತ್ತದೆ. ಐವತ್ತು ವರ್ಷಕ್ಕೂ ಸ್ವಲ್ಪ ಅಧಿಕ ಸಮಯ ಕಳೆದಂತೆ, ಇಮ್ಮಡಿಗೊಳ್ಳುತ್ತದೆ. ಭಾರೀ ಧೈರ್ಯವಾಡಿಯಾದರೂ ಜನಸಂಖ್ಯಾಸ್ಫೋಟ ಸಮಸ್ಯೆ ಎದುರಿಸದಿದ್ದರೆ ವಿನಾಶ ತಪ್ಪಿದ್ದಲ್ಲ. ಸರ್ಕಾರ ತಕ್ಷಣ ಒಂದು ಉನ್ನತಾಧಿಕಾರ ಆಯೋಗ ರಚಿಸಿ, ಕಾರ್ಯೋನ್ಮುಖ ಆಗಬೇಕು. ಸಮಸ್ಯೆ ಪರಿಹಾರ ಕುರಿತಂತೆ ಸ್ಪಷ್ಟ ಅಧಿಕೃತ ನಿಲುವು ಪ್ರಕಟಿಸಿ, ಸೂಕ್ತ ಶಿಕ್ಷಣ ಕೊಡುವತ್ತ ಗಮನಹರಿಸಬೇಕು.”

ಮಾನವ ಶಕ್ತಿ ಹೆಚ್ಚಿದಷ್ಟೂ ದೇಶ ಬಲಿಷ್ಠ ಎಂದು ನಂಬಿದ್ದ, ಭಾರತದ ಪ್ರಧಾನಿ ಜವಾಹರಲಾಲ್ ನೆಹರೂ ಅವರಿಗೆ, ಜೆ.ಆರ್.ಡಿ. ಜನಸಂಖ್ಯಾಸ್ಫೋಟದ ಅಪಾಯವನ್ನು ವಿವರಿಸಿದ್ದರು. ಟಾಟಾ ಅವರ ಹೇಳಿಕೆಗಳಿಂದ ನೆಹರೂ ಅವರಿಗೆ ಕೋಪ ಬಂದಿತು. ‘ಯಾವುದೇ ದೇಶದ ಪಾಲಿಗೆ ದೊಡ್ಡ ಜನಸಂಖ್ಯೆಯು ಒಂದು ಭಾರೀ ಸಂಪನ್ಮೂಲ’ ಎಂದು ನೆಹರೂ ಹೇಳಿದರು. ಜೆ.ಆರ್.ಡಿ ಅವರ ಪ್ರಕಾರ, ಕುಟುಂಬ ಯೋಜನೆ ಪಾಲಿಸುವವರಿಗೆ ಐದು ಸಾವಿರ ರೂಪಾಯಿಗಳಷ್ಟು ಪ್ರೋತ್ಸಾಹ ಧನ ಕೊಡಬೇಕೆಂಬುದಾಗಿತ್ತು. ನಮ್ಮ ದೇಶದಲ್ಲಿ ಹುಟ್ಟಿದ ಪ್ರತಿಯೊಬ್ಬ ವ್ಯಕ್ತಿಗೆ, ಜೀವನಾವಶ್ಯಕ ವಸ್ತುಗಳನ್ನು ಒದಗಿಸಲು, ಸರ್ಕಾರಕ್ಕೆ ತಗಲುವ ವೆಚ್ಚ ಸುಮಾರು 7,000 ರೂಪಾಯಿ. ಕುಟುಂಬ ಯೋಜನಾ ಸೂತ್ರ ಅನುಸರಿಸುವುದರಿಂದ, ನಾಲ್ಕಾರು ಜನನಗಳನ್ನು ತಡೆಗಟ್ಟಬಹುದು.

ಇದರಿಂದ ಸರ್ಕಾರದ ಬೊಕ್ಕಸಕ್ಕೆ ಹಿತವಲ್ಲವೆ, ಎಂಬುದು ಟಾಟಾರ ವಿಚಾರವಾಗಿತ್ತು.

ಟಾಟಾ, ತಮ್ಮ ಕಂಪೆನಿಗಳಲ್ಲಿಯೇ ಕುಟುಂಬ ಯೋಜನೆ ಪಾಲಿಸಲು ಕಾರ್ಮಿಕರನ್ನು ಹುರಿದುಂಬಿಸಿದರು. ಜೆಮ್‌ಷೆಡ್‌ಪುರದ ಟೆಸ್ಕೊ ಮತ್ತು ಟೆಲ್ಕೊ ಕಾರ್ಖಾನೆಗಳಲ್ಲಿ, ಟಾಟಾ ವಿದ್ಯುತ್ ಕಾರ್ಖಾನೆಗಳಲ್ಲಿ, ಟಾಟಾ ಕೆಮಿಕಲ್ಸ್ ಮತ್ತಿತರ ಟಾಟಾ ಕಂಪೆನಿಗಳಲ್ಲಿ, ಕುಟುಂಬಯೋಜನಾ ಕಾರ್ಯಕ್ರಮಗಳು ರೂಪುಗೊಂಡು ಪಾಲಿಸಲ್ಪಟ್ಟವು. ಕುಟುಂಬ ಯೋಜನೆಯ ಅಳವಡಿಕೆಯಲ್ಲಿಯೇ ದೇಶದ ಅಭ್ಯುದಯವಿದೆಯೆಂಬುದು, ಟಾಟಾರ ಖಚಿತ ನಿಲುವಾಗಿತ್ತು. ಸರ್ಕಾರದ ಸೂತ್ರವಹಿಸಿದವರ ಮಿದುಳಲ್ಲಿ, ಈ ವಿಚಾರ ಬಾರದಿದ್ದಾಗ ತಾವೇ ಆ ಕಾರ್ಯಕ್ಕೆ ಮುಂದಾದರು. ಜನಸಂಖ್ಯೆ ಅಧ್ಯಯನದ ಅಂತರ್ರಾಷ್ಟ್ರೀಯ ಸಂಸ್ಥೆ ಹಾಗೂ ಫ್ಯಾಮಿಲಿ ಪ್ಲಾನಿಂಗ್ ಫೌಂಡೇಶನ್ ಆಫ್ ಇಂಡಿಯಾ ಸ್ಥಾಪಿಸಿದ್ದೂ, ಟಾಟಾ ಅವರೇ. ಸ್ವಾತಂತ್ರ್ಯ ಪೂರ್ವದಲ್ಲಿ ಭಾರತದ ನಗರಗಳಲ್ಲಿ ವೈದ್ಯಕೀಯ ಸೌಲಭ್ಯಗಳ ಕೊರತೆ ಅಪಾರವಾಗಿತ್ತು. ಅದಕ್ಕಾಗಿ 'ಟಾಟಾ ಮೆಮೋರಿಯಲ್ ಆಸ್ಪತ್ರೆ' ಸ್ಥಾಪಿಸಿದರು.

ಮೊತ್ತಮೊದಲಿಗೆ, ಜನಸಂಖ್ಯಾ ಸ್ಫೋಟದ ಬಗ್ಗೆ ಮುನ್ನೆಚ್ಚರಿಕೆ ನೀಡಿ, ಅಜ್ವಲಂತ ಸಮಸ್ಯೆಯ ಕಡೆಗೆ ಜಗತ್ತಿನ ಗಮನ ಸೆಳೆದರು. ಜೆ.ಆರ್.ಡಿ. ನುಡಿದ ಭವಿಷ್ಯ ನಿಜವಾಗಲು ನಲವತ್ತು ವರ್ಷಗಳಾದರೂ, ಅವರು ಎಚ್ಚರ ನೀಡಿದ

ದಿನದಿಂದಲೇ ಸರ್ಕಾರ ವ್ಯಾಪಕ ಕಾರ್ಯಕ್ರಮಗಳನ್ನು ರೂಪಿಸಿದಿದ್ದಲ್ಲಿ, ಇಂದು ಜನಸಂಖ್ಯೆ ಈ ಹಂತವನ್ನು ತಲುಪುತ್ತಿರಲಿಲ್ಲ.

ವಿಜ್ಞಾನದ ಒಲವು

ಕ್ರಾಂತದರ್ಶಿ ಜೆ.ಆರ್.ಡಿ.ಯವರ ಪ್ರತಿಭೆ ವಿಭಿನ್ನವೂ, ವೈವಿಧ್ಯಪೂರ್ಣವೂ ಆದ ರಂಗಗಳಲ್ಲಿ ಮಿಂಚಿತು.

1944ರಷ್ಟು ಹಿಂದೆಯೇ, ಮುಂಬಯಿಯ ಸಮಗ್ರ ವಿಕಸನಕ್ಕಾಗಿ ಯೋಜನೆಯ ನೀಲಿ ನಕಾಶೆ ರೂಪಿಸಿದರು. ಅದು, ಹದಿನೈದು ವರ್ಷಗಳ ಅಭಿವೃದ್ಧಿ ಯೋಜನೆ. ಅದನ್ನು, ಖ್ಯಾತ ಉದ್ಯಮಿ ಜೆ.ಡಿ. ಬಿರ್ಲಾ ಮೊದಲಾದ ಮಹಾವ್ಯಕ್ತಿಗಳು ಬೆಂಬಲಿಸಿದ್ದರು. 'ಬಾಂಬೆ ಪ್ಲಾನ್' ಎಂದು ಖ್ಯಾತವಾದ, ಈ ಯೋಜನೆಯ ನೀಲಿ ನಕಾಶೆ ಟಾಟಾ ಅವರ ಕೊಡುಗೆಯೆಂದು ಹೊಗಳಿಕೆ ಬಂದಾಗ, ಟಾಟಾ ಪ್ರತಿಷ್ಠೆ ತೋರಲಿಲ್ಲ. 'ಅದನ್ನು ಸಿದ್ಧಪಡಿಸಲು ಅಣಿ ಮಾಡಿದುದು ಮಾತ್ರ ನನ್ನ ಕಾಣಿಕೆ' ಎಂದು ವಿನಯದಿಂದ ನುಡಿದರು. ಬ್ರಿಟಿಷ್ ಭಾರತ ಸರ್ಕಾರದಲ್ಲಿ, ಯೋಜನಾ ವಿಭಾಗ ಪ್ರಾರಂಭವಾಗಲು ಕಣ್ತೆರೆಸಿದ ಕನಸುಗಾರ ಟಾಟಾ.

ವೈಜ್ಞಾನಿಕ ಪ್ರಗತಿಗೆ, ಟಾಟಾ ಸಲ್ಲಿಸಿದ ಸೇವೆ ಗಮನಾರ್ಹ. ಬೆಂಗಳೂರಿನ ಟಾಟಾ ವಿಜ್ಞಾನ ಮಂದಿರ ಅಥವಾ ಇಂಡಿಯನ್ ಇನ್‌ಸ್ಟಿಟ್ಯೂಟ್ ಆಫ್ ಸೈನ್ಸ್‌ನ ಅಧ್ಯಕ್ಷರಾಗಿದ್ದರು. ಟಾಟಾ ಇನಸ್ಟಿಟ್ಯೂಟ್ ಆಫ್

ಫಂಡಮೆಂಟಲ್, ರಿಸರ್ಚ್, ವಿಶ್ವದಲ್ಲೇ ಒಂದು ದೊಡ್ಡ
ಸಂಸ್ಥೆ. ಇದು ಸ್ಥಾಪನೆಗೊಂಡದ್ದು, ಪ್ರಸಿದ್ಧ ಅಣು ವಿಜ್ಞಾನಿ
ಹೋಮಿ ಜಹಾಂಗೀರ್ ಭಾಭಾ ಹಾಗೂ ಜೆ.ಆರ್.ಡಿ.
ಅವರಿಗಿದ್ದ ವಿಜ್ಞಾನದ ಮೇಲಿನ ಪ್ರೀತಿಯಿಂದ. ಈ ಸಂಸ್ಥೆಯ
ಸ್ಥಾಪನೆಗೆ ಬೇಕಾದ ನಿಧಿಯನ್ನೊದಗಿಸಿ ಟಾಟಾ, ಭಾರತದಲ್ಲಿ
ಪರಮಾಣು ಶಕ್ತಿಯನ್ನು ಕುರಿತ ಸಂಶೋಧನೆಗೆ ನಾಂದಿ
ಹಾಡಿದರು. ಈ ಸಂಸ್ಥೆ ನ್ಯೂಕ್ಲಿಯರ್ ವಿಜ್ಞಾನ ಕ್ಷೇತ್ರದಲ್ಲಿ
ಮಾಡಿರುವ ಕೆಲಸ ಅಗಾಧವಾದದ್ದು.

ರಾಜಕಾರಣಿಗಳೊಂದಿಗೆ ಟಾಟಾ

ಒಮ್ಮೆ ಒಬ್ಬ ಪತ್ರಕರ್ತರು ಟಾಟಾ ಅವರನ್ನು,
'ಉದ್ಯಮಿಗಳು ರಾಜಕಾರಣಕ್ಕೆ ಪ್ರವೇಶಿಸಿದರೆ ಒಳಿತಾಗದೆ',
ಎಂದು ಪ್ರಶ್ನಿಸಿದರು. ಅದಕ್ಕೆ ಟಾಟಾ "ನಾನು
ರಾಜಕಾರಣಾಸಕ್ತನಲ್ಲ. ಅದರ ಸೋಂಕಿಗೆ ನಾನು
ಅಸಹ್ಯಪಡುತ್ತೇನೆ. ನೇರವಲ್ಲದ್ದು ನನಗೆ ಸೇರದು. ಈಗಿನ
ಪರಿಸ್ಥಿತಿಯಲ್ಲಿ ಶುದ್ಧ ಸರ್ಕಾರ ಹೇಗೆ ಸಾಧ್ಯವೋ ನಾನರಿಯೆ.
ಉದ್ಯಮಿಗಳು ರಾಜಕೀಯ ಪ್ರವೇಶಿಸಬೇಕೆನ್ನಲಾರೆ. ಆದರೆ
ಯಾರಾದರೂ ಸೇರಿದರೆ ತಪ್ಪೆನ್ನಲಾರೆ" ಎಂದು ವಿನಮ್ರರಾಗಿ
ನುಡಿದರು.

ಟಾಟಾ ಅವರಿಗೆ ರಾಜಕಾರಣ ಒಗ್ಗದ ವಿಷಯ.
ಆದರೂ, ಅವರು ಭಾರತದ ಹಲವು ರಾಜಕೀಯ
ನೇತಾರರೊಂದಿಗೆ ಸಂಪರ್ಕವಿಟ್ಟುಕೊಂಡಿದ್ದರು. ಸ್ವಾತಂತ್ರ್ಯ

ಪೂರ್ವದಲ್ಲಿ ಪಂಡಿತ ನೆಹರೂ ಅವರ ಪ್ರಭಾವಕ್ಕೆ ಮಣಿದು, ಸ್ವಾತಂತ್ರ್ಯ ಚಳುವಳಿಯಲ್ಲಿ ಭಾಗವಹಿಸಿದ್ದುಂಟು.

ಮಹಾತ್ಮಾ ಗಾಂಧೀಜಿಯವರನ್ನು ಅತ್ಯುತ್ತಮ ವ್ಯಕ್ತಿ, ಎಂದು ಟಾಟಾ ಹೇಳುತ್ತಿದ್ದರು. ಇತರ ಎಷ್ಟೋ ಜನರಿಗೆ ಆದಂತೆ, ಟಾಟಾ ಅವರಲ್ಲೂ ಗಾಂಧೀಜಿ ಬೆರಗು, ಮೆಚ್ಚುಗೆ ಮತ್ತು ಪ್ರೀತಿಯನ್ನು ಹುಟ್ಟಿಸಿದ್ದರು. ಗಾಂಧೀಯವರ ಆರ್ಥಿಕ ತತ್ವಗಳ ಬಗೆಗೆ ಕಿಂಚಿತ್ತು ನಿರಸನ ಭಾವ ಇಲ್ಲದಿರಲಿಲ್ಲ. ಆದರೂ, ಕಡೇತನಕ ಗಾಂಧೀಜಿಯವರನ್ನು ಅನುಸರಿಸಬೇಕು ಇಲ್ಲವೇ ಬೆಂಬಲಿಸಬೇಕು, ಎಂಬ ಭಾವನೆ ತಳೆದಿದ್ದರು. ಗಾಂಧೀಜಿಯವರ ಮಗುವಿನಂಥ ಸರಳ ಸ್ವಭಾವ ಅವರಿಗೆ ಬಲು ಮೆಚ್ಚುಗೆಯಾಗಿತ್ತು. ಗಾಂಧೀಜಿಯವರ ಭೇಟಿ ನಂತರ, ಟಾಟಾ ಉತ್ತೇಜಿತರಾಗಿ ಸ್ಫೂರ್ತಿಗೊಂಡಿದ್ದರು. ಆದರೂ, ನಿರಸನಭಾವ ಇದ್ದೇ ಇರುತ್ತಿತ್ತು.

ಟಾಟಾ ಅವರಿಗೆ ಮೆಚ್ಚುಗೆಯಾಗಿದ್ದ ಮತ್ತೋರ್ವ ಮಹಾವ್ಯಕ್ತಿ ಎಂದರೆ, ಸರ್ದಾರ್ ವಲ್ಲಭ ಭಾಯಿ ಪಟೇಲ್. ವಲ್ಲಭ ಭಾಯಿಯವರ ರಾಜಕೀಯ ಮತ್ತು ಆಡಳಿತಾತ್ಮಕ ಪ್ರತಿಭೆಗೆ ಮಾರುಹೋಗಿದ್ದರು. ಪಟೇಲರ ಮನಸ್ಸು ನಿಚ್ಚಳ. ಬಿಡಿಸಲಾಗದು ಎನ್ನುವಂಥ ಕಗ್ಗಂಟುಗಳನ್ನು ಕೂಡ ಸದ್ವಿವೇಕದಿಂದ ಬಿಡಿಸಿ ಬಿಡುತ್ತಿದ್ದರು, ಎಂದು ಟಾಟಾ ಪಟೇಲರ ಬಗ್ಗೆ ಹೇಳುತ್ತಾರೆ. ವಲ್ಲಭಭಾಯಿ ಅವರೊಂದಿಗೆ ಹೊಂದಾಣಿಕೆ ಟಾಟಾರಿಗೆ, ಅವರೊಂದಿಗೆ ಮಾತುಕತೆ ನಡೆಸಿ ಹೊರಬಂದ ಮೇಲೆ ಸಂತೋಷವೆನಿಸುತ್ತಿತ್ತು.

ಟಾಟಾ ಮತ್ತು ನೆಹರೂ ಪರಸ್ಪರ ಸ್ನೇಹ ಭಾವದಿಂದಿರುತ್ತಿದ್ದರು. ನೆಹರೂ ಬಗೆಗೆ ಜೆ.ಆರ್.ಡಿ.ಗೆ ಭಾರಿ ಪ್ರೀತಿ. ಕೊನೆಯವರೆಗೂ ಅದನ್ನು ಉಳಿಸಿಕೊಂಡಿದ್ದರು. ಬಾಲ್ಯವನ್ನು ಫ್ರಾನ್ಸ್, ಮುಂಬಯಿ, ಜಪಾನ್, ಇಂಗ್ಲೆಂಡ್‌ಗಳಲ್ಲಿ ಕಳೆದ ಜೆ.ಆರ್.ಡಿ. ನೆಹರೂರಂತೆ ಪಾಶ್ಚಿಮಾತ್ಯ ಮೌಲ್ಯಗಳೊಂದಿಗೆ ಬೆಳೆದ ವಿಶಿಷ್ಟ ಭಾರತೀಯ. ಇಬ್ಬರದೂ ಭಾರತೀಯ ಸಾಂಪ್ರದಾಯಿಕ ಮನೋಧರ್ಮಕ್ಕಿಂತ ಪಾಶ್ಚಿಮಾತ್ಯ ಮನೋಧರ್ಮ. ಆದರೆ, ಸ್ವತಂತ್ರ ಭಾರತದ ಆರ್ಥಿಕ ರೂಪರೇಷೆಯ ಕಲ್ಪನೆಯಲ್ಲಿ ಇಬ್ಬರ ನಿಲುವು ಪರಸ್ಪರ ವಿರುದ್ಧ. ನೆಹರೂ ಮಾದರಿಯ ಸಮಾಜವಾದ ಟಾಟಾರಿಗೆ ಹಿಡಿಸುತ್ತಿರಲಿಲ್ಲ. ಹತೋಟಿ, ಪರವಾನಗಿ (ಲೈಸೆನ್ಸ್)ಗಳ ಪ್ರಭುತ್ವವೇ ಸಮಾಜವಾದವಾಗದು, ಎಂದು ಟಾಟಾ ಹೇಳುತ್ತಿದ್ದರು. ಜೆಮ್‌ಷೆಡ್ ಪುರದಲ್ಲಿ ಕಾರ್ಮಿಕರಿಗೆ ಅವರೊದಗಿಸಿದ ಸೌಲಭ್ಯಗಳಿಂದಾಗಿ, ತಾವು ಹೃದಯವಂತ ಸಮಾಜವಾದವನ್ನು ಅನುಸರಿಸುವೆ ಎನ್ನುತ್ತಿದ್ದರು.

ನೆಹರೂ ಅವರು ಭಾರತದ ಪ್ರಧಾನಿಯಾಗಿ ಅಧಿಕಾರಕ್ಕೆ ಬಂದ ಮೇಲೆ, ನನಗೆ ಹೊಂದಾಣಿಕೆಯೇ ತಪ್ಪಿಹೋದಂತೆ ಅನಿಸಿತು, ಎಂದು ಟಾಟಾ ಹೇಳುತ್ತಿದ್ದರು. ನೆಹರೂ ಅವರ ಆರ್ಥಿಕ ಮತ್ತು ಅಂತರಾಷ್ಟ್ರೀಯ ನೀತಿಗಳ ಬಗೆಗೆ ಟಾಟಾರಿಗೆ ಸಹಮತವಿರಲಿಲ್ಲ. ಹೀಗಾಗಿ ಅವರು, ನೆಹರೂ ಅವರನ್ನು ಭೇಟಿ ಮಾಡುವುದೇ ಕಡಿಮೆಯಾಗುತ್ತಿತ್ತು. ನೆಹರೂ ಅವರ ಮಗಳು ಇಂಧಿರಾ ಗಾಂಧಿಯವರೊಡನಿದ್ದ ಸಂಬಂಧವೂ,

ಆಕೆಯ ತಂದೆಯ ಜೊತೆಗಿನ ಸಂಬಂಧದಂತೆಯೇ ಇತ್ತು. ಇಬ್ಬರೂ ಸಾಮಾಜಿಕ ವಲಯದಲ್ಲಿ ಮಾತ್ರ ಒಳ್ಳೆಯ ಸ್ನೇಹಿತರಷ್ಟೆ. ರಾಷ್ಟ್ರೀಯ ಹಿತದೃಷ್ಟಿಯಿಂದ ಟಾಟಾ ಏನು ಹೇಳ ಬಯಸುತ್ತಿದ್ದರೋ, ಅದನ್ನು ಪ್ರಧಾನಿಯಾಗಿದ್ದ ಇಂದಿರಾಗಾಂಧಿ ಅವರಿಗೆ ಮುಟ್ಟಿಸಲು ಸಾಧ್ಯವೇ ಆಗುತ್ತಿರಲಿಲ್ಲ.

ಟಾಟಾ ಅವರಿಗೆ ಮೆಚ್ಚುಗೆಯಾದ ಇನ್ನೊಬ್ಬ ಮಹಾವ್ಯಕ್ತಿ, ಸರ್ವೋದಯ ನಾಯಕ ಜಯಪ್ರಕಾಶ್ ನಾರಾಯಣ್. ಒಮ್ಮೆ ಜಮ್ಷೆಡ್‌ಪುರದಲ್ಲಿ ಕಾರ್ಮಿಕ ಸಮಸ್ಯೆ ತಲೆದೋರಿದಾಗ ಟಾಟಾ ಜಯಪ್ರಕಾಶರನ್ನು ಕಂಡರು. ಅವರ ನಿಷ್ಕಪಟ ಮತ್ತು ನ್ಯಾಯೋಚಿತ ಮನೋಭಾವಗಳಿಗೆ ಮಾರುಹೋದರು. ಹೇಳಿ ಕೇಳಿ ಜಯಪ್ರಕಾಶರು ಮೊದಲಿಗೆ ಒಬ್ಬ ಕ್ರಾಂತಿಕಾರಿ. ಇಂಥವರಲ್ಲಿ ನ್ಯಾಯೋಚಿತ ಗುಣವಿದ್ದುದೇ, ಅವರು ಭಾರತದ ರಾಜಕಾರಣದಲ್ಲಿ ಯಾವ ಪಾತ್ರವನ್ನು ವಹಿಸಬಹುದಿತ್ತೋ, ಅದು ಸಾಧ್ಯವಾಗಲಿಲ್ಲ.

ರಾಜೀವ್ ಗಾಂಧಿಯವರು ಭಾರತದ ಪ್ರಧಾನಿಯಾಗಿ ಅಧಿಕಾರಕ್ಕೆ ಬಂದಾಗ, ಟಾಟಾ ಅವರಿಗೆ ಅವರ ವರ್ತನೆ ಹಿಡಿಸಿತ್ತು. ಒಂದೆರಡು ಸಲ ಭೇಟಿಯೂ ಆದರು. ಆದರೆ ರಾಜೀವ್ ಕೆಲವರನ್ನೇ ಬೆಂಬಲಿಸುತ್ತಿದ್ದಾಗ, ಟಾಟಾರಿಗೆ ನಿರಾಶೆಯಾಯಿತು. ರಾಜಕಾರಣ ವ್ಯವಸ್ಥೆ ದುಷ್ಟ ಶಕ್ತಿಗಳ ಕರಿನೆರಳಿನಿಂದ ಹೊರಸರಿಯಲಾರದೆಂದು ಕಾಣುತ್ತದೆ, ಎಂದು ಒಂದು ಸಂದರ್ಶನದಲ್ಲಿ ಹೇಳಿದರು.

ಖಾಸಗೀ ಕ್ಷೇತ್ರಕ್ಕೆ ಎಲ್ಲ ಸ್ವಾತಂತ್ರ್ಯ ಬೇಕೆಂದು ಪ್ರತಿಪಾದಿಸುತ್ತಿದ್ದ ಜೆ.ಆರ್.ಡಿ. ಟಾಟಾ, ಸ್ವಾತಂತ್ರ್ಯೋತ್ತರ ರಾಜಕಾರಣಿಗಳ ಜೊತೆಗೆ ಮಧುರ ಸಂಬಂಧ ಹೊಂದಿರಲಿಲ್ಲ. ದಿನಕ್ಕೆ ಹನ್ನೆರಡು ಗಂಟೆ ಕಾಲ ಸಕ್ರಿಯರಾಗಿ, ಉದ್ಯಮಿಗಳ ಪ್ರಗತಿಗೆ ಶ್ರಮಿಸಿದರು.

ಪಕ್ಷ ಪ್ರತಿಪಕ್ಷಗಳ ಅಧಿಕಾರ ಲಾಲಸೆ ಹಾಗೂ ಸ್ಪರ್ಧೆಗಳಿಂದ ದೇಶದ ಹಿತ ಬಲಿಯಾಗುತ್ತದೆಂದ, ಟಾಟಾ ಅಧ್ಯಕ್ಷೀಯ ಸರ್ಕಾರ ವ್ಯವಸ್ಥೆಯಿಂದ ಮಾತ್ರ ಜನತಂತ್ರಕ್ಕೆ ಭವಿಷ್ಯ ಇದೆ, ಎಂದು ಹೇಳಿದರು. ಟಾಟಾರಿಗೆ ಚಕ್ರವರ್ತಿ ರಾಜಗೋಪಾಲಾಚಾರಿ (ರಾಜಾಜಿ) ಅವರಲ್ಲಿ ಗೌರವವಿತ್ತು. ಸರ್ಕಾರ ಏರ್ ಇಂಡಿಯಾ ಸಂಸ್ಥೆಯನ್ನು ರಾಷ್ಟ್ರೀಕರಿಸಿದ ಮೇಲೆ, ಟಾಟಾರವರನ್ನು ಅದರ ಅಧ್ಯಕ್ಷರಾಗಿ ಮುಂದುವರಿಯಲು ಬಿಟ್ಟಿತಷ್ಟೆ ಹೊರತು, ಯಾವ ರಿಯಾಯ್ತಿಯನ್ನೂ ತೋರಿಸಲಿಲ್ಲ. ಸಮಾಜವಾದಕ್ಕೆ ಟಾಟಾ ವಿರೋಧಿಯಾಗಿದ್ದರು. ಆ ಸಿದ್ಧಾಂತ ಸೋಲುತ್ತದೆ ಎಂದರು.

ಭಾರತದ ಪ್ರಧಾನಿ ಪಿ.ವಿ. ನರಸಿಂಹರಾವ್ ತಮ್ಮ ಸರ್ಕಾರದಲ್ಲಿ ಉದಾರೀಕರಣ ನೀಡಿ ಜಾರಿಗೊಳಿಸಿದಾಗ, ಟಾಟಾ ಅವರಿಗೆ ತುಸು ಸಮಾಧಾನವಾಯಿತು. ಉದ್ಯಮಗಳ ಬೆಳವಣಿಗೆಗೆ ಸರ್ಕಾರದ ನಿಯಂತ್ರಣ ಮಾರಕ, ಎಂದು ಪ್ರತಿಪಾದಿಸುತ್ತಿದ್ದುದನ್ನು ಟಾಟಾ ಬಿಟ್ಟಿರಲಿಲ್ಲ. ಆದರೆ ಉದ್ಯಮಿಗಳ ಸ್ವಾರ್ಥ, ಕುತಂತ್ರಗಳನ್ನು ಖಂಡಿಸದೆ ಬಿಡಲಿಲ್ಲ.

ಕಲಾರಾಧಕ

ಜೆ.ಆರ್.ಡಿ. ಟಾಟಾ, ಒಬ್ಬ ಹೃದಯವಂತ ನಿಸರ್ಗದ ಆರಾಧಕ. ಹತ್ತು ಸಹಸ್ರ ಕೋಟಿ ರೂಪಾಯಿಗಳಿಗೂ ಅಧಿಕ ಕಲಾವಸ್ತುಗಳ ಆರಾಧಕರಾಗಿದ್ದರು, ಟಾಟಾ. ಚಿತ್ರಕಲೆ, ಅಪೂರ್ವ ಕೆತ್ತನೆ ಕೆಲಸಗಳು, ವಿಗ್ರಹಗಳು, ಪುರಾತನ ಕಲಾವಸ್ತುಗಳು ಇವುಗಳನ್ನು ಸಂಗ್ರಹಿಸುವುದು, ಅಲಂಕರಣಗೊಳಿಸಿಡುವುದು, ಇವು ಅವರಿಗೆ ಮೆಚ್ಚುಗೆಯ ವಿಷಯಗಳು. ಟಾಟಾ ಸಂಸ್ಥೆಯ ಹೋಟೇಲುಗಳಲ್ಲಿ, ಪ್ರಮುಖ ಕಛೇರಿಗಳಲ್ಲಿ, ಏರ್ ಇಂಡಿಯಾದ ವಿಶ್ವದ ಬೇರೆ ಬೇರೆ ಕೌಂಟರುಗಳಲ್ಲಿ ಕಾಣಸಿಗುತ್ತವೆ ಹಲವು ತೈಲ ಚಿತ್ರಗಳು, ಮರದ ಸುಂದರ ಆಕೃತಿಗಳು, ಪೈಂಟಿಂಗ್‌ಗಳು. ಇದರ ಹಿಂದೆ ಇದ್ದ ಪ್ರಮುಖ ವ್ಯಕ್ತಿ ಟಾಟಾ ಅವರೇ.

ಯೂರೋಪು, ಆಸ್ಟ್ರೇಲಿಯಾ, ಅಮೆರಿಕಾ ಸಂಯುಕ್ತ ಸಂಸ್ಥಾನಗಳು, ಮಧ್ಯಪೂರ್ವ, ಸಿಂಗಾಪುರ ಮುಂತಾದೆಡೆ ಇರುವ ಏರ್ ಇಂಡಿಯಾ ಕಛೇರಿಗಳಲ್ಲಿ, ಭಾರತದ ಕಲೆಯನ್ನು ಚಿತ್ತಾಕರ್ಷಕವಾಗಿ ಬಳಸಿಕೊಳ್ಳಲಾಗಿದೆ. ಶಾಂತಿದಾವೆಯವರ ಸುಂದರ ತೈಲ ರಚನೆಗಳು, ಸಾಂಚಿಯ ಶಿಲ್ಪಕಲೆಯ ಆಧಾರದ ಶಿವ ಪಾರ್ವತಿ, ಬುದ್ಧ ಮೊದಲಾದ ಸಿಮೆಂಟ್‌ರಚನೆಗಳು, ಉಮಾಳ ಕಂಚಿನ ಮೂರ್ತಿ, ಭಾರತದ ದೀಪಲಕ್ಷ್ಮಿಯ 18ನೇ ಶತಮಾನದ ಕಂಚಿನ ವಿಗ್ರಹ, ನಟರಾಜನ ವಿಗ್ರಹ, ಎಸ್.ಎಸ್.ಬೇಂದ್ರೆ ಅವರ ಮರದ ಕೆಲಸಗಳು, ಅಲ್ಯೂಮಿನಿಯಂ, ಮೊಸಾಯಿಕ್ ನಿರ್ಮಾಣಗಳು, ಶಿವಾಕ್ಸ್

ಚೌದ ಅವರ ರಚನೆ, ದಕ್ಷಿಣ ಭಾರತ ಶೈಲಿಯ ಮರದ ಸುಂದರ ಕೆತ್ತನೆ ಕೆಲಸಗಳು. ಐಶ್ವರ್ಯ ದೇವತೆ ಗಜಲಕ್ಷ್ಮಿ, ಮೊದಲಾದ ಅಪೂರ್ವ ಕಲಾವಸ್ತುಗಳು ಏರ್ ಇಂಡಿಯಾದ ಸಂಗ್ರಹದಲ್ಲಿವೆ. ಟಾಟಾ ಇವುಗಳನ್ನು ಶೇಖರಿಸಿಡಲು ಹೆಣಗಿದರು. ಮುಂಬಯಿಯ ತಾಜ್ ಹೊಟೇಲು, ಒಂದು ಕಲಾಸೌಧವಾಗಿ ರೂಪುಗೊಳ್ಳುವಂತೆ ಮಾಡಿದರು. ಅಲ್ಲಿನ ಬುಕ್ಕಿಂಗ್ ಕೌಂಟರಿನಲ್ಲಿ ಮರದ ಹಾಗೂ ಲೋಹದ ಮತ್ತು ತೈಲ ನಿರ್ಮಿತ ನರೇನ್ ಪಂಚಲ್ ಅವರ ಕೃತಿಗಳಿವೆ. ಟಾಟಾ ಪ್ರತಿಸಲವೂ ಹೊಸದೊಂದು ಯೋಚಿಸಲು, ನಿರ್ಮಿಸಲು ಹವಣಿಸುತ್ತಿದ್ದುದರಿಂದ, ಇಂತಹ ಕಲಾಕೌಸ್ತುಭಗಳ ಸಂಗ್ರಹ ಸಾಧ್ಯವಾಯಿತು.

ಹೃದಯವಂತ ಟಾಟಾ

1992ರಲ್ಲಿ ಟಾಟಾ, ಟೆಲ್ಕೋ ಕಂಪೆನಿಯ ಪುಣೆ ಸ್ಥಾವರವನ್ನು ನೋಡಲು ಬಂದರು. ಹೊಸ ವಾಹನವೊಂದರ ಉದ್ಘಾಟನೆಯಾಗಬೇಕಿತ್ತು. ತೆರೆದ ವಾಹನವೊಂದರಲ್ಲಿ ಅವರು ಮೂರು ಗಂಟೆಗಳ ಕಾಲ ನಿಂತೇ ಇದ್ದರು. ಕಾರ್ಯ ನಿರ್ವಾಹಕರು, ಕಾರ್ಯಾಗಾರದ ಸಹಾಯಕರು, ಕಾರ್ಯದರ್ಶಿಗಳನೇಕರು ಅವರ ಕೈಕುಲುಕಿದ್ದೂ ಕುಲುಕಿದ್ದೇ. ಹೂವಿನ ಹಾರಗಳ ಸುರಿಮಳೆ. ರಂಗೋಲಿ ವರ್ಣಗಳಲ್ಲಿ 'ಶುಭಾಶಯಗಳು' ಎಂದು ಬರೆದು ಜನ ತಮ್ಮ ಪ್ರೀತಿ ತೋರಿದ್ದರು. ಅದಾಗತಾನೆ ಅವರಿಗೆ, ಭಾರತದ ಅತ್ಯುನ್ನತ ಪೌರ ಪ್ರಶಸ್ತಿ 'ಭಾರತ ರತ್ನ' ಲಭಿಸಿತ್ತು. ಅಲ್ಲಿ ನೆರೆದಿದ್ದ

ಯಾರೊಬ್ಬರ ಕಣ್ಣು ತೇವವಾಗದೆ ಇರಲಿಲ್ಲ. ಇಡೀ ಟಾಟಾ ಸಾಮ್ರಾಜ್ಯ ಅವರನ್ನು ಅಷ್ಟೊಂದು ಪ್ರೀತಿಸಿತ್ತು. ಜೆ.ಆರ್.ಡಿ.ಯವರ ಹೃದಯವಂತಿಕೆ, ಸರಳತೆಗಳೇ ಕಾರಣ.

ಮುಂಬಯಿಯಲ್ಲಿ ಟಾಟಾಹೌಸ್ ಇದೆ. ಅಲ್ಲಿನ ಆರಾಧ್ಯ ಮೂರ್ತಿ ಜೆ.ಆರ್.ಡಿ. ಸ್ವಿಜರ್‌ಲೆಂಡಿನ ಜಿನೀವಾಗೆ ಹೋಗುವ ಮೊದಲು. ಅವರ ವಾಸ್ತವ್ಯ ಮುಂಬೈನಲ್ಲಿ. ಅದೂ ಕಂಬಾಲ ಹಿಲ್‌ನ ಒಂದು ಬಾಡಿಗೆ ಮನೆಯಲ್ಲಿ. ಮಕ್ಕಳಿರದ ಅವರಿಗೆ ಮಕ್ಕಳೆಂದರೆ ಭಾರಿ ಪ್ರೀತಿ. ನೆರೆಹೊರೆಯ ಮಕ್ಕಳು ಟಾಟಾ ಅಜ್ಜನನ್ನು ನೋಡಲು ಧಾವಿಸಿ ಬರುತ್ತಿದ್ದರು. ಟಾಟಾ ಅವರಿಗೆಲ್ಲ ಚಾಕೋಲೆಟ್ ಕೊಡುತ್ತಿದ್ದರು.

1992ರಲ್ಲಿ ಜೆ.ಆರ್.ಡಿ ತಾವು ಇದ್ದ ಒಂದು ಅಪಾರ್ಟ್‌ಮೆಂಟ್ ಮಾರಿದರು. ಅದರಿಂದ ಬಂದ ಹಣದಿಂದ ಮಹಿಳೆಯರ ಶಿಕ್ಷಣಕ್ಕೆಂದು ಜೆ.ಆರ್.ಡಿ. ಮತ್ತು ಥೆಲ್ಮಾ ಟ್ರಸ್ಟ್ ಸ್ಥಾಪಿಸಿದರು. ಕುಟುಂಬ ಯೋಜನೆ ಮತ್ತು ಜನನ ನಿಯಂತ್ರಣಕ್ಕೆ, ಇದು ಸರಿಯಾದ ಮಾರ್ಗವೆಂದು ಭಾವಿಸಿದರು. ಹೀಗೆ ಮಾಡುವಾಗಲೂ ಅವರು ಪ್ರಚಾರ, ಪ್ರದರ್ಶನ ಬಯಸಲಿಲ್ಲ. ಆದಿತ್ಯ ಬಿರ್ಲಾ, ಎಂಬ ಖ್ಯಾತ ಉದ್ಯಮಿ ಹೇಳಿದಂತೆ "ಸರಳ ಹೃದಯದ ಮಾನವ ಜೆ.ಆರ್.ಡಿ."

ಭಾರತದಲ್ಲಿ ಕುಟುಂಬ ಯೋಜನೆ ವಿಫಲಗೊಳ್ಳುತ್ತಿರುವ ಬಗ್ಗೆ ಅವರಿಗೆ ಖೇದವಿತ್ತು. ಜನಸಂಖ್ಯೆ ಸಮಸ್ಯೆ ಕುರಿತು

ಪ್ರಸ್ತಾಪ ಬಂದಾಗಲೆಲ್ಲ, ಟಾಟಾ 10 ನಿಮಿಷಗಳ ಕಾಲ ಉಪನ್ಯಾಸ ನೀಡುತ್ತಿದ್ದರು. ಜನಸಂಖ್ಯೆ ತೀವ್ರ ಏರಬಾರದು, ನಿಯಂತ್ರಣವಾಗಬೇಕೆಂದು ಸಾರಿಸಾರಿ ಹೇಳುತ್ತಿದ್ದರು.

ಜೆಂಷೆಡ್‌ಪುರದ ಉಕ್ಕುಘಟಕದ ಮುಖ್ಯಸ್ಥರಾಗಿ ಕಾರ್ಯನಿರ್ವಹಿಸಿದ ರುಸಿಮೋದಿ, ಜೆ.ಆರ್.ಡಿ. ಬಗೆಗೆ ಹೇಳುವ ಮಾತುಗಳೆಂದರೆ "ಜೆ.ಆರ್.ಡಿ.ಗೆ ಅನುವಂಶಿಕವಾಗಿ ಟಾಟಾ ಉದ್ಯಮ ಕೂಟದ ಅಧ್ಯಕ್ಷ ಪದವಿ ಲಭಿಸಿದ್ದು ನಿಜ. ಆದರೆ ಅವರು ಅದನ್ನು ಉಳಿಸಿಕೊಂಡದ್ದು ಮಾತ್ರ ಸ್ವಂತ ಬುದ್ಧಿಶಕ್ತಿಯಿಂದ. ತಮ್ಮ ಮಾನವೀಯ ಗುಣಗಳಿಂದಾಗಿ ಎಲ್ಲರ ಹೃದಯ ಗೆದ್ದುಕೊಂಡಿದ್ದರಿಂದ."

ಟಾಟಾ ಹುಟ್ಟಿನಿಂದ ಪಾರ್ಸಿಯಾದರೂ, ಧಾರ್ಮಿಕ ವ್ಯಕ್ತಿಯಾಗಿರಲಿಲ್ಲ. ಜನರನ್ನು ವಿಭಾಗಿಸುವ ಎಲ್ಲ ಸಂಘಟಿತ ಧರ್ಮಗಳ ವಿರೋಧಿ ತಾನು, ಎಂದು ಮೇಲಿಂದ ಮೇಲೆ ಹೇಳುತ್ತಿದ್ದರು. ಮಾನವನ ಒಳ್ಳೆಯತನದಲ್ಲಿ ಅವರಿಗೆ ನಂಬಿಕೆ.

ಅವರು ಬದುಕಿದ್ದಾಗಲೇ, ಅವರ ಸಾವಿನ ಬಗ್ಗೆ ಪ್ರಸ್ತಾಪ ಬಂದಿತ್ತು. ತಾವೇ ಸಾವಿನ ಬಗೆಗೆ ಪ್ರಸ್ತಾಪಿಸಿ 'ಹೊರದೇಶದಲ್ಲಿ ಸತ್ತರೆ, ಎಷ್ಟೊಂದು ಜನಕ್ಕೆ ಇಲ್ಲಿ ಅನಾನುಕೂಲವಾಗುವುದು ತಪ್ಪುತ್ತದೆ, ಎಂದು ಹೇಳಿದ್ದರು. ಅವರಿಗೆ ಭಾರತೀಯರು ಯಾರಾದೂ ತೀರಿಕೊಂಡಾಗ, ರಜೆ ಘೋಷಿಸುವುದು, ಶ್ರದ್ಧಾಂಜಲಿ ಅರ್ಪಿಸಿ ಸಂತಾಪ ಸೂಚಕ ಸಭೆ ಏರ್ಪಡಿಸುವುದು ಹಿಡಿಸುತ್ತಿರಲಿಲ್ಲ. ತಾವು ವಿದೇಶದಲ್ಲಿ

ಸಾಯುವುದೆಂದು ತೀರ್ಮಾನಿಸಿದ್ದರೋ ಏನೋ! ಅವರು ತೀರಿಕೊಂಡದ್ದು ಜಿನೀವಾದಲ್ಲಿ.'

ನಾನು ತೀರಿಕೊಂಡರೂ, ಭಾರತದಲ್ಲಿ ಏನೇನಾಗುತ್ತಿದೆ ಎಂಬುದನ್ನು ನೋಡಲು ಬರುತ್ತೇನೆ, ಎಂದು ಅವರು ಟಾಟಾ ಹೌಸಿನ ಸಿಬ್ಬಂದಿಯವರೊಬ್ಬರಿಗೆ ಆಗಾಗ ಹೇಳುತ್ತಿದ್ದರಂತೆ.

ಪುನರ್ಜನ್ಮದಲ್ಲಿ ಅವರಿಗೆ ನಂಬಿಕೆ ಇತ್ತೋ ಇಲ್ಲವೋ? ಯಾರೋ ಒಬ್ಬರು "ಈ ಜಗತ್ತಿನಲ್ಲಿ ಪುನರ್ಜನ್ಮ ತಾಳಿದರೆ ಏನಾಗ ಬಯಸುತ್ತೀರಿ?" ಎಂದು ಕೇಳಿದಾಗ.

"ಇನ್ನೂ ಹೆಚ್ಚಿನ ಬುದ್ಧಿ ಮತ್ತೆ ಮತ್ತು ಬೌದ್ಧಿಕ ಸಾಮರ್ಥ್ಯದಿಂದ ಹಿಂತಿರುಗಿ ಬಂದು, ಭಾರತ ಮತ್ತು ಭಾರತೀಯರಿಗೆ ಸಹಾಯ ಮಾಡಲಿಚ್ಛಿಸುತ್ತೇನೆ" ಎಂದರು. ಟಾಟಾರ ಮಾತುಗಳಲ್ಲಿನ ಪ್ರಾಮಾಣಿಕ ಸ್ಪಂದನ ಎಂಥವರನ್ನೂ ಮೂಕರನ್ನಾಗಿಸುತ್ತದೆ.

ಪ್ರಶಸ್ತಿಗಳು

ಜೆ.ಆರ್.ಡಿ. ಎಂದೂ ಪ್ರಶಸ್ತಿಗಳ ಬೆನ್ನಟ್ಟಿ ಹೋಗಲಿಲ್ಲ. ಪ್ರಶಸ್ತಿಗಳಿಗಾಗಿ ಅವರು ಆಸೆಪಟ್ಟವರೂ ಅಲ್ಲ. ಆದರೆ ಅವರಿಗೆ ಸಂದ ಪ್ರಶಸ್ತಿಗಳಿಗೆ ಲೆಕ್ಕವಿಲ್ಲ. ದೇಶವಿದೇಶಗಳ ನೂರಾರು ಪ್ರಶಸ್ತಿಗಳು ಅವರನ್ನಲಂಕರಿಸಿದವು.

ನವ ಭಾರತದ ನಿರ್ಮಾಣಕ್ಕೆ ಟಾಟಾ ಅವರ ಮಹಾನ್ ಕೊಡುಗೆಯನ್ನು ಪರಿಗಣಿಸಿ, 1992ರಲ್ಲಿ ಭಾರತ ಸರ್ಕಾರ

ಅವರಿಗೆ ಭಾರತದ ಅತ್ಯುನ್ನತ ಪೌರಪ್ರಶಸ್ತಿಯಾದ 'ಭಾರತ
ರತ್ನ' ಪ್ರಶಸ್ತಿಯನ್ನು ನೀಡಿ ಗೌರವಿಸಿತು. ಅದನ್ನು ನೀಡಲು
ಸರ್ಕಾರ ನಿಶ್ಚಯಿಸಿದೆ ಎಂದು ರತನ್ ಹೇಳಿದಾಗ, ಜೆ.ಆರ್.ಡಿ.
"ಅಯ್ಯೋ ದೇವರೇ ನನಗ್ಯಾಕೆ ಈ ಪ್ರಶಸ್ತಿ? ಕೊಡುವುದನ್ನು
ತಡೆಯಲು ಏನಾದರೂ ಮಾಡಲು ಸಾಧ್ಯವೆ?" ಎಂದು
ವಿಚಾರಿಸಿದ್ದರು. 1955ರಲ್ಲಿಯೇ, ಭಾರತ ಸರ್ಕಾರ ಅವರಿಗೆ
ಪದ್ಮವಿಭೂಷಣ ಪ್ರಶಸ್ತಿ ಕೊಟ್ಟು ಗೌರವಿಸಿತ್ತು.

ಹಲವಾರು ರಾಷ್ಟ್ರೀಯ ಮತ್ತು ಅಂತರಾಷ್ಟ್ರೀಯ
ಪ್ರಶಸ್ತಿಗಳು, ಟಾಟಾ ಅವರನ್ನು ಹುಡುಕಿಕೊಂಡು ಬಂದವು,
ಎಂದರೆ ಅತಿಶಯೋಕ್ತಿಯಲ್ಲ. ಭಾರತರತ್ನ ಗೌರವಕ್ಕೆ
ಪಾತ್ರರಾದ ಮೊತ್ತಮೊದಲ ಉದ್ಯಮಿ ಅವರಾಗಿದ್ದಾರೆ. 1992ರ
ಸೆಪ್ಟೆಂಬರ್‌ನಲ್ಲಿ, ಅವರು ನ್ಯೂಯಾರ್ಕಿನಲ್ಲಿ ಪ್ರತಿಷ್ಠಿತ
ವಿಶ್ವಸಂಸ್ಥೆಯ ಜನಸಂಖ್ಯಾ ಪ್ರಶಸ್ತಿಯನ್ನು, ಸೆಕ್ರೆಟರಿ ಜನರಲ್
ಬೂತ್ರೋಸ್ ಘಾಲಿ ಅವರಿಂದ ಸ್ವೀಕರಿಸಿದರು.

1944ರಲ್ಲಿಯೇ ಬ್ರಿಟಿಷ್ ಸರ್ಕಾರ, ಅವರಿಗೆ 'ನೈಟ್
ಹುಡ್' ಪದವಿ ನೀಡಲು ಮುಂದಾದಾಗ, ಅವರು ಅದನ್ನು
ತಿರಸ್ಕರಿಸಿದ್ದರು.

1947ರಲ್ಲಿ ಟಾಟಾ ಅವರಿಗೆ, ಅಲಹಾಬಾದ್
ವಿಶ್ವವಿದ್ಯಾಲಯವು ಡಾಕ್ಟರ್ ಆಫ್ ಸೈನ್ಸ್ ಪದವಿಯನ್ನು
ನೀಡಿತು. ಅಣುವಿಜ್ಞಾನ ಮತ್ತು ಬಾಹ್ಯಾಕಾಶ ವಿಜ್ಞಾನಗಳ
ಕ್ಷೇತ್ರದಲ್ಲಿ ಭಾರತದ ಎಲ್ಲ ಸಾಧನೆಗಳ ಮೂಲಪುರುಷ,

ಟಾಟಾ ಎಂಬುದರಲ್ಲೂ ಉತ್ಪ್ರೇಕ್ಷೆಯಿಲ್ಲ, ಎಂದು ಪತ್ರಿಕೆಗಳು ಅವರನ್ನು ಕೊಂಡಾಡಿದವು. 1988ರಲ್ಲಿ ಟಾಟಾ, ದಾದಾ ಭಾಯಿ ನವರೋಜಿ ಸ್ಮಾರಕ ಬಹುಮಾನವನ್ನು ಸ್ವೀಕರಿಸಿದರು.

1953ರಲ್ಲಿ ಟಾಟಾ, ಇಂಟರ್‌ನ್ಯಾಷನಲ್ ಮ್ಯಾನೇಜ್‌ಮೆಂಟ್ ಮ್ಯಾನ್ ಎಂಬ ವಿಶಿಷ್ಟ ಗೌರವಕ್ಕೆ ಪಾತ್ರರಾಗಿದ್ದರು. 1963ರಲ್ಲಿ ಅವರು, ಲಂಡನ್ ಕಬ್ಬಿಣ ಮತ್ತು ಉಕ್ಕು ಸಂಸ್ಥೆಯ ಗೌರವ ಸದಸ್ಯತ್ವಕ್ಕೆ ಪಾತ್ರರಾದರು. 1948ರಲ್ಲಿ ಭಾರತೀಯ ವಾಯುಪಡೆಯ ತಂಡದ ಗೌರವ ನಾಯಕರಾಗಿದ್ದರು.

ಇವು ಅವರು ಪಡೆದಿದ್ದ ಪ್ರಮುಖ ಗೌರವ, ಪ್ರಶಸ್ತಿಗಳಲ್ಲಿ ಪ್ರಮುಖವಾಗಿದೆ. ದುರ್ಗಾ ಖೈತಾನ್ ಚಿನ್ನದ ಪದಕ, ಬಾಂಬೆ ವಿಶ್ವವಿದ್ಯಾನಿಲಯದ ಡಾಕ್ಟರ್ ಆಫ್ ಲಾಸ್ (1981) ಪದವಿ, ಫ್ರೆಂಚ್ ಸರ್ಕಾರದಿಂದ ಬಂದ ಸೈನಿಕ ಪ್ರಶಸ್ತಿ (ಲೀಜನ್ ಆಫ್ ಹಾನರ್), ಆರನೇ ಪೋಪ್‌ಪಾಲ್‌ರಿಂದ ಕೊಡಲ್ಪಟ್ಟ ನೈಟ್‌ಕಮಾಂಡರ್ ಗೌರವ, ಇವು ಟಾಟಾ ಗಳಿಸಿದ ಇತರ ಗಮನಾರ್ಹ ಗೌರವಗಳು. ಪ್ರಶಸ್ತಿಗಳಿಂದ ಅವರು ಮೇಲೇರಲಿಲ್ಲ. ಅವರಿಂದ ಪ್ರಶಸ್ತಿಗಳಿಗೇ ಗೌರವ ಸಂದಿತು.

ನಿಧನ

ಜೆ.ಆರ್.ಡಿ. ತನ್ನ 90ನೇ ವರ್ಷ ವಯಸ್ಸಿನಲ್ಲಿ 1993ರ ನವೆಂಬರ್ 29 ಸೋಮವಾರ ಬೆಳಿಗ್ಗೆ, ಜಿನೀವಾದ (ಸ್ವಿಜರ್‌ಲ್ಯಾಂಡ್) ಸರ್ಕಾರಿ ಆಸ್ಪತ್ರೆಯೊಂದರ ಎಂಟನೆ

ಮಹಡಿಯ ಕೊಠಡಿಯಲ್ಲಿ ನಿಧನರಾದಾಗ, ಸುದ್ದಿ ತಿಳಿದು ಇಡೀ ಜಗತ್ತೇ ಸ್ಪಂದಿಸಿತು. ಆ ದೊಡ್ಡ ಆಸ್ಪತ್ರೆಯಲ್ಲಿ ದೊಡ್ಡ ವ್ಯಕ್ತಿ ಟಾಟಾರವರು ಚಿಕಿತ್ಸೆ ಪಡೆಯುತ್ತಿದ್ದುದು, ಆಸ್ಪತ್ರೆಯ ಸಿಬ್ಬಂದಿಗೆ ತಿಳಿದುದೇ ಅವರು ತೀರಿಕೊಂಡ ಮೇಲೆ. ಯಾವುದೇ ವಿಶೇಷ ತೋರಿಸಿಕೊಳ್ಳದೆ, ಮೂತ್ರಪಿಂಡದ ಚಿಕಿತ್ಸೆಗಾಗಿ 25 ದಿನ ಇದ್ದು, ಆಸ್ಪತ್ರೆಯ ಅಹಾರವನ್ನೇ ಸೇವಿಸುತ್ತಿದ್ದ ಟಾಟಾ, ಭಾರತಕ್ಕೆ ಮರಳುವ ಅಭಿಲಾಷೆ ವ್ಯಕ್ತಪಡಿಸಿದ್ದರು. ಸಾಯುವ ಎರಡು ವರ್ಷಗಳ ಮುನ್ನ, ಟಾಟಾ ಸಂಸ್ಥೆಗಳ ಉತ್ತರಾಧಿಕಾರಿಯಾಗಿ, ತಮ್ಮ ಸೋದರ ಸಂಬಂಧಿ ರತನ್ ಟಾಟಾ ಅವರನ್ನು ನೇಮಿಸಿ, ನಿವೃತ್ತ ಜೀವನದಲ್ಲಿ ತೊಡಗಿದ್ದರು. ಆದರೆ ಟಾಟಾ ಉದ್ಯಮ ಬಿಕ್ಕಟ್ಟು ಎದುರಿಸುವ ಸಂದರ್ಭ ಬಂದಾಗ, ಅವರು ಕಾರ್ಯರಂಗಕ್ಕೆ ಇಳಿದು ಅವನ್ನು ಪರಿಹರಿಸಿದ್ದರು.

ಟಾಟಾ ತೀರಿಕೊಂಡ ಸುದ್ದಿ ತಿಳಿದಾಗ, ಭಾರತದ ಎಲ್ಲ ಉದ್ಯಮಿಗಳೂ "ನಾವೆಲ್ಲ ಆಧುನಿಕ ಭಾರತದ ನಿರ್ಮಾತೃವನ್ನು ಕಳೆದುಕೊಂಡಿದ್ದೇವೆ" ಎಂದು ಶೋಕಿಸಿದರು.

ಬರಿ ಹಣದ ಬೆನ್ನು ಹತ್ತಿ ಹೋಗಿದ್ದರೆ, ಟಾಟಾ ಕೂಡ ಇತರ ಕೈಗಾರಿಕೋದ್ಯಮಿಗಳಂತೆ ಹಣಕಾಸಿನ ಹೊಳೆಯಲ್ಲಿ ಮುಳುಗಿ ಹೋಗುತ್ತಿದ್ದರು. ಆದರೆ ಜೆ.ಆರ್.ಡಿ. ಹಣದಾಚೆಗೂ ತಮ್ಮ ಹೃದಯ ಚಾಚಿ, ಮಾನವೀಯ ಗುಣ ಮೆರೆದರು, ಎಂದು ಪತ್ರಿಕೆಗಳು ಅವರನ್ನು ಪ್ರಶಂಶಿಸಿ ಬರೆದವು.

ಉದ್ದಿಮೆದಾರರು ಜನರ ಬದುಕಿಗೆ ಸ್ಪಂದಿಸಬೇಕೆಂಬುದು, ಟಾಟಾರ ಧೋರಣೆಯಾಗಿತ್ತು. ಅವರ ಈ ನಿಲುವಿಗನುಗುಣವಾಗಿ ಟಾಟಾಸ್ಟೀಲ್ ಸಂಸ್ಥೆಯೊಂದೇ 246 ಗ್ರಾಮಗಳನ್ನು ದತ್ತು ತೆಗೆದುಕೊಂಡು, ಜನರ ಬದುಕಿಗೆ ದಾರಿ ತೋರಿಸುತ್ತಿದೆ.

ಟಾಟಾ ಅವರ ನಿಧನಕ್ಕೆ ಭಾರತದ ರಾಷ್ಟ್ರಪತಿ ಶಂಕರ ದಯಾಳ್ ಶರ್ಮ ಶೋಕಿಸಿ, ಟಾಟಾ ರಚನಾತ್ಮಕವಾಗಿ ಅಭೂತಪೂರ್ವ ಸೇವೆ ಸಲ್ಲಿಸಿದ್ದಾರೆಂದರು. ಭಾರತದ ಪ್ರಧಾನಿ ಪಿ.ವಿ.ನರಸಿಂಹರಾವ್, ಮಾಜಿ ಪ್ರಧಾನಿ ಮೊರಾರ್ಜಿ ದೇಸಾಯಿ, ಖ್ಯಾತ ಉದ್ಯಮಿ ಆರ್.ಪಿ. ಗೋಯೆಂಕಾ, ಅರ್ಥ ಸಚಿವ ಮನಮೋಹನ್ ಸಿಂಗ್, ಮೊದಲಾದವರು ಟಾಟಾರ ನಿಧನಕ್ಕೆ ತೀವ್ರ ಶೋಕ ವ್ಯಕ್ತಪಡಿಸಿದರು. ಅಸೋಸಿಯೇಟೆಡ್ ಚೇಂಬರ್ಸ್ ಆಫ್ ಕಾಮರ್ಸ್ (ಅಸೋಜೆಮ್) ಅಧ್ಯಕ್ಷ ಹರಿಸಿಂಘಾನಿಯ, ಚೇಂಬರಿಗೆ ಟಾಟಾರವರ ಸಲಹೆ ಯಾವಾಗಲೂ ಲಭ್ಯವಿರುತ್ತಿತ್ತು, ಅಲ್ಲದೆ ಅವರು ನಮಗೆಲ್ಲ ಸ್ಫೂರ್ತಿಯ ಸೆಲೆಯಾಗಿದ್ದರೆಂದು ತಿಳಿಸಿದರು.

ಟಾಟಾರವರ ಪಾರ್ಥಿವ ಶರೀರಕ್ಕೆ, ವಿಶ್ವ ಪ್ರಸಿದ್ಧ ಪೆರೆಲಾ ಚಾಲ್ಸ್ ಸಮಾಧಿ ಭವನದಲ್ಲಿ ಅಂತ್ಯಸಂಸ್ಕಾರ ಮಾಡಲಾಯಿತು. ಇದು ಪ್ಯಾರಿಸಿನಲ್ಲಿದೆ. ಈ ಸಮಾಧಿ ಭವನದಲ್ಲಿ, ಅವರ ತಂದೆತಾಯಿಗಳ, ಸೋದರರ ಸಮಾಧಿ ಮಗ್ಗುಲಿಗೆ ಅವರದೂ ನೆಲೆಯಾಗಿದೆ. ಇಲ್ಲಿ ಸಂಸ್ಕಾರ

ಮಾಡಲಾದ ಇತರ ಖ್ಯಾತ ನಾಮರೆಂದರೆ, ಆಸ್ಕಾರ್‌ವೈಲ್ಡ್, ಪ್ರಸಿದ್ಧ ನಟ ಚಾರ್ಲಿ ಚಾಪ್ಲಿನ್, ಜಿಮ್ ಮಾರಿಸನ್.

ಜೆ.ಆರ್.ಡಿ. ಕುಟುಂಬದಲ್ಲಿ ಉಳಿದಿರುವ ಏಕಮಾತ್ರ ನಿಕಟ ಬಂಧು ಎಂದರೆ, ಕೈಲಾಗದೆ ದೀರ್ಘ ಕಾಲದಿಂದ ಹಾಸಿಗೆ ಹಿಡಿದುರುವ ಪತ್ನಿ ಥೆಲ್ಮಾ. ಆ ಸುಂದರಿಯ ಮನಮೋಹನ ಚಿತ್ರವೊಂದು ಬಾಂಬೇ ಹೌಸ್‌ನ ಆಫೀಸಿನ ಮೇಜನ್ನು ಅಲಂಕರಿಸಿದೆ.

ಜೆ.ಆರ್.ಡಿ. ಭಾರತೀಯರ ಮನದಲ್ಲಿ ಅಚ್ಚಳಿಯದ ಹೆಸರು. ಇವರ ಗೌರವಾರ್ಥವಾಗಿಯೇ ಡೊಮಿನಿಯ ಏರ್‌ವೇಸ್ ಸಂಸ್ಥೆಯ ಒಂದು ಬೋಯಿಂಗ್ ವಿಮಾನಕ್ಕೆ (737), ಸ್ಪಿರಿಟ್ ಆಫ್ ಜೆ.ಆರ್.ಡಿ– ಜೆ.ಆರ್.ಡಿ. ಚೈತನ್ಯ ಎಂದು ಹೆಸರಿದೆ.

ಪ್ರತಿಯೊಬ್ಬರೊಂದಿಗೆ ಹೊಂದಿಕೊಂಡು ಹೋಗುವ, ಸ್ನೇಹಪರ ಮಾರ್ದವ ವ್ಯಕ್ತಿತ್ವ ಟಾಟಾರದಾಗಿತ್ತು. ಅವರಿಗೆ ಅವರೇ ಉಪಮೆ. ಅವರಂಥವರು ಮತ್ತೆ ಹುಟ್ಟಿ ಬರಬೇಕಾದರೆ ಬಹುಕಾಲ ಕಾಯಬೇಕಾದೀತು. ಸಾಹಸಪ್ರಿಯರಾಗಿದ್ದ ಅವರ ಬದುಕು ಅತ್ಯಂತ ವರ್ಣಮಯ. ಬಿರ್ಲಾ ಮತ್ತು ಬಜಾಜ್ ಔದ್ಯಮಿಕ ಕುಟುಂಬಗಳಂತೆ ನೇರವಾಗಿ ಸ್ವಾತಂತ್ರ್ಯ ಚಳುವಳಿಯಲ್ಲಿ ಧುಮುಕದೆ, ಭಾರತದ ಔದ್ಯಮಿಕ ಕ್ಷೇತ್ರದ ಸರ್ವಾಂಗೀಣ ಏಳಿಗೆಯತ್ತ ತಮ್ಮ ಗಮನ ಹರಿಸಿ ಉದ್ಯಮಗಳ ರೂವಾರಿ ಎನಿಸಿದರು.

ಟಾಟಾ ವಿಚಾರಗಳು

ಒಬ್ಬನು ನಂಬಲರ್ಹ ಎಂದು ತಿಳಿಯುವವರೆಗೂ ಅವನನ್ನು ನಂಬಬೇಕು.

ನಿಯಂತ್ರಣಗಳಿಂದ ಕೊರತೆಯು ಪ್ರಾರಂಭವಾಗುತ್ತದೆ. ಕೊರತೆಯು ಕಪ್ಪು ಹಣವನ್ನು ಬೆಳೆಸುತ್ತದೆ.

ಯಾರೂ ಹುಟ್ಟಿನಿಂದ ಅಪ್ರಾಮಾಣಿಕರಾಗಿರುವುದಿಲ್ಲ, ಪರಿಸರ ಅವರನ್ನು ಹಾಗೆ ಮಾಡುತ್ತದೆ.

ವಿದೇಶಗಳ ತಿರುಗಾಟದಲ್ಲಿ, ಯಾವುದೇ ಭಾರತೀಯ ಭಾಷೆಯೊಂದನ್ನು ಪರಿಪೂರ್ಣವಾಗಿ ಕಲಿಯಲಾಗ ಲಿಲ್ಲವೆಂದು ಟಾಟಾ ಕೊರಗುತ್ತಿದ್ದರು. ತಾನು ಹೆಚ್ಚು ಕಲಿತವನೆಂಬ ಹೆಮ್ಮೆ ಅವರಿಗಿರಲಿಲ್ಲ. ಬದಲಿಗೆ ರತನ್ ಟಾಟಾರನ್ನು ತಮ್ಮ ಉತ್ತರಾಧಿಕಾರಿಯನ್ನಾಗಿ ಆರಿಸಿದಾಗ 'ರತನ್ ನನಗಿಂತ ಹೆಚ್ಚು ಕಲಿತವ' ಎಂದು ಹೇಳಿದರು. ದೊಡ್ಡ ವ್ಯಕ್ತಿ, ದೊಡ್ಡ ಗುಣವಲ್ಲವೆ?

ಆರ್.ಎಂ.ಲಾಲಾ ಅವರು, ಟಾಟಾರ ಜೀವನ ಚರಿತ್ರೆ ಬರೆದರೆ, 1952ರಲ್ಲಿ ಪ್ರಕಟವಾದ 'ಜಗತ್ತಿನ ನೂರು ಗಣ್ಯರು' ಎಂಬ ಪುಸ್ತಕದಲ್ಲಿ ಜೆ.ಆರ್.ಡಿ. ಸ್ಥಾನಸಿಕ್ಕಿದೆ.

ಟಾಟಾ ಇಂದು ಒಂದು ನೆನಪು ಮಾತ್ರ. ಆದರೆ, ಅವರು ನೆಟ್ಟ ಉದ್ಯಮ, ಶಾಖೆಗಳ ಆಲದ ಮರ ಲಕ್ಷಾಂತರ ಜನರಿಗೆ ನೆರಳಾಗಿದೆ. ಅವರ ಹೆಜ್ಜೆ ಗುರುತು ಭಾರತೀಯರಿಗೆ ಒಂದು

ದಾರಿದೀಪ, ಸೈನಿಕ, ವೈಮಾನಿಕ, ಉದ್ಯಮಿ ಹೀಗೆ ಟಾಟಾರ
ಬದುಕು ಕಾರ್ಯಕ್ಷೇತ್ರ ವೈವಿಧ್ಯಮಯ. ಭಾರತದ ಔದ್ಯಮಿಕ
ಇತಿಹಾಸದಲ್ಲಿ ಟಾಟಾರವರು ಮಾಡಿದ ಕೆಲಸಗಳು
ಸುವರ್ಣಾಕ್ಷರಗಳಲ್ಲಿ ಬರೆದಿಡುವಂಥದು.

ಜೆ.ಆರ್.ಡಿ. ಕ್ರಿಯಾಶೀಲರಿಗೆಲ್ಲ ಸ್ಫೂರ್ತಿಯ ಸೆಲೆ.

* * *

ಜೀವನ ಚರಿತ್ರಮಾಲೆ
ಮಹಾತ್ಮ ಗಾಂಧಿ
ಡಾ|| ಬಿ.ಆರ್. ಅಂಬೇಡ್ಕರ್
ಸರ್ ಎಂ. ವಿಶ್ವೇಶ್ವರಾಯ
ಸ್ವಾಮಿ ವಿವೇಕಾನಂದ
ಪುರಂದರ ದಾಸರು
ಇಂದಿರಾ ಗಾಂಧಿ
ಭಗತ್ ಸಿಂಗ್
ಜೆ.ಆರ್.ಡಿ. ಟಾಟಾ
ನೆಲ್ಸನ್ ಮಂಡೇಲಾ
ಚಾರ್ಲಿ ಚಾಪ್ಲಿನ್
ಶ್ರೀ ಅರವಿಂದರು
ಡಾ|| ಎಸ್. ರಾಧಕೃಷ್ಣನ್
ಸುಭಾಷ್ ಚಂದ್ರ ಬೋಸ್
ಜವಾಹರಲಾಲ್ ನೆಹರು
ರವೀಂದ್ರನಾಥ ಠಾಗೂರ್
ಜಗಜ್ಯೋತಿ ಬಸವೇಶ್ವರರು
ಇನ್ನೂ ಅನೇಕ .....
ವಾಸನ್ ಪಬ್ಲಿಕೇಷನ್ಸ್
25, ವಾಸನ್ ಟವರ್ಸ್, ಡಾ|| ಟಿ.ಸಿ.ಎಂ. ರಾಯನ್ ರಸ್ತೆ, (ಗುಡ್ಸ್ ಶೆಡ್ ರಸ್ತೆ) ಬೆಂಗಳೂರು-560 053

ಜೀವನ ಚರಿತ್ರೆಮಾಲೆ

ನೆಲ್ಸನ್ ಮಂಡೆಲಾ

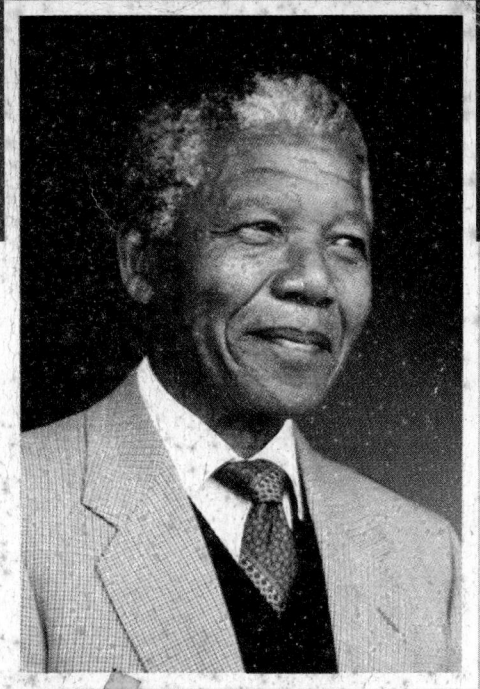

ನೆಲ್ಸನ್ ಮಂಡೇಲ

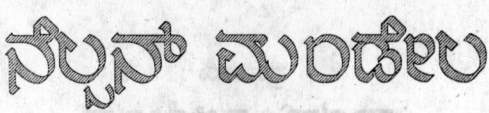

ಬೆ. ಗೋ. ರಮೇಶ್

ವಾಸನ್ ಪಬ್ಲಿಕೇಷನ್ಸ್

ನೆಲ್ಸನ್ ಮಂಡೇಲ
© ವಾಸನ್ ಪಬ್ಲಿಕೇಷನ್ಸ್
ಮುದ್ರಣ : 2016

ಪ್ರಕಾಶಕರು :

ವಾಸನ್ ಪಬ್ಲಿಕೇಷನ್ಸ್

25, ವಾಸನ್ ಟವರ್ಸ್,
ಡಾ॥ ಟಿ.ಸಿ.ಎಂ. ರಾಯನ್ ರಸ್ತೆ (ಗೂಡ್ಸ್‌ಶೆಡ್ ರಸ್ತೆ),
ಬೆಂಗಳೂರು – 560 053
e-mail : vasanpublications@gmail.com
www.mastermindbooks.com

ಡಿಟಿಪಿ :
ಸುಪ್ರೀಂ ಪಾಯಿಂಟ್

ಮುದ್ರಣ :
ಕೆ.ಆರ್.ಎಲ್. ಆಫ್‌ಸೆಟ್ ಪ್ರಿಂಟರ್ಸ್

ನೆಲ್ಸನ್ ಮಂಡೇಲ

ಎಲ್ಲರಿಗೂ ಸ್ವಾತಂತ್ರ್ಯ

ಬಹುಶಃ ಒಂದು ಸೆರೆಮನೆಯ ಹೊರಗೆ ಒಬ್ಬ ಖೈದಿ ಬಿಡುಗಡೆಯಾಗಿ ಬರುವುದನ್ನು ವೀಕ್ಷಿಸಲು ಅಷ್ಟೊಂದು ಜನ ಎಂದೂ ಎಲ್ಲಿಯೂ ಸೇರಿದ್ದಿಲ್ಲ. ಇಷ್ಟೊಂದು ಭಾರಿ ಜನಸಂದಣಿ ಏಕೆ? ವಿಸ್ಮಯ ಉಂಟುಮಾಡುವ ಸನ್ನಿವೇಶವೇ. ಸುಮಾರು ಇಪ್ಪತ್ತೈದು ವರ್ಷಗಳೇ ಆಗಿಹೋಗಿದ್ದವು ಆ ಖೈದಿಯ ಭಾವಚಿತ್ರ ನೋಡಿ. ಅಂದು 1990ರ ಫೆಬ್ರುವರಿ 11, ದಕ್ಷಿಣ ಆಫ್ರಿಕಾದ ವಿಕ್ಟರ್ ವೆರ್ಸ್ಟರ್ ಸೆರೆಮನೆಯ ಹೊರಗೆ ನೂರಾರು ಪತ್ರಕರ್ತರು ಜಾತಕ ಪಕ್ಷಿಗಳಂತೆ ಕಾಯುತ್ತಿದ್ದರು. ದೂರದರ್ಶನ ಕ್ಯಾಮೆರಾಗಳು ಆ ಖೈದಿಯು ಹೊರಗೆ ಬರುತ್ತಿರುವ ದೃಶ್ಯವನ್ನು ಸೆರೆಹಿಡಿದು ಲಕ್ಷಾಂತರ ಪ್ರೇಕ್ಷಕರಿಗೆ ತೋರಿಸಲು ಸಜ್ಜಾಗಿ ನಿಂತಿದ್ದವು. ರೇಡಿಯೊ ಬಾತ್ಮೀದಾರರು, ಪತ್ರಿಕಾ ವರದಿಗಾರರು ಅಲ್ಲಿ ನೆರೆದಿದ್ದರೆಂಬುದನ್ನು ಬೇರೆ ಹೇಳಬೇಕಿಲ್ಲ.

ಆ ಖೈದಿ ಹೊರಗೆ ಬಂದರು. ಆತ ಒಬ್ಬ ರಾಜಕೀಯ ಖೈದಿ. ಉದ್ದನೆಯ ಮನುಷ್ಯ ಕೂದಲು ಬಿಳಿಯಾಗಿದ್ದವು. ಮುಖ ಸುಕ್ಕುಗಟ್ಟಿತ್ತು. ಆದರೆ ಶರೀರ ನೆಟ್ಟಗೆ. ಒಳ್ಳೆ ಸೂಟು ಧರಿಸಿದ್ದರು. ವಯಸ್ಸು 71. ಆತನ ಧ್ವನಿ ದೃಢವಾಗಿತ್ತು. ಆತ ಭಾಷಣ ಆರಂಭಿಸಿದ್ದೇ ಎಲ್ಲರನ್ನೂ ಶುಭ ಕೋರಿ, "ಶಾಂತಿ, ಪ್ರಜಾ ಪ್ರಭುತ್ವ ಮತ್ತು ಎಲ್ಲರಿಗೂ ಸ್ವಾತಂತ್ರ್ಯದ ಹೆಸರಿನಲ್ಲಿ ನಿಮಗೆಲ್ಲ ಶುಭಾಶಯಗಳು" ಓಹ್! ಎಂತಹ ಹಾರೈಕೆ! ನೆರೆದಿದ್ದವರು ಆ ಮಾತಿನ ಮೋಡಿಗೆ ಸಿಕ್ಕಿ ಹರ್ಷಿತರಾದರು.

ಆತ ಯಾರು? ಅವರೇ ನೆಲ್ಸನ್ ಮಂಡೇಲ. ದಕ್ಷಿಣ ಆಫ್ರಿಕಾದ

ಕಪ್ಪುಜನರ ಸ್ವಾತಂತ್ರ್ಯಕ್ಕಾಗಿ ಶ್ರಮಿಸಿದ ಧೀರ. ವರ್ಣಭೇದ ನೀತಿಯನ್ನು ಧಿಕ್ಕರಿಸಿದ ಸಾಹಸಿ. ದಕ್ಷಿಣ ಆಫ್ರಿಕಾದಲ್ಲಿ ಬಿಳಿಯರು ಕಪ್ಪು ಚರ್ಮವುಳ್ಳ ಜನರ ಮೇಲೆ ತೋರುತ್ತಿದ್ದ ದೌರ್ಜನ್ಯವನ್ನು, ಅನ್ಯಾಯವನ್ನು ತಮ್ಮ ಅಹಿಂಸಾವಾದದಿಂದಲೇ ಮೊದಲಬಾರಿಗೆ ಎದುರಿಸಿದವರು ಮಹಾತ್ಮಾ ಗಾಂಧೀಜಿ. ವಕೀಲರಾಗಿದ್ದಾಗ ಯಾವುದೋ ಕೇಸು ಹಿಡಿದು ಲಾಯರಾಗಿರಲು ಹೋಗಿ ಬಿಳಿಯರ ಆಡಳಿತದ ವಿರುದ್ಧ ಸೆಣಸಿ ಇಪ್ಪತ್ತೊಂದು ವರ್ಷಗಳ ಕಾಲ ಅಲ್ಲಿ ಸತ್ಯಾಗ್ರಹದ ಹೋರಾಟ ನಡೆಸಿದರು. ನೇಟಾಲ್ ಇಂಡಿಯನ್ ಕಾಂಗ್ರೆಸ್ ಎಂಬ ಸಂಸ್ಥೆಯನ್ನು ಸ್ಥಾಪಿಸಿ ಹೋರಾಟ ಮುಂದುವರಿಸಿದರು. ಆಗ ಬಿಳಿಯ ಐರೋಪ್ಯರ ದೃಷ್ಟಿಯಲ್ಲಿ ಎಲ್ಲ ಭಾರತೀಯರೂ ಕೂಲಿಗಳೇ. ಗಾಂಧೀಜಿ ತಮ್ಮ ಹೋರಾಟವನ್ನು ದುಷ್ಟ ದಬ್ಬಾಳಿಕೆಯ ವಿರುದ್ಧ 'ಪ್ರೇಮಶಕ್ತಿ' ಪ್ರಯೋಗ ಎಂದು ಕರೆದರು. ಈ ವಿಧಾನದಲ್ಲಿ ದಕ್ಷಿಣ ಆಫ್ರಿಕದ ಸ್ತ್ರೀಯರು, ಪುರುಷರು ಮತ್ತು ಮಕ್ಕಳನ್ನು ಸತ್ಯಾಗ್ರಹಕ್ಕೆ ಅಣಿ ಮಾಡಿದರು. ಭಾರತೀಯರ ನಾಗರಿಕ ಹಕ್ಕುಗಳನ್ನು ಸರ್ಕಾರ ಅಂಗೀಕರಿಸಿತು. ಗಾಂಧೀಜಿ 1915ರಲ್ಲಿ ಭಾರತಕ್ಕೆ ಮರಳಿದರು.

ವಿದ್ಯಾರ್ಥಿ ಮಂಡೇಲ

ದಕ್ಷಿಣ ಆಫ್ರಿಕಾದ ಟ್ರಾನ್ಸ್ಕೀ ಪ್ರಾಂತದ ಉಯತಲ ಎಂಬಲ್ಲಿಗೆ ಸಮೀಪದ ಕ್ವುನು ಎಂಬ ಹಳ್ಳಿಯಲ್ಲಿ 1918ರ ಜುಲೈ 18ರಂದು ನೆಲ್ಸನ್ ರೊಲಿಹ್ಲಾಹ್ಲ ಮಂಡೇಲ ಜನಿಸಿದರು. ಸಂಪ್ರದಾಯದ ಪ್ರಕಾರ ಮಗುವಿಗೆ ಐರೋಪ್ಯ ಹೆಸರು ಹಾಗೂ ಕ್ಸೋಸಾ (ಜನಾಂಗ) ಹೆಸರು ಇಡಲಾಯಿತು. ಹೀಗಾಗಿ ಜನಾಂಗದ ಹೆಸರಿಗೆ 'ತನಗೆ ತಾನೇ ತೊಂದರೆ ತಂದುಕೊಳ್ಳುವವನು' ಎಂಬ ಅರ್ಥವಿದೆ. ತಂದೆ ಹೆನ್ರಿ ಗಾಡ್ಲಾ ಥೆಂಬುಲ್ಯಾಂಡ್‌ನ ಮುಖ್ಯಸ್ಥನಿಗೆ ಪ್ರಮುಖ ಆಪ್ತಸಲಹೆಗಾರರಾಗಿದ್ದರು. ತಂದೆ ಸಿರಿವಂತ, ಸ್ವಂತ ಕುದುರೆ ಹಾಗೂ ಸಾಕಷ್ಟು ದನಗಳೂ ಇದ್ದವು. ಅವರಿಗೆ ನಾಲ್ವರು

ಹೆಂಡತಿಯರಿದ್ದರು. ಹನ್ನೆರಡು ಮಕ್ಕಳು. ನೆಲ್ಸನ್ ಮೂರನೆಯ ಹೆಂಡತಿಗೆ ಜನಿಸಿದವರು. ಆಕೆಯ ಹೆಸರು ನೋಸೆ ಕೆನಿಫ್ಯಾನಿ. ಈಕೆಗೆ ಮೂವರು ಹೆಣ್ಣು ಮಕ್ಕಳೂ ಇದ್ದರು. ಮಂಡೇಲ ತಾಯಿಯೊಂದಿಗೆ ವಾಸಿಸುತ್ತಿದ್ದರು. ಆಕೆ ಮೂರು ತನ್ನದೇ ಆದ ಗುಡಿಸಲುಗಳನ್ನು ಹೊಂದಿದ್ದಳು. ಒಂದರಲ್ಲಿ ಎಲ್ಲ ಮಲಗುತ್ತಿದ್ದರು. ಮತ್ತೊಂದು ಅಡಿಗೆ ಮಾಡಲು ಹಾಗೂ ಇನ್ನೊಂದು ದವಸಧಾನ್ಯ ಸಂಗ್ರಹಿಸಿಡಲು ಉಪಯೋಗವಾಗುತ್ತಿದ್ದವು. ಮಂಡೇಲ ಚಿಕ್ಕವರಿದ್ದಾಗಲೇ ತಮ್ಮ ತಾಯಿಯ ಬಳಿ ಇದ್ದ ದನ, ಮೇಕೆಗಳನ್ನು ನೋಡಿಕೊಳ್ಳುತ್ತಿದ್ದರಲ್ಲದೆ ಪ್ರಾಣಿಗಳನ್ನು ಬಹುವಾಗಿ ಪ್ರೀತಿಸುತ್ತಿದ್ದರು. ಮನೆಯಲ್ಲಿನ ಪ್ರತಿ ಹಸುವೂ ಅವರಿಗೆ ಗೆಳೆಯನೇ ಆಗಿದ್ದವು. ಫ್ಯಾನಿಗೆ ಓದು ಬರಹ ಬರದು. ಆದರೆ ತನ್ನ ಮಗ ಓದಬೇಕು, ಬರೆಯಬೇಕು ಎಂದು ಆಶಿಸಿದಳು. ತಾಯಿಯ ಬಯಕೆಯನ್ನು ನೆಲ್ಸನ್ ಈಡೇರಿಸುವಲ್ಲಿ ಮುಂದಾದರು. ಬಾಲಕ ಮಂಡೇಲ ಕ್ರಿಯಾಶೀಲ, ಬಹಳ ಚೂಟಿ.

ನೆಲ್ಸನ್ ಮಂಡೇಲರಿಗೆ ಹತ್ತು ವರ್ಷವಾದಾಗ ತಂದೆ ತೀರಿ ಕೊಂಡರು. ಆಗ ಅವರ ತಂದೆಯ ಸೋದರ ಅಳಿಯ ಜೊಂಗಿನ್ ತಾಬಾ ಮಂಡೇಲರನ್ನು ಓದಿಸಲು ಮಂದೆ ಬಂದು ನೆರವಾದರು. 1928ರಲ್ಲಿ ನೆಲ್ಸನ್‌ರನ್ನು ಪಕ್ಕದ ಹಳ್ಳಿಯ ಒಂದು ಶಾಲೆಗೆ ಸೇರಿಸಲಾಯಿತು. ಅಲ್ಲಿ ಒಂದೇ ಸಮಯದಲ್ಲಿ ಒಂದೇ ಕೋಣೆಯಲ್ಲಿ ಎರಡು ತರಗತಿಗಳನ್ನು ನಡೆಸಲಾಗುತ್ತಿತ್ತು. ಅಲ್ಲೇ ನೆಲ್ಸನ್ ಇಂಗ್ಲಿಷ್, ಕ್ಸೊಸಾ, ಭೂಗೋಳ ಮತ್ತು ಇತಿಹಾಸ ಕಲಿತರು. ಬರೆಯಲು ಪುಸ್ತಗಳಿರದೆ ಸ್ಲೇಟಿನ ಮೇಲೆ ಬರೆಯುತ್ತಿದ್ದರು. ಪ್ರತಿದಿನ ಶಾಲೆ ಮುಗಿದ ಬಳಿಕ ಬಂಧು ಜಸ್ಟೀಸ್ ಅವರೊಂದಿಗೆ ಮಂಡೇಲ ದನಗಳನ್ನು ನೋಡಿಕೊಳ್ಳಲು ಹೊಲಕ್ಕೆ ಹೋಗುತ್ತಿದ್ದರು. ಸಂಜೆ ವೇಳೆಗೆ ಹಾಲು ಕರೆಯುವ ಸಲುವಾಗಿ ಹಸುಗಳನ್ನೆಲ್ಲಾ ದೊಡ್ಡಿಗೆ ಕರೆದುಕೊಂಡು ಬರುತ್ತಿದ್ದರು. ರಾತ್ರಿ

ಕ್ವುನುವಿನಲ್ಲಿದ್ದಾಗ ಮಾಡುತ್ತಿದ್ದಂತೆ ಬೆಂಕಿ ಸುತ್ತ, ಇತರರೊಡನೆ ಕಳಿತು "ಆಫ್ರಿಕಾದಲ್ಲಿ ಬಿಳಿಯರು ಕಾಲಿಡುವ ಮೊದಲು ಎಷ್ಟು ಚೆನ್ನಾಗಿ ಜೀವನ ಮಾಡುತ್ತಿದ್ದೆವು. ತಮ್ಮದೇ ಆದ ಸರ್ಕಾರ, ರಾಜ ಇದ್ದು ದೇಶದಲ್ಲಿ ಸ್ವಚ್ಛಂದವಾಗಿ ಓಡಾಡುತ್ತಿದ್ದೆವು. ತಮ್ಮ ಗಡಿಗಳನ್ನು ಕಾಯ್ದುಕೊಳ್ಳಲು ಪೂರ್ವಿಕರು ಧೈರ್ಯದಿಂದ ಹೇಗೆ ಹೋರಾಡಿದರು" ಎಂಬ ಕಥೆಯನ್ನು ಜನಾಂಗದ ಹಿರಿಯರಿಂದ ಕೇಳುತ್ತಿದ್ದರು. ಆಗಲೇ ಮಂಡೇಲರಿಗೆ ಇದೀಗ ಹಿಂಸೆಗೊಳಗಾಗಿರುವ ಜನರಿಗೆ ಯಾವುದಾದರೂ ರೀತಿಯಲ್ಲಿ ನೆರವಾಗಬೇಕೆಂದು ಮನಸ್ಸಾಯಿತು.

ನೆಲ್ಸನ್ ಪ್ರಾಥಮಿಕ ವಿದ್ಯಾಭ್ಯಾಸ ಪೂರೈಸಿದರು. ಜೊಂಗಿನ್ ತಾಬಾ ಅವರನ್ನು ಮೊದಲು ಕ್ಲಾರ್ಕ್‌ಬರಿಗೂ ಬಳಿಕ ಕಪ್ಪುಜನರಿಗೆಂದು ಇದ್ದ ಶಾಲೆಗಳಲ್ಲೇ ಉತ್ತಮವಾದ ಶಾಲೆ ಇದ್ದ ಹೆಲ್ಡ್ ಟೌನಿಗೆ ಕಳುಹಿಸಿದರು. ವೆಸ್ಲಿಯಾನ್ ಸೆಕೆಂಡರಿ ಶಾಲೆ ಬಹಳ ಹೆಸರಾಗಿದ್ದ ಶಾಲೆ. ಅಲ್ಲೇ ಮಂಡೇಲ ಓದಿದರು. ಆಗಲೇ ಅವರಿಗೆ ಬಿಳಿಯರು ಕರಿಯರನ್ನು ನಡೆಸಿಕೊಳ್ಳುತ್ತಿದ್ದ ರೀತಿ ಗಮನಕ್ಕೆ ಬಂದಿತು. ಮಂಡೇಲರು ಹಾಸ್ಟೆಲಿನಲ್ಲಿ ಇರಬೇಕಾಯಿತು. ಅಲ್ಲಿ ಅವರು ಮಲಗಿದ್ದು ಚಾಪೆ ಮೇಲೆ. ಹುಲ್ಲು ತುಂಬಿದ ಚೀಲವೇ ಅವರ ತಲೆ ದಿಂಬು. ಬೆಳಿಗ್ಗೆ ಆರು ಗಂಟೆಗೆ ಎಚ್ಚರಿಸುವ ಗಂಟೆ ಬಾರಿಸುತ್ತಿತ್ತು. ತಣ್ಣೀರಿನಲ್ಲಿ ಬೇಗನೆ ಮುಖ ತೊಳೆಯಬೇಕು. ಒಂದು ತುಂಡು ಬ್ರೆಡ್ಡು, ಸಕ್ಕರೆಯೊಂದಿಗೆ ಒಂದು ಲೋಟ ನೀರು ಇದೇ ಅವರ ಬೆಳಗಿನ ಉಪಾಹಾರ. ಮಧ್ಯಾಹ್ನ ಊಟಕ್ಕೆ ಹುರುಳಿಕಾಯಿ ಹಾಗೂ ಮೆಕ್ಕೆಜೋಳದ ಪಾಯಸ. ಸುಮಾರಾದ ಊಟ. ಎಲ್ಲೋ ಒಮ್ಮೊಮ್ಮೆ ಒಂದು ಸಣ್ಣ ಮಾಂಸದ ತುಂಡು. ರಾತ್ರಿ ವೇಳೆ ಬೆಳಗಿನ ಉಪಾಹಾರದಷ್ಟೆ ತಿನಿಸು. ಸಾಧ್ಯವಾದರೆ ಶನಿವಾರಗಳಂದು ಮಂಡೇಲ ಏಳು ಮೈಲಿಗಳಷ್ಟು ದೂರವಿದ್ದ ತಮ್ಮ ಹಳ್ಳಿಗೆ ಹೋಗಿ ಮೀನು ಮತ್ತು ಚಿಪ್ಸ್ ಕೊಂಡುಕೊಳ್ಳುತ್ತಿದ್ದರು. ಪ್ರತಿದಿನ ಸಂಜೆ

ಮಂಡೇಲ ಹೆಲ್ಡ್‌ಟೌನಿನ ಚರ್ಚ್‌ಗೆ ಹೋಗಿ ಪ್ರಾರ್ಥನೆ ಮಾಡಿ ಬರುತ್ತಿದ್ದರು. 1938ರಲ್ಲಿ ಶಾಲಾವಿದ್ಯಾಭ್ಯಾಸ ಮುಗಿದು ಮಂಡೇಲ ಮೆಟ್ರಿಕ್ಯುಲೇಷನ್ ಪಾಸ್ ಮಾಡಿಕೊಂಡರು. ಜೊಂಗಿನ್ ತಾಬಾ ಹರ್ಷಗೊಂಡು ಅವರನ್ನು ಫೋರ್ಟ್ ಹೇರ್‌ನ ದಕ್ಷಿಣ ಆಫ್ರಿಕಾದ ನೇಟೀವ್ ಕಾಲೇಜಿಗೆ ಸೇರಿಸಿದರು. ಅದೇನೂ ಹೆಲ್ಡ್ ಟೌನ್‌ಗೆ ದೂರವಿರಲಿಲ್ಲ. ಅಲ್ಲಿ ಮುನ್ನೂರರಷ್ಟು ಕಪ್ಪು ವಿದ್ಯಾರ್ಥಿಗಳು ಇದ್ದರು. ಜತೆಗೆ ಏಷ್ಯನ್ನರು ಸಹ ಓದುತ್ತಿದ್ದರು.

ಫೋರ್ಟ್ ಹೇರ್‌ಸ್ಥಳವು ವಾಸಯೋಗ್ಯವಾಗಿದ್ದಿತು. ಆದರೆ ವಿದ್ಯಾರ್ಥಿಗಳಿಗೆ ಉತ್ತಮ ಆಹಾರ ಲಭ್ಯವಾಗದೆ ಆ ಬಗ್ಗೆ ವಿಶ್ವ ವಿದ್ಯಾನಿಲಯಕ್ಕೆ ದೂರು ಸಲ್ಲಿಸಿದರೂ ಪ್ರಯೋಜನವಾಗಲಿಲ್ಲ. ಇದನ್ನು ಮಂಡೇಲ ಪ್ರತಿಭಟಿಸಿದರು. ಅವರು ಸ್ಟ್ರೈಕ್‌ನಲ್ಲೂ ಭಾಗವಹಿಸಿದರು. ಇದರಿಂದ ಸಿಟ್ಟಿಗೆದ್ದ ಕಾಲೇಜಿನ ಅಧಿಕಾರಿಗಳು ಅವರನ್ನು ಅಮಾನತು ಗೊಳಿಸಿದರು. ಜೊಂಗಿನ್ ತಾಬಾ ಮಂಡೇಲರಿಗೆ ಕಾಲೇಜು ಅಧಿಕಾರಿ ಗಳಲ್ಲಿ ಕ್ಷಮೆ ಬೇಡಿ ಓದಲು ಹಿಂದಿರುಗಲು ಹೇಳಿದರು, ಆದರೆ ಮಂಡೇಲ ಕೇಳಲಿಲ್ಲ. ಬದಲಿಗೆ ಬಂಧು ಜಸ್ಟಿಸ್‌ರೊಂದಿಗೆ ಜೋಹಾನ್ಸ್‌ಬರ್ಗ್ ಪಟ್ಟಣಕ್ಕೆ ಓಡಿಹೋಗಲು ನಿರ್ಧರಿಸಿದರು. ದಾರಿ ವೆಚ್ಚಕ್ಕೆ ಜೊಂಗಿನ್ ತಾಬಾರ ಎರಡು ಎತ್ತುಗಳನ್ನು ಮಾರಿ ಜೋಹಾನ್ಸ್‌ಬರ್ಗಿಗೆ ಹೋಗಿ ಅಲ್ಲಿ ಚಿನ್ನದ ಗಣಿಯಲ್ಲಿ ಒಬ್ಬ ಪೊಲೀಸಾಗಿ ಕೆಲಸ ಸಂಪಾದಿಸಿದರು. ಜೊಂಗಿನ್‌ತಾಬಾ ಅವರನ್ನು ಹುಡುಕಿ ಕೆಲಸದಿಂದ ಬಿಡಿಸಿದರು. ಜಸ್ಟಿಸ್ ಊರಿಗೆ ಹಿಂತಿರುಗಲು ಒಪ್ಪಿದರು. ಆದರೆ ಮಂಡೇಲ ಅಲ್ಲಿಯೇ ಉಳಿದು ಕಾನೂನು ಪರೀಕ್ಷೆ ಮಾಡಿಕೊಳ್ಳುವೆನೆಂದುಬಿಟ್ಟರು.

ಜೋಹಾನ್ಸ್‌ಬರ್ಗ್ ಆಫ್ರಿಕಾದ ಒಂದು ದೊಡ್ಡ ನಗರ. ಎಲ್ಲೆಡೆ ಅಪಾರ ಜನ ಸಂದಣಿ. ನಗರದ ಉತ್ತರ ಭಾಗದಲ್ಲಿ ಬಿಳಿಯರ (ಆಂಗ್ಲರ) ಕುಟುಂಬಗಳ ಸಿರಿವಂತ ಗೃಹಗಳಿದ್ದವು. ಮನೆ ಮುಂದೆ ಉದ್ಯಾನ.

ಗಿಡಮರಗಳು, ಹೂಬಳ್ಳಿಗಳು. ಎಲ್ಲ ಬಿಳಿಯರೂ ಹಾಗೆ ಶ್ರೀಮಂತರಾಗಿರದಿದ್ದರೂ ಇತರರ ಮನೆಗಳು ಆಧುನಿಕವಾಗಂತೂ ಇದ್ದು ಕಪ್ಪುಜನರು ವಾಸಿಸುತ್ತಿದ್ದ ಮನೆಗಳಿಗಿಂತ ಉತ್ತಮ ಸ್ಥಿತಿಯಲ್ಲಿದ್ದವು.

ಕರಿಯರಿಗೆ ವಾಸಯೋಗ್ಯ ಪ್ರದೇಶವೆಂಬುದಿರಲಿಲ್ಲ. ಅದು ಎರಡನೇ ಮಹಾಯುದ್ಧ ನಡೆಯುತ್ತಿದ್ದ ಕಾಲ. ದಕ್ಷಿಣ ಆಫ್ರಿಕಾ ಬ್ರಿಟನ್ ಜತೆ ಸೇರಿಕೊಂಡಿತ್ತು. ಮಂಡೇಲ ವಾಸಕ್ಕಿದ್ದ ಸ್ಥಳದಲ್ಲಿ ವಿದ್ಯುಚ್ಛಕ್ತಿ, ಕುಡಿಯುವ ನೀರು ಇರಲಿಲ್ಲ, ಬಡತನ ಮಡುಗಟ್ಟಿತ್ತು. "ಛೆ! ಈ ಜನರಿಗಾಗಿ ನಾನು ದುಡಿಯಬೇಕು. ಎಂಥ ಹೀನಾಯ ಸ್ಥಿತಿ ಇವರದು" ಎಂದು ಮಂಡೇಲ ಕಂಬನಿ ಮಿಡಿದರು. ಯುದ್ಧದಿಂದಾಗಿ ಕೈಗಾರಿಕೆಗಳಿಗೆ ಜನರ ಅಗತ್ಯವಿತ್ತು. ಹೀಗಾಗಿ ಉದ್ಯೋಗ ಹುಡುಕಿ ಬಂದ ಜನರ ಗುಂಪೋ ಗುಂಪು! ಶಸ್ತ್ರಗಳನ್ನು ಒಯ್ಯಲು ಅವಕಾಶವಿಲ್ಲದಿದ್ದರೂ ಕರಿಯರನ್ನು ಸೇನೆಗೆ ಸೇರಿಸಿಕೊಳ್ಳಲು ಸರ್ಕಾರ ಹಾತೊರೆಯುತ್ತಿತ್ತು. ಯುದ್ಧ ಮುಗಿದ ಮೇಲಿನ ಮಾತೇ ಬೇರೆ.

1912ರಲ್ಲಿಯೇ ಆಫ್ರಿಕನ್ ನ್ಯಾಷನಲ್ ಕಾಂಗ್ರೆಸ್ ಉದಯಿಸಿತ್ತು. ಇದು ಮೊದಲಿಗೆ ಸೌಥ್ ಆಫ್ರಿಕನ್ ನೇಟೀವ್ ನ್ಯಾಷನಲ್ ಕಾಂಗ್ರೆಸ್. ಈ ಸಂಸ್ಥೆ ಸರ್ಕಾರವನ್ನು ದೇಶದಲ್ಲಿ ಕರಿಯರಿಗೂ ಸೂಕ್ತ ಪ್ರಾತಿನಿಧ್ಯ ಕೊಡಲು ಕೋರುತ್ತಾ ಬಂದಿತ್ತು. ಆದರೆ ಸರ್ಕಾರ ಅದರತ್ತ ಲಕ್ಷ್ಯ ಹರಿಸಿರಲಿಲ್ಲ.

ಇದೀಗ ಆಫ್ರಿಕನ್ ನ್ಯಾಷನಲ್ ಕಾಂಗ್ರೆಸ್‌ಗೆ ಹೊಸ ಅಧ್ಯಕ್ಷರಾಗಿ ಆಯ್ಕೆಯಾಗಿದ್ದ ವೈದ್ಯರಾದ ಎ. ಬಿ. ಕ್ಸೂಮಾ ಆ ಸಂಘಟನೆಗೆ ಹೊಸ ಜೀವ ತುಂಬಲು ಶ್ರಮಿಸುತ್ತಿದ್ದರು. ಅದನ್ನು ಆಧುನಿಕ, ರಾಜಕೀಯ ಚಳುವಳಿ ಸಂಘಟನೆಯಾಗಿ ಪರಿವರ್ತಿಸಿದ್ದರು.

ಮಂಡೇಲ ಅಲೆಗ್ಸಾಂಡ್ರಿಯದಲ್ಲಿದ್ದುಕೊಂಡು ತಮ್ಮಲ್ಲಿದ್ದ ಸ್ವಲ್ಪವೇ ಹಣದಿಂದ ಅಂಚೆ ಶಿಕ್ಷಣದ ಮೂಲಕ ಬಿ.ಎ. ಪದವಿ

ಪಡೆದುಕೊಂಡರು. ಲೇಜರ್ ಸಿಡೆಲ್‌ಸ್ಕಿ ಒಬ್ಬ ಆಂಗ್ಲವಕೀಲರು. ಅವರಲ್ಲಿ ಮಂಡೇಲ ಕಾನೂನು ಕುರಿತಂತೆ ತರಬೇತಿ ಪಡೆದರು.

ಕೌಟುಂಬಿಕ ಜೀವನ

ಜೋಹಾನ್ಸ್‌ಬರ್ಗ್‌ನಲ್ಲಿ ಮಂಡೇಲ ಒಮ್ಮೆ ವಾಲ್ಟರ್ ಸಿಸುಲು ಎಂಬುವರನ್ನು ಭೇಟಿಯಾದರು. ಇಬ್ಬರಲ್ಲೂ ಒಳ್ಳೆ ಸ್ನೇಹ ಅಂಕುರಿಸಿತು. ಮಂಡೇಲ ಒರ್ಲಾಂಡೋ ಎಂಬಲ್ಲಿ ಸಿಸುಲು ಕುಟುಂಬದವರೊಡನೆ ಒಬ್ಬರಾಗಿ ಇರತೊಡಗಿದರು. ಇವೆಲಿನ್ ಮೇಸ್ ಸಿಸುಲುವಿನ ಬಂಧು. ಟ್ರಾನ್ಸ್ಕಿ ಪ್ರಾಂತದಿಂದ ಬಂದ ಒಬ್ಬ ನರ್ಸ್ ಆಗಿದ್ದಳು. ಈಕೆಯನ್ನು ಸಿಸುಲು ಮಂಡೇಲರಿಗೆ ಪರಿಚಯಿಸಿದರು.

ಇವೆಲಿನ್ ಮತ್ತು ಮಂಡೇಲ ಇಬ್ಬರಲ್ಲೂ ಪ್ರೇಮ ಅಂಕುರಿಸಿತು. 1944ರಲ್ಲಿ ಅವರು ಮದುವೆಯಾದರು. ಕೈಲಿ ಹಣವಿಲ್ಲದಿದ್ದರಿಂದ ಮದುವೆ ನಿರಾಡಂಬರವಾಗಿ ಮುಗಿದಿತ್ತು. ಇಬ್ಬರೂ ವಾಸ ಮಾಡುವುದೆಲ್ಲಿ? ಇವೆಲಿನ್‌ಳ ಅಕ್ಕನ ಕುಟುಂಬ ನೂರು ಕೋಣೆಗಳಿದ್ದ ಒಂದು ಮನೆಯಲ್ಲಿದ್ದಿತು. ಆಕೆ ಮಂಡೇಲ ದಂಪತಿಗಳಿಗೆ ಒಂದು ಕೋಣೆ ಬಿಟ್ಟುಕೊಟ್ಟಳು. ಕೆಲದಿನಗಳಲ್ಲಿ ಅವರಿಗೆ ಒಂದು ಮುನಿಸಿಪಲ್‌ಮನೆ ಲಭಿಸಿತು. ಒಳ್ಳೆ ದೊಡ್ಡಮನೆ. ಇವೆಲಿನ್‌ಳ ಅಕ್ಕ, ತಾಯಿ ಎಲ್ಲರು ಬಂದು ಅಲ್ಲೇ ಇರತೊಡಗಿದರು. ಮನೆಯಲ್ಲಿ ಯಾವಾಗಲೂ ಗಿಜಿಗಿಜ. ಟ್ರಾನ್ಸ್ಕಿಯಿಂದ ಇವೆಲಿನ್ ನೋಡಲು ಬರುತ್ತಿದ್ದವರು ಎರಡು ಮೂರು ದಿನ ತಂಗಿರುತ್ತಿದ್ದರು.

ಮಂಡೇಲರಿಗೆ ಮೊದಲನೆಯದು ಗಂಡು ಮಗು ಆಯಿತು. ಬಳಿಕ ಇನ್ನೊಬ್ಬ ಮಗ ಇಬ್ಬರು ಹೆಣ್ಣು ಮಕ್ಕಳು ಜನಿಸಿದವು. ಆದರೆ ಒಂದು ಹೆಣ್ಣು ಮಗು ಒಂಬತ್ತು ತಿಂಗಳ ಮಗುವಾಗಿದ್ದಾಗ ತೀರಿಕೊಂಡಿತು. ಮಂಡೇಲ ವಿಟ್‌ವಾಟರ್ ಸ್ಟ್ರಾಂಡ್ ವಿಶ್ವವಿದ್ಯಾನಿಲಯದಲ್ಲಿ ತಮ್ಮ ಕಾನೂನು ವ್ಯಾಸಂಗವನ್ನು ಮುಂದುವರೆಸಿದರು. ಹೆಂಡತಿಗೆ ಹೇಗೂ

ಕೆಲಸವಿತ್ತು. ವಿಶ್ವವಿದ್ಯಾನಿಲಯದಲ್ಲಿ ಆಗ ಬಿಳಿಯ ವಿದ್ಯಾರ್ಥಿಗಳದ್ದೆ ಮೇಲುಗೈ. ಕರಿಯ ವಿದ್ಯಾರ್ಥಿಗಳಿಗೆ ಎರಡನೆ ದರ್ಜೆ ಸ್ಥಾನ. ಕಾಲೇಜಿನ ತರಗತಿಗಳಿಗಷ್ಟೆ ಪ್ರವೇಶ. ಕ್ರೀಡಾ ಮತ್ತು ಸಾಮಾಜಿಕ ಚಟುವಟಿಕೆಗಳಲ್ಲಿ ತೊಡಗುವಂತಿರಲಿಲ್ಲ. ಅವರಿಗೆ ವಿಶ್ವವಿದ್ಯಾನಿಲಯಕ್ಕೆ ಹೋಗಿ ಬರುವುದೇ ದುಸ್ತರದ ಮಾತಾಗಿತ್ತು. ಬಸ್ ಸಂಚಾರ ಸಾಕಷ್ಟಿರಲಿಲ್ಲ. ನಗರದ ಹೃದಯ ಭಾಗದಲ್ಲಿದ್ದಾಗಲೂ ಇದೇ ಸ್ಥಿತಿ. ಬಿಳಿಯರಿಗೆಂದು ಹಲವು ಬಸ್‌ಗಳಿರುತ್ತಿದ್ದವು. ಆದರೆ ಕರಿಯರಿಗೆಂದು ಇದ್ದ ವಿಶೇಷ ಬಸ್ಸಿಗೆ ಗಂಟೆಗಟ್ಟಲೆ ಕಾಯಬೇಕಿತ್ತು. ಮಂಡೇಲ ಡಿಗ್ರಿಗಾಗಿ ಓದುವುದನ್ನು ಬಿಟ್ಟರು. ಕೆಳಕೋರ್ಟುಗಳಲ್ಲಿ ವಾದಿಸುವ ವಕೀಲರಿಗಾಗಿ ಇದ್ದ ಪರೀಕ್ಷೆಗೆ ಮಾತ್ರ ಓದಿದರು.

ಆಫ್ರಿಕನ್ ನ್ಯಾಷನಲ್ ಕಾಂಗ್ರೆಸ್ ಯೂತ್ ಲೀಗ್

ಸಿಸುಲು ಮಂಡೇಲ ಅವರನ್ನು ಆಫ್ರಿಕನ್ ನ್ಯಾಷನಲ್ ಕಾಂಗ್ರೆಸ್‌ಗೆ ಪರಿಚಯಿಸಿದರು. ಅಲ್ಲಿ ಆಂಟೋನ್ ಲೆಂಬೆಡ್ ನಾಯಕರು. ವಿಲಿಯಂ ನಿಕೊಮೊ, ವಾಲ್ಟರ್‌ಸಿಸುಲು, ಆಲಿವರ್ ಆರ್. ಟ್ಯಾಂಬೊ, ಆಶ್ಬಿ ಪಿ. ಮ್ಡಾ ಇವರೆಲ್ಲ ಸದಸ್ಯರಾಗಿದ್ದರು. ಸುಮಾರು ಅರವತ್ತು ಸದಸ್ಯರಿದ್ದರು. ಮಂಡೇಲ ಅವರೂ ಸದಸ್ಯರಾದರು. ಬಿಳಿಯ ಆಡಳಿತಗಾರರೊಂದಿಗೆ ಮುಖಾಮುಖಿಯಾಗಿರಲು ಕಪ್ಪುಜನರನ್ನು ಪ್ರೇರಿಸಬೇಕೆಂದು ಆಫ್ರಿಕನ್ ರಾಷ್ಟ್ರೀಯತಾವಾದಿಗಳು ನಂಬಿದರು. ಇವರು ಇತರ ವರ್ಗದವರೊಂದಿಗೆ ಕರಿಯರು ಅಸಹಕಾರ ತೋರಲು ಅಂದರೆ ಅವರೊಂದಿಗೆ ಕರಿಯರ ಸಹಕಾರ ಇರಬಾರದೆಂದು ಕಂಡುಕೊಂಡರು. ಕಮ್ಯುನಿಸ್ಟ್ ಪಕ್ಷದ ಸದಸ್ಯರಾಗಿದ್ದ ಏಷ್ಯನರನ್ನೂ ಬೇರೆಯಾಗಿ ಕಂಡರು.

1944ರಲ್ಲಿ ಜೋಹಾನ್ಸ್‌ಬರ್ಗ್‌ನಲ್ಲಿ ನಡೆದ ಒಂದು ಸಭೆಯಲ್ಲಿ ಆಫ್ರಿಕನ್ ರಾಷ್ಟ್ರೀಯತಾವಾದಿಗಳು ಆಫ್ರಿಕನ್ ನ್ಯಾಷನಲ್ ಕಾಂಗ್ರೆಸ್ ಯೂತ್ ಲೀಗ್ ರೂಪಿಸಿದರು. ಇದರ ಮೂಲಕ ಮಾತೃಸಂಸ್ಥೆ ಆಫ್ರಿಕನ್

ನ್ಯಾಷನಲ್ ಕಾಂಗ್ರೆಸ್‌ನಲ್ಲಿ ಸಮಗ್ರ ಬದಲಾವಣೆ ತರಲು ನಿರ್ಧರಿಸಿದರು.

ನೆಲ್ಸನ್ ಮಂಡೇಲ 1948ರ ವೇಳೆಗೆ ಯೂತ್ ಲೀಗ್‌ನಲ್ಲಿ ಪ್ರಮುಖ ವ್ಯಕ್ತಿ ಎನಿಸಿದರಲ್ಲದೆ ಅದರ ಪ್ರಧಾನ ಕಾರ್ಯದರ್ಶಿಯಾಗಿ ಕೂಡ ಆಯ್ಕೆಯಾದರು. ಮೇ ತಿಂಗಳಲ್ಲಿ ಡಾ. ಡಿ. ಎಫ್. ಮೆಲಾನ್ ಅವರ ನಾಯಕತ್ವದ ಆಫ್ರಿಕನೇಲ್ ನ್ಯಾಷನಲ್ ಪಕ್ಷ ಸರ್ಕಾರ ರಚಿಸುವಂತೆ ಜನ ಮತದಾನ ಮಾಡಿದ್ದರು. ಬಿಳಿಯರು ಅಧಿಕಾರದಲ್ಲಿದ್ದರಲ್ಲದೆ ದಕ್ಷಿಣ ಆಫ್ರಿಕಾದ ಒಂದು ಭಾಗವಾಗಿಯೇ ಹೋಗಿದ್ದ ಜನಾಂಗದ ಪ್ರತ್ಯೇಕತೆ ವಿಸ್ತರಿಸಲು ವಾಗ್ದಾನ ಮಾಡಿದುದಕ್ಕಾಗಿ ಅವರಿಗೆ ಮತ ಹಾಕಲಾಗಿ ಗೆಲ್ಲಿಸಲಾಗಿತ್ತು. ಹೊಸ ಸರ್ಕಾರ ಅಧಿಕಾರ ವಹಿಸಿಕೊಂಡ ತಕ್ಷಣವೇ ತನ್ನ ನಿರ್ಣಯಗಳನ್ನು ಪಾಲಿಸತೊಡಗಿತು. ಜನಸಂಖ್ಯೆ ದಾಖಲಾತಿ ಕಾನೂನನ್ನು ಜಾರಿಗೆ ತಂದಿತು. ಪ್ರತಿ ಕರಿಯನನ್ನು ವರ್ಗೀಕರಿಸಲಾಯಿತು. ಬುಡಕಟ್ಟಿಗನುಸಾರ ಈ ಕೆಲಸ ಸಾಗಿತು. ಜನಾಂಗ ವರ್ಗೀಕರಣ ಮಂಡಲಿಗಳು ರಚಿತವಾದವು. ಮೊದಲೆಲ್ಲ ಯಾವ ವರ್ಣದವನು ಅಂದರೆ ಕಪ್ಪು ಚರ್ಮದವನೇ, ಬಣ್ಣದ ಏಷ್ಯನ್ನನೇ ಎಂದು ತಿಳಿಯಲು ಒಬ್ಬ ವ್ಯಕ್ತಿಯ ಕೂದಲು ಮೂಲಕ ಪೆನ್ಸಿಲನ್ನು ತಳ್ಳಲಾಗುತ್ತಿತ್ತು ಅಥವಾ ಬೆರಳಿನ ಉಗುರನ್ನು ಪರೀಕ್ಷಿಸಲಾಗುತ್ತಿತ್ತು. ಉಗುರು ವ್ಯಕ್ತಿ ಎಂಥ ಬಣ್ಣದವನೆಂದು ಸೂಚಿಸುತ್ತಿತ್ತು. ಜನಾಂಗದ ತಪಾಸಣೆಗೆ ವ್ಯಕ್ತಿಯದೈಹಿಕ ನೋಟ, ಗೆಳೆಯರು ಮತ್ತು ಕೆಲಸ ಇವುಗಳನ್ನೂ ಆಧರಿಸಲಾಗುತ್ತಿತ್ತು. ಇದರಿಂದ ಅನೇಕ ಕುಟುಂಬಗಳು ಬಿರಿಯುವ ಸಂದರ್ಭ ಬಂದಿತು. ಹೇಗೆಂದರೆ, ಒಬ್ಬ ವ್ಯಕ್ತಿಯನ್ನು ಬಿಳಿಯ ಎಂದು ವರ್ಗೀಕರಿಸಿದ್ದರೆ ಅವನ ಸೋದರ ಅಥವಾ ಸೋದರಿಯನ್ನು ಬಣ್ಣದವನು ಎಂದೂ ಘೋಷಿಸಲಾಗುತ್ತಿತ್ತು. ಹೀಗಾದಾಗ ಅದೇ ಕುಟುಂಬದ ಸದಸ್ಯರು ಒಟ್ಟಿಗೆ ವಾಸಿಸಲು ಸಾಧ್ಯವಾಗುತ್ತಿರಲಿಲ್ಲ. ಅನೇಕ ಜನಾಂಗನಿಯಮಗಳು ರಚನೆಯಾದವು. ವಿವಿಧ ವರ್ಗಗಳ ಜನರ ನಡುವೆ ಲೈಂಗಿಕ ಸಂಬಂಧಗಳು ಮತ್ತು ವಿವಾಹ ಕಾನೂನುಬಾಹಿರ ಎಂದು ನಿರ್ಣಯಿಸಲಾಯಿತು. ವರ್ಗ

ಅಥವಾ ಸಮೂಹ ಪ್ರದೇಶಗಳ ಕಾನೂನು ದೇಶದ ಪ್ರತಿ ಅಂಗುಲವನ್ನೂ ನಿವಾಸಿಗಳ ಪ್ರದೇಶ ಹಾಗೂ ವಾಣಿಜ್ಯ ಪ್ರದೇಶ ಎಂದು ಬೇರೆ ಬೇರೆ ಮಾಡಿತು. ಅಂದರೆ ಇದರಿಂದ ಒಂದು ವಿಶಿಷ್ಟ ನಮೂದಿತ ಜನಾಂಗ ಒಂದು ನಮೂದಿತ ಪ್ರದೇಶದಲ್ಲಿ ಸ್ವಂತ ವ್ಯವಹಾರವಿಟ್ಟುಕೊಳ್ಳುವುದೋ ಅಥವಾ ವಾಸಿಸುವುದೋ ಸಾಧ್ಯವಾಯಿತು. ಇವೆಲ್ಲದರಿಂದ ಬಿಳಿಯ ಜನ ಉತ್ತಮ ಭೂಮಿಗಳನ್ನು ತಮ್ಮದನ್ನಾಗಿ ಮಾಡಿಕೊಂಡು ಕರಿಯರನ್ನು, ಬಣ್ಣದವರನ್ನು ಏಷ್ಯನ್ನರನ್ನು ಬೇರೆ ಎಲ್ಲಿಯಾದರೂ ಇದ್ದುಕೋ ಹೋಗಿ ಎಂದು ಆದೇಶಿಸುವಂತಾಯಿತು. ಹೀಗಾಗಿ ಮೂರೂವರೆ ದಶಲಕ್ಷ ಜನ ತಮ್ಮ ಮನೆ, ಹೊಲ, ಅಂಗಡಿ ಇವುಗಳಿಂದ ವಂಚಿತರಾದರು.

ಕಪ್ಪು ಚರ್ಮದ ಕೆಲಸಗಾರರು ಮುಷ್ಕರ ಮಾಡುವಂತಿರಲಿಲ್ಲ. ವರ್ಣಭೇದ ನೀತಿ ವಿಶ್ವವಿದ್ಯಾನಿಲಯಗಳಿಗೂ ಅನ್ವಯವಾಗಿ ಕಪ್ಪು ವಿದ್ಯಾರ್ಥಿಗಳಿಗೆ ಮಾತ್ರ ನಿಬಂಧನೆಗಳಿದ್ದವು. ಉದ್ಯಾನಗಳಿಗೆ, ಗ್ರಂಥಾಲಯಗಳಿಗೆ ಬಿಳಿಯರಲ್ಲದವರಿಗೆ ಪ್ರವೇಶ ನಿಷಿದ್ಧವಾಯಿತು. ಕಡಲ ತೀರಗಳಲ್ಲೂ ವರ್ಣಭೇದ ನೀತಿ! ಒಳ್ಳೆ ಸುರಕ್ಷಿತ ಕಡಲಧಾಮ ಗಳಲ್ಲಿ ಬಿಳಿಯರಿಗೆ ಮಾತ್ರ ಪ್ರವೇಶ. ಸಿನಿಮಾ ಮಂದಿರಗಳಿಗೂ ಕಪ್ಪು ಜನರು ಹಾಗೂ ಇತರರಿಗೆ ಪ್ರವೇಶ ಸಿಗದಂತಾಯಿತು. ಕರಿಯರಿಗೆ ಕೆಲಸವೇ ಸಿಗುತ್ತಿರಲಿಲ್ಲ. ಕೆಲಸಗಳು ಬಿಳಿಯರಿಗೆ ಮೀಸಲಾಯಿತು. ಎಲ್ಲೆಲ್ಲೂ 'ಬಿಳಿಯರಿಗೆ ಮಾತ್ರ' ಎಂಬ ಬೋರ್ಡುಗಳು ಕಾಣಿಸ ತೊಡಗಿದವು. ಶಾಲೆಗಳಲ್ಲೂ ಇದೇ ಗೋಳು. ಸರ್ಕಾರಕ್ಕೆ ಕಮ್ಯೂನಿಸ್ಟ್ ಪಕ್ಷವನ್ನು ನಿಷೇಧಿಸಲಷ್ಟೆ, ಅಲ್ಲದೆ ಇತರ ಸಂಸ್ಥೆಗಳನ್ನು ನಿಷೇಧಿಸಲೂ ಅಧಿಕಾರವಿದ್ದಿತು. ಆಫ್ರಿಕಾದಲ್ಲಿ ವ್ಯಕ್ತಿ ಸ್ವಾತಂತ್ರ್ಯಕ್ಕೆ ಕುತ್ತು ಬಂದಿತು.

ಲೀಗ್ ನಾಯಕರಾಗಿ ಮಂಡೇಲ

ಕಮ್ಯುನಿಸಂ ದಮನ ಕ್ರಿಯಾತ್ಮಕವಾದಂತೆ ನೆಲ್ಸನ್ ಮಂಡೇಲ ಎ.ಎನ್.ಸಿ. ಯೂತ್ ಲೀಗ್‌ನ ಪ್ರಧಾನ ಕಾರ್ಯದರ್ಶಿಯಾಗಿ ಗಣನೀಯ

ಪಾತ್ರವಹಿಸಿದರು. ಹೀಗಾಗಿ ಲೀಗಿಗೆ ಒಂದು ರಾಷ್ಟ್ರೀಯ ಸ್ಥಾನಮಾನ ದೊರಕಿಸಿಕೊಡಲು ಹಾಗೂ ಅದು ಎ.ಎನ್.ಸಿ.ಯೊಳಗೆ ಪರಿಣಾಮಕಾರಿ ಯಾಗಿ ಕೆಲಸ ನಿರ್ವಹಿಸಲು ಅವಕಾಶ ಮಾಡಲಾಯಿತು. 1949ರ ಅಂತ್ಯದ ವೇಳೆಗೆ ಆಫ್ರಿಕನ್ ನ್ಯಾಷನಲ್ ಕಾಂಗ್ರೆಸ್(ಎ.ಎನ್.ಸಿ.) ರಾಷ್ಟ್ರೀಯ ಸಮ್ಮೇಳನವನ್ನೆ ನಡೆಸಿ ಒಂದು ಕ್ರಿಯಾಯೋಜನೆ ರೂಪಿಸಿತು. ಇದರ ಗುರಿ ಬಿಳಿಯರ ಆಡಳಿತವನ್ನು ವಿರೋಧಿಸುವುದು.

1950ರ ಮೇ 1ರಂದು ನಡೆದ ಘಟನೆಗಳು ಮಂಡೇಲರಿಗೆ ಒಂದು ತಿರುವು ಬಿಂದುವಾದವು. ಕಮ್ಯುನಿಸ್ಟ್ ಪಕ್ಷವೇ ಆ ಪಕ್ಷವನ್ನು ಸರ್ಕಾರ ನಿಷೇಧಿಸುವ ಗುರಿ ಹೊಂದಿದ್ದರ ವಿರುದ್ಧ ಮುಷ್ಕರಕ್ಕೆ ಕರೆ ನೀಡಿತು. ಕೆಲವು ಎ.ಎನ್.ಸಿ. ನಾಯಕರೂ ಈ ಕರೆಗೆ ಬೆಂಬಲ ನೀಡಿದರು. ಅವರ ಉದ್ದೇಶವಿಷ್ಟೆ: 'ಕಮ್ಯುನಿಸ್ಟರಿಗೆ ಬೆದರಿಕೆ, ಅಪಾಯ ಎಂದರೆ ಅದು ಎಲ್ಲರಿಗೂ'. ಇತರರು ಅದರಲ್ಲೂ ಯೂತ್ ಲೀಗಿನವರು ವಿಶೇಷವಾಗಿ ಕಮ್ಯುನಿಸ್ಟ್‌ರೊಡನೆ ಮಾಡುವುದೇನಿದೆ ಎಂದು ಮುಷ್ಕರವನ್ನು ವಿರೋಧಿಸಿದರು.

ಮುಷ್ಕರದ ದಿನ ಮಂಡೇಲ ಕಪ್ಪುಜನರಿಗೆ ಕೆಲಸಕ್ಕೆ ಹೋಗಲು ಕರೆ ನೀಡಿದರು. ಮುಷ್ಕರ ಭಾಗಶಃ ಯಶಸ್ವಿಯಾಯಿತು. ಆದರೆ ಹಿಂಸೆ ತಲೆದೋರಿ ಪೊಲೀಸರು ಗುಂಡು ಹಾರಿಸಲಾಗಿ ಹದಿನೆಂಟು ಜನ ಸತ್ತಿದ್ದರು. ಜೂನ್ 26ರಂದು ಪ್ರತಿಭಟನಾ ದಿನವಾಗಿ ಆಚರಿಸಲು ಹೊಸ ಕರೆ ನೀಡಿದಾಗ ಎ.ಎನ್.ಸಿ. ಮಹತ್ವದ ಬೆಂಬಲ ನೀಡಿತು. ಮಂಡೇಲ ರವರೂ ಅದನ್ನು ಬೆಂಬಲಿಸಿದ್ದರು. ಅಷ್ಟೇ ಅಲ್ಲದೆ ತಾವೇ ಪ್ರತಿಭಟನೆಯ ಮುಖ್ಯ ನೇತಾರರಾಗಿದ್ದರು.

1951ರಲ್ಲಿ ನೆಲ್ಸನ್ ಮಂಡೇಲರನ್ನು ಯೂತ್ ಲೀಗಿನ ಅಧ್ಯಕ್ಷರನ್ನಾಗಿ ಆಯ್ಕೆ ಮಾಡಲಾಯಿತು. ಮಂಡೇಲ ವೃತ್ತಿನಿರತ ವಕೀಲ ರಾಗಿದ್ದರು. ಆಲಿವರ್ ಟಾಂಬೊ ಅವರೊಡನೆ ಪಾಲುದಾರರಾಗಿದ್ದರು.

ಅವರ ಕಛೇರಿಗಳು ಜೋಹಾನ್ಸ್‌ಬರ್ಗ್‌ನ ಮ್ಯಾಜಿಸ್ಟ್ರೇಟ್‌ಗಳ ಕೋರ್ಟ್‌ಗಳ ಸಮೀಪವೇ ಇದ್ದು ಸದಾ ಬೇಸತ್ತುಹೋದ ಜನರಿಂದ ತುಂಬಿರುತ್ತಿದ್ದವು. 1952ರಲ್ಲಿ ಮಂಡೇಲ ತಮ್ಮ 33ನೇ ವಯಸಿನಲ್ಲಿ ಜೊಹಾನ್ಸ್‌ಬರ್ಗ್‌ನಲ್ಲಿ ಪ್ರಧಾನ ಕಛೇರಿ ಇದ್ದ ಶಕ್ತಿಯುತ ಟ್ರಾನ್ಸ್‌ವಾಲ್ ಪ್ರಾಂತದ ಅಧ್ಯಕ್ಷರಾದರು. ರಾಷ್ಟ್ರ ಮಟ್ಟದಲ್ಲಿ ಅವರೀಗ ನಾಲ್ವರಲ್ಲಿ ಒಬ್ಬ ಅಧ್ಯಕ್ಷರಾಗಿದ್ದರು. ಸರ್ಕಾರ ಸುಮ್ಮನೆ ಕುಳಿತಿರದೆ, ಮಂಡೇಲ ಮತ್ತು ಟಾಂಬೊ ಅವರನ್ನು ಸಮೂಹ ಪ್ರದೇಶಗಳ ಕಾನೂನಿಗೆ ಭಂಗ ಉಂಟು ಮಾಡುತ್ತಿರುವರೆಂದು ಆಪಾದಿಸಿ ನಗರದ ಕಛೇರಿಗಳನ್ನು ಬಿಡಲು ಆಜ್ಞೆ ಹೊರಡಿಸಿತು. ಆದರೆ ಹೇಗೊ ಮಂಡೇಲ ಸರ್ಕಾರಕ್ಕೆ ಮನವಿ ಸಲ್ಲಿಸಿ ಅಲ್ಲೇ ಉಳಿಯಲು ಅನುಮತಿ ಪಡೆದರು. ಕಪ್ಪು ಜನರು ನಗರ ಮಿತಿಯ ಕಛೇರಿಗಳಲ್ಲಿ ಲಾಯರಾಗಿ ಕೆಲಸ ಮಾಡಲು ಅನುಮತಿ ಇರಲಿಲ್ಲ. ಹಾಗೂ ಕೆಲಸ ಮಾಡಿದ್ದೇ ಆದರೆ ಮ್ಯಾಜಿಸ್ಟ್ರೇಟರು ಅವರಿಗೆ ಸಮಾನ ಗೌರವ ಕೊಡುತ್ತಿರಲಿಲ್ಲ. ಎ.ಎನ್.ಸಿ.ಯ ಸದಸ್ಯತ್ವ ಮಂಡೇಲರ ನಾಯಕತ್ವದಲ್ಲಿ ಕೆಲವು ಸಾವಿರಗಳಿಂದ ಒಂದು ಲಕ್ಷಕ್ಕೇರಿತು. ಎ.ಎನ್.ಸಿ. ಸರ್ಕಾರವನ್ನು ಪ್ರಶ್ನಿಸಿ ಅದು ಹೊರಡಿಸಿರುವ ನ್ಯಾಯವಲ್ಲದ ಕಾನೂನುಗಳನ್ನು ತೆಗೆದು ಹಾಕಬೇಕೆಂದು ಸವಾಲು ಹಾಕಿತು. ಇದಕ್ಕೆ ಸರ್ಕಾರ ಒಪ್ಪಲಿಲ್ಲ. ಆಗ ಎ.ಎನ್.ಸಿ. ರಕ್ಷಣಾ ಅಭಿಯಾನವನ್ನು ಉಪಕ್ರಮಿಸಿತು. ಎಲ್ಲ ದಕ್ಷಿಣ ಆಫ್ರಿಕನರನ್ನು ಜನಾಂಗ ಕಾನೂನುಗಳನ್ನು ಉಲ್ಲಂಘಿಸಲೂ ಸೆರೆಮನೆಗಳನ್ನು ತುಂಬಿಕೊಳ್ಳಲು ಕರೆ ನೀಡಿತು. ಮುಂದಿನ ಕೆಲವೇ ತಿಂಗಳುಗಳಲ್ಲಿ ಎಂಟು ಸಾವಿರಕ್ಕೂ ಹೆಚ್ಚು ಮಂದಿ ಈ ಕರೆಗೆ ಸ್ಪಂದಿಸಿದರು. ಕಪ್ಪುಜನ ಮತ್ತು ಏಷ್ಯನ್ನರು ಪ್ರತಿಭಟನಕಾರರು 'ಬಿಳಿಯರಿಗೆ ಮಾತ್ರ' ಎಂದು ಬೋರ್ಡ್ ಇದ್ದರೂ ಅಂಚೆಕಛೇರಿಗಳನ್ನು ಆ ಬೋರ್ಡ್ ಇದ್ದ ದ್ವಾರದ ಮೂಲಕ ಪ್ರವೇಶಿಸಿಯೇಬಿಟ್ಟರು. ಕೆಲವರು ಉದ್ಯಾನಗಳಲ್ಲಿ ಅಥವಾ ಇನ್ನೆಲ್ಲಿಯೇ ಆಗಲಿ 'ಬಿಳಿಯರಿಗೆ ಮಾತ್ರ' ಎಂದು ಬರೆಯಲಾಗಿದ್ದ ಬೆಂಚುಗಳ ಮೇಲೆ ಕುಳಿತರು. ಅಪ್ಪಣೆ ಇಲ್ಲದೆ ಪ್ರವೇಶವಿಲ್ಲ ಎಂದು

ಬೋರ್ಡ್ ಇದ್ದರೂ ಒಬ್ಬ ಸ್ವಯಂಸೇವಕ ನುಗ್ಗಿಯೇ ಬಿಟ್ಟ.

ಭಾರತದಲ್ಲಿ ಗಾಂಧೀಜಿ ಅಸಹಕಾರ ಚಳುವಳಿ ಹೂಡಿದ್ದರು. ಅವರು ಅಹಿಂಸೆಯಿಂದಲೇ ಸತ್ಯಾಗ್ರಹ ಹೂಡಿದ್ದರು. ಅವರನ್ನೇ ಆದರ್ಶವಾಗಿ ಸ್ವೀಕರಿಸಿದ ಮಂಡೇಲರವರೂ ಅಹಿಂಸಾವಾದಿಗಳಾಗಿದ್ದರು. ಎ.ಎನ್.ಸಿ. ಶಾಂತಿಯುತ ಪ್ರತಿಭಟನೆಯಲ್ಲಿ ನಂಬಿಕೆ ಹೊಂದಿತ್ತು.

ಮಂಡೇಲ ಸರ್ಕಾರದಿಂದ ದಸ್ತಗಿರಿಯಾದರು. ಆದರೆ ಅಭಿಯಾನ ವ್ಯವಸ್ಥೆ ಮಾಡಬೇಕೆಂದು ಜಾಮೀನು ನೀಡಿ ಬಿಡುಗಡೆಯಾಗಿ ಬಂದರು. ನೂರಾರು ಸಭೆಗಳನ್ನುದ್ದೇಶಿಸಿ ಮಾತನಾಡಿದರು. ದೊಡ್ಡ ಸಭೆ ಇರಲಿ ಸಣ್ಣ ಸಭೆ ಇರಲಿ ಮಂಡೇಲ ಮಾತನಾಡಿ ಅಹಿಂಸಾತ್ಮಕ ಪ್ರತಿಭಟನೆಗೆ ಜನರ ಸಹಕಾರ ಕೋರಿದರು. ಇದು ಕ್ರೈಸ್ತ ಧರ್ಮದ ಉದ್ದೇಶವೂ ಆಗಿತ್ತು. ಮಂಡೇಲರ ಹಾಗೂ ಎ.ಎನ್‌ಸ.ಇ. ಧ್ಯೇಯಗಳಿಗೆ ಮಹಾತ್ಮಾ ಗಾಂಧಿಯವರ ಸತ್ಯಾಗ್ರಹದ ಪಾಠ ಪ್ರಚೋದನೆ ನೀಡಿತ್ತು. ಗಾಂಧೀಜಿಯವರ 'ಪ್ಯಾಸಿವ್ ರೆಸಿಸ್ಟೆನ್ಸ್' ಕ್ರಮವನ್ನು "ಅದು ದುರ್ಬಲರ ಆಯುಧ. ಅದರಲ್ಲಿ ದ್ವೇಷ ಸಹ ಸೇರಿದೆ. ಕೊನೆಯಲ್ಲಿ ಅದೂ ಹಿಂಸೆಯಾಗಿಯೇ ರೂಪುಗೊಳ್ಳುತ್ತದೆ" ಎಂದು ಒಂದು ಐರೋಪ್ಯರ ಸಭೆಯಲ್ಲಿ ವ್ಯಕ್ತವಾದಾಗ ಗಾಂಧೀಜಿ ಅದನ್ನು ವಿರೋಧಿಸಿ ಭಾರತೀಯರ ಚಳುವಳಿಗೆ ಇದೆಂದೂ ಅನ್ವಯಿಸುವುದಿಲ್ಲವೆಂದು ವಿವರಿಸಿ ಹೇಳಿದರು. ಆನಂತರ ತಮ್ಮ ಪ್ರತಿಭಟನಾ ಕ್ರಮಕ್ಕೆ ಸೂಕ್ತ ಹೆಸರಿಡಲು ಆಶಿಸಿದರು. ಆಗ ಅವರಿಗೆ ಮಗನ್‌ಲಾಲ್ ಗಾಂಧೀ ಎಂಬುವರು ಸದಾಗ್ರಹ (ಅಥವಾ ಸತ್ಯಾಗ್ರಹ) ಎಂಬ ಹೆಸರನ್ನು ಸೂಚಿಸಿದ್ದು ಮಹಾತ್ಮಾ ಗಾಂಧಿಯವರಿಗೆ ತುಂಬ ಒಪ್ಪಿಗೆಯಾಯಿತು. ಗಾಂಧೀಜಿಯವರೇ ಅದರ ಅರ್ಥವು ಇನ್ನೂ ಹೆಚ್ಚು ಸ್ಪಷ್ಟವಾಗುವುದಕ್ಕಾಗಿ ಸತ್ಯಾಗ್ರಹವೆಂದು ಪೂರ್ಣವಾಗಿ ಬದಲಾಯಿಸಿದರು.

ಗಾಂಧೀಜಿ 'ಸತ್ಯಾಗ್ರಹ' ಎಂಬ ತಮ್ಮ ಅಸ್ತ್ರದಿಂದಲೇ ಬ್ರಿಟಿಷರು

ಭಾರತವನ್ನು ತಾವೇ ತ್ಯಜಿಸಿ ಹೋಗುವಂತೆ ಮಾಡಿದ್ದರು. ಭಾರತ ಸ್ವತಂತ್ರ ರಾಷ್ಟ್ರವಾಯಿತು.

ಅಹಿಂಸೆ ಪ್ರಾಯೋಗಿಕ ರಾಜಕೀಯ ಶಾಸ್ತ್ರ. ಅದು ಹೇಡಿಗಳ ಕೆಲಸವೇನಲ್ಲ. ದಕ್ಷಿಣ ಆಫ್ರಿಕನ್ ಪೊಲೀಸರು ಬಂದೂಕುಧಾರಿಗಳಾಗಿ ಗುಂಡಿಕ್ಕಿ ಕೊಲ್ಲಲು ಹಿಂದೆಮುಂದೆ ನೋಡುತ್ತಿರಲಿಲ್ಲ. ಕಪ್ಪು ಜನರಿಗೆ ಈ ಪೊಲೀಸರು ಶತ್ರುಗಳಾಗಿದ್ದರು. ಅವರು ಬಿಳಿಯ ಅಲ್ಪಸಂಖ್ಯಾತರ ಸರ್ಕಾರವನ್ನು ರಕ್ಷಿಸಲು ಹೆಣಗುತ್ತಿದ್ದರು. ಎಷ್ಟೋ ಬಿಳಿಯ ಪೊಲೀಸರು ತಾವು ಉತ್ತಮ ಜನಾಂಗದವರೆಂದು ಹೆಮ್ಮೆ ಪಟ್ಟುಕೊಂಡು ಕಪ್ಪುಜನರ ಮೇಲೆ ಕ್ರೌರ್ಯದಿಂದ ವರ್ತಿಸುತ್ತಿದ್ದರು. ಹೀಗಾಗಿ ಮಂಡೇಲರವರು ಎಷ್ಟೆಷ್ಟೋ ಅಹಿಂಸೆಯಿಂದ ಪ್ರತಿಭಟಿಸುತ್ತಬಂದರೂ ಎಲ್ಲೆಡೆ ಹಿಂಸೆ ತಾಂಡವವಾಡುತ್ತಿತ್ತು. ವರ್ಣಭೇದ ನೀತಿ ಕಾನೂನು ವಿರುದ್ಧ ಹೋರಾಡು ವುದು ಹೆಚ್ಚು ಅಪರಾಧ ಎಂದು. ಸರ್ಕಾರ ಘೋಷಿಸಿದಾಗ ಅಭಿಯಾನ ವನ್ನು ನಿಲ್ಲಿಸಲಾಯಿತು. ಬ್ರಿಟಿಷರು ಆಫ್ರಿಕಾದಲ್ಲಿ ಎಂತಹ ಘೋರ ಶಿಕ್ಷೆಗೆ ಈಡುಮಾಡಿದರೆಂದರೆ, ಯಾರೋ ಕಪ್ಪು ವ್ಯಕ್ತಿ ಪಾರ್ಕ್ ಬೆಂಚಿನ ಮೇಲೆ ಕುಳಿತರೆ ಮೊದಲು ಕೆಲವೇ ವಾರಗಳ ಶಿಕ್ಷೆ ನೀಡುತ್ತಿದ್ದರೆ ಈಗ ಐದು ವರ್ಷಗಳ ಶಿಕ್ಷೆಗೀಡು ಮಾಡತೊಡಗಿದ್ದರು. ಕಾನೂನು ಉಲ್ಲಂಘಿಸಲು ಪ್ರೋತ್ಸಾಹಿಸಿದ ವ್ಯಕ್ತಿಗಳಿಗೂ ಜೈಲುವಾಸ!

ಇಷ್ಟಕ್ಕೆ ಬಿಡಲಿಲ್ಲ ಸರ್ಕಾರ. ಸೆಕ್ಯುರಿಟಿ ಪೊಲೀಸ್‌ದಳ ಎ.ಎನ್.ಸಿ. ಸದಸ್ಯರ ಮನೆಗಳು ಮತ್ತು ಕಛೇರಿಗಳು ಹಾಗೂ ಭಾರತೀಯ ಕಾಂಗ್ರೆಸ್ ಅಧಿಕಾರಿಗಳ ಕಛೇರಿಗಳಿಗೆ ಮುತ್ತಿಗೆ ಹಾಕಿದರು. ಎಷ್ಟೋ ದಾಖಲೆಗಳನ್ನು ವಶಪಡಿಸಿಕೊಂಡರು. ಇಪ್ಪತ್ತೆರಡು ಎ.ಎನ್.ಸಿ. ನಾಯಕರನ್ನು ಬಂಧಿಸಿದರು. ನಂತರ ಆಪಾದಿತರನ್ನು ಜಾಮೀನು ಮೇಲೆ ಬಿಡುಗಡೆ ಮಾಡಿದರು. ಆದರೂ ಹೇಗೋ ವಿಚಾರಣೆಯಾದ ಮೇಲೆ ಒಂಬತ್ತು ತಿಂಗಳ ಕಾಲ ಕಾರಾಗೃಹ ವಾಸ ಶಿಕ್ಷೆ ವಿಧಿಸಲಾಯಿತು.

ಬಿಳಿಯ ಸರ್ಕಾರ ಮಂಡೇಲಸಹಿತ ಎ.ಎನ್.ಸಿ. ನಾಯಕರು ಯಾವುದೇ ಸಭೆಗಳಲ್ಲಿ ಭಾಗವಹಿಸಬಾರದೆಂದು ಆಜ್ಞೆ ಮಾಡಿತು. ವಾಕ್ ಸ್ವಾತಂತ್ರ್ಯಕ್ಕೆ ಅಡ್ಡಿ ಮಾಡಿದರೇನು? ಮಂಡೇಲ ತಮ್ಮ ಭಾಷಣವನ್ನು ಬರೆದುಕೊಟ್ಟರು. ಅದನ್ನು 1953ರಲ್ಲಿ ಎ.ಎನ್.ಸಿ.ಯ ಪ್ರಾದೇಶಿಕ ಸಮ್ಮೇಳನದಲ್ಲಿ ಓದಲಾಯಿತು.

ಮಂಡೇಲ ಬರೆದಿದ್ದರು: "... ನಾವು ನಮ್ಮ ಬಲವನ್ನು ಮತ್ತೆ ಪಡೆಯಬೇಕು. ಹೊಸ ರೂಪದ ರಾಜಕೀಯ ಹೋರಾಟಕ್ಕೆ ಸಿದ್ಧರಾಗಬೇಕು. ಶತ್ರುವಿನ ವಿರುದ್ಧ ಹೋರಾಡಬೇಕು. ಆದರೆ ಸಾರ್ವಜನಿಕ ಬೃಹತ್ ಸಭೆಗಳು, ಪತ್ರಿಕಾ ಹೇಳಿಕೆಗಳು, ಕಾರ್ಯಯೋಜನೆಯಲ್ಲಿ ಭಾಗಿಗಳಾಗಲು ಕರೆ ನೀಡುವುದು, ಇವೆಲ್ಲ ಅತ್ಯಂತ ಅಪಾಯಕಾರಿಯಾಗಿವೆ. ಇವನ್ನು ಪರಿಣಾಮಕಾರಿಯಾಗಿ ಉಪಯೋಗಿಸಲು ಕಷ್ಟ."

ಸರ್ಕಾರ 1950ರ ದಶಕದ ಆರಂಭದ ವರ್ಷಗಳಲ್ಲಿ ಕಪ್ಪು ಚರ್ಮದ ಮಕ್ಕಳ ವಿದ್ಯಾಭ್ಯಾಸ ಪೂರಾ ಎತ್ತಿಕೊಳ್ಳುವ ಸಾಹಸ ಮಾಡಿತು. ಕಪ್ಪು ಮಕ್ಕಳಿಗೆಂದೇ ಬೇಕಾದಷ್ಟು ಶಾಲೆಗಳನ್ನು ಮಾಡಿದ್ದ ಚರ್ಚುಗಳಿಗೆ ಇದು ಬಹಳ ಸಂದಿಗ್ಧವಾಯಿತು. ಸರ್ಕಾರದೊಂದಿಗೆ ಸಹಕರಿಸಬೇಕೇ, ಬೇಡವೇ? ಮೆಥಾಡಿಸ್ಟ್ ಚರ್ಚು ಸಹಕರಿಸಲು ತಿರಸ್ಕರಿಸಿತು. ಮಂಡೇಲರಿಗೆ ಇದೊಂದು ಗಂಭೀರವಾದ ಇಕ್ಕಟ್ಟು. ಎ.ಎನ್.ಸಿ. ಅವರ ಕರೆಗೆ ಓಗೊಟ್ಟು ಶಾಲೆಗಳ್ನು ಅನಿರ್ದಿಷ್ಟ ಕಾಲ ಬಹಿಷ್ಕರಿಸಲು ನಿರ್ಧರಿಸಿತು. ಆದರೂ ಅಂತಹ ಹಜ್ಜೆ ಹಾಕಲು ಅದು ಇನ್ನೂ ತಯಾರಿ ನಡೆಸಿರಲಿಲ್ಲ. ಬಹುತೇಕ ತಂದೆತಾಯಿಯರು ಶಾಲೆಗಳನ್ನು ಬಹಿಷ್ಕರಿಸುವ ಜತೆಗೆ ಪರ್ಯಾಯ ವ್ಯವಸ್ಥೆ ಮಾಡಲು ಆಗ್ರಹಿಸಿದರು. ಯಾರು ಯಾರು ಬಹಿಷ್ಕರಿಸಿದ್ದರೋ ಅವರು ಭಾರಿ ದಂಡ ತೆರಬೇಕಾಯಿತು. ಸರ್ಕಾರ ಅಂಥವರಿಗೆ ಶಾಲೆಗೆ ಪುನಃ ಪ್ರವೇಶ ನಿಷೇಧಿಸಿ ಭಾರಿ ಶಿಕ್ಷೆಯನ್ನೇ ನೀಡಿತು.

ತನ್ನ ಜನರ ಒಳಿತಿಗಾಗಿ, ನ್ಯಾಯಕ್ಕಾಗಿ ಹೋರಾಡಲೆಣಿಸಿದ

ನಾಯಕ ನೆಲ್ಸನ್ ಮಂಡೇಲರಿಗೆ ಈಗ ವಯಸ್ಸು 35. ಅವರು ತಮ್ಮ ಕ್ರಿಯಾಕಾರಿ ರಾಜಕೀಯ ಚಟುವಟಿಕೆಗಳನ್ನು ನಿಲ್ಲಿಸಬೇಕಾದ ಪ್ರಮೇಯ ಬಂದಿತು.

ಸರ್ಕಾರ ಮಂಡೇಲರಿಗೆ ಎ.ಎನ್.ಸಿ.ಗೆ ರಾಜೀನಾಮೆ ನೀಡಬೇಕೆಂದು ನಿಷೇಧಾಜ್ಞೆ ಹೊರಡಿಸಿತು. ಇತರ ಸಂಸ್ಥೆಗಳಿಗೂ ಅವರು ಭಾಗಿಯಾಗಬಾರದೆಂದೂ ಒತ್ತಿ ಹೇಳಲಾಯಿತು. ಮಂಡೇಲ ಈಗ ಯಾವ ರಾಜಕೀಯ ಸಭೆಗಳಲ್ಲೂ ಭಾಗವಹಿಸುವಂತಿರಲಿಲ್ಲ. ಸಾಮಾಜಿಕ ಕೂಟಗಳಲ್ಲೂ ಅವರಿಗೆ ನಿಷೇಧ ಹೇರಲಾಗಿತ್ತು. ಮಂಡೇಲರು ಇಂತಹ ನಿಷೇಧಗಳ ಅರ್ಹತೆಯನ್ನು ಪರಿಗಣಿಸಲಿಲ್ಲ. ಆಫ್ರಿಕನ್ ನ್ಯಾಷನಲ್ ಕಾಂಗ್ರೆಸ್ಸು ಅದೇ ಅಭಿಪ್ರಾಯ ತಾಳಿತು. ಸರ್ಕಾರ ಮಂಡೇಲರೇ ಅಲ್ಲದೆ ಇತರ ಹಲವು ನಾಯಕರಿಗೂ ನಿಷೇಧ ಹೇರಿತು. ಆಗ ಎ.ಎನ್.ಸಿ. ತಾಳಿದ ನಿಲುವು ರೋಚಕ: 'ನಾವು ನಮ್ಮ ನಾಯಕರ ಮಾರ್ಗದಲ್ಲಿ ಸಾಗುತ್ತೇವೆ'. ರೂಢಿಯಲ್ಲಿ ಹೇಗೆಂದರೆ, ನಾಯಕರನ್ನು ಪ್ರತಿಬಂಧಕಾಜ್ಞೆಗೊಳಪಡಿಸಿದಾಗ, ನಾಯಕ ಅಥವಾ ನಾಯಕಿ ಸಂಸ್ಥೆಗೆ ರಾಜೀನಾಮೆ ಕೊಟ್ಟು ರಹಸ್ಯವಾಗಿ ಸಮಿತಿಸದಸ್ಯನಾಗಿ ಉಳಿಯುತ್ತಾನೆಯಷ್ಟೆ. ಇಲ್ಲಿ ಮಂಡೇಲ ಮತ್ತಿತರ ನಾಯಕರಿಗೆ ಈ ಸ್ಥಿತಿ: ಸಿಕ್ಕಿಬಿದ್ದರೆ ಜೈಲೇ ಗತಿ. ಆದರೆ ಸುಮ್ಮನೆ ಕೂರುವಂತಿಲ್ಲ. ತೆರೆಮರೆಯಲ್ಲಿಯಾದರೂ ಸರಿ ಕೆಲಸ ಮಾಡಲೇಬೇಕು.

ಸ್ವಾತಂತ್ರ್ಯವಿಲ್ಲದ ಬದುಕು ಬದುಕೇ? ದೇಶದ ಸಂಪತ್ತನ್ನು ಕಪ್ಪುಜನರು ಅನುಭವಿಸಬಾರದೇ? ಭೂಮಿಯ ಮೇಲೆ ಅವರಿಗೆ ನೆಲೆ ಬೇಡವೇ? ಕಾನೂನಿನ ದೃಷ್ಟಿಯಲ್ಲಿ ಎಲ್ಲರೂ ಸಮತಾನೆ? ಬಿಳಿಯನಾದರೇನು ಕರಿಯನಾದರೇನು? ಮಾನವರೆಲ್ಲ ಒಂದೇ ಅಲ್ಲವೇ? ಮಾನವತಾ ಹಕ್ಕುಗಳನ್ನು ಎಲ್ಲರೂ ಅನುಭವಿಸಬೇಡವೇ?

ಇಂತಹ 'ಸ್ವಾತಂತ್ರ್ಯ ಪ್ರಣಾಳಿಕೆ'ಯನ್ನು ತಯಾರು ಮಾಡ

ಲಾಯಿತು. 1955ರ ಜೂನ್ 26 ಜೋಹಾನ್ಸ್‌ಬರ್ಗ್‌ನಲ್ಲಿ ಸಭೆ. ಸಾವಿರಾರು ಜನ ನೆರೆದರು. ಮಂಡೇಲ ಮಾರುವೇಷದಲ್ಲಿ ಹತ್ತಿರದ ಒಂದು ಮನೆಯಲ್ಲಿದ್ದುಕೊಂಡು ಸಭೆಯನ್ನು ನೋಡಿದರು. ಎರಡನೆಯ ದಿನ ಪೊಲೀಸರ ಹಾವಳಿ, ದಾಖಲೆಗಳ ವಶ. ಇವೆಲ್ಲದರ ನಡುವೆ ಸಭೆ ಒಕ್ಕೊರಲಿನಿಂದ ಪ್ರಸಿದ್ಧ ಸ್ವಾತಂತ್ರ್ಯ ಪ್ರಣಾಳಿಕೆಯನ್ನು ಅಂಗೀಕರಿಸಿ ಪ್ರಜಾಪ್ರಭುತ್ವದ ದಕ್ಷಿಣ ಆಫ್ರಿಕಾದ ಬೇಡಿಕೆ ಮುಂದಿಟ್ಟಿತು. ಅದು ಬೇಡಿದ್ದುದೆಲ್ಲ ಮೂಲಭೂತ ಹಕ್ಕುಗಳು ಮತ್ತು ಭರವಸೆಗಳು. ಅದೊಂದು ಸೌಮ್ಯವಾದವಷ್ಟೆ. ಆದರೆ ಸರ್ಕಾರಕ್ಕೆ ಅದೂ ಅಪಾಯಕಾರಿಯೇ. ವಿಧ್ವಂಸಕ ಬೇಡಿಕೆ. ಬುಡಮೇಲು ಮಾಡುವಂಥದು. ಅದು ದುಃಸ್ವಪ್ನ. ಹೀಗಾಗಿ 18 ತಿಂಗಳುಗಳ ಕಾಲ ಸೆಣಸಿತು. ಕಪ್ಪುಜನರ ಬೇಡಿಕೆ ಮನ್ನಣೆ ಕೊಡಲಿಲ್ಲ.

ಬದಲಿಗೆ ಮಾಡಿದ್ದೇನು?

1956ರ ಡಿಸೆಂಬರ್‌ನಲ್ಲಿ ಒಂದು ದಿನ. ಇನ್ನೂ ಸೂರ್ಯೋದಯವಾಗಿರಲಿಲ್ಲ. ಮುಂಜಾನೆ, ಮಂಡೇಲ ಮಲಗಿದ್ದ ಮನೆಯ ಮುಂಬಾಗಿಲನ್ನು ಜೋರಾಗಿ ತಟ್ಟಲಾಯಿತು. ಮಂಡೇಲರನ್ನು ಆ ಶಬ್ದ ಎಬ್ಬಿಸಿತು. ಬಾಗಿಲು ತೆಗೆದರೆ ಶಸ್ತ್ರಾಸ್ತ್ರಗಳು ಹಿಡಿದಿದ್ದ ಪೊಲೀಸರು. ಅವರು ಇಡೀ ಮನೆ ಶೋಧಿಸಿದರು. ಮಂಡೇಲರ ದಸ್ತಗಿರಿಯಾಯಿತು. ಅಂಥವರು ನೂರೈವತ್ತಾರು ಮಂದಿ. ಎಲ್ಲ ವರ್ಣದವರ ದಸ್ತಗಿರಿ. ಎಲ್ಲರಿಗೂ ರಾಜದ್ರೋಹದ ಆಪಾದನೆ. ತಪ್ಪಿತಸ್ಥರೆಂದು ತೀರ್ಮಾನವಾದರೆ ಗಲ್ಲುಶಿಕ್ಷೆಯೇ!

ಸರ್ಕಾರ ಬಂಧಿತರನ್ನು ಜಾಮೀನು ಮೇಲೆ ಬಿಟ್ಟಿತು. ಆದರೆ ವಿಚಾರಣೆ ಮಾತ್ರ ಬಹಳ ದಿನವೇ ಆಯಿತು. ಪ್ರಾಸಿಕ್ಯೂಟರುಗಳು ಆಪಾದಿತರು ಸರ್ಕಾರವನ್ನು ಬೀಳಿಸಿ ಕಮ್ಯೂನಿಸ್ಟ್ ರಾಜ್ಯವನ್ನು ಸ್ಥಾಪಿಸಲು ಕೆಲಸ ಮಾಡುತ್ತಿದ್ದರು ಎಂದು ವಾದಿಸಿದರು. ವಿಚಾರಣೆ ನಾಲ್ಕೂವರೆ

ವರ್ಷಗಳು ಜರುಗಿತು.

1956ರಲ್ಲಿ ಮಂಡೇಲರ ಇವೆಲಿನ್‌ರೊಂದಿಗಿನ ಮದುವೆ ಮುರಿದು ಬಿತ್ತು. ಮಂಡೇಲ ಬಲು ಆಕರ್ಷಕ ವ್ಯಕ್ತಿಯಾಗಿದ್ದರು. ಅವರು ಇತರ ಹೆಂಗಸರೊಡನೆ ಸಂಬಂಧವಿಟ್ಟುಕೊಂಡಿದ್ದಾರೆ ಎಂಬ ಪಿಸುಮಾತುಗಳು ಕೇಳಿಬರತೊಡಗಿದವು. ನಿಜವೋ ಸುಳ್ಳೋ ಆಲೋಚಿಸಲೂ ಹೋಗದೆ ಇವೆಲಿನ್ ಮನೆ ಬಿಟ್ಟು ಹೊರಟುಹೋದಳು. ಆಕೆಯ ಮೂವರೂ ಮಕ್ಕಳು ಸ್ವಲ್ಪ ದಿನಗಳಲ್ಲಿ ತಮ್ಮ ತಾಯಿಯೊಂದಿಗಿರಲು ಮಂಡೇಲಾರನ್ನು ಬಿಟ್ಟು ಹೊರಟುಹೋದರು. ಇವೆಲಿನ್ ಮನೆ ತೊರೆದುಹೋದ ಬಳಿಕ ಮಂಡೇಲರಿಗೆ ಕೆಲಸ ಮಾಡಿ ಕೊಡುವವರಿಲ್ಲದಂತಾಗಿತ್ತು. ಆಗ ಅವರಿಗೆ ವಿನ್ನಿ ನೊಮಜಾನೊ ಎಂಬಾಕೆಯ ಪರಿಚಯವಾಯಿತು. ಮಂಡೇಲರ ಬಲಗೈನಂತೆ ಕೆಲಸ ಮಾಡುವಷ್ಟು ಪರಿಚಯ ಸ್ನೇಹಕ್ಕೆ ತಿರುಗಿತು. ವಿನ್ನಿ ಒಬ್ಬರು ಸಮಾಜ ಸೇವಾಕರ್ತೆ. ಕೊಕಣಿ ಎಂಬುವರ ಮಗಳು. ಸುಂದರಿ, ಸದಾ ಪಾದರಸದಂತೆ ಚುರುಕು. 1958ರಲ್ಲಿ ನೆಲ್ಸನ್ ಮಂಡೇಲ ಮತ್ತು ವಿನ್ನಿ ಇಬ್ಬರೂ ವಿವಾಹವಾಗಬಯಸಿದರು. ಆದರೆ ಮದುವೆಗೆ ಪೊಲೀಸರ ಅನುಮತಿ ಬೇಕಾಯಿತು. ಏಕೆಂದರೆ ವಿನ್ನಿ ಮದುವೆ ಸಂಪ್ರದಾಯದಂತೆ ತನ್ನ ತವರಿನಲ್ಲಿ ನಡೆಯಬೇಕೆಂದು ಬಯಸಿದರು. ತವರುಮನೆ ಟ್ರಾನ್ಸ್ಕಿಯಲ್ಲಿತ್ತು. ಮಂಡೇಲರಿಗೆ ತಮ್ಮ ವಿವಾಹಕ್ಕಾಗಿ ಜೋಹಾನ್ಸ್‌ಬರ್ಗ್‌ಅನ್ನು ನಾಲ್ಕು ದಿನಗಳ ಮಟ್ಟಿಗೆ ಬಿಟ್ಟುಹೋಗಲು ಒಪ್ಪಿಗೆ ಸಿಕ್ಕಿತು. ಮದುವೆ 1958ರ ಜೂನ್ 14ರಂದು ಜರುಗಿತು.

ಈ ಕಾಲದಲ್ಲೆ ಇನ್ನೊಂದು ಘಟನೆ ನಡೆಯಿತು. ಆಫ್ರಿಕನ್ ರಾಷ್ಟ್ರೀಯತಾವಾದಿಗಳು ಆಫ್ರಿಕನ್ ರಾಷ್ಟ್ರೀಯ ಕಾಂಗ್ರೆಸ್(ಎ.ಎನ್.ಸಿ.) ವರ್ಣಭೇದ ನೀತಿವಿರುದ್ಧ ಸಾಕಷ್ಟು ಗಮನಹರಿಸಲಿಲ್ಲ ಎಂದು ವಾದಿಸಿದರು. ಅವರು ಎ.ಎನ್.ಸಿ. ಕ್ರಿಯಾಯೋಜನೆ ಮತ್ತು ಅಸಹಕಾರವನ್ನು ಸಫಲಗೊಳಿಸಲಿಲ್ಲ ಎಂದು ದೂರಿದರು. ಹೆಚ್ಚೇಕೆ? ಸ್ವಾತಂತ್ರ್ಯ ಪ್ರಣಾಳಿಕೆ ಒಂದು ಅರ್ಥರಹಿತ ಶಕ್ತಿಪ್ರದರ್ಶನ ಎಂದು ದೂಷಿಸಿದರು.

ಇದಕ್ಕೇ ಎಡಪಂಥೀಯರೇ ಸ್ಫೂರ್ತಿಯಾದರು ಎಂದು ಭಾವಿಸಿದರು. 1958ರ ಆಗಸ್ಟ್‌ನಲ್ಲಿ ವಿವಾದಗಳು ಬಿರುಕಿಗೆ ಕಾರಣವಾದವು. ರಾಬರ್ಟ್ ಮ್ಯಾಂಗಲಿಸೊ ನಾಯಕತ್ವದಲ್ಲಿ ಎ.ಎನ್.ಸಿ.ಯಲ್ಲಿ ಬಿರುಕುಂಟಾಗಿ ಫ್ಯಾನ್ ಆಫ್ರಿಕನಿಸ್ಟ್ ಕಾಂಗ್ರೆಸ್ ರೂಪು ಗೊಂಡಿತು. ಪಿ.ಎ.ಸಿ.ಯ ನಾಯರಾಗಿ ಸೊಬುಕ್ವೆ ಆಯ್ಕೆ ಆದರು.

ಹತ್ಯಾಕಾಂಡ

ಕಪ್ಪುಜನರು ನಿತ್ಯವೆಂಬಂತೆ ನೂರಾರು ಸಂಖ್ಯೆಯಲ್ಲಿ ಧಸ್ತಗಿರಿ ಯಾಗುತ್ತಿದ್ದರು. ಕಪ್ಪುಮಹಿಳೆಯರಿಗೂ ಈ ಗತಿತಪ್ಪಲಿಲ್ಲ. ಕಪ್ಪು ಜನರು 'ಪಾಸ್' ಹಿಡಿದು ಓಡಾಡಬೇಕೆಂಬ ಕಾನೂನು ಜಾರಿಗೆ ಬಂದಿತು. ಅವರ ಬಳಿ ಪಾಸ್ ಇಲ್ಲದಿದ್ದರೆ ಪೊಲೀಸರು ಬಂಧಿಸುತ್ತಿದ್ದರು. ಕೆಲವೊಮ್ಮೆ ಕಪ್ಪುಜನ ತಮ್ಮ ಸ್ವಂತ ಮನೆಯಿಂದ ಸ್ವಲ್ಪ ದೂರದಲ್ಲೆ ನಿಂತಿದ್ದು ಪಾಸ್ ಇಲ್ಲದಿರುತ್ತಿದ್ದರೆ ಪೊಲೀಸರು ದಸ್ತಗಿರಿ ಮಾಡುತ್ತಿದ್ದರು. ಅನತಿ ದೂರದಲ್ಲಿ ಪಾಸ್ ಇದೆ ತೋರಿಸುತ್ತೇನೆ ಎಂದರೂ ಕೇಳುತ್ತಿರಲಿಲ್ಲ. ನೆಲ್ಸನ್ ಮಂಡೇಲಾ ತಮ್ಮ 'ಪಾಸ್' ಅನ್ನು ಸುಟ್ಟುಹಾಕಿ ಕಪ್ಪುಜನರಿಗೆ ಸರ್ಕಾರದ ದಮನ ನೀತಿ ವಿರುದ್ಧ ಪ್ರತಿಭಟಿಸಲು ನೀವೂ ಪಾಸ್ ಸುಡಿರಿ ಎಂದು ಕರೆ ನೀಡಿದರು. ಸೊಬುಕ್ವೆಯವರ ಪಿ.ಎ.ಸಿ. ಸಂಸ್ಥೆ ಎ.ಎನ್.ಸಿ. ಸರ್ಕಾರದ ವಿರುದ್ಧ ಹೋರಾಡಲು ಸೂಕ್ತ ಕ್ರಮ ತೆಗೆದುಕೊಂಡಿಲ್ಲ ಎಂದು ಜರಿಯಿತು. ಸೊಬುಕ್ವೆ ಕಪ್ಪುಜನರಿಗೆ ತಮ್ಮ ಪಾಸ್‌ಗಳನ್ನು ಮನೆಯಲ್ಲೆ ಬಿಟ್ಟು ದಸ್ತಗಿರಿಗೆ ಒಪ್ಪಿಸಿಕೊಳ್ಳಿ ಎಂದು 1960ರ ಮಾರ್ಚ್ 21ರಲ್ಲಿ ಕರೆ ನೀಡಿದರು.

ಕೆಲವು ಸ್ಥಳಗಳಲ್ಲಿ ಮಾತ್ರ ಅವರ ಕರೆಗೆ ದೊಡ್ಡ ಸಂಖ್ಯೆಯಲ್ಲಿ ಸ್ಪಂದಿಸಿದ್ದರು. ಆದರೆ ಪಿ.ಎ.ಸಿ. ಬಲಿಷ್ಠವಾಗಿದ್ದ ಶಾರ್ಪ್‌ವಿಲ್ಲೆಯಲ್ಲಿ ಪೊಲೀಸರು ಗುಂಡು ಹಾರಿಸಿದರು. 69 ಜನರು ಸತ್ತುಬಿದ್ದರು. ಇದೊಂದು ಸಾಮೂಹಿಕ ಹತ್ಯೆ ಎಂದು ಇತಿಹಾಸದಲ್ಲಿ ದಾಖಲಾಯಿತು.

ದಕ್ಷಿಣ ಆಫ್ರಿಕಾದ ಎಲ್ಲ ವೃತ್ತಪತ್ರಿಕೆಗಳ ಮುಖಪುಟಗಳಲ್ಲಿ ಹತ್ಯಾಕಾಂಡದ ಸುದ್ದಿಯೇ. ಇಡೀ ದೇಶದಲ್ಲಿ ಜನಸಿಟ್ಟಿಗೆದ್ದರು. ಎ.ಎನ್.ಸಿ. ನಾಯಕರು ತಮ್ಮ ಪಾಸ್‌ಗಳನ್ನು ಸುಟ್ಟುಹಾಕಿದ್ದರು. ಮಂಡೇಲ ನಾಯಕರು, ಆಫ್ರಿಕನ್ ನ್ಯಾಷನಲ್ ಕಾಂಗ್ರೆಸ್ ಒಂದು ವಾರದನಂತರ ಪ್ರತಿಭಟನಾ ಮುಷ್ಕರಕ್ಕೆ ಕರೆ ನೀಡಿದಾಗ ಅದಕ್ಕೆ ಸ್ಪಂದಿಸಿದ ಜನ ಅಪಾರ. ಎಲ್ಲೆಲ್ಲೂ ಹಿಂಸೆ. ಕೇಪ್‌ಟೌನಿನ ನೆಲೆಗಳಲ್ಲಿ ಪೊಲೀಸರು ಮನೆಮನೆಗೂ ಹೋಗಿ ಕೆಲಸಕ್ಕೆ ಹಿಂತಿರುಗಬೇಕೆಂದು ಹೊಡೆದು ಬಡಿದು ಮಾಡ ಹತ್ತಿದರು. ಸರ್ಕಾರಿ ಇದೇ ಸುಸಮಯವೆಂದು ತುರ್ತು ಪರಿಸ್ಥಿತಿ ಘೋಷಿಸಿತು. ಹಳೆ ವಿಚಾರಣೆ ಇನ್ನೂ ಮುಗಿದಿರಲಿಲ್ಲ. ಮಂಡೇಲ ಮತ್ತಿತರ ನಾಯಕರನ್ನು ವಶಪಡಿಸಿಕೊಂಡು ವಿಚಾರಣೆ ನಡೆಸದೆಯೇ ಐದು ತಿಂಗಳು ಕಾಲ ಜೈಲಿನಲ್ಲಿಟ್ಟರು. ಬಹಿಷ್ಕಾರಕ್ಕೊಳಗಾಗಿದ್ದ ಸಂಸ್ಥೆಗಳು ಭೂಗತ ಚಟುವಟಿಕೆಗಳನ್ನಾರಂಭಿಸಿದವು. ಇದು ಕೂಡ ಅಪಾಯಕಾರಿಯೇ. ಸ್ವಲ್ಪ ಸುಳಿವು ಸಿಕ್ಕಿದರೂ ಸಾಕು ಎ.ಎನ್.ಸಿ. ಅಥವಾ ಪಿ.ಎ.ಸಿ. ಸದಸ್ಯ ಎಂದು; ದಸ್ತಗಿರಿಯಾಗಿ 12 ತಿಂಗಳುಗಳ ಕಾಲ ಜೈಲಿನಲ್ಲಿ ಕೊಳೆಯಲೇ ಬೇಕಾಗುತ್ತಿತ್ತು.

ದಕ್ಷಿಣ ಆಫ್ರಿಕನ್ನರು ಒಂದು ಹೊಸ ನ್ಯಾಯಯುತ ಸಂವಿಧಾನ ತಯಾರಿಸುವ ಸಲುವಾಗಿ ರಾಷ್ಟ್ರೀಯ ಸಮಾವೇಶಕ್ಕಾಗಿ ಯತ್ನಿಸಿದರು. 1961ರ ಮೇ ತಿಂಗಳಲ್ಲಿ ನೇಟಾಲ್‌ನಲ್ಲಿನ ಪೀಟರ್ ಯಾರಿಟ್ಜ್ ಬರ್ಗ್ ಪಟ್ಟಣದಲ್ಲಿ ನೂರಾರು ಜನ ಒಂದು ಸಮ್ಮೇಳನಕ್ಕಾಗಿ ಸೇರಿದರು. ಆ ದಿನದ ವಿಶೇಷವೆಂದರೆ ನೆಲ್ಸನ್ ಮಂಡೇಲಾರ ಭಾಷಣ. ಮಂಡೇಲ ಎಲ್ಲೂ ಭಾಷಣ ಮಾಡಕೂಡದೆಂದು ನಿಷೇಧವಿತ್ತು. ಬಹುಕಾಲ ಅವರು ನಾಲಿಗೆಗೆ ವಿಶ್ರಾಂತಿ ಕೊಟ್ಟಿದ್ದರು. ಪ್ರೇಕ್ಷಕರನ್ನು ಕೆರಳಿಸಹೋಗದೆ ಮಾತನಾಡಿ ಭಾಷಣ ಮುಗಿಯುತ್ತಿದ್ದಂತೆ ಮಂಡೇಲ ಜಾಗ ಖಾಲಿ ಮಾಡಿದ್ದರು. ಪೊಲೀಸರಿಗೆ ವಿಷಯ ತಿಳಿದು ಮಂಡೇಲರನ್ನು ಹಿಡಿಯಲು ಸುತ್ತುವರಿದರು. ಆದರೆ ಮಂಡೇಲ ಅಲ್ಲಿ ಕಾಣಲಿಲ್ಲ. ಮಂಡೇಲ ದೇಶ

ಪೂರಾ ಓಡಾಡುತ್ತಾ, ಸರ್ಕಾರ ಹೊಸ ಸಂವಿಧಾನದ ಕರಡು ರಚನೆಗಾಗಿ
ರಾಷ್ಟ್ರೀಯ ಸಮಾವೇಶದ ಕರೆಗೆ ತಿರಸ್ಕರಿಸಿದುದರ ವಿರುದ್ಧ ಪ್ರತಿಭಟಿಸಲು
ಮೂರು ದಿನಗಳ ಮುಷ್ಕರ ನಡೆಸಲು ಶ್ರಮಿಸಿದರು

ವಿಧ್ವಂಸಕ ಕೃತ್ಯ ಚಳುವಳಿಯ ಹಾದಿಯಲ್ಲಿ...

ಮೂರು ದಿನಗಳ ಮುಷ್ಕರದ ವಿರುದ್ಧ ಸರ್ಕಾರ ಪೊಲೀಸರ
ಸರ್ಪಗಾವಲು ಹಾಕಿತ್ತು. ಕೆಲಸಕ್ಕೆ ವಿಮುಖರಾದರೆ ಕೆಲಸ ಕಳೆದುಕೊಳ್ಳ
ಬೇಕಾಗುತ್ತದೆ ಎಂದು ಜನರನ್ನು ಸರ್ಕಾರ ಎಚ್ಚರಿಸಿತ್ತು. ನೂರಾರು
ನಾಯಕರ ಬಂಧನವಾಯಿತು. ಸಭೆಗಳಿಗೆ ಸರ್ಕಾರದಿಂದ ಬಹಿಷ್ಕಾರ
ಹಾಕಲಾಯಿತು.

1961ರ ಜೂನ್. ಮಂಡೇಲ ಸರ್ಕಾರದ ಕ್ರಮ ಅರಿತುಕೊಂಡರು.
ಮಿತ್ರರಿಗೆ ಹೇಳಿದರು: "ಈ ದೇಶದಲ್ಲಿ ಹಿಂಸೆ ಅನಿವಾರ್ಯವೆಂಬಂತೆ
ತೋರುತ್ತಿದೆ. ಆಫ್ರಿಕನ್ ನಾಯಕರು ಶಾಂತಿ ಮತ್ತು ಅಹಿಂಸೆ ಕುರಿತು
ಬೋಧನೆ ಮಾಡುವುದು ಅಥವಾ ಮುಂದುವರಿಸುವುದು ಎಲ್ಲಿಯವರೆಗೆ
ಸರ್ಕಾರ ನಮ್ಮ ಶಾಂತಿಯುತ ಬೇಡಿಕೆಗಳನ್ನು ಬಲ ಪ್ರದರ್ಶಿಸಿ
ಧಿಕ್ಕರಿಸುವುದೋ ಅಲ್ಲಿಯವರೆಗೆ ಅವಾಸ್ತವ ಹಾಗೂ ತಪ್ಪು ಎನ್ನಬೇಕು"
ಈ ಸಭೆ ರಹಸ್ಯವಾಗಿ ಸೇರಿತ್ತು. ಅಲ್ಲಿದ್ದ ಆಫ್ರಿಕನ್ ನ್ಯಾಷನಲ್ ಕಾಂಗ್ರೆಸ್
ಮತ್ತು ಕಮ್ಯುನಿಸ್ಟ್ ಪಕ್ಷದ ಪ್ರತಿನಿಧಿಗಳು ಅಹಿಂಸೆ ಉಪಯೋಗವಾಗಿಲ್ಲ.
ಆದುದರಿಂದ ಹಿಂಸೆಗೆ ಹಿಂಸೆಯೇ ಸರಿ ಎಂಬಂತೆ ವಾದಿಸಿದರು. ಅಷ್ಟಕ್ಕೆ
ಬಿಡಲಿಲ್ಲ. ಅವರು ಭೂಗತ ವಿಧ್ವಂಸಕ ಕೃತ್ಯದ ಚಳುವಳಿಗೆ ಸೋಪಾನ
ಹಾಕಿದರು.

ಇದರ ಫಲವೋ ಎಂಬಂತೆ 1961ರ ಡಿಸೆಂಬರ್ 16ರಂದು
ಆಸ್ತಿಪಾಸ್ತಿಗೆ ನಷ್ಟ ಉಂಟು ಮಾಡುವಂತಹ ಆಲೋಚನೆ ಮಾಡಲಾಯಿತು.
ಕಳೆದ ಶತಮಾನದಲ್ಲಿ ಅದೇ ದಿನ ಆಫ್ರಿಕನ್ನರು ಒಂದು ಪ್ರಮುಖ
ಯುದ್ಧದಲ್ಲಿ ಜುಲುಗಳ ಮೇಲೆ ವಿಜಯ ಸಾಧಿಸಿದ್ದರು. ಪ್ರತಿವರ್ಷ ಆ

ದಿನವನ್ನು ಸಂಭ್ರಮದ ದಿನವಾಗಿ ಆಚರಿಸಲಾಗುತ್ತಿತ್ತು. ಕೆಲವು ವರ್ಷಗಳನಂತರ ಮಾತ್ರ ಜನರನ್ನು ಕೊಲ್ಲುವ ಬಾಂಬುಗಳ ನಿರ್ಮಾಣಕ್ಕೆ ಯತ್ನಿಸಲು ಚಿಂತಿಸಿತು. ಸದ್ಯಕ್ಕೆ ವಿದ್ಯುತ್ ಕಂಬಗಳನ್ನು ಕೆಡವಲಾಯಿತು.

ಕೆಲವು ವಾರಗಳು ಕಳೆದವು. ಮಂಡೇಲ ದೇಶ ಬಿಟ್ಟುಹೋದರು. ಅವರ ಬಳಿ ಯಾವ ಪಾಸ್‌ಪೋರ್ಟ್ ಇದ್ದಿರಲಿಲ್ಲ. ಬೋಟ್ಸ್‌ವಾನಾ ಮಾರ್ಗವಾಗಿ ಇತರ ಆಫ್ರಿಕನ್ ದೇಶಗಳಿಗೆ ಹೋಗಿ ಅಲ್ಲಿನ ನಾಯಕರನ್ನು ಸಂಧಿಸಿ ವರ್ಣಭೇದ ನೀತಿವಿರುದ್ಧ ಹೋರಾಡಲು ನೆರವು ಕೋರಿದರು. ಅವರಿಗೆ ಆರ್ಥಿಕ ನೆರವೂ ಬೇಕಿತ್ತು. ಗೆರಿಲ್ಲಾಗಳ ತರಬೇತಿ ಅಗತ್ಯವಿತ್ತು. ಘಾನಾದಂತಹ ಆಫ್ರಿಕನ್ ದೇಶಗಳು ಅವರ ಕೋರಿಕೆಗೆ ಕರುಣೆ ತೋರಿ ಬೆಂಬಲ ನೀಡಲು ಒಪ್ಪಿದವು.

ಆರು ತಿಂಗಳುಗಳ ನಂತರ ಮಂಡೇಲ ಮತ್ತೆ ದಕ್ಷಿಣ ಆಫ್ರಿಕಾಗೆ ಹಿಂತಿರುಗಿದರು. ಬೋಟ್ಸವಾನಾದಿಂದ ಕಾನೂನಿಗೆ ವಿರೋಧವಾಗಿ ಗಡಿ ದಾಟಿದ್ದರು.

ಮಂಡೇಲರಿಗೆ ಹೊಸ ಸಂಸ್ಥೆ ಹುಟ್ಟುಹಾಕುವ ಹಂಬಲ. ಆದರೆ ಎಲ್ಲೆಲ್ಲೂ ಪೊಲೀಸರು. ಡ್ರೈವರ್‌ನಂತೆ ವೇಷ ಹಾಕಿದರು. ಡೇವಿಡ್ ಮೋಟ್ಸಾಮಯಿ ಎಂದು ಹೆಸರಿಟ್ಟುಕೊಂಡರು. 1962ರ ಆಗಸ್ಟ್ 15ರಂದು ಭಾನುವಾರ ಬೆಳಿಗ್ಗೆ ಡರ್ಬಾನ್‌ನ ಹೊರಗೆ ವಾಹನ ಓಡಿಸುತ್ತಿರುವಾಗ ಪೊಲೀಸ್ ಕಾರೊಂದು ಬೆನ್ನಟ್ಟಿ ಅವರನ್ನು ಬಂಧಿಸಿ ಪ್ರಿಟೋರಿಯಾಗೆ ಕರೆದೊಯ್ದಿತು. ಕಪ್ಪುಜನರನ್ನು ಮುಷ್ಕರಕ್ಕೆ ಪ್ರೇರೇಪಿಸಿದರೆಂದೂ ಕಾನೂನು ಬಾಹಿರವಾಗಿ ದೇಶ ಬಿಟ್ಟು ಹೋಗಿದ್ದರೆಂಬ ಆಪಾದನೆಯ ಮೇಲೆ ನ್ಯಾಯಾಧೀಶರು ಐದು ವರ್ಷಗಳ ಕಾಲ ಕಾರಾಗೃಹವಾಸ ಶಿಕ್ಷೆ ವಿಧಿಸಿದರು.

ಸುದೀರ್ಘ ಜೈಲುವಾಸದಲ್ಲಿ...

ಮಂಡೇಲ ಕಪ್ಪುಜನರಿಗಾಗಿ ಹೋರಾಡಿದ್ದರು. ಜೈಲಿನಲ್ಲಿ ಕಪ್ಪು

ಜನರಿಗೆ ಕೊಡುತ್ತಿದ್ದ ಶಿಕ್ಷೆ ಘೋರ. ಅವರಿಗೆ ಒಂದು ಮೇಲಂಗಿ, ಚಪ್ಪಲಿ ಹಾಗೂ ಖಾಕಿ ಬಟ್ಟೆಯ ಮುಕ್ಕಾಲು ಪ್ಯಾಂಟು ಕೊಡಲಾಯಿತು. ಕಾಲುಚೀಲಗಳನ್ನಾಗಲಿ ಷೂಗಳನ್ನಾಗಲಿ ಕೊಡುತ್ತಿರಲಿಲ್ಲ. ಆ ಜೈಲುಗಳಲ್ಲೋ ವಿಪರೀತ ಕೊರೆಯುವ ಚಳಿ. ಕೆಲವೇ ತಿಂಗಳುಗಳಲ್ಲಿ ಮಂಡೇಲರನ್ನು ಕೇಪ್‌ಟೌನಿಗೆ ಇನ್ನೂ ಮೂವರು ರಾಜಕೀಯ ಖೈದಿಗಳೊಂದಿಗೆ ಟ್ರಕ್ಕೊಂದರಲ್ಲಿ ಒಯ್ಯಲಾಯಿತು. ಒಂದು ರಾತ್ರಿ ಒಂದು ಹಗಲು ಪ್ರವಾಸ. ಬಹಿರ್ದಶೆಗೆ ಹೋಗಬೇಕಾದರೆ ಒಂದು ಬಕೆಟ್ ಕೊಡಲಾಯಿತು. ಅದೂ ಟ್ರಕ್‌ನಲ್ಲೇ ಮಲಮೂತ್ರ ವಿಸರ್ಜನೆಯಾಗ ಬೇಕು. ಕೇಪ್‌ಟೌನ್‌ನಲ್ಲಿರುವಾಗ ಮಂಡೇಲರನ್ನು ಒಂದು ಗಂಟೆ ಕಾಲ ದೋಣಿಯಲ್ಲಿ ಕುಳಿತು ರಾಬೆನ್ ದ್ವೀಪಕ್ಕೆ ಹೋಗಲು ಅವಕಾಶ ಕಲ್ಪಿಸಲಾಯಿತು. ಆ ದ್ವೀಪದಲ್ಲಿ ಭಾರಿ ಭದ್ರತೆಯಿದ್ದ ಸೆರೆಮನೆ ಯೊಂದನ್ನು ಅಭಿವೃದ್ಧಿಪಡಿಸಲಾಗುತ್ತಿತ್ತು. ಮಂಡೇಲರಿಗೆ ಜೈಲಿನಲ್ಲಿ ಇತರ ಖೈದಿಗಳೊಂದಿಗೆ ನೆಲದ ಮೇಲೆ ಕುಳಿತು ಕಲ್ಲುಗಳನ್ನು ಕುಟ್ಟಿ ಜಲ್ಲಿ ಮಾಡುವ ಕೆಲಸ ಕೊಡಲಾಯಿತು.

ಮಂಡೇಲ ಜೋಹಾನ್ಸ್‌ಬರ್ಗಿನ ಹೊರಗೆ ರಿವೋನಿಯದಲ್ಲಿ ಲಿಲ್ಲಿ ಸ್ಲೀಫ್ ಫಾರಂನಲ್ಲಿ ಹಿಂದೆ ತಂಗಿದ್ದರಷ್ಟೆ. ಇದೀಗ 1963ರ ಜುಲೈ 11ರಂದು. ಒಂದು ಡ್ರೈಕ್ಲೀನರ್ ವ್ಯಾನ್ ಮತ್ತು ಒಬ್ಬ ಅಡಿಗೆಯವನ ವ್ಯಾನು ಅಲ್ಲಿ ಸಂಚರಿಸುತ್ತಿದ್ದಾಗ ಪೊಲೀಸರು ಮತ್ತು ಕಾವಲು ನಾಯಿಗಳು. ಅವನ್ನಟ್ಟಿಸಿಹೋಗಿ ನಿಲ್ಲಿಸಿದರು. ಅಲ್ಲಿದ್ದ ಹದಿನಾರು ಮಂದಿಯನ್ನು ಬಂಧಿಸಲಾಯಿತು. ಅವರಲ್ಲಿ ವಾಲ್ಟರ್‌ಸಿಸುಲು ಒಬ್ಬರು. ಇದೀಗ ಲಿಲ್ಲಿಸ್ಲೀಫ್‌ನಲ್ಲಿ ಸಿಕ್ಕ ಕೆಲವು ದಾಖಲೆಗಳ ಆಧಾರದ ಮೇರೆಗೆ ಇತರ ಒಂಬತ್ತು ಮಂದಿಯೊಂದಿಗೆ ಮಂಡೇಲರನ್ನು ಸುಪ್ರೀಂ ಕೋರ್ಟ್‌ಗೆ ಕರೆತರಲಾಯಿತು. ಮಂಡೇಲರನ್ನು ಆಪಾದಿತರ ಪಟ್ಟಿಯಲ್ಲಿ ಮೊದಲಿಗ ರನ್ನಾಗಿ ಹೆಸರಿಸಲಾಯಿತು. ವಿಧ್ವಂಸಕ ಕೃತ್ಯದಲ್ಲಿ ತೊಡಗಿದ್ದರೆಂದು ಹಿಂಸಾತ್ಮಕ ಕ್ರಾಂತಿಗೆ ಕಾರಣರಾದರೆಂದು ಆಪಾದಿಸಲಾಯಿತು. ವಿಚಾರಣೆ

ಕಾಲದಲ್ಲಿ ಮಂಡೇಲ, "ನಾವು ಮೊದಲು ಸರ್ಕಾರದ ಧೋರಣೆಯ ಫಲವಾಗಿ ಆಫ್ರಿಕನ್ ಜನರಿಂದ ಹಿಂಸೆ ಅನಿವಾರ್ಯವಾಗಿದೆ ಎಂದು ಭಾವಿಸಿದೆವು. ಜವಾಬ್ದಾರಿಯುತ ನಾಯಕತ್ವವನ್ನು ನಮ್ಮ ಜನರ ಭಾವನೆಗಳನ್ನು ವರ್ಧಿಸಿ ನಿಯಂತ್ರಿಸಲು ಕೊಡದಹೊರತು, ಭಯೋತ್ಪಾದನೆ ತಾಂಡವವಾಡಿ ಈ ದೇಶದ ವಿವಿಧ ಜನಾಂಗಗಳ ನಡುವೆ ನಿಷ್ಠುರ ಮತ್ತು ವೈಷಮ್ಯ ತೀವ್ರವಾಗುತ್ತದೆ ಎಂದು ತಿಳಿದೆವು. ಹಾಗೆ ನೋಡಿದರೆ ಇಂಥ ಸ್ಥಿತಿ ಯುದ್ಧದಿಂದಲೂ ಉದ್ಭವಿಸುವುದಿಲ್ಲ. ಎರಡನೆಯದಾಗಿ, ಬಿಳಿಯರು ಸರ್ವೋಚ್ಛರೆಂದು ಬೀಗುವುದರ ವಿರುದ್ಧ ಆಫ್ರಿಕನ್ನರು ತಮ್ಮ ಹೋರಾಟದಲ್ಲಿ ಯಶಸ್ಸು ಕಾಣಲು ವಿಧ್ವಂಸಕ ಕೃತ್ಯವಲ್ಲದೆ ಬೇರೆ ಮಾರ್ಗವಿಲ್ಲ ಎಂದು ಭಾವಿಸಿದೆವು. ಶಾಸಕಾಂಗವೋ ನಮ್ಮ ಯಾವುದೇ ಕಾನೂನುಬದ್ಧ ವಿರೋಧತ್ವವನ್ನು ಪರಿಗಣಿಸಿದಂತೆ ಕಾಣಲಿಲ್ಲ. ನಮ್ಮನ್ನು ಯಾವಾಗಲೂ ವಿರೋಧಿಸಿತು. ಮೇಲಾಗಿ ನಾವು ಕೀಳರಿಮೆಯ ಶಾಶ್ವತ ಸ್ಥಿತಿಯನ್ನು ಒಪ್ಪಿಕೊಳ್ಳಬೇಕು ಇಲ್ಲವೆ ಸರ್ಕಾರದೊಂದಿಗೆ ಪ್ರತಿಭಟಿಸಬೇಕು ಎಂಬಂತಾಯಿತು. ನಾವು ಸರ್ಕಾರವನ್ನು ಪ್ರತಿಭಟಿಸುವುದನ್ನು ಆಯ್ಕೆ ಮಾಡಿಕೊಂಡೆವು" ಎಂದು ಹೇಳಿದರು.

ಮಂಡೇಲರು ಮತ್ತು ಕೆಲವು ಇತರರಿಗೆ ಮರಣದಂಡನೆ ವಿಧಿಸಲಾಯಿತು. ಇಡೀ ವಿಶ್ವದಲ್ಲಿ ಇದರ ವಿರುದ್ಧ ಪ್ರತಿಭಟನೆಗಳಾದವು. ಆಗ ಅದನ್ನು ಜೀವಾವಧಿ ಶಿಕ್ಷೆ ವಿಧಿಸಲಾಯಿತು. ಅವರನ್ನೆಲ್ಲ ಕೇಪ್‌ಟೌನ್‌ಗೆ ಮಿಲಿಟರಿ ವಿಮಾನದಲ್ಲಿ ಒಯ್ಯಲಾಯಿತು. ಅಲ್ಲಿಂದ ರಾಬೆನ್ ದ್ವೀಪಕ್ಕೆ ದೋಣಿಯಲ್ಲಿ ಕರೆದೊಯ್ಯಲು ನಿಶ್ಚಯಿಸಲಾಗಿತ್ತು. ನೆಲ್ಸನ್ ಮಂಡೇಲ ರಾಬೆನ್ ದ್ವೀಪದ ಸೆರೆಮನೆಯಲ್ಲಿ ಮುಂದಿನ ಹದಿನೆಂಟು ವರ್ಷಗಳನ್ನು ಕಳೆದರು. ಸರ್ಕಾರ ರಾಜಕೀಯ ಖೈದಿಗಳಿಗೆ ಶಿಕ್ಷೆ ಕಡಿಮೆ ಮಾಡುವುದಿಲ್ಲ ಎಂದು ಘೋಷಿಸಿತು.

ರಾಬೆನ್ ದ್ವೀಪದ ಜೈಲು ಜನರಿಂದ ದೂರ. ಅಲ್ಲಿ ಭದ್ರತೆ ಅಪಾರ. ಕಲ್ಲುಬಂಡೆಗಳೇ ತುಂಬಿಕೊಂಡಿದ್ದ ಕರಾವಳಿ, ಶೀತ ಸಮುದ್ರ

ತಪ್ಪಿಸಿಕೊಂಡುಹೋಗಲು ಅಡ್ಡಿಯಾಗಿತ್ತು. ಈ ಖೈದಿಗಳೆಲ್ಲ ಸಾಲಿನಲ್ಲಿ ಕುಳಿತು ಹಳೆಯ ಕ್ಯಾನ್ವಾಸ್ ಅಂಚೆ ಚೀಲಗಳ ರಿಪೇರಿ ಮಾಡಬೇಕಾಗಿದ್ದುದು ಒಂದು ಕೆಲಸ. ಕಲ್ಲು ಕುಟ್ಟುವುದು ಎಂದಿನ ಕೆಲಸ. ಕೊಡುತ್ತಿದ್ದ ಆಹಾರ ಕಳಪೆ ದರ್ಜೆಯದಾಗಿತ್ತು. ಅದೂ ಮಿತಿಯ ಆಹಾರ. ಅವರಿಗೆಲ್ಲ ಪ್ರತಿದಿನ ಕೊಡುತ್ತಿದ್ದ ಕೇವಲ ಒಂದು ಟೀ ಚಮಚೆ ಸಕ್ಕರೆಯನ್ನು ಯಾವಾಗಲೂ ಕೊಡುತ್ತಿರಲಿಲ್ಲ. ಏಕೆಂದರೆ ಸೆರೆಮನೆಯ ಕಾವಲುಗಾರರೇ ಅದನ್ನು ಕದ್ದುಬಿಡುತ್ತಿದ್ದರು.

ಮಂಡೇಲ ಕಾಂಕ್ರೀಟಿನ ನೆಲದ ಮೇಲಿನ ಒಂದು ಚಾಪೆ ಮೇಲೆ ಮಲಗುತ್ತಿದ್ದರು. ಚಳಿಯಾದರೂ ತಡೆದುಕೊಳ್ಳಬೇಕು. ಅವರಿದ್ದ ಕೋಣೆಯಲ್ಲಿ ಮಲಮೂತ್ರ ವಿಸರ್ಜನೆಗೆ ಒಂದು ಬಕೆಟ್ ಇರಿಸಲಾಗಿತ್ತು. ರೇಡಿಯೊ ಇಲ್ಲವೇ ಇಲ್ಲ. ವೃತ್ತಪತ್ರಿಕೆಗಳನ್ನು ಒದಗಿಸುತ್ತಿರಲಿಲ್ಲ. ಎಲ್ಲೋ ಕದ್ದು ತಂದ ಒಂದು ವೃತ್ತಪತ್ರಿಕೆಯ ತುಂಡು ಖೈದಿಯ ಬಳಿ ಇದ್ದರೂ ಸರಿ ಭಾರಿ ಶಿಕ್ಷೆಯೇ ಆಗುತ್ತಿತ್ತು. ಕಾವಲುಗಾರರು ನಿಷ್ಕರುಣಿಗಳಿದ್ದರು. ಸೆರೆಮನೆಯಲ್ಲಿ ಶಿಸ್ತುಪಾಲನೆ ಮಾಡಬೇಕಿತ್ತು. ಬೆಳಿಗ್ಗೆ ಐದೂವರೆಗೆಲ್ಲ ಎದ್ದು ಬಿಡಬೇಕು. ಮಂಡೇಲ ದೀರ್ಘಕಾಲ ಮಾತನಾಡದೆ ಮೌನಿಯಾಗಿದ್ದು ಕೆಲಸ ಮಾಡಬೇಕಿತ್ತು. ಕೆಲಸ ಮುಗಿದ ಬಳಿಕ ಅವರ ಬಟ್ಟೆ ಬಿಚ್ಚಿಸಿ ಶೋಧಿಸುತ್ತಿದ್ದರು.

ಜೈಲಿನಲ್ಲೂ ಮಂಡೇಲ ದಯಾಳುವಾಗಿದ್ದರು. ಪ್ರತಿಯೊಬ್ಬರಿಗೂ ನೆರವಾಗುತ್ತಿದ್ದುದರಿಂದ ಅಥವಾ ನೆರವಾಗಲು ಬಯಸುತ್ತಿದ್ದುದು ಎಲ್ಲರೂ ಅವರನ್ನು ಗೌರವಿಸಲು ಮೊದಲು ಮಾಡಿದರು. ಜೈಲಿನ ಅಧಿಕಾರಿಗಳು ಮಂಡೇಲರಿಗಿದ್ದ ಸ್ಥಾನಮಾನಗಳನ್ನರಿತು ಅವರನ್ನು ಹಾಗೂ ಅವರಷ್ಟೆ ಪ್ರಬುದ್ಧರಾಗಿದ್ದ ವಾಲ್ಟರ್ ಸಿಸುಲು ಮೊದಲಾದ ಕೆಲವರನ್ನು ಇತರ ಖೈದಿಗಳಿಂದ ಬೇರೆಯೇ ಇಟ್ಟರು. ಕ್ರಮೇಣ ರಾಬೆನ್ ದ್ವೀಪದ ಜೈಲಿನಲ್ಲಿ ಸುಧಾರಣೆ ಕಂಡುಬರತೊಡಗಿತು. ಒಳ್ಳೆ ಆಹಾರ, ಬೆಚ್ಚನೆಯ ಬಟ್ಟೆ, ಹಾಸಿಗೆಗಳು, ವೃತ್ತಪತ್ರಿಕೆಗಳು ಮತ್ತು ವಾರಪತ್ರಿಕೆಗಳು ಈ

ತೆರನಾಗಿ ಹಲವು ಅನುಕೂಲಗಳು ಲಭ್ಯವಾದವು. ರೇಡಿಯೊ ಆಲಿಸಲು ಅವಕಾಶ ನೀಡಲಾಯಿತು. ಜೈಲಿಗೆ ಹೊಸ ಬಗೆಯ ಕಮ್ಯಾಂಡರ್ ನೇಮಕ ಮಾಡಲಾಯಿತು.

ಮಂಡೇಲ ಜೈಲಿನಲ್ಲಿ ಎಷ್ಟೋ ತಿಂಗಳುಗಳು ಕಳೆದಿದ್ದರು. ಹೆಂಡತಿ ವಿನ್ನಿಯಿಂದ ಅವರಿಗೆ ಒಂದಾದರೂ ಕಾಗದ ಬಂದಿರಲಿಲ್ಲ. ಇದರಿಂದ ಬಹಳ ವ್ಯಥಿತರಾದರು ಮಂಡೇಲ. ಹಳೆ ಅಧಿಕಾರಿ ವಿನ್ನಿಯಿಂದ ಬಂದಿದ್ದ ಕಾಗದಗಳನ್ನು ಮಂಡೇಲರಿಗೆ ಕೊಡದೆ ಮುಚ್ಚಿಟ್ಟು, "ಅಯ್ಯಾ, ಮಂಡೇಲ, ವಿನ್ನಿ ನಿನಗೆ ಕಾಗದ ಬರೆಯುತ್ತಿಲ್ಲ. ಆಕೆಗೆ ನಿನ್ನ ಬಗ್ಗೆ ಯಾವ ಆಸಕ್ತಿಯೂ ಇಲ್ಲ" ಎಂದು ಹೇಳಿಬಿಟ್ಟಿದ್ದ. ಹೊಸ ಕಮ್ಯಾಂಡರ್ ಅಧಿಕಾರ ವಹಿಸಿ ಕೊಂಡಾಗ ಮಂಡೇಲರು ಅವರಲ್ಲಿ ಈ ಬಗ್ಗೆ ದೂರಿದರು. ಆತ ಪರಿಶೋಧನೆ ನಡೆಸಿದಾಗ ವಿನ್ನಿ ಬರೆದಿದ್ದ ಆರು ಕಾಗದಗಳು ಸಿಕ್ಕಿದವು. ಇನ್ನು ಮುಂದೆ ಹೀಗಾಗದಂತೆ ನೋಡಿಕೊಳ್ಳುತ್ತೇವೆ ಎಂದು ಕಮ್ಯಾಂಡರ್ ವಾಗ್ದಾನ ಮಾಡಿದರು.

ತಮ್ಮ ಆತ್ಮಕಥೆಯಲ್ಲಿ ಮಂಡೇಲ ಬರೆಯುತ್ತಾರೆ: ಜೈಲಿನಲ್ಲಿ ಎಲ್ಲ ಖೈದಿಗಳನ್ನು ಎ, ಬಿ, ಸಿ ಮತ್ತು ಡಿ ಎಂದು ವರ್ಗೀಕರಿಸಿದ್ದರು. 'ಎ' ವರ್ಗದ ಖೈದಿಗಳಿಗೆ ಹೆಚ್ಚು ಅನುಕೂಲಗಳಿರುತ್ತಿದ್ದವು. 'ಡಿ' ವರ್ಗದ ಖೈದಿಗಳು ಅತ್ಯಂತ ಕಡಮೆ ದರ್ಜೆಯವರೆನಿಸಿದ್ದರು. ನೀವು 'ಎ' ವರ್ಗದ ಖೈದಿಗಳಾಗಿದ್ದಲ್ಲಿ ಹೊರಗಿನಿಂದ ಬಂದ ಮನಿ ಆರ್ಡರ್‌ಗಳನ್ನು ಕೊಡುವರು. ಅದರಿಂದ ಆ ವರ್ಗದ ಖೈದಿಗಳು ಜೈಲಿನ ಉಪಾಹಾರ ಗೃಹದಿಂದ ಒಳ್ಳೆ ಆಹಾರ ಪಡೆದುಕೊಳ್ಳುವರು. ನಾನಾದರೂ ರಾಬೆನ್ ದ್ವೀಪಕ್ಕೆ ನನ್ನನ್ನೊಯ್ಯುವ ಸುಮಾರು ಎರಡು ವರ್ಷಗಳಿಗೆ ಮೊದಲು 'ಡಿ' ವರ್ಗದವನಾಗಿದ್ದೆ. ಆಗೆಲ್ಲ ಕೆಲವರು ಹೇಳುತ್ತಿದ್ದರು ನನಗೆ, 'ಮಂಡೇಲ, ನೀನು ತೊಂದರೆ ಕೊಡುತ್ತಿರುವೆ. ನೀನು ಬಾಳು ಪೂರಾ 'ಡಿ' ವರ್ಗದಲ್ಲೆ ಇರುವೆ' ಎಂದು. ಆಗ ನನಗೆ ಆರು ತಿಂಗಳಿಗೊಮ್ಮೆ ಒಮ್ಮೆ ಪತ್ರ ಕೊಡಲಾಗುತ್ತಿತ್ತು. ಇದು ನನಗೆ ಬಂದಿದ್ದ ಪತ್ರವೇ. ಆದರೆ ತಡವಾಗಿ ಕೈ

ಸೇರುತ್ತಿತ್ತು. ಇದೊಂದು ಅಮಾನವೀಯ ಕ್ರಮ. ಕುಟುಂಬದ ಜನರೊಂದಿಗೆ ಮಾತನಾಡಲು ಅನುಮತಿ ಕೊಡುವುದು ಮಾನವ ಹಕ್ಕು. ಜೈಲಿನಲ್ಲಿ ಕೆಟ್ಟಸುದ್ದಿಗಿಂತ ಕುಟುಂಬದ ಬಗ್ಗೆ ಏನೂ ಸುದ್ದಿ ಇಲ್ಲದಿರುವುದು ಅತ್ಯಂತ ಹೇಯ. ಸುದ್ದಿ ಏನೇ ಇರಲಿ ಅದು ಲಭ್ಯವಾಗುವ ಹಾಗೆ ಮಾಡಬೇಕು. ಯಾವ ಖೈದಿಗೇ ಆಗಲಿ ಯೋಚನೆ ಇದ್ದೇ ಇರುತ್ತದೆ. ನನ್ನ ಹೆಂಡತಿ ಮಕ್ಕಳು ಏನಾದರು? ತಾಯಿ ತಂಗಿಯರು ಹೇಗಿದ್ದಾರೋ? ಎಂಬ ಆಲೋಚನೆ ಉಂಟಾಗುತ್ತದೆ. ನನಗೆ ಯಾವ ಕಾಗದವೂ ಬರದೆ ಇದ್ದ ಸಂದರ್ಭದಲ್ಲಿ ನಾನು ಮರುಭೂಮಿ ಯಲ್ಲಿದ್ದಂತವನಾಗಿದ್ದೆ. ಕೆಲವೊಮ್ಮೆ ಜೈಲು ಅಧಿಕಾರಿಗಳು ನನ್ನಲ್ಲಿಗೆ ಬಂದು, 'ಮಂಡೇಲ ನಿನಗೊಂದು ಕಾಗದ ಬಂದಿದೆ. ಆದರೆ ನಾವು ಅದನ್ನು ನಿನಗೆ ಕೊಡುವುದಿಲ್ಲ' ಎನ್ನುತ್ತಿದ್ದರು. ಆಗ ನನಗೆ ಹೇಗಾಗಿರ ಬೇಡ. ನಾನಂತೂ ಆಗ ಸಿಡಿದೇಳದೆ ಸುಮ್ಮನಿದ್ದು ಬಿಡುತ್ತಿದ್ದೆ. ಆದರೆ ಸೂಕ್ತ ಮಾರ್ಗದ ಮೂಲಕ ಪ್ರತಿಭಟಿಸಿ ಪಡೆಯುತ್ತಿದ್ದೆ. ಕಾಗದಗಳು ಸಿಕ್ಕಿದಾಗ ಖೈದಿಗಳ ಮುಖದಲ್ಲಿ ಗೆಲುವು ಇರುತ್ತಿತ್ತು. ಒಂದೊಂದು ಕಾಗದವೂ ಬೇಸಿಗೆಯಲ್ಲಿ ಸುರಿವ ಮಳೆಯಂತೆ ಹರ್ಷ ತರುತ್ತಿತ್ತು. ಬರುತ್ತಿದ್ದ ಕಾಗದಗಳನ್ನೋದಿ ಜೈಲು ಅಧಿಕಾರಿಗಳು ಸೆನ್ಸಾರ್ ಮಾಡುತ್ತಿದ್ದರು. ಹೀಗಾಗಿ ಪತ್ರ ಇಡಿಯಾಗಿ ನಮಗೆ ಸಿಗುತ್ತಿರಲಿಲ್ಲ. ಬ್ಲೇಡ್‌ನಿಂದ ಪತ್ರದ ಕೆಲವು ಭಾಗಗಳನ್ನು ಕತ್ತರಿಸಿ ಬಿಡುತ್ತಿದ್ದರು.

ಕುಟುಂಬದ ಸದಸ್ಯರಂತೂ ದೂರದ ಜೈಲುಗಳಿಗೆ ಬಂದು ಭೇಟಿ ಮಾಡಲು ಸಾಧ್ಯವೇ ಇರುತ್ತಿರಲಿಲ್ಲ. ಕುಟುಂಬದ ಸದಸ್ಯರು ಜೈಲಿಗೆ ಹೇಗೋ ಬಂದರೂ ಅವರನ್ನು ಖೈದಿಗಳು ನೋಡಲಾಗುತ್ತಿದ್ದುದು ಒಂದು ಕೊಳೆ ತುಂಬಿಕೊಂಡಿದ್ದ ಗಾಜಿನ ಮೂಲಕ. ಆ ಗಾಜಿನಲ್ಲಿ ಸಣ್ಣ ರಂಧ್ರಗಳಿದ್ದು ಅವುಗಳ ಮುಖಾಂತರ ಮಾತನಾಡಬೇಕಿತ್ತಷ್ಟೆ. ಗಟ್ಟಿಯಾಗಿ ಕೂಗಿದರಷ್ಟೆ ಕೇಳಿಸುತ್ತಿತ್ತು. ಎಷ್ಟೋ ವರ್ಷಗಳಾದ ಮೇಲೆ ಅಧಿಕಾರಿಗಳು ಮೈಕ್ರೊಫೋನುಗಳನ್ನು ಇಟ್ಟು ಮಾತನಾಡಲು ಅವಕಾಶ ಕೊಡುತ್ತಿದ್ದರು.

ಒಮ್ಮೆ ವಿನ್ನಿ ಬಂದಿದ್ದಳು. ಆಕೆಯ ಚೆಲುವಾದ ಮುಖವನ್ನು ನಾನು ಗಾಜಿನ ಮೂಲಕವೇ ನೋಡಿದ್ದು. ನಾವಿಬ್ಬರೂ ಮಾತನಾಡಿದರೂ ದೂರದಿಂದ, ವಿನ್ನಿ ಭಾರಿ ಸುಸ್ತಾಗಿದ್ದಂತೆ ಕಂಡಿತು. ಆಮೇಲೆ ತಿಳಿಯಿತು. ವಿನ್ನಿ ಕೆಲಸ ಕಳೆದುಕೊಂಡಿದ್ದಳು. ಆಕೆಯ ಮೇಲೆ ಸರ್ಕಾರದವರು ನಿಷೇಧ ಹೇರಿದ್ದರು. ನಾವಿಬ್ಬರೂ ಮಾತನಾಡುವಾಗ ರಾಜಕೀಯ ವಿಷಯಗಳ ಪ್ರಸ್ತಾಪವಾದರೆ ಸಂದರ್ಶನಕ್ಕೇ ಮುಟ್ಟುಗೋಲು! ವಿನ್ನಿ ನನ್ನ ಆರೋಗ್ಯದ ಬಗ್ಗೆ ಬಹಳ ಆತಂಕ ಮೂಡಿಸಿಕೊಂಡಿದ್ದಳು. ನಾನು ನನ್ನ ಮಕ್ಕಳು, ತಾಯಿ ತಂಗಿಯರ ಬಗ್ಗೆ ವಿಚಾರಿಸಿದೆ. ಅಷ್ಟರಲ್ಲೆ ಕಾವಲುಗಾರರು ಬಂದು ಸಮಯವಾಯಿತು ಎಂದು ಗದರಿಸಿಯೇಬಿಟ್ಟರು. ನಾವಿಬ್ಬರೂ ನಮ್ಮ ನಮ್ಮ ಕುರ್ಚಿಗಳಿಂದ ಎದ್ದು ಒಬ್ಬರಿಗೊಬ್ಬರು ಬೀಳ್ಕೊಂಡೆವು. ನಾನು ಹೀಗೆ ವಿನ್ನಿಯನ್ನು ಕನಿಷ್ಠ ಆರು ತಿಂಗಳುಗಳಿಗೊಮ್ಮೆ ನೋಡಬಹುದೆಂದುಕೊಂಡೆ. ಅಲ್ಲಿಂದ ಎರಡು ವರ್ಷಗಳ ಕಾಲ ಆಕೆಯನ್ನು ನೋಡಲಾಗಲೇ ಇಲ್ಲ."

ವಿನ್ನಿ ಮಂಡೇಲ ತಮ್ಮ ಪತಿಯನ್ನು ನೋಡಬೇಕಾದಾಗಲೆಲ್ಲ ಅನುಮತಿ ಪಡೆಯಬೇಕಾಗುತ್ತಿತ್ತು. ಜೋಹಾನ್ಸ್‌ಬರ್ಗಿನಿಂದ 95 ಮೈಲಿಗಳಷ್ಟು ದೂರದ ಕೇಪ್‌ಟೌನಿಗೆ ಅನುಮತಿ ಪಡೆಯಲೆಂದು ಹೋಗುವುದೇ ದುಬಾರಿ ವೆಚ್ಚವಾಗುತ್ತಿತ್ತು. ಭಯೋತ್ಪಾದನೆ ಕಾನೂನಡಿ ಆಕೆಯನ್ನು ಒಮ್ಮೆ ಅಲ್ಲಿ ಉಳಿಸಿಕೊಳ್ಳಲಾಗಿತ್ತು. ಒಮ್ಮೆ ಹದಿನೆಂಟು ತಿಂಗಳುಗಳ ಕಾಲ ಮಂಡೇಲರನ್ನು ಆಕೆ ನೋಡಿರಲಿಲ್ಲ. ಪೊಲೀಸರು ಆಕೆ ಮನೆಯನ್ನು ಹಗಲೂ ರಾತ್ರಿ ಎನ್ನುವಂತೆ ಮುತ್ತುತ್ತಿದ್ದರು. ಭಯೋತ್ಪಾದನೆಯಿಂದ ಆಕೆ ತತ್ತರಿಸಿದ್ದರು. ಬಳಿಕ ಆಕೆಯನ್ನು ಬ್ರಾಂಡ್‌ಫೋರ್ಟ್ ಹಳ್ಳಿಗೆ ಗಡೀಪಾರು ಮಾಡಲಾಗಿತ್ತು. ಅದು ಜೋಹಾನ್ಸ್‌ಬರ್ಗಿನಿಂದ 200 ಮೈಲಿಗಳಷ್ಟು ದೂರವಿತ್ತು. ಸರ್ಕಾರದ ಅನುಮತಿಇಲ್ಲದೆ ಆಕೆ ಬ್ರಾಂಡ್‌ಫೋರ್ಟ್ ಬಿಡುವ ಹಾಗೂ ಇರಲಿಲ್ಲ. 1976ರ ಜೂನ್ 16. ಕಪ್ಪುಜನರ ವಿರೋಧ ಅಂತಿಮವಾಗಿ ಸಿಡಿಮದ್ದಿನಂತೆ ಸ್ಫೋಟಿಸಿತ್ತು. ಇದೀಗ ಶಾಲಾ ವಿದ್ಯಾರ್ಥಿ

ಗಳ ಪ್ರತಿಭಟನೆ, ಕಪ್ಪು ಮಕ್ಕಳಿದ್ದ ಶಾಲೆ ಆಫ್ರಿಕನ್ನರ ಭಾಷೆಗಳನ್ನು ಹೆಚ್ಚು ಹೆಚ್ಚಾಗಿ ಉಪಯೋಗಿಸಬೇಕೆಂಬ ಆದೇಶ ವಿದ್ಯಾರ್ಥಿಗಳು ಸಿಡಿದೇಳುವಂತೆ ಮಾಡಿ ಭಾರೀ ದಂಗೆಯೇ ಆಯಿತು. ನಿಷ್ಕರುಣೆಗಳಾದ ಪೊಲೀಸರು ವರ್ಷಾಂತ್ಯದ ವೇಳೆಗೆ ನೂರಾರು ಜನ ಕಪ್ಪು ಜನರನ್ನು ಗುಂಡಿಕ್ಕಿ ಕೊಂದಿದ್ದರು. ಅವರಲ್ಲಿ ಬಹುತೇಕ ಶಾಲಾ ಮಕ್ಕಳೆ.

ಇದೀಗ ಮತ್ತೆ ಮಂಡೇಲರ ಹೆಸರು ಪುನರುದಯವಾಯಿತು. ಆಗಲೇ ಮಂಡೇಲ ಜೈಲಿಗೆ ಹೋಗಿ ಹನ್ನೆರಡು ವರ್ಷಗಳಾಗಿ ಹೋಗಿದ್ದವು. ಜನ ಅವರನ್ನು ಹೆಚ್ಚಾಗಿ ಮರೆತೇ ಬಿಟ್ಟಿದ್ದರು. ಆದರೂ ಅವರಿಗೆ ರಾಬೆನ್ ದ್ವೀಪದ ಮಾನವ ಮಂಡೇಲರ ಬಲ ಬೇಕಾಯಿತು. 1973ರಲ್ಲಿ ಲೀಡ್ಸ್ ಯೂನಿವರ್ಸಿಟಿಯಲ್ಲಿ ಒಂದು ಪರಮಾಣು ಕಣವನ್ನು ಸಂಶೋಧಿಸಿದ್ದು ಅದಕ್ಕೆ ಮಂಡೇಲ ಕಣ ಎಂದು ಹೆಸರಿಡಲಾಗಿತ್ತು. 1975ರ ವರ್ಷದಲ್ಲಿ ಲಂಡನ್ ವಿಶ್ವವಿದ್ಯಾನಿಲಯದ ವಿದ್ಯಾರ್ಥಿಗಳ ಒಕ್ಕೂಟ ಅವರಿಗೆ ಗೌರವ ಆಜೀವಸದಸ್ಯತ್ವವನ್ನು ದಯ ಪಾಲಿಸಿತ್ತು.

ಪಾಲ್ಸ್‌ಮೂರ್ ಜೈಲಿಗೆ

ಯಾವಾಗ ದಕ್ಷಿಣ ಆಫ್ರಿಕನ್ನರು ಮಂಡೇಲರ ಹೆಸರು ನೆನಪು ಮಾಡಿ ಕೊಂಡರೋ ಆಗ ಮೊದಲು ನಡುಗಿದ್ದು ಸರ್ಕಾರ. ತನಗೇ ಅಪಾಯವಿದೆ ಎಂದು ತಿಳಿಯಲು ಅದಕ್ಕೆ ಬಹಳ ಕಾಲ ಬೇಕಾಗಲಿಲ್ಲ. 1976ರ ಮಕ್ಕಳ ದಂಗೆಗೂ ಮೊದಲೇ ಅವರನ್ನು ನೆನಪು ಮಾಡಿಕೊಂಡು, "ನೀವು ಜೈಲು ಬಿಟ್ಟು ಬರಬಹುದು. ಏನೆಂದರೆ ದೇಶ ಬಿಡಬೇಕು. ನೀವು ಟ್ರಾನ್ಸ್ಕಿಗೆ ಹೋಗಬಹುದು. ಅದು ಒಂದು ಬುಡಕಟ್ಟು ಜನರ ಸಣ್ಣರಾಜ್ಯ. ಸ್ವತಂತ್ರವೂ ಆಗಿದೆ" ಎಂದು ಸೂಚಿಸಿದ್ದರು. ಆದರೆ ಮಂಡೇಲ ತಿರಸ್ಕರಿಸಿದ್ದರು.

ಮಂಡೇಲರ ಕೀರ್ತಿ ವಿಶ್ವವ್ಯಾಪಿಯಾಗತೊಡಗಿತು.

1979ರಲ್ಲಿ ಸೆಪ್ಟೆಂಬರ್ 29ರಂದು ಮಾಸೇರುವಿನ ಲೆಸೊಥೊ

ವಿಶ್ವವಿದ್ಯಾನಿಲಯವು ಮಂಡೇಲರಿಗೆ ಕಾನೂನಿನ ವಿಷಯದಲ್ಲಿ ಗೌರವ ಡಾಕ್ಟರೇಟ್ ಪ್ರಶಸ್ತಿ ನೀಡಿತು. 1980ರಲ್ಲಿ ಭಾರತ ಸರ್ಕಾರ ನವೆಂಬರ್ 14ರಂದು ಅಂತರರಾಷ್ಟ್ರೀಯ ಅರಿವಿಗೆ ನೀಡುವ ಜವಾಹರಲಾಲ್ ನೆಹರೂ ಪುರಸ್ಕಾರ ನೀಡಿತು. 1981ರಲ್ಲಿ ಆಗಸ್ಟ್ ನಾಲ್ಕರಂದು ಗ್ಲಾಸ್ಗೊ ನಗರದಲ್ಲಿ ನೈಜೀರಿಯ ಉಪಾಧ್ಯಕ್ಷರು ಮಂಡೇಲರ ಪರವಾಗಿ ಶಾಸನಗಳ ಕರಡುಪ್ರತಿ ಅಂಗೀಕರಿಸಿದರು. 17,000 ಜನರು ಸಹಿ ಹಾಕಿದ ಮನವಿಯನ್ನು ಮಂಡೇಲರ ಬಿಡುಗಡೆಗೆ ಒತ್ತಾಯಿಸಿ ದಕ್ಷಿಣ ಆಫ್ರಿಕನ್ ಎಂಬೆಸಿ ಸಲ್ಲಿಸಲಾಯಿತು. ಆಸ್ಟ್ರಿಯಾ ದೇಶದ ವಿಯೆನ್ನಾದಲ್ಲಿ ಮಾನವತಾ ಹಕ್ಕುಗಳ ಕ್ಷೇತ್ರದಲ್ಲಿ ಡಾ. ಬ್ರುನೋ ಕ್ರಿಸ್ಕಿ ಬಹುಮಾನವನ್ನು ಸ್ಥಾಪಿಸಲಾಯಿತು. 1982ರಲ್ಲಿ ಲಂಡನ್ ಸ್ಕೂಲ್ ಆಫ್ ಎಕನಾಮಿಕ್ಸ್ ಅಂಡ್ ಪೊಲಿಟಿಕಲ್ ಸೈನ್ಸ್‌ನ ವಿದ್ಯಾರ್ಥಿಗಳ ಒಕ್ಕೂಟಕ್ಕೂ ಗೌರವ ಜೀವಾವಧಿ ಅಧ್ಯಕ್ಷರಾಗಿ ಮಂಡೇಲ ಆಯ್ಕೆಯಾದರು. 1982ರ ಆಗಸ್ಟ್ ವಿಶ್ವದಾದ್ಯಂತ 53 ದೇಶಗಳ ಒಟ್ಟು 2000 ಮೇಯರ್‌ಗಳು ಮಂಡೇಲರ ಬಿಡುಗಡೆಗೆ ಮನವಿ ಸಲ್ಲಿಸಿದರು. ಆರ್ಗನೈಸೇಷನ್ ಆಫ್ ಆಫ್ರಿಕನ್ ಯುನಿಟಿ (ಓ.ಎ.ಯು.) ಕೂಡ ನೆಲ್ಸನ್ ಮಂಡೇಲರ ಬಿಡುಗಡೆಗೆ ತೀವ್ರವಾಗಿ ಒತ್ತಾಯ ಮಾಡಿತು.

1982ರಲ್ಲಿಯೇ ರಾಬೆನ್ ದ್ವೀಪದಲ್ಲಿ 18 ವರ್ಷಗಳ ವಾಸ್ತವ್ಯದ ನಂತರ ಯಾವ ಮುನ್ಸೂಚನೆಯೂ ಇಲ್ಲದೆ ಮಂಡೇಲ, ಸಿಸುಲು ಹಾಗೂ ಕೆಲವರನ್ನು ಕೇಪ್‌ಟೌನಿನ ಪಾಲ್ಸ್‌ಮೂರ್ ಜೈಲಿಗೆ ಕರೆತರಲಾಯಿತು. ಈ ಜೈಲು ಸುಂದರವಾದ ಪರಿಸರದಲ್ಲಿ ನಗರಕ್ಕೆ ಸಮೀಪವೇ ಇತ್ತು. ಹೀಗೆ ಜೈಲಿನಿಂದ ಜೈಲಿಗೆ ಕರೆತಂದುದಕ್ಕೆ ಯಾವ ವಿವರಣೆಯನ್ನು ಕೊಡಲಿಲ್ಲ. ಇದಕ್ಕೆ ಕಾರಣ ಸರ್ಕಾರವೇ ಮಂಡೇಲ ಮತ್ತು ಅವರ ಮಿತ್ರರು ದ್ವೀಪದಲ್ಲಿ ಬಲಯುತರಾಗಿಬಿಡುವರೆಂದು ಭಾವಿಸಿದ್ದೇ ಇರಬೇಕು.

ಎಲ್ಲೆಡೆ ಮಂಡೇಲರ ಸ್ಥಾನಮಾನ ಹೆಚ್ಚಿತ್ತು. ದಕ್ಷಿಣ ಆಫ್ರಿಕಾದ

ಕಾನೂನು ಮತ್ತು ನ್ಯಾಯಪರಿಪಾಲನೆ ಸಚಿವರು ಆಗಾಗ್ಗೆ ಮಂಡೇಲರನ್ನು ಭೇಟಿ ಮಾಡತೊಡಗಿದರು. ಇದರಿಂದ ಇಬ್ಬರಲ್ಲೂ ಪರಸ್ಪರ ಗೆಳೆತನ ಉಂಟಾಯಿತು.

1983ರ ಫೆಬ್ರುವರಿ ತಿಂಗಳಲ್ಲಿ ರೋಮಿನ ಗೌರವ ನಾಗರಿಕ ಪುರಸ್ಕಾರ ನೀಡಿದರೆ ಮೊಜಾಂಬಿಕ್‌ನ ಉಪಾಧ್ಯಕ್ಷರು ಶಾಸನಗಳ ಕರಡು ಪಟ್ಟಿ ಸ್ವೀಕರಿಸಿದರು. ಬ್ರಿಟನ್‌ನ ಸಿಟಿ ಕೌನ್ಸಿಲ್(ಲೀಡ್ಸ್) ಪೌರಭವನಕ್ಕೆ ನೆಲ್ಸನ್ ಮಂಡೇಲ ಗಾರ್ಡನ್ಸ್ ಎಂದು ಹೆಸರಿಟ್ಟಿತು. ಯುನೆಸ್ಕೊ ತನ್ನ ಪ್ರಥಮ ಸೈಮನ್ ಬೋಲಿವರ್ ಅಂತರರಾಷ್ಟ್ರೀಯ ಪ್ರಶಸ್ತಿಯನ್ನು ಮಂಡೇಲರಿಗೆ ನೀಡಿತು. ನೆಲ್ಸನ್ ಹಾಗೂ ವಿನ್ನಿ ಮಂಡೇಲರನ್ನು ಯು.ಎಸ್.ಎ.ದ ಗೌರವ ನಾಗರಿಕರೆಂದು ಯುನೈಟೆಡ್ ಸ್ಟೇಟ್ಸ್ ಕಾಂಗ್ರೆಸ್ ಕರೆಯಿತು. ನೇಟಾಲಿನ ವಿಶ್ವವಿದ್ಯಾನಿಲಯ (ದಕ್ಷಿಣ ಆಫ್ರಿಕಾ) ಅವರನ್ನು ಛಾನ್ಸಲರ್ ಪದವಿಗೆ ಚುನಾಯಿಸಲು ನೇಮಕ ಮಾಡಿತು. ಅಮೆರಿಕಾ ವಿಶ್ವಸಂಸ್ಥೆ ನ್ಯೂಯಾರ್ಕಿನ ದಕ್ಷಿಣ ಆಫ್ರಿಕಾ ಮಿಶನ್ ಮುಂದೆ ಇದ್ದ ಚೌಕಕ್ಕೆ ನೆಲ್ಸನ್ ಮತ್ತು ವಿನ್ನಿ ಮಂಡೇಲಾ ಪ್ಲಾಜಾ ಎಂದು ನಾಮಕರಣ ಮಾಡಿತು.

1984ರಲ್ಲಿ ಫಿಡೆಲ್ ಕ್ಯಾಸ್ಟ್ರೊ ಪ್ಲೆಯೊ ಗಿರೊನ್ ಪ್ರಶಸ್ತಿ ನೀಡಿದರೆ, ಜರ್ಮನ್ ಡೆಮೋಕ್ರಟಿಕ್ ರಿಪಬ್ಲಿಕ್ ಸ್ಟಾರ್ ಆಫ್ ಇಂಟರ್ ನ್ಯಾಶನಲ್ ಫ್ರೆಂಡ್‌ಶಿಪ್ ಪ್ರಶಸ್ತಿ ನೀಡಿತು. ಜರ್ಮನಿಯ ತನ್ನ ಒಂದು ಶಾಲೆಗೆ ನೆಲ್ಸನ್ ಮಂಡೇಲ ಶಾಲೆ ಎಂದು ಹೆಸರಿಟ್ಟಿತು. ಬ್ರಸೆಲ್ಸ್‌ನ ಮುಕ್ತ ವಿಶ್ವವಿದ್ಯಾನಿಲಯ ಮಂಡೇಲರಿಗೆ ಗೌರವ ಪದವಿ ನೀಡಿತು.

1985ರ ಜನವರಿಯಲ್ಲಿ ದಕ್ಷಿಣ ಆಫ್ರಿಕಾಗೆ ಪಿ.ಡಬ್ಲ್ಯೂ. ಬಾಥಾ ಅಧ್ಯಕ್ಷರಾದರು. ಅವರು ನೆಲ್ಸನ್ ಮಂಡೇಲರ ಬಿಡುಗಡೆಗೆಂದು ಮಾತನಾಡಿದರು. ಮಂಡೇಲ ಹಿಂಸೆ ತೊರೆಯಬೇಕಿತ್ತು. ಆದರೆ ವರ್ಣಭೇದ ನೀತಿ ಮನೆಮಾಡಿತ್ತು. ಎ.ಎನ್.ಸಿ. ಶಸ್ತ್ರಾಸ್ತ್ರ ಸಮೇತ

ಬಿಳಿಯರ ಆಡಳಿತದ ವಿರುದ್ಧ ಹೋರಾಡುತ್ತಲೇ ಇತ್ತು. ಮಂಡೇಲರಿಗೆ ಹಿಂಸೆಯನ್ನು ಖಂಡಿಸುವುದೆಂದರೆ ಎ.ಎನ್.ಸಿ. ಮತ್ತು ಸ್ವಾತಂತ್ರ್ಯಕ್ಕಾಗಿ ಅದರ ಹೋರಾಟವನ್ನು ಖಂಡಿಸುವುದೇ ಆಗಿತ್ತು.

ಮಂಡೇಲ ತಮ್ಮ ಮಗಳು ಜಿಂದಜಿಗೆ ಒಂದು ಹೇಳಿಕೆ ಬರೆದು ಕಳುಹಿಸಿದರು. ಸೊವೆಟೊವಿನ ಸಾರ್ವಜನಿಕ ಸಭೆಯಲ್ಲಿ ಅದನ್ನು ಓದಬೇಕಿತ್ತು. ಮಂಡೇಲ ಅದರಲ್ಲಿ, "ನಾನು ನನ್ನ ಜನ್ಮಸಿದ್ಧ ಹಕ್ಕನ್ನು ಮಾರಲಾರೆ. ಇಲ್ಲವೆ ಮುಕ್ತರಾಗಿರಲು ಜನರ ಜನ್ಮಸಿದ್ಧ ಹಕ್ಕನ್ನು ಸಹ ಮಾರಲಾರೆ ನಾನಾಗಲಿ ಜನರಾಗಲಿ ಸ್ವಾತಂತ್ರ್ಯ ಹೊಂದಿಲ್ಲದಿರುವಾಗ ಯಾವುದೇ ಮುಚ್ಚಳಿಕೆ ಬರೆದುಕೊಡುವುದಿಲ್ಲ" ಎಂದು ಅವರು ಹೇಳಿದ್ದರು.

1985ರಲ್ಲಿ ಐವತ್ತು ಬ್ರಿಟಿಷ್ ನಗರಗಳ ಮತ್ತು ಪಟ್ಟಣಗಳ ಮೇಯರುಗಳು ಲಂಡನ್ನಿನಲ್ಲಿ ಮೆರವಣಿಗೆ ಹೋಗಿ ಪ್ರಧಾನಮಂತ್ರಿಗಳಿಗೆ ನೆಲ್ಸನ್ ಮಂಡೇಲರ ಬಿಡುಗಡೆಗೆ ಮುಂದಿನ ಕ್ರಮಗಳನ್ನು ತೆಗೆದು ಕೊಳ್ಳಲು ಒತ್ತಾಯಿಸಿದರು. ಅಕ್ಟೋಬರ್ 28ರಂದು ಗ್ರೇಟರ್ ಲಂಡನ್ ಕೌನ್ಸಿಲ್ ಲಂಡನ್‌ನಲ್ಲಿ ಸ್ಥಾಪಿಸಿದ್ದ ನೆಲ್ಸನ್ ಮಂಡೇಲರ ವಿಗ್ರಹವನ್ನು ಒಲಿವರ್ ಟಾಂಬೊ ಅನಾವರಣ ಮಾಡಿದರು. 1985ರ ಡಿಸೆಂಬರ್‌ನಲ್ಲಿ ನೈಜೀರಿಯಾದ ಅಹಮದು ಬೆಲ್ಲೊ ವಿಶ್ವವಿದ್ಯಾನಿಲಯ ಡಾಕ್ಟರ್ ಆಫ್ ಲಾಸ್ ಪದವಿಯನ್ನು ಮಂಡೇಲರಿಗೆ ನೀಡಿ ಗೌರವಿಸಿತು.

1986ರಲ್ಲಿ ಜಿಂಬಾಬ್ವೆ ವಿಶ್ವವಿದ್ಯಾನಿಲಯ ಮಂಡೇಲರಿಗೆ ಡಾಕ್ಟರ್ ಆಫ್ ಲಾಸ್ ಪುರಸ್ಕಾರ ನೀಡಿತು. ದಕ್ಷಿಣ ಆಫ್ರಿಕಾದ ಗಣಿ ಕೆಲಸಗಾರರ ರಾಷ್ಟ್ರೀಯ ಒಕ್ಕೂಟ ಅವರನ್ನು ಗೌರವ ಜೀವಾವಧಿ ಅಧ್ಯಕ್ಷರಾಗಿ ಆಯ್ಕೆ ಮಾಡಿತು. ಕೋವೆಂಟ್ರಿಸಿಟಿ ಕೌನ್ಸಿಲ್‌ಹೊಸ ಕಟ್ಟಡವೊಂದನ್ನು ಮಂಡೇಲರ ಹೆಸರಿನಲ್ಲಿ ಕರೆಯಿತು. ಸ್ವೀಡನ್‌ನಲ್ಲಿ ಸ್ಟಾಕ್‌ಹೋಮಿನ ಕಾರ್ಮಿಕರ ಅಂತಾರಾಷ್ಟ್ರೀಯ ಕೇಂದ್ರ ಮಂಡೇಲರಿಗೆ

ಅಂತರರಾಷ್ಟ್ರೀಯ ಶಾಂತಿ ಮತ್ತು ಸ್ವಾತಂತ್ರ್ಯ ಪ್ರಶಸ್ತಿ ಕೊಟ್ಟಿತು. 1987ರಲ್ಲಿ ಮಿಚಿಗನ್ ವಿಶ್ವವಿದ್ಯಾಲಯ, ಕ್ಯೂಬಾದ ಹವಾನ ವಿಶ್ವ ವಿದ್ಯಾಲಯ, ಯುನೈಟೆಡ್ ಸ್ಟೇಟ್ಸ್‌ರಾಸ್ ವಿಶ್ವವಿದ್ಯಾಲಯ, ಜರ್ಮನಿಯ ಕಾರ್ಲ್‌ಮಾರ್ಕ್ಸ್ ವಿಶ್ವವಿದ್ಯಾನಿಲಯ ಇವು ಅನೇಕ ಗೌರವ ಪದವಿ ನೀಡಿ ಮಂಡೇಲರನ್ನು ಗೌರವಿಸಿದವು.

ಮಂಡೇಲರಿಗೆ 70 ವರ್ಷ ತುಂಬಿತು. ಅಂದು 1988 ಜುಲೈ 18. ಆದರೆ ಅವರು ಹುಟ್ಟಿದ ಹಬ್ಬ ಆಚರಿಸಲಿಲ್ಲ. ಲಂಡನ್ನಿನ ವೆಂಬ್ಲಿ ಸ್ಟೇಡಿಯನಂನಲ್ಲಿ ಭಾರಿ ತಾರಾಗಣವೇ ಒಂದು ಗಾನಗೋಷ್ಠಿ ಕಾರ್ಯಕ್ರಮ ನೀಡಿತು. ಇಪ್ಪತ್ತೆಂಟು ದೇಶಗಳು ಅದನ್ನು ದೂರದರ್ಶನ ದಲ್ಲಿ ಬಿತ್ತರಿಸಿ ಲಕ್ಷಾಂತರ ಜನ ವೀಕ್ಷಿಸಲು ಅನುವು ಮಾಡಿಕೊಟ್ಟವು. ತಕ್ಷಣವೇ ಮಂಡೇಲರು ಅಸ್ವಸ್ಥರಾಗಿದ್ದಾರೆ ಎಂದು ಘೋಷಿಸಲಾಯಿತು ಇಡೀ ವಿಶ್ವಕ್ಕೆ ಅದು ಆತಂಕಕಾರಿ ಸುದ್ದಿ. ಮಂಡೇಲರನ್ನು ಆಸ್ಪತ್ರೆಗೆ ಕರೆದೊಯ್ಯಲಾಯಿತು. ಅವರಿಗೆ ಕ್ಷಯ! ಆದರೆ ಬೇಗ ಗುಣಮುಖ ರಾದರು. ಕೇಪ್‌ಟೌನಿನ ವಿಕ್ಟರ್ ವೆರ್ಸ್ಟರ್ ಜೈಲಿನಲ್ಲಿನ ಅನುಕೂಲವಿದ್ದ ಗೃಹದಲ್ಲಿ ಮಂಡೇಲರನ್ನಿರಿಸಲಾಯಿತು. ಕುಟುಂಬವನ್ನೂ ಕರೆಸಿಕೊಂಡು ವಾಸಿಸಬಹುದು ಎಂದು ಸೂಚಿಸಲಾದರೂ ಮಂಡೇಲ ಆ ಕೊಡುಗೆಯನ್ನು ತಿರಸ್ಕರಿಸಿದರು.

1988ರ ವರ್ಷದಲ್ಲೂ ಮಂಡೇಲರಿಗೆ ಹಲವಾರು ಗೌರವಗಳು ಸಂದವು. ವಿಶ್ವಸಂಸ್ಥೆಯ ಮಾನವತಾ ಹಕ್ಕುಗಳ ನಾಲ್ಕನೆ ಪ್ರಶಸ್ತಿ, ಸಖರೋವ್ ಬಹುಮಾನ, ಬ್ರೆಮೆನ್ ಸಾಲಿಡಾರಿಟಿ ಪ್ರೈಜ್(ಜರ್ಮನಿ), ಶಾಂತಿ ಪದಕ (ಗ್ರೀಸ್) ಇವನ್ನು ಅವರಿಗೆ ಅರ್ಪಿಸಲಾಯಿತು. ಭಾರತದ ನವದೆಹಲಿಯಲ್ಲಿ ಒಂದು ರಸ್ತೆಗೆ ನೆಲ್ಸನ್ ಮಂಡೇಲ ರಸ್ತೆ ಎಂದು ನಾಕರಣ ಮಾಡಲಾಯಿತು. ಇಟಲಿಯ ಬೊಲೊನಾ ವಿಶ್ವವಿದ್ಯಾಲಯವು ರಾಜಕೀಯ ವಿಜ್ಞಾನದಲ್ಲಿ ಮಂಡೇಲರಿಗೆ ಗೌರವ ಪದವಿ ನೀಡಿತು. ಗ್ರೀಸಿನ

ಒಂಬತ್ತು ನಗರಸಭೆಗಳು ಮಂಡೇಲರಿಗೆ ಗೌರವ ನಾಗರಿಕ ಪುರಸ್ಕಾರ ನೀಡಿದವು.

1989ರಲ್ಲಿ ನಡೆದ ರಾಜಕೀಯ ಘಟನೆಗಳು ವಿಶ್ವದ ಗಮನ ಸೆಳೆದವು. ದಕ್ಷಿಣ ಆಫ್ರಿಕಾದ ಆರ್ಥಿಕ ಸ್ಥಿತಿ ಚಿಂತಾಜನಕವಾಯಿತು. ಅದರ ಮೇಲೆ ಹೇರಿದ್ದ ದಿಗ್ಬಂಧನಗಳು ಇದಕ್ಕೆ ಕಾರಣವಾಗಿದ್ದವು. ಫ್ರಾನ್ಸಿನಲ್ಲಿ ಒಂದು ಚೌಕಕ್ಕೆ ಅವರ ಹೆಸರಿಡಲಾಯಿತು. ಐರ್ಲ್ಯಾಂಡಿನ ಟೆಪ್ಪೆರಾರಿ ಶಾಂತಿ ಸಮಿತಿ ಶಾಂತಿ ಬಹುಮಾನ ನೀಡಿತು. ನಿಕರಾಗುವ ಅಧ್ಯಕ್ಷರು ಫೆಬ್ರುವರಿ 21ರಂದು ಆಗಸ್ಟ್ ಸೀಜರ್ ಸ್ಯಾಂಡಿನೊ ಪ್ರಶಸ್ತಿ ನೀಡಿದರು. ಕೆನಡಾ ದೇಶದ ಟೊರೆಂಟೊವಿನ ಯಾರ್ಕ್ ವಿಶ್ವವಿದ್ಯಾನಿಲಯ ಮಂಡೇಲರಿಗೆ ಗೌರವ ಡಾಕ್ಟರ್ ಆಫ್ ಲಾಸ್ ಪುರಸ್ಕಾರ ನೀಡಿತು.

ಮಂಡೇಲರ ಬಿಡುಗಡೆ

1990ರ ವರ್ಷ ಆರಂಭವಾಯಿತು. ದಕ್ಷಿಣ ಆಫ್ರಿಕಾದಲ್ಲಿ ಹೊಸ ಅಧ್ಯಕ್ಷರ ಆಯ್ಕೆ ನಡೆದು ಎಫ್.ಡಬ್ಲ್ಯೂ.ಡಿ. ಕ್ಲರ್ಕ್ ಅಧ್ಯಕ್ಷರಾದರು. 1990ರ ಫೆಬ್ರುವರಿ 10ರಂದು ಅಧ್ಯಕ್ಷ ಎಫ್.ಡಬ್ಲ್ಯೂ.ಡಿ. ಕ್ಲರ್ಕ್ ದಕ್ಷಿಣ ಆಫ್ರಿಕಾದಲ್ಲಿ ಬದಲಾವಣೆಗೆ ಬಂದ ಅಂತರರಾಷ್ಟ್ರೀಯ ಒತ್ತಡಗಳನ್ನು ಸ್ವೀಕರಿಸಿದರು.

ಆಫ್ರಿಕನ್ ನ್ಯಾಷನಲ್ ಕಾಂಗ್ರೆಸ್ ಹಾಗೂ ಪ್ಯಾನ್ ಆಫ್ರಿಕನಿಸ್ಟ್ ಕಾಂಗ್ರೆಸ್ ಮತ್ತು ಇತರ ಎಲ್ಲ ಸಂಸ್ಥೆ ಗಳನ್ನು ಹಲವು ವರ್ಷಗಳು ಕಾನೂನುಬಾಹಿರ ಎಂದು ಸಾರಿದ್ದನ್ನು ಹಿಂತೆಗೆದುಕೊಂಡು ಅವುಗಳಿಗಿದ್ದ ನಿಷೇಧ ತೆಗೆದುಹಾಕಿ ಘೋಷಿಸಿದರು: "ಯಾವುದೇ ನಿಬಂಧನೆಗಳಿಲ್ಲದೆ ನೆಲ್ಸನ್ ಮಂಡೇಲರನ್ನು ಮರುದಿನವೇ ಬಿಡುಗಡೆ ಮಾಡಲಾಗುವುದು"

ಅಬ್ಬ! 27 ವರ್ಷಗಳ ಸೆರೆಮನೆ ವಾಸ. ಇದೀಗ ಬಿಡುಗಡೆ. ಎಂದೇ ವಿಕ್ಟರ್ ವೆರ್ಸ್ಟರ್ ಜೈಲಿನ ಹೊರಗೆ ಸೂರಾರು ಪತ್ರಕರ್ತರೆಲ್ಲ ಸುಡು

ಬಿಸಿಲಲ್ಲಿ ಮಟಮಟ ಮಧ್ಯಾಹ್ನ ಮಂಡೇಲರನ್ನು ಸ್ವಾಗತಿಸಲು ಕಾದಿದ್ದರು. ಎಲ್ಲೆಡೆ ಕಿಕ್ಕಿರಿದ ಜನಸಂದಣಿ.

ದಕ್ಷಿಣ ಆಫ್ರಿಕಾದ ಜನರಿಗೆ ಸ್ವಾತಂತ್ರ್ಯ ಕೊಡಿಸುವಲ್ಲಿ ನಾಯಕನಾಗಿ ಗೌರವಾನ್ವಿತರಾಗಿದ್ದ ಮಂಡೇಲರನ್ನು ಕಾಣಬೇಕೆಂದು ಕೇಪ್‌ಟೌನಿನ ಪುರಭವನದ ಹೊರಗೂ ಜನರೋ ಜನ.

ಜೈಲಿನಿಂದ ಹೊರಬಂದ ಮಂಡೇಲ ಜನರನ್ನುದ್ದೇಶಿಸಿ ಮಾತನಾಡಿದರು

ಎ.ಎನ್.ಸಿ. ಮತ್ತು ಸರ್ಕಾರದ ನಡುವೆ ಪ್ರಥಮ ಔಪಚಾರಿಕ ಮಾತುಕತೆಗಳು ನಡೆದವು. ಎರಡೂ ಕಡೆಯವರು ಒಂದು ವರ್ಕಿಂಗ್ ಗ್ರೂಪ್ ಅನ್ನು ರಚಿಸಿ, ಅದು ಇತರ ರಾಜಕೀಯ ಖೈದಿಗಳ ಬಿಡುಗಡೆ ಹಾಗೂ ಗಡೀಪಾರಾದವರು, ಹಿಂದಿರುಗವಿಕೆ ಕುರಿತಂತೆ ಪ್ರಾಯೋಗಿಕ ಸಮಸ್ಯೆಗಳನ್ನು ಕುರಿತು ಚರ್ಚಿಸಿ ತೀರ್ಮಾನಕ್ಕೆ ಬರಲು ಸೂಚಿಸಲಾಯಿತು.

ಮಂಡೇಲ ಆಫ್ರಿಕನ್ ನ್ಯಾಷನಲ್ ಕಾಂಗ್ರೆಸ್‌ಗೆ ಹಣ ಸಂಗ್ರಹಿಸಲು ವಿಶ್ವದಾದ್ಯಂತ ಪ್ರವಾಸ ಕೈಗೊಂಡರು. ತಮ್ಮ ಬಿಡುಗಡೆಗಾಗಿ ಕರೆ ನೀಡಿದ್ದ ವಿವಿಧ ಸರ್ಕಾರಗಳನ್ನು ವ್ಯೆಯಕ್ತಿಕವಾಗಿ ಕಂಡು ವಂದನೆ ಹೇಳಿದರು. ಎ.ಎನ್.ಸಿ.ಯ ಉಪಾಧ್ಯಕ್ಷರಾಗಿ ಅವರನ್ನು ನೇಮಿಸಲಾಯಿತು.

1990ರಲ್ಲಿ ಮಂಡೇಲರಿಗೆ ಹಲವಾರು ಗೌರವಗಳು ಲಭಿಸಿದವು. ಈ ಗೌರವಗಳನ್ನು ಅವರು ಖುದ್ದಾಗಿ ಪಡೆಯುವಂತಾಗಿತ್ತು. ಏಪ್ರಿಲ್ 21ರಂದು ಮಂಡೇಲ ಗಣಿ ಕಾರ್ಮಿಕರ ಕೇಂದ್ರ ಸಮಿತಿಯನ್ನುದ್ದೇಶಿಸಿ ಮಾತನಾಡಿದಾಗ ಗಣಿ ಕೆಲಸಗಾರರ ರಾಷ್ಟ್ರೀಯ ಒಕ್ಕೂಟ ಅವರನ್ನು ಗೌರವ ಆಜೀವ ಅಧ್ಯಕ್ಷರನ್ನಾಗಿ ಮಾಡಿತು. ಐದನೇ ಮಾರ್ಚ್ ಅನ್ನು ಜಿಂಬಾಬ್ವೆ ಸರ್ಕಾರ 'ಮಂಡೇಲ ದಿನ' ಎಂದು ಕರೆದು ಆ ದಿನವನ್ನು ಸಾರ್ವಜನಿಕ ರಜಾದಿನವನ್ನಾಗಿ ಘೋಷಿಸಿತು. ಮೇ ತಿಂಗಳಲ್ಲಿ ಅವರಿಗೆ ರಷ್ಯಾದ ಲೆನಿನ್ ಶಾಂತಿ ಬಹುಮಾನ ನೀಡಲಾಯಿತು. ಅಂಗೋಲದ

ಜನತಾ ಗಣರಾಜ್ಯ ಮೇ ತಿಂಗಳ 12ರಂದು ತನ್ನ ಅತ್ಯುನ್ನತ ಗೌರವವಾದ ಡಾ. ಆಂಟೋನಿಯೊ ಅಗೋಸ್ತಿನೊ ನೆಟೊ ಆರ್ಡರ್ ಪ್ರಶಸ್ತಿ ನೀಡಿ ಗೌರವಿಸಿತು. ಲಾಗೋಸ್‌ನಲ್ಲಿ ಗ್ರಾಂಡ್ ಕಮ್ಯಾಂಡರ್ ಆಫ್ ದಿ ಫೆಡರಲ್ ರಿಪಬ್ಲಿಕ್ ಆಫ್ ನೈಜೀರಿಯ ಪ್ರಶಸ್ತಿಯನ್ನು ಮಂಡೇಲರಿಗೆ ಪ್ರದಾನ ಮಾಡಲಾಯಿತು. ಲಿಬಿಯದಲ್ಲಿ ಟ್ರಿಪೋಲಿ ಎಂಬಲ್ಲಿ ಮಾನವತಾ ಹಕ್ಕುಗಳಿಗಾಗಿ ಇರುವ ಅಲ್‌ಕ್ವಾಡಾಫಿ ಅಂತಾರಾಷ್ಟ್ರೀಯ ಬಹುಮಾನ ಇವರಿಗೆ ಸಂದರೆ, ಈಜಿಪ್ಟಿನ ಕೈರೊ ವಿಶ್ವವಿದ್ಯಾನಿಲಯ ರಾಜಕೀಯ ವಿಜ್ಞಾನದಲ್ಲಿ ಗೌರವ ಡಾಕ್ಟರೇಟ್ ಪದವಿ ನೀಡಿ ಪುರಸ್ಕರಿಸಿತು.

ಭಾರತ ಸರ್ಕಾರದ ಅತ್ಯುನ್ನತ ಪೌರ ಪ್ರಶಸ್ತಿ 'ಭಾರತ ರತ್ನ'. 1990ರ ಅಕ್ಟೋಬರ್‌ನಲ್ಲಿ ವಿಶ್ವನಾಥ ಪ್ರತಾಪಸಿಂಗ್ ಸರ್ಕಾರ ಈ ಪ್ರಶಸ್ತಿಯನ್ನು ಮಂಡೇಲ ಅವರಿಗೆ ನೀಡಿ ಗೌರವಿಸಿತು. ಮಂಡೇಲ ಎ.ಎನ್.ಸಿ.ಯ ರಾಷ್ಟ್ರೀಯ ಕಾರ್ಯನಿರ್ವಾಹಕ ಸಮಿತಿಯನ್ನು ಸಂವೈಧಾನಿಕ ಮಾತುಕತೆಗಳಿಗೆ ಸರ್ಕಾರದೊಡನೆ ವ್ಯವಹರಿಸಲು ಮನವೊಲಿಸಿದರು. ಆಫ್ರಿಕನ್ ರಾಷ್ಟ್ರೀಯ ಕಾಂಗ್ರೆಸಿನಲ್ಲಿ ಉಗ್ರವಾಗಿ ನಡೆದುಕೊಳ್ಳುವ ಜನರನ್ನು ಶಸ್ತ್ರಾಸ್ತ್ರ ಹೋರಾಟ ಕೈಬಿಡಲು ಕೋರಿದರು.

ಜಗತ್ತಿನ ಶಾಂತಿದೂತನಿಗೆ ನೊಬೆಲ್ ಶಾಂತಿ ಪ್ರಶಸ್ತಿಯ ಗರಿ

1991ರ ಜುಲೈನಲ್ಲಿ ಮಂಡೇಲ ಆಫ್ರಿಕನ್ ನ್ಯಾಷನಲ್ ಕಾಂಗ್ರೆಸ್‌ನ ಅಧ್ಯಕ್ಷರಾಗಿ ಆಯ್ಕೆಯಾದರು. ಶಾಂತಿಯುತರಾಗಿರಲು, ದೃಢ ರಾಗಿರಲು ಹಾಗೂ ವ್ಯಕ್ತಿತ್ವದ ಆಕರ್ಷಣೆ ಉಳಿಸಿಕೊಂಡಿರಲು ಮಂಡೇಲ ನಿಶ್ಚಯಿಸಿದ್ದರು. ಪ್ರಜಾಪ್ರಭುತ್ವ ದಕ್ಷಿಣ ಆಫ್ರಿಕಾ ಸಮಾವೇಶದ ಮಾತುಕತೆಗೆ ಆರಂಭಿಸಲು ತಯಾರಿ ನಡೆಸತೊಡಗಿದರು.

ಮಂಡೇಲರು ವೈಯಕ್ತಿಕ ಜೀವನವನ್ನು ಸರಿಯಾಗಿ ಪರಿಗಣಿಸ ದಂತಾಗಿತ್ತು. ವಿನ್ನಿ ಮಂಡೇಲ ಆಫ್ರಿಕನ್ ನ್ಯಾಷನಲ್ ಕಾಂಗ್ರೆಸ್‌ನ ಸಮಾಜ ಕಲ್ಯಾಣ ಇಲಾಖೆಯಲ್ಲಿ ಒಬ್ಬರೊಂದಿಗೆ ಸಂಬಂಧವಿಟ್ಟು

ಕೊಂಡಿರುವುದಾಗಿ ತಿಳಿದಾಗ ಮಂಡೇಲ ತಮ್ಮ ಕುಟುಂಬವಿದ್ದ ಮನೆಯನ್ನೆ ತೊರೆದರು. ಆಕೆಯ ಅಮಾಯಕತೆಗೆ ಮರುಗಿದರು. ಸ್ಟಾಂಪಿ ಮೊಯಿ ಕೆಟ್ಸೆ ಎಂಬ ತರುಣನ ಕೊಲೆ ಸಂಬಂಧವಾಗಿ ಪಾಲುಗೊಂಡಿದ್ದಾಳೆ ಎಂದು ಆಪಾದನೆಗೂ ವಿನ್ನಿ ಗುರಿಯಾಗಿದ್ದರು. ಆಗಲೂ ಮಂಡೇಲ ತಮ್ಮ ಹೆಂಡತಿ ಪರವಾಗಿ ನಿಂತರು. ಹೇಗೇ ಆದರೂ, ಮಂಡೇಲರಿಗೆ ಎ.ಎನ್.ಸಿ.ಯಿಂದ ಗಮನಾರ್ಹ ಒತ್ತಡವಿದ್ದು ಹೆಂಡತಿಯಿಂದ ದೂರ ಉಳಿಯಬೇಕಾಯಿತು. ತಮ್ಮ ಹೆಂಡತಿಯ ಮೇಲೆ ತುಂಬಾ ಪ್ರೀತಿ ಇದ್ದಿತಾದರೂ ಇಬ್ಬರ ನಡುವೆ ಪರಿಹರಿಸಲಾಗದ ಭಿನ್ನಾಭಿಪ್ರಾಯಗಳು ಪ್ರವೇಶವಾಗಿರುವುದರಿಂದ ಇಬ್ಬರೂ ಬೇರೆಯಾಗಿರಬೇಕು ಎಂದು ಮಂಡೇಲ ಘೋಷಿಸಿದರು. ಪತ್ರಿಕೆ ಹಾಗೂ ಇಡೀ ದಕ್ಷಿಣ ಆಫ್ರಿಕಾ ಮುಖ್ಯ ರಾಜಕೀಯ ಸನ್ನಿವೇಶಗಳು ಬಹುಮುಖ್ಯವಾಗಿರುವುದರಿಂದ ವೈಯಕ್ತಿಕ ತೊಂದರೆಗಳು ಗೌಣ ಎಂದು ಭಾವಿಸಿದವು.

ಇತ್ತ ದಕ್ಷಿಣ ಆಫ್ರಿಕಾದಲ್ಲಿ ಆರ್ಥಿಕತೆ ಹದಗೆಟ್ಟಿತ್ತು. ದೊಡ್ಡ ವಾಣಿಜ್ಯ ವ್ಯವಹಾರಗಳಿಗೆ ಭದ್ರತೆ ಅಗತ್ಯವಿತ್ತು. ಕಾಂಗ್ರೆಸ್ ಮತ್ತು ಸರ್ಕಾರ ಒಪ್ಪಂದಕ್ಕೆ ಬರಲಾರದ ಸ್ಥಿತಿ ನಿರ್ಮಾಣವಾಯಿತು. ಮಂಡೇಲ ರವರು ಕ್ಲರ್ಕ್‌ರೊಂದಿಗೆ ಖಾಸಗಿಯಾಗಿ ಮಾತನಾಡಿದ್ದರೂ ಮಾತುಕತೆಗಳು ಫಲಕಾರಿಯಾಗಲಿಲ್ಲ.

ಹಿಂಸಾಕಾಂಡ ಹೆಚ್ಚಿತು. ಆದರೆ ಬಿಳಿಯರು ಕರಿಯರ ನಡುವೆ ಅಲ್ಲ. ಕಪ್ಪುಜನರ ನಡುವೆಯೇ ಪರಸ್ಪರ ಹೋರಾಟ ಆರಂಭವಾಯಿತು. ಆಫ್ರಿಕನ್ ನ್ಯಾಷನಲ್ ಕಾಂಗ್ರೆಸ್ ಮತ್ತು ಜುಲು ಸಂಘಟನೆ ಈ ಎರಡು ಕಪ್ಪು ಸಮೂಹಗಳು ಕದನಕ್ಕಿಳಿದವು. ಬಿಳಿಯರಲ್ಲಿದ್ದ ಸುಧಾರಣೆ ವಿರೋಧಿಗಳಿಗೆ ಇದು ಅನುಕೂಲವಾಗತೊಡಗಿತು. ಆದರೆ ಹಿಂಸೆ ಎಲ್ಲರಲ್ಲೂ ಭಯ ಮೂಡಿಸಿತು. ಇದಕ್ಕೆ ಸರ್ಕಾರವೇ ಜವಾಬ್ದಾರಿ ಎಂದು ಅಭಿಪ್ರಾಯ ಬಂದಿತು. ಜನರ ವಿಶ್ವಾಸವನ್ನು ಸರ್ಕಾರ ಕಳೆದುಕೊಳ್ಳ ಬೇಕಾಯಿತು. ಬಹುತೇಕ ಜನ ಕ್ಲರ್ಕ್ ಅವರು ಶಾಂತಿ ಮಾತುಕತೆಗೆ

ಸೋಗು ಹಾಕುತ್ತಿದ್ದಾರೆ ಎಂದು ಭಾವಿಸಿದರು. ಎಲ್ಲ ರೀತಿಯ ಮಾತುಕತೆಗಳು ವಿಫಲವಾದವು.

1992ರಲ್ಲಿ ಮಂಡೇಲ ಅವರಿಗೆ ಯುನೆಸ್ಕೊ ಶಾಂತಿಬಹುಮಾನ, ಪಾಕಿಸ್ತಾನದ ನಿಶಾನ್-ಇ-ಪಾಕಿಸ್ತಾನ ಪ್ರಶಸ್ತಿ, ಗೌರವ ಡಾಕ್ಟರೇಟ್‌ಗಳು ಲಭಿಸಿದವು. 1993ರಲ್ಲಿ ಅವರು ಕ್ಲರ್ಕ್‌ರೊಂದಿಗೆ ಫಿಲಡೆಲ್ಫಿಯ ಲಿಬರ್ಟಿ ಮೆಟಲ್ ಅವಾರ್ಡ್ ಪಡೆದುಕೊಡರು. ಅವರಿಗೆ ಬಿಲ್ ಕ್ಲಿಂಟನ್ ಪ್ರಶಸ್ತಿ ಪ್ರದಾನ ಮಾಡಿದರು.

ನೆಲ್ಸನ್ ಮಂಡೇಲಾ 1993ರ ಡಿಸೆಂಬರ್10ರಂದು ನೊಬೆಲ್ ಶಾಂತಿ ಬಹುಮಾನ ಸ್ವೀಕರಿಸಿದರು. ಆಗ ಅವರು ತಮ್ಮ ಭಾಷಣದಲ್ಲಿ ತಮ್ಮನ್ನು ನೊಬೆಲ್ ಸ್ಥಾನಮಾನಕ್ಕೇರಿಸಿದ ನೊಬೆಲ್ ಸಮಿತಿಗೆ ವಂದಿಸಿದರು. ಬಳಿಕ ಮಾತನಾಡಿ ಡಿ. ಕ್ಲರ್ಕ್‌ರನ್ನು ಪ್ರಶಸ್ತಿ ಭಾಜನ ರಾದುದಕ್ಕಾಗಿ ಅಭಿನಂದಿಸಿದರು. ಇದೇ ಸಂದರ್ಭದಲ್ಲಿ ಆಫ್ರಿಕನ್-ಅಮೆರಿಕನ್ ರಾಜಕಾರಣಿ ಮಾರ್ಟಿನ್ ಲೂಥರ್ ಕಿಂಗ್ ಜೂನಿಯರ್ ಅವರನ್ನು ನೆನಪು ಮಾಡಿಕೊಂಡರು. ತಾವು ವರ್ಣಭೇದ ನೀತಿವಿರೋಧಿ ಚಳುವಳಿಯ ಪ್ರತಿನಿಧಿ ಎಂದು ಹೇಳಿಕೊಂಡರು. ಮುಂದುವರಿದು, "ನಾನು ದಕ್ಷಿಣ ಆಫ್ರಿಕ ಒಂದು ದೇಶವೆಂದು ಅಥವಾ ಅಲ್ಲಿನ ಜನರ ವಿರುದ್ಧವಾಗಿ ಹೋರಾಡುತ್ತಿಲ್ಲ. ಆದರೆ ಅಮಾನವೀಯ ವ್ಯವಸ್ಥೆಯ ವಿರುದ್ಧ ಹೋರಾಡುತ್ತಿದ್ದೇನೆ. ವರ್ಣಭೇದ ಅಪರಾಧಕ್ಕೆ ಭಾರೀ ವೇಗದಲ್ಲಿ ಅಂತ್ಯ ಹಾಡಬೇಕಾಗಿದೆ." ಎಂದರು. ಈ ಸನ್ನಿವೇಶದಲ್ಲಿ ಬರ್ಮಾ ದೇಶದ ಜನರ ಸ್ವಾತಂತ್ರ್ಯಕ್ಕಾಗಿ ಶ್ರಮಿಸಿದ ನೊಬೆಲ್ ಶಾಂತಿ ಪ್ರಶಸ್ತಿ ಪಡೆದ ಆಂಗ್‌ಸಾನ್ ಸೂಕಿಯವರ ಬಿಡುಗಡೆಗೆ ಆಶಿಸಿದರು.

"ನಾವು ಎಲ್ಲ ಜನರೂ ಒಂದೇ. ಪ್ರತಿಯೊಬ್ಬರಿಗೂ ಸ್ವಾತಂತ್ರ್ಯ, ಸಂಪತ್ತು, ಮಾನವ ಹಕ್ಕುಗಳು ಲಭ್ಯ. ಅಂತಹ ಸಮಾಜವು ಯಾವುದೇ ವ್ಯಕ್ತಿಯ ಮಾನವತಾ ಹಕ್ಕುಗಳನ್ನು ಕಸಿದುಕೊಳ್ಳಬಾರದು" ಎಂದೂ

ಮಂಡೇಲ ಅಭಿಪ್ರಾಯಪಟ್ಟರು.

'ನೊಬೆಲ್ ಶಾಂತಿ ಬಹುಮಾನವನ್ನು ಘಟಿಸಿಹೋದ ಸಂಗತಿಗಳಿಗಾಗಿ ಕೊಟ್ಟ ಬಹುಮಾನವೆಂದು ತಪ್ಪು ತಿಳಿಯಬಾರದು. ವರ್ಣಭೇದ ಮಾಡುವುದು ನಿಷಿದ್ಧ. ಈ ವ್ಯವಸ್ಥೆಗೆ ಕೊನೆಗಾಣಿಸಬೇಕು ಎಂಬ ಎಲ್ಲರ ಕೂಗು ನಮಗೆ ಕೇಳಿಸದೇ? ಕೇಳುತ್ತದೆ. ನಾವು ಅವರ ಕರೆಯನ್ನು ಅರ್ಥ ಮಾಡಿಕೊಳ್ಳುತ್ತೇವೆ. ಜನರಲ್ಲಿ ಸಮಾನತೆ ಮತ್ತು ಸಹಾನುಭೂತಿ, ಆರೋಗ್ಯಕರ ಪರಿಸರ ಉಂಟು ಮಾಡಬೇಕು ತಾನೇ!' ಎಂದ ನೆಲ್ಸನ್ ಮಂಡೇಲ ಅವರು ತಮ್ಮ ನಿಲುವನ್ನು ರೂಢಿಯಲ್ಲಿ ಕಾರ್ಯಗತ ಮಾಡಲು ಶ್ರಮಿಸಿದರು.

1993ರಲ್ಲಿ ಮಂಡೇಲರಿಗೆ ಜೋಹಾನ್ಸ್‌ಬರ್ಗ್‌ನಲ್ಲಿ ಗ್ಲೀಟ್ಸ್ಮನ್ ಪ್ರತಿಷ್ಠಾನದ ಅಂತಾರಾಷ್ಟ್ರೀಯ ಪ್ರಶಸ್ತಿ, ವಾಷಿಂಗ್‌ಟನ್‌ನಲ್ಲಿ ಅಂತಾರಾಷ್ಟ್ರೀಯ ಅರಿವಿಗೆ ವಿಲಿಯಂ ಫುಲ್‌ಬ್ರೈಟ್ ಬಹುಮಾನ, ವಿಪೊಸ್ಟೊಲಿಕ್ ಮಾನವತಾ ಪ್ರಶಸ್ತಿಗಳೂ ಬಂದವು.

ಬಿಡುಗಡೆಯ ನಂತರ

ಮಂಡೇಲರ ಬಿಡುಗಡೆಯಾದ ಮೇಲೆ ಆದ ಭಾರಿ ಬದಲಾವಣೆಗಳು, ಬಿಳಿಯರು ಮತ್ತು ಕಪ್ಪು ಜನರ ಮಧ್ಯೆ ಬದಲಾವಣೆ ಮತ್ತು ಸಹಕಾರ ಹೆಚ್ಚಿನ ಅಪೇಕ್ಷೆಯಾಯಿತು. ಅಧಿಕಾರಕ್ಕಾಗಿ ಹೋರಾಟ ಮತ್ತು ಸಂಪೂರ್ಣ ಹೊಸ ಸರ್ಕಾರದ ರಚನೆಯಲ್ಲಿನ ತೊಡಕು ಇವುಗಳಿಂದಾಗಿ ವೈಫಲ್ಯ ಕಂಡುಬಂದಿತು.

ನೆಲ್ಸನ್ ಮಂಡೇಲ ತನ್ನ ಜನರಿಗಾಗಿ ನಾಗರಿಕ ಹಕ್ಕುಗಳು ಮತ್ತು ಸಮಾನ ಅವಕಾಶಗಳು ದೊರೆಯಬೇಕಂದು ಬೇಕಾದಷ್ಟು ಹಿಂಸೆ, ನರಳಾಟ ಅನುಭವಿಸಿದ್ದರು. ಆಫ್ರಿಕದಲ್ಲಿ ಹುಟ್ಟಿದ್ದ ಐರೋಪ್ಯರು ಒಂದು ವರ್ಗವಾಗಿ ಸ್ವತಂತ್ರ ಗಣರಾಜ್ಯ ಕಟ್ಟಿಕೊಂಡು ಬಿಳಿಯರದೇ ಪ್ರಾತಿನಿಧ್ಯವಿದ್ದ ಅಲ್ಪಸಂಖ್ಯಾತರ ಸರಕಾರ ಆಫ್ರಿಕನ್ ನ್ಯಾಷನಲ್ ಕಾಂಗ್ರೆಸ್ ಮತ್ತು

ವರ್ಣಭೇದ ನೀತಿವಿರುದ್ಧ ಅದರ ಚಳುವಳಿಯನ್ನು ದಮನ ಮಾಡಲು ಕಾನೂನುಗಳನ್ನು ರಚಿಸಿ ಪಾಲಿಸಿದ್ದವು. 1950ರಲ್ಲಿಯಂತೂ ಜನಸಂಖ್ಯಾ ದಾಖಲಾತಿ ಕಾನೂನು ಜಾರಿಗೆ ಬಂದು ಜನಸಂಖ್ಯೆಯನ್ನು ಸಾಮಾಜಿಕ ವರ್ಗಗಳಾಗಿ ವಿಭಾಗಿಸಲಾಗಿತ್ತು.

1970ರ ಮಧ್ಯದ ವೇಳೆಗೆ ದಕ್ಷಿಣ ಆಫ್ರಿಕಾದಲ್ಲಿ ಅಲ್ಪಸಂಖ್ಯಾತರ ಸರ್ಕಾರ ನಿಯಂತ್ರಣಗಳನ್ನು ಸ್ವಲ್ಪಮಟ್ಟಿಗೆ ಸಡಿಲಿಸಿ ಕೆಲವು ಯೂನಿಯನ್‌ಗಳು ಕೆಲಸ ಮಾಡಲು ಅವಕಾಶ ಮಾಡಿಕೊಟ್ಟಿತು. 1980ರ ಮಧ್ಯ ಭಾಗದಲ್ಲಿ ಆಫ್ರಿಕನ್‌ಸರ್ಕಾರ ವರ್ಣದ ಜನರನ್ನು ಪಾರ್ಲಿಮೆಂಟಿಗೆ ಸೇರಲು ಒಪ್ಪಿದರೂ ನೀಗ್ರೋಗಳು ಅಥವಾ ಕಪ್ಪುಜನರಿಗೆ ಅವಕಾಶವಿರಲಿಲ್ಲ. ಆದರೆ ಎ.ಎನ್.ಸಿ. ಮತ್ತು ಅದರ ನಾಯಕರು ಶುದ್ಧ ಪ್ರಜಾಪ್ರಭುತ್ವವನ್ನು ಇಚ್ಛಿಸಿದರು. ಸಮಾನತೆ ಮತ್ತು ನ್ಯಾಯ ದೊರಕುವುದು ಅಗತ್ಯ ಎಂದು ಪ್ರತಿಪಾದಿಸಿದರು. ಅವನ ಅಥವಾ ಅವಳ ವರ್ಣ ಅಥವಾ ಜನಾಂಗ ಲಕ್ಷಿಸದೆ ಎಲ್ಲರಿಗೂ ಮತದಾನದ ಹಕ್ಕು ನೀಡಬೇಕೆಂದು ವಾದಿಸಿದರು. 1978ರಿಂದ ದಕ್ಷಿಣ ಆಫ್ರಿಕಾದ ಅಧ್ಯಕ್ಷರಾಗಿದ್ದ ಪಿ.ಡಬ್ಲ್ಯೂ. ಬೋಥಾ ರಾಜಕೀಯ ಸುಧಾರಣೆಗಳನ್ನು ತರುವಲ್ಲಿ ಚಾಲನೆ ನೀಡಿದ ಪ್ರಥಮ ಬಿಳಿಯ ನಾಯಕರಾಗಿದ್ದರು. ಆದರೆ ಅವರ ಯತ್ನ ಸಾಲದಾಯಿತು. ಅವರ ಆರೋಗ್ಯ ವಿಫಲಗೊಂಡು 1989ರಲ್ಲಿ ತಮ್ಮ ಹುದ್ದೆಗೆ ರಾಜೀನಾಮೆ ಕೊಟ್ಟರು. ಈ ಹಂತದಲ್ಲೇ ಉದಾರ ಅಭಿಪ್ರಾಯಗಳುಳ್ಳ ಪ್ರಗತಿಪರರಾದ ಡಿಕ್ಲರ್ಕ್ ಅಧ್ಯಕ್ಷರಾದರು. ಇವರು 1990ರಲ್ಲಿ ವರ್ಣಭೇದ ನೀತಿಗೆ ಅಂತ್ಯ ಹಾಡಿ ಕಪ್ಪುಜನರ ಮೇಲಿದ್ದ ನಿಷೇಧವನ್ನು ತೆಗೆಯುವಲ್ಲಿ ಔದಾರ್ಯ ತೋರಿದರು. ಎಲ್ಲ ರಾಜಕೀಯ ಪಕ್ಷಗಳ ನಾಯಕರನ್ನೂ ಹಾಗೂ ರಾಜಕೀಯ ಖೈದಿಗಳನ್ನು ಮುಕ್ತ ಮಾಡಲಾಯಿತು. ಆಗಲೇ ನೆಲ್ಸನ್ ಮಂಡೇಲರ ಬಿಡುಗಡೆಯೂ ಆಯಿತು. ಡಿ.ಕ್ಲರ್ಕ್‌ರೂ ಮಂಡೇಲರ ಜತೆ ಮೇಲಿಂದ ಮೇಲೆ ಚರ್ಚಿಸುತ್ತಾ ಬಂದಿದ್ದರು.

1992ರಲ್ಲಿ ಎಫ್.ಡಬ್ಲ್ಯೂ.ಡಿ. ಕ್ಲರ್ಕ್ ಬಿಳಿಯರಲ್ಲಿ ಪ್ರಸ್ತಾಪಿಸಿ ವರ್ಣಭೇದ ನೀತಿ, ಪ್ರತ್ಯೇಕತಾ ನೀತಿಯನ್ನು ಕೊನೆಗಾಣಿಸಲು 2/3ರಷ್ಟು ಪ್ರಜೆಗಳು ಒಪ್ಪಿ ಮತ ಹಾಕಿದರು. ಭಾರಿ ಚರ್ಚೆಗಳು ಹಾಗೂ ಮಾತುಕತೆ ಗಳು ಆದ ಸಂದರ್ಭದಲ್ಲಿ 1994ರಲ್ಲಿ ಏಪ್ರಿಲ್ ತಿಂಗಳಲ್ಲಿ ದಕ್ಷಿಣ ಆಫ್ರಿಕಾದಲ್ಲಿ ಚುನಾವಣೆ ನಡೆಯಿತು. ವಿವಿಧ ವರ್ಣದ ಜನರು ಭಾಗವಹಿಸಿದ ಮೊದಲ ಚುನಾವಣೆ ಅದಾಗಿತ್ತು. 18 ದಶಲಕ್ಷ ಕಪ್ಪು ಜನರು ಮತದಾನ ಮಾಡಿದರು. ಆ ಚುನಾವಣೆಯು, ವರ್ಣಭೇದ ನೀತಿಗೆ ಅಂತ್ಯ ಹಾಡಿತು. 300 ವರ್ಷಗಳ ಜನಾಂಗೀಯ ತುಮುಲ ಕೊನೆಗೊಂಡಿತ್ತು.ಆಫ್ರಿಕನ್ ನ್ಯಾಷನಲ್ ಕಾಂಗ್ರೆಸ್ ಬಹುಮತ ಪಡೆದು ಶೇಕಡಾ 65ರಷ್ಟು ಮತ ಗಳಿಸಿತು. ಅದರ ನಾಯಕ ನೆಲ್ಸನ್ ಮಂಡೇಲರನ್ನು ಅಧ್ಯಕ್ಷ ಪದವಿಗೇರಿತು. ಮಹತ್ವದ ಜಯ ಮತ್ತು ನ್ಯಾಯ ಹಾಗೂ ಸಮಾನತೆ ಲಭಿಸಿದ್ದರೂ ಹೊಸ ಪ್ರಜಾಪ್ರಭುತ್ವ ಹಲವು ದೊಡ್ಡ ಸವಾಲುಗಳನ್ನು ಸಮಸ್ಯೆಗಳನ್ನೂ ಎದುರಿಸಬೇಕಾಗಿತ್ತು. 20ನೇ ಶತಮಾನದ ಕೊನೆಯ ವೇಳೆಗೆ ಎರಡು ದಶಲಕ್ಷ ಮಕ್ಕಳಿಗೆ ಯಾವುದೇ ಶಾಲೆಯ ಅನುಕೂಲವಿಲ್ಲದೆ ತತ್ತರಿಸುವಂತಾಗಿತ್ತು. ಜನಸಂಖ್ಯೆಯ ಶೇ. 50ರಷ್ಟು ವಿದ್ಯುಚ್ಛಕ್ತಿ ಇಲ್ಲದ ಮನೆಗಳಲ್ಲಿ ವಾಸಿಸುತ್ತಿದ್ದರು. ಸರಿಸುಮಾರು 12 ದಶಲಕ್ಷ ಜನ ದಕ್ಷಿಣ ಆಫ್ರಿಕನ್ನರಿಗೆ ಶುದ್ಧ ಕುಡಿಯುವ ನೀರಿನ ಸಮರ್ಪಕ ಸರಬರಾಜು ಇರಲಿಲ್ಲ. ವಯಸ್ಕ ಜನಸಂಖ್ಯೆಯ ಮೂರನೆಯ ಒಂದರಷ್ಟು ಮಂದಿ ಉದ್ಯೋಗವಿಲ್ಲದೆ ಹೆಣಗಾಡುತ್ತಿದ್ದರು.

ಜೋಹಾನ್ಸ್‌ಬರ್ಗ್‌ನ ಪ್ರೆಸ್ ಕ್ಲಬ್ 1994ರಲ್ಲಿ ಎಫ್.ಡಬ್ಲ್ಯೂ. ಡಿಕ್ಲರ್ಕ್‌ರೊಂದಿಗೆ ಮಂಡೇಲರನ್ನು ವರ್ಷದ ಸುದ್ದಿಯ ಸೃಷ್ಟಿಕರ್ತ ಎಂದು ಆಯ್ಕೆ ಮಾಡಿತು. ಹಸಿವನ್ನು ಅಂತ್ಯಗೊಳಿಸುವುದರಲ್ಲಿ ನಾಯಕತ್ವ ವಹಿಸಿದುದಕ್ಕಾಗಿ ಹಸಿವು ಯೋಜನೆಯ ಎಂಟನೆ ವಾರ್ಷಿಕ ಆಫ್ರಿಕಾ ಬಹುಮಾನ ಸ್ವೀಕರಿಸಿದರು ಮಂಡೇಲ. 1994ರಲ್ಲಿ ಅವರಿಗೆ ಮಾನವತಾ ಹಕ್ಕುಗಳು ಮತ್ತು ಸಹಿಷ್ಣುತೆಗಾಗಿ ಇರುವ ಆ್ಯನೆ ಫ್ರಾಂಕ್ ಪದಕ, ಮುಸ್ಲಿಂ

ಮಹಿಳಾ ಒಕ್ಕೂಟದ ಷೇಕ್ ಯೂಸುಫ್ ಶಾಂತಿ ಪ್ರಶಸ್ತಿ, ಶ್ರೇಷ್ಠತೆಗೆ ಆಫ್ರಿಕನ್ ಅಮೆರಿಕನ್ ಸಂಸ್ಥೆಯ ಆರ್ಥರ್ ಎ. ಹೌಟನ್ ಸ್ಟಾರ್ ಕ್ರಿಸ್ಟಲ್ ಪ್ರಶಸ್ತಿ, ಹೋವರ್ಡ್ ವಿಶ್ವವಿದ್ಯಾನಿಲಯದ ಗೌರವ ಡಾಕ್ಟರೇಟ್, ಅಂತಾರಾಷ್ಟ್ರೀಯ ಒಲಂಪಿಕ್ ಸಮಿತಿಯ ಅಧ್ಯಕ್ಷರಿಂದ ಒಲಿಂಪಿಕ್ ಗೋಲ್ಡ್ ಆರ್ಡರ್, ಗ್ರೀಕ್ ಚೇಂಬರ್ ಆಫ್ ಕಾಮರ್ಸ್ ಅಂಡ್ ಇಂಡಸ್ಟ್ರೀಸ್‌ನ ವರ್ಷದ ವ್ಯಕ್ತಿ, ಪ್ರಶಸ್ತಿ, ದಕ್ಷಿಣ ಆಫ್ರಿಕಾ ವಿಶ್ವವಿದ್ಯಾನಿಲಯದ ಗೌರವ ಡಾಕ್ಟರೇಟ್ ಪ್ರಶಸ್ತಿ ಲಭಿಸಿದವು.

1995ರಲ್ಲಿ ಮಂಡೇಲ ಅವರಿಗೆ ತಾನು ಹುಟ್ಟಿದ ದೇಶಕ್ಕೆ ಅವರು ಸಲ್ಲಿಸಿದ ಅತ್ಯುನ್ನತ ಸೇವೆಗಾಗಿ ಆರ್ಡರ್ ಆಫ್ ಮೆರಿಟ್ ಬ್ರಿಟಿಷ್ ಡೆಕೊರೇಷನ್ ಪ್ರಶಸ್ತಿ ಕೊಡಲಾಯಿತು. ಅದೇ ವರ್ಷ ಆಫ್ರಿಕನ್ ಸೆಂಟರ್ ಫಾರ್ ದಿ ಕನ್‌ಸ್ಟ್ರಕ್ಟೀವ್ ರೆಸೊಲ್ಯೂಷನ್ ಆಫ್ ಡಿಸಪ್ಯೂಟ್ಸ್ (ACCORD) ಮತ್ತು ದಿ ಆರ್ಗನೈಸೇಷನ್ ಆಫ್ ಆಫ್ರಿಕನ್ ಯುನಿಟಿ (OAU) ಜಂಟಿಯಾಗಿ ಮಂಡೇಲರಿಗೆ ಆಫ್ರಿಕ ಶಾಂತಿ ಪ್ರಶಸ್ತಿ ನೀಡಿ ಗೌರವಿಸಿತು. ದಕ್ಷಿಣ ಆಫ್ರಿಕಾದ ಕಾಲೇಜ್ ಆಫ್ ಮೆಡಿಸಿನ್ ಗೌರವ ಫೆಲೊಷಿಪ್ ನೀಡಿದರೆ, ರಾಷ್ಟ್ರಾಧ್ಯಕ್ಷ ಮಂಡೇಲರನ್ನು ಲಂಡನ್ನಿನ ಅಂತರಾರಾಷ್ಟ್ರೀಯ ಬಾರ್ ಅಸೋಸಿಯೇಷನ್ ಗೌರವ ಅಧ್ಯಕ್ಷರನ್ನಾಗಿ ಆರಿಸಿತು. 1996ರಲ್ಲಿ ಪ್ಯಾರಿಸಿನ ಸೋರ್ಬೋನ್ ವಿಶ್ವವಿದ್ಯಾನಿಲಯ ಮತ್ತು ಸ್ಟೆಲೆನ್ ಬಾರ್ ವಿಶ್ವವಿದ್ಯಾನಿಲಯ ಗೌರವ ಡಾಕ್ಟೊರೇಟ್ ನೀಡಿ ಪುರಸ್ಕರಿಸಿದವು.

ಭಾರತ ಸರ್ಕಾರವು ಅದೇ ವರುಷ ನವದೆಹಲಿಯಲ್ಲಿ ಅಂತಾರಾಷ್ಟ್ರೀಯ ಶಾಂತಿ ಮತ್ತು ಸಾಮರಸ್ಯಕ್ಕಾಗಿ ಇಂದಿರಾಗಾಂಧಿ ಪ್ರಶಸ್ತಿ ನೀಡಿತು. 1999ರಲ್ಲಿ ನೆದರ್‌ಲ್ಯಾಂಡ್ಸ್‌ನ ರಾಜಧಾನಿ ನಗರದ ಸ್ವರ್ಣಪದಕ, ಲೀಡನ್ ವಿಶ್ವವಿದ್ಯಾನಿಲಯ ಹಾಗೂ ರಷ್ಯನ್ ಅಕಾಡೆಮಿ ಆಫ್ ಸೈನ್ಸಸ್, ಮಾಸ್ಕೊ, ಫಿಲಿಪೈನ್ ಹಾಗೂ ಬೊಟ್ಸ್‌ವಾನ್ ವಿಶ್ವವಿದ್ಯಾನಿಲಯ, ಹಾಸ್ಟನ್‌ನ ರೈಸ್ ವಿಶ್ವವಿದ್ಯಾನಿಲಯ ಹೀಗೆ ಒಂದೇ

ಎರಡೇ! ಹಲವು ಹತ್ತು ವಿಶ್ವವಿದ್ಯಾನಿಲಯಗಳು ಮಂಡೇಲರಿಗೆ ಗೌರವ ಡಾಕ್ಟರೇಟ್‌ಗಳನ್ನು ನೀಡಿ ಗೌರವಿಸಿದವು. ಲಂಡನ್, ಟೊಂಗಾಟ್ (ನೇಟಾಲ್), ಡಬ್ಲಿನ್, ಹೈಡಲ್‌ಬರ್ಗ್, ಪೀಟರ್ ಮಾರಿಟ್ಜ್‌ಬರ್ಗ್, ಬ್ಲೊಮ್ ಫಾಂಟೀನ್, ಬೋಕ್ಸ್‌ಬರ್ಗ್, ಆಕ್ಸ್‌ಫರ್ಡ್, ಎಡಿನ್‌ಬರ್ಗ್, ಕೇಪ್‌ಟೌನ್, ಡರ್ಬಾನ್, ಲೈಡನ್‌ಬರ್ಗ್ ಈ ಕೆಲವು ನಗರಗಳು ಮಂಡೇಲ ಅವರಿಗೆ ಸ್ವಾತಂತ್ರ್ಯ ಪ್ರಶಸ್ತಿ ನೀಡಿ ಸನ್ಮಾನಿಸಿವೆ.

1999ರ ಮಹಾಚುನಾವಣೆ ಕಾಲದಲ್ಲಿ ಕ್ರಿಯಾತ್ಮಕ ರಾಜಕಾರಣದಿಂದ ನೆಲ್ಸನ್ ಮಂಡೇಲ ನಿವೃತ್ತರಾದರು. ಕ್ರಿ.ಶ. 2001, ಮಾರ್ಚ್ 16ರಂದು ಪ್ರತಿಷ್ಠಿತ ಗಾಂಧಿ ಶಾಂತಿ ಪ್ರಶಸ್ತಿಯನ್ನು ಅಂದಿನ ಭಾರತದ ರಾಷ್ಟ್ರಾಧ್ಯಕ್ಷ ಕೆ. ಆರ್. ನಾರಾಯಣನ್ ಮಂಡೇಲರಿಗೆ ಅರ್ಪಿಸಿದರು. ತಮ್ಮ ಜೀವನಪೂರ್ತಿ ಅಹಿಂಸಾವಾದವನ್ನು ಪ್ರತಿಪಾದಿಸುತ್ತಾ ಬಂದವರು ನೆಲ್ಸನ್‌ಮಂಡೇಲ. ಭಾರತದಲ್ಲಿ ಕೂಡ ನೆಲ್ಸನ್ ಮಂಡೇಲ ಅವರು ಜನಪ್ರಿಯರಾದರು. ಈಚಿನ ವರ್ಷಗಳಲ್ಲಿ ಅವರನ್ನು 'ಜೀವಿಸಿರುವ ಗಾಂಧಿ' ಎಂದೇ ಭಾರತೀಯರು ತಿಳಿದಿದ್ದಾರೆ.

ಮಂಡೇಲ ಅವರ ದೀರ್ಘಾವಧಿ ಸೆರೆಮನೆ ವಾಸ ಮತ್ತು ರಾಜಕೀಯ ಹಿಂಸೆ ಅವರನ್ನೆಂದಿಗೂ ದೋಷದರ್ಶಿಯಾಗಿ ಇಲ್ಲವೇ ಛಲ ಸಾಧಿಸುವ ಪ್ರತಿವೈರ ಸಾಧಿಸುವ ವ್ಯಕ್ತಿಯನ್ನಾಗಿ ಮಾಡಲಿಲ್ಲ. ಅವರು ಯಾವಾಗಲೂ ಶಾಂತಿಯುತ ಮಾತುಕತೆಗಳಿಗೆ ಆಶಿಸುತ್ತಿದ್ದರು. ಆದರೂ ಅವರ ಸಮಸ್ಯೆಗಳು ಕೆಲಕಾಲ ಜಟಿಲವಾದವು. ಅದೂ ಎ.ಎನ್.ಸಿ.ಯನ್ನು ದೊಡ್ಡ ಒಳಗುಂಪು ವಿರೋಧಿಸಿದಾಗ ಹಾಗೂ ಮುಖ್ಯವಾಗಿ ಜುಲು ಬುಡಕಟ್ಟು ಜನ ತನ್ನ ಪಕ್ಷದ ಸದಸ್ಯರ ಮೇಲೆ ಕದನಕ್ಕಿಳಿದಾಗ ಈ ಸಮಸ್ಯೆಗಳು ಕ್ಲಿಷ್ಟವಾದವು. ಅದೇ ಕಾಲಕ್ಕೆ ಬಿಳಿಯರು ಬಹುಸಂಖ್ಯಾತ ಕರಿಯರ ಆಡಳಿತ ಹಿಂಸಾತ್ಮಕ ಪ್ರತಿಭಟನೆಗಳಲ್ಲಿ ನಿರತರಾದರು ಹಾಗೂ ವರ್ಣಭೇದ ನೀತಿಯನ್ನು ಅಂತ್ಯಗೊಳಿಸುವಲ್ಲಿನ ಮಾತುಕತೆಗಳನ್ನು ಕ್ಲಿಷ್ಟಗೊಳಿಸಿದರು.

ಆದರೆ ಎಲ್ಲ ಎಷ್ಟು ಕಾಲ? ಮಂಡೇಲರ ರಾಜಕೀಯದಲ್ಲಿನ ತೀಕ್ಷ್ಣಮತಿ, ಸಹಿಷ್ಣುತೆ ಮತ್ತು ತಾಳ್ಮೆ ದೇಶದಲ್ಲಿನ ಎಲ್ಲ ಬಂಧನಗಳನ್ನು ಕಳಚುವಲ್ಲಿ ನೆರವಾದವು.

ನೆಲ್ಸನ್ ಮಂಡೇಲ ಒಬ್ಬ ವಿಶ್ವರತ್ನರೇ ಆಗಿದ್ದಾರೆ. ಭಾರತವೇ ಮೊದಲಾದ ದೇಶಗಳು ದಕ್ಷಿಣ ಆಫ್ರಿಕಾದ ಆರ್ಥಿಕ ಪುನರುತ್ಥಾನಕ್ಕೆ ನೆರವಾದವು. ಮಂಡೇಲ ರಾಷ್ಟ್ರ ಪ್ರಗತಿಪಥದಲ್ಲಿ ಮುನ್ನಡೆಯಲು ಬೇಕಾದ ವಾತಾವರಣವನ್ನು ನಿರ್ಮಿಸಿದರು. ಅವರು ಸುಮಾರು ಆರು ವರ್ಷಗಳ ಕಾಲ ರಾಷ್ಟ್ರದ ಮುಖ್ಯಸ್ಥರಾಗಿದ್ದರು. 1999ರ ಕೊನೆಯ ವೇಳೆಗೆ ಅವರು ತಾವೊಬ್ಬ ಹಿರಿಯ ರಾಜಕಾರಣಿಯಾಗಿಯಷ್ಟೆ ಉಳಿಯುವ ಮನಸು ಮಾಡಿ ರಾಜಕೀಯದಿಂದ ಬಿಡುಗಡೆ ಹೊಂದಿ ವಿಶ್ರಾಂತಿ ಜೀವನ ನಡೆಸ ತೊಡಗಿದರು.

'ಗುಲಾಮಗಿರಿ ಯಾವಾಗಲೂ ಅಲ್ಲ. ನಾವು ಮತ್ತೆ ಸ್ವತಂತ್ರ ರಾಗುತ್ತೇವೆ. ಅದು ನಿಮ್ಮ ಯತ್ನಗಳ ಮೂಲಕವೇ ಆಗಬಹುದು' ಎಂದು ಮಂಡೇಲ ತಮ್ಮ ಜನರಿಗೆ ಹೇಳಿದಂತೆ ಮಾಡಿತೋರಿಸಿದರು.

ಮಂಡೇಲ ತನ್ನ ಜನರಿಗೆ ತಮ್ಮ ಹಕ್ಕುಗಳಿಗಾಗಿ ಬೇಡಿಕೆ ಸಲ್ಲಿಸಲು ಪ್ರಚೋದಿಸಿದರು, ಅವರನ್ನು ಸ್ವಾತಂತ್ರ್ಯ ಸಮರಕ್ಕೆ ಸಜ್ಜುಗೊಳಿಸಿದರು. ತಾವು ಜೈಲಿನಲ್ಲಿದ್ದಾಗ ಮಾತುಕತೆಗೆ ತಿರಸ್ಕರಿಸಿದ್ದರು. ಬಂದಿಗಳೆಂದೂ ಒಪ್ಪಂದಗಳನ್ನು ಮಾಡಿಕೊಳ್ಳಬಾರದು ಎಂಬುದು ಮಂಡೇಲರ ತೀರ್ಮಾನವೇ ಆಗಿತ್ತು.

ವಿಶ್ವಜ್ಯೋತಿ

ನೆಲ್ಸನ್ ಮಂಡೇಲರ ವೈಯಕ್ತಿಕ ಜೀವನ ಅಷ್ಟೇನೂ ನೆಮ್ಮದಿ ಯಾಗಿರಲಿಲ್ಲ. ಅವರ ಮೊದಲನೆ ಹೆಂಡತಿ ಇವೆಲಿನ್ ತನ್ನ ಮೂವರೂ ಮಕ್ಕಳೊಡನೆ ಅವರನ್ನು ತೊರೆದಳು. ವಿನ್ನಿ ಅದರ ಎರಡನೇ ಹೆಂಡತಿ. ಇಬ್ಬರೂ ತುಂಬ ಪ್ರೀತಿಸಿದ್ದರು. ಆದರೆ ಮಂಡೇಲರನ್ನು ಆಕೆಯೂ

ತೊರೆದರು. ಹಾಗೆ ನೋಡಿದರೆ ವಿನ್ನಿ ವರ್ಣಭೇದ ನೀತಿವಿರುದ್ಧ ಹೋರಾಡಿದ ಸಮಾಜ ಸೇವಾಕರ್ತೆ. ಮಂಡೇಲರಿಗೆ ಬೆಂಬಲ ನೀಡಿದ್ದರು. ಹೇಗೇ ಆದರೂ 1991ರಲ್ಲಿ ಆಕೆ ಆಪಾದನೆಗೆ ಗುರಿಯಾದರು. ಕಾರಣ, 1988ರಲ್ಲಿ ತಮ್ಮ ಮನೆಯಲ್ಲೆ ಒಬ್ಬ ಕಪ್ಪು ಯುವಕನನ್ನು ಹೊಡೆದಿದ್ದರು ಹಾಗೂ ಅಪಹರಿಸಿದ್ದರು. ಇದರಿಂದಾಗಿ ಒಂದು ತತ್ವಕ್ಕೆ ಕಟ್ಟುಬಿದ್ದಿದ್ದ ಅವರು ಆ ತತ್ವವನ್ನು ಗಾಳಿಗೆ ತೂರಿದಂತಾಗಿತ್ತು. 1992ರಲ್ಲಿ ವಿನ್ನಿ ಗಂಡನಿಂದ ವಿವಾಹ ವಿಚ್ಛೇದನ ಪಡೆದರು. ಬಳಿಕ ಮೊಜಾಂಬಿಕ್ ರಾಷ್ಟ್ರಾಧ್ಯಕ್ಷರ ವಿಧವೆಯನ್ನು ಮಂಡೇಲ ತಮ್ಮ 80ನೆಯ ವಯಸ್ಸಿನಲ್ಲಿ ವಿವಾಹವಾದರು. ಆಕೆಯೇ ಗ್ರೇಸ್ ಮೈಕೇಲ್.

2003ರಲ್ಲಿ ನೆಲ್ಸನ್ ಮಂಡೇಲ ತಮ್ಮ 85ನೇ ಹುಟ್ಟುಹಬ್ಬವನ್ನು ಆಚರಿಸಿಕೊಂಡಿರು. ನೆಲ್ಸನ್ ಮಂಡೇಲ ವಿಶ್ವಕ್ಕೇ ಬೆಳಕು ನೀಡುವಂಥ ಕೆಲಸ ಮಾಡಿ ವಿಶ್ವಜ್ಯೋತಿ ಎನಿಸಿದರು. ತಮ್ಮೆಲ್ಲ ಸುಖಗಳನ್ನು ಬದಿಗಿಟ್ಟು ಜೈಲಿನಲ್ಲಿ ಒಬ್ಬ ಸಾಮಾನ್ಯ ಖೈದಿಯಂತೆ ಎಲ್ಲ ರೊಟ್ಟಿಗೂ ಶ್ರಮದ ಕೆಲಸ ಮಾಡಿದರು. ಆಗೆಲ್ಲ ಅವರು ತಮ್ಮ ಬಾಂಧವರಿಗಾಗಿ, ಜನರಿಗಾಗಿ ಶೋಕಿಸಿದರು. ಒಂದಲ್ಲ ಎರಡಲ್ಲ, ಇಪ್ಪತ್ತೇಳುವ ವರ್ಷಗಳ ಜೈಲುವಾಸವೆಂದರೆ ಅದು ಒಬ್ಬನ ಆಯುಷ್ಯದ ಕಾಲು ಭಾಗಕ್ಕೂ ಹೆಚ್ಚು.

ನೆಲ್ಸನ್ ಮಂಡೇಲರನ್ನು ಕುರಿತಂತೆ ಹಲವು ಜೀವನಚರಿತ್ರೆ ಕೃತಿಗಳು ಪ್ರಕಟವಾಗಿವೆ. ದಕ್ಷಿಣ ಆಫ್ರಿಕದ ಈ ಮಹಾನ್ ನಾಯಕನ ಹೋರಾಟದ ವಿವರಗಳು ಆಕೃತಿಗಳಲ್ಲಿ ನಮಗೆ ಲಭ್ಯವಾಗಿವೆ. ಒಬ್ಬ ಗಾಂಧಿ, ಒಬ್ಬ ಮಾರ್ಟಿನ್ ಲೂಥರ್ ಕಿಂಗ್, ಒಬ್ಬ ನೆಲ್ಸನ್ ಮಂಡೇಲ, ಒಬ್ಬ ಆಂಗ್‌ಸಾನ್ ಸೂಕಿ ಒಬ್ಬ ಅಂಬೇಡ್ಕರ್ ಇಂಥವರು ವಿಶ್ವದಲ್ಲಿ ತಮ್ಮ ಸುಖವನ್ನು ಬದಿಗಿಟ್ಟು ದೀನದಲಿತರಿಗೆ, ವರ್ಣಭೇದ ನೀತಿಗೆ ಒಳಗಾಗಿ ಬಳಲಿದವರಿಗೆ, ದಾಸ್ಯದಲ್ಲಿ ತೊಳಲಿದವರಿಗೆ ಆಶಾಕಿರಣ ವಾದವರು.

ಫಾತಿಮಾ ಯಾರ್ ಅವರ 'ಹೈಯರ್‌ದ್ಯಾನ್‌ಹೋಪ್' ಹಾಗೂ ಚಿಕ್ಕ ಕೃತಿಯಾದರೂ ಚೊಕ್ಕದಾದ ಬೆಂಜಮಿನ್ ಪೋಗ್ರುಂಡ್‌ರವರ ನೆಲ್ಸನ್ ಮಂಡೇಲ ಜೀವನಚರಿತ್ರೆ ಕೃತಿಗಳು ಮಂಡೇಲರ ವ್ಯಕ್ತಿತ್ವವನ್ನು ಪರಿಚಯಿಸುತ್ತವೆ. ಇವೂ ಸಹ ಆ ಮಹಾನ್ ವ್ಯಕ್ತಿಗೆ ಸಂದ ಗೌರವಗಳೇ.

ನೆಲ್ಸನ್ ಮಂಡೇಲರವರೇ ಒಳ್ಳೆಯ ಬರಹಗಾರರಾಗಿ 'ತಮ್ಮ ಜೀವನದ ಹೋರಾಟ' ಎಂಬ ಆತ್ಮಕಥೆಯನ್ನು ಬರೆದಿದ್ದಾರೆ. ಗಾಂಧೀಜಿಯ ಹಾಗೂ ಅವರ ಹೋರಾಟದ ಬಗ್ಗೆ ಮಂಡೇಲ ಪುಸ್ತಕಗಳನ್ನು ಓದಿಕೊಂಡಿದ್ದರು. ಎಲ್ಲಿರಲಿ ಹೇಗಿರಲಿ ಗಾಂಧೀಜಿಯವರಂತೆ ಬಿಳಿಯರ ಬಗ್ಗೆ ದ್ವೇಷ ತಾಳದೆ ಅವರ ಮೆಚ್ಚುಗೆ ಗಳಿಸಿದರು.

ಮುಖ್ಯವಾಗಿ ಬಹುಸಂಖ್ಯಾತ ಕರಿಯರಿಗೆ ಅಲ್ಪಸಂಖ್ಯಾತ ಬಿಳಿಯರಿಂದ ಆಗುತ್ತಿದ್ದ ಅವಮಾನ, ಹಿಂಸೆಯ ವಿರುದ್ಧ ಅವಿರತ ಹೋರಾಟ ನಡೆಸಿದ ಧೀರರು ನೆಲ್ಸನ್ ಮಂಡೇಲ.

ಜೀವನ ಚರಿತ್ರೆಮಾಲೆ

 ವಾಸನ್ ಪಬ್ಲಿಕೇಷನ್ಸ್

ವಾಸನ್ಸ್

ಜೀವನ ಚರಿತ್ರೆಮಾಲೆ

ಧೀರೂಭಾಯಿ ಅಂಬಾನಿ

ವಾಸನ್ಸ್ ಜೀವನಚರಿತ್ರೆ ಮಾಲೆ

ಧೀರೂಭಾಯಿ ಅಂಬಾನಿ

ರಾಘವೇಂದ್ರ ಅಡಿಗ ಎಚ್ಚೆನ್

"ದೊಡ್ಡದಾಗಿ ಯೋಚಿಸಿ, ವೇಗವಾಗಿ ಯೋಚಿಸಿರಿ, ಎಲ್ಲರಿಗಿಂತ ಮುಂದಾಗಿ ಯೋಚಿಸಿರಿ, ಯೋಜನೆಗಳು ಯಾರೊಬ್ಬರ ಏಕಸ್ವಾಮ್ಯವನ್ನು ಹೊಂದಿರುವುದಿಲ್ಲ."

– ಧೀರೂಭಾಯಿ ಅಂಬಾನಿ

 ವಾಸನ್ ಪಬ್ಲಿಕೇಷನ್ಸ್

ಧೀರೂಭಾಯಿ ಅಂಬಾನಿ
© ವಾಸನ್ ಪಬ್ಲಿಕೇಷನ್ಸ್
ಪ್ರಥಮ ಮುದ್ರಣ : 2014

ಪ್ರಕಾಶಕರು :

ವಾಸನ್ ಪಬ್ಲಿಕೇಷನ್ಸ್

25, ವಾಸನ್ ಟವರ್ಸ್,
ಡಾ॥ ಟಿ.ಸಿ.ಎಂ. ರಾಯನ್ ರಸ್ತೆ (ಗೂಡ್ಸ್ ಶೆಡ್ ರಸ್ತೆ),
ಬೆಂಗಳೂರು – 560 053
ದೂ : 080–2670 5679 / ಮೊ : 97316 57728
e-mail : vasanpublications@gmail.com
www.mastermindbooks.com

ಡಿಟಿಪಿ :

ವಾಸನ್ಸ್

ಮುದ್ರಣ :

ಶ್ರೀನಿಧಿ ಗ್ರಾಫಿಕ್ಸ್

ಧೀರೂಭಾಯಿ ಹೀರಾಚಂದ್ ಗೋವರ್ಧನದಾಸ್ ಅಂಬಾನಿ

ಅದು 1947 ರ ಅವಧಿ,

ಭಾರತಕ್ಕೆ ಸ್ವಾತಂತ್ರ್ಯ ನೀಡುವ ಮಹತ್ವದ ಕಾಯ್ದೆಯಾದ ಇಂಡಿಯನ್ ಇಂಡಿಪೆಂಡೆನ್ಸ್ ಆಕ್ಟ್ ಬ್ರಿಟೀಷ್ ಸಂಸತ್ತಿನಲ್ಲಿ ಪಾಸಾಯಿತು. ಅದೇ ವೇಳೆ ದೇಶದ ಎಲ್ಲಾ ರಾಜ ಮಹಾರಾಜರುಗಳಿಗೆ ತಾವು ಭಾರತ ಒಕ್ಕೂಟ ಸೇರಿಕೊಳ್ಳುವಂತೆ ತಿಳಿಸಲಾಯಿತು. ಆ ವೇಳೆಗೆ ಜಿನಾಗಢದಲ್ಲಿ ಅಧಿಕಾರದಲ್ಲಿದ್ದ ನವಾಬ ಮಾತ್ರ ಬ್ರಿಟಿಷರ ಆದೇಶಕ್ಕೆ ಸೊಪ್ಪು ಹಾಕಲಿಲ್ಲ.

ಅಂತಿಮವಾಗಿ ಆಗಸ್ಟ್ 15, 1947 ರಂದು ದೇಶವು ಬ್ರಿಟೀಷರ ದಾಸ್ಯದಿಂದ ಬಿಡುಗಡೆ ಹೊಂದಿತು. ಆ ಖುಷಿಯನ್ನು ದೇಶಾದ್ಯಂತ ಜನರು ನಾನಾ ವಿಧಗಳಿಂದ ಸಂಭ್ರಮಿಸುವ ಮೂಲಕ ಆಚರಿಸುತ್ತಿದ್ದರು. ಆದರೆ ಜುನಾಗಢದ ಜನತೆಗೆ ಮಾತ್ರ ಆ ಭಾಗ್ಯವಿರಲಿಲ್ಲ! ಅವರು ಮಾತ್ರ ನವಾಬನ ಆಡಳಿತದ ಸೆರೆಯಲ್ಲಿಯೇ ಇದ್ದರು. ಯಾರೊಬ್ಬರೂ ಮನೆ ಬಿಟ್ಟು ಹೊರ ಬರುವಂತಿಲ್ಲ. ಯಾವುದೇ ಬಗೆಯ ರ್‍ಯಾಲಿಗಳನ್ನು ಆಯೋಜಿಸುವಂತಿಲ್ಲ. ಧ್ವಜಾರೋಹಣ ಮಾಡುವಂತಿಲ್ಲ ಎಂಬ ಕಟ್ಟುನಿಟ್ಟಿನ ಆದೇಶ ನವಾಬನಿಂದ ಜಾರಿಯಲ್ಲಿತ್ತು!

ಅದಾಗ ಓರ್ವ ವಿದ್ಯಾರ್ಥಿ ನಾಯಕ ನವಾಬನ ಈ ಪ್ರತಿಬಂಧಕಾಜ್ಞೆಯ ವಿರುದ್ಧ ಸಿಡಿದೆದ್ದಿದ್ದನು! ಅವನು ಜುನಾಗಢದಲ್ಲಿನ ಎಲ್ಲಾ ವಿದ್ಯಾರ್ಥಿ ಮಿತ್ರರಿಗೆ ನಿಷೇಧಾಜ್ಞೆಯನ್ನು ಮೀರುವಂತೆಯೂ ಶಾಲಾ ಮೈದಾನದಲ್ಲಿ ಆಯೋಜಿತವಾದ ಧ್ವಜಾರೋಹಣ ಕಾರ್ಯಕ್ರಮದಲ್ಲಿ ಪಾಲ್ಗೊಳ್ಳುವಂತೆಯೂ ಕರೆ ನೀಡಿದ್ದು ಮಾತ್ರವಲ್ಲದೇ ಕರೆಗೆ ಓಗೊಟ್ಟು ಬಂದಿದ್ದ ಸಾವಿರಾರು ಸಂಖ್ಯೆಯ ವಿದ್ಯಾರ್ಥಿಗಳೆದುರಲ್ಲಿ

ಭಾರತದ ಧ್ವಜಾರೋಹಣವನ್ನು ನೆರವೇರಿಸಿ, ದೇಶಭಕ್ತಿಗೀತೆಗಳನ್ನು ಹಾಡಿದನು. ಸಿಹಿ ತಿಂಡಿಗಳನ್ನು ಅಲ್ಲಿ ನೆರೆದವರಿಗೆಲ್ಲಾ ಹಂಚಿದನು. ಅದಾದ ಬಳಿಕ ಆ ವಿದ್ಯಾರ್ಥಿ ನಾಯಕನು ಸಂಕ್ಷಿಪ್ತವೂ, ಭಾವಪ್ರಧಾನವೂ ಆದ ಭಾಷಣವನ್ನು ಅತ್ಯಂತ ಆತ್ಮವಿಶ್ವಾಸದಿಂದ ಮಾಡಿದನು.

ಇಷ್ಟಾದ ಬಳಿಕ ಆ ರ್‍ಯಾಲಿಯು ಜುನಾಗಢ ಪೊಲೀಸ್ ಠಾಣೆಯ ಬಳಿ ಬರುತ್ತಿರಲು ಅಲ್ಲಿನ ಪೊಲೀಸರಿಗೆ ನವಾಬನ ಆಜ್ಞೆಯಂತೆ ಆ ಯುವಕನನ್ನು ಬಂಧಿಸಬೇಕಾಗಿ ಬಂದಿತು. ಆ ಸಮಯದಲ್ಲಿ ಸಾವಿರ ಸಂಖ್ಯೆಯಲ್ಲಿದ್ದ ವಿದ್ಯಾರ್ಥಿಗಳನ್ನು ಹಿಂದಿಟ್ಟುಕೊಂಡು ತನ್ನೊಬ್ಬನ ನಾಯಕತ್ವದಲ್ಲಿ ರಾಷ್ಟ್ರಧ್ವಜಾರೋಹಣವನ್ನು ಮಾಡಿದ ಆ ಯುವಕನ ಧೈರ್ಯ ಸಾಹಸಗಳಿಗೆ ಪೊಲೀಸರೂ ಮರುಳಾಗಿದ್ದರು. ಇಷ್ಟಾಗಿ ಯುವಕನಿಗೆ ಯಾವುದೇ ಪ್ರಜಾ ಮಂಡಳ ನಾಯಕರ ಬೆಂಬಲವಿರಬೇಕೆನ್ನುವ ಶಂಕೆಯೊಂದಿಗೆ ಯುವಕನನ್ನು ಕರೆದು ವಿಚಾರಿಸಲಾಯಿತು. ಆದರೆ ಆ ಯುವಕ ಏನೇ ಕೇಳಿದರೂ ಯಾವುದೇ ವಿಚಾರವನ್ನೂ ಬಿಟ್ಟುಕೊಡದೆ 'ದೇಶಭಕ್ತಿಯೊಂದೇ ನನ್ನ ಜೀವಾಳ' ಎನ್ನುವ ಉತ್ತರವನ್ನು ನೀಡಿದನು. ಕೊನೆಗೂ ಸೋತು ಶರಣಾದ ಪೊಲೀಸರು ತಡರಾತ್ರಿಯ ಬಳಿಕ ಯುವಕನಿಗೆ ವಸತಿ ಗೃಹಕ್ಕೆ ಮರಳಲು ತಿಳಿಸಲಾಯಿತು. ಹೀಗೆ ಮರಳಿ ಬಂದ ಆ ಯುವಕನಿಗೆ ಆತನ ತರಗತಿಯ ಮಿತ್ರರಿಂದ ಭವ್ಯ ಸ್ವಾಗತ ದೊರೆಯಿತು.

ಅಂದು ರಾಜಾಜ್ಞೆಯನ್ನು ಧಿಕ್ಕರಿಸಿ ದೇಶಭಕ್ತಿಯನ್ನು ಮೆರೆದ ಆ ನವಯುವಕನೇ ಮುಂದೊಂದು ದಿನ ವಿಶ್ವಮಾನ್ಯ ಉದ್ಯಮವೆನಿಸಿದ ರಿಲಯನ್ಸ್ ಇಂಡಸ್ಟ್ರೀಸ್‌ನ ಸಂಸ್ಥಾಪಕರಾದ ಧೀರೂಭಾಯಿ ಅಂಬಾನಿ!

ಧೀರೂಭಾಯಿ ಹೀರಾಚಂದ್ ಗೋವರ್ಧನದಾಸ್ ಅಂಬಾನಿ

ಭಾರತದಲ್ಲಿ ಪ್ರಥಮ ಸ್ಥಾನದಲ್ಲಿರುವ ಕೈಗಾರಿಕೋದ್ಯಮ, ರಿಲಯನ್ಸ್ ಇಂಡಸ್ಟ್ರೀಸ್‌ನ ಸ್ಥಾಪಕ ಅಧ್ಯಕ್ಷರಾಗಿದ್ದವರು. ತಮ್ಮ ಸಂಕಲ್ಪಶಕ್ತಿ, ಅದೃಷ್ಟಬಲದಿಂದ ಬದುಕಿನಲ್ಲಿ ತಾವು ತಲುಪಿದ ಉನ್ನತ ಸ್ಥಾನದಿಂದಾಗಿ

ತಮ್ಮ ಜೀವಿತಾವಧಿಯಲ್ಲಿಯೇ ದಂತಕಥೆಯಾದವರು. "ನಾನು ಮುಚ್ಚುಮರೆಯಿಲ್ಲದವ, ಆದರೆ ನನ್ನೆಲ್ಲಾ ಸಾಧನೆಗೆ ನನ್ನ ಜಾಣ್ಮೆಯನ್ನೇ ಹೊಣೆಯಾಗಿಸಲಾರೆ. ದೇವರ ಆಶೀರ್ವಾದವೂ ನನ್ನ ಮೇಲಿದೆ. ಇದನ್ನು ಒಬ್ಬೊಬ್ಬರು ಒಂದೊಂದು ವಿಧವಾಗಿ ಹೇಳಬಹುದು. ಆದರೆ ನಾನಂತೂ ಎಲ್ಲರ, ಎಲ್ಲದರ ನೆರವಿನಿಂದ ಈ ಸ್ಥಾನಕ್ಕೆ ಏರಿದ್ದೇನೆ" ಎನ್ನುವುದಾಗಿ ಅವರೇ ಒಮ್ಮೆ ಹೇಳಿಕೊಂಡಿದ್ದರು.

ಅಂಬಾನಿಯವರ ಜೀವನ ಕುರಿತು ಜನರ ನಡುವೆ ಸಾಕಷ್ಟು ಕಥೆಗಳು ಹರಿದಾಡುತ್ತಿದ್ದವು. ಅವರು ಬಾಲ್ಯದಲ್ಲಿ ಅನುಭವಿಸಿದ.ಬಡತನ, ಉದ್ಯಮ ಕ್ಷೇತ್ರದಲ್ಲಿ ಬೆಳೆದ ಬಗೆ – ಎಲ್ಲ, ಎಲ್ಲವೂ ಸಹ ಯುವಕರು ಹಾಗೂ ಮುಂದಿನ ಪೀಳಿಗೆಯವರಿಗೆ ಮಾದರಿಗಳಾಗಿದ್ದವು. ಅಂಬಾನಿ ಭಾರತದ ಉದ್ಯಮ ಕ್ಷೇತ್ರದಲ್ಲಿ ಹಲವು ಪ್ರಥಮಗಳನ್ನು ಸಾಧಿಸಿದ್ದರು. ಇವರು ಭಾರತ ಉದ್ಯಮಪತಿಗಳ ನಾಯಕರೆನಿಸಿಕೊಂಡಿದ್ದರು. ತನ್ನ 26 ನೇ ವಯಸ್ಸಿನಲ್ಲಿ ಭಾರತದ ವಾಣಿಜ್ಯ ರಾಜಧಾನಿ ಮುಂಬೈ(ಆಗಿನ ಬಾಂಬೆ)ಗೆ ಆಗಮಿಸಿದ ಧೀರೂಭಾಯಿ ಅಂಬಾನಿಯವರು ಹೆಚ್ಚಿನ ಔಪಚಾರಿಕ ಶಿಕ್ಷಣವಿರಲಿ, ಸಾಕಷ್ಟು ಹಣವನ್ನೂ ಸಹ ಹೊಂದಿರಲಿಲ್ಲ. ಇಷ್ಟಾದರೂ ಸಹ ಕೇವಲ ನಾಲ್ಕು ದಶಕಗಳಲ್ಲಿ ದೇಶಕ್ಕೆ ದೇಶವೇ ಅಚ್ಚರಿಪಡುವಂತಹ ಬೃಹತ್ ಉದ್ಯಮಪತಿಯಾಗಿ ಬೆಳೆದರು.

28 ಡಿಸೆಂಬರ್ 1928 ರಂದು ಇಂದಿನ ಗುಜರಾತ್ ರಾಜ್ಯದ ಜುನಾಗಢದ ಚೋರವಾಡ ಎಂಬ ಊರಿನಲ್ಲಿ ಧೀರೂಭಾಯಿ ಅಂಬಾನಿಯವರ ಜನನವಾಯಿತು.

ಬಾಲ್ಯದ ದಿನಗಳು

ಅಂಬಾನಿಯವರ ಹುಟ್ಟೂರು ಚೋರವಾಡ ಅಂದಿನ ದಿನಗಳಲ್ಲಿ ಒಂದು ಚಿಕ್ಕ ಹಳ್ಳಿಯಾಗಿತ್ತು. ಆ ಹಳ್ಳಿಯ ದಕ್ಷಿಣಕ್ಕೆ ಐತಿಹಾಸಿಕ ಬಂದರು ದಿಯು ಇದ್ದರೆ ಉತ್ತರಕ್ಕೆ ಮಹಾತ್ಮಾ ಗಾಂಧಿಯವರ ಹುಟ್ಟೂರಾದ ಪೋರಬಂದರ್ ಇತ್ತು. ಇನ್ನೊಂದು ವಿಶೇಷವೆಂದರೆ ಗಾಂಧಿಜಿ ಹಾಗೂ

ಅಂಬಾನಿ ಮನೆತನಗಳೆರಡೂ ಸಹ ಒಂದೇ ಗೋತ್ರದವರಾಗಿದ್ದು 'ಮೋದ್ ಬನಿಯಾ' ಎನ್ನುವ ವ್ಯಾಪಾರ ಸಮುದಾಯಕ್ಕೆ ಸೇರಿದವರಾಗಿದ್ದರು.

ಧೀರೂಭಾಯಿ ಅಂಬಾನಿಯವರ ತಂದೆ ಹೀರಾಚಂದ್ ಗೋವರ್ಧನದಾಸ್ ಅಂಬಾನಿಯವರು ಅದೇ ಹಳ್ಳಿಯ ಶಾಲೆಯಲ್ಲಿ ಶಿಕ್ಷಕರಾಗಿ ಕೆಲಸ ನಿರ್ವಹಿಸುತ್ತಿದ್ದರು. ಸರಳ ಜೀವಿಯಾಗಿ ಜೀವನ ನಡೆಸುತ್ತಾ ಬರುತ್ತಿದ್ದ ಅವರಿಗೆ ಬರುವ ಆದಾಯವೂ ಸಹ ಅತ್ಯಲ್ಪವಾದುದಾಗಿತ್ತು. ಅದಾಗಿಯೂ ಹೀರಾಚಂದ್ ತಾವು ಎಂದಿಗೂ ಅಪರಿಮಿತ ಆಸೆಪಡದೆ ಇದ್ದುದರಲ್ಲಿಯೇ ತೃಪ್ತಿಯ ಜೀವನವನ್ನು ಸಾಗಿಸುತ್ತಿದ್ದರು. ಇನ್ನು ಅಂಬಾನಿಯವರ ತಾಯಿ ಜಮುನಾ ಬೆನ್ ಸಹ ತನ್ನ ಗಂಡನಂತೆಯೇ ಮಿತವ್ಯಯಿಯಾಗಿದ್ದು ಪತಿಯು ನೀಡಿದ ಹಣವನ್ನು ತನ್ನ ಕುಟುಂಬದ ಭವಿಷ್ಯಕ್ಕಾಗಿ ಹೇಗೆ ವಿನಿಯೋಜಿಸುವುದೆನ್ನುವುದನ್ನು ಆಕೆ ಚೆನ್ನಾಗಿಯೇ ಅರಿತುಕೊಂಡಿದ್ದರು. ಸುದೀರ್ಘವಾದ ಬಡತನದಿಂದ ಕೂಡಿದ ಬದುಕಿನ ಅನುಭವವು ಅವರಿಗೆ ಸಾಕಷ್ಟು ಪಾಠ ಕಲಿಸಿತ್ತು. ಹೀಗಾಗಿಯೇ ಪ್ರತಿ ತಿಂಗಳ ವೇತನದ ದಿನದಂದು ಹೀರಾಚಂದ್ ತನಗೆ ನೀಡುತ್ತಲಿದ್ದ ಅತ್ಯಲ್ಪ ಹಣದಲ್ಲಿಯೇ ಇಡೀ ತಿಂಗಳ ಖರ್ಚುಗಳನ್ನು ನಿಭಾಯಿಸುವುದು ಜಮುನಾ ಬೆನ್‌ರವರಿಂದ ಸಾಧ್ಯವಾಗುತ್ತಿತ್ತು.

ಆದರೆ ಬೆಳೆಯುತ್ತಾ ಹೋದ ತನ್ನ ಕುಟುಂಬದ ಅವಶ್ಯಕತೆಗಳನ್ನು ಪೂರೈಸಿಕೊಳ್ಳುವುದು ಕುಟುಂಬ ವ್ಯವಹಾರದಲ್ಲಿ ಪಳಗಿದ್ದ ಜಮುನಾ ಬೆನ್‌ಗೆ ಸಹ ಕೆಲವೊಮ್ಮೆ ಕಷ್ಟವಾಗುತ್ತಿತ್ತು. ಅಂತಹಾ ಸಮಯಗಳಲ್ಲಿ ಆಕೆ ತನ್ನ ಅಕ್ಕ ಪಕ್ಕದ ಮನೆಯವರಿಂದ ಅಗತ್ಯವಾದ ಹಣವನ್ನು ಸಾಲದ ರೂಪದಲ್ಲಿ ಪಡೆಯುತ್ತಿದ್ದರು. ಇಂತಹ ಸಮಯದಲ್ಲಿ ತನ್ನ ಮಕ್ಕಳೆದುರಿನಲ್ಲಿ ಮನೆಯಲ್ಲಿನ ಆರ್ಥಿಕ ಪರಿಸ್ಥಿತಿಯ ಕುರಿತಂತೆ ಯಾವ ಬಗೆಯ ಮುಚ್ಚು ಮರೆಯನ್ನು ಸಹ ಆಕೆ ಮಾಡುತ್ತಿರಲಿಲ್ಲ. ತಮ್ಮ ಕುಟುಂಬ ವ್ಯವಹಾರಗಳೆಲ್ಲವೂ ತನ್ನ ಮಕ್ಕಳಿಗೂ ತಿಳಿಯಲಿ, ಅದರಿಂದಾಗಿ ಅವರೂ ಸಹ ಉತ್ತಮ ಜೀವನದ ಪಾಠ ಕಲಿಯುವಂತಾಗಲಿ ಎನ್ನುವುದು ಜಮುನಾರವರ ಭಾವನೆಯಾಗಿತ್ತು.

ಒಟ್ಟಾರೆ ಹಿರಾಚಂದ್ ದಂಪತಿಗಳ ಬದುಕು ಆರ್ಥಿಕವಾಗಿ ಬಡತನದಿಂದ ಕೂಡಿದ್ದರೂ ಸಹ ಸಾಂಸಾರಿಕವಾಗಿ ಶ್ರೀಮಂತಿಕೆಯಿಂದ ಕೂಡಿತ್ತು.

ಹೀರಾಚಂದ್‌ರವರಿಗೆ ಒಟ್ಟು ಐವರು ಮಕ್ಕಳು. ಅದರಲ್ಲಿ ಇಬ್ಬರು ಹೆಣ್ಣು ಮಕ್ಕಳಾದರೆ ಮೂವರು ಗಂಡು ಮಕ್ಕಳಾಗಿದ್ದರು. ತ್ರಿಲೋಚನಾ ಬೆನ್, ರಮಣಿಕ್ ಭಾಯಿ, ಜಸು ಬೆನ್, ಧೀರೂಭಾಯಿ, ಹಾಗೂ ನಾಥೂ ಭಾಯಿ- ಈ ಐವರು ಮಕ್ಕಳಲ್ಲಿ ಧೀರೂಭಾಯಿ ಎಂದರೆ ಆ ದಂಪತಿಗಳಿಗೆ ಅದೇನೋ ವಿಶೇಷ ಮಮತೆ, ಕಾಳಜಿಗಳಿದ್ದವು.

ಧೀರೂಭಾಯಿಯವರು ಬಾಲ್ಯದಿಂದಲೂ ಆರೋಗ್ಯಶಾಲಿಯಾಗಿದ್ದು ದೃಢವಾದ ಮೈಕಟ್ಟನ್ನು ಹೊಂದಿದ್ದನು. ಇನ್ನು ಬಾಲಕನಾಗಿದ್ದಾಗಲೂ ಅವನು ಇನ್ನಷ್ಟು ಜೋರಾದ, ಯಾರಿಂದಲೂ ಬಗ್ಗಿಸಲಾಗದಂತಹಾ ಛಲವಂತ, ಹಠಮಾರಿ ಹುಡುಗನಾಗಿ ಬೆಳೆದನು. ಅವನು ಎಂದೂ ಯಾವುದಕ್ಕೂ ರಾಜಿಯಾಗುತ್ತಿರಲಿಲ್ಲ. ತನಗೆ ಏನಾದರೂ ಕೆಲಸ ಆಗಬೇಕೆಂದರೆ ಅದು ತಾನು ಬಯಸಿದ ರೀತಿಯಲ್ಲಿಯೇ ಆ ಕೆಲಸ ಆಗಬೇಕು. ತಾನೇನು ಯೋಚಿಸುತ್ತಿದ್ದನೋ ಅದನ್ನೇ ಯಾವಾಗಲೂ ಮಾಡುತ್ತಿದ್ದ. ಧೀರೂಭಾಯಿಯ ಅಂದಿನ ನಡತೆಗಳಿಂದಾಗಿ ಕೆಲವೊಮ್ಮೆ ಮನೆಯ ಇತರೆ ಸದಸ್ಯರಿಗೆ ನೋವುಂಟಾಗುತ್ತಿದ್ದಿತಾದರೂ ಹೀರಾಚಂದ್ ಆಗಲೀ, ಜಮುನಾ ಬೆನ್ ಆಗಲೀ ಯಾವ ಮಕ್ಕಳಿಗೂ ಸಹ ಜೋರಾಗಿ ಗದರಿಸುತ್ತಿರಲಿಲ್ಲ. ಅದರಲ್ಲಿಯೂ ಮುದ್ದಿನ ಮಗನಾಗಿದ್ದ ಧೀರೂಭಾಯಿಗಂತೂ ಯಾರೇನೂ ಎದುರಾಡುತ್ತಿರಲಿಲ್ಲ, ಕಠಿಣವಾದ ಮಾತುಗಳನ್ನಾಡುತ್ತಿರಲಿಲ್ಲ.

ತನ್ನ ಶಾಲಾ ಜೀವನದ ಪ್ರಾರಂಭದ ದಿನಗಳಿಂದಲೂ ಸಹ ಧೀರೂಭಾಯಿ ಅತ್ಯಂತ ಚುರುಕಾದ ಬಾಲಕನಾಗಿದ್ದರು. ತನ್ನ ತರಗತಿಯಲ್ಲಿ ಅತ್ಯಂತ ಪ್ರತಿಭಾವಂತ, ಬುದ್ಧಿವಂತ ವಿದ್ಯಾರ್ಥಿ ಎಂದೂ ಎನಿಸಿದ್ದರು. ಆದರೆ ತಾನು ಔಪಚಾರಿಕವಾದ ಶಿಕ್ಷಣ ಮಾತ್ರದಿಂದ ಹೆಚ್ಚಿನದೇನನ್ನೂ ಪಡೆದುಕೊಳ್ಳಲು ಸಾಧ್ಯವಿಲ್ಲ ಎನ್ನುವುದನ್ನು ಧೀರೂಭಾಯಿ ಪ್ರಾರಂಭದಲ್ಲಿಯೇ ಅರಿತುಕೊಂಡನು. ಶಾಲೆಯ

ತರಗತಿಗಳ ಪರಿಸರವು ಅವನಿಗೆ ಒಂದು ಬಗೆಯಲ್ಲಿ ಉಸಿರುಗಟ್ಟಿಸುವ ವಾತಾವರಣದಂತೆ ಭಾಸವಾಗುತ್ತಿತ್ತು. ಮೊದಲಿನಿಂದಲೂ ಮನೆಯಿಂದ ಹೊರಗಡೆಯ ಕೆಲಸಗಳೆಂದರೆ ಧೀರೂಭಾಯಿಗೆ ಅಚ್ಚುಮೆಚ್ಚಾಗಿತ್ತು. ಶಾಲಾ ಪಾಠಗಳ ಬಾಯಿಪಾಠ ಮಾಡುವುದರ ಬದಲು ಗರಿಷ್ಠ ಪ್ರಮಾಣದ ಶಾರೀರಿಕ ಶ್ರಮವನ್ನು ಬಳಸಬೇಕಾದಂತಹ ಕೆಲಸ ಕಾರ್ಯಗಳಲ್ಲಿ ತನ್ನನ್ನು ತೊಡಗಿಸಿಕೊಳ್ಳುವುದಕ್ಕೆ ಅವನಿಗೆ ಅಪಾರ ಆಸಕ್ತಿ ಇತ್ತು. ಶಾಲಾ ಪಠ್ಯಕ್ರಮದ ವಿಷಯಗಳಲ್ಲಿ ತಾನು ಹಿಂದುಳಿದಿದ್ದರೂ ಸಹ ಎಲ್ಲ ವಿದ್ಯಾರ್ಥಿಗಳಂತೆ ಉಪಾಧ್ಯಾಯರು ಹೇಳಿಕೊಟ್ಟಿದ್ದನ್ನು ಕೇಳಿಕೊಂಡು ಅದನ್ನೇ ಬಾಯಿಪಾಠ ಮಾಡಿ ಪರೀಕ್ಷೆ ಬರೆಯುವುದರಲ್ಲಿ ಧೀರೂಭಾಯಿ ಅಂಬಾನಿಗೆ ಎಂದಿಗೂ ಆಸಕ್ತಿ ಇರಲಿಲ್ಲ.

ಅಂಬಾನಿಯ ಹಿರಿಯ ಸಹೋದರ ರಮಣಿಕ್ ಭಾಯಿ ಅಂಬಾನಿ ಹಾಗೂ ಧೀರೂಭಾಯಿಯವರು ಪ್ರೌಢಾವಸ್ಥೆಗೆ ಕಾಲಿಟ್ಟ ಸಮಯದಲ್ಲಿ ಅವರ ಸಹೋದರಿಯಾದ ಜಸು ಬೆನ್ ಅವರೀರ್ವರಿಗೂ "ನೀವುಗಳೂ ಸಹ ಸಣ್ಣ ಪ್ರಮಾಣದಲ್ಲಿ ಉದ್ಯೋಗ ಮಾಡಿರಿ. ಅದು ತಂದೆಯವರಿಗೂ ಸಹಾಯವಾದಂತಾಗುತ್ತದೆ" ಎಂದು ಸಲಹೆ ನೀಡಿದಾಗ ಧೀರೂಭಾಯಿ ಮಾತ್ರ ಅಸಹನೆಯಿಂದ "ನೀವೆಲ್ಲರೂ ಅದೇಕೆ ಹಣ, ಹಣ ಎಂದು ಬಾಯಿಬಿಡುತ್ತೀರಿ? ಮುಂದೊಂದು ದಿನ ನಾನು ದೊಡ್ಡ ಹಣದ ರಾಶಿಯನ್ನೇ ನಿಮ್ಮ ಮುಂದಿರಿಸುತ್ತೇನೆ" ಎಂದಿದ್ದನು. ಅದಾಗಿಯೂ ಸಹ ಮನೆಯವರೆಲ್ಲರೂ ದುಡಿಯಲು ತೊಡಗಿರುವಾಗ ತಾನು ಸುಮ್ಮನೆ ಕುಳಿತುಕೊಳ್ಳುವುದು ಸರಿಯಲ್ಲವೆನ್ನುವ ಕಾರಣದಿಂದ ತಾನು ಕೂಡ ಒಬ್ಬ ಸಗಟು ವ್ಯಾಪಾರಿಯಿಂದ ಶೇಂಗಾ ಎಣ್ಣೆಯನ್ನು ಪಡೆದು ಅದನ್ನು ರಸ್ತೆ ಬದಿಯಲ್ಲಿ ಕುಳಿತು ಮಾರಾಟ ಮಾಡಲು ಪ್ರಾರಂಭಿಸಿದನು. ಹಾಗೆ ತಾನು ವ್ಯಾಪಾರದಲ್ಲಿ ಗಳಿಸಿದ ಅತ್ಯಲ್ಪ ಲಾಭವನ್ನು ತನ್ನ ತಾಯಿಗೆ ನೀಡಿದನು. ಮತ್ತೆ ಮುಂದಿನ ದಿನಗಳಲ್ಲಿ ವಾರಾಂತ್ಯದಲ್ಲಿ ಶಾಲೆಯು ರಜೆ ಇದ್ದಾಗ ತಾನು ಆಲೂಗಡ್ಡೆ ಹಾಗೂ ಈರುಳ್ಳಿಗಳಿಂದ ತಯಾರಿಸಿದ ಬಜ್ಜಿಗಳನ್ನು ಮಾರಾಟ ಮಾಡಲು ತೊಡಗಿದನು.

ಜುನಾಗಢದಲ್ಲಿ ಅಂಬಾನಿ

ಐದನೇ ತರಗತಿಯುವರೆಗಿನ ಪ್ರಾಥಮಿಕ ಶಿಕ್ಷಣವನ್ನು ತನ್ನ ಹುಟ್ಟೂರಿನಲ್ಲಿ ಪೂರೈಸಿದ ಧೀರೂಭಾಯಿ, ಹೆಚ್ಚಿನ ಶಿಕ್ಷಣಕ್ಕಾಗಿ ಜಿಲ್ಲಾಕೇಂದ್ರವಾದ ಜುನಾಗಢದತ್ತ ಹೊರಟನು. ಅಲ್ಲಿದ್ದ ಸಮಯದಲ್ಲಿ ಅವನು ತನ್ನಲ್ಲಿನ ಅದ್ಭುತ ಮಾತುಗಾರಿಕೆಯ ಕಲೆಯಿಂದಾಗಿ ಶಿಕ್ಷಕರ ಮೆಚ್ಚುಗೆಗೆ ಪಾತ್ರನಾದನು. ಜತೆಗೆ ಶಾಲೆಯಲ್ಲಿ ನಡೆಯುತ್ತಿದ್ದ ಕ್ರೀಡೆಗಳಲ್ಲಿ ಭಾಗವಹಿಸುವುದಷ್ಟೇ ಅಲ್ಲದೆ ತಾನು ಸೇರಿದ ತಂಡದ ಸದಸ್ಯರುಗಳಲ್ಲಿ ಕ್ರೀಡಾ ಉತ್ಸಾಹವನ್ನು ತುಂಬುತ್ತಿದ್ದನು. ತನ್ನಲ್ಲಿನ ಸಂಘಟನಾ ಚಾತುರ್ಯದಿಂದಾಗಿಯೂ ಸಹ ಧೀರೂಭಾಯಿ ಶಾಲಾ ವಿದ್ಯಾರ್ಥಿಗಳಿಗೆಲ್ಲಾ ಅಚ್ಚುಮೆಚ್ಚೆನಿಸಿಕೊಂಡನು. ಹಾಗೆಯೇ ತರಗತಿಗಳಲ್ಲಿ ನಡೆಸಲಾಗುತ್ತಿದ್ದ ಮಾಸಿಕ ಪರೀಕ್ಷೆಗಳಲ್ಲಿ ಹೆಚ್ಚಿನ ಸಾಧನೆಯನ್ನು ತೋರಿಸದೇ ಇದ್ದ ಅಂಬಾನಿ ವಾರ್ಷಿಕ ಪರೀಕ್ಷೆಯಲ್ಲಿ ಮಾತ್ರ ತನಗೆ ತೀರಾ ಕ್ಲಿಷ್ಟವಾಗಿದ್ದ ಅಂಕಗಣಿತವನ್ನು ಹೊರತುಪಡಿಸಿ ಉಳಿದೆಲ್ಲಾ ವಿಷಯಗಳಲ್ಲಿ ಉತ್ತಮ ದರ್ಜೆಯ ಅಂಕಗಳೊಂದಿಗೆ ಪಾಸಾಗಿದ್ದನು. ಅಂಕಗಣಿತ ವಿಷಯದಲ್ಲಿ ಮಾತ್ರವೇ ತೃತೀಯ ದರ್ಜೆಯಲ್ಲಿ ಉತ್ತೀರ್ಣರಾಗಿದ್ದನು.

ಇನ್ನು ಶಾಲೆಯಲ್ಲಾಗಲೀ, ವಸತಿ ಗೃಹದಲ್ಲಾಗಲೀ ತನ್ನ ವಯೋಮಾನದ ಹುಡುಗರಿಗೆಲ್ಲರಿಗೂ ಅಂಬಾನಿಯೇ ಮುಂಚೂಣಿಯಲ್ಲಿದ್ದನು. ವಿನೋದ, ವಿಹಾರಗಳು, ತಮಾಷೆ ಹಾಗೂ ಹೊರಾಂಗಣ ಚಟುವಟಿಕೆಗಳಲ್ಲಿ ಎಂದಿಗೂ ಮುಂದಾಗಿರುತ್ತಿದ್ದ ಅಂಬಾನಿ ತಾನು ವಿದ್ಯಾರ್ಥಿ ಸ್ನೇಹಿತರೊಡನೆ ಕೂಡಿಕೊಂಡು ಖ್ಯಾತ ಸಿಂಹಧಾಮ ಗಿರ್ ಅರಣ್ಯ ಪ್ರದೇಶಗಳಿಗೆ ವಾರಾಂತ್ಯಗಳಂದು ಪ್ರವಾಸ ಹೊರಡುತ್ತಿದ್ದನು.

ಜುನಾಗಢದ ಶಾಲೆಯಲ್ಲಿ ಓದುತ್ತಿದ್ದ ಮೂರನೇ ವರ್ಷದಲ್ಲಿ ಧೀರೂಭಾಯಿ ಅಂಬಾನಿ ತಾನು ಜುನಾಗಢ ವಿದ್ಯಾರ್ಥಿ ಒಕ್ಕೂಟದ ಪ್ರಧಾನ ಕಾರ್ಯದರ್ಶಿಯಾಗಿ ಆಯ್ಕೆಗೊಂಡನು. ಜುನಾಗಢವು ಅಂದು ಮುಸ್ಲಿಮ್ ನವಾಬರಿಂದ ಆಳ್ವಿಕೆಗೊಳಪಟ್ಟ ರಾಜ್ಯವಾಗಿದ್ದಿತು. ಈ ಸಮಯದಲ್ಲಿ ಧೀರೂಭಾಯಿಗೆ ಆ ರಾಜ್ಯದ ಅಧಿಕಾರಿಗಳೊಡನೆ ಪ್ರಥಮ

ಬಾರಿಗೆ ಮುಖಾಮುಖಿಯಾಗುವ ಸನ್ನಿವೇಶವು ಒದಗಿತು. ಇದು ಧೀರೂಭಾಯಿಯ ಜೀವನದಲ್ಲೊಂದು ಮಹತ್ವದ ಘಟ್ಟವಾಗಿತ್ತು.

ಪ್ರಜಾಮಂಡಲ ಚಳುವಳಿ

ಭಾರತದ ಇತರೇ ಭಾಗಗಳಲ್ಲಿನ ಜನರಂತೆಯೇ ಜುನಾಗಢದ ಜನತೆಯೂ ಸಹ ಸಾಂವಿಧಾನಿಕ ಸುಧಾರಣೆಯ ಬೇಡಿಕೆಯನ್ನಿಟ್ಟುಕೊಂಡು ಸಾಕಷ್ಟು ಸಮಯದಿಂದಲೂ ಹೋರಾಟ ನಡೆಸುತ್ತಾ ಬಂದಿದ್ದರು. ಭಾರತ ಸ್ವಾತಂತ್ರ್ಯ ನಂತರದ ಅವಧಿಯಲ್ಲಿ ಈ ಪ್ರಜಾಮಂಡಲ ಚಳುವಳಿ ಇನ್ನಷ್ಟು ಹುರುಪು ಪಡೆದುಕೊಂಡಿತು. ಅಂದಿನವರೆಗೆ ರಾಜ್ಯವನ್ನಾಳುತ್ತಿದ್ದ ನವಾಬನ ದುರಾಡಳಿತದ ವಿರುದ್ಧ ಭಾರಿ ಪ್ರಮಾಣದ ದಂಗೆಗಳೂ, ಪ್ರತಿಭಟನೆಗಳೂ ಪ್ರಾರಂಭವಾದವು.

ಧೀರೂಭಾಯಿ ಇನ್ನೂ ಯುವಕನಾಗಿರುವ ಸಮಯದಲ್ಲಿ ವಿದ್ಯಾರ್ಥಿಗಳನ್ನು ಸೇರಿಸಿಕೊಂಡು ತಾವೂ ಸಹ ಈ ಒಂದು ಚಳುವಳಿಯಲ್ಲಿ ಧುಮುಕಿದರು. ಹೀಗೆ ಚಳುವಳಿಯಲ್ಲಿ ಭಾಗವಹಿಸಿದ ಧೀರೂಭಾಯಿಯವರ ತಂಡವು ರಾತ್ರಿ ವೇಳೆಯಲ್ಲಿ ಜುನಾಗಢ ಪಟ್ಟಣದ ಗೋಡೆಗಳ ಮೇಲೆ ದೇಶಭಕ್ತಿಯ ಘೋಷಣೆಗಳನ್ನು ಬರೆಯಲು ಮೊದಲು ಮಾಡಿದರು. ಅಲ್ಲದೆ ತಾನು ರಹಸ್ಯ ಅಡಗುತಾಣದಲ್ಲಿದ್ದು ರಚಿಸಿದ ಕ್ರಾಂತಿಕಾರಿ ದೇಶಭಕ್ತಿಯನ್ನು ಸಾರುವ ಕರಪತ್ರಗಳನ್ನು, ಅಂದು ನವಾಬನಿಂದ ನಿಷೇಧಕ್ಕೆ ಒಳಗಾಗಿದ್ದ 'ಜನ್ಮಭೂಮಿ', 'ನವಜೀವನ' ದಿನಪತ್ರಿಕೆಗಳ ತುಣುಕುಗಳನ್ನೂ ತನ್ನ ಅಂಗಿಯೊಳಗಡೆಯೋ, ಶಾಲಾ ಚೀಲದಲ್ಲಿಯೋ ರಹಸ್ಯವಾಗಿರಿಸಿಕೊಂಡು ಅದನ್ನು ಕ್ರಾಂತಿಕಾರಿ ಹೋರಾಟಗಾರರ ನಾಯಕರಿಗೆ ತಲುಪಿಸುವ ಕಾರ್ಯವನ್ನು ಅಂಬಾನಿ ಬಹಳ ಯಶಸ್ವಿಯಾಗಿ ನೆರವೇರಿಸುತ್ತಿದ್ದರು.

ಪ್ರತಿಭಟನೆಗಳ ಬಿಸಿ ದಿನ ದಿನಕ್ಕೆ ಜೋರಾಗಲು ನವಾಬನಿಗೆ ಅದನ್ನು ಹತ್ತಿಕ್ಕುವುದಕ್ಕೆ ಸಾಧ್ಯವಿಲ್ಲದಾಗಿ ತೋರಿತು. ಅದಾಗ ನವಾಬನು ಅದೊಂದು ದಿನ ರಾತ್ರಿ ವೇಳೆಯಲ್ಲಿ ತನ್ನ ಅಪಾರ ಸಂಖ್ಯೆಯ ಮಡದಿಯರನ್ನೆಲ್ಲಾ ಬಿಟ್ಟು ತನ್ನ ಕೆಲವೇ ಕೆಲವು ಉತ್ತಮ ಜಾತಿಯ

ಬೇಟೆ ನಾಯಿಗಳೊಂದಿಗೆ ಕೂಡಿಕೊಂಡು ಖಾಸಗಿ ವಿಮಾನವನ್ನೇರಿ ಪಾಕಿಸ್ತಾನಕ್ಕೆ ಪಲಾಯನಗೈದನು. ಹೀಗೆ ನವಾಬನು ಪಲಾಯನವಾದ ಕೆಲವೇ ದಿನಗಳ ಬಳಿಕ ಎಂದರೆ 1947, ನವೆಂಬರ್ 12 ರಂದು ಜುನಾಗಢ ಪ್ರಾಂತ್ಯವು ಭಾರತ ಒಕ್ಕೂಟದೊಂದಿಗೆ ವಿಲೀನವಾಯಿತು.

"ಆ ದಿನವು ನನ್ನ ಜೀವನದಲ್ಲಿನ ಅತ್ಯಂತ ರೋಮಾಂಚನಕಾರಿ ದಿನವಾಗಿತ್ತು" ಎನ್ನುವುದಾಗಿ ಧೀರೂಭಾಯಿ ಅಂಬಾನಿಯವರು ಅದೊಮ್ಮೆ ಹೇಳಿಕೊಂಡಿದ್ದರು. ಅಂದಿನ ಭಾರತದ ಗೃಹಮಂತ್ರಿಗಳೂ, ಉಪ ಪ್ರಧಾನಿಗಳೂ ಆಗಿದ್ದ ಸರ್ದಾರ್ ವಲ್ಲಭಭಾಯಿ ಪಟೇಲ್ ಅಂದು ಜುನಾಗಢ ಪಟ್ಟಣದ ಬಹಾ-ಉ-ದಿನ್ ಕಾಲೇಜು ಮೈದಾನದಲ್ಲಿ ಏರ್ಪಾಟಾಗಿದ್ದ ಬೃಹತ್ ಸಾರ್ವಜನಿಕ ಸಭೆಯನ್ನುದ್ದೇಶಿಸಿ ಭಾಷಣ ಮಾಡಿದ್ದರು. ಅಂದಿನ ಆ ಸಭೆಗಾಗಿ ಅಂಬಾನಿಯವರು ತಮ್ಮ ಬಳಿಯಿದ್ದ ಅತ್ಯುತ್ತಮ ದಿರಿಸನ್ನು ಧರಿಸಿಕೊಂಡು, ಹಳತಾಗಿದ್ದ ಷೂ ಗಳಿಗೆ ಪಾಲೀಷ್ ಮಾಡಿಕೊಂಡು, ತನ್ನ ಬಳಿ ಕಾಲುಚೀಲಗಳಿಲ್ಲದೇ ಹೋಗಿದ್ದ ಕಾರಣ ತನ್ನ ಸಹಪಾಠಿಯೊಬ್ಬನಿಂದ ಅದನ್ನು ಎರವಲು ಪಡೆಯುವ ಮೂಲಕ ತಾವು ಸರ್ದಾರ್ ಪಟೇಲ್‌ರವರ ಕಣ್ಣಿಗೆ ಮೆಚ್ಚಾಗಬೇಕೆನ್ನುವ ಉದ್ದೇಶದಿಂದ ಸನ್ನದ್ಧರಾಗಿ ಹೊರಟಿದ್ದರು. ಆದರೆ ಅವರಂದುಕೊಂಡಂತೆ ಸರ್ದಾರ್ ಪಟೇಲರ ದೃಷ್ಟಿ ಅಂಬಾನಿಯವರ ಮೇಲೆ ಬೀಳಲಿಲ್ಲ, ಆದರೂ ಅಂದು ಅಂಬಾನಿಯವರು ಅನುಭವಿಸಿದ ಆ ಕ್ಷಣಗಳು ಅವರ ಜೀವನದಲ್ಲಿನ ಅತ್ಯಂತ ರೋಮಾಂಚಕ ಕ್ಷಣಗಳಾಗಿದ್ದವು.

ಸಮಾಜವಾದದ ದಿನಗಳು

ಜುನಾಗಢ ಪ್ರಾಂತ್ಯವು ಭಾರತ ಒಕ್ಕೂಟವನ್ನು ಸೇರಿದ ಕೆಲವೇ ದಿನಗಳಲ್ಲಿ ಪಟ್ಟಣದ ಮಹಬತ್ ಖಾನ್ ಪ್ರೌಢಶಾಲೆಯನ್ನು ಮೇಲ್ದರ್ಜೆಗೆ ಏರಿಸಬೇಕೆನ್ನುವ ಬೇಡಿಕೆಯೊಂದಿಗೆ ಪಟ್ಟಣದ ವಿದ್ಯಾರ್ಥಿ ಸಂಘಟನೆಗಳು ಪ್ರತಿಭಟನೆಗೆ ಮುಂದಾದವು. ಧೀರೂಭಾಯಿ ತಾನು ಇನ್ನೊಮ್ಮೆ ಆ ಪ್ರತಿಭಾಟನಾ ಚಳುವಳಿಯ ಮುಂದಾಳುವಾಗಿ ಕಾಣಿಸಿಕೊಂಡನು. ಆ

ಪ್ರತಿಭಾಟನಾಕಾರರ ಉದ್ದೇಶವು ಅಂದು ಸಫಲವಾಗದೇ ಹೋಯಿತು. ಕಾರಣಾಂತರಗಳಿಂದ ವಿದ್ಯಾರ್ಥಿ ಸಂಘಟನೆಗಳು ತನ್ನ ಬೇಡಿಕೆಯನ್ನು ಹಿಂಪಡೆದುಕೊಂಡವು. ಆದರೇನು? ಧೀರೂಭಾಯಿ ಅಂಬಾನಿ ಎನ್ನುವ 16 ರ ಹರೆಯದ ಯುವಕ ತನ್ನ ಸಂಘಟನಾ ಚತುರತೆ, ಕಾರ್ಯ ವೈಖರಿಗಳಿಂದ ಅಲ್ಲಿನ ಸ್ಥಳೀಯ ರಾಜಕೀಯ ಮುಖಂಡರ ಗಮನ ಸೆಳೆಯುವಲ್ಲಿ ಯಶಸ್ವಿಯಾಗಿದ್ದನು. ರಾಜಕೀಯ ಮುಖಂಡರಿಂದ ಆತನಿಗೆ ಸಕ್ರಿಯ ರಾಜಕೀಯ ಪ್ರವೇಶಕ್ಕೆ ಕರೆ ಬಂದಿತು. ವಯೋ ಸಹಜ ಹುಮ್ಮಸ್ಸಿನಿಂದ ಹಾಗೂ ಸ್ವತಂತ್ರ ಭಾರತದಲ್ಲಿ ಅಂದಿದ್ದ ಸನ್ನಿವೇಶದ ಹಿನ್ನೆಲೆಗಳಿಂದ ಧೀರೂಭಾಯಿಯೂ ಸಹ ಅದಕ್ಕೆ ತನ್ನ ಒಪ್ಪಿಗೆಯ ಮುದ್ರೆಯನ್ನೊತ್ತಿದ್ದನು.

ಬಾಲಕ ಧೀರೂಭಾಯಿಗೆ ಮೊದಲಿನಿಂದಲೂ ಸುಭಾಷ್ ಚಂದ್ರ ಬೋಸ್‌ರವರ ಕುರಿತು ಅತೀವ ವಿಶ್ವಾಸವಿತ್ತು. ಆದರೆ ದುರದೃಷ್ಟವಶಾತ್ ಸುಭಾಷ್ ಚಂದ್ರರು ಹೆಚ್ಚು ಸಮಯ ಸಕ್ರಿಯ ರಾಜಕೀಯದಲ್ಲಿರಲು ಸಾಧ್ಯವಾಗಲಿಲ್ಲ. ಆ ಬಳಿಕ ಮುಂಚೂಣಿಯಲ್ಲಿದ್ದ ರಾಷ್ಟ್ರ ನಾಯಕರುಗಳಲ್ಲಿ ಜವಹರಲಾಲ್ ನೆಹರೂ, ಹಾಗೂ ಸರ್ದಾರ್ ವಲ್ಲಭಭಾಯಿ ಪಟೇಲ್‌ರವರ ಬಗ್ಗೆ ಆತನಲ್ಲಿ ಆಸಕ್ತಿಯು ಹುಟ್ಟಿತು. ನೆಹರೂರವರ ಎತ್ತರದ ಹಾಗೂ ಉದಾತ್ತ ವ್ಯಕ್ತಿತ್ವ ಮತ್ತು ಭಾರತದ ಭವ್ಯ ಭವಿಷ್ಯತ್ತಿನ ಕುರಿತಂತೆ ಅವರಲ್ಲಿದ್ದ ದೃಷ್ಟಿಕೋನಗಳು ಅಂದಿನ ಎಲ್ಲ ಯುವಜನತೆಯನ್ನು ಸೆಳೆದಂತೆಯೇ ಧೀರೂಭಾಯಿಯ ಮನಸ್ಸನ್ನೂ ಆಕರ್ಷಿಸಿದ್ದವು. ನೆಹರೂರವರು ಮುಂದಿಡುತ್ತಿದ್ದ ಬೃಹತ್ ಕೈಗಾರಿಕೆಗಳ ಸ್ಥಾಪನೆ, ಬೃಹತ್ ಅಣೆಕಟ್ಟುಗಳ ನಿರ್ಮಾಣ ಯೋಜನೆ – ಇಂತಹಾ ಯೋಜನೆಗಳಿಂದ ಅಂಬಾನಿಯ ಮೇಲೆ ಸಾಕಷ್ಟು ಪ್ರಭಾವ ಬೀರಿತು. ಆದರೆ ಅಂತಾರಾಷ್ಟ್ರೀಯ ಮಟ್ಟದಲ್ಲಿ ನೆಹರೂರವರು ತೆಗೆದುಕೊಳ್ಳುತ್ತಿದ್ದ ನಿರ್ಧಾರಗಳೂ, ಅವರಲ್ಲಿದ್ದ ಚಿಂತನೆಗಳೂ ಸೋಲೊಪ್ಪುತ್ತಿರುವುದನ್ನು ನೋಡಿ ಧೀರೂಭಾಯಿಗೆ ಆತಂಕ ಪ್ರಾರಂಭವಾಯಿತು. ಆದರೆ ಸರ್ದಾರ್ ಪಟೇಲ್ ನೆಹರೂರವರಿಗಿಂತ ತೀರಾ ವಿಭಿನ್ನ. ದೃಢ ನಿಶ್ಚಯ, ನಿರ್ಣಾಯಕ

ನಿಲುವಿನೊಂದಿಗೆ ದೃಢ ವ್ಯಕ್ತಿತ್ವದ ಸರ್ದಾರ್ ಪಟೇಲ್, ಬರಬರುತ್ತಾ ಧೀರೂಭಾಯಿಯವರ ಹೃದಯಕ್ಕೆ ಹೆಚ್ಚು ಹತ್ತಿರವಾದರು.

ಧೀರೂಭಾಯಿ ತಾನು ಶಾಲಾ ವಿದ್ಯಾಭ್ಯಾಸದ ಕೊನೆಯ ವರ್ಷದಲ್ಲಿದ್ದ ಸಮಯದಲ್ಲಿ, ಎಂದರೆ 1949 ರಲ್ಲಿ ಭಾರತೀಯ ರಾಷ್ಟ್ರೀಯ ಕಾಂಗ್ರೆಸ್ ಪಕ್ಷದಲ್ಲಿದ್ದ ಹೊಸ ಪೀಳಿಗೆಯ ಉದಯೋನ್ಮುಖ ನಾಯಕರುಗಳು ಪಕ್ಷದಿಂದ ಹೊರಬಂದು ತಾವುಗಳು ಸಮಾಜವಾದದ ಬುನಾದಿಯ ಮೇಲೆ ಹೊಸ ಪಕ್ಷವೊಂದರ ರಚನೆ ಮಾಡಿದರು. ಅದೇ ವೇಳೆಯಲ್ಲಿ ಜುನಾಗಢದಲ್ಲಿ ಮುನಿಸಿಪಲ್ ಚುನಾವಣೆಯು ಘೋಷಣೆಯಾಯಿತು.

ಆ ಚುನಾವಣೆಯ ವೇಳೆಯಲ್ಲಿ ಧೀರೂಭಾಯಿ ತಾವು ಸಮಾಜವಾದಿ ಪಕ್ಷದ ಮುಖಂಡರ ಪರ ಸಕ್ರಿಯ ಪ್ರಚಾರ ಕೈಗೊಳ್ಳಲು ನಿರ್ಧರಿಸಿದರಾದರೂ ಔಪಚಾರಿಕವಾಗಿ ಪಕ್ಷವನ್ನು ಸೇರಲು ಅವರು ನಿರಾಕರಿಸಿದ್ದರು. ಏತನ್ಮಧ್ಯೆ ಕಳೆದ ವರ್ಷ ನಡೆದಿದ್ದ ಮೆಟ್ರಿಕ್ಯುಲೇಷನ್ ಪರೀಕ್ಷೆಯಲ್ಲಿ ಧೀರೂಭಾಯಿ ಅನುತ್ತೀರ್ಣರಾಗಿದ್ದನು. ಮತ್ತೆ ಈ ವರ್ಷ ನಡೆಯುತ್ತಿದ್ದ ಪರೀಕ್ಷೆಗಳನ್ನು ಕಟ್ಟಿದ್ದ ಅಂಬಾನಿ ಇದೀಗ ಸಕ್ರಿಯ ರಾಜಕೀಯ ಪ್ರಚಾರಗಳಲ್ಲಿ ಭಾಗವಹಿಸುವುದು ಮನೆಯಲ್ಲಿನ ಹಿರಿಯ ಸಹೋದರ ಹಾಗೂ ತಂದೆಯುವರೂ ಸೇರಿದಂತೆ ಯಾರಿಗೂ ಇಷ್ಟವಿರಲಿಲ್ಲ. ಆದರೆ ಮೊದಲಿನಿಂದಲೂ ತಾನು ಹಿಡಿದ ಕೆಲಸವನ್ನು ಅರ್ಧಕ್ಕೆ ಬಿಡುವ ಅಭ್ಯಾಸವಿಲ್ಲದ ಧೀರೂಭಾಯಿ 'ತಾನು ನನ್ನ ನೆಚ್ಚಿನ ಅಭ್ಯರ್ಥಿಗಳ ಪರ ಪ್ರಚಾರ ಕಾರ್ಯದಲ್ಲಿ ತೊಡಗಿಯೂ ಪರೀಕ್ಷೆಗಳಲ್ಲಿ ಈ ಬಾರಿ ಉತ್ತೀರ್ಣನಾಗುತ್ತೇನೆ' ಎನ್ನುವುದಾಗಿ ಮನೆಯವರಿಗೆ ಭರವಸೆಯನ್ನು ನೀಡಿದನು.

ನಂತರದ ದಿನಗಳಲ್ಲಿ ಚುನಾವಣೆಗಳು ನಡೆದು ಫಲಿತಾಂಶ ಘೋಷಣೆಯಾದಾಗ ಧೀರೂಭಾಯಿ ಪ್ರಚಾರಕನಾಗಿ ಕೆಲಸ ಮಾಡಿದ್ದ ಸಮಾಜವಾದಿ ಪಕ್ಷದ ಅಭ್ಯರ್ಥಿಗಳು ಸಾಕಷ್ಟು ಅಂತರದಲ್ಲಿ ವಿಜಯಿಗಳಾಗಿದ್ದರು. ಅದಾಗ ಮತ್ತೆ ಧೀರೂಭಾಯಿಗೆ ಸಮಾಜವಾದಿ ಪಕ್ಷವನ್ನು ಸೇರಿಕೊಳ್ಳುವಂತೆ ಅಧಿಕೃತ ಆಹ್ವಾನಗಳು ಬಂದವು. ಆದರೆ

ಆ ವೇಳೆಗೆ ಅಂಬಾನಿಯ ಮನಸ್ಸು ಮಾತ್ರ ಬೇರೆಲ್ಲಿಯೋ ನೆಟ್ಟಿತ್ತು. 'ತನಗೆ ಈ ರಾಜಕಾರಣವು ಬೇಕಾಗಿಲ್ಲ... ನನಗಾಗಿಯೇ ಬೇರೊಂದು ಕ್ಷೇತ್ರವು ಖಾಲಿಯಿದೆ... ಅದು ನನ್ನನ್ನು ಕೈಬೀಸಿ ಕರೆಯುತ್ತಿದೆ.....' ಎನ್ನುವಂತಹ ದೃಢವಾದ ಆಲೋಚನೆಯೊಂದು ಅವರ ಮನಸ್ಸಿನಲ್ಲಿ ಕುಳಿತಿತ್ತು.

ಸೀಮೋಲ್ಲಂಘನ

ಧೀರೂಭಾಯಿ ತಾನು ಎರಡನೇ ಅವಧಿಯ ಮೆಟ್ರಿಕ್ಯುಲೇಷನ್ ಪರೀಕ್ಷೆಗಳನ್ನು ಬರೆದು ಅದರ ಫಲಿತಾಂಶವು ಘೋಷಣೆಯಾಗುವುದಕ್ಕೆ ಮುನ್ನವೇ ಹೀರಾಚಂದ್ ಭಾಯಿಯವರಿಂದ ಮಗನಿಗೆ ತಕ್ಷಣವೇ ಮನೆಗೆ ಮರಳುವಂತೆ ಕರೆ ಬಂದಿತು. ಆ ಕರೆಯನ್ನನುಸರಿಸಿ ಧೀರೂಭಾಯಿ ಅಂಬಾನಿ ತಾನು ಮನೆಗೆ ಮರಳುವುದಕ್ಕೂ ಕೆಲ ವಾರಗಳ ಹಿಂದಿನಿಂದಲೂ ಹೀರಾಚಂದ್‌ರವರ ಆರೋಗ್ಯವು ಕ್ಷೀಣಿಸುತ್ತಾ ಬಂದಿತ್ತು. 'ತನ್ನ ಆರೋಗ್ಯವು ದಿನ ದಿನಕ್ಕೆ ಕ್ಷೀಣಿಸುತ್ತಿದೆ. ನಾನಿನ್ನು ಹೆಚ್ಚು ದಿನ ತನ್ನ ಕುಟುಂಬಕ್ಕಾಗಿ ದುಡಿಯಲಾರೆ' ಎನ್ನುವ ಅರಿವು ಹೀರಾಚಂದ್‌ರವರಿಗುಂಟಾದದ್ದೇ ಅವರು ತನ್ನ ಮಗ ಧೀರೂಭಾಯಿಯನ್ನು ತನ್ನ ಊರಾದ ಚೋರವಾಡಕ್ಕೆ ಹಿಂದಕ್ಕೆ ಕರೆಸಿಕೊಂಡಿದ್ದರು.

ಧೀರೂಭಾಯಿಯು ಮನೆಗೆ ಮರಳಿದ ದಿನದ ರಾತ್ರಿಯೇ ತಂದೆಯವರು ಮಗನನ್ನು ಕುರಿತು ಹೀಗೆ ಹೇಳಿದರು – "ಧೀರೂ.. ಕಳೆದ ಕೆಲ ತಿಂಗಳುಗಳಿಂದ ನನ್ನ ಆರೋಗ್ಯ ಸ್ಥಿತಿಯು ಉತ್ತಮವಾಗಿಲ್ಲ. ನನಗೀಗ ಯಾವುದೇ ಕೆಲಸ ಮಾಡಲು ಸಾಧ್ಯವಾಗುತ್ತಿಲ್ಲ. ನಿನಗೆ ಹೆಚ್ಚಿನ ಶಿಕ್ಷಣ ಪಡೆಯಬೇಕೆನ್ನುವ ಆಸೆಯಿದೆ ಎನ್ನುವುದು ನನಗೂ ಸಹ ತಿಳಿದಿದೆ, ಆದರೆ ನನ್ನ ಈಗಿನ ಸ್ಥಿತಿಯಲ್ಲಿ ನನ್ನಿಂದ ನಿನ್ನ ಓದಿಗೆ ಸಹಾಯ ಮಾಡಲು ಸಾಧ್ಯವಿಲ್ಲ. ಹಾಗಾಗಿ ನಾನು ಹೇಳುವುದೇನೆಂದರೆ ನೀನೀಗ ನಮ್ಮ ಕುಟುಂಬಕ್ಕಾಗಿ ದುಡಿಯಬೇಕಾಗಿದೆ. ನನಗೆ ನಿನ್ನ ದುಡಿಮೆಯ ಅಗತ್ಯವಿದೆ. ನಿನ್ನ ಅಣ್ಣ ರಮಣಿಕ್‌ಭಾಯಿ ತಾನು ಏಡನ್‌ನಲ್ಲಿ ನಿನಗಾಗಿ ಕೆಲಸದ ವ್ಯವಸ್ಥೆ ಮಾಡಿದ್ದಾನೆ. ನೀನು ಅಲ್ಲಿಗೆ ಹೊರಡಬೇಕು."

ಆ ಸಮಯದಲ್ಲಿ ಧೀರೂಭಾಯಿಗೆ ತಾನು ಪದವಿ ಶಿಕ್ಷಣವನ್ನು ಪಡೆಯಬೇಕೆನ್ನುವ ಆಕಾಂಕ್ಷೆಯು ಪ್ರಬಲವಾಗಿತ್ತು. ಆದರೆ ತಂದೆಯವರ ಅನಾರೋಗ್ಯದ ಪರಿಸ್ಥಿತಿ, ಅವರ ಕೃಷ ಶರೀರ ಮತ್ತು ಕಳಾಹೀನ ಕಣ್ಣುಗಳನ್ನು ನೋಡಿದ ಬಳಿಕ ತನ್ನ ಬಯಕೆಯನ್ನವರು ಹೃದಯದಲ್ಲಿಯೇ ಅದುಮಿಟ್ಟರು. ಹಾಗೆಯೇ "ನೀವು ಹೇಳಿದಂತೆಯೇ ಆಗಲಿ" ಎಂದು ಹೇಳುತ್ತ ತಂದೆಯವರ ಸಲಹೆಯನ್ನು ಒಪ್ಪಿದನು.

ಇದಾದ ಮರುದಿನವೇ ಪಾಸ್‌ಪೋರ್ಟ್ ಪಡೆಯಲು ರಾಜ್‌ಕೋಟ್‌ಗೆ ಪಯಣಿಸಿದ ಧೀರೂಭಾಯಿ ಅಲ್ಲಿ ತನ್ನ ಪಾಸ್‌ಪೋರ್ಟ್ ಪಡೆದುಕೊಂಡನು. ಅಂದಿನ ದಿನಗಳಲ್ಲಿ ಮಧ್ಯಪ್ರಾಚ್ಯ ದೇಶಗಳಿಗೆ ತೆರಳಲು ಇಚ್ಛಿಸುವ ಭಾರತೀಯರಿಗೆ ಯಾವುದೇ ವೀಸಾದ ಅಗತ್ಯ ಇರಲಿಲ್ಲ. ಆದರೆ ಅದಾಗ ತಾನೆ ರಚನೆಯಾಗಿದ್ದ ನೂತನ ಸರ್ಕಾರವು ಹೊಸ ವೀಸಾ ನಿಯಮಗಳನ್ನು ಯಾವುದೇ ಕ್ಷಣದಲ್ಲಿ ಜಾರಿಗೆ ತರುವ ಸಂಭವವಿದ್ದಿತು. ಆದ ಕಾರಣದಿಂದ ಹಾಗೆ ಹೊಸ ವೀಸಾ ನಿಯಮಗಳು ಜಾರಿಗೆ ಬರುವ ಮುನ್ನ ತಾನು ವಿದೇಶಕ್ಕೆ ತೆರಳಬೇಕಾದ ತುರ್ತು ಅಂಬಾನಿಯದಾಗಿತ್ತು. ಹೀಗಾಗಿ ತಕ್ಷಣ ಮುಂಬೈಗೆ ಹೊರಟ ಧೀರೂಭಾಯಿ ತಾನು ಏಡನ್‌ಗೆ ತೆರಳುವುದಕ್ಕಾಗಿ ಹಡಗೊಂದನ್ನು ಗೊತ್ತುಪಡಿಸಿಕೊಂಡನು. ಹಾಗೆ ಹಡಗು ಗೊತ್ತುಪಡಿಸುವ ಸಲುವಾಗಿ ಮುಂಬೈಗೆ ಬಂದಿದ್ದ ಸಮಯದಲ್ಲಿ ಗುಜರಾತಿ ಪತ್ರಿಕೆಯೊಂದರಲ್ಲಿ ಪ್ರಕಟಗೊಂಡಿದ್ದ ವರದಿಯಿಂದ ಮೆಟ್ರಿಕ್ಯುಲೇಷನ್ ಪರೀಕ್ಷೆಯಲ್ಲಿ ತಾನು ದ್ವಿತೀಯ ದರ್ಜೆಯಲ್ಲಿ ಉತ್ತೀರ್ಣನಾಗಿರುವುದನ್ನು ಅರಿತುಕೊಂಡನು.

ಹೀಗೆ ತನ್ನ ಊರಿನಿಂದ ಸಾವಿರಾರು ಮೈಲು ದೂರದ ಯೆಮನ್ ದೇಶದ ಏಡನ್ ನಗರಕ್ಕೆ ಬಂದು ತಲುಪಿದ ಧೀರೂಭಾಯಿ, ಮಾರನೇ ದಿನವೇ ಫ್ರೆಂಚ್ ಮೂಲದ ಆಂಟೋನಿಯನ್ ಬೆಸ್ಸೀ ಎನ್ನುವವರಿಗೆ ಸೇರಿದ್ದ 'ಎ. ಬೆಸ್ಸೀ & ಕಂಪನಿ'ಯಲ್ಲಿ 300 ರೂಪಾಯಿಗಳ ತಿಂಗಳ ವೇತನ ಪಡೆಯುವ ಕ್ಲರ್ಕ್ ಆಗಿ ನೇಮಕಗೊಂಡರು. ಅಂದಿನ ದಿನಗಳಲ್ಲಿ ಏಡನ್ ನಗರವು ಲಂಡನ್ ನಗರವನ್ನು ಹೊರತುಪಡಿಸಿದರೆ ವಿಶ್ವದ ಎರಡನೇ

ಅತಿದೊಡ್ಡ ವಾಣಿಜ್ಯ ಹಾಗೂ ತೈಲ ಸಂಗ್ರಹಗಾರ ಬಂದರು ನಗರವಾಗಿತ್ತು. ಹಾಗೆಯೇ ಧೀರೂಭಾಯಿ ಅಂಬಾನಿ ಕಾರ್ಯನಿರ್ವಹಿಸುತ್ತಿದ್ದ 'ಎ. ಬೆಸ್ಸೀ & ಕಂಪನಿ' ಸಹ ದೊಡ್ಡ ಪ್ರಮಾಣದ ಖಂಡಾಂತರ ವ್ಯಾಪಾರ ವಲಯವನ್ನು ಹೊಂದಿದ್ದ ಸಂಸ್ಥೆಯಾಗಿತ್ತು. ಹಡಗುಗಳ ನೋಂದಣಿ, ಸಗಟು ಮಾರುಕಟ್ಟೆ ನಿರ್ವಹಣೆ, ವ್ಯಾಪಾರ ವ್ಯವಹಾರದಲ್ಲಿ ತೊಡಗಿಕೊಂಡಿದ್ದ ಈ ಸಂಸ್ಥೆಯ ಮಾಲೀಕರಾದ ಬೆಸ್ಸೀ ತಾನು ಯುರೋಪಿಯನ್, ಆಫ್ರಿಕನ್, ಅಮೇರಿಕನ್ ಹಾಗೂ ಏಷ್ಯನ್ ಹೀಗೆ ಪ್ರಪಂಚದ ನಾನಾ ದೇಶಗಳ ವ್ಯಾಪಾರಿ ಸಂಸ್ಥೆಗಳ ಏಜೆಂಟರಂತೆ ಕಾರ್ಯನಿರ್ವಹಿಸುತ್ತಿದ್ದರು. ಸಕ್ಕರೆ, ಮಸಾಲೆ ಪದಾರ್ಥಗಳು, ಜವಳಿ, ಆಹಾರ ಧಾನ್ಯಗಳು, ಕಛೇರಿ ಸಲಕರಣೆಗಳು, ಯಂತ್ರೋಪಕರಣಗಳು, ಪೆಟ್ರೋಲಿಯಂ ಉತ್ಪನ್ನಗಳು – ಹೀಗೆ ಹಲವು ಬಗೆಯ ಸರಕುಗಳ ವ್ಯಾಪಾರ ವಹಿವಾಟು ಆ ಸಂಸ್ಥೆಯ ಮುಖಾಂತರ ನಡೆಯುತ್ತಿತ್ತು.

ಪ್ರಾರಂಭದಲ್ಲಿ ಸಂಸ್ಥೆಯ ಸಗಟು ವ್ಯಾಪಾರದ ವಿಭಾಗದಲ್ಲಿ ಕಾರ್ಯನಿರ್ವಹಿಸುತ್ತಿದ್ದ ಅಂಬಾನಿಯವರನ್ನು ಕೆಲ ಸಮಯದ ಬಳಿಕ ತೈಲ ಹಾಗೂ ಪೆಟ್ರೋಲಿಯಂ ಉತ್ಪನ್ನಗಳ ವಹಿವಾಟು ವಿಭಾಗಕ್ಕೆ ವರ್ಗಾಯಿಸಲಾಯಿತು.

ಧೀರೂಭಾಯಿ ತಾನು ಏಡನ್‌ನಲ್ಲಿದ್ದ ದಿನಗಳಲ್ಲಿ ಜಾಗತಿಕ ವ್ಯಾಪಾರ ವಹಿವಾಟಿನ ಕುರಿತಂತೆ ಸಾಕಷ್ಟು ಜ್ಞಾನವನ್ನು ಬೆಳೆಸಿಕೊಂಡರು. ಸಟ್ಟಾ ವ್ಯಾಪಾರದ ರೀತಿ ರಿವಾಜುಗಳು, ಸಮುದ್ರ ವ್ಯಾಪಾರ, ಆಮದು – ರಫ್ತು ವ್ಯಾಪಾರಗಳ ಕುರಿತಂತೆಯೂ, ಹಣಕಾಸಿನ ನಿರ್ವಹಣೆಯ ಬಗ್ಗೆ ಅರಿತುಕೊಂಡ ಧೀರೂಭಾಯಿ ತಮ್ಮ ಬಿಡುವಿನ ವೇಳೆಯಲ್ಲಿ ಏಡನ್‌ನ ಮಾರುಕಟ್ಟೆ ಪ್ರದೇಶಗಳನ್ನೆಲ್ಲಾ ಸುತ್ತುತ್ತಿದ್ದರು. ಹೀಗೆ ಸುತ್ತುವುದರಿಂದಾಗಿ ಅವರಿಗೆ ಹಲವಾರು ಖಂಡಗಳ, ದೇಶಗಳ ವ್ಯಾಪಾರಿಗಳ ಪರಿಚಯವಾಯಿತು. ಅವರೆಲ್ಲಾ ನಡೆಸುತ್ತಿದ್ದ ವಿವಿಧ ಬಗೆಯ ವ್ಯಾಪಾರ ವಹಿವಾಟುಗಳು, ಆ ವ್ಯಾಪಾರದ ಯಶಸ್ಸಿಗಾಗಿ ಅವರು ಅನುಸರಿಸುತ್ತಿದ್ದ ವ್ಯಾಪಾರ ಸೂತ್ರಗಳ ಪರಿಚಯವನ್ನು ಮಾಡಿಕೊಳ್ಳುವಲ್ಲಿ ಯಶಸ್ವಿಯಾದರು.

ಹೀಗಿರಲು ತಾನೂ ಸಹ ಇಂತಹುದೇ ವ್ಯಾಪಾರದಲ್ಲಿ ತೊಡಗಿಕೊಳ್ಳಬೇಕೆನ್ನುವ ಬಯಕೆ ಧೀರೂಭಾಯಿಯವರಲ್ಲಿ ಉಂಟಾಯಿತು.

ಆದರೆ ಅಂಥ ವ್ಯಾಪಾರ ವಹಿವಾಟಿನ ಬಗ್ಗೆ ತಿಳಿದುಕೊಳ್ಳಲೇ ಬೇಕಾದ ವಿಚಾರಗಳು ಇನ್ನೂ ಸಾಕಷ್ಟಿದ್ದವು. ಅಲ್ಲದೆ ಅಂದು ಅವರ ಕೈಯಲ್ಲಿ ಈ ವ್ಯಾಪಾರದ ಹೂಡಿಕೆಗೆ ಬೇಕಾಗುವಷ್ಟು ಹಣವೂ ಇರಲಿಲ್ಲ.

ಧೀರೂಭಾಯಿಯವರು ತಾನು ನಿಜವಾದ ವ್ಯಾಪಾರ ತಂತ್ರಗಳನ್ನು ಅಭ್ಯಸಿಸುವ ಇರಾದೆಯಿಂದ ಆ ನಗರದಲ್ಲಿ ಕಾರ್ಯಾಚರಿಸುತ್ತಿದ್ದ ಒಂದು ಗುಜರಾತಿ ಮೂಲದ ಸಂಸ್ಥೆಯಲ್ಲಿ ಯಾವ ಸಂಭಾವನೆಯನ್ನೂ ಇಚ್ಛಿಸದೆ ಉಚಿತವಾಗಿ ಕೆಲಸ ಮಾಡಲು ನಿರ್ಧರಿಸಿದರು. ಹಾಗೆ ಕೆಲಸ ಮಾಡುವ ಸಮಯದಲ್ಲಿ ಅವರು ಲೆಕ್ಕಪರಿಶೋಧನೆ, ಲೆಕ್ಕದ ಪುಸ್ತಕಗಳ ನಿರ್ವಹಣೆ, ಹಡಗುಗಳ ದಾಖಲೆ ಪತ್ರಗಳ ತಯಾರಿ ಹಾಗೂ ನಿರ್ವಹಣೆ, ಬ್ಯಾಂಕ್ ಹಾಗೂ ವಿಮಾ ಸಂಸ್ಥೆಗಳ ವ್ಯವಹಾರ – ಹೀಗೆ ನಾನಾ ತರಹದ ವ್ಯವಹಾರ ಜ್ಞಾನವನ್ನು ಗಳಿಸಿದರು. ಹಾಗೆಯೇ ತಾವು ದುಡಿಯುತ್ತಿದ್ದ 'ಎ. ಬೆಸ್ಸೀ & ಕಂಪನಿ'ಯಲ್ಲಿನ ಕೆಲಸದ ಅವಧಿಯಲ್ಲಿ ಬೆರಳಚ್ಚು ಹಾಗೂ ಶೀಘ್ರಲಿಪಿಗಳಲ್ಲಿ ಕೌಶಲ್ಯವನ್ನು ಗಳಿಸಿಕೊಂಡರು. ಅಲ್ಲದೆ ವಾಣಿಜ್ಯ ಹಾಗೂ ಕಾನೂನು ದಾಖಲೆಗಳ ರಚಿಸುವಿಕೆಯಲ್ಲಿಯೂ ಪರಿಣತಿ ಸಾಧಿಸಿದರು. ಅಂದು ಅವರು ಕಲಿತ ಈ ವಿದ್ಯೆ ಮುಂದೆ ಒಂದು ದಶಕದ ಬಳಿಕ ಮುಂಬೈನಲ್ಲಿ ಅವರದೇ ಆದ ಸಂಸ್ಥೆಯೊಂದನ್ನು ಸ್ಥಾಪಿಸಿದ ವೇಳೆಯಲ್ಲಿ ನೆರವಿಗೆ ಬಂದಿತು!

ಆ ದಿನಗಳಲ್ಲಿ ಧೀರೂಭಾಯಿಯವರು ತಮ್ಮಂತೆಯೇ ಹಲವು ಸಂಸ್ಥೆಗಳಲ್ಲಿ ಕೆಲಸ ಮಾಡುತ್ತಲಿದ್ದ ಸುಮಾರು 25 ಗುಜರಾತಿ ಕ್ಲರ್ಕ್ ಹಾಗೂ ಕಛೇರಿ ಕೆಲಸಗಾರರೊಡನೆ ವಸತಿ ಗೃಹದಲ್ಲಿ ವಾಸವಿದ್ದರು. ಆಗೆಲ್ಲ ಅವರು ತಡ ರಾತ್ರಿಯವರೆಗೂ ಎಚ್ಚರವಾಗಿದ್ದು ಆಂಗ್ಲ ಭಾಷೆಯ ವ್ಯಾಕರಣ ಅಭ್ಯಾಸದಲ್ಲಿ ನಿರತರಾಗಿರುತ್ತಿದ್ದರು. ಅದಲ್ಲದೆ ಆಂಗ್ಲ ಪ್ರಬಂಧಗಳನ್ನು ರಚಿಸುತ್ತಿದ್ದರು. ದಿನಗಳೆದಂತೆಲ್ಲಾ ಧೀರೂಭಾಯಿಯವರ ಕಲಿಕೆಯ ಬಗೆಗಿನ ಆಸಕ್ತಿಯು ಹೆಚ್ಚುತ್ತಲೇ ಹೋಯಿತು. ಮುಂಜಾನೆಯೇ ಎದ್ದು ಆಯಾ ದಿನದ ಆಂಗ್ಲ, ಗುಜರಾತಿ, ಹಿಂದಿ ಭಾಷಾ ದಿನಪತ್ರಿಕೆಗಳು, ವಾರಪತ್ರಿಕೆಗಳನ್ನು (ಆಯಾ ಪತ್ರಿಕೆಗಳು ಹಡಗುಗಳಲ್ಲಿ ಬಂದುದೇ) ತೆಗೆದುಕೊಂಡು ಓದಲು ತೊಡಗುತ್ತಿದ್ದರು. 'ದಿ ಟೈಮ್ಸ್ ಆಫ್ ಇಂಡಿಯಾ',

'ಜನ್ಮಭೂಮಿ', 'ನವಜೀವನ' ಇವುಗಳು ಧೀರೂಭಾಯಿಯವರ ನೆಚ್ಚಿನ ಪತ್ರಿಕೆಗಳಾಗಿದ್ದವು. ಇದೇ ಅಲ್ಲದೆ ಹಡಗಿನ ಪ್ರಯಾಣಿಕರು ತಾವು ಓದಿ ಬಿಟ್ಟುಹೋದ ಪತ್ರಿಕೆಗಳು, ನಿಯತಕಾಲಿಕಗಳು, ಇತರೆ ಪುಸ್ತಕಗಳನ್ನೂ, ಹಡಗು ಸಿಬ್ಬಂದಿಗಳ ಕಛೇರಿಯಲ್ಲಿ ಲಭ್ಯವಿದ್ದ ಪುಸ್ತಕಗಳನ್ನೂ ಸಹ ಬಹಳ ಆಸಕ್ತಿಯಿಂದ ಓದುತ್ತಿದ್ದರು. ಭಾತದ ಮಾಜಿ ಪ್ರಧಾನಿ ಜವಹರಲಾಲ್ ನೆಹರೂರವರ 'ಡಿಸ್ಕವರಿ ಆಫ್ ಇಂಡಿಯಾ' ಮತ್ತು 'ಗ್ಲಿಂಪ್ಸೆಸ್ ಆಫ್ ವರ್ಲ್ಡ್ ಹಿಸ್ಟರಿ' ಪುಸ್ತಕಗಳು ಅಂಬಾನಿಯವರಿಗೆ ಬಹಳವೇ ಅಚ್ಚುಮೆಚ್ಚಾಗಿದ್ದವು.

ಮನಃಶಾಸ್ತ್ರವು ಧೀರೂಭಾಯಿಯುವರ ಅತ್ಯಂತ ಪ್ರೀತಿಯ ವಿಷಯವಾಗಿತ್ತು. ಅಂಬಾನಿಯವರು ತಾವು ಏಡನ್ ನಗರದಲ್ಲಿದ್ದ ಸಮಯದಲ್ಲಿ ತನ್ನ ಪ್ರೀತಿಯ ವಿಷಯವಾದ ಮನಶ್ಶಾಸ್ತ್ರಕ್ಕೆ ಸಂಬಂಧಿಸಿದ ಅನೇಕ ಪುಸ್ತಕ, ನಿಯತಕಾಲಿಕಗಳು ಹಾಗೂ ಲೇಖನಗಳನ್ನು ಸಂಗ್ರಹಿಸಿದ್ದರು. ಈ ಬಗೆಯ ನಿರಂತರ ಓದಿನ ಪರಿಣಾಮವಾಗಿ ಮಾನವನ ಬದುಕಿನ ಕುರಿತಂತೆ ಬಹಳಷ್ಟು ತಿಳುವಳಿಕೆಯುನ್ನು ಹೊಂದುವುದು ಅವರಿಗೆ ಸಾಧ್ಯವಾಯಿತು.

ಏತನ್ಮಧ್ಯೆ 'ಸಟ್ಟಾ ವ್ಯಾಪಾರದ ತಂತ್ರಗಾರಿಕೆಯ ಕುರಿತಂತೆ ತಾನು ಇದೀಗ ಸಾಕಷ್ಟು ಕಲಿತಿದ್ದೇನೆ' ಎನ್ನುವ ಭಾವನೆ ಧೀರೂಭಾಯಿಯವರಿಗೆ ಮೂಡಲು ತಾನು ಸ್ವತಃ ಸಾಗರದಾಚೆಯ ಸರಕುಗಳ ಖರೀದಿ ಹಾಗೂ ಮಾರಾಟದಲ್ಲಿ ತೊಡಗಿಕೊಳ್ಳಲು ನಿರ್ಧರಿಸಿದರು. ಈ ಬಗೆಯ ಸ್ವಂತ ವ್ಯಾಪಾರ ವಹಿವಾಟಿಗೆ ಸಾಕಾಗುವಷ್ಟು ಹಣವು ಅಂದು ಧೀರೂಭಾಯಿಯವರಲ್ಲಿ ಇರಲಿಲ್ಲ. ಹಾಗಾಗಿ ಅವರು ತನ್ನ ಕೆಲವು ಆತ್ಮೀಯ ಸ್ನೇಹಿತರು ಹಾಗೂ ಏಡನ್ ನಗರದಲ್ಲಿ ಹಲವಾರು ವರ್ಷಗಳಿಂದ ವ್ಯಾಪಾರದಲ್ಲಿ ತೊಡಗಿಕೊಂಡಿದ್ದ ಕೆಲವು ಸಣ್ಣ ಪ್ರಮಾಣದ ವರ್ತಕರಿಂದ ಹಣವನ್ನು ಎರವಲು ಪಡೆದುಕೊಂಡರು. ಹೀಗೆ ಎರವಲು ನೀಡಲು ಕೆಲವು ಮಂದಿ ಹಿಂದೇಟು ಹಾಕಿದಾಗ 'ಈ ವ್ಯವಹಾರದಲ್ಲಿ ಏಷ್ಟೇ ಲಾಭ ಬಂದರೂ ಅದನ್ನು ಎಲ್ಲರೂ ಹಂಚಿಕೊಳ್ಳೋಣ. ಒಂದು ವೇಳೆ ನಷ್ಟ ಏನಾದರೂ ಸಂಭವಿಸಿದರೆ ಅದು ನನಗೊಬ್ಬನಿಗಿರಲಿ' ಎನ್ನುವ

ಭರವಸೆಯೊಂದಿಗೆ ಹಣಕಾಸನ್ನು ಹೂಡಿಕೆ ಮಾಡಿ ವ್ಯಾಪಾರವನ್ನು ಪ್ರಾರಂಭಿಸಬೇಕಾಯಿತು. ತಮ್ಮ ಬಿಡುವಿನ ವೇಳೆಯಲ್ಲಿಯೂ, ಕಛೇರಿ ಸಮಯದ ಬಳಿಕವೂ ತಾವೇ ಸ್ವತಃ ನಗರದ ಮಾರುಕಟ್ಟೆ ಪ್ರದೇಶಗಳಿಗೆ ಭೇಟಿ ನೀಡಿ ತನ್ನ ವ್ಯಾಪಾರೋದ್ಯಮದಲ್ಲಿ ತೊಡಗಿಕೊಳ್ಳುತ್ತಿದ್ದರು.

ಆದರೆ ದುರಾದೃಷ್ಟವಷಾತ್ ಅವರ ಈ ವ್ಯಾಪಾರ ಯೋಜನೆ ಹೆಚ್ಚು ಕಾಲ ನಡೆಯಲಿಲ್ಲ. ಕಾರಣಾಂತರಗಳಿಂದ ಮಾರುಕಟ್ಟೆಯಲ್ಲಿ ಹೂಡಿಕೆ ಮಾಡಿದ್ದ ಬಹುಪಾಲು ಹಣವನ್ನು ಅವರು ಕಳೆದುಕೊಳ್ಳಬೇಕಾಗಿ ಬಂದಿತು. ಆದರೆ ಆ ಸೋಲು ಧೀರೂಭಾಯಿಯವರ ಬದುಕಿನಲ್ಲಿ ಬಹು ದೊಡ್ಡ ಪಾಠವನ್ನು ಕಲಿಸಿತು. ಸಣ್ಣ ಹಾಗೂ ಮಧ್ಯಮ ಪ್ರಮಾಣದ ಹೂಡಿಕೆದಾರರಿಗೆ ಎದುರಾಗುವ ತೊಂದರೆಗಳ ಬಗ್ಗೆ, ಹೊಸತಾಗಿ ಹೂಡಿಕೆ ಕ್ಷೇತ್ರಕ್ಕೆ ಕಾಲಿರಿಸುವಾಗ ವಹಿಸಬೇಕಾದ ಎಚ್ಚರಿಕೆಗಳ ಬಗೆಗೆ ಬಹಳಷ್ಟು ತಿಳುವಳಿಕೆಯನ್ನು ಗಳಿಸಿಕೊಳ್ಳುವುದು ಸಾಧ್ಯವಾಯಿತು.

***

1954, ಧೀರೂಭಾಯಿ ಅಂಬಾನಿಯವರ ಜೀವನದಲ್ಲಿ ಬಹಳ ಪ್ರಮುಖವಾದ ವರ್ಷವೆನ್ನಬೇಕು. ಆ ವರ್ಷ ಗುಜರಾತಿನ ತನ್ನ ಮನೆಗೆ ಹಿಂತಿರುಗಿದ್ದ ಅಂಬಾನಿ, ಕೋಕಿಲಾ ಬೆನ್‌ರವರನ್ನು ವಿವಾಹವಾದರು. ಸರಿಯಾಗಿ ಅದೇ ಅವಧಿಯಲ್ಲಿ ಏಡನ್ ನಗರದಲ್ಲಿ ಅವರು ಕೆಲಸ ಮಾಡುತ್ತಿದ್ದ 'ಎ. ಬೆಸ್ಸೀ & ಕಂಪನಿ' ಷೆಲ್ ಉತ್ಪನ್ನಗಳ ಅಧಿಕೃತ ವಿತರಣೆ ಹಕ್ಕನ್ನು ಪಡೆದುಕೊಂಡಿತು. ಹಾಗೆಯೇ, ತನ್ನದೇ ಆದ ನೂತನ ತೈಲ ಶುದ್ಧೀಕರಣ ಘಟಕ ಹಾಗೂ ತೈಲ ಬಂದರನ್ನು ಪ್ರಾರಂಭಿಸಿತು. ಕಳೆದ ಐದು ವರ್ಷಗಳಿಂದ ಸಂಸ್ಥೆಗಾಗಿ ಶ್ರದ್ಧೆಯಿಂದ ದುಡಿಯುತ್ತಾ ಬಂದಿದ್ದ ಅಂಬಾನಿಯವರನ್ನು ಏಡನ್ ಬಂದರಿನಲ್ಲಿ ಪ್ರಾರಂಭಗೊಂಡ ಸಂಸ್ಥೆಯ ಇಂಧನ ಭರ್ತಿ ಮಾಡುವ ಕೇಂದ್ರ(ಆಯಿಲ್ ಫಿಲ್ಲಿಂಗ್ ಸ್ಟೇಷನ್)ದ ವ್ಯವಸ್ಥಾಪಕರನ್ನಾಗಿ ನೇಮಕ ಮಾಡಲಾಯಿತು.

ವಿವಾಹಾದಿ ಕಾರ್ಯಗಳನ್ನು ಪೂರೈಸಿದ ಬಳಿಕ ಪುನಃ ಏಡನ್‌ಗೆ ಮರಳಿದ ಧೀರೂಭಾಯಿ, ಸಂಸ್ಥೆಯು ತನಗೆ ವಹಿಸಿದ ಈ ನೂತನ

ಜವಾಬ್ದಾರಿಯನ್ನು ಅಮಿತ ಉತ್ಸಾಹ, ಸಂತೋಷದಿಂದ ವಹಿಸಿಕೊಂಡರು. ತಾವು ಈ ಮೊದಲು ಮಾಡುತ್ತಿದ್ದ ಕೆಲಸಕ್ಕಿಂತ ತೀರಾ ವಿಭಿನ್ನವಾಗಿದ್ದ ಅಲ್ಲಿನ ಕೆಲಸದ ವಾತಾವರಣವು ಅಂಬಾನಿಯವರಿಗೆ ಬಹಳವೇ ಮೆಚ್ಚುಗೆಯಾಯಿತು. ಡೀಸೆಲ್ ಹಾಗೂ ತೈಲೋತ್ಪನ್ನಗಳ ಶುದ್ಧೀಕರಿಸುವ ಬಗೆ, ಹಡಗುಗಳಿಗೆ ಆ ತೈಲವನ್ನು ತುಂಬಿಸುವ ರೀತಿ ನೀತಿಗಳು ಅಂಬಾನಿಯವರಿಗೆ ಅವರ ವೃತ್ತಿ ಬದುಕಿನಲ್ಲಿ ಹೊಸತಾದ ಅನುಭವವನ್ನು ನೀಡಿತು. ಅಲ್ಲದೆ ಆ ವೇಳೆಯಲ್ಲಿ ಹಡಗಿನ ಚಾಲಕರು, ಸಿಬ್ಬಂದಿಗಳೊಂದಿಗೆ ಉತ್ತಮ ಸ್ನೇಹವನ್ನು ಸಂಪಾದಿಸಿಕೊಂಡ ಅಂಬಾನಿ, ಮುಂದೊಂದು ದಿನ ತಾನೂ ಸಹ ಇಂತಹಾ ತೈಲ ಶುದ್ಧೀಕರಣ ಘಟಕ ಸ್ಥಾಪನೆ ಮಾಡುವ ಕನಸು ಕಾಣತೊಡಗಿದರು.

1950 ರ ದಶಕದ ಉತ್ತರಾರ್ಧದಲ್ಲಿ ಏಡನ್ ನಗರವೂ ಸೇರಿದಂತೆ ಯೆಮನ್, ಮಧ್ಯಪ್ರಾಚ್ಯದ ಇತರೆ ಪ್ರದೇಶಗಳಲ್ಲಿ ಬ್ರಿಟೀಷ್ ಆಡಳಿತ ವಿರೋಧಿ ಹೋರಾಟಗಳು ಪ್ರಬಲಗೊಂಡವು. ಗಮಲ್ ಅಬ್ದುಲ್ ನಸ್ಸೀರ್ ನೇತೃತ್ವದ ಕ್ರಾಂತಿಕಾರಿ ಸರ್ಕಾರದ ಬೆಂಬಲದೊಂದಿಗೆ 'ಯೆಮನೀ ಚಳುವಳಿ' ಪ್ರಾರಂಭಗೊಂಡು ದಿನದಿಂದ ದಿನಕ್ಕೆ ಕಾವೇರತೊಡಗಿತು. ಇದರ ಪರಿಣಾಮವಾಗಿ ಏಡನ್‌ನಲ್ಲಿ ವಾಸವಿದ್ದ ಯುರೋಪಿಯನ್ನರು, ಆಫ್ರಿಕನ್ನರು, ಭಾರತೀಯರೂ ಸೇರಿದಂತೆ ಸಾವಿರಾರು ಸಂಖ್ಯೆಯ ವಿದೇಶೀಯರು ತಾವು ನಗರವನ್ನು ಬಿಟ್ಟು ಹೋಗಲು ನಿರ್ಧರಿಸಿದರು. ಬಹಳಷ್ಟು ಮಂದಿ ತಮ್ಮ ತಮ್ಮ ತಾಯ್ನಾಡಿಗೆ ಮರಳಲು ನಿರ್ಧಾರ ಮಾಡಿದ್ದರೆ ಇನ್ನೂ ಕೆಲವರು ಬ್ರಿಟನ್‌ಗೆ ತೆರಳಿ ಅಲ್ಲಿ ಉದ್ಯೋಗ ಹಿಡಿಯುವ ಉದ್ದೇಶವನ್ನು ಹೊಂದಿದ್ದರು.

ಇತರರೆಲ್ಲರಿಗೂ ಇರುವಂತೆ ಧೀರೂಭಾಯಿ ಅಂಬಾನಿ ಸಹ ಏಡನ್‌ನಿಂದ ಬೇರೆಡೆಗೆ ತೆರಳಬೇಕಾದ ಅನಿವಾರ್ಯತೆ ಇತ್ತು. ಅಂತಹಾ ಸಮಯದಲ್ಲಿ ಧೀರೂಭಾಯಿಯವರ ಕೆಲ ಆತ್ಮೀಯ ಸ್ನೇಹಿತರು 'ಧೀರೂಭಾಯಿಯೂ ಸಹ ಲಂಡನ್ ನಗರಕ್ಕೆ ಹೋಗುವಂತೆಯೂ, ಅಲ್ಲಿ ಅವರಿಗಿರುವ ವೃತ್ತಿಯಲ್ಲಿನ ಅನುಭವ, ಜಾಣ್ಮೆಗಳಿಂದ ಉತ್ತಮ ನೌಕರಿ ಗಿಟ್ಟಿಸಬಹುದು' ಎನ್ನುವ ಸಲಹೆ ನೀಡಿದ್ದರು. ಆದರೆ ಅದಾಗಲೇ

ಸ್ವಲ್ಪ ಹಣಕಾಸನ್ನು ಕೂಡಿಸಿಕೊಂಡಿದ್ದ ಅಂಬಾನಿಯವರಿಗೆ ತಾನು ಬೇರೆಯವರ ಕೈಕೆಳಗೆ ದುಡಿಯುವುದು ಇಷ್ಟವಿರಲಿಲ್ಲ. ಬದಲಾಗಿ ತಾನೇ ಒಂದು ಸ್ವಂತ ಉದ್ಯಮವನ್ನು ಪ್ರಾರಂಭಿಸುವ ವಿಚಾರ ಅವರ ಮನದಲ್ಲಿತ್ತು. ಅದಲ್ಲದೆ ಊರಿನಲ್ಲಿ ವಾಸವಿದ್ದ ತಂದೆ ಹೀರಾಚಂದ್ 1952 ರಲ್ಲಿಯೇ ವಿಧಿವಶರಾಗಿದ್ದರು. ಅಷ್ಟು ಮಾತ್ರವಲ್ಲ ತನ್ನ ಮಡದಿಯು ತನ್ನ ಪ್ರಥಮ ಪುತ್ರ ಮುಖೇಶ್(1957 ರ ಏಪ್ರಿಲ್ ತಿಂಗಳಿನಲ್ಲಿ ಮುಖೇಶ ಡಿ. ಅಂಬಾನಿಯವರ ಜನನವಾಗಿತ್ತು.)ನೊಂದಿಗೆ ಭಾರತದಲ್ಲಿಯೇ ವಾಸವಿದ್ದರು. ಹೀಗೆ ತನ್ನ ಕುಟುಂಬವನ್ನೆಲ್ಲಾ ತೊರೆದು ತಾನೊಬ್ಬನೇ ದೂರದ ಲಂಡನ್ ನಗರಕ್ಕೆ ಹೋಗಿ ನೆಲೆಸುವುದು ಅದೇಕೋ ಧೀರೂಭಾಯಿಯವರಿಗೆ ಸರಿ ಕಾಣಲಿಲ್ಲ.

ಅದೇ ವೇಳೆ 1958 ರ ವರ್ಷದಲ್ಲಿ ಭಾರತದಲ್ಲಿ ಎರಡನೇ ಪಂಚವಾರ್ಷಿಕ ಯೋಜನೆಯು ಪ್ರಾರಂಭವಾಗಿತ್ತು. ಆ ಯೋಜನೆಯ ಅವಧಿಯಲ್ಲಿ ಭಾರತ ಸರ್ಕಾರವು ದೇಶದ ಅಭಿವೃದ್ಧಿಯ ದೃಷ್ಟಿಯಿಂದ ಬೃಹತ್ ಕೈಗಾರಿಕೆಗಳ ಸ್ಥಾಪನೆಗೆ ದೊಡ್ಡ ಪ್ರಮಾಣದಲ್ಲಿ ನೆರವು ನೀಡಲು ಪ್ರಾರಂಭಿಸಿತ್ತು. ಪ್ರಧಾನಿ ನೆಹರೂರವರ ಕೈಗಾರಿಕಾ ನೀತಿಗಳು, ಅದರಿಂದ ಭಾರತ ಕೈಗಾರಿಕಾ ವಲಯದಲ್ಲಿ ಉಂಟಾಗಬಹುದಾಗಿದ್ದ ಅದ್ಭುತ ಬೆಳವಣಿಗೆಗಳು – ಈ ಎಲ್ಲವೂ ಯುವ ಉದ್ಯಮಿಯಾಗಬೇಕೆನ್ನುವ ಹಂಬಲ ಹೊಂದಿದ್ದ ಧೀರೂಭಾಯಿಯವರ ಮನಸ್ಸನ್ನು ಸಹಜವಾಗಿಯೇ ಆಕರ್ಷಿಸಿದವು.

ಅಂತಿಮವಾಗಿ 26 ರ ಹರೆಯದ ಧೀರೂಭಾಯಿಯವರಲ್ಲಿದ್ದ ತಾರುಣ್ಯದ ಕ್ರಿಯಾಶೀಲತ, ಉತ್ಸಾಹ, ನೆಹರೂರವರು ದೇಶದಾದ್ಯಂತ ಹಾಸಿ ಹರಡಿದ್ದ ಭವ್ಯ ಭಾರತದ ಕನಸು ಲಂಡನ್ನಿನ ಸುಖ ಜೀವನದ ಆಸೆಯನ್ನು ತೊರೆದು ಅವರನ್ನು ಮನೆಗೆ ಹಿಂತಿರುಗುವಂತೆ ಮಾಡಿತು.

ಪ್ರಾರಂಭದ ವರ್ಷಗಳು

1958 ರ ಅಂತ್ಯದ ವೇಳೆಯಲ್ಲಿ ಧೀರೂಭಾಯಿ ಅಂಬಾನಿಯವರು ಭಾರತಕ್ಕೆ ಮರಳಿದರು. ಅಂಬಾನಿಯವರು ತಾವು ಮುಂಬೈಗೆ ಆಗಮಿಸುವ

ವೇಳೆಯಲ್ಲಿ ತಾವು ಏಡನ್‌ನಲ್ಲಿದ್ದಾಗ ಉಳಿತಾಯ ಮಾಡಿದ್ದ ಅತ್ಯಲ್ಪ ಪ್ರಮಾಣದ ಹಣ ಮತ್ತು ಏಡನ್‌ನಲ್ಲಿನ ಪರಿಚಯಸ್ಥರಾಗಿದ್ದ ಗುಜರಾತ್ ಮೂಲದ ಸಣ್ಣ ವ್ಯಾಪಾರಿಯೊಬ್ಬರು ತನ್ನ ಮಗನ ಚಾಲ್(ಚಿಕ್ಕದಾಗಿರುವ ಕೋಣೆ)ನಲ್ಲಿ ಉಳಿದುಕೊಳ್ಳಬಹುದು ಎನ್ನುವ ಒಕ್ಕಣೆಯೊಡನೆ ನೀಡಿದ ಒಂದು ಪರಿಚಯ ಪತ್ರವನ್ನು ಬಿಟ್ಟರೆ ಬೇರೇನೂ ಇರಲಿಲ್ಲ.

ಧೀರೂಭಾಯಿಯವರು ತಾವು ಮುಂಬೈಗೆ ಬಂದೊಡನೆಯೇ ತಮ್ಮಲ್ಲಿದ್ದ ಉಳಿತಾಯದ ಹಣದಿಂದ ಯಾವುದೋ ಒಂದು ಉದ್ಯಮ ಇಲ್ಲವೇ ವ್ಯಾಪಾರವನ್ನು ಪ್ರಾರಂಭಿಸುವ ಉದ್ದೇಶದಿಂದ ಅವಕಾಶದ ಹುಡುಕಾಟದಲ್ಲಿ ತೊಡಗಿದರು. ಮೊದಲಿಗೆ ತಮ್ಮ ತವರೂರಾದ ಗುಜರಾತಿನಲ್ಲಿಯೇ ವ್ಯಾಪಾರ ವಹಿವಾಟನ್ನು ಪ್ರಾರಂಭಿಸುವ ಉದ್ದೇಶದಿಂದ ಗುಜರಾತಿನ ಅಹಮದಾಬಾದ್, ಜಾಮ್ ನಗರ, ರಾಜ್ ಕೋಟ್, ಜುನಾಗಢ ಇವೇ ಮೊದಲಾದ ಪ್ರದೇಶಗಳಲ್ಲಿ ಅಲೆದಾಟ ನಡೆಸಿದ ಧೀರೂಭಾಯಿಗೆ ಅಲ್ಲೆಲ್ಲಿಯೂ ಸರಿಯಾದ ಸ್ಥಳ ದೊರೆಯಲಿಲ್ಲ. ಅಲ್ಲದೆ ಅಂಬಾನಿಯವರಲ್ಲಿದ್ದ ಅತ್ಯಲ್ಪ ಪ್ರಮಾಣದ ಬಂಡವಾಳವನ್ನು ಹೂಡಿಕೆ ಮಾಡುವುದರಿಂದ ಗುಜರಾತಿನ ಯಾವುದೇ ಪಟ್ಟಣದಲ್ಲಿ ಒಂದು ಕಿರಾಣಿ ಅಂಗಡಿಯನ್ನೋ, ಬಟ್ಟೆ ಅಂಗಡಿಯನ್ನೋ ಇಲ್ಲವೇ ಮೋಟಾರ್ ವಾಹನಗಳ ಬಿಡಿಭಾಗಗಳ ಅಂಗಡಿಯನ್ನೋ ತೆರೆದು ಕೂರಬಹುದಾಗಿತ್ತು. ಇಂತಹಾ ಅಂಗಡಿಗಳ ವ್ಯಾಪಾರ ಜೀವನಕ್ಕೆ ನಿಯತವಾದ ಆದಾಯವನ್ನು ತರಬಲ್ಲವಾಗಿದ್ದವು. ಆದರೆ ಏಡನ್ ನಗರದ ಸದಾ ಕಾಲ ಗಿಜಿಗುಟ್ಟುವ ಮಾರುಕಟ್ಟೆ, ಅಲ್ಲಿನ ಬಂದರುಗಳಲ್ಲಿ ದಿನ ದಿನವೂ ನಡೆಯುತ್ತಿದ್ದ ಖಂಡಾತರ ವ್ಯಾಪಾರಗಳ ಭರಾಟೆಯನ್ನು ನೋಡಿ ತಿಳಿದಿದ್ದ ಅಂಬಾನಿಯವರಿಗೆ ಅಂತಹುದೇ ಬಿಡುವಿಲ್ಲದ ದುಡಿಮೆ, ತ್ವರಿತ ಬೆಳವಣಿಗೆ ಸಾಧಿಸಬಲ್ಲ ವಹಿವಾಟಿನ ಅಗತ್ಯವಿತ್ತು.

ಹೀಗಾಗಿ ಪುನಃ ಮುಂಬೈಗೆ ಹಿಂತಿರುಗಿದ ಧೀರೂಭಾಯಿಯವರು ತನ್ನ ಪತ್ನಿ ಹಾಗೂ ಮಗನೊಂದಿಗೆ ಎರಡು ಕೋಣೆಗಳಿರುವ ಒಂದು ಚಾಲ್‌ನಲ್ಲಿ ವಾಸಿಸತೊಡಗಿದರು. ಅದೇ ಎರಡು ಕೋಣೆಗಳಲ್ಲಿ ಒಂದನ್ನು

ತನ್ನ ಕಛೇರಿಯನ್ನಾಗಿಸಿಕೊಂಡ ಅಂಬಾನಿ 'ರಿಲಯನ್ಸ್ ವಾಣಿಜ್ಯ ನಿಗಮ (ರಿಲಯನ್ಸ್ ಕಮರ್ಷಿಯಲ್ ಕಾರ್ಪೋರೇಷನ್)' ಹೆಸರಿನಡಿಯಲ್ಲಿ ಮಸಾಲೆ ಪದಾರ್ಥಗಳ ವ್ಯಾಪಾರಕ್ಕೆ ತೊಡಗಿಕೊಂಡರು.

ಅಂಬಾನಿಯವರ ಕಚೇರಿಯು ತೀರಾ ಸರಳವಾದುದಾಗಿತ್ತು. ಅಲ್ಲಿದ್ದುದು ಒಂದು ಮೇಜು, ಎರಡು ಕುರ್ಚಿಗಳು, ಬರೆಯಲಿಕ್ಕಾಗಿ ಒಂದು ಪ್ಯಾಡ್, ಪೆನ್ ಹಾಗೂ ಇಂಕಿನ ಡಬ್ಬಿ, ಜತೆಗೊಂದು ನೀರಿನ ಹೂಜಿ ಕೆಲವು ಲೋಟಗಳು ಮಾತ್ರ. ಅಂದಿನ ಆ ಕಛೇರಿಯಲ್ಲಿ ದೂರವಾಣಿ ಸಂಪರ್ಕ ಸಹ ಇರಲಿಲ್ಲ. ಅಂಬಾನಿಯವರಿಗೇನಾದರೂ ಅಗತ್ಯವಾದಲ್ಲಿ ಅಲ್ಲೇ ಪಕ್ಕದಲ್ಲಿ ವಾಸವಿದ್ದ ವೈದ್ಯರ ಬಳಿ ಲಭ್ಯವಿದ್ದ ದೂರವಾಣಿಯನ್ನೇ ಬಳಸುತ್ತಿದ್ದರು. ಹಾಗೆ ಬಳಸಿದ ಪ್ರತಿಯೊಂದು ಬಾರಿಯು ಅದಕ್ಕೆ ತಗುಲುವ ಹಣವನ್ನು ನೀಡದೇ ಹಿಂತಿರುಗುತ್ತಿರಲಿಲ್ಲ.

ಕಛೇರಿ ಪ್ರಾರಂಭಿಸಿದ ಮೊದಲ ದಿನ ಧೀರೂಭಾಯಿಯವರು ತಾವೇ ಖುದ್ದಾಗಿ ಮುಂಬೈ ನಗರದ ಮಸಾಲೆ ಪದಾರ್ಥಗಳ ಮಾರುಕಟ್ಟೆಗೆ ಭೇಟಿನೀಡಿ ಅಲ್ಲಿನ ದೊಡ್ಡ ಪ್ರಮಾಣದ ಸಗಟು ವ್ಯಾಪಾರಿಗಳ ಬಳಿ ತನಗೆ ಅಗತ್ಯವಾದ ಸರಕುಗಳ ಕುರಿತ ವಿವರವಾದ ಮಾಹಿತಿ, ದರಪಟ್ಟಿಗಳನ್ನು ಕಲೆಹಾಕಿದರು. ಅಲ್ಲದೆ ಅಗತ್ಯವಾದ ಮಸಾಲೆ ಪದಾರ್ಥಗಳನ್ನು ಸ್ವತಃ ಖರೀದಿಸಿ ತಂದಿದ್ದರು.

ಇದಾದ ಒಂದು ವಾರದಲ್ಲಿ ಅಂಬಾನಿಯವರು ಇಬ್ಬರು ಸಹಾಯಕರನ್ನು ತನ್ನ ಕಛೇರಿ ಕೆಲಸಕ್ಕಾಗಿ ನೇಮಿಸಿಕೊಂಡರು. ಅವರಲ್ಲಿ ಒಬ್ಬ ವಯೋವೃದ್ಧ ಮುಸ್ಲಿಂ ಮೆಹ್ತಾಜಿಯವರನ್ನು ಧೀರೂಭಾಯಿಯವರು ತನ್ನ ಕಛೇರಿಯ ಅರೆಕಾಲಿಕ ಗುಮಾಸ್ತ, ಬೆರಳಚ್ಚುಗಾರ, ಲೆಕ್ಕ ಪರಿಶೋಧಕ ಹಾಗೂ ಸ್ವಾಗತಕಾರರನ್ನಾಗಿ ನೇಮಿಸಿಕೊಂಡರು. ಆ ವಯೋವೃದ್ಧರು ತಾವು ಕೆಲಸಕ್ಕೆ ಸೇರಿದ ಪ್ರಥಮ ದಿನವೇ ಏಡನ್ ನಗರದಲ್ಲಿನ ಧೀರೂಭಾಯಿಯವರ ಹಳೆಯ ವರ್ತಕ ಸ್ನೇಹಿತರೆಲ್ಲರಿಗೂ ಶುದ್ಧವಾದ ಅರೇಬಿಕ್ ಭಾಷೆಯುಲ್ಲಿ ಪತ್ರಗಳನ್ನು ಬರೆದು ಕಳುಹಿಸಿದರು.

ಅಂಬಾನಿಯವರು ತಾವು ಪ್ರಾರಂಭಿಸಿದ ವ್ಯಾಪಾರದ ಕುರಿತಾಗಿಯೂ, ಮಸಾಲೆ ಪದಾರ್ಥಗಳು, ಸಕ್ಕರೆ, ಅಡಿಕೆ, ಬೆಲ್ಲ ಮತ್ತಿತರೇ ಸರಕುಗಳನ್ನು ತಾವು ಪೂರೈಸಲಿಚ್ಛಿಸುವ ದರಗಳ ವಿವರಗಳನ್ನೂ ಒಳಗೊಂಡ ಪತ್ರಗಳನ್ನು ಏಡನ್ ಹಾಗೂ ಉಳಿದ ಗಲ್ಫ್ ರಾಷ್ಟ್ರಗಳ ವರ್ತಕರಿಗೆ ರವಾನಿಸಲಾಯಿತು.

ಧೀರೂಬಾಯಿಯವರು ಪ್ರಾರಂಭದಿಂದಲೂ ತಮ್ಮಲ್ಲಿನ ಉತ್ಪನ್ನಗಳ ಗುಣಮಟ್ಟದ ಕಡೆಗೆ ಹೆಚ್ಚಿನ ಲಕ್ಷ್ಯ ಇಡುತ್ತಿದ್ದರು. 'ವಿದೇಶಗಳಿಗೆ ಕಳಿಸಲಾಗುವ ಸಾಂಬಾರ ಪದಾರ್ಥಗಳ ಗುಣಮಟ್ಟವು ಅತ್ಯುತ್ತಮವಾಗಿರಬೇಕು, ಅದರಿಂದ ಬರುವ ಲಾಭಾಂಶವು ಸ್ವಲ್ಪ ಕಡಿಮೆ ಇದ್ದರೂ ಚಿಂತೆಯಿಲ್ಲ' ಎನ್ನುವ ಧೋರಣೆ ಅವರದಾಗಿತ್ತು. ಅಲ್ಲದೆ ಕೆಲವೊಮ್ಮೆ ವಿದೇಶದಲ್ಲಿನ ವರ್ತಕರು ತಾವು ಹಣವನ್ನು ಪಾವತಿಸುವ ಮುನ್ನವೇ ಅವರಿಗೆ ಅಗತ್ಯವಾದ ಸರಕನ್ನು ರವಾನೆ ಮಾಡುತ್ತಿದ್ದರು. ಸಾಮಾನ್ಯವಾಗಿ ಆ ದಿನಗಳಲ್ಲಿ ಮುಂಬೈನ ವ್ಯಾಪಾರಿಗಳಾರೂ ಅಂಬಾನಿಯವರಂತೆ ಉತ್ತಮ ಗುಣಮಟ್ಟದ ಸರಕನ್ನು ವಿಕ್ರಯಿಸುತ್ತಿರಲಿಲ್ಲ. ಅವರುಗಳೆಲ್ಲರೂ ಮಾರಾಟ ಮಾಡುತ್ತಿದ್ದ ಪದಾರ್ಥಗಳು ಹೆಚ್ಚಾಗಿ ಕಲಬೆರಕೆಗಳಿಂದ ಕೂಡಿರುತ್ತಿತ್ತು. ಹೀಗಾಗಿ ವಿದೇಶದ ವರ್ತಕರಿಗೆ ಭಾರತದಿಂದ ಆಮದಾದ ಪದಾರ್ಥಗಳ ಬಗ್ಗೆ ಭರವಸೆಯೇ ಇರುತ್ತಿರಲಿಲ್ಲ. 'ಭಾರತದ ವಸ್ತುಗಳಾವುವೂ ಉತ್ತಮವಾದುದಲ್ಲ, ಎಲ್ಲವೂ ಕಳಪೆ ಗುಣಮಟ್ಟದವು' ಎನ್ನುವ ಭಾವನೆ ಅಂದಿನ ವ್ಯಾಪಾರಿ ವರ್ಗದಲ್ಲಿ ಸಾಮಾನ್ಯವಾಗಿತ್ತು. ಏತನ್ಮಧ್ಯೆ ಅಂಬಾನಿಯವರಿಂದ ಪೂರೈಸಲಾದ ಮಸಾಲೆ ಪದಾರ್ಥಗಳ, ಆಹಾರೋತ್ಪನ್ನಗಳು ಉತ್ತಮ ಗುಣಮಟ್ಟದ್ದಾಗಿರುವುದನ್ನು ತಿಳಿದ ಏಡನ್ ಮತ್ತಿತರೆ ಮಧ್ಯಪ್ರಾಚ್ಯ ದೇಶದಲ್ಲಿನ ವ್ಯಾಪಾರಿಗಳು ಧೀರೂಬಾಯಿಯವರಿಗೆ ತಮ್ಮ ತಮ್ಮ ಕಡೆಗಳಿಂದ ಹೆಚ್ಚು ಹೆಚ್ಚು ಆಹಾರೋತ್ಪನ್ನಗಳಿಗಾಗಿ ಬೇಡಿಕೆಯನ್ನಿಡಲು ಪ್ರಾರಂಭಿಸಿದರು. ಈ ಕಾರಣದಿಂದಾಗಿ ಧೀರೂಭಾಯಿ ಅಂಬಾನಿಯವರ ವ್ಯಾಪಾರ ವಹಿವಾಟು ಅತೀ ಶೀಘ್ರದಲ್ಲಿ ಉತ್ತಮ ಬೆಳವಣಿಗೆಯನ್ನು ಕಾಣಲು ಸಾಧ್ಯವಾಯಿತು.

ಗೊಬ್ಬರದ ಗಳಿಕೆ

ಹೀಗಿರಲು ಅದೊಮ್ಮೆ ಗಲ್ಫ್ ರಾಷ್ಟ್ರದಲ್ಲಿನ ವರ್ತಕರೋರ್ವರಿಂದ ಒಂದು ವಿಚಿತ್ರವಾದ ಬೇಡಿಕೆಯು ಬಂದಿತು. ಅದೇನೆಂದರೆ 'ಗಲ್ಫ್‌ನಲ್ಲಿನ ಒಬ್ಬ ಶ್ರೀಮಂತ ಶೇಖ್‌ಗೆ ಸೇರಿದ ಲಾನ್ (ಹುಲ್ಲಿನ ಹಾಸು) ಹಾಗೂ ಗುಲಾಬಿ ಹೂವುಗಳ ತೋಟಕ್ಕಾಗಿ ಹುಲ್ಲು ಗೊಬ್ಬರ ಮಿಶ್ರಿತವಾದ ಮೇಲ್ಮಣ್ಣು ಬೇಕಾಗಿತ್ತು. ಅದಕ್ಕಾಗಿ ಶೇಖ್ ಎಷ್ಟು ಬೆಲೆಯನ್ನಾದರೂ ನೀಡಲು ತಯಾರಿದ್ದಾರೆ.' ಅದಾಗಲೇ ತನ್ನ ವ್ಯವಹಾರದ ವಿಸ್ತರಣೆಗೆ ತೊಡಗಿದ್ದ ಧೀರೂಭಾಯಿ ಭಾರತದಿಂದ ವಿದೇಶಗಳಿಗೆ ಏನೆಲ್ಲವನ್ನೂ ಕಳಿಸಲಿಕ್ಕೆ ಸಾಧ್ಯವೋ ಎಲ್ಲವನ್ನೂ ಪೂರೈಸಲು ತಯಾರಾಗಿದ್ದರು. ಅಂತಹುದರಲ್ಲಿ ತಮಗೆ ನಿರಾಯಾಸವಾಗಿ ದೊರಕಿದ ಈ ಗೊಬ್ಬರವನ್ನು ರಫ್ತು ಮಾಡುವ ಅವಕಾಶವನ್ನು ಬಿಟ್ಟುಕೊಡುವುದುಂಟೆ?

ಮುಂಬೈನ ಯಾವೊಬ್ಬ ವರ್ತಕರೂ ಆ ದಿನದವರೆವಿಗೂ ಅಂತಹಾ ಒಂದು ವಹಿವಾಟು ನಡೆಸುವುದಿರಲಿ, ಅದರ ಬಗ್ಗೆ ಯೋಚಿಸಿಯೂ ಇರಲಿಲ್ಲ! ಧೀರೂಬಾಯಿಯವರ ಸ್ನೇಹಿತರೂ ಸಹ ಮುಂಬೈನಂತಹಾ ನಗರದಲ್ಲಿ ಅಷ್ಟು ದೊಡ್ಡ ಪ್ರಮಾಣದ ಗೊಬ್ಬರ ಸಂಗ್ರಹಿಸುವುದು ದುಸ್ಸಾಧ್ಯವಾದ ಕೆಲಸ ಎನ್ನುವ ತೀರ್ಮಾನಕ್ಕೆ ಬಂದರು. ಆದರೆ ಅಂಬಾನಿ ಮಾತ್ರ ಅದಾವುದಕ್ಕೂ ಸೊಪ್ಪು ಹಾಕದೆ ತಾವು ಇರುವ ಅಲ್ಪ ವೇಳೆಯಲ್ಲಿಯೇ ಶೇಖ್‌ರವರಿಗೆ ಅಗತ್ಯವಿರುವಷ್ಟು ಗೊಬ್ಬರವನ್ನು ಪೂರೈಸುವುದಾಗಿ ಮಾತುಕೊಟ್ಟರು. ಆದರೆ ಅದಕ್ಕೆ ಶೇಖ್ ತಾವು ನೀಡಲುದ್ದೇಶಿಸಿದ್ದ ಹಣದೊಂದಿಗೆ ಸ್ವಲ್ಪ ಬೋನಸ್ ಸಹ ನೀಡಬೇಕೆನ್ನುವ ಷರತ್ತನ್ನು ಹಾಕಿದರು.

ಈ ಒಂದು ಒಪ್ಪಂದದ ಮೇರೆಗೆ ಕಾರ್ಯಪ್ರವೃತ್ತರಾದ ಧೀರೂಭಾಯಿ ತಮ್ಮ ನೆರೆಹೊರೆಯ ಚಾಲುಗಳಲ್ಲಿ ವಾಸವಿದ್ದ ಅನೇಕ ನಿರುದ್ಯೋಗಿ ಯುವಕರನ್ನು ಕೂಡಿಸಿಕೊಂಡು ಮುಂಬೈ ನಗರದಾದ್ಯಂತ ಇದ್ದ ಸಗಣಿ ಗೊಬ್ಬರಗಳನ್ನು ಕಲೆ ಹಾಕಿದರು. ಆ ವೇಳೆಯಲ್ಲಿ ಕೃಷಿ ವಿಜ್ಞಾನ ಪದವಿ ವ್ಯಾಸಂಗ ಮಾಡಿದ್ದ ಧೀರೂಬಾಯಿಯವರ ಓರ್ವ ಅಭಿಮಾನಿ ಅವರ

ಈ ಗೊಬ್ಬರದ ರಫ್ತು ವಿಚಾರವನ್ನು ಕೇಳಿ ತಾನೇ ಮುಂದೆ ನಿಂತು ಸಂಗ್ರಹವಾದ ಸಗಣಿ ಗೊಬ್ಬರವನ್ನು ಉತ್ತಮ ರೀತಿಯಲ್ಲಿ ಪ್ಯಾಕ್ ಮಾಡಿ ಮುಂಬೈನ ಬಂದರಿನ ಮೂಲಕ ಶೇಖ್ ಗೊತ್ತುಪಡಿಸಿದ್ದ ಅವಧಿಯೊಳಗೆ ಗಲ್ಫ್‌ಗೆ ಕಳುಹಿಸಿದರು. ಈ ವಹಿವಾಟಿನಿಂದ ಧೀರೂಬಾಯಿಯವರಿಗೆ ನಿಜಕ್ಕೂ ದೊಡ್ಡ ಪ್ರಮಾಣದ ಹಣ ಸಂದಾಯವಾಯಿತು.

ನೂಲಿನ ವ್ಯಾಪಾರಿ

ಕೆಲವು ವರ್ಷಗಳ ಬಳಿಕ ಧೀರೂಭಾಯಿಯವರಿಗೆ ಅದೇಕೋ ತಾವು ನಡೆಸಿಕೊಂಡು ಬರುತ್ತಲಿದ್ದ ವ್ಯಾಪಾರದಲ್ಲಿನ ಆಸಕ್ತಿ ಕಡಿಮೆಯಾಗತೊಡಗಿತು. 'ಕೇವಲ ಸಾಂಬಾರ ಪದಾರ್ಥಗಳ, ಆಹಾರೋತ್ಪನ್ನಗಳ ವಹಿವಾಟಿನಿಂದ ಹೆಚ್ಚಿನದೇನನ್ನೂ ಸಾಧಿಸಲು ಸಾಧ್ಯವಿಲ್ಲ' ಎನಿಸತೊಡಗಿತು. ಅದೇ ವೇಳೆಯಲ್ಲಿ ಅವರು ವಾಸವಿದ್ದ ಚಾಳಿನ ನೆರೆಹೊರೆಯಲ್ಲಿನ ಕೆಲವು ನೂಲು ವ್ಯಾಪಾರ ಮಾಡಿಕೊಂಡಿದ್ದ ವರ್ತಕರೊಡನೇ ಸ್ನೇಹ ಬೆಳೆಸಿಕೊಂಡಿದ್ದ ಅಂಬಾನಿಯವರಿಗೆ 'ತಾವೂ ಏಕೆ ನೂಲು ವ್ಯಾಪಾರದಲ್ಲಿ ತೊಡಗಬಾರದು?' ಎನಿಸಿತು. ಅದಕ್ಕೆ ತಕ್ಕ ಹಾಗೆ ಅಂಬಾನಿಯವರ ಸ್ನೇಹಿತರೂ ಸಹ 'ನೂಲು ವ್ಯಾಪಾರದಿಂದ ಬಹಳವೇ ಲಾಭವನ್ನು ಗಳಿಸಬಹುದು' ಎನ್ನುವ ಸಲಹೆ ಇತ್ತರು.

ಆದರೆ ನೂಲು ವ್ಯಾಪಾರದ ಮಾರುಕಟ್ಟೆ ಅಷ್ಟೊಂದು ಸರಳವಾದುದಾಗಿರಲಿಲ್ಲ. 'ಫೋರ್ಬ್ಸ್', 'ಫೋರ್ಬ್ಸ್ & ಗೋಕಾಕ್' ಗಳಂತಹಾ ಕೆಲವು ದೊಡ್ಡ ಪ್ರಮಾಣದ ನೂಲು ವಹಿವಾಟು ನಡೆಸುವ ಸಂಸ್ಥೆಗಳು ತಾವು ದೀರ್ಘಕಾಲದಿಂದ ಮಾರುಕಟ್ಟೆಯಲ್ಲಿ ಪ್ರಾಬಲ್ಯ ಹೊಂದಿದ್ದವು. ಅಲ್ಲದೆ ನೂಲು ಮಾರುಕಟ್ಟೆಯಲ್ಲಿ ಅತ್ಯಂತ ಶೀಘ್ರವಾಗಿ ಬೆಲೆಗಳ ಏರಿಳಿತವು ಸಂಭವಿಸುತ್ತಿತ್ತು. ಇದರಿಂದಾಗಿ ಮಾರುಕಟ್ಟೆಯಲ್ಲಿ ಹೂಡಿಕೆ ಮಾಡುವವರು ಹೆಚ್ಚು ಹೆಚ್ಚು ಜಾಗೃತರಾಗಿರಬೇಕಾಗಿತ್ತು. ಈ ಎಲ್ಲಾ ಕಾರಣದ ಹೊರತಾಗಿಯೂ ತಾವು ನೂಲು ವ್ಯಾಪಾರ ಕ್ಷೇತ್ರಕ್ಕೆ ಧುಮುಕಲು ನಿಶ್ಚಯಿಸಿದ್ದ ಧೀರೂಭಾಯಿ, ಪ್ರಾರಂಭದ ದಿನಗಳಲ್ಲಿ ತಾವು

ನೇರವಾಗಿ ವಹಿವಾಟಿಗಿಳಿಯದೇ ಮಾರುಕಟ್ಟೆಯಲ್ಲಿ ವಹಿವಾಟು ಹೇಗೆ ನಡೆಯುತ್ತಿದೆ ಎನ್ನುವುದನ್ನು ಗಮನಿಸಲು ಪ್ರಾರಂಭಿಸಿದರು. ಸ್ವಲ್ಪ ಕಾಲದ ಬಳಿಕ ಸಣ್ಣ ಪ್ರಮಾಣದಲ್ಲಿ ನೂಲನ್ನು ಖರೀದಿಸುವುದು ಹಾಗೂ ಮಾರಾಟ ಮಾಡುವುದಕ್ಕೆ ತೊಡಗಿಕೊಂಡರು.

ವ್ಯಾಪಾರ ವಹಿವಾಟು ಬೆಳೆದಂತೆಲ್ಲಾ ಹೆಚ್ಚು ಹೆಚ್ಚು ಬಂಡವಾಳದ ಅವಶ್ಯಕತೆ ಕಾಣಿಸಿಕೊಂಡಿತು. ಆಗ ಧೀರೂಭಾಯಿ ತಾವು ಏಡನ್ ನಗರದಲ್ಲಿದ್ದಾಗ ಮಾಡಿದಂತೆಯೇ ಮುಂಬೈನಲ್ಲಿ ಕೆಲಸ ನಿರ್ವಹಿಸುತ್ತಿದ್ದ ಕೆಲವು ಸಣ್ಣ ಪ್ರಮಾಣದ ಕಟ್ಟಡ ಕೆಲಸಗಳ ಗುತ್ತಿಗೆದಾರರು ಹಾಗೂ ಸಣ್ಣ ವ್ಯಾಪಾರಿಗಳಿಂದ ಹಣವನ್ನು ಶೇಖರಿಸತೊಡಗಿದರು. ಹಾಗೆ ತಮಗೆ ಹಣವನ್ನು ನೀಡಿದ್ದವರಿಗೆಲ್ಲಾ ಹೆಚ್ಚಿನ ಬಡ್ಡಿ ಹಣದೊಡನೆ ಅಸಲನ್ನೂ ಹಿಂತಿರುಗಿಸುವ ಭರವಸೆಯನ್ನಿತ್ತರು. ಇನ್ನೂ ಕೆಲವರಿಗೆ 'ಲಾಭ ಬಂದರೆ ಹಂಚಿಕೊಳ್ಳೋಣ, ನಷ್ಟವಾದರೆ ಅದು ನನಗಿರಲಿ' ಎನ್ನುವ ಆಶ್ವಾಸನೆ ನೀಡಿದರು.

ಧೀರೂಭಾಯಿಯವರ ಈ ತಂತ್ರವು ಬಹು ಬೇಗನೇ ಫಲ ನೀಡಿತು. ವಾಸ್ತವದಲ್ಲಿ ಪ್ರತಿನಿತ್ಯ ಸಂಜೆ ಸಮಯದಲ್ಲಿ ಕಟ್ಟಡ ಗುತ್ತಿಗೆದಾರರೂ, ವ್ಯಾಪಾರಿಗಳೂ ಹಣದ ದೊಡ್ಡ ದೊಡ್ಡ ಕಟ್ಟುಗಳೊಂದಿಗೆ ಗುಂಪು ಗುಂಪಾಗಿ ಅಂಬಾನಿಯವರ ಕಛೇರಿಯತ್ತ ಧಾವಿಸಿಬರತೊಡಗಿದರು. ಇದರಿಂದಾಗಿ ಅಂಬಾನಿಯವರ ನೂತನ ವ್ಯಾಪಾರಕ್ಕೆ ಬಂಡವಾಳದ ಕೊರತೆಯು ಎಳ್ಳಷ್ಟೂ ಉಂಟಾಗಲಿಲ್ಲ. ಹೀಗೆ ಸಂಗ್ರಹವಾಗುತ್ತಿದ್ದ ಹಣದಿಂದ ತಮ್ಮ ವಹಿವಾಟನ್ನು ಸಾಗರದಾಚೆಗೂ ವಿಸ್ತರಿಸಿಕೊಂಡ ಧೀರೂಭಾಯಿ, ಬೃಹತ್ ಪ್ರಮಾಣದ ಒಪ್ಪಂದಗಳನ್ನು ಮಾಡಿಕೊಳ್ಳತೊಡಗಿದರು. ವ್ಯಾಪಾರವು ಬೆಳೆದಂತೆ ಅಂಬಾನಿಯವರು ತನ್ನ ಕಛೇರಿಯನ್ನು ದೊಡ್ಡ ಕಟ್ಟಡವೊಂದಕ್ಕೆ ಸ್ಥಳಾಂತರಿಸಿದರು. ಆ ವೇಳೆಯಲ್ಲಿ ಅಂಬಾನಿಯುವರ ಹಿರಿಯ ಸಹೋದರರಾದ ರಮಣಿಕ್ ಭಾಯಿ, ಹಾಗೂ ಇನ್ನೋರ್ವ ಸಹೋದರ ನಾಥೂ ಭಾಯಿಯವರು, ಏಡನ್ ನಗರದಲ್ಲಿದ್ದಾಗಿನ ಅವರ ಕೆಲ ಆತ್ಮೀಯ ಸ್ನೇಹಿತರೂ ಅಂಬಾನಿಯವರೊಡನೆ ಸೇರಿಕೊಂಡರು.

ಅಪಪ್ರಚಾರದ ಸುಳಿ

ಧೀರೂಭಾಯಿಯವರ ವ್ಯಾಪಾರವು ದಿನೇ ದಿನೇ ಉಚ್ಛ್ರಾಯ ಸ್ಥಿತಿ ತಲುಪುತ್ತಲಿತ್ತು. ಅವರು ಸಹಿ ಮಾಡಿದ್ದ ಪ್ರತಿಯೊಂದು ವ್ಯಾಪಾರ ಒಪ್ಪಂದವೂ ಅವರನ್ನು ಇನ್ನಷ್ಟು ಲಾಭದತ್ತ ಕೊಂಡೊಯ್ಯುತ್ತಲಿತ್ತು. ಅದೇ ಸಮಯದಲ್ಲಿ ಒಂದು ಆಘಾತಕಾರಿ ಘಟನೆ ಸಂಭವಿಸಿತು. ಅಂಬಾನಿಯವರ ಬಗೆಗೆ ಹೂಡಿಕೆದಾರರಲ್ಲಿಯೂ, ಜನ ಸಾಮಾನ್ಯರಲ್ಲಿಯೂ ಬೆಳೆಯುತ್ತಿದ್ದ ನಂಬಿಕೆಯನ್ನು ಹಾಳುಮಾಡುವ ಉದ್ದೇಶದಿಂದ ಕೆಲವು ಕಿಡಿಗೇಡಿಗಳು 'ಧೀರೂಭಾಯಿಯವರು ಹೂಡಿಕೆದಾರರಿಂದ ಸಂಗ್ರಹಿಸಿದ ಅಪಾರ ಪ್ರಮಾಣದ ಹಣವನ್ನೆಲ್ಲಾ ಕಳೆದುಕೊಂಡಿದ್ದಾರೆ!' ಎನ್ನುವ ಗಾಳಿ ಸುದ್ದಿಯನ್ನು ನೂಲು ಮಾರುಕಟ್ಟೆಯಾದ್ಯಂತ ಹಬ್ಬಿಸಿದರು. ಈ ವದಂತಿಯು ಕ್ಷಣಮಾತ್ರದಲ್ಲಿ ಇಡೀ ಮಾರುಕಟ್ಟೆಯಲ್ಲಿ ಸ್ಫೋಟಗೊಂಡು ಸಂಸ್ಥೆಯ ಹೂಡಿಕೆದಾರರಲ್ಲಿಯೂ, ನೂಲು ವ್ಯಾಪಾರ – ಖರೀದಿಗಾಗಿ ಹಣವನ್ನು ನೀಡಿದ್ದವರಲ್ಲಿಯೂ ಆತಂಕವನ್ನುಂಟುಮಾಡಿತು.

ಅಂದಿನ ಮಧ್ಯಾಹ್ನ ಕಛೇರಿಗೆ ಆಗಮಿಸಿದ ಧೀರೂಭಾಯಿಯವರಿಗೆ ಈ ವದಂತಿಯ ವಿಚಾರ ತಿಳಿಯುತ್ತದೆ. ಅವರ ಸಹೋದರರು ತಾವು ಬೆಳಗಿನಿಂದ ಹೂಡಿಕೆದಾರರಿಂದ ಬಂದ ದೂರವಾಣಿ ಕರೆಗಳಿಗೆ ಉತ್ತರಿಸಿದ್ದುದಾಗಿ ತಿಳಿಸುತ್ತಾರೆ. ಇದೆಲ್ಲವೂ ಧೀರೂಭಾಯಿಯವರಲ್ಲಿ ಇನ್ನಷ್ಟು ಆತಂಕವನ್ನುಂಟುಮಾಡುತ್ತದೆ. ಆಗ ಅವರ ಸಹೋದರರು ಈ ವದಂತಿಗಳೆಲ್ಲಾ ತಣ್ಣಗಾಗುವವರೆಗೆ ವಿದೇಶಕ್ಕೆ ಹೋಗಿ ನೆಲೆಸುವಂತೆ ಅಂಬಾನಿಯವರಿಗೆ ಸಲಹೆ ನೀಡುತ್ತಾರೆ. ಆದರೆ ಆ ಸಲಹೆಯನ್ನು ತಿರಸ್ಕರಿಸಿದ ಅಂಬಾನಿ "ತಾನು ಇಲ್ಲೇ ಇರುತ್ತೇನೆ, ಎಲ್ಲಿಗೂ ಹೋಗುವುದಿಲ್ಲ. ನಾನೀಗ ಎಲ್ಲಾದರೂ ಹೋದೆನೆಂದರೆ ವದಂತಿ ಹಬ್ಬಿಸಿದವರಿಗೆ ಇನ್ನಷ್ಟು ಗ್ರಾಸ ಮಾಡಿಕೊಟ್ಟಂತಾಗುತ್ತದೆ" ಎನ್ನುತ್ತಾರೆ. ಹಾಗೆಯೇ "ಈ ವದಂತಿಯನ್ನು ನಂಬಿ ಯಾರಾದರೂ ತನ್ನ ಸಂಸ್ಥೆಯಲ್ಲಿ ಹೂಡಿಕೆ ಮಾಡಿದ್ದ ಹಣವನ್ನು ಹಿಂದೆಗೆದುಕೊಳ್ಳ ಬಯಸಿದಲ್ಲಿ ಅಂತಹವರು ಸಂಜೆ ನಾಲ್ಕು ಗಂಟೆಯ ನಂತರ ಕಛೇರಿಗೆ ಬರಬಹುದು" ಈ ರೀತಿಯ ಘೋಷಣೆಯನ್ನು ಕಛೇರಿಯ ಮುಂಭಾಗದಲ್ಲಿಯೂ,

ಮಾರುಕಟ್ಟೆಯಲ್ಲಿನ ನೋಟೀಸ್ ಬೋರ್ಡಿನಲ್ಲಿಯೂ ಬರೆಯಿಸಿ" ಎಂದು ಸೂಚಿಸುತ್ತಾರೆ. ಆಗ ಸಹೋದರ ಆತಂಕಗೊಂಡು "ನಾವೀಗ ಈ ರೀತಿಯಲ್ಲಿ ನೋಟೀಸ್ ಮಾಡಿದರೆ ಬಂದ ಹೂಡಿಕೆದಾರರಿಗೆಲ್ಲಾ ಹಣವನ್ನು ಹಿಂತಿರುಗಿಸಲು ಸಾಕಾಗುವಷ್ಟು ಹಣ ನಮ್ಮಲ್ಲಿಲ್ಲ" ಎನ್ನಲು ಧೀರೂಭಾಯಿ "ಇಲ್ಲ ಹೇಳಿದಂತೆ ಮಾಡಿ" ಎಂದಷ್ಟೇ ಹೇಳಿ ಸುಮ್ಮನಾಗುತ್ತಾರೆ.

ಧೀರೂಬಾಯಿಯವರ ಸಹೋದರನ ಆತಂಕವೇ ನಿಜವಾಗಿತ್ತು. ಅಂದು ಮಧ್ಯಾಹ್ನ ಹೂಡಿಕೆದಾರರೆಲ್ಲಾ ಬಂದು ತಮ್ಮ ಹಣವನ್ನು ಹಿಂತಿರುಗಿಸುವಂತೆ ಕೇಳಿದರೆ ಅಷ್ಟೊಂದು ಹಣ ಆ ಕ್ಷಣದಲ್ಲಿ ಅಂಬಾನಿಯವರ ಬಳಿ ಇರಲಿಲ್ಲ. ಆದರೆ ಅಂಬಾನಿಯವರಿಗೆ ತನ್ನ ಹೂಡಿಕೆದಾರರ ಬಗ್ಗೆ ನಂಬಿಕೆ ಇತ್ತು. 'ಈ ಸುಳ್ಳು ವದಂತಿಗಳನ್ನು ನಂಬಿ ಎಲ್ಲಾ ಹೂಡಿಕೆದಾರರೂ ಇತ್ತ ಧಾವಿಸಿ ಬರುವುದಿಲ್ಲ' ಎನ್ನುವುದು ಅವರಿಗೆ ತಿಳಿದಿತ್ತು. ಅದೇ ನಂಬಿಕೆಯಿಂದ ಆ ದಿನದ ಸಂಜೆ ನಾಲ್ಕು ಗಂಟೆಗೆ ಸರಿಯಾಗಿ ತನ್ನ ಕಛೇರಿಯಲ್ಲಿ ಸಿದ್ಧರಾಗಿ ಕುಳಿತರು.

ಧೀರೂಭಾಯಿಯವರ ನಂಬಿಕೆ ನಿಜವಾಗಿತ್ತು. ಅವರು ಮಾರುಕಟ್ಟೆಯಲ್ಲಿ ಹಾಕಿಸಿದ್ದ ಸೂಚನೆ ಕೆಲಸ ಮಾಡಿತ್ತು. ಸರಿ ಸುಮಾರು ಅರ್ಧ ಗಂಟೆಗಳ ಕಾಲ ಕಾದು ಕುಳಿತರೂ ಯಾರೊಬ್ಬ ಹೂಡಿಕೆದಾರರೂ ಸಹ ತನ್ನ ಹಣವನ್ನು ಹಿಂಪಡೆದುಕೊಳ್ಳಲು ಬರಲಿಲ್ಲ. ಬದಲಾಗಿ ಆ ಅರ್ಧ ಗಂಟೆಯ ತರುವಾಯ ಕೆಲ ದೊಡ್ಡ ಪ್ರಮಾಣದ ಹೂಡಿಕೆದಾರರು ಬಂದು 'ನೀವೇನಾದರೂ ನಷ್ಟದಲ್ಲಿರುವುದೇ ಆದಲ್ಲಿ ನಾವು ಇನ್ನಷ್ಟು ಹಣವನ್ನು ಕೊಡಲು ಸಿದ್ಧರಿದ್ದೇವೆ' ಎನ್ನುವ ಭರವಸೆಯ ಮಾತುಗಳನ್ನಾಡಿದರು. ಹೀಗೆ ತಮ್ಮ ವೃತ್ತಿ ಜೀವನದಲ್ಲಿ ಎದುರಾದ ಪ್ರಥಮ ಅಪಪ್ರಚಾರದ ಕಳಂಕವನ್ನು ಧೀರೂಭಾಯಿ ಯಶಸ್ವಿಯಾಗಿ ನಿವಾರಿಸಿಕೊಂಡರು.

ಧೀರೂಭಾಯಿ ಅಂಬಾನಿ ತಮ್ಮ ಸುದೀರ್ಘ ವೃತ್ತಿ ಜೀವನದಲ್ಲಿ ಮುಂದೆಯೂ ಇಂತಹ ವದಂತಿ, ಅಪಪ್ರಚಾರಗಳನ್ನು ಸಾಕಷ್ಟು ಬಾರಿ ಎದುರಿಸುವಂತಾಯಿತು. ಆಗೆಲ್ಲ ಅವರು ಸತ್ಯ, ಪ್ರಾಮಾಣಿಕತೆಯಿಂದ ವರ್ತಿಸುವ ಮೂಲಕ ಹೂಡಿಕೆದಾರರ ಮನ ಗೆದ್ದರು.

ಹೊಸ ಎತ್ತರ, ಹೊಸ ಪ್ರಯೋಗ

ಇದಾದ ನಂತರ ಧೀರೂಭಾಯಿ ಅಂಬಾನಿಯವರು 'ಬಾಂಬೆ ನೂಲು ವ್ಯಾಪಾರಿ ಸಂಘಟನೆ'ಯ ನಿರ್ದೇಶಕರಾಗಿ ಆಯ್ಕೆಗೊಂಡರು. ಆ ದಿನಗಳಲ್ಲಿ ನೂಲು ಮಾರುಕಟ್ಟೆಗಳಲ್ಲಿ ದಲ್ಲಾಳಿಗಳ ಹಾವಳಿ ವಿಪರೀತವಾಗಿತ್ತು. ಈ ಮಧ್ಯವರ್ತಿಗಳ ಹಾವಳಿಯಿಂದಾಗಿ ನೂಲು ತಯಾರಕರು ಹಾಗೂ ವರ್ತಕ ವರ್ಗದವರಿಗೆ ಅಪಾರವಾದ ನಷ್ಟವಾಗುತ್ತಿತ್ತು. ಅಲ್ಲದೆ ನೂಲು ತಯಾರಿಸಿದವರಿಗೆ ಸರಿಯಾದ ವೇತನವೂ ಸಿಗುತ್ತಿರಲಿಲ್ಲ. ಪಾವತಿಯ ವ್ಯವಸ್ಥೆಗೆ ಯಾವುದೇ ನೀತಿ ನಿಯಮಗಳೂ ಸಹ ಇರಲಿಲ್ಲ. ಈ ಎಲ್ಲಾ ಸಮಸ್ಯೆಗಳಿಂದ ಮಾರುಕಟ್ಟೆಯಲ್ಲಿ ದಲ್ಲಾಳಿಗಳು ಹಾಗೂ ಖರೀದಿದಾರರ ನಡುವಿನ ವಾಗ್ವಾದಗಳು ತೀರಾ ಸಾಮಾನ್ಯವಾಗಿರುತ್ತಿತ್ತು. ತಾವು ಸಂಘಟನೆಯ ಅಧ್ಯಕ್ಷರಾದ ಸಮಯದಲ್ಲಿ ಮಾರುಕಟ್ಟೆಯಲ್ಲಿನ ಈ ಎಲ್ಲಾ ಸಮಸ್ಯೆಗಳನ್ನು ಅರಿತ ಧೀರೂಬಾಯಿಯವರು ಮಾರುಕಟ್ಟೆಯಲ್ಲಿನ ಹಣದ ಪಾವತಿಯ ಕುರಿತಂತೆ ನೂತನ ನೀತಿ ನಿಯಮಾವಳಿಗಳನ್ನು ಜಾರಿಗೆ ತಂದರು. ಅಲ್ಲದೆ ಮಾರುಕಟ್ಟೆ ಪ್ರದೇಶದಲ್ಲಿ ನಿತ್ಯವೂ ದುಡಿಯುತ್ತಿದ್ದ ಬಹು ಸಂಖ್ಯೆಯ ಕೂಲಿ ಕಾರ್ಮಿಕರ ವೇತನವನ್ನು ಸಹ ವ್ಯವಸ್ಥೆಗೊಳಪಡಿಸಿದರು.

ಅರವತ್ತರ ದಶಕದಲ್ಲಿ ಅದಾಗಲೇ ಮುಂಬೈನ ನೂಲು ಮಾರುಕಟ್ಟೆ ಹಾಗೂ ಕೈಮಗ್ಗ ಕ್ಷೇತ್ರದಲ್ಲಷ್ಟೇ ಅಲ್ಲದೆ ದೇಶದ ಇತರ ನಾನಾ ನಗರಗಳಲ್ಲಿಯೂ ಧೀರೂಬಾಯಿಯವರ ಹೆಸರು ಮುಂಚೂಣಿಯಲ್ಲಿತ್ತು. 'ಲಯನ್ ಆಫ್ ಯಾರ್ನ್ ಬಿಸಿನೆಸ್' ಎನಿಸಿಕೊಂಡಿದ್ದ ಅಂಬಾನಿ ತಾವು ಹೊಸದೊಂದು ಪ್ರಯೋಗಕ್ಕೆ ಮುಂದಾದರು. 'ಬಂಬರ್' ಅಥವಾ 'ಚಮಕಿ' ಎನ್ನುವ ನೂತನ ವಿನ್ಯಾಸದ ಹೊಳೆಯುವ ನೂಲನ್ನು ಮಾರುಕಟ್ಟೆಗೆ ಪರಿಚಯಿಸಿದರು. ಕೆಲವು ವರ್ಷಗಳ ಹಿಂದೆ ಇಟಾಲಿಯನ್ ಮೂಲದ ಸಂಸ್ಥೆಯೊಂದು 'ಬ್ಯಾಂಬರ್ಗ್' ಹೆಸರಿನ ನೂಲನ್ನು ಪ್ರಥಮ ಬಾರಿಗೆ ತಯಾರಿಸಿತ್ತು. ನಂತರದಲ್ಲಿ ಆ ಸಂಸ್ಥೆಯು ತನ್ನಲ್ಲಿನ ತಂತ್ರಜ್ಞಾನವನ್ನು ಜಪಾನ್ ಮೂಲದ ಸಂಸ್ಥೆಯಾದ 'ಅಸಾಯಿ' ಹೆಸರಿನ ಸಂಸ್ಥೆಗೆ ಮಾರಾಟವನ್ನು ಮಾಡಿತು. ಆ ಸಂಸ್ಥೆಯು 'ಬಂಬರ್' ಹೆಸರಿನ ನೂಲನ್ನು ಇನ್ನಷ್ಟು ಸುಧಾರಣೆ ಮಾಡಿ

ಮಾರುಕಟ್ಟೆಗೆ ಬಿಟ್ಟಿತ್ತು. 'ಬಂಬರ್' ನೂಲು ನಿಜವಾಗಿಯೂ ವಿಶೇಷವಾಗಿದ್ದು ತನ್ನ ಹೊಳೆಯುವ ಗುಣದಿಂದಾಗಿ ಸೀರೆ ಹಾಗೂ ಉತ್ತಮ ದರ್ಜೆಯ ವಸ್ತ್ರ ವಿನ್ಯಾಸಗಳಿಗೆ ಉತ್ತಮವಾಗಿ ಹೊಂದಿಕೆಯಾಗುತ್ತಿತ್ತು. ಧೀರೂಭಾಯಿಯವರು ಮಾರುಕಟ್ಟೆಗೆ ಪರಿಚಯಿಸಿದ ಈ ನೂತನ ನೂಲು ಅದುವರೆಗೆ ಬಳಕೆಯಲ್ಲಿದ್ದ ಸಾಧಾರಣ ನೈಲಾನ್ ನೂಲನ್ನು ಬದಿಗೆ ಸರಿಸುವುದರೊಡನೆ ಬಹುಬೇಗನೇ ಮಾರುಕಟ್ಟೆಯಲ್ಲಿ ತನ್ನ ಪ್ರಾಬಲ್ಯ ಸಾಧಿಸಿತು.

ಹೀಗೆ ಅಪಾರ ಜನಪ್ರಿಯತೆ ಗಳಿಸಿದ 'ಬಂಬರ್' ಹೆಸರಿನ ಹೊಳೆಯುವ ನೂಲಿನ ಬಗ್ಗೆ ಮುಂಬೈನ ಇತರೆ ಗಿರಣಿ ಮಾಲೀಕರೂ ಸಹ ಆಸಕ್ತರಾದರು. ಅದಾಗ ಧೀರೂಭಾಯಿಯವರು ಸ್ವತಃ ತಾವು ವಿಮಾನವೇರಿ ಜಪಾನ್‌ನ 'ಬಂಬರ್' ನೂಲು ತಯಾರಿಕಾ ಘಟಕಕ್ಕೆ ಭೇಟಿಗಾಗಿ ತೆರಳಿದರು. ಹಾಗೆ ತೆರಳಿದವರೇ ಅಲ್ಲಿನ ಸಂಸ್ಥೆಯಿಂದ 'ಬಂಬರ್' ನೂಲನ್ನು ಬಹು ದೊಡ್ಡ ಪ್ರಮಾಣದಲ್ಲಿ ಭಾರತಕ್ಕೆ ಆಮದು ಮಾಡಿಕೊಳ್ಳಲು ನಿರ್ಧರಿಸಿದರು. ಹಾಗೆ ಆಮದು ಮಾಡಿಕೊಂಡ ನೂಲನ್ನು ಇಲ್ಲಿನ ಗಿರಣಿಗಳಿಗೆ ನೀಡಿ ಅವರಿಂದ ಸೀರೆ ಮತ್ತಿತರ ಉಡುಪುಗಳನ್ನು ತಯಾರಿಸಿ ಮಾರಾಟ ಮಾಡುವುದು ಅಂಬಾನಿಯವರ ಉದ್ದೇಶವಾಗಿತ್ತು. ಆ ನಿಟ್ಟಿನಲ್ಲಿ ಕಾರ್ಯಪ್ರವೃತ್ತರಾದ ಅಂಬಾನಿಯವರಿಗೆ ಬಹು ದೊಡ್ಡ ಪ್ರಮಾಣದಲ್ಲಿ ಯಶಸ್ಸು ದೊರೆಯಿತು. ಅದ್ಯಾವ ಪರಿಯೆಂದರೆ ಆ ನೂಲಿನಿಂದ ತಯಾರಾದ ಬಟ್ಟೆಗಳು 'ಹಾಟ್‌ಕೇಕ್' ನಂತೆ ಖರ್ಚಾಗತೊಡಗಿದವು! ಅವುಗಳದೇ ಒಂದು 'ಟ್ರೆಂಡ್' ಸೃಷ್ಟಿಯಾಯಿತು. ಇದರಿಂದಾಗಿ ಧೀರೂಭಾಯಿಯವರು ದೊಡ್ಡ ಪ್ರಮಾಣದ ಲಾಭವನ್ನು ಮಾಡಿಕೊಳ್ಳುವುದು ಸಾಧ್ಯವಾಯಿತು. ತಾವು ಮುಂದೊಂದು ದಿನ ಪ್ರಾರಂಭಿಸಲು ಉದ್ದೇಶಿಸಿದ್ದ 'ರಿಲಯನ್ಸ್ ಟೆಕ್ಸ್‌ಟೈಲ್ಸ್' ಗೆ ಬಂಡವಾಳ ಸಂಗ್ರಹವಾಯಿತು.

'ನೈಲಾನ್' ಎಂಬ ನಯಾ ಜಾದೂ

ಸರಿ ಸುಮಾರು ಅರವತ್ತರ ದಶಕದ ಮಧ್ಯಭಾಗದಲ್ಲಿ ಭಾರತೀಯ ಸರ್ಕಾರ ತಾನು ನೈಲಾನ್ ನೂಲನ್ನು ವಿದೇಶಗಳಿಂದ ಆಮದು

ಮಾಡಿಕೊಳ್ಳಲು ನಿರ್ಧರಿಸಿತು. ಅಂದಿನವರೆಗೆ ಭಾರತದಲ್ಲಿ ಅತಿ ಹೆಚ್ಚು ಬಳಕೆಯಲ್ಲಿದ್ದ ರೆಯಾನ್ ಉತ್ಪನ್ನಗಳ ಹೊರತಾಗಿ ನೈಲಾನ್‌ನ್ನು ಪರಿಚಯಿಸುವ ಉದ್ದೇಶದಿಂದ ರೂಪಿಸಲಾಗಿದ್ದ ಸರಕಾರದ ಈ ಬೃಹತ್ ನೈಲಾನ್ ನೂಲು ಆಮದು ಯೋಜನೆಯ ಲಾಭ ಹೊಂದಲು ಧೀರೂಬಾಯಿಯವರು ಮುಂದಾದರು. ತಕ್ಷಣವೇ ರೆಯಾನ್ ಉತ್ಪನ್ನಗಳ ರಫ್ತಿಗೆ ತೊಡಗಿದ ಅಂಬಾನಿ ಮತ್ತೊಮ್ಮೆ ತಮ್ಮ ಏಡನ್ ಸ್ನೇಹಿತರ ನೆರವು ಪಡೆದುಕೊಂಡರು. ತಾವು ರೆಯಾನ್ ಉತ್ಪನ್ನಗಳನ್ನು ಏಡನ್‌ಗೆ ಕಳುಹಿಸಿ ಅದಕ್ಕೆ ಬದಲಾಗಿ ನೈಲಾನ್ ನೂಲನ್ನು ಅಲ್ಲಿಂದ ಆಮದು ಮಾಡಿಕೊಳ್ಳಲು ತೊಡಗಿದರು. ಹಿಂದೆ ಸಾಂಬಾರ ಪದಾರ್ಥಗಳ ವಹಿವಾಟು ನಡೆಸುತ್ತಿದ್ದಾಗಿನಿಂದಲೂ ಏಡನ್ ವರ್ತಕ ಮಿತ್ರರ ಸಂಪರ್ಕವು ಅಂಬಾನಿಯವರಿಗಿದ್ದ ಕಾರಣದಿಂದ ರೆಯಾನ್ ಉಡುಪುಗಳ ರಫ್ತು ವ್ಯಾಪಾರದಲ್ಲಿ ಅವರು ಅತಿಶೀಘ್ರದಲ್ಲಿ ಅಭಿವೃದ್ಧಿ ಹೊಂದುವುದಕ್ಕೆ ಸಾಧ್ಯವಾಯಿತು. ಅದಲ್ಲದೆ ಮುಂದಿನ ದಿನಗಳಲ್ಲಿ ಪೂರ್ವ ಯುರೋಪಿನಿಂದಲೂ ಭಾರತದ ರೆಯಾನ್ ಉತ್ಪನ್ನಗಳಿಗೆ ಬೇಡಿಕೆ ಬರತೊಡಗಿತು. ಧೀರೂಭಾಯಿಯವರು ತಮಗೆ ಬಂದ ಎಲ್ಲಾ ಬೇಡಿಕೆಗಳನ್ನು ಸರಿಯಾದ ಸಮಯದಲ್ಲಿ ಪೂರೈಸುವ ಚಾಕಚಕ್ಯತೆಯನ್ನು ಮೆರೆದರು.

ಧೀರೂಭಾಯಿ ಅಂಬಾನಿಯವರು ಆ ದಿನಗಳಲ್ಲಿ ರೆಯಾನ್ ಉಡುಪುಗಳ ರಫ್ತು ವಹಿವಾಟಿಗಾಗಿ ಹೊರಗುತ್ತಿಗೆ ಪದ್ಧತಿಯನ್ನು ಹೆಚ್ಚಾಗಿ ಅವಲಂಬಿಸಿದ್ದರು. ಈ ಹೊರಗುತ್ತಿಗೆಯು ಬಹಳವೇ ಕ್ಲಿಷ್ಟಕರವಾದುದಾಗಿತ್ತು. ಅಲ್ಲದೆ 'ರೆಯಾನ್ ಗೆ ಬದಲಾಗಿ ನೈಲಾನ್' ಎನ್ನುವ ಯೋಜನೆಯು ಹೆಚ್ಚು ದಿನ ಬಾಳಲಾರದು. ನೈಲಾನ್ ನೂಲಿನ ವ್ಯಾಪಾರದಿಂದ ಧೀರೂಭಾಯಿಯವರಿಗೆ ಸಾಕಷ್ಟು ಹಣವು ಸಿಗುತ್ತಿದ್ದಿತಾದರೂ ತಾವು ನೂಲನ್ನು ಬೇರೆ ಗಿರಣಿಯವರಿಗೆ ಮಾರಾಟ ಮಾಡುವುದರ ಬದಲಿಗೆ ತಾವೇ ನೈಲಾನ್ ಉಡುಪನ್ನು ತಯಾರಿಸಿದರೆ ಇದಕ್ಕೂ ಹೆಚ್ಚಿನ ಹಣವನ್ನು ಗಳಿಸಬಹುದೆನ್ನುವ ಯೋಜನೆ ಅವರದಾಯಿತು. ಅಂದಿನ ದಿನಗಳಲ್ಲಿ ನೈಲಾನ್ ಬಟ್ಟೆಗಳ ಮೇಲೆ ಜನರ ಒಲವು ದಿನದಿನಕ್ಕೆ

ಹೆಚ್ಚುತ್ತಲಿತ್ತು. ಅದು ಕೇವಲ ಮಹಾನಗರಗಳಲ್ಲಷ್ಟೇ ಅಲ್ಲದೆ ಭಾರತದ ಸಣ್ಣ ಪಟ್ಟಣ, ಹಳ್ಳಿಗಳಿಗೂ ವ್ಯಾಪಿಸಿತ್ತು.

ಧೀರೂಭಾಯಿ ತಡಮಾಡಲಿಲ್ಲ, ತಕ್ಷಣವೇ ತಮ್ಮದೇ ಆದ ಸ್ವಂತ ಗಿರಣಿಯನ್ನು ಪ್ರಾರಂಭಿಸುವ ಸಲುವಾಗಿ ಬಂಡವಾಳ ಸಂಗ್ರಹದಲ್ಲಿ ನಿರತರಾದರು. 1958 ರಲ್ಲಿ ಪ್ರಾರಂಭವಾಗಿದ್ದ 'ರಿಲಯನ್ಸ್ ಕಮರ್ಷಿಯಲ್ ಕಾರ್ಪೋರೇಷನ್(ರಿಲಯನ್ಸ್ ವಾಣಿಜ್ಯ ನಿಗಮ)' 1965–66 ರ ವೇಳೆಗೆ ಸಾಕಷ್ಟು ಅಭಿವೃದ್ಧಿಗೊಂಡಿತ್ತು. ಧೀರೂಭಾಯಿಯವರ ಸ್ನೇಹಿತರೂ, ಹಿತೈಷಿಗಳೂ ತಾವು ಹೀಗೆ ಬೆಳೆಯುತ್ತಿರುವ ಉದ್ಯಮದ ಪಾಲುದಾರರಾಗಿ ಬರುತ್ತಲಿದ್ದರು. ಅವರಲ್ಲಿ ಹೆಚ್ಚಿನ ಸಂಖ್ಯೆಯಲ್ಲಿದ್ದುದು ಏಡನ್ ನಗರವಾಸಿಗಳೆಂಬುದು ವಿಶೇಷ! ಧೀರೂಭಾಯಿ ತನ್ನ ಜೀವನದಲ್ಲಿ ಒಳ್ಳೆಯ ಅಭಿವೃದ್ಧಿ ಹೊಂದುತ್ತಿದ್ದಾನೆಂದು ತಿಳಿದ ಏಡನ್‌ನ ಅದೆಷ್ಟೋ ಭಾರತೀಯ ಮಿತ್ರರು ತಾವು ಪುನಃ ತಾಯ್ನಾಡಿಗೆ ಮರಳಿ ಧೀರೂಭಾಯಿಯವರ ಬಳಿ ಕೆಲಸಕ್ಕೆ ನಿಂತರು. ಅವರುಗಳಲ್ಲಿ ಅದೆಷ್ಟೋ ಮಂದಿ ಸರಿಯಾದ ಸಾಂಪ್ರದಾಯಿಕ ಶಿಕ್ಷಣ ಪಡೆದವರಾಗಿರಲಿಲ್ಲ. ಹೆಚ್ಚಿನವರು ಮೆಟ್ರಿಕ್ಯುಲೇಷನ್ ಪರೀಕ್ಷೆ ಕಟ್ಟಿರಲಿಲ್ಲ! ಕೇವಲ ಇಬ್ಬರು ಅಥವಾ ಮೂರು ಮಂದಿ ಪದವೀಧರರಾಗಿದ್ದರು. ಮತ್ತು ಅವರುಗಳು ಸಂಸ್ಥೆಯ ಲೆಕ್ಕ ಪರಿಶೋಧನಾಧಿಕಾರಿಗಳಾಗಿ ಕೆಲಸ ಮಾಡುತ್ತಲಿದ್ದರು.

ಧೀರೂಭಾಯಿಯುವರು ತಾವು ಸಂಸ್ಥೆಯು ಒಬ್ಬ ಮುಖ್ಯ ಕಾರ್ಯನಿರ್ವಹಣಾಧಿಕಾರಿ ಎನ್ನುವುದಕ್ಕಿಂತಲೂ ಹೆಚ್ಚಾಗಿ ತಾವೊಬ್ಬ ಹಿಂದೂ ಕೂಡುಕುಟುಂಬವೊಂದರ ಯಜಮಾನನಂತಿದ್ದರು. ತನ್ನ ಸಂಸ್ಥೆಯ ನೌಕರವರ್ಗದವರೊಡನೆ ಸ್ನೇಹದಿಂದಲೂ, ಸಹನೆಯಿಂದಲೂ ವರ್ತಿಸುತ್ತಿದ್ದ ಧೀರೂಭಾಯಿ ಕೆಲಸಗಾರರು ಕೆಲವೊಮ್ಮೆ ದೊಡ್ಡ ಪ್ರಮಾಣದ ತಪ್ಪೆಸಗಿದಾಗ ಸಹ ಅವರನ್ನು ನೇರವಾಗಿಯೂ, ಕಠಿಣವಾಗಿಯೂ ಶಿಕ್ಷಿಸದೆ ಮಾನವ ದೌರ್ಬಲ್ಯಗಳನ್ನೂ, ಅವರಲ್ಲಿನ ನ್ಯೂನತೆಯನ್ನೂ ಮನವರಿಕೆ ಮಾಡಿಸುತ್ತ, ತಿಳುವಳಿಕೆ ನೀಡುತ್ತಿದ್ದರು. ಇದೇ ಕಾರಣದಿಂದ ಧೀರೂಭಾಯಿಯವರಿಗೆ ತಮ್ಮ ಜನಗಳಿಂದ ಅಪಾರವಾದ ನಿಷ್ಠೆ ಬೆಂಬಲ ದೊರಕುವಂತಾಯಿತು.

ಧೀರೂಭಾಯಿಯವರು ತಮ್ಮ ನೌಕರರಿಗೆ ಸಂಪೂರ್ಣ ಸ್ವಾತಂತ್ರ್ಯ ನೀಡಿದ್ದರು. ತನ್ನ ಸಂಸ್ಥೆಗೆ ಒಳಿತಾಗುತ್ತದೆನ್ನುವುದಾದರೆ, ಸಂಸ್ಥೆಯ ಬೆಳವಣಿಗೆಗೆ ಪೂರಕವಾಗುವ ಯಾವುದೇ ಬಗೆಯ ಕ್ರಮವನ್ನು ಕೈಗೊಳ್ಳಲೂ, ಸಂಸ್ಥೆಯಲ್ಲಿ ದುಡಿಯುವ ಯಾವೊಬ್ಬನೂ ಧೀರೂಭಾಯಿಯವರ ಅಪ್ಪಣೆಗಾಗಿ ಕಾಯಬೇಕಿರಲಿಲ್ಲ. "ಲಾಭವನ್ನು ಎಲ್ಲರೂ ಹಂಚಿಕೊಳ್ಳೋಣ, ಅದು ನಮ್ಮದಾಗಿರಲಿ, ನಷ್ಟವೇನಿದ್ದರೂ ನನ್ನೊಬ್ಬನದೇ ಆಗಿರುತ್ತದೆ. ಕೀರ್ತಿಯು ನಿಮಗಿರಲಿ, ಅಪಕೀರ್ತಿಯು ನನಗೆ." "ನಾನೇನಾದರೂ ತಪ್ಪು ನಿರ್ಧಾರಗಳನ್ನು ಕೈಗೊಂಡರೆ ನನ್ನನ್ನು ಸಹ ತರಾಟೆಗೆ ತೆಗೆದುಕೊಳ್ಳಿ, ಎಂದೆಂದಿಗೂ ಕಾರ್ಯನಿರತರಾಗಿರಿ, ತ್ವರಿತವಾಗಿ ಕಾರ್ಯಗಳನ್ನು ನಿರ್ವಹಿಸಿರಿ." – ಇಂತಹಾ ಪ್ರಚೋದನಾಕಾರಿ ನುಡಿಗಳಿಂದ ತನ್ನ ಜತೆಗಾರರನ್ನು ಯಾವಾಗಲೂ ಹುರಿದುಂಬಿಸುತ್ತಿದ್ದ ಧೀರೂಭಾಯಿ ಮುಂದಿನ ಕೆಲವೇ ವರ್ಷಗಳಲ್ಲಿ ನಿಷ್ಠೆಗೆ ಹೆಸರಾದ ಹಾಗೂ ಅತ್ಯಂತ ಕ್ರಿಯಾಶೀಲವಾದ ತಂಡವನ್ನು ಕಟ್ಟಿದ್ದರು.

ಕೌಟುಂಬಿಕ ಜೀವನ

ಧೀರೂಭಾಯಿ ಅಂಬಾನಿ ತಾವು ಏಡನ್‌ನಲ್ಲಿರುವ ಸಮಯದಲ್ಲಿಯೇ ಕೋಕಿಲಾ ಬೆನ್‌ರವರನ್ನು ವರಿಸಿದ್ದರು(1954). ಆ ದಂಪತಿಗಳಿಗೆ ನಾಲ್ವರು ಮಕ್ಕಳಿದ್ದು ಇಬ್ಬರು ಪುತ್ರರೂ, ಇಬ್ಬರು ಪುತ್ರಿಯರೂ ಜನಿಸಿದ್ದರು. ಹಿರಿಯ ಪುತ್ರ ಮುಖೇಶ್ ಡಿ. ಅಂಬಾನಿ 1957 ರಲ್ಲಿ ಜನಿಸಿದ್ದರೆ ಕಿರಿಯ ಪುತ್ರ ಅನಿಲ್ ಡಿ. ಅಂಬಾನಿ 1959 ರಲ್ಲಿ ಜನಿಸಿದ್ದರು. ಪುತ್ರಿಯರಾದ ದೀಪ್ತಿ ಹಾಗೂ ನೀತಾ ಕ್ರಮವಾಗಿ 1961 ಹಾಗೂ 1962 ರಲ್ಲಿ ಜನಿಸಿದರು. ಸುಮಾರು 1966–67 ರ ಅವಧಿಯಲ್ಲಿ ಅಂಬಾನಿಯವರ ಕುಟುಂಬವು ತಾವು ವಾಸವಿದ್ದ ಸಣ್ಣ ಚಾಲ್‌ನಿಂದ ದಕ್ಷಿಣ ಮುಂಬೈನ ಅಲ್ಟಾವಮೌಂಟ್ ರಸ್ತೆಯಲ್ಲಿನ ಉತ್ತಮವಾದ, ದೊಡ್ಡದಾದ ಅಪಾರ್ಟ್‌ಮೆಂಟ್‌ಗೆ ತಮ್ಮ ವಾಸಸ್ಥಳವನ್ನು ಬದಲಾಯಿಸಿದರು.

ಗುರಿಯತ್ತ ಮೊದಲ ಹೆಜ್ಜೆ

ಧೀರೂಭಾಯಿ ಅಂಬಾನಿಯವರು 1967 ರಲ್ಲಿ ಗುಜರಾತಿನ ಅಹಮದಾಬಾದ್‌ನಲ್ಲಿನ ನರೋಡಾ ಎಂಬಲ್ಲಿ ತಮ್ಮದೇ ಆದ ಬಟ್ಟೆ ಗಿರಣಿಯನ್ನು ಪ್ರಾರಂಭ ಮಾಡಿದರು. ಈ ಒಂದು ಉತ್ತಮ ಗುಣಮಟ್ಟದ ಉದ್ಯಮದ ಸ್ಥಾಪನೆ ಧೀರೂಭಾಯಿಯವರ ಜೀವನದ ಬಹು ದೊಡ್ಡ ಸಾಹಸವೇ ಆಗಿತ್ತು.

ಧೀರೂಭಾಯಿಯವರು ತಮ್ಮದೇ ಸ್ವಂತ ಉದ್ಯಮ ಪ್ರಾರಂಭಿಸಬೇಕೆಂದು ಮೊದಲ ಬಾರಿಗೆ ನಿರ್ಧರಿಸಿದ ಸಮಯದಲ್ಲಿ ಮುಂಬೈ ಷಹರ್ ಹಾಗೂ ಅದರ ಸುತ್ತಲಿನ ಪ್ರದೇಶದಲ್ಲೆಲ್ಲಾ ಕೈಗಾರಿಕೆಗಳಿಗಾಗಿ, ಅದರಲ್ಲಿಯೂ ಬಟ್ಟೆ ಗಿರಣಿಗಳ ಸ್ಥಾಪನೆಗಾಗಿ ನೀಡಲ್ಪಡುವ ಭೂಮಿಯ ಬೆಲೆ ಅಂಬಾನಿಯವರು ಹಾಕಿಕೊಂಡ ಯೋಜನಾ ವೆಚ್ಚಕ್ಕಿಂತ ಬಹಳವೇ ಹೆಚ್ಚಾಗಿತ್ತು. ಆ ಕಾರಣದಿಂದ ಮುಂಬೈ ಮಹಾನಗರದಿಂದ ದೂರಾಗಿದ್ದರೂ ಅಹಮದಾಬಾದ್ ನಗರದಲ್ಲಿನ ನರೋಡಾದಲ್ಲಿ ಭೂಮಿ ಖರೀದಿಗೆ ಮುಂದಾದರು. ಧೀರೂಭಾಯಿಯವರ ಹಿರಿಯ ಸಹೋದರ ರಮಣಿಕ್ ಭಾಯಿಯವರು ಗುಜರಾತ್ ರಾಜ್ಯ ಕೈಗಾರಿಕಾ ಅಭಿವೃದ್ಧಿ ನಿಗಮವು ಅಭಿವೃದ್ಧಿಪಡಿಸಿದ್ದ ಕೈಗಾರಿಕಾ ವಲಯದಲ್ಲಿನ ಭೂಮಿಯನ್ನು ಖರೀದಿಸುವ ಸಲಹೆಯನ್ನು ನೀಡಿದರು. ಮುಂಬೈನ ಭೂಮಿಗಿಂತಲೂ ಅಲ್ಲಿನ ಜಾಗವು ಬಹಳವೇ ಅಗ್ಗದ ದರದಲ್ಲಿ ಲಭ್ಯವಿತ್ತು. ಅಣ್ಣನ ಸಲಹೆಗೆ ಒಪ್ಪಿ ಈ ಅವಕಾಶವನ್ನು ಬಳಸಿಕೊಂಡ ಧೀರೂಭಾಯಿಯವರು ಸುತ್ತಲೂ ಬಂಜರು ನೆಲದಿಂದಲೂ, ಬೇರಾವ ದೊಡ್ಡ ಕಾರ್ಖಾನೆಗಳಾವುವೂ ಇಲ್ಲದ (ಆ ಸಮಯದಲ್ಲಿ ಆ ಇಡೀ ಕೈಗಾರಿಕಾ ವಲಯದಲ್ಲಿದ್ದುದು ಕೋಕಾ ಕೋಲಾ ಹಾಗೂ ಇಂಗರ್ಸಲ್ ರ್‍ಯಾಂಡ್ – ಈ ಎರಡು ಸಂಸ್ಥೆಗಳು ಮಾತ್ರ!) ಆ ಪ್ರದೇಶದಲ್ಲಿ ಜಾಗವನ್ನು ಖರೀದಿಸಿದರು.

ನರೋಡಾದ ಮೂಲ ಕಾರ್ಖಾನೆಯ ಸ್ಥಾಪನೆಯ ತಂಡದಲ್ಲಿದ್ದ ಸದಸ್ಯರು ಕೇವಲ ಆರು ಮಂದಿ. ಧೀರೂಭಾಯಿಯವರ ಹಿರಿಯ

ಸಹೋದರರಾದ ರಮಣಿಕ್ ಭಾಯಿ ಅಲ್ಲಿನ ಪ್ರತಿಯೊಂದು ಕೆಲಸಗಳ ಮೇಲುಸ್ತುವಾರಿಯನ್ನು ನೋಡಿಕೊಂಡಿದ್ದರೆ, ಟೆಕ್ಸ್‌ಟೈಲ್ಸ್ ಎಂಜಿನಿಯರ್ ಆಗಿದ್ದ, ಇದಕ್ಕೂ ಮುನ್ನ ಶ್ರೀಲಂಕಾದ ಕೊಲಂಬೋ ನಗರದಲ್ಲಿ ಇಂತಹುದೇ ಕಾರ್ಖಾನೆಯೊಂದನ್ನು ಸ್ಥಾಪಿಸಿದ್ದ ಅನುಭವ ಹೊಂದಿದ್ದ ಆರ್.ಕೆ. ಸೇನ್ ಗುಪ್ತಾರವರನ್ನು ಯೋಜನೆಯ ಅಭಿಯಂತರರನ್ನಾಗಿ ನೇಮಿಸಿಕೊಳ್ಳಲಾಗಿತ್ತು. ಅದಾಗಷ್ಟೇ ವಿಜ್ಞಾನ ಪದವೀಧರನಾಗಿ ಕಾಲೇಜಿನಿಂದ ಹೊರಬಂದಿದ್ದ ಕಿಶೋರ್ ದೋಷಿಯವರು ಸಹ ತಂಡದಲ್ಲಿದ್ದರು. ಇವರುಗಳಲ್ಲದೆ ಇಬ್ಬರು ಸಾಧಾರಣ ಕೂಲಿ ಕೆಲಸಗಾರರು ಒಬ್ಬ ಕಾರು ಚಾಲಕರಿದ್ದರು. ತಂಡದ ಸದಸ್ಯರಲ್ಲಿ ಮೂವತ್ತು ವಯಸ್ಸು ದಾಟಿದವರು ಮೂವರು ಹಾಗೂ ಇಪ್ಪತ್ತರ ಹರೆಯದವರು ಇಬ್ಬರಿದ್ದರೆನ್ನುವುದು ಇನ್ನೊಂದು ವಿಶೇಷ. ಧೀರೂಭಾಯಿ ಅವರೆಲ್ಲರಿಗೂ ಯೋಜನೆ ನಿರೂಪಕರೂ, ಮಾರ್ಗದರ್ಶಕರೂ, ಮುಂದಾಳುವೂ ಆಗಿದ್ದರು. ಹೀಗಾಗಿ ಯೋಜನೆಯ ಪ್ರಗತಿ ಪರಿಶೀಲನೆಯು ಅವರಿಗೆ ಬಹಳವೇ ತ್ರಾಸದಾಯಕವಾಗಿತ್ತು. ಪ್ರತಿ ವಾರಾಂತ್ಯಗಳಂದು ಮುಂಬೈನಿಂದ ಅಹಮದಾಬಾದ್‌ಗೆ ಕೆಲಸದ ಪರಿಶೀಲನೆಗಾಗಿ ಬರುತ್ತಿದ್ದ ಅಂಬಾನಿಯುವರು ಆದ ಕೆಲಸಗಳ ಪರಿಶೀಲನೆಯೊಂದಿಗೆ ಆಗಬೇಕಾಗಿರುವ ಕೆಲಸಗಳ ಕುರಿತು ಸಲಹೆ ಸೂಚನೆಗಳನ್ನು ನೀಡುತ್ತಿದ್ದರು.

ಮಾರ್ಚ್ 1966 ರ ಅವಧಿಯಲ್ಲಿ ತನ್ನ ತಂಡದಲ್ಲಿನ ಎಂಜಿನಿಯರ್ ಆರ್.ಕೆ. ಸೇನ್ ಗುಪ್ತಾರವರಿಗೆ ತಾವು ಖರೀದಿಸಿದ ಜಾಗವನ್ನು ತೋರಿಸಿ ಯೋಜನೆಯನ್ನು ವಿವರಿಸಿದ ಧೀರೂಭಾಯಿ ಅಂಬಾನಿ "ಸೆಪ್ಟೆಂಬರ್ 1, 1966 ರಿಂದ ಇಲ್ಲಿ ಟೆಕ್ಸ್‌ಟೈಲ್ಸ್ ಉತ್ಪಾದನೆ ಪ್ರಾರಂಭವಾಗಬೇಕು" ಎಂದು ತಿಳಿಸಲು ಗುಪ್ತಾರವರು "ಇಲ್ಲ" ಎನ್ನುವ ಮೂಲಕ ಅವರ ಯೋಜನೆಯನ್ನು ತಿರಸ್ಕರಿಸಿದರು. ಅದಕ್ಕೆ ಪ್ರತಿಕ್ರಿಯಿಸಿದ ಅಂಬಾನಿ, "ಹೇಗಾದರೂ ದಾರಿ ಹುಡುಕಿರಿ. ಇಷ್ಟಕ್ಕೂ ಇನ್ನಾರು ತಿಂಗಳಿನಲ್ಲಿ ಈ ಯೋಜನೆಯನ್ನು ಪೂರ್ಣಗೊಳಿಲು ಸಾಧ್ಯವಿಲ್ಲ ಎನ್ನಲು ಕಾರಣವೇನು?" ಎಂದು ಪ್ರಶ್ನಿಸಿದರು. ಅದಾಗ "ಯಾವ ಬಗೆಯ ಯಂತ್ರೋಪಕರಣಗಳನ್ನು

ತರುವುದು? ಅವು ಎಷ್ಟು ಸಂಖ್ಯೆಯಲ್ಲಿರಬೇಕು? ಅವುಗಳನ್ನು ಯಾವ ದೇಶದಿಂದ ಆಮದು ಮಾಡಿಕೊಳ್ಳುವುದು? ಈ ಯಾವ ಅಂಶಗಳನ್ನೂ ನಾವು ನಿರ್ಧರಿಸಿಲ್ಲ" ಎಂಬುದಾಗಿ ನುಡಿದ ಗುಪ್ತಾರವರ ಮಾತಿಗೆ ಅಂಬಾನಿಯವರು "ಓಹ್! ಒಂದು ವಾರಾಂತ್ಯದಂದು ಮುಂಬೈಗೆ ಬನ್ನಿ, ಅಲ್ಲಿ ಆ ಕುರಿತು ನಿರ್ಧರಿಸೋಣ" ಎಂದು ಉತ್ತರ ನೀಡಿದರು.

ಪೂರ್ವನಿರ್ಧಾರದಂತೆ ಸೇನ್ ಗುಪ್ತಾ ತಾವು ವಾರಂತ್ಯದಲ್ಲಿ ಮುಂಬೈಗೆ ಭೇಟಿ ನೀಡಿ ಧೀರೂಭಾಯಿಯವರೊಡನೆ ಚರ್ಚಿಸಿದ್ದಲ್ಲದೆ ಉತ್ತಮ ಗುಣಮಟ್ಟವನ್ನು ಹೊಂದಿದ್ದ ನಿಟ್ಟಿಂಗ್ ಯಂತ್ರಗಳನ್ನ ತರುವುದೆನ್ನುವ ನಿರ್ಧಾರಕ್ಕೆ ಬಂದರು. ಅದಾಗಲೇ ಮೇ ತಿಂಗಳು ನಡೆಯುತ್ತಿತ್ತು. ನಿಗದಿತ ದಿನಾಂಕವಾದ ಸೆಪ್ಟೆಂಬರ್ 1 ರ ಅವಧಿಯೊಳಗೆ ಎಲ್ಲಾ ಕೆಲಸಗಳೂ ಮುಗಿದು ಉತ್ಪಾದನೆ ಪ್ರಾರಂಭವಾಗಬೇಕಿತ್ತು. ಅದಕ್ಕಾಗಿ ತಕ್ಷಣ ಕಾರ್ಯತತ್ಪರರಾದ ಗುಪ್ತಾ ತಾವು ಯರೋಪಿಗೆ ತೆರಳಿ ಜರ್ಮನಿಯಲ್ಲಿ ತಯಾರಾದ ನಾಲ್ಕು ನಿಟ್ಟಿಂಗ್ ಯಂತ್ರಗಳನ್ನೂ ಆಯ್ಕೆ ಮಾಡಿ ಭಾರತಕ್ಕೆ ತಂದರು. ಇದರೊಡನೆ ಒಂದು ಡ್ರೈಯಿಂಗ್ ಯಂತ್ರವು ಬೇಕಿದ್ದು ಅದನ್ನು ಜರ್ಮನಿಯ ಸಹಯೋಗದೊಂದಿಗೆ ಭಾರತದಲ್ಲೇ ಉತ್ಪಾದಿಸಲಾಗುತ್ತಿತ್ತಾದುದರಿಂದ ಇಲ್ಲಿಂದಲೇ ಪಡೆದುಕೊಳ್ಳುವುದೆಂದು ನಿರ್ಧರಿಸಲಾಯಿತು.

ಹೀಗೆ ಭಾರತಕ್ಕೆ ಆ ನಿಟ್ಟಿಂಗ್ ಯಂತ್ರಗಳು ಆಮದಾಗುವ ವೇಳೆಯಲ್ಲಿಯೇ ಭಾರತದ ರೂಪಾಯಿ ಮೌಲ್ಯವು ಕುಸಿತ ಕಂಡು ವಿದೇಶೀ ವಿನಿಮಯ ದರವು ದುಪ್ಪಟ್ಟಾಯಿತು. ಅದಲ್ಲದೆ ಕಟ್ಟಡ ಕಾಮಗಾರಿಗಳಿಗೆ ಬೇಕಾದ ಅಗತ್ಯ ವಸ್ತುಗಳ ಬೆಲೆಯೂ ಹೆಚ್ಚಿ ಒಟ್ಟು ಯೋಜನಾ ವೆಚ್ಚ ಭಾರೀ ಪ್ರಮಾಣದಲ್ಲಿ ಏರಿಕೆ ಕಂಡಿತು. ಆದರೂ ಸಹ ಮುಂದಿಟ್ಟ ಹೆಜ್ಜೆಯನ್ನು ಹಿಂದೆಗೆಯಲೊಲ್ಲದ ಧೀರೂಭಾಯಿ ಖರ್ಚು ಎಷ್ಟಾದರೂ ಪರವಾಗಿಲ್ಲ ಕೆಲಸ ಶೀಘ್ರವಾಗಿ ಪೂರ್ಣಗೊಳ್ಳಬೇಕು ಎಂದು ಆಶಿಸಿದರು. ಅದರಂತೆಯೇ ರಮಣಿಕ್ ಭಾಯಿ ನೇತೃತ್ವದಲ್ಲಿ ನರೋಡಾದ ಗೊತ್ತಾದ ಸ್ಥಳದಲ್ಲಿ ಕಾರ್ಖಾನೆ ನಿರ್ಮಾಣ ಕೆಲಸ ಹಗಲಿರುಳೆನ್ನದೆ ನಡೆಯಿತು. ಇತ್ತ ಗುಪ್ತಾರವರ

ಮುಂದಾಳತ್ವದಲ್ಲಿ ಯಂತ್ರೋಪಕರಣಗಳ ಜೋಡಣೆಯೂ ಸಾಂಗವಾಗಿ ಸಾಗಿತು. ಆಗಸ್ಟ್ ಮಧ್ಯಂತರದ ವೇಳೆಗೆ ಎಲ್ಲವೂ ತಯಾರಾಯಿತು.

ಇದೇ ಸಮಯದಲ್ಲಿ ಮತ್ತೊಂದು ಸಮಸ್ಯೆ ಎದುರಾಯಿತು. ಹೊಸತಾಗಿ ನಿರ್ಮಾಣವಾದ ಗಿರಣಿಯಲ್ಲಿ ದುಡಿಯಲು ನುರಿತ, ಅನುಭವಿ ಕಾರ್ಮಿಕರ ಅವಶ್ಯಕತೆ ಇತ್ತು. ಕಾರ್ಖಾನೆಯು ನಗರ ಪ್ರದೇಶದಿಂದ ಬಲು ದೂರದಲ್ಲಿದ್ದ ಕಾರಣ ಕಾರ್ಮಿಕರನ್ನು ಇಲ್ಲಿಗೆ ಕರೆತಂದು ಕೆಲಸ ತೆಗೆಸುವುದೇ ಕಷ್ಟವಾಗಿತ್ತು. ಆದರೆ ಧೀರೂಭಾಯಿ ಎದೆಗುಂದಲಿಲ್ಲ. ಮುಂಬೈ, ಕೋಲ್ಕತ್ತಾ ಹಾಗೂ ಇಂದೋರ್ ನಗರಗಳಿಂದ ಒಟ್ಟು 35 ಮಂದಿ ನುರಿತ ಗಿರಣಿ ಕೆಲಸಗಾರರನ್ನು ಕರೆಸಿಕೊಂಡು ನೇಮಕ ಮಾಡಿಕೊಂಡರು.

ಹೀಗೆ ಅಂತಿಮವಾಗಿ ಧೀರೂಭಾಯಿಯವರ ಬಯಕೆಯಂತೆ ಸೆಪ್ಟೆಂಬರ್ 1. 1966 ರಂದು ಅವರ ಪ್ರಪ್ರಥಮ ಬಟ್ಟೆ ಗಿರಣಿಯು ಕಾರ್ಯಾಚರಣೆಯಲ್ಲಿ ತೊಡಗಿತು.

ರಿಲಯನ್ಸ್ ಟೆಕ್ಸ್‌ಟೈಲ್ಸ್

1967 ರ ಜನವರಿ ತಿಂಗಳ ವೇಳೆಗಾಗಲೇ ರಿಲಯನ್ಸ್ ಟೆಕ್ಸ್‌ಟೈಲ್ಸ್‌ನ ನರೋಡಾದ ಜವಳಿ ಗಿರಣಿಯಿಂದ ಅತ್ಯುತ್ತಮ ಗುಣಮಟ್ಟದ ಬಟ್ಟೆಗಳು ಉತ್ಪಾದನೆಯಾಗತೊಡಗಿತು. ಸಂಸ್ಥೆಯು ತನ್ನಲ್ಲಿ ಉತ್ಪಾದನೆಯಾದ ಬಟ್ಟೆಗಳಿಗೆ ಆಕರ್ಷಕ ಬೆಲೆಯನ್ನು ನಿಗದಿಗೊಳಿಸಿ ಮುಂಬೈ, ಅಹಮದಾಬಾದ್ ಮತ್ತಿತರ ನಗರಗಳ ಸಗಟು ಮಾರುಕಟ್ಟೆಗೆ ಬಿಡುಗಡೆ ಮಾಡುವ ಯೋಜನೆ ರೂಪಿಸಿತು. ಆದರೆ ಅದುವರೆಗೆ ಮಾರುಕಟ್ಟೆಯಲ್ಲಿ ಪ್ರಾಬಲ್ಯ ಹೊಂದಿದ್ದ ದೊಡ್ಡ ದೊಡ್ಡ ಜವಳಿ ಉತ್ಪಾದಕರ ಬಗೆಗಿನ ಭಯದ ಕಾರಣ ಧೀರೂಬಾಯಿಯವರ ಉತ್ಪನ್ನಗಳನ್ನು ಯಾರೊಬ್ಬರೂ ಖರೀದಿಸಲು ಮುಂದಾಗಲಿಲ್ಲ. ಹೀಗಾಗಿ ಹಿಂದಿನ ನಾಲ್ಕು ತಿಂಗಳಿನಿಂದ ಉತ್ಪಾದಿಸಲಾಗಿದ್ದ ಅಷ್ಟೂ ಜವಳಿ ಉತ್ಪನ್ನವು ಸಂಸ್ಥೆಯ ಉಗ್ರಾಣದಲ್ಲಿಯೇ ಉಳಿದುಕೊಂಡಿತು.

ತನ್ನ ಕನಸಿನ ಸಂಸ್ಥೆಗೆ ಪ್ರಾರಂಭದಲ್ಲೇ ಒದಗಿ ಬಂದ ವಿಘ್ನವನ್ನು ಕಂಡು ಚಿಂತಿತರಾದ ಧೀರೂಭಾಯಿ ಅಂತಿಮವಾಗಿ ಒಂದು ನಿರ್ಧಾರಕ್ಕೆ ಬಂದರು. ಅದರಂತೆ ತಮ್ಮ ಉತ್ಪನ್ನಗಳನ್ನು ಯಾವುದೇ ದೊಡ್ಡ ಸಗಟು ವ್ಯಾಪಾರಿಗಳಿಗೆ ಮಾರದೇ ನೇರವಾಗಿ ಚಿಲ್ಲರೆ ವ್ಯಾಪಾರಿಗಳಿಗೇ ಮಾರಾಟ ಮಾಡುವುದೆಂದು ತೀರ್ಮಾನಿಸಿದರು. ಅದರಂತೆಯೇ ಮುಂದಿನ ಕೆಲ ದಿನಗಳಲ್ಲಿ ಸಂಸ್ಥೆಯ ಸಿಬ್ಬಂದಿ ವರ್ಗದವರು ತಾವು ಸ್ವತಃ ಚಿಲ್ಲರೆ ವ್ಯಾಪಾರಿಗಳನ್ನು ಭೇಟಿಯಾಗಿ ಯಾವುದೇ ಮುಂಗಡ ಪಾವತಿಯಾಗಲೀ, ರಸೀದಿಯಾಗಲೀ ಪಡೆಯದೆ ತಮ್ಮಲ್ಲಿನ ಜವಳಿಗಳನ್ನು ನೀಡತೊಡಗಿದರು.

ಬೇರೆಲ್ಲಾ ನಗರಗಳಲ್ಲಿ ರಿಲಯನ್ಸ್ ಸಂಸ್ಥೆಯ ಸಿಬ್ಬಂದಿಯವರು ಜವಳಿ ವ್ಯಾಪಾರಕ್ಕಿಳಿದರೆ, ಮುಂಬೈನಲ್ಲಿ ಧೀರೂಭಾಯಿಯವರೇ ಖುದ್ದಾಗಿ ತಮ್ಮ ಹಳೆಯದಾದ ಆಸ್ಟಿನ್ ಕಾರಿನ ಢಿಕ್ಕಿಯ ತುಂಬಾ ಬಟ್ಟೆಗಳನ್ನು ತುಂಬಿಕೊಂಡು ಪ್ರತಿಯೊಂದು ಬೀದಿಗಳಲ್ಲಿರುವ ಚಿಲ್ಲರೆ ಅಂಗಡಿಗಳಿಗೆ ತೆರಳಿ ತಮ್ಮ ಉತ್ಪನ್ನಗಳನ್ನು ಪರಿಚಯಿಸುತ್ತಿದ್ದರು.

ಒಂದು ಅಂಗಡಿಗೆ ಧೀರೂಭಾಯಿ ಒಮ್ಮೆ ಭೇಟಿ ನೀಡಿದಾಗ ತನ್ನ ವಿಳಾಸದ ಚೀಟಿಯನ್ನು ಅಂಗಡಿ ಯಜಮಾನನ ಮೇಜಿನ ಮೇಲಿಡುತ್ತಾ, “ನಾನು ಧೀರೂಭಾಯಿ ಅಂಬಾನಿ, ನಾನೊಬ್ಬ ದಾರಿಹೋಕನಾಗಿದ್ದೇನೆ. ಆದರೆ ಭವಿಷ್ಯದಲ್ಲಿ ನಾನೊಬ್ಬ ದೊಡ್ಡ ವ್ಯಕ್ತಿಯಾಗಬೇಕೆಂದಿರುವೆ. ನನ್ನೊಂದಿಗೆ ನೀವೂ ಬೆಳೆಯಬೇಕೆನ್ನುವುದು ನನ್ನ ಬಯಕೆಯಾಗಿದೆ. ಅದಕ್ಕಾಗಿ ನಾನು ನಿಮ್ಮ ಬಳಿ ಹೆಚ್ಚಿನದೇನನ್ನೂ ಅಪೇಕ್ಷಿಸಲಾರೆ. ನಾನೂ, ನನ್ನ ಸಹೋದರರೂ, ನನ್ನ ಕೆಲ ಸ್ನೇಹಿತರೂ ಸೇರಿಕೊಂಡು ನರೋಡಾದಲ್ಲಿ ಒಂದು ಬಟ್ಟೆ ಗಿರಣಿಯನ್ನು ತೆರೆದಿದ್ದೇವೆ. ನಮ್ಮ ಗಿರಣಿಯಲ್ಲಿ ತಯಾರಾದ ಬಟ್ಟೆಗಳಿವು” ಎಂದು ಪರಿಚಯಿಸಿಕೊಳ್ಳುತ್ತಿದ್ದರು. ಸಟ್ಟಾ ವ್ಯಾಪಾರಿಗಳು ನಮ್ಮ ಉತ್ಪನ್ನಗಳನ್ನು ಖರೀದಿಸಲು ಮುಂದೆ ಬರುತ್ತಿಲ್ಲ, ನಾನೀಗ ಇದನ್ನು ನಿಮಗೆ ನೀಡುತ್ತಿದ್ದೇನೆ. ಇದರ ಪ್ರತಿಯಾಗಿ ನನಗೇನೂ ನೀವು ಹಣವನ್ನು ಕೊಡಬೇಕಾಗಿಲ್ಲ. ನೀವು ಈ ಬಟ್ಟೆಗಳನ್ನು ಮಾರಾಟ ಮಾಡಿರಿ. ನಿಮಗೇನಾದರೂ ಆ ಮಾರಾಟದಿಂದ ಲಾಭವಾದರೆ ನಿಮಗಿಷ್ಟ ಬಂದಾಗ,

ಇಷ್ಟಬಂದಷ್ಟು ಹಣವನ್ನು ನನಗೆ ನೀಡಿರಿ. ನಾನು ಹೊರಡುವ ಮೊದಲು ಒಂದು ಕಪ್ ಚಹಾ ತರಿಸುವಿರಷ್ಟೇ?" ಎನ್ನುತ್ತ ಅಂದಿನ ದಿನದವರೆಗೂ ಯಾವೊಬ್ಬ ಗಿರಣಿ ಮಾಲೀಕರೂ ಸಣ್ಣ ಚಿಲ್ಲರೆ ವ್ಯಾಪಾರಿಗಳ ಬಳಿ ಬಂದು ಆ ಪ್ರಕಾರವಾಗಿ ವ್ಯವಹರಿಸಿರದ ಕಾರಣ ಪ್ರತಿಯೊಬ್ಬ ವ್ಯಾಪಾರಿಗಳಿಗೂ ಅಚ್ಚರಿಯ ಅನುಭವವಾಗುತ್ತಲಿತ್ತು. ಕೆಲವೊಮ್ಮೆ ಕೆಲವು ವ್ಯಾಪಾರಿಗಳು 'ಇವನೇನಾದರೂ ಕಳ್ಳನಿರಬಹುದೇ? ಇದೇನಾದರೂ ಕದ್ದ ಮಾಲಾಗಿರುವುದೇ?' ಎನ್ನುವ ಸಂಶಯವನ್ನೂ ವ್ಯಕ್ತಪಡಿಸಿದರು. ಆಗೆಲ್ಲಾ ಧೀರೂಭಾಯಿಯವರು "ನಿಮಗೇನಾದರೂ ನನ್ನ ಬಗ್ಗೆ ಸಂಶಯವಿದ್ದಲ್ಲಿ ನನ್ನ ವಿಳಾಸದೊಂದಿಗಿರುವ ದೂರವಾಣಿ ಸಂಖ್ಯೆಗೆ ಕರೆಮಾಡಿ ಖಚಿತಪಡಿಸಿಕೊಳ್ಳಿ" ಎನ್ನುತ್ತಿದ್ದರು.

ಈ ಪ್ರಕಾರವಾಗಿ ರಿಲಯನ್ಸ್ ಜವಳಿಯು ನಿಧಾನವಾಗಿ ತನ್ನ ಮಾರುಕಟ್ಟೆಯನ್ನು ವಿಸ್ತರಿಸಿಕೊಳ್ಳುತ್ತಾ ಸಾಗಿತು. ಕೆಲವೇ ವಾರಗಳಲ್ಲಿ ಯಾವುದೇ ಜಾಹೀರಾತು, ಪ್ರಚಾರ ಸಾಮಗ್ರಿಗಳಿಲ್ಲದೆಯೂ ಸಹ ರಿಲಯನ್ಸ್ ಸಂಸ್ಥೆಯ ಬಟ್ಟೆಗಳು ಹೆಚ್ಚುಹೆಚ್ಚು ಜನರನ್ನು ತಲುಪಿದವು. ಅದೇ ಸಂದರ್ಭದಲ್ಲಿ ಧೀರೂಭಾಯಿಯವರು ತಮ್ಮಲ್ಲಿನ ಜವಳಿ ಉತ್ಪನ್ನಗಳಿಗೆ 'ಶುದ್ಧತೆ' ಎನ್ನುವ ಅರ್ಥ ಹೊಮ್ಮಿಸುವ 'ವಿಮಲ್' ಎನ್ನುವ ಹೆಸರು ನೀಡಿದರು. (ಧೀರೂಭಾಯಿಯವರ ಹಿರಿಯ ಸೋದರರಾಗಿದ್ದ ರಮಣಿಕ್ ಭಾಯಿಯವರ ಹಿರಿಯ ಮಗನ ಹೆಸರೂ ಸಹ ಅದೇ ಆಗಿತ್ತು.) ಅದಾದ ಕೆಲವೇ ತಿಂಗಳುಗಳಲ್ಲಿ ಮುಂಬೈ ಸೇರಿದಂತೆ ಭಾರತದ ಬೇರೆ ಬೇರೆ ನಗರಗಳಲ್ಲಿ 'ವಿಮಲ್' ಜವಳಿಗಳು ಪ್ರಚಾರಕ್ಕೆ ಬಂದವು. ಅಧಿಕ ಸಂಖ್ಯೆಯ ಚಿಲ್ಲರೆ ವ್ಯಾಪಾರಿಗಳು 'ನಾವು ಕೇವಲ ವಿಮಲ್ ವಸ್ತ್ರಗಳನ್ನಷ್ಟೇ ಮಾರಾಟ ಮಾಡುತ್ತೇವೆ' ಎನ್ನುವ ನಿರ್ಧಾರಕ್ಕೆ ಬಂದರು. ಈ ರೀತಿಯಲ್ಲಿ 'ವಿಮಲ್' ಧೀರೂಭಾಯಿಯವರಿಗೆ ಸಾಕಷ್ಟು ಹಣವನ್ನೂ, ಹೆಸರನ್ನೂ ತಂದುಕೊಟ್ಟಿತು. ಈ ಬೆಳವಣಿಗೆ ಧೀರೂಭಾಯಿಯವರು ತಾವು ನರೋಡಾದಲ್ಲಿ ಸ್ಥಾಪಿಸಿದ್ದ ಗಿರಣಿಯನ್ನು ಇನ್ನಷ್ಟು ವಿಸ್ತರಿಸಲು ಸಹಕಾರಿಯಾಯಿತು. ಅದೇ ಸಮಯದಲ್ಲಿ ಧೀರೂಭಾಯಿಯವರ ಇನ್ನಷ್ಟು ಸ್ನೇಹಿತರೂ, ಹಿತೈಷಿಗಳೂ ರಿಲಯನ್ಸ್ ಸಮುದಾಯವನ್ನು ಸೇರಿಕೊಂಡರು.

ಹಾಗೆ, ಸೇರಿಕೊಂಡ ಪ್ರತಿಯೊಬ್ಬರನ್ನೂ ಧೀರೂಭಾಯಿ ಹೇಗೆ ಉತ್ಸಾಹದಿಂದಿರಿಸುತ್ತಿದ್ದರೆಂದರೆ ಅವರವರ ಸಾಮರ್ಥ್ಯವನ್ನು ಪೂರ್ಣ ಪ್ರಮಾಣದಲ್ಲಿ ಬಳಸಿ ಕೆಲಸ ನಿರ್ವಹಿಸುವಂತೆ ಪ್ರೇರೇಪಿಸುತ್ತಿದ್ದರು.

ನರೋಡಾದಲ್ಲಿ ತನ್ನ ಗಿರಣಿ ಪ್ರಾರಂಭಿಸಿದ ಹೊಸತರಲ್ಲಿ ಒಮ್ಮೆ ತನ್ನ ತಂಡದ ಕೆಲ ಸದಸ್ಯರನ್ನು ಹೆಚ್ಚಿನ ತರಬೇತಿಗಾಗಿ ಜರ್ಮನಿಗೆ ಕಳುಹಿಸುವ ಏರ್ಪಾಡನ್ನು ಧೀರೂಭಾಯಿ ಮಾಡಿದ್ದರು. ಆ ತಂಡದ ಓರ್ವ ಸದಸ್ಯರು ತಾವು ಜರ್ಮನಿಗೆ ತೆರಳುವ ಮುನ್ನ ಧೀರೂಭಾಯಿಯವರನ್ನು ಭೇಟಿಯಾಗಿದ್ದರು. ಆಗ ಧೀರೂಭಾಯಿ ಅವರಿಗೆ "ನಿಮಗೆ ಟಾಟಾ ಹಾಗೂ ಬಿರ್ಲಾಗಳು ಗೊತ್ತೆ?" ಎಂದು ಕೇಳಿದರು. ಅದಕ್ಕುತ್ತರವಾಗಿ ಆ ವ್ಯಕ್ತಿ "ಹೌದು, ನಾನವರನ್ನು ಇದುವರೆಗೂ ನೋಡಿಲ್ಲ, ಮಾತನಾಡಿಸಿಲ್ಲ, ಆದರೆ ಅವರು ನನಗೆ ಗೊತ್ತು." ಎಂದರು, ಮತ್ತೆ ಅಷ್ಟಕ್ಕೇ ತೃಪ್ತರಾಗದ ಅಂಬಾನಿ "ಅವರು ಯಾರು?" ಎಂದು ಕೇಳಲು "ಅವರಿಬ್ಬರೂ ಭಾರತದ ಬಹು ದೊಡ್ಡ ಕೈಗಾರಿಕೋದ್ಯಮಿಗಳು" ಎಂದು ಹೇಳಲು ಮತ್ತೆ ಅಂಬಾನಿ "ಸರಿ ನೀವು ತರಬೇತಿಗಾಗಿ ಜರ್ಮನಿಗೆ ತೆರಳಬಹುದು" ಎಂದು ಹೇಳಿದ ಬಳಿಕ, ಸ್ವಲ್ಪ ತಡೆದು ಮತ್ತೆ ಹೀಗೆಂದರು "ಆದರೆ ನೀವು ಅಲ್ಲಿರುವಷ್ಟೂ ದಿನ ಇದು ನಿಮ್ಮ ಮನಸ್ಸಿನಲ್ಲಿರಲಿ, 'ಮುಂದೊಂದು ದಿನ ನಾವೂ ಸಹ ಆ ಟಾಟಾ, ಬಿರ್ಲಾಗಳಿಗಿಂತಲೂ ದೊಡ್ಡವರಾಗುತ್ತೇವೆ.' ಆದರೆ ಹಾಗಾಗಬೇಕಾದಲ್ಲಿ ನಾವೆಂದೂ ನಮ್ಮನ್ನು ಯಾವುದೇ ಮಿತಿಗೊಳಪಡಿಸಿಕೊಳ್ಳಬಾರದು. ಮುಕ್ತ ಮನಸ್ಸು ಹೊಂದಿರಬೇಕು. ನಿಮ್ಮ ಕಣ್ಣುಗಳನ್ನು ಸದಾ ತೆರೆದಿರಿ. ಎಲ್ಲವನ್ನೂ ನೋಡಿರಿ, ಎಲ್ಲವನ್ನೂ ಕಲಿಯಿರಿ, ಅಲ್ಲಿನವರು ಏನೇನು ಮಾಡುತ್ತಾರೋ, ಯಾವ ಯಾವ ರೀತಿಯಲ್ಲಿ ಯೋಚಿಸುತ್ತಾರೋ, ಏನೆಲ್ಲವನ್ನೂ ಅಭಿವೃದ್ಧಿಪಡಿಸುತ್ತಾರೋ ಎಲ್ಲವನ್ನೂ ಟಿಪ್ಪಣಿ ಮಾಡಿಕೊಳ್ಳಿರಿ."

"ನೀವುಗಳು ಯಾರೂ ಅವರನ್ನು ಏನೊಂದನ್ನೂ ಕೇಳಲು ಹೋಗಬೇಡಿ. ಅವರೇನು ಮಾಡುತ್ತಿದ್ದಾರೋ ಅದನ್ನು ಗಮನವಿಟ್ಟು ನೋಡಿ, ಕಲಿಯಿರಿ. ದಿನದ 24 ಗಂಟೆಗಳೂ ಕಾರ್ಖಾನೆಯಲ್ಲಿರಿ. ಅವಶ್ಯ ಬಿದ್ದರೆ ಅಲ್ಲೇ ನಿದ್ರಿಸಿದರೂ ಯಾವ ತೊಂದರೆಯೂ ಇಲ್ಲ. ನಿಮಗೆಷ್ಟು ಸಾಧ್ಯವುಂಟೋ

ಅಷ್ಟು ಜನರ ಸ್ನೇಹವನ್ನು ಸಂಪಾದಿಸಿಕೊಳ್ಳಿ. ಒಬ್ಬ ಮನುಷ್ಯ ದೊಡ್ಡದಾಗಿ ಬೆಳೆಯಬೇಕಾದಲ್ಲಿ ಆತನಿಗೆ ವಿಶ್ವದಾದ್ಯಂತ ಎಲ್ಲೆಡೆಯಲ್ಲೂ ಸ್ನೇಹಿತರಿರುವುದು ಅವಶ್ಯಕ" – ಇದು ಧೀರೂಭಾಯಿಯವರ ಯಶಸ್ಸಿನ ಮಂತ್ರವಾಗಿತ್ತು.

ರಿಲಯನ್ಸ್ ಟೆಕ್ಸ್‌ಟೈಲ್ಸ್ ಪ್ರಾರಂಭವಾದ ನಾಲ್ಕರಿಂದ ಐದು ವರ್ಷಗಳಲ್ಲಿ ಸಾಕಷ್ಟು ಪ್ರವರ್ಧಮಾನಕ್ಕೆ ಬಂದಿತು. 1972–73 ರ ವೇಳೆಗೆ ತನ್ನ ನರೋಡಾ ಘಟಕದಲ್ಲಿ ಇನ್ನಷ್ಟು ಹೊಸ ಯಂತ್ರೋಪಕರಣಗಳನ್ನು ಸ್ಥಾಪಿಸಿ ಇನ್ನಷ್ಟು ನೂತನ ವಿನ್ಯಾಸದ ನಾಜೂಕಾದ ಜವಳಿಗಳನ್ನು ಉತ್ಪಾದಿಸುವುದು ಸಾಧ್ಯವಾಯಿತು. ಅದೇ ವರ್ಷದಲ್ಲಿ ಭಾರತದಲ್ಲಿಯೇ ಅತ್ಯಂತ ದೊಡ್ಡ ಹಾಗೂ ಸುಸಜ್ಜಿತವಾದ ಆಂತರಿಕ ವಸ್ತ್ರ ವಿನ್ಯಾಸ ಘಟಕವೊಂದನ್ನು ರಿಲಯನ್ಸ್ ಟೆಕ್ಸ್‌ಟೈಲ್ಸ್ ಸಂಸ್ಥೆಯು ಸ್ಥಾಪಿಸಿತು.

1975 ರ ಅವಧಿಯಲ್ಲಿ ಭಾರತಕ್ಕೆ ಭೇಟಿ ನೀಡಿದ್ದ ವಿಶ್ವಬ್ಯಾಂಕ್ ತಂಡವು ಭಾರತದಲ್ಲಿದ್ದ 24 ಪ್ರಮುಖ ಜವಳಿ ಕಾರ್ಖಾನೆಗಳಿಗೆ ಭೇಟಿಯಿತ್ತಿತ್ತು. ಅವುಗಳಲ್ಲಿ ರಿಲಯನ್ಸ್ ಟೆಕ್ಸ್‌ಟೈಲ್ಸ್ ಅತ್ಯುತ್ತಮ ಜವಳಿ ಕಾರ್ಖಾನೆ ಎಂಬ ತೀರ್ಮಾನ ಕೈಗೊಂಡಿತು. ಅದಾದ ಒಂದು ವರ್ಷದ ಬಳಿಕ 1976 ರಲ್ಲಿ ರಿಲಯನ್ಸ್ ತನ್ನೆಲ್ಲಾ ಘಟಕಗಳನ್ನೂ ಮೇಲ್ದರ್ಜೆಗೇರಿಸುವ ಕಾರ್ಯವನ್ನು ಪ್ರಾರಂಭಿಸಿತು.

1980 ರಲ್ಲಿ ರಿಲಯನ್ಸ್ ಟೆಕ್ಸ್‌ಟೈಲ್ಸ್ ಅನ್ನು ಇನ್ನಷ್ಟು ವಿಸ್ತರಿಸಲಾಯಿತು. ಇದುವರೆಗಿದ್ದ ಯಂತ್ರೋಪಕರಣಗಳೊಂದಿಗೆ 148 ಸುಲ್ಜಾರ್ ನೇಯ್ಗೆ ಯಂತ್ರಗಳನ್ನೂ, ಇನ್ನಿತರೇ ಬೃಹತ್ ಯಂತ್ರಗಳನ್ನೂ ಅಳವಡಿಸಿಕೊಳ್ಳಲಾಯಿತು. ಅದರೊಂದಿಗೆ ಇನ್ನಷ್ಟು ಹೊಸಹೊಸ ತಂತ್ರಜ್ಞಾನಗಳನ್ನು ಬಳಸಿಕೊಂಡು ಉತ್ತಮ ದರ್ಜೆಯ, ನಯವಾದ ಬಟ್ಟೆಗಳನ್ನು ಉತ್ಪಾದಿಸಲು ಪ್ರಾರಂಭಿಸಲಾಯಿತು.

1983 ರಲ್ಲಿ ಧೀರೂಭಾಯಿಯವರ ದ್ವಿತೀಯ ಪುತ್ರ ಅನಿಲ್ ಡಿ. ಅಂಬಾನಿ ಅಮೇರಿಕಾದ ಪೆಸ್ಸಿಲ್ವೇನಿಯಾ ವಿಶ್ವವಿದ್ಯಾನಿಲಯದಿಂದ ಎಂ.ಬಿ.ಎ. ಪದವಿ ಗಳಿಸಿಕೊಂಡು ಭಾರತಕ್ಕೆ ವಾಪಸ್ಸಾದರು. ಹಾಗೆ ಮರಳಿ ಬಂದ ಮಗನಿಗೆ ತಂದೆ ಧೀರೂಭಾಯಿ ತನ್ನ ನರೋಡಾ ಕೈಗಾರಿಕಾ

ವಿಭಾಗದಲ್ಲಿ ಸಹ ಮುಖ್ಯ ವ್ಯವಸ್ಥಾಪಕನಾಗಿ ನೇಮಿಸಿದರಲ್ಲದೆ ಸಂಸ್ಥೆಯ ಉತ್ಪನ್ನಗಳ ಮಾರಾಟ ವಿಭಾಗದ ಉಸ್ತುವಾರಿ ವಹಿಸಿಕೊಡುತ್ತಾರೆ. ಅಲ್ಲಿಂದ ಮುಂದೆ 1984–1996 ರ ನಡುವಿನ ಅವಧಿಯಲ್ಲಿ ನರೋಡಾ ಉತ್ಪಾದನಾ ಘಟಕದ ಚಿತ್ರಣವೇ ಬದಲಾಗುತ್ತದೆ. ಅತ್ಯಾಧುನಿಕ, ಕಂಪ್ಯೂಟರ್ ಆಧಾರಿತ ತಂತ್ರಜ್ಞಾನವನ್ನು ಅಳವಡಿಸಿಕೊಂಡು ಶ್ರೇಷ್ಠ ಗುಣಮಟ್ಟದ ಜವಳಿಯನ್ನು ಉತ್ಪಾದಿಸಲಾಗುತ್ತದೆ. ಇಂದು ನರೋಡಾ ಘಟಕ ಒಟ್ಟು 125 ಎಕರೆಯಷ್ಟು ವಿಸ್ತಾರವಾಗಿದ್ದು ಇಲ್ಲಿ ಉತ್ಪಾದಿಸಲಾದ ಜವಳಿಯು ಭಾರತದಲ್ಲಷ್ಟೇ ಅಲ್ಲದೆ ವಿಶ್ವದ ನಾನಾ ದೇಶಗಳಲ್ಲೂ ಮಾನ್ಯತೆ ಗಳಿಸಿದೆ.

ಭಾರತೀಯ ಸ್ಟಾಕ್ ಎಕ್ಸ್‌ಚೇಂಜ್ ಮತ್ತು ಧೀರೂಭಾಯಿ

ಭಾರತದಲ್ಲಿ ಈಕ್ವಿಟಿ ಮಾರುಕಟ್ಟೆ ಪ್ರಾರಂಭಗೊಳ್ಳಲು ರಿಲಯನ್ಸ್ ಸಮೂಹ ಸಂಸ್ಥೆಯ ಸ್ಥಾಪಕರಾದ ಧೀರೂಭಾಯಿಯವರೇ ಕಾರಣವೆನ್ನಬೇಕು. 1977ರ ಅವಧಿಯಲ್ಲಿಯೇ ರಿಲಯನ್ಸ್ ಐಪಿಓ ಗೆ 50000 ಕ್ಕೂ ಮಿಕ್ಕಿದ ಚಂದಾದಾರರಿದ್ದರು. ತಮ್ಮ ಸಂಸ್ಥೆಯ ವಾರ್ಷಿಕ ಸಭೆಗಳನ್ನು ಕ್ರೀಡಾಂಗಣಗಳಲ್ಲಿ ಆಯೋಜಿಸುತ್ತಿದ್ದ ಧೀರೂಭಾಯಿ ಅಂಬಾನಿ 1986ರಲ್ಲಿ ಕರೆದಿದ್ದ ಸಭೆಗೆ 35000ಕ್ಕೂ ಹೆಚ್ಚಿನ ಸಂಖ್ಯೆಯ ಷೇರುದಾರರೂ, ಉದ್ಯಮಿಗಳೂ ಹಾಜರಾಗಿದ್ದರು. 1982 ರಿಂದ 1986–87 ರವರೆಗೂ ಧೀರೂಭಾಯಿ ತಾವು ಸ್ಟಾಕ್ ಎಕ್ಸ್‌ಚೇಂಜ್‌ನ ಸಾಮ್ರಾಟನಂತೆ ಮೆರೆದರು. ಧೀರೂಭಾಯಿಯವರ ರಿಲಯನ್ಸ್ ಸಂಸ್ಥೆ ಪ್ರಾರಂಭಗೊಂಡದ್ದು ಕೇವಲ ರೂ. 15000 ಬಂಡವಾಳದೊಂದಿಗಾದರೆ ಅಂಬಾನಿಯವರ ಸಾವಿನ ಸಂದರ್ಭದಲ್ಲಿ ರಿಲಯನ್ಸ್ ಸಮೂಹದ ಒಟ್ಟು ಗಳಿಕೆ 75000 ಕೋಟಿ ರೂಪಾಯಿಗಳನ್ನು ದಾಟಿತ್ತು.

ಪ್ರಶಸ್ತಿ – ಪುರಸ್ಕಾರ

ಸದಾ ಕ್ರಿಯಾಶೀಲರೂ, ಪ್ರಯೋಗಶೀಲರೂ ಆಗಿದ್ದು ಚಿಕ್ಕ ಪ್ರಮಾಣದ ನೂಲು ಉದ್ಯಮದಿಂದ ತೊಡಗಿ ಬೃಹತ್ ಉದ್ಯಮಪತಿಯಾಗಿ ಬೆಳೆದ

ಧೀರೂಭಾಯಿ ಅಂಬಾನಿಯವರ ಸಾಧನೆಗೆ ಪ್ರತಿಯಾಗಿ ಅವರಿಗೆ ಅನೇಕ ರಾಷ್ಟ್ರ, ಅಂತಾರಾಷ್ಟ್ರೀಯ ಮಟ್ಟದ ಸಂಘಟನೆಗಳಿಂದ ಪ್ರಶಸ್ತಿ, ಗೌರವಗಳು ಸಂದಿವೆ. ಅವುಗಳಲ್ಲಿ ಪ್ರಮುಖವಾಗಿ –

1998 ರಲ್ಲಿ 'ಏಷ್ಯಾ ವೀಕ್' ಪತ್ರಿಕೆ ಪ್ರಕಟಿಸಿದ ಏಷ್ಯಾದ 50 ಪ್ರಭಾವಿ ವ್ಯಕ್ತಿಗಳಲ್ಲಿ ಧೀರೂಭಾಯಿ ಅಂಬಾನಿಯವರೂ ಒಬ್ಬರಾಗಿ ಗುರುತಿಸಿಕೊಂಡರು. ಪುನಃ ಅದೇ ಪತ್ರಿಕೆ 'ದಿ ಎಕ್ಸಲೆಂಟ್ ಫ್ರಮ್ ಏಷ್ಯಾ ವೀಕ್' ಎನ್ನುವ ಗೌರವವನ್ನು 1998 ಹಾಗೂ 2000 ರಲ್ಲಿ ಧೀರೂಭಾಯಿಯವರಿಗೆ ಕೊಡಮಾಡಿತು. 2001 ರಲ್ಲಿ 'ದಿ ಎಕನಾಮಿಕ್ಸ್ ಟೈಮ್ಸ್' ನ ವತಿಯಿಂದ ಧೀರೂಭಾಯಿಯವರಿಗೆ ಜೀವಮಾನದ ಸಾಧನೆಗಾಗಿನ ಪ್ರಶಸ್ತಿ ಲಭಿಸಿತು.

ಕೆಮ್‌ಟೆಕ್ ಫೌಂಡೇಷನ್ಸ್‌ರವರು 'ಮ್ಯಾನ್ ಆಫ್ ದಿ ಸೆಂಚುರಿ ಅವಾರ್ಡ್'(2000) ನೀಡಿ ಪುರಸ್ಕರಿಸಿದರೆ, ಎಫ್‌ಐಸಿಸಿಐ (ಭಾರತೀಯ ವಾಣಿಜ್ಯ ಹಾಗೂ ಕೈಗಾರಿಕಾ ಸಂಪುಟಗಳ ಒಕ್ಕೂಟ) '20 ನೇ ಶತಮಾನದ ಶ್ರೇಷ್ಠ ಭಾರತೀಯ ಉದ್ಯಮಿ'(2000) ಎಂದು ಗೌರವಿಸಿತು.

ಉದ್ಯಮ ರಂಗದಲ್ಲಿ ಧೀರೂಭಾಯಿಯವರ ಮಹತ್ವದ ನಾಯಕತ್ವದ ಗುಣಗಳನ್ನೂ, ಆದರ್ಶಗಳನ್ನೂ ಗುರುತಿಸಿ 1998 ರಲ್ಲಿ ಅಮೆರಿಕಾದ ಪೆನ್ಸಿಲ್ವೇನಿಯಾ ವಿಶ್ವವಿದ್ಯಾನಿಲಯವು 'ಡೀನ್ಸ್ ಪದಕ (ಡೀನ್ಸ್ ಮೆಡಲ್)' ನೀಡಿ ಗೌರವ ಸೂಚಿಸಿತು. 'ದಿ ಟೈಮ್ಸ್ ಆಫ್ ಇಂಡಿಯಾ' 2000ನೇ ಇಸವಿಯಲ್ಲಿ ನಡೆಸಿದ ಸಮೀಕ್ಷೆಯಲ್ಲಿ ಧೀರೂಭಾಯಿ ಅಂಬಾನಿಯವರು ತಾವು ಶತಮಾನದ ಅತ್ಯಂತ ಮಹಾನ್ ಬಂಡವಾಳ ಹೂಡಿಕೆದಾರರಾಗಿ ಹೊರ ಹೊಮ್ಮಿದರು.

ಇದಲ್ಲದೆ ಜಗದ್ವಿಖ್ಯಾತ ಪತ್ರಿಕೆಗಳಾದ 'ಬ್ಯುಸಿನೆಸ್ ವೀಕ್' ಹಾಗೂ 'ಏಷ್ಯಾ ವೀಕ್' ಧೀರೂಭಾಯಿಯವರ ಜೀವನ ಸಾಧನೆಗಳನ್ನು ಬಿಂಬಿಸುವ ಸಮಗ್ರ ವರದಿಗಳನ್ನು ತಮ್ಮ ಮುಖಪುಟ ವರದಿ(ಕವರ್ ಸ್ಟೋರಿ)ಯಾಗಿ ಪ್ರಕಟಿಸಿದ್ದವು.

ಧೀರೂಭಾಯಿ ಅಂಬಾನಿಯವರ ಜೀವನದ ಕಥೆಯಾಧಾರಿತ ಚಲನಚಿತ್ರ 'ಗುರು' 2007 ರಲ್ಲಿ ಬಿಡುಗಡೆಯಾಯಿತು. ಮಣಿರತ್ನಂ ನಿರ್ದೇಶನದ ಈ ಚಿತ್ರಕ್ಕೆ ಎ.ಆರ್. ರೆಹಮಾನ್ ಸಂಗೀತವಿದ್ದು ಅಭಿಷೇಕ್ ಬಚ್ಚನ್, ಮಿಥುನ್ ಚಕ್ರವರ್ತಿ, ಐಶ್ವರ್ಯಾ ರೈ ಮೊದಲಾದವರು ಮುಖ್ಯ ಭೂಮಿಕೆಯಲ್ಲಿ ನಟಿಸಿದ್ದರು.

ಬಂಡವಾಳ ವೈವಿಧ್ಯತೆ

ಕಾಲಾನಂತರದಲ್ಲಿ ಧೀರೂಭಾಯಿ ಅಂಬಾನಿಯವರು ತಮ್ಮ ಉದ್ಯಮದಲ್ಲಿ ವೈವಿಧ್ಯತೆಯನ್ನು ತಂದರು. ಪೆಟ್ರೋ ರಾಸಾಯನಿಕಗಳು, ದೂರ ಸಂಪರ್ಕ, ಮಾಹಿತಿ ತಂತ್ರಜ್ಞಾನ, ಚಿಲ್ಲರೆ ವ್ಯಾಪಾರ ಕ್ಷೇತ್ರ, ಮೂಲಭೂತ ಸೌಕರ್ಯಗಳು, ವೈವಿಧ್ಯಮಯ ಸೇವೆಗಳು – ಹೀಗೆ ನಾನಾ ವಲಯಗಳಲ್ಲಿ ಬಂಡವಾಳವನ್ನು ತೊಡಗಿಸಿದ ಧೀರೂಭಾಯಿಯವರು ಆ ಎಲ್ಲಾ ಕ್ಷೇತ್ರಗಳಲ್ಲಿಯೂ ಯಶ ಸಾಧಿಸಿಕೊಂಡರು.

ಅಂತಿಮ ದಿನಗಳು

ರಿಲಯನ್ಸ್ ಸಮೂಹ ಸಂಸ್ಥೆಗಳ ಮಹಾ ಸಾಮ್ರಾಟರಾಗಿದ್ದ ಧೀರೂಭಾಯಿ ಅಂಬಾನಿಯವರಿಗೆ 1986 ರಲ್ಲಿ ಮೊದಲ ಬಾರಿಗೆ ಪಾರ್ಶ್ವವಾಯುವಿನ ಆಘಾತವುಂಟಾಗಿತ್ತು. ಆ ಸಮಯದಲ್ಲಿ ಅವರ ಬಲಗೈ ತನ್ನ ಸ್ವಾಧೀನ ಕಳೆದುಕೊಂಡಿತು. ಆಗತಾನೆ ಚೇತರಿಸಿಕೊಂಡಿದ್ದ ಅಂಬಾನಿ 2002 ಜೂನ್ 24 ರಂದು ಎರಡನೇ ಬಾರಿಗೆ ಪಾರ್ಶ್ವವಾಯುವಿನ ಆಘಾತಕ್ಕೆ ತುತ್ತಾಗಿದ್ದರು. ತಕ್ಷಣವೇ ಅವರನ್ನು ಮುಂಬೈನ ಪ್ರಸಿದ್ಧ ಬೀಚ್ ಕ್ಯಾಂಡಿ ಆಸ್ಪತ್ರೆಗೆ ದಾಖಲಿಸಲಾಯಿತು. ವೈದ್ಯರು ಅವರನ್ನು ಉಳಿಸಿಕೊಳ್ಳುವ ಸಲುವಾಗಿ ಸಾಕಷ್ಟು ಶ್ರಮ ವಹಿಸಿದರು. ಆದರೆ ಅವರ ಈ ಪ್ರಯತ್ನವು ವಿಫಲವಾಯಿತು. ಜುಲೈ 6, 2002 ರ ರಾತ್ರಿ 11–50 ರ ಸುಮಾರಿನಲ್ಲಿ ಧೀರೂಭಾಯಿ ಅಂಬಾನಿ ಚಿರನಿದ್ರೆಗೆ ಜಾರಿದರು.

ಅಂಬಾನಿ ಅಣಿಮುತ್ತುಗಳು

"ನೀವು ಕನಸನ್ನು ಹೊಂದಿದ್ದರೆ ಮಾತ್ರ ಅದನ್ನು ನನಸಾಗಿಸಿಕೊಳ್ಳಲು ಸಾಧ್ಯವಿದೆ."

***

"ನೀವು ಧೃಢ ನಿಶ್ಚಯದಿಂದಲೂ, ಪರಿಪೂರ್ಣತೆಯಿಂದಲೂ ಕೆಲಸ ಮಾಡಿದಿರಾದಲ್ಲಿ ಯಶಸ್ಸು ನಿಮ್ಮನ್ನು ಅನುಸರಿಸುತ್ತದೆ."

***

"ನಾನು ಜನರ ಮೇಲೆ ಬಾಜಿ ಕಟ್ಟುತ್ತೇನೆ."

***

"ದೊಡ್ಡದಾಗಿ ಯೋಚಿಸಿ, ವೇಗವಾಗಿ ಯೋಚಿಸಿರಿ, ಎಲ್ಲರಿಗಿಂತ ಮುಂದಾಗಿ ಯೋಚಿಸಿರಿ, ಯೋಜನೆಗಳು ಯಾರೊಬ್ಬರ ಏಕಸ್ವಾಮ್ಯವನ್ನು ಹೊಂದಿರುವುದಿಲ್ಲ."

***

"ನೀವು ಲಾಭ ಗಳಿಸಿಕೊಳ್ಳುವುದಕ್ಕೆ ಯಾರೊಬ್ಬರ ಆಹ್ವಾನದ ಅಗತ್ಯವಿರುವುದಿಲ್ಲ."

***

"ಗಡುವನ್ನು ಮುಟ್ಟುವುದು, ಅಷ್ಟೊಂದು ವಿಶೇಷ ಸಂಗತಿಯಲ್ಲ. ಗಡುವನ್ನು ಸೋಲಿಸುವುದು ನನ್ನ ನಿರೀಕ್ಷೆಯಾಗಿದೆ."

***

"ಕಷ್ಟಗಳ ನಡುವೆಯೂ ನಿನ್ನ ಗುರಿಯನ್ನು ತಲುಪಲು ಪ್ರಯತ್ನಿಸು ಹಾಗೂ ಅಡೆತಡೆಗಳನ್ನೇ ಅವಕಾಶಗಳನ್ನಾಗಿ ಪರಿವರ್ತಿಸು."

***

"ಯುವ ಜನತೆಗೆ ಸೂಕ್ತ ಪರಿಸರವನ್ನು ಒದಗಿಸಿರಿ. ಅವರನ್ನು ಪ್ರೇರೇಪಣೆಗೊಳಿಸಿ. ಅವರಿಗೆ ಅಗತ್ಯವಿರುವ ಬೆಂಬಲವನ್ನು ನೀಡಿ.

ಪ್ರತಿಯೊಬ್ಬ ಯುವಕ/ಯುವತಿಯರೂ ಶಕ್ತಿಯ ಅನಂತ ಮೂಲವಾಗಿದ್ದಾರೆ. ಅದನ್ನು ಅವರು ಬಳಸುವಂತಾಗಲಿ."

***

"ನಮ್ಮ ಕನಸುಗಳು ದೊಡ್ಡದಾಗಿರಬೇಕು. ನಮ್ಮಯ ಮಹತ್ವಾಕಾಂಕ್ಷೆಗಳು ಎತ್ತರದವಾಗಿರಬೇಕು. ನಮ್ಮ ಬದ್ಧತೆಗಳು ಆಳವಾಗಿರಬೇಕು. ಮತ್ತು ನಮ್ಮಯ ಪ್ರಯತ್ನಗಳು ಶ್ರೇಷ್ಠತೆಯಿಂದ ಕೂಡಿರಬೇಕು. ಇದು ರಿಲಯನ್ಸ್ ಹಾಗೂ ಭಾರತದ ಬಗೆಗಿನ ನನ್ನ ಕನಸಾಗಿದೆ."

***

"ನನ್ನ ಹಿಂದಿನ, ಇಂದಿನ ಹಾಗೂ ಮುಂದಿನ ಭವಿತವ್ಯದ ನಡುವೆ ಇರುವ ಒಂದು ಸಾಮಾನ್ಯ ಅಂಶವೆಂದರೆ ಅದು ಸಂಬಂಧ ಹಾಗೂ ನಂಬಿಕೆಯೇ ಆಗಿದೆ. ಅದುವೇ ನಮ್ಮಯ ಬೆಳವಣಿಗೆಯ ಬುನಾದಿಯಾಗಿದೆ."

***

"ಧೈರ್ಯವೇ ನನ್ನ ಮೂಲ ಬಂಡವಾಳ, ಬೇರೆ ಏನೇನೂ ಅಲ್ಲ."

ಧೀರೂಭಾಯಿಯ ಧೀರನಡೆ

→ 28 ಡಿಸೆಂಬರ್ 1932 – ಗುಜರಾತ್‌ನ ಚೋರವಾಡದಲ್ಲಿ ಧೀರೂಭಾಯಿ ಅಂಬಾನಿಯವರ ಜನನ.

→ 1954 – ಕೋಕಿಲಾ ಬೆನ್‌ರವರೊಡನೆ ವಿವಾಹ

→ 1957 – ಪ್ರಥಮ ಪುತ್ರ ಮುಖೇಶ್ ಡಿ. ಅಂಬಾನಿ ಜನನ.

→ 1958 – ವಿದೇಶದಿಂದ ಮರಳಿದ ಧೀರೂಭಾಯಿಯವರಿಂದ ಮುಂಬೈನಲ್ಲಿ ರಿಲಯನ್ಸ್ ವಾಣಿಜ್ಯ ನಿಗಮ(ರಿಲಯನ್ಸ್ ಕಮರ್ಷಿಯಲ್ ಕಾರ್ಪೋರೇಷನ್)ದ ಅಡಿಯಲ್ಲಿ ವ್ಯಾಪಾರ ವಹಿವಾಟಿನ ಪ್ರಾರಂಭ.

→ 1959 – ದ್ವಿತೀಯ ಪುತ್ರ ಅನಿಲ್ ಡಿ. ಅಂಬಾನಿ ಜನನ.

→ 1961 – ಪುತ್ರಿ ದೀಪ್ತಿ ಅಂಬಾನಿ ಜನನ.

→ 1962 – ದ್ವಿತೀಯ ಪುತ್ರಿ ನೀತಾ ಅಂಬಾನಿ ಜನನ.

→ 1 ಸೆಪ್ಟೆಂಬರ್ 1966 – ಸ್ವಂತ ಜವಳಿ ಗಿರಣಿ (ರಿಲಯನ್ಸ್ ಟೆಕ್ಸ್‌ಟೈಲ್ಸ್) ಗುಜರಾತ್ ಅಹಮದಾಬಾದ್‌ನ ನರೋಡಾದಲ್ಲಿ ಪ್ರಾರಂಭ.

→ 1966–67 – ದಕ್ಷಿಣ ಮುಂಬೈನ ಅಲ್ಟಾಮೌಂಟ್ ರಸ್ತೆಯಲ್ಲಿನ ಉತ್ತಮವಾದ, ದೊಡ್ಡದಾಗಿದ್ದ ಅಪಾರ್ಟ್‌ಮೆಂಟ್‌ಗೆ ತಮ್ಮ ವಾಸಸ್ಥಳವನ್ನು ಬದಲಾಯಿಸಿದ ಅಂಬಾನಿ ಪರಿವಾರ.

→ 1972–73 – ರಿಲಯನ್ಸ್ ಸಂಸ್ಥೆಯ ಒಡೆತನದಲ್ಲಿ ದೇಶದಲ್ಲೇ ದೊಡ್ಡ ಹಾಗೂ ಸುಸಜ್ಜಿತವಾದ ವಸ್ತ್ರ ವಿನ್ಯಾಸ ಘಟಕದ ಸ್ಥಾಪನೆ.

→ 1975 – ಭಾರತಕ್ಕೆ ಭೇಟಿ ಕೊಟ್ಟ ವಿಶ್ವ ಬ್ಯಾಂಕ್ ತಂಡದಿಂದ ರಿಲಯನ್ಸ್ ಟೆಕ್ಸ್‌ಟೈಲ್ಸ್ ಭಾರತದಲ್ಲೇ ಉತ್ತಮ ಜವಳಿ ಕಾರ್ಖಾನೆ ಎಂಬ ಮನ್ನಣೆ.

→ 1998 – ಏಷ್ಯಾದ 50 ಪ್ರಭಾವಿ ವ್ಯಕ್ತಿಗಳಲ್ಲಿ ಒಬ್ಬರೆಂದು 'ಏಷ್ಯಾ ವೀಕ್' ಪತ್ರಿಕೆ ಘೋಷಣೆ.

→ 2000 – ಭಾರತೀಯ ವಾಣಿಜ್ಯ ಹಾಗೂ ಕೈಗಾರಿಕಾ ಸಂಪುಟಗಳ ಒಕ್ಕೂಟದಿಂದ '20 ನೇ ಶತಮಾನದ ಶ್ರೇಷ್ಠ ಭಾರತೀಯ ಉದ್ಯಮಿ' ಎಂಬ ಗೌರವ.

→ 2001 – 'ದಿ ಎಕನಾಮಿಕ್ ಟೈಮ್ಸ್' ನಿಂದ ಜೀವಮಾನ ಸಾಧನೆ ಪುರಸ್ಕಾರ.

→ 06 ಜುಲೈ, 2002 – ಮರಣ.

→ 2007 – ಧೀರೂಭಾಯಿಯವರ ಜೀವನ ಆಧಾರಿತ 'ಗುರು' ಚಲನಚಿತ್ರ ಬಿಡುಗಡೆ.